ஆரியர்
திவ்விய தேச யாத்திரையின் சரித்திரம்

ஆரியர் திவ்விய தேச யாத்திரையின் சரித்திரம்

பதிப்பாசிரியர்
ந.முருகேசபாண்டியன்

மதுரை மாவட்டம், சமயநல்லூர் கிராமத்தில் ஒரு வணிகக் குடும்பத்தில் 1957ஆம் ஆண்டு பிறந்தார். பள்ளிச் சிறுவனாக இருந்தபோது, புத்தகங்கள் வாசிப்பதில் இவருக்கு ஏற்பட்ட ஆர்வம், பதின்பருவத்தில் சிறுபத்திரிகை சார்ந்தவராக மாறியது. தமிழ் இலக்கியத்தில் முதுகலைப் பட்டமும், நூலகம் தகவல் அறிவியல் துறையில் முனைவர் பட்டம் பெற்றுக் கல்லூரி நூலகராகப் பணியாற்றி ஓய்வுபெற்றுள்ள இவர், கடந்த இருபது ஆண்டுகளுக்கும் மேலாக இலக்கிய விமர்சனத்தளத்தில் தீவிரமாக இயங்கிவருகிறார். 'உயிரோசை' இணைய இதழில் எழுதிய 'கிராமத்து தெருக்களின்வழியேஞ்' பத்தி, தமிழரின் பண்பாட்டு ஆவணமாக விளங்குகிறது.

முதல் நூலான பிரதிகளின் ஊடே பயணம் 2003ஆம் ஆண்டின் சிறந்த ஆய்வு நூலாகச் சுடர் ஆய்வுப் பரிசு பெற்றது. தொலைக்காட்சி அரசியல் (உயிர் எழுத்து, 2012, செப்டம்பர்) கட்டுரை, 2012ஆம் ஆண்டின் சிறந்த கட்டுரையாகச் சின்னக்குத்தூசி அறக்கட்டளையால் தேர்ந்தெடுக்கப்பட்டு ரூ.10,000/ பரிசு பெற்றது. சென்னை, டிஸ்கவரி புக் பேலஸ் நிறுவனம் 2014 ஆம் ஆண்டின் சிறந்த விமர்சகராகத் தேர்ந்தெடுத்து விருது வழங்கியது. மறுவாசிப்பில் செவ்வியல் இலக்கியப் படைப்புகள் நூலை 2017ஆம் ஆண்டின் சிறந்த கட்டுரை நூலாகத் தமிழ்நாடு கலை இலக்கியப் பெருமன்றம் தேர்ந்தெடுத்துப் பரிசு வழங்கியுள்ளது.

பதிப்பாசிரியரின் சில நூல்கள்

தமிழ் மொழிபெயர்ப்பில் உலக இலக்கியம் (2004)
என் இலக்கிய நண்பர்கள் (2006)
திராவிட இயக்க வளர்ச்சியில் கலைஞரின் நாடகங்கள் (2007)
எங்கே செல்கிறது தமிழ்க் கவிதை? (2013)
நவீனப் புனைகதைப் போக்குகள் (2014)
அண்மைக்கால கவிதைப் போக்குகள் (2015), மொழிபெயர்ப்பியல் (2015)
தமிழர் வாழ்க்கையும் திரைப்படங்களும் (2016)
தமிழ்ப் பண்பாட்டு அடையாளங்கள் (2016)
பழந்தமிழ் இலக்கியத்தில் விளிம்புநிலையினர் (2017)
புனைவு எழுத்துகளின் மறுபக்கம் (2017)
கிராமத்து தெருக்களின்வழியே... (2017)
காற்றில் மிதக்கும் சொல்லாத சேதிகள் (2018)
கலைஞர் என்றொரு ஆளுமை (2018)

தொடர்புக்கு: murugesapandian2011@gmail.com
அலைபேசி: 9443861238

ஓம்
பரப்பிரஹ்மணேநம:

ஆரியர் திவ்விய தேச யாத்திரையின் சரித்திரம்

சே.ப.நரசிம்மலு நாயுடு

பதிப்பாசிரியர்
ந.முருகேசபாண்டியன்

டிஸ்கவரி புக் பேலஸ்

கே.கே.நகர் மேற்கு, சென்னை - 600 078.
(பாண்டிச்சேரி கெஸ்ட் ஹவுஸ் அருகில்)
Ph: 044 - 4855 7525, Mobile: +91 87545 07070

ஆரியர் திவ்விய தேச யாத்திரையின் சரித்திரம்
(பயண இலக்கியம்)
ஆசிரியர்: சே.ப.நரசிம்மலு நாயுடு
பதிப்பாசிரியர்: ந.முருகேசபாண்டியன்©

Aariyar Divya Desa Yaaththiraiyin Chariththiram
(Travelogue)
Author: Se.Pa.Narasimmalu Naidu
Editor: N.Murugesapandian©

First Edition: Jan - 2019
Copies: 600 - Pages: 536 - ISBN: 978-93-86555-75-5
Cover Painting : Manivannan

Published by :
Discovery Book Palace (P) Ltd,
6, Mahaveer Complex, Munusamy Salai,
K.K.Nagar West, Chennai-600 078.
Ph: +91 44 48557525 Mobile: +91 87545 07070
E-mail: discoverybookpalace@gmail.com,
Website: www.discoverybookpalace.com

Rs. 600.00

இந்த நூலில் பிரசுரமாகியுள்ள எந்த ஒரு பகுதியையும் பதிப்பாளரின் எழுத்துபூர்வமான முன்அனுமதி பெறாமல் எடுத்தாள்வதோ, மறுபிரசுரம் செய்வதோ, மொழியாக்கம் செய்வதோ, அச்சு மற்றும் மின்னணு ஊடகங்களில் மறுபதிப்பு செய்வதோ, காப்புரிமை சட்டப்படி தடை செய்யப்பட்டுள்ளது. இந்த நூலிலிருந்து குறிப்பிட்ட பகுதிகளை மேற்கோள்காட்டி புத்தக விமர்சனம் செய்ய, ஊடகங்களுக்கு மட்டும் அனுமதி உண்டு.

உங்கள் மொபைல் போனிலிருந்து ஸ்கேன் செய்து டிஸ்கவரி புக் பேலஸின் மொபைல் ஆப்பை டவுன்லோடு செய்து, புத்தகங்களை வாங்குங்கள்.

ஓம்
பரப்பிரஹ்மணேநம:

திவ்விய தேசயாத்திரையின்
விஷய அட்டவணை.

இலக்கம்.	விஷயம்.	பக்கம்.
	பதிப்புரை	XXII
1	திவ்விய தேசயாத்திரை சரித்திரம் - பீடிகை	79
2	கோயமுத்தூரிலிருந்து ஆற்காட்டிற்கு விஜயம்	81
3	ரெய்ச்சூர் ,, ,, ,,	82
4	மன்மார் ,, ,, ,,	83
5	ஷாக்பூர் ,, ,, ,,	85
6	ஜப்பல்பூர் ,, ,, ,,	86
7	அலஹாபாத்து ,, ,,	87
8	பிரயாகையின் (அலஹாபாத்தின்) மஹத்துவம் அல்லது பூர்வ சரித்திரம் ,, ,,	88
9	கங்காநதியின் பெருமை ,, ,,	91
10	பிரயாகையில் வேளாண்மை உணவு முதலியன ,,	96
11	பிரயாகையில் நகரின் லக்ஷணம் ,,	97
12	பிரயாகையில் பேய் ஓட்டியது ,,	99
13	பிரயாகையில் கங்கை யமுனை சங்கமமாகிற இடத்தில் ஸ்நானஞ் செய்து பிரார்த்தித்தது	101
14	யமுனா நதிக்கரையிற் செய்த பிரார்த்தனை	102
15	கங்கை யமுனை சங்கமத்திற் செய்த பிரார்த்தனை ,,	103
16	கங்கை யமுனை பிரம்ம பிரார்த்தனை ,,	,,

இலக்கம்.	விஷயம்.	பக்கம்.
17	ஷை ஷை பிதா விஷயமாகச்செய்த பிரார்த்தனை	104
18	ஷை ஷை தாயார் ஷை ,, ,, ,,	,,
19	ஷை ஷை எமது தேசத்தார் விஷயமாகச் செய்த பிரார்த்தனை ,, ,, ,,	105
20	ஸ்நமிசாரணியம் ,, ,, ,,	106
21	காசி ,, ,, ,,	,,
22	காசியின் பூர்வ சரித்திரம் ,, ,,	108
23	ஷை ஸ்தலத்திற்குப் பல பெயர்கள் வழங்குவதற்குக் காரணம் ,, ,,	,,
24	காசியிலுள்ள பஞ்சநதி தீர்த்தம் ,,	110
25	ஷை பஞ்சநதியையப்பற்றிக் காசிகண்டத்தில் சொல்வது ,, ,, ,,	,,
26	மணிகர்ணிகை ,, ,, ,,	,,
27	காசி பிரயாகையின் மகிமை ,, ,,	111
28	ஞானவாவி ,, ,,	,,
29	இவ்விடத்திய கங்கை மகிமை ,,	,,
30	காசிகேஷத்திரத்திலிருக்கும் தேவர்கள் ,,	112
31	காசிக்கடுத்த கங்கையில் ஸ்நானஞ் செய்யும்போது சொல்லும் சங்கல்பம் ,,	,,
32	காசி கேஷத்திரத்தின் தேவர்களுக்குமுன் சொல்லுகிற சுலோகம் ,,	113
33	**காசியின் தேவர்களுடைய மகிமை:-** ,,	113
	(1) ஸ்ரீ துண்டிவிநாயகர் மகிமை ,,	,,
	(2) ஸ்ரீ தண்டபாணி மகிமை ,,	,,
	(3) ஸ்ரீ விசுவேசுவரர் மகிமை ,,	,,
	(4) ஸ்ரீ அன்னபூரணி மகிமை ,,	114
	(5) ஸ்ரீ காலபயிரவர் மகிமை ,,	,,
	(6) ஸ்ரீ பிந்துமாதவர் மகிமை ,,	,,

இலக்கம்.	விஷயம்.	பக்கம்.
34.	காசியில் செய்யும் நைமித்திக யாத்திரை விவரம்:- ,,	115
	(1) திதி யாத்திரை ,,	,,
	(2) வார யாத்திரை ,,	,,
	(3) நக்ஷத்திர யாத்திரை ,,	,,
	(4) மாச யாத்திரை ,,	,,
	(5) இருது யாத்திரை ,,	116
	(6) பஞ்சக்குரோச யாத்திரை ,,	,,
35.	காசியின் தற்கால ஸ்திதி ,,	,,
36.	காசியிலுள்ள நந்தேசுவர் கோடி ,,	119
37.	காசியிலுள்ள இராணியார் கலாசாலை ,,	,,
38.	காசியிலுள்ள பிரின்ஸ் அப் வேல்ஸ் ஆஸ்பத்திரி ,,	120
39.	காசியிலுள்ள இந்து மத்தியதர கல்விச்சாலை ,,	,,
40.	காசியிலுள்ள நகரமண்டபம் ,,	121
41.	காசியிலுள்ள ஞானவாவி ,,	122
42.	காசியிலுள்ள விசுவேசுவருடைய சுவர்ணாலயம் ,,	,,
43.	காசியிலுள்ள சநீஸ்வரர் ,,	124
44.	காசியிலுள்ள அன்னபூரணி ,,	,,
45.	காசியிலுள்ள மான்மந்திர நக்ஷத்திராலயம் ,,	126
46.	காசியிலுள்ள கட்டங்களின் விவரம்:-	
	கேதார கட்டம் ,, ,,	127
	மணிகர்ணிகா கட்டம் ,, ,,	,,
	சாரண படுகா ,, ,,	128
	பஞ்சகங்கா கட்டம் ,, ,,	129
47.	காசியிலுள்ள பைரவநாதர் ,, ,,	130

இலக்கம்.	விஷயம்.	பக்கம்.
48.	காசியிலுள்ள இராஜகாட் கோட்டை ,,	131
49.	காசியிலுள்ள லாத் பஹிரியோ ,,	132
50.	காசியிலுள்ள கபில மோகூஷண தடாகம் ,,	,,
51.	காசியிலுள்ள சிவாலய கட்டம் ,,	133
52.	காசியிலுள்ள துளசி கட்டம் ,,	,,
53.	காசியிலுள்ள அசி கட்டம் ,,	,,
54.	காசியிலுள்ள ராம்நகர் ,,	,,
55.	காசியிலுள்ள துர்க்கா குண்டம் ,,	134
56.	காசியிலுள்ள பெலாபுரம் ,,	,,
57.	காசிப்பட்டணத்தின் வர்த்தக விஷயம் ,,	140
58.	காசிகேஷத்திரத்திலிருந்தபோது செய்த பிரார்த்தனை ,, ,,	147
59.	காசிகேஷத்திரத்திலிருந்தபோது செய்த பிரம்ம பிரார்த்தனை ,, ,,	149
60.	பனாரிஸ் (காஸி) பகூஷிகளுடன் பிரம்மோபாஸியின் (நமது) சல்லாபனை (அலங்காரகற்பனை) ,, ,,	150
61.	கயாவுக்கு பிரயாணம் ,, ,,	156
62.	கயாவின் பூர்வசரித்திரம் ,, ,,	157
63.	கயாவின் தற்கால ஸ்திதி ,, ,,	158
64.	பஞ்சகயை செய்கிறவிதம் ,, ,,	164
65.	எகோதிஷ்டம் செய்கிறவிதம் ,, ,,	,,
66.	பல்குணி சிராத்தம் ,, ,,	165
67.	கயாவில் சொல்லுகிற சங்கல்பம் ,, ,,	,,
68.	கயாவின் பூசார விவரம் ,, ,,	167
69.	பர்த்துவான் ,, ,,	171
70.	சந்திரநாகூர் ,, ,,	173
71.	கல்கத்தா ,, ,,	176

இலக் கம்.	விஷயம்.	பக்கம்.
72.	கிழக்கு வங்காளத்திலுள்ள சில பட்டணங்கள்:-	
	(1) டாக்கா ,, ,,	176
	(2) ஆஸாம் ,, ,,	,,
	(3) ஒரிஸா மாகாணம் ,, ,,	177
73.	பூரீ ஜகந்நாதத்தின் விருத்தாந்தம் ,,	,,
74.	ஜகந்நாத விக்ரகத்தின் விவரம் ,,	178
75.	கோணராகர் கோயில் ,, ,,	179
76.	புவநேசுவரர் கோயில் ,, ,,	,,
77.	சோட்டா நாகப்பூர் ,, ,,	180
78.	கல்கத்தா இந்தியன் நாஷனல் காங்கிரஸ்	,,
79.	கல்கத்தாவின் பூர்வ சரித்திரம் ,,	201
80.	கல்கத்தாவின் மத்தியகால சரித்திரம் ,,	203
81.	கல்கத்தாவின் தற்கால ஸ்திதி ,,	204
82.	கல்கத்தாவில் செய்த பிரார்த்தனை ,,	210
83.	கல்கத்தாவைப் பற்றி ,, ,,	,,
84.	கல்கத்தாவில் தங்குமிடங்கள் ,,	,,
85.	இராஜாங்க தலைநகரம் மாற்றம் ,,	211
86.	டார்ஜீலிங்கு ,, ,,	213
87.	குருஷாங்கு ,, ,,	,,
88.	நேப்பாளம் ,, ,,	,,
89.	கயா ,, ,,	214
90.	கயா கேஷத்திரத்திற் செய்த பிரார்த்தனை,,	216
91.	காசி கேஷத்திரம் ,, ,,	217
92.	அயோத்தியா பட்டணம் ,, ,,	,,
93.	அயோத்தியாவின் பூர்வ சரித்திரம் ,,	220
94.	அயோத்தியாவின் மத்தியகால ஸ்திதி ,,	223
95.	அயோத்தியாவின் தற்கால ஸ்திதி ,,	,,

இலக்கம்.	விஷயம்.	பக்கம்.
96.	பைசாபாத்து ,, ,,	224
97.	பைசாபாத்தின் தற்கால ஸ்திதி ,,	225
98.	அயோத்தியாவில் சரயூநதிதீரம் கேதாரகட்டத்தில் ஓர் அசோகமரத்தடியில் செய்த பிரார்த்தனை	,,
99.	லக்ஷ்மணபுரியின் பூர்வ சரித்திரம் ,,	228
100.	லக்ஷ்மணபுரியின் தற்கால ஸ்திதி ,,	,,
101.	லக்ஷ்மணபுரியில் பார்க்கத்தக்க விசேஷங்கள்	229
102.	நிம்சாரம் ,, ,,	231
103.	ஹரித்துவாரம் ,, ,,	,,
104.	டேராடூன் ,, ,,	233
105.	மஸ்ஸூரி ,, ,,	233
106.	ஹிமாசலமலை ,, ,,	234
107.	ஹிமாசலமலையின் அடிவாரத்தில் செய்த பிரார்த்தனை ,, ,,	235
108.	கங்கோத்ரி ,, ,,	237
109.	கேதார் நாதம் ,, ,,	238
110.	பதரிகாச்சிரமம் அல்லது பத்ரிநாதர் ,,	239
111.	கயிலாசம், மானச சரோவரம் ,,	242
112.	கயிலாசமலையின் அற்புதக்காட்சி ,,	243
113.	மானசசரோவரம் ,, ,,	247
114.	கான்பூர் ,, ,,	251
115.	கான்பூரின் தற்கால சரித்திரம் ,,	252
116.	ஆக்ரா ,, ,,	254
117.	ஆக்ராவின் பூர்வ சரித்திரம் ,, ,,	255
118.	ஆக்ராவின் தற்கால ஸ்திதி ,, ,,	256
119.	ஆக்ராவில் பார்க்கத்தக்க அதிசயங்கள் ,,	257
120.	குவாலியூர் ,, ,,	265

இலக்கம்.	விஷயம்.	பக்கம்.
121.	பரதப்பூர் ,, ,,	266
122.	ஆள்வார் ,, ,,	,,
123.	வடமதுரை, பிரிந்தாவனம் ,, ,,	,,
124.	வடமதுரையின் பூர்வ சரித்திரம், இதற்கு மதுராபுரி என்று பெயருண்டானதற்குக் காரணம். ,,	269
125.	யாதவர் விவரம் ,, ,,	270
126.	மதுராபுரியில் புத்தமதம் ஸ்தாபித்தது ,,	275
127.	மதுராபுரி, மகம்மதியர்களாற் கெட்டது ,,	277
128.	மதுராபுரி இங்கிலிஷ்காரர் வசமானது ,,	280
129.	ஆங்கிலேயர் அதிகாரத்துக்குட்பட்ட மதுராபுரியின் தற்கால சரித்திரம் ,,	284
130.	மதுராபுரியிலிருந்து தேவாலயங்கள் முதலிய கேசவதேவர் ஆலயம் ,, ,,	291
131.	போத்ரகுண்டம் ,, ,,	292
132.	கிருஷ்ணருடைய ஜனனபூமி ,, ,,	,,
133.	மல்லர்புரம் ,, ,,	293
134.	புத்தீசுவர மஹாதேவர் ,, ,,	,,
135.	மஹாதேவர் கோயில் ,, ,,	294
136.	மஹாவனம் ,, ,,	315
137.	கோகுலம் ,, ,,	316
138.	வல்லபாசாரி மதம் ,, ,,	318
139.	வல்லபாசாரியர் மதத்தின் கருத்து ,,	320
140.	பலதேவம் ,, ,,	323
141.	பிருந்தாவனம் ,, ,,	324
142.	ஸ்ரீ கோவர்த்தனம் அரங்காசாரியருடைய சரித்திரம் ,, ,,	327
143.	நிம்பார்க்க வைணவத்தின் சரித்திரம் ,,	329

இலக்கம்	விஷயம்	பக்கம்
144.	சைதன்னியர் மதம் ,, ,,	331
145.	இராதாவல்லபர் சரித்திரம் ,, ,,	333
146.	சுவாமி ஹரிதாசருடைய சரித்திரம் ,,	334
147.	பிருந்தாவனத்திலிருக்கும் பிரபலமான கோவில்கள்:-	336
	(1) மதனமோஹனர் கோவில் ,,	339
	(2) கோபிநாதர் சந்நதி ,,	340
	(3) ஜோகில்கிஷா கோவில் ,,	,,
	(4) தற்காலத்துக் கோவில்கள் ,,	341
	(5) ஸ்ரீ ரங்கநாதர் கோவில் ,,	343
	(6) இராதா கோபாலர் கோவில் ,,	347
	(7) இராதா இந்திரகிஷர் கோவில் ,,	,,
	(8) இராதா கோபாலர் கோவில் ,,	,,
148.	பிருந்தாவனத்தில் நடக்கும் உற்சவாதிகளின் விவரம் ,, ,,	351
149.	பிருந்தாவனத்திலுள்ள 32 கட்டங்களின் விவரம் ,, ,,	354
150.	பிருந்தாவனத்திலுள்ள பல புண்ணிய ஸ்தலங்களின் விவரம் ,, ,,	356
151.	கோவர்த்தனம் ,, ,,	359
152.	பிரசன்னா (இராதாவின் ஜனன ஸ்தானம்) ,,	365
153.	நந்தகமனம் (நந்தகோபருடைய கிராமம்) ,,	367
154.	பிருந்தாவனத்தில் செய்த பிரார்த்தனை ,,	370
155.	பிருந்தாவனத்தில் உபந்நியாசம் ,,	374
156.	டில்லி ,, ,,	376
157.	டில்லியின் பூர்வ சரித்திரம் ,, ,,	378
158.	டில்லியின் மத்தியகால ஸ்திதி ,,	379
159.	டில்லியின் தற்கால ஸ்திதி ,, ,,	382

இலக்கம்.	விஷயம்.	பக்கம்.
160.	டில்லியில் செய்த பிரார்த்தனை ,,	388
161.	பஞ்சாபு மாகாணம் ,, ,,	389
162.	லாகூர் ,, ,,	390
163.	அமிர்தசாரம் ,, ,,	,,
164.	பானிப்பட்டு ,, ,,	391
165.	தனேஸ்வர் ,, ,,	,,
166.	சிம்ஹலம் ,, ,,	392
167.	அம்பாலா ,, ,,	,,
168.	காங்கிரா ஜில்லா ,, ,,	393
169.	அட்டாக்கு, ராவல்பிண்டி ,, ,,	,,
170.	பெஷ்வார் (புஷ்பபுரி) ,, ,,	394
171.	காஷ்மீரதேசம் ,, ,,	395
172.	காஷ்மீரத்துக்குப் போய்வரச் சித்தமாக இருக்கும் வழிகளும், பயணச் செலவுகளின் விவரமும் ,, ,,	397
173.	டில்லி பட்டணத்திற்கு இப்போது வந்த நல்லகாலம் அல்லது புது டில்லிமாநகரம் ,,	398
174.	டில்லி பட்டணத்துச் சரித்திரம் ,,	,,
175.	டில்லி பட்டணத்துச் சரித்திரம் ,,	401
176.	டில்லி மயிலாசனம் ,, ,,	403
177.	டில்லிதர்பார் காம்புகளின் சிறப்பும் அலங்காரமும் ,, ,,	403
178.	டில்லிதர்பார் காம்பு : காலநிலை, சுகாதாரம், கூடாரங்கள், சாப்பாடு சௌகரியம், டில்லிகாம்பு கூடாரங்களில் ஜனங்கள், தேர் மாஜெஸ்டீஸ் காம்பிற்கு விஜயம், தேசமன்னர்களின் அரண்மனைகளும் காம்புகளும், ராஜதம்பதிகள், தேசமன்னர்கள் இவர்களின் சந்திப்பால் படிப்பினை ,, ,,	408

இலக்கம்	விஷயம்	பக்கம்
179.	மகுடாபிஷேகச் செய்திகள்:-	
	(1) பிரிடிஷ் இந்தியாவின் விஞ்ஞாபனப் பத்திரம்	413
	(2) விஞ்ஞாபனப்பத்திரம் வைத்துக் கொடுக்கப்பட்ட தட்டு ,, ,,	414
	(3) தேசமன்னர்களுக்குப் பேட்டி ,,	,,
	(4) உதயபுரம் மஹாராஜா ,,	415
	(5) சக்கரவர்த்திக்கு ஆனரெரி எய்டிகாங்குகள்	,,
	(6) எட்வர்ட் சக்கரவர்த்தியின் எல்லா இந்திய ஞாபகப் பட்டயம் ,, ,,	,,
180.	டில்லியில் ராஜதம்பதிகள்:-	
	(1) காரனேஷன் சுபகாரியங்கள் ,,	417
	(2) தர்பார் ஆரம்பம் ,, ,,	418
	(3) இந்தியன் பிரஸ் காம்பில் சௌகரியங்கள் ,,	,,
	(4) டில்லியின் பாக்கியம் ,, ,,	,,
181.	டில்லி தர்பார் : இதன் கற்பனை, தோட்டக்கச்சேரி, இந்தியன் பிரஸ் காம்பில் பரோடா மகாராஜா ,, ,,	419
182.	சக்கரவர்த்தியின் மகுடாபிஷேகம் - பாத் ஷாஹி மேலா ,, ,,	421
183.	மகுடாபிஷேகத் திருத்தங்கள்:-	
	(1) இந்தியாவுக்கு ராஜஸ்தலம் இனி டில்லி	
	(2) வெங்காளப் பிரிவினை ரத்து செய்யப்பட்டது	,,
184.	ஒரு ராஜவிருந்து - தேர் மாஜெஸ்டீஸ் வரவேற்றது. ,, ,,	424
185.	மகுடாபிஷேகச் செய்திகள்:-	
	(1) சக்கரவர்த்தி வங்காளத்தாருக்குச் செய்த சாசுவத நன்மை ,, ,,	425
	(2) தர்பார் மண்டபத்தில் கிளர்ச்சி ,,	426
	(3) சக்கரவர்த்தி : டில்லி, சென்னை டெபுடேஷன்களுக்குச் சொன்ன பதில்கள் ,,	427

இலக்கம்.	விஷயம்.	பக்கம்.
	(4) சென்னை விஞ்ஞாபனப் பத்திரம் ,,	430
	(5) சக்கரவர்த்தினி இந்திய ராஜஸ்திரீகளுக்குக் கொடுத்த பேட்டி ,, ,,	,,
	(6) படைக்காகூழி ,, ,,	432
	(7) பட்டச்சூட்டு ,, ,,	433
	(8) ஒரு கூடாரத்தில் நெருப்பு ,,	,,
	(9) டில்லி புதியநகருக்கு அஸ்திவாரம் ,,	,,
	(10) இரண்டு டெபுடேஷன்கள் ,,	434
	(11) அஸ்திவாரம் போட்ட சமயத்தில் லார்ட் ஹார்டிஞ்ஜ் பேசியது ,,	435
	(12) அஸ்திவாரம் போட்ட சமயத்தில் மாகூழிமை தங்கிய சக்கரவர்த்தியவர்கள் பேசியது ,, ,,	436
	(13) போலீஸ் படைக்காகூழி ,, ,,	437
	(14) பிரஸ் காம்புகள் ,, ,,	438
	(15) நேபாளத்துக்குப் புறப்பாடு ,,	,,
	(16) இந்தியா மந்திரி ,, ,,	,,
186.	மகுடாபிஷேக வாழ்த்து ,, ,,	439
187.	மகுடாபிஷேகத்துக்குப் பின் ,, ,,	441
188.	டில்லிநகரம் - புதிய டில்லிமாநகரம் ,,	443
189.	ஜயப்பூரின் பூர்வசரித்திரம் ,, ,,	446
190.	ஜயப்பூரின் மத்தியகால ஸ்திதி ,,	448
191.	ஜயப்பூரின் தற்கால ஸ்திதி ,, ,,	450
192.	ஜயப்பூர் அம்பர் கோட்டை ,,	456
193.	அம்பரில் செய்த பிரார்த்தனை ,,	459
194.	ஜெயப்பூர் இராமநிவாஸ் ,, ,,	460
195.	ஆஜ்மீர்தேசத்தின் பூர்வ சரித்திரம் ,,	462
196.	ஆஜ்மீர்தேசத்தின் தற்கால ஸ்திதி ,,	464
197.	அன்னசரோவரத்திற் செய்த பிரார்த்தனை	

இலக்கம்.	விஷயம்.	பக்கம்.
198.	மேயர்வாரா ,, ,,	466
199.	உதயப்பூர் அல்லது மெய்வார் ,,	,,
200.	உஜ்ஜயினி பட்டணத்தின் பூர்வ சரித்திரம்	468
201.	உஜ்ஜயினி தற்கால ஸ்திதி ,, ,,	470
202.	உஜ்ஜயினி பட்டணத்திற் செய்த பிரார்த்தனை	471
203.	இந்தூர் சமஸ்தானத்தின் பூர்வஸ்திதி ,,	473
204.	விந்தியமலை ,, ,,	474
205.	ஆரவல்லிமலை ,, ,,	,,
206.	நர்மதா - தபதி ,, ,,	,,
207.	இந்தூரின் தற்கால ஸ்திதி - மத்திய மாகாணம் ,, ,,	476
208.	நாகப்பூர் ,, ,,	477
209.	மாஹூ ,, ,,	478
210.	காண்டுவா ,, ,,	479
211.	மன்மாட் ,, ,,	,,
212.	நாசிக் பஞ்சவடி ,, ,,	480
213.	நாசிக் பட்டணத்தின் பூர்வ சரித்திரம் ,,	,,
214.	கோதாவரி நதி ,, ,,	481
215.	நாசிக் பட்டணத்தின் தற்கால ஸ்திதி ,,	483
216.	நாசிக் பஞ்சவடியில் செய்த பிரார்த்தனை	484
217.	பம்பாய் ,, ,,	,,
218.	சென்ற 1885 டிசம்பர் மாதத்தில் பம்பாயில் நடைபெற்ற முதல் காங்கிரஸ் மஹாசபை	485
219.	பம்பாயிக்கடுத்த கேவஸாப் எலிபண்டா அல்லது என்னும் தீவில் செய்த பிரார்த்தனை	493
220.	பபாயின் விநோதங்கள் ,, ,,	493
221.	சிந்துநாடு ,, ,,	498
222.	சோமநாதபுரம் ,, ,,	499

இலக்கம்	விஷயம்			பக்கம்
223.	துவாரகை	,,	,,	499
224.	குஜராத்தி நாடு	,,	,,	500
225.	பரோடா	,,	,,	,,
226.	அஹமத்நகர்	,,	,,	,,
227.	புனாவின் பூர்வஸ்திதி	,,	,,	501
228.	பூனாவின் தற்காலஸ்திதி	,,	,,	501
229.	அஹமத்நகர்	,,	,,	503
230.	பண்டரிபுரத்தின் பூர்வசரித்திரம்		,,	504
231.	பண்டரிபுரத்தின் மஹத்துவம்		,,	505
232.	பண்டரிபுரத்தின் பீமா நதிக்கரையில் செய்த பிரார்த்தனை	,,	,,	510
233.	சோளப்பூர்	,,	,,	511
234.	ஜதிராபாக்கம்	,,	,,	,,
235.	சிகந்திராபாக்கம்	,,	,,	512
236.	கிருஷ்ணாநதி	,,	,,	513
237.	கிருஷ்ணாநதி தீரத்தில் செய்த பிரார்த்தனை			510
238.	துங்கபத்திரை	,,	,,	517
239.	சிருங்கேரி	,,	,,	518
240.	சிருங்கேரி மடத்துக்கு மடாதிபதிகளாய் வந்தவர்களின் ஜாப்தா	,,	,,	,,
241.	புதிதாய் தெரிந்தெடுக்கப்பட்ட சிருங்கேரி குரு			520
242.	சிருங்கேரி ஜகத்குரு பீடத்திற்கு ஒரு புதிய யதி			521
243.	கோயமுத்தூருக்கு விஜயம் - முடிவுரை		,,	525
244.	கோயமுத்தூருக்கு விஷயமாகக் கூடிய மற்ற சபைகள்	,,	,,	528
245.	சே.ப.நரசிம்மலு நாயுடு வாழ்க்கைக் குறிப்புகள்			532

திவ்விய தேசயாத்திரையின் விஷய அட்டவணை முற்றிற்று.

பதிப்புரை

சே.ப.நரசிம்மலு நாயுடு: தமிழ்ப் பயண இலக்கியத்தின் தந்தை

பண்டைக்காலம் தொடங்கி மனிதர்கள் பூர்விக நிலம்விட்டுப் புலம்பெயர்தல், இன்றுவரை இடைவிடாமல் தொடர்கிறது. பொருள், பஞ்சம், போர், வேளாண்மை, வேட்டை போன்றவற்றுடன் உணவுத் தேடல் இடம்பெயர்தலில் முக்கியக் காரணமாகும். இனக்குழுவாகக் குறிப்பிட்ட குறுகிய நிலப்பரப்பில் வாழ்ந்தவர்களின் புழங்குவெளி அதிகரிக்கும்போது பரந்துபட்ட நிலம் குறித்த புரிதல் ஏற்பட்டது. 'வட வேங்கடம் தென்குமரி ஆயிடைத் தமிழ்கூறு நல்லுலகு' என்று இலக்கண நூலான தொல்காப்பியத்திற்குப் பாயிரம் எழுதிய பனம்பரனார் குறிப்பிட்டிருப்பது, ஒருவகையில் தமிழர் நிலம் பற்றிய கண்டுபிடிப்புத்தான். சங்க இலக்கிய ஆற்றுப்படை நூல்கள் சித்திரிக்கும் நிலக்காக்ஷிகள், இனக்குழு வாழ்க்கை சிதலமடைந்து, பேரரசு உருவாவதற்கான சாத்தியப்பாட்டை நிறுவியுள்ளன. பண்டைத் தமிழர்கள் திரை கடலோடி வணிகம் செய்தது, சோழ மன்னர்கள் தென்கிழக்காசியாவில் படையெடுத்துச் சென்று தங்களுடைய அதிகாரத்தை நிறுவியது போன்றன நிகழ்ந்தபோதிலும், அன்றைய பயணங்கள் குறித்த தகவல்கள் பதிவாகிடவில்லை. ஆங்கிலேயரின் காலனியாதிக்கக் காலகட்டத்தில் வறுமை, தீண்டாமை காரணமாகத் தமிழகத்தைவிட்டு மலேஷியா, மொரிஷியஸ், டச்சுக் கயானா, இலங்கை, பர்மா, தென்னாப்பிரிக்கா போன்ற நாடுகளுக்குப் புலம்பெயர்ந்த விளிம்புநிலையினரான தமிழர்களின் அனுபவங்கள் நூல்வடிவம் பெறவில்லை. பத்தொன்பதாம் நூற்றாண்டில் தமிழகத்திற்குள்ளும் வெளியிலும் பயணித்தவர்களில் கல்வியறிவு பெற்றவர்களின்

அனுபவங்கள் எழுத்து வடிவம் பெற்றுள்ளன. இத்தகைய பயணிகள் எழுதிய 140 கட்டுரைகளைத் தொகுத்து (1850-1925), இருபதாம் நூற்றாண்டின் முற்பகுதியில் பயணக் கட்டுரைகள் என்ற பெயரில் ஆறு நூல்களாக வெளியிட்டுள்ள ஏ.கே.செட்டியார், தமிழில் பயண இலக்கியத்தின் முன்னோடியாகக் கருதப்படுகிறார். இத்தகைய பயணக் கட்டுரைகள் பிரசுரமான காலகட்டத்தில் வடஇந்தியாவிற்குப் பயணித்த கோயம்புத்தூரைச் சேர்ந்த சே.ப.நரசிம்மலு நாயுடு, தனது பயண அனுபவங்களை **ஆரியர் திவ்விய தேச யாத்திரையின் சரித்திரம்** என்ற பெயரில் 1889ஆம் ஆண்டு விரிவான நூலாக எழுதியுள்ளார். அந்த நூலின் விரிவாக்கப்பட்ட இரண்டாம் பதிப்பு 1913ஆம் ஆண்டில் வெளியாகியுள்ளது. தமிழில் இதுவரை பிரசுரமாகியுள்ள பயண இலக்கிய நூல்களின் காலத்தை ஒப்பிட்டு ஆராய்ந்தால் 'ஆரியர் திவ்விய தேச யாத்திரையின் சரித்திரம்' நூல்தான் காலத்தினால் முந்தையது. அந்தவகையில் சே.ப.நரசிம்மலு நாயுடு அவர்களை தமிழ்ப் பயண இலக்கியத்தின் தந்தை என்று கவிஞர் சிற்பி குறிப்பிட்டிருப்பது பொருத்தமானது. தெலுங்கைத் தாய்மொழியாகக் கொண்ட நரசிம்மலுவின் பயணங்கள் பற்றிய குறிப்புகள், ஒரு காலகட்டத்தின் சமூகப்பதிவுகள்; வரலாற்று ஆவணங்கள்.

1885ஆம் ஆண்டில் பம்பாயிலும் 1886ஆம் ஆண்டில் கல்கத்தாவிலும் நடைபெற்ற காங்கிரஸ் சபைகளில் பங்கேற்பதற்காகப் பயணித்த நரசிம்மலு நாயுடு, தனது பயண அனுபவங்களைத் தொகுத்து ஆரியர் திவ்விய தேச யாத்திரையின் சரித்திரம் என்ற பயண நூலை 1889ஆம் ஆண்டில் பிரசுரித்துள்ளார். 1913இல் வெளியான இந்நூலின் இரண்டாம் பதிப்பில், 1911 டிசம்பர் 11இல் டில்லியில் நடைபெற்ற ஜார்ஜ் சக்கரவர்த்தியின் முடிசூட்டு விழா நிகழ்ச்சிகள் விரிவாக இடம்பெற்றுள்ளன. கல்கத்தாவிற்குச் செல்லும் வழியிலும் திரும்பிவரும் வழியிலும் பார்த்த ஊர்களையும் கோவில்களையும் வரலாறு, புராணக் கதைகள் சார்ந்து நரசிம்மலு நாயுடு தந்துள்ள பயணக் குறிப்புகள், தகவல்களின் களஞ்சியமாகும். சராசரி சுற்றுலாப் பயணிபோல் வறண்ட தகவல்களைத் தராமல், உணர்ச்சிவயப்பட்ட நிலையில் ஒவ்வொரு இடத்தையும் கொண்டாடுவது நரசிம்மலு நாயுடுவின் தனித்துவமாகும்.

பிறப்பு, பால் அடிப்படையில் மேல்xகீழ் எனப் பிரித்துத் தீண்டாமையை வலியுறுத்துகிற சநாதன தர்மத்தினை ஏற்றுக்கொண்ட நரசிம்மலு நாயுடு எழுதியுள்ள ஆரியர் திவ்விய தேச யாத்திரையின் சரித்திரம் என்ற பயண நூலினை வாசிக்கும்பொழுது, முதலில் எனக்கு எரிச்சல் ஏற்பட்டது. அன்றைய காலகட்டத்தில் நிலவிய சாதிய ஏற்றத்தாழ்வுகளைப் பொருட்படுத்தாமல், நிலவும் சமூகச் சூழலில்

பிராமணர்களின் மேலாதிக்கத்தை ஏற்றுக்கொண்டு எழுதியுள்ள பயணக் குறிப்புகள் குறித்து எதிர்மறையான விமர்சனம் தோன்றியது. இன்னொருபுறம் ஆங்கிலேயரின் காலனியாதிக்க ஆட்சியினைப் புகழ்ந்து விலாவாரியாக எழுதியுள்ள போக்கு, நரசிம்மலு நாயுடுவை ஆங்கிலேயரின் அடிவருடியாகச் சித்திரிக்கிறது. எனினும் அன்றைய காலகட்டத்தில் பம்பாய் நகருக்குச் சென்று நூற்பாலைகளைப் பார்வையிட்ட நரசிம்மலு நாயுடு, கோவையில் ஆங்கிலேயரின் உதவியுடன் நூற்பாலைகள் நிறுவினார் என்ற தகவல், அவருடைய சமூக அக்கறையின் செயல் வடிவமாகும். சர்க்கரை ஆலை, காகித உற்பத்தி ஆலை போன்ற தொழில்களைத் தமிழகத்தில் நிறுவிட அவருடைய பயண அனுபவங்கள் பயன்பட்டுள்ளன. நரசிம்மலு நாயுடு கொங்கு வட்டார மக்களின் நலனுக்காகப் பல்வேறு நலத்திட்டங்களைச் செயலாற்றியுள்ளார். பத்திரிகை ஆசிரியர், புத்தகங்களின் ஆசிரியர், பிரம்ம சமாஜி, சமூக சீர்திருத்தவாதி, காங்கிரஸின் ஆதரவாளர் எனப் பல்வேறு நிலைகளில் செயல்பட்ட நரசிம்மலு நாயுடு பன்முக ஆளுமையாளர்.

அன்றைய காலகட்டத்தில் புகைவண்டி என அழைக்கப்பட்ட ரயில் வண்டியிலும், எக்கா என்ற குதிரை வண்டியிலும், கால்நடையாக நடந்தும் பல்வேறு இடங்களுக்குச் சென்ற நரசிம்மலு நாயுடு தனது பயணத்தில் பல்வேறு சிரமங்களை எதிர்கொண்டுள்ளார். சைவ உணவுப் பழக்கம் காரணமாக வங்காளத்தில் மரக்கறி உணவு தேடியலைந்து பட்டினியுடன் தூங்கியுள்ளார். சென்ற இடங்களில் தங்குவதற்கு வசதியான சத்திரங்கள் இல்லாமலும், கழிப்பிட வசதியற்ற சூழலிலும் கடுமையான பனிபொழியும் டிசம்பர் மாதக் குளிரில் நடுங்கியவாறு பயணித்துள்ளார். என்றாலும் எதிர்காலத்தில் பயணிக்கிறவர்களுக்குப் பயன்படும்வகையில் பல்வேறு தகவல்களைத் தொகுத்துத் தந்துள்ளார். பயணம் செல்லும் வழித்தடங்கள், புகைவண்டி புறப்படும் நேரங்கள், ரயில் நிலையத்தின் வசதிகள், ரயில் கட்டணங்கள், எக்கா என்ற குதிரை வண்டியின் சத்தம், தங்கும் சத்திரங்கள், உணவு வகைகள், நகரங்களின் இன்றைய நிலை, முக்கியமான அரசு அலுவலகங்கள், கல்வி நிலையங்கள், கோவில்களின் கட்டடச் சிறப்புகள், சுற்றுலாத் தலத்தின் சிறப்புகள் என நூல் முழுக்கத் தகவல்கள் ததும்பி வழிகின்றன. நகரத்தின் வரலாறு, பூர்வீகக்கதை, புராணச் செய்திகள், தொன்மக் கதைகள், தொழில்வளம், கைவினைப் பொருட்கள், வேளாண்மை, மக்களின் பொருளாதார நிலை போன்ற தகவல்கள்மூலம் நகரம் பற்றிய முழுமையான பிம்பம் கட்டமைக்கப்பட்டுள்ளது. நகரத்தின் மக்கள் தொகை, வரிகள்மூலம் கிடைக்கும் வருமானம், கோவில்களின் ஆண்டு வருமானம், குறிப்பிட்ட நகரத்திற்கும் அருகில் இருக்கிற நகரங்களுக்கும் இடையிலான மைல்கள் போன்ற பல்வேறு

புள்ளிவிவரங்களைப் பயண நூலாக்கத்தில் நரசிம்மலு நாயுடு தாராளமாக அளித்திருக்கிறார். சான்றாக, கல்கத்தாவில் ஐந்து தங்குமிடங்கள் பற்றிய தகவல்களைத் தந்துள்ளார். அவற்றில் இந்துக்களுக்கும் முகம்மதியர்களுக்கும் தனியாக தருமசத்திரங்கள் இருந்தன என்ற குறிப்பானது, அன்றைய காலகட்டத்தில் மதங்கள், சிவில் வாழ்க்கையில் ஆழமாக ஊடுருவியிருப்பதைக் காட்டுகிறது.

நூலின் தொடக்கத்தில் 'வடதேசத்தில் யாத்திரைசெய்ய விரும்புவோருக்குச் சில விசேஷக் குறிப்புகள்' என்ற தலைப்பில் பதினாறு குறிப்புகளும், 'புகைவண்டி முதலானதுகளில் ஏறுவோருக்குச் சில விசேஷக் குறிப்புகள்' என்ற தலைப்பில் எட்டுக் குறிப்புகளும் தரப்பட்டுள்ளன. நரசிம்மலு நாயுடுவின் அனுபவம் சார்ந்த இத்தகைய குறிப்புகளில் சில இன்றளவும் பயனுள்ளவை. அவை:

- வடதேசத்தில் விசேஷமாகக் குளிர் அதிகமாகையால் குளிர்காலத்தைப் பார்க்கிலும் உஷ்ணகாலமே யாத்திரைக்கு உத்தமம். மழைக்காலத்தைவிட குளிர்காலம் மத்திமம்.

- கங்கை, யமுனை, சரயூ, கிருஷ்ணை முதலான நதிகளில் அடிக்கடி மூழ்குதலும், சூர்ய உஷ்ணம் அதிகரிப்பதற்கு முன் முழுகுதலும் நல்லதல்ல.

- தீர்த்தக் கரைகளிலும் ஸ்தலங்களிலும் பூஜாரிகள், பண்டாக்கள், கங்காபுத்திரர்கள், கயவாளிகள் அதிகமாக இருந்துகொண்டு பணங்களைப் பிடுங்கி விடுவார்கள். ஜாக்கிரதையாக இருந்து சிக்கனமாகச் செலவு செய்தல் உத்தமம்.

- யாத்திரைக்காரர் தங்கும் தருமசாலைகளிலும் சில கட்டடங்களிலும் விபசார ஸ்திரீகளும், திருடர்களும் இருக்கிறார்கள். ஜாக்கிரதை! ஜாக்கிரதை!

- யாவரிடத்தும் மரியாதையாகவும் அன்பாகவும் பேசினால் வேண்டிய உதவிகளைப் பெறலாம்

பயணத்தின்போது பழைய சாதம், தயிர், மிட்டாய், கொய்யாப்பழம், இலந்தைப்பழம், மாம்பழம், நெல்லிப்பழம், அன்னாசிப்பழம் போன்றவற்றை உண்டால் உடனே வியாதிவரும் என்ற குறிப்பு இடம்பெற்றுள்ளது. பயணம் செய்கிற நாட்டில் பேசப்படுகிற மொழி, ஆங்கில மொழி அறிந்த வழிகாட்டிகள் மூலம் சென்றால், அந்த இடத்தின் சிறப்பினை அறியமுடியும் என்றும், பயணம் செல்லுமிடங்கள் குறித்த அனுபவங்களை அன்றாடம் குறிப்புகள் எழுத வேண்டுமென்றும் புகைவண்டியில் பயணிக்கையில் வயோதிகர், குழந்தைகள், நோயாளிகள், பெண்கள் போன்றவர்களுக்கு

முதலில் உட்கார இடம் தரவேண்டுமென்றும் நரசிம்மலு நாயுடு அறிவுறுத்துகிறார். மேலும் ரயில் பயணத்தின்போது வெற்றிலை போடுதல், சுருட்டுக் குடித்தல், சட்டை அணியாதிருத்தல், எச்சில் துப்புதல் போன்றவை கூடாது என்று குறிப்பிட்டுள்ளார்.

நரசிம்மலு நாயுடு பயணித்த யாத்திரையின்போது தான் நேரில் கண்ட ஊர்களைப் பற்றிய அனுபவங்களையும், பிறரிடம் கேட்ட தகவல்களையும், புத்தகங்களில் இருந்து எடுத்த குறிப்புகளையும் விரிவாகப் பதிவு செய்துள்ளார். அவர் நேரில் சென்ற நகரங்கள், ஊர்கள் பின்வருமாறு: ஆர்க்காடு, ரெய்ச்சூர், மன்மார், சாக்பூர், ஜப்பல்பூர், அலகாபாத், நைமிசாரணியம், காசி, கயா, சந்திர நாகூர், கல்கத்தா, பூரி, அயோத்தி, பைசாபாத், இலட்சுமணபுரி, ஹரித்துவாரம், கான்பூர், ஆக்ரா, குவாலியூர், ஆள்வார், மதுரா, கோகுலம், பிருந்தாவனம், டில்லி, அமிர்தசரஸ், ஜெய்பூர், அஜ்மீர், உஜ்ஜயினி, உதயப்பூர், இந்தூர், நாக்பூர், நாசிக், பம்பாய், துவாரகை பரோடா, புனா, பண்டரிபுரம், சிருங்கேரி.

திவ்விய தேச யாத்திரை என்ற நோக்கில் பயணிகள் செல்ல வேண்டிய இடங்கள் என்று நரசிம்மலு நாயுடு கங்கோத்ரி, பத்ரிநாத், கேதார்நாதம், மானசரோவரம், ராவல்பிண்டி, பெஷாவர், காஷ்மீர், டார்ஜிலிங்கு, குருஷாங்கு, நேப்பாளம் போன்ற இடங்களின் சிறப்புகளையும் அறிமுகமாக விவரித்துள்ளார்.

நரசிம்மலு நாயுடு புகைவண்டியில் பயணிக்கையில் தான் செல்லுமிடம் அல்லது புறப்படும் இடம் குறித்த தகவல்களைச் சொல்வதை வழக்கமாகக் கொண்டிருந்தார். டில்லி பட்டணத்துச் சரித்திரம் எனத் தொடங்கி டில்லி தர்பார் உள்ளிட்ட நிகழ்வுகளை விரிவாக எழுதியுள்ளார். டில்லி நகரம் எங்கே இருக்கிறது எனத் தமிழர்களுக்கு அறிவிக்கிறவகையில் தகவல்களைத் தொகுத்துத் தந்துள்ளார். *டில்லியானது பம்பாய், பரோடா, மத்திய இந்தியா, கிழக்கு இந்தியா, வடமேற்கு இந்தியா, அயோத்தியா ரோஹில்கண்டு, பெரிய ரெயில் வண்டி ரோடுகள் சேரும் இடம் இது. இது கல்கத்தாவுக்கு 903 மைல்கள் தூரத்திலும் பம்பாயிக்கு 957 மைல்கள் தூரத்திலும் ஆக்ராவுக்கு 122 மைல்கள் தூரத்திலும் இருக்கிறது. இவைகட்கு முறையே மூன்றாம் வகுப்புக்கு 8-1-6, 9-15-0, 1-15-0 சார்ஜ் ஆகிறது. சென்னைக்கு 1569 மைல்கள் தூரத்திற்கு மூன்றாம் வகுப்பிற்கு ரூபா 23-2-8 சார்ஜ் ஆகிறது. மேலும் இந்த டில்லியிலிருந்து ஆல்மோரா வழியாக ஒரு ராத்திரி பயணத்தில் ஹரித்துவாரத்திற்குப் போகலாம்.* இதுபோல வடஇந்தியாவில் இருக்கிற ஒவ்வொரு முக்கிய ஊர்கள் குறித்த தகவல்களைத்

தந்துள்ளார். இத்தகைய தகவல்கள் அன்றைய காலகட்டத்தில் பயணிகளுக்கு முக்கியமானவை.

வடஇந்தியாவில் இருக்கிற கோவில்கள், கடவுள்களின் லீலைகள் குறித்துப் புனைந்துரைக்கப்பட்ட கதைகளை உண்மை என்று நம்புகிற நரசிம்மலு நாயுடு, அங்கே கடவுளின் பெயரால் நடைபெறுகிற சம்பவங்களையும் அப்படியே பதிவாக்கியுள்ளார். புனித ஸ்தலங்களில் செய்யவேண்டிய வழிபாட்டு முறைகள், சிரார்த்தம், பிதுர் கர்மச் செயல்கள் என்று அங்கே வருகிற பக்தர்களிடம் இருந்து பல்லாயிரக்கணக்கான பிராமணர்கள் சம்பாதிக்கிற பணம் குறித்த பதிவுகள் முக்கியமானவை. வைதிக சமயம் இன்றளவும் பல்வேறு இந்து மத அடிப்படைவாத அமைப்புகளின்மூலம் மீண்டும்மீண்டும் தனது மேலாதிக்கத்தை வலுவாக நிறுவிட முயலுவது, வலுவான பொருளியல் பின்புலம் சார்ந்தது என்பதற்கான ஆதாரங்கள் நரசிம்மலு நாயுடுவின் எழுத்தில் பதிவாகியுள்ளன.

வைதிக சமயம், காலந்தோறும் இந்தியா முழுக்க பல இடங்களைப் புனித ஸ்தலங்கள் என்று புராணங்களை முன்வைத்து புனைவைக் கட்டமைத்து தொன்மக் கதையாடலை உருவாக்கியிருக்கிறது. 19 ஆம் நூற்றாண்டின் பிற்பகுதியில் ஆங்கிலேயக் காலனியாதிக்கக் காலகட்டத்திலும் ஆறுகளில் குளிப்பதைப் புண்ணியமான செயலாகப் போதித்ததுடன், நீர்நிலைக் கரைகளில் இறந்த முன்னோர்களுக்குத் திதி செய்தல் முக்கியமானது என்ற எண்ணம் உயர்சாதி இந்துக்களிடையே ஆழமாகப் பரவியிருந்தது. சுத்தம் x அசுத்தம் என்ற கோட்பாட்டில் உடல்கள்மீது நிகழ்த்தப்பட்ட வினைகளுடன், எதிர்காலத்தில் சொர்க்கம் அடைவதற்கான வழியிடங்களாகக் கோவில்கள், குளங்கள், ஆறுகள் முன்மொழியப்பட்டன. வைதிக சமயம் முன்னிறுத்துகிற பாவம், புண்ணியம், மோட்சம், புராணங்கள் போன்றவைகளை அப்படியே ஏற்றுக்கொள்கிற மனோபாவம் நரசிம்மலு நாயுடுவுக்கு இருந்தது. எனினும் இந்து சமய சீர்திருத்த அமைப்பான பிரம்ம சமாஜக் கொள்கையில் ஈடுபாடுகொண்டு செயல்பட்டதனால், நரசிம்மலு நாயுடு பெண் கல்வி, விதவை மறுமணம் போன்றவற்றில் அக்கறை கொண்டிருந்தார். இதனால்தான் கோவிலை முன்வைத்துக் காலங்காலமாக பெண்களுக்குச் செய்யப்படுகிற அக்கிரமங்களைத் தனது பயண நூலில் பதிவாக்கியுள்ளார்.

அலகாபாத் நகருக்குச் சென்று அங்கிருக்கும் புண்ணிய ஸ்தலங்களைத் தரிசித்த நரசிம்மலு நாயுடு பின்னர் காசிக்குச் சென்றார். வைதிக சமய நெறியில் காசி பற்றிய புனைவுகள் ஆயிரக்கணக்கான ஆண்டுகளாகக் கட்டமைக்கப்பட்டிருக்கின்றன. காசி நகரில், மனிதர்கள் பூமியில் பட்ட கஷ்டங்களில் இருந்து விடுவிப்பு ஏற்படுவதுடன்,

சொர்க்கத்தை அடைந்திட வழியேற்படும்; அடுத்த பிறவியில் புண்ணிய ஆத்மாவாகப் பிறப்பதற்கான வழியேற்படும். கங்கைக் கரையில் அமைந்துள்ள காசி நகரில் இறைவனை வணங்கி, நதியில் மூழ்கினால் பாவம் தொலையும் என்பது ஐதீகம். காசியில் செத்தால் உடனடி மோட்சம் என்று வயதானவர்கள் கங்கைக்கரையில் காத்திருப்பது ஒருபுறம் நிகழ்ந்தது. நரசிம்மலு நாயுடு காசி நகரின் புராணக் கதை தொடங்கி, வரலாற்றுப் பின்புலம், தற்கால நிலை, கோவில்கள், புனிதமான இடங்கள் என விரிவாக எழுதியுள்ளார். ஒருவிதமான லஹரியான மனநிலையுடன் நரசிம்மலு நாயுடு உணர்ச்சிபூர்வமாக விவரித்துள்ளார். விசுவேசுவரர், அன்னபூரணி கோவில்கள் பற்றிய விவரிப்பில் ஆன்மீகத் தெறிப்பு வெளிப்பட்டுள்ளது.

கங்கை நதிக்கு மேற்கில் அமைந்திருக்கிற காசி நகரமானது பத்து மைல்கள் சுற்றளவு கொண்டதாகவும், ஆற்றங்கரையோரம் கணக்கற்ற நீராடும் துறைகள் இருப்பதாகத் தெரிவித்துள்ளார். கங்கையின் நீராடு துறை குறித்த விவரிப்புகள் குறிப்பிடத்தக்கன. அசி முதல் வருணை வரைக்கும் ஆயிரம் இரண்டாயிரம் பிராமணர்கள் வரையில் அந்தக் கட்டங்களில் விசுபலகைகளைப் போட்டுக்கொண்டும் உபசார திரவியங்களான சந்தன, புஷ்ப விபூதி, கோபி சந்தனங்களை வைத்துக்கொண்டு இருக்கிறார்கள். இவர்களன்னியில் கெங்காபுத்திரர்கள், டானியர் என்ற பஞ்ச திராவிட பஞ்ச கெவுடாள் முதலான பிராம்மண யாசகர்கள் பத்துப்பதினையாயிரம் வரையில் இருக்கிறார்கள். இந்தக் கட்டங்களில் எங்குப் பார்த்தபோதிலும் ஆயிரக்கணக்கான ஸ்நானம் செய்கிறவர்களும், சங்கற்பம் செய்கிறவர்களும், சுவாமி தரிசனத்திற்கு உயர்ந்திருக்கும் படிக்கட்டுகளில் ஏறிப்போகப்பட்டவர்களும் இறங்கிப் போகப்பட்டவர்களுமான ஜனங்களின் காக்ஷி வெகு விநோதமாக இருக்கிறது. காசியின் சிறப்புகளை விவரிக்கும்போது நரசிம்மலு நாயுடுவின் மனம் பக்தி வெள்ளத்தில் ததும்புகிறது. காசியின் பூர்வசரித்திரம் தொடங்கி விசுவேசுவரர் ஆலயம், அன்னபூரணி ஆலயம் மணிகர்ணிகை, ஞானவாவி, காசி சேத்திரத்தில் இருக்கும் தேவர்கள், இராணியார் கலாசாலை, பிரின்ஸ் ஆப் வெல்ஸ் ஆஸ்பத்திரி, நகர மண்டபம், மான்மந்திர நக்ஷத்திராலயம், கேதார கட்டம், மணிகர்ணிகா கட்டம், சாரண படுகா, பஞ்சகங்கா கட்டம், பைரவநாதர், இராஜகாட் கோட்டை, கபிலமோக்ஷ கட்டம், துர்கா குண்டம், பெலாபுரம் என இன்றைய காசி நகரின் பல்வேறு இடங்கள் குறித்த தகவல்களைப் பகிர்ந்திருக்கிறார். யாத்திரைக்காரர் வசதியானவர்களாக இருந்தால் ஒரு குதிரை கட்டிய எக்கா என்னும் வண்டி அல்லது இரண்டு குதிரைகள் கட்டிய பக்கி என்னும் வண்டியை வாடகைக்கு வைத்துக்கொள்ள ஆலோசனை வழங்குகிறார். அவர், காசி நகரின் சிறப்புகளாகக்

கருதப்படுகிற ஒவ்வொரு இடத்தையும் சென்று தரிசித்துள்ளார். இறந்த முன்னோருக்குச் செய்யவேண்டிய நீத்தார் கடனையும் பண்டாக்கள் சொல்வதற்கேற்ப செய்துள்ளார். மணிகர்ணிகா கட்டம் எனப்படுகிற மயானத்தில் பிணத்தை எரிக்கிறபோது செய்கிற அருவருப்பான செயல்களைக் கண்டித்து எழுதியுள்ளார்.

நரசிம்மலு நாயுடு, காசியில் நூறு பிராமணர்களுக்கு பிராமண சந்தர்ப்பணை என்னும் அன்னதானம் வழங்கியதுடன் ஒவ்வொருவருக்கும் நான்கு அணா தட்சிணையாக அளித்துள்ளார். அலஹாபாத் நகரில் நரசிம்மலு நாயுடு தங்கியிருந்த வீட்டின் உரிமையாளரான பார்வதிபாய் அம்மாளுடைய மகளான பாலிய விதவைப்பெண்ணுக்குத் திடீரென பேய் பிடித்ததை ஓட்டியிருந்தார். அதுபோலவே காசியில் அவர் தங்கியிருந்த வீட்டில் குற்றேவல் செய்துவந்த, பாலியத்திலே விதவையான வேணுபாயம்மாளுக்கும் பேய் பிடித்துப் பண்ணிய சேட்டையை மந்திரத்தினால் ஓட்டியுள்ளார். *பாலிய விதவைகளுக்கு இந்தப் பீடையான வியாதி பல தடவைகள் வந்து வருத்துவதாகத் தெரிகிறது* என்று நரசிம்மலு நாயுடு குறிப்பிட்டுள்ளார். பாலிய விதவையான பெண்களை மட்டும் ஏன் பேய் பிடிக்கிறது என்ற கேள்வி வாசிப்பில் தோன்றுகிறது.

நரசிம்மலு நாயுடு, காசியில் எங்கு திரும்பினாலும் ராண்டி, சாண்டி, படீல் ஆகிய மூன்றுவிதமான கஷ்டங்கள் இருக்கின்றன என்று குறிப்பிட்டுள்ளார். அவருடைய வரிகள் பின்வருமாறு: *ராண்டி என்பன விதவைகள். அதாவது இந்தக் காசி சேத்திரம் மஹா புண்ணிய ஸ்தலமாகையால், இவ்விடத்தில் வந்து கங்கா ஸ்நானம் செய்தும், விசுவேசுவரருடைய தரிசனம் செய்தும் காலங் கழித்தால், இன்னுமொரு ஜன்மத்துக்காவது அழியாத சுமங்கலியாக இருக்கலாமென்று புராணவிதி இருப்பதால், குவாலியூர், டில்லி, காஷ்மீரம், குஜராத்தி, பூனா, சத்தார் முதலான தேசங்களின் பால்ய விதந்து ஸ்திரீகள் பிதாமாதாக்களிடம் சொல்லிக்கொள்ளாமலும், அண்ணன், தம்பி மனைவிமாருடன் சண்டையிட்டுக் கொண்டும், இந்தக் காசிக்கு ஓடிவந்து விடுகிறார்கள். இப்படி வரும் அனாதரவான ஸ்திரீகள் இந்தக் காசிக்கு வந்தவுடன் பண்டாக்கள் என்னும் கங்காபுத்திரர்கள் கையில் சிக்க, அவர்கள் பிதுர், பர்த்தா சிரார்த்தங்களைச் சிலநாள் வரையில் செய்வித்து, பிறகு கெட்ட நடவடிக்கைகளுட்படுத்தி விபசாரிகளாக்கியும், தமது மனைவி மக்களுக்கு வேலைக்காரிகளாக்கியும் விடுகிறார்கள்.* காசி புண்ணிய சேத்திரமாகையால் விபச்சாரத்தைக் குற்றமாகப் பார்க்கக்கூடாது என்று சொல்வதைக் கேள்விக்குள்ளாக்கிடும் நரசிம்மலு நாயுடு, இந்தக் கெட்ட வழக்கத்தைக் கட்டாயமாகத் தடுத்து நிறுத்திட வேண்டும் என்று வலியுறுத்துகிறார். இளவயதில் சிறுமிக்குத்

திருமணம் செய்துவைத்து, அவளுடைய கணவனான சிறுவன் திடீரென இறந்துபோனால், அவளை விதவை என ஒதுக்கிவைத்துக் காலம் முழுக்க அடக்கியொடுக்குவது இந்தியாவில் பரவலாக நடைபெற்றது. இயற்கையாக உடலில் தோன்றும் பாலியல் வேட்கையை மறைத்துக்கொண்டு, அமங்கலமாக வாழ்வதைவிட காசி போன்ற இடத்திற்குச் சென்று விபச்சாரியாக வாழ்வது மேல் என்று இளம் விதவைகள் வீட்டைவிட்டுக் கிளம்பினரா? யோசிக்க வேண்டியுள்ளது. பொதுவாக வைதிக சமயம் உடல், பூமி எல்லாவற்றையும் மாயை எனப் போதித்துக்கொண்டு, பெண்ணுடல்களை ஆண்களுக்கான கேளிக்கையாக மாற்றுவதை ஏற்றுக்கொள்கிறது. இதனால்தான் புண்ணிய சேத்திரங்கள் எனப் போற்றப்பட்ட இடங்களில் எல்லாம் விபச்சாரம் பெரிய அளவில் நடைபெற்றது. இன்றளவும் வடஇந்தியாவில் வீட்டைவிட்டுத் துரத்தப்பட்ட விதவைகளின் புகலிடமாகக் காசி விளங்குகிறது. அடுத்த பிறவிக்குப் புண்ணியம் தேடி காசிக்கு வந்த இளம் விதவைகளை விபசாரிகளாக்குகிற அவலநிலை குறித்து வருந்துகிற நரசிம்மலு நாயுடுவின் மனிதமைய நோக்கு, உன்னதமானது.

புண்ணிய பூமியான கயாவில் நரசிம்மலு நாயுடு பதின்மூன்று நாட்கள் இருந்து ஒவ்வொரு நாளும் சிரார்த்தம், பிண்டப் பிராதனம் செய்யவேண்டிய முறைகளைப் பற்றிக் குறிப்பிட்டுள்ளார். *பதின்மூன்றாம் நாள், பிரம்மயோனி என்ற பெயருள்ள சிறுமலையின்கீழே இருக்கிற காயத்திரி தீர்த்தத்தில் ஸ்நானம்செய்து மத்தியானிகம் செய்துகொண்டு சுமார் இரண்டு மைல் உயரமுள்ள ஷ பிரம்ம யோனி பருவதத்தின்மீதேறி அவ்விடத்தில் யோனி ரூபமாக இருக்கும் துவாரத்தில் (இனி ஜன்மங்கள் எடுக்காதபடி) நுழைந்துவந்து தியானித்து வந்தால்...* திரிசந்தியா காலங்களில் நேர்ந்த பாவங்கள் போகுமாம். கயவாளிகள், யாத்திரைக்காரர்களை வடசிரார்த்தம் என்ற பெயரில் பகல் முழுக்க சிரமத்தைத் தந்து, இறுதியில் உன் முன்னோர்கள் சொர்க்கத்தை அடைந்தனர் என்று செய்கிற சடங்கினைக் கண்டனமான தொனியில் பதிவுசெய்துள்ளார். கயாவில் சங்கல்பம் சொல்கிற கயவாளிகள் மத்துவ மதத்தைப் பின்பற்றுகிறவர்கள் ஆவர்.

அயோத்தி பட்டணத்திற்குச் சென்ற நரசிம்மலு நாயுடு, அங்கே பெரும்பாலான கட்டடங்களும் வீடுகளும் சேத்திரங்களாக இருக்கின்றன என்கிறார். அதாவது ராமர் பிறந்த இடம், வாசித்த இடம், விளையாடிய இடம், குதித்த இடம், தாயைக் கண்ட இடம் எனப் பல்வேறு இடங்கள் குறிப்பிடப்படுகின்றன. *ஒரு கோவிலில் சுமார் ஐந்து முழ நீளமும், நான்கு முழ அகலமும் பூமிக்குமேல் ஐந்தாறு அங்குல உயரமுள்ள கல்லுக்குச் சுண்ணாம்பு*

அடித்து, அதை ஸ்ரீராமர் பிறந்த இடமாகக்கொண்டு பூஜை செய்து வருகிறார்கள். ராமர் ஜன்ம பூமி இன்று நடத்தப்படுகிற இந்து மத அடிப்படைவாத அரசியலும் அன்றைய காலகட்டத்திலே ராமர் பிறந்த இடம் என்ற நம்பிக்கையும் வேறுபட்டவை.

ஹரித்துவாரை பௌத்தர், வைணவர், சைவர் ஆகிய மூவரும் தங்களுக்கு உரியதென்று உரிமை கோருவதைக் குறிப்பிடுகிற நரசிம்மலு நாயுடு, அங்கு யாத்திரை வந்தவர்கள் இறந்துபோன தகவல்களைத் தந்திருக்கிறார். 1760இல் பைராகிகளுக்கும் கோஷாயிகளுக்கும் நடைபெற்ற சண்டையில் 1800 பேரும் 1795இல் சீக்கிய மத யாத்திரைக்காரர்கள் 500பேரும், 1819இல் ஏற்பட்ட தள்ளுமுள்ளுவில் 430 பேரும் கொல்லப்பட்டனர் என்ற தகவல் முக்கியமானது. கங்கை என்ற ஆற்றை முன்வைத்து, அதில் மூழ்கி எழுந்தால், இதுவரை செய்த பாவங்கள் நீங்கிடும் என்று வைதிக மதத்தின் கற்பிதமானது, இன்றளவும் ஹரித்துவாரில் வலுவாக உள்ளது.

ஆக்ராவில் பார்க்கத்தக்க அதிசயங்கள் என நரசிம்மலு நாயுடு குறிப்பிட்டிருக்கிற இடங்கள் பற்றிய விவரணைகள் நுட்பமானவை. அக்பர் சமாதி, ஆக்ரா கோட்டை, முத்து மஸ்ஜீது, தாஜ்மகால் போன்ற கட்டடங்களின் வேலைப்பாடுகளை அவதானித்து எழுதியிருக்கிற பதிவுகள் காத்திரமானவை. காசி தொடங்கி முகமதிய மன்னர்களின் படையெடுப்பினால் சீரழிந்துபோன கோவில்கள் குறித்துத் தனது பயண நூலில் குறிப்பிட்டிருக்கும் நரசிம்மலு நாயுடு, அவுரங்கசீப் மன்னரையும் பிற முகலாய மன்னர்களையும் கண்டனமான குரலில் பல இடங்களில் கண்டித்திருக்கிறார். முகமதிய மன்னர்கள் இந்து மதக் கோவில்களை இடித்ததுடன் அங்கிருக்கிற விலையுயர்ந்த பொருட்களைக் களவாடினர் என்பது நூல் முழுக்க ஆதங்கமான தொனியில் பதிவாகியுள்ளது. விதிவிலக்காக நரசிம்மலு நாயுடு முகலாய மன்னரான அக்பரைப் போற்றிப் புகழ்கிறார். அக்பர் சமாதியைப் பார்த்தவர் அக்பரின் தரும குணங்களை எண்ணி, புளகாங்கிதமடைந்து பரமேசுவரனைப் பிரார்த்திக்கிறார். *ஓ ஆனந்தவாருதியே! அக்பர் பாதுஷாவின் அன்பு மிகுந்த ஆக்ரா பட்டணத்தை மதிக்கவும், அவரது ஆச்சரியமான சமாதியைக் கண்டு கையால் தொடவும் இன்று பாக்கியம் பெற்றேம். இந்த அக்பர் பாதுஷாவானவர் மகாகொடுங்கோலனாகிய தாபர்லேனுடைய சந்ததியாக இருந்தும் சுவாமி பக்தி, சாந்தம், தயை, தருமம், முதலானவைகளைப் பிருதுக் கொடிகளாகக்கொண்டு மன்னுயிரைத் தன்னுயிரைப்போலப் பாவித்துக் குடிகளுடைய கஷ்ட நிஷ்டூரங்களை நீக்குவதிலேயே தமது காலத்தைக் கழித்து, இவ்விடத்தில் சமாதியானதன்றியில், மத விஷயத்தில் தம் மதமென்றும், பிறர் மதமென்றும் பேதம் பாராட்டாமலும், சமரச வேத சன்மார்க்கத்தை அனுசரித்து*

சகலருடைய பூஜ்யதைக்கும் பாத்திரரான புகழுடம்பெடுத்த இடம் இதுவன்றோ!... ஓம் தத் சத். வரலாற்றுரீதியில் ஒரு மத நிறுவனமானது இன்னொரு மதத்தை அழித்துத் தனது இடத்தை நிறுவிட முயலுகிறது. இதற்கு முகமதிய மதமும் விதிவிலக்கு அல்ல. இத்தகு சூழலில் அக்பர் போன்ற மாமன்னரின் மத நல்லிணக்க அணுமுறையைப் போற்றுகிற நரசிம்மலு நாயுடுவின் அணுகுமுறை நேர்மையானது.

நரசிம்மலு நாயுடு தான் கண்ட கட்டடங்கள் குறித்து வருணிக்கிற காட்சிகள், அவருடைய மொழி ஆளுகைக்குச் சான்றாக விளங்குகின்றன. தாஜ்மகாலை நேரில் கண்டு பிரமிப்படைந்தவர், அதனுடைய பேரழகை எழுத்தில் கொண்டுவர முயன்றுள்ளார். நான்கு மினாரிட்ஸ் கோபுரங்களுக்கு இடையில் போதுமான இடத்தைவிட்டு மத்தியில் மஹால் என்னும் கட்டடத்தை 70 அடி சுற்றளவுள்ளதாயும் 260 அடி உயரமுள்ளதாயும், இரண்டு பொன் முலாம் பூசி ஒன்றின்மேலொன்றாக வைத்து அதற்குமேல் மூன்றாம் பிறைச் சந்திரனைப்போன்ற கலசத்தோடும் சிற்ப சாஸ்திரமே சிரித்துச் சபாஷ் என்று சொல்லும்படியான ஸ்படிகக் கற்களால் ஒட்டுத் தெரியாமலும், பெரும் ஸ்படிகப் பருவதத்தில் பல்வித புஷ்பக்கொடிகளோடு குடைந்தெடுத்தாற்போல விசுவகர்மாவே வந்து கட்டிவைத்தது போலிருக்கிறது. கோட்டைகள், கோவில்கள், பூங்காகள், மசூதிகள் பற்றி விவரிக்கும்போது, நரசிம்மலு நாயுடுவின் கலை மேதைமை நூலில் பதிவாகியுள்ளது.

மதுரா

வைணவரான நரசிம்மலு நாயுடு கண்ணன் பிறந்த இடமான மதுரா, ஸ்ரீகிருஷ்ணரின் லீலைகள் நடைபெற்ற பிருந்தாவனம் பற்றி விரிவாகத் தந்துள்ள தகவல்கள் அவருடைய வைணவச் சார்பின் வெளிப்பாடாகும். மதுராவின் பூர்வ சரித்திரம், சூரிய வம்சத்தினரான யாதவ குலத்தில் பிறந்த கண்ணன் பற்றிய புராணக் கதை, கி.பி.400இல் மதுராவில் புத்த மதத்தினரின் செல்வாக்கான நிலை, கி.பி.1017இல் மகம்மது கஜினியின் கொள்ளை, ஆங்கிலேயர் வசமானது, மதுராவின் தற்கால நிலை என மதுரா பற்றிப் பல பக்கங்களில் விரிவான தகவல்கள் தரப்பட்டுள்ளன. மதுரா பட்டணம் கொள்ளைக்காரர்களாலும் கொடுங்கோலர்களாலும் பட்ட கஷ்டங்கள் கொஞ்சமல்ல என்று நரசிம்மலு நாயுடு வருந்துகிறார். மதுராபுரியில் இருக்கிற கேசவதேவர் ஆலயம், போதார குண்டம், காரகிருகம், மல்லர்புரம், புத்தீசுவர மஹாதேவர் கோவில், அசிகுண்டட கட்டம் பற்றிய விரிவான தகவல்கள் தரப்பட்டுள்ளன. மதுராவில் ஆண்டு முழுக்க நடைபெறும் உற்சவங்கள் பற்றிய அட்டவணை

ஸ்ரீகிருஷ்ணரின் சிறப்புகளை மையமிட்டு விரிந்துள்ளது. மதுரா மட்டுமின்றி, யமுனை ஆற்றங்கரையோரமாக 42 மைல் நீளமும் 30 மைல் அகலமுள்ள பிரதேசத்தில் ஸ்ரீ கிருஷ்ணர் வாழ்ந்த இடங்களையும் விசேஷமாகக் கருதி கொண்டாடப்படுகிற கொண்டாட்டங்கள் பற்றிய தகவல்கள் வாசிப்பில் பிரமிப்பை ஏற்படுத்துகின்றன. மதுராவைச் சுற்றிலும் 133 புண்ணிய வனங்கள் இருக்கின்றன. மதுராவைச் சுற்றிலும் இருக்கிற இடங்களை கண்ணன் வாழ்க்கையுடன் தொடர்புபடுத்தி, வணங்க வேண்டிய இடங்களாகக் கருதுகிற வைணவ மனநிலையுடன் நரசிம்மலு நாயுடுவின் பயண நூல் விரிந்துள்ளது. இராதையுடன் தொடர்புடைய இடங்களும் புண்ணிய ஸ்தலங்களாகப் போற்றப்படுகின்றன. மதுராவில் எங்கே பார்த்தாலும் ஏழடுக்கு, எட்டடுக்கு மேடை மெத்தைகளும் அந்த மெத்தைகளின்மீது பலவிதத்திலும் சிறந்த பெண்களும், பஞ் சவர்ணக்கிளிகளும், புறாக்களும் சிங்காரமாக வீற்றிருந்து பார்ப்பவர் பார்வைக்குத் தேவருலகம்போலத் தோன்றுவதன்றியில் வீடுகளிலும், வீதிகளிலும் அநேக உத்தமகுல ஸ்திரீகள் ஸ்ரீகிருஷ்ணனைப் பற்றிப் பலவிதமாக ஆடிப்பாடி ஆநந்தத்துடன் யமுனையாற்றில் கும்பல் கும்பலாக கம்பீரமாக நடந்து வருவதையும் என, நரசிம்மலு நாயுடு அன்றாட காட்சியைக்கூட தனது இறை நம்பிக்கையினால் பக்தியுடன் தொடர்புபடுத்துகிறார்.

மகாவனம், கோகுலம், பலதேவம் பற்றிய செய்திகள் அங்கு வாழ்ந்த மக்கள் எப்படி தங்களை இறைவனுடன் ஐக்கியப்படுத்திக் கொண்டனர் என்பதற்கு எடுத்துக்காட்டுகளாக விளங்குகின்றன. பிருந்தாவனத்திற்கு அருகில் இருக்கிற இடங்கள் எல்லாம் ஸ்ரீகிருஷ்ணர் செய்த லீலைகளுடன் தொடர்புடையதாகக் கருதிக் கொண்டாடும் மனநிலை அங்கே வசித்த மக்களிடம் அழுத்தமாக இருக்கிறது. மகாவனத்தில்தான் ஸ்ரீகிருஷ்ணர் பால லீலைகளைச்செய்து, மாடுகளை மேய்த்தார் என்று அந்த இடத்தைப் பரிசுத்தமாகக் கருதி மக்கள் வழிபடுகின்றனர். யமுனை ஆற்றங்கரையில் இருக்கிற சிறிய கிராமமான கோகுலம் பற்றி நரசிம்மலு நாயுடு தந்துள்ள தகவல், வைணவ மத அடிப்படையில் முக்கியமானது. கோகுலத்தில் 4012 குடிகள் வாழ்ந்தனர் என்று குறிப்பிடுகிற நரசிம்மலு நாயுடு அங்கு கண்ட விநோதமான காக்ஷியைப் பதிவாக்கியுள்ளார். இவ்விடத்திய ஸ்திரீகள் சுந்தரவதிகளோடு இருக்கிறதோடுகூட பூர்வகால வழக்கப்படி தங்களுடைய பாவாடை, இரவிக்கைகளை அவிழ்த்து யமுனையாற்றங்கரையில் போட்டுவிட்டு நிர்வாணமாக நடந்துபோய்ச் சுமார் முக்கால் மைல் தூரத்திலோடும் யமுனையாற்றில் ஸ்நானம் செய்கிறார்கள். பரபுருஷர்கள் பக்கத்தில் போனாலும், பக்கத்திலிருந்து குளித்தாலும் சுபாவமான லஜ்ஜையென்பது கிடையாது. இந்த சுந்தரவதன ஸ்திரீகள் ஸ்நானபானத்துக்குப்

போகும்போது ஸ்ரீகிருஷ்ணா! ஸ்ரீகிருஷ்ணா! என்கிற முடிவோடுகூடிய கீதங்களைப் பாடிக்கொண்டே போகிறதன்றியில், மிதமிஞ்சிய பக்தியினால் நின்றவிடத்தில் நிர்வாணமாகவே நின்று கரங்களாலும் கண்களாலும் அபிநயங்களைக் காட்டி ஸ்ரீ கிருஷ்ணனைப் பாடி நடக்கின்றனர். அப்படி ஆடும் அரிவையருடைய அழகுபெற்ற அவயங்களைக் காண்போருக்கு கேவலமான காம இச்சையில் கருத்துப் போகாமல், கர்த்தனுடைய லீலாவிபூதியென்று கண்ணீர் வடித்து பக்தி அதிகரிக்கின்றது.

பிருந்தாவனம்

மதுராவில் இருந்து ஆறு மைல் தொலைவிலுள்ள பிருந்தாவனம் புண்ணிய ஸ்தலமாகக் கொண்டாடப்படுகிறது. வைகுண்டத்திற்குச் சமமாகக் கருதப்படுகிற பிருந்தாவனத்தைத் தர்சித்து அங்கேயே மரணமடைகிறவர்களுக்கு பரமபதம் உடனே கிடைக்கும் என்பது ஐதீகம். காஷ்மீரம், டில்லி முதலான இடங்களில் பாலியத்தில் விதவைகளான ஆயிரக்கணக்கான பெண்கள் பிருந்தாவனத்திற்கு வந்து சந்நியாசிகளாக வாழ்கின்றனர். அவர்களில் சிலர் விபச்சாரிகளென்று கேள்வி. பிருந்தாவனத்தில் ஆயிரத்துக்கும் கூடுதலான பெரிய கோவில்கள் இருக்கின்றன. மதனமோகன் கோவில், கோபிநாதர் சந்நதி, ஜோகில்ஷா கோவில், ஸ்ரீஇரங்கநாதர் கோவில் பற்றி விரிவான தகவல்கள் நூலில் இடம்பெற்றுள்ளன. வைணவ மதச் சித்தாந்திகள் தம்முடைய இறைக்கோட்பாடுகளுக்கேற்ப கோவில்களைக் கட்டி வழிபாடு செய்கின்றனர். அவர்களில் ஸ்ரீராமானுஜருடைய சித்தாந்தத்தைச் சார்ந்தவர்கள், நிம்பார்க்க வைணவர்கள், ஸ்ரீவல்லபசரி வைணவர்கள், கவுரிய வைணவர்கள், இராதா வல்லப வைணவர்கள், சைதன்னியர் போன்ற சம்பிரதாயகர்கள் முக்கியமானவர்கள். பிருந்தாவனத்தின் வருடம் முழுக்க நடைபெறும் இறை விழாக்கள், யமுனை ஆற்றங்கரையில் உள்ள 32 சிரேஷ்டமான கட்டங்கள், 54 புண்ணிய ஸ்தலங்கள் பற்றிய தகவல்கள் தரப்பட்டுள்ளன. கோவர்த்தன மலைக்கு அருகில் இருக்கிற தடாகத்தில் தண்ணீர் இல்லாமல் தேங்கியிருக்கிற சேற்றுநீரை பக்தர்கள் புண்ணியமாகக் கருதி தலையில் தடவிக்கொள்கின்றனர். எல்லா இடங்களும் புனிதமாகக் கருதப்படுகிற சூழல் பிருந்தாவனத்தில் உள்ளது. ஸ்ரீஇராதா பிறந்த இடம் என்று கருதப்படுகிற பிரசன்னா என்னும் கிராமம் பரதப்பூர் எல்லையில் மலைச்சாரலில் இருக்கிறது. இங்கு இராதாவுக்குப் பல கோவில்கள் உள்ளன. இராதாவின் பாட்டனார் மஹிபர், தோழியரான லலிதா, லிசேஷா, சம்பகலதா, இரங்கதேவி, சித்திரலேகா, துவிகா, சுதேவி, சந்திராவளி போன்றவர்களையும் வழிபாடு செய்வதற்கான கோவில்களும் இருக்கின்றன. பிரசன்னத்திற்கு அடுத்துள்ள சங்கரிகார மலையின்மேல் புரட்டாசி மீ 13ஆம்

நாளில் விசேஷ உற்சவம் பத்தாயிரத்திற்கும் மேற்பட்ட ஸ்திரீ புருஷர்களால் கொண்டாடப்பட்டு வருகிறது. இந்த விழாவானது ஸ்ரீகிருஷ்ணருக்கும் இராதாவுக்கும் மரியாதை செய்கிற பூரிவீலா எனப்படுகிறது. உற்சவத்துக்கென்று கட்டப்பட்ட கொட்டகைக்கு ஸ்ரீகிருஷ்ணராதா விக்கிரங்களைக் கொண்டுவந்து வைத்து ஒவ்வொரு புருஷனும் ஸ்திரீயும் ஜதைஜதையாக நின்று ஆடி இதற்கென்று தயார் செய்துபோன பண்டுபலாதிகளைத் தெவிட்ட உண்டு பல குன்றுகளின்மீது ஏறி விளையாடி காமசாந்தி செய்துகொண்டு சுகப்படுகிறார்கள். இங்கே விபச்சாரம் தோஷமில்லை போலும். ஸ்ரீகிருஷ்ணரைக் கொண்டாடி வழிபடுவது உச்சநிலை அடைந்த சூழலில் இராதாவும் கிருஷ்ணரும் கொண்டிருந்த உடலுறவையும் மதச் சடங்காக்கி, அதன் நீட்சியாக நடப்பில் ஆணும் பெண்ணும் உடல்ரீதியில் அனுபவிக்கிற சுகமாக்கியிருப்பது வழக்கமாகியிருக்க வேண்டும்.

ஜெய்ப்பூர்

ஜெய்ப்பூர் நகருக்குப் பயணமான நரசிம்மலு நாயுடு அந்த நகரிலுள்ள கோட்டை, அரண்மனைகள், கட்டடங்கள் பற்றிய தகவல்களைக் கலை நுணுக்கத்துடன் வரலாற்றுப் பின்புலத்தில் விவரித்துள்ளார். மகாராஜா, மக்களுக்குக் காட்சிதரும் நாளில் நடக்கிற பிரமாண்டமான ஊர்வலம், அணிவகுப்பு பற்றிய நரசிம்மலு நாயுடுவின் அவதானிப்புகள் காத்திரமானவை. அலங்கரிக்கப்பட்ட யானைகள், குதிரைகள், ஒட்டகங்கள் முன்னால் செல்ல, படைவீரர்கள் ஆயுதங்களுடன் தெருக்களில் அணிவகுத்து வந்தனர். அந்த ஊர்வலம் பற்றிய காட்சி பின்வருமாறு: *இராஜசேவகர்கள், உத்தியோகஸ்தர்கள், கவிகள், வித்துவான்கள், நாட்டிய ஸ்திரீகள், ஹாஸ்யம் செய்வோர், எச்சரிக்கை செய்வோர் முதலானவர்கள் அடுக்கடுக்காகவும் அணியணியாகவும் வரவும், அவர்களுக்குப் பிறகு வேதகோஷ்டிகள், சாஸ்திரபுராண இதிகாச பண்டிதர்கள் முதலானவர்கள் அணியணியாகவும் இவர்களுக்குப் பிறகு இராஜ பட்டக் குதிரைகள், இராஜ யானைகள், இராஜ இரதம், இராஜ பல்லக்குகள் அடுக்கடுக்காகவும் அவர்களுக்குப் பிறகு மந்திரி பிரதானி முதலானவர்களும், அவர்கள் பந்துக்களும், அவர்களுக்குப் பிறகு எச்சரிக்கை போடுவோர், இராஜ உயிர் காப்போரும் இவர்களுக்குப் பிறகு மகாராஜா சாக்ஷாத் ஸ்ரீராமரைப்போல் கிரீடம் முதலான ஆபரணங்களை அணிந்துகொண்டு மேகவாரணத்தைப் போன்ற குதிரை மேலேறி வரவும்...*

ஜெய்ப்பூர் நகருக்கு அருகிலுள்ள மலை அடிவாரத்தில் இருந்து ஏழு மைல் தொலைவில் மலை உச்சியிலுள்ள அம்பர் கோட்டைக்கு

அம்பாரி கட்டிய யானையின்மீது அமர்ந்து பயணித்த நரசிம்மலு நாயுடுவின் அனுபவங்கள் திகிலூட்டுபவை. பிரமாண்டமான கோட்டை பற்றிய தகவல்கள் சுவாரசியமானவை. அம்பர் கோட்டையின் கம்பீரத்தையும் எழிலான வனத்தின் அழகையும், மான்கள், மயில்கள், புறாக்களின் அழகையும் கண்டுகளித்த நரசிம்மலு நாயுடு தன்னை மறந்து பிரார்த்தனையில் ஈடுபட்டுள்ளார். மஹாராஜாவின் இராமநிவாஸ் தோட்டம் 70 ஏக்கர் பரப்பில் அதியற்புதமாகத் தோன்றும் காட்சி, பயணநூலில் பதிவாகியுள்ளது.

வரலாற்றுப் பதிவுகள்

கோவையில் வசித்த நரசிம்மலு நாயுடு, 1885, டிசம்பர் மீ 27-30 நாட்களில் பம்பாய் நகரில் நடைபெற்ற முதலாவது காங்கிரஸ் சபைக் கூட்டத்தில் தமிழகத்தின் பிரதிநிதியாகக் கலந்துகொண்டார். சென்னையில் இருந்து 1885, டிசம்பர் 24ஆம் வயன்று இரங்கய்ய நாயுடு, இரகுநாத ராயர், எஸ்.சுப்பிரமணிய அய்யர், ராவ் பகதூர் அனந்தாசார்லு உள்ளிட்ட இருபத்தோரு பிரதிநிதிகளுடன் நரசிம்மலு நாயுடுவும் சேர்ந்து பம்பாய் நகருக்குச் சென்றார். அங்கு அவர் காங்கிரஸ் அமைப்பை நிறுவிய ஹெச்.ஹியூம் என்ற ஆங்கிலேயரைச் சந்தித்து உரையாடினார். கோகுல தாஸ் பால் என்ற வள்ளலின் பிரமாண்டமான மாளிகையில் தங்கிய நரசிம்மலு நாயுடு, அந்த மாளிகையின் வனப்பையும் எழிலான தோற்றத்தையும் விரிவாக வருணித்துள்ளார். ஹியூமை 'மகாத்மா' எனப் போற்றுகிறவர், பம்பாய்த் தலைவர்களான தாதாபாய் நவரோஜி, காசிநாத் டிம்பத் திலாங்கு பெரோஷ்ஷா மேத்தா போன்ற தலைவர்களையும் சந்தித்துள்ளார். டிசம்பர் 28ஆம் வயன்று உமிஸ் சந்திர பானர்ஜி தலைமையில் நடைபெற்ற காங்கிரஸ் மாநாட்டில் நிறைவேற்றப்பட்ட நான்கு தீர்மானங்களைப் பற்றிய குறிப்புகள் முக்கியமானவை. தமிழகத்தில் இருந்து பம்பாய் சென்று முதல் காங்கிரஸ் மாநாட்டில் கலந்துகொண்டதுடன், மாநாட்டு நடவடிக்கைகள், கராச்சி, சூரத், பூனா, கல்கத்தா, ஆக்ரா, காசி, லக்னோ, லாகூர் ஆகிய இடங்களில் இருந்து வந்திருந்த பிரதிநிதிகளின் பெயர்கள் என நரசிம்மலு நாயுடு தந்துள்ள பட்டியல், அவருடைய வரலாற்று அணுகுமுறைக்குச் சான்றாகும்.

பம்பாய் நகரத்தின் அழகிய கட்டடங்கள், கடைவீதிகள், நாடகசாலைகள் போன்றவற்றைக் கண்டு பிரமிப்பு அடைந்த நரசிம்மலு நாயுடு, அதன் சிறப்புகளைப் பதிவாக்கியுள்ளார். கர்மகாத காகித தொழிற்சாலையை சுற்றிப் பார்த்த நாயுடு அங்கிருக்கிற நூற்பாலைகளையும் பார்த்திருக்க வாய்ப்புண்டு. பின்னர்

அவர் கோவையில் நூற்பாலை உள்ளிட்ட தொழிற்சாலைகள் தொடங்குவதற்குப் பம்பாய் பயணம் நிச்சயம் உதவியாக இருந்திருக்கும்.

கல்கத்தா நகரில் 1886, டிசம்பரில் நடைபெற்ற இரண்டாவது காங்கிரஸ் மகா சபைக்குத் தமிழகத்தின் பிரதிநிதியாக நரசிம்மலு நாயுடு கலந்துகொண்டார். ....கி.பி.1886ஆம் ஷ டிசம்பர் மீ 5ஆம் வயாகிய பானுவாரம் பகல் (மேட்டுப்பாளையத்திலிருந்து) கோயமுத்தூருக்கு வரும் பகல் இரண்டே முக்கால் மணி மெயில் புகைவண்டியில் சம்சார சமேதராக ஏறினோம் எனத் தனது பயணம் தொடங்கியதைக் குறிப்பிட்டுள்ளார். 1887 பிப்ரவரி 25ஆம் நாள் மீண்டும் கோவைக்குத் திரும்பும்வரையில் பயணத்தை முன்வைத்து நரசிம்மலு நாயுடு தனது எண்ணங்களை எழுதியுள்ளார். அவர் தினசரி எதிர்கொண்ட அனுபவங்களையும் சம்பவங்களையும் குறித்துவைக்கிற பழக்கமுடையவராதலால், பின்னர் பயணக் கட்டுரை எழுதும்போது விரிவான தகவல்களைத் தந்துள்ளார். கல்கத்தா காங்கிரஸ் சபையில் தமிழகத்தில் இருந்து ஜி.சுப்பிரமணிய அய்யர், அரங்கநாத முதலியார், ரங்கய்ய நாயுடு, கனம் சுப்பிரமணிய அய்யர் உள்ளிட்ட பலர் பங்கேற்றனர்.

கனம் ஹியூம், மே.நயிட்டு, காட்டன் போன்ற ஆங்கிலேயர்களும் காங்கிரஸ் செயல்பாடுகளில் ஆர்வத்துடன் ஈடுபட்டிருந்த தகவலும் பதிவாகியுள்ளது. தாதாபாய் நவரோஜி, ரஜா உசேன்கான், அயோத்தி நவாப், பண்டிட் சிவநாத் சாஸ்திரி, மனமோஹன் கோஸ், இராஜ இரஜேந்திர நாராயண தேவ், லாகோர் என நீளும் பட்டியல்மூலம் இந்தியாவின் பல்வேறு பகுதிகளில் இருந்து கலந்துகொண்டவர்களை அறிந்திட முடிகிறது. வெள்ளைக்காரத் துரைமார்களும், பங்களாப் பிரபுக்களும், ஜமீந்தார்களும், படிப்பாளிகளும், பட்டவர்த்தனர்களும் நிரம்பிய காங்கிரஸ் சபை கூட்டத்தில் கலந்துகொண்டவர்கள் எல்லோருக்கும் பட்டுப் புஷ்பத்தைத் தந்து, அதை மார்பில் தரிக்குமாறு செய்தனர். பட்டுத்துணியிலான மலரின் அடிப்பாகம் இளநீலம், மேல் பாகம் இளஞ்சிவப்பு, மேல் பாகம் பிங்களம் ஆகிய வண்ணங்களில் அழகாக இருந்தது. அந்த பட்டுப்பூவை மார்பில் தரித்தபோது, ‘அந்த வாடாத புஷ்பத்தை எமது மார்பில் தரித்துப்பார்க்க இந்திய நக்ஷத்திரம்போல் பிரகாசித்தது’ என உற்சாகமடைந்துள்ளார் நரசிம்மலு நாயுடு. அவர், காங்கிரஸ் சபை நடைபெற்றபோது நிகழ்ந்த சம்பவங்களை ஈடுபாட்டுடன் விவரிக்கின்ற தகவல்கள் வரலாற்று அடிப்படையில் முக்கியமானவை.

காங்கிரஸ் சபைக்கு ஹானரெபில் தாதாபாய் நவரோஜி சபாநாயகராக (தலைவர்) இருந்திட பதினைந்து தீர்மானங்கள் நிறைவேற்றப்பட்டு இங்கிலாந்து மஹாராணியரின் பார்வைக்கு

அனுப்பப்பட்டன. அந்தத் தீர்மானங்களை நுணுக்கமாக ஆராய்ந்தால் அவற்றின் பின்னர் பொதிந்திருக்கிற அரசியல் புலப்படும். முதல் தீர்மானம்: இந்தத் தேசத்தின் சக்கிரவர்த்தினி அவர்கள் சிங்காதனமேறி ஐம்பதாவது வூ வரப் போகிறபடியால், இத்தேசத்தின் பல பாகங்களிலிருந்து வந்து இங்கு கூடிஇருக்கிற பற்பல ஜாதியார்களான காங்கிரஸ் சபையார், அந்த அம்மையார் அவர்களுக்கு வந்தன வழிபாடுகளுடன் இராஜ பக்தியைக் காட்டுவதாகத் தெரிவிக்க வேண்டுமென்று பம்பாய் ஸ்ரீரஹிமிதுல்லாசாயனி அவர்கள் பிரேரேபிக்க, சென்னை ஸ்ரீ.ஜி.சுப்பிரமணியம் ஐயரவர்கள் அதை ஆமோதிக்க, லாகோர் ஸ்ரீ.லாலா மூர்லிதாரவர்கள் ஆமோதிக்க, சகலராலும் அங்கீகரிக்கப்பட்டது... இப்படி தோன்றியதுதான் காங்கிரஸ் பேரியக்கம். முதல் தீர்மானமானது ஆங்கிலேயரின் அடிவருடிகளான இராஜ விசுவாசிகளின் இராஜ பக்தியைக் காட்டுவதற்காக நிறைவேற்றப்பட்டுள்ளது. ஆங்கிலேயக் காலனியாதிக்கத்திற்கு ஜால்ரா போடுவதற்காகக் காங்கிரஸ் இயக்கம் தோற்றுவிக்கப்பட்டது என்பது வரலாற்றின் விநோதம்.

அந்த மாநாட்டில் நிறைவேற்றப்பட்ட ஏழாவது தீர்மானம்தான் மிகவும் முக்கியமானது. அது பின்வருமாறு: கவர்ன்மெண்டு பரிக்ஷையில் சம்ஸ்கிருதமும், அரபி பாஷையும் கலந்து இந்த இந்து தேசத்திலேயே, சீமையிலிருப்பது போலவே ஒரேகாலத்தில் பரிக்ஷை நடத்தித் தேறினவர்களுக்குப் பெரிய உத்தியோகங்களைக் கொடுக்க வேண்டுமென்றும், அந்தப் பரிக்ஷைக்கு 19 முதல் 23 வரைக்கும் வயதை உயர்த்த வேண்டுமென்றும் கவர்ன்மெண்டாருக்குத் தெரிவிக்க வேண்டுமென்றும் பாபு நரேந்தரநாத் பானர்ஜி அவர்கள் பிரேரேபிக்க ஆனரெபில் சுப்பிரமணியம் ஐயர் அவர்கள் ஆமோதிக்க சர்வசம்மதமாக அங்கீகரிக்கப்பட்டது. மன்னராட்சிக் காலத்தில் சம்ஸ்கிருத மொழியிலான 'வேதத்தை ஓதுதல் பார்ப்பனரின் குலத்தொழில்' என விதி வகுத்த மநு தரும சாஸ்திரத்தின்மூலம், சாதிய வரிசையில் முதன்மையிடத்தில் இருந்த பிராமணர்கள், இந்தியாவில் ஆங்கிலேயக் காலனிய ஆதிக்கம் ஏற்பட்டவுடன், அதற்கு அடிபணிந்ததுடன், அரசு இயந்திரத்தில் உயர்பதவி வகித்திட மீண்டும் சம்ஸ்கிருதத்தை முன்னிறுத்தியது, அரசியல் சூழ்ச்சியாகும். சமூக அடுக்கின் உச்சியில் தங்களுடைய இடத்தைத் தொடர்ந்து தக்கவைத்துக்கொள்ள வேண்டுமெனத் தீர்மானித்த பிராமணர்களின் தந்திரமும் கபடமும்தான், சம்ஸ்கிருத மொழியில் அரசாங்க உயர் அலுவலர் தேர்வுகளை நடத்திட வேண்டுமென தீர்மானத்தைக் காங்கிரஸ் மாநாட்டில் நிறைவேற்றி, இங்கிலாந்து மகாராணியாருக்கு அனுப்பியதன் அடிப்படையாகும். இந்தியாவில் மக்களிடையே வழக்கினில் இருக்கிற தமிழ், வங்காளம், தெலுங்கு, உருது, கன்னடம், மலையாளம் போன்ற மொழிகளைப் புறந்தள்ளிவிட்டு, வழக்கொழிந்த

சம்ஸ்கிருத மொழியில் அரசின் தேர்வுகள் நடத்திட 1886ஆம் ஆண்டில் தீர்மானம் இயற்றிய பிராமணர்களின் வாரிசுகள், இன்றளவும் ஆர்.எஸ்.எஸ். போன்ற இந்து மத அடிப்படைவாத அமைப்புகளின் வடிவில் வெளிப்படுகின்றனர். சம்ஸ்கிருதம் என்ற மொழியை வைத்துக்கொண்டு பிராமணர்கள் இரண்டாயிரமாண்டுகளாக இந்தியாவெங்கும் செய்துவருகிற ஆதிக்க அரசியலின் வெளிப்பாடுகள், வெவ்வேறு வழிகளில் தொடர்கின்றன.

இந்தியாவில் பஞ்சம் காரணமாக ஏற்படும் துயரத்தைப் போக்கிட, துரைத்தன சட்ட நிரூபண சபைகளில் இந்தியப் புத்திமான்களைத் தெரிவு செய்தல், அவர்களுடைய கருத்தின்படி சட்டங்கள் இயற்றுதல், பப்ளிக் சர்வீஸ் கமிஷன் தேர்வுகளை இந்தியாவில் நடத்துதல், அந்தத் தேர்வுகளை சம்ஸ்கிருதம், அரபி மொழிகளில் நடத்துதல், ஜூரிகளைக்கொண்டு விசாரணை செய்தல், ரெவின்யூ அதிகாரிகளிடமிருக்கிற நீதிபதி அதிகாரத்தை நீக்குதல், இந்தியர்களுக்குப் போர்ப் பயிற்சி அளித்து, ஆங்கிலேயர்களுக்கு உதவி செய்தல், முக்கியமான மாகாணங்களில் காங்கிரஸ் குழுக்களை ஏற்படுத்துதல், மூன்றாவது காங்கிரஸ் சபையை 1887, டிசம்பர் மீ சென்னையில் நடத்துதல், காங்கிரஸ் சபையின் நடவடிக்கைகளை இங்கிலாந்து மகாராணியார் முதல் சகலரும் அறியச் செய்தல் எனத் தீர்மானங்கள் நிறைவேற்றப்பட்டன. காங்கிரஸ் சபை குறித்தும் அங்கு நிறைவேற்றப்பட்ட தீர்மானங்கள் குறித்தும் விளக்கமாக நரசிம்மலு நாயுடு முன்வைத்துள்ள பதிவுகள், இன்று வரலாற்று ஆவணங்கள்.

டில்லியில் தர்பார் காட்சிகள்

1911ஆம் ஆண்டு டிசம்பர் 11 அன்று டில்லி நகரில் ஆங்கிலேய ஜார்ஜ் சக்கரவர்த்தி மகுடாபிஷேகம் செய்துகொண்டபோது, இந்தியாவின் தலைநகரமானது கல்கத்தாவிலிருந்து டில்லி என மாற்றப்பட்டது. டில்லியில் நடைபெற்ற தர்பார் காட்சிகளை நேரில் கண்டு வியந்த நரசிம்மலு நாயுடு, ஒவ்வொரு சின்ன நிகழ்வையும் முக்கியமானதாகக் கருதி பதிவு செய்துள்ளார். இங்கிலாந்தில் இருந்து வந்து இந்தியாவைக் காலனியாக்கி, அரசாண்ட ஆங்கிலேய ஏகாதிபத்தியவாதிகள், தங்களுடைய பொருளியல் நலனுக்காகக் கொண்டாடிய மகுடாபிஷேக விழாவை நரசிம்மலு நாயுடு தனது எழுத்தின்மூலம் போற்றியுள்ளார்.

ஐரோப்பாவில் இருந்துவந்து இந்தியர்களை அடிமைகளாக்கி ஆள்கிற ஆங்கிலேயரின் அதிகாரத்தை அப்படியே ஏற்கிற நரசிம்மலு நாயுடுவுக்கு ஏன் சிறிய அளவில்கூட முரண் தோன்றவில்லை என்பது முக்கியமான கேள்வி. டில்லி தர்பார் என நரசிம்மலு நாயுடு

உணர்ச்சிவயப்பட்டு எழுதியதற்கான காரணம் புலப்படவில்லை. அன்றைய காலகட்டத்தில் சமஸ்தானங்களை ஆண்ட மகாராஜாக்களும் ஜமீந்தார்களும் பெரிய நிலப்பிரபுக்களும் மிட்டா மிராசுதாரர்களும் ஆங்கிலேயருக்குத் துதி பாடிய வழியில் சென்றுள்ள நரசிம்மலு நாயுடுவை இராஜ விசுவாசி என்று குறிப்பிடுவது பொருத்தமானது.

டில்லியில் நடைபெற்ற தர்பார் நிகழ்ச்சிகளைக் கண்டுகளித்திட இந்தியாவெங்கும் இருந்து வந்திருக்கிற மகாராஜாக்கள், கவர்னர்கள் போன்றோரை வரவேற்பதற்காக ஏற்படுத்தப்பட்டிருந்த காம்புகளின் தோற்றம், உணவு, கூடாரங்கள், மின்சார விளக்குகள் பற்றிய விவரிப்புகள் முக்கியமானவை.

ராஜ தம்பதியினரை வரவேற்பதற்காகச் செய்திருந்த ஆடம்பரமான வரவேற்பு பற்றிய நரசிம்மலு நாயுடுவின் வருணனைகள் சுவராசியமானவை. *ராஜசக்கரவர்த்தி பீல்ட் மார்ஷல் உடையுடனும், இந்திய ஸ்டார் அடையாளமிட்ட உடையுடனும் முதலில் வண்டியைவிட்டுக் கீழ் இறங்கினார். அதன்பின், மிருதுவான வெள்ளைச் சாடின் உடுப்புகளில் அனேக அடையாளங்கள் அமைக்கப்பெற்ற விசித்திர அலங்கார உடுப்புகளுடன் ராஜசக்கரவர்த்தினி வண்டியைவிட்டுக் கீழே இறங்கினார். லார்டு ஹார்டிஞ்ஜின் குமாரத்தியான ஹானரபிள் டயமண்டு, ராஜசக்கரவர்த்தினிக்கு புஷ்பச்செண்டைக் கொடுத்தனர்.*

டில்லியின் பாக்கியம் என்ற தலைப்பில், தர்பார் மண்டபக் காக்ஷிகளை நரசிம்மலு நாயுடு விவரித்துள்ள காட்சி பின்வருமாறு: *ராஜசக்கரவர்த்தி சக்கரவர்த்தினியவர்கள் இன்று தர்பாருக்குச் செல்லும் வழிகளில் அணிவகுக்கப்பட்ட துருப்புகளின் அழகென்ன? ராஜ தம்பதிகளின் உடுப்புகளின் அழகென்ன? ஆ! ஆ! என்னால் சொல்லவும் எழுதவும் முடியாது. கண்ணால் பார்த்து ஆனந்தம் அடைவதே சரி. அன்று சம்பிரமத்தைப் பார்த்துக் களிக்க தேவர்கள் அனைவரும் தங்கள்தங்கள் வாகனமேறி டில்லிக்கு வந்திருக்கின்றனரோ என்று சொல்லும்படியாய் இருக்கிறது.*

மகுடாபிஷேகம் பற்றி விரிவான அளவில் நரசிம்மலு நாயுடு தந்துள்ள தகவல்கள், அந்தக் காலகட்டத்தில் இந்தியா பற்றிய சித்திரமாகும். பயண நூலில் சுமார் 44 பக்கங்களில் விவரிக்கப்பட்டுள்ள காட்சிகள், அடிமை இந்தியாவின் அசலான வெளிப்பாடுகள்..

வேளாண்மை

நரசிம்மலு நாயுடு, வடஇந்தியாவில் பயணமாகச் சென்ற ஊர்களின் நீர் வளத்தையும், வேளாண்மைச் சிறப்பினையும், வேளாண் விளைபொருட்கள் குறித்தும் தொடர்ந்து எழுதியுள்ளார். பிரயாகையில் கங்கையின் வண்டல் மண் காரணமாகக் கோதுமை,

கடுகு முதலான தானியங்கள் அதிகமாக விளைகின்றன என்று குறிப்பிடுகிறவர், அங்கு விளைகின்ற பல்வேறு வகையான காய்கறிகள் பற்றிய பட்டியலைத் தந்துள்ளார். கயாவில் பூமியானது விவசாயத்துக்கு வளப்பமாக இருக்கிறது. கோதுமை, துவரை முதலான தானியங்கள் எதேஷ்டமாகவும் செழிப்பாகவும் விளைகின்றன. மஷ்டாரி பருப்பு, கொள், பட்டாணி, அலிசல், லாகி பருப்பு போன்றன முக்கியமான தானியங்கள். இலந்தைப் பழங்கள் கொய்யாப்பழங்கள்போலப் பெருத்திருக்கின்றன. இலுப்பைப் பூவில் இருந்து சாராயம் காய்ச்சுகிறார்கள். நரசிம்மலு நாயுடு தான் சென்ற இடங்களில் நேரில் பார்த்த விவசாய விளைபொருட்கள் பற்றியும் விவசாயம் செய்கிற முறைகளையும் நூலில் பதிவாக்கியுள்ளார்.

கைவினைப் பொருட்கள்

அன்றைய காலகட்டத்தில் இந்தியாவெங்கிலும் ஒவ்வொரு ஊருக்கெனத் தனிப்பட்ட கைவினைப் பொருட்கள் உற்பத்தி செய்யப்பட்டன. நரசிம்மலு நாயுடு, தான் பயணித்த ஊர்களில் உற்பத்தியாகிற கைவினைப் பொருட்கள் பற்றித் தந்துள்ள தகவல்கள், மரபான தொழில்வளத்திற்குச் சான்றுகளாகும். உலோகம், பளிங்கு, பட்டு போன்றவற்றை வைத்துச் தயாரிக்கப்பட்ட பொருட்களின் நேர்த்தி குறித்து நுணுக்கமாகப் பதிவாக்கியுள்ளார். காசியில் அன்னபூரணி கோவிலில் வழிபாடு செய்துவிட்டு வரும்வழியில் தான் கண்ட காட்சியை நாசிம்மலு நாயுடு, அவ்விடத்தில் நல்ல தங்கத்தைக் கேவலம் பட்டுக் கம்பிகள் போலடித்து, சரிகை செய்யும் வேலைக்காரரையும் அவர்களுடைய ஆச்சரியமான வேலைத்திறத்தையும் பார்க்கலாம். அவை காசிப் பட்டணத்தில் நெய்யும் விலையுயர்ந்த பீதாம்பரங்கள், துஷால்கள், துப்பட்டாக்கள் முதலான வஸ்திரங்களில் சேர்த்து நெய்து விற்கப்படுகின்றன. காசியில் பித்தளையினால் கோயில்களைப்போலவும் விளையாட்டுக் கருவிகளைப்போலவும் தங்கமயமான காக்ஷிப் பொருட்களையும் உற்பத்திசெய்து ஐரோப்பா முதலான தேசங்களுக்கு ஏற்றுமதி செய்கின்றனர் என்று குறிப்பிட்டுள்ளார். கயாவில் ஒருவிதமான கருங்கற்கள், பளிங்குகளைக் கொண்டு கூசாக்களாகவும், சிவலிங்கங்களாகவும், பொம்மைகளாகவும், குண்டுமணிகளாகவும் செய்து விற்கின்றனர். வெள்ளி, பித்தளை, தாமிரம் போன்ற உலோகங்களில் தட்டுகள் செய்து, அவற்றில் ஸ்ரீராமருடைய பாதம் போன்று பதிப்பித்து விற்கின்றனர்.

மக்களின் தோற்ற வருணனை

நரசிம்மலு நாயுடு, தான் சென்ற இடங்களில் அங்கு வாழ்கிற மக்களின் நடை, உடை, பாவனைகள் போன்றவற்றைப் பதிவு

செய்துள்ளார். பிரயாகை என்னும் அலகாபாத் நகரில் வசிக்கிற மக்களின் தோற்றம், ஆடைகள் பற்றிய வருணனை குறிப்பிடத்தக்கது. இவ்விடத்தில் ஹிந்துக்கள், மஹமதியர்கள் என்னும் வித்தியாசத்தைக் கண்டுபிடிப்பது கஷ்டம். பஞ்ச கவுட பிராம்மண புருஷர்களுடைய நடையுடை பாவனைகள் மகம்மதியர்களைப் போலவே இருக்கிறதன்றியில், இந்துஸ்தானி பாஷையையே பொதுவாக வழங்கி வருகிறார்கள். இந்தப் பஞ்ச கவுடர்களுடைய ஸ்திரீகள் ரவிக்கைகளைப் போடாவிட்டாலும், முக்காடு இல்லாமல் வெளியே வருகிறதில்லை. ஆறு முழ நீளமும் நான்கு முழ அகலமுள்ள செங்காவித் துணிகளைக் கட்டிக்கொள்கிறார்கள். பெரும்பான்மையான ஸ்திரீகள் சுந்தரவதிகளாய் அதிக அழகாக இருந்தாலும், அவர்களுடைய உடைகளை அழுக்கு இல்லாமல் சுத்தமாக வைப்பது அபூர்வமாகையால், அவர்களுடைய அழகை அழுக்குத் துணிகள் கெடுத்துவிடுகின்றன.

கல்கத்தாவில் வசிக்கிற வங்காளிகளின் தோற்றம் பற்றிய வருணனை சுவாரசியமானது: பங்காள பாபுகள் பார்வைக்கு அழகும் சுத்தியானவர்களுமல்ல, பெரும்பான்மையோர் தென்தேசத்துச் சட்டைக்காரரைப்போல பூட்சும் சல்லடமும் ஒரு அரைச் சொக்காயும் மாட்டிக்கொண்டும் தலைமயிரை கத்திரித்துக்கொண்டும் தாடி மீசைகளை வைத்துக்கொண்டும் விகாரமாக இருக்கிறார்கள். ஸ்திரீகள் உயரத்தில் குறைந்து குண்டு(எலுமிச்சம்) பழங்களைப்போல ஒருவித அழகாக இருந்தாலும் அவர்கள் கட்டிக்கொண்டிருக்கும் புடவை பன்னிரண்டு முழமுடையதாகையால், அந்தப் பன்னிரண்டு முழமுள்ள வெள்ளைப்புடவையை இடுப்பிற் கட்டி முக்காடு போட்டுக்கொண்டால் இயற்கையாக இருக்கும் அழகும் குறைந்து விகாரமாகக் காணப்படுகிறார்கள்.

ஜெய்ப்பூரில் வசிக்கிற மக்கள் சரிகைத் துணிகளையும், சரிகை ஜோடுகளையும் பலவர்ணத் துணிகளையும் அணிந்திருக்கின்றனர். ஸ்திரீகளுடைய சுந்தரங்களையும் அலங்காரமான துணிமணிகளையும் பார்ப்போர் தேவகன்னிகள் என்று சொல்லுவார்கள். புருஷர்கள் கிழவனானாலும், குமரனானாலும் சரி மீசையை முறுக்கிவிட்டு சுத்த வீரர்களைப்போல கர்ஜித்து கத்தியும் கட்கமும் கையுமாக வெளியில் வருகிறதைப் பார்த்தால் விநோதமாக இருக்கும்.

விபச்சாரம்

கல்கத்தா நகரில் ஸ்டார் தியேட்டர் நடனத்துக்குச் சென்றுவிட்டு தங்குமிடத்திற்குத் திரும்புகிற வழியில் நரசிம்மலு நாயுடு சென்ற வண்டி, களிங்க பஜார் ரோடு வழியாக வந்தது. சுமார் இரண்டு மைல் நீளமுள்ள அந்த ரோட்டில் அவர் கண்ட காட்சி பின்வருமாறு:

அந்த ரோட்டில் வங்காள, நேபாள, பர்மா, மஹாராஷ்டிர, குஜராத்தி முதலான இத்தேசத்து தாசிவேசிகள் பொம்மைகளைப்போலச் சிங்காரித்துக்கொண்டும்; இட்டலி, துர்க்கி, பிரான்ஸ், இங்கிலீஷ் முதலான தேசங்களின் கெட்டுப்போன வேசிஸ்திரீகள் தேவலோக அரம்பைகளைப்போல் சிங்காரித்துக்கொண்டும்; தங்களுடைய ஐந்தடுக்கு மெத்தை வீடுகளில் பலவித விளக்குகளையும், துணிமணிகளையும், சோப்பா, டீப்பாய்களையும் போட்டுக்கொண்டும், வீதி வாசல்களில் நாற்காலிகளில் உட்கார்ந்துகொண்டும். அந்த வீதியில் நடக்கப்பட்டவர்களைப் பார்த்து 'பாஞ்சுரூபியா ஆவ்' என்று கூப்பிட்டும், ஒண்டிசண்டியாகப் போகப்பட்டவர்களைக் கைப்பிடித்து இழுத்தும், வம்புகள் செய்துவருகிறார்கள். இந்த வீதியில் நடப்பதற்கும் வண்டி சவாரி செய்வதற்கும் எப்படிப்பட்டவர்களும் பயப்படுவது சகஜமாம். இந்த வீதியில் போகப்பட்டவர்களுடைய மனது கெட்டுப் புத்திமயங்கிப் போவார்களென்பதற்குச் சந்தேகமேயில்லை. ஆங்கிலேயரின் காலனியாதிக்க காலகட்டத்தில் இந்தியப் பெண்கள் மட்டுமின்றி, அந்நிய தேசத்தில் இருந்து சீரழிந்துபோன பெண்களும் இரண்டு மைல் நீளமுள்ள வீதியில் தாராளமாக விபச்சாரம் செய்தனர் என்பது அன்றைய காலகட்டத்தில் பெண்களின் அவலநிலைக்கு எடுத்துக்காட்டு.

அலகாபாத் நகரின் கடைவீதியில் வியாபாரம் நடைபெறுகின்ற கட்டடங்களின் மாடியில் பற்பல தேசங்களின் பற்பலவிதமான தாசிவேசிகள் சிங்காரமாக உடுத்திக்கொண்டும், உக்காக்களைக் குடித்துக்கொண்டும் இருக்கின்றனர் என்ற குறிப்பு இடம் பெற்றுள்ளது. காசி நகரில் சுகந்த தாம்பூலங்கள் விற்கப்படுகிற கடைகளின் மாடியில் காஷ்மீரம், குஜராத்தி, டில்லி, கனோஜி, வங்காளி, மஹாராஷ்டிரம், தக்காண தேசங்களின் தாசிகள் தேவலோகத்து இரம்பைகளைப் போலவும் அப்ஸரஸ்திரீகளைப் போலவும் தோன்றிய காட்சி பற்றிய விரிவான தகவல்கள் முக்கியமானவை. அந்தக் கட்டடத்தின் கீழ்ப்பாகத்தில் பையன்கள் நின்றுகொண்டு மேற்படி வேசிகளின் வீட்டிற்குள் வரும்படி வற்புறுத்துவதால், வாலிபர்கள் அந்த வீதியில் போகாமல் இருத்தல் உத்தமம் என்று நரசிம்மலு நாயுடு குறிப்பிட்டுள்ளார். கயா நகரின் கடைவீதியில் மாடிகளின்மீது சிங்காரித்திருக்கிற வேசிகள் வழிப்போக்கர்களை மயக்குகின்றனர். ஆக்ரா நகரின் கடைவீதியின் மெத்தைகளில் வடதேசத்து வழக்கப் பிரகாரம் வெய்யோனைப்போல வெளுத்த தாசிகள், வழிப்போக்கர் பார்க்கும்போது சிரிக்கின்றனர் என்று போகிறபோக்கில் நூலில் இடம்பெற்றுள்ள குறிப்பு, அதுபோன்ற வழக்கம் தமிழகத்தில் இல்லை என்று சுட்டுகிறது.

கடவுளின் பெயரால் மதங்கள் உருவாக்கிய செயல்கள்

யாத்திரைக்காரர் கார்த்திகை மீ சுமார் 12 மைல் சுற்றளவுள்ள கோவர்த்தன மலையைச்சுற்றி தண்டாவதி பரிகர்மா என்ற உற்சவத்தைக் கொண்டாடுகின்றனர். பூர்வ ஜன்மத்தில் செய்த பாவத்தைப் போக்கிட தரையில் கீழே விழுந்து கோடு கிழித்தபிறகு அந்தக் கோட்டிலிருந்து மறுகோடுவரை தண்டால் செய்கின்றனர். இப்படியே இடைவிடாமல் ஒரு வாரம் செய்து மலையை வலம் வருகின்றனர். இத்தகைய கஷ்டமான பிரார்த்தனையைச் செய்திட முடியாத பணக்காரர்கள், அங்கிருக்கிற பிராமணர்களுக்கு ரூ.50 அல்லது 100 கொடுத்துத் தங்களுக்குப் பிரதிநிதியாகச் செய்யச்சொல்லி தங்கள் பாவத்தைப் போக்கிட முயலுகிறார்கள்.

பூரி கோவில் ரத உற்சவத்தின்போது, சிலர் மூடபக்தியினால் ரதச் சக்கரத்தின் முன்னர் விழுந்து சாகிறார்கள். அப்படி இறக்கிறவர்கள் நேராக வைகுண்டம் போகிறார்கள் என்பது மூடநம்பிக்கை.

கயிலாசம் புத்த மதத்தினருக்கு முக்கியமான புண்ணிய ஸ்தலமாகும். புத்த மத சந்நியாசிகள் மலையின்மேல் ஆசிரமங்களில் இருந்து தியானம் செய்கின்றனர்.

கைலாய மலையைச் சுற்றிவருகிற யாத்திரைக்காரர், வழியில் இருக்கிற பாவபுண்ணிய ஸ்தம்பம் என்னும் கல்லில் வெண்ணையைத் தடவி அதில் தமது தலைமயிரையும் ஆடும் பல்லையும் பிடுங்கி ஒட்டி வைக்கிறார்கள்.

இமய மலையில் இருக்கிற கேதர்நாத் கோவிலுக்கு அருகில் மஹாபந்த் என்ற மலைச் சிகரம் இருக்கிறது. இந்த இடத்தில் முன்னர் பஞ்சபாண்டவர்கள் தங்கித் தவம்செய்து, வைகுண்டம் போனார்கள் என்பது ஐதீகம். இன்றைக்குக்கூட குஜராத்திலிருந்தும் வங்காளத்தில் இருந்தும் வருகிற யாத்திரைக்காரர்களில் சிலர் சிகரத்தின் உச்சியில் இருந்து குதித்து தற்கொலை செய்துகொள்கின்றனர். அவர்கள் பூதவுடலுடன் பரமபதம் அடைவதாக நம்புகின்றனர். அந்த இடத்தின் பெயர் பையரவஜம்பு.

பண்டரிபுரத்தை அடுத்திருக்கிற நாடுகளில் விதவை திருமணம் இல்லாமையினால் அங்கே வசிக்கிற பாலிய விதவைகள் கர்ப்பமடைந்தால், பண்டரிபுரத்திற்கு யாத்திரை போவதாக வந்து குழந்தையைப் பெற்றெடுத்து எரித்துக் கொல்வது வழக்கமாக இருக்கிறது.

சுவாரசியமான தகவல்கள்

காசியில் குளிர் அதிகமானபடியால் இராக் காலங்களில் கனப்புச் சட்டிகளையும் கஞ்சா உக்காக் குடுக்கைகளையும் எல்லா ஜாதியாரும் பக்கத்தில் வைத்து இருக்கிறார்கள்.

கயா சேத்திரத்தில் உக்கா குடுக்கைகளையும் உக்கா குடிக்கும் மருந்துகளையும் கஞ்சாவையும் மலைகளைபோலக் குவித்துவைத்து அவைகளுக்காக இரண்டு மூன்று பெரிய கடைவீதிகள் இருக்கின்றன.

மதுராவில் யமுனை ஆற்றங்கரையின் படித்துறையில் பிரமாண்டமான ஆமைகள் மொய்த்துக்கொண்டிருக்கின்றன. அவைகளை மக்கள் போஷித்து வருகின்றனர்.

கல்கத்தாவில் ஹூக்லி நதிக்கரையில் அமைக்கப்பட்டுள்ள ஏடன் தோட்டத்தில் நுழைய விரும்புகிற இந்தியர்கள் கட்டாயம் பூட்ஸ்கள் அணிந்துகொண்டு போக வேண்டும்.

இலட்சுமணபுரி (Lucknnow) நகரத்தின் உட்பிரவேசக் கேட்டுகளின் இருபுறங்களிலும் இரு வேங்கைப் புலிகள் கட்டப்பட்டிருக்கின்றன.

இலட்சுமணபுரியில் புகைவண்டி நிலையத்துக்குச் சமீபத்தில் இருக்கும் துரை விஜய கங்கா சத்திரத்தில் தங்கிய நரசிம்மலு நாயுடு, சொல்கிற அன்றைய கட்டண விவரம் சுவாரசியமானது. இந்தச் சத்திரத்தில் ஆள் ஒன்றுக்குத் தினக் குடிக்கூலி காலணா தரவேண்டும். இதோடுகூடச் சமீபத்திலிருக்கும் கக்கூசுக்குப் போனால் ஜலபாதைக்குக் காலணாவும், மலபாதைக்கு அரையணாவும் முன்னாடி கொடுக்கவேண்டும்.

நரசிம்மலு நாயுடுவின் உரைநடை மொழியானது பல இடங்களில் கவித்துவமாக வெளிப்பட்டுள்ளது. குறிப்பாக, புண்ணிய ஸ்தலமென்று கருதப்படுகிற இடங்களில் அவர் செய்துள்ள பிரார்த்தனைகள் உருக்கமாக அமைந்துள்ளன. யமுனை நதிக்கரையில் செய்த பிரார்த்தனையில் இருந்து சில பகுதிகள்: *ஓ அழகிய யமுனா நதியே! உனது அழகை என்னவென்று புகழ்ந்து கொண்டாடுவோம். காளிதாசன், பவபூதி, தண்டி முதலான கவிராஜர்களும், வித்துவான்களும், இரச்மஞ்சர், இரசபிரகரணாதி, சிங்கார அலங்கார கர்த்தர்களும் தியாகராஜாதி ஆந்திர பாகவதோத்தமர்களும் நின்னைப் புகழ்ந்தது இன்றுதான் பிரத்தியக்ஷமாயிற்று. இந்திர நீல வர்ணமும், இரம்பை, மேனகை முதலான அப்ஸர ஸ்திரீகளுடைய மேனிகளைப்போலவும், இடைக்கிடை மின்னற்கொடிகளைப்போல மின்னி இரமணீயமாகப் பிரகாசிக்கும் நினது சுந்தரத்தன்மையை எப்படி எமது நாவால் பாடியாடிக் கொண்டாடுவம்? நினது மணலோ மின்னும் மணிகளோடு மஹாமலைப்போல மெத்தனவாயும், மினிட்டுக்கு ஓர் வர்ணமாக மின்னி மோஹதாபங் கொள்ளச்செய்கின்றன. ஓ மோஹன சுந்தரி!...*

காசி, கங்கை, ஆக்ரா, பிருந்தாவனம், பண்டரிபுரம், டில்லி போன்ற இடங்களில் நரசிம்மலு நாயுடு சொல்லியிருக்கிற பிரார்த்தனைகள் அவருடைய பக்தியின் அழுத்தமான வெளிப்பாடுகள். பனாரிஸ் (காசி) பக்ஷிகளுடன் பிரம்மோபாசியின் (நமது) சல்லாபனை (அலங்கார கற்பனை) என்ற தலைப்பில் புறாவுடனும் பஞ்சவர்ணக்கிளியுடனும் பேசுவதாக எழுதியுள்ள புனைகதையானது, நரசிம்ம நாயுடுவின் கற்பனை வளத்திற்கும் மொழி ஆளுகைக்கும் சான்றாகும்

தெலுங்கு, தமிழ், ஆங்கிலம், சம்ஸ்கிருதம் போன்ற மொழிகளில் தேர்ச்சி பெற்றிருந்த நரசிம்மலு நாயுடு எழுதியுள்ள உரைநடையானது, அன்றைய காலகட்டத்தின் தமிழ் மொழிக்கு அடையாளமாகும். அவர் பயன்படுத்திய மொழியின் அழகினை இன்றைய தலைமுறையினர் அறிய வேண்டுமென்பதற்காக மூலநூலினை அப்படியே பின்பற்றி இந்த நூலைப் பதிப்பித்திருக்கிறேன். மூலநூலில் இடம்பெற்றுள்ள சம்ஸ்கிருதச் சொற்கள் எவ்வித மாற்றமுமின்றி அச்சேறியுள்ளன. எடுத்துக்காட்டாக, நூலில் விதவையைக் குறிக்கப் பயன்படுத்தப்பட்டுள்ள விதந்து என்ற சொல் அவ்வாறே பயன்படுத்தப்பட்டுள்ளது. சில சொற்கள் மட்டும் இன்றைய வாசிப்பினுக்கேற்றவகையில் பிரித்து எழுதப்பட்டுள்ளன.

சே.ப.நரசிம்மலு நாயுடு, தனது பயண நூலில் குறிப்பிட்டிருக்கும் குறியீடுகள், அப்படியே பயன்படுத்தப்பட்டுள்ளன. அந்த குறியீடுகள் குறித்த விளக்கம்

௵ - ஆண்டு, ௴ - மாதம், ௳ - தேதி, ௸ - மேற்படி.

நரசிம்மலு நாயுடு ரயில் கட்டணத்தை ரூபா 2-5-8 என மூன்று அலகுகளில் பணத்தைக் குறிக்கிறார். இந்தக் கணக்குமுறை அறுபதுகள் வரையிலும் இந்தியாவில் வழக்கினில் இருந்தது. முதலில் வரும் 2 என்பது ரூபாயையும், இரண்டாவதாக வரும் 5 என்பது அணாவையும் மூன்றாவதாக வரும் 8 என்பது சல்லி என்ற பைசாவையும் குறித்தன. ஆறு பைசாக்கள் அடங்கியது ஓர் அணா எனப்பட்டது. 16½ அணாக்கள் சேர்ந்தால் ஒரு ரூபாய் ஆகும். அறுபதுகளில்கூட தோசை ஓரணாவிற்கும் இரண்டு இட்லிகள் அரையணாவுக்கும் விற்கப்பட்டன.

நரசிம்மலு நாயுடு அந்தக் காலகட்டத்தில் மிகவும் சிரமப்பட்டுத் தேடியெடுத்த பல்வேறு புள்ளிவிவரங்களைத் தந்துள்ளார். அவை சொல்லவிரும்புகிற தகவல்களுக்குப் பின்புலமாக அமைந்துள்ளன. சில நகரங்களின் மக்கள் தொகை பற்றிய புள்ளிவிவரங்கள், கட்டடம் கட்டுவதற்கான செலவுத் தொகை, கோவில் வருமானம் போன்றவை தருக்கத்திற்குப் பொருத்தமற்று உள்ளன. ஒரு ரூபாய் என்பது பெரிய தொகையாகக் கருதப்பட்ட சூழலில் லட்சக்கணக்கில் குறிப்பிடப்படும் தொகை முரணாக உள்ளது. சென்னையிலிருந்து ஆக்ரா கண்டோன்மெண்டுக்கு 447 மைல்கள் தூரமும், மூன்றாவது

வகுப்புக்கு ரூ.21-3-3ம் சார்ஜ் ஆகிறது. என்கிறார். சென்னையில் இருந்து ஆக்ரா 1,214 மைல்கள் தொலைவில் இருப்பதை 447 மைல்கள் என்று குறிப்பிட்டிருப்பது பிழையானது. இந்த நூலில் குறிக்கப்பட்டுள்ள தகவல்களைச் சரி பார்க்க வேண்டியுள்ளது. நரசிம்மலு நாயுடு தனது பயணநூலில் குறிப்பிடுகிற புள்ளிவிவரங்களை எந்த மூலநூலில் இருந்து எடுத்தாண்டுள்ளார் என்பது புலப்படவில்லை.

சாதனையாளரான சே.ப.நரசிம்மலு நாயுடுவின் வாழ்க்கை வரலாறு, செயல்பாடுகள், பிரசுரித்த நூல்கள் குறித்துக் கவிஞர் சிற்பி எழுதியுள்ள சே.ப.நரசிம்மலு நாயுடு என்ற நூலானது, இந்திய இலக்கியச் சிற்பிகள் வரிசையில் சாகித்ய அகாதெமி நிறுவனத்தினரால் 2003ஆம் ஆண்டில் வெளியிடப்பட்டுள்ளது. நரசிம்மலு நாயுடுவைப் பற்றி கூடுதலாக தகவல்கள் வேண்டுவோர் அந்த நூலை அவசியம் வாசிக்க வேண்டும்.

1913ஆம் ஆண்டில் நரசிம்மலு நாயுடு பதிப்பித்த ஆரியர் திவ்விய தேச யாத்திரையின் சரித்திரம் நூலின் இரண்டாம் பதிப்புதான் இப்பொழுது அச்சு வடிவம் பெற்றுள்ளது. சுமார் 105 ஆண்டுகளுக்குப் பின்னர் 2018ஆம் ஆண்டில் இந்த நூல் மீண்டும் பிரசுரமாகிறது. ஒரு காலகட்டத்திய இந்தியாவின் அரசியல், சமூக, சமயச் சூழலையும் நிகழ்வுகளையும் அறிந்திட நரசிம்மலு நாயுடுவின் பயண நூல் பெரிதும் உதவுகிறது. இந்த நூலைத் தமிழர்கள் அவசியம் வரவேற்று வாசிக்க வேண்டும்.

ஆரியர் திவ்விய தேச யாத்திரையின் சரித்திரம் நூல் எனக்குக் கிடைத்திடக் காரணம் மதுரை, பல் மருத்துவர் நண்பர் ராஜண்ணாதான். அவரிடம் சிகிச்சைக்காகப் போயிருந்தபோது, தற்செயலாக அவர் தந்த புத்தகம்தான் இப்பொழுது மீண்டும் அச்சு வடிவம் பெற்றுள்ளது. அவருக்கு என்றும் தீராத நன்றி.

நரசிம்மலு நாயுடுவின் யாத்திரை நூலைப் பிரசுரிப்பதில் ஆர்வம்கொண்டு, முந்தைய பதிப்பைப் பின்பற்றி செவ்வியல்தன்மை மாறாமல் புத்தக உருவாக்கத்துக்கு உதவிய நண்பர் கவிஞர் ஸ்ரீஷங்கர், இரா.செந்தில்குமார், சந்தோஷ் கொளஞ்சி என்றும் அன்பிற்குரியவர்கள்.

எனது புதிய முயற்சிகளுக்கு எப்பொழுதும் ஆதரவு அளிக்கிற நண்பர் மு.வேடியப்பன் வரலாற்றுச் சிறப்புடைய இந்த நூலை டிஸ்கவரி பதிப்பகம்மூலம் அழகிய வடிவில் கொண்டுவர முழுமையான ஒத்துழைப்பு நல்கினார். அவருக்கு இனிய நன்றி.

ந.முருகேசபாண்டியன்
மதுரை
9443861238

ஆரியர் திவ்விய தேச யாத்திரையின் சரித்திரம்.

இஃது

கோயமுத்தூர் கலாநிதியின் பத்திரிகாசிரியரும், ஸ்ரீ பெரும்பூதூர், திருநாராயணபுரம், திருப்பதி, காஞ்சி, காசி, அவந்திகாதி திவ்ய ஸ்தலமகத்துவங்கள், ஆஸ்திகமதசித்தாந்தம் முதலான மத விருக்ஷம், கலியுகதர்மம், புணர்விவாஹபுண்ணியம், வேதாந்தசூரியோதயம், கோதையர் கொம்மி, பெண்களின் சரித்திரம், பூர்வ இந்துசமயம், பிரம்மோபாசனாபத்ததி, ஆரியர் சங் கீத சாஸ்திரம், சாமுத்திரிகா சாஸ் திரம், தருக்கசாஸ்திரம் தக்ஷிண இந்தியா சரித்திரம், பலிஜவாரி புராணம், இந்து பைபில் என்னும் ஆரியர் வேதம், விவசாய சாஸ்திரம், பிரம்மசமய சரித்திரம், ஆரியர் ஆசாரம், ஷ சித்தாந்தம் முதலான கிரந்தங்களின் கர்த்தரும், மதுரைத் தமிழ்ச்சங்கத்தின் ஓர் அங்கத்தினருமாகிய
சேலம் - பகடால நரசிம்மலு நாயுடவர்களால்
இயற்றப்பெற்று,
சென்னை:
மதராஸ் ரிப்பன் அச்சியந்திரசாலையில்
பதிப்பிக்கப்பட்டது.
1913
(இரண்டாம் பதிப்பு)

1913ல் இரண்டாம் பதிப்பின் முகவுரை.

இப் புத்தகத்தின் முதற்பதிப்பை 22 வருஷங்களுக்கு முன்பு பதிப்பித்தனன். இந்நாட்டார் மூர்த்தி ஸ்தலம் தீர்த்த ஸ்தலம் முதலானவைகளைத் தரிசிப்பதில் அதிக அவாவுடையவர்க ளென்பது திண்ணம். ஆயினும் அவற்றின் ஆதி உற்பத்தி விவரத்தையும் மத்தியகால தற்கால ஸ்திதிகளையும்பற்றி விசாரிப்பது அபூர்வம். தமிழ் தெலுங்கு கன்னடம் மலையாளமாகிய நான்கு பாஷைகளை மாத்திரம் அறிந்த இத்தென்னாட்டார் வங்க கலிங்க காஷ்மீர ஹிந்து ஹிந்துஸ்தானி கூர்ஜ்ஜரம் மஹாராஷ்ட்ரம் முதலான பாஷைகளைப் பேசும் தேசங்களிலுள்ள திவ்யஸ்தல திவ்யதீர்த்த திவ்ய பருவதப் பிரதேசங்களினுடைய பிரபாவத்தைச் சாங்கோபாங்கமாகக் கேட்டறிவது அசாத்தியம். இக்குறைகளை நீக்கும்பொருட்டே இப்புத்தகத்தைப் பதிப்பித்தனன். இக் கருத்தை அறிந்த தமிழ்நாட்டார் தாங்கள் வடதேசயாத்திரை செய்யும்போதெல்லாம் இப் புத்தகத்தை வாங்கிக்கொண்டு தமது யாத்திரைத் தோழனாகக் கொண்டுபோய்ப் படித்து அதிற் கண்டபடி அநுஷ்டித்துச் சுகயாத்திரை செய்ததைப் பற்றி எனக்கு அநேக வந்தன கடிதங்களை எழுதிக் கொண்டாடினார்கள். ஆகவே, இதன் இரண்டாவது பதிப்பைச் சுத்தப்பிரதியாகத் திருத்தியும், நான் முன் பதிப்பில் வகைமோசமாக விட்டிருந்த சில திவ்ய ஸ்தலங்களின் சரித்திரங்களைச் சேர்த்தும், அந்தந்த விடங்களிலுள்ள விசேஷ கட்டிட நதி பர்வதங்களின் படங்களைச் சேர்த்தும் பதிப்பிக்க எண்ணினேன். எண்ணினாலுமென்ன? இடையில் வந்துள்ள பல தொல்லைகளினால் எனது எண்ணத்தை முற்றும்

முடிக்கக் கூடவில்லை. ஆயினும் முதற்பதிப்பைவிட இதில் அநேக நூதன விஷயங்களைச் சேர்த்துக் கூடியவரையில் சுத்தப் பிரதியாகப் பதிப்பித்திருக்கின்றதன்றியில், அனேக அன்பர்களுடைய வேண்டுகோளின்படி எனது உருவப்படத்தையும், ஒரு இந்தியப் படத்தையும் இதில் சேர்த்திருக்கின்றேன். அந்த இந்தியப்படத்தில் குறித்திருக்கும் பட்டணங்களின் விவரத்தை அப்பட்டணங்களின் முன்னிற்கும் எண்களிலுள்ள இப்புத்தகத்தின் பக்கங்களில் பார்க்கக் காணலாம்.

முதற்பதிப்புப் புத்தகங்களை ஏராளமாக வாங்கி உற்சாகப்படுத்திய அன்பர்களும் ஏனையோரும் இந்த இரண்டாம் பதிப்பையும் வாங்கி உற்சாகப்படுத்தினால் கூடிய சீக்கிரத்தில் மூன்றாம் பதிப்பைத் தக்க படங்களோடும் விஷயங்களோடும் பதிப்பிக்கச் சித்தமாக இருக்கின்றனன்.

கோயமுத்தூர்
கலாநிதி ஆச்சிரமம்.
1913 ஸ்ரீ மே மீ 15 உ

இங்ஙனம்:
சே.ப.நரசிம்மலு நாயுடு.

நூன்முகம்

அகிலாண்டகோடி பிரம்மாண்ட நாயகராகிய ஜகதீசுவரர் அங்கிங்கெனாதபடி எங்கும் பிரகாசராயும், அபார சக்தியுடையவராயும், அபார கருணையுடையவராயும் இருந்து சிருஷ்டித்த சகல ஜீவகோடிகளிலும் மானவ ஜாதியாராகிய நம்மைச் சிறந்த பிறவிகளாகப் படைத்து நமக்கு **இகலோக** சுகமென்றும், **பரலோக** சுகமென்றும், இரண்டுவித சிரேஷ்ட சுகங்களையும் நியமித்திருக்கின்றனர். இவ்விருவகைச் சுகங்களுக்குக் காரணமாகிய அறம், பொருள், இன்பம், வீடென்னும் புருஷார்த்தங்களை யடையும்படி நாம் பிறந்தவிடத்திலேயோ, மற்றும் இவ்வுலகத்திலிருக்கும் வெவ்வேறு தேசம், நாடு, நகரம், மலை முதலான விடங்களிலேயோ சஞ்சரித்து, முன்சொன்ன நான்கில் அறம், பொருள், இன்பம் என்னும் மூன்றுவித பேறுகளை யனுபவிப்பதோடுங்கூட, அந்தந்தத் தேசம், நாடு, நகரம், தீபம், மலை முதலான விடங்களிலிருக்கும் பூசாரம், ஜலசாரம், சீதோஷ்ணம், காற்று முதலானவைகளும், தாதுவர்க்கம், கந்த மூலம், கிரிமிகீடகம் பக்ஷி, மிருகாதி மாந்தர்களின் விசித்திர விநோதமான ரூப குண பேதங்களைக் கண்டும் கேட்டும், இவைகளுக்கு ஆதிமூலமாகிய பரமேசுவரருடைய பெருமையை யறிந்து ஷ மூன்றுவித சுகங்களாகிய சிற்றின்பங்களைச் சிறுகச்சிறுக விட்டு, பேரின்பமாகிய வீட்டையடையப் பிரயத்தனப்படச் செய்ததேயாம். இவ்வித பிரயத்தனத்துக்கு இகலோக யாத்திரை என்று பெயர். இந்த இகலோக யாத்திரையின் உத்தேசமெல்லாங் கூடித் தேக சுகத்தையும், மனோவிஞ்ஞான விருத்தியையும், ஆத்மோன்னத ஸ்திதியையும், தெய்வபக்தியையும் விருத்தியாக்கும் காரணமாயிருத்தலால், இதற்குத் திவ்விய தேச யாத்திரையென்று சொல்லப்பட்டது. இவ்விதமான உலக யாத்திரையின் பயனை யனுபவித்த

பிறகு, இதற்கு மேலான சாஸ்விதாநந்த சுகத்தை யடைவதற்குப் பரலோக யாத்திரை என்று பெரியோர் சொல்லியிருக்கின்றனர். இதைச் சற்று ஆழ்ந்து யோசிப்போமாகில் ஒவ்வொரு ஆத்மாவுக்கும் இகலோக யாத்திரையும், பரலோக யாத்திரையும் இன்றியமையாததாய் ஈசுவரர் நியமித்திருப்பது ஸ்பஷ்டமாகும். இவ்விரு வகை யாத்திரைகளில் இகலோக யாத்திரையானது பிரத்தியக்ஷத்தில் கண்டு அனுபவிக்கத் தக்கதாயும், பரலோக யாத்திரைக்குப் படிக்கட்டாயும் இருக்கிறது. ஆனது பற்றியே, நமது ஆரியர் இந்த இகலோக யாத்திரையைப் பலவிதமாகச் சிறப்பித்து பாகவதம், பாரதம் முதலான கிரந்தங்களிற் சொல்லி யிருக்கின்றனர். அவற்றின் கருத்தையே ஞானாமிர்தம் என்னும் பத்திரிகையிலிருந்து இங்குப் பதிப்பிக்கின்றனன். அதாவது:-

“திவ்யஸ்தல யாத்திரை சித்த சுத்தியையும் இஷ்ட சித்திகளையும் ஒரு தலையாக விளைவிக்குமென்பது யுக்திக்கும் அனுபவத்திற்கும் முழுதும் இசைந்த சத்திய சங்கதியேயாம். ஒருவன் திவ்வியஸ்தல யாத்திரைசெய்ய உத்தேசிக்குங் காலத்திற்றானே இகபோக வைராக்கியமும், பாரமார்த்திக விருப்பும் அவனிடத் துளவாகின்றன. அந்த யாத்திரை யுத்தியோக மாத்திரையாலே ஒருவனுக்கு அங்ஙனம் இகபோக வெறுப்பும் பரவாழ்வின் விருப்பும் உதிக்குங்கால், அவன் தன் வாசஸ்தலம்விட்டு அந்நிய ஸ்தலங்களுக்கு யாத்திரைபோக மனம் ஒருப்பட்டு, சில நியம சங்கற்பத்தோடு வெளிப் புறப்பட்டு நடக்கின்றான். இனி அங்ஙனம் நியம சங்கற்பத்தோடு வழிக்கொண்டு நடக்கும் அவன் அந்நிய திவ்யஸ்தலங்களை அடைந்து ஆங்காங்குத் தங்கிச் செல்கின்றுழி, ஆங்காங்கு நேர்தரும் மலை கடல், ஆறு முதலியனவும் மக்கள், விலங்கு, புள், மரம், பிறவும் ஆகிய தெய்வ சிருட்டி வைபவங்கள் பல கண்டு மிக்க அதிசய மனத்தனாய், அமல சின்மய முதல்வன் அளவில் அறிவாற்றல் நினைந்துபோற்றி அப்பரன்பால் முன்னையினும், அன்பு வழிபாடு மிக வுடையவனாகின்றான். அதுவொன்றோ, அங்கங்கே தான் சந்திக்கும் நல்லோர் பலருடன் லோகவியாபார வியற்கைகளையும், ஆன்மலாப சாதன முறைகளையும் பற்றி நன்கு விசார சம்பாஷணஞ் செய்து, அறியாதன பல அறிந்து ஆனந்த மடைகின்றான். அதுவொன்றோ, அவன் அங்ஙனம் சாதுசங்க சம்பாஷணத்தினால் தான் அடைந்த அறிவுகளெல்லாவற்றையும், தன் விவேக மதியோடு சார்த்திச் சிந்தித்துத் தெளிந்து, அவை தனக்குக் கைவல்யம் ஆதற்கு வேண்டும் சாதக உதவிகள் பலவும் அங்காங்கே அச்சாதுக்கள் அருளால் எளிதில் பெற்றுய்தற்குச் சக்தனுமாகின்றான். அவன் யாத்திரை குறித்து எழுதற்கு முன்னர்த் தன்னூரிற் பற்றியிருந்த பந்துக்கள் முதலிய உயிர்ப்பற்றும், வீடு விளைநில முதலியனவும், தன் தானிய முதலியனவுமாகும் பொருட்பற்றும், மெல்லமெல்லத் துறந்து, அவைபற்றிவருங் கவலைகளும், துக்கங்களும் பெரிது மிலனாய் மனத்திடம் நன்குபெற்று ஆனந்த வாழ்வில் ஒருமை யுறுகின்றான். முன்னெல்லாம் தான் கண்டதே கண்டும், கேட்டதே கேட்டும்,

உண்டதே யுண்டும், மோந்ததே மோந்தும், உடுத்ததே யுடுத்தும், அவை தன் முயற்சியால் வருவனவென்று ஐம்புலவழியே நம்பி, அதில் முழுகிநின்ற அவன், அவை ஆண்டாண்டுப் புதிது புதிதாய்ப் பலவாறு விடாது பொருந்தித் தனக் கனுபவமாதல் கண்டு பண்டை வினைக்கீடாகப் பரமன் கூட்டி யூட்டுமா றிதுவாகும், இது நம் முயற்சியான் நாட்டப்படுவதன்று, இந் நுகர்ச்சி யென்று அப்பேறுபற்றி முறுகுதலின்றி, அதற்கு வேறாய்த் தொடர்பின்றி ஒழுகும் கடன்முறை யுடையனாகின்றான். இனி அவன் யாத்திரை போய்த் தங்கிச்செல்லும் ஸ்தலங்களில் மக்கள் முதலிய உயிர்ச்சார்பும் மற்றைப் பொருக்ஷார்பும் அவன் தன்னை மிகப் பிரபந்தித்துத் துடக்குறுவிக்கமாட்டா. என்னை? அவன் அங்கங்கே நீடுதங்காமல் அவையெல்லாம் புறம்பா யொழியச் சடுதியில் போக்கொருப்பட்டு இடம் பெயர்ந்து செல்லும் யாத்திரை ஒழுகினனாதலினென்க. இந்தப் பிரகாசம் யாத்திரையினால் பொய்ப்பற்று நீங்கி, மெய்ப்பற்று மிகுதலின் அவன் சித்தமாசற்றுச் சுத்தி மிகவுடையனாய் இஷ்ட சித்திகள் பெற்று மேம்படுகின்றான். இம்முறையினால் திவ்விய ஸ்தல யாத்திரை மாந்தர்க்குச் சித்த சுத்தி முதலியன தப்பாது விளைவிப்பதோர் ஞானசாதனமாகும் என்பது யுக்தி யனுபவசித்தமாக இனிது அறியப்படுதலின், அது சுருதி மொழி யாத்திரையாய் வருவதொன்றன்று; சுருதி, யுக்தி, அனுபவ மூன்றற்கும் ஒத்ததாய் வரும் சரதநற் செயலேயாம் என்று கடைப்பிடிக்க.

இனி மனிதர் தேசயாத்திரை செய்யாமல், தாந்தாம் பிறந்த பிறந்த ஸ்தலங்களிற்றாமே வசித்தல் செய்வராயின், அவர்க்கு மேற்கூறிய நன்மைகளும், சித்தசுத்தியும், தத்துவ உணர்வும், எய்தமாட்டா. இனி ஸ்தாவர ஜீவாத்மாக்களைக் காட்டிலும் சங்கம ஜீவாத்மாக்களுக்கு மேம்பாடு அதிகமுண்டாகுதல், அவைகள் ஓரிடத்திலே நிலையுறுதலின்றி வசிக்குமிடம் விட்டு மற்றோரிடம் போய் உலாவி, இஷ்டபூர்த்தியுறும் யோக்கியதை உடையனவாதல் பற்றியேயாம். இனி அச்சங்கமங்களுள் மனிதர் மேம்பாடு அதிக முடையராகுதல் தாம் விரும்பிய நன்மைகளை விரும்பியபடி பல தேசயாத்திரை போய்ப் பலவாறு கண்டு, தேர்ந்து அடையும் யோக்கியதையுடையராதல் பற்றியேயாம். மனிதர் தேசயாத்திரையை விரும்பாது தாந்தாம் பிறந்த பிறந்த ஸ்தலங்களையே அபிமானித்து விடாதுபற்றியிருந்து ஜீவித்து இறந்து ஒழிவாராயின், அவர் மற்றை மிருக முதலிய சங்கமங்களினும் தாழ்ந்தவராதலொன்றோ, ஸ்தாவரங்களினும் கடையராய்த் தம்முயர் பிறவி விருதாவாகக் கழித்துப் பழிக்கவும் படுவர்.” மேலும்,

இந்தத் திவ்விய தேச யாத்திரையின் பெருமையை யறிந்தோர் இத்தேயத்து ஆரியர் மாத்திரமல்ல, ஐரோப்பா, அமெரிக்கா தேயங்களிற் சிறந்த தத்துவஞானிகளும், கவிகளும் அறிந்து அதைச் சிறப்பித்து எழுதியிருக்கின்றனர். அதற்கு லார்டு பேகன் (Lord Bacon) சாஸ்திரியார் யாத்திரையின் பிரயோஜனத்தைப் பற்றியும், அதைச் செய்யும் விதத்தைப்பற்றியும் பின்வருமாறு எழுதியிருக்கின்றனர்:-

“யாத்திரையினால் சிறியோர்க்குக் கல்வியும், பெரியோர்க்கு அனுபவமும் முடிவு பெறும். ஒரு தேசத்தில் புகுமுன் அதன் பாஷையைச் சற்றேனும் அறியாதவன் அதில் தனித்து யாத்திரை செய்யப்புகாமல் அத்தேசத்தையும் அதன் பாஷையையும் அறிந்த புலவரையேனும், கௌரவமுள்ள ஊழியரையேனும் துணையாய்க் கொள்ளின் நலம். ஏனெனில் அவர் அங்குள்ள நற்காக்ஷியின்னவை, நற்கேண்மை யின்னார், மெய்மனப் பயிற்சிக ளின்னவை என விளக்கிக் காட்டுவார். இல்லெனின், சிறியோர் கண்மூடிகள்போல் சென்று யாதுங் காணாது வருவர். கடலுங் ககனமுமன்றி மற்றொன்றுந் தோன்றாத கடற்பிரயாணத்தில் தினசரி யெழுதுவோர் அளவற்ற காக்ஷியுள்ள கரைத்துறையில் அதை யெழுதாதிருப்பது விந்தையா யிருப்பதுமன்றி, திருஷ்டத்தைக் காட்டிலும் அதிருஷ்டமே குறிக்கச் சிறந்தனபோலும். அரசரின் சபைகளும், முக்கியமாய்த் தர்பாரும், வழக்குகளைத் தீர்க்கின்ற நியாயஸ்தலங்களும், குருக்கள்மார் சபைகளும், கோவில்களும், மடங்களும், அவற்றிலுள்ள புதுமைகளும், கோட்டை நகர் அரண்களும், அகழ் முதலான காவல்களும், கப்பல்நிலைத் துறைகளும், புராதன கட்டடங்களும், புஸ்தகச் சாலைகளும், கற்றோர் சபைகளும், சர்ச்சாப் பிரசங்கங்களும், கப்பல்களும், தோணிகளும், பெரியநகர் அரண்மனைகளும், உத்தியாவனங்களும், ஆயுதச்சாலைகளும், பண்டமாற்றிடங்களும், பண்டகசாலைகளும், குதிரைப்பந்தயங்களும், மல்லயுத்தங்களும், படைகளின் பயிற்சிகளும், பெரியோர் அணுகுகின்ற சிங்கார நாடகங்களும், அணியாடைக் களஞ்சியங்களும், மந்திரச் சபைகளும், புதுமை யற்புதங்களும், இவைபோல ஆங்காங்கே சிறந்தனவெல்லாம் நற்காக்ஷியாம்; ஆகலின், புலவரும், ஊழியரும் இவையெல்லாம் ஆராய்ந்து காட்டவேண்டும். வெற்றியுற்சவங்களும், பொய்க்கோலம், திருவிழவு மணமரணச் சங்கங்களும், கொலையாளி தண்டனையும் இத்தன்மையானவை எனத் தாமாய் விளங்குவதால் குறிப்பாகக் காட்டவேண்டாம். ஆயினுமவற்றைப் பாராமுகமும் செய்ய வேண்டாம். சொற்ப யாத்திரையினால் அதிக விஷயங்களையறிய வேண்டும். சிறுவன் முன் கூறியவாறு அந்நாட்டுப் பாஷையை ஒருவாறறிந்திருப்பதுமன்றி அந்நாட்டை முன்னறிந்த புலவரையும், ஊழியக்காரரையும் கைக்கொண்டு செல்லவேண்டும். அந்நாடுகளின் வரலாற்றை விளக்கிக் காட்டவல்ல ஒரு படமேனும், புஸ்தகமேனும் கையிலிருப்பின் அவன் விசாரணைக்கு அது ஒரு திறவுகோல்போலும். தினசரியும் எழுத வேண்டும். அந்தந்த நகரத்தின் சிறப்பிற் கியைந்தபடி, அதிலிருக்கவேண்டுமேயன்றி அதிககால மிருக்கவேண்டாம். ஒரு நகரிலுள்ளவரை, அடிக்கடி இருப்பிடத்தை மாற்றுவதால், அறிமுகம் எளிதில் வளரும். தந்நாட்டாரை வரைந்தந்நாட்டின் மேன்மக்களுடன் புசிக்க, நாடுவிட்டு நாடு மாறுங்கால் அங்குள்ள பெரிய மனிதருக்கு ஒப்படைப்புக் கடிதங்கள் பெற்றுக்கொண்டு போவதினால், தான் விரும்புமவற்றை எளிதிற் காணவும், அறியவும்கூடும். இவ்வாறாகில் சொற்பசஞ்சாரத்தால் அதிக லாபமடையலாம். யாத்திரையில்

கொள்ளவேண்டிய நண்பர்களில் மந்திரிகள், ஸ்தானாபதிகள் இவர்களின் நட்பு வெகு பயனுள்ளதாகும். எப்படியெனில், அவனிவ்வாறு சஞ் சரிப்பது ஒரு நாடாயினும், பலநாடுகளின் வரலாற்றைக் கிரகிக்கலாம். சுற்றுப்பக்கங்களிலுள்ள நாடுகளில் பேரும் பிரதிஷ்டையும் பெற்று விளங்கியிருக்கிற பெரிய மனிதர்களைக் காண்பதனால் அவர்கள் அப்பெயரையும், பிரதிஷ்டையையும் பெற்றிருப்பது நியாயமோ அநியாயமோவென்பதை அறியலாம். சண்டைகளினின்றும் வெகு ஊக்கத்துடன் விலகுக. இச் சண்டைகள் சாதாரணமாய்ப் பெண்களையும். சுகத்தையும், இடத்தையும், சொற்களையும் பற்றினவாயிருக்கும். யாத்திரை செய்வோர் கோபிகளுடன் பேசுங்கால் வெகு ஜாக்கிரதையா யிருக்க வேண்டும். இல்லெனில் அவர்கள் வலியப் போருக்கிழுப்பார். யாத்திரை செய்வோன் சுவதேசத்துக்கு மீண்டபிறகு தான் சஞ்சரித்த நாடுகளை மறந்துவிடாமல் அங்குள்ள சிறந்த நண்பர்களுடன் எழுத்துமூலமாய் நட்பைப் பயிலவேண்டும். அவன் யாத்திரை செய்தானென்பது பாஷையினால் விளங்க வேண்டுமேயன்றி வேஷத்தினாலல்ல. வலியக்கதை சொல்வதிலும், கேட்டோருக் குறைப்பது உசிதம். ஒருவன் சொந்த ஆசாரக் கோட்பாடுகளை நீக்கி அவன் சஞ்சரித்த நாட்டினவற்றைக் கைக்கொண்டதாக விளக்கவேண்டாம். ஆயினும் அன்னிய தேசத்தில் கிரகித்த நல்லொழுக்கங்களாலும், கோட்பாடுகளாலும் சுவதேசத்தினவற்றை யலங்கரிக்கலாம்" இது நிற்க.

இப் பூவுலகத்தை எல்லாம் சுற்றிப் பார்த்து பரமேசுவரருடைய பெருமையை அறிந்துய்ய எம்மை இயற்கை யறிவு பல வருஷங்களாகத் தூண்டியது. தூண்டினாலும் என்ன? கடவுளது கிருபையும், காலானுகூலமும், தேகதாருட்டியமும், திரவிய சகாயமும், பொருந்தி யிருந்தாலன்றி திவ்விய தேச யாத்திரை செய்துவருதல் கஷ்ட சாத்தியம், ஆகவே, இப்பூவுலகம் முழுதையுஞ் சுற்றிப் பார்க்க விருப்பங்கொண்ட யான் இந்தப் பிரபஞ்சத்தின் பிரதான தேசங்களில் ஒன்றும், எனது ஜனன தேசமுமாகிய இந்த இந்து தேசத்தையாகிலும் சுற்றிப் பார்க்க வரங்கொடுக்க வேண்டுமென்று சர்வேசுவரரைச் சதா வேண்ட, அவரது கிருபையால், இத்தேசத்தின் சில விசேஷ பாகங்களைப் பார்க்கப் பாக்கியம் பெற்றேன். அப்படிப் பார்த்த விடங்களின் பெருமைகளைப் பற்றிப் பல வருடங்களாக வழக்கமாய் எழுதிக் கொண்டுவரும் எனது தினசரித்திரப் புஸ்தகத்தில் ஆங்கிலேய பாஷையில் எழுதி வைத்தேன். அவைகளைக் கண்டும் கேட்டும் உள்ள அன்பர்கள் அவைகளைப் பிறரும் படித்தும் கேட்டும் போய்ப் பார்த்துவரப் பிரயோஜன மாகுமென்று அறிவித்ததால், அவைகளைத் தமிழில் மொழிபெயர்த்து எனது கலாநிதிப் பத்திரிகையில் பக்ஷம் தோறும் பதிப்பித்து வந்தேன். இவைகளைப் படித்த அன்பர்கள், இது இத்தேச யாத்திரை செய்வோருக்கு ஒரு வழிகாட்டு நூலாக உதவுமென்று கேட்டுக்கொண்டமையால், இப்போது புத்தக ரூபமாகப் பதிப்பித்தேன். இதன் அட்டவணையினால் இதிலடங்கியிருக்கும் நாடு, நகரம், மலை,

மாகாண முதலானவைகளின் மேன்மையான சங்கதிகள் விவரமாகும். இடையில் சம்பவித்த பல வேலைகளால் யான் இத் தேசத்தில் யாத்திரைசெய்து கண்ட நாடு நகரங்களின் பெருமைகளையெல்லாம் ஒரே புத்தகத்தில் முடிக்கக் கூடாமையால், இதை முதற்பாகமாகப் (Vol-1) பதிப்பித்து, மற்றவைகளை இரண்டாம் பாகமாகப் (Vol-II) பதிப்பிக்கத் துணிந்தேன். பெரியோர் இதில் காணும் பிழைகளைப் பொருட்செய்யாமல் குணங்களையே நாடுவார்களென்று நம்புகின்றனன்.

இங்ஙனம்:

கோயமுத்தூர்:
1889 ஸ்ரீ ஜனவரி மீ 30 உ

சே.ப.நரசிம்மலு நாயுடு.

வடதேசத்தில் யாத்திரைசெய்ய விரும்புவோர்க்குச் சில விசேஷக் குறிப்புகள்.

1. வடதேசத்தில் விசேஷமாகக் குளிர் அதிகமாகையால் குளிர்காலத்தைப் பார்க்கிலும் உஷ்ணகாலமே யாத்திரைக்கு உத்தமம். மழைகாலத்தைவிடக் குளிர்காலம் மத்திமம்.

2. யாத்திரை செய்வோர் போதுமான தேகதாருட்டியமும், திரவியசகாயமும், புருஷசகாயமும், இருந்தாலன்றி, பெண்டுபிள்ளைகள், விருத்தர், வியாதியஸ்தர், முதலானவர்களை விட்டுத் தாம் மாத்திரம் போய்வருவது உத்தமம். பெண்டு பிள்ளைகளோடு போவது மத்திமம். வியாதியஸ்தர் வயோதிபர்களைக் கூட்டிக்கொண்டு போதல் அதமம்.

3. வடதேசங்களில் பெரும்பான்மையான பட்டணங்களில் அரிசி, பருப்பு, புளி முதலான சாமான்களும் பாத்திரங்களும் ஏராளமாக விருப்பதால், அவைகளை இங்கிருந்து வண்டிச்சத்தம் கொடுத்துக்கொண்டுபோவது வீண் செலவும், வீண் வருத்தமுமே.

4. யாத்திரைக்காரர் தமக்கு இன்றியமையாத துணிமணிகளை மாத்திரமே கொண்டுபோதல் உத்தமம். அளவுக்கு மிஞ்சிய துணிமணிகளைக் கொண்டுபோவோருக்கு வண்டிகளிலும், வாடகை வீடுகளிலும் வருத்தங்க ளதிகமாகும்.

5. நல்ல கம்பிளி உடைகள், பூட்சுகள், இரவில் தூங்கக் கம்பிளி, படுக்கை, போர்வைக் கம்பளம், பிளேக், பேதி, ஜுரம் முதலான வியாதிகளைக் கண்டிக்கும் காம்பர்டைன், குளோரடைன், கொயினா, சுக்கு, திப்பிலி, மிளகு முதலான மருந்துகளையும் வேண்டியவரையில் கூடக் கொண்டுபோதல் உத்தமம்.

6. தென்தேசத்து கரன்சி நோட்டுகள் (நாணயக் கடிதங்கள்) வடதேசத்தில் விசேஷமாகச் செலவாவது கஷ்ட சாத்தியமாகையால், கூடியவரையில் ரூபாய் பணங்களையும், சொற்ப நோட்டுகளையும் கொண்டுபோதல் உத்தமம்.

7. மணியார்டர் என்னும் சர்க்கார் தபால் நாணயம் இப்போது வழங்குவதால், வேண்டியபோது தமது சொந்த தேசத்து வீட்டுக்காரர்களுக்கும், பந்துக்களுக்கும் தெரிவித்துத் தொகையை (தந்தித் தபால்மூலமாகவும்) பெற்றுக்கொள்ளலாம்

8. கங்கை, யமுனை, சரயூ, கிருஷ்ணை முதலான நதிகளில் அடிக்கடி முழுகுதலும், சூரிய உஷ்ணம் அதிகரிப்பதற்கு முன் முழுகுதலும் நல்லதல்ல.

9. தீர்த்தக்கரைகளிலும் ஸ்தலங்களிலும் பூஜாரிகள், பண்டாக்கள், கங்காபுத்திரர்கள், கயவாளிகள் அதிகமாக இருந்துகொண்டு பணங்களைப் பிடுங்கிவிடுவார்கள். ஜாக்கிரதையாக இருந்து சிக்கனமாகச் செலவு செய்தல் உத்தமம்.

10. யாத்திரைக்காரர் தங்கும் தர்மசாலைகளிலும், சில கட்டடங்களிலும், விபசார ஸ்திரீகளும், திருடர்களும் இருக்கிறார்கள். ஜாக்கிரதை! ஜாக்கிரதை! மேலும், அத்தருமசாலைக்கு அருகிலிருக்கும் கடைகளிலேயே போஜனாதி சாமான்களை வாங்கும்படிக் கட்டாயப்படுத்துவார்கள். அந்தச் சாமான்களோ அநியாயமும், அதிக விலையாகவுமிருக்கும். ஜாக்கிரதையாக இருத்தல் உத்தமம்.

11. பிரயாணஞ் செய்யும்போதும், மற்றவிடங்களில் தங்கும் போதும் பழைய சாதம், தயிர், மிட்டாய், கொய்யாப்பழம், இலந்தைப்பழம், மாம்பழம், நெல்லிப்பழம், அன்னாசிப்பழம், முதலானவைகளை

உண்டால் உடனே வியாதிவரும். மிளகு ரசத்துடன் புதிய சாதம், தேநீர், காப்பிநீர், ரொட்டி முதலானவைகளை மிதமாகச் சாப்பிடுதல் உத்தமம்.

12. இராக்காலங்களில் சீக்கிரம் சாப்பிட்டுக் கட்டிலின்மீது கம்பளப் போர்வையுடன் படுத்துக்கொள்ளுதல் உத்தமம். நெருப்புக் கணப்புச்சட்டியில் குளிர்காய்வதும் நலந்தரும்.

13. காசி, ஆக்ரா, டில்லி முதலான சில பெரிய பட்டணங்களில் தாசி வேசிகளும் சால்வைத் துப்பட்டாக்களும், சில்லறைச் சாமான்களும் அதிகம். அவைகளை விரும்பாமல் வெறுத்துத் தூரத்தில் தள்ளுதல் உத்தமம்.

14. வடதேசங்களில் ஒற்றைமாட்டுவண்டி, ஜட்கா வண்டி முதலான சில்லறை வண்டிகள் கிடையா. எக்காவென்ற ஒற்றைக் குதிரை வண்டியும் கோச்சு வண்டிகளுந்தா னிருக்கின்றன. கஷ்டத்துடன் கஷ்டப்பட்டு கோச்சு வண்டிகளை வாடகைக்குக் கொண்டு போகுதலே உத்தமம்.

15. வேடிக்கை விநோதங்களையும் ஸ்தலமகத்துவங்களையும் அறியவிரும்பில், அந்தந்த நாடுகளின் சுயபாஷை, இங்கிலீஷ் பாஷை முதலானவைகளைத் தெரிந்த வழிகாட்டிகளுக்கு யாதாவது சிறிது பொருள் கொடுத்தால் கொண்டுபோய்க் காட்டுவார்கள்.

16. யாவரிடத்திலும் மரியாதையாகவும், அன்பாகவும் பேசினால் வேண்டிய உதவிகள் பெறலாம்.

புகைவண்டி முதலானதுகளில் ஏறுவோருக்குச் சில விசேஷக் குறிப்புகள்.

17. தென் தேசங்களின் புகைவண்டிகளைப் பார்க்கிலும், வடதேசத்தின் புகைவண்டிகள் பெரும்பாலும் இராக்காலங்களிற் போவதால், யாத்திரைக்காரர் வண்டி ஏறுவதற்கு அரை மணி நேரம் முந்தியே போய் டிக்கெட்டுகளை (சீட்டுகளை) வாங்கிக் கொள்ளுதல் உத்தமம்.

18. வடக்கே சில ஸ்டேஷன்களில் டிக்கெட்டு கொடுப்போரும் போலீசு பாரா கொடுப்போரும் இனாம் கேட்பார்கள். யாதாவது சொற்ப திரவியங் கொடுத்தால் வேண்டிய உதவி செய்வார்கள். இது கெட்ட வழக்கம். ஆயினும் யாத்திரைக்காரர் மேலான அதிகாரிகளுக்கு இக்கெடுதியைத் தெரிவிக்கக் காலமில்லாமையால் விதியின்றி அனுசரிக்க வேண்டியிருக்கிறது.

19. புகைவண்டி யேறும்போது கொண்டுபோகும் சாமான்களை (Goods) வண்டிகளிற்போட்டுப் பலவித நஷ்டமடைவதைப் பார்க்கிலும் இரண்டு பணம் அதிகம் கொடுத்துத் தான் போகும் வண்டியுடன் கொண்டு போகுதல் உத்தமம்.

20. 2-வது வகுப்பு வண்டியிற் போவோர், மிட்டாய், சாதம், காய்கறி முதலான பதார்த்தங்களைக் கொண்டுபோய்த் தின்று வண்டியை அசங்கியப்படுத்தலும், சுருட்டு குடித்தல், வெற்றிலை போடல், தேகத்தில் போதுமான உடையில்லா திருத்தல், அடிக்கடி எச்சில் துப்பல் முதலான காரியங்கள் இதர பிரயாணிகளுக்கு முக்கியமாக ஐரோப்பியர்களுக்கு அருவருப்பை யுண்டாக்கும். இதைச் சுதேச யாத்திரைக்காரர் கவனித்தல் உத்தமம்.

21. மூன்றாவது வண்டியில் ஏறிப்போவோரும் ஷ காரியங்களைச் செய்தாலும் இதர பிரயாணிகளுக்குக் கஷ்டநிஷ்டூர முண்டாகும்படிப் படுத்துக்கொள்ளல், மலமூத்திராதிகளைக் கழித்தல், வண்டி போகும்போது எச்சில் துப்பல் முதலானவைகள் இதராளுக்கு மனவருத்தத்தை யுண்டாக்கக்கூடும். இது விஷயத்தில் எச்சரிக்கையாக இருத்தல் உத்தமம்.

22. ஸ்டேஷன் மாஸ்டர் முதலான புகைவண்டி உத்தியோகஸ்தர்களிடம் மரியாதையுடனும், அன்புடனும் பேசினால், அவர்கள் வேண்டிய உதவி செய்வார்கள்.

23. புகைவண்டிகளில் யாராக இருக்கினும் விருத்தருக்கும், வாலிப குழந்தைகளுக்கும், வியாதியஸ்தர்களுக்கும், ஸ்திரீகளுக்கும் முதலில் உட்கார இடங்கொடுத்துப் பிறகு தாம் உட்காருதல் உத்தமம்.

24. யாத்திரை செய்வோர் தாம் காண விரும்பும் நாட்டின் விருத்தாந்தம், படம் முதலானவைகளை முன்னதாகவே கூடக் கொண்டுபோகுதல் (உஜ்ஜயினி, குவாலியூர், ஜயப்பூர் முதலான விடங்களில் வேறு வேறுவித நாணயங்கள் வழங்கி

வருதலால், அந்த நாணயங்களையும் முன்னதாகவே சம்பாதித்துக் கொண்டு போகுதல்) உத்தமம். அங்காங்குத் தாங்கள் காணும் அதிசயங்களை அன்றாடம் எழுதிவைப்பது நலம். அந்தந்த நாடுகளின் பெரிய மனுஷர்களையும், விசேஷ காரியங்களையும் அறிய வேண்டுமானால், அந்தந்த இடங்களிலிருக்கும் போஸ்டு தபாலாபீஸ்), பெரிய பாடசாலைகள், பொதுஜன வாசகச் சாலைகளுக்குப் போனால் தெரிந்துகொள்ளலாம்.

25. வடதேசத்தில் ரெயில்வே சில்லறைச் சிப்பந்தி சேவர்களும் வண்டிக்காரர்களும் பொதுவாக வடதேசத்தார்களில் பெரும்பாலார் முரடர்களும், முன்கோபிகளுமானபடியால், அவர்களிடம் நயமாகவும், மரியாதையாகவும் பேசினால் நன்மை அடையலாம்.

26. யாத்திரைக்காரர் செய்யும் காரியங்களனைத்தும் ஈசுவரனைத் தியானித்துச் செய்து வந்தால் எண்ணிய காரியம் எளிதிற் கைகூடும்.

இங்ஙனம்:
சே.ப.நரசிம்மலு நாயுடு.

சிறப்புப்பாயிரம்.

இஃது

கோயமுத்தூர் மஹாவித்வானும், மும்மணிக்கோவை
முதலான கிரந்தங்களின் கர்த்தரும், டிஸ்டிரிக்ட் முன்சீப்
கோர்ட்டுகளின் வக்கீலும், கோயமுத்தூர் தேவஸ்தான
கமிட்டியின் கவுரவ காரியதரிசியுமாகிய

மஹாஸ்ரீ கந்தசாமி முதலியாரவர்களியற்றிய

நேரிசையாசிரியப்பா.

சீர்பெறு கங்கை சிறந்திடு காசி
ஏர் பெறு பிதிர்கட் சியைதரு கயையுடன்
வடநாட் டுள்ள வளம்பெறு தலங்களும்
தென்னாட் டுள்ள சிலதலங் களுஞ்சென்

றாங்காங் குள்ள அதிசயம் பலவளந்
தேங்குறு முன்னைத் தேச சரித்திரம்
தற்கா லத்தின் சரித்திரம் பாடை
கற்குநர் நடையுடை கைத்தொழின் முதலிய
யாவையுந் தெளிவுற வாராய்ந் தமைத்துச்

சேவையி னிமித்தந் தேயயாத் திரையிற்
செல்லுநர் செல்லுழிச் செய்வன தவிர்வன
வல்லுந ராகி வழிபெறற் பொருட்டுத்
தாமின் புறுவ துலகின்புறல் கண்டு
காமுறல் கற்றறிந் தார்கடஞ் செயலெனு

மெள்ளலில் பெருமை வள்ளுவர் திருமொழிக்
கிலக்கிய மாக நலத்தரு திவ்ய
தேசயாத் திரைதான் செய்திடு சரிதமென்
றாசில் பெயர்கிறீஇ யளித்தன் னொருநூல்
மித்திரன் இரங்க சாமிநா யுடுதவப்
புத்திரன் என்றும் பொதுநலப் பிரியன்
குலாதிபர் வாழுங் கோயமா நகரான்
கலாநிதிப் பத்திரி காசிரி யன்சீர்

பெற்றிடு பிர்ம்ம சமாஜப் பெற்றியன்
கொற்றவர் மதிக்குங் குணம்பல வுடையோன்

25 கணிதநூல் தருக்கநூல் கானநூல் முதலிய
அணிபெறச் சுருக்கி யச்சிட் டுதனினோன்
ஆங்கிலே யத்துடன் ஆந்திரர் தமிழென
ஈங்கியற் பாடைக லெழில்பெற உணர்ந்தோன்
யாவுறுஞ் சேலம் பகடால

30 நரசிம்ம நாயுடு நராதிபன் றானே.

கோயமுத்தூரிலிருக்கும் மஹா ஸ்ரீ கணபதி பிள்ளையவர்கள்
குமாரரும், டிஸ்டிரிக்ட் முனிசீப் கோர்ட்டுகளின் வக்கீலுமாகிய..
மஹா ஸ்ரீ வீராசாமி பிள்ளையவர்களா லியற்றப்பட்ட
நிலைமண்டிலவாசிரியப்பா

முகிலக டுரைஞ்சி முழங்கிய திரையிற்
பகலொளி பொதிந்த பன்மணி வரன்றி
யரிமணற் கரைதொரு மெறிபுன்ற் கடலும்
விரிநிழற் றெய்வத நறுமவர்த் தருவின்

5 வேர்படிந் தெங்கும் பேர்பெறு கங்கை
சந்தமார் யமுனை சிந்துகோ கருணி
முதற்பல புனித நதிப்பெரு வளமை
மல்கிய விமய மால்வரைத் தொடரு
மெல்கையா வுடைய விந்திய தேச

10 மன்னவர் தம்மிற் பன்னரும் பெருமை
துன்னிய ராஜ சுதந்தரி யேக
சக்கர வர்த்தினி துக்க நிவர்த்திசெய்
மங்காப் பிரபல செங்கோற் காதல
மாதுவிக் டோரியான் மணிமுடி சூடி

15 யேதமி லாக்ஷி யிரையுற நடாத்தும்
பாதமா கண்ட மருவிய குடிகள்
சுதந்தர மென்னு மிதம்பெறக் கருதி

வங்களத் தலைமை வளநக ரதனிற்
பொங்கமாக் கூடிப் பொவிந்தபே ரவைக்கோ

20 ரங்கமாச் சேர வழக்கொடு மேன்மை
துங்கமாக் கொண்ட தொன்மைசேர் கோய
மாநக ரறிஞ் ராகந மலர்ந்த
வேண்டுகைக் கிசைந்து மேவிய பெருமை
பூண்டமெய்த் திறலான் புண்ணிய சீலன்

25 வசையறு செய்கை யிசையுறக் கற்றோன்
செந்தமிழ் தெலுங்கு செறிந்தவைங் கிலிய
மிந்தமுப் புணரி யிரும்புனல் பருகிப்
பெருமழை பொழியும் பிரசண்ட மேகம்
தரணிபர் மகிழுந் தருமதி யூகன்

30 தேசாபி மானி திகழ்பரப் பிரம்ம
பூசா துரந்தர பொதுநலப் பிரியன்
நண்புறும் பகடால நரசிம்ம பூபன்
கண்டப விடம்படு கவினெலாந் திரட்டிக்
காணா மாந்தர் கண்டது போலப்

35 பூணா வுவகை பூண விசைந்த
விரிதமிழ் கடையில் விரவிய யாத்திரைச்
சரிதமென் றொருநூல் சாற்றின னஃது
நேருற வமைந்து சீர்பெற விளங்கிக்
கற்றவர்க் கின்பந் தெற்றென நல்கி

40 யருமையுற் றதிக பெருமைபெற் றதுவே.

LXIV

சாற்றுக்கவிகள்

இஃது
கும்பகோணம் புரொவின்ஷியல் காலேஜில்
தமிழ்ப்பண்டிதராக இருந்த திரிசிரபுரம் மஹாவித்துவான்
சி.தியாகராஜச் செட்டியாரவர்கள் மாணாக்கரும், கோயமுத்தூர்
காலேஜ் தமிழ்ப் பண்டிதருமாகிய கும்பகோணம்
மஹாஸ்ரீ ஆர்.சபாபதிப்பிள்ளையவர்களியற்றிய
நேரிசையாசிரியப்பா.

திருமரு மார்பத் தொருபெருந் தேவன்
உந்தியந் தாமரை வந்த வாரண
நான்முகத் தொருவன் மேன்முறை நாளின்
வகுத்தபல் லண்டத் தொகுப்பினுட் சிறந்த

நிலவுல கத்திற் குலவுமாப் பதிகளின்
இறந்தவர் பிறவாத திருத்தரு மென்னச்
சிறந்தவர் கூறு மறந்தழை தெய்வக்
காசியே முதலுப கேசிநா யாகனும்
அங்கையி னேமிகொள் செங்கண்மா யவனும்

இடங்கொளூந் திருநக சடங்கலுங் காணூஉ
ஆங்காங் குற்ற தேங்குபல் வளனும்
தேவர்கள் பரவுங் கோவர்த் தனமுதல்
எண்ணின்மால் வரைகளி னண்ணுமாச் சிறப்பும்
கங்கையா தியபன் மங்கல தீர்த்தமும்

மேவுவார் நடையுடை பாவனை யெவையும்
காணுவார் காணப் பேணுவார்க் கன்றியும்
பார்க்குஞ் செயலிலா தார்க்குந் தெளிவுறக்
கண்டவற் புதமெலாங் கண்ட வாறே
தெற்றெனப் புலமையி ன்றறமிழ் கடையிற்

சொன்னயம் பொருணயந் துன்னுபு விளங்க
யாத்திரைச் சரிதமென் றியாத்தொரு நூலைப்
பருப்பொரு ளனைத்தையும் விறுப்புறு வார்தமக்
கொருப்படக் காட்டுந் தருப்பணம் போல
அளவில்பே ரின்பி னுளமகிழ்ந் தளித்தனன்

மேவுமச் சீரியோ னியாவனோ வென்னின்
அம்புதி யமுதமொன் றும்பர்நா டுடைத்தென
இம்பசெவ் வமுதமும் பம்புபு கிடந்து
தொருதலி னதனை நகுதல்செய் தொளிரும்
மேயசீர் பலவுறு நோயமா நகரான்

எம்மதத் தோருஞ் சம்மத மேயென
மதவிருக் கம்முத லிதமுறு கணிதநூல்
கீதநூல் தருக்க நீதிநூ லியாவும்
இச்சையி னுலகோர்க் கச்சிட் டுதவினோன்
நிலாவி விளங்கு கலாநிதிக் காசான்

பொதுநல விருப்போ டிதமொழி பகர்வோன்
கேட்டோர் பின்னும் வேட்டு வேட்டுப்
பாவுறப் புகலும் பிரசங்க சாகரம்
நல்லன வெல்லாம் புல்லு மில்லம்
அல்லன வெல்லா மகற்றும் பெருவளி

சான்றோ ரவையி னேன்ற மாமணி
செந்தமிழ் தெலுங்குமுந் தாங்கி லேயம்
இந்தநன் மூன்று மிருந்திடு பேழை
பொறைகுணந் தவமெய் யுறையுங் களஞ்சியம்
எல்லாந் தானா யிருக்கும் பரமெனச்

சொல்லார் பொருளே சுகிக்கு மாலயம்
ஞாலம் புகழுஞ் சேலம் பகடால
நரசிம்ம நாயுடென் றியாரும்
உரைசெயுஞ் கீர்த்தி யுயர்பெரி யோனே.

இஃது

திருநணாஸ்தல பரம்பரை இயற்றமிழ்ப் புலவரும், கோயமுத்தூர் நேடிவ் ஹைஸ்கூல் தமிழ்ப் பண்டிதருமாகிய பிரம்மஸ்ரீ பாலை பாரதி,

முத்துசாமி ஐயரவர்களியற்றிய

நேரிசையாசிரியப்பா.

மணித்திரை கொழித்திடும் வாரிதி யுடுத்த
பணித்தலை கிடந்திடும் பாரினிற் சிறந்த
குலக்கிரி யெட்டினுட் குலவுநீ ளிமயா
சலத்தினைத் தொட்டுத் தண்கடற் சேது
இடைப்பல பலவா யியைந்திடு தலங்களில்
அடியேழ் நடத்திடி னறமுதற் பயனருள்
கயையரி துவார காபுரி காஞ்சி
உயர்வுறு மதுரா வோங்கிடு மயோத்தி
மறித்தவர் பிறப்பினை மறுத்திடுங் காசி
செறித்தக லுடங்களை தெறும்பிர யாகையே
மாண்வதரி காசிரம் கவினுகோ கரணமும்
கோகுல விருந்தா வனங்குரு கேத்திரம்
ஆகுல மொழித்திடு மத்தினா புரியே
இன்னன மாதல மான்மிய வியற்கையாம்
அன்னவை காண்ட வலாவுறு கருத்தால்
மன்னவர் மணிமுடி வயங்கொளி படர்தாள்
அன்னைவிக் டோரியா வணிபுகழ் பரவ
செங்கோல் செலுத்திடும் சென்னைபம் பாயுடன்.
பங்காள நாடருங் பாவுநாங் ரேசெனும்
மகாசபைக் கேகிட மதித்திடும் ப்ரபுக்களிற்
சகானு பவங்களைத் தெரிந்துசார் ப்ரபுவாம்
சொற்றிறந் தெரிந்து சுடர்மணி விளக்கம்
கற்றறிந் தவர்புனை கதிர்மணி மகுடம்

வடகலை தென்கலை வடுகு கன்னடம்
அடர்துலுக் குடனல வாங்லேய பாஷையின்
இலக்கணத் துறைவழா திலக்கியத் திறமெலாம்
சலக்கண மாயறி சகசிர முடியோன்
கருவிநூ லறிவூநூல் கணிதநூற் றருமநூல்

விரவிய கிற்பநூல் மேவுகாந் தருவநூல்
பிரபல மாகவே பெருகுநூற் பொருளெலாம்
பெருமழை யெனப்பொழி ப்ரசண்ட கார்மேகம்
பிறமத கண்டன்ன் பிரம சமாஜன
அறிவில ரகத்திரு ளறவெழு பானு

உலகினுந் கியைந்த பொதுநல மியற்ற
வலனுற முயலும் மதியுள விதரணன்
விண்மணிக் கிடுபல வெண்கவி ரிக்குநேர்
தண்மலர்ச் சினையசைத் தலங்குதண் டலைகளும்
மாமணித் திருமகள் வடிவுகாட் டிடமலர்

தாமரைத் தடங்களும் சாலியார் பண்ணையும்
மதியக டுரிஞ்சிடும் மாடநீ ணிறைகளார்
நுதிபெறு கோயமுத் தூரினிற் செழித்து
நிலாவியே நேமியின் செய்தியை யுணர்த்தும்
கலாநிதிப் பத்திர திபரெனுங் கனவான்

சேலம் பகடால நரசிம்ம நாயுடுவென
ஞாலமேற் கியாதியை நாட்டிடு முரவோன்
மாந்த ரியற்கையும் மாதல வியற்கையும்
ஏய்ந்தபல் பொருள்கனி னியற்கையும் வரைந்துமே
காசியாத் திரையெனும் காரணக் குறியிட்

டாசிலா நூலொன் றாக்கின னதனலம்
எடுத்துரை செய்ய யெவர்களோ
திடத்தினைக் கொண்டவர் செப்புவாய் மின்னே

இஃது

கோயமுத்தூர் டிஸ்திரிக்ட்டு முனிசீப் கோர்ட்டு வக்கீல் மஹாஸ்ரீ மஹாவித்வான் சந்திரசேகரம் பிள்ளையவர்கள் குமாரரும், மஹாஸ்ரீ மஹாவித்வான் கந்தசாமி முதலியாரவர்களின் மாணாக்கரும், கோயமுத்தூர் லண்டன் மிஷன் ஹைஸ்கூல் தமிழ்ப்பண்டிதருமாகிய மஹாஸ்ரீ **திருச்சிற்றம்பலம்பிள்ளையவர்களியற்றிய**

நேரிசையாசிரியப்பா.

மணிதிகழ் பஃறலை வாளாரச் சுமந்த
வணிதிகழ் நெடுந்திரை யகனில வலயத்
தெவ்வுயிர் படியினு மவ்வுயிர்க் கிரங்கி
யிருங்கதி யளிக்கும் பெருஞ்சுர நதிமான்

நெடுந்திரை யேறிய உடுவெனத் திகழு
முத்துக ணிறையப் பெற்றநற் காசியுந்
தம்பிதிர் கணங்கட் கொண்புன லிறைக்க
வம்புவி மாந்தர் அணுகுமா கயையும்
மங்காச் செல்வ வளம்பெற் றுயர்தரு
வங்கா ளப்பெயர் மாப்பெருந் தலமு
மற்றும் வடக்க ணுற்றபல தலமுந்
தென்னாட் டுள்ள திருத்தலஞ் சிலவும்
சென்றுகண் டாங்கு திகழதி சயங்கள்
அன்றுள செய்தி யான்றிரு வாலயம்

மாயவன் கோயில் மடந்தடம் சாலை
இறக்குவார் தங்கி யின்புறூஉ மிடங்கள்
அறம்பயி வியல்பு அமைந்துள செங்கோல்
நீர்வளம் பாடை நிலவள முதலா
ஏர்வளர் கைத்தொழில் எழில்பெறு வர்த்தகம்

இன்னன பிறவு மன்னிடத் தொகுத்துத்
தேயயாத் திரையின் நேயமிக் குறீஇப்
பல்பயன் குறித்துச் செல்குன ரிடரொறீஇ
சென்றுவந் திளிது சிறந்திடன் பொருட்டு
நன்றுநன் றென்று நானிலம் புகல

25 தேசயாத் திரைதான் செய்திடு சரிதமென்
றேகில் பெயர்நிறீஇ யியற்றின னொருநூல்
நற்றவத் திரங்க சாமிநா யுடுவவற்
குற்றசற் புத்திர னுலகோப காரன்
மங்கிடாச் சீர்த்தி வளர்ந்துபல் வளமார்

30 கொங்குநன் னாட்டிற் குளிர்பூங் காவல்
பெட்டையி னூடல் பிரிக்குமா மந்தி
கிட்டியே பணிலக் கிண்ணிகை யேந்தி
முக்கனிச் சாறு முகந்தினி தளிப்ப
வக்கண மூடலகன்றுற வாடும்.

35 அரசக் கானத் தமலனூ ரருகில்
முரசெக் காலும் முழங்கிடு தொன்னகர்
தாயி லொத்தூர் தயையுள மாந்தர்வாழ்
கோயமுத் தூரிற் குடிகொளுங் குணவான்
நிலாவென விளங்கு கலாநிதிக் கதிபன்

40 நாத்திகர் தம்மை நலிந்திட மறுத்தே
ஆத்திக நாட்டு மருநூற் கருத்தன்
இந்து சமய மெனப்பெய ரியனூல்
தந்த சமர்த்தன் தர்க்கநூற் கதிபன்
பற்பல நூல்கள் பகர்ந்தினி தளித்த

45 விற்பனன் வேந்தர் விரும்பிடு குணத்தோன்
தீந்தமிழ் தன்றோடு சேர்ந்தவாங் கிலியம்
ஆந்திர முதலா லறிந்திசை பெற்றோன்
நாஷனல் காங்கிரஸ் நற்சபை தனக்குத்
தேசப் பிரதிநிதி யாகமுன் சென்றோன்

50 ஞாலமான முகடெனுஞ் சேலமா நகரான்
பரவுறுங் கீர்த்திப் பகடால
நரசிம்ம நாயுடா நண்பன் றானே.

LXX

இஃது
கோயமுத்தூரைச் சார்ந்த சாமக்குளம் வித்துவானும் மஹாஸ்ரீ
மஹாவித்துவான் கந்தசாமிமுதலியாரவர்கள் மாணாக்கருமாகிய

மஹாஸ்ரீ வெங்கடரமண அய்யங்காரவர்களியற்றிய

அறுசீர்க்கழிநெடிலடி யாசிரியவிருத்தம்.

அகடால பத்திரநேர் மடவார்வாழ் சேலநக
ரமர்ந்து பூவு
குகடால மிசைபெருகும் பொழிற்கோவை நகரிலிநாட்
குடிகொண் டுய்வோன்
பகடால நரசிம்மப் பெயர்பொறுத்துத் தமிழ்நூல்கள்
பலசெய் தொற்றைச்
சகடாலப் பரிதிவெயில் தருநிலத்திற் புகழ்பெரிது
தரித்த மேலோன். (1)

காசிகயை வங்காள முதற்பலவார் திருத்தலங்கள்
கண்டங் குள்ள
மாசில்திரு மூர்த்திதல தீர்த்தமடஞ் சாலைமுதல்
வளங்க ளெல்லாம்
ஏசில்பல மாந்தர்நனி யுணர்ந்துய்தற் கொருநூலின்
றியற்றித் தந்தான்
பேசிடிலின் னோன்பெருமை புன்றருமைம் முகிலதனிற்
பெரிதா மம்மா. (2)

மஹாஸ்ரீ வித்துவான்

நாகூர் மு.செவத்தி மரைக்காயரவர்களியற்றிய

அறுசீர்க்கழிநெடிலடி யாசிரியவிருத்தம்.

சீரோங்கு நெடுவரைத்தாய் நீணதி தாய் தடாநகர்த்தாய்
சிறந்து வைகிப்
பாரோங்கு பலகண்டத் துளூம்பா தகண்டமிகப்
பயன தென்ன
நீரோங்கு கண்டமதன் வடதிசையாத் திரையினெழூஉ
நிலவப் போந்து
தாரோங்கு தோள்விம்மப் பலவளனுங் கண்டகூடாத்
தழைக்கப் பார்த்து. (1)

இந்தியா வெனுமிவண்வா ழெவர்களுக்கு மறாநன்மை
யென்றும் பூப்ப
வந்தியா வருமெவணுங் கூடுசபைக் காதாரம்
வருத்தும் வண்ணம்
பந்தியா நின்றதிது வென்னவொரு திருக்கிரந்தம்
பண்ணி யாண்டு
முந்தியா வருங்களிப்பக் கைமாறு கருதாம
லுபக ரித்தோன். (2)

திறங்காட்டு மனந்தளராத் தேசோப காரியெனச்
செழும்பேர் பூண்டு
நிறங்காட்டு கலாநிதியைத் தடங்கோய முத்தூரி
னிலயச் செய்து
புறங்காட்டு தகையினராய்த் தங்கேச்ச செழிப்புகவாப்
பொறாமை யோரைக்
கறங்காட்டு மாறாட்டிக் கனத்த பெருஞ் சபைக்கெல்லாங்
கண்ணாய் நிற்போன். (3)

உரைக்குமிள மையிலணிக்கு மங்கலநா ணாரீஇக்கவின்வீ
ழொழிந்து மேனி
திசைக்குமிய லகன்றுமறு மணத்தின்ப முளங்குளிரத்
திளைப்பச் செய்தோ
னிசைக்குமுயர் பலசமயத் துளும்பிரம சமாஜத்தை
நெடிய காலம்
வரைக்குமுல கிளினிறுவ விராப்பகலா யுழைத்ததிக
மகிமை வாய்ந்தோன். (4)

பலன்மேவு மதவிருக்க மென்னுமொரு நூன்முதலாப்
பலநூற் செய்து
நிலன்மேவு மணிவிளக்கிற் குலவுமொரு தனிவள்ளல்
குறைதீர் செல்வ
நலன்மேவு சேலநர சிம்முலுநா யுடுவென்னு
நாவ லோனே. (5)

இந்நூலாசிரியர் கோயமுத்தூரைச் சார்ந்த இடுகரை, வட்டமலை பாளையம், செங்காளிபாளையம் முதலான கிராமக்குடிகளால் ஸ்தாபிக்கப்பட்ட தேசாபிமானி சபையில் இந்த யாத்திரை மகத்துவத்தையும் பொதுவாக இராஜகீய விஷயங்களையும் பற்றி உபந்நியாசம் செய்தபோது அங்குள்ள வித்வான்

மஹாஸ்ரீ நம்புசாமி ஐயரவர்கள்

இயற்றிய கவி.

மகாராஜாராஜஶ்ரீ சேலம்வாழ் பகடாலு
மதியூகி நரசிம்மலு
மாநாய டவர்க ளின்னாடனது மித்திரர்
மனங்களின் புருவதாக
வட்டமலை யென்னுமா நகர்தனில் தேசாபி
மானியாஞ் சபைமத்தியில்
வருடித்த மாரியா லறிவிலா மூடராம்
வாடியசெஞ் சாலியலவும்
சுகமாகி வளமாகி கதிரோங்கி விளையுமென்
சொல்லலாம் வல்லநிபுணர்
சொல்லரிய தமிழ்தெலுங் காங்கிலோ ஆரியந்
துலுக்குமுத லாம்பாடையிற்
சொல்லியே யெல்லவர்க ளல்லல்தீ ரச்செயும்
சுந்தரக் கிருபநேயன்
சுதேசாபி மானியாம் சபைகளுள் வருடிக்கும்
சொல்லரிய கருணைமேகம்
ஜகமெலாம் புகழநற் கல்கத்தா பம்பாயிற்
சேர்ந்தகாங் கிரஸ்சபையில்
சென்றர்க் கறியவே மன்றாடி யாவையும்
தெரிவித்த ஜீவரத்னம்

2

சென்னைமா நகரினுங் கும்பகோ ணத்தினும்
சேர்மகா ஜனசபையிலும்
செய்தஉபந் நியாசமதில் தேசாபி மானமே
தெரியவரு ஷித்தமேகம்
தகைமைசேர் கவர்னராம் ராபர்ட்டு பூர்க்குடன்
தனக்கே வருத்தமாபோல்
தடைசெய்து பாரஸ்டு லாக்களை திருத்தென
தந்திரஞ் செய்யும்நிபுணர்
சகலரும் அறியவே கலாநிதி வளங்குநற்
சாதுகுண சங்கலோலன்
தனக்குவந் தனம்சொல சகசிரச் சென்னியுள
சக்கிரி தனக்குவசமோ.

PRINTED BY P. NADAMUNI NAIDU PURSAWALKAM MADRAS
1913.

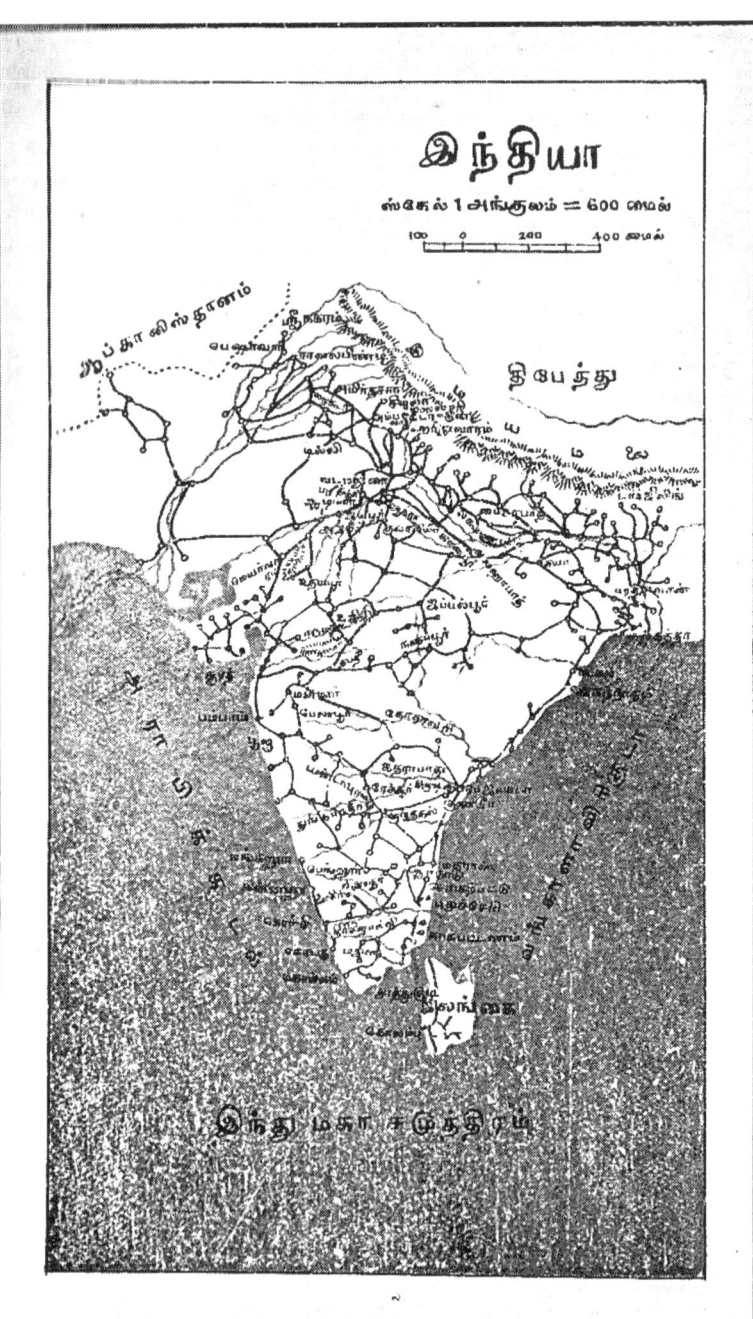

TO
The Wellwishers
OF THE
Indian National
(Social Political & Religious)
Congress.
TO WHICH
MY HEART & SOUL
HAS CLUNG

AMIDST MANY DIFFICULTIES AND TRIALS,

The Following Pages are Dedicated
OUT OF PURE AFFECTION AND DEVOTED LOYALTY.

உ

கடவுள் துணை.

சேலம், பகடால, நரசிம்மலு நாயடவர்கள்
பரதகண்டத்தின் பிரதான பட்டணங்களாகிய
காசி, கயா, பர்த்வான், சின்சுரம், கல்கத்தா, அயோத்தி,
பைஷாபாத்து, லக்ஷ்மணபுரி, கான்பூர், ஆக்ரா, டில்லி,
வடமதுரை, கோகுல பிருந்தாவனம், கோவர்த்தனம்,
இராஜபுடாணா, ஜயபூர், உஜ்ஜினி, இந்தூர், பஞ்சவடி, பம்பாய்,
பூனா, பண்டரிபுரம்
முதலான இடங்களிற் செய்த,

திவ்விய
தேசயாத்திரை சரித்திரம்.

ஸ்ரீ பரமேசுவரருடைய கிருபையால் எங்கும் **பிரித்தானிய**ரென்று புகழ்பெற்றோங்கும் ஆங்கிலேயருடைய செங்கோலுக்குட்பட்ட ஆரியவர்த்தமாகிய இவ்விந்துதேசத்தின் குடிகளை அந்தச் செங்கோலின் கீழ் இதுவரையில் அனுபவித்து வந்த சுக வாழ்வைப் பார்க்கிலும், பின்னும் பல சுதந்திரங்களையும், பெருமையையும், பிரதிஷ்டையையும், பெற்றுச் சுகமாக வாழவிக்கச் செய்யக் கருதி, பங்காள இராஜதானியின் பிரதான பட்டணமாகிய **கல்கத்தா நகரில்** கி.பி. 1886-ம் ஷு டிசம்பர் மீ 27,28,29 உகளில் மஹா ஜனங்களால் கூட்டி வைக்கலான **இந்துஜன சமூஹ மகாசபைக்குக்** கோயமுத்தூர் டிஸ்டிரிக்ட்டின் பிரதிநிதியாகப் போய்வரும்படி எம்மையும் வேறு சிலரையும் அங்குள்ளார்

நியமித்தார்கள். அப்படி நியமிக்கலான பிரதிநிதிகள் பலருக்கும் சிலபல அசந்தர்ப்பங்களைப் பற்றிப் போகக்கூடாமையா யிருந்த படியால், நாம் மாத்திரம் போய்வரச் சம்பவித்தது, அதைப் பற்றி ஆப்தர்கள் சிலரிடம் யோசிக்கையில், சிலர், எமது தேகஸ்திதியையும் காலஸ்திதியையும், காசின் செலவையும் யோசித்து இந்தப் பெரிய யாத்திரையைச் செய்வது கஷ்ட சாத்தியமென்று சொன்னார்கள். சிலர், எம்மை நோக்கி, தேச க்ஷேமத்துக்கு உழைக்க விரும்புவோர், தமது தேகஸ்திதி முதலானவைகளைக் கருதிப் பின் வாங்கல் நன்று அன்றென்றும், மேலும் பத்திரிகையைப் பிரசுரஞ் செய்வோர் பல தேசங்களையும் பிரத்தியக்ஷமாகப் பார்த்துத் தெளிய வேண்டுமென்றுஞ் சொன்னார்கள். இவ்விரு வகுப்பான ஆப்தர்களுடைய கருத்துக்களைக் கொண்டு இரண்டொரு நாள்கள் இரவும் பகலுமாக யோசித்துப் பார்த்ததில், கேவலமாகிய எமது சொந்த சுகலாபத்தைக் கருதி இவ்விடத்தில் வாழ்வதைப் பார்க்கிலும், பரதகண்டத்தின் பல்லாயிரம் பிரஜைகளுடைய பொதுநலத்தைக் கருதி எமது சொந்த சுகவாழ்வை அலக்ஷியம் செய்தல் சுகிர்தமென்று பூரணமாக விளங்கியபடியால், பிரயாணத்துக்குப் பிரயத்தனப்பட்டோம். அப்படிப் பிரயாணம் செய்கையில், சிலபல ஹேதுக்களால் பெண்டு பிள்ளைகளாகிய எமது சம்சாரத்துடன் சஞ்சாரம் செய்யச் சம்பவித்தது; அப்படிச் சம்பவிக்கவே, நடை உடை பாஷை போஜனம் பாவனையாதிகளில் பலவிதமாகப் பிரகாசிக்கும் பரத கண்டத்தின் வடதேசத்துக்குப் பலவிதத்திலும் பேதமான பாவனைகளையுடைய சம்சாரத்தோடு எப்படிப் பிரயாணம் செய்து மறுபடியும் திரும்பி வருவோமென்று மனம் சஞ்சலித்தது; மேலும், அந்தக் காலம் கடுங்குளிர்கால மானபடியால் புத்தியைப் பிரமிக்கச் செய்தது. இப்படிப் பலவித இக்கட்டுக்கள் பிரத்தியக்ஷமாக இருந்தும், பொதுநலத்தைக் கருதிப் பாடுபடப் பிரவர்த்தித்த எமக்கு ஸ்ரீபரமேசுவரருடைய கிருபையும், பெரியவர்களுடைய ஆசீர்வாதமும் பூரணமாக இருக்குமென்று திடங்கொண்டு, நாம் கி.பி. 1886 ஹு மீ டிசம்பர் மீ 5 வயாகிய பானுவாரம் பகல் (மேட்டுப்பாளையத்திலிருந்து) கோயமுத்தூருக்கு வரும் இரண்டேமுக்கால் மணி மெயில் புகைவண்டியில் சம்சார சமேதராக ஏறினேம். அப்போது எமது பந்துமித்திரர்கள் ஸ்டேஷனில் திரளாகக் கூட, மஹாஸ்ரீ குழந்தைவேலு பிள்ளை முதலானவர்கள் எமக்குச் சுகயாத்திரைப் பலன் கிடைக்கச் சுவாமியைப் பிரார்த்தித்தார்கள். இதேமாதிரியாக மஹாஸ்ரீ விஜயரங்க முதலியாரவர்களும் மற்றும் சிலரும் போத்தனூரிலும், மஹாஸ்ரீ இராமலிங்க ரவுத்து முதலானவர்கள் ஈரோடு ஸ்டேஷனிலும், மஹாஸ்ரீ இராவ் சாகிப் நரசிங்கராயர் முதலானவர்கள் சேலத்திலும், இன்னும் பலர் பலவிடங்களிலும் சந்தோஷ மூட்டியதினால், நமது தேசத்தாருக்குத் தேசாபிமான ஞானம் பிறந்து பிரகாசிக்கிறதாகப்

பூரண நம்பிக்கை ஏற்பட்டது. கோயமுத்தூரிலிருந்து சென்னை ரெயில்வே கம்பெனியாருடைய முடிவு ஸ்தானமாகிய ரெய்ச்சூர் வரையில் ஆள் ஒன்றுக்கு ரூபா *5-15-2* கொடுத்துச் சீட்டு வாங்கியபடியாலும், கோயமுத்தூருக்கும் ரெய்ச்சூருக்கும் *571* மைல் தூரமாகையாலும், இடையில் அரக்கோணம் என்னும் இடத்தில் ஒரு பகல் தங்கவேண்டி இருந்தமையாலும், அவ்விடத்தில் போய்த் தங்கி அவஸ்தைப்படுவதிலும், அதற்கடுத்த ஆர்க்காட் என்னும் ஸ்டேஷனில் எமது தமையனார் ஸ்டேஷன் மாஸ்டராக இருந்து சம்சார சமேதராக வாழ்ந்து வந்ததால், அவர்களைப் பார்த்துப் பேசிக்கொண்டு போகலாமென்ற நினைவிருந்தமையாலும், டிசம்பர் மீ *6* உ ஜாமம் சுமார் *4* மணிக்கு ஆர்க்காட்டில் இறங்கினோம்.

ARCOT - ஆர்க்காடு.

இந்த ஆற்காடு, ரெயில் ஸ்டேஷனுக்கு ஐந்து மைல் தூரத்திலும், சென்னைக்கு *65* மைல் தூரத்திலுமிருக்கும் புராதனப்பட்டணம். கிளைவ் பிரபு பிரசித்திபெற்ற திவ்விடமாம். இங்கே பெரிய கோட்டை ஒன்றும் அதற்கு டில்லி தர்வாஜா என்ற ஒரு வாசலும் இருக்கிறது.

அன்று காலை ஸ்டேஷனுக்கு அடுத்திருக்கும் அழகிய ஏரியில் ஸ்நானம் செய்து அன்னபானாதிகளை உண்டும், எமது தமையனார் முதலானவர்களுடன் பேசிக்கொண்டிருந்தும், அன்று மாலை சுமார் நாலரை மணி (பாஸெஞ்ஜர்) வண்டியில் ஏறிச் சுமார் ஆறு மணிக்கு **அரக்கோணம்** ஸ்டேஷனைச் சேர்ந்தோம். அவ்விடம் சுமார் ஏழு மணிக்குச் சென்னையிலிருந்து ரெய்ச்சூருக்குப் போகும் மெயில் வண்டி வந்தது; அதில் நமது இந்து தேசாபிமானிகளில் சிறந்தவரும், சேலம் செய்த தவப்பயனால் ஜனித்தவருமான எம்.ஏ.பி.எல்., பட்டம் பெற்ற ஸ்ரீ இராமசாமி முதலியாரவர்கள் பப்ளிக் சர்விஸ் கமிஷனரில் ஒருவராக நியமிக்கப்பட்டு லாகோருக்குப் போகவந்தார். அவரைக் கண்டு கைலாகுக் கொடுத்து, ஆனந்தித்து க்ஷேமசமாசாரங்களையும், அவர் இந்த இராஜதானியில் பிரதிநிதியாகி சீர்மைக்குப் போய்வந்த பிறகு பார்க்காமல்போன அசந்தர்ப்பங்களையும் பற்றிப் பேசிய பிறகு வண்டி ஏறினோம். அந்தப் புகைவண்டி ரேணுகுண்டா (திருப்பதி) பால்பள்ளி ஸ்டேஷன்களுக்கு வரவே, சகிக்கக்கூடாத குளிர், பிரயாணிகளைப் பலவிதத்திலும் வருத்தியது. நாம் குளிர் தேசங்களுக்கென்று பூட்ஸ்கள், கம்பிளி முதலான உடுப்புகள் ஆகியவற்றைக் கொண்டுபோயிருந்தும், அவைகள் லக்கேஜ் வண்டியில் அகப்பட்டுக் கொண்டமையால், நாங்கள் அணிந்திருந்த சாதாரண நூல் துணிகள் கடுங்குளிரைத் தடுக்கக்கூடவில்லை; ஆகவே, கஷ்டத்தோடு சகித்துக்கொண்டு மறுநாள் பகல் சுமார் பனிரெண்டு மணிக்கு ரெய்ச்சூர் ஸ்டேஷனைச் சேர்ந்தோம்.

RAICHUR - ரெய்ச்சூர்.

இந்த ரெய்ச்சூர் ஸ்டேஷன் சென்னைப் புகைவண்டிக் கம்பெனியாருடைய கடைசி ஸ்டேஷனாக இருக்கினும், இது ஐதிராபாத் கவர்ன்மெண்டாருடைய அதிகாரத்துக்குட்பட்டிருக்கிறது. அந்த ஐதிராபாத் போலீசாதி உத்தியோகஸ்தர்களில் பெரும்பாலார் கருப்புக் கம்பளிகளுக்கு மஞ்சள் கம்பிளிக் கரைகள் வைத்துத் தைத்த உடைகளைத் தரித்துக்கொண்டும், பெரிய வாள்களையும், கத்திகளையும், பெருத்து நிமிர்ந்து நிற்கும் மீசைகளையும் வைத்துக்கொண்டும் நின்றார்கள். இந்த ஸ்டேஷனுக்கும் ஊருக்கும் இரண்டொரு மைல் தூரமிருப்பதால், புகைவண்டி ஸ்டேஷனுக்கு அடுத்த கிராமத்திலிருக்கும் சத்திரத்தில்தான் பிரயாணிகள் தங்க வேண்டியிருக்கிறது. அந்தச் சத்திரம் ஆறு அறைகள் உள்ளதாயும், இடையில் வழிவிடப்பட்டு, இரண்டு பக்கம் போதுமான குருகிய தாழ்வாரங்கள் உள்ளதாயும், சமையல் முதலானவைகளுக்கு இரண்டொரு சிறிய வெளித்தாழ்வாரங்களுடையதாயும், ஒரு தருமகுணமுடைய சேட்டவர்களால் கட்டப்பட்டது. இந்த ரெய்ச்சூரிலிருந்துதான் பம்பாய் முதலான வடமேற்கு வடகிழக்குத் தேசங்களுக்குப் போக வசதியான (G.I.P.R.) ஜி.ஐ.பி.ஆர். பெரிய இந்திய புகைவண்டி புறப்பட ஆரம்பிப்பதால் ஏராளமான பிரயாணிகள் இங்கே சதா வந்துகொண்டும் போய்க்கொண்டுமிருக்கிறார்கள். இத்தன்மையான கும்பலான பிரயாணிகளுக்கு ஷை சத்திரம் போதாதாகையால் அநேக பிரயாணிகள் மரங்களினடிகளிலும், அடுத்திருக்கும் ஏரிக் கரைகளிலும் சமையல் செய்துகொண்டு அவஸ்தைப்படுகிறார்கள். இந்தப் பிரயாணிகள் இராத்திரி காலங்களில் படுங் கஷ்டம் கொஞ் சமல்ல. இப்படிப்பட்ட இடத்தில் விசாலமான தரும சத்திரத்தைத் துரைத்தனத்தாராகிலும், அல்லது வேறு தரும பிரபுக்களாகிலும் கட்டி வைத்தால் வெகு ஜனோபகாரமாக இருக்கும். இந்தக் கிராமம் சிறிதாகவிருந்தாலும் அரிசி, பருப்பு, காய்கறி, கோதுமை, மா முதலான வஸ்துக்களை விலை சரசமாகக் கொள்ளலாம். அடுத்து அடுக்கான கரடுகளுக்கிடையிலிருக்கும் ஏரியானது அழகானதாயும், ஸ்நானபானாதிகளுக் கேற்றதாயுமிருக்கின்றது. இதற்குச் சமீபத்தில் புராதனமான ஒரு மலைக்கோட்டையிருக்கிறது. இந்த கோட்டையின் இரண்டு பக்கத்துச் சுவர்களும் 290 அடி உயரமுள்ள மலையடி மதில்கள். இதற்குள்ளிருக்கும் மதில்கள் ***ஸ்ரீ விட்டல மகாராஜரால்*** *கி.பி. 1294 ஞு நவம்பர் மீ 28 உ கட்டியதாக ஸம்ஸ்கிருத பாஷையில் சாசனமாக எழுதிச் செதுக்கப்பட்டிருக்கிறது. இந்தச் சாசனமானது ஷை கோட்டையின் மேற்கு வாசலின் உன்னதமான $41\frac{1}{2}$ அடி நீளமுள்ள கல்லில் செதுக்கப்பட்டிருக்கிறது; மேலும் கி.பி. 1563ஞு முதல் 1619ம்*

வருடத்துக்குள் நடந்த அனேக சங்கதிகளும் செதுக்கப்பட்டிருக்கின்றன. மலைக்கோட்டையின்மேல் 21 அடி நீளமுள்ள விநோதமான ஓர் பீரங்கியும் வைக்கப்பட்டிருக்கிறது. இந்த ரெய்ச்சூரில் 1881ஞு 13,575 குடிகள் இருந்தார்கள். இங்கு பளபளப்பான மண் பாத்திரங்களையும், பாதரக்ஷைகளையும் செய்து விற்கிறார்கள். இந்த ரெய்ச்சூரில் நாம் ஷை சேட்டவர்களுடைய சத்திரத்தில் தங்கிச் சாப்பிட்டு ஸ்டேஷன் மாஸ்டருடைய சகாயத்தினால், இராத்திரியில் தூங்குவதற்கு நல்ல இடம் கொடுக்கப்பட்டுச் சுகமாகத் தூங்கினோம். மறுநாள் (டிசம்பர் மீ 8உ காலை) ஷை ரெய்ச்சூர்ச் சத்திரத்திலேயே சாப்பிட்டு அந்த ஸ்டேஷனிலிருந்து பனிரெண்டு மணிக்குப் புறப்பட்டு (ஜி.ஐ.பி.ஆர்.) புகைவண்டியில் போக ஆள் ஒன்றுக்கு ரூபா 12-8-0 சத்தமாகக் கொடுத்து ஜப்பல்பூருக்குச் சீட்டைப் பெற்றுக்கொண்டு புறப்பட்டோம். அனுபோகமில்லாத ஆத்திரத்தினால் கோயமுத்தூரிலிருந்து அரிசி, பருப்பு, புளி, பித்தளைத் தட்டுமுட்டு, பட்டுத் துணிகளோடு கூடிய சாமான்களை லக்கேஜில் போடப்போனதில், அதிகப் பணச் செலவாவதைக் கண்டு அவசரத்துக்கு அனாவசியமான சாமான்களைக் கூட்ஸ் வண்டியில் அனுப்பும்படி ஷை ஸ்டேஷன் மாஸ்டரிடம் ஒப்புவித்துவிட்டு வண்டியேறினோம். நாம் ஏறிய வண்டியில் பாய்கானா முதலானவைகள் சுத்தியாகவிருந்தன; மேலும் குளிர் முதலான உபத்திரவங்களுக்குப் பயந்து பூட்ஸ் கம்பிளி முதலான உடைகளைத் தரித்துக்கொண்டதினால் சுகமாயிருந்தது. நாம் புறப்பட்ட அந்த வண்டியில் சென்னைக் கவர்னராகவிருந்து கெட்ட பெயரெடுத்த ஸ்ரீ கிராண்டு டப்பு கவர்னரும் புறப்பட்டு வந்தார். அந்த வண்டியானது அன்று இராத்திரி பனிரெண்டு மணிக்கு **டோண்டு** (Dhond) என்னும் ஸ்டேஷனில் சேர, நாங்கள் ஏறிவந்த வண்டியிலிருந்து இறங்கி (Dhond & Manmar State Railway) **டோண்டு மன்மார் ஸ்டேட் ரெயில்** வண்டியில் ஏறினோம். அப்போது குளிரால் பட்ட கஷ்டம் கொஞ்சமல்ல,

MUNMAR - மன்மார்.

மறுநாள் காலை 11 மணிக்கு **மன்மார்** என்னும் பெரிய ஜங்ஷன் ஸ்டேஷனில் இறங்கினோம். இது பம்பாய்க்கு 162 மைல் தூரத்திலும் டோண்டு ஜங்ஷனாகவும் இருக்கிறது. அதைவிட பிரயாணிகள் தங்கிச் சமையல் செய்து சாப்பிட வேறு வசதியான இடம் வெகு தூரத்தி லிருப்பதால் இங்குத் தங்கினோம். இந்த **மன்மார்** ஸ்டேஷன் ஜி.ஐ.பி.ஆர் என்னும் புகைவண்டிப் பாதையைச் சார்ந்த வடகிழக்கு, தென்கிழக்கு, சிறு பெரு ரெயில்கள் தங்குமிடமாகையால், இந்த ஸ்டேஷன் பெரிய கட்டடமாயும், அடுத்த கிராமம் கூடியவரையில் பெரியதாயும் சுமார்

1500 வீடுகளும், கடைகளும் உடையதாயுமிருக்கின்றன. இவ்விடத்தில் அரிசி, புளி முதலானவைகள் கொஞ்சம் கிராக்கியாயிருந்தாலும் தயிர், பால் முதலானவைகள் நயமாக விற்கப்படுகின்றன. ஸ்டேஷனுக்கு அடுத்திருக்கும் இரண்டொரு சத்திரங்கள் பிரயாணிகள் போய்ப் பொங்கிச் சாப்பிட்டுப் போவதற்கு மாத்திரம் உபயோகப்படுமேயன்றி, மற்றப்படி படுக்க, உடுக்க வசதியானவைகளல்ல. யுத்த காலங்களிற் சுதேச பட்டாளத்தார் தங்கத்தக்க ரெஸ்டு காம்பு என்னும் இடமும் இருக்கிறது. கிராமத்துக்குள் வாடகைக்கு வீடுகள் அகப்படினும் இடைக்கிடை இந்துஸ்தானி விபசார ஸ்திரீகளிருப்பதால் வாலிபர் மனதைக் கெடுக்கக்கூடும். இந்தக் கிராமமானது சமதரைக்கு 800 அடி உயரமுள்ளதாக இருப்பதால், சீதோஷ்ண ஸ்திதி தேகாரோக்கியகரமாக இருக்கிறது. சுற்றுப் பக்கங்களில் சதுர கிரிகளைப் போன்ற அழகிய மலைகளும் அவைகளின் மத்தியில் 80 அடி முதல் 90 அடிவரை உயரமுள்ள கருட கம்பங்களைப் போன்ற இயற்கைக் கல் ஸ்தம்பங்களும் நீண்டிருக்கிற காக்ஷி வெகு விநோதமாகவிருக்கிறது. இவைகளுக்கிடையில் அழகிய ஊற்று ஜல நீர் சிறிய ஆறாக கிராமத்தினருகே ஓடுகின்றது. அதற்கு அடுத்த மேட்டில் அழகான ஒரு மஸ்ஜீது கட்டப்பட்டிருக்கிறது. இந்தக் கிராம சத்திரத்தில் நான்கைந்து மணி நேரமிருந்து ஸ்நானபானாதி போஜனங்களை முடித்துக்கொண்டு, அன்று சாயங்காலம் 4 மணிக்கு வரும் பாஸெஞ்ஜர் வண்டியில் ஏறினோம். இந்த இடத்தில், **காசி, கயா, பிரயாக்** முதலான இடங்களில் இருந்து **பிரயாக் வாளிகள், கயவாளிகள், பனாரிஸ் பண்டாக்கள்** என்னும் பிராமணர்கள் க்ஷே சேத்திரங்களுக்கு அழைக்க ஏஜண்டுகளாய் ஏராளமாக வந்து வருத்தியதனால், எமது விலையுயர்ந்த சஹகாரியாக விருந்த தூரவீக்ஷிணி (Binocular) என்னும் கண்ணாடியை இழந்தேன்; மேலும் எமக்கும் எம்மைச் சார்ந்தவர்களுக்கும் மராட்டி, இந்துஸ்தானி பாஷைகள் சுத்தமாகத் தெரியாது. ஆகையால், இந்த மன்மார் கிராமக் கடைகளில் பலவிதமாக வருந்தினோம்; அதனால் இனிப் போகப்போக அதிகமாக வருந்தவேண்டுமென்று பயந்து பல பாஷைகளைப் பேசத் தெரிந்தவரும் முன் சென்னைவாசியுமான மஹாஸ்ரீ இரங்கராவு என்னும் பிராமணருக்குப் புகைவண்டிச் சீட்டு வாங்கிக் கொடுத்து எம்முடன் அழைத்துக்கொண்டு போனோம். அன்று இராத்திரி பத்து மணிக்கு **புஷாவல்** (Bhusawal) என்னும் பெரிய ஸ்டேஷனைச் சேர்ந்தோம். இந்தப் புஷாவல் ஸ்டேஷனிலிருந்து நாகப்பூருக்குக் கிளைப் புகைவண்டிப் பாதை சேர்வதால், இந்த ஸ்டேஷன் விசாலமானதாக இருக்கிறது. போதுமான அவகாசம் இல்லாமையால் அவ்விடத்தில் இறங்காமல் நேராகப் புறப்பட்டோம். அன்று இராத்திரி அதிகமான குளிர் இல்லை.

SOHAGPUR - ஷாக்பூர்.

மறுநாள் (டிசம்பர் மீ 10உ) காலை $10^{1}/_{2}$ மணிக்கு ஷாக்பூரில் இறங்கினோம். இந்த ஷாக்பூருக்குச் சுமார் நூறு கெஜ தூரத்தில் அழகான சத்திரமிருக்கிறது. அதில் பாதிப் பாகம் ஆங்கிலேயர் தங்கும் முசாபர் பங்களாவாகவும், பாதிப் பாகம் சுதேசிகள் தங்கிச் சமையல் செய்து சாப்பிடுமிடமாகவும் உபயோகப்படுத்தி வருகிறார்கள். இந்தச் சத்திரத்துக்குக் கால் மைல் தூரத்திலிருக்கும் மைதானத்தில் இங்கிலீஷ் சேனைகள் அடிக்கடி வந்து தங்குகிறார்கள். இந்த மைதானத்துக்குச் சுமார் ஒரு மைல் தூரத்தில் **ஷாக்பூர்** என்னும் பெரிய கிராமமிருக்கிறது. இதற்குப் போவோர் பாடஞ்சி என்னும் ஓர் சிற்றாறைக் கடந்து போக வேண்டும். அதற்குப் பாலம் இல்லாமல் வருஷாகாலத்தில் வழிப்போக்கர்கள் வருந்த வேண்டியிருக்கிறது இப்போது ஒரு சிறு பாலம் கட்டப் பிரயத்தனப்படுகிறார்கள். இதற்கு 5 மைல் தூரத்தில் முஹுலி என்னும் ஒரு கோட்டை இருக்கிறது. அங்குச் சிவராத்திரி உற்சவகாலத்தில் 3000 ஜனங்கள் வந்து கூடுகிறார்கள். இந்த ஷாக்பூர் பம்பாய் இராஜதானியில் தானா ஜில்லாவைச் சார்ந்தது. பம்பாய்க்கு 54 மைல் தூரத்திலிருக்கிறது. ரெயிலில் மெயில் வண்டியில் போவோருக்கு பதினான்கு அணாவும், சாதா வண்டியில் போவோருக்கு ஒன்பது அணாவும் (3-ம் வகுப்பு) சத்தமாக இருக்கிறது பிரயாணிகள் இந்தப் பெரிய கிராமத்தில் தான் அரிசி, பருப்பு முதலான வஸ்துக்களை வாங்க வேண்டும் எம்முடன் கொண்டுபோன தட்டு வகையறாப் பித்தளைச் சாமான்களையும், அரிசி, பருப்பு முதலான தின்பண்டங்களையும் நேராக அலகாபாத்துக்கு அனுப்பும்படி கூட்ஸ் வண்டியில் போட்டுவிட்டபடியால் அரிசி, பருப்பு முதலானவைகளை அதிக கிராக்கியான விலைக்கு இவ்விடம் வாங்கியதன்றியில், சமையல் பாத்திரங்களையும், பாத்திரம் ஒன்றுக்கு ஒரு அணாவாக வாடகை கொடுத்து வாங்கினோம். இந்தக் கிராமத்தில் புருஷர்களும், ஸ்திரீகளும் அழகுள்ளவர்களாக இருக்கினும் அசுத்தமான உடைகளைத் தரித்துக்கொண்டு இந்துஸ்தானி, மராட்டி, குஜராத்தி முதலான நான்கைந்து பாஷைகளைக் கலந்த ஒருவித பாஷையைப் பேசுகிறார்கள். இதில் வர்த்தகப் பொருள்கள் ஏராளமாக இருக்கிறதன்றியில், வாரந்தோறும் குதிரைகள் முதலானவைகளை விற்கும் கால்நடைகளின் சந்தை கூடுகின்றது. கிராமத்தின் சுற்றுப் பக்கங்களிலிருக்கும் **டானிவா** என்னும் மலைச்சாரல்களில் புலி, கடம்பை, காட்டெருமையாதி மிருகங்களை வேட்டையாடுவதற்கு அநேகர் வருகிறார்கள். இதற்குச் சுமார் ஆறு மைல் தூரத்திலிருக்கும் சோப்பூர் என்னும் இடத்தில் அந்தப் பிராந்தியங்களுக்கு வேண்டிய ஒருவிதத் துணிகளை நெய்கிறார்கள். நாங்கள் சத்திரத்துக்கடுத்த சேந்து கிணற்றில் ஜலம் சேந்தி ஸ்நானம் செய்து சாப்பிட்டோம்.

சத்திரத்துக்குச் சமீபத்தில் மலஜலபாதிகளைக் கழிக்கத் தகுந்த இடமில்லாமையால், வெகுதூரம் போக வேண்டியிருக்கிறது. நாம் ரெயில் ஸ்டேஷனுக்கு வரவே அவ்விடத்திய ஸ்டேஷன் மாஸ்டர் தயவுடன் தம்மிடமிருந்த பைநீர் (Pioneer) பம்பாய் கெஸட்டு (Bombay Gazette) முதலான பத்திரிகைகளை வாசிக்கக் கொடுத்தார். அவைகளை வாசித்துக் கொண்டிருக்க, மாலை ஐந்து மணிக்கு மெயில் புகைவண்டி வர, அதில் ஏறி அன்று இராத்திரி சுமார் 11 மணிக்கு ஜப்பல்பூர் ஸ்டேஷனைச் சேர்ந்தோம்.

JABALPUR - ஜப்பல்பூர்.

ஜப்பல்பூரானது பெரிய G.I.P. ரெயில்வே ரோட்டும், E.I.R. ஈஸ்டு இந்தியா ரெயில்வே ரோட்டும் சந்திக்கும் இடமாயும், நர்மத ஜில்லாவைச் சார்ந்த பிரிகிடிய ஜனரவர்களுடைய பிரதானமான சிவில் மிலிடெரி பட்டணம். இது பம்பாய்க்கு 616- மைல் தூரத்திலும், கல்கத்தாவுக்கு 784- மைல் தூரத்திலும் இருக்கிறது. பம்பாய்க்கு மெயில் வண்டி சார்ஜ் ரூபா 9-10-0. சாதாரண வண்டி சார்ஜ் 6 ரூபாய். கல்கத்தாவுக்கு 6 ரூபாய் 13 அணா சார்ஜ். சென்னையிலிருந்து 1228- மைல் தூரத்திற்கு ரூபா 13-3-0 சார்ஜ். இந்த ஜப்பல்பூரில் கமிஷனர், டிப்டி கமிஷனர், அசிஸ்டண்டு கமிஷனர், சூபரின்டெண்டண்டு இஞ்சினீர், டெலகிராப், ரெயில்வே உத்தியோகஸ்தர்களிருக்க அரண்மனைகளைப் போன்ற அழகிய கட்டடங்கள் இருக்கின்றன. இவ்விடம் தக்கி ஜெயிலும், கைத்தொழிற் பாடசாலையும் இருக்கின்றன. அவைகளில் கூடாரங்கள், ஜமக்காள முதலான துணிகளை நெய்கிறார்கள். இதற்கு 11- மைல் தூரத்தில் புகழ்பெற்ற ஸ்படிக மலைகளும், நான்கு மைல் தூரத்தில் நர்மதா நதியும் இருக்கிறது. புகைவண்டி ஸ்டேஷனுக்கு ஒரு மைல் தூரத்திலிருக்கும் ஜப்பல்பூரானது, தேகசவுக்கியமான இடமாக இருப்பதால், இதில் ஐரோப்பிய சுதேசபட்டாளங்கள் இருக்கின்றன.

இந்த ஜப்பல்பூர் பார்க்கத்தக்க ஒரு பெரிய பட்டணமாயிருக்கிறது. இதைப் பார்த்துப்போக யாம் ஆவல் கொண்டிருந்தும், இந்த ஸ்டேஷனிலிருந்து (The East India Railway) பெரிய கிழக்கு இந்திய புகைவண்டி பிரயாணம் ஆரம்பிப்பதால் இந்தப் பிரம்மாண்டமான ஸ்டேஷனில் பல வகுப்பான பிரயாணிகள் கும்பல்கும்பலாகக் கூட்டம் கூடியிருந்தார்கள். அதனால் யாம் வந்த ஜி.ஐ.பி.ஆர் புகைவண்டிப் பிரயாணிகளையும் முக்கியமாக எம்முடன் வந்த ஸ்திரீகளையும் வெளியில் கொண்டுபோக அனுகூலப்படவில்லை. மேலும், பெரிய மழையும் பெய்யத் தொடங்கியதன்றியில் அந்த அர்த்த ராத்திரி காலத்தில் சம்சாரத்துடன் பலவிதத்தாலும் புதிதான ஜப்பல்பூருக்குள் போக எமது மனந்துணியவில்லை. ஆகவே,

எமது சம்சாரத்தையிறக்கி ஓர் மறைவான விடத்தில் நிற்கவிட்டு, அலகாபாத்துக்கு ஆள் ஒன்றுக்கு ரூபா 2-15-6 கொடுத்து ரெயில் சீட்டு வாங்கப்போய் அந்த அபரிமிதமான கும்பலில் அடிபட்டு இடிபட்டு அவஸ்தையுடன் டிக்கெட்டுகளை வாங்கினேம். இந்த ஜப்பல்பூர் முதல் பங்காள பாபுகள்தாம் புகைவண்டி ஸ்டேஷன் மாஸ்டர்களாகவும், மற்ற சிப்பந்திகளாகவும் இருக்கிறார்கள். அந்தக் கிழக்கிந்தியப் புகைவண்டிகள் சென்னைப் புகைவண்டிகளைப் போலவே பெரிதாக இருக்கினும், கம்பார்டுமெண்டுகளை (அறைகளை) இரும்புச் சலாகைகளினால் தடுத்திருக்கிறார்கள். எமக்குக் கூடியவரையில் நல்லவண்டியகப்பட்டது. மறுநாட் காலை (டிசம்பர் மீ 11 உ) சுமார் 8 மணிக்கு மகா இரமணீயமான யமுனா நதியின்மேல் கட்டப்பட்ட ரெயில் பாலத்தைக் கடந்து $8^{1/2}$ மணிக்கு அலஹாபாத்தென்னும் ஸ்டேஷனைச் சேர்ந்தோம்.

ALLAHABAD - அலஹாபாத்து.

இந்த அலஹாபாத்து ஸ்டேஷன், டில்லி முதலான இடங்களிலிருந்து கல்கத்தாவுக்குப் போக்குவரத்துச் செய்யும் புகைவண்டிகளும், சென்னை, பம்பாய் முதலானவிடங்களிலிருந்து போக்குவரத்துச் செய்யும் புகைவண்டிகளும் தங்குமிடமாக இருப்பதன்றியில், லெப்டினென்டு கவர்னர் முதலானவர்களும் தங்குமிடமாகையால், ரெயில் ஸ்டேஷன் பிரம்மாண்டமானதாயும், சிறந்த வடிவானதாயுமிருக்கிறது. ஜப்பல்பூரில் எம்மைத் தொடர்ந்த மழையானது அலஹாபாத்தில் அதிகரித்தபடியால், பக்கிகளென்னும் இரட்டைக் குதிரை வண்டிக்காரர்கள் சாதாரண காலத்தில் ஒரு ரூபாய் வாடகைக்கு வருவதைவிட்டு அப்போது இரண்டு ரூபாய் கேட்டார்கள். அந்தப் பக்கிகளைவிட எக்கா என்னும் ஒற்றைக் குதிரை வண்டிகளிருக்கினும், அவைகள் நமது சென்னை ஜட்கா வண்டிகளிலும் சிறியனவாகவும், சீர்கெட்டதாகவும் இருக்கின்றன. நாம் இரண்டு பக்கிகளை வாடகைக்குக் கொண்டு ஸ்டேஷனுக்கு மூன்று அல்லது நான்கு மைல் தூரத்திலுள்ள ஸ்நானபானாதிகளுக்குச் சவுக்கியமான தாராகம் என்னும் பாகமாகிய கங்கையின் கரைக்குப் போனோம். எமக்கு வழிகாட்டியாக வந்த ஸ்ரீஇரங்கராவவர்கள் கங்கை யமுனைக்கு அதிக சமீபமாகிய மூன்றடுக்கு மெத்தையுள்ள **ஜம்னா மஹால்** என்னும் பெரிய வீட்டில் எங்களை இறக்கிவைத்தார்கள். மழையினால் துணிகள் முதலான சாமான்கள் நனைந்து போய்விட்டன. இவ்விடம் பகலில் பெய்த மழையினாலும், இரவில் பெய்த பனியினாலும் நாங்கள் பலவிதமாக வருந்தவேண்டி வந்தது. அதாவது கோயமுத்தூரை விட்டுப் புறப்பட்ட (டிசம்பர் மீ 5ம் உ) முதல் இந்த அலகாபாத்தைச் சார்ந்த (டிசம்பர் மீ 11ம் உ வரையில்கூடிய) ஏழு நாள்கள் வரையில்

இரவையும் பகலையும் பெரும்பாலும் புகைவண்டிகளிலேயே கழித்துத் தக்கபோஜனத்தையும் நித்திரையையும் அசட்டை செய்து விட்டபடியால், தேகம் மெலிந்து எமக்கு ஜலதோஷமும் இருமலும் கண்டு அவஸ்தைப்பட்டதன்றியில், எமது குடும்பத்தாரும் பலவிதத்திலும் வருந்தினார்கள். மேலும், ரெய்ச்சூரிலிருந்து அலகாபாத்துக்கு அனுப்பிய எமது துணிமணி தட்டு முதலான சாமான்கள் வந்து சேரவில்லை. ஆகவே, இந்த அலகாபாத்தில் ஒரு வாரம் தங்கிச் சற்று இளைப்பாறத் தீர்மானித்தோம். இப்படித் தங்கிய இந்த ஒரு வார காலத்தை வீண் போக்காமல் இந்தத் திவ்விய தேசத்தின் பூர்வ (வைதீக) சரித்திரத்தை விசாரித்தறிவதில் இரண்டு நாட்களையும், தற்கால ஸ்திதியை அறிய இரண்டு நாட்களையும், இதன் விவசாயம், கைத்தொழில் வர்த்தகம் முதலானவைகளையறிய இரண்டு நாட்களையும், இதன் குடிகளுடைய நடைஉடை பாவனைகள், கோயில்கள், மண்டபங்கள், கச்சேரிகள், கட்டடங்கள், தோட்டங்கள், ரோட்டுகள் முதலானவைகளைப் பார்த்தறிய இரண்டு நாட்களையும் செலவிட்டோம். இப்படி ஒருவார காலத்தில் இந்த அலகாபாத்தைப் பற்றித் தெரிந்துகொண்ட சங்கதிகளையெல்லாம் திரட்டி எழுதினால் இது ஓர் பிரம்மாண்டமான புராணமாக முடியுமாகையால், இனி அந்தப் பாகங்களில் யாத்திரை செய்ய விரும்புவோர் முக்கியமாக அறிந்திருக்க வேண்டிய விசேஷமான சில விஷயங்களை மாத்திரம் எமது டையரியிலிருந்தெடுத்துச் சுருக்கமாக எழுதுகிறோம்.

இந்தப் பிரயாகையின் (அலகாபாத்தின்) மஹத்துவம் அல்லது பூர்வசரித்திரம்.

பிரபஞ்ச சிருஷ்டிக்கு முன்பு பரமாத்துமாவானவர் பாலரூபத்துடன் இவ்விடத்திலிருந்த அக்ஷயவடபர்னம் என்னும் ஆலிலையின்பேரில் வீற்றிருந்ததாகவும், இந்த ஆதிவடமாகிய ஆலமரம் அன்று முதல் அழியாமலிருப்பதால், அக்ஷயவடமென்று பெயர்பெற்றதென்றும், ஆகவே, அது பிரம்மஸ்வரூபமானதென்றும், பிரபஞ்ச சிருஷ்டியான பிறகும் இந்த விருக்ஷம் பொன்மயமாய்ப் பிரகாசிக்க, ஸ்ரீ விஷ்ணுவானவர் இதையடுத்து ஜ்வலித்ததாகவும், ஆனதுபற்றி இந்த ஸ்தலம் பிரபஞ்சத்தில் பெருமை பெற்ற புண்ணிய பூமிகளிற் சிறந்ததென்றும், இப்படிப்பட்ட இடத்தில் செய்யும் நற்கருமம் ஒன்று அக்ஷயமாகுமென்றும், எண்ணிப் பூர்வத்தில் பிரம்மாவானவர் இங்கே பத்து அசுவமேதயாகங்கள் செய்ய மாதவமூர்த்தியானவர் பிரசன்னராகி வேண்டிய வரங் கொடுக்கிறேன் என்று வாக்குத்தத்தம் செய்ததாகவும், அப்போது பிரம்மாவானவர் இந்த ஸ்தலமானது விஷ்ணு க்ஷேத்திரமென்று பெயர் பெற்றிருப்பதோடுங்கூடத் தனது பெயரும் சம்பந்தப்பட்டு பிரகாசிக்க வேண்டுமென்று

வேண்டினதாகவும், அதற்கு அவரும் சம்மதித்து இனிமேல் இந்த ஸ்தலம் விஷ்ணு பிரஜாபதி க்ஷேத்திரமாகுமென்று பெயரிட்டதாகவும் புராணசித்தமாக விளங்குகிறது.

இந்த இடத்துக்கு தசாசுவமேத கட்டம் என்று இப்போதும் பெயர் வழங்கிவருகிறது. மேலும் பூர்வத்தில் பிரபாகர மூர்த்தியானவர் சாயாதேவிக்குக் கருப்பம் தரிக்கும்படி செய்த பிறகு அந்தத் தேவி தபசு பண்ணினதாகவும், அப்போது சூரியபகவான் அந்தத் தேவியைச் சேரவிரும்பியதாகவும், அதற்கு அந்தத் தேவி சம்மதிக்காமல் தடுக்கவே, ஆதித்தன் மிதமிஞ்சிய மோகத்தினால் சாயாதேவியைச் சமீபித்ததாகவும், அப்படிச் சமீபிக்கவே ஜனித்த உஷ்ணத்தினால் ஷை தேவியின் கருப்பம் தாங்கமாட்டாமல் பாதி பஸ்மமாகவும், பாதி பிண்டமாகவும் போய்விடச் சாயாதேவியுடன் சூரியபகவானும் பரவசமடைந்ததாகவும், அப்போது ஹரி ருத்திரர்கள் பிரசன்னராகி வந்து, ருத்திரமூர்த்தியானவர் தமது பராசக்தியை அந்தப் பிண்டத்தில் ஆவாஹனம் பண்ணி அதிலிருந்து ஒரு புருஷனை ஜனிப்பித்து, அந்தப் புருஷனுக்கு எமதருமராஜன் என்று பெயரிட்டு, அந்த எமனைத் தென்தேசத்துக்கு அனுப்பிப் பாவிகளை சிக்ஷிக்கும்படி நியமித்ததாகவும், அப்போது மஹாவிஷ்ணுவானவர் ஷை பிண்டத்தின் பாதிப்பாகமாகிய சாம்பலில் நமது சக்தியை ஆவாஹனம் செய்து யமுனா என்கிற பெயருடன் ஒரு ஸ்திரீயை ஜனிப்பித்து அந்த ஸ்திரீயை நதிரூபமாக்கி உலகத்தாருடைய பாவங்களைப் போக்கும்படி நியமித்ததாகவும், அப்படியே அந்த ஸ்திரீயானவள் நதிரூபமாக அந்த இடத்துக்கு வர இவளழகைக் கண்டு மாதவமூர்த்தியானவர் மோகித்துப் பாரியாளாகக் கொண்டதாகவும் சொல்லப்பட்டிருக்கின்றது.

இராமாயணாதி சில கிரந்தங்களில் பகீரதர் கங்கையைப் பூலோகத்துக்குக் கொண்டுவரும்போது கங்கை இவ்விடத்தில் பிரவேசிக்க, யமுனை எதிர்கொண்டு போய்க் கங்கையை வணங்கித் தன்னுடன் கலந்து பிரவாகிக்க வேண்டுமென்று பிரார்த்திக்க, கங்கை: யமுனையை நோக்கி, "ஏ! பாவாய்! நீ பிரதிஷ்டை பெற்றவள். நான் உன்னுடன் கலந்து பிரவாகித்தால் உனது பெயர் மாத்திரம் பிரபலமாகுமேயன்றி எனது பெயர் மழுக்கமடைந்து விடுமென்று மயங்குகின்றேன்" என்று சொல்ல, யமுனை கங்கையை நோக்கி, "ஏ! தேவி! பயப்படாதே! இந்த க்ஷேத்திர முதல் பெயர் உன்னுடையதும், வாகினி ஸ்வரூபம் என்னுடையதுமாகும்" என்று சொல்ல, அதன்மேல் கங்கையும் யமுனையும் இவ்விடத்தில் சங்கமமானதாகவும், அன்று முதல் கங்கையின் ஜலம் வெண்மையாகவும் யமுனையின் ஜலம் இளநீல வர்ணமாகவும், இருந்தாலும், சமுத்திரத்தில் போய்ச்

சேருகிற வரையிலும் கங்கையென்னும் பெயரையே பெற்றதாகவும் சொல்லப்பட்டிருக்கிறது.

அன்றியும், பிரம்மாவானவர் அசுவமேதயாகங்கள் செய்தபிறகு இந்த ஸ்தலத்தை ஸ்தோத்திரத்தோடு வர்ணிக்கத் தொடங்கி முடிக்கமாட்டாமல் மயங்க, தமது குமாரத்தியாகிய சரசுவதி அதை முடித்துக் கொடுப்பதாகச் சொல்லி முயல, அக்கலைமகளும் முடிக்கமாட்டாதவளாகி வெட்கியதாகவும், அப்போது அந்தப் பிரம்மலோகத்தில் திரிமூர்த்திகள் உலகரக்ஷணார்த்தமாக யோசனை செய்ய, அப்படிப்பட்டவர்களுடைய முகத்தைப் பார்க்க, சரஸ்வதி மயங்கி நிற்கும் காலத்தில் படபன் என்னும் இராக்ஷதன் பிறந்து அதிக பசியினால் வருந்தி உலகத்தாரை இம்சை செய்யப் பிரவேசிக்க அவனது உபாதியை நீக்கச் சரஸ்வதியானவள் பிரம்மலோகத்தை விட்டுச் சுந்தர ரூபத்துடன் வீணாகானம் செய்துகொண்டு பூலோகத்தில் அந்தக் கொடிய இராக்ஷதன் முன் வர, அவன் கண்டு மோகிக்க, பசியால் வருந்துபவனாகிய உன்னை விவாகம் செய்துகொள்ளப் பயப்படுகிறேனென்று சரஸ்வதி சொல்ல, அந்தப் பசியை நீதான் தீர்க்கவேண்டுமென்று இராக்ஷதன் வேண்ட, அவன் பசி நீக்கச் சமுத்திர ஜலத்தைப் பானம் செய்யும்படி அழைத்துக்கொண்டு போய்விட்டு, அந்தக் காதகனைவிட்டுத் தப்பித்துக்கொண்டு, இந்தப் பிரயாகை ஸ்தலத்தைக் காணவந்ததாகவும், அப்போது கங்கை யமுனைகள் இந்த சரஸ்வதியை இவ்விடத்தில் நடிக்கக் காணவேண்டுமெனக் கருத, அப்போது சரஸ்வதி; இந்த இடத்தை வர்ணிக்கப் பந்தயம் போட்டுப் பிரதிஷ்டை பெறாமையால் பிரம்மாவானவர் பரிகாசம் செய்வாரென்றெண்ணிப் பகிரங்கமாகத் தோன்றாமல், கங்கை யமுனைகளுக்குள் அடக்கமாகிப் பிரவாகத்தில் விளையாடியதாகவும் ஷை மூன்று நதிகளும் இந்த இடத்தில் சங்கமமானதால் மோக்ஷ லக்ஷ்மி தலைமயிரின் மூன்று பின்னலாகவும், அக்ஷய வடமாகிய ஆலமரம் ஷை மூன்று பின்னல்களின் குச்சுகளானதாகவும், ஆகவே திரிவேணியென்று பிரகாசிக்கிறதாகவும் சொல்லப்பட்டிருக்கிறது. அதாவது கங்கை யமுனை இவ்விரண்டும் இந்த இடத்தில் சங்கமமானது முதல் அந்த இரண்டு நதிகளும் உலகத்தாருடைய பாவங்களைக் கத்தரிக்கக் கத்தரிக்கோல்களானதாகவும், அக்கோல்களுக்கு இடை பிடி ஆணியில்லாமையால் அந்தரவாகனியான சரஸ்வதி ஆணி ஸ்தானத்தைப் பெற்றதாகவும், இந்த மூன்று உறுப்புகளும்கூடிய கத்திரியைப் போன்ற திரிவேணியென்பது உலகத்தாருடைய சகல பாவங்களையும் கத்தரிப்பதாகப் புராணப் பிரசித்தம். பிரம்மாவானவர் அசுவமேத யாகங்களைச் செய்தபோது அநேக பெரியோர்களை அழைப்பித்து யாகங்களின் பயனை அறியும்படி செய்தபடியால் இதற்குப் பிரயாகையென்று பெயருண்டாகியதாம்.

கங்காநதியின் பெருமை

இந்தக் கங்காநதியானது ஹிமாசல மலையின்மேல் உற்பத்தியாகின்றது. இதன் புராணவிருத்தாந்தம் யாதெனில்:- கபிலரிஷியின் கோபத்தினால் பஸ்மமாக்கப்பட்ட சகரருடைய 60,000 குமாரருடைய சாம்பலைப் புனிதமாக்கப் பகீரதருடைய பிரார்த்தனைக்களுக் கிணங்கி, பரலோகத்திலிருக்கும் மஹாவிஷ்ணுவின் கால்விரலிலிருந்து உற்பத்தியாகிப் பூமியில் விழ, அதன் வேகத்தினால் பூமி பாழ்த்துப் போகாதபடி, பரமசிவன் சிரசால் தாங்கி அதன் வேகத்தைக் குறைத்ததாகவும், ஆகவே, இந்த கங்கைக்குப் பகீரதிநதி என்னும் பெயருண்டாகியதாகவும், பிறகு பூமியில் விழுந்தபோது ஜானுவின் தபசைக் கெடுத்ததனால் அவர் கோபித்துக் கங்கை முழுதையும் குடித்துவிட்டதாகவும், பிறகு அநேகருடைய பிரார்த்தனைகளுக் கிணங்கிக் குடித்த நீரைக் காதில் வழிந்துவிடும்படிச் செய்ததனால் இதற்கு **ஜானுவி** என்ற பெயருண்டானதாகவும், கங்கையானது ஹிமவத்பருவதராஜனுக்கு ஜேஷ்ட குமாரத்தியாகவும், அவள் தங்கை உமையாகவும், அந்த உமையைச் சந்தனு மஹாராஜன் விவாஹம் செய்துகொண்டு பீஷ்மர் அல்லது காங்கேயரைப் பெற்றதாகவும் சொல்லப்பட்டிருக்கிறது.

இந்தக் கங்கையானது ஹிமாசலத்தில் கங்கோத்பத்தி என்னும் இடத்தில் ஓங்காரவடிவான பனிக்கட்டிக் குகையிலிருந்து உற்பத்தியாகி, பிறகு 13,800 அடிகள் உயரத்திலிருந்து கீழே ஓடி வந்தும், பிறகு ஹரித்துவாரத்தினிடம் 1,024 அடிகள் உயரத்திலிருந்து ஓடிவந்து பூமியில் விழுந்தும், காசிப் பட்டணத்துக்கு 350 அடிகள் உயரத்தில் ஓடியும், பிறகு வங்காளத்தைச் சார்ந்த கல்கத்தாவுக்கருகில் பிரம்மபுத்திரா நதியோடு கலந்து வங்காளக் கடலில் விடுகின்றது. இதன் நீளம் 1,560 மைல்கள், இதன் அகலம் இடத்துக்கிடம் வித்தியாசப்பட்டாலும், ஹரித்துவாரமுதல் கப்பல் யாத்திரை செய்யக்கூடிய ஆழமும் அகலமுமுள்ளதாய் இருக்கிறது. இந்தக் கங்கைக்குள் அநேக கிளை நதிகள் வந்து கூடினும், அவைகளில் கங்கைக்கு வலது கரையில் சேரும் யமுனையும், இடது கரையில் வந்து சேரும் குமதி, கோகிரா, குண்டகி நதிகளே சிறந்தவை. இப்படிப்பட்ட விசேஷ நதிகள் சேர்ந்து கங்கை பெரிய நதியாகியதால், அதன் பாய்ச்சலில் ஏராளமான நெல் முதலான தானியங்கள் விளைவாகி, அதன் கரையோரங்களில் ஹரித்துவார், கார்வால், கான்பூர், அலகாபாத்து, காசி, லக்ஷ்மணபுரி, பைசாபாத், அயோத்தியா, பாடலீபுரம், கல்கத்தா, முதலான பெரிய பட்டணங்கள் கட்டப்பட்டு இலக்ஷக்கணக்கான ஜனங்கள் குடிபுகுந்து சுகமாக வாழ்ந்து வருகிறார்கள். இந்தக் கங்கையின் ஜலம் பயிர்களுக்கும் பிராணிகளுக்கும் பெரும் பிரயோஜனத்தைத் தருவதோடு, அதன் ஜலம் அநேக வியாதிகளையும் நீக்கித் தடுத்துச்

சுகாரோக்கியமாக வாழச் செய்கின்றபடியால் இதைப் பரிசுத்த நதியாகக் கொண்டாடி வருகின்றனர்.

இதன் ஸ்தலபுராணம் பன்னிரண்டு அத்தியாயங்களை யுடையதாகவும், ஒன்று நூறு அத்தியாயங்களை யுடையதாகவுமிருக்கிறது. இந்த இடத்திலே பிராணதத்தம் செய்பவர்கள் ஜன்மாந்திரத்தில் விரும்பிய சித்திகளைப் பெற்று அனுபவித்து மறுபடியும் இந்த க்ஷேத்திரத்தில் ஜனித்துப் பிறகு பிறவித் துன்பமில்லாமல் பேராநந்தத்தை யனுபவிப்பார்களென்று ஷ புராணத்தில் சொல்லியிருப்பதால், இக்காலத்திலுங்கூட அநேக தபசிகள், சந்நியாசிகளாக வந்து தவம் செய்து அந்தரங்கமாகக் கங்கையில் இறங்கி இறந்துபோவதாகப் பிரஸ்தாபம் மேலும் முசுகுந்த பிரம்மசாரி என்னும் ஓர் தபசி தான் மண்டலாதிபதியாக வேண்டுமென்று கருதி, சுயஇச்சையின்படி தனது தேகத்தில் பாதி பாகத்தைப் பத்தலாய் அறுத்து யக்கியத்தில் ஆகுதி செய்து பிராணனை விட்டதாகவும், அவருடைய சீடர்களும், தாமும் அந்தத் தேசிகருக்கே மறுஜன்மத்திலும் மந்திரிகளாக இருக்க வேண்டுமென்றும், அப்போது பூர்வஜன்ம கியானமும் இருக்க வேண்டுமென்றும் பிரார்த்தித்து, அந்த ஸ்தல மகத்துவத்தை எட்டு ஸ்லோகங்களால் பாடி, அப்போது கடலை, பொரி இவற்றை வறுத்து விற்றுவந்த கிழவியினிடம் கொடுத்துவிட்டு ஷ யாகத்திலே விழுந்து பிராணனை விட்டதாகவும், பிறகு மறுஜன்மத்தில் அந்த முசுகுந்தனென்னும் பிரம்மசாரி ஆக்பர் பாதுஷாவாகப் பிறந்து டில்லிக்குச் சக்கிரவர்த்தியானதாகவும், சீடர்கள் மந்திரிகளானதாகவும், அந்த மந்திரிகள் இந்தவிடத்தில் வந்து பொரி விற்று ஜீவனம் செய்துவந்த கிழவியினிடம் தாம் முன்ஜன்மத்தில் எழுதிக்கொடுத்த எட்டு சுலோகங்களை வாங்கிக்கொண்டு போய் ஆக்பர் பாதுஷாவுக்குக் காட்ட, அவர் ஆச்சரியப்பட்டு, அன்று முதல் அந்த ஸ்தலத்துக்கு அலகாபாத்து - அல்லா - கடவுள், பாத்து - பட்டணம், கடவுள் (பிரத்தியக்ஷமாக வதிந்துவரும்) பட்டணம் என்று பெயரிட்டு, அன்னியர் அதைக் கெடுக்காதபடி 1575ஷு ஒரு அழகான கோட்டையைக் கட்டினதாகச் சொல்லுகிறார்கள். இந்தக் கோட்டைக்கு மத்தியில் சுமார் 30 அடிகள் உயரமுள்ள ஜயஸ்தம்பத்தை நாட்டி அதில் 240ஷு பவுத்தமத சக்கிரவர்த்தியாக இருந்த அசோகவர்த்தனருடைய சரித்திர சாதனங்கள் வெட்டிப் பதிப்பிக்கப்பட்டிருக்கின்றன.

அந்தக் கோட்டை கங்கை யமுனை சங்கமமாகும் இடத்தில் கட்டியிருந்தபோதிலும் எப்படிப்பட்ட பிரவாகத்துக்கும் இடிந்துபோகாமல் இன்றளவும் புதிதாகவே தோன்றுகிறது. கலிகால தோஷத்தினால் பொன் ஆலமரம் திரிவேணியில் மறைந்துவிட்டபடியால் அதற்குப் பதிலாக ஓர் ஆலமரத்தைக்

கோட்டையில் பிரயாகை ஈசுவரன் லிங்கங்களுக்கு இடையில் நட்டுப் பயிர்செய்து பாதுகாத்துப் பூஜைசெய்து வருகிறார்கள். இந்த ஆலமரம் 1,500 வருஷங்கள் வயதுடையதென்று சொல்லப்படுகின்றது. அதற்கு இரண்டே கிளைகள் மேல் வளைந்தவிதமாக இருக்கின்றன. அடிமரத்தைத் துணியால் மூடி வைத்திருப்பதோடு அந்தத் துணி மறைவுக்குக்கீழ் இரண்டு பாதங்கள் கற்களால் செய்வித்து ஸ்ரீராமர் பாதங்கள் என்று சொல்லியும் பூஜைசெய்தும் வருகிறார்கள். இந்த ஆலமரத்தினிடத்தில் "திரிவேணிமாதவம் சாம்பம், பாரதுவா சஞ் சவாசுகீம், வந்த அக்ஷயவடாம், சேஷம் பிரயாகம், கீர்த்தநாயகம்" என்னும் சுலோகத்தைச் சொல்லுகிறார்கள். இந்த ஸ்லோகத்தின்படி எட்டு இடங்களுக்கு யாத்திரை செய்ய வேண்டும். சோமேசுவரர் ஆலயம் மாத்திரம் யமுனைக்கு அக்கரையிலிருக்கிறது. ஒரு காலத்தில் இந்தப் பிரயாகை ஸ்தலத்தில் தானதருமங்களை வாங்கினால் மகாதோஷமென்று பயந்து பிராம்மணர்கள் வேறு இடங்களுக்கு வேலைக்குப் போய்விட்டார்கள். பிறகு பாதுஷாவின் அதிகாரஸ்தர்களுடைய முயற்சியினால் கனோஜி பிராம்மணர்களைத் தருவித்து அவர்களுக்குப் பூஸ்திகளைக் கொடுத்து ஸ்தலத்தார்க ளாக்கினார்களாம். அவர்களுக்கு இப்போது பிரயாகைவாசிகளென்று பெயர். இவர்களன்றியில் கட்டிவார்களென்ற ஒருவித பிராம்மணர்கள் சங்கமஸ்தானத்தில் விகப் பலகைகளைப் போட்டுக்கொண்டும், கொடிகளைக் கட்டிக்கொண்டும், குடை மறைவுகளிலிருந்து யாத்திரைவாசிகளுக்கு உபசாரங்களைச் செய்து ஜீவனம் செய்கிறார்கள். மேலும் பஞ்ச திராவிடர்களைச் சார்ந்த மஹாராஷ்டிரர்களும் தெலுங்கர்களும் டானிகளென்னும் பெயருடன் வதிந்து வருகிறார்கள். இந்த ஸ்தலத்தில் ஏமதுவிதிய என்கிற கார்த்திகை மீ துவிதிய தினத்தில் எமதருமராஜன் தனது சகோதரியான சரஸ்வதியைக் காணுவதற்கு வருவதாகவும், அக்காலத்தில் யமுனா நதியில் ஸ்நானம் பண்ணுகிறவர்களுக்கும், அவர்களுடைய வமிசத்தார்களுக்கும் எமதண்டனை இல்லாமல் விடுவதாகவும் வரங்கொடுத்ததாய், ஸ்தல புராணத்தில் சொல்லப்பட்டிருப்பதால், அந்தத் தினத்தில் லக்ஷக்கணக்கான ஹிந்துக்கள் நாலாபக்கங்களிலிருந்து வந்து ஸ்நானஞ் செய்கிறார்கள். மேலும் இந்த இடத்திலே புருஷர்களுடன் கூடவரும் கன்னிகழியாத பெண்களும் வேணிதானம் செய்ய வேண்டும். வேணிதான மென்றால், தலைமயிரின் பின்னலைக் கத்திரித்துத் தானம் பண்ணுதலாம். இது விஷயத்தில் சிலருக்கு அபிப்பிராயங்கள் பேதப்பட்டு, மயிர்ப் பின்னலின் சிறிது பாகத்தை மாத்திரம் கத்திரித்துக் கங்கையில் போட்டுவிடுகிறார்கள். அந்த மயிர் மிதக்காமல் அடியில் மூழ்கி விடுகிறது. ஆகையால், யாத்திரைக்காரரை பிரயாகைவாசிகள் வந்தழைக்கும்போது க்ஷவரகனும் வந்தழைக்கச் சேருகிறான். முதலில் எவன் வந்தழைக்கிறானோ அவனிடத்திலேயே க்ஷவரம் செய்துகொள்ள

வேண்டும். அதற்குக் கட்டணம் ஏற்பட்டிருக்கிற தன்றியில், தருமார்த்தமாகப் பொருள் முதலானவைகளைக் கொடுத்தல் வேண்டும். யாம் வீட்டிலேயே க்ஷவரம் செய்துகொண்டபடியால், காலணா கொடுத்தோம். அந்த க்ஷவரகன் க்ஷவரம் செய்தபிறகு, கழுத்து, கை, கால் முதலானவைகளை நீவிப் பிடித்து கஸரத்து செய்கிறதன்றியில், நாம் சமையல் செய்யும்படியான இடத்துக்கெல்லாம் தாராளமாக வருகிறான். நமது ஜலாதி பாத்திரங்களைச் சாதாரணமாகத் தொட்டுக் கொள்ளுகிறான். இவ்விதமாக அத்தேசாசார மிருக்கிறது. மேலும் இந்தப் பிரயாகையில் வைதீக கர்ம சங்கற்பத்தில் தென்தேசத்தைப் போலவே பரதகண்டே என்கிறதை மட்டும் சொல்லி "ஆரிய வர்த்த தந்திரகத பிரம்மவார்த்தைகதேசே, விஷ்ணு பிரஜாபதி க்ஷேத்ரே. மத்தியே அந்தர்வேதியாம், பாகிருத்தியாம், காளிந்திய உத்திரதீரே வடஸ்பாகிருத்தியாம், சுய பர்வதிக் பாகே விக்கிரசகே, பவுத்தாவதாயதாபவியாநாமசம் வச்சரே சொல்லிப் பிறகு தக்ஷணதேசரீதியாய் மாசம், திதி முதலானவைகளைச் சொல்லுகிறார்கள்.

கடைசியாக ஸ்ரீசங்கராசாரிய சுவாமிகள் திக்கு விஜயம் செய்தபோது இந்தப் பிரயாகைக்கு வந்து சந்நியாசத்தை ஸ்தாபித்ததாகவும், அப்போது கவுட பிராம்மணர்கள் அவருக்குச் சீடர்களாகி மதுமாமிசங்களைக் கொண்டு ஆசாரிய சுவாமிகளுக்கு பிக்ஷை செய்விக்க, அவர் அதை அன்புடன் அங்கீகரிக்க, சீடர்கள் மமதையால் தாமும் மதுமாமிசங்களை மிதமிஞ்சி உபயோகப்படுத்தினதாகவும், ஆசாரியர் கண்டு அவர்களுக்குப் புத்தி வருவிக்க வேண்டுமென்னும் எண்ணத்துடன், ஒருநாள் கன்னான் உலையில் ஜலத்தைப்போல் காய்ந்து கரைந்திருந்த ஈயத்தை இரு கரங்களால் வாரிக்குடிக்க, சீடர்களான கவுட சந்நியாசிகள் பார்த்துப் பயந்து, தாங்கள் அவரைப்போல் சமதரிசன மஹாத்துமாக்களல்லவென்று சொல்ல, ஆசாரியர் பார்த்து இன்ப துன்பங்களின் தாரதம்மியத்தைக் கருதும் மனோதிடமில்லாத நீங்கள் பிரஷ்டாளாகக் கடவதென்று சபித்ததாகவும், அந்தப் பத்து சந்நியாசிகளும் அநேக சீடர்களைச் சேர்த்துக்கொண்டு தேசாயிகள் அல்லது தேசநாமிகளென்னும் பெயரைப் பெற்றுப் பிறகு மஹாஜனங்களென்னும் சாவுகாரிகளாகி விசேஷ வர்த்தகங்களைச் செய்துவந்ததாகவும், இந்த கோஷாயிகள் வானா, ரணா, சிரி பர்வத, சாகர, பார்த்தி, புரி சரசுவதி, தீர்த ஆஸ்ரமம் என்னும் பத்து ஆஸ்ரமங்களுக்குட்பட்டவர்களாகி, ஆக்பர் பாதுஷா அவர்களால் விடப்பட்ட மானியங்களை அனுபவித்துக்கொண்டு சுகஜீவனம் செய்துவந்ததாகவும், பிறகு வந்த மகமதிய மன்னர்கள் மது துவேஷத்தினால் இவர்களை வருத்தியதாகவும், முக்கியமாக அயோத்தி, லக்ஷ்மணபுரியின் நபாபு டில்லி பாதுஷாவை சாமதுரோகம் பண்ணி, ஹிந்து சந்நியாசிகள் முதலானவர்களுக்குத் தருமமாக

விடப்பட்டிருந்த மானிய ஸ்திதிகளையெல்லாம் பிடுங்கிக்கொண்டு ஹிந்துஜன சமூஹத்தாரை மகம்மது மதத்தை அனுஷ்டிக்கும் படிக்கும், அவர்களைப்போலவே நடையுடை பாஷைகளை அனுஷ்டிக்கும் படிக்கும் கட்டாயப்படுத்தி வருத்தினதாகவும், பிறகு 1801 ஆம் ஈஸ்டு இந்திய கம்பெனியென்னும் ஆங்கிலேய வர்த்தகக் கூட்டத்தார் ஷை நபாபின் இஷ்டத்தினால் ஷை பிரயாகையைப் பெற்று அதிலிருந்த ஆக்பர் பாதுஷா கட்டிய கோட்டையைப் பலப்படுத்தி, பரதபூர் முதலான ராஜாக்களைப் பத்திரப்படுத்தினதாகவும் தெரிய வருகிறது.

இப்போது பிரயாகையென்னும் அலகாபாத்து வடமேற்கு மாகாணங்களின் பிரதான பட்டணமாகி, கங்கை யமுனை சங்கம மாகுமிடத்தில் கட்டப்பட்டிருக்கிறது. கங்கை யமுனை இவற்றின் சங்கம காக்ஷி வெகு விநோதமும், ஆச்சரியகரமுமாக இருக்கின்றது. இவ்விடத்தில் கங்கையானது சுமார் ஒரு மைல் அகலமுள்ளதாயும், அதைக் கடந்துபோக ஒரு படகு பாலமும் கட்டப்பட்டிருக்கிறது. இந்தப் பட்டணம் சுமார் எட்டு மைல் சுற்றளவுள்ளதாய் இருப்பதோடும் 1,05,000 ஜனங்கள் வசிக்காநின்ற பெரிய பட்டணமாயும் இருக்கிறது. இவ்விடத்தில் ஹிந்துக்கள் மஹமதியர்கள் என்னும் வித்தியாசத்தைக் கண்டுபிடிப்பது கஷ்டம். பஞ்ச கவுட பிராம்மண புருஷர்களுடைய நடையுடை பாவனைகள் மகம்மதியர்களைப் போலவே இருக்கிறதன்றியில், இந்துஸ்தானி பாஷையையே பொதுவாக வழங்கி வருகிறார்கள். இந்தப் பஞ்ச கவுடர்களுடைய ஸ்திரீகள் ரவிக்கைகளைப் போடாவிட்டாலும், முக்காடு இல்லாமல் வெளியில் வருகிறதில்லை. ஆறு முழ நீளமும், நான்கு முழ அகலமுமுள்ள வெள்ளை அல்லது செங்காவித் துணிகளைக் கட்டிக் கொள்ளுகிறார்கள். பெரும்பான்மையான ஸ்திரீகள் சுந்தரவதிகளாய் அதிக அழகாக இருந்தாலும், அவர்கள் உடைகளை அழுக்கு இல்லாமல் சுத்தமாக வைப்பது அபூர்வமாகையால், அவர்களுடைய அழகை அழுக்குத் துணிகள் கெடுத்துவிடுகின்றன. இவ்விதம் அழுக்குத் துணிகளையும் போதுமான நீளமுமற்ற துணிகளையும் தரித்துக் கொண்டிருந்தாலும், பிராதக்கால கங்காஸ்நானம் புருஷர்களுக்கு முந்திச் செய்யாமல் விடுகிறதில்லை. மேலும் தங்களுடைய போஜன பாத்திரங்களை வெகு சுத்தியாகத் தேய்த்துக் கழுவிச் சுசிகரமாக வைத்துக்கொள்ளுகிறார்கள். அன்றியும் அநேகர் சிவ பூஜையை பக்திபூர்வமாகச் செய்துவருகிறார்கள். தென்தேசத்து ஸ்திரீகள் வஸ்திராபரணங்களின்பேரில் மிதமிஞ்சிய பிரியத்தைப் பாராட்டுவதைப்போல, இவ்விடத்திய ஸ்திரீகள் பாராட்டுகிறதாகத் தோன்றவில்லை. இத்தியாதிகளால் நமது தென்தேசத்து ஸ்திரீ புருஷர்கள் போகப் பிரியர்களென்றும், இந்தப் பிரயாகைவாசிகள் போஜனம் பக்திகளில் பிரியமுடையவர்களென்றும் தீர்மானிக்க வேண்டியிருக்கிறது முக்கியமாகத் தென்தேசத்தாருடைய

பாத்திரங்களின் அழுக்கும், பிரயாகை ஜனங்களுடைய வஸ்திரங்களின் அழுக்கும் சமம் என்றும், தென்தேசத்தாரின் வஸ்திர சுத்தியும் பிரயாகைதேசத்தாரின் பாத்திர சுத்தியும் சமமென்றுஞ் சொல்லலாம்.

வேளாண்மை உணவு முதலியன.

பிரயாகையின் பெரும்பாகமான பூமி உழவுத் தொழிலுக்கு உத்தமமானதாகத் தோன்றாவிடினும், கங்கை நதியின் வண்டல் மண் வெகு சாரமானது. கோதுமை, கடுகு முதலானவைகள் அதிக உழைப்பில்லாமல் விஸ்தாரமாக விளைந்து அதிக லாபத்தைக் கொடுக்கிறது. கத்திரி, உருளைக்கிழங்கு, முட்டகோஸ், காலிப்பலவர், பட்டாணி, மிளகாய், வெங்காயம், இஞ்சி, பொதினா, கொத்தமல்லி, கொய்யா, அன்னாசி, முதலான காய்கறிகள், பழவர்க்கங்கள் விசேஷமாகப் பெருத்துப் பார்வைக்கு அழகாகவும், சில சமயங்களில் ஆச்சரியகரமான உருவங்களாகவும் விளைகின்றன, இவ்விடத்திய கொய்யாப்பழம் நமது தேசத்துப் பெரிய தேங்காயின் பருமனுள்ளது. அந்தப் பெரிய பழங்களை அதை அடுத்த இரண்டு இலைகளுடன் பிடுங்கிக் கொண்டுவந்து பைசாவுக்கு (மூன்று தம்பிடிக்கு) ஐந்தாறு அல்லது ஏழெட்டு விற்கிறார்கள். இந்த தேசத்தார் கோதுமை மாவில் செய்யப்பட்ட பூரிகளென்னும் சிறிய பலகாரங்களைக் புளிகாரமில்லாமல் வேக வைத்துத் துவரம் பருப்பைத் தொட்டுக்கொண்டும், சில சமயங்களில் தயிரைத் தொட்டுக்கொண்டும் சாப்பிடுகிறார்கள். சில சமயங்களில் மிட்டாய் முதலானவைகளால் காலம் கழிக்கிறார்கள். இவ்விடத்திய மாடுகளும், எருமைகளும், பருத்துக் கொழுத்து அழகாகத் தோன்றுகின்றன. அவைகளுக்குத் தட்டுகளைச் சிறிய துண்டுகளாக வெட்டிக் கழனி நீரில் ஊற வைத்து அந்த நீரோடு கடித்துக் குடிக்கச் செய்கிறார்கள். போக்குவரவு செய்வதற்குப் பக்கிகளென்ற நான்கு சக்கிரங்களுடைய கோச்சு வண்டிகளுக்கு இரண்டு குதிரைகளைக் கட்டி உபயோகிக்கிறார்கள். சாதாரண ஜனங்களுக்கு எக்கா என்னும் ஒருவித ஒற்றைக் குதிரை வண்டிகள் விசேஷமாக இருக்கின்றன. இந்த வண்டிகளில், இரண்டு பெயர் கூட நன்றாக உட்கார்ந்துபோவதற்குச் சுகமான வசதி கிடையாது. தென்தேசத்து ஒற்றை மாடு, இரட்டை மாட்டு வண்டிகளைப் போல் செய்துகொண்டு சுகப்படத் தெரியாமல் இருப்பதன்றியில், கபிலை ஏற்ற மிறைக்கும் மாடுகளைப் பின்போகப் பழக்கி வைக்காமல் ஒவ்வொரு இறைப்புக்கும் மாடுகளை அவிழ்த்துக் கொண்டுபோய்க் கட்டிக் காலத்தை வீணாக்குகிறார்கள் இந்தக் குடியானவர்களுக்கு இது விஷயத்தில் இரண்டொரு தடவை யாம் சொல்லிக் கொடுத்தும் அந்த வழக்கத்தை அனுசரிக்க அவர்கள் பிரியம் கொள்வதாகத் தோன்றவில்லை.

நகரின் லக்ஷணம்.

இந்த அலகாபாத்தின் சகர் அல்லது சவுக்கு வெகு அழகாக இருக்கிறது. இந்தப் பாகத்தில் வீதிகள் விஸ்தாரமானவைகளாகவும் வரிசை வரிசையாகவும் 3, 4, 5, 6, 7 அடுக்கு மெத்தைகள் பெரும்பாலும் மகம்மதியர்களுடைய கட்டிட பாவனைகளை உடையவைகளாகவும் இருக்கின்றன. கட்டிடங்களின்கீழ் அடுக்குகளில் பலவித வியாபார வஸ்துக்களடங்கிய கடைகளும், வர்த்தகர்கள் வசிக்கும்படியான வீடுகளுமிருக்கின்றன. மேல் மெத்தைகளில் பற்பல தேசங்களின் பற்பலவிதமான தாசிவேசிகள் சிங்காரமாக உடுத்திக்கொண்டும், சோப்பாக்களிலும், நாற்காலிகளிலும் உட்கார்ந்துகொண்டும், உக்காக்களைக் குடித்துக்கொண்டும், வீதிகளில் நடக்கப்பட்ட பாட்டைசாரிகளைப் பார்த்துக்கொண்டும் இருக்கின்றனர். இந்தச் சதுரங்கமான வீதிகளுக்கிடையில் புராதனமும் பெருமையுமான மார்க்கட்டிருக்கின்றது. இந்த மார்க்கட்டில் துணிமணிகளும், நவதானியங்களும், காய்கறி பழவர்க்கங்களும் எதேஷ்டமாக விற்கப்படுகின்றன. பிரதி தினமும் சாயரக்ஷைகளில் இந்த மார்க்கட்டிலும் மற்றும் அடுத்த கடைவீதிகளிலும் ஏராளமான ஜனங்கள்ல கும்பல் கும்பலாக நடந்துபோவதற்கும் வழியற்று நிற்கிறார்கள். இந்த அலகாபாத்தில் விசேஷமான கைத்தொழில்களில் இல்லாவிட்டாலும் வர்த்தகம் அதிகம். இந்த அலகாபாத்தில் வசிக்கும் ஆங்கிலேயர்கள் சுதேசிகளுடைய வாசஸ்தானத்துக்கு வெகுதூரமான கானிங் நகரில் (Canning Town) விசாலமும் இரமணீயமுமான பங்களாக்களில் குடியிருக்கிறார்கள். இந்த கானிங்கு டவுனும் சுதேசிகள் வசிக்குமிடத்திற்கும் இடையில் ஈஸ்டு இந்தியா ரெயில் பாட்டையிருக்கின்றது. இந்த இங்கிலீஷ்காரர்கள் குடியிருக்கும் பாகத்தின் பாதைகள் முக்கியமாக கானிங்கு, ஆல்பர்ட்டு எலிஜின், லிஸ்டோ, ஸ்டேன்லி, மேயோ, லாயஸ் முதலான வீதிகள் அதிக விசாலமானவைகளாகவும் ஒவ்வொரு பாதையில் கட்டை வண்டிகள், குதிரை வண்டிகள், மனுஷர்கள் போக்குவரத்துச் செய்ய வகுக்கப்பட்டு மா, அரசு, வேப்ப மரங்கள் வைத்துப் போதுமான நிழலைத் தரும்படி செய்திருக்கிறார்கள். இவ்விடத்தில் (க்ஷூனார் ஸ்டோன்) என்னும் ஒருவித செங்கற்களால் கட்டப்பட்ட பிரம்மாண்டமான ஒரு ஹைகோர்ட்டு கட்டடமிருக்கிறது. இவ்வளவு அழகான ஹைகோர்ட்டு கல்கத்தாவிலும் கிடையாது. இந்தக் கட்டடத்தையும் இதன் நீதியதிபர்களிற் சிறந்த ஜஸ்டிஸ் ஸெடிரெய்ட் என்பவரையும் காண நாம் வெகுநாளாகப் பிரியப்பட்டிருந்ததால், டிசம்பர் மீ 15 உ போய் அந்த நீதியதிபரைக் கண்டு சந்தோஷப்பட்டதன்றியில், அந்த ஐகோர்ட்டின் அழகையும், அதில் அப்போது ஒரு விசேஷ வழக்கைப் பற்றி வாதித்துக்கொண்டிருந்த பண்டிதர் வித்தியா

ரத்தினமவர்களையும் கண்டு சந்தோஷமடையலானோம். மிஸ்டர் ஸ்டிரெயிட் நீதியதிபர் லார்டு பேகன் நூலாசிரியரைப் போன்ற முகமுடையவர். எந்தக் காரியத்தையும் ஆழ்ந்து யோசிப்பவராகவும் தோன்றுகிறார். பண்டிட் வித்தியாரத்தினம் அவர்கள் சிறந்த படிப்பாளியாகவும், நியாய தோரணையை தெள்ளத்தெளிய எடுத்துக்காட்டுபவராகவும் இருக்கினும், கை கால் முதலான அங்க ஆட்டங்களை அதிகமாக உபயோகப்படுத்துகிறார். டிசம்பர் மீ 16ம் வ அலகாபாத்து காலேஜ் ஹால் என்னும் வித்தியாசாலையைப் போய்ப் பார்த்தோம். அது இந்து தேசத்திலிருக்கும் வித்தியா விஷயமான கட்டடங்கள் எல்லாவற்றிலும் பெரிதும், பெருமையும், சிற்ப சாஸ்திர நிபுணர்களால் (க்ஷுனார் கற்களால்) கட்டப்பட்டதுமான கட்டடம். இந்தக் கட்டடத்தின் முதல் பாகத்தின் (சபா மண்டபத்தின்) மேல் தாழ்வார ஓரங்களில் அந்தக் கட்டடம் கட்டுவதற்குப் பொருளுதவி செய்த ஜெயப்பூர் முதலான மஹா இராஜாக்களுடைய பெயர்கள் வெள்ளை ஸ்படிக பலகைக் கற்களில் ஞாபகச் சின்னங்களாக எழுதப்பட்டிருக்கின்றன. உட்பாகங்களில் சகலவித தருமசாஸ்திர கிரந்தங்கள் அடுக்கடுக்காக வைக்கப்பட்டிருக்கின்றன. கிழக்குப் பாகத்திய கட்டடங்களில் சாஸ்திர பயிற்சிக்கேற்ற இன்றியமையாத இயந்திர கருவிகள் வைக்கப்பட்டிருக்கின்றன. இந்தக் கலாசாலையில் டில்லி, மதுரா, கான்பூர், லக்னோ, அயோத்தி, பனாரிஸ் முதலான இடங்களின் வாலிபர்கள் பி.ஏ. முதலான உயர் தர பரீக்ஷைக்காக வந்து வாசிக்கின்றனர். அந்த உயர்தர வித்தியார்த்திகளில் சிலர் எமது பூக்ஷையும் சல்லடம் முதலான உடைகளையும் கண்ட மாத்திரத்தில் நாம் ஹிந்துவோ மற்றெந்த ஜாதியோவென்று சந்தேகித்தார்கள். பிறகு எம்மைச் சென்னை இராஜதானியிலிருந்து வந்த ஹிந்துவென்று தெரிந்த பிறகு, கல்வி விஷயமாகவும், கல்கத்தா நேஷனல் காங்கிரஸ் விஷயமாகவும் ஒரு பிரசங்கம் செய்யச் சொல்லிக் கோரிக்கொண்ட பிரகாரம் நாமும் மறுநாள் போய்ப் பிரசங்கம் செய்ய அவர்கள் கேட்டுச் சந்தோஷப்பட்டு நன்றியறிவைக் காட்டினார்கள். இந்தக் கலாசாலையன்றியில் இந்த அலகாபாத்தில் (Mayo Hall) மேயோ ஹால், (Sultan Kushru's Serai) சுல்டான் குஷ்ரூஸ் செரியும் (Begum Jehangar) பீகம் ஜிஹாங்கர் முதலான கட்டடங்களும் 1876ம் ஹூ இத்தேசத்துக்கு வந்த டியூக் ஆப் எடின்பர்க்கு பிரபுவின் ஞாபகச் சின்னமாகக் கட்டிய ஆல்பர்டு பார்க்கு தோட்டமும், கண்டோன்மெண்ட்டிலிருக்கும் மாக்பரசன் பார்க்கு தோட்டமும், சிரேஷ்டமானவை. விக்டோரியா பப்ளிக் தோட்டம் முதலானவை பார்க்கத் தகுந்தவை. நாம் கோயமுத்தூரிலிருந்து இந்த அலகாபாத்துக்குப் போய்ச் சேருகிறவரையில் கடுங்குளிராலும், மழையினாலும் நனைந்து அவதிப்பட்டதன்றியில், தகுந்த போஜனமும், தகுந்த ஆறுதலுமில்லாமையாலும், ஜலதோஷம், இருமல் முதலானவைகளால் வருந்தியதாலும், ரெய்ச்சூரிலிருந்து

அலகாபாத்துக்கு அனுப்பிய அரிசி, பருப்பு, பாத்திரம், புடவை முதலான சாமான்கள் வந்து சேராமையாலும், இந்த அலகாபாத்தில் டிசம்பர் மீ 11ம் உ முதல் 17ம் உ வரையில் இருக்க வேண்டி வந்தது. இந்த ஆறு தினங்களில் இந்தப் பட்டணத்தின் பெரும்பாகத்தைப் பார்வையிட்டோம். எமக்கு இந்துஸ்தானி பாஷை தெரியாவிட்டாலும், தென்தேசத்தைச் சார்ந்த கும்பகோணம் அப்பாசாமி சாஸ்திரிகள், கிருஷ்ணசாஸ்திரிகள், பார்வதிபாய் அம்மாள் முதலானவர்கள் வீடுகளுக்குப் போய்த் தமிழ்ப்பாஷை பேசிவந்ததன்றியில், இரங்கூனில் இரத்தின வியாபாரம் செய்யும் மஹாஸ்ரீ இரத்தின முதலியார் முதலானவர்கள் எமது ஜாகைக்கு வந்து பேசிக்கொண்டிருப்பார்கள். இந்த அலகாபாத்தில் 12 வருஷத்திற்கு ஒரு தடவை கும்பமேலா உற்சவத்திற்கும் பிரதி ௵ டிசம்பர், ஜனவரி மாதங்களில் நடக்கும் மகமேலா உற்சவத்திற்கும் இலக்ஷக்கணக்கான ஜனங்கள் வந்து கூடுகிறார்கள். இந்த அலகாபாத்தானது பம்பாயிக்கு 844 மைல்கள் தூரத்திலிருப்பதால் மெயில் வண்டி மூன்றாம் வகுப்புக்கு ரூபா 13-16-0-ம் கல்கத்தாவுக்கு 514 மைல்கள் தூத்திலிருப்பதால் ரூபா 5-1-10-ம் மெயிலுக்கு ரூபா 9-1-0-ம் ஆக ரெயில் சார்ஜ் கொடுக்க வேண்டும். சென்னைக்கு 1456 மைல்கள் தூரத்திலிருப்பதால் மூன்றாம் வகுப்புக்கு ரூ 23-7-3 சார்ஜ் கொடுக்க வேண்டும்.

பிரயாகையில் பேய் ஓட்டியது.

இந்தப் பிரயாகையிலுங்கூட ஜனங்கள் பேய் முதலான துஷ்ட பிராணிகளிருப்பதாகப் பயப்படுகிறார்கள். இதற்குத் திருஷ்டாந்தமாக, எமக்குத் துணையாக அழைத்துக்கொண்டு போன மஹாஸ்ரீ இரங்கராவ் அவர்களுடைய தமக்கையாராகும் பார்வதிபாய் அம்மாளுடைய குமாரத்தியாகிய வேணுபாய் என்னும் ஓர் பாலிய விதவை இருக்கின்றனள். அழகிலும் கல்வியிலும் சிறந்த இந்த வாலிபப் பெண்ணின் புருஷன் இரண்டொரு மாதங்களுக்குமுன் கங்கைக்கரையோரம் ஸ்நானத்துக்குப் போகையில் வகைமோசமாகக் கங்கையில் விழுந்திறந்து கண்ணுக்குக் காணாமல் மறைந்தான். இந்த வாலிபப் பெண் கர்ப்பவதியாயும், அதிக வாலிபமாயுமிருப்பதைக் கருதித் தலைமயிர் எடுக்காமல் விட்டிருந்தார்கள். இந்த அழகிய பெண் இரவில் படுக்கும்போதெல்லாம் இறந்துபோன தன் புருஷன் சாயாரூபமாக வந்து **"நீ வரவேண்டும்! நீ வரவேண்டும்! உன்னை நான் விடமாட்டேன்"** என்று கூப்பிடுகிறதாகத் தன் தாயாரிடம் சொல்லிக் கொண்டிருந்தாள். டிசம்பர் மீ 13ம் உ இராத்திரி படுக்கைக்குப் போன ஷ பெண் வாயிலடக்கிய பீடி (அதாவது வெற்றிலைப் பாக்குக் காசுக் கட்டித்தூள் சேர்த்துச் சுண்ணாம்புடன் பைசாவுக்கு மூன்று பட்டிகளாக விற்கும் வெற்றிலையை) மெல்லுமுன் ஸ்மரணை தப்பிப் பிரேதமாகக் கிடந்தனள். மறுநாள் (டிசம்பர் மீ 14ம் உ)

காலை 11 மணி வரையிலும் படுக்கையைவிட்டு அசையாமலிருக்கத் தாயாராகிய பார்வதிபாய் பார்த்துப் பயந்து அழுதகண்ணும் சீந்திய மூக்குமாக எம்மிடம் வந்து முறையிட்டனர். அப்போது அந்தம்மைக்கு வீட்டில் யாதொரு புருஷசகாயம் இல்லாதிருந்தமையால், நாமும் எமது டாக்டர் கிருஷ்ணசாமி ரவுத்தும், எமது பண்டிதர் தேவதத்தரும் ஓடிப்போய்ப் பார்க்க, புத்திபுலனாதி தொழில்களற்றுச் சுவாச ஓட்டமும் அறியக்கூடாமலிருந்தது, கைநாடியும் அடங்கிவிட்டது. உடனே கட்டிலின்மீதிருந்த பிரேதத்தைப் போன்ற பெண்ணை வெளியில் கொண்டுவரச் செய்தும், எமது டாக்டரைக் கொண்டு, பூதகலிகத்தைப் போடச் செய்தும், அது தக்கபடி உடனே வேலை செய்யவில்லை. ஆனால் அந்த பார்வதிபாயம்மாளும் மற்றும் சுற்றிலுமிருந்த அத்தேசத்து கோஷாய் ஸ்திரீகளெல்லாம் "இறந்து போன புருஷன் வந்து இப்படிச் செய்திருக்கிறான்: ஆகவே இந்தப் பிசாசை ஓட்ட வேண்டும்" என்று கெஞ்சியழுதார்கள். அவர்களுக்கு வியாதியின் நியாயத்தை எவ்விதமாய்ச் சொல்லியும் நம்பவில்லை. கடைசியாக டாக்டர் கிரீன்பண்டிதர் கருத்தைப் போல் மூடபக்தியிலிருக்கும் ஜனங்களுக்கு மூடபக்தியை அனுசரித்து வைத்தியம் செய்வது உத்தமமென்பதைக் கருதி, ஒருபிடி வேப்பிலைக் கொத்தைக் கொண்டுவரச் சொன்னோம். எமக்குப் பேயோட்டும் மந்திரத்தில் நம்பிக்கையில்லை. ஒருவேளை இருக்கினும் எமக்குத் தெரியாது. ஆகவே ஜகதீஸ்வரனுடைய பெயரைச் சொல்லி வேப்பிலையை முகத்துக்கு நேராகச் சில நிமிஷங்கள் வீசினோம். உடனே கிட்டிக் கொண்டிருந்த பற்களும் வாயும் திறக்க, கண்களும் திறக்க, கை கால்கள் நடிக்க, புத்தியற்றுக் கிடந்தவள் எழுந்து உட்கார்ந்து எம்மை விழிகளால் மிரட்டிப் பிரமித்துப் பார்க்கத் தொடங்கினாள். சுற்றிலுமிருந்த ஸ்திரீபுருஷர்கள் எமது மந்திரத்தை மெச்சி ஆச்சரியப்பட்டு, இந்தப் புருஷபூதம் இனி எப்போதும் வராமல் தடுக்க எந்திரங்கட்டிக் காப்பாற்ற வேண்டுமென்று செப்புத் தகடுகளை எம்மிடம் கொடுத்தார்கள். அந்தத் தகடுகளில் இன்னமந்திரம் எழுதுவதென்று எமக்குத் தெரியவில்லை. கடைசியாக அந்தப் பெண் பிரேதமாகாமல் தப்பிப் பிழைத்ததற்கு எங்களுக்கும் பூரண சந்தோஷமாயிற்று. இதனால் வேப்பிலையின் பிரயோஜனமும், ஜகதீசுவரருடைய அருளும் வெளியாகாமற் போகாது.

இந்தப் பிரயாகையில் நாங்கள் வசித்த "ஜம்னா மஹால்" என்னும் வீட்டுக்குப் பிரதிதினமும் ஆள் ஒன்றுக்குக் காலணா வீதம் வாடகை கொடுத்தோம். இவ்வளவு சுலபமான வாடகையிருப்பதற்குக் காரணம், ஷை வீட்டின் காவலாளியாக இருக்கும் மனுஷனே. ஷை வீட்டின் கீழ்க்கட்டடத்தில் அரிசி முதலான பண்டங்களின் கடையை வைத்துக்கொண்டு நமக்கு வேண்டிய சாமான்களை அதிக லாபத்துக்கு விற்பதினாலும், அவனிடம் அல்லாமல் வேறுவிடங்களில்

பொருள் வாங்க இடங்கொடாமையாலும் அந்த மனுஷனுக்கு நல்ல லாபமிருக்கிறது. இந்த லாபத்தைக் கருதியே வீட்டு வாடகை சுலபமாக இருக்கிறது. டிசம்பர் மீ 17ம் உ காலை 8 மணிக்கு அலகாபாத்தை விட்டுக் காசிக்கு ஆள் ஒன்றுக்கு ரூ. 1 அணா 5 கொடுத்து ஈஷ்டர் புகைவண்டியிலேறி அன்று 12 மணிக்கு மோகல்ஷெரி என்னும் ஸ்டேஷனுக்கு வந்து. அவ்விடமிருந்து ஆறு மைல் தூரமுள்ள சிறு கிளைப்புகைவண்டியால் 2 மணிக்குச் சேர்ந்தோம். காசியைச் சார்ந்த கங்கையைத் தாண்டப் படகுபாலங் கட்டப்பட்டிருந்தாலும், பிறகு சந்துகளில் போய்ப் பிரயாசைப் பட நேரிடுமென்றெண்ணி ஒரு பெரிய படகுக்கு இரண்டு ரூபாய் வாடகை பேசிப் பிரம்மகட்டடத்தில் ஐந்து மணிக்கு இறங்கினோம். இவ்விடத்தில் கங்கையினுடையவும், காசி கட்டடங்களினுடையவும் காக்ஷி ஆனந்தகரமாயிருந்தன.

பிரயாகையில் கங்கை யமுனை சங்கமமாகிற இடத்தில் ஸ்நானஞ்செய்து பிரார்த்தித்தது.

மாக்ஷிமை பொருந்திய ஓ கங்கா நதியே! உனது பெருமையை என்னவென்று புகழுவோம். நீ இந்த உலகத்திலிருக்கும் பருவதங்களிலெல்லாம் மஹா உயர்ந்த பருவதமாகிய ஹிமவத்கிரியில் ஜனித்து, சமுத்திரமட்டத்திற்குச் சுமார் 1500 அடி உயரமுள்ள கார்வால் நாட்டையடுத்த தேவ பிரயாகில் அலகநந்தாவுடன் கலந்து, பாகீரதி முதலான சிறு நதிகளோடு சேர்ந்து ஹரித்துவாராதி திவ்விய தேசங்களில் பிரவேசித்து, கங்கை என்ற கம்பீரமான பெயரைப் பெற்றாய். மேலும் எத்திறத்தோரும் புகழத்தக்க யமுனை, சரஸ்வதி, சரம்பல், சேரன், இராமகங்கா, குமதை, சோகிரா, கண்டகி, கவுசகி முதலான சிறந்த கிளை நதிகளையுடையதாய் பிரயாகை, காசி, பாடலீபுரம், காலீகட்டம், முதலான சிறந்த நகரங்கள் நின்னையடுத்து நிரந்தரமான கீர்த்தியை அடையும்படி செய்திருக்கின்றாய்; இம்மட்டோ! ஆயிரத்து அறுநூறு மைல் நீளமும், சிலவிடங்களில் மூன்று மைல்களுக்கதிகமாக 'அகலமு முடையதாய்த் திவ்வியமான ஜலத்தோடு சமுத்திரம்போல் பிரகாசிக்கின்றாய்! நினது ஜலமோ குடிக்கக் குடிக்கத் தெவிட்டாத தெள்ளமுதைப் போலிருக்கிறது. நினது ஜலத்தைக் கோடிக்கணக்கான கிருமிகீடாதிகளும், பக்ஷி மிருகாதி பிராணிகளும், இலக்ஷாதிலக்ஷமான ஜனசமூகத்தாரும் ஜீவாதாரமாகக் கொண்டிருக்கின்றனர்.

நினது களிமண்ணோ கண்ணைப் பகட்டுகின்றது. நின் பெயரைச் சொல்லிப் பிழைப்பவர் அநேகர். நின்பிரதாபம் பிரபஞ் சத்தாருக்கே பிரபலம்; ஆகவே நின்னை பிரம்மஸ்வரூபமென்றும், பாவநாசனியென்றும் புகழ்ந்து புனிதராக்கிக்கொள்ளப் பல்லாயிரம்

ஜனங்கள் பற்பல தேசங்களிலிருந்து வந்துகொண்டே இருக்கின்றனர். ஓ ஜீவநதியே! நின்னை யாம் பாவநாசனி, பரப்பிரம்ம ஸ்வரூபமென்று நம்பாவிட்டாலும், பரமாத்துமாவினால் சிருஷ்டிக்கப்பட்ட ஓர் சிறந்த சிருஷ்டியென்றும், அந்தச் சிருஷ்டிகர்த்தாவின் அற்புத சக்தியைக் காட்டும் ஓர் ஆசாரியனைப் போலிருக்கிறாயென்றும் நம்புகிறேம். நீ எமது தேகத்திலும் வஸ்திரங்களிலும் நிறைந்துள்ள அழுக்குகளை நீக்கிச் சுத்தப்படுத்தி, அப்படிச் செய்வதினால் எமது மனதும் சுத்தியடைந்து மங்களஸ்வரூபனாகிய பரமேசுவரனது மஹிமா பிரதாபத்தை மனனம்செய்ய சஹகாரியாக நிற்பாய்! இந்தப் பேருதவிக்காகவே நீ படைக்கப்பட்டிருக்கிறாய். இதை அறிந்தே நாம் வெகு தூரத்திலிருந்து வந்திருக்கின்றோம். ஆரியர்கள் புகழும் ஓ அற்புத நதியே! நினக்கு மங்களமுண்டாவதாக.

யமுனா நதிக்கரையிற் செய்த பிரார்த்தனை

ஓ அழகிய யமுனா நதியே! உனது அழகை யென்னவென்று புகழ்ந்து கொண்டாடுவோம். காளிதாசன், பவபூதி, தண்டி முதலான கவிராஜர்களும், வித்துவான்களும், இரசமஞ்சரி, இரசபிரகரணாதி, சிங்கார அலங்கார கிரந்த கர்த்தர்களும், தியாகராஜாதி ஆந்திர பாசுவதோத்தமர்களும் நின்னைப் புகழ்ந்தது இன்றுதான் பிரத்தியக்ஷமாயிற்று, இந்திர நீல வர்ணமும், இரம்பை, மேனகை முதலான அப்ஸரஸ்திரீகளுடைய மேனிகளைப்போலவும், இடைக்கிடை மின்னற்கொடிகளைபோல மின்னி இரமணீயமாகப் பிரகாசிக்கும் நினது சுந்தரத்தன்மையை எப்படி எமது நாவால் பாடியாடிக் கொண்டாடுவேம்? நினது மணலோ மின்னும் மணிகளோடு மஹமலைப்போல மெத்தனவாயும், மினிட்டுக்கு ஓர் வர்ணமாக மின்னி மோஹதாபங் கொள்ளச்செய்கின்றன. ஓ மோஹன சுந்தரி! நின் கரைதுறைகள் இயற்கையானவைகளாகத் தோன்றாமல் செயற்கையானவைகளாகவும், இள இளத்தோன்றும் பசும்புல் பூங்கோதுமைகளாலும் பிரகாசிக்கிறதன்றியில், நினது கரைகளில் இயற்கையாக அமைந்திருக்கும் லதகிரஹங்களில் குயில்களும், கிளிகளும், சக்கிரவாஹப் பக்ஷிகளும் தீங்குரலெடுத்து இனிய கீதங்கள் பாடி நடிக்கின்றன. பல வர்ணங்களுடைய வண்டுகளும் ரீங்கார ராகம் பாடுகின்றன. மந்தமாருகமோ மடைதிறந்துவிட்டதைபோல் வீசி ஆனந்தமடையச் செய்கின்றது. ஓ மனோரஞ்சிதமான யமுனா! இனி நினது பெருமையைக் கண்டவர்கள் வேறு மங்கையர் மோகங் கொள்வரோ! கொள்ளார்! கொள்ளார்! மங்கள ஸ்வரூபராகிய மணவாளனாகும் பரமேசுவரனைக் கொண்டாடி அவரோடு ஜீவாத்துமக்களாகிய நாயகிமார்கள் கூடிக்குலாவிக் கொண்டாடி, நடித்தாட நீ தகுந்த சாதனமாக ஜ்வலிக்கிறாய்! ஓ

ஆரியர்களுடைய அழகிய நதியே! நீ பல்லாண்டு பல்லாண்டாக இப்படிப் பிரகாசிப்பாயாக.

கங்கையமுனை சங்கமத்திற் செய்த பிரார்த்தனை.

ஓ மாக்ஷிமை பொருந்திய கங்கைநதியே! ஓ இரமணீயமான யமுனா நதியே! நீங்களிருவரும் கூடும் (சங்கமம்) இந்தப் பிரயாகையில் பரமாத்துமாவைத் தியானஞ்செய்ய உதவி செய்வீர்களாக. ஓ கங்கையே! நீ பிரம்மாண்டமான பெரிய நதி. நினது ஜலம் சுத்த வெண்மையாகப் பிரகாசிக்கின்றது. ஓ அழகிய யமுனா! நீ சுந்தரமும் சிறிதுமான நதி. நினது ஜலம் இந்திரநீலவர்ணமாகப் பிரகாசிக்கின்றது. நீ கங்கையிற் கலந்த பிறகாகிலும் பிரம்மாண்டமும் சுத்த வெண்மையுமான கங்காஜலத்தைப் போலாவாய் என்று பார்த்தோம். ஆனாலப்படியாகக் காணோம். கங்கையில் கலந்த பிறகும் நினது இந்திர நீலவர்ணம் ஸ்பஷ்டமாகத் தோன்றுகிறது. இதனால் பிரம்மாண்டமாகிய பரமாத்துமாவில், அழகிய சிறிய ஜீவாத்மா கலந்தபோதிலும் இரண்டும் ஒன்றாகாமல், அநந்தமும், சுவதந்திரமும், பரிபூரணமுமான பரமாத்துமாவும், சிறிதும், அபூரணமும், பரதந்திரமுமான ஜீவாத்துமாவும் வேறு வேறானதாகவும், பிறகு வெகுதூரம் போகப்போகச் சில விஷயங்களில் தவிர மற்ற விஷயங்களில் பேதமற்றதாகத் தோற்றுவிப்பதால் பரிசுத்த விசிஷ்டாத்துவைத ஞானம் பிரபலமாகப் பிரகாசிக்கின்றது: ஆகவே நீங்கள் ஆசாரியர்களைப் போலிருந்து அடியேமை ஆசீர்வதியுங்கள்.

அங்குச்செய்த பிரம்ம பிரார்த்தனை.

ஓ பரமாத்துமாவே! நின்னை இன்று இந்தப் பிரயாகையென்னும் அழகிய நதிகளுக்கிடையில் உட்கார்ந்து பிரார்த்தனை செய்ய என்ன புண்ணியஞ் செய்தோம். நினது அற்புதமான படைப்புகளாகிய இந்தப் பிரம்மாண்டமான கங்கை யமுனை கூடும் சங்கமத்தில் நினது அற்புத விலாசத்தைக் கொண்டாட எத்தனையோ வருஷங்களாகவும், மாதங்களாகவும், தினங்களாகவும், காத்துக் கொண்டிருந்து இன்று வாய்த்ததற்கு ஹிருதயபூர்வகமான வந்தனம் செய்கிறோம். இப்படிப்பட்ட அற்புத காக்ஷியான இடத்திலல்லவா ஆதி ஆரியர்களும், எதிகளும், தபோநிதிகளும், முனிவர்களும், நின்னைத் துதித்துக் கொண்டாடிக் குதூகலமடைந்தார்கள். இப்படிப்பட்ட புண்ணிய ஸ்தலத்தின் பாப பந்தங்களினால் பரதவிக்கும் அடியேமும் வந்து நின்னைப் பிரார்த்தனை செய்ய, அருள் பொழிந்ததற்கு என்னவிதமாகத் துதித்துக் கொண்டாடுவோம். பிரயாகையாகிய இந்தவிடத்தில் எம் பாதங்கள் வைத்த நாள் முதல் எமது பாபதாபங்கள் பரந்தோடத் தொடங்கின, இது சத்தியம்.

சத்தியமென்று சங்கநாதமும், பம், பம் என்று கோஷமிடுகின்றது. ஆகவே தயாளுவாகிய எமதப்பனே! இனிமேலாகிலும் இந்த உடலைச் சார்ந்த கண், காது, மூக்கு, வாய் முதலானவைகளால் எவ்வித பாவங்களும் செய்யாதவிதமாகக் கடாக்ஷித்து அடியோரது ஜனனத்தை சிரேஷ்டமாக்கிச் சதா சாதுவாகவும் நினது பரம பக்தராகவும் செய்து கொள்வாய். ஓம் சச்சிதாநந்த ஹரி.

பிதா விஷயமாகச் செய்த பிரார்த்தனை.

பூஜ்யதைக்குரிய பிதாவே! அடியேம் இந்தப் புண்ணிய க்ஷேத்திரத்தில் வந்து பரபிதாவாகிய பரமேசுவரனைப் பிரார்த்தனை செய்யும்படி அடியேமைப் பெற்றெடுத்து வளர்த்து ஆளாக்கியதற்கு என்ன பிரதியுபகாரம் செய்யப் போகிறேம். ஓ! கனம் பொருந்திய தந்தையே! தங்கள் தகப்பனாராகிய எமது பாட்டனாரும், தங்கள் பாட்டனாராகிய எமது முப்பாட்டனாரும் மற்றும் இப்போது பிதுர்தேவர்களாகப் பரலோகத்தில் பிரகாசிக்கும் இருபத்தொரு தலைமுறையோர்களும் இந்தப் பிரபஞ்சத்தில் எவ்வளவோ கம்பீரமாக வாழ்ந்துவந்து வரிசை மன்னர்களால் பரிசும் மேன்மையும் பெற்றுப் பிரகாசித்துப் புகழை நாட்டினார்கள். அவர்கள் சந்ததியராகிய அடியேம் அவர்களைப்போலப் பிரபஞ்சப் பெருமைகளைப் பெற்றுப் பிரகாசிக்காவிட்டாலும் கேவலம் எமது தேசத்துக்கும் தேவனுக்கும் தொண்டு செய்யும்படியான பாக்கியசாலியாயினேம். இனி இதைவிட வேறு விசேஷமென்ன இருக்கின்றது. தங்கள் சந்ததியில் ஜனித்த அடியேமைக் கேவலம் பிரபஞ்சத்துக்குரிய பிராகிருத இந்திரிய சுகங்களில் மூழ்கிப் பதிதராகிப் பெரியோர்களுடையவும், பிதுர்தேவதைகளுடையவும் பெயரையும் பெருமையையும் கெடுத்துக் கெட்டவரென்று பெயரைப் படைக்காமல் பரமேசுவரருடைய பக்தராகிப் பிரயாகையாகிய இந்தப் புண்ணிய க்ஷேத்திரத்தில் பரமேசுவரனையும், பிதுர்தேவதைகளையும் தியானிக்கும்படி ஜன்மமெடுத்ததற்குப் பரமேசுவரனைப் பிரார்த்தனை செய்வதன்றியில் பிதுர் தேவதைகளாகிய உங்களையும் தியானிக்கிறேம். உங்கள் சந்ததியாகிய அடியேமை ஆசீர்வதியுங்கள். எமது அன்புள்ள தந்தையே! தாங்கள் இந்த உலகத்திலிருக்கும்போது தங்களுக்குப் பலவிதமான வருத்தங்களைக் கொடுத்து வருத்தினேம். இனி அசரீரிகளாக மோக்ஷ மண்டலத்திலிருக்கும் உங்களை வருத்துவது தருமமல்ல. ஆகையால், அடியோரையும் அடியோரது சந்ததியாகிய தங்கள் சந்ததியையும் ஆசீர்வதியுங்கள். ஓம் பிதுர்தேவோபவ.

தாயார் விஷயமாகச் செய்த பிரார்த்தனை.

ஓ அன்புள்ள தாயே! தங்கள் பெயர் இலட்சுமியம்மாள். அந்தப் பெயருக்குத் தக்க குணங்கள் யாவும் தங்களிடம் கண்டேம். தங்களுடைய

அழகையும், அன்பையும், பதிவிரதா தருமத்தையும், சத்தியத்தையும், பக்தியையும், என்னவென்று புகழ்ந்து பெருமையடைவேம். உலகத்தில் எத்தனையோ சிறந்த மாதர்களைக் கண்டேம். ஆயினும் தங்களைப்போல ஒருவரையுங் கண்டிலேம். நாணம், மடம், அச்சம், பயிர்ப்பு இவைகளை ஆபரணங்களாகக் கொண்டு அடியேமைப் பெற்று நாளொருமேனியும் பொழுதொரு வண்ணமுமாக வளர்த்து எம்மைக்காகத் தாங்கள் பட்ட கஷ்டங்களை இன்று நினைக்கும்போதும், எனது கண்ணீர் ஆறாகப் பெருகுகின்றதே. அருமைத்தாயே! இனி என்று உங்களைப் பார்த்து எமக்காகத் தாங்கள் பட்ட கஷ்டங்களுக்கு என்ன பிரதியுபகாரம் செய்யப் போகிறேம். இந்த ஜன்மத்தில் காணோம். ஆகையால் இந்தப் புண்ணிய க்ஷேத்திரத்தில் உங்களைத் தியானிக்கிறேன். தாங்கள் எம்மையும், எமது வீட்டாரையும் ஆசீர்வதித்து ரக்ஷியுங்கள், ஓம் மாத்ருதேவோபவ.

எமது தேசத்தார் விஷயமாகச் செய்த பிரார்த்தனை.

கனம்பொருந்திய ஆரியதேசத்து ஆதி மஹாத்துமாக்களே! மஹரிஷிகளே! எதீந்திரர்களே! தங்களுடைய தேசத்தில் அடியேமும் ஒருவனாக ஜனித்து, தங்களுடைய அதிக மேன்மையான கிரந்தங்களையும், சாஸ்திரங்களையும் ஆராயும்படியானதற்கு இந்தப் புண்ணிய க்ஷேத்திரத்தில் உங்களைத் தியானித்து வந்தனம் செய்கிறேம். அடியேமை ஆசீர்வதியுங்கள். ஓ உத்தம புருஷர்களே! வாலிபமாக இருந்தது முதல் நாளது வரையில் அடியேமுக்குக் கல்வி கேள்விகளைப் போதித்த உபாத்தியாயர்களே! குருமார்களே! ஆசாரியார்களே! சினேகிதர்களே! உங்களுடைய பேருதவிக்குப் பதில்செய்யச் சக்தியற்று இந்தப் புண்ணிய க்ஷேத்திரத்தில் உங்களைத் தியானித்து வந்தனம் செய்கின்றேம். அடியேமை ஆசீர்வதியுங்கள். ஓ கோயமுத்தூர் மஹாஜனங்களே! அடியேம் உங்களுடைய அன்புக்கும் நம்பிக்கைக்கும் பாத்திரமென்று மதித்து தேசாபிமானத் தொழிலைச் செய்யும்படி கலீகட்டணத்துக்கு அனுப்பினீர்கள். நாமும் அதற்கிசைந்துவருகையில் இந்தப் புண்ணிய க்ஷேத்திரத்தைத் தரிசிக்க இடமாயிற்று. ஆகவே உங்களையும் எமது பெரிய உபகாரிகளாக மதித்து உங்களுக்குப் பூரண சுகவாழ்வைப் பிரசாதிக்கும்படி இந்தப் புண்ணிய க்ஷேத்திரத்தில் பரமாத்துமாவைத் தியானிக்கிறேம். அவரும் அப்படியே பிரசாதித்தருள்வாராக. ஓ கோயமுத்தூரே! உனக்கு மங்களமுண்டாவதாக. ஓம் தத், சத் ஹரி ஓம். நிற்க.

இங்கு 1910ஆ வரையில் இந்தியா தேச சிரேஷ்ட தேசாதிபதியாகிய லார்டு மிண்டோ பிரபுவைக்கொண்டு ஒரு ஞாபகச் சின்ன ஸ்தம்பமும், மிண்டோ பிரபு தோட்டமும் அந்த அலகாபாத்தில் சில தேசாபிமானிகள் கூடி ஸ்தாபித்திருக்கிறார்கள். அந்த ஞாபக ஸ்தம்பத்தின் நான்கு பக்கங்களிலும், மாக்ஷிமைதங்கிய மஹா விக்டோரியா சக்கரவர்த்தினியவர்களும் எட்வர்டு சக்கரவர்த்தியவர்களும், இத்தேசக் குடிகளுக்குக் கொடுத்த தருமராஜ்ஜிய பரிபாலன சாசனங்கள் செதுக்கப்பட்டிருக்கின்றன.

நைமிசாரணியம் (NAINITAL).

இந்த அலகாபாத்துக்குச் சமீபத்தில் ஜப்பல்பூர் ரெயில் மார்க்கமாக 'நைமிசாரணியம்' என்னும் சிறந்த மலை நாடிருக்கிறது. இது ஜப்பல்பூருக்கு 224 மைல்கள் தூரத்தில் ஒன்பது மணி நேரத்தில் போகக்கூடியது. இங்கு யமுனையின்மீது 16 கண்களுள்ள கர்டர் பாலம் கட்டப்பட்டிருக்கிறது. இங்கு ரூபா 1-2-0, 0-120 கொடுத்து டாங்காக்களில் மலையின் மீது ஏறும் போது சுற்றுப் பக்கங்களின் காக்ஷியற்புதமானதாக இருக்கிறது. கத்தகோடம் வழியாகப் போகும் டாங்காவுக்கு 15 ரூபாய், அங்கிருந்து 22 மைல்கள் தூரம் இருக்கிறது. மத்தியில் டோசலாஸ்டாலி என்னும் இடத்திலிறங்கி இளைப்பாறுதல் வழக்கம். மலையின்மீது கவர்ண்மெண்டு கட்டடத்திலிருந்து சுற்றுப் பக்கத்தில் விளங்கும் ஹிமாசலத்தின் காக்ஷி இதில் எழுத முடியாது. இங்கு சீனாசிகரம் சிர்கோதண்ட, ஐயபாதம், தேவபாதம் என்றாகி ஐந்து மலைகளின் மத்தியிலிருக்கும் சரோவரமானது கம்பீரமாயுள்ளது. இங்கு அனேக பாட சாலைகளும், கோவில்களும், டப்ரீன் ஆஸ்பத்திரியும் இருக்கின்றன. இங்கே விழும் மலையின் அருவிகள் அற்புதக் காக்ஷியுடன் இருப்பதன்றியில் சரோவரத்தின் ஓரங்களில் கந்தக உஷ்ணஜல ஊற்றுகளுமிருப்பதால் அனேக வியாதியஸ்தர்களும் வருகிறார்கள். இந்த நைமிசாரணியம் மஹா தபசிகளும் ரிஷிகளும், வதிந்த இடமாதலால் ஏராளமான யாத்திரைக்காரர்கள் வருகிறார்கள். அவர்கள் தங்குவதற்குப் பிரஹாரிலால் குஞ்சிலால் தருமசத்திரம் இருக்கிறது. ஷ நைமிசாரணியம் கல்கத்தாவுக்கு 504 மைல்கள் தூரத்திலிருக்கிறது. மூன்றாம் வகுப்புக்கு ரெயில் சார்ஜ் ரூபா 5.6.0 ஆகிறது.

காசி (KASI) பனாரிஸ் (BENARES).

இந்தக் காசிப் பட்டணம், எமக்கும் எமது வீட்டாருக்கும் நூதன ஸ்தானமானபடியால், எங்களுக்குத் துணைவர்களாக இருக்க மஹாஸ்ரீ இரங்கராவையும் ஸ்ரீஇராமபாஹு என்னும் ஓர் காசிப பிராமணரையும் ரெயில் சார்ஜ் கொடுத்து அழைத்துக்கொண்டு

போனோம். இவர்களில் இராமபாஹு என்னும் பிராமணர் காசி ஸ்தலவாசியாகையால், எம்மையும் எமது வீட்டாரையும் தாம் வதிந்துவரும் பெரிய மாடி வீட்டிற்கு அழைத்துக்கொண்டு போனார். அந்த வீடு துர்க்கா கட்டத்திற்கடுத்த பிரம்மாண்டமான ஏழடுக்கு மெத்தை வீடு. எமக்கு ஷ வீட்டின் மூன்றாவது அடுக்கில் ஜாகை தயார்செய்து கொடுத்தார். அந்தவிடத்தில் வேணுபாய் என்னும் ஓர் மராட்டிய பிராமண வாலிப விதந்துஸ்திரி எமக்கு வேண்டிய உபசார வார்த்தைகளைச் சொல்லித் தகுந்த பாத்திரம் முதலான சாமான்களைத் தயார் செய்து கொடுத்தார்கள். இந்த அம்மை குவாலியர் சமஸ்தானத்தில் ஒரு பெரிய குடும்பத்தில் பிறந்து, சிறு பிராயத்தில் கல்விகற்றுக் கலியாணஞ் செய்துகொள்ள, தமது புருஷன் யாதோ ஓர்வித தொத்து வியாதியினால் இறந்துவிட, இந்த வாலிபப்பெண், தனது அண்ணன் தம்பிமார்களின் மனைவிகளுடைய ஹிம்சையைச் சகிக்கமாட்டாதவராய், ஒண்டி வழியாகப் புறப்பட்டு இந்தக் காசி க்ஷேத்திரத்திற்கு வந்து, பிரதிதினமும் கங்கா ஸ்நானம் செய்தும், சிவபூஜைகளையும் விஷ்ணு நாமஸ்மரணைகளையும் செய்துகொண்டும், தமது ஜீவனத்துக்கும் அவ்விடம் வரப்பட்ட யாத்திரைக்காரர்களுக்கு வேண்டிய உபசாரங்களைச் செய்தும் காலங்கழிக்கிறதாகக் கேள்வி. இந்த அம்மைக்குச் சுமார் 25 வயது இருக்கலாம்.

இயற்கையான அழகோ இரதிக்குச் சமமாகச் சொல்லலாம். இவர் இயற்கை அழகைப் பெற்றிருப்பதைப் போலவே இயற்கை அறிவையும் பெற்றிருக்கின்றனர். இவ்வளவு இருந்தும் யாது பிரயோஜனம்? இப்படிப்பட்ட வாலிபப்பெண் தான் உள்ள நாள் உள்ளளவும் கேவலம் சந்நியாசியாக இருக்கவேண்டி வந்ததைப் பார்க்கும் எவர் மனதுதான் துடிக்காது? இந்த அம்மையும், இவரது சஹகாரியாகிய இராம்பாஹு என்னும் பிராமணரும் எங்களுக்கு வேண்டிய சாமான்களை உடனுக்குடனே தயார் செய்து கொடுத்தமையால், சமையல் செய்து உண்டு படுத்து உறங்கினோம்.

இந்தக் காசிப்பட்டணத்தில் பிரயாகையில் இருப்பதைப்போல அவ்வளவு கடுங்குளிர் இல்லாவிட்டாலும், காலை மாலைகளிலும், முக்கியமாக இராக்காலங்களிலும் கனப்பு (நெருப்பு) சட்டி அருகிலில்லாவிட்டால் குளிரின் வருத்தம் அதிகமாகிறது. இந்தக் காசிப்பட்டணம் நமது இந்து தேசத்தில் பலவிதத்திலும் சிறந்த பட்டணமாதலால் இந்த இடத்தில் 1887ஷு டிசம்பர் மீ 17உ முதல் டிசம்பர் மீ 22ம் உ வரையில் இருந்து இதன் பூர்வ சரித்திரத்தையும், தற்கால ஸ்திதியையும் பற்றி விசாரித்தறிய விரும்பினேம். அந்த விருப்பத்திற்கியைய சிற்சில புராணங்களின் சரித்திரங்களாலும் கேள்வியினாலும் தெரியவந்த சங்கதிகளை இதனடியில் எழுதுகிறோம்.

காசியின் பூர்வ சரித்திரம்.

இந்தஸ்தலத்திற்குக் காசியென்றும், வாரணாசியென்றும், அவிமுக்தமென்றும், ஆநந்தவனம் அல்லது ஆநந்தபுரியென்றும், உருத்திரவாசமென்றும், மாமசானமென்றும், கௌரிமுகமென்றும் பலபெயர்கள் வழங்கப்பட்டு வருகின்றன.

இப்பெயர்கள் வழங்குவதற்குக் காரணம்.

எதனிடத்துப் பரமாத்துமா ரூபமாகிய தேஜசு பிரகாசித்துக் கொண்டிருக்கிறதோ அதற்குக் காசியென்றும், அதாவது சிருஷ்டி சங்கற்பமாகாததற்குமுன் நிற்குண பிரம்மம் ஜ்வலித்துக் கொண்டிருந்ததாயும், பிறகு பிரம்மாவுக்கும் விஷ்ணுவுக்கும் அகம்பூர்வம் அகம்பூர்வம் என்று விவாதம் நேரிட்டு அந்த ஜோதி ரூபத்தைப் பார்த்து இருவரும் சாந்தப்பட்டதாகவும், அப்படிக் கண்டுதெளிந்த இந்தஸ் தலம் அனாதியானதால் **காசி**யென்று பெயர்பெற்றதாகவும், வருணை, அசி என்னும் இரண்டு நதிகளுக்கிடையில் இருத்தலால் **வாரணாசி** என்று பெயர்பெற்றதாகவும், சிவபெருமான் இந்த அனாதியான க்ஷேத்திரத்தைவிட்டு நீங்க இஷ்டமில்லாமல் ஒரு லிங்கரூபத்தில் மறைந்திருத்தலால் அவிமுக்த க்ஷேத்திரமென்று பெயர்பெற்றதாகவும், அந்த ஜோதிலிங்கம் இவ்விடத்தில் பஞ்சகோசாத்மிகமாக இருப்பதாகவும், ஆதியில் இது ஜோதி பூதத்துக்கு லாசா யோக்கியமானதாகவும், பிரம்மாதிகள் இவ்விடத்தில் தபசு செய்து சகல இஷ்ட சித்திகளை அடைந்ததாகவும், அவர்களால் அந்த லிங்கங்கள் வணங்கப்பட்டதாகவும், அகத்தியர் முதலான ரிஷிகள் இவ்விடத்தில் சச்சிதாநந்தத்தை யடைந்ததாகவும், ஆகவே, **ஆநந்தவனம்** என்று பெயர் பெற்றதாகவும், தேவர் மக்களாதிகளுக்கு வேண்டிய சகலவித சுகபோக்கியங்கள் இவ்விடத்தில் அடையக்கூடியதாயிருப்பதால் **ஆநந்தபுரி**யென்று பெயர் பெற்றதாயும், கிழக்கு முதலாகிய நான்கு திக்குகளில் அநேக உருத்திரர்கள் வசித்து வருதலினாலும், காசியிலிருக்கும் பிராணிகள் உருத்திரரூபமாய் இருத்தலினாலும், **உருத்திரவாசம்** என்று பெயர் பெற்றதாகவும், பிரம்மாண்டம் முதல் காரிய பிரபஞ்சங்கள் ஒடுங்கும் இடமாதலால் **மாமசானம்** என்று பெயர் பெற்றதாகவும், மகாபிரளயங்களில் ஜோதி பூதத்திற்கு இது வாசாயோக்கியமானபடியால், திரிகுணாத்மகமான மூன்று முள்ளுகளைப் போல் கோணைகளுண்டான ஆயுதத்துடனே இந்த பூமி யெடுக்கப்பட்டதால் **திரிகண்ட கவிராஜிதம்** என்று பெயர் பெற்றதாகவும், காஞ்சி முதலான சக்தி பீடங்களில் இந்தக் காசி முதற்பீடமாகையால் **கௌரிமுகம்** என்று பெயர் பெற்றதாகவும்,

ஸ்காந்தபுராணத்தின் காசி காண்டம் ஐந்து அத்தியாயங்களிலும் பதுமம், இலிங்கம், பிரம்மாண்டம் தீர்த்த சிந்தாமணி, திருத்தலிசேது ஸ்மிருதிமோக்ஷ நிர்ணயம், காசிமகத்துவம் என்னும் கிரந்தங்களில் சொல்லப்பட்டிருக்கின்றன.

வேறொரு புராணத்தின் கருத்தாவது: ஒருகாலத்தில் பிரம்மாவும், சிவனும் தமக்குள் யார் உயர்ந்தவரென்ற விவாதம் செய்ததில், சிவபெருமான் பிரம்மாவின் ஒரு சிரசை வெட்டியதால், பிராம்மணர்களையும் சிருஷ்டிக்கும் பிரம்மாவின் சிரசு, வெட்டிய பிரம்மஹத்தியினால், சிவனுடைய கரத்தைப் பற்றிக் கொண்டதாகவும், அச்சிரசைத் தன் கையைவிட்டு நீக்க அநேக திவ்வியஸ்தலங்களுக்குப் போய்க் கடுந்தவஞ் செய்தும், அச்சிரசின் சுமை நீங்காமல் கடைசியாகக் காசிப் பட்டணத்தில் வந்து தவஞ்செய்ய, அந்தச் சிரசு சிவன் கையைவிட்டு நீங்கியதாகவும், இப்படிச் சிவனது பிரம்மஹத்தியும் சிரசின் பளுவும் நீங்கியவிடம் மஹா பரிசுத்தமான இடமாகையால், இங்கு வரப்பட்டவர்களுடைய பாவச்சுமைகள் நீங்குமென்றும் சொல்லப்பட்டிருக்கின்றது என்பதேயாம்.

இந்த ஸ்தலம் அவிமுக்தி க்ஷேத்திரமானதால் கங்கையானவள் விஸ்வேசுவரருடைய அநுக்கிரகத்தைச் சம்பாதித்து, அசிவருணமத்தியில் பிரவேசித்து, அந்த க்ஷேத்திரத்திலிருக்கிற எவ்வித ஜந்துக்களுக்கும் உபத்திரவங்களும் பாவப்பிணிகளுமில்லாமல் செய்வதாக உடன்படிக்கை செய்து பிரவேசித்ததாக ஸ்தலமகத்துவத்தில் சொல்லப்பட்டிருப்பதால், பத்மபுராணத்தில்: இந்தக் காசியின் பெயரை உச்சரித்ததால் எமவாதனை நீங்கிச் சற்கதிக்கு ஏதுவாகுமென்றும் காசி என்கிற இரண்டக்ஷரங்களை ஸ்மரிக்கின்றவன் சிவலோகத்தை யடைவான் என்றும், ஸ்காந்த புராணத்தில் **காசி! காசி!** என்று இரண்டு தரம் சொல்லுகிறவன் பரிசுத்தனாகிறான் என்றும், எவன் காசியென்று செபிக்கிறானோ அவன் பரமயோகியாகிறான் என்றும், பிரம்மாண்டபுராணத்தில் இக்காசி க்ஷேத்திரத்தைத் தரிசித்தவர்களும் அல்லது இதன் மகத்துவத்தைக் கேட்டவர்களும், வாசித்தவர்களும் பிரபஞ்சத்திலிருக்கும் சகல மான்மியங்களையும் போய்க் கண்டுகேட்டால் எவ்வித பலன் கிடைக்குமோ அவ்வித பலன்கள் கிடைக்குமென்றும், லிங்காதிபுராணங்களில்; இந்த ஸ்தலத்தைக் கண்டவர்களுக்குப் பிரம்மஹத்தி முதலான கொலைகளின் பாவங்கள் நீங்கி சாயுஜ்ஜிய பதவி கிடைக்குமென்றும் சொல்லப்பட்டிருக்கின்றன.

காசி ஸ்தலமகத்துவம் இவ்விதமிருக்க, இவ்விடத்திய தீர்த்த மகிமையும் விசேஷமாகவிருக்கிறது. அதாவது:-

பிரம்மாவினால் படைக்கப்பட்ட எல்லாத் தீர்த்தங்களிலும் சவிது க்ஷேத்திரமாகிய பிரயாகை தீர்த்தம் விசேஷமுடையதென்றும், அப்பிரயாகையிலும் இந்தக் காசியிலிருக்கிற தீர்த்தங்கள் விசேஷமுடையனவென்றும், இந்தத் தீர்த்தங்களிலும் பஞ்சநதி, மணிகர்ணிகை, காசிபிரயாகை, ஞானவாவி, கங்கை என்பவைகள் விசேஷமானவையென்றும், முன்னோர் சொல்ல இப்போதும் கொண்டாடிவருகின்றனர்.

இவற்றின் விவரம்.

பஞ்சநதி தீர்த்தம்:- பஞ்ச பிரம்மஸ்வரூபமென்றும் ஆதியில் தன்மநதியும், தூதபாவையுஞ்சேர்ந்து ஒருநதியாகியதாகவும், அதனோடு கிரணையும், கங்கை, யமுனை, சரசுவதி ஆகிய மூன்றுஞ் சேர்ந்து பஞ்சநதியானதாகவும், இது மூன்றுலகுக்கும் பிரசித்தியாகி இதில் ஸ்நானஞ் செய்கிறவர்களுக்குப் பவுதிகமான சரீரம் நீங்கித் திவ்விய சரீரம் கொடுக்கப்படுவதாகவும் சொல்லப்படுகிறது.

இதைப் பற்றிக் காசிகாண்டத்தில் சொல்வதாவது.

வேதசிரன் என்னும் இருஷியின் குமாரத்தி தனக்கொரு நாயகனை வேண்டிப் பலகாலம் தபசு செய்து எல்லாத் தீர்த்தங்களினுடைய பாவத்தைப் போக்கியதால் தூதபாவையென்ற பெயரைப் பெற்றதாயும், அவளை இயமன் காந்தர்வ விவாகம்செய்ய விரும்ப, அவள் தன் பிதாவின் உத்திரவின்றி ஒப்பேன் என, நீ சிலையாகுக வென்று சபிக்க, அவளும் இயமனை ஜலரூபமாகுக வெனச் சபித்துப் பிதாவினிடம் சொல்ல, அவர் நீயும் சந்திரகாந்த சிலாரூபத்தை அடைந்து அந்த நதியோடு பிரவாகிப்பாயென்று சொல்ல, அவளும் அப்படியே செய்ய, சூரியனுடைய தபசினால் அவனது வேர்வை கிருணையென்னும் நதியாகி அதனோடு கலக்க, பிறகு கங்கை யமுனை சரசுவதியும் கலந்து பஞ்சநதியாயிற்றாம். ஆதியுகத்தில் இதற்குத் தன்மதியென்றும், இரண்டாம் யுகத்தில் தூதபாவை என்றும், மூன்றாம் யுகத்தில் விந்துதீர்த்தமென்றும், இக்கலியுகத்தில் பஞ்சநதி என்றும் பெயர் பெற்றதாம்,

மணிகர்ணிகை.

ஒருகாலத்தில் விஷ்ணுவானவர் தமது சக்கிரத்தினால் தீர்த்தமுண்டாக்கித் தவஞ் செய்யுங்கால் பார்வதிசமேதராகச் சிவபெருமான் அவ்விடத்துக்கு வர, அப்போது பார்வதியின் கர்ணிகாமணி யென்னும் காதோலை அந்தத் தீர்த்தத்தில் விழுந்து சிவபெருமான் தேடினதாயும், அதை விஷ்ணுவானவர் மாயையினால் (மைத்துனர் முறைமையைப்

பாராட்டிப்) பரிஹாசம் செய்ய மறைத்ததாகவும், அதனால் சிவபெருமானுடைய மனதையும், பார்வதியின் மணிகர்ணிகையையும் ஆக்கிரஹித்ததினால் இது எல்லாத் தீர்த்தங்களிலுஞ் சிறந்ததாயும், காசியிலிருக்கிற எல்லாத் தீர்த்தங்களும் இதில் ஸ்நானம் செய்து பாவம் தீர்த்துக்கொண்டதாயும், சக்கரத்தினால் உண்டாக்கியதால் சக்கரதீர்த்தமென்றும், திருமேனி வியர்வையால் உண்டானதால் சூரியதீர்த்தம், பிரம்மதீர்த்தமென்றும் சொல்லுகிறார்கள்.

காசிபிரயாகையின் மகிமை.

தசாசுவமேதத்தில் ஆலடங்கேசுரர் சமீபத்தில் கங்கை, யமுனை, சரசுவதி என்னும் இம்மூன்றில் கங்கை உத்திரவாகினியாயும், யமுனை பூர்வவாகினியாயும், சரசுவதி அந்தர்வாகினியாயும் வருதலால் இந்தக் காசிபிரயாகை சர்வகாமியங்களையுங் கொடுக்கும் காமியதீர்த்தமென்று பெயர்பெற்றதாய்க் காசிகாண்டம் பிரம்மகைவர்த்தம் முதலான நூல்கள் கூறுகின்றன.

ஞானவாவி.

ஸ்ரீ விசுவேசுவரருக்குச் சமீபத்திலிருக்கிற ஞானவாவி என்னும் தீர்த்தத்தில் ஸ்நானம் செய்கின்றவர்கள் ஞான சம்பத்தை அடைவார்களென்று சொல்லப்படுகின்றது. இதன் விவரமாவது:- ஆதியில் ஈசான உருத்திரர் அங்குத் தவஞ்செய்யுங்கால் சூலத்தினால் ஒரு வாவியை உண்டாக்கி அவ்வாவியில் தீர்த்தமெடுத்து விசுவேசுவரருக்குக் காட்டி அவ்வாவிக்கரையிலிருந்து தவஞ் செய்ததாகவும், அவர் தவத்திற்குச் சந்தோஷமடைந்து விசுவேசுவரர் பிரசன்னராய், இந்த வாவியில் ஸ்நானம் செய்கிறவர்களுக்கு ஞானசம்பத்தைக் கொடுப்பதாக வரங்கொடுத்ததாகவும் காசிகாண்டத்தில் சொல்லப்பட்டிருக்கிறது.

இவ்விடத்திய கங்கையின் மகிமை.

கங்கையானது சத்தியலோகத்தில் திலீபபுத்திரன் பகீரதன் பொருட்டு மஹாவிஷ்ணுவின் பாதவிரலினின்று முதித்துப் பூமியில் வந்து, சிவபெருமானால் சிரசால் வகிக்கப்பட்டு, எல்லா நதிகளுக்கும் சிரேஷ்டமாகி, சிவராஜதானியாகிய காசியின் கீழ்ப்பாகத்தில் உத்திரவாகினியாய்த் திரும்பி விசுவேசுவரர் அனுக்கிரகம் பெற்று அதி பரிசுத்தையாய்ப் பின்பு பூர்வாக்கினாய்ச் சென்றதாகச் சனற்குமாரசம்மிதை கூறுகின்றது. மேலும் கிருதயுகத்தில் எல்லாத் தீர்த்தங்களும் பரிசுத்தமுள்ளனவென்றும், திரேதாயுகத்தில்

புஷ்கரம் விசேஷமுடையதென்றும், கலியுகத்தில் கங்கையே விசேஷமுடையதென்றும் பவுஷியபுராணத்தில் சொல்லப்பட்டிருக்கிறது.

இந்தக் கங்கையின் கரையோரமாக வருணாகட்டம், இராசகட்டம், திரிலோசனைகட்டம், துர்காகட்டம், தசாசுவமே கட்டம், கேதாரகட்டம், அனுமகட்டம், அசிகட்டம் என்றாதி பெயர்களால் அநேக புண்ணிய கட்டங்களிருக்கின்றன. இவை நிற்க:-

காசி க்ஷேத்திரத்திலிருக்கும் தேவர்கள்.

இந்தக் காசிக்ஷேத்திரத்தில் ஸ்ரீதுண்டிவிநாயகர், ஸ்ரீ தண்டபாணி, ஸ்ரீ விசுவேசுவரர், ஸ்ரீ அன்னபூரணி, ஸ்ரீ விசாலாக்ஷி, ஸ்ரீ காலபைரவர், ஸ்ரீபிந்துமாதவர் முதலான விசேஷ சன்னிதிகளிருப்பதன்றியில், எண்ணிறந்த சிவலிங்கங்களும் மகிமை பெற்றவைகளாயிருக்கின்றன. இச்சிவலிங்கங்களில் ஓங்காரேசர், திரிலோசனர், மஹாதேவர், கிருத்திவாசர், சிரத்தினேசுரர், சந்திரேசர், கேதாரேசர், தன்மேசர், காமேசர், விஸ்வநர்மேசுரர், மணிகர்ணேசர், அவிமுக்தேசர், விசுவேசர், அமிர்தேசர், தாரகேசர், ஞானேசர், கருணேசர், மோக்ஷத்துவாரேசர், சொர்க்கத்துவாரேசர், பிரமேசர், இலாங்கலேசர், விருத்தகாளேசர், இடபத்துவேசர், சண்டீசர், நந்திகேசர், மகேசர், சோதிரூபேசர், சங்கமேசர், சுரலிநேசர், மத்திமேசர், இரணியகற்பேசர், ஈசானேசர், கோபிரேக்ஷேசர், விடபத்துவேசர், உபசாந்தேசர், ஜம்புகேசர் முதலிய நாற்பத்திரண்டு இலிங்கங்களும், சிரேஷ்டமானவைகளாகவும், இவைகளைத் தரிசிப்பதற்கு நாற்பத்திரண்டு லிங்க யாத்திரையென்றுஞ் சொல்லுகிறார்கள். யாத்திரை செய்பவர் முதலில் மணிகர்ணிகையில் ஸ்நானஞ்செய்து முத்திமண்டபத்திலிருந்து மோதன், பிரமோதன், சுமுகன், துன்முகன், கணநாயகன் என்னும் பஞ்சவிநாயகரை நமஸ்கரித்து, விசுவேசுவரரைப் பூசித்து, பின்பு சங்கற்பஞ்செய்து, மவுனத்தோடு மணிகர்ணிகையில் ஸ்நானஞ்செய்து, மணிகர்ணிகேசர் முதலான தேவர்களைப் பூசித்து, பிறகு ஞானவாவியில் ஸ்நானஞ்செய்து, நந்திகேசர், தாரகேசர் முதலான தேவர்களைப் பூசித்து, பிறகு மேதாதி பஞ்சவிநாயகரையும், விசுவேசுவரரையும், அன்னபூரணியையும் பூசித்து முத்திமண்டபத்திலிருந்து தாமிருக்கும் இடம்போய் அன்னதானம் செய்யவேண்டும்.

இந்தக் காசிக்கடுத்த கங்கையில் ஸ்நானம் செய்யும்போது சொல்லும் சங்கல்பமாவது.

ஆரியவர்த்தைகதேசே, அவிமுக்தா, வாரணாசி க்ஷேத்ரே, அசிர்வருணியோ, மத்தியே, மகாஸமாசானே, ஆநந்தவனே, கவுரிமுகே,

திரிகண்ட கவிராஜிதே, பாகற்தியாகபஸ்சமேதீரே, பவுத்தாவதாரே, விக்ரமசகே, விரோதி விகிருதிநாம சம்வச்சரே என்று சொல்லுகிறார்கள்.

காசி க்ஷேத்திரத்தின் தேவர்களுக்குமுன் சொல்லுகிற சுலோகம்.

விஸ்வேசம் மாதவம் துண்டிம், தண்டபாணிஞ்ச பைசவம், வந்தேம் காசீம் குகாம் கெங்காம் பவானிம் மணிகர்ணிகாம்.

இந்தக் காசியின் தேவர்களுடைய மகிமை.

ஸ்ரீ துண்டி விநாயகர் மகிமை.

ஸ்ரீதுண்டி விநாயகர் காசியில் எல்லாப் பாவங்களையும் எல்லா விக்கினங்களையும் போக்குகின்றவர். எல்லாப் போகங்களையும் கொடுக்கின்றவர். இவர் விசுவேசருக்கு மிகுந்த பிரியமுள்ள புத்திரர். இவருக்கு மதுரமான மோதகம் முதலியவற்றை நிவேதித்துத் தோத்திரஞ்செய்து எவர்கள் வழிபாடு செய்கின்றார்களோ இவர்கள் புத்திரருக்குச் செய்யும் உவகை தந்தைதாயார்களுக்கு மிக்க மகிழ்ச்சியைக் கொடுக்குமாதலால் துண்டி விநாயகரது கிருபையோடு, அன்னபூரணி விசுவேச கிருபையுமாக மூன்று பிரயோசனத்திற் கருகராகின்றார்களாம்.

ஸ்ரீ தண்டபாணி மகிமை.

ஸ்ரீ தண்டபாணி: கணங்களுள்ளும், தேவருள்ளும், மனுடர்களுள்ளும் முதன்மையுள்ளவர். இவர், காசியில் மரிக்கின்றவர்களுக்கு எமவாதனை வராமல் காக்கும்படியான தண்டத்தைத் தரித்திருக்கின்றவர். காசிவாசிகளை இரக்ஷிக்கின்றவர். தருமாத்துமாக்களுக்கு விசுவேசர் பிரமோபதேசம் பண்ண இவர் திவ்விய சரீரங் கொடுப்பர் என்று சொல்லுகிறார்கள்.

ஸ்ரீ விசுவேசுவரர் மகிமை.

ஸ்ரீ விசுவேசலிங்கம் சோதிலிங்கங்களுக்கெல்லாம் மேலான இலிங்கம். இவ்விலிங்கம் பிரமவிட்டுணுவாதி தேவதைகளை இரக்ஷிக்குநிமித்தம், தானே தோன்றி, மோக்ஷ லக்ஷ்மிக்கு வாசஸ்தானமாகிய திவ்விய விமானத்திருக்கின்றது. ஆதலால், இந்தக் காசி மூன்று லோகத்துக்கும் விசேஷமான சிவராஜதானியென்னும் பெயரையுடையது. இதில் தேவாதி தேவராகிய ஸ்ரீவிசுவேசரைப் பூசித்தலிற் பரிசதோஷமில்லை. பூசிக்கின்றவர்கள் எல்லாப் பாவங்களில் நின்றும் நீங்கி எல்லாப் புண்ணியங்களையும் உடையராய், துக்கரூபமாகிய சமுத்திரத்தில்

அழுந்தியிருத்தலினின்றும் நீங்கிச் சுகரூபமாய் நிரதிசய இன்பமுடைத்தாயிருக்கின்ற வீட்டை தற்குரியராகின்றார்கள். இந்த விசுவேசரைத் தரிசித்து அன்னிய தேசத்தையடைந்தவன் ஜன்மாந்தரத்தில் மோக்ஷமடைதற்குச் சந்தேகமில்லை. இந்த விசுவேசருடைய மோக்ஷலக்ஷ்மிக்கு வாசஸ்தான விமானத்தையுங் கலசத்தையுந் தரிசித்தவனது மகா பாவங்கள் நீங்கிப்போகின்றன. விமானத்திலிருக்கின்ற விடபக்கொடியைத் தரிசித்தவன் விசுவேசர் பிரசாதத்துக்கு அதிதியாகின்றான். இந்த விமானத்தைப் பக்ஷிகள் பிரதக்ஷிணஞ் செய்தாலும் அவை முத்தான்மாக்களாகின்றனவாம்.

காசி காண்டத்தில் இருக்கின்றனவாகக் கூறப்பட்ட முத்தி மண்டபம், சிங்கார மண்டபம், ஐஸ்வரிய மண்டபம், ஞான மண்டபம், இவைகளுள் இக்காலத்து முத்தி மண்டப மாத்திரம் விளங்குகின்றதாம்.

ஸ்ரீ அன்னபூரணி மகிமை.

மோக்ஷத்தை விரும்பினவருக்கு மோக்ஷத்தையும், தருமத்தை விரும்பினவருக்குத் தருமத்தையும், அருத்தத்தை விரும்பினவருக்கு அருத்தத்தையுங் கொடுக்கும் பாதபத்மத்தையுடைத்தான ஸ்ரீ அன்னபூரணி தேவி காசியில் வசிக்கின்றவர்கள் பெற்ற பொருளைப் பரிபாலனஞ் செய்தலும், பெறாத பொருளை அடையச் செய்தலுமாகிய யோக க்ஷேமங்களைச் செய்து விசுவேசர் கருத்தின்படி மோக்ஷ சம்பத்தைப் பிக்ஷையாகக் கொடுக்கின்றவள் என்று சொல்லுகிறார்கள்.

ஸ்ரீ காலபயிரவர் மகிமை.

ஸ்ரீ காலபயிரவர்: காசியில் வசிக்கின்றவர்களுடைய விக்கினங்களையும், பாவங்களையும் போக்குகின்றவர். இவரைக் காசியில் வழிபடல் மோக்ஷத்திற்குக் காரணம், அதனால் எல்லாப் பாவங்களும் நசிக்கும். விசுவேசரிடத்திற் பக்தியுடையவர்களும், இவரிடத்திற் பக்தியுடையராதல் வேண்டும். பக்தி பண்ணாதவர்களுக்கு மேன்மேலும் விக்கினங்களுண்டாம். யார் எதை விரும்புகின்றார்களோ அவர் இவரைச் சேவித்தலால் அப்பலனை அடைவார்களாம்.

ஸ்ரீ பிந்துமாதவர் மகிமை.

ஸ்ரீ பிந்துமாதவர் காசிவாசிகளைப் பரிபாலனஞ் செய்கின்றவர். காசியிற் பிரியமுள்ளவர். இவரைத் தரிசித்தாற் காசி வாசத்திற் கேதுவும், மோக்ஷசாதகமும் உண்டாகின்றனவென்று சொல்லுகிறார்கள்.

காசியில் செய்யும் நைமித்திக யாத்திரை விவரம். திதியாத்திரை.

சுக்கிலபக்ஷத் திரிதிகையில் நவகவுரிகட்கும், சதுர்த்தசியில் ஐம்பத்தாறு விநாயகருக்கும், பஞ்சமியில சப்தரிஷிகட்கும், இருவகை அஷ்டமியில் எட்டு வயிரவருக்கும், அஷ்டமி சதுர்த்தசி இரண்டில் நவதுர்க்கைக்கும், நவமியில் சண்டிகைக்கும், ஏகாதசி துவாதசியில் விஷ்ணுமூர்த்திகளுக்கும், பர்வம் சந்திரபுட்கரணியில் சந்திரேசருக்கும், அமாவாசை கபில தாரையில் இடபத்துவசேசருக்கும் செய்யும் யாத்திரை திதி யாத்திரையாம்.

வார யாத்திரை.

ஆதித்தவாரத்தில் பன்னிரண்டு சூரியர்களையும், சோமவாரத்தில் ஞானவாவியில் ஸ்நானஞ்செய்து விசுவேசரையும், ஆவணி மீ சோமவாரத்தில் கேதாரேசரையும், சுக்கிரவாரத்தில் சுக்கிரேசரையும், சனிவாரத்தில் சனீஸ்வர லிங்கத்தையும் தரிசித்துச் செய்யும் யாத்திரை வாரயாத்திரை யெனப்படும்.

நக்ஷத்திர யாத்திரை.

புதவாரம் சதுர்த்தசி பரணி நக்ஷத்திரத்தில் இயமதீர்த்த ஸ்நானமும், இயமலிங்க தரிசனமும், புதவாரம் துவாதசி சிரவண நக்ஷத்திரத்தில் சங்கமதீர்த்த ஸ்நானமும், சங்கமேஸ்வர தரிசனமுஞ் செய்தல், நக்ஷத்திர யாத்திரையாம்.

மாச யாத்திரை.

சித்திரை மாசத்தில் பிரதிதினமும் காமகுண்ட ஸ்நானமும், காமேசர் தரிசனமும், வைகாசி மாதத்தில் விமலதீர்த்த ஸ்நானமும் விமலேசர் தரிசனமும், ஆனி மாதத்தில் உருத்திர வாச தீர்த்த ஸ்நானமும், உருத்திரவாசேசர் தரிசனமும், ஆடி மாதத்தில் இலக்ஷ்மி தீர்த்த ஸ்நானமும் இலட்சுமி தரிசனமும் ஆவணி மாதத்தில் காமாக்ஷி தீர்த்த ஸ்நானமும் காமாக்ஷி தரிசனமும், புரட்டாசி மாதத்தில் கபால மோசன தீர்த்த ஸ்நானமும் குலத்தம்ப தரிசனமும், ஐப்பசி மாதத்தில் மார்க்கண்ட தீர்த்த ஸ்நானமும் மார்க்கண்டேசர் தரிசனமும், கார்த்திகை மாதத்தில் பஞ்சகங்கா ஸ்நானமும், விந்து மாதவர் தரிசனமும், மார்கழி மாதத்தில் பிசாசமோசன தீர்த்த ஸ்நானமும், கபர்த்தேசர் தரிசனமும், தை மாதத்தில் தனததீர்த்த ஸ்நானமும் தனதேசர் தரிசனமும், மாசி மாதத்தில் பிரயாகை

தீர்த்த ஸ்நானமும் பிரயாகேசர் தரிசனமும், இன்னும் கோடிதீர்த்த, கோடிலிங்க தரிசனமும், பங்குனி மாதத்தில் கோகர்ண தீர்த்த ஸ்நானமும், கோகர்ணேசர் தரிசனமுமாக ஒவ்வொன்றிலும் ஓர் மீ பிரதிதினமும் ஸ்நானமும் தரிசனமுஞ் செய்தல் மாச யாத்திரையாம்.

இருது யாத்திரை.

சங்கத்துவார சமீபத்தில் துவாரகாபுரியும், பிந்துமாதவர் சமீபத்தில் காஞ்சிபுரியும், வருணை சமீபத்தில் மதுராபுரியும், இராமேஸ்வர சமீபத்தில் அயோத்தியாபுரியும், கிர்த்திவாசேச சமீபத்தில் அவந்திகாபுரியும், அசிசங்கமேஸ்வரர் சமீபத்தில் மாயாபுரியுமாகிய இவைகள் காசியிற் பிரகாசித்திருக்கின்றன.

பஞ்சக்குரோச யாத்திரை.

கங்கா ஸ்நானமும் நித்திய யாத்திரையுஞ் செய்து காசிவாசஞ் செய்கின்றவர்கள், சோதிலிங்கமாய்ப் பஞ்சக்குரோச பரிமாணமுள்ள காசியை தக்ஷணாயணம் உத்தராயணம் என்னும் அயனங்களின் இறுதியிலாவது வருடாந்தத்திலாவது சோதிலிங்கமாய்ப் பஞ்சக்குரோச பரிமாணமுள்ள காசியைப் பிரதக்ஷிணஞ் செய்வது பஞ்சக்குரோச யாத்திரையாம்.

இக்காசியைப் பிரதக்ஷிணஞ் செய்தால் மூன்று லோகத்தையும் பிரதக்ஷிணம் பண்ணின பலனைக் கொடுக்குமென்றும், காசியிற் செய்த பாவங்களுக்குப் பரிகாரமுமாம் என்றுஞ் சொல்லுகிறார்கள்.

காசியின் (பனாரிஸின்) தற்கால ஸ்திதி.

இந்தக் காசிப்பட்டணமானது நேபாள தேசத்தைச் சார்ந்த பாகங்களுக்குத் தெற்காயும், பண்டல்கண்டு நாட்டுக்கு வடக்காயும், சுமார் பத்து மைல் விஸ்தீரணமுள்ள அழகிய நகரம். இந்தக் காசி நகரத்துக்கு வடவண்டையில் வருணை என்னும் ஓர் சிறு நதியும், தென்னண்டை அசி என்கிற ஓர் சிறு நதியும் கால்வாய்களைப் போலப் பாய்ந்து கங்கை நதியில் சங்கமமாகின்றன. அசி என்கிற சிறுநதியைச் சிறு கால்வாயென்றுதான் சொல்லலாம். இவைகளுக்கு மத்தியிலிருக்கப்பட்ட பூமிக்கு வாரணாசி என்று சொல்லுகிறார்கள். இந்த அசிக்கும் வருணைக்கும் மத்தியில் கங்கைநதியானது வில்வளைவாகப் பிரவாகிக்கிறது. இந்தக் கங்கைக்கு மேற்குக் கரையில்தான் காசிப்பட்டணமிருக்கிறது. அசிவருணமத்தில் கேதாரகட்டமுதல் இராசகாடுவரைக்கும் நாகப்பூர், சிந்தியா, ஹோல்கார், நேபால், அஹலியாபாய், முதலான மஹாராஜர்களும் இராஜாமஹிஷிகளும்

அநேக லக்ஷம் பொன்களை அலக்ஷியமாக எண்ணிச் செலவுசெய்து கங்கை ஸ்நானத்துக்கு வசதியான கட்டடங்களையும், சிவபிரதிஷ்டைக்கு ஆலையங்களையும், வசிக்க விசாலமான வீடுகளையும், (சூனார் ஸ்டோன் முதலான) கற்களால் சிற்பலங்காரமுள்ள பிரம்மாண்டமான கட்டடங்களைக் கட்டியிருக்கின்றனர். இக்கட்டடங்களுள் ஸ்ரீதரமுனிசி அஹலியாபாயும் வேறு சில கோஷாயிகளும் கட்டியிருக்கும் கட்டடங்கள் ஆச்சரியகரமானவைகள். யாத்திரைக்காரர் கிழக்கிந்தியப் புகைவண்டி தங்கும் இடத்தைவிட்டுக் காசி நகருக்குள் பிரவேசிக்கப் புறப்பட்டால், கங்கைக் கரையோரமாக மூன்று மைல் தூரம்வரையில் கட்டப்பட்டிருக்கும் ஸ்நானகட்டங்கள், மண்டபமாட மாளிகை கூடகோபுரங்கள் இவற்றின் காக்ஷிகளைப் பார்க்கலாம். அந்தக் கட்டங்களில் வண்டிகள் போகமாட்டாதாகையால் நடக்கச் சக்தியற்றவர்கள் அந்தக் கங்கையில் ஏராளமாகவிருக்கும் சிறுபடகுகளை வாடகைக்குக் கொண்டு போய்ப் பார்த்தால் பூரண சந்தோஷத்தை அடைவார்கள். அசி முதல் வருணை வரைக்கும் மத்தியில் ஆயிரம் இரண்டாயிரம் பிராமணர்கள் வரையில் அந்தக் கட்டடங்களில் விசுப்பலகைகளைப் போட்டுக்கொண்டும், குடைகளின் நிழலிலிருந்துகொண்டும், உபசார திரவியங்களான சந்தன புஷ்ப விபூதி கோபி சந்தனங்களை வைத்துக்கொண்டும் இருக்கிறார்கள். இவர்களன்றியில் கெங்காபுத்திரர்கள், காட்டியர்கள், டானியர் என்னும் பஞ்சதிரவிடபஞ்சகௌடாள் முதலான பிராம்மண யாசகர்கள் பத்தும் பதினையாயிரம் பெயர்கள் வரையிலிருக்கிறார்கள். இந்தக் கட்டங்களில் எங்குப் பார்த்தபோதிலும் ஆயிரக்கணக்காக ஸ்நானம் செய்பவர்களும், சங்கற்பம் செய்பவர்களும், சுவாமி தரிசனத்திற்கு உயர்ந்திருக்கும் படிக்கட்டுகளில் ஏறிப் போகப்பட்டவர்களும், இறங்கி வரப்பட்டவர்களுமான ஜனங்களின் காக்ஷி வெகு வினோதமாகவிருக்கிறது. திரிலோசனை கட்டத்தருகில் சகல தானியவகைக் கடைகளிருக்கின்றன. இராஜ கட்டத்தண்டை முக்கியமான ஆயச்சாவடி இருக்கிறது. துர்கா கட்டத்தண்டை காலபயிரவர், தண்டபாணி ஆலையங்களிருக்கின்றன. பஞ்சகங்கா கட்டத்தண்டை பிந்துமாதவர் ஆலையமிருக்கிறது. இவ்விடத்தில் பெரிதான ஒரு மஸ்ஜீது இருக்கிறது. இதைப் பற்றிப் பின்னிட்டுச் சொல்வோம். மணிகர்ணிகா கட்டத்தில் கங்காபுத்திரர்களும் குஜராத்தியர்களும் இருக்கிறார்கள். கேதார கட்டத்தண்டை கங்காளிகளென்னும் தென்தேசத்தார் இருக்கிறார்கள். துர்கா கண்டத்தண்டை வீடுகள் ஆறு ஏழு அடுக்குமாடி வீடுகளாக இருக்கிறதன்றியில், மஹாஜனங்கள் என்னும் சவுகாரிகளிருக்கிறார்கள். கங்கைக் கரையோரத்தில் பிரம்மாண்டமான வீடுகள் நாளாவட்டத்தில் முன்னுக்குத் தள்ளிக்கொண்டு வந்துவிட்டபடியால், கங்கையின் அகலம் குறைந்து ஆழம் அதிகமாகிவிட்டது. ஆனால் கட்டப்பட்ட

கட்டடங்கள் கங்கைப் பிரவாகத்தால் அடிபட்டுப் போகாமல் பலமான கற்களால் பந்தோபஸ்தாகக் கட்டப்பட்டிருக்கின்றன. துர்கா கட்டமுதல் சவுக்குக்குப் போகிறவரையில் அகலமான ரோட்டுகள் கிடையா. எல்லாம் சிறு சந்துகளாகவே இருக்கின்றன. இப்படிச் சந்துகளாக இருக்கினும், வீடுகள் மாத்திரம் ஐந்தடுக்கு, ஆறடுக்கு, ஏழடுக்கு மெத்தைகளாகக் காக்ஷிக்குக் கம்பீரமாகவும் ஆச்சரியகரமாகவும் இருக்கின்றன. இவைகளில் 8000 வீடுகள் பிராம்மணர்களுக்குச் சொந்தம். நிகழ்ந்த கானிஸ்வாரி கணக்கின்படி 2,00,000 ஜனங்கள் குடியிருப்பதாகத் தெரியவருகிறது.

இப்போது இந்தக் காசியில் 1480 கோயில்களும், சில பொதுக் கட்டடங்களும் இருக்கின்றன இவற்றில் அநேகம் தென்தேசத்துக் கோயில்களைப்போலப் பெரிதும் அழகுள்ளதுமல்ல. ஆயினும், வைதீக விஷயமாக அல்லாமல், கேவலம் லௌகீக விஷயமாகக் காக்ஷியின் பொருட்டு யாத்திரை செய்வோர் பார்க்கத்தக்க சில கோயில்களையும் கட்டடங்களையும் பற்றி இதனடியில் எழுதுகிறோம்.

யாத்திரை செய்வோர் பொருளுள்ளவர்களாக இருக்கும்பக்ஷத்தில் அந்தக் காசிப் பட்டணத்தில் ஏராளமாக இருக்கிற எக்கா என்னும் ஓர் குதிரை கட்டிய வண்டியையாகிலும், அல்லது இரண்டு குதிரைகள் கட்டிய பக்கிகளென்னும் வண்டியையாகிலும் வாடகைக்கு வைத்துக்கொள்ள வேண்டும். எக்கா என்னும் வண்டிகள் தென் தேசத்தாருக்கு வசதியானதாகத் தோற்றா. ஆகவே பக்கியென்னும் கோச்சு வண்டியை வைத்துக்கொள்ளுதல் உத்தமம். இந்தப் பக்கிகளில் முதல் வகுப்புப் பக்கிகள், இரண்டாவது வகுப்புப் பக்கிகளென இரண்டு வகுப்புகளுண்டு. முதல் வகுப்புப் பக்கி வண்டிக்கு மணி ஒன்றுக்குப் பத்தணாவாகவும், இரண்டாவது வகுப்புப் பக்கி வண்டிக்கு ஆறணாவாகவும் வாடகை ஏற்படுத்தப்பட்டிருக்கின்றது. பிறகு கொண்ட மணி முதல் செல்லும் அரை மணிக்கு முறையே 5, 3 அணாவாகவும் வாடகை கொடுக்க வேண்டும். யாத்திரைக்காரர் இப்படிப்பட்ட பக்கி வண்டியை வாடகைக்குக் கொண்டு இராஜபஜார் (Raja Bazaar) வழியாகக் காசி நகரத்துக்குள் பிரவேசிப்பது உத்தமம். அப்படிப் பிரவேசிக்கும் யாத்திரைக்காரருக்கு முதலில் காணப்படும் கட்டடம் பழைய தங்கசாலையே. இது இப்பொழுது காசி மஹாராஜாவுடைய வசத்திலிருக்கிறது. இது 286 அடி நீளமும், 95 அடி அகலமுமுள்ள நீண்டு குறுகிய கட்டடம். இப்போது இதில் நாணயங்களைச் செய்வதில்லை. ஆனால் 1857ஷு நடந்த கலபையில் அப்போது காசியிலிருந்த இங்கிலீஷ்காரர்கள் அடைக்கலம் புகுந்த இடமாகையால், அந்த ஞாபகச்சின்னார்த்தமாக வைத்துக் கொண்டிருக்கிறார்கள். இந்தக் கட்டடத்தின் பெரிய அறையில் ஹென்றிகாரி தக்கர் (Henry Carry Tucker, Commissioner) என்னும்

துரையவர்களுடைய பெரிய படம் வைக்கப்பட்டிருக்கிறது. இவர் சுதேசிகளுக்குப் பல நன்மைகளைச் செய்தபடியால், சுதேசிகள் இன்றளவும் அவரை ஸ்துதித்துக் கொண்டாடுகிறார்கள்.

NANDESWAR KOTEE - நந்தேசுவர் கோடி.

பிறகு யாத்திரைக்காரருடைய காக்ஷிக்கு அந்த இராஜபஸாரில் தங்கசாலைக்கு வடக்கே நந்தேசுவர கோடி என்னும் கட்டடம் இருக்கின்றது. 1799ஞூ காசிப் பட்டணத்தில் ஜட்ஜியாகவிருந்த மிஸ்டர் டேவிஸ் (Davis) என்பவர் வஜிர் ஆலி (Wazir Ali's) சேனைகளை ஈட்டியினால் தாக்கியவிடம். ஆகவே இதுவும் மஹாராஜருடைய வசத்திலிருக்கிறது.

QUEEN'S COLLEGE - இராணியார் கலாசாலை.

காசிப் பட்டணத்துக்குள் காக்ஷிக்குக் கம்பீரமாகத் தோன்றும் கட்டடம் "குயின்ஸ் காலேஜ்" என்னும் கலாசாலையே. இது ஐரோப்பியர் சிற்ப சாஸ்திரத்தை அனுசரித்து 1847ஞூ நவம்பர் மீ முதல் வயில் கடைக்கால் போட்டு, 1853ஞூகட்டி முடிவுபெற்றது. இதற்கு 1,27,000 ரூபாய் செலவிடப்பட்டது. இத்தொகையில் பெரும்பாகம் துரைத்தனத்தாராலும், சிலபாகம் கையொப்பத் தொகையாலும், கொடுக்கப்பட்டது. இந்த அழகிய கட்டடம் முழுதும் (Chunar Stone) சூனார் கற்களால் கட்டப்பட்டுக் கட்டடத்தின் சுற்றிலும் நாகரி எழுத்துக்களில் சமஸ்கிருத பிரமாணங்கள் செதுக்கப்பட்டுச் சிறந்து விளங்குகின்றது. இக்கட்டடத்தின் சிற்ப சாஸ்திரியராகிய மேஜர் கிட்டோ (Major Kitto R.E.) என்பவர் கட்டடத்தின்மேல் விசித்திர வினோத வளைவு கண்ணாடியைப் பதிக்கும்போது வளைவு இடிந்து விழுந்த காயத்தினால் இறந்தார். கட்டடத்தின் மத்திய ஹாலின் உயரம் 75 அடி. கட்டடத்தின்மேல் மெத்தையின்மீது போய்ப் பார்த்தால் காசிப் பட்டணத்தின் காக்ஷி வெகுவினோதமாக இருக்கிறது. கட்டடத்தின் மத்திய மண்டபம் (Nave) 60 அடி நீளம் 30 அடி அகலமுள்ளதாயும், இருபுரத்தின் மண்டபம் (Transpet) 40 அடி நீளம் 20 அடி அகலமுள்ளதாயுமிருக்கிறது. இந்தக் கட்டடம் இந்து தேசத்தில் இப்போது சிறந்து விளங்கும் கட்டடங்களில் ஒன்று. கலாசாலைக்குள் ஸ்ரீ இராஜேந்திர நாராயணசிங்கு என்பவருடையவும், ஷை கலாசாலையின் சிரேஷ்ட பண்டிதராகவிருந்த டாக்டர் பாலன்டைன் (Doctor Baluntine) மிஸ்டர் டன்கின் (Mr.Dankin) மேஜர் கிட்டோ (Major Kitto) என்பவர்களுடையவும், சித்திர உருவப்படங்கள் வைக்கப்பட்டிருக்கின்றன. இந்தக் கலாசாலையில் இத்தேசத்து ஆகமவேத இதிகாசாதி கிரந்தங்களையும் ஏனைய தேசத்தாருடைய

ஆகம வேதபுராண இதிகாசாதி கிரந்தங்களையும் எவ்வளவோ பொருள் செலவிட்டு வாங்கி வாசிப்பவர்களுடைய உபயோகத்திற்காக வைக்கப்பட்டிருக்கின்றன. மேலும், சமஸ்கிருதம், பார்ஸி, அரபி முதலான பாஷைகளும் பத்ததிரீதியாகப் போதித்துவரப்படுகின்றன. இந்தக் கலாசாலையில் கல்வி கற்றுத் தெளிந்த பண்டிதர்கள் பிரபலமாகப் பிரதிஷ்டை பெற்றவர்கள். கலாசாலையைச் சுற்றிலும் அழகான உத்தியாவனங்கள் இருக்கின்றன. அருகிலிருக்கும் ஒரு சிறு குளத்தில் முதலைகளை வளர்த்து வருகிறார்கள். கலாசாலையின் வடபாகத்தில் பிரம்மாண்டமான ஒரு கல் ஸ்தம்பம் நாட்டப்பட்டிருக்கிறது. இது 1853ம் ஹு காஜிபூரில் கண்டெடுக்கப்பட்டும், பிறகு காசிக்குக் கொண்டு வரப்பட்டும், 1854ஹு மே மீ வடமேற்கு மாகாணம் லெப்டினெண்ட்டு கவர்னராகிய ஹானரெபில் ஜேம்ஸ் தாமஸால் (Honarable James Thomas) நாட்டப்பட்டது. இது பூர்வம் அசோக மஹாராஜாவின் காலத்தில் செய்யப்பட்டு அவரது அரண்மனையிலிருந்ததாம்.

THE PRINCE OF WALES HOSPITAL.

பிரின்ஸ் அப் வேல்ஸ் ஆஸ்பத்திரி.

இந்த இராணியார் கலாசாலைக்குப் போகிற வழியில் கி.பி. 1876 – 77ம் ஹு மாகஷிமைதங்கிய விக்டோரியா சக்கிரவர்த்தினியவர்களுடைய ஜேஷ்ட புத்திரரும், இளவரசருமாகிய ஸ்ரீ பிரின்ஸ் அப் வேல்ஸ் இராஜகுமாரர் காசி க்ஷேத்திரத்தை தரிசித்தபோது அவரால் கடைக்கால் போடப்பட்டு, சிரேஷ்ட தேசாதிபதிகளிற் சிறந்தவராகிய அப்பன் ரிப்பன் பிரபு (Lord Ripon) அவர்களால் கிரஹப்பிரவேசம் செய்விக்கலான ஒரு அழகிய தரும வைத்தியசாலை இருக்கின்றது. இதற்கு பிரின்ஸ் அப் வேல்ஸ் ஆஸ்பத்திரி என்று பெயர். இந்தக் கட்டடத்திற்குப் பிடித்த செலவு தொகை முழுதும் சுதேச தரும பிரபுக்களால் கொடுக்கப்பட்டது.

THE CENTRAL HINDU COLLEGE.

இந்து மத்தியதர கல்விச்சாலை.

இப்போது நமது தேசத்தில் தியசாபிகள் சபை என்னும் ஒருவித மதக்கொள்கையின் தலைவராகிய ஸ்ரீ அன்னிபீஸெண்டு அம்மையாருடைய பெருமுயற்சியினால், இந்நாட்டு வாலிபருக்கு வைதீக, லௌகீகக் கல்வியைக் கற்பித்துக் கொடுக்க ஒரு பெரிய கலாசாலையையும், பெண்களுக்கு ஒரு பாடசாலையையும் ஸ்தாபித்து அவைகட்குச் சுமார் நான்கு இலக்ஷம் ரூபாய் வரையில் அநேகரிடம் வாங்கி மூலதனமாக வைத்துக் கல்வி கற்பித்து வருகின்றனர். அந்த

மூலதனத்தில் சுமார் 75,000 ரூபாய் வரையில் அந்த அன்னிபீஸெண்டு அம்மையவர்களால் கொடுக்கப்பட்டதாம். இப்போது இந்தப் பாடசாலைகள் பிரபலஸ்திதியில் இருக்கின்றன.

THE TOWN HALL. நகர மண்டபம்.

இந்தத் தரும வைத்தியசாலைக்கருகில் கி.பி. 1870 ஞூ ஜனவரி மீ இந்தக் காசி க்ஷேத்திரத்தைத் தரிசித்த ஸ்ரீ விக்டோரியா சக்கிரவர்த்தினி அவர்களுடைய துவிதிய குமாரராகிய ஸ்ரீ டியூக் அப் எடின்பர்க் (His Royal Highness the Duke of Edinburgh) என்பவருடைய விஜய ஞாபகச் சின்னமாக விஜயநகரம் மஹாராஜா அவர்களால் கட்டி வைக்கலான நகர மண்டபம் (Town Hall) இருக்கிறது. இது 112 அடி நீளமும், 32 அடி 8 அங்குல அகலமுமுள்ளது. மத்திய ஹாலின் விஸ்தீரணம் 73 அடி. மத்திய முக்கிய வாசலின் இருபுரங்களிலும் பெரிய அறைகளிருக்கின்றன. இந்த அறைகளுள் ஒன்றில் ஹானரெரி மாஜிஸ்திரேட்டு கச்சேரி செய்து வருகிறார். இப்படி நகர மண்டபத்தை மாஜிஸ்திரேட்டு கச்சேரிக்கு உபயோகப்படுத்தக் கொடுத்தது உத்தமமாகத் தோற்றவில்லை. இவ்விடத்தில் யாத்திரைக்காரர் தமது வண்டியை விட்டிறங்கி **"சவுக்கு"** என்னும் கடைவீதியின் வழியாய் நடந்து வரவேண்டும். இதுவரையில்தான் காசிப் பட்டணத்தின் வெளிப்பாகம். இனி, காசிப்பட்டணத்தின் உட்பாகத்தில் பிரவேசிக்க வேண்டுமானால், வண்டிகள் போகக்கூடிய ரஸ்தாக்கள் கிடையா. பெரும்பாலும் சிறிய சந்துகளானபடியால் யாத்திரைக்காரர் நடந்துபோதல் உத்தமம். அப்படி நடந்து போகும்போது முதலில் காணப்படும் கட்டடம் பெருத்து வெண்மையாகத் தோன்றுவது மஸ்ஜீதே. அதாவது மகம்மதியர்களுடைய தேவாலயம். இது அரங்கஸீப் என்னும் மகமதிய சக்கரவர்த்தியினால் ஸ்ரீ விசுவேசுவரர் கோயிலுக்கு முன்பக்கத்தில் கட்டப்பட்ட கட்டடம். இது ஹிந்து தேவாலயங்களிருக்கும் இடத்திற்கு வெகு சமீபத்தில் கட்டப்பட்டதனால், இந்துக்களுக்கும் மகம்மதியர்களுக்கும் அடிக்கடி பல சண்டைகளுண்டாக ஹேதுவாயிருக்கின்றது. இந்தக் கட்டடம் கட்டும்போது அவ்விடமிருந்த இந்து தேவர்களையெல்லாம் கொண்டு வந்து இதற்குப் படிகளாக உபயோகப்படுத்த உத்தரவானதாகவும், அப்போது ஜோதி சொரூபமாக விளங்கிய விசுவேசுவரர் அடுத்திருந்த ஞானவாவி என்னும் குளத்தில் குதித்துப் பாதாளத்தில் மறைந்துவிட்டதாகவும் சொல்லுகிறார்கள். இந்துக்களுடைய மனஸ்தாபத்தினால் இப்போது ஷ மஸ்ஜீதுக்குப் போக முன்வாசலில் வழியைக் காணோம். இந்த இடத்திற்குப் போகும்போது யாத்திரைக்காரர் தமக்கு உதவியாக வரும்படி அவ்விடம் விசேஷமாகவிருக்கும் பண்டாக்கள் என்னும் பிராம்மணர்களில் ஒருவரைக் கூட்டிக்கொண்டு போனால் வழிகாட்டியாக வந்து

அடுத்திருக்கும் இந்து தேவாலயங்களின் சரித்திரங்களை விவரமாக அறிவிப்பார். இந்தப் பண்டாக்களென்னும் பிராம்மணர்களுக்கு ஏதேனும் சிறிது பொருளுதவி செய்தால் திருப்திகரமாகப் பெற்றுக் கொள்ளுகிறார்கள். இப்படி ஒரு பண்டாவையாகிலும், அல்லது வேறு ஒரு அந்த ஸ்தல வாசியையாகிலும் கூட்டிக்கொண்டு பத்துப் பன்னிரெண்டு கஜதூரம் போனால் அங்கே ஆறரையடி உயரமுள்ள நந்தி விக்கிரகம் தோற்றுகின்றது. அந்த நந்தி விக்கிரகத்துக்குச் சமீபத்தில் ஞானவாவி இருக்கிறது.

THE JNANA VAVI. ஞானவாவி.

இந்த ஞானவாவியில்தான் விசுவேசுவரர் மகம்மதியர் கலபையில் வந்து விட்டதாகக் கொண்டிருப்பதால் இந்தக் கிணற்றை விசேஷ தீர்த்தமாகக் கொண்டிருக்கிறார்கள். இந்தக் கிணறு சுமார் பத்துப் பதினைந்து அடி சுற்றளவுள்ளதாயும், சுற்றிலும் துளைத்துச் சிறப்பாகச் செதுக்கிய சித்திரக்கல் கைப்பிடிச்சுவருள்ளதாயும் இருக்கிறது. பூஜை செய்பவருடைய புஷ்பாதி பத்திரங்கள் கிணற்றில் விழுந்து ஜலம் கெட்டுப்போகுமென்று அருகிலிருக்கும் அர்ச்சகராகிய பிராமணர்கள் ஒரு வெள்ளைத் துப்பட்டியினால் கிணற்றை மூடிக் கொண்டிருக்கின்றனர். அப்படிக்கிருந்தும் கிணற்றில் கணக்கற்ற புஷ்பபத்திராதிகள் விழுவதனால் ஜலம் கெட்டுச் செவ்விள வர்ணமாகவிருக்கின்றது. அந்த ஜலத்தை யாத்திரைக்காரர் மஹா தீர்த்தப் பிரசாதமாக உட்கொள்ளுகிறார்கள். ஒரு உத்திரணி தீர்த்தத்துக்கு நூற்றுக்கணக்கான ஜனங்கள் ஒருவர் மேலொருவர் விழுந்து வாங்கிக் கொள்ளுகிறார்கள். இந்தத் தீர்த்தத்தைக் கொடுப்பவர்கள் கோடீசுவரர்களாக இருக்கிறார்கள் கிணற்றைச் சுற்றிலும் நாற்பது கால் மண்டபம் ஒன்று இருக்கிறது. இது கி.பி. 1823ம் ௵ ஸ்ரீமது தவுல்தராவ் சிந்திய மஹாராஜா அவர்களுடைய மனைவியார் கட்டிவைத்தனர். இந்த மண்டபத்தில் பிச்சைக்காரர்கள் அதிகம்.

THE GOLDEN TEMPLE OF VISHVESHWAR NATH.

விசுவேசுவரருடைய சுவர்ணாலயம்.

அந்த நாற்பது கால் மண்டபத்திலிருந்து கிழக்குத் திக்காகப் போனால் ஸ்ரீவிசுவேசுவரருடைய வினோத விசித்திர சிற்பலங்காரமுள்ளதும் வெண்மையானதுமான ஸ்படிகக் கற்களினால் இந்தூர் மஹாராணி அஹலியாபாய் அம்மாளால் கட்டப்பட்ட கட்டடமிருக்கிறது. இந்தக் கோயிலின் பிரகாரத்துக்குள் பிரவேசித்தால், கோயிலின் அந்தப்புரங்கள் காணப்படுகின்றன. அவைகளுக்கெதிரில் பலவித

புஷ்பக் கடைகள் மலிந்திருக்கின்றன. அந்தக் கடைகளில் ரோஜா, துலுக்க சாமந்தி, வில்வ பத்திரங்கள் கலந்து ஒருமுழ நீளமுள்ள புஷ்பமாலைகளைக் கட்டி ஒரு சிறிய மூங்கிற்றட்டில் வைத்து, பைசா, ஒன்றுக்கு (மூன்று தம்பிடிக்கு) ஒரு புஷ்பத் தட்டை விலைக்குக் கொடுக்கிறார்கள். அந்தக் கடைகளுக்கு அடுத்திருக்கும் "நவபத்கானா" என்னும் இடத்துக்குச் சென்றால் 51 அடிகள் உயரமுள்ள சுவர்ணமயமான கோபுர மண்டபம் கம்பீரமாகத் தோற்றுகின்றது. அந்தக் கோபுர மண்டபம் தென்தேசத்துத் தேவாலய கோபுரமண்டபங்களைப் போலிராமல், வாழைப்பூ உருவான ஸ்தூபிகளை யுடையதாயும் அதன் மேல் ஜண்டா ஒன்று கட்டப்பட்டதாயுமிருக்கின்றது. இந்தக் கோயிலுக்குள் அநேக லிங்கங்கள் இருந்தபோதிலும், விசேஷமானது விசுவேசுவரலிங்கமே. இது சுமார் பத்துப் பன்னிரண்டு அடி சதுரசுற்றளவுள்ள ஸ்படிகக் கற்களால் கட்டி அமைத்த தொட்டியின் மத்தியிலிருக்கிறது. இதன் உயரம் சுமார் ஒரு முழமிருக்கலாம். இது இளநீலங்கலந்த ஸ்படிகமாகத் தோற்றுகின்றது. இவ்விடத்தில் பக்திமான்களும், முக்கியமாக யாத்திரைக்காரர்களும் கும்பல் கும்பலாகக் கூடி ஒருவர் மேலொருவர் விழுந்து பூஜை செய்கிறார்கள். பூஜை செய்ய விரும்புகிறவர்கள் ஒருகையில் கங்கையின் தீர்த்தத்தையும் ஒரு கையில் பூஜா திரவியபாத்திரத்தையும் எடுத்துக்கொண்டு வருகிறார்கள். இந்தப் பூஜா திரவியபாத்திரம், புஷ்பம் சந்தனம், குங்குமம் அக்ஷதை முதலானவைகள் வைப்பதற்கு வசதியானது. பூஜை செய்வதற்குத் தென்தேசத்துத் தேவாலயங்களிலிருப்பதைப் போல நியமனமான அர்ச்சகரும், அவஸ்தைகளு மில்லாமையால், யாத்திரைக்காரர் யாவரும் சர்வ சுவதந்திர முடையவர்களாகித் தாமே விசுவேசுவர லிங்கத்தின்மீது கங்கையின் தீர்த்தத்தைவிட்டு, பிறகு புஷ்ப வில்வாதிகளை வைத்து வணங்கி, தமது சிரசை மோதி ஒத்திக்கொண்டு அபிஷேகமான தீர்த்தத்தைக் கண்களில் ஒத்திக் கொள்ளுகிறார்கள். அப்போது அருகிலிருக்கும் விருஷபங்கள் பயமற்று அந்தப் புஷ்பாதி பத்திரங்களை உடனுக்குடனே தின்று விடுகின்றன. யாத்திரைக்காரர் அந்த விருஷபங்களையும் தடவிக்கொடுத்து வணங்கி முத்தமிட்டு வருகிறார்கள். அவைகளுக்கு அந்தப் புஷ்பாதிகளே ஜீவனோபகாரமாகவிருக்கின்றன. இந்த விசுவேசுவரர் கோயிலுக்கு மூன்று கோபுரங்களிருக்கின்றன. அவைகளில் இரண்டு, பாலசூரியன் ஜனிக்கும் கிழக்குத் திசையை நோக்கி ஜகஜ்ஜோதியாக ஜுவலிக்கின்றன. இந்தக் கோபுரங்கள் சுத்தமான பசும்பொன் தகடுகள் என்று கேள்வி. இதை இப்போது இங்கிலாந்து தேசத்திலிருந்து உருஷியா தேசத்தில் திரிவதாகச் சொல்லும் டுலிப் சிங்கு மஹாராஜா அவர்களுடைய தந்தையாராகிய இரஞ்சித்சிங்கு மஹாராஜா

அவர்களால் செய்விக்கப்பட்டதாம். இப்படியே நேபாள இராஜா அவர்களால் அலங்கார மணிகளும் மண்டபங்களும் 7 அடி உயரமுள்ள நந்தியும் ஐதிராபாத்து இராணியாரால் சிவாலயமும் கட்டப்பட்டிருக்கின்றன.

SANISCHWARAR. சநீஸ்வரர்.

யாத்திரைக்காரர் இந்த விசுவேசுவரருடைய ஸ்தலத்தைப் பார்த்துக்கொண்டு திரும்பினால், அருகில் பூஜா விஷயங்களுக்கேற்ற சில பல கடைகளிருக்கின்றன. இவைகளுக்கு இடது பக்கத்தில் சநீஸ்வரர் கோயிலிருக்கின்றது. அந்தச் சநீசுவரருடைய சிரசுமாத்திரம் சுத்த வெள்ளியால் அமைக்கப்பட்டிருக்கிறது. உடலைக் கண்டிலேம்.

ANNAPURANI. அன்னபூரணி.

அந்தச் சனீஸ்வரரை விட்டுத் திரும்பினால், அன்னபூரணியின் ஸ்தல மிருக்கின்றது. அதற்குச் சரியான வாசலில் அநேக மாடுகள் கும்பல் கும்பலாக நிற்பதால் யாத்திரைக்காரர் அந்த வழியாகப் போகாமல் குப்பையாதி அசங்கியங்களால் நிறைந்த அடுத்த சந்து வழியில் போகவேண்டியிருக்கிறது. இந்த அழகிய சிறிய கோயில் கி.பி 1721ம் ஹூ பெஷ்வா தேசத்து பாஜிராவ் அவர்களால் கட்டப்பட்டது. இந்தக் கோயில் பிரகாரத்துக்குள் சூரியநாராயணர், கணேசர், கவுரிசங்கரர், அநுமார் ஆகிய மூர்த்திகளின் நான்கு சிறிய கோயில்கள் இருக்கின்றன. அன்னபூரணி விக்கிரஹம் சுமார் இரண்டு மூன்று முழ உயர மிருக்கலாம். அந்த விக்கிரகத்தின் மேல் அதிக நகைகள் கிடையா. அநந்தமான ஸ்திரீகள் தாமே பூஜை செய்து தமது சிரசுகளை அம்மையின் பாதத்தில் மோதிக் கொள்ளுகிறார்கள். எதிரிலிருக்கிற மண்டபம் அலங்காரமானதாக இருந்தாலும் மாடுகளுடையவும், மிதமிஞ்சிய ஜனத்தினுடையவும், கலப்புகளால் கசகசவென்று அசங்கியப்படுத்தி வைக்கிறார்கள்.

இந்தக் காசிக்ஷேத்திரம் பிரபஞ்சத்தில் புராதன ஸ்தலமென்றும், இதைப் பார்த்த மாத்திரத்தில் சகலவிதமான ஜனங்களுடைய சகலவித பாவபந்தங்கள் நீங்கிவிடுமென்றும், தொன்று தொட்டு பல சிறந்த புராண கிரந்தங்களில் சொல்லப்பட்டும் அனுஷ்டிக்கப்பட்டும், அனேக காத மைல்கள் தூரத்திலிருக்கும் அநந்த லக்ஷம் ஜனங்களால் அடிக்கடி தரிசிக்கப்பட்டும் வரும்போது, அப்படிப்பட்ட ஸ்தலத்தையும், முக்கியமாக அந்த ஸ்தலத்தின் தேவாலயங்களையும் கண்களால் பார்த்துச் சகிக்கக்கூடாதவிதமாக அசங்கியப்படுத்தி வைத்திருப்பது

அநியாயமே! இனிமேலாகிலும் நமது சுதேசிகளும், முக்கியமாய் துரைத்தனத்தாரும் இதுவிஷயத்தில் எச்சரிக்கையாகவிருத்தல் உத்தமம்.

இந்த அன்னபூரணி சன்னிதியை விட்டுப் பக்கத்திலிருக்கும் மான்வளைவான சிறுசந்தில் பிரவேசித்தால் யாத்திரைக்காரருடைய காக்ஷிக்கு ஒரு அழகான கணபதி விக்கிரகம் காணப்படும். இந்த விக்கிரகத்திற்குச் கரசரணாதிகள் வெள்ளி கவசங்களால் மூடப்பட்டு முகத்துக்குக் காவிக்கல் வருணம் பூசப்பட்டிருக்கிறது. யாத்திரைக்காரர் பிறகு இந்த மத்திய தேவஸ்தானத்தை விட்டு வலதுகைப் பக்கமிருக்கும் சந்து வழியாகப் புறப்பட்டால் தசாஸ்வமேத கட்டத்துக்குப் போகலாம். இவ்விடத்தில் சிற்பிகள், லிங்கங்கள் முதலான விக்கிரகங்களைச் செய்து கொண்டிருக்கிறார்கள். யாத்திரைக்காரர் இந்த விடத்தைவிட்டுச் சற்றுயர்ந்திருக்கிற படிகளின்மீது ஏறிச் சந்து வழியாகப் போனால், பெரிய ரஸ்தாவுக்குப் போகலாம். ஆனால் இந்த இடத்திலிருந்து பார்த்தால், அரங்கஸீப் விசுவேசுவரருடைய கோயிலையிடித்த பாகங்கள் காணப்படும். இந்தப் படிகளுக்கு மேலிருக்கும் கட்டடத்தில் கார்மிகேல் லைபிரெரி (Charmichal Liebrary) என்னும் வாசகசாலை இருக்கிறது. இது 1874ம் ௵ காசிராஜா அவர்களால் கடைக்கால் போடப்பட்டு ஷை இராஜா அவர்களுடையவும், விஜயநகரமஹாராஜா அவர்களுடையவும், வேறு தருமவான்களுடையவும் தருமத்தொகையால் கட்டி அக்காலத்தில் கவர்னர் ஜனரலவர்களுடைய ஏஜெண்டாகவிருந்த அந்த கார்மிகேல் துரைமகன் பெயரால் பிரதிஷ்டை செய்யப்பட்டது. யாத்திரைக்காரர் சுமார் பத்து நிமிஷத்தில் நடக்கக்கூடிய தூரத்திலிருக்கும் கட்டம் வழியாக வந்தால் அவ்விடத்தில் நல்ல தங்கத்தைக் கேவலம் மெலிந்த பட்டுக்கம்பிகளைப் போலடித்து சரிகை செய்யும் வேலைக்காரரையும், அவர்களுடைய ஆச்சரியமான வேலைத் திறத்தையும் பார்க்கலாம். இந்தச் சரிகையானது காசிப்பட்டணத்தில் நெய்யும் விலையுயர்ந்த பீதாம்பரங்கள், துஷால்கள், துப்பட்டாக்கள் முதலான வஸ்திரங்களில் சேர்த்து நெய்து விற்கப்படுகிறது. இந்தச் சரிகை வேலை இடங்களுக்குச் சமீபத்தில், **தசாசுவமேதகட்டம்** இருக்கிறது சுதேச யாத்திரைக்காரருக்கு இது ஒரு விசேஷமான இடம். பிரம்மாவானவர் அசுவங்களைக் கொண்டு யாகஞ் செய்து பரமபதத்துக்கு வாசல் வழியாக்கியதாகச் சொல்லுகிறார்கள். காசி க்ஷேத்திரத்தைத் தரிசிப்போருக்கு விசேஷமாகிய பஞ்ச ஸ்தலங்களில் இது ஒன்று. சூரிய சந்திர கிரஹண காலங்களில் இவ்விடத்தில் இலக்ஷக்கணக்கான ஜனங்கள் ஸ்நானம் செய்ய வருகிறார்கள். பரிசுத்தமான ஸ்தலமென்று சொல்லப்பட்ட இப்படிப்பட்டவிடத்தில்

இக்காலத்தார் காசி நகரத்தின் சாக்கடை முதலானவைகளை விட்டு அசங்கியங்களைச் செய்துவருவது அக்கிரமமே.

MAN MANDIRA OBSERVATORY.

மான்மந்திர நக்ஷத்திராலயம்.

பிறகு யாத்திரைக்காரர் கட்டத்தின்மீதேறி விநோதங்களைப் பார்க்க விரும்பினால் அவர்கள் பார்வைக்கு இடதுபாகமாகக் காணப்படும் மான்மந்திர நக்ஷத்திராலயத்தை அவசியம் பார்க்க வேண்டும். இந்த நக்ஷத்திரலாயத்துக்குக் கட்டங்களின் வழியாகப் படிக்கட்டுகளின் மீதேறிப்போனால் சாக்கடை நாற்றம் சகிக்கக்கூடாதபடி இருப்பதால், பின்பக்கத்திலிருக்கும் சந்துவழியாகப் போதல் உத்தமம். இந்த ஆச்சரியமான கட்டடம் இராஜபுட்டாணாவைச் சேர்ந்த அம்பரிநகரத்தின் அரசராகவிருந்த மானசிங்க மஹாராஜரால் கட்டப்பட்டது. இந்த மஹாராஜருக்குப் பின் அந்தப் பட்டத்தையடைந்த இராஜா ஜீவசிங்கவர்களை 1719ம் ௵ முதல் 1748ம் ௵ வரையில் இருந்த பஞ்சாங்கங்களைத் திருத்திக்கொடுக்க வேண்டுமென்று (Mahamud Shah) மகம்மது ஷா கேட்டுக் கொள்ள, அதற்காக இந்த நக்ஷத்திராலயம் கட்டப்பட்டது. இந்தக் கட்டடத்திலிருக்கும் கணிதக்கோள் இயந்திரக்கருவிகளை வெகு ஜாக்கிரதையாகப் பாதுகாத்து வைத்துக் கொண்டிருக்கிறார்கள். அந்தக் கருவிகளில் வித்தியா இயந்திரம் (Bhittiyantra a small Quadrant) 11 அடியும் 9 அடி 14 அங்குல நீளமும் 1 அடி $1^{1/2}$ அடி அங்குல அகலமுமுள்ளதாயிருக்கிறது. இந்த இயந்திரத்துக்கு வடகிழக்கே (Yantra Samarat) சமரத இயந்திரம் என்னும் பெயரால் செங்கல்லுகளால் கட்டப்பட்டிருக்கிறது. இது 36 அடி நீளமும் 4 அடி 6 அங்குல அகலமுமுள்ளதாயிருக்கிறது. இதன் மேல்பாக வடமுனையை நோக்கி நிழலையறிய உதவியாயிருக்கிறது. இந்த இயந்திரத்துக்குக் கிழக்கே மத்தியான ரேகாசக்கிர இயந்திரம் (Equinoctial Circle) இருக்கிறது. இதற்குச் சமீபத்தில் இயந்திர சமதார்த்தம் (Yanbu Samarat) கருவி இருக்கிறது. இதற்குச் சமீபத்தில் ஓரங்குல மொத்தத்துடன் இரும்பினால் செய்யப்பட்ட சக்கிர இயந்திரமிருக்கிறது. இதற்குச் சமீபத்தில் தினசார இயந்திரம் (Dignasa Yantra) இருக்கின்றது. இந்தக் கட்டடத்தின் கீழ்ப்பாகத்தின் வீட்டில் கந்தமூலப் புஷ்ப பதார்த்தத்தினால் மூடப்பட்ட தண்ணீர்த் தொட்டி ஒன்றிருக்கிறது. இதில் பல வர்ணபேதங்களைச் செய்வதாகச் சொல்லுகிறார்கள். யாத்திரைக்காரர் தசாசுவமேத கட்டத்தை விட்டு வந்தால் பிறகு பார்க்கத்தகுந்தது கேதார கட்டம்.

KEDARA GHAT. கேதார கட்டம்.

இவ்விடத்தில் பங்காளிகள் அநேகர் இருக்கிறார்கள். இது அவர்களுக்கு மஹாமுக்கிய ஸ்தலம். இதன் மகிமையாவது:– ஓர் காலத்தில் காசிப் பிராம்மண யோகீசுவரரான ஒருவர் இமாலய மலையிலிருக்கும் கேதாரநாதரைச் சேவிக்க வேண்டுமென்று அதிக ஆசை கொண்டவராகவிருந்தும் நடந்து போகச் சத்தியற்றுத் தவிக்கும்போது அந்தத் கேதாரநாதரே சந்நியாசி வேஷத்துடன் வந்து, அந்த யோகியின் சாதத்தையும் சாப்பிட்டு, அவருக்கு வேண்டிய வரம் தந்து, அந்த இடத்தைத் தரிசிப்பவருக்கு இமாலய மலையில் தம்மைக் காணும் அடியார்களுக்குக் கொடுக்கும் வரங் கொடுப்பதாக வாக்களித்தாராம். இப்போது இவ்விடத்தில் ஒரு பெரிய சிவாலயம் இருக்கிறது. இந்த ஆலயத்துக்கு அடி கட்டத்தில் கவுரிகுண்டம் என்னும் சிறு குளமிருக்கிறது. இதில் ஸ்நானம் பண்ணினால் ஜ்வரம், சீதபேதி முதலானவை நீங்குவதாகப் பிரஸ்தாபம். இதற்கு மேற்குப் பாகத்தில் மானசசரோவரம் என்னும் சிறு தடாகம் இருக்கிறது. இந்தத் தடாகத்தைச் சுற்றி 60 சிறிய கோயில்களிருக்கின்றன. சமீபத்தில் 42 அடி நீளமுள்ள ஒரு கல்ஸ்தம்பம் நாட்டப்பட்டிருக்கிறது. இது பிரதி தினமும் வளருகிறதாகச் சொல்லுகிறார்கள். யாத்திரைக்காரர் பிறகு துர்கா குண்டத்தின் வழியாகப் போதல் உத்தமம். இது பார்க்கத் தக்கவிடம். சவுகிகாட்டு (Chauki Ghat): இந்தவிடத்தில் நாகர்பூசை விசேஷமாக நடக்கிறது. இந்த நாகர் பூசையில் எருமைப் பாலை ஆராதனைக்கு விசேஷமாக வழங்கி வருகிறார்கள். இவ்விடத்தில் நாககுஹ என்னும் பெயரால் ஒரு பெரிய குளம் இருக்கிறது. இது, செதுக்கிய கற்களால் ஆச்சரியமான தோற்றமுடையதாகக் கட்டப்பட்டிருக்கிறது. இந்தக் குளத்துக்கு மேற்குப் பாகத்தில் நாகர் பிரதிமை வெகு அலங்காரமாகச் செய்யப்பட்டிருக்கிறது. மேலும் சவுகிகாட்டுக்குச் சமீபத்தில் பத்துக் கைகளையுடைய துர்காதேவி விக்கிரகத்தையும் பார்க்கலாம். யாத்திரைக்காரர் இந்தக் கட்டங்களின் வழியாக வந்தால் நேபாள தேசத்தாருடைய கட்டங்களைப் பார்க்கலாம்.

MANIKARNIKA GHAT. மணிகர்ணிகா கட்டம்.

மேலே குறிப்பிட்ட வழியாக வந்தால் மணிகர்ணிகா கட்டம் காணப்படும். இந்தக் கட்டத்தின் பெருமையை முன்னரே கூறியிருக்கின்றோம். இதுமுதல் அரிச்சந்திரகட்டம் வரையில் இடைக்கிடை மசான கட்டங்களாகக்கொண்டு கணக்கற்ற பிரேதங்களைத் தகனம் செய்கிறார்கள். அந்தப் பிரேதங்களுடைய அகலநீளத்துக்குத் தக்கபடி விறகு முதலானவைகளை வைத்துத் தகனஞ் செய்யாமல் பாதி தேகத்துக்கு மாத்திரம் நெருப்புப்படும்படி

கட்டைகளையடுக்கி அதில் பிரேதத்தை வைத்துச் சுட பிரேதத்தின் கால்கள் நெருப்பினால் துண்டங்களாகிக் கீழே விழ, அவைகளை மறுபடியும் எடுத்து நெருப்பில் போட்டுச் சுடுகிறார்கள். சில சமயங்களில் அதிக பிரேதங்கள் வந்துவிட்டால், வெந்தது பாதியும் வேகாதது பாதியுமாக எடுத்துக் கங்கையில் ஸ்நானபானம் செய்பவருக்கு மேலே தாக்கி அசங்கியப்படுத்துகிறார்கள். இதைத் தடுப்பதற்கு முயற்சி செய்வாரில்லை. சத்தியகீர்த்தியென்று புகழ்பெற்ற அரிச்சந்திர மகாராஜர் புலையனுக்கு அடிமையாகி மயானத்தைக் காத்தவிடமாகிய (அரிச்சந்திரர் தங்கினவிடமாகிய) இவ்விடத்தில் இப்போது ஒரு லிங்காலயம் இருக்கிறது. இப்படிப்பட்ட இடத்தில் இக்காலத்தில் காசிப்பட்டணத்தின் சாக்கடைகளைக் கொண்டுவந்துவிட்டது அவ்விடத்திய அதிகாரிகளுக்குத் தருமமல்ல. இந்த அரிச்சந்திர கட்டத்துக்கு அருகில் அநேக சமாதிகள் பெரிய கற்களால் கட்டப்பட்டு, பலகைக்கற்களால் மூடப்பட்டுமிருக்கின்றன. இந்தச் சமாதிகளில், எவரை அடக்கம் செய்ததெனில், சக்தி என்னும் பெயரால் பூர்வம் புருஷரோடு சஹகமனமான பதிவிரதைகளின் சமாதிகள் என்று சொல்லுகிறார்கள். மணிகர்ணிகா கட்டத்தண்டை ஒரு சிறிய குளம் இருக்கிறது. இதைச் சுற்றிலும் அநேக புருஷர்களும், ஸ்திரீகளும் ஸ்நானம் செய்து சந்தியாவந்தனங்களைச் செய்கிறார்கள். இதன் ஜலமும் கெட்டுப்போயிருக்கிறது. காசி க்ஷேத்திரத்தில் பிரவேசித்தவுடனே முதலில் ஸ்நானம் செய்யவேண்டிய கட்டம் இதுவேயாகையால், இவ்விடத்தில் எப்போதும் ஆயிரக்கணக்கான ஜனங்களிருக்கிறார்கள். கிரஹணாதி காலங்களில் இவ்விடத்தில் ஸ்நானத்துக்கு வரும் ஜனங்களுக்குக் கணக்கில்லை இந்த மணிகர்ணிகா கட்டத்துக்கருகில் சாரணபடுகை இருக்கிறது.

CHARAN PADUKA. சாரண படுகா.

இது வட்டமாகி ஒருவித பிருந்தாவனம்போல உயர்ந்திருக்கிற கல் கட்டடம். இதன் மேற்பாகத்தில் மார்பில் ஸ்டோன் (Marble Stone) ஸ்படிகக் கல்லால் மூடப்பட்டு அந்தக் கல்லின்மேல் இரண்டு பாதங்கள் பதிக்கப்பட்டிருக்கின்றன. இவைகளை மஹாவிஷ்ணுவின் பாதங்கள் என்று சொல்லி ஒரு பிராமணர் பூஜை செய்துகொண்டு இருக்கிறார். இவை சற்றேறக் குறைய பாரிஸ் நாதர் மலையின் மேல் (Mount Parishnath) ஜயின முனிவருடைய பாதங்களைப் போல் தோற்றுகின்றன. இவ்விடத்தில் கங்காதீர்த்தம் துளசி முதலானவைகளால் ஆயிரக்கணக்கான ஜனங்கள் வந்து பூஜை செய்கிறார்கள். இவ்விடத்தில் அர்ச்சகருக்கு மூன்று பைசாக்கள் (ஒன்பது காசுகள்) கொடுக்க வேண்டும். இந்தச் சாரணபடுகையைத் தாண்டிச் சந்து வருவோமாகில் யாத்திரைக்காரருடைய காக்ஷிக்கு

அரங்கசீப்பினால் கட்டப்பட்ட பிரம்மாண்டமான மஸ்ஜீது இருக்கிறது. அந்த வழியாக வந்தால் பஞ்சகங்கா கட்டம் இருக்கிறது.

PANCHA GANGA GHAT. பஞ்சகங்கா கட்டம்.

இந்தப் பஞ்சகங்கா கட்டத்தின் பெருமையைப் பற்றி முன்னமே சொல்லியிருக்கிறோம். ஆனால் இவ்விடத்திலிருக்கிற அரங்கசீப்பின் மஸ்ஜீதைப்பற்றி மாத்திரம் சொல்லுவோம். இந்த மஸ்ஜீதின் இருபக்கங்களிலிருக்கும் மினார் என்னும் இரண்டு கோரி அல்லது சாசன ஸ்தம்பங்களைப் போன்ற சதுர வளைவு ஸ்தூபிகள் (The minars) ஆச்சரியமான கட்டடங்களாக இருக்கின்றன. இந்த மஸ்ஜீதானது பஞ்சகங்கா கட்டமாகிய கங்கையின் கரையில் கட்டப்பட்டு யாத்திரைக்காரருடைய திருஷ்டியை இழுப்பதனால், இஷ்டமுள்ளவர்கள் இதைப் போய்ப் பார்க்கலாம். அரங்கசீப் என்பவர் இந்துக்களுடைய மதங்களுக்கு ஜன்மவிரோதி என்றும், இந்துக்களுக்கு நியாயமூலமாகவும், சாந்தரூபமாகவும், தம்மதத்ததைப் போதிக்காமலும், பலவிதத்திலும் கட்டாயப்படுத்தியும், இந்துக்களால் மகா பரிசுத்தமான விடங்களென்று எண்ணப்பட்டுப் பக்திபூர்த்தியாகக் கொண்டாடப்பட்ட இடங்களையெல்லாம் அநியாயமாக இடித்துத் தமது கோயில்களைக் கட்டிக் குடிகளைக் கஷ்டப்படுத்தினவரென்றும், ஆகவே ஸ்ரீ காசிவிசுவேசுவரர் கோயிலிருக்கும் இடத்திலும் இப்படிப்பட்ட வேலை செய்தாரென்றும் முன்னமே சொல்லியிருக்கிறோம். இந்தப் பஞ்சகங்கா கட்டத்தை இந்துக்கள் மகா பரிசுத்தமான இடமென்று எண்ணியிருக்க, அப்படிப்பட்ட இடங்களிலிருக்கும் ஸ்ரீ கிருஷ்ணருடைய பெரிய கோயிலுக்கருகில் இந்த பெரிய மஸ்ஜீதையும், அதைச் சார்ந்த (Minars) மினாரிஸ் என்னும் சதுரவளைவு ஸ்தூபிகளையும் கட்டினார். இப்படிப்பட்ட இந்தக் கட்டடம் இவ்விடத்தில் கட்டியதனால் இந்துக்களுக்கும் மகம்மதியருக்கும் மனஸ்தாபம் அதிகரித்து அதிக ஜனங்கள் தொழுகைக்குப் போவதில்லை. வெள்ளிக்கிழமைகளில் மாத்திரம் சிலர் வந்து தொழுகிறார்கள். இந்த மஸ்ஜீதின் ஸ்தூபிகள் கங்கை நதி நீர்மட்டத்திலிருந்து 250 அடி உயரமுள்ளதாகயிருக்கின்றன. ஆகவே, இவ்வளவு உயரமான பிரம்மாண்ட கட்டடம், கங்கைநதியோரத்தில் கட்டியதற்குக் கடைக்கால் அதிகமாக வெட்டிப் போட்டிருக்க வேண்டும். இதுபற்றியே இதன் அஸ்திவாரம் பாதாளம் கண்டதென்று சொல்லுகிறார்கள். யாத்திரைக்காரர் படகைவிட்டிறங்கி எதிரில் காணப்படும் படிக்கட்டுகளின் வழியாக ஏறி வந்தால், புராதனமான அரசவிருக்ஷம் (Pipal Tree) காணப்படுகிறது. அதைச் சுற்றிலும் கிழக்கு மேற்காகப் பக்தர்கள் விருக்ஷ பிரதக்ஷணம் சுற்றிவரத்தக்க தாழ்வாரம் கட்டப்பட்டிருக்கின்றது. அந்தத் தாழ்வாரத்தில் நூற்றுக்கணக்கான ஜனங்கள் சஹஸ்ரநாமங்களைச் சொல்லிக்கொண்டு சுற்றிவருகிறார்கள்.

யாத்திரைக்காரர் திரும்பி ஏறிட்டுப் பார்த்தால் அவர்களுக்கு முன்பாகத் தோன்றும் வில்வளைவான மத்திய மந்திரத்தின் இரண்டு வாசல்கள் தெரிகின்றன. இந்த வாசல்களில் கங்கைக்குச் சமீபத்திலிருப்பதுதான் போகவர அனுகூலமுள்ளதாக விருக்கிறது. வடக்குப் பாகத்திலிருக்கும் (Minar) மினார் என்னும் ஸ்தூபி அதிக அபாயமான ஸ்திதியிலிருக்கிறதாகச் சிலர் சொல்லுகிறார்கள். நாம் போய்ப் பார்த்ததில், அப்படி அபாயகரமானதாக இருப்பதாய்க் காணப்படவில்லை. இது கட்டப்பட்டு எத்தனையோ வருஷங்களாகியும், அநேக மழைகளுக்கும், பிரம்மாண்டமான கங்கையின் பிரவாகங்களுக்கும் தப்பிக் கொண்டிருக்கிறதன்றியில் கட்டடம் முழுதும் பலமான கற்களால் கட்டப்பட்டும், இரும்புத் தண்டங்களால் தாக்குகள் கொடுக்கப்பட்டுமிருக்கின்றன. மேலும் இது 1844–45ம் வருஷத்தில் செப்பனிடப்பட்டிருக்கிறது. இதன் மேலேறுவதினால் அபாயமில்லாவிட்டாலும் படிக்கட்டுகள் உயர்ந்திருப்பதனால் கஷ்டமிருக்கலாம். கங்கை நதிமுதல் (Minars) மினார்ஸ் ஸ்தூபிகளின் தாழ்வாரம் வரையில் 251 படிகளிருக்கின்றன. அதாவது கங்கை முதல் மஸ்ஜீது தாழ்வாரம்வரையில் 120 படிக்கட்டுகளும், மஸ்ஜீது தாழ்வாரம் முதல் மேல்கோப்பு வரையில் 45 படிக்கட்டுகளும், மேல்கோப்பு முதல் (Minars) மினார்ஸ் ஸ்தூபிகள் வரையில் 86 படிக்கட்டுகளும் ஆக 251 படிக்கட்டுகளிருக்கின்றன. இந்த (Minars) மினார்ஸ் ஸ்தூபிகளின் அடிமட்டம் 8¼ அடி விஸ்தீரணமும், மேல் தாழ்வாரம் ஏழடி ஏழு அங்குலமும், மஸ்ஜீத் தாழ்வாரம் முதல் மேல்கோப்பு 45 அடிகளும், மேல்கோப்பு முதல் (Minars) மினார்ஸ் ஸ்தூபிகள் 77 அடிகளும் (Minars) மினார் ஸ்தூபிகள் தாழ்வாரம் முதல் (Pinnacle) சிகரம் 20 அடிகளும் ஆக அந்த (Minars) மினார் ஸ்தூபிகளின் உயரம் 142 அடிகளுமாகக் கட்டப்பட்டிருக்கின்றன. இந்த உயர்ந்த மஸ்ஜீதானது மூன்றடுக்குகளாக இருப்பதால் அவைகளின் மேலேறிப் பார்த்தால் காசிப்பட்டணத்தின் காக்ஷி வெகு விநோதமாக இருக்கிறது. இந்த உயர்ந்த கட்டடத்தில் ஏறிப்போவதனால் உண்டாகும் கஷ்டம், மேலேறிப் பார்க்கும் காக்ஷியினால் தீருமென்று சொல்லலாம். இந்த மஸ்ஜீதையும் பஞ் சகங்கா கட்டத்தையும் விட்டு யாத்திரைக்காரர் சமீபத்திலிருக்கும் வில்வளைவான சந்து ரோட்டில் பிரவேசித்தால் பைரவர் கோயில் தோன்றுகிறது.

BHAIRNATH. பைரவநாதர்.

இந்தப் பைரவநாதர் அப்ராகிருதரூபமாக இருந்து தம்மைப் போலவே அப்ராகிருதரூபமான சுனகத்தின்மீது சவாரி செய்து காசிப்பட்டணத்துக்கு எவ்வித குறைவு குற்றங்கள் சம்பவிக்காதபடி பாதுகாப்பதாகச் சொல்லுகிறார்கள். ஆனது பற்றியே இப்போது

சுனகமுகமான பைரவநாத விக்கிரகத்தினிடம் ஒரு நாயையும் வளர்த்தி வருகிறார்கள். இவ்விடத்தில் நாய்களைப் பரிசுத்தமான பிராணிகளாக எண்ணிப் பாதுகாத்து வருகிறார்கள். இப்படியிருக்க, காசிப்பட்டணத்தின் முனிசிபாலிடியார் நாய்களை அடித்துக் கொல்பவர்களுக்குச் சொற்ப வெகுமதி கொடுத்துக்கொண்டு வருகிறபடியால், நாய்களை அடித்துக் கொல்பவர்கள் தம் பார்வைக்கு எதிர்ப்படும் நாய்களைப் பிடித்துக் கொண்டுவந்து இந்த பைரவநாதர் க்ஷேத்திரத்தில் கொண்டுவந்தால், அவன் நாய்களைக் கொலை செய்யாதிருக்க வேண்டி (யாத்திரைக்காரரும் பைராகிகளும்) பொருள் கொடுத்து நாய்களை விடுதலை செய்து விடுகிறார்கள். இப்படி ஜீவனம் செய்பவர்களும் தனவந்தர்களாக இருக்கிறார்கள். பிரதிதினமும் கோஷாயிகள் கணக்கற்ற நாய்களைப் போஷித்து வருகின்றனர். இந்த க்ஷேத்திரத்திலிருக்கும் அர்ச்சகர், வலது கையில் மயிலிறகுகளின் கத்தையையும், இடது கையில் கொட்டங்கச்சியை (தேங்காய் தொட்டியையும்) வைத்துக்கொண்டு யாத்திரைக்காரருடைய முகங்களில் மயில் இறகுகளால் தடவிக் கொடுக்கிறார்கள். அப்படித் தடவி வருவதில் பேய் பிசாசுகள் பீடிக்காவாம். இடது கையிலிருக்கும் பாத்திரத்தில் காணிக்கையை வாங்கிக் கொள்ளுகிறார்கள். இந்தவிடத்தில் கங்கையின் தீர்த்தத்தையும் புஷ்பங்களையும் போட்டு, நாட்டுச் சாராயத்தை வைத்துப் பூஜை செய்கிறார்கள். இந்தப் பைரவநாதர் க்ஷேத்திரம் கி.பி. 1825ம் ௵ பூனா தேசத்து இராஜாராயரால் ஜீர்ணோத்தாரம் செய்யப்பட்டது. யாத்திரைக்காரர் சமீபமான டெலிகிராப் ஆபீசுக்கருகிலிருக்கும் தமது வண்டிக்கு வந்து (Town Hall) நகர மண்டபத்தின் வழியாகப் போனால் இராஜகாட் கோட்டையைக் காணலாம்.

RAJGHAT FORT. இராஜகாட் கோட்டை.

இந்த இராஜகாட் கோட்டையில் இப்போது ஒரு மகமதிய நபாபின் சமாதி தவிர வேறு அதிசயங்கள் இல்லை. இது காசி இராஜாக்களுடைய புராதன கோட்டை. இந்தக் கோட்டை சம்பந்தமாக ஒரு வினோத கதை சொல்லப்படுகிறது. அதாவது: பூர்வத்திலிருந்த ஒரு காசி இராஜாவானவர் பிரதிதினமும் ஒவ்வொரு மகமதியனைத் தமது இஷ்ட தெய்வத்துக்குப் பலி கொடுத்துக்கொண்டு வந்ததாகவும், ஒரு நாள் காஜிமியா என்னும் வீரனுடைய முறை வந்தபோது அவன், தன்னைப் பலியிடுவதற்கு முன் அந்தத் தெய்வத்தினிடம் பேச விரும்பியதாகவும், அப்படியே பேசவிட்டபோது அந்தத் தெய்வம் தாம் நரபலி கோரியதில்லையென்றும், அந்த இராஜன் தனது இஷ்டப்பிரகாரம் செய்துவருவதாகவும், சொல்ல அந்த காஜிமியா, தன் கையிலிருந்த வாளால் இராஜனைக் கொன்று, கோட்டையைப் பிடித்துக் கொண்டான் என்பதே. அந்த வீரனுக்காகப் பிரதி ௵ ஓர்

உற்சவம் நடப்பதாகவும் கேள்வி. சிலர் இது கட்டுக்கதை யென்று சொல்லுகிறார்கள். இப்போது இந்தக் கோட்டை காசிராஜாவின் சுவாதீனத்திலிருக்கிறது. அந்தக் கோட்டையை விட்டு பக்கத்திலிருக்கும் (Hotel) சாப்பாடு சத்திரத்தின் வழியாக வந்தால் அவ்விடத்தில் புராதனமான ஓர் கல் ஸ்தம்பமிருக்கிறது.

LAT BAHRIRO. லாத் பஹிரியோ.

இந்த ஸ்தம்பத்துக்கு லாத் பஹிரியோ என்று சொல்லுகிறார்கள். இதை இந்துக்கள் தம்மதென்றும் மஹமதியர்கள் நிமாசுக்காக அரங்கஸீப்பு காலத்தில் செய்யப்பட்டதென்றும் சொல்ல, இரு திரத்தாருக்கும் பிரமாதமான சண்டைகள் உண்டாகி மண்டைகள் உருண்டதாகத் தெரிய வருகிறது. இது எட்டடி உயரமுள்ளதாயும், சிவப்பு வர்ணம் பூசப்பட்டதாயும் இருக்கிறது. இப்போது இந்துக்கள் இதற்குக் கங்கை ஜலம்விட்டுச் சுற்றிவந்து பூஜை செய்கிறார்கள். இவ்விடத்தில் ஒரு கனகத்தை வைக்கப்பட்டு பூஜை நடந்து வருகிறது. இந்தக் கல் ஸ்தம்பத்தைத் தாண்டிவந்தால் கபிலர் மோக்ஷ தடாகமிருக்கிறது.

KAPILA MOCHANA TANK. கபிலமோக்ஷண தடாகம்.

இந்தத் தடாகத்தில் காசி யாத்திரை செய்தவர்கள் ஷ க்ஷேத்திரத்தை விட்டுப் போகும்போது அந்தப் பஞ்ச காசிப்பலன் பூரணமாக வேண்டுமென்று கடைசியில் மூழ்கும் இடம். இது முன்சொன்ன நமாஸ் இடத்துக்குத் தெற்கே இருக்கிறது. யாத்திரைக்காரர் இவ்வளவு தூரம் பார்வையிட்ட பிறகு தாம் தங்கியிருக்கும் இடத்துக்குப் போய்ச் சற்று இளைப்பாறி மறுநாள் பிரவேசித்து மற்ற வேடிக்கை விநோதங்களைப் பார்க்க பிரவேசித்தால் தேகத்துக்கும் மனதுக்கும் சுகத்தைக் கொடுக்குமாகையால் அப்படியே செய்வது உத்தமம். பிறகு சக்திக்குத் தக்கபடி செய்யலாம். யாத்திரைக்காரர் மறுநாள் காலை இராஜா பஸார் வீதி வழியாக வந்தால் (Chait Ganj Thana) சய்த்கங்காடாணாவைக் காணலாம். இவ்விடத்தில் 1781ம் ௵ ஆகஸ்டு ௴ 16ம் உ கொலை செய்யப்பட்டிறந்த அநேக இங்கிலீஷ்காரர்களுடைய ஞாபகச் சின்னங்கள் சுவரில் எழுதப்பட்டிருக்கின்றன. இந்த வீரர்கள் யாரோ தெரியவில்லை. ஒருவேளை வாரன் ஹேஸ்டிங்கைச் சார்ந்தவர்களாக இருக்க வேண்டும். இந்த இடம் இப்போது ஓர் காடாக இருக்கிறது. இதற்குச் சமீபத்தில் மாதவதாஸ் தோட்டமிருக்கிறது. இதுதான் விஜயர் அலியுடன் வாரன் ஹேஸ்டிங்கிஸ் தாக்கிய இடம். இதற்குச் சமீபத்தில் கவுடிலியா வீதி இருக்கிறது. இங்கு வீதியில் சர்ச்சுமிஷன் வகுப்பைச் சார்ந்த ஒரு கிறிஸ்தவர் கோயில் கட்டப்பட்டிருக்கிறது.

SHIVALA GHAT. சிவாலய கட்டம்.

மேலே குறிப்பிட்ட கிறிஸ்து கோயிலுக்கருகில் சிவாலயகட்டம் இருக்கிறது. இவ்விடத்தில் கோஷாயிகள் ஆயிரக்கணக்காக இருக்கிறார்கள். இவ்விடத்திலிருக்கும் கோட்டையில் 1781ம் ஞூ வாரன் ஹேஸ்டிங்ஸ், சயித்சிங்கைச் சிறையில் வைத்ததாகக் கேள்வி. இந்தக் கோட்டையின் வடக்குச் சுவற்றில் ஐந்து ஜன்னல்கள் வைக்கப்பட்டிருக்கின்றன. இந்த ஜன்னல்களின் வழியாக சயித்சிங்கு தப்பித்துக்கொண்டு போனதாக வதந்தி. அப்போது அநேகர் கொல்லப்பட்டு அவர்களுக்குச் சமாதிகளும் கட்டப்பட்டிருக்கின்றன.

TULSI GHAT. துளசி கட்டம்.

மேலே குறிப்பிட்ட கோட்டைக்கருகில் துளசி கட்டம் இருக்கிறது. இந்தக் கட்டத்தில்தான் சாக்ஷாத் வால்மீகரே அவதார புருஷராக வந்து இராமாயணத்தை ஹிந்தி பாஷையில் சுருக்கமாகச் சொன்ன மஹா பக்திசிரேஷ்டராகிய **துளசிதாஸர்** வதிந்து ஷை இராமாயணத்தை எழுதியது. இந்தத் துளசிதாஸருடைய இராமாயணம் மகா பரிசுத்தமான கிரந்தமாக வடதேசத்தாரால் கொண்டாடப்பட்டு வருகிறது. இந்த மகாத்மாவினுடைய ஆச்சிரமம் அசி நதிக்கரையின்மேல் கட்டப்பட்டிருக்கிறது. அது இப்போது ஜீரணமான ஸ்திதிக்கு வந்திருக்கிறது.

ASI GHAT. அசி கட்டம்.

மேலே குறிப்பிட்ட துளசி கட்டத்திற்கருகில் அசி கட்டம் இருக்கிறது. இது அசியும், கங்கையும் சங்கமமாகிற இடத்தில் கட்டப்பட்டு இருப்பதனால், காசி க்ஷேத்திரத்தில் பிரபலமான பஞ்ச ஸ்தலங்களில் ஒன்று. இவ்விடத்தில் அசியானது 40 அடி அகலமுள்ளதாகவிருந்தாலும் ஜேஷ்ட ஆஷாட (செப்டம்பர்) மாதங்களில் இலக்ஷக்கணக்காக ஜனங்கள் ஸ்நானம் செய்யும் இடமாக இருக்கிறது.

RAM NAGAR. ராம் நகர்.

மேலே குறிப்பிட்ட அசி கட்டத்திலிருந்தே ராம்நகர் என்னும் கோட்டைக்குப் போக வேண்டும். இது கங்கை நதிக்கு அக்கரையில் இருக்கும் அழகான கோட்டை. இந்தக் கோட்டையை சயித்சிங்கு மகாராஜர் கட்டத் தொடங்கி தற்காலத்தில் அவ்விடம் வசிக்கும் காசிராஜரால் முடிவுபெற்றது. இந்தக் கோட்டை கங்கா நதிக்கரையின் மேல் 60 அடி உயர்ந்து அழகாகத் தோன்றுகிறது. நதியின் ஜலத்தால் கோட்டையின் சுவர்களுக்குக் கெடுதி வராதபடி 8 இருப்புத்

தாக்குகள் உதைக்கால்களாக மோதிக் கொடுக்கப்பட்டிருக்கின்றன. கோட்டையின் இடது பாகத்திற் புலி முதலான மிருகங்கள் மரக்கிடங்குகளில் வைக்கப்பட்டிருக்கின்றன. கோட்டையின் மத்திய வழியாக யாத்திரைக்காரார் போனால் ஆஸ்தான மண்டபமிருக்கிறது. இவ்விடத்தில் அநேக ஆச்சரியமான காக்ஷிப் பொருள்கள் வைக்கப்பட்டிருக்கின்றன. அருகிலிருக்கும் அறைக்குள் போய்ப் பார்த்தால் பட்டணத்தின் காக்ஷி வெகு விநோதமாகத் தோற்றுகிறது. இந்த இராமநகரமென்பது வர்த்தக வளமுள்ள ஒரு கிராமம். இதில் ஒரு பெரிய வீதி மட்டும் இருக்கிறது. எதிர்க்கேட்டுக்கருகில் ஒரு பெரிய குளம் இருக்கிறது. அதனருகில் ஒரு அழகிய தோட்டமும், துர்க்கையின் கோயிலும் இருக்கிறது. இந்தத் துர்க்கா கோயில் 95 அடி உயரமுள்ளதாய் முன்சொன்ன சயித்சிங்கினால் கட்டத் தொடங்கி இப்போதுள்ள இராஜரால் முடிவுபெற்றது.

DURGA KUND. துர்கா குண்டம்.

யாத்திரைக்காரர் பட்டணத்துக்குள் பிரவேசித்தால் துர்கா குண்டத்தைக் காணலாம். இவ்விடத்தில் ஆடுமாடுகளின் பலி அதிகமாக நடக்கிறது. அந்தக் கோயிலுக்கெதிரில் "நவபத்கானா" இருக்கிறது. இவ்விடம் தினம் ஒன்றுக்கு மூன்று தரம் பூஜைக்காக மணி அடிக்கிறார்கள். இந்தத் துர்க்கா குண்டம் கோயிலுக்கருகில் இருக்கும் புராதன புளியமரத்தில் ஆயிரக்கணக்கான குரங்குகளிருக்கின்றன. இவைகளை முனிசிபாலிடியார் பிடித்துக்கொண்டு வருகிறார்கள். இந்த மரத்துக்கருகில் 12 கம்ப மண்டபமிருக்கின்றன. இவ்விடத்தில் இரண்டு பெரிய மணிகள் கட்டப்பட்டிருக்கின்றன. இவற்றில் ஒன்று மிரசாபூர் கலெக்ட்டரால் வெகுமதியாகக் கொடுக்கப்பட்டதாம். இந்தத் துர்க்கா க்ஷேத்திரம் கட்டூர் மஹாராணியவர்கள் 100 வருஷங்களுக்கு முன் கட்டியது.

BELAPUR. பெலாபுரம்.

ஷ துர்க்கா குண்டத்திற்குச் சமீபத்தில் பெலாபுரம் இருக்கிறது. இவ்விடத்தில் விஜயநகரம் மஹாராஜருடைய அரண்மனையிருக்கிறது. இந்த அரண்மனைக்கு எதிரில் ஓர் இரதம் இருக்கிறது. இதைத் தாண்டி வந்தால் (Jana Narian's College) ஜனநாராயணர் கலாசாலை இருக்கிறது. இது சர்ச்சுமிஷனைச் சார்ந்தது. இப்போது 400 பிள்ளைகள் வாசிக்கிறார்கள். இதைப் பார்த்துக்கொண்டு "சிக்ரா" என்னும் வழியாக வந்தால் கிறிஸ்தவர் கிராமம் இருக்கிறதன்றியில், சர்ச்சுமிஷனைச் சார்ந்த போதனா பாடசாலையும், அனாதைகள் பாடசாலையும் 1847ம் ௵ கட்டப்பட்ட 83 அடி நீளமும் 40 அடி அகலமுமுள்ள கிறிஸ்தவர் கோயிலும் இருக்கின்றன. இப்போது

இந்தக் காசிப்பட்டணத்தில் பாப்டிஸ்டு (Baptist) மிஷனைச் சார்ந்த வீடுகளும், பாடசாலைக் கட்டடங்களும், மாதுதாஸ் தோட்டத்தில் கட்டப்பட்டிருக்கின்றன. இவ்விடத்தில் ஸமஸ்கிருத பாஷையையும், இங்கிலீஷ் பாஷையையும் கற்பிக்கின்றனர். சதார் பஸார் வீதியில் பாப்டிஸ்டு கோயில் கட்டப்பட்டிருக்கிறது. மேலும் (Church Mission) சர்ச்சுமிஷனைச் சார்ந்த ஸ்திரீ போதனா பாடசாலையும், ஜனானா போதகருமிருக்கிறார்கள். லண்டன் மிஷனைச் சார்ந்த (London Mission) பெரிய கலாசாலையும் சிறிய பள்ளிக்கூடமும், ஜட்ஜி துரையவர்களுடைய கோர்ட்டு வீதியில் கட்டப்பட்டு இவற்றில் 400 பிள்ளைகள் வாசிக்கிறார்கள். இந்த வகுப்பான கிறிஸ்துவர்களுக்குப் பெண் பாடசாலையிருப்பதோடு ஜனானா போதகர்களுமிருக்கிறார்கள். மேலும் வெசிலியன் மிஷனைச் சார்ந்தவர்களும், கிறிஸ்து மதத்தைப் போதித்துவருகிறார்கள். இப்படிப் பலவகுப்பான மிஷன் வகுப்பார்கள் பலவிதமாகப் போதித்துவந்தாலும், இந்துக்கள் விசேஷமாக கிறிஸ்துமதத்தில் சார்வது கஷ்டசாத்தியமாகவிருக்கிறது. இதற்குக் காரணம், இந்தக் காசி க்ஷேத்திரத்திலிருக்கும் பிராம்மணர் முதலான உயர்குலத்து இந்துக்கள் தமக்குத் தாழ்மையான சூத்திரர்களைக் கவுரவமாக மதித்து, அன்போடு ஆதரித்து, வைதீக விஷயங்களைப் போதித்து வருவதனால், சூத்திரரான இந்துக்கள் தமது பூர்வ இந்து மதத்தின் பெருமையையும், பிராம்மணர்களுடைய பெருமையையும் மேன்மையையும் அறிந்து அதைவிட்டு அன்னிய மதத்தாருடைய போதனைகளுக்குச் செவி கொடுப்பதில்லையென்று தோன்றுகிறது. மேலும் இந்தக் காசிப்பட்டணம் ஒருகாலத்தில் புத்தமதஸ்தர்களுக்கும் முக்கியமான பட்டணமாக இருந்ததாகத் தோன்றுகிறது. அந்த மதஸ்தர்களுடைய கட்டட ஞாபகச் சின்னங்களைப் பார்க்க விரும்புவோர் பார்னா (Barna) என்னும் கற்களால் கட்டப்பட்ட பாலத்தின் வழியாகச் சாரநாதம் (Saranath) என்னும் இடத்துக்குப் போக வேண்டும். அவ்விடத்தில் அநேக சர்க்கார் கட்டடங்கள் கட்டப்பட்டிருக்கின்றன. அந்த வழியாகப் போனால் எக்ஸிகூடீவ் இஞ்சினீர் வீட்டிற்கெதிரில் சூரியகடிகாரம் (Sendial) கட்டப்பட்டிருக்கிறது. இது 1784ம் ஹு கவர்னர் ஜனரலாகவிருந்த வாரன்ஹேஸ்டிங்ஸ் பிரபுவின் உத்தரவினால் கட்டப்பட்டதாக எழுதப்பட்டிருக்கிறது. இந்தக் கடியாரத்தின் மேற்பாகத்தில் இங்கிலாந்தைச் சார்ந்த கிரீன்விச் (Greenwich) நக்ஷத்திர சித்தாந்த நியமனம் ஸ்தாபிக்கப்பட்டிருக்கிறது. இதைப் பார்த்துக்கொண்டு போனால் "**சாரநாதம்**" என்னுமிடம் காசிக்கு மூன்று மைல் தூரத்திலிருக்கிறது. அல்லது ரஸ்தாவின் வழியாகப் போனால் 5 மைல் தூரமிருக்கிறது. இவ்விடத்திலிருக்கும் புத்தருடைய கட்டடங்களின் பெருமை பல நூற்றாண்டுகளாகக் கொண்டாடப்பட்டதன்றியில் இப்போதும் அவை அதிசயிக்கத்தக்கவைகளாயிருக்கின்றன. இந்தக்

கட்டடங்களின் பெருமையைப் பற்றி கி.மு. 399 வருஷங்களுக்கு முன்னும் கி.பி. 629 – 645 வருஷங்களிலும் சீனா தேசத்து யாத்திரைக்காரர்களாகிய பாஹெயின் (Fa Hain) என்பவரும், இயோன்சாங் (Hieuen Thsang) என்பவரும் வெகு பிரபலமாக எழுதியிருக்கிறார்கள். சுமார் இரண்டாயிரம் வருஷங்களுக்கு முன் கட்டப்பட்ட இக்கட்டடங்களின் பெருமை இக்காலத்தாரும் வியக்கத்தக்கவையென்று சொல்லலாம். இப்போது சவுகிண்டி (The Chan Kandi) என்னும் கோபுரமும், டாமக் (Dhamak) என்னும் கோபுரமும் முக்கியமானவைகள். இவைகளில் "சவுகிண்டி" என்பது 100 அடி உயரம் உயர்ந்து அழகாகத் தோன்றும் செங்கல் வளைவு கோபுரம். இதை, ஹுமையூன் சக்கிரவர்த்தி தரிசித்த போது ஞாபகச்சின்னமாகக் கட்டியதாகச் சொல்லுகிறார்கள். இதற்குள் 300 அடி உயரமுள்ள புராதன புத்தர் கோபுரம் பாதாளத்திலிருந்து கட்டப்பட்டதாகச் சொல்லுகிறார்கள். அது நமக்கு அகப்படவில்லை. டாமக் (Dhamak) என்பது பூர்வம் புத்தரானவர் நியாயப்பிரமாணங்கள் செய்தவிடமென்று சொல்லுகிறார்கள். இது 90 அடி சுற்றளவும் 110 அடி உயரமுமுள்ள வளைவான கோபுரகட்டடம். இந்தக் கட்டடத்தின் கீழ்ப்பாகம் 45 அடி வரையில் சூனார் கற்களால் கட்டப்பட்டிருக்கின்றது. இந்தப் பாகம் வெகு வினோத சித்திராலங்காரமாகச் செதுக்கப்பட்டு, அடியில் பதினைந்து அடி உயரத்துக்குப் புத்தர் தபசு செய்யும் பாவனையான பிரதிமைகள் செய்துவைக்கப்பட்டிருக்கின்றன. மேலும் இந்தக் கட்டடத்தில் பல குகைகள் கட்டப்பட்டிருக்கின்றன. இவைகளிலும் புத்தமத தபசிகள் தவம் செய்துவந்ததாகக் கேள்வி. 1835 – 36ம் ஷு ஜனரல் கன்னிங்ஹாம் (General Cunningham) என்பவர் தோண்டிப்பார்க்கும்போது, இந்தக் குகைகளுக்குள் சிறு கோயில்களும் தபசிகளின் வாசா யோக்கியமான சிறு இல்களும் குகைகளும் காணப்பட்டன. கி.பி. பத்தாம் நூற்றாண்டில் மத விஷயமாக ஒரு பெரிய கலகம் உண்டாகி அப்போது இந்த ஆச்சிரமங்கள் அழிக்கப்பட்டதன்றியில் அநேக தபசிகளும் கொல்லப்பட்டார்கள். அன்று முதல் அநேக புராதன நாணயங்களும், நகைகளும், பிரதிமைகளும் அகப்பட்டுக்கொண்டு வந்ததாகவும் வதந்தி. இந்தக் கட்டடத்திற்கு மேற்கே மூன்று குளங்கள் இருக்கின்றன. இம்மூன்றில் ஒன்றில் புத்தர் தமது பாத்திரங்களைச் சுத்தி செய்தும், ஒன்றில் வஸ்திரங்களைச் சுத்தி செய்தும், ஒன்றில் தமது தேகத்தைச் சுத்தி செய்தும் வந்ததாகச் சொல்லுகிறார்கள். மேலும் இந்தக் கட்டடத்தின் கிழக்கு மேற்கு திசைகளில் பயங்கரமான பெரிய குகைகள் வெகுதூரம் போகின்றன. மேற்கு வாசல் 1884ம் ஷு மூடிவிடப்பட்டது. கிழக்குத் திசைக் குகைக்குள் தீவட்டிப் பந்தங்களை வைத்துக்கொண்டு போக வேண்டும். உள்ளே விசேஷமாகக் காக்ஷிப் பொருள்களில்லா விட்டாலும் பாம்பு முதலான விஷ ஜந்துக்கள்

ஏராளமாக இருக்கின்றன. யாத்திரைக்காரர் வெகு ஜாக்கிரதையோடு போக வேண்டும். இப்போதிய இந்துக்கள் இந்தக் கட்டடத்தை மகா பரிசுத்த ஸ்தலமாக எண்ணி வணங்கிவருகிறார்கள். வடக்குப் பாகத்தில் தங்கமுலாம் பூசப்பட்டிருக்கிறது. இதற்குச் சமீபத்தில் ஜயின மதஸ்தர் கோயிலிருக்கிறது. இதில் கறுப்பு ஸ்படிகக் கல்லினால் செய்துவைக்கப்பட்ட பெரிய புத்த விக்கிரகம் இருக்கிறது. கோயிலுக்குள் சிற்பாலங்காரமான சித்திர வேலைகள் கற்களில் செய்யப்பட்டிருக்கின்றன. இந்தக் கோயிலில் ஒரு பிராமணர் அர்ச்சகராகவிருக்கிறார். இவர் யாவருக்கும் தாராளமாகத் தரிசனம் செய்துவைக்கிறார். இவ்விடத்தில் **பிராமணரும், புத்தரும், ஜைனரும், சமாதானமாகி** அன்னியோன்னியர்களானார்களாம். இதனால்தான் பிராம்மணர் இவ்விடத்தில் அர்ச்சகராக இருக்கிறார். இந்தக் கட்டடத்துக்குக் கிழக்குப் பாகத்தில் ஒரு சிறிய பங்களாவிருக்கிறது. இவ்விடத்தில் நீலி மருந்து காய்ச்சுகிறார்கள். இதைப் பார்க்க விரும்புவோர் அந்தக் கட்டடத்திலிருக்கும் ஓவர்சீயரிடம் உத்தரவு கேட்டால் அவர் அதிக பிரியத்துடன் கொண்டுபோய்க் காட்டுகிறார். இந்தக் கட்டடத்தைச் சுற்றிலும் இருக்கும் புலங்களில் அவுரி, பட்டாணி துவரை, கோதுமை, கரும்பு முதலானவைகள் ஏராளமாக விளைவதைப் பார்க்கலாம். மேலும், அழகான பெரிய கத்தரிக்காய்கள், முட்டகோஸ், காலீபிளவர், நூல்கோல், கடுகு முதலானவைகளும் வெகு பெருமையான ரூபத்துடனும் தளதளப்புடனும் விளைந்து காக்ஷிக்கு வினோத ரம்மியமாக இருக்கின்றன. இவ்விடத்திய பூசாரம் வெகு வளப்பமாயிருக்கிறது.

இப்படி மத விஷயத்திலும், வித்தியா விஷயத்திலும், கட்டடங்களின் விஷயத்திலும் சிறந்த காசிப் பட்டணத்தின் இராஜ பரிபாலனத்தைப் பற்றி அறிய யாத்திரைக்காரர்கள் விரும்புவார்களாகையால், அதுவிஷயமாகச் சில சங்கதிகளைச் சொல்லுகிறோம். அதாவது:–

இந்தக் காசிப்பட்டணமானது இந்தப் பூலோகத்தில் பெருமைபெற்ற பல பட்டணங்களில் எல்லாவற்றிலும் புராதனமானதென்றும், ஆதி பட்டணமென்றும் சிவபுராணங்களிலும், வேறு நூல்களிலும் சொல்லப்பட்டிருந்தாலும், அதைப்பற்றிக் காலக்கிரமத்துடன் அறிவிக்கும் சரித்திரம் அகப்படவில்லை. ஆயினும் ஏனைய நாட்டாரின் சரித்திரத்தை அறிந்தவர்களுக்கு இந்தக் காசிப் பட்டணம் கி.மு. 1200 வருஷங்களுக்கு முன்பே அதாவது, ரோமலஸ் (Romelus) என்பவன் உரோமக (Rome) இராஜ்ஜியத்தின் அஸ்திவாரம் போடுவதற்கு 500 வருஷங்களுக்கு முன்பே உலகப் பிரசித்தமான பட்டணமென்று தெரியவரும். மேலும் கி.மு. ஆறாம் நூற்றாண்டில் அவதரித்த சகியமுனி என்னும் பவுத்தமத ஸ்தாபகருடைய சரித்திரத்தைப் பார்ப்பவருக்கும் இந்தக் காசிப்பட்டணம், அந்தப்

புத்தருடைய அவதாரத்துக்கு அநேக நூற்றாண்டுகளுக்கு முன்பே சிறந்து சிரேஷ்ட பட்டணமாக இருந்ததாகத் தெரியவருகிறது. எப்படியெனில், மஹா ஜீவகாருண்ணியராயும், சத்தியம், சாந்தம், சுசீலம் முதலான குணங்களுக்கு ஆதி ஆதார கர்த்தராயும், "நிர்வாணம்" என்னும் தசையாகிய விதேக ஜீவன் முக்தராக ஜுவலித்த புத்தரானவர் தமது சிறந்த சமயத்தை இந்து தேசத்தின் சிரேஷ்ட நகரங்களிற் போய்ப் பிரசங்கஞ் செய்துவந்ததைப் போலவே, இந்தக் காசிப்பட்டணத்திலும் போய்ப் பிரசங்கம் செய்ய, அப்போது இந்தக் காசிப்பட்டணத்திற்கு இராஜாவாகவிருந்து செங்கோலைச் செலுத்திவந்த மகா மதியூகி என்னும் மன்னர், இந்த மதம் சிரேஷ்ட மதமென்று எண்ணித் தழுவி ஏனையோரையும் தழுவிவரும்படி செய்து இந்தக் காசிப்பட்டணத்தையே பவுத்த சமயத்தாருடைய பட்டணமாக்கிவிட்டார். இப்படிப் பவுத்த மதம் இந்தக் காசிப்பட்டணத்தில் ஸ்தாபிக்கப்பட்ட பிறகுதான் சீனதேசத்து யாத்திரைக்காரர் வந்து இந்த பவுத்த மதத்தைப் பார்த்துக்கொண்டுபோய் பர்மா, மங்கோலியா, சீனா, ஜப்பான் முதலான தேசங்களில் பரவும்படிச் செய்ததாகச் சரித்திரத்தில் சொல்லப்பட்டிருக்கின்றது. இந்தக் காலத்தில் காசிப்பட்டணமானது ஏனைய தேசத்து வர்த்தகப் பொருள்களாற் சிறந்து மஹோன்னதமான தசையிலிருந்தது. இப்படி இந்தப் பவுத்த மதமானது இந்தக் காசிப் பட்டணத்தின் பதினோராம் நூற்றாண்டு வரையில் பிரபலமாக இருக்கும்போது அசோக மகாராஜன் (King Asoka) பவுத்த மத பிடிவாதமுள்ளவனாகி, பிரம்மாணர்களைப் பவுத்த மதத்தைக் கட்டாயமாக அனுசரிக்க வேண்டுமென்று வருத்தப்படுத்த, அநேக பிராம்மணர்கள் பயந்து கனோஜி சமஸ்தானத்துக்கு (Kingdom of Kanaji) குடி புகுந்து தகுந்த உதவியைப் பெற்றுப் பவுத்த மதஸ்தர்களின் மேல் மனவருத்தமுண்டாகி மத விஷயமாகச் சண்டை நடந்து, பிராம்மணர் பலம் பெற்று ஜயசீலரானார்கள். இப்படிப் புத்தமதஸ்தரும், பிராம்மண மதஸ்தரும் சண்டை செய்துகொண்டு தேசத்தில் ஐக்கியங் கெடவே, அன்னிய நாட்டாராகிய மகம்மதியர் இந்த தேசத்தின்மேல் படையெடுத்து வரக் காரணமாயிற்று.

கி.பி 1194ம் ௵ மகமதுகோரி (Mahomed Ghory) படையெடுத்து வந்து டில்லிப் பட்டணத்தில் மகம்மது இராஜ்ஜியத்தை ஸ்தாபித்துப் பிறகு இந்தக் காசிப்பட்டணத்தின்மீது படையெடுத்து வந்து கொள்ளையிட்டு, அநேக பெரிய கட்டடங்களையும், ஆயிரக்கணக்கான கோயில்களையும் இடித்துக் குடிகளைப் பலவிதமாக வருத்தினான். கி.பி 1676ம் ௵ அவுரங்கசீப் என்பவன் காசிப்பட்டணத்தின்மீது படையெடுத்துப் போய்க் கொள்ளையடித்தான். அநேக தபசிகளையும், பைராகிகளையும் கொலை செய்வித்ததன்றியில், அநேக பரிசுத்தமான கோயில்களை இடிப்பித்தும், அந்தவிடங்களில் மஸ்ஜீதுகளைக் கட்டுவித்தும்,

அநேக அடாத வரிகளைப் போட்டும் குடிகளைப் பலவிதத்திலும் வருத்தப்படுத்துகையில் அனேகர் இந்த அவுரங்கசீப்பினிடம் நேரில் கண்டு முறையிடப்போனபோது அவர்களை யானைகளை விட்டு மிதிப்பித்துங் கொல்லுவித்தான். இந்தக் குரூரனால் காசிப்பட்டணத்தார் பட்ட கஷ்ட நிஷ்டூரங்கள் சொல்லுந் தகைமைத்தன்று.

கி.பி 1772ம் ஹு அயோத்தியாவின் அரசனான நவாப் விஜயர் (Nawab Viziar) என்பவன் ரோஹிலரை (Rohillas) ஜயிக்கப் பிரயத்தினப்பட்டு இந்தக் காசிப்பட்டணத்தையும் கொள்ளையிட்டான். கி.பி. 1775ம் ஹு காசியில் இராஜாவாகவிருந்த சயித்சிங்கு, தான் ஆங்கிலேயரால் உதவி பெற்றதற்காக (இதற்கு முன்) காசிப்பட்டணத்தின் ஜமீன்தாரராக இருந்தவர்கள் மாதாந்திரம் ஒரு லக்ஷம் ரூபாய் கொடுத்துக் கொண்டு வந்ததைப்போலத் தானும் கொடுத்துக்கொண்டு வர, கி.பி. 1780ம் ஹு இங்கிலீஷ்காரர் ஐதரலி, பிரான்சுக்காரர், தானியர், மஹாராஷ்டியர் முதலானவர்களிடம் சண்டை செய்த செலவுக்காக அதிக பணச் செலவாகி ஐம்பது லக்ஷம் ரூபாய் கேட்க, இராஜன் இல்லையென்று சொல்ல, கி.பி. 1781ம் ஹு வாரன் ஹேஸ்டிங்க்ஸ் காசிப்பட்டணத்துக்குப் போய், சிவாலயகாட்டில் கோட்டையிலிருந்த இராஜனைத் தாக்க, அந்த இராஜன் குடிகளுடைய சகாயத்தினால் தப்பித்துக்கொண்டு 20,000 காப்புச் சேனையோடு சூனார் (Chunar) கோட்டையில் போய்த்தங்கி, பிறகு குவாலியூரில் (Gwalior) 29 வருஷகாலம் அடைக்கலம் பெற்று வாழ்ந்துவந்தான். இந்தச் சண்டையில் வாரன் ஹேஸ்டிங்ஸ்ஸுக்கு யாதொரு லாபமும் கிடையாது. இதன் மேல் மஹிம நாராயணர் (Mahib Narrain) என்பவரை இராஜாவாக நியமிக்க அவர் கி.பி. 1796ம் ஹு இறந்துபோக, அவர் குமாரர் பட்டத்தை அடைய அவரும் கி.பி. 1805ம் ஹு இறந்துவிட, அவருடைய குமாரராகிய இப்போதிருக்கும் மகாராஜர் ஈஸ்வர பிரசாதநாராயணர் G.C.S.I. என்பவர் பட்டத்தை அடைந்தார்.

இந்தக் காசிப்பட்டணத்தில் இங்கிலீஷ் இராஜாங்கம் ஸ்தாபிக்கப்பட்ட பிறகு அநேக இராஜ கைதிகளை அடைத்து வைக்கப்பட்டதாகத் தெரியவருகிறது. அதாவது:-

சிற்றின்பத்திலேயே தம் வாழ்நாட்களையெல்லாம் வீணாட்களாகக் கழித்துவந்த அயோத்தியாவின் நபாபாகிய விஜயரவியை வெல்லெஸ்லி (Marquis Wallesly) என்பவர் கி.பி. 1798 ஹு சிங்காதனத்தை விட்டு நீக்கிக் காசிப்பட்டணத்துக்குக் கொண்டுவந்து வாரன்ஹேஸ்டிங்ஸ் குடியிருந்த இடத்தில் வைக்கப்பட்டான். அப்போது காசிப் பட்டணத்தில் மிஸ்டர் செரி (Mr. Cherry) (Political Agent to the Governor General) என்பவர் தானாதிபதியாக இருந்தார். மிஸ்டர் டேவிஸ் (Mr Davis) என்பவர் ஜட்ஜியாகவிருந்தார். கி.பி. 1799ம்

ஷு ஜனவரி மீ 13ம் உ விஜபரலி என்னும் நபாபு தனாதிபதியை உத்தரவு கேட்கப் போவதாகச் சொல்லி, மிஸ்டர் செரி வீட்டுக்குப் போய் சலாம் செய்ய, மிஸ்டர் செரி என்பவர் ஷை நவாபின் பேரில் சந்தேகமற்று, காப்பித் தண்ணீரைக் கொடுத்து இளைப்பாறும்படி மரியாதை செய்ய, உடனே நபாபின் சர்தார் ஒருவன் மிஸ்டர் செரியைப் பிடித்துக்கொள்ள, அப்போது நபாப் தனது பெரிய கத்தியைக் கொண்டு ஒரே வெட்டாக வெட்டிக் கொன்றான்.

அப்போது கூடவிருந்த (Mr.Evans) மிஸ்டர் இவான்சையும் அவருக்குப் பக்கத்திலிருந்த மிஸ்டர் கான்வே (Mr.Conway) என்பவரையும் கொன்று போட்டார்கள். பிறகு நந்தீசுவரர் கோட்டியிலிருந்த மிஸ்டர் டேவிஸ் என்னும் ஜட்ஜியைக் கொல்லப் போக அவர், தன் மனைவி மக்களை மாடியின்மீது அனுப்பிவிட்டு ஆறடி நீளமான ஈட்டியால் தாக்கித் துரத்தி அதனால் காசியிலிருந்த ஆங்கிலேய குடிகள் எச்சரிக்கைப்பட்டுத் தப்பித்துக் கொள்ளும்படி செய்தார். பிறகு சமீபத்திலிருந்த ஜெனரல் எரிஸ்கின் (General Eriskin) என்பவர் சேனை பலத்துடன் வந்து தாக்க விஜயரவி இராஜபுடாணாவுக்கு ஓடிப் போய் ஜெயப்பூர் இராஜனிடம் அடைக்கலம் பெற்றான். பிறகு கர்னல் காலின்ஸ் கையிலகப்பட்டான். இந்தக் கலகத்தில் காசிப் பட்டணத்திலிருந்த சிவிலியனாகிய மிஸ்டர் கிரஹாம் (Mr. Graham) என்பவரும் மிஸ்டர் ஹில் (Mr. Hill) என்னும் ஷாப்புக்காரரும் அடிபட்டு இறந்தார்கள். டளவுசி கவர்னர் ஜனரல் (Lord Dalhousi) என்பவருடைய கோணலான கருத்துக்களினால் சிப்பாய்களுக்குள்ளும் மனவருத்தங்களுண்டாகி சண்டைகள் நடக்கவே பிரிகேடியர் ஜெனரல் பான்சான்பாய் (Brigadiar General Ponsonby) என்பவருடைய முயற்சியால் தடுக்கப்பட்டது. மேலும் சீக்கியருடன் இரண்டாம் சண்டை செய்தபோது காசிப் பட்டணத்தில் சிறையாக வைக்கப்பட்ட சர்தார் சூரத் சிங்கு (Sardar Surat singh) என்பவர் காலத்தில் சீக்கியருக்கும் ஆங்கிலேயருக்கும் பிரமாத சண்டை நடக்கும்போலிருந்தாலும் ஷை சூரத்சிங்கின் முயற்சியால் கலகங்கள் முடிவுபெற்றன. இப்போது இந்தக் காசிப்பட்டணம் இங்கிலீஷ் இராஜாங்கத்தில் யாதொரு சிறு சண்டைகளுமற்று வடமேற்கு மாகாணங்களில் சிறந்த ஒரு ஜில்லாவாக இருந்து குடிகள் யாவரும் சமாதானத்தோடும் சமய சுதந்திரத்தோடும் சுகப்பட்டுக்கொண்டு இருக்கிறார்கள்.

வர்த்தக விஷயம்.

இப்போது இந்தக் காசிப்பட்டணம் வர்த்தக விஷயத்திலும் சிறந்து விளங்குகின்றது. உயர்ந்த விலையுள்ள பீதாம்பரங்கள், சால்வைகள், கீன் காப்புகள், பட்டுவேலைகள் முதல்தரமான சரிகைகளால் நெய்யப்படுகின்றன. இந்த வேலைகள் பெரும்பான்மையாக மதன்புரா

(Madanpura) என்னும் இடத்திலிருக்கும் மகம்மதியரால் செய்யப்படுகின்றன. இவைகளின் வேலைத்திறத்தையும், விநோத காக்ஷியையும் நேரில் பார்த்தவர்களுக்கே தெரியவரும். கோதுமையும் நீலி மருந்தும் ஏராளமாக ஐரோப்பா கண்டத்துக்கு ஏற்றுமதி செய்யப்படுகின்றன. பித்தளைச் சாமான்களின் வேலைகள் எதேஷ்டமாக நடக்கின்றன. பித்தளையினால் கோயில்களைப் போலவும், மண்டபங்களைப் போலவும், பலவிதத் தட்டுமுட்டுகளைப் போலவும், விளையாட்டுக் கருவிகளைப் போலவும், தங்கமயமான விநோத காக்ஷிப் பொருள்களையும், பலவித சித்திர விநோத சித்திராலங்காரமுள்ளவைகளாகச் செய்து ஏராளமாக ஐரோப்பா முதலான தேசங்களுக்கு ஏற்றுமதியாகி வருகின்றன. காசிப்பட்டணத்தில் இந்தப் பித்தளைச் சாமான்களின் காக்ஷி வெகு விநோதமாக இருக்கிறது. இவைகளன்றியில் பலவித மரங்களில் செய்த விநோதமான விளையாட்டுக் கருவிகள் விற்பனையாகி வருகின்றன. நேபாள தேசத்திற்கடுத்த மோரங்கி என்னும் இடத்திலிருந்து கொண்டு வரப்பட்ட உருத்திராக்ஷங்களை ஏராளமாக விற்பனை செய்கிறார்கள். உணவுக்கு வேண்டிய முதல் தரமான அரிசி, கோதுமைமா முதலான தானியங்கள் ஏராளமாக விற்கப்படுகின்றன. கத்தரி, முள்ளங்கி, முட்டகோஸ், நூல்கோல், காலிப்பூ, பச்சைப் பட்டாணி, இஞ்சி முதலானவைகள் பெருத்துப் பார்வைக்கு அதிசயப் பொருள்களைப்போலத் தோன்றுகின்றன. இவ்விடத்தில் கொய்யாப்பழங்கள், தேங்காய்களைப்போலப் பெருத்து அவற்றின் இரண்டு இலைகளோடு பைசாவுக்கு நாலைந்து ஆறேழு வீதமாக விற்கிறார்கள். கிச்சிலி, மணிலா, இலந்தை முதலான பழங்கள் பெருத்துப் பார்வைக்கு விநோதமாக வைத்து விற்கிறார்கள். இவ்விடத்தில் குளிர் அதிகமானபடியால், இராக்காலங்களில் கனப்புச் சட்டிகளையும் கஞ்சா உக்காக் குடுக்கைகளையும் எல்லா ஜாதியாரும் பக்கத்தில் வைத்துக்கொண்டே இருக்கிறார்கள். கஞ்சா, குடாக், உக்கா குடுக்கைகளை விற்பதற்கே தனிமையான ஒரு கடைவீதி இருக்கிறது. தென் தேசத்தைப்போல் மூக்குப் பொடியில் சுண்ணாம்பு, நெய் முதலானவைகளை விட்டுக் கடைந்தெடுக்காமல் வெறும் புகையிலைத் தூளை சூரணத்தைப் போலிடித்து அத்துடன் கந்தம் கமழ்கின்ற வாசனைத் திரவியங்களைக் கலந்து உலாஸ் என்னும் பெயரால் பைசாவுக்கு இரண்டு பலம் தூளைக் கடிதப் பொட்டலமாக விற்கிறார்கள். இந்தத் தூள் ரபீர் என்னும் கந்தப்பொடி தூளைப்போலிருக்கின்றது. மூக்கிற் போட்டால் மண்டை மூளையையே ஆட்டிவிடுகின்றது. இந்த மூக்குத்தூள் விற்கும் கடைவீதியில்தான் அத்தர், புனுகு முதலான வாசனைத் திரவியங்களையும், பலவித புஷ்பங்களையும், சாரந்தா முதலான வாத்தியக்கருவிகளையும் தாம்பூலப் பட்டிகளையும் விற்கிறார்கள். இந்தத் தாம்பூலப்

பட்டிகளுக்குப் பீடி என்று பெயர். இதில் மூன்று பழுத்த வெற்றிலைகளைச் சுத்தமாகத் துடைத்து குலாபி முதலான அத்தர்களைத் தடவி அதனுள் கொஞ்சம் காசிக்கட்டித்தூளும், கொட்டைப்பாக்குத் துண்டுகளிரண்டும் ஏலக்காய், கிராம்பு முதலானவைகளும் அடங்கியிருக்கின்றன. இதன் விலை பட்டி ஒன்றுக்கு இரண்டு அணா. வாயிற் போட்டு மென்றால் கமகமவென்று வாசனையைத் தருகின்றது. இந்தச் சுகந்த தாம்பூலக் கடைகளின்மேல் மாடியைப் பார்த்தால் பற்பல தேசத்து அதாவது காஷ்மீரம், டில்லி, கனோஜி, மஹாராஷ்டிரம், குஜராத்தி, வங்காளி, தக்கணி தேசத்தின் தாசிகள் தேவலோக இரம்பைகளைப்போலவும், அப்ஸரஸ்திரீகளைப்போலவும் பிரகாசிக்கும்படி செய்து, உயர்ந்த விலையுள்ள சோப்பாக்களிலும், நாற்காலிகளிலும் சாய்ந்துகொண்டும், சிலர் உக்காக்களைக் குடித்துக்கொண்டும், சிலர் சாரந்தா முதலான வாத்தியக் கருவிகளுடன் இனிய இராகங்களைப் புகட்டிப் பாடிக்கொண்டும், பாட்டைசாரிகளின் புத்தியைக் கெடுக்கிறார்கள். மேலும் ஒவ்வொரு கட்டடத்தின் கீழ்ப்பாகத்தில் பல பையன்கள் நின்றுகொண்டு ஷ பரத்தையர் வீட்டிற்குள் வரும்படி பேரம் பேசிப் பலாத்காரப்படுத்துகிறார்கள். ஆகையால், வாலிபர்கள் அந்த வீதியில் போகாமலிருத்தல் உத்தமம். இந்தக் காசி க்ஷேத்திரத்திற்குவந்த எதிகளும் பக்திமான்களும் அதைவிட்டுப் போகக்கூடாதென்று புராணவிதி இருப்பதால், அநேக எதிகளும், சன்னியாசிகளும் ஏராளமாக இருப்பதன்றியில், கல்கத்தா முதலான பிராந்தியங்களிலிருக்கும் பக்திமான்களான பங்காளிகள், தாம் சம்பாதித்த பொருளையும் அல்லது பென்ஷன் சம்பளத்தையும் ஆதாரமாகக் கொண்டு இந்தக் காசிப்பட்டணத்திலேயே தமது காலத்தைப் போக்கிவிடத் துணிந்து வந்துவிட்டபடியால், இப்போது பத்தாயிரத்துக்கு அதிகமான பங்காளிகள் வந்து குடியிருக்கிறார்கள். இவர்களிருக்கும் இடத்துக்குப் பங்காளிடோலா என்று பெயர். மஹா சத்தியகீர்த்தி என்னும் ஹரிச்சந்திரரை விற்ற கடை வீதியாகிய ஹரிச்சந்திர பஜார் கடைவீதியில் சகல பொருள்களும் சரியான விலைக்கு விற்கப்படும் என்னும் கருத்தினால் அநேக மஹராஷ்டிர தேசத்தார்கள் வந்து குடியிருக்கிறார்கள். இவ்விடத்தில் பலகரைகளை நாணயங்களாக வழங்கிவருகிறார்கள். இப்படி இந்தக் காசிப்பட்டணத்துக்கு ஏனைய நாட்டிலிருந்து ஏராளமான ஜனங்கள் குடியிருக்க வந்ததில், ஜன அடர்த்தி அதிகமானதன்றியில் தேசாதேசத்தின் திரவியமும் ஏராளமாக வந்து சேர்ந்திருக்கிறது. எந்தப் பெரிய வீடும் ஏழடுக்குள்ள பெரிய மாடி வீடாகவிருந்தாலும் ஷ வீடுகளில் பகல் காலத்திலும் விளக்குகள் இல்லாமல் பிரவேசிக்கக் கூடாத இருட்டாக இருக்கின்றன. அதோடுகூட மலமூத்திராதிகள் வெளியில் போக வகையற்றுப் பெரிய கிணறுகளைப் போல

பாய்கானாக்களைக் கட்டிப் பல நூற்றாண்டுகளாக அதில் நிரப்பி வருகிறதினால் நாற்றம் அதிகரித்து வியாதிக்குக் காரணமாகவிருக்கிறது. மேலும் இந்தக் காசியில் மூன்றுவித கஷ்டங்களிருக்கின்றன. அதாவது **ராண்டி, சாண்டி, படீல்** என்பவைகளே. ராண்டி என்பன விதவைகள், அதாவது இந்த காசி க்ஷேத்திரம் மஹா புண்ணிய ஸ்தலமாகையால், இவ்விடத்தில் வந்து கங்கா ஸ்நானம் செய்தும் விசுவேசுவரருடைய தரிசனம் செய்து காலம் கழித்தால் இன்னமொரு ஜன்மத்துக்காவது அழியாத சுமங்கலிகளாக இருக்கலாமென்று, புராண விதி இருப்பதால், குவாலியூர் டில்லி, காஷ்மீரம் குஜராத்தி, பூனா, சத்தார் முதலான தேசங்களின் பரவிய விதந்து ஸ்திரீகள் பிதாமாதாக்களிடம் சொல்லிக் கொள்ளாமலும், அண்ணன் தம்பி மனைவிமாருடன் சண்டையிட்டுக் கொண்டும், இந்தக் காசிக்கு ஓடி வந்து விடுகிறார்கள். இப்படி வரும் அனாதரவான ஸ்திரீகள் இந்தக் காசிக்கு வந்தவுடனே பண்டாக்களென்னும் கங்கா புத்திரர்கள் கையில் சிக்க, அவர்கள் பிதுர், பர்த்தா சிராத்தங்களைச் சிலநாள் வரையில் செய்வித்து, பிறகு கெட்ட நடவடிக்கைகளுக்கு உட்படுத்தி விபசாரிகளாக்கியும், தமது மனைவி மக்களுக்கு வேலைக்காரிகளாக்கியும் விடுகிறார்கள். பண்டாக்களுடைய மனைவிமார்கள் அந்தப்புரங்களிலிருந்து இராணிவாசிகளாக இருப்பதால், அவர்களுக்கு இந்த விபசார விதந்து ஸ்திரீகள்தான் வேலை செய்துவருகிறார்கள். இந்தக் காசி க்ஷேத்திரம் மஹா புண்ணிய க்ஷேத்திரமாகையால், விபசாரத்தைத் தோஷமாகப் பாராட்டக்கூடாதென்று சிலர் சொல்லுகிறார்கள். இது என்ன நியாயமோ தெரியவில்லை? ஆகையால், பரிசுத்தத்தையும், பரமேசுவரருடைய பக்தியையும், இயற்கையாக விரும்பும் இத்தேசத்தார் இந்தக் கெட்ட வழக்கத்தைக் கட்டாயமாக நின்று தடுத்தால், நூற்றுக்கணக்கான பா்லிய விதந்து ஸ்திரீகள் பரிசுத்தமுள்ளவர்களாகிப் பரத கண்டத்தைப் பெருமைப் படுத்துவார்கள். இரண்டாவது சாண்டி என்பன விருஷபங்கள். அதாவது அநேக பக்திமான்கள் நல்ல விருஷபங்களை வாங்கி விசுவேசுவரருக்கு விட்டுவிடுவதனால், அவைகள் ஒவ்வொரு சந்திலும் நூற்றுக்கணக்காக நின்றுகொண்டு நடக்கப்பட்டவர்களுடைய கைகளிலிருக்கும் பண்டு பலாதிகளைப் பிடுங்கித் தின்று வருத்திவிடுகின்றன. மூன்றாவது படீல் என்பன படிகள். எந்தக் கட்டடத்துக்குப் போனபோதிலும் பல அடுக்குள்ள படிகளை ஏறி இறங்கிப் போக வேண்டும். அவைகள், நடந்துநடந்து தேய்ந்து சற்றுத் தப்பினால் விழுந்து காயப்படுத்தும்படியாக இருக்கின்றமையால், காலத்துக்குக் காலம் சித்துளிகளால் கொத்து வைத்தல் நலம், இத்தியாதி சில குறைவுகளிருந்த போதிலும், இந்த ஆச்சரியமான பட்டணத்தை அனைவரும் கொண்டாடத்தக்கதென்று ஆங்கிலேயரே சொல்லுவார்கள். இந்தக் காசிப்பட்டணத்தின் பெரிய மெத்தைகளின் மீது ஏறிப் பார்க்கில் எங்குப் பார்த்தபோதிலும்

மாட மாளிகை கூட கோபுரங்களும், (அவற்றின் மீது) பஞ்சவர்ணக் கிளிகளும், பல வர்ணப் புறாக்களும், பறந்து வந்து பாடியாடி நடித்து ஆனந்தமூட்டுவதன்றியில், எப்படிப்பட்டவர்களும் பிராதக் காலத்தில் கங்கா ஸ்நானம் செய்து. அழகிய செந்தூர திலகமிட்டு, ஒரு கையில் கங்கையின் தீர்த்தத்தையும், ஒரு கையில் வில்வம் புஷ்ப முதலானவைகளுடன் எதிரில் காணப்படும் அநந்த ஆயிர லிங்கங்களுக்கு கங்கையின் ஜலத்தை விட்டுப் புஷ்பங்களைப் போட்டுக்கொண்டும் பயபக்தியுடன் போவதன்றியில், எந்தக் கோயில் மூடப்பட்டிருக்கிறதோ அந்தக் கோயிலின் வாசற்படியிலாவது கங்கை ஜலத்தையும், புஷ்பங்களையும் போட்டு சுத்தியாகவும், சுந்தர முகத்துடனும், பயபக்தியுடனும் போகும் காக்ஷியைப் பார்ப்பவருக்கே பிரத்தியக்ஷமாகுமேயன்றி எழுதுவதனால் முடியாது. மேலும் பெரும்பான்மையான சூத்திரர்களும் மாமிச பக்ஷணத்தைவிட்டுச் சுத்தமுள்ளவர்களாக இருக்கிறார்கள். ஆகவே இங்குத் துளசிமணிகளைத் தரித்த கோபாலரிடத்தில் சகலஜாதியாரும் ஜலத்தை வாங்கி ஸ்நானபானத்துக்கு உபயோகிக்கிறார்கள். அன்றியும், தரும அன்ன சத்திரங்கள் அறுபதுக்கு மேலிருப்பதினால் அன்ன தரித்திரமென்பதே கிடையாது. ஆனதுபற்றியே இது ஆநந்தபுரி என்று பெயர் பெற்றது. துர்க்கா கட்டத்தண்டை நாம் தங்கியிருந்த வீட்டுக்காரராகிய ஸ்ரீ இராமசாஸ்திரிகளும், வேணுபாய் அம்மாளும் எங்களுக்கு வேண்டிய உதவிகளைச் செய்ததன்றியில், சுமார் நூறு பிராமணர்களுக்குச் சந்தர்ப்பணை செய்விக்கவேண்டுமென்று தூண்டியதைப்போலவே 1886ம் ௵ டிசம்பர் ௴ 20ம் வ பிராமண சந்தர்ப்பணை செய்வித்தோம். நாம் கொடுத்த தொகை கொஞ்சமானபோதிலும், அதைக்கொண்டு "பஞ்சபக்குவானனம்" பலகாரங்களுடன் நூறு பிராம்மணர்களுக்கும் திருப்திகரமாகச் செய்வித்தார்கள். பஞ்சபக்குவானன மென்னவெனில் புளியோதரை, சர்க்கரைப் பொங்கல், தயிர்ச்சாதம், காரச்சாதம், கசப்புச் சாதம் என்றாதி பெயர்களால் வெகு பக்குவ மாகவும், ருசிகரபோக நியகரமாகவும் செய்ததன்றியில், பேடா, பூடா, பூந்தி, வடை முதலான மிட்டாய் வகைகளையும், காய்கறி கீரைவகைகளையும் வெகு ருசிகரமாகச் செய்து திருப்திகரமாக்கினார்கள். இந்தச் சந்தர்ப்பணத்தில் வேத வேதாந்தங்களைக் கற்றுத்தெளிந்த வயோதிக வைதீகரான பிராம்மணர்கள் யாவரும் ஒரு வரிசையாக உட்கார, அநேக சுமங்கலி பிராம்மண ஸ்திரீகள் ஒரு பக்கமாக உட்கார, நமக்கும் ஒரு பக்கத்தில் இலைகளைப் போட்டார்கள், இதனால் இங்கே திருஷ்டி தோஷமில்லைபோலத் தோன்றுகிறது. மஹா உத்தமோத்தமர்களான பிராம்மணர்கள் புசிக்கும்போது நாம் அருகிலிருக்கக் கூடாதென்று வேறு மறைவான இடத்திற்குப் போய் உட்கார்ந்தோம். உடனே வேதியர்கள் பிரம்மாநந்தமே பொழிவது போல் சாமவேதசுரங்களையும், பாட்டுகளையும் அரைமணி நேரம்

பாடியபிறகு சாப்பிட்டார்கள். சாப்பிட்டவர்கள் ஒவ்வொருவருக்கும் நான்கு அணா தக்ஷணையாகக் கொடுக்க அவர்கள் அதிக திருப்திரகரமாகப் பெற்றுக்கொண்டு ஆசீர்வதித்துப் போனார்கள். இந்தக் காசிப்பட்டணத்தில் வேத வேதாந்தங்களை முற்றுமறிந்த வித்வசிரோன்மணிகளும், அநேக வேத பாடன பாடசாலைகளும் இருக்கிறதன்றியில், **"காசிவர்த்தமானம்", "பண்டிதன்"** என்னும் தேசபாஷா பத்திரிகைகளையும் பிரசுரம் செய்து வருகிறார்கள். மேலும் பல பத்திரிகைகளை வாசித்து விருத்தியடையும்படியான வாசகச்சாலைகளும் அநேகமிருக்கின்றன. நாம் தங்கியிருந்த துர்க்கா கட்டத்தண்டை, மஹா புத்திமான்களாலும், பெரிய மனுஷர்களாலும், பொது நலத்தைக் கருதி "சர்ஜன சமாஜம்" அல்லது, காசி வர்த்தக வாசகச் சபை ஸ்தாபிக்கப்பட்டிருக்கிறது. அதில் அநேக சுதேச பாஷா புத்தகங்களும், பத்திரிகைகளும், சில ஆங்கிலேய பாஷா புத்தகங்களும் பத்திரிகைகளும் வைக்கப்பட்டுப் பிரதிதினமும் அநேக சுதேசிகள் வந்து படித்துப் போவதன்றியில், பிரதி வாரந்தோறும் உபந்நியாசங்களையும் செய்து வருகிறார்கள். இந்தச் சபைக்கு நாம் இரண்டு மூன்று தடவை போய்ப் படித்துக்கொண்டு வந்ததில், அந்தச் சபையின் காரிய நிர்வாக சபையார் எம்மை நோக்கி இராஜாங்க விஷயமான சில கேள்விகளையும், தக்ஷண தேசத்து மதவிஷயமாகச் சில கேள்விகளையும் கேட்டும், ஆரியர் மதத்தின் ஆதிஸ்திதியையும், மத்தியகால ஸ்திதியையும், தற்கால ஸ்திதியையும் பற்றி ஓர் உபந்நியாசம் செய்யும்படி கேட்டுக் கொண்டார்கள். இந்தச் சபையார்கள் பெரும்பாலார் கல்வி கேள்விகளிற் சிறந்தவர்களும், சாஸ்திர நிபுணர்களுமாக இருப்பதைப் பற்றி பம்பாயைச் சார்ந்த சட்ட நிரூபண சபையைச் சார்ந்தவரும், ஐகோர்ட்டு ஜட்ஜியும், மஹா வித்வ சிரோன்மணியுமாகிய ஹானரெபில் மஹாதேவ கோவிந்த ராெனடி M.A.,B.L., என்பவரும் இந்தச் சபையில் உபந்நியாசம் செய்து போனார். இப்படிப்பட்ட இடத்தில் சொற்பமாக இங்கிலீஷ் பாஷையையறிந்த நாம் உபந்நியாசம் செய்யத் துணிவது சாத்தியப்படாதென்று தடுத்தும், அந்தச் சபையார் கேளாமையால் 1882ம் ஆு டிசம்பர் மீ 20ம் உ உபந்நியாசித்தோம். அந்த உபந்நியாசத்தினால், இந்த ஆரியர் வேதத்தின் பெருமை இன்னதென்றும், அது ஆதிகாலத்தில் இருந்த ஸ்திதியையும், மத்திய கால ஸ்திதியையும், தற்கால ஸ்திதியையும் புராணங்கள் பிறந்த காரணத்தையும், அவைகளால் உண்டான சாதக பாதகங்களையும், இப்போது இத்தேசத்தின் பல மதங்களின் முக்கியமாகத் தென்தேசத்தில் அவதார புருஷர்களாகத் தோன்றின நாயன்மார்கள், ஆழ்வார்கள், முதலான பக்தி சிரேஷ்டர்களுடைய கிரந்தங்களினால் தக்ஷணதேசம் சீரும் சிறப்பும் பெற்றதையும், சாங்கோபாங்கமாகச் சொன்னோம். எல்லாரும் கேட்டுச் சந்தோஷித்துச் சிலாகித்ததன்றியில், இராஜாங்க

விஷயமாக (முக்கியமாக) ஏழைக்குடியானவர்களுடைய கஷ்ட நிஷ்டூரத்தை நீக்கக் கல்கத்தா காங்கிரஸ் சபையில் (எம்மை) காசி க்ஷேத்திரக் குடியானவர்களுடைய பிரதிநிதியாக இருக்கவேண்டுமென்று கேட்டுக் கொண்டார்கள். இதனால் நமது இந்து தேசத்தாருக்குள் தேசாபிமானம் விருத்தியாகிக் காசிப் பட்டணத்துக்கு வெகு தூரத்திலிருக்கும் கோயமுத்தூர்வாசியாகிய எம்மிடம் அவர்களுக்கு நம்பிக்கையுண்டானது ஆச்சரியம். அந்த எமது உபந்நியாசத்தைக் கேட்க அந்தக் காசி க்ஷேத்திர வாசிகளாகிய அநேக பண்டிதர்களும், பெரிய மனுஷர்களும் வந்திருந்தார்கள். அந்த உபந்நியாச காலத்தில் (பெனாரிஸ் காலேஜ்) காசி கலாசாலையில் ஸமஸ்கிருத பாஷா பண்டிதரும், சாங்கிய சாஸ்திர நிபுண சிரோன்மணியும், அரபி, பார்சி, ஹிந்துஸ்தானி, இங்கிலீஷ் பாஷைகளை நன்கறிந்தவருமாகிய ஸ்ரீ பிரம்மஸ்ரீ **இராமமிஸ்ரி சாஸ்திரி** சுவாமிகள் சபாநாயகராக வீற்றிருந்தார். ஷ சபையின் தலைவரும், விஜயநகரம் ஸமஸ்தானம் மாஜி மந்திரியுமாகிய பண்டிதர் இராமச்சந்திரராவ் நாது அவர்கள், காரியதரிசி பாபு சன்னுலால்ஜீ ஜோதிஷியவர்கள், உதவி காரியதரிசி விஷ்ணுபாஜீ ராஜாவாடியவர்கள், மானேஜர் சவுலராம பாலகிருஷ்ண சர் நாயக்கரவர்கள், டி. பீளிடர் பண்டிதர் சங்கரநாதவர்கள், பெனாரிஸ் காலேஜ் முகந்தாசாரவர்கள், வசுதேவராவ் கார்தேயவர்கள், கோவிந்தராவ் நாது அவர்கள், சவுகார் காசிநாத் பண்டுஜனார்கரவர்கள், பாபு மோஹனலால்கதரி, டாக்டர் பலவந்தராவ் சாஹிபவர்கள், கிருஷ்ணராவ் நாமரவர்கள், அமதாபாத் சோட்டாலாலவர்கள், நரோத்தம தாசவர்கள், ஸ்ரீதரராவ் படோத்கர், பண்டிதர் இராஜாராம சாஸ்திரி டொங்காரவர்கள், பண்டிதர் தாமோதரதேவ் அவர்கள், கோவிந்தராவ் பிங்கலேயவர்கள், விஜயநாதராவ் தேச பண்டிதரவர்கள், வில்லாலராவ் சர் நாயகவர்கள், பாலகிருஷ்ணராவ் ஜோதிஷி, டோண்டிராஜராவ், சதாசிவராவ் மசாஹோத்தி, கோபாலகிருஷ்ணர் முதலான பெரிய மனுஷர்களும் வந்து கேட்டு ஆனந்தித்தனர்கள். சபாநாயகர் உபந்நியாசத்தின் கருத்தை ஹிந்துஸ்தானி பாஷைக்காரருக்கு அந்தப் பாஷையில் விவரமாகச் சொல்லி வியந்துகொள்வதாகவும், உபந்நியாசகருக்கு சபையார் வந்தனம் சொல்லி வாழ்த்த வேண்டுமென்றும் சொன்னார். பிறகு காசி சமஸ்கிருத காலேஜ் பாலமுகந்தாசாரியரும், காரியதரிசி பாபு சன்னுலாய் ஜோதிஷியவர்களும், டி. பிளீடர் சங்கரநாதவர்களும் உபந்நியாசத்தின் பெருமையையும் உபயோகத்தைப் பற்றி இங்கிலீஷில் புகழ்ந்து பேசிச் சபையார் செலவில் சந்தன புஷ்பமாலை தாம்பூலாதிகளைக் கொடுத்து எம்மைப் பிரதிநிதியாக அனுப்பிய கோயமுத்தூர் மகாஜனங்களையும் கொண்டாடினார்கள்.

மேலும் அந்த சபையார்கள் நாம் காசி க்ஷேத்திரத்திலிருந்த வரையில் அவர்களுடைய மானேஜரைக் கொண்டு அந்த மகாக்ஷேத்திரத்தில்

நாம் கண்டு அதிசயிக்கத்தக்க காக்ஷிப் பொருள்களைக் காணும்படி பல இடங்களுக்குக் கூட்டிக்கொண்டு போய்க் காட்டி ஆநந்தமூட்டினார்கள்.

அலஹாபாத்தாகிய பிரயாகையில் நாம் தங்கி இருந்த இடத்தில் பார்வதிபாயம்மாளுடைய குமாரத்திக்குப் பிடித்திருந்த பேயை ஓட்டியதாக முன்னமே சொல்லியிருக்கிறோமல்லவா? இந்தக் காசிப் பட்டணத்திலும் நாம் தங்கியிருந்த இடத்திலிருந்து எமக்கு வேண்டிய சகாயத்தைச் செய்து வந்த பாலிய விதந்துவாகிய வேணுபாயம்மாளுக்கும் (1885ம் ஷு டிசம்பர் மீ 21ம் உ இராத்திரியில் மேல்மாடியில் படுத்திருக்கும்போது) பூத பிசாசு ஆவேசம் வந்து அதிக ஆர்ப்பாட்டம் செய்தனள். அது சங்கதியை உடனே நமது டாக்டர் வந்து சொல்ல, நாம் போய்ப் பார்த்ததில் இந்த ஆவேசம் பிரயாகையில் வந்த மாதிரியாக இராமல், ஆட்ட பாட்டங்களோடு வந்து அவதிப்படுத்தியது அந்த அர்த்த இராத்திரியில் வேப்பிலையும் அகப்படாது, அகப்பட்டாலும் அந்தப் பேயை ஓட்ட மந்திரமும் தெரியாது. அந்த மந்திரமிருப்பதாகவும் நமக்கு நம்பிக்கையுமில்லை. ஆகவே, அக்கம்பக்கத்தாருடைய மனோதிருப்தியின் பொருட்டு, மஹா தேவனாகிய மஹாத்துமாவின் மகிமையை மனதில் மனனம் செய்து எமது முந்தானையை ஷ மாதின் முகத்துக்கு நேரே வீசினோம். வீசவே, அந்த மங்கையானவள் தனக்கு இயற்கையாகவமைந்த அதிசயிக்கத்தக்க அழகு முகத்தையும், இயற்கையாகப் பெற்ற இனிய சாந்த குணத்தையும், மாற்றிக்கொண்டு ருத்திர முகமாகவும், சிணுங்குங் குணமாகவுங்கொண்டு விழிகளை உருளச் செய்து எம்மை முறைத்துப் பார்த்து கைகளை ஏறெடுத்து மெய்யை விதிர்த்து மேக கர்ச்சனையைப்போல் சப்தித்து அழுதாள். இந்தக் கோர ரூபத்தைப் பார்க்கும் எவருக்கும் பயத்தையும் பச்சாதாபத்தையும் கொடுத்தது. பிறகு பரமேசுவரருடைய தியான மந்திரத்தினால் கிரேமேண நீங்கியது. பிறகு இந்தம்மைக்கும் மந்திரத் தகடு கட்டும்படி கேட்டுக் கொண்டார்கள். இப்படி இந்த பாலிய விதந்துகளுக்கு இந்தப் பீடையான வியாதி பல தடவைகளில் வந்து வருத்துவதாகத் தெரிய வருகின்றது.

நாம் காசிக்ஷேத்திரத்திலிருந்தபோது செய்த பிரார்த்தனை.

ஓ! கம்பீரமுள்ள காசிக்ஷேத்திரமே! உனது பெருமையையும் புகழையும் பல புத்தகங்களின் மூலமாகவும், பத்திரிகைகளின் மூலமாகவும் பலவிதங்களாகப் படித்துப் படித்து நின்னைப் பிரத்தியக்ஷமாகப் பார்க்கவேண்டுமென்று பதினைந்து வருஷகாலங்களாகப் பலவித பிரயத்தனங்கள் செய்து வந்தோம். இன்றுதான் பலன் கிடைத்தது. படித்த பாவனையாகவும், கேட்ட குறிப்புகளுடனும் காணக்

கொடுத்துவைத்தோம். கணக்கற்ற ஜனங்கள் யாது காரணத்தைக் கருதி, கடும் பிரயாசைப்பட்டு நின்னிடம் வருகிறார்கள்? யாது பயனைக் கருதி எண்ணிறந்த ஜனங்கள் நின்னிடம் வருகிறார்கள்? நினது பெருமைபெற்ற மந்திர மாளிகை மச்சுவீடுகளைப் பற்றியா? நின்னிடத்தில் பிரபாகரர்களைப்போல் பிரகாசிக்கும் சுவர்ண கோபுரமண்டப மந்திரங்களைப் பற்றியா? நின்னிடம் குடிகொண்டிருக்கும் கணக்கற்ற காசுபணம் கனக திரவியங்களைப் பற்றியா? நின்னிடம் வதிந்துவரும் சுந்திரமுகமும் சுகிர்தகுணமும் உள்ள முமுடைய ஸ்திரீ புருஷர்களைப் பற்றியா? நின்னிடம் அகப்படும் சந்தனம் புனுகு கஸ்தூரி கலவை தாம்பூலாதிகளைப் பற்றியா? நின்னிடம் விளையும் நிகரற்ற நறுமலர் நந்தவனங்களைப் பற்றியா? நின்னிடத்திற் செய்யப்படும் நிகரற்ற சரிகை பித்தளை சால்வை செங்கல்லாதிகளைப் பற்றியா? நின்னிடத்தில் நெடுநாளாக நிலைபெற்றிருக்கும் நான்கு வேதம் ஆகமநவ வியாகரண நடன அலங்கார சிங்காரகிரந்த கலாசாலைகளைப் பற்றியா? நின்னிடம் நடித்து நாடெங்கும் புகழ்பெரும் நாடகப் பெண்களைப் பற்றியா? நின்னிடத்தில் நவநவமாக ஜனிக்கும் கவிகள், கலைக்கியானிகளைப் பற்றியா? நின்னிடத்திலகப்படும் நாவுக்கு ருசியான நளபாக நவரச பதார்த்தங்களைப் பற்றியா? இல்லை! இல்லை! ஒருகாலுமில்லை. கடல்ஞாலத்தார் தாம் தெரிந்தும் தெரியாமலுஞ் செய்த பாவ கர்மங்களைப் போக்கிக்கொள்ள வல்லவோ! ஆம்! பாவ தாபத்தினால் பரதவிக்கும் பரதகண்டத்தின் பல பாகத்தார் பல்லாயிரம் பல்லாயிரம் ஜனங்களாக வந்துகொண்டே இருக்கிறார்கள்! ஆம்! பாவ தாபங்களைப் போக்கிக்கொண்டு பாவனராகப் பிரகாசிக்கப் பல்லாயிரம் பல்லாயிரமாக ஜனங்கள் நின்னைச்சார்ந்த வருணா கட்டம், இராஜ கட்டம், திரிலோசன கட்டம், துர்க்கா கட்டம் பஞ்சகங்கா கட்டம், மணிகர்ணிகா கட்டம், தசாசுவமேத கட்டம், கேதார கட்டம், அனும கட்டம், அசி கட்டம் முதலான அநேக கட்டங்களில் நின்று கங்கையில் மூழ்கி கருணாநிதியாகிய பரமேசுவரனைப் பலவிதமாகப் பிரார்த்திக்கிறார்கள். ஆகவே, அடியேனும் அடியேமைச் சார்ந்தவர்களும் எமது பாவங்களைப் போக்கிக்கொள்ள உதவி செய்வாய்! காசியாகிய நீ ஓர் இரமணீயமான க்ஷேத்திரம். நின்னைத் தழுவியோடும் கங்கையும் ஓர் கம்பீரமான நதி. நீங்களிருவரும் தேவர்கள் அல்லர்; ஆகவே பாவதாபங்களை நீக்க உங்களால் முடியாது. இது உண்மை. ஆனால் உங்களிருவருடைய மகத்துவத்தையும், மகத்துவம் பெற்ற உங்களிடம் வந்து மண்டலத்தின் மாயமோகங்களையும், மோசபாச பாவகாரியங்களையும் நீக்க மகா புருஷோத்தமனாகிய பரமேசுவரனைப் பிரார்த்தனை செய்தால், அந்தப் பிரார்த்தனைகளால் மக்களின் பாவதாபங்கள் போகுமென்று முன்னோர் சொல்லியிருப்பதால், மகத்துவம் பொருந்திய நீங்கள்

எங்களுக்குச் சஹகாரிகளாக நின்று உதவி செய்யுங்கள். உங்களிடம் வதிந்து வரும் வித்துவான்களென்ன? கவிகளென்ன? ஞானிகளென்ன? தபசிகளென்ன? எதிகளென்ன? ஜகத் சம்மந்தமான சகல சுகதுக்கங்களை விட்டு வந்த சன்னியாசிகளென்ன? இவர்களுடைய முகார விந்தங்களில் விளங்கும் பிரம்ம தேஜஸ்ஸுகளைக் கண்ட மாத்திரத்தால் எமது பாவதாபங்கள் நீங்கிப் பரிசுத்தராக்கத் தூண்டுகோல்களாக இருக்கின்றன. இப்படிப்பட்ட மஹா புருஷர்கள் வசிக்கப்பெற்ற உங்கள் பெருமையை என்னென்று சொல்லுவேன்! நீங்கள் வாஸ்தவமாக மகத்துவம் பெற்ற படைப்புக்கள். ஆகையால் உதவி செய்யுங்கள்.

பிரம்ம பிரார்த்தனை.

ஓ! பாவதாபங்களைப் போக்கும் புருஷோத்தமனே! நின்னை இந்தக் காசி க்ஷேத்திரத்தை அடுத்த கங்கைக் கரையாகிய பிரம்ம கட்டத்தில் நின்னை ஸ்துதிக்கப் பாக்கியனானேம்! கம்பீரம் பொருந்திய கங்கை நதியின் கரைதுறையாகிய இந்தக் காசி க்ஷேத்திரமும், இதில் இதோ என்முன் நிற்கும் பிரம்மாண்டமான கோயில்கள், கோபுரங்கள், மண்டபங்கள், மந்திரங்கள், மாளிகைகள் மாதிரி மாதிரியான மாடங்களாலும், மகத்துவமுள்ள சுவர்ண கலசங்களாலும் பலவித விநோதங்களாகப் பிரகாசிக்கின்றன. சுந்திர வடிவும், சுகிர்த உல்லாசமான ஸ்திரீகளும், பிரம்மதேஜசும் பிரம்மபாராயணமும் உடைய புருஷ சாதுக்களும் பரபரப்புடன் வந்துகொண்டும் போய்க்கொண்டும் இருக்கிறார்கள். பஞ்சவர்ணமுள்ள பலவிதக் கிளிகளும், பார்க்கப்பார்க்கப் பாசங்கொள்ளத்தக்க புறாக்களும் படிக்குப்படி குதித்துக் கூடி நாடி பாடிப் பறந்து வருகின்றன. பாலசூரியன் தனது பலகலைகளைப் பார்க்கும் பலபதார்த்தங்களின்மீது படச்செய்து அப்படிப்படும் பிரகாசத்தினால் பதார்த்தங்கள் யாவும் பலகோடி சூரியர்களைப் போல் பிரதிபிம்பித்துப் பகட்டுகின்றன. அருகில் நிற்கும் விருக்ஷங்கள் யாவும் விகசிதமான நறுமலர்களால் நடிக்கின்றன. இப்படி இந்தப் பிரபஞ்சப் பொருள்கள் யாவும் பலவிதமாகப் பாடி யாடி நாடி நடித்தாலும், அவைகளால் எமது பாவதாபங்கள் போகுமென்று தோற்றவில்லை. யாதோ ஒரு வஸ்துவினால் கிஞ்சித்துப் பாவம் போகுமென்று எண்ணினால், மற்றோர் வஸ்துவினாலதிகம் ஜனிக்குமோவென்று பயம் ஜனிக்கிறது. ஆகவே எந்த வஸ்துவாகிய ஒரு வஸ்துவை அண்டினோருக்கு எவ்வித பயமும் ஜனிக்காதோ! எந்த வஸ்துவாகிய ஒரு வஸ்துவை நாடினோருக்கு எவ்வித பாவதாபங்கள் நாடாதோ அந்த வஸ்து நீயேயாகையால் நாம் உன்னை நாடினேம்! உன்னை யாம் எப்போது நாடினேமோ அப்போது நாம் நின்னவன் நீ எம்மவன், ஆகவே, எம்மை நாடிய எம் குலதெய்வமே! எம் மனம், வாக்குக் காயத்தால் தெரிந்து

செய்த பாவங்களையும், தெரியாமல் செய்த பாவங்களையும் போக்கிப் பாவனராக்கி, பரமஞானிகளுடையவும் பரமபக்தர்களுடையவும் சுகாநந்த நிலை எப்படிப்பட்டதோ, அப்படிப்பட்ட சுகாநந்த நிலையைத் தரும்படி பக்திபூர்வமாகப் பிரார்த்தித்து இந்தப் பிரம்மாண்டமான கங்கையை நினது ஸ்வரூபமாகப் பாவித்து நினக்குள் முழுக அருள்புரிவாய்! எப்படிப் பிரபஞ்ச கங்கையில் மூழ்கினோருக்குத் தேக சம்பந்தமான மலமூத்திராதி அழுக்குகள் நீங்கிச் சுத்தியாகுமோ, அப்படியே பரலோக கங்கையாகிய நின்னில் மூழ்குவோருக்கு மனோ சம்பந்தமான பாவதாபாதி அழுக்குகள் நீங்கிப் பரிசுத்தமான பொன்மயமாவது உண்மையல்லவா! ஆகவே, இதோ நின்னில் மூழ்குகிறேம். ஓம் ஜெக்கெங்கா! ஓம் ஜெக்காஸி! ஓம் ஜெ சச்சிதாநந்த ஹரி! ஓம் பிரம்ம கிருபாஹி கேவலம். ஓம் தத் சத். ஓ கிருபாகர! அடியோரது பாவதாபங்களை நீக்குவதைப்போலவே அடியாளாப் பெற்று வளர்த்த தாய் தந்தை தாதா முத்தாதா பாட்டி முப்பாட்டி மற்றும் இருபத்தொரு தலைமுறை பிதுர் தேவதர்களாகவிருக்கும் பெரியோர்களுடைய பாவதாபங்களையும் நீக்குவாய்! அடியோருடைய ஆசாரியர்களுடையவும், ஆரிய மஹரிஷிகளுடையவும் பாவதாபங்களையும் நீக்குவாய். கடைசியாக எமது தேசத்தின் சகல ஜனங்களுடையவும் பாவதாபங்களையும் நீக்கிப் பரிசுத்தராக்குவாய்! ஓம் தத் சத்.

பனாரிஸ் (காஸி) பக்ஷிகளுடன், பிரம்மோபாஸியின் (நமது) சல்லாபனை (அலங்கார கற்பனை).

காசினியிற் சிறந்த காசிப்பட்டணத்தில் ஒருநாள் காலை கடுங்குளிரால் வருந்திக் காலை வந்தனத்துக்காக வீட்டின் ஐந்தாவது மாடி (மெத்தையின்) மீது ஏறி அதினின்று காசிப் பட்டணத்தின் கம்பீரமான கட்டடங்களையும், மாட மாளிகை கூட கோபுரங்களையும், அந்த மாடமாளிகை மச்ச வீடுகளின் மீது மங்களகரமான முகாரவிந்தங்களுடைய மாதர்சிகாமணிகள் தம் பொன்மணிகள் (அருணோதயத்தின் பிரகாசத்தினால் பிரதிபலித்து) ஒளிவிட்டுக் குலுங்க நடந்து உல்லாசமாக உலாவி வரவும், அவர்களுக்குச் சமீபத்தில் (காசிப்பட்டணத்தில் பெருத்த) பலவித புறாக்களும், பஞ்சவர்ணக்கிளிகளும் கும்பல் கும்பலாக வந்து கூடிப்பாடி நடிக்கவும் கண்டதிசயித்துப் பிரதாபத்தோடு அப்போதுதான் பிறந்து பிரகாசிக்கும் பாலசூரியன்முன் பத்மாசனம் வைத்து உட்கார்ந்து பிரம்மத்தியானம், பிரம்ம பிரார்த்தனை செய்து பேரின்பத்தையடைந்து ஆனந்தித்துக் கொண்டிருக்கையில் இரண்டு அழகிய பக்ஷிகள் எமக்கு அதிக சமீபத்தில் வந்து தங்கின. அவற்றில் ஒன்று இந்திர நீலாதி வர்ணங்களால் பிரகாசிக்கும் பஞ்

சவர்ணக்கிளி. மற்றொன்று பாலிலும் வெளுத்த (லெக்கா) பெட்டைப் புறா. இவைகளுடைய சுந்தரத்தன்மையைப் பார்க்கப் பார்க்கப் பசந்தாக இருந்தன. பார்வைக்கே இவ்வளவு அழகாகவிருக்கும் இப்பக்ஷிகளின் பேச்சுகள் எப்படியிருக்குமோவென்று எண்ணி ஏக்கத்தோடு அழைத்தேம். அவைகள் எம் ஏக்கத்தைக் கண்டோ, மற்றெந்த ஹேதுவைப் பற்றியோ பலநாள் எம்மோடு ஊடாடி உறவாடிப் பழகிய பக்ஷிகளைப் போல் ஓடிவந்து ஒன்று எமது வலது துடையின்மீதும், மற்றொன்று இடது துடையின்மீதும் உட்கார்ந்து எமது முகத்தை யேறிட்டுப் பார்த்து, எமது பாலகன் பாலிகையைப் போல பால்வடியும் முகப்பாவனையைக் காட்டிற்று. நாமும் அவ்விதமாகவே பாவித்து, இரு கரங்களால் தடவிக் கொடுத்து முத்தமிட்டு கொஞ்சிக் குலாவி "எம் கண்மணிகளே! நீங்கள் யாவர்? எங்கிருந்து வந்தீர்? எம்மீது உங்களுக்கித்தனை பிரியமேது? உங்களிருப்பிடமெங்கு? நீங்கள் ஜதை ஜதையாக (ஆணும் பேடையுமாக) இருப்பது சஹஜமாக விருக்க, இனத்துக்கொன்றாய் (தனித்தனியாய்) பிரிந்திருக்க வேண்டுவதென்னை?" என்றேம். அப்போது பஞ்சவர்ணக்கிளி எம்மைப் பார்த்து, "ஓ பிரம்மோபாசியே! நான் பிறந்தவிடம் அவாசி கண்ணதாய மானசதீர்த்தம். நானும் என் கணவனாகிய ஆண் பக்ஷியும் கூடிக்குலாவி கூடுகட்டி முட்டையிட்டுக் குஞ்சுபொரித்துக் காலங்கழிக்கக் கருதி ஒருநாளிரவில் நாங்கள் தங்கியிருந்த அசோகமரத்தின்மீது படுத்திருக்க, அம்மரப் பொந்தில் வதிந்துகொண்டிருந்த காலநேமி என்னும் கொடிய சேடன் என் கணவனைக் கடித்துக் கொன்றான். நான் அதைப் பார்த்துப் பதைத்துப் பிராணனைவிட யோசிக்கையில், மானசதீர்த்தத்திலிருந்து ஒரு சப்தம் ஜனித்தது. அஃதென்னவெனில்:– பதிவிரதையாகிய பஞ் சவர்ணக்கிளியே! நீ புருஷ சுகமறியாத பேதை. நீ பிரபஞ்சத்தாருக்குப் பிரம்மக்கியானத்தைப் போதித்து, பாவப்பிணிகளை நீக்கித் திவ்விய தேசங்களிற் சென்று சஞ்சரித்து "சரசி" என்னும் பெயரைப் பெற்று, சுவர்க்காதி இன்பங்களிலும் சிறந்த சாஸ்விதாநந்த பதவியைப் பெறுவாய். இன்று முதல் நீ பார்வைக்குப் பக்ஷியாகத் தோற்றினும் நீ உண்மையில் தேவதூதி. நீ இனி உலக ஆசாபாசங்களையும், உன் இனத்தாரையும் விட்டும் ஏகாங்கியாகி உன்னைப் போன்ற தேவதூதிகளுடன் சேர்ந்து "**ஏகமேவாத்விதீயத்தைப்** படனஞ் செய்யும் பரமஞானிகளுடைய திருக்கூட்டத்தைச் சார்ந்தது, உனது சரசவார்த்தைகளால் சாதுக்களை சந்துஷ்டியடையச் செய்வாய்" என்று பொருள்பட்டது. அன்று முதல் அந்த விதிப்படிச் செய்து பல திவ்யதேசங்களில் திரிந்து இந்தக் காஸிக்ஷேத்திரத்திற்கு வந்தேன். இவ்விடத்திலிருக்கும் ஏராளமான எம்மினத்தார் உலக நடனங்களில் உல்லாசராகி உயர்ந்த உப்பரிகைகளில் வதிந்து வரும் உத்ஸாகத்தால் ஏகாங்கியாகிய என்னை யாரும் சட்டை செய்யவில்லை. நானும்

அவர்களை நத்தாது எங்குப் பிரமத்தியானமும், பிரம்ம பாராயணமும் புலப்படுமோவென்று பெரிய கோபுரத்தின் மீதிருந்து பார்த்துக் கொண்டிருக்க, **பிரம்ம கிருபாஹி கேவலம்** என்னும் சப்தம் கேட்டுத் தங்களிடம் வந்தேன்" என்றது.

உடனே "லெக்காவென்னும் பேடைப்புறா எம்மைப் பார்த்து; "ஹே! பிரம்மோபாசியே! நான் பம்பா தீர்த்தத்தையடுத்த ஓர் சம்பகாரணியத்திலிருக்கும் மதனகாமினி என்னும் மரத்தின்மீது எனது நாயகனோடு கூடிக் குலாவி கூடுகட்டி முட்டையிட்டுக் குஞ்சு பொரித்து வாழலாமென்றிருக்கச்சே "கூகைராஜன்" என்னும் பெயர் கொண்ட ஓர் பைரி பரபரப்புடன் பறந்து வந்து எனது புருஷனைத் தூக்கிக்கொண்டு பறந்துபோயிற்று. அதைக்கண்டு பதைத்து அந்தப் பைரியைத் துரத்திப் பதிவிரதா பலத்தினால் பலமடங்கு பலனைப்பெற்று இறகுகளால் தாக்கியடிக்கத் துரத்திக்கொண்டு போனேன். அந்த பைரி, பம்பா தீர்த்தத்திலிருக்கும் ஓர் முட் மரப்பொந்தில் புகுந்தது. அப்படிப் புகுவதற்குள் பிடித்தழுத்திய பிடியினால் என் புருஷன் பிராணன் நீங்கியது. இந்த ஏக்கத்தினால் இனி உயிர் துறப்பதே உத்தமமென்றெண்ணித் தீர்த்தக்கரையில் கண்ணீர்விட்டு அழுதுகொண்டிருக்க அந்தத் தடாகத்திலிருந்த அழகிய அம்சபக்ஷி வந்து "என்னாருயிரே! என் குலக்கொழுந்தே! நீ அழுவதேதுக்கு? உன் கஷ்டமென்ன? உனக்கேதுக்கு இந்த வியாகூலம்?" என்று வினவ, நான் நடந்த நடவடிக்கைகளை நிகழ்த்தினேன். அப்போது அடிநடையில் அழகிய அம்சபக்ஷி என்னைத் தேற்றி, "என் அருமைக் கண்மணியே! நீ அழ வேண்டாம். இதோ இந்த பம்பா தீர்த்தத் தலவாசி ஒருவர் பிரம்மயோக நிஷ்டராய் சம்பகமலர் விருக்ஷத்தினடியில் புரியாசனத்தின் மீது வீற்றிருக்கிறார். அவர் இந்தத் தீர்த்தத்துக்கும் இதையடுத்த வனங்களுக்கும் தலைவர். இந்தத் தீர்த்தத்திலும் வனங்களிலும் வசிக்கும் பிராணியாதிகளுக்குச் சம்பவிக்கும் பிணி மூப்புச் சங்கடங்களைத் தீர்க்கச் சர்வ சன்னத்தராக இருக்கிறார். இந்தத் தீர்த்தவாசிகளாகிய நமக்கு அவர் தந்தை, அன்றொரு வேடன் இந்த வனசஞ்சரியாகிய ஓர் மடமானைக் கொன்றது நிமித்தம் அவனைச் சபித்து மறுபடியும் மடமானுக்குப் பிராண பிச்சை கொடுக்கச் செய்தார். ஆகையால், உன் குறைகளை அவரிடம் சொல்லும்" என்று அம்சபக்ஷி அறைந்து அப்புறம் போயிற்று. அம்சபக்ஷி சொன்ன அமிர்தம் பொழியும் அரிய வார்த்தைகளின்படி அந்தச் சம்பகமலர் விருக்ஷத்தினடிக்குப் போனேன். அங்குப் புலியாசனமும், தர்ப்பாசனமும். சமித்து, அக்கினிகுண்டம், பிரம்மதண்டம், கமண்டலம், முதலானவைகளிருந்தனவே யொழிய, மஹா புருஷனாகிய தீர்த்தவாசியைக் காணேன். அந்தப் பெருமரத்தைச் சுற்றிப் பார்த்தேன். அதன் வலமிடமாக **ஸ்திரவீணை, சரவீணை** யென்னும் இரண்டு யாழ்க்கருவிகளுக்கு சப்த சுருதிகளைக்

கூட்டி மரத்தில் சாய்த்து வைக்கப்பட்டிருந்தன. அவைகளில் ஸ்திரவீணையானது யாதொருவருடைய தூண்டுதலின்றி கேவலம் அங்கு வீசிய தென்றலாகிய மந்தமாருதத்தினால் மோதப்பட்டு மோஹன ராகத்தால் மறைவிதிகளை மொழிந்தன. அந்த மொழிகளின் கருத்து இது– "மண்ணுலகம் விண்ணுலகமென்று இரண்டுண்டு. மண்ணுலகத்தில் மக்கள் நரகர் வசிக்கிறார்கள். விண்ணுலகத்தில் தேவர்கள், கின்னரர்கள் வசிக்கிறார்கள். மண்ணுலகின் மகத்துவமெல்லாம் மாயா சம்பந்தமானவை என்றால் க்ஷணபங்குரமானவை. மண்ணுலகில் முடிசார்ந்த மன்னரும், மற்றுமுள்ளோரும் முடிவில் பிடிசாம்பலாவது சத்தியம். விண்ணுலகவாசிகள் சதா ஜகதீஸ்வரருடைய கிருபையில் மூழ்கி நித்திய சூரியர்களாகப் பிரகாசிப்பார்கள். ஆகையால், மண்ணுலக ஆசையை விட்டுவிடு. மண்ணுலகில் புருஷர் சதமல்ல. பெண்டீரும் சதமல்ல. பிள்ளைகளும் சதமல்ல, பொருள்களும் சதமல்ல, பிராணனும் சதமல்ல. எல்லாம் அவித்தை. எல்லாம் அஞ்ஞானம், எல்லாம் மாய்கை. இதை நம்பி மோசம் போகாதே! இதுவே போதனை. இதுவே படிப்பினை. இதுவே சாஸ்திரம். இதுவே சட்டம். இதுவே சத்தியமென்று துவனித்தது. இது இப்படி இருக்க:– ஒரு வானம்பாடிப் பறவை வந்து, சரவீணையில் கோர்க்கப்பட்டிருந்த மெட்டு மணிகளை களாக்கனிகளாகப் பாவித்துக் கொத்த, அதிலிருந்து ஆரபிராகம் ஜனித்தது. அதன் கருத்தாவது:– "ஓ அழகிய புறாவே! நீயேன் உன் புருஷனுக்காக விசனப்படுகிறாய். உலக சம்பந்தமான உன் புருஷன் என்றைக்கிருந்தபோதிலும் சாகத்தானே வேண்டும்! நேற்று இருந்தவன் இன்று இல்லையென்னும் பெருமையுடைய இந்த உலகத்தில் விசனப்படுவது விந்தை! நீ வியாகூலப்பட வேண்டாம். நீ சுகிர்த அலங்காரமுடைய ஜீவி. சாந்தம் என்பதே உருவாக வந்த ஜீவி. இன்னும் புருஷ சம்பர்க்கமறியாத பக்ஷி. ஆகையால் இன்றோடு நீ ஏகாங்கியாகிப் பல திவ்யதேசங்களுக்குச் சென்று பிரம்மக்கியானிகளைத் தரிசித்து, இனி பக்ஷி ஜென்ம மெடுக்காமலிருக்க பிரம்ம பிரார்த்தனை செய்து, பிரம்ம தூதியாகப் பிரகாசிப்பாய்" என்பதேயாம். அன்றுமுதல் சுத்த சந்நியாசியாகப் பல திவ்யதேசங்களைச் சுற்றிப் பிரம்ம நிஷ்டர்களைப் பார்த்துப் பரவசமடைந்து இந்தப் பனாரிஸ் பட்டணம் வந்தேன். இந்தப் பட்டணத்தில் பலகோடி புறாக்கள் பிரபுக்களுடைய ஆதரணையினால் பெருமை பெற்று பெரிய மண்டப கோபுரங்களில் கூடிக் குலாவி வாழ்கின்றன. உலகப் பற்றுள்ள அவைகளை யான் சேர இஷ்டமில்லை. ஏகாங்கியாக அதோ நிற்கும் ஆலமரத்தின்மீது வீற்றிருக்க, **பிரம்ம கிருபாஹி கேவலம்** என்னும் பிரம்ம மந்திரம் காதில் விழுந்தமையால் தங்களிடம் வந்தேன்" என்றது. இந்த ஸ்திதியில் எம் மனது என்னமாயிருக்க வேண்டும். ஆனந்த பாஷ்பம் பொழிய அகமகிழ்ந்து

அவ்விருபக்ஷிகளை இருகரங்களிலும் ஏறவிட்டுப் பார்த்து "ஓ! அழகிய பஞ்சவர்ணக்கிளியே! உனக்குச் சரசி என்று பெயரிட்டது எவ்விதத்திலும் தகும். உனது கொஞ்சு மொழிகளை எந்தப் பாஷையில் வர்ணிப்போம். உனது தேக அழகை எந்தச் சொற்களால் சிங்காரிப்போம். உனது மூக்கின் அழகை எந்த மொழிகளால் முடிப்போம். பாவ கருமங்களால் புண்பட்ட எம் கரங்களால் உன்னைத் தொடத்தகுமோ? நீ தேவருலகவாசி. நீ நினைத்தபோது நினது அழகிய இறக்கைகளால் பறந்து தேவர் லோகத்துக்கேகி, முமுட்சுகளாகிய முனிவர்களுடைய முகத்தை மலர்போல் எண்ணி, அவர்கள் சத்தியம் ஜொலிக்கும் செவ்விதழ்க்கனிகளை பருகித் தேக்கறிந்து தேகம் புளகாங்கிதம் கொண்ட பிராணி! அப்படிப்பட்ட முகத்தை, மஹாபாவ இச்சைகளால் நிறைந்த எமது முகத்தால் மோதிப் பொய்களால் நிறைந்த உதடுகளால் முத்தமிட்டது அபசாரமே. இந்த அபராதத்தை க்ஷமிக்க வேண்டும். உன்னைச் சாதாரண கிளியாக மதித்தோம். நீயோ தேவலோக பக்ஷி. தேவதூதியைப் போல எமக்குத் தேவசமாசாரத்தைச் சொல்லவந்தாய். தேகக் கூண்டினால் மூடப்பட்டுத் தவிக்கும் ஹிருதயக் கிளியாகிய யாம் நின்னோடு வந்து நமது பேராநந்த பெரும்வள்ளலைத் தனியே துதித்துக் கொண்டாடுவதெப்படி? உனக்குக் கூண்டுமில்லை. கட்டுமில்லை, பந்தமில்லை, சந்ததியில்லை. சரசமே உருவாக வந்து, சதாநந்த யோகியாக இருக்கிறாய். நாமோ தேகக் கூண்டினால் மூடப்பட்டு கண் மூக்குச் செவியாதி வலைகளால் வருந்தி, சம்ஸாரமென்னும் பறந்து பைரிகளால் துரத்தப்பட்டுத் தத்தளிக்கிறேம். இத்தன்மையான யாம் கடைத்தேறுவதெப்படி? உன்னைப்போல் பந்தங்களினின்று விடுபட்டு எதேச்சையாக எம்பெருமானைத் துதிப்பதெப்போதோ? ஏ! இனிய வார்த்தைகளைப் பேசும் இளங்கிளியே! நீ பிரம்ம லோகத்துக்குப் பறந்துபோகும்படியான இறக்கைகளை உடைத்தாயிருக்கிறாய். எமக்கு அவ்வித சாதனங்களில்லை. ஆகையால், எம்மீது கிருபைகூர்ந்து எம்பெருமானிடம் போய், எம் கூண்டாகிய உலக பாசபந்தங்களை விட்டு நீக்கும்படி சிபார்சு செய்து, எப்போதும் எம்பெருமானை நாடும்படி செய்வாய். இப்படிச் செய்தால், உனக்குச் சுகிர்தமுண்டாகும். சிரேஷ்ட பதவி கிடைக்கும். சாந்தமே உருவாக வந்த சுகிர்தாலங்காரமுள்ள புறாவே! உனக்கே இந்த அழகு அமைந்தது? துல்லியவடிவான நீ மலர்ந்த மல்லிகையைப் போலிருக்கிறாய்! உனது சதா சாந்த குணத்தினால் உனது தேகம் இவ்வளவு அழகாகவும், சுசீலமாகவுமிருக்கிறதோ? அல்லது நீ தேவலோகத்தில் சஞ்சரிப்பதனால் இவ்வளவு சிறப்பாகத் தோன்றுகின்றாயோ! நீ சம்பகாரணியத்தில் பிறந்ததினால் நினது சப்பட்டைகள் சண்பக மலர்களைப் போலிருக்கின்றனவோ! உனது கண்ணழகென்ன? உன்

கால் அழகென்ன? உன் கண்டத்தின் அழகென்ன? நீ தேவலோகத்துக்கு அடிக்கடி பறந்து போய், தேவ சமாசாரத்தைக் கொண்டு வந்து உலகத்தோருக்கு விரிப்பதனால், இவ்வளவு சாந்தமும், இவ்வளவு சொகுசும், இவ்வளவு சுகிர்தமும், இவ்வளவு சுசீலமும் பெற்றாயோ! அந்தோ! அழகிய புறாவே! பரிசுத்தமும் துல்யமும் வெண்மையுமான உன்னைப் பாவகருமங்களால் பந்தப்பட்ட எமது கைகளால் தொட்ட அபராதத்தை க்ஷமிப்பாய்! நீ விண்ணுலகிலும், மண்ணுலகிலுமுள்ள உத்தம பதிவிரதா ஸ்திரீகளுடைய முகாரவிந்தங்களை மதித்து புருஷசம்பர்க்கமறியாத பரிசுத்த பாலிக கன்னிகைமார்களின் உதடுகளின் முத்தமிட்டு பிரம்மக்கியானத்தைப் போதிக்கும் பரமதேவ தூதி. அப்படிப்பட்ட உன்னைப் பொய் விபசாராதி எச்சில்களால் நிறைந்த எமது உதடுகளால் முத்தமிட்டது. அபசாரமன்றோ! அந்த அபராதத்தையும் க்ஷமித்து, உன்னைப் போல் சுத்த வெண்மையான மனதும் அழகான ஹிருதயமும், உண்டாகும்படி தேவலோகத்துக்குப் போய் பரமேசுவரனுக்குத் தெண்டனிட்டுக் கேட்டுக்கொண்டதாகச் சொல்வாய். நீ இறக்கைகளை உடைய ஜந்து. நினைத்த மாத்திரத்தில் தேவலோகத்துக்குப் போகக்கூடிய வல்லமை உனக்கிருக்கிறது! மேலும், நீ கட்டுக்காவல் கூண்டு முதலான பந்தங்களைவிட்டு நீங்கியபக்ஷி, நாமோ தேகமென்னுங் கூட்டில் அடைக்கப்பட்டு கண் காது முதலான இந்திரிய வலைகளால் சிக்கித் தவிக்கிறோம். ஹிருதய பக்ஷியாகிய நாம் தனியே பறந்துபோகப் பலவிதமாகப் பிரயத்தினப்பட்டும், பந்துக்கள் முதலான பாசவலைகளால் எம்மைத்தடுத்து அடிமையாக்கிக் கொண்டிருக்கின்றனர். இந்த நிர்ப்பாக்கியதசையில் நாம் நின்னோடு எப்படித் தனியாகப் புறப்பட்டு வருவேம்? ஆகையால் அன்புள்ள பக்ஷியே! நீயாகிலும் போய் எம் பாபதாபங்களை நீக்கும்படி நமதப்பனிடம் தூது சொல்வாய்! நீ சாந்தஸ்வரூபி! சுகிர்த அலங்காரி! சுத்த சைதன்ய வஸ்துவுக்குச் சமீபத்துக்குப் போகக்கூடியவள்! ஆகையால் நீ எமக்கு எப்போதும் தூதியாகவிருந்து உதவி செய்வாய், ஓம் தத் சத்.

இந்தக் காசிப்பட்டணமானது அயோத்தியா ரோஹில்குந்து ரெயில்வேக்கும், வங்காள வடமேற்கு ரயில்வேக்கும், மத்தியில் கங்காநதியின் வடக்குப் பாகத்தில் இருக்கிறது. பம்பாயிலிருந்து 938 மைல்கள் தூரத்திலும், கல்கத்தாவிலிருந்து 476 மைல்கள் தூரத்திலும் இருக்கிறது. மொகல்ஷரிக்கு 7 மைல் தூரத்திலும், ஷஹரான்பூருக்கு 513 மைல்கள் தூரத்திலுமிருக்கிறது. அவைகட்கு ரெயில்வே மூன்றாம் வகுப்பு சார்ஜ்ஜுகள் முறையே ரூ 0–1–6, ரூ 4–9–6, ரூ 4–6–6ம் சென்னையிலிருந்து 1352 மைல்கள் தூரத்திற்கு மூன்றாம் வகுப்புக்கு ரூ 17–5–0ம் ஆகிறது.

கயாவுக்குப் பிரயாணம்.

1886ம் ஹு டிசம்பர் மீ 22ம் உ மாலை சுமார் 5 மணிக்கு எமது சாமான்களை எல்லாம் கட்டிக்கொண்டு கயாவுக்குப் புறப்பட்டோம். அப்போது இருட்டுக் காலத்தில் கங்கை நதியைப் படகுகளின் மூலமாய் கடந்துபோகப் பெண்கள் பயந்தார்கள். பெனாரிஸ் ரெயில்வே பிரிட்ஜ் என்னும் புகை வண்டிக்காரர் கட்டும் பெரியபாலம் கட்டி முடியவில்லை. ஆகையால் படகு பாலத்தின் மூலமாகக் கங்கையைக் கடந்து வந்தோம். இவ்விடத்திய படகுபாலம், பிரயாகையின் படகு பாலத்தைப் பார்க்கிலும் பந்தோபஸ்தானதாயும், பரப்புள்ளதாயும், பாட்டைசாரிகளும் பக்கி முதலானவைகளும் பயமில்லாமல் போக்குவரத்து செய்யக் கூடியதாயுமிருக்கிறது. இந்தப் பாலத்தைக் கடப்போர் நபர் ஒன்றுக்கு ஒரு பைசாவையும், (மூன்று தம்பிடிகளையும்) பக்கி ஒன்றுக்கு 2 அணாவையும் சுங்கவரியாகக் கொடுக்க வேண்டும். இவ்விதமாக வரியைக் கொடுத்து காசி ஸ்டேஷனைச் சேர்ந்து, ஆள் ஒன்றுக்கு ரூபா 2–8–9 வீதமாகச் சத்தங் கொடுத்து **கயா** ஸ்டேஷனுக்கு டிக்கட்டுகளை வாங்கினோம். கயாபட்டணம் எமக்குப் புதிதாகையாலும், கயவாளிகளுடைய கொடுமைகள் அதிகமென்று கேட்டிருப்பதாலும், எமக்குத் துணையாக இருக்கும்படி மஹாஸ்ரீ காசிராம் சாஸ்திரிகளையும் மஹாஸ்ரீ பிரயாகை ரங்கராவையும் (டிக்கட்டுகள் வாங்கிக் கொடுத்து) கூட்டிக்கொண்டு புகைவண்டி ஏறினோம். அந்த வண்டி இராத்திரி 12 மணிக்கு **மோகல்ஷெரி** என்னும் (ஜங்ஷன்)பெரிய ஸ்டேஷனுக்குப் போய்த் தங்கி இறங்க (East India Train) கிழக்கிந்திய புகைவண்டி வர ஒருமணிக்கு மேலாகியது. பிறகு அதிக தாமதப்பட்டுவந்த அந்த வண்டியில் ஏறி, சுமார் ஜாமம் 4 மணிக்கு (Bankipure) **பான்கீபுர்** என்னும் (ஜங்ஷன்) பெரிய ஸ்டேஷனுக்குப் போய், அவ்விடத்திலிருந்து (Gaya) கயாவுக்குப் போகும் கிளை இருப்பு வண்டிக்காக வாராவதியின் மேல் நின்று விடியுமளவும் வருந்தினோம். இந்த **பான்கீபூர்** பாட்டனா என்னும் பாடலீபுரத்திற்குப் பிரதான பட்டணமாகவும் கல்கத்தாவிலிருந்து 338 மைல்கள் தூரத்திலிருக்கும் ஸ்டேஷன் பெரிய ஜங்ஷன் ஆனபடியினால், நாலாபக்கத்திலிருந்து வரும் வண்டிகளின் ஜனங்கள் ஆயிரக்கணக்காகத் தங்கித் தவிக்கிறார்கள். அதிலும் இவ்விடமிருந்து கயாவுக்குப் போகும் கிளைப்பாதைக்குப் போகவேண்டுமானால் குறுக்கே ஆகாயத்தை அளாவும்படி கட்டியிருக்கும் பெரிய பாலத்தையும், பயங்கரமான இருட்டிலும், பயங்கரமான பனியிலும் படுங்கஷ்டம் பகையாளிக்குப் பொருந்தினாலும் பார்க்கச் சகிக்கக்கூடாததே. நாங்கள் போன காலம் மார்கழி மாதமாகிய கடுங்குளிர்காலமானபடியால், அன்று அந்த பயங்கரமான வாராவதியின்மேல் பெண்டு பிள்ளைகளுடன்

பட்டபாடு பாவாணராலும் பாடி எழுதி முடியாது. மார்கழி மாதத்தின் மூடு பனியானது எமது மார்புத் துணிகளையும் மேல் துணிகளையும் பெரு மழையினால் நனைத்ததைப் போலாக்கி நடுங்கி நின்று, பிறகு காலை 5 மணிக்கு கயா வண்டியில் ஏறி (1887ம் ஸு டிசம்பர் மீ 23ம் உ காலை $9^{1/2}$ மணிக்கு) 57 மைல் தூரத்திலிருக்கும் கயா ஸ்டேஷனில் இறங்கிப் பார்க்கவே, முன் நாம் கேட்டிருந்தபடியே கயவாளிகள் என்னும் கூட்டத்தார் கும்பல் கும்பலாக வந்து சூழ்ந்துகொண்டார்கள். ஆனால் எம்மோடு கூட துணையாக வந்த இராமசாஸ்திரிகளும் இரங்கராவ் அவர்களும் அந்தக் கயவாளிகளுக்கு இடங்கொடாமல், இரண்டு பக்கி வண்டிகளைத் தயார் செய்து கொடுத்து அந்தக் கயாவில் மகா சாது புருஷரும், பிரபல புரோஹிதருமாகிய ஸ்ரீ கிருஷ்ணபடங்கர் வீட்டுக்கு அழைத்துக்கொண்டு போய், பால்குணி நதிதீரத்திலிருக்கும் ஸ்ரீ ராம்பாத சன்னதிக்கு அடுத்த பெரிய மாளிகையில் எமக்கு ஜாகா செய்து கொடுத்தார்கள். அன்று மத்தியானம் $(3^{1/2})$ மூன்றரை மணிக்கு காப்பித் தண்ணீரைக் குடித்து இளைப்பாறினோம். அன்று பட்ட கஷ்டத்தினால் சமையல் செய்யச் சக்தியில்லாமையால் அன்று இராத்திரி உபவாசமாகப் படுத்துக்கொண்டோம்.

GAYA - கயாவின்
பூர்வசரித்திரம் அல்லது மகத்துவம்.

இந்தக் கயாவின் பூர்வ சரித்திரம் அல்லது மகத்துவமானது வாயுபுராணத்திலும், கருடபுராணத்திலும் சுமார் எட்டு அத்தியாயங்களில் விஸ்தாரமாகச் சொல்லப்பட்டிருக்கிறது. அதன் கருத்தாவது:– “சுவேதவராக கற்பத்தில் பிரம்மாவானவர் தாவரஜங்கமங்களைச் சிருஷ்டிக்குங்கால், அசுரர் சிருஷ்டி வகுப்பில் நீண்ட தேகமும், காத்திர உருவமான கயாசூரன் என்னும் ஒரு ராக்ஷஷனையும் சிருஷ்டித்தார். அவன் தனது இராக்ஷஷ ஜன்மத்துக்குரிய தாமசாதிகுணங்களற்றுப் பரிசுத்தவானாக இருக்க கோலாகலகரியில் உசவாசநிசுவாசமின்றிக் கடுந்தவம் செய்தான். அப்போது திரிமூர்த்திகள் முதலான தேவர்கள் வந்து பார்த்து அதிசயித்து அவனது தேகம் பிரபஞ்சத்திலிருக்கும் எல்லாவிதத் தீர்த்தங்களிலும், புண்ணிய ஸ்தலங்களிலும், புண்ணிய பருவதங்களிலும், தருமங்களிலும் பரிசுத்தமானதாக இருக்கும்படி வரங் கொடுத்தார்கள். அப்போது திரிமூர்த்திகளில் ஒருவரான பிரம்மாவானவர் அந்த இராக்ஷதனை சாந்தப்படுத்தக் கருதி வந்து “உன் தேகம் அதிக பவுத்திரமானதாக இருப்பதால், உன் தேகத்தின் மீது ஓர் யாகம் செய்யவேண்டுமென்று கேட்க, அதற்கு அவன் சம்மதித்து இந்த (கயா) க்ஷேத்திரத்தில் தலையை வைத்துப் படுத்துக் கொண்டான். அப்போது பிரம்மாவானவர் யாக

வஸ்துக்களையும், ஓதா, அத்திரி, இருத்துவிக்குகளாக காசிபாரதி முனிவர்களையும் சிருஷ்டித்து கயா சூரனுடைய சிரசில் செய்யும் யாகசாலையில் யக்கியஞ் செய்வித்தனர். அப்பொழுது அவனுடைய சிரசு அசைந்தது. அப்போது பிரம்மாவானவர் தன்மரிஷியின் புத்திரியாயும், மரீசியின் பத்தினியுமாகிய **தன்மி** என்பவள் தனது கணவனது சாபத்தினால் சிலையாகிச் சத்தியோலகத்திலிருந்தவளை யமதருமராஜனால் கொண்டு வரச் சொல்லி அந்தகயாசூரன் சிரசின்மேல் வைப்பிக்க, அப்போதும் அந்த சிரசு பின்னுஞ் சலித்துக்கொண்டே இருந்தது. அப்போது பிரம்மாவின் யாகத்தைப் பரிபூரணம் செய்ய, திரிமூர்த்திகளும் மற்ற தேவதைகளும் வந்தார்கள். (ஈசான விஷ்ணு கமலாசன&C.,) என்னும் சிரார்த்த காலத்தில் சொல்லப்படுகிற சுலோகப் பிரகாரம் விஷ்ணுவானவர் கோதாதர சுவரூபராகி சலித்துக் கொண்டிருந்த கயாசூரனுடைய சிரசின்மேல் வைக்கப்பட்ட சிலையின்மேல் தமது காலை வைக்கச் சிரசினுடைய நடுக்கம் நிற்க, பிரம்மாவானவர் யாகத்தைப் பூர்த்தி செய்து கொண்டார். அப்போது அந்த கயாசூரன் மஹா விஷ்ணுவை நோக்கித் தாம் கேட்கும் வரத்தைக் கொடுக்க வேண்டுமென்று பிரார்த்திக்க, அஃது யாதென, மஹாவிஷ்ணுவாகிய தாங்கள் இப்போது சேவை சாதித்த கேதாதர சுவரூபராக இந்த க்ஷேத்திரத்திலிருந்து, இந்த க்ஷேத்திரத்தை எல்லாத் தீர்த்தங்களிலும், எல்லாத் திவ்விய ஸ்தலங்களிலும் சிரேஷ்டமானதாக்கி இதைத் தரிசிப்பவர்களுடைய சகலவித பாவங்களைப் போக்கி பாவனராக்கியும் "**பிரம்மணோன பிண்டம் தத்தியாகயாசிரே**" என்னும் சுலோகத்தின்படி எவர் வந்து பிண்டமிட்டாலும், அவர்களுடைய நூற்றொருகோத்திரத்தார்களும் கடைத்தேறும்படிச் செய்யவேண்டுமென்றுங் கேட்க, மஹா விஷ்ணுவானவர் சகல தேவதைகளின் சம்மதிப்படி அவ்வரங்களைக் கொடுத்து, அன்றுமுதல் விஷ்ணுவானவர் அந்த கேதாதரரூபமாய் அதாவது பரம பிதுர்சுவரூபமாய், இவ்விடத்தில் செய்யும் சிரார்த்த கருமங்களை அங்கீகரித்துக் கொண்டு பிதுர்தேவர்களுக்குத் தேவாதிதேவனாகி விளங்குகிறார் என்பதேயாம். ஆனது பற்றியே இந்த இடத்தை கயா க்ஷேத்திரமென்றும் இப்போதும் பிரதிதினமும் ஆயிரக்கணக்கான ஜனங்கள் வந்து பிண்ட பிரதானங்களைச் செய்து வருகிறார்கள்.

கயாவின் தற்கால ஸ்திதி.

இவ்விடத்தில் அஷ்டகயா செய்யவேண்டியவிதம் எப்படியெனில்:– (1) இந்த க்ஷேத்திரத்தில் பிரவேசித்தவுடனே அழகாக அருகில் ஓடும் **பல்குணி** நதியில் ஸ்நானஞ் செய்து, உபவாசமாக இருந்து, விஷ்ணு பாதத்தைத் தரிசனம் செய்ய வேண்டும். இந்த விஷ்ணு பாதத்தின் ஆலயம் பால்குணி நதியின் கரையில் கருத்த கற்களால்

வெகு நேர்த்தியாகக் கட்டப்பட்டு, அதன் ஸ்தூபிகள் வாழைப்பூ வடிவமாகித் தங்க கலசத்தோடும், கொடி (ஜண்டாவோடும்) ஜுவலிக்கிறது. அதற்கு அதிக சமீபத்தில் **கேதாதர** சுவாமி சன்னதி இருக்கிறது. இந்த கேதாதர சுவாமி விக்கிரகம் சுமார் இரண்டு முழ உயரமும், சுவரில் சாய்ந்த பாவனையாகவும் வைக்கப்பட்டிருக்கிறது. விஷ்ணுபாத கோயிலுக்குள் இரண்டு மூன்று கெஜ சுற்றளவுள்ள தொட்டியில் ஒரு பாறையின்மேல் ஓர் பெரிய மனுஷனுடைய பாதத்தைப்போல் பதியப்பட்டிருக்கிறது. அந்தப் பாதத்தை உற்றுபார்க்கில், இயற்கையான பாதத்தைப் போலிருக்கிறதே யொழிய, செயற்கையான பாதத்தைப்போல் பிரகாசிக்கவில்லை. மகா பூசை காலத்தில் இந்தப் பாதத்துக்குக் குங்கும ரேகை முதலான சிங்காரங்கள் செய்து கொண்டாடுவதன்றியில் அதைச் சிறிய வெள்ளைத் துண்டு துணிகளில் பதிப்பித்து பூஜையில் வைத்துக்கொள்ள யாத்திரைக்காரர்கள் ஐந்தாறு அணா கொடுத்து விலைக்கு வாங்குகிறார்கள். இந்த விஷ்ணு பாதத்தை யாவரும் தொட்டுச் சுயமாக பூஜை செய்துகொள்ளலாம். இவ்விடத்திலும் மாடுகளின் உபத்திரவம் அதிகம். பூஜைக்குக் கொண்டுபோகிற புஷ்பங்களைப் பிடுங்கித் தின்றுவிடுகின்றன. இந்தப் பாதத்தைச் சுற்றிலுமிருக்கும் தொட்டிக்குத் தஞ்சாவூர் மகாராஜரால் வெள்ளித் தகடுகளைக்கொண்டு மூடப்பட்டிருக்கின்றன. கோயிலுக்குள் சேரும் தண்ணீரும் கசகசவென்றிருக்கிறது. வெளியில், அழகான கல்மண்டபமிருக்கிறது. இதில் ஜெயப்பூர், பரதபூர் முதலான இராஜாக்களுடைய படங்கள் கட்டித் தொங்கவிடப்பட்டிருக்கின்றன. இவ்விடத்தில் சில கயாவளிகள் கனப்புச் சட்டிகளோடு காவல் செய்கிறார்கள். இந்த விஷ்ணு பாதத்துக்குச் சமீபமாய் அஷ்டபாதங்கள் ஒரு பெரிய சிலையின் மேலிருப்பதாக ஒரு பெரிய மண்டபம் கட்டியிருக்கிறது. இந்தக் கட்டடமும், விஷ்ணுபாத ஆலயமும் மற்றும் அருகிலிருக்கிற பல ஆலயங்களும் மஹா தரும பத்தினியாகிய அஹலியாபாய் அம்மாள் அவர்களால் கட்டிவைக்கப்பட்டன. இந்த ஆலயம் 8 அடி நீளமும் 100அடி உயரமுமுள்ள கோபுரத்தை உடையதாய் 3,00,000 ரூபாய் செலவிட்டுக் கட்டப்பட்டது. அந்த அம்மாள் அவர்கள் இந்த இடத்தில் செய்த அன்னதான தருமங்கள் அநந்தம். அவைகளில் ஒன்றுகூட இப்போது சிரமமாக நடந்துவருவதாகத் தோன்றவில்லை.

(2) இரண்டாம் நாள் பல்குணி நதியில் சிராத்தம் செய்ய வேண்டும். பிண்டங்களைப் பல்குணி நதியில் வைக்க வேண்டும். இதற்குக் கயவாளிகள் என்றவர்களைத் தவிர வேறு புரோஹிதர்களை வைத்தால் பிரமாதமான சண்டை சச்சரவுகளுண்டாகும்.

(3) மூன்றாம் நாள் கயா பட்டணத்துக்குச் சுமார் ஐந்தாறு மைல் தூரத்திலுள்ள பிரேத பருவதத்துக்குப் போய்ப் பிண்டப்பிரதானங்கள் செய்யவேண்டும். இந்தப் பிரேத பருவதமானது முன்சொன்ன தன்மி என்னும் பதிவிரதையின் சிலையே இப்படிப் பருவதமாகி விட்டதென்று சொல்லுகிறார்கள். இந்தப் பர்வதத்துக்குப் போக அடிவாரம் வரையில் நல்ல ரோட்டுகள் போடப்பட்டு, பக்கிகளென்னும் இரட்டைக் குதிரை கோச்சு வண்டிகள் போய் வருகின்றன. இந்த வண்டிகளுக்குக் காசியிலிருப்பதைப் போலவே சத்தம் ஏற்படுத்தப்பட்டிருக்கிறது. இந்தப் பருவதத்தின் அடிவாரத்தில் பிரம்ம குண்டம் என்னும் அழகிய தடாகம் கட்டப்பட்டிருக்கிறது. ஜலம் மாத்திரம் கெட்டுப்போயிருக்கிறது. சமீபத்திலுள்ள அழகான ஸ்ரீராமர் சன்னிதியில் ஸ்படிகம் கற்களினால் செய்யப்பட்ட விக்கிரகங்கள் வைக்கப்பட்டிருக்கின்றன. சமீபத்தில் பிண்டை பிச்சி என்கிற கடைக்காரன் ஒருவன் அந்தத் தினத்தில் பிண்டப் பிரதானங்களிட வேண்டிய சாமான்களைத் தயார் செய்து வைத்துக்கொண்டு இரண்டு ரூபாய் விலைக்குக் கொடுக்கிறான். அந்தப் பிண்டசாமிக்கிரிகளில் பிராம்மணர்களுக்கு அரிசியும், ஏனையோருக்கு மாவும், எள்ளும், தர்ப்பையும், தேனும், நெய்யும், ஒரு மண்பாத்திரத்தில் வைத்துக் கொடுக்கிறான். அந்த சாமான்களை **“சேட்ஷி”** என்கிற புரோகிதன் எடுத்துக்கொண்டு பிண்டமிடுவோருடன் மலைமேல் வருகிறான். அப்படி வருபவனுக்கு இரண்டு ரூபாய் கொடுக்க வேண்டும். இந்தப் பிரேத பர்வதத்துக்கு நேபாள தேசத்து மஹாராஜா லக்ஷக்கணக்கான பொருளைச் செலவு செய்து பழைய படிகளைச் சுமார் 350 படிகளாகப் புதுப்பித்துக் கருங்கல் சுண்ணாம்புக் காரையினால் கைப்பிடிச்சுவர்களை வைத்துக் கட்டியிருக்கிறார். இவ்வித வழியானது நேர்த்தியாகவும், பந்தோபஸ்தாகவும் இருந்தாலுங்கூட, செங்குத்தாக இருப்பதால் ஏறி இறங்குவது கஷ்டமாகவிருக்கிறது. மலையின்மேல் ஜலங்கிடையாது. தங்குவதற்குப் பெரிய புளியமரங்களிரண்டிருக்கின்றன. அவ்விடத்திலிருந்து பார்த்தால் கயாவின் சுற்றுப் பக்கத்தின் காக்ஷி வெகு இரமணீயமாக இருக்கின்றது. பூர்வம் பாடலீபுரத்தைச் சார்ந்த **சம்பகாரணிய** மிதுவேயாகையால், மயில் முதலான பலவித பக்ஷிகளும், மான் முதலான பலவித மிருகங்களும் துள்ளி நடித்துத் திரிந்து விளையாடும் வேடிக்கையை என்னென்று சொல்லுவோம். இவ்வித காக்ஷிகளைப் பார்வையிட்டதும் மலையின்மீது ஏறியதனாலுண்டாகிய கால்நோய் தெரியாமல் களிப்புண்டாயிற்று. இந்த மலையின் ஓர் மண்டபத்தில் இராமலிங்கம் என்னும் பெயரால் ஒரு சிவலிங்கம் வைக்கப்பட்டிருக்கின்றது. அதற்குச் சமீபத்தில் ஒரு மண்டபத்தின் கீழே சுவர்ணரேகை இருக்கிறது. இது ஒருவித வர்ணக்கல் என்று நமக்குத் தோன்றுகிறது. இந்த மலையில் பிரேத கயாவளிகள் என்று வேறொரு வகுப்பார் இருக்கிறார்கள். இவர்கள் பிண்டப்பிரதான

மானவுடனே **பம்** என்ற பெயருடனே கையைத் திருப்பி வாயிலடித்துக் கொண்டு உங்களுடைய பிதுர்க்கள் சொர்க்கஸ்தர்களானார்கள் என்று சுபம் சொல்லி அதிக பணங் கொடுக்கச்சொல்லி வருத்துகிறார்கள். இந்தக் கயாவளிகள் யாவரெனில்:– பூர்வத்தில் பிரம்மாவானவர் யாகத்தின் பொருட்டு ரித்துவிக்குகளைப் படைத்தாரே அவர்களுடைய சந்ததியார்களென்று சொல்லுகிறார்கள். இவர்கள் தங்கள் மனைவிமார்களை இராணிவாசிகளாய் அந்தப்புரங்களில் வைத்துக் கேவலம் போகத்துக்கு மாத்திரம் உபயோகித்துக் கொண்டிருக்கிறார்கள். இவர்களுடைய கையால் தொட்ட ஜலத்தை புருஷர்கள் தொடக்கூடாதென்று சொல்லி வெளிநாடுகளிலிருந்து ஓடி வந்துவிடும் விதந்து ஸ்திரீகளைக்கொண்டு சமையல் முதலான வேலைகளைச் செய்துகொள்ளுகிறார்கள். இந்த விதந்து ஸ்திரீகளில் அநேகர் விபசாரிகளாகத் தோன்றுகின்றனர்.

(4) நான்காவது நாள் பிரேதபர்வதத்துக்குப் போகிறவழியில் சாய்புகஞ்சுக்குச் சமீபத்தில் இராமபர்வதம் என்னும் சுமார் 150 படி உயரமுள்ள ஒரு சிறு மலை இருக்கிறது. இந்த மலையின்மேல் நான்கு இடங்களில் பிண்டப் பிரதானங்கள் செய்ய வேண்டும். இந்த மலையின்மேல் சிவமந்திரம், இராமமந்திரம் என்னும் சிறு கோயில்கள் கட்டப்பட்டிருக்கின்றன. இவ்விடத்திலும் பிரேத கயாவளிகள் பம் என்கிற சப்தத்தினால் சுபலம் சொல்லுகிறார்கள். இந்த மலையின்மேலும் ஜலங்கிடையாது. அஷ்டகயா செய்யாதவர்களை இந்த மலையின்மேல் விடுவதில்லையென்று தகராறு செய்கிறார்கள். மலையை விட்டிறங்கி அடிவாரத்தில் மூன்று விடங்களில் பிண்டப் பிரதானங்கள் செய்ய வேண்டும். பிரதிபிண்டப் பிரதானமானவுடனே காருணியம் என்னும் நாற்பது தர்மபிண்ட பிரதானங்களையும் செய்ய வேண்டும்.

(5) ஐந்தாம் நாள் பஞ்சதிகத்பம் என்கிற பெயரினால் ஐந்து கலசங்களைச் சித்தப்படுத்தி சாயிபுகஞ்சு என்னும் இடத்துக்குச் சமீபத்திலிருக்கிற தீர்த்தக்கரையில் வந்து பிண்டப்பிரதானம் செய்து சமீபத்திலிருக்கிற சூரியர் சன்னிதியில் தரிசனம் செய்வித்துக்கொண்டு வந்து கேதாதரசுவாமிக்கு முன்பாகப் பிண்டப்பிரதானம் செய்வித்து ஷை சுவாமிக்கு அபிஷேகம் பூசைகளைச் செய்துகொண்டும், கொஞ்சந்தூரத்திலுள்ள பிதாமயேசுரர் சன்னிதிக்கு வந்து தரிசனஞ் செய்தும், பிரேத கயாவளிகளைப் பூசைபண்ணி வணங்கியும், பல்குணி நதிக்கு வந்து பிண்டப் பிரதானங்கள் செய்து வணங்க வேண்டும். இந்தப் பாகமாகிய பல்குணி நதிதீரத்தில் அநேக பெரிய கட்டடங்கள் கட்டியிருக்கிறார்கள். அநேகர் **“டைடேக்”** என்னும் பெயரால் விசாலமான ஆசார மண்டபங்களைக் கட்டிக் கொண்டிருக்கிறார்கள்.

(6) ஆறாம் நாள் தர்மாரணியம் என்னும் பவுத்தகயாவிடத்துக்குப் போய்ப் பிண்டப் பிரதானங்கள் செய்ய வேண்டும். இது கயா பட்டணத்துக்குச் சுமார் பத்து மைல் தூரத்திலிருக்கிறது. இது பெரிய ஊர். இவ்விடத்தில்தான் ஆதிபுத்தரானவர் ஜனித்து தேகப்பிரம்மவாதத்தைப் போதித்த இடமென்று தோன்றுகிறது. இப்போது இவ்விடமிருக்கிற பிரம்மாண்டமான புராதன பவுத்ததரு என்னும் அரசமரத்தின்கீழ்ப் பவுத்தருடைய கோயில் கட்டப்பட்டு, அநேக பிரதிமைகள் வைக்கப்பட்டிருக்கின்றன. மேலும் ஜகநாதர் என்னும் பெயரால் ஒரு கோயிலும் கட்டப்பட்டிருக்கின்றது. இவ்விடத்தில் நான்கு தடவை பிண்டப் பிரதானங்கள் செய்ய வேண்டும்.

(7) ஏழாம் நாள் தர்மாரணியத்துக்குச் சமீபத்திலிருக்கிற பிரம்மசரசுக்குப் போய்ப் பிண்டப் பிரதானங்கள் செய்து காக்கைபலி, ஏமபலி, சுவர்ணபலி, என்று மூன்று பலிகளைச் சமீபத்திலிருக்கிற மண்டபத்தில் போட்டு அருகிலிருக்கும் புராதன மாமரத்தைச் சுற்றி வந்து வணங்க வேண்டும்.

(8) எட்டாம் நாள் விஷ்ணுபாத சன்னிதிக்கு அருகிலிருக்கிற அஷ்டாதேச பாதத்தின்பேரில் பதினெட்டு தரம் வெவ்வேறாகப் பிண்டப் பிரதானங்கள் செய்து அந்தப் பாதங்களுக்கருகில் நந்திதீபம் என்னும் நெய் விளக்கு வைத்து, பிதுர் தேவதைகள் எந்த லோகத்திலிருந்தபோதிலும், சுபலம் கிடைக்கவேண்டுமென்று பிரார்த்திக்க வேண்டும்.

(9) ஒன்பதாம் நாள் பல்குணி சிராத்தத்தைப்போலவே விஷ்ணு பாதத்தை நோக்கி அன்னசிராத்தம் முடித்து, விஷ்ணு பாதத்தின்மேல் பிண்டப் பிரதானங்கள் செய்யவேண்டும். அந்தப் பிண்டங்களைக் கொண்டுவந்து விஷ்ணு பாதத்தின்பேரிற் போடவேண்டும். போட்டவுடனே பசு மாடுகள் அவைகளைத் தின்றுவிடுகின்றன. இந்தக் காலத்தில் பிராம்மணர்களுக்குப் பசுதானங்கள் கொடுக்கவேண்டும்.

(10) பத்தாம் நாள் வடசிராத்தம் செய்யவேண்டும். இந்த அக்ஷயவடவிருக்ஷம் விஷ்ணுபாத சன்னிதிக்கு சுமார் ஒரு மைல் தூரத்தில் ஓர் மேட்டின்மேல் இருக்கிறது. இதற்குச் சமீபத்தில் ருக்மணி குண்டம்,, கதாலோலம் என்னும் இரண்டு சிறுகுளங்களிருக்கின்றன. இவ்விடங்களில் முதலில் பிண்டப் பிரதானங்களைச் செய்தபிறகு அக்ஷயவட விருக்ஷத்தருகில் இருக்கும் மண்டபத்தண்டையும் விருக்ஷத்தினடியிலும் செய்ய வேண்டும். இந்த அக்ஷய வடவிருக்ஷம் எத்தனையோ யுகங்கள் கண்டதென்று கண்டவுடனே சொல்லலாம். வெகு புராதன காலத்து மரமாகையால் மேல்மரம் வற்றலாகி

அடிவேர்கள் மாத்திரம் தழைத்து வருகின்றன. இந்த விருக்ஷத்தை எவராகிலும் தொட்டு கஷ்டப்படுத்தாதபடி சுற்றிலும் சுவர்களும் கதவும் வைத்துப் பூட்டுப் போட்டிருக்கின்றனர். இந்த வடசிரார்த்தம் செய்து வடவிருக்ஷத்தின் அடியில் பிண்டப்பிரதானம் செய்தபிறகு கயாவளிக்குப் பிரம்மகல்பித பிராம்மண பூஜை செய்து பிதுர் தண்டனையென்னும் பெயரால் கையில் ஒரு புஷ்ப மாலையைப் போட்டுச் சுற்றிக் கட்டி, தமது சொத்து இன்னவென்றும், எவ்வளவு கொடுக்கிறாய் என்றும் கேட்டுச் சாயந்தரம் வரையில் அவஸ்தைப்படுத்துகிறார்கள். முதலாவது இந்த கயாவளிகள் காலையில் ஸ்நானம் செய்தும் சாப்பிட்டும் தாம்பூலம் போட்டுக்கொண்டும் குதிரைச் சவாரியில் இந்த இடத்திற்கு வருகிறார்கள். வரும்போது ஒரு நார்மடியைக் கையில் கொண்டுவந்து, வடவிருக்ஷத்துக்குச் சமீபத்தில் வந்தவுடனே சவாரி உடைகளைக் களைந்து ஒரு இடத்தில் வைத்துவிட்டு, இந்த நார்மடியைக் கட்டிக்கொண்டு சிராத்த கருமங்களைச் செய்விக்கிறார்கள். ஆகவே, இவர்களுக்குப் பசிவருத்தம் தெரிகிறதில்லை. ஆனால் சிராத்தம் செய்பவருடைய சங்கடம் தெரியாமல், சாயுங்காலம் வரையில் வருத்திக் கடைசியாகக் கொடுத்ததை வாங்கிக் கொண்டு புஷ்பமாலையை அவிழ்த்து, முதுகிலடித்து உன் பிதுர்கள் சொர்க்கத்தை அடைந்தார்கள் என்று சுபலம் சொல்லுகிறார்கள். இவ்விடத்தில் எப்படிப்பட்ட தனவந்தர்கள் வந்தபோதிலும் கயாவளிகளிடம் படும் கஷ்டம் கொஞ்சமல்ல. இந்தக் கயாவளிகளில் மஹா நல்லவரான கிருஷ்ணபடங்கர் அவர்கள் எமது தமக்கை முதலானவர்களுக்கு அக்ஷயவட சிராத்தம் செய்வித்தபோது யாதொரு வம்பு விரோதங்கள் செய்யாமல் சுமார் 35 ரூபாய்க்குள் செய்வித்து யாதொரு தொந்திரவுங் கொடாமல், நமக்கு வேண்டிய உதவிகளனைத்தையும் செய்து உபசரித்தார். இவ்விடம் பிண்டப் பிரதானங்கள் செய்து ஜாகைக்குப் போகும்போது ஒருவிதமான கீச்சிடு சப்தமான நாகசுரங்களை ஊதிக்கொண்டும் கொட்டு முழக்கங்களுடன் மரியாதை செய்துகொண்டும் போய்விடுகிறார்கள்.

(11) பதினோராம் நாள் அஷ்ட தீர்த்தங்களென்னும் இராமகயா என்கிற ஒரு சிறு மலையின் கீழிருக்கும் மதுசிரவம் என்னும் தீர்த்தத்திலும், கயாசிரசி என்கிற இடத்திலும், கூபகயா என்கிற சிறிய கிணற்றண்டையும், மிருடபிரஷ்டம் ஆதிகயா, உபத்தம், பீமகயா, கோஷ்பதம், வைதுருணி என்றாதி பத்து ஸ்தலங்களிலும் பிண்டப் பிரதானங்கள் செய்யவேண்டும். இந்தப் பிண்டப் பிரதானங்கள் அஷ்ட கயாவைச் சார்ந்தவைகளல்ல. இப்படிப்பட்ட உபதீர்த்தங்கள் ஆயிரக்கணக்காக இருப்பதால் கயாவளிகள் பணத்தாசைக்காகச் செய்யச் சொல்லி உபதேசிக்கிறார்கள். இந்த உபதீர்த்தங்களில் பிண்டப்

பிரதானங்களைச் செய்யாமல் விட்டபோதிலும், இராமசாகரம் என்னும் தீர்த்தத்திலாவது கட்டாயமாகச் செய்யச்சொல்லி வருத்துகிறார்கள். இவ்விடத்தில் செய்தேதீரவேண்டும்.

(12) பன்னிரண்டாம் நாள் நியூன பரிபூரண விஷ்ணுபத சிராத்தத்தை விஷ்ணுபாதத்தின்மேல் அபிஷேகம் செய்து, ஒரு லக்ஷம் துளசிகளைக் கொண்டு அர்ச்சனை செய்து அந்தக் குப்பலின்பேரில் பிண்டப் பிரதானங்கள் செய்ய வேண்டும். இத் தென்தேசத்தார் சுத்த சிராத்தம் என்று சொல்லிப் பஞ்சதிராவிடர்களே பிராமணார்த்தம் சொல்லி முடித்து விடுகிறார்கள். இது விஷயத்தில் கயாவளிகள் சண்டை சச்சரவுகள் செய்கிறதில்லை.

(13) பதின்மூன்றாம் நான் பல்குணி நதியிலும், சாவித்திரி என்கிற மடுவிலும் உதயகாலத்தில் ஸ்நானம் செய்து சமீபத்திலே இருக்கிற சிறிய ஆலயத்தில் காயத்திரி தேவதையைத் தரிசித்தும் தியானித்தும், பிராதக்கால சந்தியா வந்தனங்களை முறைப்பிரகாரம் செய்யத் தப்பிய பாபங்களைப் போக்கும்படி பிரார்த்தித்தும், சமீபத்தில் பிரம்மயோனி என்ற பெயருள்ள சிறுமலையின் கீழேயிருக்கிற காயத்திரி தீர்த்தத்தில் ஸ்நானம் செய்து மத்தியானிகம் செய்துகொண்டு சுமார் இரண்டு மைல் உயரமுள்ள ஷ பிரம்மயோனி பருவதத்தின் மீதேறி அவ்விடத்தில் யோனிரூபமாக இருக்கும் துவாரத்தில் (இனி ஜன்மங்க ளெடுக்காதபடி) நுழைந்து வந்து தியானித்து மலையை விட்டிறங்கி, சுமார் இரண்டு மைல் தூரத்திலிருக்கும் தருமாரணியம் என்னுமிடத்திலிருக்கும் சரசுவதி நதியில் ஸ்நானம்செய்து சந்தியாவந்தனம் செய்யவேண்டும். இப்படிச் செய்வதனால் திரிசந்தியா காலங்களில் நேர்ந்த பாவங்கள் போகுமாம்.

பஞ்சகயை செய்கிறவிதம்.

முதல்நாள் பல்குணி நதியில் சிராத்தம் செய்தும், இரண்டாம் நாள் முன்சொன்ன பஞ்சதீர்த்தங்களில் பிண்டப் பிரதானங்கள் செய்தும், மூன்றாம் நாள் விஷ்ணு பாதத்தின்மீது சிராத்தம் செய்தும், நாலாம் நாள் விஷ்ணுபாத க்ஷேத்திரத்திற்குக் கிழக்கே இருக்கிற சிறிய வடவிருக்ஷத்தண்டையிலிருக்கும் தருமசாலையில் சிராத்தம் பிண்டப் பிரதானம் இவற்றைச் செய்தும் கயாவளிகளிடம் சுபலம் பெற்றுக் கொள்ளுதலாம்.

ஏதோதிஷ்டம் செய்கிறவிதம்.

முதல்நாள் பல்குணி நதி சிராத்தம் செய்தும் இரண்டாம் நாள் விஷ்ணுபதி சிராத்தம் செய்தும், விஷ்ணுபாதத்தின் மேல் பிண்டப்

பிரதானங்களைச் செய்தும், உடனே அந்த விஷ்ணுபாதத்தருகிலேயே கயாவளிகளிடம் சுபலம் பெற்றுக் கொள்ளுதலுமாம்.

பல்குணி சிராத்தம்.

முதல்நாள் பல்குணி நதியில் சிராத்தம் செய்து பிண்டப் பிரதானமானவுடனே கயாவளிகளிடம் சுபலம் பெற்றுக்கொண்டு பிண்டங்களைப் பல்குணி ஊற்று ஜலத்தில் கலக்கிவிடுதலாம்.

கயாவில் சொல்லுகிற சங்கல்பம்.

“வைவஸ்த, மன்மந்தரே, மேரு தக்ஷணதிக்பாகே, ஆரியவர்த்தாந்திகத மகததேசே, கயாகேதாத்திரி க்ஷேத்ரே, கோலாஹலபர்வதே, மதுவனே, விக்கிரமசகே, பவுத்தாவதாரே, பிரஹஸ்பத்தியாமானேன– நாமசம்மச்சரே, ஆத்மஹிரதயேடோத்திர, சத்ருலோத்தாரணார்த்தம்“ என்று சொல்லுகிறார்கள். இந்த சங்கல்பத்தைச் சொல்லும் கயாவளிகளுடைய மதம் என்னவென்று விசாரணை செய்ததில், அவர்கள் சுமார் 600 அல்லது 700 வருஷங்களாக மத்துவமதத்தை அனுஷ்டித்துவருவதாகத் தெரிவருகின்றதன்றியில் ஸ்ரீ சக்தி பூரணாசாரியார் சுவாமிகளுடைய மடத்தைச் சார்ந்தவர்களாகவும் தோன்றுகிறார்கள். மதவிஷயத்தில் மாத்திரம் மத்துவமதத்தைச் சார்ந்தவர்களாக இருக்கினும், ஆசாராதி பல விஷயங்களில்” தென்தேசத்து மத்துவமதஸ்தர்களுக்கு வேறுபட்டவர்களாக விளங்குகிறார்கள். இவர்கள் பேசும் பாஷைக்கு மாத்தி என்று சொல்லுகிறார்கள். மகததேசத்தில் மகிமைபெற்றதாகிய இந்தக் கயாவிலும் அநேக சிறிய கோயில்களும் தீர்த்தங்களுமிருக்கின்றன. அவைகளில் மங்களாகவுரி, கயாசுரி என்னும் இரண்டு சக்தி சன்னதிகள் இருக்கின்றன. இவைகளில் ஆடு முதலான பலிகள் விசேஷமாக நடக்கின்றன. மங்களாகவுரி க்ஷேத்திரத்தைப் பதினெட்டுப் பீடங்களில் ஒன்றாகக்கொண்டு விசேஷமாக வணங்கி வருகிறார்கள்.

இந்த கயாக்ஷேத்திரம் மகததேசத்தில் மேன்மைபெற்ற பட்டணங்களில் சிறந்ததாகையால் இதைச் சுற்றிலும் இராஜசிறுகி, சவனாசிரமம், புனப்புனகாநதி, லோகாதண்டம், வைகுண்டம் என்றாதி பெயர்களால் அநேக திவ்விய ஸ்தலங்களும் தீர்த்த நதிகளுமிருக்கின்றன. அநேக ஜனங்கள் வந்து தரிசிக்கிறார்கள். மேலும் பான்கீபூரிலிருந்து கயா பட்டணத்துக்கு வருகிற வழியில் **புனப்புனகா** என்கிற ஜீவநதி ஓடுகின்றது. இந்த நதியில் ஸ்ரீராமபிரானுடைய பத்தினியாகிய சீதாபிராட்டியார் ஒரு காலத்தில் வந்து ஸ்நானம் செய்தது காரணமாக பரிசுத்தமான நதியாகியதால், கயாவுக்குப் போகப்பட்ட யாத்திரைக்காரர் முதலில் இந்த நதியின் கரைமீது இறங்கி க்ஷவரம்

செய்துகொண்டு ஸ்நனம் செய்து சங்கல்பம் செய்துகொண்டுந்தான் கயா க்ஷேத்திரத்தில் பிரவேசிக்க வேண்டும். இப்போதும் அநேக ஜனங்கள் வந்து இறங்குகிறார்கள். இறங்குபவருக்கு வசதியான வனங்களும் தோப்புகளுமிருக்கின்றன. இந்தக் கயாபட்டணம் பூர்வத்தில் மகிமைபெற்ற மிதிலையோடு கூடிய மகததேசத்தைச் சார்ந்தது. இந்த மகததேசம் ஆதியில் ஜனகர் முதலான மஹாராஜர்களாலும், பிறகு அசோகாதி மஹாராஜர்களாலும் செங்கோல் செலுத்தப்பட்டதன்றியில், ஸ்ரீராமருடைய பத்தினியாகிய சீதை முதலானவர்கள் ஜனித்தவிடமாயுமிருக்கிறது. மேலும் பிரபோதசந்திரோதயம், பஞ் சதந்திரம் முதலான சிறந்த நூலாசிரியர்களுடைய ஜனனஸ்தானமாகிய ஷண்பகாரணியமும் இதுவே என்று தோன்றுகிறது. கடைசியாகப் பவுத்த மதத்தை ஸ்தாபித்த புத்தருடைய ஜனன ஸ்தானமும் இந்த கயா க்ஷேத்திரமென்று சரித்திரங்களால் தெரியவருகின்றது. இப்போது பங்காள ராஜதானியைச் சார்ந்த லெப்டினெண்ட்டு கவர்னர் அதிகாரத்துக்குட்பட்ட பேஹார் மாகாணத்தின் பிரிவாகிய இந்த கயா க்ஷேத்திரம் ஒரு ஜில்லாவாக இருக்கிறது. இந்தக் கயா பட்டணம் இப்போது சாஹிப் கஞ்சு (Sahibgange) என்றும், இலஹ பாத்து (Elahabad) என்றும் இரண்டு வகுப்புகளாகப் பிரிக்கப்பட்டிருக்கின்றது. இலஹாபாத்து என்பது பல்குணி நதியோரத்திலிருக்கும் கோயில்களும், கயாவளிகளுடைய வீடுகளும் கடைகளும் அடங்கியவிடம். இந்தப் பாகத்தில் விஸ்தீரணமான வீதிகளில்லை. ஆனால் அநேக கட்டடங்கள் செங்கல் காரையால் தென்தேசத்து வீடுகளைப்போல் கட்டப்பட்டிருக்கின்றன. சந்து ரோட்டுகளில் அசங்கியம் அதிகம். பெரும்பான்மையாக ஸ்திரீ புருஷர்கள் அசங்கிதமான உடை முதலியவற்றைத் தரித்துக்கொண்டு பார்வைக்கு விகாரமாக இருக்கிறார்கள். தனவந்தர்கள் மாத்திரம் காஸ்மீரம் சால்வைகளையும் துப்பட்டாக்களையும் போட்டுக் கொண்டு லக்ஷணமாக இருக்கிறார்கள். கெட்டுப்போன நெய் மிட்டாய் முதலானவைகளின் நாற்றம் அதிகம். இந்தப் பாகத்தில் குடியிருக்கும் பெரும்பான்மையான குடிகள் புரோஹிதம், வைதீகம் விஷயங்களிலேயே பிரவர்த்தித்திருப்பதால் இவர்கள் தங்களுடைய சுத்தி சுகிகரத்தைப்பற்றிக் கவனிக்கிறதில்லை போல் தோன்றுகிறது. சாஹிப்கஞ்சு என்பது புகைவண்டி ஸ்டேஷனுக்கும், இலஹாபாத்தென்னும் பாகத்துக்கும் இடையிலிருக்கின்றது. இந்தப் பாகத்தில் இங்கிலீஷ்காரர்கள் வந்து குடியிருப்பதால் சாஹிப்கஞ்சு என்று பெயர்பெற்றது. இந்த சாஹிப் கஞ்சானது அகலமும் அழகுமான ரோட்டுகளை உடையதாயும் வரிசைவரிசையாகவும் சதுரங்கப்பட்டணமாகவும் கட்டப்பட்டிருக்கிறது. காசிப்பட்டணத்தைப்போல் வீடுகள் ஏழடுக்கு எட்டடுக்குள்ளதாயிராவிட்டாலும், நான்கைந்தடுக்குகளுடன் மண்ணாலும் செங்கற்களாலும் கட்டப்பட்டிருக்கின்றன. வர்த்தகம்

விசேஷமாக நடக்கின்றது. சகல பதார்த்தங்களும் நயமான விலைக்கு அகப்படுகின்றன. உக்கா குடுக்கைகளையும், உக்கா குடிக்கும் மருந்துகளையும் கஞ்சாவையும் மலைகளைப் போல் குவித்துவைத்து அவைகளுக்காக இரண்டு மூன்று பெரிய கடைவீதிகளிருக்கின்றன. இப்போது சுமார் பத்தாயிரத்துக்கு மேற்பட்ட வீடுகளும் சுமார் 43,45,10 ஜனங்கள் வரையில் இருக்கிறதாகத் தெரியவருகிறது. இந்தப் பாகத்திய ஸ்திரீபுருஷர்கள் சுத்தமாகவும் லக்ஷணமாகவும் இருக்கிறார்கள். சிங்காரித்துக்கொண்டும் மாடிகளின்மீது உக்காக்களைக் குடித்துக்கொண்டும் வழிப்போக்கர்களை மயக்குகிறார்கள். இது பெரிய ஷகரானபடியினால் ஜட்ஜி கோர்ட்டும், மாஜிஸ்திரேட்டு கோர்ட்டும், தபாலாபீசும், ஆஸ்பத்திரியும், பாடசாலையும், இன்னும் அநேக பெரிய கட்டடங்களுமிருக்கின்றன. இந்த சாஹிப்கஞ்சுக்குச் சமீபத்திலிருக்கும் இரமணா (Ramana) என்னும் இடத்தில் ஆங்கிலேயர் குடியிருக்கிறார்கள். இந்த நகரத்தைச் சுற்றிலும் ஒருவிதக் கருங்கல் குன்றுகள் விசேஷமாக இருப்பதால் அவைகளைக் கொண்டுவந்து கூசாக்களாகவும், படிகங்களாகவும், கல்வங்களாகவும், செம்பு, படி முதலான தட்டுமுட்டுகளாகவும் சிவலிங்கங்களாகவும் பொம்மைகளாகவும், வெகு நயமான வேலைப்பாடாக செய்து குறைந்த விலைக்கு விற்கிறார்கள். இதே மாதிரியாகவே இராசகிரி டிகாரி என்னும் சுற்றுப்பக்கத்து மலைகளில் அகப்படும் பளிங்குக் கற்களைக் கொண்டுவந்து அவைகளையும் மேற்சொன்னவிதமாகத் தட்டுமுட்டு சாமான்களாகச் செய்து விற்பதன்றியில், சிவலிங்கங்கள் மற்றும் பலவிதமான பிரதிமைகள் குண்டுமணி குளிசங்களையும் செய்து விற்பனை செய்கிறார்கள். மேலும் வெள்ளி, பித்தளை, தாம்பிரம் முதலான லோகங்களில் தட்டுகள் செய்து அவைகளில் ஸ்ரீராமருடைய பாதத்தைப்போலப் பதிப்பித்து விற்பதால் யாத்திரை செய்யும் இந்துக்கள் இவற்றை ஏராளமாக வாங்குகிறார்கள்.

பூசார விவரம்.

இவ்விடத்தில் பூமியானது விவசாயத்துக்கு வளப்பமானதாய் இருக்கின்றது. கோதுமை, துவரை முதலான தானியங்கள் எதேஷ்டமாகவும் செழிப்பாகவும் விளைகின்றன. மஷ்டாரி பருப்பு என்று ஒருவித புது தானியம் வெள்ளைக் களிப்பான பூமியில் செழிப்புடன் வளருகின்றது. இதோடுகூட ஒரு தினுசு கொள்ளும், பட்டாணியும் அதிக உழைப்பில்லாமல் களிமண் பாங்கான பூமியில் விளைகிறதன்றியில், அலிசல் என்னும் எள்ளைப் போன்ற ஒருவித தானியமும் லாகி என்னும் ஒருவித பருப்பு தானியமும் கொடிவிட்டுப் புஷ்பித்து விஸ்தாரமாக விளைகின்றன. இவ்விடத்தில் பெரும்பாலும் ஒரே ஏற்றத்தை உபயோகிக்கிறார்கள். அதாவது ஏற்ற மரத்தின் ஒரு பக்கத்தில் பளுவான மண் கட்டி அல்லது

கல்லைக் கட்டி, மற்றொரு பக்கத்தில் சாலையைக் கட்டி ஒரே ஆள் நின்றுகொண்டு தண்ணீர் பாய்ச்சப்படுகின்றது. இதற்கு டெக்கீல் என்று பெயர். இவ்விடத்தில் இலந்தைப் பழங்கள் பெரிய கொய்யாப் பழங்களைப்போலப் பெருத்து ருசிகரமானவைகளாக இருக்கின்றன. இலுப்பைப் புஷ்பத்தினால் ஒருவித சாராயத்தைக் காய்ச்சுகிறார்கள். ஆலமரத்தைப் பூஜை செய்கிறார்கள். சாப்பிடுவதற்கு விசேஷமாக இலைகளாகப் படாதாதலால் பெரும்பான்மையாரும் கிண்ணிகளில் சாப்பிடுகிறார்கள். கசகசா, போஸ்தகாய் இவை அபரிமிதமாக விளைகின்றன. இவ்விடத்தில் நல்ல வெற்றிலை அகப்படுவது அரிதாக இருக்கிறது. ஆகையால் இரண்டொரு வெற்றிலைக்கு வாசனைத் திரவியத்தைத் தடவி காசுக்கிட்டி பாக்குத்துண்டுடன் விற்கிறார்கள். இந்த கயாக்ஷேத்திரம் சுமார் 95 வருஷங்களுக்குமுன் இராஜா மதிதிரசித் சிங்கு என்னும் ஜமீன்தாரருக்குட்பட்டு, சுமார் ஐம்பது லக்ஷம் ரூபாய் வருமானத்தை அடைந்து கம்பெனியாருக்கும் மூன்று லக்ஷம் ரூபாய் பேரில் கட்டிக்கொண்டு வந்தார். பிறகு லார்டு காரன்வாலீசு காலத்தில் முழுதும் இங்கிலீஷ்காரர் வசமாகிவிட்டது. இப்போதும் அநேக ஜமீன்தாரர்களிருப்பதன்றியில், கங்கா விஷ்ணு சோடிலால் முதலான புரோஹிதர்களும் கோடீசுவர்களாகி பெரிய ஜமீன்தாரர்களைப்போல ஆயிரக்கணக்கான ஆள் மாகாணங்களை வைத்துக்கொண்டிருக்கிறார்கள். இவ்விடத்திய ஜனங்களில் பெரும்பாலும் பருவம் கிட்டுமுன் அதாவது அதிக வாலிபராக இருக்கும்போதே மிதமிஞ்சி ஸ்திரீ போகத்தில் பிரவேசிப்பதால் அண்டவாயு, கால்வீக்கம், மகோதிரம் முதலான கொடிய வியாதிகளால் அநேகர் வருந்துகிறார்கள்.

இன்னும் சில நாள்கள்வரையில் இந்தக் கயாவிலிருந்து பார்க்கலாமென்று எண்ணமிருந்தாலும், கல்கத்தா காங்கிரஸ் சபை கூடும் நாள் (டிசம்பர் மீ 27ம் உ) சமீபித்து விட்டபடியால், எமது எண்ணப்படி இருந்து இளைப்பாறக் கூடவில்லை. அன்றியும் சம்சார சமேதராய் கல்கத்தாவுக்குப் போக யோசித்திருந்ததில், அப்போது கல்கத்தாவில் வாந்திபேதி யென்னும் கொடிய வியாதி ஜனித்து அநேகரைக் கொன்று வருவதை (Gaya Varthamani) கயாவர்த்தமானி. (Pioneer) பயனீர் (Indian Mirror) இந்தியன் மீரர் என்னும் சமாசார பத்திரிகைகள் முறையிட்டழுததால், இப்படிப்பட்ட அசந்தர்ப்பமான காலத்தில் பிள்ளைகுட்டிகளுடனும் ஓய்வற்றுப் பிரயாணத்தின் அலைச்சலினால் போதுமான அன்ன ஆகார நித்திரையற்று அவதிப்பட்ட பெண்டுகளையும், அந்தக் கல்கத்தா பட்டணத்துக்குக் கூட்டிக்கொண்டு போக மனம் துணியவில்லை. மேலும், எம்மோடு கூட கூட்டிக்கொண்டு வந்த வைத்தியரையாவது நமக்குச் சகாயமாகக் கூட்டிக்கொண்டு போகலாமென்று யோசித்ததில், நாம் போன காலத்தில் கயாவிலிருக்கும்

பிள்ளைகள், பெண்டுகளுக்கு யாதாவது வியாதி முதலான அபாயங்கள் சம்பவித்தால் திக்கில்லாமல் அவர்கள் அலைவார்களே என்னும் பயமும் வருத்தியது. அதோடு கூட அலைந்துவந்த ஆயுள்வேதக்காரரும், பேதி வாந்தி புகுந்தவிடத்துக்குவர முன்னும் பின்னும் யோசிக்கிறதாகத் தோன்றினபடியால், கடைசியாக எமது சுகதுக்கங்களையும் தேக காப்பையும், சர்வேசுவரருக்கு அடைக்கலமாகச் செய்துவிட்டு தேசாபிமானிகள் கூடும் கல்கத்தாவுக்குப் போகத் தீர்மானித்தோம். நாம் ஒண்டியாகப் போவதால், வழியிலும் ஊரிலும் யாதாவது வியாதி கண்டால் திக்கில்லாமல் தவிக்கவேண்டி வருமென்று நமது டாக்டர் சுரம் கொள்ளை நோய் முதலானவைகளைக் கண்டிக்கும் சில பல மருந்துகளைத் தயார்செய்து எமது பெட்டியில் வைத்ததன்றியில், நாம் நெடுந்தூரம் அன்னபானாதிகளற்று யாத்திரை செய்ய வேண்டியதைக் கருதி வழியில் சாப்பிட "பூரி" என்ற கோதுமை அப்பங்களையும், ஒரு கூசா காப்பித் தண்ணீரையும் தயார் செய்து கொடுத்தார். இவைகளைப் பெற்றுக்கொண்டு எமது பெண்டு பிள்ளைகளை எல்லாம் அந்தக் கயாவின் புரோஹிதர்களில் மகா உத்தம வயோதிகரான ஸ்ரீ கிருஷ்ணபடங்கரவர்கள் கிருஹத்தில் அவராதரணையில் விட்டு, அவர்களுக்குத் துணையாக நமது வைத்தியர், எம்முடன் வந்த பிரயாகை இரங்கராயர், காசி இராமசாஸ்திரிகள் இவர்களையும், வாசலைக் காப்பதற்குத் **தேவதத்தன்** என்னும் சுத்த வீரனையும், காவலாக வைத்தும் (1880ம் ஷு டிசம்பர் மீ 25ம் உ காலை 6 மணிக்கு) புறப்பட்டோம். நாம் கோயமுத்தூரிலிருந்து கொண்டுபோன (Boots) பூட்சு ஜோடுகள் சிறிதாகவிருந்து கால்களைக் கடித்து நடப்பதற்குக் கூடாமற்போனபடியால், இரண்டு ரூபாயில் பெரிய ஜப்பான் பூட்சுகளை வாங்கிக்கொண்டு கயா ஸ்டேஷனுக்கு வர, அவ்விடம் அப்போதுதான் வந்துநின்ற, (மெயில்) புகை வண்டியில் கூடலூர் ஜில்லாவின் பிரதிநிதிகளாகிய மஹாஸ்ரீ தெய்வநாயக முதலியாரவர்கள், மஹாஸ்ரீ கோவிந்தசாமி நாயடுகாரு முதலானவர்கள் சம்சார சமேதராக வந்து இறங்கினார்கள். அவர்களுக்குத் தகுந்த ஜாகை முதலானவைகளைத் தயார் செய்து கொடுக்கும்படி இராமசாஸ்திரிகளுக்குச் சொல்லித் திட்டப்படுத்தி, கயாவிலிருந்து கல்கத்தாவுக்கு $12\frac{1}{2}$ ரூபாய் கொடுத்து (இண்டர்மீடியட் கிளாஸ்) ஒரு டிக்கட்டு வாங்கிக்கொண்டு பகல் 12 மணிக்கு வண்டியேறி அன்று பகல் 2.30 மணிக்கு பான்கீபூர் என்னும் ஜன்க்ஷன் ஸ்டேஷனைச் சார்ந்து, அப்போது அவ்விடம் வந்த ஈஸ்டரன் ரெயில் வண்டியிலேறி 3.30க்கு (Patna) பாடலீபுரத்துக்கு வந்து சேர்ந்தோம்.

புராதன பாடலீபுரம் என்னும் பாட்னாவானது கங்கைக்கு வலது பக்கத்தில் இருக்கிறது. வாயு புராணத்தின்படி இது **அஜாதசத்ரு**வின் பேரனாகிய இராஜ உத்வாசுவாவினால் ஸ்தாபிக்கப்பட்டதாம். அந்த அஜாதசத்துரு கவுதம புத்தருடைய

சஹகாலவாசி. இந்தப் பட்டணத்தை வந்து பார்த்து மேகஸ்தீன் என்பவர் இதை 24 மைல்கள் சுற்றளவுள்ளதாகவும் 570 கோயில் கோபுரங்களையுடையதாகவும் இருந்ததாகச் சொல்லியிருக்கிறார். சீனதேச யாத்திரிகரான **ஹியூன்திசாக்கு** என்பவர் வந்து பார்த்து இதைச் சிறப்பித்து எழுதியிருக்கிறார். மகம்மதியர் இராஜாங்கக் காலத்தில் அவரங்கஜீபுனுடைய பேரன் சாஅஜீம் ஆண்டு வந்தபோது, அவர் ஞாபகச்சின்னமாக மேற்குப் பாகத்தில் சாஅஜீம் என்னும் ஒரு கோரி கட்டப்பட்டு அங்கே வருஷத்தில் 5000 பெயர்களும் மோஹரம் பண்டிகைக்காலத்தில் 1,00,000 ஜனங்களும் வந்து கூடுகிறார்கள். இது கல்கத்தாவுக்கு 332 மைல்கள் தூரத்திலிருக்கிறது. இந்த பாட்னாவுக்கு 50 மைல் தூரத்தில் மொகிமா ஸ்டேஷன் இருக்கிறது. அங்கு 6.30க்குச் சேர்ந்தோம். மொகாமா ஸ்டேஷனிலிருந்து பர்ட்வான் வழியாகக் கல்கத்தாவுக்குப் போகும் (Chard) லைன் (கார்டு) என்ற கிளைப் பாதையும், மாங்கிர், ஜம்மலாபூர் முதலானவைகளின் வழியாகப் போகும் (Loop) லூப் லைன் என்ற வளைவுப்பாதையும் பிரியும் பெரிய ஜங்ஷனானபடியால் இந்தவிடத்தில் புகைவண்டியானது ஒரு மணிக்கு அதிகமாகவே நிற்கிறது. ஆகையால் இவ்விடத்தில் சிற்றுண்டியை உண்டு இளைப்பாறலாமென்று கூசாவின் மேல் மூடியைப் பிடுங்கப் பிரயத்தினப்பட்டதில், அது ஸ்கூருவைத்த மூடியானபடியாலும், அது வளைவுத் தப்பி மாட்டிக் கொண்டதாலும் என்ன உபாயம்செய்து பிடுங்கப்பார்த்தும் வரவில்லை. ஆகவே அதையெடுத்து மூலையில் போட்டுவிட்டுப் பூரியை எடுத்து உண்ணப் பார்க்கையில் அவைகள் தித்திப்புப் பதார்த்தங்களாகையால் அந்தக் கொடிய குளிர்காலத்தில் வாயில் போட வாயே விரும்பவில்லை. அந்த ஸ்டேஷனில் குழாய் ஜலம் வைத்திருந்தாலும் அதைத் தொட்டால் குளிர்ச்சியினால் தேள் கொட்டுவதைப் போலிருந்தபடியால் அதையும் குடிப்பதற்குச் சரிப்படவில்லை. கடைசியாக அந்த இராத்திரியெல்லாம் உபவாசமாக இருக்கவேண்டி வந்தது. ஆனால் நாம் ஏறிப்போன வண்டியில் ஒரு துரைசானியும், இரண்டு துரைமார்களும் வந்தபடியால் அவர்களோடு மத விஷயமான சில விஷயங்களைப் பற்றி சல்லாபனை செய்துகொண்டு போக, பிறகு இராஜாங்க விஷயத்தைப்பற்றிப் பேசவந்து கடைசியாக, "இத்தேசத்தார் நன்றிகெட்டவர்கள்" என்று ஒரு வெள்ளைக்காரன் சொல்ல, அதை நாம் மறுக்க, இருவருக்கும் கைகுத்துச் சண்டை வரும்போலத் தோன்றிற்று. நாமிருந்த (கம்பார்டுமெண்டில்) வகுப்பில் எம்மைத் தவிர சுதேசி யாருங் கிடையாது. எம்மொடு எதிர்த்த வெள்ளைக்காரர்களோ இருவர். அதிலும் பெரிய உத்தியோகஸ்தர்களாயும் திடதாருட்டியர்களாயும் இருந்தார்கள். இப்படிக்கிருந்தும் பயப்படாமல் வாக்குவாதம் செய்து அவர்கள் இத்தேசத்து ஜனங்களின்மீது சுமத்த நினைத்த கெட்ட அபிப்பிராயத்தை நியாயவாயிலாக எடுத்துக்காட்டிப் பிறகு சுமார்

பனிரெண்டு மணிக்குக் குளிரின் உபத்திரவத்தினால் மெய்மறந்து தூங்கினேம். வண்டியானது மறுநாள் காலை சுமார் ஐந்து மணிக்கு (Burdwan) பர்ட்டுவான் ஸ்டேஷனைச் சேர்ந்தது.

BURDWAN. பர்த்துவான்.

ஒரு பகலும் ஒரு இரவும் அன்னபானாதிகளற்று அவதிப்பட்டதினாலும், மலஜலபாதைகளைக் கழிக்க வகையற்றுப் போனதினாலும், அந்த வண்டியிலேயே நேராகக் கல்கத்தாவுக்குப் போகச் சரிப்படாமையாலும், அந்த பர்ட்வான் ஸ்டேஷனில் இறங்கினோம். இறங்கினதும் (மூன்று மணி காலத்துக்கு) $1\frac{1}{2}$ ரூபாய் சத்தத்தின்பேரில் ஒரு (பக்கியை) இரட்டைக் குதிரை கோச்சு வண்டியை வாடகைக்குக்கொண்டு ஏறி, அந்தப் பர்த்துவான் ஊருக்குக் கடைசியில் போய் ஒரு விசாலமானபுலத்தில் மலஜலபாதைகளைக் கழித்துக்கொண்டு, அருகிலிருந்த அழகிய தடாகத்தில் ஸ்நானம் செய்து. அந்த பர்த்துவான் இராஜாவின் புகழ்பெற்ற சிங்கார வனமாகிய உத்தியாவனத்துக்குள் பிரவேசித்தோம். அந்த உத்தியாவனத்தைப் போல் அவ்வளவு அழகிய சிங்காரவனத்தை இந்த இந்துதேசத்தில் மற்றெங்கும் கண்டதில்லை. கல்கத்தாவிலிருக்கும் (Zoo) ஜுலிஜிகல் தோட்டமும், டில்லியிலிருக்கும் விக்டோரியா தோட்டமும், பிருந்தாவனத்திலிருக்கும் குஷ்ம சரோவரமும், ஜெயப்பூரிலிருக்கிற ராமநிவாஸ் என்னும் தோட்டமும், ஆக்ராவிலுள்ள டாஜ்மஹால் தோட்டமும் ஆச்சரியகரமானவைகளென்று சொல்லக்கூடினும், இந்த பர்த்துவானிலிருக்கும் இராஜ தோட்டத்தை அமைத்த விதமே அதிக ஆச்சரியகரமானதென்று யாவரும் சொல்லுவார்கள். இந்தத் தோட்டத்துக்குள் பிரவேசித்தவுடனே இந்த உலகத்திலிருக்கும் பலவித மிருகங்கள், பக்ஷிகள், பிராணிகள், முதலானவைகளை வெகுபுத்திசாலித்தனமாக அமைத்தும், வனத்தில் பலவிதமான விருக்ஷங்களை வைத்தும், அவைகளிடம் போய்ப் பார்க்க நயகாரையினால் சிறுபாதைகள் ஸ்படிகக் கற்களைப் போல் கட்டியுமிருக்கிறார்கள். மத்தியில் அற்புதமான அமைப்புடன் தடாகமும், அதைச் சுற்றிலும் அடுக்கடுக்காக அமைக்கப்பட்ட படிகளும், அந்தத் தடாகத்தில் ஒவ்வொரு மூலையில் ஸ்படிகக் கற்களால் ஸ்திரி பிரமாண சிங்கார ஸ்திரி பிரதிமைகளை நிற்கவைத்தும், தடாகத்தின் மத்தியில் சஞ்சலமற்றுச் சம்சாரம் செய்ய மூன்றடுக்கு மெத்தையுள்ள சிங்கார மந்திரமும் கட்டப்பட்டிருக்கின்றது. சுற்றுப் பக்கத்தின் காக்ஷி பார்ப்பவர்களுக்கே பரிஷ்காரப் படுமேயன்றி புத்தகத்தில் எழுத முடியாது. இப்படிப்பட்ட தடாகத்தையும் உத்தியாவனத்தையும் பார்த்து பச்சப்பசேரென்றிருக்கும் பாக்குமரங்களின் அடியில் உட்கார்ந்து அருணோதய பிரம்ம பிரார்த்தனையும், பிரம்ம தியானமும் செய்துகொண்டு பர்த்துவான் பட்டணம் பார்க்கப் பிரவேசிக்க,

பசியின் உபத்திரவம் பொறுக்கக்கூடாமையால், பட்டணத்தின் உக்கடத்தில் பங்காளிப் பிராமணர் பணம் பெற்றுப் போஜனம் போடும் சத்திரத்தில் போய்க் கேட்க அந்தப் பங்காளி பிராமணர் 8 அணா கொடுத்தால் பத்து மணிக்குச் சாப்பாடு போடுவதாகச் சொன்னார். எமக்கோ பங்காள பாஷை சுத்தமாகத் தெரியாது. அவருக்குக் கொஞ்சம் இங்கிலீஷ் பாஷையின் பொறுக்கு மொழிகள் மாத்திரம் தெரியும். ஆகையால் சமிக்கைகளினால் தெரிவித்து 8 அணாவையும் கொடுத்து, நாம் மாமிச பக்ஷணியல்லவென்றும், கந்தமூல பதார்த்தங்களால் தயார் செய்யும்படியும் சொல்லிப்போனோம். ஏனெனில் பெரும்பான்மையான பங்காளிகள் மாமிச பக்ஷணிகளானபடியால் முன் ஜாக்கிரதை செய்யவேண்டி வந்தது. இந்த பர்த்வான் பட்டணமானது. பங்காள இராஜதானியைச் சார்ந்த ஒரு (டிவிஷன்) பாகம், பிர்பூம் (Birbhum), பான்குரா (Bankura), மதனபூர் (Madanapure), ஊக்ளி (Hugli) முதலானவைகள் கூடி 2,224 சதுரமைல்களுள்ள மாகாணங்கள் இதைச் சார்ந்தவைகள். இதற்குக் கிழக்கே கப்பல் யாத்திரை செய்யும்படியான ஊக்ளிநதி ஓடுவதன்றியில் பாகீரதி நதியும் ஓடுகின்றது. இந்தப் பாகங்களில் உப்பும், மீன்களும், அதிகமாக வியாபாரமாகி வருவதன்றியில்; இரும்பு, புகைவண்டிக்கரி, பருத்தி, புகையிலை, நீலி மருந்துச்சாயம், டாச்சா சில்க்கென்னும் கோராப்பட்டுத் துணிகள் ஏராளமாக வியாபாரமாகி வருகின்றன. நெல், உருளைக்கிழங்கு, ஆமணக்கு, கரும்பு முதலானவைகள் ஏராளமாக விளைகின்றன. பர்த்துவான் பட்டணமானது தாமோதர நதியின் (Domdara) மேல் கட்டப்பட்டுச் சுமார் 98,050 வீடுகளும், சுமார் 70,000 ஜனங்களுமுள்ள அழகிய பட்டணம். பட்டணத்தின் மத்தியில் அந்த இராஜாவின் அழகான அரண்மனை கட்டப்பட்டிருக்கிறது. நகரெங்கும் ரோட்டுகள் செம்மையாகப் போடப்பட்டும், தீபஸ்தம்பங்கள் நடப்பட்டும், குழாய் ஜலம் கொண்டுவரப்பட்டும் அழகாகவிருக்கின்றது. இந்த இடம் கி.பி. 1760ம் ௵ மியர்காசிமினிடம் சமாதான உடன்படிக்கை செய்தபோது ஆங்கிலேயர் வசமாகி 1765ம் ௵ ஷாஹாலம் என்னும் சக்கிரவர்த்தியால் ஊர்ஜிதப்படுத்தப்பட்டது. இப்போது பெயருக்கு மாத்திரம் இராஜபட்டம் பெற்ற ஒரு ஜமீன்தார் வசத்திலிருக்கிறது. இவருக்கு வருஷத்தில் சுமார் 1,30,000 ரூபாய் வரையில் வருமானமுண்டு. 1848ம் ௵ 25,000 ரூபாய்களை மெடிகல் காலேஜ் விஷயமாகவும், வித்தியா உதவி விஷயமாகவும் செலவிட்டதன்றியில் 12,600 ரூபாய் செலவில் பர்ட்டுவான் பாடசாலை ஸ்தாபிக்கப்பட்டது. இதில் பாதிப் பணம் குடிகளால் வரவு. இப்போது கவர்ன்மெண்டு பாடசாலையொன்றும், சர்ச்சுமிஷன் பாடசாலையொன்றும் ஸ்தாபிக்கப்பட்டிருக்கிறது. இந்தப் பட்டணத்தை யெல்லாம் சுற்றிப் பார்த்து அவ்விடத்திய பிரம்மஸமாஜ மந்திரத்துக்குப்

போய் அதன் காரியதரிசியைத் தேடிப்பார்க்க, அகப்படாமையால் புகைவண்டி போகும்காலம் சமீபித்ததினிமித்தம் திரும்பி ஸ்டேஷனுக்கு வரும்வழியில் முன் அச்சாரம் கொடுத்த சத்திரத்துச் சாப்பாட்டிற்குப் போனோம். அந்தச் சத்திரத்துத் தாழ்வாரத்தில் பந்தல் போடப்பட்டு அதில் சுரைக்காய்ச் செடி படர்ந்திருந்தது. அந்தப் பந்தலின்மேல் அப்போதுதான் அறுத்துச் செந்நீர் சிந்திக்கொண்டிருந்த ஒரு புள்ளிமானின் தோல் போடப்பட்டிருந்ததைக் காணச் சந்தேகம் ஜெனித்து, சத்திரத்துப் பங்காளப் பிராமணரை அழைத்துப் போஜனம் தயாராச்சுதாவென்று கேட்க, அவர் உள்ளே போய் ஒரு பித்தளைத் தட்டில் கொஞ்சம் சாதமும், இரண்டு மூன்று பூரிகளும், இரண்டு வேவித்த உருளைக்கிழங்குகளும், சில வெள்ளெலும்புகள் வெட்டுடன் தோன்ற ஒரு பிடி மாமிசமும், கொஞ்சம் துவரை பருப்புடன் கொண்டு வந்து தாழ்வாரத்தில் வைத்துச் சாப்பிடச் சொன்னார். அந்தோ! நாம் மாமிச பக்ஷணியல்லவென்று முன்னமே சொல்லியிருந்தும், அந்த மனுஷன் கேளாமலோ அல்லது தப்பான தர்ஜமாவை ஊர்ஜிதமாகக் கொண்டோ மான் மாமிசத்துடன் அன்னமிட, மனஞ்சலித்து எமது பணத்தையாவது திருப்பிக் கொடுவென்று கேட்க, அவர் அதையும் திரும்பக்கொடேனென்று சாதிக்க, சிவமே யென்று வந்து வண்டியேறி ஸ்டேஷனைச் சேர்ந்து, இரண்டு கிச்சிலிப் பழங்களையும், கொஞ்சம் பாலையும், ஆகாரமாகக் கொண்டு புகைவண்டியேறி அன்று மத்தியானம் இரண்டு மணிக்கு சந்திரநாகூர் என்னும் ஸ்டேஷனைச் சேர்ந்தேம். வழியில் பசி உபத்திரவம் அதிகமானபோதிலும் வழி முழுதும் கங்கை நதியோரமானதால், கண் எட்டுகிற தூரம்வரையில் எங்கே பார்த்தபோதிலும் நெல், கோதுமை, கடுகு முதலானவைகள் பயிர் செய்யப்பட்டுப் பார்க்கப் பார்க்கப் பசி உபத்திரவம் தோன்றவில்லை. கங்கை நீர் பாயும் பூமியானது பயிர் செய்வதற்கு அதிக வளப்பமாக இருப்பதால் பயிர் செய்யாத ஒரு துண்டு நிலமாவது காணக்கிடையாது.

CHANDRANAGORE. சந்திரநாகூர்.

பசி வருத்தத்தைத் தணிப்பதற்கும், பீவர் பத்திரிகையின் ஆசிரியர் பாபு அமிர்தலால் ராய் என்பவரைக் காணக் கருதியும், பட்டணத்தின் அழகைப் பார்க்க விரும்பியும் இந்தச் சந்திரநாகூரில் இறங்கினேம். இது ஊக்ளி நதியோரத்தில் கட்டப்பட்டுச் சுமார் 2330 ஏகரா விஸ்தீரணமும் கல்கத்தாவுக்கு 22 மைல்கள் தூரத்தில் இருக்கிறது. நமது சென்னை புதுச்சேரி கவர்னருடைய அதிகாரத்துக்குட்பட்டது. 1673ம் ஹு பிரான்சுக்காரருடைய அதிகாரத்திலிருக்கும் அழகிய பட்டணம். அங்கிலேயரும் பிரான்சுக்காரரும் இருக்கும் வீடுகளைத் தேவலோக கட்டடங்களைப் போல அந்த ஊக்ளி நதிக்கரையின்மேல் அழகான தோட்டங்களில் கட்டிக்கொண்டிருக்கின்றனர். இப்போது

சுமார் 3,26,700 ஜனங்கள் வரையில் குடியிருப்பதாகத் தெரிய வருகிறது. சுதேசிகளுடைய வீடுகள் பெரும்பாலும் சாதாரணமான குடிசைகளே. ஆனால் எங்குப் பார்த்தபோதிலும் வாழை, கமுகு தோட்டங்களிருப்பதால் ரம்மியமாக இருக்கிறது. பிராம்மணர் முதலான வைதிகர்கள் கங்கா ஸ்நானம் செய்வதற்கு அழகான படிக்கட்டுகள் கட்டப்பட்டிருக்கின்றன. இந்த அழகிய நகரம் கி.பி. 1703ம் ஹூ பிரான்சுக்காரர் வசத்தில் சேர்ந்து டியூபில் (Duple) காலத்தில் சிறப்பைப் பெற்றது. 1757ம் ஹூ கிளைவ் துரையால் பிடிக்கப்பட்டு, 1763ம் ஹூ இங்கிலாந்தில் சமாதானமானபோது மறுபடியும் பிரான்சுக்காரர் வசமாகி, 1893ம் வருஷத்தில் மறுபடியும் அங்கிலேயரால் பிடிக்கப்பட்டு 1816ம் ஹூ நடந்த சமாதானத்தினால் பிரான்சுக்காரர் வசமாகிவிட்டது. இந்தப் பிரான்சுக்காரர் ரோமன் கத்தோலிக் மதஸ்தர்களானபடியினால், ஐரோப்பா கண்டத்தைச் சார்ந்த பாரீசு நகரத்திலிருக்கும் கிறிஸ்து கோயில் பாவனையாகச் சிற்பலங்காரமான கோயில் கட்டிக் கொண்டிருக்கிறார்கள். இவ்விடத்திலும் நமக்குச் சாப்பாடு கிடைப்பது துர்லபமாகிவிட்டபடியால், சுமார் ஐந்து மணிக்கு ஸ்டேஷனுக்கு வந்தோம். அந்த ஸ்டேஷன் மாஸ்டரும், அவருடைய உதவி உத்தியோகஸ்தர்களும் நம்மை உபசரித்துச் சில சமாசார பத்திரிகைகளை வாசிக்கக் கொடுத்தார்கள். இனி கல்கத்தாவில் காங்கிரஸ் சபையார்கள் போய்த் தங்கும் பாபு ஜானகீ நாதுகோஷவாலவர்கள் உத்தியாவன வீடு எமக்குத் தெரியாது. இராத்திரி காலத்தில் அந்தப் பென்னம்பெரிய பட்டணத்தில் அவர் வீட்டை எப்படித் தேடிக் கண்டுபிடிப்பதென்று திகைக்கும்போது பர்த்வான் சமஸ்தானத்தின் டிப்டி மாஜிஸ்திரேட்டானவர் தமது குமாரத்தியையும் மருமகனையும் கல்கத்தாவுக்கு அனுப்ப வழிவிட வந்தார். அந்த மருமகனுக்குச் சுமார் 25 வயது. காலேஜில் வாசிப்பதற்கு மாமனார் வீட்டிலிருந்து மனைவியோடு போகிற அவருக்கு பாபுஜானகீநாத கோஷவர்கள் வீடு தெரியுமாகையால், அவரைத் துணைப் பற்றிப்போகும்படி அந்த டிப்டி மாஜிஸ்திரேட்டும், ஸ்டேஷன் மாஸ்டர்களும் நமக்குப் பரிக்ஷயம் செய்து வைத்தார்கள். அவர்கள் இரண்டாவது வகுப்பு வண்டியில் ஏறியபடியால், நாமும் $1\frac{1}{2}$ ரூபாய் அதிகம் கொடுத்து அந்த வகுப்புச் சீட்டை வாங்கிக்கொண்டு அதே வண்டியிலேறிப் போய்ச் சுமார் 8 மணிக்கு (Howrah) ஹவ்ரா ஸ்டேஷன் என்னும் கல்கத்தாவைச் சேர்ந்தும், இரண்டு ரூபாய் வாடகைக்குக் கோச்சு வண்டியை அமர்த்திக்கொண்டு நாமும் நமக்குத் துணைவர்களாக வந்த வாலிப சதிபுருஷர்களும் வண்டியேறினோம். ஹவ்ரா ஸ்டேஷன் பிரம்மாண்டமான கட்டடம். அவ்விடமிருந்து கல்கத்தா பட்டணத்தைப் பார்த்தால் எங்குப் பார்த்தபோதிலும் தீப கோடிகளும், மாளிகை மண்டபங்களும்,

வண்டிகள் வாகனங்களும் நிறைந்து லண்டன் பட்டணத்தைப் பற்றிப் படித்ததைப்போலிருந்தது. பிறகு ஊக்ளி நதியின்மேல் கட்டப்பட்ட முக்கால் மைல் தூரமுள்ள படகு பாலத்தின் மீது போய் அநேக பெரிய வீதிகள் மாடமாளிகைகள், கூடகோபுரங்களையெல்லாம் கடந்து கல்கத்தா பட்டணத்துக்குக் கடைசியிலிருக்கும் பாபுஜானகி நாத்கோஷவாலவர்கள் வீட்டுக்குச் சுமார் 10 மணிக்குப் போய்ச் சேர்ந்தோம். அவ்விடத்தில் வாந்திபேதி அதிகரித்தபடியால், காங்கிரஸ் சபையாருக்கு (Parke Street) அங்கிலேய துரைமார்களிருக்கும் வீதிகளில் வீடுதிகள் தயார் செய்யப்பட்டதாகவும் எம்மையும் அவ்விடம் போகும்படியாகவும், ஜானகீலால் பாபவர்களுடைய சகோதரர் சொல்லி (ஒரு தர்வான்) சேவகனை எமக்குத் துணையாக அனுப்பினார்கள். இனி மறுபடியும் 7–8–மைல் தூரத்திலிருக்கிற பார்க்கு வீதிக்குப் பசியோடும், அலைச்சலோடும் போய்வரச் சம்பவித்தது. எமக்குத் துணையாக வந்த வாலிப புருஷனும் அவர் மனைவியும் பாலியர்களானபடியால், அவர்களை மறுபடியும் வருத்தக் கூடாதென்றெண்ணி அவர்களைக் கூட்டிக்கொண்டுபோய் அவர்கள் வீட்டில் விட்டுவிட்டு, எமக்குத் துணையாகவந்த சேவகனுடன் பார்க்கு வீதியில் 13ம் நெம்பர் வீடாகிய பெரிய மாளிகைக்கு 12 மணிக்குப் போனோம். அலைச்சலினாலும், பசியினாலும் பிராணன் தத்தளித்தது. ஷ கட்டடத்தின் வாசலில் மஹாஸ்ரீ பி.ஏ.நாராயணசாமி செட்டியாரவர்களும், பாபு கிரஜாபூஷன் மூகர்ஜி அவர்களும் இருந்து எமது பெயரைத் தங்கள் பட்டியில் தாக்கல் செய்துகொண்டு, மேல்மாடிக்கு அனுப்பினார்கள். அங்கு ஒரு பெரிய ரூமில் ஸ்ரீ ஹானரபில் சுப்பிரமணியம் ஐயரவர்களும், இந்து பத்திராதிபர் ஸ்ரீ.ஜி.சுப்பிரமணியம் ஐயரவர்களும் அப்போது கப்பலில் வந்த அலைச்சலினால் படுக்கப் போகிறார்கள். எம்மைக் கண்டவுடனே ஆனந்த பரவசராகி கைலாகு கொடுத்து உபசரித்து க்ஷேமத்தைப் பேசினார்கள். பிறகு சாப்பிடப்போனால், அவ்விடத்திலும் பங்காளி பிராம்மணர்கள் பித்தளைத் தட்டுகளில் சாதம் வைத்துக் கொண்டிருந்ததைக் கண்டு சாப்பிடச் சரிப்படாமல் மஹாஸ்ரீ சுப்பிரமணியம் ஐயரவர்களுடைய சுயம்பாகினியிடம் கொஞ்சம் மிளகுரசச் சாதத்தை உண்டு அடுத்த ஹாலில் படுக்கப் போனோம். அந்த ஹாலில் ஐந்து கட்டில்கள் போடப்பட்டு, அவைகளில் ஒன்றில் பல்லாரி மஹாஸ்ரீ இராயபஹதர் சபாபதி முதலியாரவர்களும் ஒன்றில் பி.ஏ.வெங்கடராயரவர்களும் ஒன்றில் மஹாஸ்ரீ இரங்கநாத முதலியாரவர்களும் படுத்துப் பூரண நித்திரை செய்துகொண்டிருந்ததைக் கண்டு சந்தோஷப்பட்டு, காலியாகவிருந்த ஒரு கட்டிலில் நாமும் படுத்து மெய்ம்மறந்து தூங்கி மறுநாட் காலை யெழுந்து நமது சிநேகிதர்கள் பலம் அங்கு இருக்கக் கண்டு ஆனந்தமடைந்தோம்.

CALCUTTA. கல்கத்தா.

இந்தக் கல்கத்தாவானது பங்காள இராஜதானியைச் சார்ந்தது. அந்தப் பங்காளத்தில் கீழ்நாடுகளில் பங்காளம், ஒரிசா, பேகார், சோட்டா நாகப்பூர் என்னும் நான்கு மாகாணங்கள் ஒரு லெப்டினெண்டு கவர்னரவர்களுடைய அதிகாரத்திற்குள்ளிருக்கின்றன. அவைகள் இந்தியாவில் அதிக வளப்பமுள்ளவைகளாகவும், கங்கை, பிரம்மபுத்திராதி நதிகளால் ஜலாதாரமுடையவைகளாகியும் 1,60,000 சதுரமைல் விஸ்தீரணமும் அதற்குட்பட்ட குறுநில மன்னர்களுடைய நிலத்தோடு 2,00,000 சதுரமைல்களுள்ள விஸ்தீரணமும், சுமார் 7.2 கோடி ஜனவாசமுள்ளதும், அவைகளில் முக்கியமானது பங்காள மாகாணமுமாம். இது இமயமலையடிவாரத்துக்கும், பங்காளகுடாக் கடல்களுக்கும் வடக்கேயுள்ள பாகங்களையுடையது. இம்மாகாணத்தில் ஏராளமாக நெல் விளைகின்றது. இதில் குடியிருக்கும் பங்காளிகள் 4 கோடியாக அதாவது, இந்தியாவின் குடிகளின் ஆறு பெயர்களில் ஒருவன் பங்காளி என்று சொல்லலாம். இந்தக் கீழ்வங்காளத்தின் ரெவினியுவை வசூல் செய்யும் சுதந்திரம் 1765ம் ௵ ஷாஹாலம் சக்கிரவர்த்தியால் ஆங்கிலேயருக்குக் கொடுக்கப்பட்டது 1853ம் ௵ இம்மாகாணங்களுக்கு ஒரு லெப்டினெண்டு கவர்னர் நியமிக்கப்பட்டார். அதற்கு முந்தி இந்தக் கீழ்வங்காளம் கவர்னர் ஜனரலவர்களுடைய அதிகாரத்துக்குட்பட்டு, அந்தச் சிரேஷ்ட தேசாதிபதியவர்கள் இந்த மாகாணத்தில் சிறந்த பட்டணமாகிய கல்கத்தாவிலிருந்து செங்கோல் செலுத்தினார்கள்.

இந்தக் கல்கத்தாவுக்குக் கிழக்கேயிருக்கும் அதிக பாகங்களைக் கங்கை, பிரம்மபுத்திரா நதிகளினாலும், அவற்றின் கிளை நதிகளினாலும் தண்ணீர் பாய்ச்ச ஏராளமாக நெல் முதலான பயிர்கள் செழிப்பாக விளைகின்றன. இந்தக் கிழக்கு வங்காளத்தின் பெரும்பான்மையான ஜனங்கள் கிராமங்களில் குடிசைகளைக் கட்டிக்கொண்டு குடியிருக்கிறார்கள். அப்படிக்கிருந்தும் சில விசேஷ பெரிய பட்டணங்களும் இருக்கின்றன. அவைகளில்

(1) **டாக்கா** என்பது ஒரு விசேஷ பட்டணம். இது கங்கை, பிரம்மபுத்திரா நதிகளுக்கிடையில் இருக்கிறது. இது 12வது நூற்றாண்டில் வங்கநாட்டில் மகம்மதியருடைய பிரதான பட்டணம். இவ்விடத்தில் விலையுயர்ந்த துணிகள் நெய்யப்படுகின்றன.

(2) **ஆஸாம்** இது 1774ம் ௵ கீழ் வங்காளத்தை விட்டுப் பிரிக்கப்பட்டு, பிறகு ஷீல்ட்டு மாகாணத்துடன் சேர்க்கப்பட்டது. இப்படிச் சார்ந்த மாகாணம் 46,000 சதுரமைல்கள் விஸ்தீரணமுள்ளதாயும், $5^1/_2$ லக்ஷம் ஜனங்களுள்ளதாயும், ஷிளாங்கு, காஸிஇல்ஸ், செரபூஞ்சி,

முதலான இடங்களை உடையதாயும், நாகா, ஜயிண்டியா, காசி, காரோ மலைகளையுடையதாயும், ஏராளமாக நெல் விளைவு உடையதாயும் இருக்கிறது. தேயிலைப் பயிர் இந்தியாவுக்குள் முதல்முதல் இந்த இடத்தில்தான் பயிர் செய்து பரிக்ஷிக்கப்பட்டது. அதற்கு ஷிலெட்டும், ஆரஞ்சிப் பழங்களுக்குச் சிறந்த காச்சாகும் தோட்டப்பயிர்களால் புகழ்பெற்றவை.

(3) **ஒரிசா மாகாணம்.** இது கீழ்ப்பங்காளத்தின் தென் மேற்குச் சமுத்திரக் கரையோரத்திலிருக்கிறது. இது *24,000* சதுரமைல்கள் விஸ்தீரணமும் *5* லக்ஷம் குடித்தொகையுமுள்ளது. இது ஆதியில் ஒட்டிரதேசத்தைச் சார்ந்தது. குடிகள் ஒரியா பாஷையைப் பேசுகிறார்கள். இதற்கு பாலசூர், கட்டாக், பூரி என்ற இடங்கள் ஜில்லாக்களாக இருக்கின்றன. அவைகளில் பூரியில் ஜகந்நாதர் கோயிலிருக்கிறது. அதற்கு இலக்ஷக்கணக்கான யாத்திரைக்காரர்கள் போய் வருகிறார்கள்.

பூரி ஜகந்நாதத்தின் விருத்தாந்தம்.

ஒரிசா மாகாணமானது தென்மேற்கு வங்காளத்திற்குக் கரையோரமாகவும், சுபான்ரோ, சில்கா ஏரிகளுக்குச் சற்றுத் தூரத்திலும் இருக்கிறது. அதன் சுற்றளவு *24,000* மைல்களும், சுமார் ஐந்து லக்ஷம் ஜனத்தொகையுமுள்ளது. ஆதியில் இதற்கு உத்கலதேசமென்று பெயர். இந்த மாகாணத்தில் பூரி, கொனராக, புவனேசுவர் என்னும் மூன்று கோயில்கள் இருப்பதனால் இது சிறப்புப் பெற்றது. அவைகளில்,

(1) பூரி என்பது சமுத்திரக்கரையோரத்தில் *24,000* குடிகளுள்ளதாயும், ஆதியில் நீலச்சிலா அல்லது நீலமலை என்று பெயரைப் பெற்றதாயுமிருந்தது. அது சுமார் *20* அடிகள் உயரமுள்ள மணல்மேடே. ஆதியில் (கி.மு. *400* முதல் கி.பி. *200*) பவுத்தருடையது. அதற்கு அசோகருடைய சாசனங்களே திருஷ்டாந்தமாகும். எப்படியெனில், புத்ததேவருடைய சீடர்களில் ஒருவராகிய கேமா என்பவர், புத்தருடைய பற்களில் ஒன்றைக் கொண்டு வந்து , அக்காலத்தில் காலிங்க நாட்டில் ராஜனாக இருந்த பிரம்மதத்தனுக்குக் கொடுக்க, அவ்வரசன் அப்பல்லுக்கு ஓர் சிறந்த கோயிலைக்கட்டி, அதற்குத் தந்தபுரமென்று பெயரிட்டு வணங்கி வருகையில், பகையரசர்களுடைய சண்டைக்குப் பயந்து, அந்தப் பல்லை எடுத்துத் தன் குமாரத்தியின் தலைமயிருக்குள் மறைத்து இலங்கைப் புத்தருக்கு அனுப்ப, அவர்கள் அதிக மரியாதையோடு வாங்கி கோயில் கட்டி அதில் வைத்து இன்றளவும் வணங்கி வருகிறார்கள். பிறகு பிராம்மணர் புத்தரையும், விஷ்ணுவின் ஒரு அவதாரமாகக் கொண்டாடவே,

இந்தப் பூரி முதலான இடங்கள் வைணவர் ஸ்தலங்களாயின. அப்படியாகவே, ஹுக்ளி முதல் கோதாவரி வரையில் அரசுபுரிந்த இராஜா **அணங்க பீமதேவர்** கி.மு. 1174ம் ஷு ஆரம்பித்து 1198ம் ஷு வரையில் 7,50,000 ரூபாய் செலவுசெய்து அநேக சிற்பிகளைக் கொண்டு பதினான்கு வருஷ காலங்களாக இந்த ஜகந்நாதருடைய கோவிலைக் கட்டிவிப்பித்து அதற்கு நகை முதலான செலவுகளுக்காக பதினைந்து லக்ஷம் ரூபாய் சொத்தை மானியமாகவிட்டார். அப்படிக் கட்டுவித்த இந்தக் கோயில் 652 அடிகள் நீளமும், 644 அடிகள் அகலமுமுள்ள பிரகாரமும், உள்பாகம் 22 அடிகள் உயரமுள்ள கல்சுவர் மதில்களால் கட்டப்பட்டுமிருக்கிறது. இந்தப் பிரகாரத்துக்குள் அநேக கோயில்கள் இருக்கினும், அவைகளில் முக்கியமானது ஜகந்நாதருடைய ஆலயமேயாம். அதன் கோபுரம் 192 அடிகள் உயரமுள்ளதாகவும், செதுக்கிய கற்களால் சிற்பாலங்காரமாகக் கட்டப்பட்டதாகவுமிருக்கிறது. இப்படிக் கட்டப்பட்ட கோவிலுக்குள் கர்பக்கிருஹம் அதாவது ஜகந்நாதர், பலபத்திரர், சுபத்திரையின் விக்கிரகங்கள் இருக்கப்பட்ட மூலஸ்தான அறையும், சதுர் கச்சேரி அறையும், சபா மண்டப அறையும், ஸ்தம்ப வரிசைகளும் இருக்கின்றன. இந்த அரசன் 10 பெரிய பாலங்களையும் 152 ஸ்நான கட்டடங்களையும் கட்டினாராம்.

இந்த ஜகந்நாத விக்ரகத்தின் விவரம்.

ஸ்ரீ கிருஷ்ணர் அம்பினாலடிபட்டு இறந்து ஒரு மரத்துக்கடியிலிருக்க, அவருடைய அங்கங்களைச் சேர்த்து விக்கிரகமாகச் செய்ய விரும்பிய இந்திரத்துயும்னராஜன் விசுவகர்மாவை வேண்ட, அந்த விசுவகர்மாவும் சம்மதித்துத் தாம் சிருஷ்டிக்கும் விக்கிரகத்தை 15 நாள்களுக்குள் எவரும் வந்து பார்க்கக்கூடாதென்று சம்பந்தம் செய்திருக்கையில், அவ்வரசன் ஆசையினாலும் ஆத்திரத்தினாலும் அந்த வாயிதாவுக்குள் விசுவகர்மாவைப் பார்க்க, அவ்விசுவகர்மா கோபித்து விக்கிரகத்தை மூளியாகவும் விகாரமாயும் செய்தாராம்.

இப்படிப்பட்ட விக்கிரகமானது ஆறு அடி உயரமுற்றதாகவும், உருண்டைக் கண்களும், கூரிய மூக்கும், பிறைப் போன்ற வாயும், கைகால்களற்றுக் கருப்பு வருணமுள்ளதாகவுமிருக்கிறது. பலபத்திரருடைய விக்கிரகமும் சற்றேரக்குறைய அதேவிதமாகவும், வளைந்த கைகளுள்ளதாகவும் சுமார் ஆறு அடிகள் உயரமுள்ள வெள்ளை மரக்கட்டையிற் செய்ததாகவும் இருக்கிறது. சுபத்திரையின் சிலை சுமார் ஐந்தடிகள் உயரமுள்ளதாகவும், சிறிய தலையும், மஞ்சள் வருணமுள்ளதாகவும் இருக்கிறது. இந்த விக்கிரகங்களை 16 அடிகள் நீளம் 4 அடிகள் உயரமுள்ள விசுப்பலகையின்மீது வலது பக்கம் பலபத்திரரையும், இடது பக்கம் ஜகந்நாதரையும்

மத்தியில் சுபத்திரையையும் வைத்துத் தினமொன்றுக்குப் பலதரம் துணிமணிகளால் அலங்கரித்துப் பூசை செய்கிறார்கள். அப்பூசைகளில் மாலையிற் செய்யும் அலங்கார பூசையே சிறந்தது. இந்த ஸ்தலத்தின் விசேஷங்களில் முக்கியமானது மஹாப்பிரசாதமே. அது தாழ்ந்த வகுப்பாரால் சமைக்கப்பட்டாலும் மஹாப்பிரசாதமாக சகல சாதியாரும் வாங்கிச் சாப்பிடுகிறார்கள். இராசகுராடா என்பவர் பிரதிதினமும் பலவகை மிட்டாய்களைச் செய்தனுப்பி, பூஜையான பிறகு அவைகளை விற்று அவ்வரவை அந்த ராஜனுக்கு அனுப்புவது வழக்கமாம். உற்சவங்களில் உஷ்ண உடை உற்சவம், ஹோலிப் பண்டிகை, ஜநந உற்சவம், ஸ்நாந உற்சவம், இரத உற்சவம், சிறந்தவைகள். இவைகளிற் சிறந்தது இரத உற்சவமே. இது ஆவணி மாதத்தில் நடக்கிறது. இந்த இரதம் 45 அடிகள் உயரமுள்ளதாகவும் 16 சக்கிரங்களுடையதாகவும் இருக்கின்றது. இதை 4,200 பெயர்கள் இழுக்கிறார்கள். அப்போது கூடும் கும்பலுக்குக் கணக்கேயில்லை. சிலர் மூட பக்தியினால் இரதச் சக்கிரத்திற் விழுந்து சாகிறார்கள். அப்படி இறப்பவர்கள் நேராக வைகுண்டம் போகிறார்கள் என்று நம்புகிறார்கள்.

கோனராகர் கோயில்.

இது கோனலாக இருக்கும் சூரியன் கோயில். இது பூரிக்கு 19 மைல்கள் தூரத்தில் கரையோரத்தில் 60 அடிகள் உயரமுள்ள மதில் சுவர்களும் அதற்கு மேல் 64 அடிகள் உயரமுள்ள புராதன கோபுரமும், பலவித சித்திராலங்காரமும் உள்ள கருங்கல் கட்டடம். இதன் உள்பாகங்கள் காலமேற்றத்தினால் இடிந்துபோக, இப்போது ஒரு பெரிய அறை மாத்திரம் இருக்கிறது.

புவநேசுவரர் கோயில்.

இது கடகபுரிக்கு 20 மைல்கள் தூரத்திலிருக்கிறது. யயாதிகேசரிராஜன் காலத்தில் கி.பி.500ம் ஷு இக்கோயில் வேலை ஆரம்பிக்கப்பட்டு கி.பி.657ம் ஷு அவ்வரசன் நான்காம் சந்ததியால் முடிவுபெற்று கி.மு.1099, 1104ல் பலிபீடம் கட்டப்பட்டது. இதன் உயரம் 160 அடிகளாம். இதன் விக்கிரகம் 8 அங்குல உயரமுள்ளது. திரிபுவநேசுவரர் என்னும் இம்மூர்த்திக்குப் பிரதிதினம் 22 பூசைகள் நடக்கின்றன. இக்கோயிலைச் சார்ந்த விந்துசாகரம் என்பது விசேஷ தீர்த்தம். ஒருகாலத்தில் ஸ்நான கட்டடத்தில் ஆயிரக்கணக்கான கோவில்கள் இருந்தனவாம். இப்போது 500 அல்லது 600 சில்லறைக் கோவில்களிருக்கின்றன. இந்த கல்கத்தாவுக்குப் பெங்கால், நாகப்பூர் ரெயில்வே ஸ்டேஷனாகவும் 311 மைல்கள் தூரமுள்ளதாகவும், மூன்றாம் வகுப்புக்கு ரூபா 4-1-0 சார்ஜ் ஆகவும், சென்னைக்கு

774 மைல்கள் தூரத்திற்கு ரூபா 10-12-0 சார்ஜ்ஜுள்ள இடமாகவும் இருக்கிறது. இதனருகே இருக்கும் சில்கா குளத்தில் ஸ்ரீசைதன்யர் ஸ்ரீ கிருஷ்ணரிடம் ஐக்கியமாயினராம். ஆகவே அநேக பெங்காளிகள் அடிக்கடி யாத்திரையாக வருகிறார்கள்.

CHOTANAGAPORE. சோட்டாநாகப்பூர்.

இது பேகாருக்கும் மத்திய மாகாணங்களுக்கும் இடையிலுள்ள மலை நாடுகளையுடைய மாகாணம். இது உயர்ந்த மேட்டாந்தரை. இங்கு சந்தாலி, முண்டாரிகால் முதலான பல வகுப்பான குடிகள் கூடி 50,00,000 ஜனங்களிருக்கிறார்கள். மஹாராஷ்டிரர் படையெடுத்து வந்து தாக்கி பாழாக்கினார்கள். இங்கு பார்ஸ்நாதர் என்னும் ஒரு மலை 4,500 அடிகள் உயரத்திலிருக்கிறது. இது ஜயினமதஸ்தர்களுக்கு ஒரு விசேஷ ஸ்தலம் நிற்க.

CALCUTTA I.N. CONGRESS.

கல்கத்தா இ.நா.காங்கிரஸ்.

1887ம் ஹூ டிசம்பர் மீ 27ம் உ காலை பங்காள தேநீரைச் சாப்பிட்டு, சிநேகிதர்களோடு கூடிக்குலாவும்போது இந்தக் காங்கிரஸ் சபைக்குப் போதுமான மகம்மதிய சகோதரர்கள் வராமையால், நமது சென்னை இந்து (The Hindu) பத்திரிகைக்கு மின் தபால் அனுப்ப யோசித்து ஷை பத்திரிகாசிரியரும் எமது ஆப்த சினேகிதருமாகிய மஹாஸ்ரீ ஜி.சுப்பிரமணிய ஐயரவர்களுடன் மின் தபால் ஆபீசுக்கு (Telegraph Office) போனோம். அவ்விடத்தில் உத்தியோகஸ்தர் விஷயமாகத் தப்பான அபிப்பிராய மிருந்தபடியால், அதைப் பற்றிச் சற்றுநேரம் பேசி சமாசாரத்தையனுப்பிவிட்டுத் திரும்புகையில் ஸ்ரீமான் பண்டித சிவநாதசாஸ்திரியாரவர்களைப் (Pandit Sivanatha Sastri M.A) பார்க்க ஆவல் அதிகரித்தது. ஏனெனில் நாம் காசியிலிருந்தும், கயாவிலிருந்தும் அவருக்குக் கடிதங்களெழுதியிருந்தபடியால், அவர் நமக்காக எங்கே வழிபார்த்துக் கொண்டிருக்கிறாரோ அல்லது வெளியில் எங்கேயாவது போயிருக்கிறாரோ என்று சந்தேகம் ஜனித்தது. மேலும் கோயமுத்தூர் முதலான இடங்களிலிருந்து நமக்கு வரவேண்டிய கடிதங்கள் முதலானவைகளை அவர் பெயருக்கு அனுப்பும்படி திட்டம் செய்திருந்தோம். அன்றியும் கோயமுத்தூரை விட்டுக் கல்கத்தாவைச் சேருகிறவரையில் நமது இஷ்ட பந்துக்களுடைய சமாசாரங்களறிவதற்கு வகையில்லை. கடைசியாக, எமது கலாநிதி பத்திரிகை கிரமமாக நடந்துவரும் சங்கதியும் தெரியவில்லை. ஆகவே இத்தியாதி கவலைகளைக்கொண்டு ஷை பண்டிதரவர்களைத் தேடிப் பார்க்க யோசித்தாலும், அந்தக்

கல்கத்தா பட்டணமோ சாதாரணமாக சென்னை, பம்பாயைப் போல் சிறிய பட்டணமல்ல. பெரிய சமுத்திரத்தைப் போல பரந்த பிரம்மாண்ட பட்டணம். மேலும் அப்போது காலை 8 மணிக்கு மேலாகிவிட்டது. 10 மணிக்கெல்லாம் (Government of India House) இந்து தேசத்தின் சிரேஷ்ட கவர்னர் ஜனரலவர்களுடைய வீட்டுக்குப் போகவேண்டிய விதியுமிருக்கிறது. இப்படிப்பட்ட கட்டாய ஸ்திதியோடு கருத்துகளைப் பலவிடங்களிலும் போக்கிக்கொண்டு, கால்மைல் தூரம் வரவே, "கும்பிடப் போன தெய்வம் குறுக்கே வந்ததைப் போல" இரண்டு மூன்று நாள்களாக எமது வரவை எதிர்பார்த்துத் தேடிக் கொண்டிருந்த ஸ்ரீமான் பண்டித சிவநாத சாஸ்திரியாரவர்கள் அப்போதுதான் எமக்காக ஹவ்ரா ஸ்டேஷனுக்குப் புறப்பட்டு வர, இடையில் எம்மைக் கண்டு வண்டியை விட்டிறங்கி வந்து எம்மைக் கட்டித் தாவி "சகோதரனே! எப்போது வந்தாய்! வருக! வருக! உமது நல்வரவை இரண்டு மூன்று தினங்களாகத் தேடித் திரிகிறேன்" என்று சொல்லவே, பிரம்மாநந்தத்தில் மூழ்கி அவருடைய கோச்சு வண்டியிலேயே ஏறிக் கொண்டு சாதாரண பிரம்மஸமாஜ ஆபீசுக்குப் போனோம். போய், அவ்விடத்தில் எமக்கு வந்திருந்த கடிதங்களைப் பெற்றுக்கொண்டு திரும்ப "பார்க்கு" வீதியில் (Park Street)நாங்களிருக்கப்பட்ட இடத்துக்கு 9 மணிக்கு வந்து சேர்ந்தோம். அவ்விடத்தில் பங்காளிப் பிராமணர்கள் போஜனத்தைத் தயார் செய்து வைத்துக் கொண்டிருந்தனர். ஆனால் (Burdwan) பங்காளிப் பிராமணர்களுடைய போஜனத்தைப் பார்த்தது முதல், அவர்களிடத்தில் ஜலத்தைக்கூடத் தொடுவதற்கு மனம் வராமையால் சிறந்த தேசாபிமானியும், தயை தருமம் முதலான குணங்களிற் சிறந்தவரும், பல்லாரி முனிசிபல் சபாநாயகருமாகிய இராயபஹதூர் ஸ்ரீமான் கி.சபாபதி முதலியாரவர்கள் தாம் முன் பம்பாயில் உபசரித்து உதவியைப் போலவே, இவ்விடத்திலும் உபசரித்து உதவி செய்ய, உடனே ஸ்நானம் செய்து சாப்பிட்டு ஷ முதலியாரவர்களும், ஸ்ரீமான் கே. வெங்கடராயரவர்களும் டாக்டர் இரங்கநாத முதலியாரவர்களும் காலில் பூட்சு தவிர மற்ற உடுப்புகளையெல்லாம் நமது தக்ஷண தேசாசாரத்தின்படி வேஷ்டி உருமாலைகளைக் கட்டிக்கொண்டு எமக்காகத் தயாராகவிருந்த கோச்சு வண்டியிலேறிக் கவர்னர் ஜனரலவர்கள் மாளிகைக்குப் போனோம். அப்படிப் போகவேண்டிய காரணம் முன்னமே தெரியாதாகையால், அநேகருக்குச் சந்தேகமும் சங்கடமும் உண்டாகிப் பலவிதமாக யோசித்துக்கொண்டு. அந்த அழகிய பிரம்மாண்டமான இராஜமாளிகைக்குப் போனோம். அந்தக் கட்டடத்தின் வாசல் கமானைப்போல வளைத்து அந்தக் கமானின்பேரில் பிரம்மாண்டமான இராஜபிருதாகிய சிங்கத்தின் பிரதிமையை நிற்க வைத்திருக்கிறதன்றியில், அநேக ஐரோப்பிய போர்வீரர்கள் உருவின கத்தியுடன் உலாவிப் பாரா கொடுத்துக்

கொண்டிருக்கின்றனர். இந்தக் கட்டடத்தின் காக்ஷி குட்டிச் சுவர் குடிசைகளில் வாழும் பட்டிக்காட்டு பேதைகளுக்குப் பயங்கரத்தைக் கொடுக்கக்கூடும். ஆனால் கல்வியும் நாகரிகமும் தெரிந்தவர்களுக்கு ஆச்சரியத்தையும் ஆனந்தத்தையும் கொடுக்கிறது. இப்படிப்பட்ட கட்டடத்தில் நாங்கள் போய்ச் சேர்ந்தவுடனே அவ்விடத்தில் நமது சிரேஷ்ட தேசாபிமானியாகிய ஹானரெபில் தாதாபாய் நவரோஜியவர்கள் (Hon. Dada Bohyee Nowrojee) இருக்கக் கண்டு அதிகச் சந்தோஷமடைந்து, அவர் சீர்மையிற் செய்துவந்த காரியங்களைப் பற்றிச் சிலாகித்துப் பேசி, இந்தக் கவர்ன்மெண்டு மாளிகைக்கு வந்த காரணத்தைப் பூரணமாக விசாரிக்க "நமது தேச க்ஷேமத்தின் விருத்திக்கு விரோதிகளான சிலர், இந்தக் காங்கிரஸ் சபையைச் சார்ந்தவர்கள் பள்ளிக்கூடத்துப் பசங்களென்றும், இவர்கள் குடிகளுடைய சரியான பிரதிநிதிகளல்லரென்றும் பிதற்றியபடியால், நமது சிரேஷ்ட தேசாதிபதியாகிய கவர்னர் ஜனரலவர்களே, இந்தச் சபையார்களை நேராகப் பார்த்துப் பேசி இவர்கள் பள்ளிக்கூடத்துப் பசங்களா? அல்லது பிரதிநிதிகளென்னும் பெயருக்குப் பொருந்தியவர்களா? என்று கண்டறியட்டுமென்றே இவ்விடம் வந்ததென்று தெரிய வந்தது. பிறகு அவ்விடத்திலிருக்கும் புத்தகத்தில் எமது பெயர் விலாசம் முதலானவைகளை எழுதிவிட்டு நாங்கள் தங்குமிடத்துக்கு வந்தோம். அவ்விடத்தில் (Hon. A. Hume) கனம் ஹியும், முதலான சில துரைமார்களும், அநேக பங்காளப் பிரபுக்களும், ஜமீன்தாரர்களும், படிப்பாளிகளும், பட்டவர்த்தனர்களும் வந்து பேசி குதூகலமடையும்போது, இந்தச் சபைக்கு வந்தவர்களென்று வியக்தமாக வெளியாருக்குத் தெரியும்படி எங்களுக்கெல்லாம் ஒரு பட்டு புஷ்பத்தைக் கொடுத்து அதை மார்பில் தரித்துக் கொள்ளும்படி செய்தார்கள். அந்தப் பட்டுப் புஷ்பம், அடிபாகம் (இளநீல) வர்ணப்பட்டிலும், மேல்பாகம் இளஞ் சிவப்பும், அதன்மேல் பிங்கள வர்ணமான பட்டுத்துணியில் செய்து பார்வைக்கு வெகு அழகாகவிருந்தது. அதன்பொருள் என்னவென்று கேட்டதில் ஏழைக்குடிகளுடைய கண்ணீராகிய இளநீல வருணத்தில் தேசாபிமானிகளென்னும் செங்கமலங்கள் ஜனித்து, அவர்களுடைய குறைவுகளை நீக்குபவர்களென்றும், பொதுவாக, இந்தச் சபையார்கள் இந்து தேசத்தின் புஷ்பங்களாவாரென்றும், பலவிதமாகச் சொல்லிக் கொண்டார்கள். யாரார் எப்படியெப்படிச் சொன்னபோதிலும், அந்த வாடாத புஷ்பத்தை எமது மார்பில் தரித்துப் பார்க்க இந்திய நக்ஷத்திரம்போல் பிரகாசித்தது. பிறகு அவ்விடத்திலிருந்த எல்லோரும் கூடி கல்கத்தா நகர மண்டபத்துக்குப் போனோம். அந்தக் கட்டடத்தைப் போல அவ்வளவு பெரிதும், அழகுமான கட்டடத்தை இந்த இந்து தேசத்திலேயே கண்டதில்லை. அந்தக் கட்டடத்தில் சுமார் மூவாயிரத்துக்கு மேற்பட்ட ஜனங்கள் வந்து கூடினார்கள்.

இந்த மூவாயிரம் ஜனங்களில் பற்பலவிதமான உடுப்புக்காரர்களும், தொப்பிக்காரர்களும், பாஷைக்காரர்களும், மீசைக்காரர்களும், ஜாதிக்காரர்களும், வேதக்காரர்களும் விதம்விதமாகவும், வேடிக்கை வேடிக்கையாகவும் உடைகளைத் தரித்துக்கொண்டும், "தேசாபிமானம்" என்னும் பொது விஷயத்துக்காக அநேக ஆயிரம்கணக்கான மைல்களைக் கடந்துவந்து கூடி தேவேந்திர சபையைப்போலிருந்த விநோதத்தை வர்ணிக்கக் கம்பநாட்டாழ்வார் ஜனித்து வந்தாலன்றி எம்மால் எழுதி முடியாது. இப்படிப்பட்ட சபையை இதற்கும் முந்தியும் கண்டதில்லை. இனிக் காண்பதும் கஷ்டசாத்தியம். இப்படிப்பட்ட சபைக்கு வந்திருந்தவர்களில் (Raja Rajendra Narayen Dev) இராஜ இராஜேந்திர நாராயண தேவர், (Mr.A.M. Rustanjee) ஏ.எம் ரஸ்டாஜி, (Baboo joy kristna Mukarjee) பாபு ஜாய் கிருஷ்ண முகர்ஜி, (Rai Bahadoor Kunjee lal Banerjee) இராயபஹதர் குஞ் ஜிலால் பானர்ஜி, (Hon. Peiaray Mohon Mukerjee) கனம் பியாரி மோஹன் முகர்ஜி, (Baboo Raja Kumar Sarvadi Kari) பாபு ராஜகுமார சர்வாதிகாரி. (Kumar Neel Krishna Badoo) பாபு குமார நீல கிருஷ்ணர், (Mr. Manumahan Ghose) மனமோஹன் கோஸ், (Dr. Rajendra Lal Mitra L.L.D) டாக்ட்டர் இராஜேந்திரலால் மித்திரர், (Raja Rampal sing) இராஜா ராம்பல் சிங்கு, (Maharaja Jotindra Mohan Tagore) மஹாராஜா ஜோதிந்திர மோஹன தாகூர், (Dr. Mahendra Lal Sarcar) டாக்டர் மஹேந்திரலால் சர்க்கார், (Mr. W.C. Banerjee) மே.உமிஸ் சந்திரபானர்ஜி, (Hon. A.M. Bose M.A) கனம் ஏ.எம் போஸ், (Pandit Sivanatha Sastry) பண்டிட் சிவநாத சாஸ்திரி, (Baboo Pratab Chandra Moozoomdar) பாபு பிரதாப சந்திர முஜும்தார், (Hon. Mahadeev Govinda Ranade) கனம் மஹாதேவ கோவிந்தாரனெடி, (Mr. Narayana Govinda Chandavakar) நாராயண கோவிந்த சந்தா வாக்கர், (Hon. Dada Bhai Nawrojee) கனம் தாதாபாய் நவ்ரோஜி லாகோர், (Murli Lal) முர்லிலால் சென்னை, (Hon. S.Subramaniam Iyer) கனம் சுப்பிரமணியம் ஐயர், அயோத்தி நபாப், (Rasa Husan Khan) ராஜா உசேன்கான், (Hon. A.O.Hume) கனம் ஹியும், (Mr. R.Knight) மே.நயிட்டு, (Mr.Cotton) காட்டன் முதலானவர்கள் இருந்தார்கள். இந்தச் சபைக்குக் கல்விக்கடலும் அனுபவ நிபுண சிரோன்மணியுமாகிய டாக்டர் இராஜேந்திரலால் மித்திரரை சபாநாயகராக இருக்கவேண்டுமென்று மஹாஸ்ரீ பம்பாய் சந்தவர்க்கர் பிரேரேபிக்க, சென்னை ஸ்ரீ சுப்ரமணியம் ஐயரவர்கள் ஆமோதிக்க, அவரும் அங்கீகரித்துக்கொண்டு அந்தச் சபையின் சிறந்த உத்தேசத்தைச் சிலாகித்துப் பேசினார். இவர் வயதில் விருத்தாப்பியராகவும், குள்ளமாகவுமிருந்தாலும் ஆடியாடிப் பேசும் சாமர்த்தியத்தை என்னென்று சொல்லலாம். பிறகு அவரிலும் அதிவயோதிபரும், கல்விக்கடலும், கோடீசுவரருமாகிய பாபு ஜாய் கிருஷ்ண முகர்ஜி என்பவர் தேசாபிமானத்தைப் பற்றிப் பேசி,

எப்படிப்பட்டவருடைய மனதும் கரையும்படிச் செய்து கனம் தாதாபாய் நவரோஜியவர்களை இந்த காங்கிரசுக்கு சபாநாயகராக வைக்க வேண்டுமென்று பிரேரேபிக்க, நவாப் ரெஜா உசேன்கான் உருது பாஷையில் ஆமோதிக்க, கனம் தாதாபாய் நவரோஜி அவர்கள், சபாநாயகர் வேலையை அங்கீகரித்துக் கொண்டு பிரம்மாநந்தமே பொழிவதைப் போல பிரசங்கித்தார். பிறகு மாலை 5 மணிக்குச் சபை கலைந்து, அவரவர்கள் தம்தம் இடங்களுக்குப் போய்ச் சாப்பிட்டு மறுபடியும் "டவுன் ஹால்" நகர மண்டபத்தில் லக்ஷக்கணக்கான (Electric Lights) மின்சார விளக்குகள் வைத்து, சூரியலோகத்தைப் போல் சிங்காரித்து, வாத்தியங்கள் ஒருபக்கம் முழங்கவும், இனிய பதார்த்த சிற்றுண்டிகள் ஒருபக்கத்தில் கொடுக்கவும் இஷ்டர்கள் ஒருவரோடு ஒருவர் கூடிக்குலாவி க்ஷேம சமாசாரங்களை விசாரித்தறிந்து ஆநந்தப்படவும், கண்டு கொண்ட சுகத்தை என்னென்று சொல்லுவோம். அப்போது எமது ஆப்த சிநேகிதராகிய (Baboo Bipan Chandra Pal) பிபன் சந்திரபால் என்பவர் அவ்விடத்தில் வந்திருந்த (Hon. A.M. Bose) கனம் ஆனந்த மோஹன போஸ், (Man Mohan Bose) மன் மோஹன் போஸ். (Baboo Kali sunkar Sukual) காளி சங்கர் சுகுயல், (Baboo surendra nath Banerjee) சுரேந்திரநாத் பானர்ஜி, (Baboo Bajendra Nath Tagore) பஜிந்திர நாத தாகூர், (Dr. Mohini Mohan Bose) டாக்டர் மோஹினி மோஹன் போஸ் இன்னும் அநேக பெரிய மனுஷர்களையும் நமக்குப் பரிசைஷயம் செய்துவைத்து, அவர்களுடன் பல விஷயங்களைப் பற்றிப் பேசிச் சந்தோஷமடைந்ததன்றியில் (Sbambazaar concert Party) சங்கீத கம்பெனியார் இங்கிலீஷ் வாத்தியக் கருவிகளைக் கொண்டு, சுதேச இராகங்களை வாசித்து ஆனந்தமூட்டினார்கள். அதன் கருத்து "இந்தியாவே விசனப்படாதே" என்பது. பிறகு 12 மணியாகிவிட்டபடியால், மஹாஸ்ரீ வீரராகவாச்சாரியார் பாபு சுரேந்திரநாத் பானர்ஜி, தஞ்சை மஹாஸ்ரீ S.A. சாமிநாதய்யரவர்கள் சேர்ந்து பூரண நித்திரை செய்தோம்.

1886ம் ௵ டிசம்பர் ௴ 28ம் ௳ விடியற்காலையில் எழுந்து ஸ்நானபானாதிகள் செய்து தேநீரைச் சாப்பிட்டோம். பிறகு எமது கள்ளிக்கோட்டை சிநேகிதராகிய கேரளோதய பத்திரிகாசிரியர் பி.ஏ. குஞ்சிராமனமேனன் என்பவருடன் கூடிக்கொண்டு (Upper Circular Road Calcutta) கல்கத்தா அப்பர் சர்க்குலர் வீதியிலிருக்கும் (Lily Cottage) என்னும் சுகந்த ரோஜாபுஷ்பாச்சிரமமாகிய ஸ்ரீ பிரம்மாநந்தயோகி கேசவ சந்திரசேனர் அவர்களுடைய திருமாளிகைக்குப் போனோம். அது பெயருக்கு மாத்திரம் ஓர் ரிஷி ஆச்சிரமமாக இருக்கினும், உண்மையில் ஒரு இராஜனுடைய அரண்மனையென்று சொல்லலாம். இந்த ஆச்சிரமத்தின் மதில் சுவர்களுக்குள் கமல சரோவா மென்னும் ஒரு அழகிய தடாகமும், அதற்கருகில் அகல நீளத்திலும், அமைப்பிலும்

அழகிலும் சிறந்த மூன்றடுக்குள்ள மச்சு மந்திரமும் அதைச் சுற்றிலும் மா, பலா, வாழை, கமுகு, கதலி, அசோகாதி விருக்ஷங்களும் பருத்துப் பெருத்துப் பூவும் பிஞ்சுகளாக கொஞ்சிக் குலாவவும் பலவித புஷ்பச் செடிகளும் கொடிகளும் பூத்துப் பரிமளிப்புடன் பிரகாசிக்கவும் பார்க்கப்பார்க்க அழகாகவிருக்கின்றன. இவற்றைப் பார்த்துக்கொண்டு அந்த அழகிய கட்டடத்தில் பிரவேசிக்கவே, பிரம்மநந்தர் கேசவ சந்திரசேனருடைய பிரதம புத்திரராகிய பாபு கருணா சந்திசேனரும், அவருடைய இரண்டொரு சிநேகிதர்களும் ஓடி வந்து கைலாகு கொடுத்து, உள்ளே அழைத்துக்கொண்டு போய் உபசரித்து, கேசவ பிரம்மாநந்தருடைய பாலிய தசையைக் காட்டும் படங்களையும், அவர் வானப் பிரஸ்தாச்சிரமத்தை அனுசரித்தபோது எடுத்த படங்களையும் காட்டினார். பிறகு அடுத்திருக்கும் பிரம்மாநந்தருடைய வீட்டு தேவாலயத்தையும் காட்டினார். அந்தத் தேவாலயம் வெகு கம்பீரமாக இருக்கிறது. அந்த ஆலயத்தின் மத்தியில் கேசவ பிரம்மாநந்தர் உபந்நியாசம் செய்து பிரம நிஷ்டையில் உட்காருவதற்காக வெள்ளை ஸ்படிகக் கற்களால் உயர்ந்த மேடையாகப் பலிபீடம் கட்டப்பட்டிருக்கிறது. இப்போது அந்தப் பலிபீடத்தின் மேல் கேசவ பிரம்மாநந்தருடைய பாதக் குரடுகளையும் நார்மடியும், ஓர் கமண்டலமும் ஏக்தார் என்னும் வாத்தியக் கருவியும், ஒரு புலித்தோலும் வைக்கப்பட்டு, அவைகளின்மேல் பலவித புஷ்பங்களால் அர்ச்சிக்கப்பட்டிருக்கின்றன. அந்தப் பலிபீடத்தைச் சுற்றிலும் பாகவதர்கள் உட்கார்ந்து பிரம்மப் பிரார்த்தனையும் பிரம்மத் தியானமும் செய்யப் பலவித சர்மாசனங்கள் போடப்பட்டிருக்கின்றன. அந்தப் பக்தர்கள் பிரம்ம பஜனைக்கு உபயோகப்படுத்தும் பலவித வாத்தியக் கருவிகள் அவரவர்கள் ஸ்தானத்தில் வைக்கப்பட்டிருக்கின்றன. மேலும் அந்தப்புரவாசிகளாகிய ஸ்திரிகளும் அந்தப் பிரம்ம பிரார்த்தனையையும், பிரம்ம தியானத்தையும் செய்வதற்கு வசதியாக அவ்விடத்தில் இடம் தயார் செய்யப்பட்டு, செம்பட்டுத் துணியால் திரை போடப்பட்டிருக்கின்றது. அந்த ஆலயத்துக்கு எதிரில் கேசவசந்திர பிரம்மாநந்தருடைய சல்லிய சாம்பல்களை வைத்து வெள்ளை ஸ்படிகக் கற்களால் அழகான சமாதி பிருந்தாவனம் கட்டி அதில், அவரது ஜனன மரண காலத்தின் விவரத்தை சமஸ்கிருத பாஷையிலும், இங்கிலீஷ் பாஷையிலும் செதுக்கிப் பதிப்பிக்கப்பட்டிருக்கின்றதன்றியில், அந்தவிடமும் மகா பரிசுத்தமான இடமாகப் பாவித்துப் புஷ்பமாலைகளைப் போட்டுப் பூசித்து வருவதாகத் தோன்றுகின்றது. ஆனது பற்றியே அந்த ஆலயத்தையும், அதற்கு எதிரிலிருக்கும் சமாதியையும் பார்க்க விரும்பியபோது, எமது காலில் தரித்திருந்த பூட்சுகளை (இங்கிலீசு பாதரக்ஷகளை) கழட்டித் தூரத்தில் வைத்துவிட்டு வரச் சொன்னார்கள். இத்தியாதி

வீண்காரியங்களைக் கூடாதென்று சண்டமாருதம்போல் பிரசங்கித்துப் போராடி வந்த கேசவ பிரம்மாநந்தருடைய பிள்ளைகளும், மற்றுமுள்ள சில சீடர்களும் அவரது கருத்துக்கு நேர் விரோதமாக, அவர் விஷயத்திலேயே இத்தியாதி வீண்சடங்குகளை அனுசரிப்பது பெரிய பிசகு. ஸ்ரீ கேசவசந்திர சேனர் சமரசவேத சத்சம்பிரதாயத்தை இத்தேசத்தாருக்குப் போதித்து, வீணான சடங்குகளைக் கண்டித்திருக்க, அப்படிப்பட்ட உத்தமனை இக்காலத்தார், தென்தேசத்து வைணவர்கள் ஸ்ரீராமாநுசாரியாரவர்களை அவதார புருஷராகக்கொண்டு வணங்கி வருவதைப்போல, இந்தப் பத்தொன்பதாம் நூற்றாண்டின் பங்காள படிப்பாளிகள், அவரை (கேசவபிரம்மாநந்தரை) ஓர் அவதார புருஷராகக்கொண்டு வணங்கி வருவது எவ்விதத்திலும் சரியல்ல. ஆயினும் அவருடைய பிறப்பு வளர்ப்புகளையும் கல்வி கேள்விகளையும், பக்தியோக ஞானத்தையும் பல வருஷங்கள் அவருக்கு அருகிலிருந்து பிரத்தியக்ஷமாகப் பார்த்தவர்களும், பி.ஏ., எம்.ஏ., பட்டம் பெற்ற படிப்பாளிகளும் அவரிடத்தில் இவ்வளவு பக்தி சிரத்தை வைத்திருப்பதைப் பற்றி ஆச்சரியப்படத்தக்கதே. ஆயினும் அவர்கள் செய்யும் வீண் சடங்குகளைப் பற்றி, பேச அப்போது அவகாசமில்லாமையால் அவ்விடத்தில் சில புத்தகங்களை வாங்கப் பணத்தைக் கொடுத்துவிட்டு, பக்கத்திலிருக்கும் (Peace Cottage) சாந்திசாலையில் ஸ்ரீ பாபு பிரதாப சந்திர மஜும்தாரரைப் பார்க்கப் போனோம். அவர் அப்போது வீட்டிலில்லாமையால் பாபுகருணா சந்திரசேனரிடம் உத்தரவு பெற்றுக்கொண்டு திரும்பினோம். இந்த பாபுகருணா சந்திரசேனர் கேசவ பிரம்மாநந்தருடைய ஜேஷ்ட புத்திரராகவும், பாலியராகவும், அழகிலும் அறிவிலும் சிறந்தவராகவும், மரியாதஸ்தராகவும் மிருக்கிறார்.

பிறகு வரும்வழியில் சாதாரண பிரம்ம மந்திரத்தைப் பார்வையிட்டோம். இது (211, Cornwallies Street, Calcutta) கல்கத்தா 211வது காரன்வாலீசு வீதியில் கட்டப்பட்டிருக்கிறது. இது முன்பார்வைக்கு அழகாகத் தோன்றாவிட்டாலும் உள்கட்டடம் பிரம்மாண்டமானதாயும், ஆயிரம் இரண்டாயிரம் ஜனங்கள் உட்காரக்கூடியதாயும், அந்தரப்புர ஸ்திரீகள் தனியாகவிருக்க மேல் கிராதியில் (Galery) போதுமான இடமுள்ளதாயும், சிற்பசாஸ்திர பத்ததியாகக் கட்டப்பட்டிருக்கிறது. இந்தக் கட்டடத்தின் மேல்மாடியின் ஒருபக்கத்தில் "Theistic Library" ஆஸ்திகமத புத்தகசாலையையும், ஒரு பக்கத்தில் (The Indian Messenger office) இந்தியன் மெஸஞ் ஜராபீசு மிருக்கிறது. இவ்விடத்தில் எமது சகோதரராகிய ஸ்ரீமான் பண்டிதர் சிவநாதசாஸ்திரியார் இருந்து ஷ கட்டடங்களையெல்லாம் காட்டி, இந்தச் சாதாரண சமாஜத்துக்கு ஒரு விசேஷ அங்கமாயும், திரவியஸ்தருமாகிய பாபுகுருசரன் மஹலானிபஸ் அவர்களுடைய திருமாளிகை அடுத்திருந்தமையால், அவர் வீட்டுக்கு அழைத்துக்கொண்டு

போக, அப்போது அவரது உத்தமபுத்திரி கல்வியில் சரசுவதியென்று சொல்லத்தக்க சுமார் இருபது வயதுடைய குமாரத்தி வாந்திபேதியால் இறந்ததினிமித்தம் வியாகூல சித்தராயிருந்தவரைப் போய்ப் பார்த்து, அவரைத் தேற்றிப்பிறகு, சிவநாத சாஸ்திரியாருடைய வீட்டுக்குப் போனோம். அவ்விடமிருந்து சாதாரண பிரம்ம சமாஜத்தாருடைய குடும்பத்தார் குடியிருக்க நூதனமாகக்கொண்ட பிரம்மாண்டமான மாளிகைக்கு அழைத்துக்கொண்டு போக, அவ்விடம், பாபுபிப்பன் சந்திரபால் அவர்களும் அவருடைய மனைவியாரும் எம்மையன்போடு உபசரித்தழைத்தார்கள். அப்போது பம்பாயிலிருந்து சீமைக்குப் போய்வந்த ஸ்ரீ நாராயண கோவிந்த சந்தாவர்க்கரவர்களையும் பார்த்து மிகு சந்துஷ்டியடைந்தோம். பிறகு பத்து மணியாகிவிட்டமையால், தங்குமிடத்திற்கு வந்து, ஸ்நானம் செய்து புசித்து அன்று (British Indian Association) பிரிட்டிஷ் இந்திய அசோஸியேஷன் சபாமண்டபத்தில் கூடும் காங்கிரசு சபைக்குப் போனோம். அந்தக் கட்டடமும் பெரிதும் விசாலமுமானதுமாயிருந்தும், ஆயிரக்கணக்கான ஜனங்கள் வந்தபடியால், அநேக பிரதிநிதிகள் நிற்பதற்குக்கூட இடம் கிடைக்கவில்லை. ஹானரெபில் தாதாபாய் நவரோஜியவர்கள் வந்து காங்கிரஸின் சபாநாயாகராக வீற்றிருக்க, அடியில் கண்ட சங்கதிகள் அன்று பேசித் தீர்மானிக்கப்பட்டன.

1-வது:- இந்தத் தேசத்தின் சக்கிரவர்த்தினி அவர்கள் சிங்காசனமேறி ஐம்பதாவது ௵ வரப்போகிறபடியால் இத்தேசத்தின் பல பாகங்களிலிருந்து வந்து இங்கு கூடி இருக்கிற பற்பல ஜாதியார்களான காங்கிரஸ் சபையார் அந்த அம்மையாரவர்களுக்கு வந்தன வழிபாடுகளுடன் இராஜபக்தியைக் காட்டுவதாகத் தெரிவிக்க வேண்டுமென்று பம்பாய் ஸ்ரீ ரஹிமிதுல்லாசாயனி அவர்கள் பிரேரேபிக்க, சென்னை ஸ்ரீ.ஜி. சுப்பிரமணியம் ஐயரவர்கள் அதை ஆதரிக்க, லாகோர், ஸ்ரீலாலா முர்லிதாரவர்கள் ஆமோதிக்க, சகலராலும் அங்கீகரிக்கப்பட்டது.

2-வது:- இத்தேசத்தில் வரவரப் பஞ்சம் அதிகரித்துக் குடிகள் வருந்துவதால் துரைத்தன சட்டநிரூபண சபைகளில் இத்தேசத்துப் புத்திமான்களைத் தெரிந்தெடுத்துக் குடிகளால் நியமித்து, அவர்கள் கருத்தின்படி அரசு செய்தால் க்ஷாமம் நீங்குமென்று கவர்ன்மெண்டாருக்கும் தெரிவிக்க வேண்டுமாக, பம்பாய் டின்ஷா ஏட்லிஜி வாக்ஷா அவர்கள் பிரேரேபிக்க சென்னை ஹானரெபில் சுப்பிரமணியம் ஐயரவர்கள் ஆதரிக்க, லட்சுமணபுரி பண்டிதர் பிராணநாதர் ஆமோதிக்கச் சகலராலும் அங்கீகரிக்கப்பட்டது.

3-வது:- இந்தக் காங்கிரஸ் சபையார் சென்ற ௵ தீர்மானித்தபடி அதாவது இத்தேசத்தில் சட்ட நிரூபண சபைகளில் பேசி

மெஜாரிட்டியாருடைய உத்தேசத்தின்படி காரியங்களை நடத்தவேண்டிய விதத்தைப்பற்றிச் சீமையில் ஹவுஸ் ஆப் காமன்ஸ் சபையாரில் ஒரு கமிட்டியை நியமிக்க வேண்டியதென்றும், அந்தக் கமிட்டியார், இத்தேசத்தின் சட்ட நிரூபண சபையின் பெரும்பாலாருடைய கருத்தின்படியே சட்டங்கள் செய்ய வேண்டுமென்றும், தீர்மானிக்க வேண்டுமென்றும் கல்கத்தா இராயகுஞ்சிலால் பானர்ஜி பஹதரவர்களால் பிரேரேபிக்கப்பட்டு சென்னை பி.இரங்கய்ய நாயடவர்களால் ஆமோதிக்கப்பட்டு, பம்பாய் கணேசாநீலகண்டரவர்களால் ஆதரிக்கப்பட்டு, சகலராலும் அங்கீகரிக்கப்பட்டது

4-வது:- இந்தத் தீர்மானத்துக்குக் காங்கிரஸ் சபையில் சப் கமிட்டியார் விதிக்கிற விதிப்படி அனுஷ்டிக்க வேண்டுமென்று கல்கத்தா பாபு சுரேந்திரநாத் பானர்ஜியவர்கள் பிரேரேபிக்க, பம்பாய் நாராயண கோவிந்த சந்தவர்க்கரவர்களால் ஆதரிக்க, பேஹார் ஷாப்கான் அவர்கள் ஆமோதிக்கச் சகலராலும் அங்கீகரிக்கப்பட்டது.

5-வது:- இந்தச் சட்ட நிரூபண சபையில் தகுந்த பிரதிநிதிகளை வைத்துக்கொள்ள மாக்ஷிமை தங்கிய கவர்னரை ஜனரலவர்கள் சீமை செக்ரிடெரியவர்களிடம் உத்திரவு பெற்றுக்கொள்ள, வேண்டிக்கொள்ள வேண்டுமென்று குராசி. என்.என்.குப்தா அவர்கள் பிரேரேபிக்க, பூனா நாம்ஜோஷியவர்கள் ஆதரிக்க, குமார் பின்னே கிருஷ்ணரால் ஆமோதிக்கப்பட்டு சர்வசம்மதமாக அங்கீகரிக்கப்பட்டது.

6-வது:- இப்போது நடந்துவரும் பப்ளிக் சர்விஸ் கமிஷனர்களுடைய ரிபோர்டைப்பற்றி யோசிக்க பம்பாய் தாதாபாய் நவரோஜி, சென்னை சுப்பிரமணியம் ஐயர், ஜீ.சுப்பிரமணியம் ஐயர், கல்கத்தா பியாரி மோஹன முகர்ஜீ, பாபு மாதிலால் கோஸ், பாபு சுரேந்திரநாத் பானர்ஜி, லக்னோ கங்கா பிரசாத்வர்மா, காசிராமகலிசுவதரி, பட்னா குருபிரசாத்சேன், லக்னோ பண்டிதர் பாரினாத், அலகபாத் முனிஷி, காசிபிரசாத், லக்னோ நவாப் ரஜா அலிகான், அகமது அலி, அமிர்தசூர்லால் கன்னிலால், நாகப்பூர் கங்காதரராவ், பம்பாய் ருஷிமத்தல் சாயனி ஆகியவர்களைக் கமிட்டியாராக நியமிக்கவேண்டுமென்று கல்கத்தா பாபு சுரேந்திரநாத் பானர்ஜி பிரேரேபிக்க, புனா எம்.பி.நாமஜோஷியவர்கள் ஆமோதிக்க, லாஹோர் பண்டிதர் சத்தியாநந்த அக்னிஹோதிரியவர்கள் ஆதரிக்கச் சகலராலும் அங்கீகரிப்பட்டது.

இந்தத் தீர்மானங்கள் முடிவதற்கு மாலை 3 1/2 மணி ஆகிவிட்டபடியால் மற்றத் தீர்மானங்களை மறுநாள் நடத்தச் சபை நிறுத்தி வைக்கப்பட்டது. ஆகவே இஷ்டர்கள் சிலருடன் கூடிக்கொண்டு (Zoological Garden) என்னும் பிராணிகளை வைத்துப் பாதுகாக்கும்

(Park) உத்தியாவனத்துக்குப் போனோம். இது ஊக்ளி நதிக்குச் சமீபமாக அகலமாகவும், அழகாகவும் அமைக்கப்பட்ட தோட்டம். இதில் பலவித புஷ்பச் செடிகளும், விருக்ஷங்களும் பத்ததிரீயாக வைத்துப் பயிர் செய்யப்பட்டிருக்கின்றதன்றியில் புலி, சிங்கம், யானை முதலான பலவித மிருகங்களும் வெள்ளை மயில் முதலான பலவித ஆச்சரியமான பக்ஷிகளும் வைக்கப்பட்டிருக்கின்றன. இந்த உத்தியாவனத்துக்குள் பிரவேசித்துப் பார்க்க விரும்புவோர் நபர் ஒன்றுக்கு நாலணா கொடுக்க வேண்டும். அப்படிக் கொடுப்பதும் வீண் செலவல்ல. அங்கே அநேக அற்புத பிராணிகளைப் பார்க்கலாம். பிறகு மாலை 6 மணிக்கு எமது தங்குமிடத்துக்கு வந்து உண்டு, பல்லாரி இராயபஹதர் ஸ்ரீசபாபதி முதலியாரவர்களும், ஸ்ரீ வெங்கடராயரவர்களும் கடப்பை ஸ்ரீகேசவபிள்ளையவர்களும் கூடிக்கொண்டு அங்கு மைதானத்தில் நடித்த (Chutterjee) சட்டர்ஜியென்னும் பம்பாய் தேசத்தானுடைய சர்க்கஸ் வித்தையைப் போய்ப் பார்த்தோம். அந்த ஆட்டத்தில் குதிரைகளும், குரங்குகளும், நாய்களும் அதிக வாலிபரான சிறு பையன்களும் செய்த ஆச்சரியமான சாமவித்தை நடனங்களைப் பார்ப்பவர்களுக்கே விவரமும் விந்தையுமாகுமேயன்றி எழுதி முடிக்க எம்மால் முடியாது. அந்த ஆட்டம் பார்க்க நபர் ஒன்றுக்கு இரண்டு ரூபாய் கொடுத்து டிக்கெட்டு பெற்றோம். பிறகு அந்த இராத்திரி 12 மணிக்கு எமது தங்குமிடம் போய்த் தூங்கி மறுநாள் காலை 1886ம் ௵ டிசம்பர் ௴ 22ம் ௳ படுக்கையை விட்டு எழுந்து நித்திய கருமங்களை முடித்து, காப்பி நீரைக் குடித்து நகர மண்டபத்தில் கூடும் காங்கிரஸ் சபைக்குப் போனோம். இதற்கு முந்திய நாள் கூடிய பிரிட்டிஷ் இன்டியன் அசோஸியேஷன் கட்டடத்தில் போதுமான இடமில்லாமையால், இந்த நகரமண்டபத்தில் மறுநாள் காலை 7 மணிக்குக் கூடப்பட்டது. கனம் தாதாபாய் நவரோஜியவர்கள் சபாநாயகராக வீற்றிருந்தார். அப்போது,

7-வது:- கவினெண்டாண்டு பரிக்ஷையில் சமஸ்கிருதமும், அரபி பாஷையும் கலந்து இந்த இந்து தேசத்திலேயே சீமையிலிருப்பது போலவே ஒரே காலத்தில் பரிக்ஷை நடத்தித் தேறினவர்களுக்குப் பெரிய உத்தியோகங்களைக் கொடுக்கவேண்டுமென்றும் அந்தப் பரிக்ஷைக்கு 19 முதல் 23 வரைக்கும் வயதை உயர்த்த வேண்டுமென்றும், கவர்ன்மெண்டாருக்குத் தெரிவிக்க வேண்டுமென்றும் பாபு நரேந்திரநாத் பானர்ஜியவர்கள் பிரேரேபிக்க, ஆனரெபில் சுப்பிரமணியம் ஐயரவர்கள் ஆமோதிக்கச் சர்வசம்மதமாக அங்கீகரிக்கப்பட்டது.

8-வது:- ஜூரிகளை வைத்துக்கொண்டு விசாரணை செய்யும் காலம் வந்துவிட்டபடியால், அந்த வரத்தை இத்தேசத்தில் எல்லாவிடங்களிலும் ஸ்தாபிக்க வேண்டுமென்று தெரிவிக்க வேண்டுமென தஞ்சை ஸ்ரீ S.A.சாமிநாதய்யரவர்கள் பிரேரேபிக்க, சூரத்து H.H.துருவாவர்கள்

ஆமோதிக்க கல்கத்தா திரிலோகநாதமித்திரர் ஆதரிக்க, சர்வசம்மதமாக அங்கீகரிக்கப்பட்டது.

9-வது:- இப்போது ஜூரிகளுடைய அபிப்பிராயத்தை மீறி செஷன் ஜட்ஜியவர்களும் ஐகோர்ட்டார்களும் செய்யும் அதிகார சுதந்திரத்தை நீக்கிவிடவேண்டுமென்று, மிஸ்டர் உமிஸ் சந்திரபானர்ஜியவர்கள் பிரேரேபிக்க, கனம் பியாரி மோஹன் முகர்ஜி ஆமோதிக்க, காசி முனிஷி சாதுலாலவர்கள் ஆதரிக்க, சர்வ சம்மதமாக அங்கீகரிக்கப்பட்டது.

10-வது:- இங்கிலாந்தில் சம்மெரி ஜூரிஸ்டிக்ஷன் ஆக்ட்டில் கண்டிருக்கிறபடி, யாதாவது அபாயமான கேசில் சிக்கிக் கொண்டவன், தனது கேசின் விசாரணையை மாஜிஸ்திரேட்டினிடமிருந்து செஷன் கோர்ட்டுக்கு மாற்றிக்கொள்ளக் கேட்டால், அப்படியே செய்யவேண்டிய விதியை இத்தேசத்துக் குற்றவிஷயமான சட்டத்தில் நுழைக்கவேண்டுமென்று கல்கத்தா மனமோஹன் கோஷவர்கள் பிரேரேபிக்க, பல்லாரி சிதம்பரராவவர்கள் ஆமோதிக்க, டாக்கா காஜாசுப்தல் அலீம் அவர்கள் ஆதரிக்க, சர்வ சம்மதமாக அங்கீகரிக்கப்பட்டது.

இன்று மத்தியானம், காங்கிரஸ் சபையாருக்கு நாவிகா குதூஹலம் (Steamer Entertainment) கொண்டாட நியமித்தபடியால், மற்ற தீர்மானங்களுக்கு மறுநாளைக் குறித்துக்கொண்டு சபை நிருத்திவைக்கப்பட்டது.

நாங்கள் தங்குமிடத்துக்கு வரயோசிக்கையில் எங்களுடைய உபயோகத்துக்காக விட்டிருந்த கோச்சு வண்டியானது வகை மோசமாகத் தப்பிவிட்டது. ஆகவே எமது இஷ்டர்கள் சிலருடன் பாதசாரியாய் நடந்துவரச் சம்பவித்தது. அப்படியே நடந்து வந்து வழியில் (The Indian Mirror Offce) இந்தியன் மிரர் ஆபீசு தலைவரும் எமது இஷ்டருமான பாபு சுரேந்திரநாதசேனரைப் பார்க்கப்போனதில் அவர் அகப்படவில்லை. அதற்குச் சமீபமாக (எமக்குப் பத்துப் பதினைந்து வருஷங்கள் உண்மையான சிநேகிதரும், உண்மையான கிறிஸ்தவருமாகவிருந்து சமீபகாலத்துக்கு முன் இறந்துபோன (Rev. C.H.A.Dull M.A) கனம் டால் பாதிரியாரவர்களுடைய வீட்டுக்குப் போய், அவருடைய ஏஜண்டு, பாபு துவாரகநாதகங்கூலியவர்களிடம் சில வார்த்தைகளைப் பேசிவிட்டு, எமது தங்குமிடம் வந்து, ஸ்நானம்செய்து புசித்து, கப்பல் உற்சவத்துக்குக் காலி கட்டத்துக்குப் போனோம். எங்களுக்குத் தயார் செய்யப்பட்ட புகைக்கப்பல் அபாலா (Abala) என்று பெயர் பெற்றது. இது பிரம்மாண்டமுள்ளதாகவும், சுமார் இரண்டாயிரம் ஜனங்கள் கொள்ளக்கூடியதாகவும், பலவித புஷ்பக் கொடிகளாலும், விருதுக் கொடிகளாலும், ஜண்டாக்களாலும்,

சிங்காரிக்கப்பட்டதாகவும் ஊக்ளி நதியில் மிதந்து கொண்டிருந்தது. நாங்கள் அந்தக் கப்பலில் பிரவேசிக்கவே, அதன் வாசற்படியில் பாபு கிரஜாபுஷன் முகர்ஜி, மஹாராஜ ஜோதிந்திரமோஹன் தியாகர், அபிலா என்னும் அந்தக் கப்பலுக்குச் சொந்தக்காரராகிய (Baboo Mahesi Chunder Chowdry) பாபு மஹிஷி சந்திரசவுதிரி அவர்களும் எங்களுக்குப் புஷ்பமாலை போட்டு உபசரித்து அழைத்தார்கள். அங்குச் சேர்ந்த பிரதிநிதிகளின் பெருமையையென்னென்று சொல்லலாம். எங்குப் பார்த்தபோதிலும் பத்துபேர், இருபதுபேர், கூட்டம்கூட்டமாகச் சேர்ந்து தம்தம் தேச க்ஷேமங்களையும், இராஜாங்க விஷயங்களையும், மத விஷயங்களையும் வித்தியா விஷயங்களையும் பற்றி சர்ச்சித்துக் கொண்டும்; கமலா, ஆரஞ்சி, திராக்ஷம், பலவித பழங்கள், மிட்டாய் லட்டுகள், பலவித பானங்கள் இவற்றை உண்டு அருகில் (Shambazaar Concert Party) சாம்பஸார் சங்கீதக்காரர்கள் வாசிக்கும் விநோத சங்கீதங்களைக் கேட்டும், இனி எந்த ஜன்மத்தில் இவ்விதமாக அனுபவிக்கப் போகிறோமென்று சொல்லிக்கொண்டு சுமார் 25 மைல் தூரம் வரையில் அந்த ஊக்லி நதியில் நாவிகா யாத்திரை செய்தும் மாலை 7 மணிக்குத் திரும்பிவந்தோம். அன்று சங்கீத ஆனந்தமூட்டின இந்த (Shambazaar Concert Party) சாம்பஸார் கன்சர்ட் பார்ட்டியார் யாவரெனில் வங்காள பாபுகளில் சிலர் கம்பெனியாகக்கூடி இங்கிலீஷ் வாத்தியக் கருவிகளையும், சுதேச இரண்டு மிருதங்கங்களையும் கொண்டு ஹிந்து இராகங்களை வெகு இரமணீயமாக வாசிக்கிறார்கள். அன்று யமுனா, கலியாணி, இராகத்தில் “ஓ இந்தியாவே! பயப்படாதே.! நினது ஏழைகளுடைய கண்ணீராகிய ஊக்ளி நதியில், தேசாபிமானிகளாகிய (Deligates) பிரதிநிதிகள் விழுந்து தவித்து உனது க்ஷேமத்தைக் கருதி நன்மை செய்யப் போகிறார்கள். பயப்படாதே” என்று பொருள்கொள்ளும் பாட்டைப் பாடியபோது, எந்தச் சுதேசியின் நெஞ்சுதான் துடியாது. இந்தக் கீதத்தை யாம் கேட்டுக்கொண்டிருக்கும்போது பம்பாய் ஐகோர்ட்டு வக்கீல் ஸ்ரீ பி.ஏ.பி.எல் சாமராவ் விடலவர்கள் எமது கரத்தைப் பிடித்து “இந்தக் கீதம், கோயமுத்தூர் இராகவய்யர் கீதத்தைவிடச் சுகமாக இருக்கிறதா?” என்றார். பாருங்கள். நமது இராகவய்யர் பெயர் பம்பாயிலும், கல்கத்தாவிலும் வழங்கிவருகிறது. இப்படிப் பல சங்கதிகளைப் பேசிக்கொண்டு திரும்பி வரும்போது எங்களுக்கு மரியாதையாக அந்தப் பங்காளிகள் காளிகட்டம் முழுதும் பலவித தீபவிளக்குகள் வைத்து மரியாதை செய்தார்கள். இந்த மரியாதைக்கு என்ன பிரதி மரியாதை சென்னை இராஜதானியார் செய்வார்களோ? அறிகிலேம். ஆறெல்லாம் பலவித பழத்தோல்களால் நிறைந்திருந்தன. அப்போது எவ்வளவு பழங்கள் செலவாகியிருக்குமென்பதை யோசிக்கலாம். பிறகு தங்குமிடம் வந்து உண்டு உறங்கினேம்.

1886ம் ஞூ டிசம்பர் மீ 30ம் வயாகிய மறுநாள் காலையில் எழுந்து நித்தியானுஷ்டானங்களை முடித்துத் தேநீரைக் குடித்து, மார்க்கட்டைப் பார்க்கப் போனோம். இப்படிப்பட்ட மார்க்கெட்டுகள் இந்தக் கல்கத்தாவில் எத்தனையோ இருக்கின்றன. இந்த மார்க்கெட்டில் அபரிமிதமான பதார்த்தங்கள் அகப்பட்டாலும் பம்பாய் காபோர்டு மார்க்கட்டைப்போல் சுத்தியாக வைக்கப்பட்டிருக்கவில்லை. எம்மோடு கூடவந்த மஹாஸ்ரீ நாகப்ப முதலியாரவர்கள் வகைமோசமாகத் தப்பிப் போய் விட்டார். ஆகவே ஒண்டியாக அலைந்து வழிதெரியாமல் தப்பித்தடுமாறி அநேக கோமாமிசக் கடைகளும் வேசிகளும் நிறைந்த சந்துவீதிகளில் நடந்து தங்குமிடம் வர, அவ்விடம் போஜனம் தயாராக விராமையால் உடைகளைத் தரித்துக்கொண்டு (Town Hall) நகர மண்டபத்துக்குப் போனோம். அன்று கூடிய சபையில்,

11-வது:- கனம் தாதாபாய் நவரோஜி அவர்களே சபாநாயகராக வீற்றிருக்க "ரெவினியூ உத்தியோகஸ்தர்களிடமிருக்கும் மாஜிஸ்திரேட்டு அதிகாரத்தைப் பிரித்துவிடவேண்டுமென்று பம்பாய் தாஜி அப்பாஜி அவர்கள் பிரேரேபிக்க, அலகாபாத்து முனிஷி காசிபிரசாத் அவர்கள் ஆமோதிக்க, லக்னோ ஸ்ரீராமர் ஆதரிக்க, அனைவராலும் அங்கீகரிக்கப்பட்டுத் தீர்மானிக்கப்பட்டது.

12-வது:- ஐரோப்பாவில் குழப்பங்களுண்டாவதாகத் தோற்றுவதால் இத்தேசத்துக் குடிகளை வாலண்டியர்களாகச் சேர்த்து, யுத்தப் பயிற்சி செய்வித்து ஆங்கிலேயருக்கு யுத்த உதவி செய்ய வேண்டுமென்று, அயோத்தி இராஜாராம் சிங்கு அவர்கள் பிரேரேபிக்க கல்கத்தா R.D. மேட்டா அவர்கள் ஆமோதிக்கச் சர்வ சம்மதமாக அங்கீகரிக்கப்பட்டது.

13-வது:- இந்தத் தேசத்தின் முக்கிய மாகாணங்களிலெல்லாம் இந்தக் காங்கிரெஸ் விஷயமாக ஒரு ஸ்டாண்டிங்கு கமிட்டியை நியமிக்கவேண்டுமென்று கல்கத்தா உமிஸ் சந்திரபானர்ஜி அவர்கள் பிரேரேபிக்க, பம்பாய் N.G.சந்தாவர்க்கர் ஆமோதிக்க, சர்வ சம்மதமாக அங்கீகரிக்கப்பட்டது.

14-வது:- மூன்றாவது காங்கிரஸ் சபையானது வருகிற டிசம்பர் மீ 27ம் வ சென்னையில் கூடவேண்டுமென்று கனம் ஹியும் துரையவர்கள் பிரேரேபிக்க, கனம் சுப்பிரமணியம் ஐயரவர்கள் ஆமோதிக்க, சகலராலும் அங்கீகரிக்கப்பட்டது.

15-வது:- இந்தச் சபையின் நடவடிக்கைகளை மகாராணியவர்களுக்கும், அவர்கள் ஸ்டேட்டு செக்ரிடரியவர்களுக்கும் அனுப்ப, மாக்ஷிமைதங்கிய கவர்னர் அவர்கள் கவுன்சலர்களைக் கேட்டுக்கொள்ள வேண்டுமென்று மஹாஸ்ரீ இரங்கய்யநாயுடு அவர்கள் பிரேரேபிக்க, பம்பாய் சொராப்ஜி, பிரேம்ஜிபாடி அவர்கள் ஆமோதிக்க, சகலராலும் அங்கீகரிக்கப்பட்டது.

பிறகு இந்தக் காங்கிரஸ் சபையாரைச் சேர்த்து இந்து தேசத்தில் சறிந்த ஒளிச் சித்திரக்காரனென்று பெயர்பெற்ற (Burn and Shepperd) பர்ன் – செப்பர்டு கம்பெனியார் படம்பிடித்தார்கள். பிறகு சுமார் நான்கு மணிக்குப் போய்ச் சாப்பிட்டு மஹாஸ்ரீ திவான் நாராயணசாமி செட்டியார் முதலானவர்களோடு கூடிக்கொண்டு (Eden Garden) ஏடன் தோட்டத்துக்குப் போனோம். இந்தச் சிங்காரத் தோட்டமானது ஊக்ளி நதிக்கரையில் கம்பீரமாக அமைக்கப்பட்டிருக்கிறது. இதில் விந்தை விந்தையான புஷ்பச்செடிகளும், விருக்ஷங்களும் பாண்டு முதலான வாத்தியங்களும் மின்சார விளக்குகளும் வைக்கப்பட்டும், இரமணீயமாகவும் இருக்கின்றன. பிரதி சாயந்திரம் ஐந்து மணிக்குப் பெரியதுரைகளும், துரைசானிகளும், சுதேச பிரபுக்களும் வந்து உலாத்துகிறார்கள். இந்தத் தோட்டத்துக்குள் போக விரும்பும் சுதேசிகள் கட்டாயமாகக் காலில் பூட்ஸ்களைப் போட்டுக்கொண்டு போகவேண்டும். நாங்கள் போனபோது கல்கத்தா சர்வகலாசாலையில் ரிஜிஸ்டிராராகிய டாக்டர் பிரசன்னகுமார் இராய (Dr. Prasenna Kumar Roy) என்பவர் தமது மனைவியோடு வந்து உலாவிக்கொண்டு இருக்க, எமது பங்காள சிநேகிதர் ஒருவர் அவருக்கு என்னைப் பரிக்ஷயம் செய்து வைக்க, இருவரும் பிரம்மசமய விஷயமாக நெடுநேரம் பேசிக் கொண்டிருந்து வீட்டுக்குத் திரும்பினேம். பிறகு சாப்பிட்டுச் சில பங்காள சிநேகிதர்கள் (Star Theater) ஸ்டார் தியேட்டர் என்னும் நடனத்துக்கு அழைக்கப் போனோம். அந்த நடனமானது ஆங்கிலேயரால் வெகு ஆச்சரியகரமாக நடத்திக் காட்டப்பட்டது. பிறகு வீட்டுக்குத் திரும்பும்போது எங்கள் வண்டியானது களிங்க பஜார்ரோட்டு (Calinga Bazaar Road) வழியாக வந்தது. அந்த ரோட்டு சுமார் இரண்டொரு மைல் நீளமிருக்கலாம். அந்த ரோட்டில் வங்காள, நேபாள, பர்மா, மஹாராஷ்டிர, குஜராத்தி முதலான இத்தேசத்து தாசிவேசிகள் பொம்மைகளைப் போலச் சிங்காரித்துக் கொண்டும், இட்டலி, துர்க்கி, பிரான்சு, இங்கிலீசு, முதலான தேசங்களின் கெட்டுப்போன வேசிஸ்திரீகள் தேவலோக அரம்பைகளைப் போல் சிங்காரித்துக் கொண்டும் தங்களுடைய ஐந்தடுக்கு மெத்தைவீடுகளில் பலவித விளக்குகளையும், துணிமணிகளையும் சோப்பா டீப்பாய்களையும் போட்டுக் கொண்டும் வீதி வாசல்களில் நாற்காலிகளில் உட்கார்ந்து கொண்டும், அந்த வீதியில் நடக்கப்பட்டவர்களைப் பார்த்து "பாஞ்சுரூபியா ஆவ்" ஐந்து ரூபாய், வா என்று கூப்பிட்டும் ஒண்டி சண்டியாகப் போகப்பட்டவர்களைக் கைப்பிடித்து இழுத்தும், வம்புகள் செய்தும் வருகிறார்கள். இந்த வீதியில் நடப்பதற்கும், வண்டி சவாரி செய்வதற்கும் எப்படிப்பட்டவர்களும் பயப்படுவது சஹஜமாம். இந்த வீதியில் போகப்பட்டவர்களுடைய மனது கெட்டுப் புத்தி மயங்கிப்போவார்களென்பதற்குச் சந்தேகமேயில்லை. இப்படிக்கெல்லாம்

இருந்தும் பார்க்கு (Park Street) வீதிக்குப் போக இது சமீபவழியென்று இந்த வீதியில் எங்கள் வண்டிக்காரன் வரப்போய்ப்பட்ட கஷ்டம் கொஞ்சமல்ல. கல்வியிலும் சீர்திருத்தத்திலும் சிறந்த கல்கத்தாவின் புத்திமான்களும், பெரிய மனுஷர்களும் ஜாதிபேதமும் குலபேதமும், லஜ்ஜையுமற்று வீதியில் நடக்கப்பட்டவர்களுடைய புத்தியைக் கெடுக்கும்படியான இப்படிப்பட்ட பற்பல தேசத்து வேசிகள் வசிக்க இடம் கொடுத்தது சுத்த பிசகு. இதைக் கல்கத்தா முனிசிபாலிட்டியார் சீக்கிரத்தில் தகுந்த முயற்சி செய்து இந்த துரதிர்ஷ்ட துஷ்டபிராணிகளை நரர் நடமாடும் நகரத்துக்குத் தூரத்திலாவது போய் வசிக்கச் செய்ய வேண்டும். இல்லாவிட்டால் கல்கத்தாவின் வாலிபர்கள் இவர்கள் வலைகளுக்குத் தப்பிப் போக வகையில்லை. பிறகு அன்று இராத்திரி 12 மணிக்குமேல் வீட்டில் வந்து படுத்து நித்திரை செய்தோம்.

மறுநாள் (1886ம் ஹு டிசம்பர் மீ 31ம் வ) காலை எழுந்து தந்தசுத்தி செய்து, தேநீரைக் குடித்து ஸ்ரீ கேசவசந்திரபிரம்மாநந்தர் திருமாளிகைக்குப் போனோம். அப்போது அவர் ஜேஷ்ட குமாரர் ஸ்ரீ பாபு கருணா சந்திரசேனர் வீட்டிலில்லாமையால் அவர் சகோதரர் ஸ்ரீபாபு நிர்மலசந்திரசேனர் என்னும் வாலிபர் எம்மை மரியாதையுடன் வரவழைத்து அவ்விடம் வந்திருந்த ஸ்ரீ குருகோவிந்தராய உபாத்தியாயர், பாபு காந்தி சந்திரமித்திரர் முதலானவர்களுக்கு பரிக்ஷயம் செய்து வைக்க, அவர்களோடு பிரம்மசமய விஷயமாகப் பேசி பாபு பிரதாப சந்திர மஜும்தாரரைப் பார்க்கப்போனதில் அவரும் வீட்டிலில்லாமையால் ஸ்ரீ கேசவ சந்திர சேனருடைய சகோதரரும் லிபரல் (Liberal) பத்திரிகாசிரியருமான பாபு கிருஷ்ணபிஹாரி சேனரையும் கேசவ சந்திரசேனருடைய ஜனன ஸ்தானமான பழைய வீட்டையும் பார்க்கப் போனோம். அது குருதுலா வீதியிலிருக்கிறது. நாம் போனவுடனே கிருஷ்டபிஹாரிசேனர் எம்மை அன்போடு அழைத்து உபசரித்தார். அவருடைய முகம், பேசும் பாவனை முதலானவைகள் சாக்ஷாத் கேசவ சந்திரசேனரைப் போலவே இருக்க, இரண்டு மணிகாலம் மதவிஷயமாயும், வித்தியா விஷயமாயும், பத்திரிகைகளின் விஷயமாயும், பேசி உத்திரவு பெற்றுக்கொண்டு பண்டித சிவநாத சாஸ்திரியாரவர்கள் வீட்டுக்குப் போனோம். அங்கு பாபு பிப்பன் சந்திரபாலும் அவர் மனைவியும் பழவர்க்கங்களால் உபசரிக்க, வாங்கியுண்டு பார்க்கு வீதிக்குப் போய்ச் சாப்பிட்டு மஹாஸ்ரீ இராயபஹதர் பல்லாரிசபாபதி முதலியாரவர்களும், மஹாஸ்ரீ வெங்கடராயரவர்களும், டாக்டர் இரங்கநாத முதலியாரவர்களுமாக கல்கத்தாவில் நூதனமாக ஸ்தாபிக்கப்பட்ட (Jute Mill) கோணிப்பை செய்யும் இயந்திரசாலைக்குப் போனோம். அவ்விடத்திலிருக்கும் இயந்திரம் சுமார் 2000 குதிரைகள் வேக பலமுள்ளது. அவ்விடத்தில் நாரைப் பிரிக்கும் விதத்தையும்

அதை இயந்திரமூலமாகக் கோணிப்பைகள் செய்யும் விதத்தையும், மலைகளைப் போல் கோணிப்பைகளை அடுக்கி இருக்கும் விநோதத்தையும் பார்த்துக்கொண்டு மாலை 6 மணிக்குக் கல்கத்தா நகர வித்தியாசாலையில் (City College) ஸ்ரீராமமோஹனராயரைப் பற்றிப் பாபு காளிசரன் பானர்ஜியவர்கள் செய்த உபந்நியாசத்தைக் கேட்கப் போனோம். நாங்கள் போகுமுன்னமே அந்தச் சபையானது ஆயிரக்கணக்கான ஜனங்களால் நிறைந்திருக்க அதில் அநேக பி.ஏ., எம்.ஏ., பட்டம் தரித்த வங்கதேச குலஸ்திரீகளும் இருந்தார்கள். பம்பாய் நாராயண கோவிந்த சந்திரவர்க்கரவர்கள் சபாநாயகராக வீற்றிருந்தார். உபந்நியாசகரான காலிசரன் பானர்ஜி (சுதேச கிறிஸ்தவர்) எம்.ஏ.பி.எல் பட்டம் பெற்று ஐகோர்ட்டு வக்கீலாகவிருப்பவர். இவரது உபந்நியாசம் தெளிவாகவும் உற்சாகத்தைக் கொடுக்கிறதாகவுமிருந்தது. பிறகு ஹானரபில் ஆநந்தமோஹன போஸவர்கள் எழுந்து உண்மையும் உறுதியும் உருவோவென்று சொல்லும்படியான பாஷையில் சபாநாயகருக்கு உற்சாகம் நிறைந்த வந்தனம் சொன்னார். சபாநாயகரும் எழுந்து "ஸ்ரீராம மோஹனர் ஒரு காலத்தில் இத்தேசத்திலிருக்கும் பற்பல வகுப்பான ஜாதியார்களும் மதஸ்தர்களும் ஒருவிடத்தில் கூடி சமரசமான சுகாநந்தததையடையும்படியான காலம் வரும்" என்றும் அப்போதுதான் இத்தேசத்துக் குடிகளுக்குக் ஷேமமுண்டாகுமென்றும் சொன்னார். அந்தக் காலம் இப்போது வந்தது என்றும் "அவர் இத்தேசத்தின் கல்வி விஷயமாகவும், கைத்தொழில் விஷயமாகவும், இராஜாங்க விஷயமாகவும், மத விஷயமாகவும், பாடுபட்ட சிறந்த தேசாபிமானியாகையால் அவரை இப்படிப்பட்ட ஜன சமூஹசபையாரால் கொண்டாட வேண்டும்" என்று சொல்லி முடித்தார். பிறகு அன்று இராத்திரி பாபு சுரேந்திர நாதசேனருடைய கிரஹமாகிய ஆரிய விலாசத்தில் தியசாபிகல் சபை கூடியது. பிறகு தங்குமிடம் போய்ச் சாப்பிட்டுத் தூங்கினோம்.

மறுநாட் காலை (1887ம் ஸு ஜனவரி மீ 1ம் உ) சாதாரண பிரம்ம சமாஜமண்டபத்தில் நடக்கும் பிரார்த்தனைகளுக்கும் பண்டித சிவநாத சாஸ்திரியார் செய்த (The Future of India) இந்தியாவின் பிற்கால ஸ்திதியைப் பற்றிச் செய்த உபந்நியாசத்துக்கும் போனோம். அந்தக் கட்டடத்தின் பெருமையைப் பற்றி முன்னமே சொல்லியிருக்கிறோம். காலை 7 மணிக்கெல்லாம் ஆலயத்தில் விருத்தரும், வாலிபரும், ஸ்திரிகளும், புருஷர்களும் ஆயிரக்கணக்காக வந்து நிறைந்திருந்தார்கள். சென்னை ஹானரபில் சுப்பிரமணியம் ஐயவர்களும் இராயபஹதூர் சபாபதி முதலியாரவர்களும் இன்னும் அநேகரும் வந்திருந்தனர். பண்டித சிவநாத சாஸ்திரியார் மிக்க உருக்கமாக பிரார்த்தனை செய்து (The Future of India) "இந்து தேசத்தின் பிற்காவ ஸ்திதி" என்னும் விஷயமாகக் கல்லும் கரையும்படி உபந்நியாசம் செய்தார். அந்த உபந்நியாசத்தில் நமது நந் நாடானது நாளாவட்டத்தில் கல்வி

கேள்விகளிலும், இராஜாங்க சீர்திருத்தம் முதலான விஷயங்களிலும் விருத்தியாகி வருவது பிரத்தியக்ஷமென்றும் இவைகளோடு கூட, நீதியும் நந் நடக்கையும், பரிசுத்தமான ஈசுவரபக்தியும் விருத்தியாகி வந்தால் மாத்திரம் ஜனசமுகத்துக்குச் சவுக்கியமுண்டாகுமென்றும், இல்லாவிடில் நிரீச்சுரவாதம் அதிகமாகி நமது தேச க்ஷேமம் குன்றுமென்றும், எவ்வித சீர்திருத்தத்திலும் தெய்வபக்தியும், தெய்வ பயமும், தெய்வ அருளும், இருக்கவேண்டுமென்றும் உபந்நியாசஞ் செய்து, பிறகு இத்தேசத்து ஜனசமுகத்தாருக்குச் சுகத்தையும், காங்கிரஸ் சபையாருக்குத் தேவ அருளையும் தரும்படி தயாநிதியாகிய ஈசுவரனைப் பிரார்த்தித்தார். பிறகு மேல்மாடியில், சமஸ்கிருத பிரம்மகீதங்கள் மிருதங்க வாத்தியங்களோடு பாடப்பட்டன. அந்தப் பாட்டுகளின் கருத்தாவது; "பரமகிருபாநிதியாகிய பரம்பொருளே! பரதகண்டமாகிய இத்தேசத்தின் மீது நினது அருள் மழை பொழியச் செய்து இத்தேசத்தாரையாதரிப்பாய்" என்றாதிகளே. பிறகு புகழுடம்பினரான ராஜாராமமோஹனராயருடைய திருமாளிகையைப் போய்ப் பார்த்தோம். அந்தப் பிரம்மாண்டமான திருமாளிகையானது எத்தனையோ லக்ஷம் ரூபாய்களைச் செலவு செய்து சித்திராலங்காரமாகக் கட்டப்பட்ட புராதன கிருஹம், அவ்விடத்தில் சற்றுத் தங்கிப் பிரம்மதியானம் செய்துகொண்டு பண்டித சிவநாத சாஸ்திரிகள் வீட்டுக்குப் போனோம். அவ்விடம் பம்பாய் நாராயண சந்தரவர்க்கர் முதலானவர்கள் கூடிப் பழவர்க்கங்களால் கூடிய சிற்றுண்டியைச் சாப்பிட்டு, பாபு பிப்பன் சந்திரபால் அவர்கள் கிருஹத்துக்குப் போனோம். அன்று அவர்கள் நமக்கு விருந்து செய்தார்கள். அப்படிச் செய்ததற்குக் காரணம்: அவர் விவாஹம் செய்துகொண்டு தம்பதி சமேதராகச் சென்னைக்கு வந்தபோது சென்னைவாசிகளும், கோயமுத்தூர் பிரம்மோபாசிகளும் கூடி ஒரு பெரிய விருந்து செய்தபடியால், அவருடைய மனைவியாரும் எங்களுக்கெல்லாம் திருப்திகரமான விருந்து செய்தார்கள். அந்த விருந்தில் பண்டிதர் சிவநாதரும், சென்னை ஸ்ரீ பார்த்தசாரதி நாயுடு அவர்களும் இன்னும் அநேக பங்காள ஸ்திரி புருஷர்களுமிருந்து சந்துஷ்டியடைந்தோம். பிறகு (Calcutta Art Studio) கல்கத்தா சித்திராலயத்துக்குப் போய் ஸ்ரீ கேசவர் முதலானவர்களுடைய படங்களை வாங்கிக்கொண்டு சுமார் இரண்டு மணிக்குக் கல்கத்தா சிடி காலேஜ் ஹாலில் கூடிய (Indian Religious Conference) இந்து தேசத்து மத விஷயமாகக் கூடிய மஹா சபைக்குப் போனோம். அங்கு இந்த இந்து தேசத்தில், வைதீக விஷய சீர்திருத்தத்தை விரும்பும் தேசாபிமானிகளெல்லாரும் கும்பல்கும்பலாக வந்திருந்தனர். அவர்களோடுகூட, பி.ஏ., எம்.ஏ., பட்டம் பெற்ற பங்காள ஸ்திரிகளெல்லாரும் விநோதமான உடைகளைத் தரித்துக் கொண்டிருந்தனர். அந்த மஹா சபைக்கு எம்மைச் சபாநாயகராக

இருக்கும்படி பண்டிதர் சிவநாத சாஸ்திரிகள் கோர, பாபு பிப்பன் சந்திரபாலவர்கள் ஆமோதிக்க, சகலராலும் அங்கீகரிக்கப்பட்டது. ஆனால் எமக்கு மாத்திரம் அந்த உயர்நிலையை வகிக்க எள்ளளவும் துணிவு வரவில்லை. ஏனெனில் அந்தச் சபையில் சீமை ஆக்ஸ்போர்ட் காலேஜில் வாசித்து ராங்குலர் எம்.ஏ., பட்டம் பெற்ற மஹா வித்வ சிகாமணியாயும் கல்கத்தா ஐகோர்ட்டு பார்ஸ்டருமாகிய ஹானரபில் ஆநந்த மோஹன போஸ் அவர்களும், கேம்பிரிட்ஜ் காலேஜில் எல்.எல்.டி. பட்டம் பெற்று பங்காள யூனிவர்ஸிடியின் ரிஜிஸ்டிரார் டாக்டர் பிரசன்ன குமாரராயரும், லாகோர் பண்டிதர் சத்தியாநந்த அக்னி ஹோத்திரியவர்களும், பம்பாய் ஐகோர்ட்டு வக்கீலும் பம்பாய்ப் பிரதிநிதியாகச் சீர்மைக்குப் போய்ப் பிரக்கியாதி பெற்றவருமாகிய பி.ஏ.பி.எல் நாராயண கோவிந்த சந்தாவர்க்கரும் பாஞ்சால தேச பிரசண்டமான பிரசங்கியாகிய லாலா முர்லிதாரவர்களும், மஹரிஷி தேவேந்திர நாததாகூரவர்களுடைய புத்திரராகிய மஹா வித்வான் ஸ்ரீபாபு ரபிந்திரநாத தாகூர்ரவர்களும் சிந்து தேசத்து ஹரிகானந்த சங்கரம் அடானி அவர்களும், பண்டிதர் நாகேந்திர நாத சட்டர்ஜி அவர்களும், எம்.ஏ.சந்திரமுகி போஸ் அம்மாவவர்களும், சாரளதேவி முதலான வித்தியா நிபுணஸ்திரீகளும், கூடியிருக்கும் மஹாசபையில் கல்வி கேள்விகளிற் போதுமான சக்தியற்றும் இங்கிலீஷ் பாஷையில் பிசகறப் பேசத் தெரியாத எம்மை அந்தச் சபையில் சபாநாயகராக விருக்கச் செய்வது எத்தன்மையானதென்று சொல்லவும் வேண்டுமோ? ஆயினும், அந்தச் சபையார் எம்மை விடவில்லை. முதல் நாள் இராம மோஹன ராயருடைய பிரசங்கத்தில் பம்பாய் தேசத்தாராகிய ஸ்ரீ சந்தாவர்க்கரைச் சபாநாயகராக வைத்து ஷ பம்பாய் தேசத்தைக் கவுரவப்படுத்த எம்மைச் சபாநாயாகராக வீற்றிருக்க வங்காள தேசத்தார் வற்புறுத்தும்போது சம்மதித்தே தீரவேண்டியிருந்தபடியால் ஈசுவரன்பேரில் பளுவைச் சுமத்திச் சபையின் மேடை மீதேறி நாற்காலியில் உட்கார, ஆங்கிலேய வாத்தியக்கருவியைக் கொண்டு ஹிந்து இராக இனிய கீதங்களால் ஈசுவர பிரார்த்தனை நடத்தப்பட்டது. இந்தக் கீதங்கள் இன்று கூடும் சபைக்கென்றே சமஸ்கிருத பண்டிதராகிய ஸ்ரீமான் இராபிந்திரநாத டாகூர் அவர்களால் நூதனமாக இயற்றப்பட்டு அச்சிடப்பட்டிருந்தன. அவைகளின் கருத்தாவன: ஜகதீசுவரனாகிய தந்தையே! நினது மக்களாகிய இத்தேசத்தின் பல பக்கங்களில் வதிந்து வரும் சுதேசிகளும், இன்று தேசபேதம் ஜாதிபேதமற்று ஒரு நிழலில் கூடி நின்னைப் பிரார்த்திக்கும்படியானகாலம் வாய்த்ததைப் பற்றிக் கொண்டாடி நடித்து உன்னைத் துதிக்கிறோம்" என்றாதி கருத்துகளடங்கியிருந்தன. பிறகு வங்கதேசத்து குலஸ்திரீகளாகிய பி.ஏ., எம்.ஏ., பட்டதாரிகள் கோகிலங்கள் கூடிப் பாடுவதைப்போல இனிய குரல்களால், ஹே

கிருபாநிதி! என்னும் சமஸ்கிருத கிருதியை அவர்களுக்கு இயற்கையான பக்தியோடும், இராகத்தோடும் பிரமாநந்தமே ஷ கட்டடத்தில் வந்து பொழிவதைப்போல் பாடி பரம சுகத்தையடையச் செய்தனர்கள். பிறகு சபாநாயகர் முறையைத் தழுவி ஸ்ரீ சத்தியாநந்த அக்கினி ஹோத்திரியவர்களை அழைத்து "பாஞ்சால தேசத்தில் ஈசுவர பக்திக்கான காரியங்கள் எப்படி இருக்கின்றன?" என்று கேள்வி கேட்டோம். அவர் எழுந்து "பாஞ்சால தேசத்தில் இந்து மதம், மகம்மது மதம், சீக்கர் மதம், பிரம்மமதம், ஆரிய சமாஜமதம், இவை தற்காகலத்திலிருக்கும் ஸ்திதியைப் பற்றி வெகுநேரம் பேசி, பிரம்ம மதமானது வரவர பெரிய மனுஷர்களும், படிப்பில்லாத பேதை ஜனங்களும் இப்போதுதான் தழுவ ஆரம்பிக்கிறார்கள்" என்று சொன்னார்.

பிறகு ஸ்ரீ நாராயண கோவிந்த சந்தரவர்க்கரவர்களை அழைத்து "பம்பாய் தேசத்தில் மதவிஷயமான காரியங்கள் எப்படி இருக்கின்றன?" என்று கேட்டோம். அதற்கவர், "பம்பாய் தேசத்தில், படியாத மூட ஜனங்கள் கூடியவரையில் பக்திமான்களாயும், சத்தியத்தை அறிய விரும்புகிறவர்களாயும் இருக்க, இக்காலத்து இங்கிலீஷ் படித்து பரிக்ஷை கொடுத்தவர்கள் கேவலம் உலக சம்பந்தமான காரியங்களிற் பிரவேசித்து உள்ளம் ஒன்றும் உதடுகளொன்றுமாகக் காலங்கழிக்கிறார்கள்" என்றும் "பரிசுத்த மத விஷயத்தில் துக்காரம் முதலான மஹாத்துமாக்களைப் போல் பக்திமான்களில் சிலரும், பிரம்மமதத்தில் உண்மை இருக்கிறதென்று, கண்டுகொண்டாடும்போது இங்கிலீஷ் படித்தவர்கள் அனுதாபப்படாதது ஆச்சரியமான காரியம்." என்றும் நெடுநேரம் பேசினார். பிறகு "மத்திய இந்தியாவில் மத விஷயத்தைப் பற்றி என்ன முயற்சிகள் செய்யப்படுகின்றன?" என்று ஸ்ரீபண்டித சிவனாத சாஸ்திரிகளைக் கேட்க, அவரும் நெடுநேரம் பேசித் தமது அனுபவத்தைச் சொன்னார். பிறகு "வங்க தேசத்தில் மதவிஷயமான காரியங்கள் எப்படி இருக்கின்றன?" என்று ஸ்ரீஆநந்தமோஹன போஸ் அவர்களைக் கேட்க அவரும் தமது அனுபவத்தைச் சொன்னார். பிறகு "தக்ஷிண தேசத்தின் மத விஷயத்தைப் பற்றி யாமே சொல்லவேண்டி வந்தமையால் இந்த இராஜதானியில், பூர்வம் இந்து சமயம் இருந்த ஸ்திதியையும், மத்திய காலத்து ஸ்திதியையும், அப்போது ஸ்ரீ மத்துவமத அநந்த தீர்த்ததாசாலிய சுவாமிகள் ஜனித்து இந்த இராஜதானியை மாத்திரமன்றியில், இந்த இந்து தேசத்துக்கே அவர்களுடைய மத சித்தாந்தங்கள் சிரேஷ்டமானதாக்கி அநேக லக்ஷம் ஜனங்கள் தழுவி வருவதாகவும், ஆகவே மலினமடைந்த இந்து மதத்தைச் சீர்திருத்தி மதோத்தாரணஞ் செய்து இந்த இந்து தேசத்துக்கு நன்மை செய்தும்,

ரோம், இட்டலி, ஜர்மனி, இங்கிலாந்து, அமெரிக்கா முதலான தேசத்துப் படிப்பாளிகளும், மதவாதிகளும் மெச்சும்படியாகவிருந்த மஹா புருஷர்களுக்கு ஜனன தேசமாகிய இந்த தக்ஷண தேசத்தை, இராவண ராக்ஷண தேசமென்று சொல்லுவது பிசகென்றும், இந்த மஹாத்துமாக்களன்றியில் ஆழ்வார்கள், நாயன்மார்கள், முதலான மஹாத்துமாக்கள் இந்த இராஜதானியில் ஜனித்து, சைவம், வைணவம், முதலான மதங்களை வளர்த்தி அநேக லக்ஷம் ஜனங்களுக்கு பக்தி நிஷ்டையைக் காட்டியிருக்கிறார்களென்றும், பிறகு சென்னை இராஜதானியில், பிரம்ம சபை ஸ்தாபித்தவிதமும், ஸ்தாபித்து அதற்காகப் பாடுபட்டவர்களுடைய சரித்திரத்தையும், அந்தச் சபையின் தற்கால ஸ்திதியையும், பிறகு தியசாபிகல் சபை ஸ்தாபித்த சரித்திரத்தையும், சொல்லி, இன்னும் பி.ஏ., எம்.ஏ., பட்டம் பெற்ற படிப்பாளிகள் மத விஷயத்தில் பூரண பிரியத்தையுடையவர்களாகிச் சீர்திருத்தம் செய்யாமலிருப்பது ஆச்சரியப்படத்தக்கதென்றும், சொல்லி முடிக்க, சபையார் எம்மை நோக்கி, உங்கள் தேசத்தில் ஸ்ரீ தாயுமானசுவாமிகள் என்பவர் கீதத்தைப் பாடும்படி கேட்க, நாமும் அதிக உருக்கமாகச் சில கீதங்களைப் பாட, அநேகரும் ஆநந்தப்பட்டு அவற்றின் ஆழ்ந்த கருத்தைச் சொல்ல ஆச்சரியப்பட்டார்கள். பிறகு அங்கு வந்திருந்தவர்களுக்கு ஆரஞ்சி, கமலா முதலான பழங்களைக் கொடுத்தும், ஸ்திரி புருஷர்கள் அனைவருக்கும் பரிக்ஷயம் செய்து வைத்தார்கள். அப்போது மாலை ஆறு மணியாகிவிட்டமையால் இராபிந்திரநாத தாகூரவர்களுடன் கூடிக்கொண்டு எமது தங்குமிடம் போய்ச் சாப்பிட்டு அன்று இராத்திரி (The Hindu Teacher) இந்து நாடக கம்பெனியார் நடிக்கும் "சாவித்திரி" விலாசத்தைப் பார்க்கப் போனோம். அந்தக் கம்பெனியார் பிரதிதினமும் மாலை நான்கு மணி முதல் இராத்திரி 12 மணிவரையிலும் இரண்டு மூன்று நாடகங்களை இடைக்கிடை கால் மணி நேரம் விட்டு வேறு வேறு நாடகக்காரரைக் கொண்டு ஆட்டுவிக்கிறார்கள். இந்த நடனசாலை தெய்வலோகத்தைப் போல் சிங்காரிக்கப்பட்டு முதல் வகுப்புக்கு ஐந்து ரூபாய் சார்ஜ் செய்கிறார்கள். இந்த நாடகக்காரர் நீதி விஷயமான சரித்திரங்களைப் பற்றி நடித்தாலும் நடிக்கும் பெண்கள் மாத்திரம் கெட்டுப்போன வேசிகளாகவும், நடனம் பார்ப்பவர் மனதைக் கெடுக்கக்கூடிய அழகுடையவர்களாகவும் இருப்பதால் இப்படிப்பட்ட நாடகத்தைப் பார்க்கக் கூடாதென்று திரும்பி வந்து படுத்து நித்திரை செய்தோம்.

மறுநாட் காலை (1887ம் ௵ ஜனவரி ௴ 2ம் உ) படுக்கையை விட்டெழுந்து தந்தசுத்தி செய்து காப்பிநீரைக் குடித்துப் பாபு பிப்பன் சந்திரபாலவர்களுடன் சித்திராலயத்துக்குப் போய்ப்

படங்களை வாங்கிக் கொண்டு எனது ஆப்த சிநேகிதராகவிருந்த (Late Rev. C.H.A.Dall) கனம் டாலவர்களுடைய கிரஹத்துக்குப் போனேம். அங்கு அவருடைய பாடசாலைத் தலைவி (Mrs. Tam Kins) தாம் கின்சு அம்மையையும், வேறு உத்தியோகஸ்தர்களையும் பார்த்து நெடுநேரம் பேசி, அந்த டால் பாதிரியாரவர்களுடைய புத்தகங்கள் மேஜை முதலானவைகள் அவர் ஜீவனோடு இருந்த போது எப்படி வைக்கப்பட்டிருந்தனவோ அப்படியே இப்போதும் வைக்கப்பட்டிருக்கக்கண்டு, அவர் இறந்த சங்கடம் மனதில் தாக்கக் கண்ணீர் விட்டழுது, அவருடைய தொழிலைப் பற்றிச் சிந்தித்துத் திரும்பினேம். அன்று இந்த தேசத்தின் பல பாகங்களிலிருந்து வந்த பிரம்மோபாசிகளுக்கெல்லாம் சாதாரண பிரம்ம சமாஜத்தார் பிரீதி போஜனம் செய்வதாக அழைத்திருந்தபடியால், அவ்விடத்துக்குப் போக, ஹானரபில் ஆநந்த மோஹனபோஸ் அவர்கள் எம்மவருக்கெல்லாம் புஷ்பமாலைகளைப் போட்டு அழைத்து மதவிஷயமான பல சங்கதிகளைப் பேசிப் பிறகு விருந்துண்ணப் போனோம். அந்த விருந்து கேவலம் மிட்டாய் பழவர்க்கங்களே. எமது இடது பாகத்தில் ஆநந்த மோஹன போஸவர்களும், வலது பக்கத்தில் பண்டிதர் சத்தியாநந்த அக்கினி ஹோத்திரியும் எதிரில் பம்பாய் சந்தாவர்க்கரும் வீற்றிருந்து சாப்பிட்டார்கள். இப்படி நூற்றுக்கணக்கான பிரம்மோபாசிகளுக்கு, அந்த வங்கதேசத்துப் பிராம்மணஜாதியும், பி.ஏ.பட்டம் பெற்ற ஸ்திரீகளும் பதார்த்தங்களைப் பரிமாறி உபசரித்தார்கள். இந்தப் பிரீதிபோஜனத்தை உண்டபிறகு, எல்லாருக்கும் சந்தன புஷ்ப தாம்பூலம் கொடுத்து மரியாதை செய்தனுப்பினார்கள். பிறகு (Messrs Buras Shepperd) பர்னஸ் செப்பர்ட் ஷாப்புக்குப் போய்ப் படங்களைப் பார்த்துக்கொண்டு தங்குமிடம் வர, அங்கு வந்த தந்தி சமாசாரத்தினால் சென்னை இராஜதானியின் வாசிகளாகிய எல்லாரும் வியாகூலப்படலானோம். அதாவது, சென்னை (Peoples Park) பீபில்ஸ் பார்க்கு தோட்ட வேடிக்கையில் தீப்பற்றி அநேகர் இறந்தார்களென்பதே. அப்படி இறந்தவர்களில் எமது ஆப்த சிநேகிதர்களுடைய பந்துக்கள் சிலர் போய்விட்டார்கள். பிறகு ஈசுவரனைத் தியானித்து விட்டு டர்ம்தோலா வீதியிலிருக்கும் (Indian Mirror) இந்தியன் மிரர் பத்திரிகாசிரியர் நரேந்திர சேனருடைய ஆரிய விலாசத்துக்குப் போய், அவருடைய க்ஷேமசமாசாரத்தையும் பத்திரிகையின் ஸ்திதியையும் பேசிவிட்டுப் பிறகு தங்குமிடம் போய், இந்தப் பட்டணத்தைவிட்டு கயாவுக்குப் போக யோசித்தோம். ஆனால் அப்படி விட்டுப்போக மனம் வரவில்லை. ஏனெனில், இந்தக் கல்கத்தா நகரத்திற்குட்பட்ட சுற்றுப்பாகங்கள் ஆதியில் விராட தேசமென்றும், கவுடதேசமென்றும், புராணப் பிரசித்திப் பெற்றதாகையாலும், தற்காலத்திலும் இங்கிலீஷ் கவர்ன்மெண்டின்

பிரதான இராஜ தலைநகரமாயும், சிரேஷ்ட தேசாதிபதியாகிய கவர்னர் ஜனரல் இருக்கும் இடமாகையாலும் இதைப்பற்றிப் பின்னும் சுற்றிப்பார்த்தறிய விரும்பினேம். அதாவது:-

கல்கத்தாவின் பூர்வ சரித்திரம்.

இந்தப் பட்டணத்திற்கு கல்கத்தாவென்று சொல்லுவதற்குக் காரணம் : காளிகாதேவியென்னும் மாயாசக்தியானவள் தனது பிதாவாகிய தக்ஷன், தான் செய்த யாகத்தில் தனது நாயகனாகிய சிவபெருமானை அழைக்காமல், அவமானப்படுத்தியதால், அந்த அவமானத்தைச் சகிக்க முடியாமல் தனது உயிரைவிட, சிவன் கண்டு அவளுடைய உடலைத் தூக்கிக்கொண்டு தோளின் மீது போட்டுக்கொண்டு திரிய, விஷ்ணுவானவர் கண்டு அவ்வுடலைத் துண்டித்து விழுத்தியவிடமென்று ஒரு புராணத்தில் சொல்லப்பட்டிருக்கிறது. ஒரு காலத்தில் துர்க்காதேவியானவள் துஷ்டநிக்கிரகத்தின் நிமித்தம் ஒரு பெரிய பயங்கரமான தேகத்தைத் தரித்துக் கொண்டிருக்கும்போது, ஒருநாள் தனது பெரிய உருவம் தனக்கே அசங்கியமாகத் தோன்றியதினால், வேறு சிற்றுருவாகிய உருவத்துடன் துஷ்டநிக்கிரகம் செய்து வரும்போது, தனது நாயகரான பரமசிவமூர்த்தியானவர் கண்டு மோகித்து வந்து எடுத்து தமது அக்குளில் வைத்துக்கொண்டு பல தேசங்களுக்குப் போய்த் திரிந்துகொண்டிருக்க, அந்த லோகரக்ஷணியின் பிரிவினால் அவ்விடத்திய குடிகள் வருந்தியதாகவும், அந்த வருத்தத்தைக் கண்டு சகியாத ஸ்ரீ விஷ்ணுமூர்த்தியானவர் சாம்பமூர்த்தியின் பின் தொடர்ந்து தம்முடைய சக்கிரத்தினாலே அந்தத் துர்க்கையைத் துண்டித்ததாயும், அப்போது அந்தக் காளிகாதேவியின் இடது காலின் இரண்டாம் விரல் கல்கத்தா என்னும் இந்த இடத்திலும், அந்தரங்க ஸ்தானமாகிய இந்த கல்கத்தாவுக்கு வடக்கே காமரூபமென்னும் இடத்திலும், இன்னும் மற்ற அங்கங்கள் மற்றும் பல இடங்களிலும் விழுந்து, அவ்விடத்திய ஜனங்களை ஆதரித்து வந்ததாயும்; அந்த அங்கங்களில் ஒன்றாகிய இடது காலில் இரண்டாம் விரல் இவ்விடத்தில் ஊன்றி நின்றதனால், காளி கட்டம் அல்லது காளிகட்ட சத்திரம் என்று பெயர்பெற்று, பிறகு கல்கத்தா என்று பெயர்பெற்றதாய் அவ்விடத்திய ஸ்தலபுராணத்தில் சொல்லப்பட்டிருக்கிறது. 300 வருஷங்கட்கு முன் கட்டிய இந்தக் கட்டடம், பார்வைக்கு அவ்வளவாக அழகானதாகத் தோன்றாவிட்டாலும் கர்ப்பக்கிரஹம், முகமண்டபங்கள், ஒருமாதிரியாக இருக்கின்றன. இந்தக் கோயிலுக்குச் சமீபத்தில் கங்கைநதியின் பெரிய ஓடையும் ஓடுகின்றது. இந்தக் கோயிலில் அந்த பங்காள பிராம்மண பண்டியாக்கள் பூஜை செய்து வருகிறார்கள். பிரதிதினமும் கணக்கற்ற ஆடுகளையும், ஆட்டுக்குட்டிகளையும் பலி கொடுக்கிறார்கள். வெள்ளிக்கிழமை,

ஞாயிற்றுக்கிழமைகளில் பலிகளும், பூசைகளும் ஏராளமாக நடக்கின்றன. நவராத்திரி மகோற்சவகாலங்களில் எருமைகளையும் பலியிடுவதன்றியில் மகத்தான மகோற்சவம் நடத்தப்பட்டு வருகிறது. இந்தக் காளிகாதேவியானவர் பங்காளிகளுக்குப் பிரத்தியக்ஷ தேவதையாகப் பாவிக்கப்பட்டிருப்பதால் அந்த நவராத்திரி உற்சவத்தை ஒரு ஜனசமூஹ உற்சவகமாகக் கொண்டாடுவது வழக்கம். அந்தக் காலத்தில் தூரதேசங்களிற் பிரிந்திருக்கும் பந்துக்களும் உற்றார் பெற்றார் உறவோர் முதலானவர்களெல்லாரும் தம்தம் உத்தியோகத்தினின்றும், வேலைகளினின்றும், வர்த்தகங்களினின்றும் விடுமுறை பெற்று வந்து குடும்ப சமேதராகச் சேர்ந்து கொண்டாடுகிறாகள். இந்தக் காலத்தில் அநேகர் ஜாதி பேதத்தையும், பெரும்பாலும் பாராட்டுகிறதில்லை. சிலர் குடித்துக் காமக்கூத்தாடுவதும் வழக்கம். இந்த ஆலயத்தைச் சுற்றிலும் அநேக கடைகளிருக்கின்றன. பூஜை செய்பவர்கள் ஆடு, எருமைகளின் பலிகளன்றியில், மிட்டாய், பக்குவான்னம், பச்சரிசி, பழவர்க்கங்கள் இவற்றையும் உபயோகப்படுத்துகின்றார்கள். கல்கி புராணத்தின்படி, இத்தேவதைக்கு மான் மாமிசம் காண்டாமிருகத்தின் மாமிசம் இஷ்ட போஜனமென்றும், மூன்றுமனிதர்களுடைய பலியும், பலி கொடுப்பவனுடைய சொந்த இரத்தமும் அதிக சிரேஷ்டமானதாகச் சொல்லப்பட்டிருக்கின்றதன்றியில், புருஷவரம், பிள்ளைவரங்களுக்குக் கணக்கற்ற ஆட்டுக்குட்டிப் பலிகளையும் செய்யச் சொல்லப்பட்டிருக்கின்றன. இந்தத் துர்காதேவியின் பிரதிமை வர்ணத்தினால் எட்டு புஜங்களுள்ளதாயும். நாக்கை நீட்டிக் காட்டிக்கொண்டும், செந்தூரப் பொட்டிட்டும், மண்டையோடுகளை மாலையாகத் தரித்துக்கொண்டும், ஒரு கையில் கத்தியையும், ஒரு கையில் தாம் வெட்டிக் கொன்ற அசுரனுடைய சிரசையும், காதுகளில் இரண்டு மனுஷருடைய கபாலங்களைக் காதுக்கணிகளாகவும், தான் கொன்ற அசுரன் கைகளையே ஆடையாகவும், தனது கால்களில் ஒன்றைத் தன் கணவன் தொடைமீதிலும், மற்றதை அவன் புஜத்தின்மீதிலும் மிதித்துக்கொண்டிருக்கும் பாவனையாக இருப்பதைப் பார்க்கும்போது பயத்தையுண்டாக்குகிறது. அது முகமண்டபத்துக்குக் கர்ப்பக்கிரஹம் ஒரு மாரளவு பள்ளத்திலிருக்கிறது. நவராத்திரி உற்சவகாலத்தில் மண்ணினால் ஒரு பெரிய காளிகாதேவியைப் பயங்கரமான உருவில் செய்து வர்ணம் பூசி அமளிகுமிளியுடன் ஊர்கோலம் செய்து, பிறகு கங்கையில் போட்டுவிடுகிறார்கள். அந்த ஊர்கோல உற்சவ காலத்தில் மிதமிஞ்சிய மதுபானமும், விபசாரமும், நடப்பதனால் இது தென்தேசத்தார் பார்வைக்கு ஆச்சரியத்தைக் கொடுக்கும். இந்தக் கோயிலில் பலிகொடுப்பவர், தலை ஒன்றுக்கு 4 அணா தக்ஷணையாகக் கொடுக்க வேண்டும். இதனால் பூஜாரிகளுக்கு நல்ல லாபமானாலும் பலி கொடுக்கும்

மண்டபம் கசாப்புக் கடைகளைப்போல் அசிங்கிய நாற்றத்துடன் இருக்கிறது. இது நிற்க.

கல்கத்தாவின் மத்தியகால சரித்திரம்.

சுமார் நூறு வருஷங்களுக்குமுன் இந்தக் கல்கத்தா ஒருசிறு கிராமமாக இருந்தது. இந்தக் கல்கத்தா பங்காள இராஜதானியைச் சார்ந்து சுதேச அரசர்களால் ஆளப்பட்டு 1202ம் ஹூ மகம்மதியர் வசமானது. பிறகு 1596ம் ஹூ அக்பர் பாதுஷாவின் சுவாதீனத்திலிருந்து பிறகு அவருடைய சந்ததிகளுடைய சுவாதீனமாகியது. அப்போது கவூர், நதியா என்பவை முக்கிய பட்டணங்களாக இருந்தன. டாக்கா மூர்ஷடாபாத்து நகரங்கள் மகம்மதியருடைய முக்கிய பட்டணங்களாயின. பிறகு சூரத்திலும், ஆக்ராவிலும் வியாபார விஷயமாக ஆங்கிலேயர் வந்திருந்த காலத்தில், பட்டனாவில் அதிகாரம் பண்ணிக்கொண்டிருந்த பிரபுவுக்கு கஷ்ட சாத்தியமான வியாதி கண்டு வருந்தும்போது, ஓர் ஆங்கிலேய வைத்தியர் வந்து சுகப்படுத்தியதால் அந்தப் பிரபுவானவர் “உமக்கு என்ன வேண்டும்?” என்று வினவ, அவர் “பிரான்சுக்காரரும், டச்சுக்காரரும் வர்த்தகம் செய்துகொண்டிருக்கும் பங்காள குடாக்கடல் ஓரமாய் இங்கிலீஷ்காரர்களும் போய் ஏற்றுமதி இறக்குமதி வியாபாரம் செய்ய இடம் வேண்டும்“ என்று கேட்க, அவரும் அப்படியே கொடுக்க, அதன்மேல் டச்சுக்காரரும் பிரான்சுக்காரரும், ஆங்கிலேயரை எதிர்த்து வம்பு சண்டைகள் செய்தார்கள். பிறகு டில்லி பாதுஷா தேக சவுக்கியமற்று வருந்தும்போது, வேறொரு ஆங்கிலேய வைத்தியரால் சவுக்கியப்பட, ஆங்கிலேயர் பின்னும் பல சுதந்திரங்களைப் பெற்றார்கள். அன்று முதல் இந்தவிடம் விஸ்தாரம் பெற்றும், ஜனபாஹுலியம் பெற்றும் பிரகாசிக்கின்றது. 1700ம் ஹூ அரங்கசீபு குமாரராகிய அஜீம் ராஜனிடம் மூன்று கிராமங்களை விலைக்கு வாங்கினார்கள்.

இந்தக் கல்கத்தா பட்டணமிருக்கும் இடம் (President Charnock) தலைவர் கர்னாக் என்பவரால் மேன்மைபெற்றதென்று சொல்லலாம். 1700ம் ஹூ அரங்கஸீபின் குமாரராகிய அஜீம் என்பவரால் ஈஸ்ட்டு இந்திய கம்பெனியாருக்கு வந்து, அப்போது அங்கிலேய தேசத்தில் ராஜனாகவிருந்த வில்லியம் என்பவர் பெயரால் ஒரு கோட்டையைக் கட்டிக் கொண்டார்கள். 1756ம் ஹூ சுராஜடவுலா என்னும் சுபேதார் (Cossim Bazaar) காசிம் பஸாரில் இங்கிலீஷ்காரருக்கிருந்த வர்த்தக சாலைகளைப் பிடித்துக்கொண்டு, அங்கிலேயரைக் கைதிகளாக்கி வருத்தினார். ஒரு இருட்டு அறையில் 140 ஆங்கில உத்தியோகஸ்தர்களைப் பிடித்து மூட, அவர்களில் 23 பெயர்

மாத்திரம் குற்றுயிரோடு தவிக்க, மற்றவர்கள் மடிந்துவிட்டார்கள். அப்போது 1757ம் ஹூ (Clive) கிளைவு என்பவர் சீமையிலிருந்து வந்து (Admiral Watson) அட்மிரல் வாக்ஷன் என்பவருடைய உதவியால் எதிர்த்து ஜயிக்கவே, பிரான்சுக்காரரும் இங்கிலீஷ்காரரோடு எதிர்த்து வர பிளாசியில் நடந்த சண்டையினால் சுபேதாருக்கு விரோதமாக முடிந்தது. 1765ம் ஹூ டில்லி சக்கிரவர்த்தியினால் பெங்காளம், பேஹார், ஒரிசா மாகாணங்களை ரெவினியூ விஷயமாகக் கொடுத்துக் கடைசியாக ஆங்கிலேயர் வசமாகிவிட்டன. அப்போதுதான் முதல் முதல் லெப்டினெண்டு கவர்னர் நியமிக்கப்பட்டார். அதற்குமுன் 1707ம் ஹூ வரையில் கல்கத்தா சென்னை இராஜதானியின் அதிகாரத்துக்குள் இருந்தது.

கல்கத்தாவின் தற்கால ஸ்திதி.

இந்தக் கல்கத்தா பட்டணமானது கங்கையின் ஒரு கிளைநதியின் இடது பாகத்தில் கட்டப்பட்ட பிரம்மாண்ட பட்டணம். இந்தப் பட்டணத்துக்குள் பங்காளச் சமுத்திரைக்கரைக்கும், சுமார் நூறு மைல் தூரம் இருக்கலாம். கி.பி. 1858ம் ஹூ இந்தப் பட்டணம் நாலரை மைல் நீளமும் ஒன்றரை மைல் அகலமும் சுமார் 8 சதுரமைல் விஸ்தீரணமுமுள்ளதாகவிருந்து 1686ம் வருஷத்தில் காளிகோயிலுக்கும் கல்கத்தாவுக்கும் மத்தியில் உள்ள இடம் ஒரு பயங்கரமான வனமாகவும் சதுப்பு நிலமாகவும் இருந்தது. அந்தப் பயங்கரமான வனத்தில் வாரன்ஹேஸ்டிங்ஸ் பிரபு சில புலிகளைச் சுட்டுக் கொன்றார். அப்படிப்பட்ட காட்டையும் சதுப்பு நிலத்தையும் நாளாவட்டத்தில் அதிகப்படுத்தியும் காடுகளை வெட்டியும் சமநிலமாக்கியதனால் அவை சவுரங்கி தியேட்டர் ரோட்டுகளுமாகி அந்த மைதானத்தில் இப்போதிருக்கும் அழகிய கதீடிரல் என்னும் பெரிய கிறிஸ்து கோவில் கட்டப்பட்டிருக்கிறது. இப்படியே நகரத்தின் பல பக்கங்களிலுமுள்ள காடுகரடுகளை எல்லாம் நீக்கிச் சுத்தப்படுத்தி நகர்வாசம் செய்யும்படியாகச் செய்வித்ததில் இப்போது கல்கத்தா அதிக விஸ்தீரணமானதாகத் தோற்றுகிறது. 1742ம் ஹூ மஹாராஷ்டிரர்கள் இதன்மேல் படையெடுத்து வராதபடி, அந்த நதியின் வடபாகமுதல் கிழக்குப் பாகம் வரையில் கோணவாய்க்கால் ஒன்றை (Maharatha Ditch) வெட்டி பட்டணம் பாதுகாத்து வரப்பட்டது. இந்த மஹாராஷ்டிர வாய்க்காலுக்கு அப்புறமும் தற்காலத்து (Circular Road) வளைவு வீதிக்கும் இடையில் (Chitpore) சீத்பூர் வடபாகத்திலும், (Nunden Bag) நந்தன் பாக், (Sealda) சீல்தா, (Entaly) என்டாலி, (Bahar Simla) பாஹார் சிம்லா, (Ballygung) பாலிகஞ்சு தென்கிழக்காகவும்; (Bhavanipore) பவானிபூர், (Allipure) அல்லிபூர், (Kiddapore) கிட்டார்பூர், தென்பாகத்திலுமாக அநேக பெரிய

கிராமங்கள் சூழந்திருக்கின்றன. நதிக்கு அக்கரையில் (Seabpore) சீப்பூர், (Hawrah) ஹவ்ரா, (Sulke) சுல்கி முதலான அநேக கிராமங்களும் உப்பளங்களும் ரேவுதுறை கட்டடங்களும் நிறைந்திருக்கின்றன. சமுத்திரத்திலிருந்து நதியில் நாவிகா யாத்திரைசெய்து வருவோருக்கு (Garden Reach) கார்டன் ரீச்சு வரையில் விசித்திர விநோதமான கட்டடங்களும் தண்ணீர்க் கால்வாய்களும் ரேவு துறைகளில் ஏராளமாக இறக்குமதி ஏற்றுமதியாகும் விநோதமும் பார்க்கப் பார்க்க ஆச்சரியகரமாக இருக்கும். இந்தக் கார்டன் ரீச்சுக்கு வடக்கே கவர்ன்மெண்டு படகுகள் நிற்கும் துறை இருக்கிறது. இவ்விடமிருந்து (Tell's Nulla) டோலீசு நுல்லா என்னும் வாய்க்காலானது நதியில் சம்மந்தப்பட்டிருக்கிறது இதையடுத்து (Arsenal) இராணுவ முஸ்தீபுகளிருக்கின்றன. இதற்கு மேலே தாண்டிப் போனால் (Fort William) போர்ட்டு வில்லியம் என்னும் இந்து தேசத்தில் பெருத்த ஓர் பெரிய கோட்டையிருக்கிறது. இது பிளாசியில் (Plassey) நடந்த சண்டைக்குப் பிறகு (Lord Clive) கிளைவ் பிரபுவினால் 15,000 ஜனங்கள் தங்கக்கூடிய விஸ்தீரணத்துடன் 1757ம் ஆ ஆரம்பிக்கப்பட்டு 20,00,000 பவுன் அல்லது 3,00,00,000 கோடி ரூபாய் செலவிட்டு 1773ம் ஆ முடிக்கப்பட்டது. இது 619 பீரங்கிகள் வைக்கக்கூடிய விஸ்தீரணமுள்ளது. இந்தக் கோட்டையினிடமிருந்து கல்கத்தாப் பட்டணத்தைப் பார்த்தால் பயங்கரத்தையும் ஆச்சரியத்தையும் கொடுக்காமற் போகாது. அடுத்திருக்கும் நதியில் ஏராளமான கப்பல்கள் நின்றிருப்பதைப் பார்த்தால் அவற்றின் கொடிமரங்கள் ஒரு பிரம்மாண்டமான வனத்தைப் போலிருக்கின்றன. ஹுக்ளி நதியின் இடதுபாகத்திலிப்படியிருக்க, வலது பாகத்தில் (Chowringhee) சவுரங்கி டிஸ்டிரிக்ட்டு அடுத்தடுத்து அடுக்கடுக்குகளாயுள்ள வீடுகளால் நிறைந்திருக்கின்றது. இதற்கு எ்திரில் (Esplanade) எஸ்பிளநேட்டென்னும் பெரிய மைதானமிருக்கிறது. இந்தப் பாகத்தில்தான் பிரம்மாண்டமான (Town Hall) நகரமண்டபம் (Government House) இராஜமாளிகை, இன்னும் அநேக அற்புதமும் பிரம்மாண்டமுமான கட்டடங்களுமிருக்கின்றன. இந்த மைதானத்துக்கு அடுத்த ஹுக்ளி நதிக்கரையில் (Chandipal Ghaut) சந்திபால் காட்டு என்னும் ஜனங்கள் கப்பல் ஏறி இறங்கும் இடமிருக்கிறது. இது முதல் (Custome House) சங்கம் மாளிகை (New Mint) நவநாணயச்சாலை முதலான கவர்ன்மெண்டு கட்டடங்களுமிருக்கின்றன. இவ்விடமிருந்து (Circular Canal) ஒரு வளைவு வாய்க்கால் கல்கத்தாப் பட்டணத்தையும் (Chitpore) சீத்பூரையும் பிரித்துவிடுகிறது. மேலும் இவ்விடமிருந்து (Beepe Ross Ghaut) பீபிராஸ் காட் என்னும் நதிக்கரையிலிருந்து (Upper Ciruclar Road) மேல் வளைவு வீதியானது சுதேசிகள் வசிக்கும் பாகத்துக்கும் ஐரோப்பியர் வசிக்கும் பாகத்துக்கும் எல்லையாக இருக்கிறது. இப்படிக்கிருந்தபோதிலும், ஐரோப்பியர் வசிக்கும்

பாகத்தில் இந்துக்களும் மகமதியரும், சுதேசிகள் வசிக்கும் பாகத்தில் பரங்கிக்காரர்களும் வசிக்கிறார்கள். சுதேசிகள் வசிக்கும்படியான பாகத்தில் வீதிகள் சிறியவைகளாகவும், அசங்கியமானவைகளாகவும், இருந்தாலும், திரவியவான்களுடைய கட்டடங்கள் அதிக உயர்வும், விஸ்தீரணமுமாகக் கட்டப்பட்டிருப்பதால், மாளிகா நகரம் (City of Palaces) என்று சொல்ல வேண்டியிருக்கிறது. ஐரோப்பியருடைய கட்டடங்கள் (Greuam Style) கிரேக்கதேசத்து சிற்பாலங்காரத்தின் படி பிரம்மாண்டமாகக் கட்டப்பட்டிருப்பதைப் பார்க்கும்போது பூர்வ புராணங்களில் சொல்லப்பட்ட இலங்காபுரியோ அல்லது மிதுலாபுரியோ அல்லது அயோத்தியாபுரியோவென்று எண்ண வேண்டியிருக்கிறது. இவ்விடத்தில் ஊக்ளியின் ஜலம் கறுத்துக் குடிப்பதற்கு அசங்கியமாக இருப்பதால் 1043 பெரிய குளங்கள் வெட்டிக் குடிப்பதற்கு ஜலமெடுக்கிறதன்றியில், எந்த வீதியிலும் எந்த வீட்டிலும் குழாய்மூலம் தாராளமாக அகப்படக்கூடிய அநுகூலமிருக்கிறது. வீதிகளிற்றெளிக்க ஆற்றின் ஜலத்தை இயந்திரங்களின் மூலமாகக் கொண்டு வருகிறார்கள். இந்தப் பிரம்மாண்ட பட்டணத்தின் குடித்தொகையை விவரமாகக் கண்டு சொல்வது கஷ்ட சாத்தியம். ஏனெனில் 1850ம் ஞூ 5,950 ஒரு மாடியுள்ள வீடுகளும், 6,438 இரண்டடுக்கு மாடி வீடுகளும், 721 மூன்றடுக்கு மெத்தை வீடுகளும், 10 நான்கு அடுக்கு மெத்தை வீடுகளும், 2 ஐந்தடுக்கு மெத்தை வீடுகளும், 49,445 ஓட்டுவில்லை குடிசை வீடுகளும், இந்த வீடுகளுக்குள் 6233 ஐரோப்பியரும், 4,615 பரங்கிக்காரர்களும், 892 அமெரிகா தேசத்தார்களும், 847 சீனாக்காரர்களும், 15,342 ஆசியாவின் மற்றப் பாகத்தார்களும், 2,74,335 இந்துக்களும் 1,10,918 மகம்மதியருமாக 4,13,182 ஜனங்கள் வதிந்துவந்ததாகவும், சர்க்கார் கானிஸ்வாரியில் தெரிந்திருந்தாலும் 1876ம் ஞூ 9,00,000 ஜனங்களென்றும் கண்டிருக்கிறது. 1891ம் ஞூ கல்கத்தா முனிசிபாலிட்டிக்குள் 8,40,130 குடிகளும் ஹுக்ளி உள்பட கிராமங்களில் 1,30,000 குடிகளும் இருந்ததாகக் கணக்கு எடுத்து இருக்கிறார்கள். இப்போதோவெனில் மிதமிஞ்சிய மாடமாளிகைகளும், மனுஷ பிரபல்யமும் பத்து மடங்கு அதிகமாக இருப்பதாகச் சொல்லலாம். (Marquis Wallesly) மார்குவிஸ் வெல்லஸ்லி பிரபுவினால் 1,30,000 பவுன்கள் செலவழித்து ஆச்சரியமான இராஜமாளிகை கட்டப்பட்டது. இவைகளன்றியில் (Madrisa) மதிரிசிய (Hindu) இந்து காலேஜுகளும், (Lamartinarere) லாமர்ட்டிநெரி பாடசாலை, (Metcalf Hall) மெட்கால்ப் மண்டபம், 165 அடி உயரமுள்ள (Octerlony) அக்டர்லோனி ஞாபகமண்டபம், (James Prinsep) ஜேம்ஸ்பிரின்சிப் ஞாபகச் சின்னம், (Maharajapore) மகாராஜாபூர் மண்டபம், (Punniar) புன்னையார் மண்டபம், (Asiatic Society) ஆசியாடிக் சொசைடி கட்டடம் முதலான கட்டட ஞாபகச் சின்ன மண்டபங்கள்

ஆச்சரியகரமானவைகளாக இருப்பதன்றியில், (Bishop Willson) பிஷப் வில்சனவர்களால் ஈஸ்டு இந்தியா கம்பெனியாரிடத்திலிருந்து 1,50,000 ரூபாய் உதவிபெற்றுக் கட்டுவித்த (St.Pauls, Catherdral) செண்டுபோல் தேவாலயம் (Scotch Church) ஸ்காத்திலாந்தியர் கோயில், (Writers Buildings) இலேக்கணர்களின் கட்டடம், பார்க்கு வீதியிலும் சவுரங்கி வீதியிலும் (Theater Halls) நடன சாலைகள், (Bank of Bengal) பெங்காள பாங்கி கட்டடம், (Union Bank) யூனியன் பாங்கி கட்டடம், (Bengal Chamber of Commerce) பெங்காள வர்த்தகக் கூட்ட கட்டடம், (Bishops College) பிசப்ஸ் கலாசாலை, கெடல்ஸ்டன் ஹால், டெர்பிஷயர் ஹால், திப்புவின் சிங்காசன மண்டபம், கவுன்சிலர் ரூம், பாலாடும் ரூம், பது மார்க்கெட்டு கட்டடம், அநேக கிளப்புகள், ஸ்நான கட்டடங்கள், நீந்தும் சாலைகள், கரடிஸ்தானங்கள், புகைவண்டி தங்கும் ஸ்டேஷன்கள், ரேவுதுறைஸ்தான கட்டடங்கள், விளையாடும் கட்டடங்கள் முதலானவைகள் ஆச்சரியகரமான கட்டடங்களென்று சொல்லலாம். அன்றியும் இந்துக்களுக்கு 267 கோயில்களும், மகமதியருக்கு 168 கோயில்களும் சீனாக்காரர்களுக்கு 3 கோயில்களும் கட்டப்பட்டிருக்கின்றன. மேலும் கிறிஸ்து சமயத்தைச் சார்ந்த (Church of England) இங்கிலாந்து சபையாருக்கு 8 கோயில்களும், (Church of Rome) ரோம சபையாருக்கு 5 கோயில்களும், (Church of Scotland) ஸ்காத்திலாந்தியருக்கு ஒன்றும், (Free Church) பிரீ சர்ச்சுக்காரருக்கு ஒன்றும், (Jews) யூதருக்கு ஒன்றும், (Greek) கிரீக்கரது ஒன்றும், (Armenian) ஆர்மீனியருக்கு ஒன்றும், (Bobitist) பாபிடெஸ்டுகாரருக்கு மூன்றும், (Unitarian) ஏகத்துவமார்க்கத்தாருக்கு ஒன்றும் ஆகக் கிறிஸ்து மத கோயில்களிருக்கிறதன்றியில், மூன்று மைல்கள் தூரத்தில் கிட்டர்பஸாரிலிருக்கும் புவிகைலாசக் கோயிலும், பதரிதாசருடைய ஜெயிநர் கோயிலும், சைவவைணவர் கோயில்களும், பிரம்மஸமாஜத்தாருக்கு மூன்று பெரிய பிரம்ம மந்திரங்களுமிருக்கின்றன. இவைகளன்றியில் (St. James Schools) செண்டு ஜேம்ஸ் தருமபாடசாலை, (European Female Orphan Asylum) யூரோபியன் ஸ்திரி தரும ஸ்தானம், (Benevlent Institute) உபகாரசபை, (Church Mission Alms House) சர்ச்சுமிஷன் தருமசாலை, (Leper Asylum) லிபர் தருமசாலை, (General Assembly's Insititute) ஜெனரல் கூட்டசாலை, (Indian Reform Association) சீர்திருத்தும் சாலை முதலான தருமசாலைகளுமிருக்கின்றன. ஹுக்ளி நதியின் வடமேற்குப் பாகத்தில் (Botanical Garden) மூலிகா விருத்தி தோட்டம் முதலானவைகளிருக்கின்றன. இதில் 138 வருஷ வயதுடைய ஓர் பெரிய ஆலமரம் இருக்கிறது. அது அநேக பட்டாளத்தாருக்கு நிழல் கொடுத்ததாம். இவைகளன்றியில் இந்த இந்து தேசத்தில் சிறப்புப் பெற்ற அநேக கவர்னர் ஜனரல்களுடையவும் சுத்த

வீரர்களுடையவும் பிரதிமைகள் பெரும்பாலும் மைதான பாகங்களில் அநேகம் கட்டப்பட்டிருக்கின்றன.

இவ்வளவு பெருமை பெற்ற கல்கத்தா பட்டணத்தில் வர்த்தக வியாபாரம் விசேஷமாக நடக்கின்றது. மாலையைப் பார்க்கிலும் காலையில் அக்கம்பக்கத்துக் கிராமவாசிகள் கல்கத்தாவுக்கு வந்து ஏராளமான சரக்குகளை விற்றும், வாங்கியும் வியாபாரம் செய்கிறார்கள். இவைகளன்றியில் பருத்தி நூல் துணிகள், உலோகங்கள், இயந்திரங்கள், உப்பு, சாராய வகைகள் ஏராளமாக இறக்குமதியும்; அபினி, அரிசி, சணல், எண்ணை வித்துகள், அவுரி, பொட்டிலுப்பு, பட்டு, தோல்கள், தேயிலை முதலானவைகள் ஏராளமாக ஏற்றுமதியுமாகின்றன. இதனால் வருஷாந்திரம் வேறு நாட்டு வர்த்தகம் 56 கோடி ரூபாயாகிறது. அதாவது இந்தியாவின் மூன்றில் ஒரு பங்கு வர்த்தகம் இந்தக் கல்கத்தாவில் நடக்கிறதென்று சொல்லலாம். இந்தப் பிராந்தியங்களில் வசிக்கும் பெரிய மனுஷர்களுக்குப் 'பாபுகள்' என்றும் பணத்திலும் அதிகாரத்திலும் பெருமை பெற்றவர்களுக்கு 'சர்க்கார்' என்றும் பெயரை வைத்துக் கொண்டிருக்கிறார்கள். இவ்விடம் அநேக ஜமீன்தார்களிருப்பதால் தேசம் செழிப்புடன் பிரகாசிக்கின்றது. இந்தப் பங்காள பாபுகள் பார்வைக்கு அழகும் சுத்தியானவர்களுமல்ல, பெரும்பான்மையோர் தென்தேசத்துச் சட்டைக்காரரைப் போல் பூட்சும், சல்லடமும், ஒரு அசைச் சொக்காயும் மாட்டிக் கொண்டும், தலைமயிரைக் கத்தரித்துக்கொண்டும் தாடி மீசைகளை வைத்துக்கொண்டும் விகாரமாக இருக்கிறார்கள். பூர்வ கர்னாடக ஸ்திதியைப் பற்றி இருப்போரும் நான்கைந்து முழத்துண்டை இடுப்பில் கட்டிக் கொண்டும், தலைமயிரைக் கத்தரித்துக் கொண்டும் பூட்சுகளைப் போட்டுக்கொண்டும் நெற்றியில் சைவ வைணவ மதக்குறிகளற்று லலாட சூனியர்களாகவே இருக்கிறார்கள். பலத்திலும் பம்பாய், சென்னை ராஜதானியின் ஜனங்களுக்குச் சமானமுள்ளவர்களென்று சொல்ல வகையில்லை. ஸ்திரிகளில் பெரும்பான்மையோர் நகைகளைத் தரிப்பதுங் காணோம். சிலர் தரித்துக்கொண்டிருந்தாலும் நாகரிகமான நகைகளல்ல. அநேக பங்காள ஸ்திரிகள் தங்கள் மூக்கின்மேல் பச்சையைக் குத்திக்கொண்டிருக்கிறார்கள். வைதீகராய் இருக்கிற சில ஸ்திரிகள் மாத்திரம் கலியாணமான பிறகு முகத்தின் உச்சியில் சிறிய செந்தூரப் பொட்டிட்டுக் கொண்டாலும் மூக்குப் பச்சையே பொட்டுக்குப் பதிலெனக்கொண்டிருக்கிறார்கள். அநேக ஸ்திரிகள் உயரத்தில் குறைந்து குண்டு (எலுமிச்சம்) பழங்களைப்போல ஒருவித அழகாகவிருந்தாலும், அவர்கள் கட்டிக்கொள்ளும் புடவை பன்னிரண்டு முழமுடையதாகையால், அந்தப் பன்னிரண்டு முழமுள்ள வெள்ளைப் புடவையை இடுப்பிற் கட்டி முக்காடு

போட்டுக்கொண்டால் இயற்கையாக இருக்கும் அழகும் குறைந்து விகாரமாகக் காணப்படுகிறார்கள். இதனாலோ மற்றெதனாலோ புருஷர்களும் புருஷத்தனமில்லாதவர்களைப்போல் காணப்படுகின்றனர். இந்தப் பங்காளிகள், அரிசிச் சாதத்தையும், துவரம்பருப்புக் கூட்டலையும், பூரியென்னும் கோதுமை அப்பத்தையும் விசேஷமாகச் சாப்பிடுவதன்றியில் மச்ச மாமிசங்களையும் சாதாரணமாக (பிராமணர் முதலானவர்கள்) சாப்பிடுகிறார்கள். மேலும் உக்காக் குடியாதவர்களும், தாம்பூலம் போடாதவர்களும் இந்தப் பிராந்தியத்தில் அபூர்வம். இவர்கள் தாம்பூலத்தில் கொத்தமல்லி விதைகளை விசேஷமாகக் கூட்டி மென்று வருகிறார்கள். இங்குத் திராக்ஷப் பழம், ஆரஞ் சிப் பழம், வில்வப்பழம் விஸ்தாரமாக விளைவதால் விசேஷமாக உபயோகப்படுத்துகின்றனர். சாப்பாட்டிற்கு வாழையிலையே வியக்தமாக உபயோகிக்கிறார்கள். இந்தப் பங்காளிகள் பயஸ்தராகவும், பலஹீனர்களாகவும் காணப்படுவதைப் போலவே, உஷ்ணத்தையும், அதிகமாகச் சகிக்கமாட்டாதவர்களாகக் காணப்படுகின்றனர். இதற்குத் திருஷ்டாந்தமாக கடுகு எண்ணெயைத் தேகமெல்லாம் பூசிக்கொண்டு அதை சீயக்காய் முதலானவைகளைப் போட்டுத் துடைத்துக் கொள்ளுகிறார்கள். இவ்விடத்தில் பெரும்பான்மையோர் சக்தி பூஜையை அனுசரிக்கும் சாக்தேயர்களாயும், சிறுபான்மையோர் சைதன்னியருடைய வைணவபக்தி மதத்தைத் தழுவி வருபவர்களாயுமிருக்கிறார்கள். இவ்விடத்தில் பானர்ஜி, சட்டர்ஜி, மூகர்ஜி, சட்டோபாத்தியாயர் முதலான பட்டங்களையுடையோர் பிராமணர்கள்; சேன், டாஸ் என்போர் வைத்தியர்கள் போஸ், கோஸ், தத்தா என்போர் மற்ற வகுப்பார்களாக இருக்கிறார்கள். இவர்கள் தேகதாருட்டியம், அழகு, சுத்தி, சூக்ஷ்மபுத்தி முதலானவைகளில் பம்பாய் சென்னை ராஜதானியாருக்குத் தாழ்ந்தவர்களாக இருந்தாலும், ஸ்ரீராம மோஹனர், பண்டித ஜீவாநந்த வித்தியாசாகரர், தராநாததருக்காலங்காரர், தேவேந்திரநாதர், கேசவசந்திரர், கிருஷ்ண தாஸ்பால் முதலான மகா புருஷர்களுக்கு ஜனன இருப்பிடமாகி, இப்போது கல்வி நாகரிகம் முதலானவைகளிற் சிறந்து நகரங்களுக்குள் சிரோபூஷணமாகப் பிரகாசிக்கின்றது. இப்படிக் கல்கத்தா பட்டணம் பலவிதத்திலும் புகழ்பெற்றதாக இருப்பதால் இன்னும் பலநாள் இருந்து பார்த்து ஆனந்திக்க வேண்டிப் பிரியப்பட்டாலும் கயாவில் விட்டுவந்த பெண்டு பிள்ளைகளுடைய க்ஷேமசங்கதி எமக்கு எட்டாமையாலும், எமது மைத்துனருடைய திதி சமீபித்துவிட்டபடியாலும் இனி கல்கத்தாவில் காலதாமதம் செய்ய மனமற்று ஜனவரி மீ 3ம் உ புறப்பட்டு வர யோசித்தோம். அப்படி வரும் வழியில் ஏராளமான சுதேசிகள் கும்பல் கும்பலாகக் கூடிப் போகக் கண்டேம். உடனே

பிரம்மதியானத்தில் புத்தி பிரவர்த்திக்கவே அடியிற் கண்டவிதம் அந்த ஸ்தலத்துக்குத் தக்கபடி பிரார்த்தனை செய்யலானேம்.

கல்கத்தாவில் செய்த பிரார்த்தனை.

சர்வ சக்தியாகிய ஓ சச்சிதாநந்தமே! ஜகத்திலிருக்கும் ஜனசமூகத்தார் நின்னைப் பலவிதமாக வணங்கித் தங்குறைகளை நீக்கிக் கொள்ளுகிற பெருமையை என்னென்பேம்! ஆண், பெண், அலி முதலான ஜாதிபேதமும், சிவப்பு, கறுப்பு முதலான ரூபபேதமுமற்றதாய் விளங்கும் அபாரசக்தியாகிய நின்னை ஜனங்கள் புருஷரூபமாகப் பாவித்து, வணங்கிப் புருஷார்த்தத்தையும், நின்னைப் பெண் தெய்வமாகப் பாவித்துப் பேதைமை, பொறுமையாதிகளையும் பெற்றுப் பிரகாசிப்பதைப் போலவே, சத்தியத்தை ஸ்தாபிப்பதிற் சர்வசக்தியையடைய விரும்பி நின்னைப் பயங்கரமான சக்திரூபமாக்கி வணங்குகிறார்கள். இப்படிப்பட்ட வணக்கங்கள் ஒருவகையில் மூட பக்திக்குரியனவாகவிருக்கினும், உண்மையில் மானவ ஜாதியாரின் புத்தியானது பூரண ஸ்திதியை அடையாததனால் இவ்விதமான குத்சிதகொள்கை அனுசரிக்கவேண்டி வந்தது. இவ்வித வணக்கம் கேவலம் மூடபக்தியாக இருக்கினும், கேவலம் பசுபாலிய பரகிருதியினால் ஞானமற்றவர்களாகி இவ்வித பக்தியினால் நின்னை எவ்விதமாக வணங்கினாலும் நீ அங்கீகரிப்பாயன்றோ? ஆகவே, நின்னை ஓ சர்வசக்தியே! என்று அழைத்து வந்தனம் செய்கின்றேம். அன்புடன் அங்கீகரித்து அடியாருடைய பாவ எண்ணங்களையும், பாவச் செயல்களையும், நினது சர்வ சக்தியினால் கண்டித்து க்ஷமித்து நினது சர்வசக்தியினால் பாதுகாப்பாய். ஓம் தத்சத்!

கல்கத்தாவைப் பற்றி.

ஓ காளிகட்டமே! நீ நகரத்திற் சிறந்த மாளிகாநகரம். நீ அங்கிலேய இராஜாங்கம் தங்கிநிற்கத் தலைமைப் பட்டணமாக இருக்கிறாய். நீ ஆவி கூப தாமரைத் தடாகங்களாலும், மாடமாளிகை கூட கோபுரங்களாலும், கம்பீரம் பெற்ற கரை துறை ஸ்தானம்: இம்மட்டோ! ஸ்ரீராமமோஹனர், தேவேசந்திரநாதர், கேசவந்திரர், கிருஷ்ணதாசர் முதலானவர்களுக்கு ஜனன வாசஸ்தானமுமாக இருக்கின்றதனால் நீ என்றும் பல்லாண்டாகப் பிரகாசிப்பாயாக.

கல்கத்தாவில் தங்குமிடங்கள்.

(1) இந்தக் கல்கத்தாவில் ஹவ்ரா ஸ்டேஷனுக்கருகில் இராஜா சிவபாகல் என்னும் இந்து ஹோட்டல் இருக்கிறது.

(2) ஷாமாபாய் வீதியில் பாபு மோதி சந்து நகத்துவர்களுடைய பராபஸார் ஹோட்டலிருக்கிறது. இங்கே இந்துக்களுக்கும் ஜைனர்களுக்கும் சாப்பாடு கிடைக்கும்.

(3) முள்ளிக்கு வீதியில் இராஜா சுராஜஹாலருடைய தருமசத்திர மிருக்கிறது.

(4) தாராசந்து வீதியில் ஹாஜி ஷேக்புக்ஷி இலையாவால் மகம்மதியர்களுக்குத் தருமசத்திர மிருக்கிறது.

(5) ஷி வீதியில் மகம்மதியருக்கு முசபர்கானா தருமசத்திரம் இருக்கிறது. இந்தக் கல்கத்தாவானது ஈஸ்டு இந்தியா வெஸ்டு இந்தியா ரெயிலில் பஞ்சாபுக்கு 1213 மைல்கள் தூரத்திலும், பம்பாய் ஜி.ஐ.பி. ரெயிலில் 134 மைல்கள் தூரத்திலும், சென்னைக்குக் கிரேட் இந்தியா, ஈஸ்டு இந்தியா ரெயிலில் 1032 மைல்கள் தூரத்திலும் இருக்கிறது. இவைகளில் முறையே ரூ. 11-15-0 ரூ 13-3-0 ரூ 13-7-0 கல்கத்தாவுக்கு ரெயில் சார்ஜ் ஆகிறது.

THE SEAT OF IMPERIAL GOVERNMENT.

இராஜாங்க தலைநகரம் மாற்றம்.

இந்தக் கல்கத்தா பட்டணம் இப்படிப் பிரபலமான கட்டடங்களாலும் வர்த்தக வியாபாரங்களாலும் சிறந்து விர்த்தியாவதற்குக் காரணம் இவ்விடம் இந்த இந்தியா தேசத்திற்கெல்லாம் சிரேஷ்ட தேசாதிபதியும் இராஜப்பிரதிநிதியுமாகிய மாக்ஷிமை தங்கிய கவர்னர் ஜெனரல் அவர்கள் வசிக்கும் ஸ்தலமாய் இருப்பதனாலேயாம்.

ஆனால் இந்தக் கல்கத்தாவானது இந்தியாவுக்கு வடகிழக்கு மூலையில் மற்ற மாகாணங்களுக்கும் பெருநில குறுநில மன்னர்களுடைய சமஸ்தானங்களுக்கு நெடுந்தூரத்திலுள்ளதாயும், சிம்லா என்னும் உஷ்ணகால நிவாசஸ்தலத்திற்கு 42 மணி நேரம் ரெயில் யாத்திரை செய்து பிரதி ஷு அதிக பணச் செலவு செய்ய வேண்டியிருப்பதாயும் கி.பி.1909ம் ஷு சட்ட நிரூபணசபை சட்டத்திற் கண்டபடி தனியான இடமாயில்லாததாயும் இருப்பதைக் கண்டு நாளது 1911ம் ஷு டிசம்பர் மீ 12ம் உ மங்கள வாரத்தில் மகா மாக்ஷிமை பொருந்திய ஸ்ரீ ஜார்ஜ் சக்கரவர்த்தியவர்கள் டெல்லிப் பட்டணத்தில் மகுடாபிஷேகம் செய்துகொண்டபோது அந்த **டில்லிப் பட்டணத்தையே** இனிமேல் இந்த இந்தியா தேசத்திற்கெல்லாம் ராஜாங்க சிரேஷ்ட பட்டணமாக்க நியமித்து அந்த டெல்லிப்பட்டணத்துக்கு அருகில் 25 சதுரமைல் விஸ்தீரணமுள்ள இடத்தைச் சேகரித்து அவ்விடத்தில் மாக்ஷிமை தங்கிய கவர்னர் ஜெனரல் அவர்களும் அவர்கள் உத்தியோகஸ்தர்களும்

வதிந்துவரத்தக்க கட்டடங்களைக் கட்ட ஸ்ரீ சக்கரவர்த்தியவர்களும் ஸ்ரீ சக்கரவர்த்தினியாரும் அஸ்திவாரக்கல் நட்டும் உற்சவத்தைக் கொண்டாடிவிட்டார்கள். இக் கட்டடங்களுக்குச் சுமார் 20 கோடி ரூபாய் செலவிட மதிப்பிட்டிருக்கிறது.

இப்படி இதுவரையில் ராஜாங்கத்திற்குத் தலைநகராயிருந்த கல்கத்தாவிலிருக்கும் ராஜாங்கத்தை டில்லிப்பட்டணத்திற்கு மாற்றியதில் கல்கத்தாவிலிருக்கும் வர்த்தகங்களுக்கும் வியாபாரிகளுக்கும் நஷ்ட முண்டாகலாம். ஆயினும் அவர்களுக்கு வேறொரு உபகாரத்தைச் செய்திருக்கிறார்கள். 1904, 1905ம் வருஷங்களில் கர்ஸான் பிரபு கவர்னர்ஜெனரலாய் இருந்தபோது வங்காளத்தைப் பிரிவினை செய்ததைப்பற்றி ஜனங்களுக்குள் கஷ்டங்களும் அவற்றால் கூக்குரல்களும் உண்டாகி வந்தன. அவைகளை நீக்கி, இந்த மகுடாபிஷேககாலமுதல் பின்வருகிறபடி மாற்றிவிட்டார்கள். அதாவது:-

(1) பங்காள பாஷை பேசும் 4,20,00,000 ஜனங்களுள்ளதும், 70,000 சதுரமைல் விஸ்தீரணமுமான **பர்டுவான், டாகா, ராஜசாய், சிட்டாங்** டிவிஷன்களை ஒரு பெரிய மாகாணமாகவும், அதற்கு ஒரு கவர்னரும் சட்ட சபையாரும் இருந்து ஆண்டுவரவும் அவர்களுக்கு **டாக்கா** பிரதான நகரமாகவும்,

(2) சுமார் 35,00,000 குடிகளுள்ளதும், 1,13,000 மைல் விஸ்தீரணமுள்ள்துமான **பேஷார், சோடா நாகப்பூர், ஓரிசா, பேட்னா** என்பவைகளைச் சேர்த்து அவைகளை ஒரு லெப்டினென்ட் கவர்னரால் ஆளப்படவேண்டுமென்றும், அந்த லெப்டினென்ட் கவர்னர் அவர்களுக்கு **பாட்னா** தலைநகரமாயிருக்க வேண்டுமென்றும்,

(3) சுமார் 50,00,000 ஜனங்கள் வசிக்கப்பட்டதாயும், 56,000 சதுரமைல் விஸ்தீரணமுள்ளதாயும் இருக்கிற **ஆசாம்** நாட்டை ஒரு சீப் கமிஷனருடைய அதிகாரத்திற்குள் இருக்க வேண்டுமென்றும் தீர்மானித்துவிட்டார்கள்.

இந்த மாற்றத்தினால் பங்காளப் பிரிவினையைப்பற்றிப் போராடிவந்த பங்காளிகளுக்குத் திருப்தி உண்டாகலாம். டில்லிப் பட்டணமானது புராதன பாண்டவர் ஆண்ட பட்டணமாயும், பிறகு மகம்மதிய மொகலாயர், மராட்டியர் ஆண்டுவந்த பட்டணமாயும், அநேக சுதேச சமஸ்தானங்களுக்கு மத்திய ஸ்தானமாயும், சீதோஷ்ண சமகாரியாயும் சிம்லாவுக்கு 14 மணி நேரத்தில் ரயில் மார்க்கம் போகக்கூடியதாயும் இருப்பதால் இந்த, மாற்றம் சகல ஜனங்களுக்கும் திருப்தியைத் தரக்கூடுமென்றே எண்ணுகின்றோம்.

DARGEELING. டார்ஜீலிங்கு.

கல்கத்தாவுக்கு 364 மைல்கள் தூரத்தில் உஷ்ணகாலத்தில் தேகசுகத்திற்குச் சிறந்த டார்ஜீலிங்கு மலைப்பட்டணம் இருக்கிறது. இதை வில்லியம் பெண்டிக்கு பிரபு 1835ம் ஹு சிக்கிம் ராஜனிடம் விலைக்கு வாங்கினார். இமயமலையைச் சார்ந்த இந்த இடத்தில் 1856ம் ஹு தேயிலைப் பயிர் செய்யத் தொடங்கி 1875ம் ஹு 121 தோட்டங்களும் 24,000 வேலைக்காரர்களும் இருந்தார்கள். 1862ம் ஹு கவர்ன்மெண்டார் தேயிலைத் தோட்டத்தோடு குவைனா தோட்டத்தையும் ஸ்தாபித்தார்கள். வெயிற்காலத்தில் லெப்டினெண்டு கவர்னர் தங்குமிடமாகிய இங்கே இமாலயத்தின் உன்னத சிகரமாகிய ஹெவரெஷ்டு மலையின் காக்ஷி அற்புதமானது.

KURSANG. குருஷாங்கு.

டார்ஜீலிங்குக்குப் போகிறவழியில் அதற்கு 20 மைல்கள் தூரத்தில் இமயமலைச் சார்பில் 5,000 அடிகள் உயரத்திலிருக்கும் குர்ஷாங்கு என்பது உஷ்ணகாலத்தில் மிதமான குளிர் உள்ள மலைநாடாகையால், அநேகர் இங்கு உஷ்ணகாலம் கழிக்க வருகிறார்கள். இதற்கு டார்ஜீலிங்கு இமயமலை ரெயிலில் 30 மைல்கள் தூரத்திலுள்ள சீல்கிரி ஸ்டேஷனிலிருந்து மாற்றப்படுகிறது. இந்தவிடத்தில் அநேக தேயிலைத் தோட்டங்கள் இருக்கிறதன்றியில் இமயமலையின் காக்ஷியும் சுற்றுப்பக்கத்துக் காக்ஷியும் கம்பீரமாக இருக்கின்றன.

NEPAL. நேப்பாளம்.

இந்த டார்ஜீலிங்குக்குப் போகிறவர்கள் அதற்கு மேற்கே இருக்கும் நேபாளத்தையும் போய்ப் பார்க்கலாம். இது திபெத்துக்குத் தெற்கும், பிரிட்டிஷ் ராஜ்ஜியங்களுக்கு வடக்கும், சுமார் 460 மைல்கள் நீளமும், 150 மைல்கள் அகலமும், 54,000 சதுரமைல்கள் உள்ளதாயும், 20 லக்ஷம் குடித்தொகையும், சமுத்திர மட்டத்திற்கு 3,000 முதல் 5,000 அடி உயர்ந்த நசுத்தான மலைநாடு. இதன் குடிகள் சீனா தார்த்தாரி வகுப்பைச் சார்ந்தவர்கள். அவர்களில் முக்கியமானவர்கள் கூர்க்கர். அவர்கள் அதிக வீரராகையால் அநேகர் சிப்பாய்களாக இருக்கிறார்கள். அவர்களே இங்கு அரச ஜாதியார், இந்த நேபாளத்தின் பிராதன பட்டணமாகிய காட்டமாண்டு என்பது 4500 அடிகள் உயர்ந்ததாயும், 50,000 குடிகளுள்ளதாயும் இருக்கிறது. காட்டமாண்டு என்றால் மரக்கட்டைகளால் கட்டப்பட்ட வீடுகளுள்ள நகரம் என்று பொருள். இதில் மஹாராஜர் அரண்மனை பெரிதாய் இருக்கிறது. அதற்கருகில் டாலிக்கி என்னும் பெரிய கோயில் அநேக கோபுர கலசங்களோடு கி.பி 1549ம் ஹு இராஜனாக இருந்த இராஜாமஹேந்திரமாலி என்பவரால்

பஞ்சநிவாரணத்திற்காகக் கட்டப்பட்டிருக்கிறது. அதற்கருகில் ஒரு கற்கம்பத்தில் பிரம்மாண்டமான மணியும், அதற்கடுத்த கட்டடத்தில் இரண்டு பெரியதும், 8 அடிகள் உள்ளனவாய் அகலமுள்ள நகார் நகபத்துக்களும் இருக்கின்றன. இது புத்தமதக் கோயிலாக இருந்தும் இந்து மதஸ்தர்களுடைய தேவவிக்கிரகங்களும் இருக்கின்றன. சில நேபாளிகள் காளி, துர்க்கை முதலான தேவதைகளையும் வணங்கி வருகிறார்கள். என்றாலும் இது பவுத்த மதஸ்தருடைய தேசமேயாம். அவர்களுக்கு முக்கிய தெய்வம் **மச்சிகடு இந்திரநாதர்** என்று பெயர். நேபாளத்தில் 12 ஹூ கடும் பஞ்சம் உண்டானபோது கி.பி.477ம் ஹூ நேபாள ராஜனாகிய நரேந்திரநாதர் ஆசாமுக்குப் போய் ஒரு புத்தஞாநியை அழைத்து வந்து மழைபெய்யச் செய்வித்ததால் அவருக்குச் சந்தோஷமுண்டாக்க வருஷாஹூ உற்சவம் கொண்டாடி வருகிறார்கள். அந்தக் கோயிலுக்கடியில் தாரே என்னும் கால்நடைகள் மேயும் பசும்புல் மைதானமிருக்கிறது. அதற்கப்புறம் 3,000 அடிகள் உயரத்தில் சாலு என்னும் விலையுள்ள விருக்ஷங்கள் விளைகின்றன. அதற்கப்புறம் 8,000 அடிகள் உயரமுள்ள மலைச்சார்புகளில் ஆங்கிலேயர் வெயிற்காலத்திற்குப் போய் தங்குகிறார்கள். காட்டமாண்டு கோயிலுக்கு 200 கஜதூரத்தில் கோட் என்னும் பெரிய கட்டடம் இருக்கிறது. இங்கு கி.பி. 1846ம் ஹூ அநேக பெரிய மனுஷர்கள் கொல்லப்பட்டார்கள். பிரதான மந்திரியும் கொலை செய்யப்பட்டார். அப்போது ஜங்கபஹதர் வந்து துஷ்டர்களைக் கொன்று அரசரானார். இங்கு இமாலயத்தின் காக்ஷி கம்பீரமானது. இந்த நேபாளத்தில் பயங்கர மிருகங்கள் கூடிய காடுகளும், வனங்களுமிருப்பதால் 1911ம் ஹூ டிசம்பர் மீ நமது சக்கிரவர்த்தி பெருமானாகிய 5வது ஜார்ஜ் அவர்கள் அக்காடுகளுக்குப் போய் 39 புலிகளையும், 12 காண்டாமிருகங்களையும் அநேக கரடிகளையும் கலைமான்களையும் வேட்டையாடிக் கொன்றார். இந்தக் கல்கத்தாவிலிருந்து கங்கையின் வழியாக பரக்பூர், சிரம்பூர், சந்திரநாகூர், நதியா, பாகீரதியின் மேற்கு மூர்ஷடாபாத்து, பேஹார் சாண்டால்ஸ், மாங்கீர் முதலான இடங்களைப் பார்க்கலாம். அவ்விடங்களில் விசேஷ தேவஸ்தானங்கள் இல்லாமையால் விவரமாக எழுதாமல் விட்டுவிட்டோம். இஷ்டமுள்ளவர்கள் போய்ப் பார்க்கலாம்.

கயா.

கல்கத்தாவில் பிரார்த்தனை செய்துகொண்டு மாலை 6 மணிக்கு ஹவ்ரா ஸ்டேஷனுக்கு வந்தோம். அன்று சென்னையிலிருந்து புறப்பட்டு வந்த பல பிரதிநிதிகள் வந்தமையால், எல்லோரும் கூடி, இன்டர்மீடியட் கிளாஸ் என்னும் இரண்டாவது வகுப்பு வண்டியில் ஏறினோம். அந்த வண்டி சற்றேறக்குறைய சென்னைப் புகைவண்டியில்

இரண்டாவது வகுப்பு வண்டியைப்போல் உட்காரவும் படுக்கவும் மலஜலபாதைகளைக் கழிக்கவும் மறைவுகள் சேர்க்கப்பட்டுச் சவுக்கியமாக இருக்கிறது. நாம் கல்கத்தாவிலிருந்து கயாவுக்கு வர ரூபா 9-4-3 கொடுத்து டிக்கெட் வாங்கி ஏறினோம். சுமார் காலை ஐந்து மணிக்கு மொகாமா ஸ்டேஷனுக்கு வந்து 9 மணிக்கெல்லாம் பான்கீபூருக்கு வந்தேம். வரவே பல்லாரி இராயபஹதர் சபாபதி முதலியாரவர்களும், மற்றவர்களும் நேராகப் புறப்பட்டுப் போக, நாங்கள் கயா கிளை இருப்புப்பாதை வண்டியில் ஏறி கயா ஸ்டேஷனையடைந்து, அன்று சுமார் மாலை 2 மணிக்கு எமது பெண்டு பிள்ளைகளிருக்குமிடம் சேர்ந்து ஸ்நானம் செய்து சாப்பிட்டோம். பிறகு மாலை அந்தக் கயாபட்டணத்தில் பேர்போன புரோஹிதரும் கோட்டீசுவரருமான ஸ்ரீ பாபு கங்கா விஷ்ணு சோடேலால் அவர்கள் கிருஹத்தில் வந்து இறங்கி இருந்த, தஞ்சை ஸ்ரீ சாமிநாதய்யரவர்கள், சென்னை ஸ்ரீ வீரராகவாசாரியாரவர்கள், ஸ்ரீ சுப்பிரமணியம் ஐயரவர்கள் முதலானவர்களைக் கண்டு குலாவிவிட்டு, எமதிருப்பிடம் வந்து சாப்பிட்டுச் சுகமாக உறங்கினேம். மறுநாட் காலை (1887ம் ஸ்ரீ ஜனவரி மீ 4ம் உ) பல்குணி நதியில் போய் எண்ணெயிட்டுக் கொண்டு ஸ்நானம் செய்துவந்து சாப்பிட்டு, கலாநிதிப் பத்திரிகைக்கு வேண்டிய விஷயங்களையும் கடிதங்களையும் எழுதிவிட்டு கடைவீதிகளுக்குப் போய் வீடு வந்து உண்டு உறங்கினேம்.

1887ம் ஸ்ரீ ஜனவரி மீ 5ம் உ காலை எழுந்து பல்குணி நதியில் ஸ்நானம் செய்து வந்து, எமது மைத்துனருடைய திதியை நடத்தினேம். இந்தத் திதியை இந்த கயா க்ஷேத்திரத்தில் செய்கிற முறையை அனுசரித்துச் செய்தும் வடவிருக்ஷத்தினடியில் பிண்டப் பிரதானங்கள் செய்தும் சுபலம் பெற்று வீட்டுக்கு வரச் சுமார் 6 மணியாயிற்று. அன்று பகலெல்லாம் சாப்பாடில்லாமல் பட்டினியாகவிருந்து இராத்திரி 8 மணிக்குச் சாப்பிட்டுப் படுத்தோம்.

1887ம் ஸ்ரீ ஜனவரி மீ 6ம் உ காலை எழுந்து பல்குணி நதியில் ஸ்நானம் செய்து சாப்பிட்டு, குதிரை கட்டிய கோச்சு வண்டிக்கு 8 அணா வீதம் வாடகை பேசி ஸ்ரீராம்பருவத அடிவாரத்தண்டை போய்க் கொஞ்சம் கஷ்டத்தோடு மலை ஏறிப் பார்த்துவிட்டு, மாலையில் மலையை விட் டு இறங்கிக் கடைவீதிகளைப் பார்த்துக் கொண்டு தங்குமிடம் வந்து இராம்பாத கோயிலுக்குப் போய் ஸ்ரீ ராம்பாதத்துணி பாதங்களை பெற்றுச் சாப்பிட்டுப் படுத்தேம்.

1887ம் ஸ்ரீ ஜனவரி 7ம் உ காலை எழுந்து பல்குணி நதியில் ஸ்நானம் செய்து சாப்பிட்டபிறகு பிரம்மஸ்ரீ கிருஷ்ண படங்கர் பொன்ரூபமான இராமர் பாதத்தை எமக்கு வெகுமதியாகக்

கொடுக்கச் சில புரோஹிதர்கள் நமது டாக்டர் முதலானவர்களிடம் தக்ஷிணைக்குச் சண்டைச்சச்சரவுகள் செய்ய, இந்தக் கலகத்தினால் எமது நேர்த்தியான பட்டுக் கைகுட்டையை இழந்துவிட்டோம். இதுபோல அதிக மூட்டைகளை எடுத்துக்கொண்டு வர அனுகூலப்படாமல் ரெய்ச்சூரிலிருந்து எல்லா மூட்டைகளையும் ஒரு பையில் கட்டி கூட்ஸு வண்டியின் மூலமாகக் கயாவுக்கு அனுப்பினதில், பெண்டுகளுடைய உயர்ந்த விலையுள்ள பட்டுப் புடவைகளும் மோசமாகி விட்டன. இத்யாதி கஷ்டநஷ்டங்களையும், புரோஹிதர்களுடைய உபத்திரவங்களையும் சகிக்கக்கூடாமல் அன்று மாலை 4 மணிக்கு அயோத்திக்குப் போக யோசித்துக் கயா ஸ்டேஷனில் வசதியான வண்டியில் ஏறினோம். அந்த வண்டியில் நமது தஞ்சை ஆப்த சிநேகிதர் இராய்பஹதூர் ஸ்ரீசாமிநாதய்யரவர்களும் சம்சார சமேதராகப் புறப்பட்டார்கள். மாலை ஏழரை மணிக்குப் பான்கிபூருக்கு வந்து இறங்கி, இராத்திரி பதினொன்றரை மணிக்கு ஈஸ்டரன் புகைவண்டியில் ஏறிப் பனியினால் பல்வித கஷ்டப்பட்டு, காலை ஆறு மணிக்கு மோகல்ஷெரியையும், ஏழு மணிக்குக் காசிப் பட்டணத்தையும் சேர்ந்தோம்.

கயாக்ஷேத்திரத்திற் செய்த பிரார்த்தனை.

மகததேசத்திற் சிறந்த பட்டணமாகவும், ஜனகாதி மஹரிஷிகளுக்கு இருப்பிடமாகவும், ஸ்ரீ சீதாபிராட்டியாருக்குப் பிறப்பிடமாகவும், பூலோக பெரிய மதஸ்தாபகராகிய புத்தருக்குப் பிறப்பிடமாகவும், சம்பகாரணியம் என்கிற சிறந்த பெயரைப் பெற்றதாகவும், அசோகாதி அரசர்களால் ஆளப்பட்டதாகவும், பிரபோதசந்திரோதயம் பஞ்சதந்திர முதலான கிரந்தங்களின் கர்த்தர்களுக்கு உறைவிடமாகவும், பல்குணிநதிதீரமாகவும், விருத்தாப்பியமான வடவிருக்ஷத்தையுடையதாகவும், பதின்மூன்று பிதுர் கர்மங்களைச் செய்வதற்குச் சிறந்தவிடமாகவும், பிரேத பருவத்தைப் பெற்றதாகவும் இருக்கிற இந்த கயாக்ஷேத்திரத்தில் ஓ ஜகதீசனே! நின்னை இன்று பிரார்த்தனை செய்யப் பாக்கியம் பெற்றேம். பிதாபக்தி, மாதாபக்தி, ஆசாரிய பக்தியினாற் பீடிக்கப்பட்ட பற்பல நாட்டின் பற்பல ஜனங்கள் இங்குச் சதாவந்து தம்மைப் பெற்றோரையும், பெரியோரையும், கருதிச் சதா சிரார்த்தங்களைச் செய்தும், பல்குணி முதலான தீர்த்தங்களில் மூழ்கியும், வடவிருக்ஷத்தின் அடியில் பிண்டங்கொடுத்து வணங்கியும் வருகிறார்கள். ஆ! என்ன பிதுர்வாஸ்சல்லியம். பெற்றோருக்கெல்லாம் பெற்றவராகவும், பெரியோருக்கெல்லாம் பெரியவராகவும், ஆசாரியருக்கெல்லாம் ஆசாரியராகவும் இருக்கும் உன்னை இந்த பரிசுத்தமான ஸ்தலத்தில் இன்று வணங்குகிறேன். அநேக மஹான்களுக்கெல்லாம் ஜனனபூமியாகிய இந்தத் திவ்ய தேசத்தில் வந்து நின்னை வணங்கும் அடியேனுக்கு அம்மஹான்களுக்குக் கொடுத்த மன உறுதியையும்,

பரிசுத்த எண்ணத்தையும், பக்தி ஞானத்தையும் எனக்குக் கொடுத்து அவற்றால் உன்னை உண்மையாக வணங்கி உசிதமான வாழ்வை யடையச் செய்வாய். ஓம் தத்சத்.

காசி க்ஷேத்திரம்.

(1887ம் வருஷம் ஜனவரி மீ 8ம் உ) காலை எட்டு மணிக்குக் காசியிலிருந்து அயோத்தியாபுரிக்குப் போகும் வண்டியேறப் பலவித பிரயத்தினங்கள் செய்தும், வண்டி அகப்படாமையால், அந்த அயோத்தியா ரோஹில்கண்டு ஸ்டேஷனுக்குச் சமீபத்தில் ஓர் விடுதி ஒரு தினத்துக்கு வாடகைக்குக் கொண்டும், கங்கையில் ஸ்நானம் செய்தும், சமைத்துச் சாப்பிட்டுக் காசிப் பட்டணத்தைச் சுற்றிப் பார்த்தோம். அன்று மாலை ஆறு மணிக்குக் கயாவில் எங்களை விட்டு வகைமோசமாகப் பிரிந்த ஸ்ரீராமசாஸ்திரிகளும் காசிக்கு வந்து நாம் கொடுத்த பொருள் போதாதென்று வாதாட அவருக்குத் திருப்தியாகக் கொடுத்து அனுப்பிவிட்டு இராத்திரி 9 மணிக்கு அயோத்திப் புகைவண்டியில் ஏறினோம். அந்த அயோத்தி ரோஹில்கண்டு புகைவண்டியானது, தென்னிந்தியா புகைவண்டி மாதிரியாக இருக்கின்றது. காசியிலிருந்து அயோத்திக்குச் சுமார் 200 மைலாயிருப்பதால், பிரயாணி ஒன்றுக்குக் கீழ் வகுப்பு வண்டிசத்தம் ரூபா 1-8-9 கொடுத்தோம். வண்டிகள் வசதியாயிருக்கினும், குளிரின் கஷ்டம் அதிகம். நாங்கள் போன வண்டியில் கூடலூர் மஹாஸ்ரீ தெய்வநாயக முதலியாரவர்கள், மஹாஸ்ரீ கோவிந்தசாமி நாயடுகாரு சென்னை, மஹாஸ்ரீ A.C. பார்த்தசாரதி நாயடுகாரு முதலானவர்களும் வந்திருந்தார்கள் நாங்கள் காலை ஐந்து மணிக்கு அயோத்தியா ஸ்டேஷனைச் சேர்ந்தோம்.

AYODIA. அயோத்தியாபட்டணம்.

1887ம் ஃ ஜனவரி மீ 9ம் உ இந்த ஸ்டேஷனிலும் வாடகைக்குப் போக்குவரத்து செய்ய குதிரை கட்டிய கோச்சு வண்டிகள் சரசமான வாடகைக்கு அகப்பட்டபடியால் இரண்டு வண்டிகளைக் கொண்டு லட்சுமண கட்டத்துக்கு நேராகப் போனேம். அங்குச் சுமார் இரண்டு மைல் அகலமும் அழகுமுள்ள சரயு நதியையும், அதற்கு அக்கரையில் ஹிமாசல மலையின் அற்புதக் காக்ஷியையும் இக்கரையில் இணையற்ற ஸ்நானகட்டங்கள், ஜபகூடங்கள், யாகசாலைகள், யோகிகள், சோலைகள் பின்னும் பலவித மாடமாளிகைகளைக் கண்டு பிரமித்து இரண்டொரு மணிகாலம் சாப்பாட்டின்பேரிலும் பிரியமற்றவர்களாகவிருந்தோம். அன்று சுத்த பவுர்ணமி விசேஷ தினமாகையால், லக்ஷக்கணக்கான ஹிந்துக்கள் பல கும்பலாக வந்து சரயு நதியில் தீர்த்தமாடி ஸ்ரீ ராமபிரானைத் துதித்துக்

கொண்டிருந்த பக்தி வைராக்கியத்தை வர்ணிக்க எம்மாலாகவில்லை. அப்படிப்பட்ட சரயு நதியானது பனிகாலமானபடியால் பாதி பாகம் உறைந்த பனியாகிப் பளிங்குக் கற்களைப்போல் பிரபாகரனால் பிரகாசிப்பதினால், தென்தேசத்தாராகிய நம்மவர் அந்த ஜலத்தை விரலில் தொட்டாலும், பத்தாயிரம் தேள்கள்கூடிக் கொட்டுவதைப்போலிருந்தது. ஆகவே, குளிரில் உபத்திரவத்துக்குப் பயந்து கரையின்மேல் வெகு நேரம் குந்தியிருந்து, கடைசியாகச் சுமார் மத்தியானம் இரண்டு மணிக்குத் துணிந்துபோய்ச் சரயு நதியில் ஸ்நானம் செய்து, அருகிலிருந்த ஒரு பெரிய மாடிவீட்டிற் சமைத்துச் சாப்பிட்டு அந்த அயோத்தியாவின் க்ஷேத்திரங்களைத் தரிசிக்கப் போனேம். அப்படிப் போகையில் எமது ஆப்த சோதரராகிய ஸ்ரீமான் டாக்டர் நாராயணசாமி பிள்ளையவர்களுடைய பந்துக்களாகிய தஞ்சை ஸ்ரீமதி குந்தலம்மாளவர்களும், நாகபட்டணம் ஸ்ரீமதி நீலாயஜாக்ஷியம்மையவர்களும், யாதோ ஒரு மனக்குறைவால் காசி முதலான திவ்ய தேசங்களைச் சுற்றிப்பார்த்து, இந்த அயோத்தியா பட்டணத்துக்கு வந்து எங்கள் கூட்டத்தோடு சேர்ந்து, ஸ்ரீ குழந்தைவேலின் பிடிவாதத்துக்குச் சஞ்சலப்பட்டுவிட்டு, க்ஷேத்திரங்களைக் காண வந்தார்கள். இந்த அயோத்தியாவில் ஒன்று அல்லது பத்து க்ஷேத்திரங்களா யிருந்தால். சுளுவில் பார்க்கலாம். ஆனால் பட்டணத்தில் பெரும்பான்மையான கட்டடங்களும், வீடுகளும், க்ஷேத்திரங்களாக இருக்கின்றன. அதாவது:- ஸ்ரீராமர் பிறந்தவிடம், அவர் வாசித்தவிடம், விளையாடியவிடம், குதித்தவிடம், தாயைக் கண்டவிடம், தந்தையைக் கண்டவிடம், குருவைக் கண்டவிடம் என்றாதிப் பல பெயர்களால் எந்த கட்டடத்தைப் பார்த்தபோதிலும் கோயிலாகவும், எந்தவிடம் பார்த்தபோதிலும் குரங்குகளின் கூட்டமாகவும், எந்தவிடம் பார்த்தபோதிலும் இடிந்த கட்டட குவியல்களாகவும் இருக்கின்றன. மேலும் இவ்விடத்திய கோயில்களும் கட்டடங்களும் காசி, கயா கட்டடங்களைப் போலவும், சாதாரண தென்தேசத்துக் கோயில்கள் போலவும் இராமல், பெரிய மாளிகை மண்டபங்கள் கட்டப்பட்டு, மெத்தை, திண்டு திவான்கள் போட்டு நம்மவர்கள் நவராத்திரி கொலுவில் வைக்கும் பொம்மைகளைப்போல் வர்ணத்துடன் செய்து வைத்து வணங்கி வருகிறார்கள். இவ்விடத்திய புரோஹிதர்களும், ஸ்தானிகர்களும் அதிகமாகப் பண ஆசை கொண்டவர்களாகக் காணப்படவில்லை. இவ்விதமாக இருப்பதனால் யாத்திரைக்காரர் யாது தக்ஷணையைக் கொடுத்தபோதிலும், திருப்திகரமாக வாங்கிக் கொண்டு கையிலிருக்கும் மயில் இறகு குச்சுகளால் தடவி வாழ்த்துகிறார்கள். இப்படிப்பட்ட கோயில்கள் அநேகமிருந்தாலும் ஒரு கோயிலில் சுமார் ஐந்து முழ நீளமும், நான்கு முழ அகலமும் பூமிக்கு மேல் ஐந்தாறு அங்குல உயரமுமுள்ள கல்லுக்குச் சுண்ணாம்பு அடித்து, அதை ஸ்ரீராமர்

பிறந்த இடமாகக்கொண்டு பூஜை செய்து வருகிறார்கள். நகரத்தின் மத்தியிலிருக்கும் ஒரு சிறு மலையின்மேல் பெரிய அநுமந்தராயன் கோயில் கட்டப்பட்டு, அதற்கு வருஷத்தில் 50,000 ரூபாய் செலவில் பிரதிதினமும் 500 பைராகிகளைப் போஷிக்கும்படி (SuJah-ud-Daulah) சூஜா உட்டவுலா காலத்தில் நியமிக்கப்பட்டு, இப்போதும் நடத்தப்பட்டு வருகிறது. இந்த மலைக்கோட்டையிலிருக்கும் கட்டடம் வெகு நேர்த்தியாக இருக்கிறது. அநேக சாதுபுருஷர்கள் ஸ்ரீராம மந்திரத்தைப் படனம் செய்துகொண்டு காலம் கழிக்கின்றனர். இங்கே குரங்குகளின் கூட்டமும், உபத்திரவமும் அதிகம். இந்த அநுமந்தராயன் கோயிலுக்குச் சமீபத்தில், பிரம்மாண்டமும் அழகுமான அயோத்தியா இராஜனுடைய அரண்மனையும் இருக்கின்றது. இதையும் அனைவரும் போய்ப் பார்க்கலாம். இந்த அரண்மனை வீதியிலிருக்கும் சில்லறைக் கடைவீதிகளைப் பார்த்துக்கொண்டு வந்தால், நமது தென்தேசத்து நாட்டுக்கோட்டைச் செட்டிமார்கள் அதீத பணத்தைச் செலவுச் செய்து ஒரு தருமசத்திரத்தைக் கட்டி வருகிறார்கள். அடுத்த கடைகளில் புளி ஒன்று தவிர மற்றப்படி சகல சாமான்களும் சரசமான விலைக்கு அகப்படுகின்றன. மேலும் இவ்விடத்தில் ஸ்ரீபரகால சுவாமிகள் மடமும் இருக்கின்றது. இந்தக் கடை வீதிகளைத் தாண்டி வந்தால், சுகிரிமிகில்லா **இராமபிரசாத்ககுகானா**, வித்தியாகுண்டம் என்றாதி விசேஷ இடங்களிலும் 200, 300 பைராகிகளை ஆதரித்து வருகிறார்கள். மேலும் லக்ஷ்மணகட்டத்தண்டை சுவர்ண ஸ்ரீ ராம லக்ஷ்உமணவிக்கிரகங்களின் கோயிலொன்று இருக்கின்றது. இந்த விக்கிரகம் உண்டானதற்குக் காரணம்; இந்த அயோத்தியை சுவர்ணமயமான பட்டணமென்று புராணத்தில் சொன்னதை உண்மையாக்க, இந்தக் கலியுகத்தில் ஸ்ரீராமபிரான் சுவர்ணமயமாக வந்து சேவை சாதிப்பதாகச் சொல்லுகிறார்கள். இந்த விக்கிரகங்களைச் சேவிப்போர் ஆள் ஒன்றுக்கு ஒரு ரூபாய் கொடுக்க வேண்டும். இந்தக் கட்டண நியமனம் ஏகாதசியன்று மாத்திரமில்லை. அந்தத் தினத்தில் அனைவரும் தாராளமாகப் போய்ச் செலவில்லாமற் பார்க்கலாம். இந்த அயோத்திக்கு 2 மைல் தூரத்தில் நந்தி கிராமம் இருக்கிறது. அங்கிருக்கும் சதாகுண்டத்தில் ஸ்நானம் செய்து ஸ்ரீ பரதரையும் அநேகர் தொழுகின்றனர். இன்னும் பல இடங்களிருக்கின்றன. இந்த நகரில் உருவத்தில் பெருத்த பல்லாயிரம் குரங்குகளிருந்து ஜனங்களுடைய தட்டுமுட்டுச் சாமான்களைக் கொண்டுபோய் வருத்தினாலும் கடித்தல் முதலான கொடிய வேலைகளைச் செய்யக் காணோம். மேலும் இந்த நகரத்தில் பெரும்பான்மையான அநேக கட்டடங்கள் இடிந்து கிடப்பதால், இது ஒரு காலத்தில் பிரம்மாண்டமான பட்டணமாக இருந்திருக்க வேண்டுமென்பதற்குச் சந்தேகமில்லை. ஆகவே, இதன் ஆதி சரித்திரத்தை விசாரிப்போம்.

THE ANCIENT HISTORY OF AYODYA.

அயோத்தியாவின் பூர்வ சரித்திரம்.

இந்த அயோத்தியாபுரியின் ஸ்தலமகத்துவ புத்தகத்தில் இந்த நகரம் பலவிதத்திலும் புகழப்பட்டிருக்கின்றது. அதாவது:- இது ஸ்ரீ வைகுண்டத்துக்குச் சமமானதாகவும், இதன் முக்கிய பாகமானது சுவாயம்புமனுவால் பூலோகத்துக்குக் கொண்டுவரப்பட்டு, சரயுமாநதி தென்கரை முதல் தமசாதீரம் வரையில் அகன்று ஆதிபகவானது அவதாரமாகிய மச்சாகாரமாய், சாகேதம், சத்தி, விமலை என்னும் பெயர்களைக் கொண்டதென்றும், அவந்தியைத் திருவடியாகவும், காஞ்சியை இடையாகவும், துவாரகையை உந்தியாகவும், மாழை மருமமாகவும், மதுரையைக் கண்டமாகவும், காசியை நாசியாகவும் கொண்ட ஸ்ரீ நாராயணருக்கு இந்த அயோத்தி முகமாகவும் தாரகவாச்சியன் அவதாரஸ்தல முதல் அயோத்தியா பீடம், இரத்தின மண்டபம், கனக மண்டபம், தருமஸ்நானம், அரிஸ்நானம், பிராட்டியார் யாகசாலை, பொக்கிஷச்சாலை, அக்கினி குண்டம், யாகவேதி, உத்தியானவனம், சித்திரபீடம், விஷ்ணுஹரி ஸ்தானம், ரமணஸ்தானம், அகஸ்தியாச்சிரமம், பராசரர் ஆச்ரமம், மகஸ்தானம், சுக்கிரீவ அங்கதாதிஸ்தானம், வசிஸ்ட ஸ்தானம், கணேசஸ்தானங்களும், தந்தாதாவனகுண்ட முதல் அநுமத்குண்டம், கஜேந்திரகுண்டம், சீதா குண்டம், சுக்கிரீவ குண்டம், விபீஷணகுண்டம், வசிஷ்டதிலோத்தமைசங்கம், கருஜுகுண்டம், வித்தியாகுண்டம், தசரதகுண்டம், கோசலைகுண்டம், சுமித்திரா குண்டம், யோகினிகுண்டம், ஊர்வசிகுண்டம், பிரகஸ்பதி குண்டம், ருக்மணிகுண்டம், சக்கிரதீர்த்தம், பிரம்மகுண்டம், ரண விமோசனகுண்டம், இந்திரதீர்த்தம், குசுமாயுதகுண்டம், வைதரிணீதீர்த்தம், கோபிரதாதீர்த்தம், வால்மீக தீர்த்தம் முதலான பல விசேஷ தீர்த்தங்கள் உடையதெனவும், இக்ஷுவாகு பூபதியின் வேண்டுகோளின்படி பகவான் வசிஷ்டமாமுனிவர் மானத வாவியினின்று ஜனித்த சரயூநதி: வசிட்டை, இராமகங்கையென்று பெயர்பெற்றதென்றும் ஸ்தலபுராணத்தில் சொல்லப்பட்டிருக்கின்றது. ஆனது பற்றியே

காசிகாண்டம் சத்தபுரியின் சிறப்புரைத்த அத்தியாயத்தில்,

“சரயுநிதி புனல்படிந்து தென்புலத்தோர் கடன்கழித்துத்

தழல்செய் வேள்வி

யருகலறை யோரினி துவப்ப வமுதுறமு மின்னடி

சிலமை வூட்டிப்

பரிவினொடு மந்நகரிற் பஞ்ச சுராத்தி யுறைந்து பவ

ளவஞ் சிந்தி

விரிகதிர் வெண்மணி கொழிக்கும் வீங்குபுனற்

பிரயாகைகளின் மேவினானே”

என்று சொல்லப்பட்டிருக்கின்றதுபோலும். இந்த அயோத்தி நகரம் வைவசுவதமனுவினால் கட்டப்பட்டதென்று சில சாசனங்களாலும், காணப்படுகின்றதன்றியில் தொன்றுதொட்டு எல்லாம் வல்லோரான இராஜாதி ராஜர்களால் ஆண்டுவரப்பட்டதாகையால் “**அயோத்தி**” என்பதன் பொருள் ஜயிக்கப்படாதவிடமென்று புலவர் புகழ்கின்றனர். மேலும் இந்த பரதகண்டத்தில் (பிரபலமாக ஆண்டு வந்த சூரிய வமிசத்தார், சந்திரவமிசத்தார் என்னும் இரண்டு இராஜவமிசத்தார்களுக்குள்) சூரியவமிசத்தைச் சார்ந்த இக்ஷுவாகு முதல் குக்ஷிவகுக்ஷி, பிரகஞயன், அணரணியன், பாணன், பிருகு, திரிசங்கு, காகுஸ்தன், பிருதுஹு, விசுவகந்தி, சாந்திரன், யுவனேசுவரன், சிரவன், விரகதசவன், தண்டமாரன், கிருதாஸ்வன், ஹிரசவன், நிகும்பன், சிரஷசவன், சேனாஜித்தன், யுவனசுவன், மந்தாத்திரி, பிருகுஸ்தன், திரிசியதிரசியன், அனரானியன், ஹெரேசுவன், பிராரூணன், தீருவந்தனன், சத்தியவர்த்தனன், அரிச்சந்திரன், லோகிதாசன், ஹரிதன், சம்பகன், சுதேவன், விஜயன், பிருகன், விருகன், பஹுகன், சாகரன், ஹசமான், ஐரசன், அனுசமதன், பாகீரதன், சுதன், நமன், சிந்துதீபன், அவிதாயுசன், ரிதபான், சாதுஷன், அஸ்மகன், மிசாக்கன், ஐதாபதி, விசுவாசு, சதுரகினன், தீர்க்கபாகு, ரகு, அஜரன், தசரதன், ஸ்ரீராமர் வரையில் சிறந்து ஆண்டதன்றியில், ஸ்ரீராமருக்குப் பிறகு குசன், அதிதி, நிஷாதன், நபாசன், பண்டாரிகன், சேமதுவசன், தேவக்னிகன், ஹனியகன், பரிபத்திரன், ரணாசலன், விசரனபன், அரசகனசகுணன், விதுகுதி, ஹிரணியபான், புஷியன், துருவசந்தன், சுதர்சனன், அக்கினவரணன், சிகரன், மாரு, பிரசசுருத, அமாசேனன், மஹாசுவேது, விசுவபாஹு, பிரசன்னஜித்து, தாசகன், விருஹத்பலன், வீரஹத்திரன், உருகிரிய, வடசவிருத்த, பிரதீவியோமன், பானு, தேவகன், சகாதேவன், வீரன், விரஹதேசுவன், பானுமதி, பிரதிகாசுவன், சபிரதீபன், மாருதேவன், சுநேக்ஷதிரன், புஷ்கரன், அந்திரிகாசன், சுதபசன், அமிருதுஜிது, விருஞத்துவஜ, பார்ஹி, குருத்தியஞ்சயன், இரானஜயன், சஞ்சயன், சுலோகியன், சத்துவோதான், வங்கலாடன், பிரசன்னஜித்து, க்ஷுதிரகா, சுமித்திரன் முதலான மகாராஜர்கள் ஆண்டுவந்த தேசம். இந்த மன்னர்களில் ஒருவராகிய ஸ்ரீராமரானவர், துஷ்டசம்ஹாரநிமித்தம் ஸ்ரீ மஹாவிஷ்ணுவின் அவதாரமாக வந்து, பிதா வாக்கியத்தைப்

பரிபாலனம் செய்யும்படி, தாடகை முதலான துஷ்டர்களைக் கொன்று, மிதுலாபுரியில் ஸ்ரீ ஜனகமகாராஜனுடைய குமாரத்தியாகிய சீதையை விவாகம் செய்துகொண்டு தென்தேசத்தை நாடி வந்து, இராவணாதி துஷ்டர்களைக் கொன்று, விபூஷணருக்கு இலங்காபுரி பட்டங்கட்டி, மறுபடியும் அயோத்திக்குத் திரும்பிப் போய் 12,000 வருஷகாலம் இராஜ்ஜிய பாரம் செய்து, பிறகு தனது குமாரன் குசனிடம் இராஜ்ஜியத்தைக் கொடுத்துவிட்டு, தாமும் தம் தம்பிமார்களும் சரயு நதியிலிறங்கி சடத்தோடு வைகுண்டத்துக்குப் போனதாகக் கொண்டாடி வரப்பட்டதினால், இந்த அயோத்தியாபுரி இன்றளவும் சிரோபூஷணப் பட்டணமாகக் கொண்டாடிவரப்படுகிறது. மேலும் ஸ்ரீராமருக்குப் பிறகு சூரியவமிசத்தைச் சார்ந்த 85 இராஜர்கள் இந்த அயோத்தியாபுரியிலிருந்து அரசாண்டு வந்ததாகச் சில புராதனகிரந்தங்களினால் தெரியவருகிறபடியால், இது ஒரு காலத்தில் பிரபஞ்சத்தில் பிரக்கியாதிபெற்ற பட்டணங்களில் புராதனமான பெரிய பட்டணமென்று தெரிய வருகிறது ஆனால் (Buchanan) பக்கானன், (Tod) டாட், (Wilford) வில்போர்ட் முதலான சிறந்த சரித்திரக்காரருக்கு அகப்பட்ட ரிகார்டுகளினால் கி.மு. 1366 வருஷங்களுக்குமுன் அதாவது சுமார் 400 வருஷங்களுக்கு முன் வைவஸ்தரால் இந்த நகரம் கட்டி வெக்கப்பட்டு, கி.மு.775 வருஷங்களுக்கு முன் ஸ்ரீராமருக்குப் பிறகு அவருடைய குமாரர்களுடைய கலகங்களினால் பட்டணம் பாழ்த்துப் போனதாகவும், கி.மு. 512 வருஷங்களுக்குமுன் விருதபால இராஜா காலத்தில் புதுப்பிக்கப்பட்டாலும், மறுபடியும் சண்டை சச்சரவுகளால் சீர்கெட்டுப் போக, கி.மு.87 வருஷங்களுக்கு முன்பு விக்கிரமார்க்க ராஜனுடைய சுவாதீனமாகி, புதுப்பிக்கப்பட்டு 360 கோயில்கள் கட்டி வைக்கப்பட்டதாக எழுதியிருக்கிறார்கள். அப்போது இந்த அயோத்தியாபுரியானது 148 கோச (200 மைல்) நீளமும், 36 கோச அகலமும் 50,209 பவுன் கந்தாயமுள்ள பிரம்மாண்ட பட்டணமாகவுமிருந்ததாகவும், காசி க்ஷேத்திரம் இதற்கு மயானமாக இருந்ததாகவும், இப்போதிருக்கும் அயோத்தியாபுரியானது ஒரு சிறு கிராமமாகவுமிருந்ததாக (Ayean Akbery) அயின் ஆக்பரி கிரந்தத்ததிலும் (Asiatic Reserches) ஆசியாடிக் ரீசர்ச்சஸ் கிரந்தங்களிலும் விவரமாகிறது. இப்படிப்பட்ட பட்டணமானது பேபர் சக்கிரவர்த்தி காலத்தில் பிடிக்கப்பட்டு, அரங்கஜீபு காலத்தில் கோயில் முதலான கட்டடங்கள் இடிக்கப்பட்டு, 14 கமான் வளைவு வாசல்களுள்ள மஸ்ஜீது கட்டப்பட்டது. அந்தக் கட்டடமும் இப்போது புராதனமாகிக் கிடக்கின்றது. இந்தக் கட்டடத்தில் ஒரு விசிறி கண்டுபிடிக்கப்பட்டது. அதை அனுமார் இலங்கையிலிருந்து கொண்டு வந்ததாகச் சொல்லுகிறார்கள். இந்தக் கோசலநாடு கி.மு. ஏழாம் நூற்றாண்டில் சீனதேசயாத்திரிகன் ஹியூண்டி சாங்கு வந்து

பார்த்தபோது புத்தசமய சமஸ்தானமாக இருந்ததென்றும் இங்கு உபபுத்தமதக் கோயில்களும் 3,000 குருமார்களும் இருந்ததாகவும் சரித்திரம் எழுதி இருக்கிறார்.

மத்தியகால ஸ்திதி.

இந்த அயோத்தியாவை மகமதுகோரி காலத்தில் சிரேஷ்ட தேசாதிபதியாகவிருந்த குத்பதீன் அபீக்குக்காக மகமதுபத்தியர்கில்ஜியால் முதலில் பிடிக்கப்பட்டு டில்லி சக்கரவர்த்திகள் வசமாகியும், பிறகு சாடட் அலிகான், செப்டார் ஜங்கு, (1756ம் ௵) குஜாடவுலா, (1775ம் ௵) இசப்டவுலா, (1799ம் ௵) விஜயரவி, (1798ம் ௵) சாடட்லி, (1814ம் ௵) காஜிஉட்டீன்ஐகர், (1827ம் ௵) நுசரிட்டீன் ஐகர், (1837ம் ௵) மகமதலிசா, (1842ம் ௵) உமயுதசலிசா, (1847ம் ௵) வஜீதலிசா முதலானவர்களால் ஆண்டு வரப்பட்டன. கி.பி.1801ம் ௵ ஈஸ்டு இந்தியா கம்பெனியாரென்னும் ஆங்கிலேயரிடம் ஒருவாறு சமாதானமாக வசமாகினாலும் 1856ம் ௵ பிப்ரவரி மீ பிரிடிஷ் கவர்ன்மெண்டில் சேர்த்துக்கொள்ளப்பட்டது. வேறொரு சாசனத்தினால் கி.பி 1194ம் ௵ மகம்மதியர் வந்ததாகவும், 1732ம் ௵ பெர்சியாநாட்டு வர்த்தகனாகிய சாடட் அல்லிகானை சுபேதாராக நியமித்ததாகவும், பிறகு மகம்மதிய ராஜ்ஜியத்துக்குட்பட்டு 1856ம் ௵ அங்கிலேயர் வசமாகி 1877ம் ௵ சீப்கமிஷனர் அதிகாரத்துக்குள்ளாகிப் பிறகு வடமேற்கு மாகாணங்களோடு சேர்க்கப்பட்டதாம்.

தற்கால ஸ்திதி.

அப்படிச் சேர்த்துக்கொண்டது முதல் குடிகள் கலகச் சங்கடங்களுக்குட்பட்டுச் சாகாமல், சுதந்திர சுகவாழ்க்கைப் பெற்றார்கள். இப்போது இந்த அயோத்தி மாகாணமானது, 24,000 சதுரமைல் விஸ்தீரணமுள்ளதாகவும், 29,70,000 ஜனங்கள் வசிக்கப்பட்டதாகவும் கோதி, நெல், சோளம், கொட்டை, முத்து, கரும்பு, நீலி, அபினி, பேரி, கொய்யாப்பழம், இலந்தைப்பழம், பருத்தி, புகையிலை, வெட்டு மரங்கள், உப்பு முதலானவைகள் ஏராளமாக விளைவதாகவும் வர்த்தக வளமானதாகவும் இருக்கிறது. தேசமானது பெரும்பாலும் உஷ்ணபூமியாக இருந்தாலும், குளிர்காலத்தில் பனி அதிகம். இந்த மாகாணத்துக்கு இலட்சுமணபுரி பிரதான பட்டணமாகவும், அயோத்தி, பைசாபாத்து, பாரியாகா, பிரதபகார் கோண்டா, சீதாபூர் முதலானவைகள் சிறந்த ஜில்லாப் பட்டணங்களாகவும் இருக்கின்றன. இப்போது இராமகோட்டை, நாகீசுவரநாதர் கோயில், மணிபிரபுத்த முதலானவைகள் இருக்கின்றன. தற்கால அயோத்தியாபுரியில் ஏராளமான யாத்திரைக்காரர்களும், முக்கியமாக பைராகிகளும்

ஆயிரக்கணக்காக வருவதன்றியில், சில பைராகிகள் பொந்தியோடு பரம்பதமடைவதாக எண்ணி, சரயூநதியில் இறங்கி விடுகிறார்களாம். சித்திரை மாதங்களில் நடக்கும் ஸ்ரீராமஜனன உற்சவத்திற்கு 5,00,000 ஜனங்கள் வந்து கூடுகிறார்கள். இந்த உற்சவத்திற்கு மனுசிங்குக் கோவிலிலும், ஹநுமானகிரியிலும் வெகு பூஜைகள் நடக்கின்றன. பட்டணத்தில் முட்டகோஸ், உருளைக்கிழங்கு, கத்தரி முதலான காய்கறிகள் ஏதேஷ்டமாக விற்கப்படுகின்றன. பெரும்பான்மையான ஜனங்கள் விஷ்ணு பக்தர்களானபடியினால், எவர் வாயிலும் "ஜே சீதாராம்" என்ற பாராயணமே இருக்கிறது; இத்தியாதிகளைப் பார்த்தே மகம்மதிய ராஜாக்களிற் சிறந்த சாடட் அலிகான் தென்மேற்கு முகமாகச் சுமார் 10 மைல் விஸ்தீரணமுள்ள பைசாபாத்து என்னும் நகரை (1730ம் ௵) கட்ட, சிப்டார்ஜங், சூஜாடவுலா என்பவர்களால் பல கோட்டை கொத்தளங்களைக் கட்டிப் பிரபலப்படுத்தினார்கள். இந்த அயோத்தியா கல்கத்தாவுக்கு ஈஸ்டு இந்தியா ரோஹில்கண்டு லைனில் 545 மைல்கள் தூரத்திலும் இலட்சுமணபுரிக்கு 46 மைல்கள் தூரத்திலும் இருக்கிறது இதற்கு ரெயில் சார்ஜ் ரூ 5-13-1, 1-3-0 ஆகிறது.

FIZABAD. பைசாபாத்து.

இப்படிக் கட்டிப் பலவிதத்திலும் சிறப்பித்து ஆண்டு வருகையில், 1775ம் ௵ ரோகிலரோடு நடந்த சண்டையினால் லட்சுமணபுரிக்குக் குடிபோய் விட்டார்கள். அன்று முதல் அதன் பிரதிஷ்டை குறைந்தாலும் இப்போதுங்கூட அந்தப் பட்டணத்தின் சுத்தியும் சுந்தரமும் பார்க்கப் பார்க்கப் பூரணாநந்தத்தைக் கொடுக்கிறது. இவ்வளவு சுத்தியான முன்சிபல் பட்டணத்தை இந்தியாவில் நாம்கண்டது அபூர்வம். இந்தப் பட்டணத்திலிப்போது 1,00,000 ஜனங்கள் வசிக்கிறார்கள். இவர்களில் பெரும்பான்மையோர் பித்தளை முதலான தட்டுமுட்டு சாமான்கள், ஆயுதங்கள், துணிகள் முதலான கைத்தொழில் வர்த்தகர்களென்று சொல்லலாம். மேலும் கோறக்பூரிலிருந்து வரும் சேனை தங்குவதற்குக் கண்டோன்மெண்டும் ஒன்று பெரிதாகியிருப்பதால், போர்வீரரும், குதிரைகளும் இங்கே தங்குகின்றன. அன்றியும், அநேக உத்தியானவனங்களிருக்கின்றதன்றியில், இவ்விடத்தில் சரயூநதியானது சுமார் இரண்டு மைல் அகலமும் கப்பல் போகத்தக்க ஆழமுமுள்ளதாயிருக்கிறது. இந்த இடத்தில் **கேதார கட்டம்** என்னும் பெயரால் ஸ்ரீராமர் சரயூநதியிலிறங்கிய இடமென்று அநேக ஸ்நான கட்டங்களும், மண்டப மாளிகைகளும் இருப்பதன்றியில், அக்கரையில் தோன்றும் இமயமலையின் சார்பு கம்பீர காக்ஷியுடையதாகவிருக்கிறது.

பைசாபாத்தின் தற்கால ஸ்திதி.

இந்த பைசாபாத்தானது கி.பி. 1030ம் ஹு சுல்தான் மகம்மதியருடைய ஷாலார்ஷன் குமாரர் சைய்த் ஷாலார் மாசத்து அயோத்தியாவின்மீது படை எடுத்து இந்த பைசாபாத்தின் வழியாகப் போனார். அவரை இராஜபுத்திர வீரர்கள் கொன்று விட்டார்கள். கி.பி. 1816ம் ஹு சூஜாஉட்டீன் மனைவி பாஹுபீகம் அம்மாள் இறந்தது முதல் பட்டணம் பாழாகியது. இங்கே அந்தம்மாளுடைய கோரியும் அவர் கணவனார் கோரியும் இன்னும் அநேக பள்ளிவாசல்களும் இருக்கின்றன. அயோத்தியாவின் முதல் பிரதிநிதியாகிய சூஜாஉட்டீன் 1756ம் ஹு பிரதான பட்டணமாக இருந்த இது கி.பி. 1780ம் ஹு லட்சுமணபுரிக்குச் சேர்த்தப்பட்டது. இதிலிருந்து சுல்தான்பூர், பிரடான்பார்காதி இடங்களுக்குப் போக நல்ல ரோட்டுகள் இருக்கின்றன. இது மோகல்ஷராய் ஜங்ஷனுக்கு, லட்சுமணபுரிக்கு 80 மைல்கள் தூரத்திலும் கல்கத்தாவுக்கு ஷஹாரன்பூர் ஜங்ஷனில் 402 மைல்கள் தூரத்திலும் முறையே ரூ 1-9-9, 4-9-0 சார்ஜ் கொடுக்க வேண்டும். இப்போது இது ஒரு கமிஷனர் அதிகாரத்துக்குள் இருக்கிறது. 1887ம் ஹு ஜனவரி மீ 10ம் உ காலை இரண்டு கோச்சு வண்டிகளை 4 ரூபா வாடகைக்குக்கொண்டு அயோத்திக்குச் சுமார் 7 மைல் தூரத்திலுள்ள இந்த பைசாபாத்தென்னும் அழகிய நகரைக் கண்டு, கேதார கட்டத்தில் சரயூநதியில் ஸ்நானம் செய்து அடுத்திருக்கும் அசோக வனத்தில் பிரார்த்தனை செய்து போஜனம் செய்தேம்.

DEVOTION AT ASOK TREE OF AYODIYA.

அயோத்தியாவில் சரயுநதிதீரம் கேதார கட்டத்தில் ஓர் அசோக மரத்தடியில் செய்த பிரார்த்தனை.

ஓ! ஆநந்த ஸ்வரூபனே! நினது ஆஸ்தீகத்துவத்தை ஆட்சேபிக்கும் நாஸ்திகர்களும் நினது இருப்பை நம்பும்படி சிருஷ்டிக்கப்பட்ட இந்த சரயுநதியின் அற்புத காக்ஷியை என்னென்று சொல்லுவேம். இந்த சரயுநதிக்கு வடபாகம் பிரபஞ்சத்திலெல்லாம் பெரிய பருவதமாகிய ஹிமாசல மலை எவ்வளவு பயங்கரமாயும் பிரம்மாண்டமான பனிக்கட்டிகளால் பல பிரபாகர தேஜஸ்ஸுகளாகவும் பிரகாசிக்கின்றது. தெற்கெல்லையோ கவிகளால் புகழத்தக்க கோசலதேசமென்னும் அயோத்தியா நகரம் அலங்காரமாகத் தோற்றுகின்றது. இவ்வெல்லைகளுக்கிடையில் சமுத்திரத்தைப் போல விரிவும், பல சூரிய குஞ்சுகளைப் போல் பிரகாசிக்கும் சிறுமணல் படர்ந்த சிறந்த மேடுபள்ளங்களுடனும் சிலுசிலுப்பான சீதஜலத்துடனும் ஜுவலிக்கும் இந்த பிரம்மாண்டமான சரயு

நதி ஓடுகின்றது. இந்த நதியின் இந்தக் கட்டத்தில்தான் ஸ்ரீராமர் வைகுண்டத்துக் கெழுந்தருளியதாக சாஸ்திரங்களாற் சொல்லப்பட்டு, அந்த உண்மையை நிலைநாட்டும்பொருட்டு அதிக ரமணீயமும் விசாலமும் விநோதமுமான ஆவி கூப தாமரை தடாகங்கள், படிகள், ஜபமேடைகள் யோகிகளுக்கேற்ற குகைகள் இவை கட்டப்பட்டிருக்கின்றன. இப்படி அநேக விதங்களில் சிறந்த இந்தக் கட்டடத்திலிருக்கும் அழகிய அசோக விருக்ஷத்தின் அடியில் அடியேமும் அடியேமைச் சார்ந்த சகோதரர்களும் கூடி நின்னைப் பிரார்த்தனை செய்யும்படியான பாக்கியம் பெற்றதற்கு நின்னை எவ்விதமாகத் துதித்துக் கொண்டாடுவேம். எம்முடைய அதிர்ஷ்டமே அதிர்ஷ்டம். எம்முடைய பாக்கியமே பாக்கியம், எமது ஜனனமே ஜனனம்! இனி இப்படிப்பட்ட காக்ஷி எங்குக் கிடைக்கும்! எப்போது கிடைக்கும்! எவருக்குக் கிடைக்கும்! எந்த சுத்தவீரன் நொடிய துஷ்டையாகிய தாடகையை வதைத்தானோ? எந்த சுத்த சாமர்த்தியவாதி வில்லையொடித்துச் சீதையை மணஞ் செய்தானோ? எந்த உத்தம புத்திரசிகாமணி பிதுர் வாக்கியத்தை நிறைவேற்ற பாலியதசையையும் பிரபஞ்ச சுகத்தையும் வெறுத்துக் கேவலம் மரவுரி, சடதாரியாகிக் காட்டில் பதினான்கு வருஷங்களைக் கழித்தானோ? எந்த நீதி துறந்தான் சகோதர வஞ்சனை வழக்குகளைத் தீர்த்துக் குறைந்த பலத்தையுடைய சுக்ரீவனை ஆதரித்தானோ? எந்த உத்தம கணவன் சீதைக்காகவும், துஷ்டத்தனத்துக்காகவும் இராவணாதி கொடிய இராக்ஷசர்களைக் கொன்று கொடுமையை நீக்கினானோ? எந்த கருணாநிதி பகைவன் தம்பியென்று பாராட்டாமல் அபயமென்று வந்த விபீஷணனுக்கு அடைக்கலம் கொடுத்து ஆதரித்தானோ? எந்த தருமராஜன் குடிகளுடைய சுகதுக்கம் தனது சுகதுக்கமாகப் பாவித்து ஒற்றினாலன்றி தானும் ஏழைபோல் இராக்காலங்களில் வீதிகடோறும் திரிந்து, குடிகளுடைய அபிப்பிராயங்களை அறிந்து, செங்கோல் செலுத்தி வந்தானோ? எந்தக் குடிகளின் அடிமையைப் போல் உலகத்துக்குப் பயந்து மஹா பதிவிரதையாகிய சீதையைக் காட்டுக்கனுப்பினானோ? எந்த நீதிபோதகன் ஏகபத்தினி விரதமாகச் சீதை யென்னும் தனது ஒரு ஸ்திரியைவிட வேறு ஸ்திரீகளை மாதாவைப் போல எண்ணியெண்ணி வேறு விவாகமற்றுச் சுத்த ஏகபதிவிரதா தருமசாதனாக இருந்தானோ? எந்த குலசிரேஷ்டன் முனிகள், எதிகள், தபோநிதிகள் முதலான பெரியோர்களைப் பாதுகாத்து யாகயக்கிய கர்மங்களையும், பிரம்ம பாராயணாதிகள் விசேஷித்தோங்கச் செய்தானோ? எந்த உத்தமன் சாக்ஷாத் மஹாவிஷ்ணுவின் அவதாரமென்று நாளது வரையில் இந்த இந்து தேசமெங்கும் வணங்கப்பட்டு வருகின்றானோ? எந்த உத்தமபுருஷனுடைய சரித்திரத்தைச் சீர்திருத்தமுள்ள உலகத்தில்

எல்லா தேசத்தார்களும் இப்போதும் கொண்டாடி வருகிறார்களோ அப்படிப்பட்ட ஸ்ரீராமருடைய ஜனன ஸ்தானமும், இராஜாங்க ஸ்தானமுமாகிய இந்த அயோத்திக்கு வரவே, சரித்திர சங்கதி உண்மையானதன்றியில், சாக்ஷாத் ஜகதீசுவரனாகிய நினது சிருஷ்டியின் அற்புத காக்ஷியைக் கண்டு ஆனந்தமடைகிறேம். இதோ எமக்கு முன்னாகத் தோன்றும் இந்த ஹிமவத்கிரியில் அல்லவா வியாசர், சுகர், பராசரர் முதலான பிரம்மரிஷிகள் சதா தபோநிதிகளாகி நின்னை நேரில்கண்டு பேசிக் குலாவினார்கள்? ஆம்! பெருமைபெற்ற புத்தரும் அன்று இப்படிப்பட்ட அஸோக விருக்ஷத்தினடியில் உட்கார்ந்து பூரண பிரம்மத் தியானத்தால் நிர்வாண தசையை அடைந்தார். அப்படிப்பட்ட மஹாத்துமாக்களுக்கெல்லாம் நீ சர்வசிரேஷ்டனாகவும், சிநேகிதனாகவும் இருக்க, அடியேமிடத்தில் மாத்திரமுனக்கு உபேக்ஷையேன்? அடியேம் கல்வி கேள்வியுற்ற ஏழை! இது நீ யறிந்த விஷயம்? எம்மைப் போன்ற ஏழையை ஆதரித்தல் உனக்குப் பெருமை. இனித் தாமதமேன்! உன்னை நேரிற்கண்டு பேசி எம் பாபதாபங்களைப் போக்கிக்கொண்டு சதா சாதுக்களுடைய சமாஜத்திலிருந்து நின்னை ஸ்துதி செய்யவேண்டுமென்றே கோயமுத்தூரை விட்டு எத்தனையோ மலைகளையும், எத்தனையோ நதிகளையும், எத்தனையோ தேசங்களையும், எத்தனையோ சங்கடங்களையும், சகித்துக்கொண்டு ஹிமாசல பர்வத அடிவாரமாகிய இங்கு வந்தேம். இனி இந்த இடத்தைவிட்டுப் போனால் உலக ஆசாபாசங்கள் பீடித்து வருத்தும். ஆகவே, எமக்குப் பிரத்தியக்ஷமாகியும், பிரம்மாண்டமாகியும், பலகோடி பிரபாகர பிரகாசமாகியும் சுத்த சைதன்ய பிரம்மாநந்நமே! யாம் நின்னை அடைக்கலம் புகுந்தேம். எம்மை அங்கீகரித்துக் கொள்வாய்! எமது கண்ணீரைத் துடைத்து முத்தமிட்டு உமது மகவைப் போல் ஆதரிப்பாய்! இனி யாம் இந்த ஹிமாசலப் பருவதத்துக்கு சீக்கிரம் வந்து நினது பக்த வைராகிகள் கோஷ்டியிற் சேர்ந்து சதா ஓம் சச்சிதாநந்த ஹரியாகிய நின்னைப் பாடி ஆனந்தக் கூத்தாடச் செய்வாய்! ஓ ஹிமாசல பருவதமே, நினக்கு மங்களம்! ஓ சரயு நதியே! உனக்கு மங்களம்! ஓ அயோத்தியா நகரமே நினக்கு மங்களம்! ஓ அஸோக விருக்ஷமே நினக்கு மங்களம். - ஓம் தத் சத்.

பிறகு மாலை 4 மணிக்கு பைசாபாத்து நகரத்துக்குள் பிரவேசித்து அதன் பெருமைகளைப் பார்த்துக் கொண்டு வரவே, தமிழ்ப் பாஷையறிந்த இரண்டு சென்னை மகம்மதிய அன்பர்கள் அவ்விடத்தில் வியாபாரார்த்தமாக வந்திருப்பதினால், எம்மை அன்று இராத்திரி தங்கும்படி ஜாகை தயார் செய்தார்கள். ஆனால் கால வித்தியாசத்தை அனுசரித்து புகைவண்டி ஸ்டேஷனுக்கு வந்து ஆள் ஒன்றுக்கு

ரூ 1-9-9 மேரை இலட்சுமணபுரிக்கு டிக்கெட்டுகளைப் பெற்று சுமார், பத்து மணிக்கு வண்டியேறி இரவெல்லாம் பனியால் வருந்திக்கொண்டே மறுநாளாகிய 1886ம் ஷு ஜனவரி மீ 11ம் உ காலை ஐந்து மணிக்கு இலட்சுமணபுரியைச் சேர்ந்தோம்.

LUCKNOW. இலட்சுமணபுரியின் பூர்வ சரித்திரம்.

இந்த அழகிய பட்டணம் குமதை நதியின் தென்மேற்குப் பாகத்தில் ஸ்ரீராமருடைய சகோதரராகிய இலட்சுமணரால் கட்டப்பட்டது, பிறகு சூரிய வமிசத்தாருக்குத் தலைமை நகரமாகவிருந்து அரங்கஜீப்பால் பாழாக்கப்பட்டது. பிறகு கி.பி.1798ம் ஷு முதல் 1814ம் ஷு வரையில் இதை அரசாண்ட நவாப் விஜயர் சாதத் அலி என்பவர் காலத்திலும் கி.பி 1775ம் ஷு முதல் 1797ம் ஷு வரையிலரசாண்ட நவாப் விஜயர் இசுபுடவுலா காலத்திலும் புதுப்பிக்கப்பட்டுச் சிறப்பிக்கப்பட்டது. இந்த மகம்மதிய ராஜாக்கள் சிற்றின்பத்தில் மூழ்கியவர்களாகி ஜன சவுக்கியத்தைக் கருதாமல் இரவும் பகலும் இந்திரசபாதி புது நாடகங்களை நடித்துக் கேளிகா விலாசத்தில் காலங்கழித்து வந்தமையாலும், வேறு சில காரணங்களாலும் இங்கிலீஷ்காரர் வசமாகி இப்போது அயோத்தியா பாகத்துக்குத் தலைநகரமாகவிருக்கிறது.

இலட்சுமணபுரியின் தற்கால ஸ்திதி.

இந்த இலட்சுமணபுரியானது குமுதை நதியோரம் சுமார் பத்து மைல் தூரம் வரையில் கட்டப்பட்டிருக்கும் கட்டடங்களையும் மற்றுமுள்ள வீடுகளையும் பார்ப்பவர்களுக்கு இது இந்து தேசத்தின் நடனசாலையென்றே சொல்ல வேண்டும். நகரத்தின் உட்பிரவேச கேட்டுகளின் இரண்டு பக்கங்களிலும் இரண்டு வேங்கைப் புலிகள் கட்டப்பட்டிருக்கின்றன. நகரத்திலிருக்கும் கட்டடங்கள் யாவும் ஆச்சரியமான மாடமாளிகை, கூடகோபுரங்களால் பிரகாசிக்கிறதன்றியில், தெருவில் நடக்கும் கேவலமான சிறு பையன் வாயிலும், இந்திரசபாதி பாட்டுகளே பாடிக் கொண்டிருப்பதைக் கேட்கலாம். இதனால் இந்திரசபாதி நாடகங்கள் இந்த நகரத்தில்தான் முதல்முதல் ஆரம்பிக்கப்பட்டதென்பதற்குப் பல பிரபல ஆதாரங்களிருக்கின்றன. இது சுமார் 60 மைல்கள் தூரத்திலிருக்கும் அயோத்தியாவுக்குத் தலைநகரமாகவும், 36 சதுர மைல்கள் விஸ்தீரணமுடையதாகவும், 2,72,000 ஜனங்கள் வாசமுடையதாகவும், நீர்வளம் பொருந்திய நிலப்பாங்கும், வர்த்தகவளமுள்ள பெரிய பட்டணமாகவும், 1857ம் ஷு நடந்த சிப்பாய்க்கலக காலத்தில் உண்டான கலகச் சின்னங்களை உடையதாகவும், அநேக அற்புதக் கட்டடங்களை உடையதாகவும் இருக்கிறது.

இந்த நகரத்தில் பார்க்கத்தக்க விசேஷங்கள்.

(1) **டில் குஷா அரண்மனை** (The Dil Koosha Palace) **-** இது *1800*ம் ஷூ நவாப் சதத் அலிகானால் கட்டப்பட்ட அழகிய பிரம்மாண்ட கட்டடம். இவ்விடம் *1857*ம் ஷூ நவம்பர் மீ *24*ம் உ ஸர் ஹென்றி எல்லாக் (Sir Henry Hevelock) என்பவர் இறந்தார்.

(2) **லாமார்ட்டினியார் கலாசாலை -** இது *1793*ம் ஷூ கேவலம் சோல்ஜராக வந்து பிறகு சிரேஷ்ட பதவியைப் பெற்ற ஜெனரல் கிளாடி மார்ட்டின் (General Claude Martin) என்னும் பிரான்சு தேசத்தானால் கட்டப்பட்டது. இவர் மகா உத்தம தருமப் பிரபுவென்று குடிகள் இன்றளவும் கொண்டாடி வருகிறார்கள். இவர் இந்த இடத்திலேயே இறந்து அடக்கம் செய்யப்பட்டார்.

(3) **விங்குபீல்டு தோட்டம்** (The Wingfield Market) **-** இது தேவேந்திரன் வகிக்கக்கூடியதைப் போலிருக்கும் சிங்கார நந்தவனம்.

(4) **சிகண்டராபாக்** (The Secendrabaugh) **-** இது கவர்ன்மெண்டாருடைய விசாரணையிலிருக்கும் பூங்காவனம். இவ்விடம் *1857*ம் ஷூ நடந்த கலகத்தில் *200* பெயர்கள் இரண்டு மணிகாலத்தில் ஸர் காலின் காம்பெல் தளகர்த்தரால் (Sir ColinCampbell) *93-4*-வது பட்டாளத்தைக் கொண்டு கொல்லப்பட்டார்கள்.

(5) **பெயிலிகார்டு** (Baileeguard the Residency) **-** என்பது ஸ்தானாபதி தங்குமிடம். இவ்விடம் *927* ஐரோப்பியர் கலகக்காரரால் கொல்லப்பட்டு, சாடட் அலிகானால் *1880*ம் ஷூ பெயிலிதுரையின் ஞாபகார்த்தமாகக் கட்டப்பட்டது. இந்தவிடத்தில் சண்டை காலத்திலடிபட்ட துப்பாக்கிக் குண்டுகளின் குறிகளை இப்போதும் பார்க்கலாம்.

(6) **கோட்டை -** இப்போது இடிந்து கிடக்கிறது.

(7) **முச்சிபவான்** (Muchi Bavan) **-** இது பஞ்சகாலத்தில் *1,00,00,000* கோடி ரூபாய் செலவு செய்து *1784*ம் ஷூ கட்டப்பட்ட பிரம்மாண்டமும் அதிசயமுமான கட்டடம். இதற்குள் இமாம்பரா (Imambura) என்னும் நாட்டாண்மை கட்டடம் இருக்கிறது. இவ்வளவு பெரிய கட்டடத்தில் மரவேலையே கிடையாது. சுவரின் அகலமே *16* அடிகளுள்ளது. இவ்வளவு விஸ்தீரணமும், அற்புத அழகுமான கட்டடத்தைப் போன்ற கட்டடம் நமது இந்து தேசத்தில் மற்றெங்கும் கிடையாது. இதை அனைவரும் அவசியம் பார்க்கவேண்டும். இதில் நவாப் குருவின் வெள்ளி சிங்காசனம் வைக்கப்பட்டிருக்கிறது.

(8) **உசேன்பாக்** (Hoosinbaugh) - இது அயோத்தியாவின் நான்காவது நவாப் மகம்மது அபிசாவால் *1840*ம் ௵ கட்டப்பட்ட தீபப்பிரகாச சிங்கார கட்டடம். இதுவும் பார்க்கத்தக்கது. இதில் சுமார் *12,000* ரூபாய் விலையுள்ள கிளைக்குலோப் லஷ்டர் விருக்ஷங்கள் வைக்கப்பட்டிருக்கின்றன.

இந்தக் கட்டடத்தின் பெரும்பாகம் சலவைக்கற்களால் கட்டப்பட்டிருக்கின்றது. இங்கு நவாபின் குருமாரின் வெள்ளி சிங்காசனமும், நவாபின் விநோத கிரீடமும் வைக்கப்பட்டிருக்கிறதன்றியில் ஸர் ஹென்றி லாரென்ஸ் (Sir Henry Lawrence), ஜெனரல் நீல் (General neil), மேஜர் பான்கிஸ் (Major Banks) என்பவர்களை அடக்கம் செய்யப்பட்டுக் கல்லறைகள் கட்டப்பட்டிருக்கின்றன.

(9) **லால் பாராடாரி** (Lal Baradari) - என்பது அழகிய கண்காக்ஷி சாலை. இதில் பலவித காக்ஷிப் பொருள்கள் வைக்கப்பட்டிருக்கின்றன. பார்க்கத்தக்கது. இவைகளன்றியில் **சட்டர் முர்ஜில்** (Chuttur Murjil), **ஷா நிஜிப்** (Sha Nijjip), **மோட்டி மஹால்** (Mottee Mahal), **குராண்டிமன்சில்** (Kurandi Munzil), **கானிங்கு காலேஜ்** (Canning College), **கெய்ஸர்பாக்** (Kaiser Baugh), **ஹஜாத்பாக்** *(*Hazart Baugh*)*, **சீனாபாக்** *(*Chinabaugh*)*முதலான பல விநோத கட்டடங்கள் பார்க்க வேண்டியவைகளாக இருக்கினும், இரும்புப் பாலமும் (Iron Bridge), நக்ஷத்திராலயக் கட்டடமும் முக்கியமாகப் பார்க்க வேண்டியவைகள். இந்த இரும்புப் பாலத்தை கட்ட *1816*ம் ௵ தருவிக்கப்பட்டது. அது இத்தேசம் வந்து சேர்வதற்குள் அதை இறக்குமதி செய்த இராஜனும் இஞ்சினீரும் இறந்துவிட்டபடியால், அவர்களுக்குப் பின் வந்தவர்கள் அசட்டையாக விட்டிருந்து, பிறகு *30* வருஷங்களான பிறகு கட்டினார்கள். இவ்விடத்திலிருக்கும் நக்ஷத்திர மண்டபமானது மிக்க சிரேஷ்டமானது. இதை மேஜர் வில்காக்ஸ் (Major Wilcox) பரிபாலித்து வந்தார். மேலும் ஜனங்களுக்கு அநுகூலமாக ஆஸ்பத்திரி முதலான கட்டடங்களுமிருக்கின்றன. இப்போது *30,00,000* முப்பது லக்ஷம் ஜனங்கள் வரையில் குடியிருக்கிறதாகத் தெரியவருகிறது. சகல பதார்த்தங்களும் நயமாக விற்கப்படுகின்றன. இந்த இலட்சுமணபுரியை இப்போதும் இந்த இந்துதேச நடனசாலையென்றே சொல்லத்தகும். இது பெரிய பட்டணமானபடியால், மல ஜலபாதைகளைக் கழிக்கும் இடங்கள் யாத்திரைக்காரருக்கு ஏராளமாக அகப்படுதல் அபூர்வம். புகைவண்டி ஸ்டேஷனுக்குச் சமீபத்திலிருக்கும் (Dar Vija Ganga Hari Choultry) துரை விஜய கங்கா சத்திரத்தில் தங்கினோம். இந்தச் சத்திரத்தில் அறை ஒன்றுக்கு ஆள் ஒன்றுக்குத் தினக் குடிக்கூலி காலணா தரவேண்டும். இதோடுகூடச் சமீபத்திலிருக்கும் கக்கூசுக்குப் போனால் ஜலபாதைக்குக் காலணாவும், மலபாதைக்கு அரையணாவும் முன்னாடி கொடுக்க வேண்டும். இந்தக் கஷ்டத்தினால் அவ்விடமிருந்து

சமையல் செய்து சாப்பிடப் பிரியப்படாமல், பழைய சாதத்தைச் சாப்பிட்டு 12 மணிக்கு ஸ்டேஷனுக்குப் போய் ஆள் ஒன்றுக்கு ரூபாய் 3-3-9 கொடுத்து கான்பூருக்கு டிக்கட்டு வாங்கினோம். அப்போது இராமநாராயணபலி என்னும் அத்தேசத்து இஷ்டர் சகாயத்தினால் நல்ல வண்டியிலேறி சுமார் 5 மணிக்குக் கான்பூருக்கு வந்து இறங்கி, அந்த நகர மத்தியிலிருக்கும் லாட்டி மோஹல்ஷரி என்னும் சத்திரத்துக்குப் போய்ச் சமைத்து இராத்திரி 11 மணிக்குச் சாப்பிட்டுப் படுத்துத் தூங்கினேம். இலட்சுமணபுரியானது ஈஸ்டு இந்தியா ரோஹிகண்டு ரெயில் மார்க்கமாகக் கல்கத்தாவுக்கு 619 மைல்கள் தூரத்திலும் பம்பாயிக்கு ஜி.ஐ.பி. ரெயில்மார்க்கமாக 885 மைல்கள் தூரத்திலும் இருக்கிறது. அவைகட்கு முறையே ரூ 6-7-0 ரூ 10-4-0 மூன்றாம் வகுப்பு சார்ஜ்ஜாம்.

இந்த இலட்சுமணபுரியைத் தரிசித்தவர்கள் அங்கிருக்கும் அயோத்தி ரோகில்கண்டு ரெயில் மார்க்கத்திற் சஹாரன்பூருக்கு 45 மைல்கள் தூரத்தில் நிம்சார, ஹரிதுவார முதலானவிடங்களையும் தரிசித்தல் நலம். எப்படியெனில், அயோத்தி ரோகில்கண்டு ரெயிலுக்கு ஆள் ஒன்றுக்கு ரூ. 1 அ.8 பை.3 வாடகை கொடுத்து பாலாமு என்னும் ஜங்ஷன் ஸ்டேஷனுக்குப் போய், அங்கிருந்து அ.3 பை.3 வாடகை கொடுத்து நிம்சாருக்குப் போகலாம்.

NIMSAR. நிம்சாரம்.

இதைத்தான் உண்மையான நைமிசாரணியம் என்று சிலர் சொல்லுகிறார்கள். இது அயோத்தியா மாகாணத்தைச் சார்ந்த கைராபாத்தில் குமுதை நதியின் இடது கரையிற் கட்டப்பட்ட புராதனப்பட்டணம். நதிக்கரையின் மேலிருக்கும் மணல்மேட்டின் மேல், அரைமைல், சதுரவிஸ்தீரணமுள்ள ஒரு செங்கல் கோட்டையும், அதன் நான்குபுறங்களில் இடிந்து கிடக்கும் வளைவு கோபுரங்களும் இருக்கின்றன. அருகிலிருக்கும் அழகிய விஷ்ணுசாகரமென்னும் தடாகத்தில் அநேகர் ஸ்நானம் செய்து விஷ்ணு பூஜை செய்து வருகிறார்கள். இந்த நிம்சாரிலிருந்து ஆள் ஒன்றுக்கு ரூ.1 அ.13 பை.3 வாடகை கொடுத்து ஹரித்துவாரத்துக்குப் போக வேண்டும்.

HARIDWAR. ஹரித்துவாரம்.

இது புராதனமான மாயூரம் அல்லது மாயாபுரம் என்னும் விசேஷயாத்திரை ஸ்தலம். இந்த ஹரித்துவாரம்: மாயாதுவாரம், கங்காதுவாரம் என்றாதி பெயர்களால் சிறந்து பரமபதத்துக்கு ஏறும் ஏணியாகி, சப்தபுரிகளில் ஒன்றாகக் கொள்ளப்பட்டிருக்கிறது. இவ்விடத்தில்தான் கங்கைநதியானது இமயமலையிலிருந்து

விழப்பட்ட இடம். இங்கு சுகப்பிரம்மரிஷியானவர் எழுந்தருளியிருந்த நீலதாரை என்ற தலமும், பரிக்ஷித்து மகாராஜர் தபசு செய்த கட்டடமும், தக்ஷப்பிரஜாபதி யாகம் செய்த இடமும், மஹா விஷ்ணுவானவர் சயனித்திருக்கிற இடமும் இருக்கிறதாகப் புராணத்தில் சொல்லப்பட்டிருக்கிறது. அதைப்பற்றி அக்பர் காலத்தில் பிரசித்திபெற்ற ஆபூல்சார் என்பவர் வந்து பார்த்த போது 36 மைல்கள் விஸ்தீரணமுள்ள ஹரித்துவாரம் என்று சரித்திரம் எழுதியிருக்கிறார். பிறகு டாம்கோ ரய்டார்வர் வந்து பார்த்து இதை ஹரித்துவாரம் என்றும் சிவஸ்தலம் என்றுமெழுதியிருக்கிறார். இதனால் சைவர்கள் ஹரித்துவாரம் என்றும் வைணவர்கள் ஹரித்துவாரமென்றும் சண்டை சச்சரவுகள் செய்து இன்னும் முடிவு பெற்றார்கள் இல்லை. பவுத்தர்களும் தமது புண்ணிய க்ஷேத்திரமென்று சொல்லிக் கொள்ளுகிறார்கள். அதைப்பற்றி யார் யார் எப்படிச் சொன்னாலும், இவ்விடம் கங்கையானது இமாலயபருவதப் பனிக்கட்டிகள் ஜலமாக மாறி முதலில் இவ்விடத்தில்தான் பூமியில் இறங்குவதால், இவ்விடத்தை விஷ்ணு பாததீர்த்தமென்றும், சிவதீர்த்தமென்றும் எண்ணி ஆயிரக்கணக்கான யாத்திரைக்காரர்கள் வந்து கொண்டேயிருக்கிறார்கள். கி.பி.ஏழாம் நூற்றாண்டில் சீனா தேசயாத்திரராக வந்த ஹியூன்தஸாங்கு என்பவர் இதைக் கபிலதானமென்றும் புத்தருடைய ஸ்தானமென்றும் எழுதியிருக்கிறார்.

இவ்விடத்தில் கங்கையின் இடது பக்கத்தில் சண்டி பிஹாறி, மாயாதேவி, சார்வநாத், ஹரிகாசுவரன் அல்லது கங்கை விழுமிடத்தில் ஒரு கல்லின்மேல் பதிப்பிக்கப்பட்டிருக்கும் விஷ்ணுபாதக்கோயில் முதலானவைகளே. அவைகளிற் சிறந்தது விஷ்ணுபாதக்கோயிலாகிய கயாதுவாரமேயாம். அங்கே விஷ்ணுபாதங்களை ஒரு கல்லில் பதித்துக் கோயிலின் கட்டடத்தின் சுவற்றில் சேர்த்துக் கட்டப்பட்டிருக்கின்றன. இங்கு யாத்திரைக்காரர்கள் நான் முன், நீ முன் என்று மேலே விழுந்து முழுக வருவதில் சில சமயங்களில் உயிர்ச்சேதமுண்டாகிறது. இதனால் 1819ம் ஷு 430 யாத்திரைக்காரர்களும், அவர்களுக்குக் காவலாயிருந்த சில சிப்பாய்களும் மடிந்துவிட்டார்கள். ஆனது பற்றியே பிரிட்டிஷ் கவர்ன்மெண்டார் இங்கு 100 அடிகள் அகலமுள்ள 60 படிகளைக் கட்டி வைத்ததில் இப்போது அவ்வித கஷ்டமில்லை. ஆயினும் 1760ம் ஷு கடைசி உற்சவதினத்தில் கோஷாயிகளுக்கும், பைராகிகளுக்கும் பிரமாதச் சண்டைகளுண்டாகி 1800 பெயர் கொல்லப்பட்டதன்றியில் கி.பி.1795ம் ஷு சீக்குமத யாத்திரைக்காரர்கள் 500 பேரையும் கொன்று போட்டார்கள். இப்போது அந்தப் பயமில்லை. பிரதி ஷு வைகாசி மாதத்தில் நடக்கும் கும்பமேலா உற்சவத்திற்கு ஆயிரக்கணக்கான யாத்திரைக்காரர் வருவதன்றியில் மாசி பங்குனி சித்திரை மாதங்களில் நடக்கும் ஹோலிகாம ஜாதிராகட்டிய புண்ணிய

உற்சவங்கள் ஹரித்துவாரத்துக்கு ஒரு மைல் தூரத்தில் நடக்கும்போது ஆயிரக்கணக்கான ஜனங்கள் வந்து கூடுகிறார்கள். ஹரித்துவாரத்துக்கு 3 மைல் தூரத்திலிருக்கும் கணக்கால் என்னுமிடத்தில் தக்ஷப்பிரஜாபதி சதிகுண்டம், லாந்தவுர தக்ஷஸ்தானாதிக கோவில்களிருக்கின்றன. அந்த அரித்துவாரத்திற்குக் கங்கையானது 1,024 அடிகள் தூரத்திலிருந்து வருகிறது. ருஷிகேஷமானது இந்த ஹரித்துவாரத்து சுமார் 15 மைல் தூரத்தில் கங்கைக்கரையின் மேல் இமயமலைச் சார்பிலிருக்கிறது. இதற்கருகில் பரதாழ்வான் ஆசிரமமிருக்கிறது. இங்கிருந்து பார்த்தால் இமயமலை பரிஷ்காரமாகத் தோன்றுகின்றதன்றியில், அங்கே அநேக பெரியோர்களிருப்பதாகவும் வதந்தி. இந்த வழியாகப் போனால் தபோவனம் இமயமலைக்கு ஏறும் வழியிலிருக்கிறது.

இங்கே இலட்சுமணர் கோயிலுமிருக்கிறதன்றியில் இங்கிருந்து தேவப்பிரயாகை, ஸ்ரீநகரம், நந்தபிரயாகை, கருணபிரயாகை, ருத்திரபிரயாகை, விஷ்ணுபிரயாகை, ஜோஷியபிரயாகை, மகப்பண்டிகேசுரம் முதலான ஸ்தலங்களைப் பார்த்துக்கொண்டு பதரிகாச்சிரமத்துக்குப் போக வேண்டும். இந்த ஹரித்துவாரத்தில் ஆரிய சமாஜத்தாருடைய குருகுலம் என்னும் ஓர் வைதீக பாடசாலை இருக்கிறது. அதில் 250 வித்யார்த்திகள் வாசிக்கின்றனர். ஹரித்துவாரத்திற்குக் கிழக்கிலிருக்கும் (Rurki) ரூர்கிரியில் இஞ்சினீர் கலாசாலையொன்றிருக்கிறது. ஹரித்துவாரம்: கல்கத்தாவுக்கு 921 மைல்கள் தூரத்திலும், சாஹான்பூருக்கு 49 மைல் தூரத்திலும் இருக்கிறது. அவைகள் மூன்றாம் வகுப்புக்கு முறையே ரூ. 8 அ. 14 பிறகு அ. 11 பை. 2 கொடுக்கவேண்டும். இந்த ஹரித்துவாரத்துக்கு அடுத்த ஸ்டேஷனில் டேராடூன் என்னும் அழகிய மலைநிவாசமிருக்கிறது.

DARAHDOON. டேராடூன்.

இது சமுத்திர மட்டத்திற்குமேல் 2,300 அடிகள் உயரத்திற் கட்டப்பட்ட சுகவாசஸ்தானம். இங்கே ஒரு விசேஷமான விஷ்ணு கோயிலும், அழகிய உத்தியானவனங்களும், வனபரிபாலன வித்தியான (பாரெஸ்டு) பாடசாலையுமிருக்கின்றன. இப்போது 25,000 ஜனங்கள் வதிந்துவருகிறார்கள். இவ்விடமிருந்து 6 மைல்கள் தூரத்திலிருக்கும் ரெய்பூருக்கும் அங்கிருந்து மஸ்ஸூருக்கும் போகலாம்.

MUSOORE. மஸ்ஸூரி.

இது சமுத்திரமட்டத்திற்கு 7000 அடிகளுக்குமேல் கட்டப்பட்டிருக்கும் அழகிய சகவாசஸ்தானம். இதற்கு 40 மைல்கள் சுற்றளவுக்குள் இராணிகட்டு, செகிரடாஸ் முதலான ஸ்தலங்கள் இருக்கின்றன. லாண்டோ என்பது சுகவாசஸ்தானம். இங்கிருந்து பார்த்தால்

இமாசலத்தின் அற்புத காக்ஷி ஆச்சரியமாக இருக்கிறது. டேராடூன், மஸ்ஸுாரி முதலான மலைப் பிரதேசங்கள் யாவும் இமயமலையின் சார்புகளிலேயே கட்டப்பட்டிருக்கின்றன. ஆகவே, ஹிமாசலத்தின் பெருமையைப் பற்றியும் அதன் மீதிருக்கும் சில திவ்யஸ்தலங்களைப் பற்றியும் இதனடியிற் சங்கிரகமாகச் சொல்லுகிறோம்.

HIMALAYA. ஹிமாசலமலை.

இது பூலோகத்திலுள்ள உயர்ந்த எல்லா மலைகளிலும் பெரிதும் பிரம்மாண்டமானது. இது சிந்து நதிக்கு மேற்கே வளைந்தும் கிழக்கே பிரம்மபுத்திரநதிக்குக் கீழ்வரையில் வளைந்தும் ஏறக்குறைய 1,500 மைல் தூரமுள்ளதாயும், கிட்டதட்ட 200 மைல்கள் அகலமுள்ளதாயும் இருக்கிறது. இதன் வளைவுகள் கங்கை, சிந்துநதிகள் வரையிலும், வடவளைவுகள் திபேத்தின் பீடபூமி வரையிலும் சுமார் 300 மைல்கள் வரையில் விஸ்தரித்திருப்பதால் இந்தியா தேசத்திற்கு எதேஷ்டமான ஜலத்தைக் கொடுத்தும், திபேத்து முதலாக உள்ள உயர்ந்த நாடுகளிலிருந்து கடுங்குளிரை இந்தியாவுக்கு வராதபடி சுவர் போலிருந்து தடுத்தும் பாதுகாக்கின்றது. கீழ்நாடுகளிலிருந்து பார்ப்பவர்க்கு இம்மலையானது உண்மையான மலைகளோ அல்லது விண்ணுலகின் வெண்மேகங்களோவென்று பிரமிக்கும்படி தோன்றும். பிறகு அருகிற் போகப்போக உண்மையான பனி நிறைந்த மலைகள் பயங்கர உருவங்களோடு தோன்றும். பின்னும் சற்று ஏறி ஓர் உன்னத சிகரத்தில் இருந்து பார்த்தால், எங்கு பார்த்தபோதிலும், ஓர் அகன்ற பனிக்கட்டிக் கடலைப்போல் காணும். அப்படிக் காணும் பனிக்கட்டிகள் வெயிற்காலத்தில் உஷ்ணத்தினால் கரைந்து ஜலமாவதோடு, அங்கு பெய்யும் மழைஜலமும் சேர்ந்து, சிந்து, கங்கை, பிரமபுத்திராதி நதிகளாகி இந்நாட்டில் பாய்ந்து பெரும் பிரயோசனத்தைத் தருகின்றன. மலையடிவாரத்தில் தர்ராய் என்னும் சதுப்புநிலமிருக்கிறது. அதற்கு 3,000 அடிக்கு மேலிருக்கும் காடுகளில் பிரம்மாண்டமாகப் பெருத்து விலையுயர்ந்த மரங்கள் விளைகின்றன. அதற்குமேல் 8,000 அடிகள் உயரத்தில் பற்பல விதப்பூண்டுகளும் செடிகளும் விளைகின்றன. அதன் சார்புகளில்தான் நைநிடால், டார்ஜிலிங் முதலான மலைநாடுகளிருக்கின்றன. பிறகு உயரப் போகப்போக ஐரோபா நாட்டுக்குரிய பையின், சிடார் முதலான விருக்ஷங்கள் விளைகின்றன. அதிக நீர் பாய்ச்சலுள்ள நிலங்களில் நெல் முதலான பற்பல தானியங்களும் தேயிலையும் விளைகின்றன. 1,200 அடிகள் உயரத்தில் பார்லி தானியம் விளைகிறது. 1,600 அடிகள் உயரத்திற்கு மேல் எவ்வித பயிரும் விளைவதில்லை. 11 ஆயிரம் முதல் 13 ஆயிரம் அடிகள் உயரத்தில் புற்பூண்டுகள் விளைவதால் ஆடு மாடுகள் அங்கு மேய்கின்றன. அங்கே சிறுத்தை, புலி முதலான மிருகங்கள் விருத்தியாகின்றன. 20,000 அடிகளுக்கு மேல் திபேத்து

முதலான தேசங்களுக்குப் போய் வர கணவாய் வழிகளிருக்கின்றன. அதற்கு மேலே இருக்கும் வாயுவானது அதிக லேசாக இருப்பதால் நடப்பவர்களுக்கு அடிக்கடி மயக்கமும் தலைநோயுமுண்டாகிறது, மலையின் உன்னதமான சிகரங்கள் 48. ஏறக்குறைய 18 முதல் 30 ஆயிரம் அடிகள் உயரமுள்ளதாக இருக்கினும் அச்சிகரங்களில் முக்கியமான மனோமங்கலமென்னும் மலை 23,900 அடி உயரமும், குணலாசு மலை 22,513 அடி உயரமும் பதரிகாச்சிரமம் அல்லது பதரிநாதர் மலை 22,513 அடிகளும், கேதாரநாதர்மேத்திர மலை 23,562 அடிகளும் நந்தாதேவிமலை 25,749 அடிகளும், ருதிரஷிமாசலம் 22,390 அடிகளும், சுவர்க்கலோகத்துவாரமலை 22,906 அடிகளும், கங்கா பார்வதிமலை 27,000 அடிகளும், யூகண்ட மலை 20,296 அடிகளும், விஷ்ணுலோகம் அல்லது வைகுண்டஸ்தானமலை 29,000 அடிகளும், நேபாளத்துக்குக் கிழக்கே இருக்கும் கிஞ்சின்ஜங்கா மலை 28,826 அடிகளும், யமுனாவுக்கருகில் கன்மோத்திரி மலை 21,155 அடிகளும், காசிக்கு வடக்கில் காணும் தவளகிரி மலை 28,826 அடிகளும், நேபாளத்துக்கு வடக்கில் காணும் எவரஸ்டுமலை 29,002 அடிகள் அதாவது பூமி மட்டத்துக்கு 5 மைல்கள் உயரத்திலிருப்பதன்றியில் இந்த அற்புத மலையில் ஆதியில் இயற்கையாக விளைந்த நெல் முதலான தானியப் பயிர்களையும் காய்கனி வர்க்கங்களையும் மூலிகை முதலானவைகளையும் நரர் நாளாவட்டத்திற் கொண்டு வந்து இந்நாட்டில் பயிர் செய்யவே அவைகள் நமக்கு உணவு முதலான உத்கிருஷ்ட விளைவுகளாகின்றன. ஆகவே இம்மலை இந்தியாவுக்குத் தாய்வீடு என்று சொல்லப்பட்டு, அநேக ரிஷிகளும், தபோதனரும் வந்து தங்கி சதா பிரம்மநாமபாராயணம் செய்து உத்தம வாழ்வைப் பெற்றுய்யலானார்கள்.

ஹிமாசலமலையின் அடிவாரத்திற் செய்த பிரார்த்தனை.

ஓ ஹிமாசலமே! நீ இவ்வுலகத்திலுள்ள எல்லாப் பருவதங்களிலும் உயர்ந்த சிறந்த மலை. பதரிகாச்சிரமம், கேதாரம், ஹரித்துவாரம், நைமிசாரணியம், கயிலை முதலான திவ்விய ஸ்தலங்களுக்கெல்லாம் இருப்பிடம். மானச சரோவரம், சிந்து, கங்கை, பிரம்மபுத்திராதி நதிகளுக்கும் நீ ஆதாரஸ்தானம். உலகத்திலுயர்ந்த டியோடங்கா, கிஞ் சிங்கிங்கா, எவரஸ்டு முதலான உன்னத சிகரங்களால் விண்ணுலகை நாடிப் போகும் உத்கிருஷ்டமான மலை. இரமணியமான புஷ்பச் செடிகளாலும், மகிமையுள்ள முல்லை மலராதிகளாலும், கணக்கற்ற கந்த மூலங்களாலும் மகத்துவம் பெற்ற பெரிய பருவதம். நின்னிடம் வசிக்கும் கிருமிகீடங்கள், பற்பலவிதமான பக்ஷிகள், மிருகங்கள் இவைகளுக்குக் கணக்கேயில்லை. நின்னிடம் அடைக்கலம் புகுந்து

தவம் செய்து பிரம்மபாராயணம் செய்யும் ரிஷிகள், யோகிகள், முனிகள் அநேகர் கண்களை மூடிக் கொண்டு தவம் செய்கிறார்கள். நினக்குச் சதா குளிர்ச்சியைத் தரும் பனிக்கட்டிகள் பிரபாகரனுடைய பிரகாசத்தினால் பற்பல வருணங்களோடு ஜகஜ்ஜோதியாக ஜொலிக்கின்றன. ஆசியா கண்டத்தின் தேசங்களுக்கும், இந்து தேசத்திற்கும் இடையில் ஒரு அற்புதம மவுனயோகியைப் போல் சண்டமாருதத்திற்கும் மகத்தான மழைக்கும் சற்றும் சலிக்காமல் விண்ணுலக நாதரை சதா நாடிக் கொண்டிருக்கிறாய்! ஆனது பற்றியே, அன்று வசிஷ்டர், பராசரர், வியாசர், சுகர் முதலான மகரிஷிகள் நின்னிடம் வந்து தபோதனராகி, தயாசார சிந்துவாகிய சர்வேசுவரனை அடைந்து பரிபூரணாநந்தத்தைப் பெற்றார்கள். இணையற்ற ஹிமாசலமே! இத்தியாதிகளைக் கேட்டு இன்று நானும் நின்னிடம் வந்தேன். வந்தாலும் என்ன? தேகதாருட்டியமும் மனவலிமையும் பரிசுத்த எண்ணமும், பக்தி வைராக்கியமும், அற்றுப் பாவதாபங்களால் பீடிக்கப்பட்ட யான் நமது பரம்பிதாவை எப்படி அடையக்கூடும்? ஓ அற்புத சிருஷ்டியே! உன்னைப் போல் திடமான மனதையும், உயர்ந்த குணத்தையும், ஆழ்ந்த பக்தியையுமடைய உதவி செய்வாய்! உனக்கு மங்களமுண்டாகுக?

ஓ அற்புதபுருஷா! உன்னை இந்த ஹிமாசலத்தில் வந்து பிரார்த்தனை செய்ய எத்தனையோ வருஷகாலங்களாக எண்ணிஎண்ணி ஏங்கி எத்தனையோ தூரத்திலிருந்து எத்தனையோ கஷ்டங்களைச் சகித்து இன்று இங்கு வந்தேன். அங்கம் பரவசமானேன். பாதரசம்போல் பலபக்கங்களிலும் சுற்றிப் பிரகாசிக்கும் என் மனத்தை இமயத்தைப்போல் திடம்பெறவும் குறைந்திருக்கும் சற்குணங்களை உயரோங்கச் செய்தும், தாழ்ந்து கிடக்கும் பக்தியை நின்னிடம் ஆழ்ந்திருக்கச் செய்தும் நின் பேராநந்த பக்திரச பானத்தைச் சதாபருகிப் பேராநந்தமுறச் செய்வாய்! சுவாமி! உன்னத பருவதங்களின்மீது வந்து பிரார்த்தனை செய்யும் பாகவதர்களைப் பாவனராக்கிப் பரமசுகமளிக்கும் பெரும் புகயோனே! நினது பரமசுகம் எங்கும், எப்போதும் பரிமளிப்பதாகப் பெருமலைகளிற் சிறந்த திருமலையாகிய இந்த ஹிமாசலம் என்னும் நின் பெரும்புகழைப் பாடிப் பல்லுயிரைப் பேராநந்தமடையச் செய்வதாக. ஓம் சாந்தி! சாந்தி; சாந்தி; ஹரி; ஓம்.

இமயமலையின்மேல் இருக்கிற சில திவ்ய ஸ்தலங்களைப் பற்றிச் சொல்லுவதாக முன்னமே அறிவித்திருக்கிறோம். ஆகவே அவற்றின் விபரத்தை இதனடியிற் காணலாம்.

ஹரித்துவாரமானது இமயமலையில் உற்பத்தியாகும் கங்கைநதி பூமியில் வந்துவிழும் இடமாகையால் அதை ஓர் விசேஷ தீர்த்தயாத்திரை ஸ்தலமென்று கொண்டாடி வருவதைப் போலவே அந்த கங்கை

நதி உற்பத்தியாகும் இடமாகிய கங்கோத்ரி என்னும் ஸ்தலத்தையும் ஓர் விசேஷ தீர்த்தஸ்தலமாகக்கொண்டு வணங்கி வருகிறார்கள்.

GANGODRI. கங்கோத்ரி.

இது கார்வான் ஜில்லாவில் இமயமலையின்மேல் கங்கை உற்பத்தியாகும் ஸ்தலத்திற்கு 8 அல்லது 10 மைல் தூரத்தில் ஜலமட்டத்திற்கு 15 அடிகளுக்குமேல் பாகீரதிநதியின் வடகரையில் கட்டப்பட்டிருக்கும் ஒரு சிறிய கோயில். இந்தக் கோயிலானது காட்டுக் கருங்கற்களால் சுண்ணாம்பு கலந்து கட்டப்பட்ட பிரகாரத்துக்குள் அர்ச்சகர் குடியிருக்க ஒரு வீடும் கட்டப்பட்டிருக்கிறது. இந்தக் கோயில் சமுத்திர மட்டத்திற்கு 10,319 அடிகளுக்குமேல் 20 அடி உயரமுள்ள சதுரவடிவானது. இதற்குள் கங்கை என்னும் பாகீரதி விக்கிரகங்களும் சாகரர் முதலானவர்களுடைய விக்கிரகங்களும் வைக்கப்பட்டு பூஜைகள் செய்து வருகின்றனர். யாத்திரைக்காரர் தங்குவதற்கு வீடுகளும் உணவுப் பொருள்களும் இல்லாமையால் அடுத்த மலைச் சிகரங்களில் சிறு மறைவுகளில் தங்கித் தவிக்கிறார்கள். கோயிலுக்கருகில் பாறைகளிலிருந்து பீறிக்கொண்டு வரும் ஜலமானது பிரமகுண்டம், விஷ்ணுகுண்டம் என்னும் பெயர்களைப் பெற்றுப் பிரகாசிப்பதால் யாத்திரைக்காரர் அவைகளில் ஸ்நானஞ் செய்து சிறு தட்டுகளில் புஷ்பங்களையும் சிறு கொடிகளையும் ஜலத்தில் மிதக்கவிடுகிறார்கள். அப்போது அருகிலிருக்கும் புரோகித பிராமணர்கள் சங்கற்பஞ் சொல்லி அந்த ஜலத்தைக் குப்பிகளிலும் கூஜாக்களிலும் நிறைய எடுத்து அவற்றின் வாயைமூடிச் சீல் செய்து கொடுக்கிறார்கள். சிலர் அக்குப்பிகளை கீழே கொண்டு வந்து கங்கா உற்பத்தி ஜலரசம் என்னும் பெயரால் அநேகருக்கு விற்பனை செய்கிறார்கள்.

இந்தக் கங்கையானது ஓர் **கோமுகத்தில்** உற்பத்தியாவதாக எண்ணியிருக்கிறார்கள். உண்மையில் அது ஓர் பிரம்மாண்டமான மரமடர்ந்த வனத்திலிருக்கும் கிட்டத்தட்ட கோமுகத்தைப் போன்ற பனிக்குகையிலிருந்து உற்பத்தியாகிறது. அந்த கோமுகப் பாறையை உற்றுப் பார்த்தால் அது ஓர் ஓங்காரவடிவமாய்த் தோற்றுகின்றது.

இப்படி உற்பத்தியாகும் கங்கைநதியானது தன் உற்பத்தி ஸ்தானத்திலிருந்து பாயும்போது சிறு ஊற்றுகளிலிருந்து பீறிக்கொண்டு வரும் ஜலத்தோடு சேர்ந்து 100 மைல் தூரத்திற்கு மேல் கீழ் நோக்கிப் பாயும்போது பக்கங்களிலிருக்கும் பனிக்கட்டிகள் பிரபாகரனுடைய சுடர்களினால் ஜலமாகக் கரைந்து அதிற்சேர கங்கையானது பெருத்துப் பல பாறைக்கற்களில் ஊடுருவிக் கொண்டு 203 மைல் தூரம் கீழ்நோக்கிப் பாய்ந்து பரதகண்டமாகிய பூமியில் அரித்துவாரம் என்னுமிடத்தில் விழுகின்றது.

இந்த கங்கோத்ரிக்குப் போகும் வழியானது அதிக கஷ்டமான மலைச் சார்பாயும் அங்குப் போய்த் தங்குவதற்குப் போதுமான வீடு வாசல்கள் உணவாதி பொருள்கள் இல்லாமையாலும் ஏராளமான ஜனங்கள் போய்வருவது அபூர்வம்.

KEDARNATH. கேதார்நாதம்.

இந்த கங்கோத்ரியைத் தரிசிப்பவர்கள் அருகிலிருக்கும் கேதார் நாதரையும் தரிசித்தல் உத்தமம். இந்தக் கேதார்நாதம் கார்வால் ஜில்லாவில் குமாயுனுக்குக் கிழக்குப் பாகத்தில் இமயமலையில் 22,830 அடிகளுக்கு மேல் இருக்கும் ஓர் உன்னதமலைச் சிகரத்தில் இருக்கிறது. இங்கிருந்த புராதன கோயில் பூகம்பத்தினால் இடிந்து போக இப்போதிருக்கும் பெரிதும் அழகுமான கோயில் சுமார் 30 வருஷங்களுக்குமுன் கட்டப்பட்டது. யாத்திரைக்காரர் பதரிகாச்சிரமத்தைத் தரிசிப்பதற்கு முன்னே இந்த கேதார்நாதரைத் தரிசிப்பது வழக்கம். இங்குக் கேதார்நாதர் ஒரு பெரும்பாறைக் கல்ரூபமாக இருக்கிறது. அதாவது ஒரு காலத்தில் பகைவரால் துரத்தப்பட்ட ஓர் எருமையானது இங்கு வந்து அடைக்கலம் புகுந்து அந்த எருமையின் பின்பாகம் பூமியில் மறைந்துவிட, மற்ற அங்கங்கள் நான்கு பிரிவுகளாகி மலையின் சார்புகளில் நான்கு கோயில்களாகப் பிரகாசிக்கின்றன. அவைகளுக்குப் **பஞ்சகேதாரம்** என்று சொல்லி அவைகளைப் பிரதக்ஷணம் செய்து வருகிறார்கள். இது ஓர் சிறந்த சிவஸ்தலம். கேதார்நாதருக்கருகில் மஹாபந்த் என்னும் பெயரால் ஓர் மலைச்சிகரம் இருக்கின்றது. அங்கு ஆதியில் பஞ்சபாண்டவர்கள் வந்து தங்கித் தவம் செய்து வைகுண்டம் அடைந்தார்களாம். இப்போது அங்கே வருஷப் பிரதி ஷு 20 அல்லது 30 பெயர் வரையில் அம்மலையின் உச்சியின் மீதேறி அடியிலிருக்கும் ஆழ்ந்த பள்ளத்தாக்கில் குதித்து விழுவதினாலும் அங்கிருக்கும் பயங்கரப் பனியினாலும் பசியினாலும் வருந்திப் பிராணனை விட்டுவிடுகிறார்கள். இப்படிக் குதித்துச் சாகும் இடத்திற்குப் **பையரவஜம்பு** என்று பெயர்.

இப்படிச் செய்பவர்களில் குஜராத்திலிருந்தும் பங்காளத்திலிருந்தும் வரும் யாத்திரைக்காரர்களே முக்கியமானவர்களாம். இப்படிக் குதித்துச் சாவதினால் பொந்தியோடு பரம்பதம் சேர்வதாக எண்ணுகிறார்கள்.

இந்தக் கோயிலில் பூசை செய்யும் சிரேஷ்ட அர்ச்சகருக்கு இறாவாள் என்று பெயர். அவர் தென் இந்தியாவைச் சார்ந்த மலையாள பிராமணர். இப்போது இந்தக் கோயிலுக்கு நித்ய நைமித்யாதி விஷயங்களுக்காகப் பிரதி வருஷமும் 6,000 ரூபாய்

செலவிட்டு வருகிறார்கள். இந்த மலை அதிக உன்னதமாக இருக்கினும் கேதார்நாதர் கோயில் கட்டப்பட்ட இடமானது சமுத்திர மட்டத்திற்கு 11,755 அடிகளுக்கு மேலுள்ள இடம். இந்த கேதார்நாதர் ஸ்தானத்தில்தான் ஆதி ஸ்ரீ சங்கராச்சாரியார் சமாதி அடைந்ததாகச் சில சரித்திரங்கள் சொல்லுகின்றன.

BADRINATH. பதரிகாச்சிரமம் அல்லது பத்ரிநாதர்.

இது கார்வால் ஜில்லாவில் ஸ்ரீநகரிலிருந்து மானாபேசுக்குப் போகும்வழியில் ஷ மானாபேசுக்கு 25 மைல்கள் தூரத்திற்குத் தெற்கும் ஸ்ரீநகரத்திற்கு 55 மைல்கள் தூரத்தில் வடகிழக்கு மூலையில் இமயமலையில் சமுத்திர மட்டத்திற்கு 23,210 அடிகளுக்குமேல் ஓர் மலையின்மீது நான்கு மைல் நீளமும் ஒரு மைல் அகலமுமுள்ள ஒரு பள்ளத்தாக்கின் மத்தியில் கங்கையில் கலக்கும் அலக்நந்தாநதியின் ஒரு கிளை நதியாகிய **விஷ்ணுகங்கா** நதியின் வடகரையிற் கட்டப்பட்டிருக்கிறது.

அந்தப் பள்ளத்தாக்கு சமுத்திரமட்டத்திற்கு 10,400 அடிகளுக்கு மேலிருக்கிறது. அதற்குச் சமதூரத்தில் கிழக்கு மேற்குப் பக்கங்களில் இரண்டு உன்னதமலைச் சிகரங்கள் இருக்கின்றன.

இந்த பத்ரிநாதருடைய கோயில் விஷ்ணுகங்கை நதியின் கரையின் மேல் 40 முதல் 50 அடிகள் உயரமுள்ள மேட்டாந்தரையில் கட்டப்பட்டிருக்கின்றது. இவ்விடத்தில் முன் இருந்த புராதனமான கோயில் கட்டடங்கள் பூகம்பத்தினால் இடிந்து போக இப்போதிருக்கும் கோயிலானது புதுமாதிரியான வழக்கத்தை அனுசரித்து வாழைப்பூ வடிவமாகக் கட்டப்பட்டும், அதின் மேற்கூரை செம்புத் தகடுகளால் மூடப்பட்டும் அவைகளின்மேல் பொன்முலாம் பூசப்பட்டும் தங்கக்கலசத்தோடு பிரகாசிக்கின்றது.

இந்தக் கோயிலும் சில வருஷங்களுக்கு முன்பு பூகம்பத்தினால் சேதப்பட்டுச் சீர்திருத்தப்பட்டதாகத் தோன்றுகின்றது. இந்தக் கோயிலுக்குள் ஸ்ரீ மஹாவிஷ்ணுவானவர் பத்திரிநாதர் நரநாராயணர் என்னும் பெயருடன் ஓர் இலந்தை மரத்தின் கீழ்ப் பத்மாசன கோலமாக எழுந்தருளியிருந்து நாரதருக்குப் பிம்மோபதேசம் செய்ததாகச் சொல்லுகிறார்கள். அந்த விக்ரகத்தை ஸ்ரீ ஆதி சங்கராசாரிய சுவாமிகள் கங்கையில் பத்துதரம் மூழ்கிக் கொண்டுவந்து இங்கே பிரதிஷ்டை செய்துவைத்தாராம்.

இந்தக் கோயிலுக்கருகில் அரவிந்தவல்லி தாயார் சந்நிதியும் இருக்கின்றது.

இக்கோயிலுக்குச் சற்றுத் தூரத்தில் தபோகுண்டம் என்னும் பெயரால் 30 அடி சதுர அளவுள்ள ஒரு சிறு தடாகமும் அத் தடாகத்தின்மேல் மரப் பலகைகளைக் கூரையாகப் போட்டு மூடப்பட்டுமிருக்கிறது. தடாகத்தின் அடி பூமியிலிருந்து கந்தகவாசனைப் புகையோடு பீறிக்கொண்டு வெந்நீர்ஜலம் வருகின்றது. அந்த ஜலம் அதிக உஷ்ணமாக இருப்பதனால் ஸ்நானபானாதிகள் செய்ய வகையற்றிருக்கிறது. அதற்கு அருகில் அதிக குளிர்ச்சியோடு பூமியிலிருந்து பீறிக்கொண்டு வரும் தண்ணீரைக் கலந்து ஸ்நானபானங்கள் செய்ய வேண்டும். அந்த அதிக சீதமுள்ள நீர்ச்சுனைக்கு நாரதகுண்டம் என்று சொல்லுகிறார்கள். இவ்விரு சுனைநீர்களின் கலப்பில் அநேக ஆண்களும் பெண்களும் அவஸ்தையின்றி ஸ்நானம் செய்ய அருகிலிருக்கும் அர்ச்சக புரோகிதர்களால் சங்கல்பம் சொல்லப்பட்ட பிறகு தக்ஷிணைகளைக் கொடுத்து வருகிறார்கள்.

இப்படி இங்கு ஸ்நானம் செய்து வருபவர்கள் தமது பூர்வ பாவத்தையும் இப்போது செய்கிற பாவத்தையும் போக்கிக்கொண்டதாக எண்ணுகிறார்கள்.

இந்தப் பத்ரநாதருக்குப் பூசை செய்யும் பண்டுபலாதி தளிகைகளை அவர் திருப்திகரமாக உண்டு உல்லாசம் அடையும்பொருட்டு பூசை செய்தானவுடனே கோயில் கதவுகளை மூடிப்போட்டு விடுகிறார்கள். பிறகு மாலைப்பொழுதில் மறுபடியும் கதவுகளைத் திறந்து மாலை போஜன பூஜைசெய்து பெருமாள் நிம்மதியாகப் படுத்து உறங்கும்பொருட்டு பள்ளி அறையையும் படுக்கையையும் சிங்காரித்துவிட்டு மறுபடியும் கதவுகளை மூடிவிடுகிறார்கள்.

இக் கோயிலுக்குள் உபயோகப்படுத்தும் பாத்திரசாமான்கள் யாவும் பொன்னினாலும், வெள்ளியினாலும் செய்யப்பட்டிருக்கின்றன. மேலும் கோயில் வேலைக்காக அநேக சிப்பந்திகள் நியமிக்கப்பட்டிருக்கின்றனர். முற்காலங்களில் கார்வால் நாட்டு அரசர்களுக்குப் போதுமான பணமில்லாத காலத்தில் தங்களுடைய கிராமங்களை இக்கோயிலுக்கு அடமானம் வைத்துக் கோயில் பணத்தை வட்டிக்கு வாங்கிக்கொண்டு வந்தார்கள். அப்பணத்தை மறுபடியும் திருப்பிக் கொடாமையால் 226 கிராமங்கள் கோயிலுக்குச் சொந்தமாகிவிட்டன. இவைகளால் ஸூ ஒன்றுக்கு 3,000 ரூபாய் வசூலாகி அத்தொகையோடு காணிக்கைத் தொகையைச் சேர்த்துக் கோயில் கைங்கரியங்களைச் செய்துவருகின்றனர். இக்கோயிலுக்குச் சாதாரண காலங்களில் சொற்ப ஜனங்கள் வந்தாலும் 12 வருஷங்களுக்குக்கொருதரம் நடக்கும் கும்பமேலா உற்சவத்தில் 45,000 முதல் 50,000 ஜனங்கள் வந்து தரிசிக்கிறார்கள். அவர்கள் அரித்துவாரம் உற்சவம் ஆனபிறகு தரிசித்துவிட்டு ஏப்ரல் மாதத்தில் அங்கிருந்து இமயமலையிலிருக்கும்

தேவப்பிரயாக், ருத்ரபிரயாக், கேதாரநாதர் முதலிய ஸ்தலங்களைத் தரிசித்தபிறகு இந்தப் பதரிகாச்சிரமத்திற்கு வந்து தரிசித்துத் திரும்பும்போது நானப்பிரயாக், கருணாபிரயாக் முதலான திவ்விய ஸ்தலங்களைத் தரிசித்துக்கொண்டு தம் இடங்களுக்குப் போவது வழக்கம்.

இக்கோயில் காரியங்களை நடத்திவருபவர் தக்ஷணதேசத்து பிராமணர். இவருக்கு இராவாள் என்று பெயர். அவர் அதிகாரத்திற்குள் அநேக புரோகிதர்கள் இருக்கிறார்கள். அப்புரோகிதர்களுடைய பெண்டுகள் பனி பயங்கரமான இப்பத்ரிகாச்சிரமத்திற்கு வருவதில்லை. வராமையினாலே அப்புரோகிதர்கள் பிரம்மச்சாரிகளாகக் காலம் கழிக்கநேர்ந்து அவர்களிற் சிலர் துர்நடத்தைகளைச் செய்து வருவதாகக் கேள்வி.

இந்தப் பத்ரிகாசிரமத்தில் ஐப்பசி மீ முதல் பயங்கரமான பனி பெய்ய ஆரம்பிப்பதால் அக்கோயிலின் நகை, தட்டுமுட்டு தான்யாதி சாமான்களை ஓர் அறையின் அடியிற் புதைத்து வைத்துவிட்டுக் கோயிலை மூடிக்கொண்டு அதன்மேல் நெய் பூசிவிட்டு **ஜோசிமடம், பண்டிகேசுரம்** முதலான இடங்களுக்குப் போய்விடுகிறார்கள். இதையறிந்த சில மலைவாசிகள் ஒரு காலத்தில் எப்படியோ கோயிலுக்குள் புகுந்து அடி அறையில் புதைத்து மறைத்துவைத்திருந்த ரூபா 13,500 விலையுள்ள சொத்துக்களைத் திருடிக்கொண்டு போய்விட்டார்கள். அவர்களிற் சிலர் பிடிக்கப்பட்டு கொல்லப்பட்டார்கள். பிறகு வெய்யில் காலம் ஆரம்பிக்க, பனி கரைந்துருகக் கோயில்மீது கட்டியிருக்கும் கொடிமரம் தெரிய மறுபடியும் ஜனங்கள் வரப் பிரயத்தனப்படுவார்கள்.

கோயிலுக்கு மேற்கே 6 மலையின் உன்னத சிகரங்கள் சிறந்த காக்ஷிகளோடு பிரகாசிக்கின்றன. அவைகள் முறையே சமுத்திர மட்டத்திற்கு 23,441-23,286- (அடிகள்) 22,934-22,754-22,556-21,895- மேல் உயரமுள்ளவைகளாயிருக்கின்றன. தென்மேற்கேயிருக்கும் சிகரம் சமுத்திர மட்டத்திற்கு 22,385 அடிகள் உயரத்தில் இருக்கின்றது. இந்த ஸ்தலம் 108 விஷ்ணு ஸ்தலங்களில் ஒன்று. இதற்குப் போய்வர வண்டிகள் போகும் வழியின்றி, டோளி முதலானவைகளிலும் சாமான்களை ஆடுமாடுகளின்மீதும் கொண்டு போகவேண்டும். வழியில் திருடர் பயமும் மிருகபயமும் சிலசமயங்களில் உண்டு. ஹரித்துவாரத்திலிருந்தும் போகலாம். அப்படிப் போகிறவர்கள் அயோத்தியா ரோகில்கண்டு டார்க்கல் ரயில் வண்டியில் சஹரான்பூருக்கு 49 மைல்போய் பிறகு குமாயூன் ரோகில்கண்டு மார்க்கமாக 62 மைல்தூரம் போக வேண்டும். அவைகளுக்கு முறையே ரூ. 0-11-3, 1-8-6 சார்ஜ் செலுத்த வேண்டும்.

இந்த பதரிகாச்சிரம தரிசனத்தோடு இந்துக்களுடைய தீர்த்தஸ்தலம் மூர்த்திஸ்தலம் யாத்திரை ஸ்தலம் முடிவு பெற்றதாக அநேகர் முக்கியமாகத் தென்தேசத்தார் எண்ணியிருக்கிறார்கள். ஆனால் வடதேசத்திலுள்ளோர் இவ்விமயமலைக்குப் பின்பக்கத்திலிருக்கும் **கைலாசம், மானசசரோ**வரமாகிய மூர்த்திஸ்தல தீர்த்தஸ்தலங்களைத் தரிசித்தால் மாத்திரம் திவ்ய தேச திவ்ய தீர்த்தயாத்திரை முடிவுபெறுகிறதாக எண்ணி அவைகளையும் போய்த் தரிசித்து வருகிறார்கள். அவைகள் இருக்கும் இடமானது பயங்கரமான பனிக்கட்டிகளால் சூழப்பட்டும் அவற்றிற்குப் போகும்வழிகள் கஷ்ட சாத்யமானவைகளாகவும் இருப்பதனால் அநேகர் முக்கியமாகத் தென்தேசத்தார் போய்வரத் துணிவதில்லைபோலும். ஆயினும் அவைகள் மஹா சிறந்த திவ்யதேச திவ்ய தீர்த்தமாகையால் அவற்றிற்குப் போகும் வழியையும், அவற்றின் பெருமையையும் இதனடியிற் சங்கிரகமாக அறிவிக்கிறோம்.

THE KAILAS AND MANASASAROVARAM.

கயிலாசம். மானசசரோவரம்.

இவ்விடங்களுக்குப் போக நேபாளம், குமாயூன், ஆல்மோறா, காஷ்மீரம், சிம்லா, காங்கிரா, லடகி முதலான இடங்களின் மூலமாய்ப் போய்வர வழிகளுண்டு. ஆயினும் பெரும்பான்மையான இந்துக்கள் போய்வரும் முக்கியமான வழியாதெனில், குமாவூன் ஜில்லாவில் இருக்கும் மானச என்னும் நாட்டில் பாய்ந்தோடும் முற்சொன்ன அலக்நந்தா நதியின் ஓர் உபநதியாகிய விஷ்ணுகங்கா என்னும் நதியின்மேல் கட்டப்பட்டிருக்கும் மூன்று கிராமங்களுக்குப் பக்கத்தின் வழியாக அந்நதியின் ஓரத்தில் குமாயூனிலிருந்து சீனா தார்த்தாரிக்குப் போகும் பயங்கர மலையிடுக்கான கணவாய் மூலமாய்ப் போக வேண்டும். அந்த விஷ்ணுகங்காநதிக்கு இவ்விடத்தில் **சரஸ்வதி நதி** என்று பெயர். அதனருகில் இருக்கும் மேற்சொன்ன 3 கிராமங்களில் முறையே 700 அல்லது 800 அல்லது 1,000 குடிகள் இருக்கிறார்கள். அவர்களிற் பெரும்பான்மையோர் யாத்திரைக்காரர்களுக்குக் கூலிக்காரர்களாகவும், உதவி செய்பவர்களாயும் இருக்கிறார்கள். மானாபேஸ் என்றும் மானச சரோவரத்திற்குப் போகும் வழியானது அதிக உன்னதமலையின் மீதிருந்தபோதிலும் தென்பாகத்திலிருந்து சீனாதார்தாரிக்குப் போவதற்கு அதிக அனுகூலமான வழியாக இருப்பதால் இந்து யாத்திரைக்காரர் அதன்வழியாகவே **மானசசரோவரத்திற்குப்** போய் வருகிறது வழக்கம். அப்படிப் போகும் வழியானது சமுத்திர மட்டத்திற்கு 18,000 அடிகளுக்குமேல் இருந்தாலும் அந்த மானசம் இருக்கும் பள்ளத்தாக்கு 10,492 அடிகள் உயரமுள்ள இடத்தில் இருக்கிறது.

அந்த மானசசரோவரத்திற்குச் சமீபத்திலும் **கூன்லூஸ்** என்னும் குமாயூன் எல்லையில் சிந்துநதி உற்பத்தி ஸ்தானத்திற்கு வடகிழக்கு மூலையிலும் திபேத் தேசத்திற்குத் தென்மேற்கு எல்லையிலும், **கயிலாசமலை**யும், **குருளமாந்தாத்த** மலையும் இருக்கின்றன. அவைகளில் முன் சொன்னது சமுத்திரமட்டத்திற்கு 22,513 அடிகள் உயரமும் பின் சொன்னது அதற்குத் தென்கிழக்கே சமுத்திரமட்டத்திற்கு 21,669 அடிகள் உயரத்திலும் இருக்கின்றன. இந்தத் திவ்யஸ்தலங்களையும் தீர்த்தத்தையும் ஆதிகாலம் தொட்டு ஆயிரக்கணக்கான யாத்திரைக்காரர் சதா போய் வந்து கொண்டிருக்கினும் அவற்றிற்குப் போகும் சுலப சாதனமான வழிகளையும் அங்குத் தங்கத்தக்க இடங்களையும் உணவு முதலான வசதிகளையும் தரிசிக்க வேண்டியவைகளையும் திட்டமாகத் தெரிவித்தார்களில்லை. பெரும்பான்மையான பயிறாகிகளுக்குப் போதுமான படிப்பும் எழுதும் சக்தியுமின்மையால் இவைகளின் சரித்திரங்களை விபரமாக எழுதுவதில்லை. இவைகளை மிஸ்டர் வெல்பி, ஷெரங்கு 1812ம் ஞு மூர்கிராட்டு, 1846ம் ஞு அக்டோபர் மீ ஹென்றி ஸ்டாசியும், 1904ம் ஞு இளாடரும், கர்னல் பாராடு, 1855ம் ஞு பரியலி கமிஷனர் டிரமண்டு, ரைடர், ராலிங்கு, 1867ம் ஞு நயின்சிங் என்பவரும், 1872ம் ஞு பண்டிக்ஷிங் என்பவரும், 1873ம் ஞு நயின்சிங்கென்பவரும், 1881ம் ஞு கிருஷ்ணசிங் அவர்களும், 1907, 1908 வருஷங்களில் முறையே லிட்டில்டேல், கால்பர்ட் ஹிடின் முதலானவர்கள் போய்ப் பார்த்துச் சில சரித்திரங்களை எழுதியிருக்கிறார்கள்.

THE KAILAS.

கயிலாச மலையின் அற்புதக் காக்ஷி.

இந்த அற்புத பருவதத்தையும் இதற்குத் தென்மேற்கிலிருக்கும் மானசசரோவரத்தையும் 1907, 8ம் ஞு தரிசித்த சுவேதன் தேசத்து யாத்திரைக்காரராகிய டாக்டர் சுவின் ஹிட்டின் (Dr.Suvan Hidin) என்பவர் சிம்லா வழியாகவே இந்தியாவுக்கு வந்தார். ஆகவே சிம்லாவிலிருந்து (1) செல்பிக்கம்பா, (2) பெட்டாகி சார்கிபோ, (3) ரிசிச்சங்கமா (4) போகக்கா, மாஜிபியாங்கு, (5) சுனிடிச்சோ, (6) மெண்டாங்கு (7) டெரிநாம்டிலோ, (8) பாங்கிராயடிசோ, (9) கான்சாகாங்கி, (10) கர்லா, (11) லாம்லங்குலா, (12) பூமியாங்கிரி, (13) மோன்லாம் கோச்சா, (14) லடங்கலா, (15) கோவாசிக்கிங்கு, (16) சாகமெலா, (17) ஹாகங்குடிகா, (18) போங்காரா, (19) நகரோசங்கு, (20) கார்கோர முதலானவைகளின் வழியாகப்போனால் கயிலாசத்தைப் பார்த்து ஆனந்தமடையலாம்.

இந்தக் கைலாசம் ஹிமாசலத்திற்குள், வடக்கிலும், மானஸ சரோவரத்துக்குத் தென்மேற்கிலும் உயர்ந்த பீடபூமியாகிய மேட்டில் சமுத்திர மட்டத்திற்கு 20,266 அடிகளுக்குமேல், ஆறு சிகரங்களோடு பளிங்கு பர்வதம்போலப் பிரகாசிக்கின்றது. இந்த ஆறு சிகரங்களுக்குத் தெற்கே, ஹிமாசலம் ஓர் பெரும் சுவர்போல் இருப்பதன்றியில், வடக்கிலும் பிரம்மாண்டமான பாறை பர்வதச்சுவற்றாலும் காக்கப்பட்டிருக்கின்றது. கிழக்கு மேற்குத் திசைகளிலிருக்கும் மலைகளுக்குக் கணக்கே அகப்படவில்லை. எப்பக்கங்களிலும் எங்குப் பார்த்தபோதிலும், பருவத சமுத்திரமாகக் கணக்கற்ற மலைகள் இருக்கின்றன. இவைகளுக்கிடையில் ஆறு சிகரங்களாற் பிரகாசிக்கும் இக்கயிலாசத்தின் மத்திய சிகரமானது விண்ணுலகம்வரையில் வளர்ந்தோங்குவதாகத் தோன்றுகின்றதன்றியில், இம்மலைகளின் மேல் விண்ணுலகத்திலிருந்து சதா பனிபெய்து உலர்ந்து மண்ணுலகிற்கும், விண்ணுலகிற்கும் ஒரே சம்பந்தமிருப்பதாகப் பிரகாசிக்கிறது. ஆகவே இதன் உயரத்தையும், அகலத்தையும், அளவிட்டுச் சொல்லுதல் அசாத்தியம், ஆயினும், பருவதத்தின் பனிக்கட்டிகள் கரைந்து துல்லியமாக இருக்கும் காலத்தில் அதிக சக்தியுள்ள கண்ணாடிக் கருவிகளைக் கொண்டு அளவெடுத்ததில், கைலையின் ஆறு சிகரங்களில் நடுநாயகமாகி விண்ணுலகக் கம்பம்போல் இருக்கும் உன்னத சிகரம் 7,000 முதல் 10,000 சதுர அடிகள் கனதியை உடையதாகவும், 18,599 அடிகள் உயரமுள்ளதாகவும், அதன் சுற்றளவு 28 மைல்கள் உள்ளதாகவும் கணக்கிடப்பட்டிருக்கிறது. பாருங்கள், சமுத்திர மட்டத்திற்கு 20,266 அடிகள் உயரத்திற்கு மேலாக 18,599 அடிகள் உயரமுள்ள மலையின் பெருமை எவ்வளவு ஆச்சரியகரமானது. இப்படி அற்புதமாக அமைக்கப்பட்ட பிரம்மாண்ட மலையின்மீது போய் வர இம்மலையைச் சுற்றிலும், வளைவுள்ள வழிகளும், இடைக்கிடை பெரிய கோட்டைகளும், கொத்தளங்களும், கோபுரங்களும், மண்டபங்களும், குடைகளும் இயற்கையாகமைக்கப்பட்டும், அவைகளுக்குச் சமீபத்தில் கணக்கற்ற ஜல ஊற்றுக்கண்களிலிருந்து சுத்த வெள்ளி ரசத்தைப்போன்ற தண்ணீர் பீறிக்கொண்டு வந்தும், அவ்வியற்கைக் கட்டடங்களுக்கு வேண்டிய ஜலத்தைக் கொடுத்தும், மீதியாகும் ஜலம் பர்வத அடிப்பிரதேசத்தில் விழுந்து சிற்றாறுகளாகவும் பேராறுகளாகவும், குளங்களாகவும், இருக்கின்றன. அப்படியாகிய குணங்களிலிருந்துதான் சட்லஜ், சிந்து, பிரம்மபுத்திராதி பெரும் நதிகள் உற்பத்தியாகி இந்தியா தேசத்திற் பாய்ந்து பலபேரைப் பாதுகாக்கின்றன.

இந்தக் கயிலாசம் இந்து மதஸ்தர்களுக்கேயன்றி, புத்த மதஸ்தர்களுக்கும், ஒரு விசேஷ புண்ணி ஸ்தலமென்று மேலே தெரிவித்தோம். அப்புத்தர்கள் இம்மலையை (Kanga Run Pochi) காங்கையரின் போச்சி என்னும் பெயரிட்டு ஒவ்வொரு

அசுவகாலத்தில் ஆயிரக்கணக்கான ஆண் பெண் மக்கள் சமேதராக வந்து தரிசித்து, வணங்கி, எப்போதும் **ஓம் மணி பாத்மனி ஹம்** என்னும் மந்திரத்தைக் கோஷித்துக் கொண்டு இம்மலையைச் சுற்றி வருவதோடு, அநேக புத்தமத சந்நியாசிகள் மலையின் மேல் இயற்கையாலும், செயற்கையாலும் பிரகாசிக்கும் சந்நியாச ஆச்சிரமங்களில் அமர்ந்து தியான நிஷ்டர்களாகி அங்கிருக்கும் புத்த தேவருக்குப் பூஜை புனஸ்காரங்களைச் செய்துவருகின்றனர்.

இப்படிப்பட்ட சந்நியாச மடங்களும், ஆச்சிரமங்களும் அநேகமிருக்கினும், அவைகளிற் முக்கியமானவை. நியாண்டி கொம்பா (Nyandi Gomba) (இது பூட்டான் தேசத்து இராஜருடைய அதிகாரத்திலிருக்கிறது). லாகாங்கு (Lhakang) இது பெரிய நான்கு கருங்கல் ஸ்தம்பங்களாற் பிரகாசிக்கிறது. இதற்கு **தேவசபா மண்டப**மென்று பெயர். இதிலிருக்கும் **சக்கிய முனி விக்கிரகத்திற்கு** எதிரில் ஒரு தூண்டா விளக்கு எரிகிறது. இந்த விக்கிரகத்துக்குச் சீனதேசத்து விக்கிரகத்தைப் போல் பலவர்ணங்கள் பூசப்பட்டு விக்கிரகத்திற்கு எதிரில் ஒரு பெரிய செம்பு அண்டாவும், அதில் பரிசுத்த தீர்த்தமும், வார்க்கப்பட்டும் இருக்கிறது.

இங்கு வந்து வணங்குவோருக்கு அந்தத் தீர்த்தத்தைக் கொடுக்க, அதிற் சில துளிகளை வாயில் ஊற்றிக் கொண்டும், மற்றப் பாகத்தை கண்களிலும், சிரசிலும் வார்த்துக்கொள்ள, அருகிலிருக்கும் சந்நியாசி அவர்கள் தலையை மயில் இறகுக் கத்தையால் தடவிக் கொடுக்கிறார். இக்கோவிலின் வாசற்படிகளின் இருபக்கங்களிலும், இரண்டு யானைக் கொம்புகள் வைத்திருக்கிறார்கள். சந்நியாசிகள் சதா ஜபமாலைகளை வைத்துக்கொண்டு புத்த மந்திரங்களை ஜபித்துக்கொண்டிருக்கிறார்கள். இக்கோவிலுக்கருகில் **தெசின் காங்கு** மண்டபத்தில் (Tesn Kang Mand) காங்குரிங்ரேகச்சி விக்கிரகமும், சோமாவாங் (Tsomavang) விக்கிரகமும், பொன் ஆடையாபரணங்களினால் அலங்கரிக்கப்பட்டிருக்கின்றன. இந்த விக்கிரகங்களுக்குப் பின்பக்கத்திலிருக்கும் ஓர் அறையில் அநேக கத்தி, கட்டாரி, துப்பாக்கிகள், கேடயங்கள் வைக்கப்பட்டிருக்கின்றன.

எதிரிலிருக்கும் அநேக செதுக்குக் கருங்கல் பலகைகளில் ஆறு கற்களில் மாத்திரம் **ஓம் மனிபத்மணிஹம்** என்ற மந்திரம் செதுக்கப்பட்டிருக்கிறது. அருகிலிருக்கும் அநேக கொடிமரங்களில் சித்திரப் பிரதிமைகள் செதுக்கப்பட்டிருக்கின்றன.

அதற்கருகில் சுமார் 800 அடிகள் உயரத்திலிருந்து பளிங்குப் பனிக்கட்டிகள் கரைந்து பீறிக்கொண்டு விழும் மலை அருவியின் ஜலம் சுத்தமான பசும்பாலைப் போல வெளுத்துப் பிரகாசித்துக் குடிப்பவருக்குத் தேனினும் இனிய சுவையுள்ளதாய் இருக்கிறது. இவ்விடத்திய கல்மலையில் இஜ்ஜலம் அடிக்கடி விழுவதனால்

கருத்து எப்போதும் ஈரமாகவே இருக்கிறது. இங்கிருந்து போகும் இயற்கைப் பாலத்தின்மேல் போய் கைலாசத்தையும் அதன் சுற்றுப் பாகங்களின் காக்ஷியையும் பார்த்தால் கடிதத்தில் எழுதிமுடியாத அற்புதமாக இருக்கின்றது.

பிறகு இந்த ஆச்சிரமத்தைத் தாண்டி பின்பக்கம் போனால் அங்கு டல்லங்கு (Dunglung do), சீலங்கு (Taclung), காண்டோசங்கலம் (Kando Sangalam), சும்டுலாபூ (Sum-tut-pu) என்றாதி ஆச்சிரமங்களிருக்கின்றன. இவைகளில் சுத்த ஸ்படிகபீடத்தின் மத்தியிலிருக்கும் விக்கிரகம் 5 அடிகள் உயரத்தில் உட்கார்ந்திருக்கும் பாவனையாக இருக்கிறது. அதன் இரண்டு பக்கங்களிலும் இரண்டு யானைக் கொம்புகள் வைக்கப்பட்டிருக்கின்றன. இந்த ஆச்சிரமங்களும் விக்கிரகங்களும் புத்தமதஸ்தர்களைச் சார்ந்தவை.

இந்துமத யாத்திரைக்காரருக்கு இந்த ஆச்சிரமங்களுக்கெல்லாம் உயரமான கோவிலில் சிவசாம்பவர் இருப்பதாகச் சொல்லுகிறார்கள். அது எப்போதும் பளிங்கைப் போன்ற பனிக்கட்டியினால் மூடப்பட்டு, யாதோ ஒரு காலத்தில் பிரகாசமாகிறதாம். அதைப் பார்ப்பதற்கு எண்ணிறந்த யாத்திரைக்காரர் இரவு பகலாக வந்து கைலையை அங்கப்பிரதக்ஷணமாகச் சுற்றியும் சிரசால் வணங்கியும், அருகிலிருக்கும் சிறுகற்களை எடுத்து மலையின்மேல் சிகரங்களைப் போலடுக்கிக்கொண்டே **ஹர ஹரசம்போ! சிவ! சதாசிவ! மஹாதேவா!** என்று பாடிக்கொண்டே மலையை ஏறுகிறார்கள். சிலர் இடையிலிருக்கும் பாவபுண்ணிய ஸ்தம்பம் என்னும் கல்லில் வெண்ணையைத் தடவி அதில் தமது தலைமயிரையும், ஆடும் பல்லுகளையும் பிடுங்கி ஒட்டி வைத்துக்கொண்டும், மலையை 13 தரம் சுற்றிவருகிறார்கள். சிலர் இம்மலையின் அபாயமான குகைகளுக்குள்ளும் மலை இடுக்குகளிலும் புழுவைப்போற் புகுந்து நகர்ந்துவருகிறார்கள். இந்த கயிலையை 13 தரம் சர்வாங்க பிரதக்ஷணம் வந்தால், பாவனராகிப் பரலோகப் பிராப்தியை பிரத்தியக்ஷத்தில் அடைவதாக எண்ணுகிறார்கள்.

இக்கயிலை மலை பெரும்பாலும் கருங்கற்களாற் சிருஷ்டிக்கப்பட்டதாக இருக்கினும், இதைச் சூரியோதயகாலத்தில் பார்த்தால் செம்பொன் நிறமாகவும், சிலசமயங்களில் அக்கினி ஜுவாலரூபமாகவும், பொன்முலாம் பூசப்பட்டதாகவும், மத்தியான காலங்களில் கண்கள் கூச்சமாகும்படி பளிங்குப் பிரகாச பிம்பமாகவும், சாயரக்ஷையில் செந்தாமரைக் குன்றமாகவும், இரவில் சுத்த வெள்ளி விக்கிரகமாகவும், பிரகாசிக்கும் பெருமையைப் பென்சலினாலும் பேனாவினாலும் பத்திரிகையினாலும் எழுத முடியாது. வாக்குவல்லமை பெற்ற வித்வான்களாலும் வர்ணிக்க முடியாது. இது பிரபஞ்சத்தின்

மத்தியில் பிரம்மலோகமே பிரத்தியக்ஷமாக வந்து நிற்பதாகப் பிரகாசிக்கின்றது. ஆகவே இச்சிறந்த பனிபூஷணமான மலையை வந்து பார்க்கும் ஐரோப்பா முதலான அன்னிய நாட்டு யாத்திரைக்காரர்கள் இதைப்போல் கடல்ஞாலத்திலெங்கும் காணக் கிடைக்காத அற்புதமலை என்று புகழுகிறார்கள். இந்துக்களும் பவுத்தர்களும், இக்கயிலையையும் இதன் சுற்றுப்பக்கத்து இணையற்ற காக்ஷியையும் காணும்போது பிரமித்துப் பொறிபுலன்கள் பிரமையடைய இதைப் பரலோகமென்றும், பரமேசுரன் வதிந்து வரும் விண்ணுலகமென்றும் வியப்படைந்து, தமது உடல், பொருள், ஆவியைப் பரமாத்துமாவிடம் தத்தம் செய்து பேராநந்தம் அடைகின்றனர்.

MANASA SAROVARAM. மானஸசரோவரம்.

இந்த மானசசரோவரம் ஹிமாசல பர்வதத்திற்குள் கயிலாசகிரிக்கு வடகிழக்காவும், **குருலமந்தாத** அல்லது மெமோநானி மலைக்குத் தென்மேற்காகவும், மற்றிரு பக்கங்களிலும் பளிங்கைப் போன்ற பருவதங்களினாலும் சூழப்பட்டும், சமுத்திர மட்டத்திற்குமேல் 17,384 அடிகள் உயர்ந்த பீடபூமியாகி மேட்டின்மேல் பிரகாசிக்கின்றது.

இந்தச் சிங்கார சரோவரம் வடபாகத்தைப் பார்க்கிலும் தெற்குப்பாகத்திற் சற்று குறுகியும் ஒரு முட்டை வடிவாகவும், சுமார் பதினைந்தரை மைல்கள் சுற்றளவுள்ள ஓர் சிறந்த சிறுகடலாகவும் 130 முதல் 268 அடிகள் ஆழமுள்ளதாகவும் கயிலாயகிரி குருளமந்தாதிப் பளிங்கு பர்வதங்களின் சார்புகளில் சமுத்திர மட்டத்திற்குமேல் 15,096 அடிகளுக்குமேல் அமரர்வதிக்குத் தக்க (மானசசரோவரத்தின்) அமைப்பை விவரமாக வர்ணிக்க முடியாது! முடியாது!!

இந்தச் சரோவரத்திற்கு நான்கு பக்கங்களிலும், எல்லைகளாகச் சுற்றியிருக்கும் சுவர்க்கலோகச் சுவர்களைப் போன்ற கயிலாசம் **குருலமாந்தாதாதி** மலைகளின் ஸ்படிகம்போன்ற பனிக்கட்டிகள் கதிரவன் காங்கையாற் கரைந்து விழும் ஜலமும், இப்பரிசுத்த பருவதங்களின்மேல் பெய்யும் மழையின் ஜலமும், மலைச்சார்புகளில் முத்துக்களைப் போலப்பீறிக் கொண்டு வரும் ஊற்றுக்கண்களின் ஜலமும் சதா சலசலவென்று பாடிப் பாய்ந்துக்கொண்டே இருக்கிறது. இப்படிப்பாயும் வெளி ஜலம் ஒரு நிமிஷத்துக்கு 19,048 கன அடியும் 24 மணிகளுக்கு 9,45,90,000 கன அடியுள்ளதாகக் கணக்கிடப்பட்டிருக்கிறது.

இப்படிச் சதா பாயும் ஜலத்தால் சரோவரம் பூரணமாக நிறையப்பெற்றாலும், மிதமிஞ்சிய ஜலம் அச்சரோவரத்தை விட்டுப் போக வழிகளற்றுப் பருவதங்களால் சூழப்பெற்றிருப்பதால், மிதமிஞ்சிய ஜலம் சரோவரத்திற்குள்ளாகவே அதிக ஆழமான

இடங்களில் அந்தராளமாகச் சுரந்து பாதாளம் வரையிற் போய் அங்கிருந்து மறுபடியும் பர்வதப் பிரதேசங்களுக்கு வெகு தூரத்தில் ஊற்றுக் கண்களாகப் பீறிக்கொண்டு கிளம்பிவந்து, சிற்றாறுகளாகவும், பேராறுகளாகவும், குளங்களாகவும், பிரகாசித்துப் பள்ளத்தாக்குகளில் பாய்ந்தோடுகின்றது. அப்படிப் பாய்ந்தோடும் ஆறுகளில் பிரம்மபுத்திராவும், சிந்து, சட்லீஜ் முதலான நதிகளும் முக்கியமானவையாம். ஆகவே, இந்த மாநகரம் பிரம்புத்திரா, சிந்து, சட்லீஜ் முதலான பிரபல நதிகளுக்கு உற்பத்தி ஸ்தானமாகவும் இருக்கிறது.

இப்படி இந்தச் சரோவரத்தின் மிதமிஞ்சிய ஜலமும், ஆழமும் அந்தராளமாக அடியிற் போய்விட, மேலே இருக்கும் ஜலம் பரிசுத்த ஸ்படிக ரூபமானதாகிக் குடிப்பவருக்கு முப்பழஞ்சாற்றில் தேனும் ஜீனியும் கலந்தால் எவ்வித ருசியை உண்டாக்குமோ அவ்விதமாக இருக்கிறதாம். இந்த அம்ருதமான ஜலத்தை ஒருதரங் குடித்தால் பிறகு உலகில் உள்ள நாள் உள்ளவரையில் இச்சரோவரத்தைவிட்டு அப்புறம் போக மனமெழாது.

இதை வர்ணித்தெழுத எவராலும் முடியாத இயற்கை யமைப்பின் அற்புத காக்ஷியாக இருப்பதால், இங்கு திருமூர்த்திகளும், மற்ற சுரர்களும் வந்து அமிர்தபானம் செய்வதாகவும், இங்கு வருபவருடைய உலக ஆசாபாசங்கள் அடியோடு அகன்று ஆத்மோஜீவனம் பெற்று அமரர்களுடன் வாழலாமென்றும் எண்ணி ஆரியவர்த்தத்தின் அநேக பக்திமான்களும், சாதுக்களும், சந்நியாசிகளும், தபோதனரும், எதிகளும், முனிகளும், ஆல்மோரா முதலான வழிகளில் வந்து மனதை மருட்டும் மானசசரோவரத்தைப் பலதரம் சுற்றிப் பிரதக்ஷணமாக வந்து தீர்த்தமாடி, சிறு தட்டுகளில் சாம்பிராணி சந்தனக்கட்டை, கற்பூரம் தூபதீபங்களை மிதக்கவிட்டு பூஜித்து பேராநந்தம் அடைகின்றனர். இந்த அற்புத சரோவரம் இந்துக்களுக்கு மாத்திரமல்ல, பவுத்தமதஸ்தர்களும் இதற்கு ஸதேமவாங் (Tae Mavang) என்னும் பெயரிட்டுப் புகழ்ந்து வந்து மஹா பயபக்தியுடன் வணங்கிப் போவதன்றியில், சிலர் இச்சரோவரத்தின் சுற்றிலுமிருக்கும் பருவதப் பிரதேசங்களில் இயற்கையாகவும் செயற்கையாகவும், அமைந்துள்ள ஆச்சிரமங்களிலிறங்கித் தவம் செய்துகொண்டிருக்கின்றனர். அப்படிப்பட்ட ஆச்சிரமங்கள் அநேகமிருக்கினும் அவைகளில் எட்டு ஆச்சிரமங்கள் முக்கியமானவை. அவைகளில்:-

(1) கொசூல் கொம்ப (Gossul Gompa) என்னும் ஆச்சிரமம், இந்தச் சரோவரத்துக்கு அருகில் 130 அடிகளுக்கு முதல் 60 அடிகள் அகலத்தோடு ஒரு பருவதத்தின்மேல் பக்ஷியின் கூண்டைப் போல் பிரகாசிக்கிறது. இங்கு அநேக புத்தசந்யாசிகள் தவம் செய்கிறார்கள்.

இங்கு ஸ்திரி சந்நியாசிகளும் தங்கும்படியான ஓர் தனி ஆச்சிரமும் இருக்கிறது.

(2) கியங்கோ கொம்ப (Ganggo Gomp) இந்த ஆச்சிரமத்தில் 13 சந்நியாசிகளும் ஒரு பெண் சந்நியாசியும் இருக்கின்றனர். இவர்களிற் சிலர் 500 ஆடுகளை வளர்த்து அவற்றின் மயிரைக் கத்தரித்து விற்பனை செய்கிறார்கள்.

(4) சிவகொம்பா (Chva Gompa) என்னும் ஆச்சிரமம் ஒரு செங்குத்தான மலையின்மீதிருக்கிறது. இங்கு 15 சந்நியாசிகளிருக்கிறார்கள். இவர்கள் 500 ஆடுகளையும், 100 வெள்ளாடுகளையும் வளர்த்து புராங்கு நாட்டுக்கு உப்பைக் கொண்டுபோய்ப் பராலி தானியத்துக்கு விற்கிறார்கள்.

(5) லாங்கு போனன் (Long Bonan) என்னும் ஆச்சிரமத்தில் சுமார் 12 பெயர் சந்நியாசிகளிருக்கிறார்கள். இந்த ஆச்சிரமத்தின்மேல் அநேக பருந்துகளிருக்கின்றன.

இதே மாதிரியாகவே மற்ற மூன்று ஆச்சிரமங்களும் தனித்தனியாக இந்த அழகிய சரோவரத்துக்கு அஷ்டதிக் பாலர்களைப் போலிருக்கின்றன

டுகுகும்ப (Tugu Gompa) இதுவும் ஒரு விசேஷமான ஆச்சிரமம். இங்கு அநேக தபசிகள் இருக்கிறதன்றியில், இந்த ஆச்சிரமத்தின் இடது பக்கத்துச் சுவரில் திபேத்து பாஷையில் சாசனக்குறிப்பு எழுத்துகள் செதுக்கப்பட்டிருக்கின்றன. அதன் கருத்தென்னவென்றால்:-

சோமவாங் (Tao Marng) என்னும் இந்த மானசசரோவரம் பிரபஞ்சத்திற் சிறந்த பரிசுத்த தீர்த்தங்களென்றும், இதன் மத்தியில் நவரத்ன கசிதமான ஜகதீஸன் ஆத்மஸ்ரூபியாக நடித்து வருகிறார் என்றும், இவருக்கருகில் 1,022 கிளைகளையுடைய கற்பக விருக்ஷம் இருக்கிறதென்றும், அக்கிளைகளில் ஒன்று கயிலாசத்தைக் தாக்கியும், மற்றொரு கிளை உலகத்தைக் கவர்ந்துமிருக்கின்றதென்றும், மற்றக் கிளைகளில் ஒன்று கயிலாசத்தைத் தாக்கியும், மற்றக் கிளைகளெல்லாம் கசூல்கும்ப ஆச்சிரமத்தை நாடிவர அக்கிளைகளிலும் இலைகளிலும் அநேக அமரர்கள் வந்து தங்கி இந்தத் தீர்த்தத்தைப் பானம் செய்கிறார்களென்றும், பூர்வத்தில் இந்த ஜலம் பரிசுத்தமான பொன்னூற்றாக இருந்ததென்றும் அதனால் இச்சரோவரத்தின் சேறானது சொர்ணப்பொடிகள் கலந்த பத்தரைமாற்றுத் தங்கச்சேறாக இருந்ததென்றும், அது அத்தேவனுடைய சொத்தென்றும், தக்ஷணதேவர்கள் வந்து இங்கு ஜலபானம் செய்து, இங்குவரும் யாத்திரைக்காரருக்கு அஷ்டைசுவரியமும், ஆயுளாரோக்கியமும் உண்டாகும்படி ஆசீர்வதிப்பதாகவும், இங்கு

ஸ்நானம் செய்பவர்களுடைய பிதுர் தேவதைகளும், தாமும் சகல பாவங்களை நீக்கிக்கொண்டு பிரத்தியக்ஷமாகப் பரமபதம் அடைவார்களென்றும், டார்ட்பிரமுநாகாகா என்னும் ஞானியானவர் 50 யாத்திரைக்காரரோடு வந்து இங்கு ஸ்நானம் செய்து பொந்தியோடு தேவலோகம் போனாரென்றும், இங்கிருந்தே பிரம்மபுத்திரா, இந்து உற்பத்தியாகிறதென்றும் பின்னும் பலவிதமாக வர்ணித்து எழுதப்பெற்றிருக்கிறது.

இந்த ஆச்சிரமங்களிலிருக்கும் பவுத்த சந்நியாசிகளும் இங்கு வரும் இந்து மத யாத்திரைக்காரர்களும், ஜாதிமத பேதமற்றுச் சகோதர வாஞ்சையுடன்கூடி சர்வேசுவரனைத் தியானிக்கிறார்கள்.

இவ்வளவு பரிசுத்தமும் இனிமையுமான ஜலமும், சுற்றுப் பக்கங்களிலிருக்கும் பருவதங்களின் பிரதிபிம்ப காக்ஷிகளினால் சில சமயங்களில் இச்சரோரவரம் இளநீல வர்ணமாகவும், சில சமயங்களில் மரகதம் போன்ற சுத்த பச்சை வருணமாகவும், சில சமயங்களில் இளஞ்சிகப்பான ரோஜா புஷ்பத்தோட்டமாகவும், சில சமயங்களில் ஸ்படிக ரூபமாகவும், சில சமயங்களில் அமிர்தரசமான ஆவின் பாலாகவும் சுத்த வெள்ளிரசமாகவும் சில சமயங்களிற் பொன்மயமாகவும் பிரகாசிக்கிறது.

இம்மட்டோ? தேவலோக இரம்பையோ, அல்லது சிறந்த மேனகையோ என்று சொல்லத்தக்க சுந்தரவதியைப் போன்ற அச்சரோவரம் ஜல அலைகளால், அடுத்திருக்கும் கயிலாயம், குருளமந்தாதாதி பருவதங்களும், பற்பல காலங்களிற் பற்பல வருணங்களைப் பெற்றுப் பிரகாசிக்கிறதன்றியில், அருணோதயகாலத்திற் பார்த்தால் அப்பர்வதங்கள் பவளக்கட்டி வர்ணங்களாகவும், செந்தீப்பற்றி எரியும் அக்கினி மலைகளைப் போலவும் பத்தரைமாற்றுள்ள பொன் நீரால் பூசப்பட்ட பிரம்மலோகங்களைப் போலவும் பிரகாசிக்கின்றது.

இச்சரோவரத்தின் கரையின்மீது நின்று இச்சரோவரத்தின் அமைப்பையும், அழகையும், அடுத்திருக்கும் பர்வதப் பிரதேசங்களின் அமைப்பையும் உற்றுப் பார்ப்பவருக்கு மண்ணுலகின் கவலைகளும், கஷ்டங்களும் கடந்து சதா சாந்தராகி விண்ணுலகிலிருக்கிறதைப் போல் தோன்றும். சுரர்லோகத்தைப் போலிருக்கிற இந்தச் சரோவரத்தை ஸ்வின் ஹிட்டின் (Svan Hidin) சாஸ்திரியார் பார்த்து: (The Scene gradually changing as the hourse go by seems to belong not to earth, but to the outermost boundary of unattainable space as though it lay much nearer heaven the misty fairy land of dreames and imagination, of hope and yearning than to the earth with its mortals, its cares, its sins and its vanty, I can live and die on this heavenly lake without ever growing weary of the wonderful spectacle always presenting fresh surprises &c.)

காலத்துக்குக் காலம் இதன் அற்புதக்காக்ஷிகள் மாற்றம்பெற்று மதிமயங்கச் செய்கிறபடியால், இதை அடைவதற்கு அபூர்வமான பிரம்மலோகரைப் போலிருக்கின்றது. ஆஹா! இது உலக விருப்பு வெறுப்புகளுக்கு வேறானதாகவும், கேவலம் கனவிலும், மனோராஜ்ஜியத்திலும் தோன்றும் அப்ஸர ஸ்திரீகள் வதியும்படியான இவ்விடத்தில் உள்ளநாள் உள்ளவரையில் உல்லாசமாக வாழ்வேன் என்றும் பலவிதமாக வர்ணித்து எழுதியிருக்கிறார். இப்படிப்பட்ட அற்புத காக்ஷிகள் இவ்வுலகத்தில் மற்றெங்குமில்லை ஆகையால் இந்து என்று உடம்பெடுத்த ஒவ்வொருவரும் இத்திவ்ய ஸ்தலங்களைத் தரிசித்து சுகாநந்தமடைவார்களாக.

CWANPOOR. கான்பூர்.

1887ம் ௵ ஜனவரி ௴ 12ம் உ காலையில் படுக்கையை விட்டெழுந்து தந்தசுத்தி செய்துகொண்டு அங்கு அபரிமிதமாக இருக்கும் அநேக கடைவீதிகளையும், மார்க்கட்டையும், போய்ப் பார்த்துக்கொண்டு, அந்த நகரில் தயார்செய்யும் ஒருவித அல்வாவை வாங்கியுண்டுச் சற்று இளைப்பாறித் தங்குமிடம் வந்து ஸ்நானம் செய்து சுமார் பதினொரு மணிக்குக் சாப்பிட்டு, நகரத்தின் பெரிய வீதியின்மூலமாகப் போய் நகர லக்ஷணத்தைக் கண்டுகளித்து எல்ஜின்மில், விக்டோரியாமில், புருஷ்மில், தோல் பதனிடும் ஷாப்பு, சக்கரை செய்யும் கம்பெனி, இஞ்சினீர் வேலை, நூல் நூற்குமில்லுகள், (Muir Mills) மூயர் மில்ஸ் என்னும் மயிர் நூல் நூற்கும் பெரிய இயந்திரம் இவற்றைப் பார்க்கப் போய் அதன் பிரம்மாண்டமான வெளிக்கட்டடங்களைக் கண்டு உள்ளே போய்ப் பார்க்க (Pass) பாஸ் கேட்டதில், அதன் மானேஜர் சற்று தாமதத்துடன் கொடுத்ததால் உள்ளே போய்ப் பார்க்காமல் வெளிப்பாகத்தை மாத்திரம் பார்த்துவிட்டு (Memorial Garden) மெமோரியல் தோட்டத்தைப் பார்வையிட்டேம். இந்தத் தோட்டமானது இரண்டு மூன்று மைல் சுற்றளவுள்ளதாயும், சுற்றிலும் இரும்புச் சலாக்குச் சுவர்களால் அடைக்கப்பட்டும், பற்பல விதமான கந்தமூலப் பழவர்க்கச் செடிகள் வைத்துப் பயிர் செய்யப்பட்டுமுள்ள ஒரு உத்தியானவனமாக விருப்பதன்றியில், தோட்டத்தின் மத்தியிலிருக்கும் ஒரு தெப்பக்குளத்தின் ஒரு பாகத்தில் கி.பி.1857 ௵ நானாசாகிப் கலகத்தில் மாண்ட அநேக ஐரோப்பியர்களுடைய ஞாபகச் சின்னங்களாக ஸ்படிகக் கற்களில் விக்கிரகமாகச் செய்தும் செதுக்கியும் வைக்கப்பட்டிருக்கின்றன. அந்த ஞாபக சின்னமானது ஒருவித சிலுவை பாவனையான கல்லில் வெட்டப்பட்டிருக்கிறது. இந்தத் தோட்டத்தைப் பார்ப்பதற்கு கான்பூர் டிஸ்டிரிக்ட் கலெக்டரிடம் பாஸ் என்னும் சீட்டைப் பெற்றுக்கொண்டு போக வேண்டும். இந்தத் தோட்டத்துக்குச் சமீபத்தில் (Memorial Church) ஞாபகக் கோயிலொன்று கட்டப்பட்டிருக்கிறது. இந்தக்

கோயிலின் உட்பாகமெல்லாம் செதுக்கிய ஸ்படிகக் கற்களினால் சிங்காரமாகக் கட்டப்பட்டு கி.பி.1857 வருஷத்திய கலகத்தில் இறந்த இங்கலீஷ் வீரர்களுடைய பெயர்களை நினைப்பூட்டும்படி குடிகளால் ஏராளமான பொருள் செலவிட்டுக் கட்டப்பட்டது. இதற்கு கவர்ன்மெண்டாரும் 5,000 ரூபாய் கொடுத்தார்கள். இந்த இந்து தேசத்தில் கிறிஸ்துமதஸ்தர்கள் கட்டியிருக்கிற கோயில்கள் பலவற்றிலும் சிங்காரத்தில் சிறந்த கட்டடம் இதுவென்றே சொல்லலாம். இந்தக் கோயிலைப் பார்ப்பதற்கு யாதொரு பாசும் வேண்டியதில்லை. அவ்விடத்திலிருக்கும் வாசல்காரனுக்கு நான்கணா கொடுத்தால் தாராளமாகக் கொண்டு போய்க் காட்டுகிறான். இந்தக் கோயிலைத் தாண்டிச் சற்று மேற்கே போவோமாகில் (State Chowra Ghaut) ஸ்டேட் சவுரா காட்டு என்னும் பெயரால் கங்கைப்படுகை இருக்கின்றது. இந்தவிடத்தில்தான் சிப்பாய்க் கலகக்காரர்கள் அநேக ஐரோப்பிய ஸ்திரீ புருஷர்களைக் கண்டதுண்டமாக வெட்டிக் கங்கையில் போட்டுவிட்டதாகச் சொல்லிக்கொள்ளுகிறார்கள். இந்தவிடத்தைப் பார்க்கப் பயத்தைக் கொடுக்கின்றது. இதன்றியில் (General Wheelers Entrenchment) ஜெனரல் வீலர்ஸ் என்ட்ரன்ச்மெண்டு, (The Elgin) எல்ஜின் புது முனிசிபல் மண்டபம், சர்கார் தோல் சாலை முதலானவைகள் பார்க்கத் தகுந்தவைகளாக இருக்கினும், கன்டோன்மெண்டென்னும் சிப்பாய்கள் தங்குமிடமே பலவிதக் கட்டடங்களாலும், கொட்டடிகளாலும், காப்புச் சேனைகளாலும் சிறந்து விளங்குகின்றது. இந்த கன்டோன்மெண்டுக்குக் கிழக்குப் பாகத்தில் ஒரு புராதனமான கட்டடமிருக்கிறது. அந்தக் கட்டடத்தின் அடியிற் பலவித அறைகளிருப்பதாகவும், அது நானா சாகிபு இருந்த இடமென்றும், சொல்லிக் கொள்ளுகிறார்கள். அந்தக் கட்டடம் இப்போது சீர்கெட்டு ஒரு பின்சன் சிப்பாயின் பார்வையிலிருக்கிறது. மேலும் ஆங்கிலேயே பிரயாணிகள் போய்த் தங்க பெரிதான மூன்று ஹோட்டல்களிருப்பதன்றியில் (Kellners Refreshments Room) கெல்னர் ரிப்ரெஷ்மெண்டு சாலையுமிருக்கிறது.

கான்பூரின் தற்கால சரித்திரம்.

இந்த கான்பூரானது ஐக்கிய மாகாணத்தின் லெப்டினென்டு கவர்னருடைய அதிகாரத்துக்குட்பட்ட ஒரு டிஸ்திரிக்ட்டு. இது கங்கை, யமுனைகளுக்கு இடையில் செழிப்புடன் சிறந்து விளங்குமிடம், இது சுமார் 2,337 சதுரமைல்கள் விஸ்தீரணமுள்ளதாயும், சுமார் 1,17,45,560 ஜனவாசமானவிடம். இதில் கங்கை, யமுனை முதலான பெரிய நதிகளும், ரிகிண்டு, சிங்கூர், பாண்டு, ஈசன் முதலான சிறு நதிகளும் பாய்வதால் பூமியானது செழித்து கோதுமை, பார்லி, சோளம், பயிர்வகை, கொட்டை முத்து, கரும்பு, உருளைக்கிழங்கு, தினை, பருத்தி முதலானவைகள் எதேஷ்டமாக விளைந்து நாட்டில்

வர்த்தகம் விசேஷித்து நடக்கிறது. நகரத்துக்குச் சமீபத்தில் கங்கை நதி ஓடுவதன்றியில் ஒரு பெரிய கங்கைக் கால்வாயும் நகரத்தின் மத்தியில் வெட்டப்பட்டிருக்கிறது. **நாட்டகத்தில்** பல பெரிய ரஸ்தாக்களும், பல பெரிய பண்டசாலைகளும், பாடசாலைகளும், பிரகாசிக்கின்றன. இப்பாடசாலைகளில் பார்சி, அரபி, இந்துவி, சம்ஸ்கிருதம், இங்கிலீஷ் முதலான பாஷைகளைக் கற்பித்து வருகின்றனர். இந்த நாட்டில் வசிக்கும் இந்துக்களுக்கு (சூத்திர சாமானியருக்கு) **லாலா**வென்ற பட்டமும் பிராம்மணர்களுக்கு **பிரசாத்** என்ற பட்டமும் வழங்கப்பட்டு வருகிறது. இது வர்த்தக வளமான பெரிய பட்டணமாகையால், எந்த வீதியிற் பார்த்தபோதிலும், கும்பல்கும்பலாக ஜனங்கள் நின்று வியாபாரம் செய்து கொண்டிருக்கிறார்கள். இவ்விடத்தில் ஓடும் கங்கையானது கப்பல் யாத்திரை செய்யக்கூடியதாயிருப்பதால், கங்கைக் கரையிலும் வர்த்தகம் அதிகம். சுதேசிகள் வசிக்கும் பாகம் அதிக நெருக்கமாகவும், அசங்கியமாகவும் இருந்தாலும், ஆங்கிலேயர் வசிக்கும் பாகம் பூங்காவன சோலைகளால் நிறைந்து அலங்காரமாக இருக்கின்றது. இவ்விடத்திலிருக்கும் கண்டோன்மெண்டானது ஆறுமைல் நீளம், அரைமைல் விஸ்தீரணமுமுள்ளதாயும் இருப்பதன்றியில், குதிரைப் பட்டாளங்களுக்குப் போதுமான கட்டடங்களுமிருக்கின்றன. முன்சொன்ன கண்டோன்மெண்டில் மாத்திரம் 50,000 ஜனங்கள் குடியிருக்கிறபடியால் இந்தக் கன்டோன்மெண்டே ஒரு பட்டணமாக விருப்பதன்றியில் 7,000 சேனைகளும் அவர்களுக்கு வேண்டிய கடைகளும், தங்கும்படியான கட்டடங்களுமிருக்கின்றன. ஆனதுபற்றியே இதை அளவிலும் குடித்தொகையிலும் இத்தேசத்தின் நான்காவது பட்டணமாகவும் ஒரு வேளை **சோட்டா கல்கத்தா**வென்றுஞ் சொல்லுகிறார்கள். இது கி.பி. 1777ம் ௵ பிரித்தானியருக்கு ஒரு சேனை தங்குமிடமாக விருந்தது. பிறகு 1857ம் ௵ சிப்பாய்க் கலக காலத்தில் ஒரு விசேஷ பட்டணமாகியது. இப்போது பலவிதத்திலும் பெருமைபெற்றுப் பிரகாசிக்கின்றது. நகரத்திற்குள்ளிருக்கும் கக்கூசுகளில் மலஜலாதிகளைக் கழிக்க விரும்புவோர் தடவையொன்றுக்குக் காலணா கொடுக்க வேண்டும். மற்றபடி காய்கறி சாமான்கள் நயமான விலைக்குக் கிடைக்கின்றன. இவ்விடத்தில் இந்துக்களுக்கு விசேஷமான தேவஸ்தானம் பிரயாகை நாராயணன் என்னும் விஷ்ணு ஸ்தலமிருக்கின்றது. போக்குவரத்துச் செய்வதற்குக் குதிரைகள் கட்டிய கோச்சு வண்டிகள் எதேஷ்டமாகக் கிடைக்கின்றன. வண்டியின் சத்தம் காசியிலிருப்பதைப் போலவே இருக்கின்றது. இத்தியாதிகளைப் பார்த்துக்கொண்டு தங்குமிடம் போய்ச் சமையல் செய்து சாப்பிட்டுச் சற்று இளைப்பாற, நமது டாக்டருடைய வெள்ளிச்சாவிக் கொத்தை எமக்கு ஊழியக்காரியாகவிருந்த அத்தேசத்துப் பெண் திருடிக் கொண்டாள். பிறகு இராத்திரி பன்னிரண்டு மணிக்கு கான்பூர் கிழக்கிந்திய புகைவண்டி ஸ்டேஷனுக்கு

வந்தோம். அந்த ஸ்டேஷனும் பிரம்மாண்டமும் அழகுமுள்ள கட்டடம். அந்த நடு இராத்திரியில் அந்த ஸ்டேஷன் மாஸ்டராகிய பங்காள பாபு நமக்குப் பலவித உபசாரங்கள் செய்தபோதிலும், டிக்கெட்டு கொடுக்கும் உத்தியோகஸ்தர்கள் பஞ்சைகளைப்போல டிக்கட்டு வாங்குபவர்களிடம் பிச்சை எடுக்கிறார்கள். எம்மிடமும் ஒரு ரூபாய் கெஞ்சிக் கூத்தாடி வாங்கிக் கொண்டார்கள். நாம் இந்த ஸ்டேஷனுக்கு வரவே நமது ஆப்த சிநேகிதர்களாகிய கூடலூர் மஹாஸ்ரீ தெய்வநாயக முதலியாரவர்களும், தஞ்சை மஹாஸ்ரீ சாமிநாதய்யரவர்களும் சம்சார சமேதராக ஸ்டேஷனுக்கு வந்திருந்தார்கள். நாங்கள் தலையொன்றுக்கு ரூபாய் 2-1-3 கொடுத்து ஆக்ராவுக்கு டிக்கிட்டுகளை வாங்கிக்கொண்டு 12-30 மணிக்கு புகைவண்டி ஏறினேம். வண்டியில் போதுமான இடமிருந்தபடியால் யாதொரு கஷ்டமில்லாமல் நன்றாகப் படுத்துத் தூங்கினேம். இந்தக் கான்பூர்: கல்கத்தாவுக்கு 639 மைல்கள் தூரத்திலும், பம்பாய்க்கு 839 மைல்கள் தூரத்திலும், சென்னைக்கு 1,451 மைல்கள் தூரத்திலும், மூன்றாவது வகுப்புக்கு முறையே ரூ. 5-15-0 ரூ. 9-10-0 ரூ. 21-4-0 கொடுக்க வேண்டும்.

1887ம் ஸு ஜனவரி மீ 13ம் உ காலை 7 மணிக்கு ஆக்ரா கோட்டை ஸ்டேஷனில் வந்திறங்க, 9 மணி வரையில் வசதியானவிடம் அகப்படாமையால், சிறு மழையுடன் அவஸ்தைப்பட்டுக் கடைசியாக அந்த ஸ்டேஷனுக்கும், யமுனாநதிக்கும் அதிகச் சமீபமான மேட்டுபாவாவின் (Tharasari) தாரசெரி என்னும் மாடிவீட்டிலிறங்கிச் சமைத்துச் சாப்பிட்டோம்.

AGRA. ஆக்ரா.

இந்த ஆக்ரா பட்டணமானது லெப்டினெண்டு கவர்னருடைய அதிகாரத்துக்குட்பட்ட ஐக்கிய மாகாணங்களில் ஒரு டிஸ்திரிக்ட்டு. இதற்கு வடக்கே மதுரா டிஸ்திரிக்ட்டும், கிழக்கே மினியூர் டிஸ்திரிக்ட்டும், எட்வாவும், தெற்கே டோல்பூரும், மேற்கே பரதபூரும், கிழமேலாக 85 மைல் நீளமும் 38 மைல் அகலமுள்ளதாயும், யமுனை, சாம்பல் முதலான நதிகள் பாயப்பட்டதாயும் இருந்தாலும், இந்த நதிகள் தரைமட்டத்துக்குத் தாழ்ந்திருப்பதால், பயிர் பச்சைகளுக்குத் தண்ணீர் பாய்ச்ச வசதியற்றதாகவிருக்கின்றன. மேலும் பூமியானது மணற்பாங்காகவிருப்பதால், கிணற்று ஜலத்தையும் தக்கபடி பாய்ச்சுவதிலும், கஷ்டமிருக்குமென்பது தோன்றுகிறது. சமீபத்திலிருக்கிற (Futtehpore Sikri) பட்டிப்பூர் சிக்கிரி என்னும் மலைத்தொடர்ச்சிகளில் உண்டாகும் கற்கள் செங்கற்களைப்போல இருக்கினும் அவைகள் தினத்துக்குதினம் வேறுபட்ட வர்ணங்களுடையதாகிப் பெரிய கட்டடங்களைக் கட்டுவதற்கு இன்றியமையாதவைகளாக இருக்கின்றன.

தேசத்தில் சீதோஷணம் சமசரமானதாகத் தோன்றினாலும், பனிக்காலத்தில் குளிர் சகிக்கக்கூடாதவிதமாக விருப்பதன்றியில் இந்த நாட்டில் விசேஷமாக விளையும் வர்த்தகப் பொருளாகிய பருத்தியைக் கெடுத்துவிடுகிறது. போக்குவரத்துச் செய்வதற்குப் பலவித ரஸ்தாக்களிருப்பதன்றியில் யமுனை நதியில் பலவித படகுகளினாலும், ஈஸ்டு இந்தியா புகைவண்டியின் மூலமாகவும் வரத்துப்போக்குச் செய்ய வசதியுமிருக்கிறது. இந்த ஆக்ராவில் 1852ம் ஞூ 10,01,961 ஜனங்கள் குடியிருந்தார்கள். நெல்லும் கோதுமை முதலான மற்ற தானியங்களும் விசேஷமாக விளைகின்றன. குடிகளில் பெரும்பான்மையோர் விவசாயக்காரர்கள்.

THE ANCIENT STATE OF AGRA.

ஆக்ராவின் பூர்வ சரித்திரம்.

அலெக்சாந்தர் இந்தியாவின்மீது படையெடுத்து வருவதற்குமுன் இந்தவிடத்தில் பாரசீகருடைய சேனைகள் வந்திருந்ததாக (Ferishta) பிரஸ்டா என்பவர் எழுதினாலும், கி.பி. 1017ம் ஞூ மகமதுகுஜினி, கனோஜின் வழியாகப் போகும்போது இந்த இடத்திற்கருகில் (Muhabun) முஹபனோடு எதிர்த்ததாகவும் கி.பி.1193ம் ஞூ சாப்டீன் மகமதுகோரி கன்னோஜி, காசி முதலான இடங்களின் இராஜாவாகிய ஜயச்சந்திரரிடம் இவ்விடம் சண்டை செய்ததாகவும் சரித்திரத்தில் தெரிய வருகிறது. 1488ம் ஞூ முதல் 1511ம் ஞூ வரையில் டில்லியில் அரசாண்ட சிகந்தர் லோடியானவர் இந்த ஆக்ராவைத் தமது வாசஸ்தானமாக்கிக் கொண்டு இவ்விடமே இறந்தார். கி.பி.1526ம் ஞூ பேபருடைய சுவாதீனமாகி, பிறகு உமையூனுக்குச் சுவாதீனமானாலும் (Shire Shah) சர்ஷா காலத்தில் உமையூனிடமிருந்து பிடுங்கிக் கொள்ளப்பட்டும், கி.பி.1559ம் ஞூ அக்பர் காலத்தில் மறுபடியும் சுவாதீனமாகி அவரால் புதுப்பட்டணமாகக் கட்டப்பட்டும், இப்போது இங்கிருக்கும் சிங்காரமான பெரிய கோட்டையையும் கட்டி வைத்தார். கி.பி.1658ம் ஞூ அரங்குஜீப் காலத்தில் டில்லிப் பட்டணத்துக்கு மோகல் இராஜாங்க தலைமை ஸ்தானம் போகும்வரையில், இந்த ஆக்ரா பட்டணமே பிராதன பட்டணமாக இருந்தது. கி.பி.1761ம் ஞூ பரதபூர் இராஜாவின் வசமாகி 1774ம் ஞூ சாஹாலம் மந்திரியாகிய நுஜிப்கானால் பிடித்துக் கொள்ளப்பட்டது. இந்த நுஜிப்கான் இறந்தபிறகு, மஹராஷ்டிர இராஜாவாகிய மாதாஜிசிந்தியாவுக்குக் கொடுக்கப்பட்டு அவர் தமையனார் குமாரர் டவுல்தராவ் சிந்தியா காலத்தில் (Perron) பெரன் என்னும் பிரான்சு யாத்திரைக்காரன் செய்த சேனை உதவிக்காகக் கொடுக்கப்பட்டது. 1830ம் ஞூ சிந்தியாவுக்கும் ஈஸ்டு இந்தியா கம்பெனியாருக்கும் சண்டை நடந்தபோது தானிய தலைகர்த்தனாகிய (Hessing) ஈசங் என்பவனால்

தடுக்கப்பட்டுக் கடைசியாக ஜெனரல் லேக்கினாற் பிடிக்கப்பட்டு இங்கிலீஷ் கவர்ன்மெண்டோடு சேர்த்துக் கொள்ளப்பட்டது.

THE PRESENT STATE OF AGRA.

ஆக்ராவின் தற்கால ஸ்திதி.

இப்போது இந்த ஆக்ரா பட்டணமானது யமுனை நதியின் வடகரையிற் காணும் பிரகாசம் பொருந்திய பட்டணமாக இருக்கிறது. இவ்விடத்தில் யமுனை நதியானது அரை மைல் அகலமுள்ளதாயும், கிழக்கிந்திய புகைவண்டிப் போக்குவரவு செய்யப் பெரிய பாலமும் உடையதாகவுமிருக்கிறது. இந்தப் பாலத்தில் அடி அடுக்கில் புகைவண்டிகள் போக்குவரவு செய்யவும், மேலடுக்கில் ஜனங்கள் நடக்கவும் குதிரை முதலான வண்டிகள் போக்குவரவு செய்யவும் வசதியாகவும் கட்டியிருக்கிறார்கள். இந்தப் பாலத்தைத் தொடர்ந்து 80 அடி அகலமும், 2 மைல் நீளமுமுள்ள ஒரு ரோட்டு 1838ம் ஹு பஞ்சகாலத்துப் பஞ்சைகளாற் போடப்பட்டிருக்கிறது. இந்த ரோட்டானது சுங்கச்சாவடி முதல் டாஜ்மஹால் வரையில் நேராகப் போகிறது. அந்த ,ரோட்டுகளுக்கு ஒருவிதமான கற்கள் போட்டுக் கெட்டித்திருப்பதில் பலகைக்கற்களால் மூடப்பட்டவைகளைப் போல் பலமாகவும், பசந்தாகவும் பிரகாசமாகவுமிருக்கின்றன. யமுனை நதிக்கரையில் ஸ்நான பானங்கள் செய்வோர்க்கு வசதியாக அநேக படிக்கட்டுகளைத் தருமவான்கள் ஏராளமான பொருளைச் செலவு செய்து கட்டியிருக்கிறார்கள். அந்த யமுனைக் கரையோரத்திலிருக்கும் பழஞ்சுவர்களைப் பார்வையிட்டால், நான்கு மைல் நீளமும் மூன்று மைல் அகலமும் அதாவது, பதினாறு சதுரமைல் விஸ்தீரணம் வரையில் இந்த ஆக்ரா பட்டணம் ஒரு காலத்தில் பரவியிருந்ததாகத் தெரியவருகிறது. ஆனால் இப்போது பாதிப்பாகந்தான் பட்டணமாகத் தோன்றுகிறது. ஆக்ரா கோட்டையிலிருந்து வடமேற்குப் பாகமாக நகரத்துக்குள் அழகும், அகலமுமுள்ள ரோட்டுப் போடப்பட்டிருக்கிறது. இந்த ரோட்டின் இருபக்கங்களிலிருக்கும் வீடுகளும், மாட மாளிகை கூடகோபுரங்களும் ஏழடுக்குகளுக்கு மேலான பல அடுக்குகளுள்ளதாயும், சிங்காரமான சித்திராலங்காரமான சிற்பசாஸ்திர சம்மதமாயும் கட்டப்பட்டிருக்கிறதன்றியில், இந்தக் கட்டடங்கள் யாவும் பட்டிபூர் சிக்கிரி மலைகளில் வெட்டி யெடுக்கப்பட்ட பெரிய கற்களில் கட்டப்பட்டிருக்கின்றன. மேலும் இந்தக் கற்பலகைகளால் இந்த ரோட்டு முழுவதும் பரப்பப்பட்டுப் பார்ப்பதற்கும், நடப்பதற்கும், சவாரி செய்வதற்கும் திருப்திகரமாக இருக்கிறது. இவைகளன்றியில் சில்லறை வீதிகளனந்தம். இந்த ஆக்ரா பட்டணமானது பருத்தி, உப்பு, சித்திரக் கற்கள், சரிகை, பாதரசக்ஷ, வெடியுப்பு, சமுக்காளம் முதலான வர்த்தகப் பொருள்களுக்குப் பெயர் பெற்றதாகையால்,

வர்த்தகம் ஏராளமாக நடக்கின்றது. உணவுக்கு வேண்டிய சகல பதார்த்தங்களும் அதிக நயமாகக் கிடைக்கின்றன. இப்படிப் பல பதார்த்தங்கள் இருக்கினும், இந்தப் பட்டணத்தில் கட்டப்பட்டிருக்கும் சில கட்டடங்கள் சிற்பலங்கார சாஸ்திர சம்மதமாயும், இந்தப் பூலோகத்தில் அதிசயிக்கத்தக்க ஏழு அபூர்வங்களில் ஒன்றாகிய (Taj Mahal) டாஜ் மஹால் என்னும் ஆச்சரியமான கட்டடமும், மகா தருமசீலனாகிய அக்பர் சக்கரவர்த்தியின் சமாதியும் இன்னும் பல சிறந்த கட்டடங்களு மிருப்பதால் சீர்திருத்தமறிந்த ஜனங்கள் உலகத்தின் பலபாகங்களிலிருந்து இவ்விடம் வந்து பார்த்து அதிசயப்பட்டு ஆனந்தமடைவதை அனுசரித்து நாமும் இந்த ஆக்ராவுக்கு வந்த (1887ம் ௵ ஜனவரி ௴ 15ம் உ) கொஞ்சம் மழை பெய்தமையால், வெளியில் தலையைக் காட்டக்கூடவில்லை. மேலும் கோயமுத்தூர் முதலானவிடங்களிலிருந்து நமக்கு வரவேண்டிய கடிதங்களை ஆக்ராவுக்கு அனுப்பும்படி கயா போஸ்மாஸ்டரிடம் சொன்னபடி, சில கடிதங்கள் வந்திருந்தாலும் அவைகளைப் போய் வாங்கி வர வேலைக்காரனும் அகப்படவில்லை. கோச்சு வண்டியில் ஏறி (Agra City Post office) ஆக்ரா நகர தபாலாபீசுக்குப் போய்க் கேட்டதில், கண்டோன்மெண்டு தபாலாபீசுக்குப் போய்க் கேட்கக் கோயமுத்தூரிலிருந்து போட்ட நமது கடிதங்களும், நியூஸ் பேபர்களும், கல்கத்தா, கயா முதலான இடங்களுக்குப் போய்ச் சுற்றிப் பார்த்து இங்குவந்து கிடந்தன. அவைகளில் நமது இஷ்டர் ஒருவர் கடிதத்தில் மஹாஸ்ரீ நாராயணசாமி நாயடவர்களுடைய அருமையான மைத்துனர் மஹாஸ்ரீ இராமசாமிநாயடவர்களுடைய மரணத்தைக்காண அதிக வியாகூலத்துக்குட்பட்டு, தங்குமிடம் வந்து, அந்த விசனத்தினால் எங்கும் போய் எதையும் பார்க்க மனமெழும்பாமலிருந்து, அன்று சில கடிதங்களை யெழுதிக் காலம் போக்கி அன்று இராத்திரி உறங்கினேம். 1887ம் ௵ ஜனவரி ௴ 15ம் உ காலை யமுனை நதியில் ஸ்நானம் செய்து, பழயசாதத்தைச் சாப்பிடக் கூடலூர் சிநேகிதர் மஹாஸ்ரீ தெய்வநாயக முதலியாரவர்களும், சென்னை ஸ்ரீ பார்த்தசாரதி நாயடவர்களும் நாம் தங்கியிருந்த இடம் வந்து சந்தோஷமூட்டத் தைரியங்கொண்டு, இரண்டு கோச்சு வண்டிகளுக்கு வண்டி ஒன்றுக்கு தினம் 4 ரூபாய் வீதமாக வாடகை பேசி வேடிக்கைக் கட்டடங்களைக் காணப் புறப்பட்டோம்.

THE WONDERS OF THE AGRA.

<u>ஆக்ராவில் பார்க்கத்தக்க அதிசயங்கள்.</u>

(1) The Tomb of Akbar near Secundra:- ***ஆக்பர் பாதுஷா அவர்களுடைய சமாதி.*** இது ஆக்ரா பட்டணத்துக்கு ஏழு மைல் தூரத்திலிருக்கிற

சிகந்தர் என்னும் கிராமத்தினருகில் கால்மைல் சதுரங்கத்தில் கட்டப்பட்ட பிரம்மாண்டமான கட்டடம். இந்தக் கட்டடம் 300 சதுர அடி அகலமும், 100 அடி உயரமும் வாசற்படிகளிற் பெரிய இரதங்கள் போய் வரக்கூடிய விசால முடையவைகளாயும் குரான் முதலானவைகளிலிருந்து சில முதுமொழிகளை வெள்ளை ஸ்படிகக் கற்களில் பூங்கொடி சித்திராலங்காரமாகச் செதுக்கிக் கட்டப்பட்டிருக்கிறது. உட்கட்டடம் வெள்ளை ஸ்படிகக்கற்களினாலும் பட்டிபூர் சிக்கிரி கற்களினாலும் அற்புதமாகக் கட்டப்பட்டு, அதற்குள் அக்பர் பாதுஷா அவர்களுடைய சமாதியை வெள்ளை ஸ்படிகக் கற்களால் விசித்திர விநோதமாகக் கட்டப்பட்டு, முகமேடையில் 'May Your Glory Shine" "நினது மகிமை பிரகாசிப்பதாக" என்னும் பொருள்பட அரபி பாஷையில் செதுக்கப்பட்டிருக்கிறது. இந்த சமாதி இருக்கும்படியான இடம் குடைந்தெடுத்த குகையில் கட்டியதைப் போலிருப்பதால், ஆங்கிலேயர் முதலான அன்னிய தேசத்தார் அதைப் பார்க்காமல், அந்தச் சமாதி இருக்கும் கட்டடத்தின் மேல்மாடியில் அதேமாதிரியான சமாதி ஸ்படிகக் கற்களால் கட்டப்பட்டிருப்பதால், அதை அனைவரும் யாதொரு சிபார்சில்லாமல் தாராளமாகப் போய்ப் பார்க்கலாம். இந்த அக்பர் பாதுஷா அவர்களுடைய சமாதியைச் சுற்றிலும் அவரது பந்துமித்திரர்களுடைய சமாதிகள் பல இருக்கின்றன. இந்தச் சமாதிகள் யாவையும் அடக்கிக்கொண்டிருக்கும் கட்டடமும் அகலத்திலும், உயரத்திலும், பிரம்மாண்டமானதாயும், அதிசயமான வேலைப்பாடுள்ளதாயுமிருக்கிறது. இந்தக் கட்டடத்தில் இந்துக்களும் மகமதியாரும் ஆக்பர் பாதுஷா அவர்களுடைய தருமகுணங்களைப் பற்றிப் பிரஸ்தாபிக்கும்போது புத்தி புளகாங்கிதங் கொண்டு பரமேசுவரனைத் தியானிக்கச் செய்கின்றது. இந்த எழுச்சியை அடக்க எம்மால் முடியாமையால் அவ்விடமே பரமேசுவரனைப் பிரார்த்தித்தோம். அந்தப் பிரார்த்தனை இது:-

ஓ ஆனந்தவாருதியே! ஆக்பர் பாதுஷாவின் அன்பு மிகுந்த ஆக்ரா பட்டணத்தை மிதிக்கவும், அவரது ஆச்சரியமான சமாதியைக் கண்டு கையால் தொடவும் இன்று பாக்கியம் பெற்றேம். இந்த ஆக்பர் பாதுஷாவானவர் மகா கொடுங்கோலனாகிய தாமர்லேனுடைய சந்ததியாக இருந்தும், சுவாமி பக்தி, சத்தியம், சாந்தம், தயை, தருமம் முதலானவைகளைப் பிருதுக்கொடிகளாகக்கொண்டு மன்னுயிரைத் தன்னுயிரைப்போல் பாவித்துக் குடிகளுடைய கஷ்டநிஷ்டூரங்களை நீக்குவதிலேயே தமது காலத்தைக் கழித்து, இந்தவிடத்தில், சமாதியானதன்றியில் மதவிஷயத்தில் தன் மதமென்றும், பிறர் மதமென்றும் பேதம் பாராட்டாமலும், சமரசவேத சன்மார்க்க சமயத்தை அனுசரித்து சகலருடைய பூஜ்யதைக்கும் பாத்திரரான புகழுடம்பெடுத்த இடமிதுவன்றோ! இந்தப் புகழுடம்பினருடைய பிரதாபம் பிரபஞ்சமெங்கும் பரவிப் பிரகாசிப்பதைப் போல,

இன்று இந்தப் பரிசுத்தமான இடத்தில் பிரத்தியக்ஷமாக எமக்குப் பிரகாசிக்கின்றது. ஆகவே, இந்தப் புகழுடம்பினரையும், இந்தப் புகழுடம்பை அடக்கஞ் செய்யப்பட்ட இடத்தையும் ஆசீர்வதிப்பாயாக, எமக்கு இந்தப் புகழுடம்பினருடைய குணச்சிறப்புகளையும், முக்கியமாக மதவிஷயத்தில் இவருக்கிருந்த சமரசஞானமும் உண்டாகும்படி பிரசாதித்துச் சுகமாக வாழச் செய்வாயாக. ஓம் தத் சத்.

இந்தக் கட்டடத்தைப் பார்த்துக்கொண்டு நகரத்திலிருக்கும் (ஆக்ராவின்) அழகிய கோட்டையைப் பார்க்க வந்தோம்.

Agra Fort - **ஆக்ரா கோட்டை** - இந்த ஆக்ரா கோட்டையானது பதினாறாம் நூற்றாண்டின் கடைசியில் அக்பர் பாதுஷா அவர்களால் பட்டிபூர் சிக்கிரி மலையில் வெட்டியெடுக்கப்பட்ட ஒருவித செங்கற்களாற் கட்டப்பட்ட அழகிய பெரிய கட்டடம். இது ஐந்து பர்லாங்கு நீளமுள்ளதாயும், அகலத்தில் இரண்டு பர்லாங்கும் ஆக ஒரு மைல் விஸ்தீரணமுள்ளதாக 40 அடிகள் உயரமுள்ள சுவர்களுள்ளதாக இருக்கிறது. கி.பி.1803ம் ௵ லார்டுலேக் என்பவருடைய சேனைகள் இவ்விடத்தில் தங்குவதற்கு அனுகூலமாக இருந்ததன்றியில், இருபது பவுண்டு குண்டு பீரங்கிகளை வைத்துச் சுடும்படியான வசதியும் செய்யப்பட்டிருக்கிறது. அப்போது ஆறாயிரம் மஹாரஷ்டிரர் சேனைகளையும் இந்தக் கோட்டையிற் பிடித்துவைக்கவும் 26,40,000 இலக்ஷம் ரூபாய் பொக்கிஷமாக வைக்க வசதியுமிருந்தது. இந்தக் கோட்டைக்குள் (Shajahan Palace) சாஜிஹான் அரண்மனை, (Motee Musjid) முத்து மஸ்ஜீது என்னும் கட்டடங்கள் சிறந்தவை. இதிலிருக்கும் முத்துமஸ்ஜீதானது கிழமேலாக 240 அடிகளும், தென் வடலாக 190 அடிகளுமுடைய முழு ஸ்படிகக் கற்களினால் ஆச்சரியகரமானதாகக் கட்டப்பட்டிருக்கிறது.

இவைகளில் இந்த சாஜிஹான் அரண்மனையானது சிறியதாயும், இருபக்கங்களில் ஸ்படிகக் கற்களினாற் கட்டப்பட்ட அறைகளாலும், அடிப்பாகம் வெள்ளை கறுப்பு சதுரம் தீர்த்த ஸ்படிகக் கற்களாற் பரவப்பட்டிருக்கிறது. இந்தக் கட்டடத்தின் சுவர்களிலும், மூலைகளிலும் தங்க முலாமில் பூங்கொடி வேலைகள் செய்யப்பட்டிருக்கிறதன்றியில், இந்த அரண்மனையின் உட்பாகத்தில் சாஜிஹானுடைய மனைவியார் தங்கியிருக்கும் அழகிய சிறிய அறை இருக்கின்றது. இந்தக் கட்டடத்தையும், அருகிலிருக்கும் தோட்டத்தையும் பார்க்க பிரமிப்பையும் கொடுத்து இப்படிப்பட்ட கட்டடமும் உலகத்திலுண்டோவென்று வியப்பையும் கொடுக்கின்றது. இவ்விடத்தில் ஸ்படிகக் கல்தரையில் பார்த்தால் யமுனை நதி தெரிகின்றது. இந்த இடத்தில்தான் சாஜிஹான் சக்கிரவர்த்தி தனது குமாரனாகிய அரங்கஜீபுவால் பிடிக்கப்பட்டு இறந்தது. இந்த அரண்மனைக்கு எதிரில் நாற்பது அடி சுற்றளவுள்ள

ஸ்நான ஸ்படிகக் கல்லிருந்ததாக (Tavernier) திராவினர் என்னும் யாத்திரைக்காரர் சொல்லியிருக்கிறார். இந்த அரண்மனையில் சாஜிஹான் உட்காரும் இடத்திலிருந்த கமான் வளைவுகளுக்கு இங்கிலீஷ் கவர்ன்மெண்டார் சுவர்கள் வைத்து ஜன்னல்களாக்கி வெடி மருந்து முதலானவைகளை வைக்கும் கிடங்குகளாக்கிவிட்டார்கள். இப்போது ஆக்ரா டிஸ்டிரிக்ட்டு கஜானா திரவியம் இவ்விடம்தான் வைக்கப்பட்டிருக்கிறது.

Motee Musjuid - **முத்து மஸ்ஜீது** - இதன் வெளிப்பக்கத்துச் சுவர்கள் பட்டிப்பூர் மலையின் செங்கற்களாற் கட்டப்பட்டும் உட்பாகமெல்லாம் வெள்ளை ஸ்படிகக் கற்களாற் கட்டப்பட்டுமிருக்கிறது. கட்டடத்தின் வாசலுக்கு இருபுறங்களிலும் தண்ணீர்த் தடாகங்கள் கட்டப்பட்டு, வாசற் பாகத்துச் சிலபல படிக்கட்டுகள் கட்டப்பட்டிருக்கின்றன. இவ்விடமிருந்து உள்ளே பிரவேசித்தால், பிரம்மாண்டமான கல் ஸ்தம்பங்களால் கட்டடம் கம்பீரமாகக் காண்கின்றது. கட்டடத்தின்மேல் ஹிந்து தேவாலயங்களில் கட்டப்பட்டிருக்கிறதைப் போல வாழைப்பூ வடிவமான கோபுரங்களும், அவற்றின்மேல் தங்கமுலாம் பூசிய கலசங்களும் வைக்கப்பட்டிருக்கின்றன. இந்தக் கட்டடம் பார்ப்பவர் பார்வைக்கு ஆனந்தத்தைக் கொடாமல் போகாது. இதைச் சுற்றிப் பார்த்துக்கொண்டு சுமார் இரண்டு மைல் தூரம் வருவோமாகிற் பிரபஞ்சத்திற் புகழ்பெற்ற டாஜ்மஹால் தெரிகிறது.

Taj Mahal - **டாஜ் மஹால்** - இந்த ஆச்சரியமான கட்டடம் யமுனா நதியின் வடகரையில் தேவேந்திர விமான மந்திரத்தைப் போற் கட்டப்பட்டிருக்கிறது. இதன் வெளிப்பாகத்துச் சுவர்கள் பத்துப் பதினைந்து அடி அகலமுள்ள பட்டிபூர் கற்களால் கட்டப்பட்டிருக்கிறது. இந்தக் கட்டடமானது கிழமேல் 964 அடியும், தென் வடல் 329 அடியுமுள்ள விஸ்தீரணமுள்ளது. இந்தக் கட்டடத்தை நகர்ப்புரத்திலிருந்து பார்ப்பதிலும், யமுனை நதியிலிருந்து பார்ப்பவருக்கு ஆச்சரியமான தோற்றத்தைக் கொடுக்காமற் போகாது. இந்தக் கட்டடப் பிரகாரத்தின் உட்பாகத்தின் நான்கு மூலைகளிலும் பொன்முலாம் பூசிய மூன்று கலசங்களோடும், பட்டிபூர் கற்களில் வெள்ளை ஸ்படிகக் கற்களை நுழைத்துச் சித்திராலங்காரமாகக் கட்டப்பட்ட மஸ்ஜீதுகளிருக்கின்றன. இந்த நான்கு மஸ்ஜீதுகளில் மேற்குப் பாகத்திலிருக்கும் கட்டடத்தை மாத்திரம் இப்போது மஸ்ஜீதாக உபயோகப்படுத்தி வருகிறதாகத் தோற்றுகின்றது. இந்தக் கட்டடங்களுக்கு நடுநாயகமாக இருக்கும் டாஜ்மஹாலானது யமுனை நதியை நோக்கிய பாவனையாகப் பிரகாரத்தில் வடபாகத்திற் பிரகாசிக்கிறது. இந்தக் கட்டடத்தின் பின்பாகத்திலிருக்கும் பிரம்மாண்டமான ஸ்படிகப் பாடசாலைகளும், இந்த உலகத்தில் ஆச்சரியமான பலவித புஷ்பச் செடிகளும்,

இலைகளும், செடிகளும், வைத்துப் பயிர் செய்யப்பட்டும், உலகத்துக்கே உசிதமான உத்தியானவனங்களும், இடையில் தமனாசகனைப் போல் பிரகாசிக்கும் விளக்குகளோடும், பொன் வெள்ளி மீன்களோடும் கூடிய தாமரைத் தடாகமும் பிரகாசிக்கின்றது. இந்தத் தடாகத்தின் முகநிலையிலிருக்கும் ஸ்படிகக் கற்படிகளில் ஏறிப் போவோமாகில், 400 அடி சதுரமும் 60 அடி உயரமுமான ஆச்சரிய ஸ்படிகங்களில் சித்திராலங்காரங்கள் செய்யப்பட்டிருக்கின்றன. இந்தச் சதுரத்தின் நான்கு மூலைகளில் 100 அடி உயரமுள்ள சித்திர ஒலி ஸ்படிகக் கற்களால் மினாரெட்ஸ்களென்னும் நீண்ட கோபுரங்கள் கட்டப்பட்டு, மேல் உச்சியில் எட்டு ஸ்படிகக் கம்பங்களாற் கட்டப்பட்ட வாழைப்பூ வகையான கோபுரங்களும், அவற்றின் மேல் பொன்முலாமிட்ட கலசங்களும் பிரகாசிக்கின்றன. இந்த மினாரிட்ஸ் கோபுரங்களுக்குள் வளைவுப் படிகளை வைத்தும், போதுமான வெளிச்சமும் விடப்பட்டும் இருப்பதனால், பயமில்லாமல் மேலே ஏறிப் பார்க்கலாம். ஏறிப் பார்ப்பவர்களுக்கு யமுனையின் கம்பீரமும், ஆக்ரா பட்டணத்தின் அமைப்பையும், கோட்டையின் கம்பீரத்தையும், சுற்றுப்பக்கங்களின் காக்ஷியையும் கண்டு ஆநந்தமடையலாம். இந்த நான்கு மினாரிட்ஸ் கோபுரங்களுக்கு இடையில் போதுமான இடத்தைவிட்டு, மத்தியில் மஹால் என்னும் கட்டடத்தை 70 அடி சுற்றளவுள்ளதாயும் 260 அடி உயரமுள்ளதாயும், இரண்டு பொன்முலாம் பூசி ஒன்றின் மேலொன்றாக வைத்து அதற்குமேல் மூன்றாம்பிறைச் சந்திரனைப் போன்ற கலசத்தோடும் சிற்பசாஸ்திரமே சிரித்துச் சபாஷ் என்று சொல்லும்படியான ஸ்படிகக் கற்களால் ஒட்டுத் தெரியாமலும், பெரும் ஸ்படிகப் பருவதத்தில் பலவித புஷ்பக் கொடிகளோடு குடைந்தெடுத்தாற்போல விசுவகர்மாவே வந்து கட்டிவைத்ததைப் போலிருக்கிறது. அடிப்பாகம் எட்டுக்கோண சதுரமாகவும் சதுரம் ஒன்று 24 அடி நீளமாகவும், ஸ்படிகக் கற்களாலேயே கட்டப்பட்டிருக்கிறது. இதற்குள் சாஜிஹான் பாதுஷாவுடையவும், அவர் அன்புக்குகத மனைவி அர்ஜிமாண்டு பானு என்றும் **மும்முடாஜி** என்றும் **மும்முடாஜி ஜெம்மானி** என்றும் பலவித பெயர்களாற் சொல்லப்பட்ட அவர் மனைவியாருடையவும் தேகங்களை அடக்கம் செய்து, அபூர்வமான ஒரே ஸ்படிகக்கல்லால் சமாதிகளாகக் கட்டி வைக்கப்பட்டிருக்கின்றன. இந்தச் சமாதிக் கற்களின்பேரிற் செய்திருக்கிற சித்திரச் சிற்பலங்காரத்தைச் சொல்லி வர்ணிக்க நம்மால் முடியாது. இந்தச் சித்திரப் பூங்கொடிகள் பார்வைக்குக் கேவலம் சித்திரங்களாகக் தோன்றினும் அவைகள் குரான் முதலானவைகளிலிருந்து எழுதப்பட்ட முதுமொழிகளே. சிற்பியின் சாமர்த்தியத்தினால் பூக்கொடிகளைப் போல் செதுக்கி வைக்கப்பட்டிருக்கிறது. இந்த இரண்டு சமாதிகளில் சாஜிஹான் பாதுஷாவின் சமாதி சற்று உயர்ந்துஞ் சற்றுக் குறைந்த சித்திர

வேலைப்பாடுள்ளதாகவுமிருக்கிறது. இந்தச் சமாதிகளுக்குச் சுற்றிலும் ஸ்படிகக்கற்களாற் குடைந்தெடுத்துப் படல்களைப்போற் செய்யப்பட்ட கிராதிகளால் பிரிக்கப்பட்டிருக்கின்றன. அவைகளுக்கு மேல் ஒரு சிகரத்தைப் போன்ற ஸ்படிக புஷ்பக் கொடி கிரஹவாசம் செய்யும் பாவனையென்று சொல்லலாம். இந்தச் சமாதிகளும், மூடுகளும், மற்றுமுள்ள கட்டடங்களும் பல்லாயிரம் ஸ்படிகக் கற்களினால் கட்டப்பட்டிருந்தாலும் அந்தக் கற்கள் துண்டித்த விதமும், குடைந்தெடுத்த விதமும், ஒட்டியவிதமும் தெரியாமல், பூவோடு பூவும், காயோடு காயும், கனியோடு கனியும், இலையோடு இலையும், கொடியோடு கொடியும் பொருந்தும்படி எப்படிச் செய்தார்களோ எமது புத்திக்கு எட்டவில்லை. இந்தக் கட்டடத்தை சாஜிஹான் 1648ம் ஷு தமது அன்புள்ள மனைவியாகிய டாஜி அவர்களுடைய வேண்டுகோளுக்கிசைந்து, இருபத்திரண்டு வருஷ காலங்களாக, 20,00,000 இருபது லக்ஷம் ஜனங்களைக் கொண்டு 20,00,000 பொன்னைச் செலவழித்துத் தாமே தமது மற்றெல்லா விசேஷ வேலைகளையும் விட்டொழித்து, அருகிலிருந்து கட்டி வைத்ததாக (Tavernier) டிவர்நியர் என்னும் பெரிய யாத்திரைக்காரர் பார்த்ததாக தமது யாத்திரைக் கிரந்தத்தில் சொல்லியிருக்கிறார். இந்த ஆச்சரியமான கட்டடத்தின் வெண்மையையும், வேலைத் திறத்தையும், பரிசுத்தத்தையும் சுகத்தையும் பிரத்தியக்ஷத்தில் கண்டவர்களுக்கன்றி இந்தச் சிறுகிரந்தத்திற் சொல்ல நம்மாலாகாது. இந்தக் கட்டடம் கட்டத் துற்கி, கனிஸ்தாந்திநோபில் முதலான இடங்களிலிருந்து 800 பிளான்கள் (நக்ஷா) வந்தபோதிலும், இத்தேசத்தில் தயாரான பிளானைக்கொண்டே இத்தேசத்து வேலைக்காரர்கள் கட்டப்பட்டதாகத் தெரியவருகிறபடியால், இத்தேசத்து இந்துக்களும் மகம்மதியரும் இந்தக் கட்டடத்தைப் போய்ப் பார்த்துத் தம் முன்னோருடைய வேலைத்திறத்தைக் கண்டு பெருமையடைய வேண்டுமேயொழிய எம்மால் எழுதி முடியாது.

ஆக்ராவுக்கு வடகிழக்குப் பாகத்தில் அதாவது யமுனை நதிக்கு அக்கரைக்கரையில் (Rama Bhag) இராமபாக் என்ற சிங்காரவனமிருக்கிறது. இது ஒருகாலத்தில் வெகு இரமணீயமான தோட்டமாகவிருந்து, இப்போது சீர்கெட்டு வருகிறது. இந்தத் தோட்டத்திலிருந்து பாதுஷாவின் கோஷா ஸ்திரீகள் யமுனையில் ஸ்நானம் செய்யப் பலகைக்கற்களால் நிலவறைகள் கட்டப்பட்டு; சில பாகங்களில் இடிந்து கிடக்கின்றன. இந்தத் தோட்டத்துக்குப் போவோர் ஆற்றுப் பாலத்துக்கு வண்டி ஒன்றுக்கு 8 அணா சுங்கம் கொடுக்க வேண்டும். இந்தப் பாகத்தைப் போய்ப் பார்த்து வருகையில் வழியில் நமது சினேகிதர் ஸ்ரீ ஹானரபில் சுப்பிரமணியம்

ஐயரவர்களையும் ஸ்ரீ என்.சுப்பிரமணியம் ஐயரவர்களையும் கண்டு கைகுலுக்கி ஆநந்தித்தோம். கோட்டைக்குச் சமீபத்தில் (Jama Musjid) ஜம்மா மஸ்ஜீது என்னும் பெரிய பள்ளிவாசலிருக்கிறது. இது சற்றேறக்குறையக் கோட்டைக்குள்ளிருக்கும் மஸ்ஜீதைப் போலவே இருக்கின்றது. (Mausolemn Edmad-oo-dowla) முசலிம் இட்மட்-உட்-டவுலா என்பதும் ஒரு சிங்காரமான கட்டடம். இந்தக் கட்டடத்தை சாஜிஹானுடைய மந்திரி கட்டினதாகச் சொல்லுகிறார்கள். இப்போது இந்தக் கட்டடத்தின் சிலபாகங்கள் இடிந்து கிடக்கின்றன. பட்டிபூர் சிக்காரி என்ற கிராமம் ஆக்ராவுக்கு 20 மைல் தூரத்திலிருக்கிறது. இது அக்பர் பாதுஷாவுக்குப் பிரியமான ஸ்தானமாக இருந்தபடியால், இவ்விடத்திலும் ஒரு அழகான மஸ்ஜீதும், அற்புத சிற்பலங்காரத்தோடு கட்டி வைத்திருக்கின்றதன்றியில், இந்த மலையின்மேல் தமது மூன்று மனைவிகளும் வசிக்கும்படி கோபுர வடிவான அலங்கார அரண்மனைகளைக் கட்டி வைத்திருக்கின்றனர். இங்கே கட்டி வைக்கப்பட்டிருக்கும் மஸ்ஜீதின் தெற்குவாசல் வழியிலிருந்து ஷ கட்டடத்தைப் பார்ப்பவர்களுக்கு, இவ்வளவு அழகான மஸ்ஜீது இந்த இந்து தேசத்தில் எங்கும் கிடையாதென்றே சொல்ல வேண்டிவரும். இந்த இடத்திலிருக்கும் பஞ்சமஹால் (Panch Mahal) அதாவது ஐந்தடுக்கு மாடி மந்திரம் என்னும் கட்டடத்தையும் (Hyde Seek Palace) ஒளித்துக்கொண்டவரைக் கண்டுபிடிக்கும் அரண்மனையும் முக்கியமாக பார்க்க வேண்டும். இதில் சிற்பவேலைகள் சிங்கார பூஷணங்களோடு சிரித்துச் சந்தோஷத்தை அடையச் செய்கின்றன. இவைகளன்றியில் சில்லறைக் கட்டடங்கள் சிலவிருக்கின்றன. இங்கிலீஷ் கவர்ன்மெண்டு ஸ்தாபிதமான பிறகு தருமகுணமுடைய இங்கிலீஷ் கவர்ன்மெண்டார் டாஜ்மஹால், சிகண்டர், அக்பர் சமாதி கட்டடம், பட்டிப்பூர் அரண்மனை முதலானவைகளுக்குத் தக்க ரிபேர்களை செய்வித்துப் பாதுகாத்து வருவதன்றியில், இக்கட்டடங்களைப் போய்ப் பார்ப்பவர்களுக்கு யாதொரு பணச்செலவு வைக்காமற் சகலரும் போய் பார்த்துச் சந்தோஷமடையச் சுதந்திரம் கொடுத்திருக்கிறார்கள். ஆனால் சில பக்கிரிகள் டாஜ்மஹால் முதலான சில விசேஷ கட்டடங்களிடத்தில் பாத்தியாவுக்கென்று இரகசியமாக இனாம் கொடுக்கச் சொல்லிக் கேட்கிறார்கள்.

இங்கிலீஷ் கவர்ன்மெண்டு ஸ்தாபிதமான பிறகு சில கட்டடங்கள் இவ்விடம் கட்டப்பட்டன. அவைகளில் பார்க்கத்தகுந்தவை:- (Matcalfe Testimonial) **மெட்கஸ் ஞாபகச் சின்ன கட்டடம்**, (Agra College) **ஆக்ரா கலாசாலை**, (Government House) **லெப்டினெண்டு கவர்னர் தங்குமிடம்**, (Agra Bank) **ஆக்ரா பாங்கி என்னும் திரவிய சேகரசாலை**, (Agra Church) **ஆக்ரா கிறிஸ்து தேவாலயம்**, (The Orphan Institution)

அனாதரக்ஷண சாலை என்பவைகள் பார்க்கத் தகுந்தவைகள். இவைகளில் மெட்காப் ஞாபகசாலை நடன காலட்சேபத்துக்குப் பொருந்தும்படி கட்டப்பட்டிருக்கிறது. கோட்டைக்கு ஒன்றரை மைல் தூரத்தில் பட்டாளம் தங்குமிடம் இருக்கிறது.

இந்தப் பட்டாளத்திலும் நகரத்திலும் சுமார் 1,68,662 ஜனங்கள் வசிக்கிறதாகத் தெரிய வருகிறது. இந்த ஆக்ரா பட்டணத்தின் கடைவீதி வெகு விசாலமானதாயும், வீதி முழுதும் பலகைக் கற்களால் பரவப்பட்டதாயும், பக்கங்களிலிருக்கும் கடைகளும் கட்டடங்களும் முழுக்கற்களால் பல அடுக்குகளுடன் கட்டப்பட்டு விலையுயர்ந்த பொருள்களை வைத்து விற்கப்பட்டும் வருகிறதைப் பார்க்கப் பசந்தாகவிருக்கிறது. இந்தக் கடைவீதிகளிலிருக்கும் மெத்தை மாடிகளிலும் வடதேசத்து வழக்கப் பிரகாரம் வெய்யோனைப் போல வெளுத்த வேசி தாசிகள் சித்திரப்பூம்பட்டாடைகளைக் கட்டிச் சிங்காரித்துக் கொண்டு வழிப்போக்கர் பார்க்கும்போது சிரித்துவருவதன்றியில், இந்த ஆக்ராவில் தங்குவதற்கு ஜாகைகளைத் தயார்செய்துகொடுக்கும் ஏஜண்டுகளும் சிலர் துர்நடத்தைகளை அனுசரிப்பவர்களாக இருக்கின்றனர். மேலும் நாம் தங்குமிடங்களிற் பலவித தட்டுமுட்டு பெட்டி பொம்மைப் படங்களைக் கொண்டு வந்து மிதமிஞ்சிய விலைகளைச் சொல்லித் துட்டைப் பிடுங்கப் பார்க்கிறார்கள். ஆகவே வாலிப யாத்திரைக்காரர் ஜாக்கிரதையாக இருத்தல் நலம். பம்பாய்ப் பட்டணத்தைப் பார்க்கிலும் பலவிதத்திலும் சிறந்த ஆக்ரா பட்டணமானது யமுனை நதியை ஒரு பர்லாங்கு தூரத்தில் ஓடப் பெற்றிருப்பதனால் இது நிலவளத்தோடு நீர்வளம் பொருந்தி இரமணீயமாக இருக்கிறது. யமுனாநதிக்கு வடகரையிலிருக்கும் பட்டிஸா என்னும் இடத்தில் வருஷாவருஷம் கூடும் பெருஞ்சந்தையில் கணக்கற்ற கால்நடைகளும், குதிரைகளும், ஒட்டகங்களும் வந்து வியாபாரம் நடக்கிறபடியால் அவைகளுக்காக 15,000 ஜனங்கள் வந்து கூடுகிறார்கள். இந்த ஆக்ராவில் பெரிய இந்திய பெனின்சுலா, ஈஸ்டு இந்தியா பம்பாய், பரோடா, சென்டிரல் இந்தியா ஆக்ரா டெல்லி கார்டு ரெயில் வண்டிகளின் ரோட்டுகள் கூடுகின்றன. துண்டுலா ஸ்டேஷனுக்கு 15 மைல்கள் தூரத்திலும் பம்பாயிக்கு 839 மைல்கள் தூரத்திலும் அலகாபாத்துக்கு 279 மைல்கள் தூரத்திலும் இருக்கிறது. ஆக்ராவின் அதிசயங்களைப் பார்க்க விரும்புவோர் ஆக்ரா கோட்டைக்குப் போதலே நலம். சென்னையிலிருந்து ஆக்ரா கண்டோன்மெண்டுக்கு, 447 மைல்கள் தூரமும், மூன்றாவது வகுப்புக்கு ரூ 21-3-3ம் சார்ஜ் ஆகிறது. அதற்கு 400 கெஜங்கள் தூரத்தில் லாலா ராமகிருஷ்ணதாஸ் சரோகி என்பவரால் கட்டப்பட்ட அழகிய சத்திரமிருக்கிறது.

இந்தப் பட்டணத்தில் நாங்கள் தங்கியிருந்த இடத்திற்கு மூன்று தினங்கட்கு இரண்டு ரூபாய் வாடகை கொடுத்தோம். இடமும் கூடியவரையில் இலக்ஷணமாகவும் மனோகரமாகவும் இருந்தது.

GWALIOR. குவாலியூர்.

ஆக்ராவுக்கு 65 மைல்கள் தூரத்தில் குவாலியூர் என்னும் சுதேச சமஸ்தான நகரமிருக்கிறது. இங்கு ஒரு மலைகரட்டின் மேல் ஒன்றரை மைல் நீளமும் 300 கஜ அகலமும் 40 அடிகள் உயரமுமுள்ள மலைக்கோட்டை இருக்கிறது. இந்தப் பெரிய நகரத்தில் அநேக இந்து மதக் கோயில்களும் ஒரு ஜைன மதக் கோயிலும் இருக்கிறது. இவ்விடம் 60 அடிகள் சதுரமும் கிழக்கே 11 அடி கல்பிதுங்கி 30 அடி கன உயரமுள்ள வாணியன் கோயிலிருக்கிறது. இது பத்தாம் நூற்றாண்டில் ஒரு திரவிய ஸ்தனான வாணியனாற் கட்டப்பட்டதாம். கி.பி.1093ம் வருஷத்தில் ஜைனமதஸ்தரால் சாஸ்பாஹு கோவில் கட்டப்பட்டது. அதில் ஜைனருடைய ஆறாவது தீர்த்தங்காரராகிய பத்மநாபருடைய விக்கிரகம் இருக்கிறது. இந்தக் கோவில் இப்போது சீர்கெட்டு 100 அடிகள் நீளமும் 63 அடிகளுமுள்ள சுவர்கள் மாத்திரம் இருக்கின்றன. மேல் மெத்தைகளுள்ள மூன்றடுக்குகள் மாத்திரம் சுமாராக இருக்கின்றன. அவற்றின் மத்திய ஹால் 30 சதுர அடிகள் அகலமுள்ளதாக இருக்கின்றது. இந்தக் கோவிலைச் சுற்றிலும் அநேக சிற்பாலங்கார சித்திரப் பதுமைகள் ஏராளமாகக் கிடக்கின்றன. மேலும் இந்த குவாலியூரின் மலைகளில் அநேக ஜைநர் கோயில்களும் சித்திர வேலைகளும் இருக்கின்றன. சில பாறைக் கற்களில் 100 அடிகள் நீளம் 57 அடிகள் உயரமுள்ள குடைந்தெடுத்த குகைகளும் அவற்றில் ஆள் உயரமுள்ள ஆதிநாதர் விக்கிரகமும் 30 அடிகள் உயரமுள்ள நேமிநாதர் விக்கிரகமும் இருக்கிறது. இவைகள் கி.பி.1441-74 வருஷங்களில் செய்விக்கப்பட்டன. இவைகளன்றியில் ஜெயினர்களுடைய சாசனக் கட்டடங்களும் இருக்கின்றன .

இந்தக் குவாலியூரானது சிந்தியா சமஸ்தானாதிபதியைச் சார்ந்தது. இவர் மராட்டியர். இவருடைய ஆதிபிதா பாலோஜி பெஷ்வாவின் வேலைக்காரனான இராறோஜி சிந்தியா என்பவராம். இந்தக் குவாலியூர் சமஸ்தானம் 29,000 சதுரமைல்கள் விஸ்தீரணமும் 1881ம் ஹு 30,30,743 குடிகளும் 125 லக்ஷம் ரூபாய் வருமானமுமுள்ளது. நாட்டில் பல தானியங்கள், பருத்திக்கொட்டை, முத்து முதலானவைகள் ஏராளமாக விளைகின்றன. முக்கிய நகரமாகிய குவாலியூர் 6 மைல்கள் சுற்றளவும் 33,000 குடிகளுமுள்ளது. தென்பாகத்தில் ஜெயப்பூர் ஜெயசிங்கு கட்டிய நக்ஷத்திரமண்டபம் இருக்கிறது.

BAHRATPUR. பரதப்பூர்.

இந்த ஆக்ராவுக்கு 33 மைல்கள் தூரத்தில் பரதப்பூர் இருக்கிறது. இது நான்கு பக்கங்களிலும் மண் சுவர்களாலும், காடுகளாலும் சூழப்பட்ட 8 மைல் சுற்றளவுள்ள பட்டணம். கி.பி.1805ம் ஹூ லார்டுலேக்கு முற்றுகைப் போட்டு சமாதானமாகிவிட்டது. இவ்விடத்திய கற்கள் கட்டடத்திற்குச் சிறந்தவைகள். இந்த சமஸ்தானாதிபதி வைணவமதஸ்தர். இந்தப் பரதப்பூர் சமஸ்தானம் 1,974 சதுர மைல்களும் 1891ம் ஹூ 6,40,620 குடிகளும் 27 லக்ஷம் ரூபாய் வருமானமுமுள்ளது. இது பாகவதத்தில் கூறப்பட்ட பிரஜா அல்லது பிஹாநி நாடென்னும் கிருஷ்ண பிரிதியான நாடு.

ALWAR. ஆள்வார்.

இந்தப் பரதப்பூருக்கு வடக்கே ஆள்வார் என்னும் இராஜபுத்திர ஸமஸ்தானம் இருக்கிறது. இவ்விடம் 1,000 அடிகள் உயரமுள்ள மலையின்மேல் அரணான கோட்டையொன்று கட்டப்பட்டிருக்கிறது. அதன் மேலேறிப் பார்த்தால் சுற்றுப்பக்கத்தின் காக்ஷி கம்பீரமாகத் தோன்றுகிறது. மலையடிவாரத்தில் இராஜருடைய அழகிய அரண்மனை இருக்கிறது. இந்த ஆள்வாரில் ஸ்ரீமஹாராஜபக்தாவார்சிங் அவர்கள் சமாதி ஒன்று கட்டப்பட்டிருக்கிறது. அது அநேக கோபுரங்கள் கலசங்களோடு பிரகாசிக்கிறது. இந்த ஆள்வார் சமஸ்தானம் 3024 சதுரமைல்களுள்ளதாயும், 1891ம் ஹூ 7,69,080 குடிகளுள்ளதாயும், 26,58,000 ரூபாய் வருமானமுள்ளதாயுமிருக்கிறது. நகரத்தில் 1891ம் ஹூ 52,000 குடிகள் இருந்தார்கள். இங்கு பக்தவார்சிங்கு சமாதி சிறந்தது.

MATHURA. வடமதுரை, பிருந்தாவனம்.

மறுநாட் காலை (1888ம் `ஹூ ஜனவரி மீ 5ம் உ) மதுராபுரிக்குப் புறப்பட யோசித்து ஆக்ரா கோட்டைக்கருகிலிருக்கும் ஸ்டேஷனுக்கு வந்தோம். அங்கு நமது ஆப்தர்களாகிய ஸ்ரீ திவான் நாராயணசாமி செட்டியாரவர்களையும் ஸ்ரீ தேவநாயக முதலியாரவர்களையும் சந்தித்து, ஆள் ஒன்றுக்கு 0-6-6 வீதம் சார்ஜ் கொடுத்து டிக்கட்டுகளைப் பெற்றுக்கொண்டு சிற்றிருப்புப் பாதை வண்டியேறினோம். அந்த வண்டிகள் தென்னிந்தியா புகை வண்டிகளைப் போலவும் ஜனக்கும்பல் அதிகமாகவும் இருந்தது. இந்த வண்டியிலேறி (Achanirayan) ஆச்சநெறியன் ஜங்ஷனிடம் வந்து மதுரைக்குத் திரும்பி, சுமார் மத்தியானம் ஒரு மணிக்கு வண்டியை விட்டிறங்கி, ஒன்றரை ரூபாய் சத்தத்தில் இரட்டைக் குதிரைகள் கட்டிய இரண்டு கோச்சு வண்டிகளைக்கொண்டு ஏறி, சுமார் மூன்று மணிக்கு மதுராபுரியை

அடைந்து, அவ்விடத்து நகர மத்தியில் சுமார் நாற்பது கெஜ தூரத்திலோடும் யமுனா நதியின் சுவாமி கட்டடத்தண்டையில் பிரகாசிக்கும் ஸ்ரீரங்கஜிமடம் என்று சொல்லும் ஸ்ரீரங்காசாரியருக்கு அவ்விடத்து கோடீசுவரரான சேட்ஜி அவர்கள் கட்டிக்கொடுத்த பிரம்மச்சாரி மந்திரத்திலிறங்கினேம். அந்த மந்திரத்துக்கு அதிகாரியாக இருக்கிற ஸ்ரீ ஜனார்த்தனதாஸ் பிரம்மச்சாரி சுவாமிகள் எம்மைக் கண்டவுடனே கட்டடத்தின் மேல்மாடியின் அறைகளையும், மற்றவிடங்களையும் சுத்தி செய்வித்துக் கொடுத்தாலும், விடாது செய்த யாத்திரையினால் சோம்பலும் அசிரத்தையும் கண்டு, கேவலம் தாகசாந்திக்காகக் காப்பிநீரை மாத்திரம் தயார் செய்து குடித்து இளைப்பாறி அன்று இராத்திரி சமைத்துச் சாப்பிட்டு உறங்கினேம்.

1887ம் ஹு ஜனவரி மீ 16ம் வ காலையில் படுக்கையை விட்டெழுந்து சிங்காரமான யமுனா நதியைத் தரிசித்துப் பிறகு க்ஷவரம் செய்துகொண்டேம். பிறகு மூன்று மணிக்குச் சாப்பிட்டு கலாநிதி பத்திரிகைக்குக் காஸி பக்ஷிகள் சமாசாரம் எழுதியனுப்பிவிட்டு இராத்திரி 9 மணி வரையில் கடைவீதிகளைச் சுற்றிப் பார்த்துச் சாப்பிட்டு உறங்கினேம்

1887ம் ஹு ஜனவரி மீ 17ம் வ காலை எழுந்து கடைவீதிகளைச் கடந்து தபாலாபீசுக்குப் போய் கடிதங்களை அனுப்பிவிட்டுப் பிறகு வந்து சாப்பிட்டு மதுராபுரியின் மாடமாளிகைகள் கூட கோபுரங்கள் கட்டடங்களையும் சந்து பொந்துகளிற் போய்ச் சுற்றிப் பார்த்து, அங்கு மாடமாளிகைகளின்மீது பலவிதப் புறாக்களும், பலவிதப் பஞ்சவர்ணக்கிளிகளும் எதேச்சையாகப் பாடியாடிப் பறக்கவும், பலவித ரூபலாவண்ணியமுள்ள புருஷர்களும், பெண்களும் பலவித சிங்காரமான உடைகளையும் நகைகளையும் தரித்துக்கொண்டு, சுந்தர முகங்களுடன் நடப்பதையும் கண்டு ஆனந்தப்பட்டு, அவ்விடத்தில் விசேஷமாக இருக்கும் பல கடைவீதிகளைப் பார்த்தும், ஒரு அழகான இலாந்தர் ரூ. 1-12-0 வாங்கிக் கொண்டு மாலை 8 மணிக்குத் தங்குமிடம் வந்து சாப்பிட்டுச் சற்றுநேரம் படித்துப் பிறகு படுத்தேம். அன்று இராத்திரி யாது காரணத்தினாலோ நல்ல தூக்கம் வரவில்லை.

1887ம் ஹு ஜனவரி மீ 18ம் வ காலை எழுந்து யமுனா நதிக்குப் போய்க் காலைக் கடனை முடித்து ஸ்நானம் செய்து வீட்டிற்கு வேண்டிய பதார்த்தங்களுக்குப் பணங் கொடுத்து விட்டு பலநாள்களாகப் பத்திரிகைகளைப் பார்த்தானந்தமடையாத பைத்தியத்தினால் பட்டணத்தையும் சுற்றித் திரிகையில் அவ்விடத்தில் ஸ்தாபிக்கப்பட்டிருக்கும் ஆரிய சமாஜத்தின் காரியதரிசியாகிய ஸ்ரீ ராதா லால் சர்மா அவர்களுக்கு அவ்விடத்திய போஸ்டு மாஸ்டர்

பரிக்ஷயம் செய்து வைத்தமையால், அவர் எம்மைத் தமது சபைக்கு அழைத்துக்கொண்டு போய்ப் பழைய (Indian Mirror) இந்தியன் மிரர், (Arya Patrika) ஆரிய பத்திரிகை முதலானவைகளைக் கொடுத்து உற்சாகப்படுத்தி, இந்த மதுராபுரியின் சரித்திரத்தைச் சுருக்கமாகச் சொன்னார். பிறகு யமுனாநதியின் கரையில் சுவாமி கட்டத்தண்டை இருக்கும் பெரிய சத்திரத்தின் மடாதிபதி ஸ்ரீ லாலா கோவிந்த சாஹிப் டான்ஜாப் என்பவர் சந்திக்க சிநேகிதரானார். இவர் வைதீக சுவாமிகளாக விருந்தாலும், கல்கத்தாவில் கூடிய காங்கிரஸ் சபையின் நடவடிக்கைகளையெல்லாம் வாய்ப்பாடமாகச் சொன்னார். மேலும் ஸ்ரீ ராஜாராம்பால் சிங்கவர்களால் பிரசுரிக்கப்பட்ட இந்துஸ்தானி என்னும் பத்திரிகையைக் காட்டி, அதில் இன்கம்டாக்ஸ் வரியைப் பற்றி எழுதியிருப்பதை உருது பாஷையில் வாசித்து உற்சாகப்படுத்தி, இந்த மதுராபுரியில் ஸ்ரீகிருஷ்ணன் பிறந்த இடத்தையும். மற்ற வைபவங்களையும் சொன்னார். பிறகு தங்குமிடம் போய்ச் சற்று இளைப்பாறி அங்கும் நமக்கு நேசரான தாடி ஸ்ரீநிவாச ஐயங்காரோடு கூடிக்கொண்டு மதுராபுரி மத்தியில் கம்சராஜனுடைய புராதனமான கோட்டையையும், ஸ்ரீ கிருஷ்ணருடைய ஜனன ஸ்தானத்தையும் அவரது தந்தை வசுதேவர் முதலானவர்களைச் சிறையில் வைத்திருந்த இடத்தையும், அங்கு ஸ்ரீ கிருஷ்ணருடைய துணிகளைச் சுத்திச் செய்த தெப்பக்குளத்தையும், ஸ்ரீ கிருஷ்ணர் பிறந்த இடத்தில் இப்போது மகம்மதியர் விரோதத்தின்பேரில் கட்டிய மஸ்ஜீதையும் பார்வையிட்டோம். இந்தக் கம்ச மகாராஜாவின் கோட்டையானது பல நூற்றாண்டுகளுக்குமுன் கட்டப்பட்டதாகையால், இப்போது அந்தக் கோட்டையின் மதில்களிலுள்ள கருங்கல்லுகள் மண்ணாகி உதிர்ந்து வருகின்றன.

அப்படிக்கிருந்தும் பூர்வ சரித்திரத்தை நிலைநிறுத்தும் படி அந்தப் பழைய கோட்டையை இந்துக்கள் பாதுகாத்து வருகிறார்கள். அந்த இடத்தில் இந்து மதஸ்தர்களுக்கு விரோதமாகக் கட்டிய மஸ்ஜீதும் புராதனமாகிப் போதுமான பார்வையும் சிகிச்சையும் இல்லாமையால் சீர்கெட்டு வருகிறது. அருகிலிருக்கும் பெரிய தெப்பக்குளத்தைக் குவாலியர் மகாராஜரால் செப்பனிடப்பட்டிருக்கிறது. இந்தத் தெப்பக்குளம் அதிக விஸ்தீரணமுள்ளதாக இருக்கிறது. இவ்விடத்தில் சில ஏழைப்பிராமணர்கள் சில சிறிய கட்டடங்களில் இராதா கிருஷ்ணர் விக்கிரகங்களைச் செய்து வைத்துக்கொண்டு கிருஷ்ணர் பிறந்தவிடமென்று சொல்லிப் பணம் பிடுங்குகிறார்கள். இவ்விடம் கோயில் ஒன்றுக்கு இரண்டணா கொடுத்தால்போதும். இத்தியாதிகளைப் பார்த்துக்கொண்டு, கடைவீதிகளின் வழியாக வந்தால் மதுராபுரி மதிலுக்கு வெளியில் போஸ்டாபீசுக்கு அருகில் ஸ்ரீ கிருஷ்ணர், கம்சனைக் கொன்ற ஆயாசத்தினால் யமுனா தீரத்தில் போய்ப்படுத்த கட்டம் இருக்கிறது. இந்தக் கட்டத்தில் ஸ்ரீ

கிருஷ்ணர் பள்ளிக்கொண்ட பாவனையாக ஒரு விக்கிரகத்தோடு அழகிய சிறிய கோயில் கட்டப்பட்டு ஆயிரக்கணக்கான ஜனங்களால் வணங்கப்பட்டு வருகிறது. இங்கிருக்கும் யமுனை கட்டத்தில் பிரம்மாண்டரூபமான ஆமைகள் படிக்கட்டுகளில் வந்து மொய்த்துக் கொண்டிருக்கின்றன. இவைகளை இவ்விடத்திய ஜனங்கள் போஷித்து வருகிறார்கள். இங்குப் பிச்சைக்காரர் உபத்திரவம் அதிகம். இவைகளைப் பார்த்துக்கொண்டு வீட்டுக்குத் திரும்புகையில், இவ்விடத்தில் ஒரு ஸ்ரீமான் வீட்டில் ஒரு கலியாணம் நடந்து பவனி வந்தார்கள். விவாக காலத்தில் பெண்ணும் மாப்பிள்ளையும் இவ்வளவு வைபவத்தோடு பவனி வந்ததை யாம் எங்கும் பார்த்ததில்லை. அதாவது:- நூற்றுக்கணக்காக அலங்கரிக்கப்பட்ட அசுவங்கள் அணியணியாக நிற்கவும், ஜோடிக் குதிரைகள் கட்டிய பீட்டன்கள் கோச்சு வண்டிகள் நூற்றுக்கணக்காகவும், மெய் யானைகள், பொய் யானைகள், மெய் ஒட்டகங்கள், பொய் ஒட்டகங்கள், நடன வேஷக்காரர்கள், கூத்தாடிகள், பலவித வாத்தியக்காரர்கள், நடிக்கும் பெண்கள், பலவர்ணக் கடிதங்களால் செய்த விசித்திர புஷ்பச்செடி, மத்தாப்பு, பாணவேடிக்கை முதலானவைகள் பந்து மித்திராதிகளோடு சுமார் ஒரு மைல்தூரம் வரையில் அணியணியாக நின்று வந்தது. இராஜ பவனியைப் போலிருந்தது. இவ்வளவும் ஒரு சாதாரண மனுஷனுடைய விவாஹக் கோலமாம். இனிப் பணக்காரருடைய விவாஹம் எப்படியிருக்குமோ தெரியாது. இத்தியாதிகளைக் கண்டு ஆநந்தித்து இந்த மதுராபுரியின் சரித்திரத்தை ஆதியோடந்தமாக விசாரித்தறிய விருப்பங்கொண்டு வீட்டுக்குப் போய் உண்டு உறங்கி இந்தப் பட்டணத்தின் பூர்வஸ்திதி தற்கால ஸ்திதிகளை அவ்விடத்திய ஸ்தல புராணாதிகளையும் மற்றவைகளையும் ஆதாரமாகக்கொண்டு விசாரிக்கப் புகுந்ததில் அடியிற்கண்ட சங்கதி வெளியாகியது.

THE ANCIENT HISTORY OF MATRA OR MADURA.

வடமதுரையின் பூர்வசரித்திரம், இதற்கு மதுராபுரி என்று பெயருண்டானதற்குக் காரணம்.

ஸ்ரீ அயோத்திக்கு அரசராகிய ஸ்ரீராமர் செங்கோல் செலுத்தி வருங்காலத்தில் யமுனா நதிக் கரையோரத்திலிருந்த ஓர் பிரம்மாண்டமான வனத்தில் மது என்னும் கொடிய இராக்ஷஸன் வதிந்துவந்தான். ஆகவே இந்தவிடத்திற்கு **மதுவனம்** என்று பெயருண்டாயிற்று. அந்தக் கொடிய இராக்ஷதன் இறந்தபிறகு அவனைப்போலவே காதகனாக இருந்த அவன் மகனாகிய **லவனன்** மதோன்மத்தனாகித் தனக்கு ஒப்பும் உயர்வுமான அரசன் கிடையாதென்று பறைசாற்றி வரும்போது இந்தக் கொடிய காதகனுடைய கொட்டத்தை அடக்கிக் குடிகளைப் பாதுகாக்கக்

கருதிய ஸ்ரீ ராமரானவர் தமது தம்பியாகிய சத்துருக்னனை அனுப்ப, அந்த சத்துருக்னனும் வந்து இந்தக் கொடுங்கோலனைக் கொன்று, இவனிருந்த வனத்தை அழித்து, அங்கு மதுபுரி என்னும் பெயரால் ஒரு சிறந்த நகரத்தைக் கட்டிக் கொஞ்சகாலம் ஆண்டு வந்து, அந்த லவனன் தம்பியாகிய ஹரியசுவனுக்குப் பட்டங்கட்டி இராஜ நீதிகளைப் போதித்துத் தருமத்தைக் காட்டி அயோத்திக்குச் சென்றார்.

யாதவர் விவரம்.

இந்த ஹரியசுவன் யாதவகுலத்தைச் சார்ந்தவன். இந்த யாதவர்கள், சூரிய வமிசத்து க்ஷத்திரியர்கள். இந்த வமிசத்தைச் சார்ந்த ஆதிபுருஷனாகிய இக்ஷுவாகினால் மது இராக்ஷதனும், அவனுடைய இரண்டு குமாரர்களாகிய லவனன், ஹரியசுவன் என்பவர்களில் கொடுங்கோலனாகிய லவனனை சத்துருக்னர் கொன்று ஹரியசுவா என்பவனுக்குப் பட்டங்கட்ட, அவன் மதுமதி என்னும் பெண்ணை மனைவியாகக்கொண்டு கடைசி காலத்தில் கோவர்த்தனத்தில் அரசாண்டு வரும்போது, அவன் வயிற்றில் மாதவனும், மாதவன் வயிற்றில் பீமனும் பிறந்து அவன் மதுராபுரிக்கு அரசனானான். அவன் வயிற்றில் அநந்தகனும், அவன் வயிற்றில் ரேவதியும், அவன் வயிற்றில் விசுவகர்மனும், அவன் வயிற்றில் வாசுசூரனும் பிறந்தார்கள். இந்த வாசுசூரன் வயிற்றில் வசுதேவன், பிரதபாண்டு, சுப்பிரபானு என்னும் மூன்று பிள்ளைகள் ஜனித்து, இம்மூவரில் வசுதேவனுக்கும், தேவகிக்கும் ஸ்ரீகிருஷ்ணரும், பிரதபாண்டுவுக்கும் குந்திதேவிக்கும் கர்ணன், உதிஷ்டிரன், பீமன், அர்ஜுனன், முதலானவர்களும் பிறந்தார்கள். சுப்பிரபானுக்கும் தாமகோஷாவுக்கும் சிசுபாலன் பிறந்தான். இதுதான் ஸ்ரீகிருஷ்ணருடைய தந்தை வருக்க வம்ஸவிருக்ஷமென்று பாசுவதம், பாரதம், ஹரிவம்சம், விஷ்ணுபுராணம் முதலான கிரந்தங்களாலும், மதுராபுரியில் செப்பேடு முதலான சிலாசாசனங்களாலும் தெரிய வருகிறதென்று (Mr F.S. Grouse C.S.) மிஸ்டர் கிரவுசி என்னும் பெயருடன் வடமதுரையில் கலெக்டராகவும், டிஸ்டிரிக்ட்டு மாஜிஸ்திரேட்டாகவும் இருந்து அநேக கிரந்தங்களையும் முக்கியமாக மதுரா டிஸ்திரிக்ட்டு மானியூலென்னும் மதுராபுரி வைபவத்தையும் விவரமாக அறிந்து பிரசுரித்த பெரிய புத்தகத்தினால் தெரியவருகிறது. மேலும் அந்தப் புத்தகத்தில் ஸ்ரீ கிருஷ்ணருடைய தாயாருடைய வமிச விருக்ஷத்தையும் விவரமாக எடுத்து எழுதியிருக்கின்றனர்.

அதாவது:- பிரஹஸ்பதியின் மனைவியாகிய தாரையானவள் சந்திரன்மேல் மோகப்பட்டுக் கூடிப் புதனைப் பெற்றதாகவும், அந்த புதன், இளை என்பவளைக் கூடி புரூருவன் பிறந்ததாகவும், புரூருவன் ஊர்வசியோடு கூடி ஆயுரசனும், இவன் வயிற்றில் நஹுஷனும்,

இவன் வயிற்றில் யயாதியும், இவன் வயிற்றில் யாதவனும், இவன் வயிற்றில் விதர்ப்பனும், இவன் வயிற்றில் அண்டகனும், இவன் வயிற்றில் அபிஜித்தனும், இவன் வயிற்றில் போஜன் என்னும் ஆஹுகனும், இவன் வயிற்றில் தேவகன், உக்கிரசேனன் என்னும் இரண்டு குமாரர்களும் பிறந்து, இவர்களில் தேவகனுக்குத் தேவகி என்கிற பெண் பிறந்து வசுதேவருக்குக் கொடுக்கப்பட்டு ஸ்ரீ கிருஷ்ணர் பிறந்ததாகவும், இந்தக் கிருஷ்ணர் விதர்ப்பதேசத்து இராஜனாகிய பீஷ்மகன் குமாரத்தி ருக்மணிதேவியை விவாகஞ் செய்துகொண்டு பிரத்யும்னன் என்னும் குமாரன் பிறந்து ருக்மணி தேவியின் சகோதரன் ருக்மனுடைய குமாரத்திக்கு விவாஹம் செய்ய, அனிருத்தன் பிறந்ததாகவும், இந்த அனிருத்தன் உஷா என்பவளை விவாஹம் செய்து வஜ்ஜிரன் என்பவனைப் பெற்றதாகவும், இந்த வஜ்ஜிரன்தான் ஸ்ரீகிருஷ்ணருக்குப் பிறகு மதுராபுரியை ஆண்டு வந்ததாகவும், ஸ்ரீகிருஷ்ணருடைய பிதாவாகிய வசுதேவர், ரோஹிணி என்னும் மாதை முன் விவாஹம் செய்துகொண்டதில் பலராமனைப் பெற்றதாகவும், முன்சொன்ன ஆஹுகா என்பவன் வயிற்றில் பிறந்த இருவரில் வசுதேவருடைய கிளை இப்படியிருக்க ஷ மற்றொரு மகனாகிய உக்கிரசேனன் மதுராபுரிக்கு அரசனாகி ஆண்டு வரும்போது, அவன் வயிற்றில் கம்சன் என்பவன் பிறந்து, மகததேசத்துக்கரசனாகிய ஜராசந்தன் குமாரத்தி இராஜீவலோசனி என்னும் பெண்ணை விவாஹம் செய்து கொண்டதாகவும், ஆக இவர்கள் யாவரும் ஸ்ரீ கிருஷ்ணருடைய தாயார் சந்ததியாகிய சந்திரவமிசத்து க்ஷத்திரியர்களென்றும், ஷ நூலினால் தெரிய வருகிறது. இந்த யாதவ குலத்தின் வம்ச விருக்ஷத்தின் கிளைகளும், பெயர்களும் தென்தேசத்தில் வழங்கி வரும் திராவிட தெலுங்கு பாரத பாகவதாதி கிரந்தங்களுக்குச் சற்று வித்தியாசப்படுகிறதாக வதந்தி.

ஆனால் மிஸ்டர் கிரவுசி என்பவர் சம்ஸ்கிருத கிரந்தங்களையும் செப்பேடு சிலாசாசனங்களையும் ஆதாரமாகக்கொண்டு தமது நூலை எழுதியிருப்பதால் கூடியவரையில் சரியாக இருக்கலாமென்று நம்புகிறோம்.

இந்த வமிச விருக்ஷத்தைப்பற்றிப் பலர் பலவிதமாகச் சொன்னபோதிலும், யாதவகுலத்திற் சிறந்த போஜராஜனாகிய ஆஹுகனும் இந்த மதுராபுரியைப் பலவருஷங்களாண்ட பிறகு அவன் குமாரனாகிய உக்கிரசேன மகாராஜனும் இந்த மதுராபுரியை ஆண்டு வந்தது பல சரித்திரங்களிலும் பரிஷ்காரமாகிறது.

இந்த உக்கிரசேனனுடைய மகனாகிய கம்சன் காலநேமியே அவதாரமாக வந்தபடியால், சிறுபிராயமாய் இருக்கும்போதே தன்

தந்தையைச் சிங்காதனத்திலிருந்து நீக்கிவிட்டு, தானே அரசனாகிக் கொடுங்கோல் செலுத்தி வர, குடிகள் குய்யோமுறையோவென்று அழுது கடவுளைப் பிரார்த்திக்க, இவன் கொட்டத்தையடக்க வசுதேவருக்கும், அவர் மனைவியும் உக்கிரசேன ராஜனுடைய அண்ணன் குமாரத்தியுமாகிய தேவகிக்கும் எட்டாவது திருக்குமாரன் பிறக்கப்போகிறானென்று ஆகாயவாணி சப்திக்க, அதையறிந்த கம்சன் அப்போது கோவர்த்தனகிரியில் குழந்தையில்லாக் குறையால் தெய்வமேயென்றிருந்த வசுதேவரையும் தேவகியையும் தருவித்துத் தனது கோட்டையின் ஒரு அறையில் போட்டு மூடிக் கடுங்காவலில் வைத்தான். இந்தக் காவலிலிருக்கும்போது தேவகியானவள் ஒவ்வொரு குழந்தையாக ஆறு குழந்தைகள் வரையில் பெற, பெற்றவுடனே அக்குழந்தைகளைக் கம்சனிடம் கொண்டு போக, அந்தப் பாதகன் கொன்றுகொண்டு வர, ஏழாவது கர்ப்பம் தரிக்க அந்தப் பிண்டமானது அற்புதமாக யமுனா நதியின் அக்கரையில் கோகுலத்திலிருக்கும் வசுதேவருடைய மற்றொரு மனைவியாகிய ரோஹிணி வயிற்றிற் புகுந்து பலராமன் என்னும் பிள்ளை பிறந்தான். இக்குழந்தை அற்புத பிண்டமாக மாற்றப்பட்டதினால் இவனுக்கு சங்கர்ஷணன் என்றும் சொல்வதுமுண்டு. இந்த மாதிரியாக ஏழு பிள்ளைகளும் கழிய எட்டாவது கர்ப்பமாகி பரிதாவி ௵ ஆவணி ௴ கிருஷ்ணபக்ஷமி அஷ்டமி ரோஹிணி நக்ஷத்திரம் கூடிய தினத்தில் ஸ்ரீ கிருஷ்ணர் பிறந்தார். இக்குழந்தையானது அபூர்வ ரூபலாவண்ணியமுடையதாக விருந்தபடியால் இதைக் கொடுங்கோலனாகிய கம்சன் காதில் கேட்பதற்குமுன் காணாமல் மறைத்துவிட எண்ணி அந்தக் குழந்தையைக் கைகளில் ஏந்திக்கொண்டு வர, கத்தியும் கையுமாகவிருந்த காவல்காரர்கள் மாயா மயக்கத்தினால் மெய்மறந்து தூங்கவும், கனத்த கதவின் பூட்டுகள் தற்செயலாகத் திறந்துகொள்ளவும் கண்டு சந்தோஷத்தோடு யமுனைக்கரைக்கு வர அப்போது யமுனையானது இருகரைகளும் புரண்டு பிரவாகிக்க, வசுதேவர் அந்தப் பிரவாகத்திலிறங்க, அந்தப் பிரவாக நீர் பாலகிருஷ்ணருடைய பாதத்திற்பட, பிரவாக ஜலமானது பாலகிருஷ்ணர் பிதா போகத்தக்க பாதையைப்போல் விலக, அப்பிதா ஆனந்தத்தால் நடந்து அக்கரையிலிருக்கும் கோகுலம் என்னும் கிராமத்தில் பெரிய குடித்தனக்காரனாகிய நந்தன் வீட்டுக்கு நேராகப் போக, அங்கு அவன் மனைவி அப்போதுதான் ஒரு பெண் பிள்ளையைப் பெற அவ்விடத்தில் பாலகிருஷ்ணனை யாருக்கும் தெரியாமல் போட்டுவிட்டு, அங்கிருந்த பெண் குழந்தையை எடுத்துக்கொண்டு வந்து தன் மனைவியிடம் போட, அந்தப் பெண் வீறிட்டழ, வீரர்களான காவற்காரர் திடுக்கிட்டெழுந்து பார்த்து அப்பெண் குழந்தையை எடுத்துக்கொண்டு போய் படுபாவியாகிய கம்சனிடம் வைக்க அவன் "இதுதான் தன் பிராணனை வாங்க

வந்த பொல்லாப் பிள்ளையென்று பூமியில் வாறியடித்து, வாளால் வெட்டப்போக அந்தப் பெண்குழந்தை வீறிட்டழுது, பீறிட்டெழும்பி பிரபாகரனுலகை நாடிச் சென்று கீழே கம்சனை நோக்கி “அடா கொடியா! உன்னைக் கொல்லப்பிறந்த கிருஷ்ணன் கோகுலத்தில் வளருகிறான். நீ ஏன் துள்ளுகிறாய்” என்று சொல்லித் தான் துர்க்கையாகி மறைந்தாள்.

இந்த வார்த்தையைக் கேட்ட கம்சன் கொடிய கோபபித்தனாய், கோகுலத்திலும் மற்றும் சுற்றுப்பக்கங்களிலும் பிறந்த நூதன குழந்தைகளைக் கொன்றுவிடும்படியும், வசுதேவரையும் தேவகியையும் சிறையை விட்டு விடுதலை செய்யும்படியும் உத்தரவளித்து ஆஸ்தான மண்டபத்துக்கேகினான். அப்போது கோகுலநந்தன், தனது கப்பப் பணத்தைக் கம்சனுக்குக் கட்ட வந்தபோது, வசுதேவர் நந்தனைப் பார்த்து “அடா நந்தா! உனக்குக் கிருஷ்ணன் என்னும் ஆண் குழந்தை பிறந்த சங்கதியைக் கேட்டு சந்தோஷப்படுகிறேன்; ஆனால் கோகுலத்திலிருக்கும் பலராமன் என்னும் எனது குழந்தையையும் உனக்குத் தருகிறேன். நீ வளர்த்துக் கொள்” என்று சொல்ல, அவன் சந்தோஷமாக அங்கீகாரம் செய்து தன் மனைவியாகிய எசோதையிடம் சொல்ல, அவள் கிருஷ்ணனையும் பலராமனையும் பிரியத்தோடு வளர்த்து வந்தனள்.

இப்படி வளர்த்து வரும்போது கம்சனுடைய சதி மோசத்தினால் பூதகி முதலானவர்கள் கிருஷ்ணனைக் கொல்லப் பிரயத்தனப்பட்டும் முடியவில்லை. கிருஷ்ணனுக்கு வயது விருத்தியாக விளையாட்டுகளும் சில சமயங்களில் அதிகமாகி அண்டை அயல் வீட்டுக்காரர்களுக்கும், சிரமேணா கோகுல கிராமத்தாருக்கும் வம்புகள் செய்து வந்ததில், அவர்கள் வந்து முறையிட்டதினாலும், அந்தக் கோகுலத்தில் நந்தகோபனுடைய கோ முதலான கால்நடைகளுக்குப் போதுமான மேய்ச்சல் அகப்படாமையாலும் இடையர் வழக்கப்படி அந்தக் கிராமத்தைவிட்டு அடுத்தக் கிராமமும் மேய்ச்சலதிகமாயுள்ள பிருந்தாவனத்துக்கு நந்தகோபன் தன் மனைவி மக்களோடு குடி வந்துவிட்டார்கள்.

இந்த பிருந்தாவனத்துக்கு வந்தும், கிருஷ்ணன் தனது துடுக்கு விளையாட்டுகளை விட்டவனல்லன். அவ்விடம் தன்னைப் போல் மாடுமேய்க்கும் இடையர் மக்களுக்குத் தலைவனாக நின்று கதம்பமரங்களில் ஏறி விளையாடியும், அங்கு யமுனா தீரத்தில் குளிக்கவரும் ஸ்திரீகளுடைய துணிகளையெல்லாம் எடுத்துக்கொண்டுபோய் மரத்தில் ஒளித்துவைத்தும், வம்புகள் செய்தும், அடுத்திருக்கும் காளிங்க மடுவிலிருக்கும் காளிங்கன் என்னும் பெரிய பாம்பின் மீதில் குதித்து நடித்தும் வருகையில்,

கம்சன் கேட்டு, பகாசுரன், அகாசுரன் முதலானவர்களால் கொல்ல ஏவியும் முடியவில்லை. இப்போது கிருஷ்ணனுக்குப் பன்னிரண்டு வயதாகவே, பாகவத புராணத்தில் கண்டபடி பலவித அற்புதங்கள் செய்துவருவதோடுங்கூட கிருஷ்ணன் வேணுநாதம் வாசிப்பதில் ஒப்புயர்வற்றவனாகவிருந்தபடியால், அந்தப் பிருந்தாவனத்தில் வதிந்துவந்த விராஜ குலத்தின் மாதர்கள் யாவரும் மோகித்து இப்படிப்பட்ட நாயகனை அடைதலே மானவஜாதியின் சிரேஷ்ட சுகமென்று கருதி கிருஷ்ணனோடு வந்து பகலென்றும் இரவென்றும் பாராமல் ராசகிரீடை முதலான நாட்டியங்களையாடி ஆநந்தமடைந்து வந்தனர்

இந்த பிருந்தாவனத்தின் இடையர்கள், தமது பசுக்களைப் பிருந்தாவனத்திலும் சிலசமயங்களில் அதையடுத்த கோவர்த்தனகிரியிலும் மேய்த்து வருவது சகஜமானபடியால், அந்த கோவர்த்தனத்தில் வருஷத்துக் கொருதடவை இந்திரனுக்குப் பொங்கல் வைத்து பூஜை செய்துவருவது வழக்கம். அந்தப் பூஜையை கிருஷ்ணன் தனக்கே செய்யும்படி செய்ததில், இந்திரனுக்கு கோபம் ஜனித்துப் பிரம்மாண்டமான மழை பெய்யும்படி செய்ய ஸ்ரீ கிருஷ்ணன் கோவர்த்தனத்தையே தன் கைவிரலால் தூக்கிக் குடையாகவைத்து, கோ கூட்டங்களை ஆதரித்ததாகப் புராணங்களில் சொல்லப்பட்டிருக்கிறது. இப்படியிருக்க,

கம்சன் இந்தக் கிருஷ்ணனுடையவும், பலராமனுடையவும் விருத்தாந்தங்களையெல்லாம் கேள்விப்பட்டு பயந்து, இவர்கள்தான் வசுதேவனுடைய மக்களென்று தீர்மானித்து, இவர்களையும், வசுதேவனையும் உடனே கொன்றுவிட யோசித்து, தனது சமஸ்தானத்துக்கு வீரர்கள் வேண்டுமென்றும், அவர்கள் தனது வில்லை வளைத்தால் தனது சேனையில் சேர்த்துக் கொள்ளப்படுமென்றும், மோசக்கருத்தாக அக்ரூரனைக்கொண்டு கிருஷ்ணன், பலராமனை மதுராபுரிக்கு அழைப்பிக்க, அவர்களும் வந்து வில்லை வளைத்து அருகில் நின்ற துஷ்டர்களைக் கொல்ல, கம்சன் கோபங்கொண்டு இந்த கிருஷ்ணனையும், பலராமனையும் கொல்லும்படி யானை முதலான தண்டுகளை யேவ, கிருஷ்ணன் இவர்களைக் கொன்று சிங்காதனத்தின் மீதிருந்த கம்சனைக் குடுமியைப் பிடித்திழுத்து கீழே அடித்துக் கொன்று பிரேதமாக்கி யமுனை நதியில் போட்டு அவன் மனைவிகளைக் கூப்பிட்டுக் கருமாதி காரியங்களைச் செய்து வைத்து மதுராபுரியின் பழைய இராஜனாகிய சிறையிலிருக்கிற உக்கிரசேனனுக்குப் பட்டங்கட்டி வைத்தான்.

இத்தியாதிகளைக் கண்ட கம்சனுடைய மனைவிகள் தமது தந்தையாகிய மகததேசத்து இராஜன் ஜராசந்தனிடம் முறையிட,

ஜராசந்தன் உக்கிரசேனன்மீதும் கிருஷ்ணன்மீதும் படையெடுத்து வர, அவன் படையைக் கிருஷ்ணன் கண்டதுண்டமாக்கி ஜராசந்தனையும் சிறையில் வைத்துப் பரிதாபத்தினால் விடுதலை செய்ய, அவன், அவன் பழியைத் தீர்க்கப் பதினேழு தடவை மதுராபுரியின்மேல் படையெடுத்துவந்தும், பதினேழு தடவையும் கிருஷ்ணனால் தோற்கடிக்கப்பட்டான். இப்படித் தோற்கடிக்கப்பட்டாலும், கடைசியாக மதுராபுரியானது ஜராசந்தனுடைய வசமாகி அந்த மதுராபுரியில் உக்கிரசேனன் கட்டிவைத்த கோயிற்கோபுர கட்டடங்களை இடித்துப் பட்டணத்தைப் பாழாக்கி வரும்போது, கிருஷ்ணன் பார்த்து, இனி இரவும் பகலும் இங்குச் சண்டை செய்வதே உத்தமமல்லவென்று யோசித்து, உஜ்ஜயினி பட்டணத்துக்குப் போய் உபநயனம் செய்துகொண்டு சாந்திபினி ரிஷியாகிய காஸியபரிடம் வேதாகம சாஸ்திரங்களைக் கற்று, குச்சுதேசத்துக்கடுத்த கடலோரத்திலிருக்கும் துவாரகைக்கேகி தனக்கிருந்த 16,000 மனைவிகளன்றியில், விதர்ப்ப தேசத்து இராஜனாகிய பீஷ்மருடைய குமாரத்தி ருக்மணியையும் விவாகம் செய்துகொண்டு 1,80,000 மக்களையும் பெற்று பெரிய பாரத யுத்தத்தில் பாண்டவர்களுக்குத் துணையாக நின்று ஜயம் பெற்று, தனது பழைய பகையரசனாகிய ஜராசந்தனுடைய பழியைத் தீர்க்க, அருஜ்ஜுனனையும் பீமனையும் கூட்டிக்கொண்டு போய் மகததேசத்தை மண்ணாக்கி ஜராசந்தனைப் பிடித்துக் கொன்றான். பிறகு கிருஷ்ணர் மதுராபுரிக்கு வரவேயில்லை.

மதுராபுரியில் புத்தமதம் ஸ்தாபித்தது.

அநந்தரம் இந்த மதுராபுரியில் ஜராசந்தனுடைய குமாரனும் குருவமிசத்தாருக்கு நேசனுமாகிய காருணியன் என்னும் சஹதேவன் அரசாண்டு வந்தான். காருணிய ராஜனும், இவன் தந்தை ஜராசந்தனும் புத்தமதத்திற் சிறந்த மகத தேசத்தாராகவும், இவர்களும் புத்த மத பிரச்சாரகர்களாகவும் இருந்தபடியால், அவர்கள் அந்த புத்த மதத்தையே இந்த மதுராபுரியின் ஜனங்களனுஷ்டிக்க வேண்டுமென்று கட்டாயப்படுத்தி பிராமண மதக் கோயில்களை இடித்துத்தள்ளி ஜாதிபேதம், குலபேதம், ஆசாரபேதங்களைக் கண்டித்து, பவுத்தமத ஆசாமங்களையும் மண்டபங்களையும் கட்டுவித்தார்கள். இத்தியாதிகளால் இந்த மதுராபுரி இந்த ஜம்புத்துவீபத்தில் புத்த மதஸ்தர்களுக்குப் பிரதான பட்டணமாகியதால் சீனா தேசத்து யாத்திரைக்காரராகிய (Fa Hain) பாஹெயின் என்பவர் ஆதி புத்தர் இறந்தபிறகு கி.பி.400ம் ௵ இந்த மதுராபுரியை வந்து பார்த்தபோது, இங்கு இருபது பிரம்மாண்டமான புத்த ஆசிரம கட்டடங்களும் 3,000 புத்த சன்னியாசிகளும், ஆறு உயர்ந்த கோபுர கட்டடங்களும் கட்டி, ஆநந்தர், முதுகுலபுத்திரர் அபிதாமன்,

சூதிரன், வீரணையன் முதலான சிரேஷ்ட குருமார்களுக்குப் பிரதிஷ்டை செய்யப்பட்டிருந்ததாகவும் தன் சரித்திரத்தில் எழுதியிருக்கிறதன்றியில் கி.பி.629ம் ஹு (Heven Thsang) ஹெவன் ஸ்தாங் என்னும் யாத்திரைக்காரர் இத்தேசத்தில் பதினாறு வருஷங்கள் வரையிலிருந்தபோது, இந்த மதுராபுரியில் பாஹெயின் குறித்த கட்டடங்கள் யாவும் இருந்தனவென்றும், அசோகமகாராஜன்கூட மூன்று பிரம்மாண்ட ஸ்தூபிகளை இங்குக் கட்டிவைத்திருப்பதாகவும் அப்போது இந்த மதுரா பட்டணம் மாத்திரம் 4 சதுரமைல் சுற்றளவுள்ளதாயிருந்ததாகவும், அப்போது உபகுப்தர், அரஹதர் பதவியைப்பெற்று சிரேஷ்ட குருவாக இருந்தாரென்றும் சரித்திரம் எழுதியிருக்கிறார். இத்தியாதி கட்டடங்களையும் காரியங்களையும் கி.பி.1853ம் ஹு (General Cunningham) கன்னிங்ஹாம் என்பவர் இப்போதிருக்கும் கேசவநாதர் கோயிலுக்குச் சமீபத்தில் வெட்டிப் பார்த்த பொழுது செப்பேடுகளாலும் சிலாசாசனங்களாலும் கி.பி. 1860ம் ஹு மதுராபுரியில் கலெக்டர் கச்சேரி கட்டக் கடைக்காலிட வெட்டியபோதும் அகப்பட்ட சாசனங்களாலும் ஊர்ஜிதமாயிற்று.

இப்படி இந்த மதுராபுரியானது ஜராசந்தனுடைய சந்ததியாரால் 400 வருஷ காலம் ஆளப்பட்டு அவர்களது புத்தமதமும் பிரபலமாகி பிராமண மதம் மதுராபுரியில் முக்காலே மூன்றரை வீசமும் மங்கலடையும்போது காஷ்மீர தேசத்து இராஜனாகிய கோநந்தனன் என்பவன் பிராம்மண மதஸ்தனானபடியால், மதுராபுரியைப் பிடித்து அதைப் பிராம்மண மதமாக்கப் பிரவர்த்தித்தும் முடியவில்லை. பிறகு அவர் குமாரனாகிய தாமோதரனும் படையெடுத்து வந்தும் முடியவில்லை. பிறகு காஷ்மீர தேசத்து ஜயபிதாமகாராஜன் படையெடுத்து வந்து ஜெய்ப்பூர் இராஜ்ஜியத்தை ஸ்தாபித்து அங்கு அச்சேசுவரர் என்னும் பெயரால் மஹாதேவர் கோயிலைக் கட்டி வைத்தான்.

அநந்தரம் இந்த மதுராபுரியில் கானிஷ்கன் என்பவனும் அவனுக்குப் பிற்பாடு அவிசேகனும் பல வருஷங்களாண்ட பிறகு இந்த அவிசேகனுடைய குமாரனாகிய வசுதேவன் ஆண்டான். இந்த வசுதேவன் காலத்தில் அநேக பிராம்மண மதசித்தாந்தமான கோயில்கள் கட்டப்பட்டன. பிறகு பிரமோத மகாராஜன் அரசாண்டு வருங்காலத்தில் புத்த மதஸ்தர்களுக்கும் பிராம்மண மதஸ்தர்களுக்கும் பிரமாத சண்டைகளுண்டாகி இவர்களுக்குப் பிறகு மதுரையிலாண்ட இராஜாக்களுடைய பெயர் முதலானவைகளைக் காட்டும் சரித்திரம் அகப்படவில்லை. சரியான சாசனங்களும் அகப்படவில்லை. ஆயினும் இப்படிப்பட்ட கலககாலத்தில் மகம்மதியர்கள் இதன்மேல் படையெடுத்து வந்தார்கள்.

மதுராபுரி, மகம்மதியர்களாற் கெட்டது.

இந்த மதுராபுரியில் குலச்சந்திரமகாராஜன் ஆண்டு வருங்காலத்தில் கி.பி.1017ம் ஸ்ரீ மகம்மது குஜினி படையெடுத்து வந்து 50,000 ஜனங்களைக் கொன்று கொள்ளையடிக்க, மகமது குஜினி செய்யும் அவமானத்துக்குப் பயந்து குலச்சந்திரன் தன் கத்தியினால் தன் மனைவி மக்களைக் கொன்று தானும் குத்திக்கொண்டிருந்தான்.

அப்போது மகம்மது குஜினி அந்த இராஜாவின் 185 பெரிய யானைகளையும், பொன் முதலிய சொத்துக்களையும் எடுத்துக்கொண்டு மதுராபுரியிலிருந்த ஆயிரக்கணக்கான கோயில்களை இடித்து விக்கிரகங்களையும் விலையுயர்ந்த நகைகளையும் எல்லாங்கூட்டி 30,00,000 ரூபாய் சொத்துக்களோடும், 5,000 இந்து அடிமைகளோடும் தன் தேசம் போனான். பிறகு ஆக்பர் சக்கிரவர்த்தியாகிற வரையில் பலவருஷங்கள் மதுராபுரிக்கே ஹிந்து அரசனற்று சில்லறை மகம்மதியர்களுக்குட்பட்டு இந்துக்கள் பலவித கஷ்டங்களை அனுபவித்து வந்தார்கள். இது விஷயத்தையும் விவரமாகத் தெரிவிக்கும் சரித்திரம் அகப்படவில்லை.

பிறகு கி.பி.1488ம் ஸ்ரீ முதல் 156 ஸ்ரீ வரையில் சுல்தான் சிகந்தர்லோடி மதுராபுரியிலிருந்த இந்துமதக் கோயில்களை எல்லாம் இடித்து இந்துக்கள் சிரார்த்தாதி கர்மங்களுக்கு க்ஷவரம் செய்துகொள்ளாமல் எல்லாரும் தாடி வைக்கவேண்டுமென்று கட்டளை கொடுத்தான். பிறகு 1661ம் ஸ்ரீ மதுரையில் கவர்னராக இருந்த அப்தன் அன்நபி, கம்சனுடைய கோட்டைக்குள் கிருஷ்ணர் ஜனித்த இடத்தில் ஒரு பெரிய மஸ்ஜீதைக் கட்டுவித்து அடுத்த இடங்களை கசாப்புக் கடைகளுக்கு விட்டான். இந்த அப்த அன்நபி காலத்தில் கி.பி.1583ம் ஸ்ரீ ஒரு பிராம்மணன் மகம்மது மதத்தை தூஷித்து மஸ்ஜீது கட்டுவதற்கு வைத்திருந்த கற்களைக்கொண்டு கோவிந்த தேவர் கோயிலைக் கட்டப் பிரயத்தனப்பட்டதில், அந்தப் பிராம்மணனைக் கொன்றுவிட உத்திரவு கொடுக்கவேண்டுமென்று ஆக்பர் பாதுஷாவுக்கு எழுதினான். அந்த உத்தம சக்கரவர்த்தி உத்திரவு கொடுக்கவில்லை. அப்படிக்கிருந்தும், இந்த அப்த அன்நபி அந்த பிராமணனைக் கொன்றதினால் ஆக்பர் பாதுஷா கோபங்கொண்டு அன்று முதல் அவனுடன் பேசவேயில்லை. இதனால் ஆக்பர் பாதுஷாவினுடைய பெரிய ஹிருதயம் இப்படிப்பட்டதென்று பரிஷ்காரப்படுகின்றதல்லவா? ஆ என்ன கம்பீரமான ஹிருதயம்.! இந்த ஆக்பருக்குப் பிறகு சக்கிரவர்த்தியாக வந்த ஜிஹாங்கியரும் கூடியவரையில் மத விஷயத்தில் சற்று சமதரசியாக இருந்தாலும், சாஜஹான் காலத்தில் கி.பி.1636ம் ஸ்ரீ முர்ஷுத் அலிகான் என்பவனுக்கு 2,000 குதிரை வீரரைக் கொடுத்து

மதுராபுரிக்கு அனுப்பி அவ்விடத்தில் தப்பித் தவறியிருந்த இந்து தேவாலயங்களையெல்லாம் இடித்துவிடும்படி கட்டளையிட்ட போதிலும், அரங்கஜீபினால் இந்த மதுராபுரியிலிருந்த இந்து தேவாலயங்கள் யாவும் இடிக்கப்பட்டு இந்தப் பட்டணத்தக்கு இஸ்லமாபூர் அல்லது இஸ்லமாபாது என்று பெயரிடப்பட்டது. இந்தவிடத்தில் அரங்கஜீபின் குமாரனாகிய மகமது சுல்தான் கி.பி.1639ம் ஷூ பிறந்ததன்றியில் கி.பி.1658ம் ஷூ அரங்கஜீபு, மரோத் என்னும் தன் சகோதரனிடம் சண்டையும் செய்தான். இந்தச் சண்டைக்குப் பிறகு கி.பி. 1661ம் ஷூ அப்து அன்நபி என்பவன் இப்போது இந்த மதுராபுரி நகர மத்தியிலிருக்கும் ஜிம்மா மஸ்ஜீதைக் கட்டிவைத்து ஒரு சண்டையில் குண்டு அடிபட்டு இறந்துபோக, சாப்சிக்கந்தருக்குப் பட்டங்கட்டப்பட்டது. இந்த அரசனும் கி.பி.1669ம் ஷூ நீக்கப்பட்டு, அசன் அலிகானுக்கு பவுஜுதார் அதிகாரம் கொடுக்கப்பட்டது. இந்தக் காலத்தில் ஜாத் என்னும் யாதவ குலத்தானான கோகிலராஜன் எழுந்து மகமதியர்களை எதிர்த்துச் சண்டைசெய்து அநேகரைக் கொன்றதன்றியில், அப்து அன்நபியையும் கொல்வதற்குக் காரணனாகவிருந்தான் என்று சந்தேகப்பட்டு இவனை ஷேக்ரஜி உட்டீன் என்பவன் பிடித்துக்கொண்டு போய் ஆக்ராவில் தூக்கில் போட்டுக் கொன்றுவிட்டான். அடுத்த பிப்ரவரி மீ ரம்ஸான் பண்டிகையானபடியால் அப்போது அரங்கஜீபே நேராக மதுராபுரிக்கு வந்து, பந்தலாதேசத்து பீர்சிங்கு தேவர் ஜிஹாங்கர் சக்கிரவர்த்தி காலத்தில் 36 லக்ஷம் ரூபாய் செலவிட்டுக் கட்டியிருந்த கேசவதேவர் கோயிலை இடித்துப் பாழாக்கி, அங்கிருந்த விக்கிரகங்களை ஆக்ராவுக்குக் கொண்டு போய் நபாப் குதசியாபீகம் மஸ்ஜீதுக்குப் படிக்கட்டுகளாகப் போட்டான். இந்த அரங்கஜீபு 1707ம் ஷூ இறந்துபோக மதுராபுரி மறுபடியும் ஜாட்ஸ் என்னும் யாதவ ராஜன் வசமாகியது.

இந்த ஜாத்ஸ் ஜாதியாருக்குத் தலைவனான சூராமணி என்பவன் கள்ளர்க்கதிபதியாக இருந்தபோதிலும் மகா வீரசூரதீரனானபடியால் அரங்கஜீபைத் தடுத்துச் சண்டை செய்ததன்றியில் அரங்கஜீபின் குமாரர்களான அஜாம், மவுஜீம் என்பவர்களோடும் பிரமாத சண்டைகள் செய்து இரண்டு கோட்டைகளைக் கட்டி வைத்ததன்றியில், அம்பர் கோட்டைக்கு அதிபதியாகிய ஜெய்சிங்கு மகாஇராஜனோடும் சண்டைசெய்து அவனுக்குதவியான தனது தம்பியாகிய மதனசிங்கையும் தோற்கடித்தான். பிறகு தனது மகனாகிய முகாம் என்பவனுடைய கோழைத்தனத்தினால் கி.பி.1712ம் ஷூ பயந்து ஓடிப் போக, மதனசிங்கு என்பவன் தாகூர் என்னும் பிருது பட்டத்துடன் மதுரைக்கரசனானான். இந்த மதனசிங்கு தாகூர் மதுராபுரியில் சில பெரிய மாளிகைகளையும், தரும சத்திரங்களையும் கட்டி வைத்துக் குளங்களையும் வெட்டுவித்தான். இவன் கட்டிய பெரிய மாளிகை

யொன்றில் இப்போது தாசீல்தாரர் கச்சேரியிருக்கிறது. பிறகு இந்த மதனசிங்கு தாகூர் தன் குமாரர்களில் பிரதாப்சிங்குக்கு மதுராபுரியும், சுராஜமஹால் என்பவனுக்குப் பரதபூரும் ஆண்டு வரும்படி கொடுத்துத் தான் வானப்பிரஸ்தாச்சிரமத்தை அனுசரித்தான். இந்த சுராஜமஹால் என்பவனுடைய மனைவிகளில் குருமினி, மாலினி என்பவர்கள் சரியான க்ஷத்திரிய ஜாதியைச் சார்ந்தவர்களல்ல என்று இனத்தார் வெறுத்தாலும் 1748ம் ஹூ ரோஹிலர் படையெடுத்து வந்தபோது சக்கிரவர்த்தியாகவிருந்த அஹமத்ஷா என்பவன், இந்த சுராஜமகாலை, சாபத்ஜங்ஹோல்தார் முதலானவர்களோடு சண்டை செய்ய உதவி செய்தான். அப்படி உதவி செய்தும் காஜி உட்டீன் என்னும் அயோத்தியாவின் நபாப் படையெடுத்துவந்து பரதப்பூரைப் பிடித்துக்கொண்டு 1754ம் ஹூ அகமத்ஷா சக்கிரவர்த்தியை சிங்காசனத்திலிருந்து நீக்கி 2வது அல்மகிர் என்பவனைச் சக்கிரவர்த்திப் பட்டத்தைப் பெற உதவி செய்தான். அப்படிச் செய்தாலும், அகமத்ஷா துராணி என்பவன் பந்தாரிலிருந்து பெரிய சேனையோடு வந்து காஜி உட்டீனைத் தோற்கடித்துப் பரதப்பூரைப் பாழாக்கி மதுராபுரியின் குடிகளை மாண்டு சாகும்படி செய்தான். 1759ம் ஹூ 2வது அலிகரைக் கொலை செய்துவிட்டான். இந்தக் காலத்தில் சுராஜமஹால் ஆக்கிராவுக்குப் போய்ப் பிடித்துக்கொண்டாலும், மகம்மதியருடைய விருத்தியை மஹாராஷ்டிரர்களாலும் கண்டிக்கக் கூடாதபடி இருந்தபடியால், ஆக்ராவை விட்டு மதுரைக்கு வரச்சரிப்படவில்லை. இந்தக் காலத்தில் குராணி என்பவன் ஷாஹாலம் என்பவன்தான் சக்ரவர்த்தி பட்டத்துக்குரியவனென்று முடிசூட்டி அலகாபாத்தில் வைக்க, அவன் மகனாகிய மிர்ஜாஜாவான்பாத்து என்பவனை ரோஹிலருடையவும், நஜிபுட்டவுலாவுடையவும் உதவியினால் டில்லியில் அரசாக்ஷி செய்யும்படி நியமித்தான். இப்போது சுராஜமஹாலுக்கு தைரியம் அதிகமாகி பிரான்க் நகர் பவுஜுதாரி அதிகாரம் தனக்கு வேண்டுமென்று கேட்க அது விஷயமாகப் பேசவந்த தானாதிபதியை சுராஜமஹால் தகுந்த மரியாதை செய்யாமல் சதுரங்கமாடிக் கொண்டிருந்தபடியால், மோகலா அனாதரவாகவிருந்த சுராஜமஹாலுடைய தலையை 1704ம் ஹூ வெட்டிக் கொடியாகத் தூக்கிக்கொண்டு போய் அவன் மகனான ஜவாஹிர்சிங்கிடம் காட்டி அவமானப்படுத்தினார்கள். இந்த ஜவாஹிர்சிங்கு இந்த விசனத்தினால் புஷ்கர தடாகத்துக்கு ஸ்நானத்துக்குப் போக அங்கு ஜெயபூர் இராஜா தடுக்க, அங்கு மார்வாடி ஜாதி இராஜா விஜயசிங்கு என்பவன் துணைசேர இருவரையும் ஜயப்பூர் ராஜன் தோற்கடித்து ஆக்ராவுக்கு ஓட்டி அங்கு 1765ம் ஹூ ஜவாஹிர் ராஜாவைக் கொன்றுவிடும்படி செய்துவிட்டான்.

சுராஜமஹால் ராஜனுக்கு, ஜவாஹிர்சிங்கு ரத்தினசிங்கு, நாவல் சிங்கு, இரஞ்சிதசிங்கு என்ற நால்வரும் வேட்டையாடும்போது கண்டெடுத்த ஹரிதேவபக்தர் என்பவனும் கூடி ஐந்து மக்களில் ஜவாஹிர்சிங்கு இறந்துபோக இரத்னசிங்குக்கு மதுராபுரி பட்டம் கட்டப்பட்டது.

அப்போது இரசவாதகாரனாக வேஷம் போட்டுக் கொண்ட ஒருவன், இந்த இராஜனை பிருந்தாவனத்துக்கு அழைத்துப் போய்க் கொன்றுவிட்டான். இப்போதும் பிருந்தாவனத்தில் இந்த இராஜன் கட்டிய மதனமோஹன கோயில் பூர்ணமாகக் கட்டிமுடியாத காரணம் தெரிகிறது. கி.பி.1768ம் ஷு இரஞ்சிதசிங்கின் குமாரனாகிய கேசரிசிங்குக்குப் பட்டம் கட்டப்பட்டாலும், நாவல் சிங்கே இராஜ்ஜியத்தை ஆண்டுவர, பிறகு மஹராஷ்டிரர்களும் முக்கியமாகச் சிந்தியாவும் படையெடுத்துவந்து நியாகானுடைய உதவியினால் கொள்ளையிட்டுக் கோட்டையைப் பிடித்துக் கொண்டார்கள். இந்த மதுராபுரியானது சிந்திய மகாராஜாவுக்குப் பிரதான பட்டணமாகவே, மகம்மதிய சக்கிரவர்த்தியின் தளகர்த்தனான ஜாபிதாகான் குமாரன் குலாம்காதர் என்பவன் இந்த மஹராஷ்டிரருக்கும் மகம்மதிய சக்கிரவர்த்திக்கும் இருக்கும் சிநேகத்தைக் கெடுத்துவிட பல பிரயத்தனங்களைச் செய்தும் மகமதியர்கள் ஒத்துக்கொள்ளாமற் போகவே, அந்தப் பட்டணத்தைத் தாக்கிச் சின்னாபின்னமாக்க, இந்தச் சதிமோசக்காரனுடைய நடவடிக்கை யாருக்கும் பிடிக்கவில்லை. இப்படிப்பட்ட தருணத்தில் குலாம் காதர் ஒருநாள் இராத்திரி குதிரையின்மேல் திருட்டுத்தனமாக வர வழியில் தவறி மதுராபுரியின் ஒரு கிணற்றில் விழ, அதையோர் பிராம்மணன் சிந்தியா மகாராஜனுக்கு அறிவிக்க, அந்த குலாம்காதர் உண்ட வீட்டிற்கு இரண்டகஞ்செய்யப் பட்டவனென்று அவனைக் கழுதை மேலேற்றி அங்கங்களைச் சின்னாபின்னமாகத் துண்டித்து டில்லி சக்கிரவர்த்திக்குக் காட்ட டில்லிக்கு அனுப்பினான். அந்த டில்லி சக்கிரவர்த்தி மகமதியனாகவிருந்தும் குலாம்காதரை அப்படிச் செய்தது சரியான தண்டனையென்று சம்மதித்துக் கொண்டானாம்.

மதுராபுரி இங்கிலீஷ்காரர் வசமானது.

பிறகு, டில்லி சக்கிரவர்த்திக்கும் மஹராஷ்டிரருக்கும் பிரமாத சண்டைகள் நடக்க, பிராஞ்சு தேசத்தானாகிய M.பிரனன் என்பவன் டவுல்தராவ் சிந்தியாவை முறியடித்துப் பிரபலமாக டில்லிச் சக்கிரவர்த்திக்குச் சகாயம்செய்ய, அப்போது அங்கு வர்த்தகம் செய்து கொண்டிருந்த ஆங்கிலேயருடைய உதவியைநாட, அவர்களும் தக்க உதவிசெய்ய, அந்த உதவிக்காக 1803ம் ஷு மதுராபுரி இங்கிலீஷ்காரர் வசமாகி இங்குச் சேனைகள் தங்க கண்டோன்மெண்டைக் கட்டினார்கள்.

அக்காலத்தில் சிந்தியாவைத் தோற்கடிக்க 5000 குதிரைகளோடு உதவிசெய்ய இரஞ்சித சிங்குடனும் ஆக்கிராவில் ஜெனரல் லேக் என்பவரால் சமாதானம் செய்யப்பட்டது.

இந்த 1803ம் ஞூ செப்டம்பர் மீ ஜசவந்தராவ் ஹோல்கார் வந்து மதுராபுரியைப் பிடிக்க அவனையும் துரத்தியடித்ததில் அவன் டில்லியை நாடிச் செல்ல; அக்டர்லோனி, லேக், பிரேசர் முதலானவர்களால் தோற்கடிக்கப்பட்டு, பரதப்பூருக்குப் போய் இரஞ்சிதசிங்கிடம் அடைக்கலம்புக, ஜெனரல் லேக்குக்கும் ரஞ் சிதசிங்குக்கும் பிரமாத சண்டை நடக்க, இரஞ்சிதசிங்கு சேனையில் 3,000 பேர் மடிய, 1850ம் ஞூ மே மீ 4ம் உ சமாதானம் செய்து இருபது லக்ஷம் ரூபாய் கொடுக்கத் தீர்மானிக்கப்பட்டது. அந்த வருஷமே இரஞ்சிதசிங்கு இறந்தான். இவனுக்கு இராதா, பலதேவன், அரிதேவன், இலட்சுமணன் என்ற நான்கு குமாரர்களிருந்தார்கள். இவர்களில் இராதா சிங்காசனம் ஏறி 1822ம் ஞூ இறந்து போக, பலதேவன் வந்தான். அவன் 18 மாதத்தில் இறந்துபோக, சுமார் 6 வயதுள்ள குழந்தையாகிய பலவந்து என்பவனுக்குப் பட்டம் கட்டப்பட்டது. இக்காலத்தில் துர்ஜனலால் என்னும் பந்துவானவன் பட்டம் தனக்குக் கிடைக்கவேண்டுமென்று படையெடுத்துவர, டில்லியிலிருந்து ஸ்ரீ அக்டர்லொனி பெருஞ் சேனையோடு வந்து துர்ஜனலாலைப் பிடித்து அலகாபாத்திற் சிறையில் வைக்கப் பலவந்துராவ் கொஞ்சகாலம் ஆண்டு கி.பி. 1853ம் ஞூ இறந்தான். அதன் மேல் ஜசவந்த சிங்கு என்பவன் 1,974 சதுரமைலும், 6,50,000 ஜனவாசமும், 21,00,000 ரூபாய் வருஷ வரும்படியுமுள்ள நாட்டிற்கு இராஜனாக்கப்பட்டான்.

1804ம் ஞூ சண்டை சச்சரவுகளில்லாமற் போக மதுராபுரியை ஒரு பெரிய ஜில்லாவாகப் பிரிக்கப்பட்டுக் குடிகளுக்கு நன்மை செய்யவேண்டிய முயற்சிகள் செய்துவரும்போது, 1857ம் ஞூ கலக சங்கதியானது அந்த ஞூ மே மீ 14ம் உ மதுரைக்கு எட்ட, அப்போது அங்கு டிஸ்டிரிக்ட்டு கலெக்ட்டராகவிருந்த மிஸ்டர் மார்க்கு தாரனஹில்லும், டிப்டிகலெக்டர் குலாம் உசேன் சாயிபும், உதவிக்காக பரதப்பூருக்குத் தெரிவிக்க, அங்கிருந்த காப்டன் நிகஷிகனு சர்தார் ரத்னசிங்குடனும், பவுஜகாரி கோவர்த்தன் சிங்குடனும் வர அப்போது மதுரா டிஸ்டிரிக்ட் கஜானாவிலிருது ஐந்தரை லக்ஷம் ரூபாயில் நாலரை லக்ஷம் ரூபாயை பந்தோபஸ்த்துக்காக ஆக்ரா கோட்டைக்குக் கொண்டு போக, அப்போது கலகக்காரருடைய தூண்டுதலுக்குட்பட்ட ஒரு சர்தார் வழியில் ஜாடை செய்ய, உடனே மறைவில் ஒளிந்திருந்த கலகக்காரர் துப்பாக்கியினால் திரவியத்தோடு போன லெப்டினெண்டு பால்டனைக் கொன்று கஜானாவைக் கொள்ளையிட்டு எடுத்துக்கொண்டு வந்து மதுரா

மாஜிஸ்திரேட்டு கோர்ட்டுக்கு நெருப்பைவைத்து ரிகார்டுகளை பஸ்மமாக்கி ஜெயிலை உடைத்து அங்கிருந்த கைதிகளைத் துணையாக அழைத்துக்கொண்டு கஜான்ஜியையும் கொன்று கோசிக்குப் போய் அவ்விடமிருந்த போலீஸ் ஸ்டேஷனுக்கும் சுங்கம் ஆபீசுக்கும் நெருப்பு வைத்துத் தாசீல் கச்சேரியையும், கொள்ளையிட்டார்கள். அங்கு அப்போது 150 ரூபாய் தானிருந்தது. குடிகள் இப்போது இங்கிலீஷ் ராஜபக்தியுள்ளவர்களாய் வேண்டிய உதவி செய்ய அவர்களுடைய கிஸ்தியைத் தள்ளியும் கிராமத் தலைவருக்கு ஆள் ஒன்றுக்கு 50 ரூபாயும் இனாமாகக் கொடுக்கப்பட்டது. மிஸ்டர் தாரன்ஸில் என்னும் கலெக்டர் மதுரையில் இலக்ஷ்மிசெந்து சேட்டவர்கள் வீட்டில் அடைக்கலம் புக அவரும் உண்மையான இராஜபக்தியோடு பாதுகாத்தார். இந்தக் காலத்தில் தேவிசிங்கு என்பவனை மதுரைக்கு ராஜனாக்கக் கலகக்காரர் நியமிக்கப் பிரயத்தனப்பட்டாலும், கோர்ட்டார் உதவிச் சேனையானது வந்து தடுத்துவிட்டது.

ஜுலை மீ 6ம் உ மொரார், நிமக்கு முதலான இடங்களின் கலகக்காரர் மதுராபுரியில் பிரவேசித்து அக்கிரமஞ் செய்யப் பிரவர்த்திக்க மிஸ்டர் தாரன்ஸில் ஒரு துலுக்கப் பக்கிரி போல வேஷம் போட்டுக்கொண்டு திலவர்கான் ஜமேதாரோடு ஆக்ராவுக்கு ஓடிப்போகப் புறப்பட, எதிரில் கலகக்காரர் சந்தேகப்பட்டுத் தடுக்க, திலவர்கான் வெகு புத்திசாலித்தனமாகத் தப்புவித்து, ஆக்ராவில் கொண்டுபோய்ச் சேர்த்தான். இந்த இராஜபக்திக்காக இவனுக்குப் பிருந்தாவனத்துக்கருகில் மானிய பூமியும் விடப்பட்டிருக்கிறது. கலகக்காரர் மதுராபுரியில் கொள்ளையிடாதபடி மங்கிலால் சேட்டும், லக்ஷ்மிசெந்து சேட்டும், தகுந்தவர்களைப் போட்டு ஆட்களைத் தயார்படுத்திக் கொள்ளைக்கு இடங்கொடாமல் தடுத்ததன்றியில், தாசீல் மியர் இமாத் அலிகான் சாயபும் கஷ்டப்பட்டுக் கொள்ளைக்கு இடமில்லாமல் தடுத்ததால் அவருக்கு டிப்டி கலெக்டர் வேலை கொடுக்கப்பட்டது.

செப்டம்பர் மீ 26ம் உ கலகக்காரர் டில்லியிலிருந்து திரும்பும்போது மதுரையில் எட்டுநாள் தங்கிக் குடிகளை வருத்தினார்கள். ஆனால் அவர்களில் ஹிராசிங்கு என்பவன் இந்த பிருந்தாவனம் புண்ணிய பூமியானபடியால் இதில் கொள்ளையிடக் கூடாதென்று தடுத்தாலும் சதர்மீன், தாசீல்தார், சிரஸ்தாதாரர் முதலான மனோஹர்லால், வசீர்அலி முதலான உத்தியோகஸ்தர்களைப் பிடித்து அடித்துப் புது ராஜாங்கம் செய்யும்படி செய்ததன்றியில், முலுவிகார்மத் அலியைப் பிடித்துக் கொண்டு போய் மதுரையின் நகர மத்தியிலிருக்கும் ஜம்மா மஸ்ஜீதில் டில்லிச் சக்கிரவர்த்தியின் பிரதிநிதியென்று பட்டமும் கட்டினார்கள். பிறகு பிருந்தாவனத்தில் பணக்கொள்ளை

யிட்டுக்கொண்டு, அத்ராஸ், பார்லி முதலான இடங்களுக்குப் போனார்கள்.

இப்படிப்பட்ட காலத்தில் மிஸ்டர் தாரன்ஹில் ஆக்ராவிலிருந்து பெரிய சேனையைக் கூட்டிக் கொண்டுவர மியா அமீதலியும், சேட்டும் மதுரைக்குத் திரும்பி வந்தார்கள். பிறகு இவர்கள் கோசி முதலான இடங்களுக்குப் போய்க் கலகக்காரரை அடக்கி மியர் இமாது அலிக்கு குண்டு அடிபட்டும் தப்பிப் பிழைத்துக் கொண்டார். அவருக்கு டிப்டி கலெக்டர் வேலையோடு 150 ரூபாய் நன்கொடையும் CSI பட்டமும் கொடுக்கப்பட்டது. இந்தக் கலகக்காலத்தில் சர்க்கார் கஜானாவை சேட்டவர்கள் வீட்டில் பாதுகாக்கப்பட்டது. நவம்பர் மாதத்தில் கலகங்களடங்கினாலும் 1858ம் ௵ ஜுலை மீ எங்கும் சமாதானமாகவே, கஜானா போலீஸ் டவுனுக்குக் கொண்டுவரப்பட்டது.

1859ம் ௵ கவர்னர் ஜனரலவர்களே வந்து தர்பார்கூடி ஹதராஸ் ராஜாவாகிய ராஜகோவிந்து முதலானவர்கள் ராஜபக்தியைக் காட்டியதற்கு மானியங்களும் கொடுக்கப்பட்டன. இப்படி இந்த மதுராபுரி பட்டணம் கொள்ளைக்காரர்களாலும், கொடுங்கோல் மன்னர்களாலும் பட்ட கஷ்டம் கொஞ்சமல்ல, இப்படிப்பட்ட கஷ்டங்களை விவரமாக அறிவிக்கும் சரித்திரங்களும் நமக்கு அகப்படவில்லை. ஆனால் மதுராபுரியில் 17ம் நூற்றாண்டில் ஆண்டுவந்த மகம்மதியர்கள் சரித்திரம் மாத்திரம் சுற்று தெளிவாகத் தெரியவருகின்றது. அதாவது:-

கி.பி.1629ம் வருஷத்தில் மிர்ஜாஈசாதர்கான் மதுராபுரியை ஆண்டு வந்து ஹான்ஸ்கஞ்சு என்னும் ஈசாபூரை யமுனையின் அக்கரையில் ஒரு (கிராமமாக) உண்டாக்கினான்.

கி.பி.1636ம் வருஷத்தில் முர்ஹித்குலிகான் அரசனாகி 2000 குதிரை வீரர்களோடு வந்து இந்து தேவாலயங்களை இடித்து மூர்ஷதபூர் கிராமத்தை யுண்டாக்கினான்.

கி.பி.1639ம் வருஷத்தில் அலிவர்த்திகான் அரசாண்டு வந்து இராஜதுரோகத்தை நாடியதனால் டில்லிக்கு அழைக்கப்பட்டான்.

கி.பி.1642ம் வருஷத்தில் அஜாம்கான்மீர் மகமதுபகீர் அரசாண்டு வந்தான். இவன் இந்து தேவாலயங்களை இடித்து விடவில்லையென்று வரவழைக்கப்பட்டு ஜாவான்பூருக்கு அனுப்பப்பட்டான். இவன் காசிப்பட்டணத்துக்குச் சமீபத்தில் அஜம்கார் கிராமத்தை ஸ்தாபித்து 1648ம் ௵ இறந்தான்.

கி.பி.1645ம் வருஷத்தில் மகிராமத்கான் அரசனாகி மதுரையைக் கெடுத்தார். கி.பி.1658ம் ஹூ அலி வர்த்திகானுடைய குமாரனாகிய ஜாபர்கான் ஆண்டு வந்தார்.

1659ம் ஹூ காசிம்கான் அரசாண்டு வந்து முஷ்டாபாத்துக்கு மாற்றியபோது வழியில் கொல்லப்பட்டான்.

1660ம் ஹூ அப்தல் அன்நபி என்பவன் அரசனாகி ஜிம்மாமஸ்ஜீதைக் கட்டிவைத்தான்.

1668ம் ஹூ சாப்ஷிக்கன்கான் அரசனாகி உட்கலகங்களை யடக்கச் சக்தியற்றுப்போனதினால் வேலையிலிருந்து நீக்கி விடப்பட்டான்.

1669ம் ஹூ அசன் அலிகான் அரசாண்டு வந்தான். இவன் காலத்தில்தான் கேசவதேவன் கோயில் இடிக்கப்பட்டது.

1676ம் ஹூ சுல்தான் டுலிகான் அரசாண்டு குடிகளுக்குப் பலவித வரிகளைப் போட்டுப் பாடுபடுத்தி வந்தான். பிறகு இந்த மதுராபுரி ஆங்கிலேயர் வசமாகி மங்காத புகழ்பெற்ற அவர்கள் செங்கோல் ஸ்தாபிதமாகிறவரையில் குடிகளுக்குச் சரியான உணவும், உறக்கமும், உல்லாசமும் கிடையாது. இடைக்கிடை சில சிற்றரசர்களுக்கும், குறுநில மன்னர்களுக்கும் ஸ்வாதீனமாகிய சொல்லற்கரிய கஷ்ட நிஷ்டூரங்களை அனுபவித்து வந்த குடிகளுக்குக் கடவுளே அடைக்கலம் கொடுத்ததைப்போல 1803ம் ஹூ முதல் ஆங்கிலேயர் பாதுகாப்புக்குள் வந்து இந்தப் பரதகண்டத்தில் புராதன இந்து பட்டணங்களில் ஒன்றாகப் பரிமளித்துப் பிரசித்திபெற்றது.

அங்கிலேயர் அதிகாரத்துக்குட்பட்ட மதுராபுரியின் தற்கால சரித்திரம்.

இப்போது இந்த மதுராபுரியானது வடமேற்கு மாகாணத்தைச் சார்ந்த ஆக்ரா வகுப்பின் ஐந்து மாகாணங்களில் ஒன்றாகி 1,453 சதுரமைல் விஸ்தீரணமும் 6,71,690 ஜனங்களுமுள்ள ஒரு ஜில்லாவாக இருக்கிறது. இதில் பெரும்பான்மையான (6,11,626 குடிகள்) ஹிந்துக்கள்.

1803ம் ஹூ இதன் விஸ்தீரணமும், குடித்தொகையும், அதிகமாக இருந்தது. ஆனால் கிரமமாக அரசாக்ஷி செய்யும்பொருட்டு 1832ம் ஹூ இதை ஒரு இராஜ சைனியந் தங்கும் மத்திய டிஸ்டிரிக்ட்டு ஆக்கி, யமுனாநதியின் வலது பாகத்திலிருக்கும் ஆரின்சு, ஹ்ஹார், கோசிம் யமுனையின் இடதுபக்கத்திலிருக்கும் மாது, நோஹீஜிலி மஹாவனம், அதாபாத் ஜால்சர் என்றும் ஏழு தாலுக்காக்களையும் சேர்க்கப்பட்டது..

1860ம் ௵ மாதையும் நோஹிஜிலையும் 1868ம் ௵ ஆரிங்கையும் ஒன்றாகச் சேர்த்தாலும் ஜில்லாவின் விஸ்தீரணம் மாத்திரம் மாறவில்லை. இந்த மதுராபுரிக்கு அலிகரும், பரதப்பூரும் வெகு சமீபத்திலிருக்கின்றன.

இந்த மதுராபுரியானது பார்வைக்கு மூன்றாம் பிறைச் சந்திரனைப்போலிருக்கும். இதன் கிழக்குப் பாகத்திய பூமிகளுக்கும் நதி, கால்வாய் குளம் முதலான ஜலம் எதேஷ்டமாகப் பாய்வதால் பூமியானது செழிப்புடன் பல வஸ்துக்களைப் பயிர் செய்ய வசதியாக இருக்கிறது. மேற்குப் பாகத்தில் தக்கபடி பயிர் செய்ய வசதியில்லாவிட்டாலும், புராதனமான சாசனங்களை அடக்கிக் கொண்டிருப்பதால் அதுவும் ஓர் விநோதமாயிருக்கிறது. பொதுவாகக் கோதுமை, முதல்தரமான பருத்தி, பருமனுள்ள காய்கறிகள், செழிப்புடன் வளருவதன்றியில், மாங்கனிகள் எதேஷ்டமாக உண்டாகின்றன.

இவ்விடத்திய ஜனங்கள் சதா சாதுக்களாகியும் சொல்வார்த்தை தவறி நடக்காதவர்களாகியும், ஈஸ்வர பக்தியில் அதிக ஈடுபட்டவர்களாகியும், சுந்தர முகமும் சுகுண குணங்களும் உடையவர்களாக இருக்கிறார்கள். இவர்கள் பேசப்பட்ட பாஷை ஹிந்தி. இதில் பெரும்பான்மையாக சம்ஸ்கிருத பதங்களும் பார்சி பதங்களும் கலந்திருக்கின்றன. ஹிந்துக்களில் பெரும்பான்மையோர் பிராமணர்களும், பனியர்களும், தாகூர்களும் சிறுபான்மை யாதவருமாக இருக்கிறார்கள். இந்த யாதவர்கள் பிராமண பிதாவுக்கும், க்ஷத்திரிய மாதாவுக்கும் பிறந்தவர்களாம். இப்போது இவர்களுக்குட் பல வகுப்புக்காரர்களாகிவிட்டார்கள். இவர்களன்றியில் சவுபீஸ் என்ற ஒருவிதமான பண்டாக்கள் 6,000 வீட்டுக்காரர்கள் இருக்கிறார்கள். இவர்கள் யாத்திரைக்காரரை அழைத்துக்கொண்டு போய்ப் புரோகிதம் முதலான வைதீக கருமங்களைச் செய்வித்தும் தேவாலயங்களைக் காட்டியும் துட்டுச் சம்பாதிக்கபட்டவர்கள். இவர்களில் அநேகர் கோடீஸ்வரர்கள். இவர்களன்றியில் அஹிவாசிஸ் என்ற ஒரு வகுப்புப் பிராமணர்களிருக்கிறார்கள். இவர்கள் உப்பு வியாபாரத்தைச் செய்து வருகிறார்கள். தாகூர் என்பவர்கள் அருத்தத்தோடு அதிகாரம் பெற்றவர்கள். இவர்களில் ஒரு தலைவன்தான் இரானா என்ற பெயரைப் பெற்று அரசனானான். பனியர்களுக்குள் அகிரவாலரஸ் என்றும், சேட்டுகளென்றும் இரண்டு பிரிவுகளிருக்கின்றன. இவர்களில் பெரும்பான்மையோர் ஜயின சமயத்தார்கள். சுவேதாம்பரரைச் சார்ந்த பாரிசுவநாதருடைய சீடரில் ஒருவர் சுதர்மா என்னும் பெயரால் இப்போதும் இருக்கிறார். இது நிற்க- இந்த மதுராபுரி ஜில்லாவில் 58,088 மகம்மதியர்களிருந்தாலும் இவர்களில் பிரபல கோடீஸ்வரர்கள் கிடையாது. இப்போது மதுராபுரியில் இந்துக்களில் பிரபல

கோடீஸ்வரர் மனிராம், லக்ஷ்மி செந்தென்பவர்கள். இவர்களுடைய தளாலிகள் இந்தியாவின் பிரபல பட்டணங்களிலெல்லாம் காணலாம். இவர்கள் குவாலியர் ராஜாவினிடத்திற் பொக்கிஷாதிபதியாக இருந்த ஒரு பிராமணர் தமக்குப் புத்திர பந்துமித்திரர்களின்மையால் தமது உண்மையான உத்தியோகஸ்தர்களான இந்த ஜயினர்களான மனிராம், லக்ஷ்மி சந்துக்கு ஆஸ்தியைக் கொடுத்தார். 1886ம் ஹு மனிராம் இறந்துபோக, சொத்துக்கள் யாவும் லக்ஷ்மி சந்து வசமாகியது. இந்த லக்ஷ்மி சந்தும் 1886ம் ஹு இறந்துபோக, அவரது ஒரே குமாரனாகிய இரகுநாததாசுக்கு யாவும் சேர்ந்தது. இவருக்குச் சொத்தைப் பாதுகாக்கும் வகைதெரியாமல், கோவிந்ததாசு இராதகிருஷ்ணர் என்னும் இவரது தாய் மாமன்மார் வசத்தில் விட்டு விருத்தியாக்கப்பட்டது. இவர்கள் ஸ்ரீகோவர்த்தனம் இரங்காசாரியார் ஜயின மதத்திலிருந்து வைணவ மதத்தில் திரும்பப்பட்டவர்கள். 1859ம் ஹு இராதாகிருஷ்ணர் இறந்துபோக சொத்து முழுவதும் கோவிந்ததாசர் வசமாகியது. இவருடைய தரும கைங்கரியங்களுக்கு மெச்சி நமது மஹாராணியவர்கள் 1877ம் ஹு சக்கிரவர்த்தினிப் பட்டம் கட்டிக் கொண்டபோது இவருக்கு நாட்டுப் பட்டம் கட்டப்பட்டது. இவரும் இந்தப் பட்டம் கட்டி 12 மாதங்களுக்குள் இறந்து விட்டார். இவருக்குப் பிறகு இவர், தனது அண்ணன் குமாரர் இரகுநாத தாசு தன் குமாரனான லட்சுமணதாசு என்பவர்களிடம் சொத்தை ஒப்புவைக்க, மங்கிலால், நாராயணதாஸ், ஸ்ரீனிவாசதாஸ் என்னும் மானேஜர்களால் திரவியமானது திருப்திகரமாகப் பரிபாலிக்கப்பட்டு வருகின்றது. இந்தச் சேட்டுக் குடும்பத்தை சார்ந்த ஆதிலட்சுமிசெந்து சேட்டவர்கள் 1857ம் ஹு கலகக் காலத்தில் இங்கிலீஷ் கவர்ன்மெண்டாருக்குச் செய்த உதவிக்காக 3,000 ரூபாய் இனாமும், இராயபஹதர் பட்டமும், ஹு 16,125 ரூபாய் கொடுக்கும் ஜாகீரை தன் காலமளவு அனுபவிக்கவும், தன்பின் சந்ததி பாதி வருமானத்தை யனுபவிக்கவும் கொடுக்கப்பட்டது. இந்தச் சேட்டுக் குடும்பத்தார்கள் ஸ்ரீ வில்லியம் மூவர் அலகாபாத்துக் கலாசாலை கட்டும்போது 2,500 ரூபாயும் 1874ம் ஹு பஞ்சகாலத்தில் 7,100 ரூபாயும் மதுரைக்கும் ஹதராசுக்கும் புகைவண்டிபோட ஒன்றரை லக்ஷம் ரூபாய் பங்கு சேர்ந்து உதவி செய்தும், பிருந்தாவனத்தில் 45 லக்ஷம் ரூபாயில் பெரிய வைணவ கோயிலையும் கட்டிவைத்ததன்றியில், மதுராபுரியிலிருக்கும் அநேக விநோத கட்டடங்களையும், பாலங்களையும், தரும சத்திரங்களையும் கட்டி, மகா தருமவான்களென்று பிரதிஷ்டை பெற்றிருக்கிறார்கள். மேலும் மதுராபுரியில் ரோமன் கத்தோலிக் மிஷன் சங்கத்தார் தங்கள் கோயிலைக் கட்டியபோது 1,100 ரூபாயும் தருமமாகக் கொடுத்தார்கள். இதனால் இவர்கள் மதத்தில் வைணவர்களாயிருந்தாலும் மற்ற மதங்களிலும் நல்ல கருத்துகளிருக்கிறதைக் காணும் சமதரிசிகளென்று சொல்லத் தடையென்ன? இந்த மதுராபுரியில் இந்த சேட்டு

வகுப்பார்கள் கோடீஸ்வரர்களாகி, அநேக தரும சத்திரங்களையும், தரும ஸ்தாபனங்களையும் செய்து, வைணவ மதோத்தராகப் பிரகாசிக்கின்றனர்.

இந்தக் கோடீஸ்வரர்களைப் போன்ற வேறொரு வகை தனகனவான்களும் இந்த மதுராபுரியில் அநேக தரும கட்டடங்களையும், காரியங்களையும் செய்திருக்கிறார்கள். அவர்கள் யாவரெனில் Jat என்னும் யாதவகுலத்தார்களே; இவர்களில் ஆதி பிதாவாகிய மோகனசிங்கு என்பவர் 1860ம் ௵ இராஜபுடானாவிலிருந்து வந்து மதுராபுரிக்கடுத்த ஹதராசியில் குடிபுகுந்தார்.

இவரது முப்பேரனாகிய தாகூர் நந்தாராம் 1696ம் ௵ பறுஜுஜுதாரியாக இருந்து இறந்தார். இவருக்கு 14 குமாரர்கள் இருந்தார்கள். இவர்களில் ஜலகர்னசிங்கும் ஜயசிங்கும், சிரேஷ்டராகிப் பிரகாசித்தார்கள். இவர்களில் ஜலகர்னசிங்கின் பேரனாகிய பகவந்து சிங்கு முரசன மாகாணத்துக்கு முகாமியாகியும், ஜயசிங்கின் பேரனாகிய தாகூர் தயராமசிங்கு ஹதராசுக்கு ராஜாவானார். இங்கிலீஷ்காரர் மதுராபுரியைக் கொண்டபோது, இந்த இரண்டு குறுநில மன்னர்கள் தேசத்திலும் திரவியத்திலும் சிறந்து விளங்கினார்கள். 1817ம் ௵ பிப்ரவரி ௴ 17ம் ௳ இராஜ சுதந்தரத்துக்காகச் சண்டைசெய்ய, தயராமசிங்கு இங்கிலீஷ்காரரை எதிர்க்க இஷ்டமில்லாதிருந்தும் தன் தாசியின் குமாரனாகிய நிக்ஷயராமசிங்கனது புத்தியைக் கேட்டு எதிர்த்ததினால் மேஜர் ஜனரல் மாஷலால் முறியடிக்கப்பட்டுத் தயராம் ஜயப்பூருக்குப் போய் அடைக்கலம் பெற அங்கிலேயரே அந்தத் தயராமுக்கு ௴ 10,000 ரூபா பென்ஷன் கொடுத்து அவன் சொத்தை சண்டைச் செலவுக்கும் வேறு செலவுக்கும் ஜப்தி செய்து எடுத்துக் கொண்டார்கள். இந்தத் தயராம் 1841ம் ௵ இறந்துபோக, இவன் குமாரன் தாகூர் கோவிந்தசிங்கு தன் பிதாவின் சொத்துக்குப் பாத்தியஸ்தனாகி சாஹாகர் என்னும் கிராமத்தின் ஒரு பாகத்தைத் தன் சுவாதீனத்தில் வைத்துக்கொண்டு காலம் போக்கி வரும்போது, 1857ம் ௵ கலகம் அதிகமாகும்போது ஆங்கிலேயர் உண்மையான ராஜபக்தியுடன் ஆங்கிலேயருடன் சேர்ந்து கலகக்காரரை அடித்து இடித்து அவர்கள் வலிமையை ஒடித்து ஓட்டி இங்கிலீஷ் ராஜாங்கத்தாருக்கும் பொதுவாகக் குடிகளுக்கும் அதிகம் கெடுதிகள் வராதபடி உண்மையாக உழைத்து வரவே, கலகக்காரர் பிருந்தாவனத்திலிருந்த இவனுடைய மாளிகையைக் கொள்ளையடித்தும் 30,000 ரூபாய் சொத்துக்களைச் சூறையிட்டுச் செய்யாத கொடுமைகளைச் செய்தும் வந்தார்கள். அவைகளைப் பொருட்டாக எண்ணாமல் இங்கிலீஷ்காரர் பக்கத்தில் உறுதியாக நின்றதற்காக, 1858ம் ௵ ஜுன் ௴ 25ம் ௳ லார்டு கானிங்கு பிரபுவினால் 50,000 ரூபாய் ரொக்கமாயும், பெரிய மானிய பூமிகளும், இராஜா

என்னும் பிருது பட்டமும் கொடுத்து மரியாதை செய்யப்பட்டது. இந்தக் கோவிந்தசிங்கு பரதபூர் சமஸ்தானபதிக்குத் தாய்மாமனாகி சவுதாரிசான்சிங்கு குமாரத்தியாகிய குண்லார் மஹாராணியை விவாகம் செய்ததில், ஒரு ஆண் குழந்தை பிறந்து, 1861ம் ஷு இராஜனும் மகனும் இறந்துபோக, இந்த இராஜனிஷ்டப்படி தன் பிதுர் சந்ததியைச் சேர்ந்த (1863ம் ஷு) ஜனித்த இராஜா ஹரிநாராயண சிங்கை தத்துவாங்கிக் கொள்ள, தயராமசிங்கின் வைப்பாட்டி மகனான நிக்ஷுபராமசிங்கின் மக்களாகிய கேசரிசிங்கு தடுத்து வியாஜ்ஜியம் செய்ய 1872ம் ஷு நவம்பர் மீ ஆக்ரா கோர்ட்டு ஜட்ஜினால் ஷ விவகாரம் ஊர்ஜ்ஜிதப்படுத்தப்பட்டது. மகாராணியவர்களுக்கு 1877ம் வருசம் சக்கிரவர்த்தினிப் பட்டம் கட்டியபோது இந்த ஹரிநாராயண சிங்குக்கு இராஜா பட்டம் பிராணனுள்ள மட்டும் அனுபவிக்கக் கொடுக்கப்பட்டது. இப்போது இந்த இராஜ குமாரனும் தாகூர் மகாராணியம்மாளவர்களும் பிருந்தாவனத்தில் பெரிய மாளிகையில் குடியிருந்து கொண்டு அநேக தருமங்களைச் செய்து வருகிறார்கள். இப்போது மதுரா டிஸ்டிரிக்ட்டில் மகம்மதியர்களிற் கோடீஸ்வரராகவிருப்பவர்களைக் காண்பது அபூர்வம். சடாபாத்திலிருக்கும் லால்கான் குடும்பத்தார்தான் சிரேஷ்டர்களென்று சொல்லலாம். இவர்கள் இராஜபுத்தானாவின் குன்னர் பிரதாபசிங்கின் 11ம் சந்ததியார்கள். இந்தச் சந்ததியாரில் லாலாசிங்கு என்பவனுக்கு அக்பர் சக்ரவர்த்தி **கான்** என்ற பட்டத்தைக் கொடுத்தார். இவனது பேரன் இறிமாதுரயா என்பவன் அரங்கசீபு சக்கிரவர்த்தி காலத்தில் மகம்மது மதத்தை அனுசரித்தான். இவனது ஏழாவது சந்ததி நஹா அலிகான் தன் அண்ணன் குமாரன் டண்டிகானோடு சேர்ந்து பாலந்துபூருக்கு அடுத்த குமானா கோட்டையில் ஆங்கிலேயருக்கு விரோதமாகச் சண்டை செய்ய ஆங்கிலேயர் முறியடித்துப் பிடித்துக்கொண்டார்கள். இவனது குமாரனாகிய மர்க்தனலிகான் தன் சொத்துக்களை ஹுசேன் அலிகானுக்குக் கொடுக்கப் பிள்ளையும், விதந்துவான தாயாரும், 26 கிராமங்களில் வரும் 48,569 ரூபாயை அனுபவித்து வந்தார்கள். இப்போது இந்தக் குடும்பத்தில் புத்திரசந்தானம் இல்லாமையால் அண்ணன் குமாரனை ஸ்ரீகாரம் செய்து கொள்ளப்பட்டு ரிவாப்சபர்ஜி அலிகான் தலைவராக அனுபவித்து வருகிறார். இவர்கள் மதத்தில் மகம்மதியர்களானாலும் ஆதி சந்ததி இந்துக்களானபடியால் குனவார், தாகூர் என்ற பிருதுக்களையும் இன்னும் சில இந்து சமய சடங்குகளையும் அனுசரித்துவந்து, இப்போது இந்தக் குடும்பத்தார் மகம்மது வகுப்பிலொன்றாகிய வஹப்பிகள் மாதிரியாக வசித்து வருகிறார்கள்.

இந்த மூன்று குடும்பத்தாரைவிட மதுரா ஜில்லாவில் வேறு பெரிய குடும்பத்தார் அபூர்வம். இந்த மதுராபுரியில் யமுனா நதியின் ஜலம் பாய்ச்சிப் பயிர் செய்யப் பல சாதனங்களிருந்தும் பூமியானது மேடுபள்ளமுள்ளதாக இருப்பதால் தக்கபடி பயிர்செய்ய வகையற்று அடிக்கடி பஞ்சம் புகுந்து பேதை ஜனங்களைப் படுபாடு படுத்தியதுண்டு. அதாவது 1813-14ம் வருஷமும், 1825-26ம் வருஷமும், 1860-61ம் வருஷமும், 1877ம் வருஷமும் கால மழையில்லாமையால் கடும் பஞ்சங்கள் சம்பவித்துக் கணக்கற்ற பிராணிகளைக் கொன்றுவிட்டன. 1860-61ம் வருஷத்திய பஞ்சத்தில் 2,000 ஜனங்கள் பஞ்சத்தால் இறந்தார்கள். அப்போது 29,528 ரூபாய் செலவில் பஞ்சைகளுக்குப் பாட்டைகள் போடக் கூலி கொடுத்து உதவி செய்யப்பட்டது. குடியானவர்களுக்கு விதைத் தானியத்துக்கு 5,000 ரூபாய் கொடுக்கப்பட்டது.

1877ம் ஹூ சம்பவித்த பஞ்ச காலத்தில் 17,762 ரூபாய் செலவழிக்கப்பட்டு 20,488 பிராணிகள் பாதுகாக்கப்பட்டன. 1879ம் ஹூ பஞ்சத்தில் 42,070 ரூபாய் செலவுசெய்து பஞ்ச பாளயத்தை ஸ்தாபித்து 3,95,824 ஜனங்களைப் போஷிக்கப்பட்டது. இந்தப் பஞ்சத்தின் செலவு குடிகள் 2,990 ரூபாய் தருமமாகவும் முனிசிபாலிட்டியார் 35,000 ரூபாய் கொடுத்து உதவினார்கள். இப்படி அடிக்கடி பஞ்சம் சம்பவியாதபடி மதுராபுரியின் மேற்குப் பாகத்தில் ஆக்ரா வாய்க்கால் ஒன்றை 1874ம் ஹூ வில்லியம் மூவர் துரையவர்களால் ஆரம்பிக்கப்பட்டு 1875ம் ஹூ முடிக்கப்பட்டிருக்கிறது. இந்த இராஜ வாய்க்கால் 140 மைல் நீளமுள்ளதாயும் 2,50,000 ஏக்ரா பூமிகளுக்கு நீர் பாய்ச்சக்கூடியதாயும் 5,80,000 ரூபாய் வரும்படியைக் கொடுக்கக்கூடிய அதாவது நூற்றுக்கு 8 வட்டிக்கட்டிக் கொடுக்கக் கூடியதாயுமிருக்கிறது. இதற்குச் செலவான தொகை 71,00,000 ரூபாயிக்கு மேல் செலவிடப்பட்டது. இந்த வாய்க்காலில் 6,070 கனஅடி ஜலம் ஓடிக் கொண்டிருப்பதால் சிறு படகுகளினால் அக்கரை இக்கரை வியாபாரமும் நடக்கிறது. இந்த மதுரை டிஸ்டிரிக்ட்டுக்குப் பெருத்த உபகாரம்.

அன்றியும் 1875ம் ஹூ அக்டோபர் மீ 19ம் உ மதுரா வழியாக ஈஸ்ட்டு இந்திய புகைவண்டியுடன் 29 1/2 மைல் தூரம் சிற்றிருப்புப்பாதை போடப்பட்டது. இதற்கு மைல் ஒன்றுக்கு ரூ 30,000 ரூபாய் விழுக்காடு 9,55,868 ரூபாய் செலவிடப்பட்டது. இதில் 3,24,100 ரூபாய் உள்ளூர்க்குடிகள் பங்குகளாகக் கொடுத்ததன்றியில் சர்க்காரில் 6,31,768 ரூபாய் கொடுக்கப்பட்டது. இதில் போதுமான லாபம் கிடைக்காதென்று கண்டு பஞ்ச காலத்தில் இராஜபுட்டாணா

ரெயில் பாட்டையில் 5,00,000 ரூபாய் செலவிட்டுச் சேர்க்கப்பட்டது. இதனால் ஏழைகளுக்கு ஜீவனம் கிடைத்தது.

இப்போது இந்த மதுராபுரி ஒரு முனிசிபல் பட்டணம். இந்த முனிசிபாலிட்டியில் ஹ‌ு ஒன்றுக்கு ரூ. 50,000 வசூலாகிறபடியால் இதில் 55,763 இந்துக்கள் குடியிருந்து இங்கிலீஷ் இராஜாங்கத்தால் சகல சுதந்திரங்களைப் பெற்றுச் சுகமாக வாழ்வதால் இது இப்போது இந்த இந்து தேசத்தில் இந்து மதஸ்தர்களுக்குச் சிறந்த இந்து பட்டணமாகப் பிரகாசிக்கிறது. இந்த ஸ்லத்தைப் பற்றி பாகவதம், பாரதம், விஷ்ணுபுராணம், முதலானவைகளில் பிரபலமாகப் பிரஸ்தாபித்திருந்தாலும் வராஹபுராணத்தில் அதிக விசேஷமாகச் சொல்லப்பட்டிருக்கிறது. அந்தப் புராணத்தை அனுசரித்து இப்போது அனுஷ்டானத் திலிருக்கும் மதுராபுரி மஹத்துவம் என்னும் கிரந்தம் எழுதப்பட்டு ஏழைகளும் வாசிக்கும்படியான விலைக்கு விற்கப்படுகிறது. அது 29 அத்தியாயங்களாக வகுக்கப்பட்டு அந்த அத்தியாயங்களில் இந்த மதுராபுரியின் சில தேவாலயங்களையும், இதைச் சுற்றிலும் ஐந்து சிரேஷ்ட பருவதங்களையும், 11 உப பர்வதங்களையும், நான்கு சரோவரங்களையும், 84 திவ்விய மடுக்களையும், 12 தடாகங்களையும், 12 திவ்விய வனங்களையும், 24 உப வனங்களையும், அநேக தீர்த்த கட்டடங்களையும், ஸ்ரீ கிருஷ்ணருடைய லீலா விநோதங்களையும் பற்றிச் சொல்லியிருக்கிறது. மேலும் அந்தப் புராணத்தில் "காசி காஞ்சரம் ஆகிய திவியோதியா துவாரவதியபி, மதுராவந்தி, காசயதா சப்தபுரியோதிரமோக்ஷதா" & c., என்ற சுலோகத்தினால் காசி, காஞ்சி, மாயா, (அரிதுவாரம்) அயோத்தியா, துவாரகை, மதுரை, அவந்திகை, (உஜ்ஜினி) என்று ஏழு நகரங்கள் மோக்ஷத்தைக் கொடுக்கும் திவ்விய தேசங்கள் என்று சொல்லப்பட்டிருப்பதினால் இந்த மதுராபுரியை இந்தப் பரதகண்டத்திலிருக்கும் பல வகுப்பான ஹிந்துக்கள் யாத்திரை செய்துகொண்டு வந்து இந்த மதுராபுரியில் தேவாலயங்களையும், தடாகங்களையும், தீர்த்தங்களையும், வனங்களையும், பர்வதங்களையும் சதா தரிசித்து ஸ்நானம்செய்து வருகிறார்கள். இந்த யாத்திரைக்காரர்கள் இந்த இங்கிலீஷ் கவர்ன்மெண்டின் சமரச செங்கோலினால் பெரும்பாலும் யாதொரு திருடர் முதலான பயங்களற்றும் இதர மதஸ்தர்களுடைய வம்பு வழக்குகளற்றும், தங்கள் சொந்த வீட்டுக்குப் போய் வருவதைப் போல் சுதந்தரம் பெற்றிருப்பதால் இந்த மதுராபுரியில் ஆதியில் மகம்மதியர் முதலானவர்கள் காலத்தில் இடிபட்டுப் போனவைகள் போகத் தப்பித் தவறியிருந்த சில தேவாலயங்களுடன் மத்திய காலத்திலும் இப்போது கட்டப்பட்ட அநேக தேவாலயங்களை தரிசித்து ஆனந்தமடைகின்றனர்.

மதுராபுரியிலிருக்கும் தேவாலயங்கள் முதலியன.

கேசவ தேவர் ஆலயம்.

இந்த பிரம்மாண்டமான கோயில் 1669ம் ஷு அரங்கஜீபினால் இடிக்கப்பட்டதென்று முன்னமே சொல்லியிருக்கிறோமல்லவா? இது மதுராபுரிக்கு மத்தியில் கத்திரி என்னும் கம்சனுடைய கோட்டைக்குள் கட்டப்பட்டிருந்தது. இப்போது இது 104 அடிகள் நீளமும், 653 அடிகள் அகலமுமுள்ள நீண்ட வடிவான கட்டடம். இந்தக் கட்டடத்தின் மத்தியில் 172 அடிகள் நீளமும், 86 அடிகள் அகலமுமுள்ள ஒரு மாடி இருந்தது. அந்த மாடியின் மேல் 60 அடிகள் விஸ்தீரணமுள்ள ஒரு மஸ்ஜீதை மகம்மதியர்கள் 1663ம் ஷு கட்டிவிட்டார்கள். இந்த மஸ்ஜீதுக்குப் பின்பக்கத்திலிருந்த சுவரானது 163 அடிகள் வரையிலிருந்ததாக 1664ம் ஷு யாத்திரை செய்த (Birnier) பெர்னியர் என்னும் யாத்திரைக்காரர் சொல்லியிருக்கிறதன்றியில், 1650ம் ஷு இந்த மதுராபுரியைப் பார்த்த (Tavernier) தாவரினியர் என்னும் யாத்திரைக்காரர் இந்தக் கோயிலானது சுமார் ஐந்தாறு குரோச தூரத்திலிருந்து பார்ப்பவர்களுக்குப் பரிஷ்காரமாகத் தோன்றும் பிரம்மாண்ட உருவமும் உயரமுமுடைய கோயிலென்றும், இந்தக் கோயிலுக்குள் போகவேண்டுமானால் அநேக படிக்கட்டுகள் ஏறிப்போக வேண்டுமென்றும், கட்டடத்தில் இருபக்கங்களில் இரண்டு கோபுரங்களிலிருந்து அவைகளின் மீதேறிப் போக அநேக படிக்கட்டுகளிருந்தனவென்றும், இந்தக் கோயிலுக்கருகில் யமுனையாறும் ஓடிக் கொண்டிருந்தமையால், சுசிகரமாக ஸ்நானம் செய்து கோயிலுக்குட்போக அநுகூலம் இருந்ததென்றும், கோயிலுக்குள் மூலஸ்தானம் பத்துப் பதினைந்து அடிகள் விஸ்தீரணமுள்ளதாக இருந்து அதில் கரும் ஸ்படிகக்கல்லினால் ஸ்ரீ ராமர் விக்கிரகமும், இருபக்கங்களிலும் சீதா லக்ஷ்மணர் விக்கிரகங்களிருந்ததாகவும் சொல்லியிருக்கிறார். மதத் துவேஷத்தினால் மகம்மதியர்கள் கோயிலை இடித்த இடிபாடுகள் இன்றும் பார்க்கலாம். ஆனால் யமுனாநதி இப்போது ஷ கோயிலுக்குச் சுமார் ஒரு மைல் தூரத்தில் ஓடுகிறபடியால் இந்த நதி யாது காரணத்தினால் இவ்வளவு தூரமாக ஓடச் சம்பவதித்ததோ தெரியவில்லை. இது விஷயத்தில் இஞ்சினீயர்களும் வித்தியாசமான அபிப்பிராயம் கொண்டிருக்கிறார்கள் இந்தக் கோயிலை அரங்கஜீபு கொள்ளையடிக்க வருகிற சங்கதியை முன்னாடியாக அறிந்த (Mevar) மீவார் தேசத்துக்கு அதிபதியாகிய இராணாராஜசிங்கர் இதிலிருந்த கேசவதேவர் விக்கிரகத்தையும், நவநீதநாதர் விக்கிரகத்தையும், மதுரநாதர் விக்கிரகத்தையும், துவாரகநாதர் விக்கிரகத்தையும், பாலகிருஷ்ணர் விக்கிரகத்தையும், கோட்டாயிலிருந்த விட்டலநாதர் விக்கிரகத்தையும்,

பிருந்தாவனத்திலிருந்த மோகனநாதர் விக்கிரகத்தையும் கோகுலத்திலிருந்த கோகுலநாதர் விக்கிரகத்தையும், இன்னும் பல விக்கிரகங்களையும் எடுத்துக்கொண்டு போய் உதயபூருக்கு (Udayapur) *22* மைல் தூரத்திலிருந்த பனாசு என்னும் கிராமத்தில் மறைத்துவிட்டார்கள். இவைகளில் கோகுலநாதர், மோஹனநாதர் விக்கிரகங்களை ஜெயபூர் மஹாராஜர் கொண்டுபோய்ப் பல வருஷங்கள் வரையில் தமது நாட்டில் வைத்திருந்து பிறகு மதுராபுரிக்குக் கொண்டுவந்து ஸ்தாபித்ததாகத் தெரியவருகிறது. இப்போது கத்திரா என்னும் கோட்டை மதிலுக்குப் பின்பக்கத்தில் கேசவதேவருடைய நூதன கோயில் கட்டப்பட்டிருக்கிறது. இந்தக் கோயில் மதுராபுரிக்குத் தூரத்திலிருப்பதால் விசேஷ உற்சவ காலங்களிலன்றி சாதாரண காலங்களில் ஏராளமாக ஜனங்கள் வருவதாகக் காணோம். இந்தக் கோயிலின் செலவுக்காக ௵ *1,027* ரூபாய் வருமானத்தைக் கொடுக்கத்தக்க உண்டி (Unde), சட்டா (Chatta) என்கிற கிராமங்கள் விடப்பட்டிருக்கின்றன.

போத்ர குண்டம்.

இந்தக் கேசவதேவர் கோயிலுக்குப் பக்கத்தில் போத்ர குண்டம் என்னும் பிரம்மாண்டமான தெப்பக்குளம் இருக்கிறது. இதைச் சுற்றிலும் பலவித அசோகாதி விருக்ஷங்களினால் காண்பதற்குச் சிறந்த காக்ஷியாக இருக்கிறது. இந்தத் தெப்பக்குளத்தில்தான் ஸ்ரீ கிருஷ்ணர் பிறந்தபோது தேவகியம்மாள் உடுத்திக்கொண்டிருந்த சீலையையும், ஸ்ரீ கிருஷ்ணர் ஜனிப்பதற்குக் கீழே போட்டிருந்த பிரசவ சீலைகளையும் துவைத்து சுத்தியாக்கியதாகச் சொல்லி, இதைப் பரிசுத்த தீர்த்தமாக வணங்கி வருகிறார்கள். இதை *1850*ம் ௵ குவாலியூர் சமஸ்தானாதிபதி ஏராளமாகப் பொருள் செலவழித்துச் செப்பனிட்டிருக்கிறார். இப்போது இதில் அதிக ஜலம் கிடையாது.

காரகிரஹம் அல்லது கிருஷ்ணருடைய ஜனன பூமி.

இந்தத் தெப்பக்குளத்தின் கரையில் அதிக புராதனமான ஒரு கட்டடமிருக்கிறது. இந்த இருள் நிறைந்த கட்டடத்தில்தான் வசுதேவரையும், தேவகியையும் காவலாக அடைக்கப்பட்டு ஸ்ரீ கிருஷ்ணர் பிறந்த ஜன்மபூமியென்று சொல்லுகிறார்கள். இப்போது இந்தக் கட்டடம் சீர்கெட்டுக் கிடக்கிறது. சில பிராமணர்கள் குழந்தை வடிவான ஸ்ரீ கிருஷ்ண விக்கிரகத்தை வைத்து வணங்கி வருகிறார்கள்.

மல்லர்புரம்.

இந்த ஜன்ம பூமிக்குச் சமீபத்தில் (Mullpurum) மல்லர்புரம் என்னும் சிறுகிராமம் இருக்கிறது. இந்தக் கிராமத்தில்தான் கம்சனுடைய வஸ்தவதிகளான சனுரா, முஸ்திகன் என்ற வீரர்கள் குடியிருந்து மதுராபுரியைப் பாதுகாத்து வந்தார்களாம். இதற்குச் சமீபத்தில் (Ḍulkot) டுல்காட்டு என்ற சிறுகிராமம் இருக்கிறது. இங்கு பலபத்திரகுண்டமென்னும் தெப்பக்குளமும், புத்த மதஸ்தர்களுடைய பெரிய கட்டடங்களும், விக்கிரகங்களும் இருந்தன. இப்போது ரெயில்வே இஞ்சினீர் கட்டடமிருக்கிறது.

புத்தீசுவர மஹாதேவர்.

இப்போது இடிந்து கிடக்கிற பலபத்திர குண்டத்தண்டை இந்தக் கோயிலானது இருக்கிறது. இது நூறு வருஷங்களுக்குமுன் மஹாராஷ்டிரரால் கட்டப்பட்டது. ஸ்ரீ கிருஷ்ணர் மதுராபுரியில் ஜனிப்பதற்கு முந்தி இந்த மஹாதேவ புத்தீசுவரர்தான் மதுராபுரிக்கு முக்கிய தெய்வமாக வணங்கப்பட்டவர். அந்தக் காலத்தில் காமா என்னும் கிராமத்திலிருந்த காமேசுவரரும், கோவர்த்தனத்தில் சக்கீசுவரரும், பிருந்தாவனத்தில் கோபேசுவரும், மஹாதேவர்களாக வணங்கப்பட்டு வந்ததன்றியில் இப்போது பலபத்திர குண்டத்தண்டை சிராவணம் உற்சவங்கள் செய்யப்பட்டு வருகின்றன. இப்போது புத்தீசுவர மஹாதேவர் கோயிலானது மதுரைக்கு ஒரு மைலுக்கு அதிகமான தூரத்திலிருப்பதற்குக் காரணம் தெரியவில்லை. இவைகளன்றியில், இந்தப் பலபத்திர குண்டத்துக்கருகில் பலராமர், நரசிங்கர், கணேசர் முதலான சில சிறு கோயில்களுமிருக்கின்றன.

இந்தக் கோயிலுக்குச் சமீபத்தில் (Kojis Baugh) காஜி பாக் என்னும் சிங்காரத் தோட்டமிருக்கிறது. இதற்குள் இந்து சிற்பசாஸ்திரயுக்தமாகக் கட்டப்பட்ட மகமதியர் கோரி சூனார் செங்கற்களாற் கட்டப்பட்டிருக்கிறது.

இவைகளைப் பார்வையிட்டுக்கொண்டு மதில் வழியைவிட்டு டில்லி வழியாக வந்தால் குபஜாகுளம் என்னும் சிறிய கிணறு இருக்கின்றது. இங்கு ஸ்ரீ கிருஷ்ணர் கூனி கன்னிகையாரோடு கைகோர்த்துக் கொண்டு ஆடியவிடமென்று சொல்லுகிறார்கள்.

அங்கிருந்து வலதுபுறமாகப் பிருந்தாவனத்துக்குப் போகும் வழியாக வந்தால் அவ்விடம் அம்பிரிஷி மலைக்கரடும், சஹகஞ் சுசரியும் இருக்கின்றன. இந்தக் கட்டடங்கள் இப்போது இடிந்து கிடக்கின்றன. இந்த வீதிக்கு எதிரில் மகமதியர்கள் மசானமும், ஒரு அழகான சத்திரமும் அலிகானால் கட்டப்பட்டிருக்கின்றன.

இந்த ரோட்டுக்கருகில் சரஸ்வதி சங்கமும், அதற்கருகில் 1849ம் ௵ லக்ஷுமிசந்து சேட்டவர்கள் கட்டிய அழகிய பாலமும் இருக்கின்றன.

மஹாதேவர் கோயில்.

இந்தப் பாலத்துக்கு வலது பாகத்தில் 1850ம் ௵ இலட்சுமணபுரியின் அயோத்திய பிரசாதவர்களாற் கட்டப்பட்ட பெரிதான மஹாதேவர் கோயிலிருக்கின்றது. இந்தக் கட்டடத்தின் முன்பாகத்தின் காக்ஷி அதிக அசங்கியமாக இருக்கிறது. இந்தக் கோயிலுக்கருகில் இராதாகிருஷ்ணரால் ஸ்ரீ கோபாலருடைய கோயில் கட்டப்பட்டிருக்கிறது. இந்தக் கோயிலைச் சுற்றிச் சிங்காரமான பூந்தோட்டம் வெகு ரமணீயமாக இருக்கிறது. இங்குப் பிச்சைக்காரருக்கு சதாவத்து தருமம் செய்துவருகிறார்கள்.

இந்தக் கோயிலுக்கருகில் கைலாசம் என்னும் ஒரு சிறு பர்வதமிருக்கிறது. இந்த மலையடிவாரத்தில் பிரம்மாண்ட உருவமுள்ள கண்களும், காதுகளும், பற்களும், மயிருமுள்ள முகமும், ஒரு கையில் பாத்திரமும், ஒரு கையில் புஷ்பக் கொடியும் கொண்டிருக்கிற இராக்ஷஷ விக்கிரகம் இருக்கிறது. இந்த விக்கிரகம் அதிக புராதனமாகையால் கருங்கற் சித்திர வேலையும் மண்ணாக உதிர்கின்றது. இந்தப் பயங்கர விக்கிரகத்துக்கு இரு பக்கத்திலும் சதிபார்வதி என்னும் ஒன்றரையடி உயரமுள்ள இரண்டு சிறிய விக்கிரகங்களிருக்கின்றன. இந்த விக்கிரகங்களில் ஒன்றுக்கு வலது கை ஒடிந்து விழுந்துவிட்டது. இங்கே கவுதமருடைய சமாதி என்னும் பெயரால் ஒரு உயர்ந்த சமாதி கருங்கல்லினால் கட்டப்பட்டு வணங்கி வருகிறார்கள். இவைகள் யாவும் ஒரு காலத்தில் புத்த மதஸ்தர்களுடைய விக்கிரகங்களாக இருக்கலாமென்று தோன்றுகின்றன.

இங்கிருக்கும் பாலத்துக்கருகில் கார்க்கிசார்கி என்னும் கோயிலிருக்கிறது. இங்கே முன்சொன்ன கோகர்னனுடைய மனைவிமார்களாகிய பெண் தெய்வ விக்கிரகங்களிருக்கின்றன. இந்தக் கோயிலுக்கருகில் சீதலவ, மாசனி என்ற புத்தி தேவிகள் கோயில்களிருக்கின்றன. கைலாச பருவதத்துக்கருகில் அழகான மைதானமிருக்கிறது. இதற்கு ராமலீலா என்ற பெயரிடப்பட்டு தசரா பண்டிகை காலத்தில் பலவித உற்சவங்கள் நடந்து வருகின்றன. இதற்கருகில் 125 அடி விஸ்தீரணமுள்ள சரஸ்வதி குண்டம் இருக்கிறது. இது சோடிலால் முனிலாலவர்களால் 2,735 ரூபாய் செலவழித்துக் கட்டப்பட்டது.

இந்த குண்டத்துக்கருகில் மஹாதேவர் கோயிலிருக்கிறது. இந்த விக்கிரகத்தைப் பஞ்சபாண்டவர்கள் ஸ்தாபித்ததாகச் சொல்லுகிறார்கள். இதைச் சுமார் நூறு வருஷங்களுக்குமுன் பெஷ்வா மஹராஜா துருஸ்து செய்திருக்கிறார். இது சுமார் 40

அல்லது 50 படிக்கட்டுகளுள்ள ஒரு சிறு மலைக்குன்றத்தின் மீது கட்டப்பட்டிருக்கிறது. இதற்குக் கீழ்பாகத்திலிருக்கும் பயங்கரவனத்தில் மாயாதேவி கோயில் கட்டப்பட்டுச் சித்திரை, வைகாசி மாதங்களில் விசேஷ உற்சவங்கள் கொண்டாடப்பட்டு வருகின்றன. இதுவும் புத்த விக்கிரகமாகத்தான் தோன்றுகிறது. இந்தச் சரஸ்வதி சங்கமத்துக்கு அருகில் ஜெயசிங்கபரகார் இருக்கிறது. இதற்கருகில் மஹாவுத்திய மலையுமிருக்கிறது. இதற்கருகிலிருக்கும் மங்கிலால் சேட்டு தோட்டத்தில் அநேக புத்த விக்கிரகங்களும், ஸ்தாம்பாதி கட்டட கற்களும் கண்டு எடுக்கப்பட்டபடியால் இந்தக் கிராமமும் ஒருகாலத்தில் புத்தருடைய இடமென்று தோன்றுகிறது.

இதற்கருகில் அனேக திவ்விய தீர்த்த ஸ்தலங்களிருக்கின்றன. இவற்றில் சிவஸ்தலம் என்பது சிரேஷ்டமானது. இது ப எழுத்துப் போன்ற வடிவாகப் பார்வைக்கு விநோதமான படிக்கட்டுகளோடு கட்டப்பட்ட கட்டடமாக இருக்கிறது. இந்தக் கட்டடம் இராஜபட்டினமால் பகதுராவர்களால் ஏராளமான பொருள் செலவழித்துச் சிற்பாலங்காரமான கோயில்களைக் கட்டி வைத்ததன்றியில் தான் குடியிருக்க ஓரழகிய மந்திரத்தையும் கட்டியிருக்கிறார். இந்த ஸ்தலத்தில் அச்சலேசுவர் என்னும் விக்கிரகமிருக்கிறது. இந்த ஆலயத்தைக் கட்டிவைத்த ராஜா சாப்பாட்டையும் விரும்பாமற் கிட்ட இருந்து கட்டினமையாற் காலையில் சாப்பாடில்லாமல் இருவர் பெயரைச் சொன்னால் அன்று போஜனம் அகப்படாதென்று சொல்லுகிறார்கள். இப்படி இந்த மதுராபுரிக்கு மத்தியிலிருக்கும் கத்ரா என்னும் மதிலுக்குக் கிழக்கே போகும் விசாலமான ரோட்டில் நடந்து வந்தால் அநேக கல்தச்சர்கள் வீடுகளும், பழைய கொத்தவால் கச்சேரியும் இருக்கின்றதன்றியில், ஷாமகமதுஷா அபுதரசீதித்து என்பவரால் கி.பி.1745ம் ஹூ கட்டிய ஒரு பெரிய மஸ்ஜீதிருக்கிறது. அதைப் பார்த்துக்கொண்டு வந்தால் பரதபூர் மஹாராஜருடையவும், புருஷோத்தம கோஷாயிகளுடையவும் விநோதமான கட்டடங்களிருக்கின்றன. இந்த ரஸ்தாவுக்கு எதிரில் பொன்டூன் பாளம் என்னும் பெயரால் ஒரு வாராவதி 1870ம் ஹூ கட்டப்பட்டது. இங்கே இருக்கும் சுங்கச்சாவடியில் ஹூ 40,500 ரூபாய் வசூலாகக் கூடியதாகவிருந்தும், தகுந்த அஸ்திபாரமிட்டு அணை கட்டாமையால் 1871ம் ஹூ ஆகஸ்டு மீ 13ம்வ இடிந்து விழ, 1,15,566 ரூபாய் செலவிட்டுக் கட்டப்பட்டது. இப்போது 4,044 ரூபாய் வசூலாகிறது.

இந்த மதுராபுரியானது யமுனையாற்றின் வடகரையோரம் சுமார் ஒன்றரை மைல் தூரம் வரையில் சுற்றிப் பரவியிருப்பதால் யமுனைக் கரையோரத்திலிருக்கும் கட்டடங்களின் காக்ஷி கம்பீரமாக இருக்கிறது. யமுனையின் கரையிலிருந்து பார்த்தால்

கம்சனுடைய புராதனக் கோட்டை தெரிகிறது. இதைப் பற்றி ஸ்தல பராணங்களில் பிரபலமாகச் சொல்லப்பட்டிருந்தாலும், இது ஜயபூர் தேசத்தின் மணிசிங்கு மகாராஜரால் புதிப்பிக்கப் பட்டதென்று சரித்திரத்தினால் வெளியாகிறது. இந்த ராஜன் சிறந்த கோளசாஸ்திரியாகையால் ஜயபூர், காசி, டில்லி, உஜ்ஜயனி, முதலான இடங்களில் நக்ஷத்திர கணிதமண்டபம் கட்டுவித்தார். யமுனையாற்றின் கரை மத்தியில் விஸ்ராந்தி கட்டம் என்னும் பெயராற் பிரம்மாண்டமான படிக்கட்டுகளும், கோயில்களும், மண்டபங்களும் கட்டப்பட்டிருக்கின்றன. ஸ்ரீ கிருஷ்ணர் கம்சனைக் கொன்ற ஆயாசத்தினால் இந்தவிடத்தில் வந்து சற்றுப்படுத்து இளைப்பாறியதாகவும், இந்தவிடத்தில் ஸ்ரீ கிருஷ்ணருடைய சிறந்த கோயிலும், ஸ்படிகக் கற்களால் விசித்திர வேலைபாடுள்ள வளைவான கமான்களும் பார்க்கப்பார்க்க விநோதமாக இருக்கின்றன. இவ்விடத்தில் ஆயிரக்கணக்கான ஜனங்கள் இரவும் பகலும் வந்து ஸ்நானம் செய்து பூஜை செய்கிறார்கள். இந்தக் கட்டத்தில்தான் பெரிய உருவமான ஆமைகளிருக்கின்றன. அவைகளை யாத்திரைக்காரர்கள் போஷித்துவருகிறார்கள். இந்தக் கட்டத்திற்கு அதிக சமீபத்தில் கமஸ்கார் என்னும் பெயரால் சிறு வாய்க்கால் ஓடுகின்றது. இந்த வாய்க்காலில்தான் கம்சனுடைய பிரேதத்தை இழுத்துக் கொண்டு வந்து யமுனைக் கரையில் தகனம் செய்ததாம்.

இந்த விஸ்ராந்த கட்டத்தில்தான் கேசவபட்டரென்ற ஒரு வைணவசிகாமணி, பக்திமாலா முதலான கிரந்தங்களை இயற்றி, தான் தரிசித்த ஸ்தலங்களையெல்லாம் வைணவ ஸ்தலங்களாக்கிக் கடைசியில் அநேக வித்துவான்களை ஜயித்து ஏழு வயதுடைய சைதன்னியரை ஜயிக்கமாட்டாமல் அதே விசனத்தினால் வந்து யோகநிலையில் நின்றதாகவும், பிறகு காஸ்மீர தேசத்துக்குப் போக மகம்மதியர்கள் வந்து இந்த விஸ்நாரந்த கட்டத்தை இடித்துப் பாழாக்கும்போது தாமே சில சீடர்களான பக்தர்களைக் கூட்டிக்கொண்டு வந்து மகம்மதியரைத் துரத்தியடித்து ஜயித்ததாகவும் ஸ்தலபுராணத்தில் சொல்லப்பட்டிருக்கிறது.

இப்போது இந்த விஸ்ராந்த கட்டம் மஹா புண்ணிய தீர்த்த புண்ணிய ஸ்தலமாகக் கொண்டாடப்பட்டு வருகிறது. இந்தக் கட்டத்துக்கு இரு பக்கங்களிலும் பக்கம் ஒன்றுக்கு 12 கட்டங்களாக இருபக்கங்களில் 24 கட்டங்களிருக்கின்றன. வடக்கே இருப்பவைகளுக்கு கணேஷ கட்டம், மானச கட்டம், தாசாசுவமேத கட்டம் (இவைகள் அம்பிரிஷா மருத்துவார்த்தமாகக் கட்டி யிருக்கின்றன.), சக்கிரதீர்த்த கட்டம், ஸ்ரீ கிருஷ்ணகங்கா கட்டம் (இதில் கலியாண ஈசுவரர் சன்னதியுமிருக்கிறது), சோமதீர்த்த கட்டம் (இதை வசுதேவக் கட்டம் என்று சொல்லுவதுமுண்டு), பிரம்மலோக கட்டம், தண்டாபரண

கட்டம், தராபட்டண கட்டம், சங்கமதீர்த்த கட்டம் (அல்லது வைகுண்ட கட்டம்), நவதீர்த்த கட்டம், அரிகுண்ட கட்டம் கட்டப்பட்டிருக்கின்றன.

தெற்கே: அவிமுக கட்டம், திண்டுக் கட்டம் விஸ்ராந்தி கட்டம், பிராககட்டம், கணககட்டம், சூரியகட்டம், சிந்தாமணிகட்டம், துருவகட்டம், ரிஷிகட்டம், மோசஸ்கட்டம், கோடிகட்டம், புத்த கட்டம் கட்டப்பட்டிருக்கின்றன

இந்தக் கட்டங்களில் கணேச கட்டத்தண்டை முதலில் ஸ்நானம் செய்து கும்பிட்டுப் பிறகுதான் மற்றக் கட்டங்களுக்குப் போகிற வாடிக்கை. யோக கட்டத்தண்டை எசோதையின் பெண் சிசுவைக் கம்சன் கொல்லப் போய் அது துர்க்கையாக மாறியதால் இவ்விடத்திற் காளிகோயில் கட்டப்பட்டிருக்கிறது. மேலும் இங்கிருக்கும் இரண்டு மூன்று கட்டங்கள் சிவஸ்தல கட்டங்களானபடியால் இராமேசுவர, மஹாதேவர், பிபாலேசுவர மஹாதேவர், பக்தநாதர், விக்கிரஹங்களை வைத்து அநேகர் வணங்கி வருகிறார்கள். சக்கிர தீர்த்தமானது அம்பரீஷர் மலைக்கருகிலிருக்கிறது. இந்த மலை 60 அல்லது 70 அடிகள் உயரந்தான். இங்கு துருவாசரைக் கண்டித்து அம்பரிஷரைப் பாதுகாக்க மஹாவிஷ்ணுவின் சக்கிரம் விடப்பட்டதாகச் சொல்லி ஒரு கோயில் கட்டப்பட்டிருக்கிறது. சுவாமி கட்டத்தண்டை பாசன்னாவைச் சார்ந்த ரூபாராம் என்பவருடைய பெரிய அழகான மந்திரம் இருக்கிறது. இங்கே பெங்காலிகளுடைய கட்டமென்னும் பெயரால் ஒரு சிறிய கட்டமுமிருக்கிறது. இந்தச் சுவாமிக் கட்டத்தண்டை ஹிராது தேசத்து மகதூம்ஹாவிலாயத் என்னும் மகமது ஞானியாருடைய மஸ்ஜீதும், சில சிறிய கோரிகளும் கட்டப்பட்டிருக்கின்றன. இதனால் இந்துக்களுக்கும் மகம்மதியர்களுக்கும் மனஸ்தாபங்களுண்டாகி ஸ்ரீமான் சேட்டினுடைய ஏஜண்டாகிய விலையதுசேன் சாயிபு 1875ம் ஞூ யாதொரு மதஸ்தர்களுக்கும் மனவருத்தமில்லாமல் அந்தக் கட்டங்களைக் புதுப்பித்து ஒரு பெரிய மினாரெட் என்னும் கோபுரத்தைக் கட்டிக்கொண்டு வரும்போது 1879ம் ஞூ இறந்துவிட்டார். அந்த வேலை முற்றும் முடியவில்லை.

கங்காகிருஷ்ண கட்டத்தில் காலஞ்சீசுவரர் என்னும் பெயரால் பலதேவவியாசர் வெகு விரோதமும் அமைப்பும் அழகுமான சிவஸ்தலத்தைக் கட்டிவைத்திருக்கிறார்.

கண்டாபரண கட்டத்தில் ஒரு பெரிய மணி கட்டப்பட்டிருக்கிறது. இதை ஸ்ரீ கிருஷ்ணர் கார்த்திகை மாதத்திற் தூங்குவதை எழுப்பும் படி கட்டப்பட்டதாகச் சொல்லுகிறார்கள்

தராபத்தன கட்டத்தில் ஒரு காலத்தில் யாரோ ஸ்திரி கங்கைக் கரையிலிருந்து இந்த மதுராபுரிக்குப் படகின் மீதில் வரத் தவறி ஆற்றில் விழ, அவன் பாவம் போக மறுஜன்மத்தில் காசி ராஜாவின் குமாரத்தியாகப் பிறந்து தன்னைப்போலவே நைமிசாரணியத்திலிருந்து வந்த ஒருவன் யமுனையில் விழுந்து பாவம் நீங்க இராஜகுமாரனாகியபடியால் இருவருக்கும் விவாஹமாகி இந்தக் கட்டத்தைப் பெருமைப்படுத்தியதாகச் சொல்லுகிறார்கள்.

துருவ கட்டத்தில் உத்தம்பாதராஜனுடைய குமாரர் துருவன் சிறிய தாயாரால் படுங்கஷ்டங்களைச் சகியாதபடி சுசீலமடைய பல தேசங்களைச் சுற்றி வரச்சே, மரீசி, அத்திரி, ஆங்கீரசர், புலஸ்தியர், புல்லூவதர், வசிஷ்டர் முதலானவர்களாகிய சப்தரிஷிகளின் உத்தரவின்படி இந்த மதுராபுரியைத் தரிசிக்க விஷ்ணுவானவர் பிரத்தியக்ஷமாகி அவரை அழியாத துருவநக்ஷத்திரமாக்கியதாக ஸ்தலபுராணத்தில் சொல்லப்பட்டிருக்கிறது. இந்தத் துருவ கட்டத்துக்குப் பின்பக்கத்தில் தூர்வாசர் கோயிலிருக்கின்றது. இந்தக் கோயில் பூஜாரிகளாகிய தாமோதரதாஸ் சோட்டாலால் என்பவர் நிம்பார்க்கருடைய பிரதம சீடராகிய கேசவபட்டருடைய சந்ததிகளாம். இந்த வகுப்பான வைணவமதஸ்தர்கள் இங்கு அநேகரிருக்கிறார்கள்.

இவர்கள் ஆதி சந்ததி வம்ச விருக்ஷமாவது :- ஆதியில் அம்சாவதாரரும், அவரால் சனகாதியும், அவரால் நாரதரும், அவரால் நிம்பார்க்க சுவாமியும் அவதாரம் செய்தார்களாம். இந்த நிம்பார்க்கசுவாமி (வைணவ) சித்தாந்தத்தை (1) ஸ்ரீநிவாச்சாரியார், (2) பீஸ்வாசாரியார், (3) புருஷோத்தமர், (4) விலாசர், (5) சாரூபர், (6) மஹாதேவர், (7) பலபத்திரர், (8) பதமா, (9) சியாமர், (10) கோபாலர், (11) கிருபாலர், (12) தேவர் ஆகிய இவர்கள் ஆசாரியபுருஷர்களாயும்,

(1) சுந்தரபட்டர், (2) பத்மநாபர், (3) ஸ்ரீராமசந்திரர், (4) வாமனர், (5) ஸ்ரீகிருஷ்ணர், (6) பத்மாசுரர், (7) சரவனர், (8) பூரி, (9) மஹதேவர், (10) சியாமர், (11) கோபாலர், (12) ஸ்ரீபாலர், (13) கோபிநாதர், (14) கேசவர், (15) கங்கலர், (16) கேசவகாஸ்மீரர், (17) ஸ்ரீபகத்தர், (18) ஸ்ரீகேசவபிமானர் ஆகிய இவர்கள் பட்டர்களாயும்,

(1) கிரதாகோஷாயி, (2) வல்லபலாலர், (3) நந்தலாலர், (4) மோஹனலாலா, (5) இராமஜிலாலா, (6) மனுலாலா, (7) முகுந்தலாலா, (8) இராதலாலா, (9) கணியலாலா, (10) தாமோதிரதாஸ் இவர்கள் கோஷாயிகளாயும், இவர்கள் அனைவரும்கூடி அந்த நிம்பார்க்கருடைய குருபர பிரபுக்களென்று தெரிய வருகிறது. இவர்கள்

அருணாமகாரிஷிக்கும் ஜயந்தி தேவிக்கும் ஜனித்தவர்களென்று கேள்வி.

திண்டு கட்டத்தில் ஒரு நாவிதன் பாஞ்சால தேசத்திலிருந்து வந்து தபசு செய்து யமுனையில் மூழ்கப் பிராமணனாகப் பிறந்தானாம்.

அசிகுண்ட கட்டமாவது:- சுமதி என்னும் ஒரு இராஜன் இந்த மதுராபுரிக்கு யாத்திரை செய்துகொண்டு வரவே, வழியிலிறந்து போக அவன் குமாரன் மிகுமதி என்பவன் பட்டத்தைப் பெற, நாரதருடைய சதிமோசக் கருத்தினால் திவ்விய தேசங்களைக் கொள்ளையடித்துத் தகப்பன் கடனைத் தீர்க்கும்படி சொல்ல, அதை அங்கீகரித்துக் கொண்டு இந்த மதுராபுரியைக் கொள்ளையடிக்க வர, அப்போது விஷ்ணுவானவர் கரடி அவதாரமெடுத்து வந்து அசியென்னும் தனது ஆயுதத்தால் இங்கே கொன்றபடியால் அசிகுண்ட கட்டமென்று சொல்லப்படுகிறது. இன்னும் இதே மாதிரியாகவே பல கட்டங்களுக்கும் பலவித காரணங்களைப் பற்றிப் பெயரிடப்பட்டிருக்கின்றன.

இந்தக் கட்டங்களுக்கருகே சதிபுருஷ் என்னும் விநோதமான கட்டடமிருக்கிறது. இது ஜயபூர் சமஸ்தானபதியாகிய ஸ்ரீராஜா பகவான் தாஸவர்களுடைய தாயாரும், ஸ்ரீராஜாபிஹாமால் என்பவருடைய மனைவியின் சமாதியாம். இதை கி.பி.1570ம் ஸு 55 அடிகள் உயரமும் நான்கு அடுக்கு சிங்காசன மண்டபமாய் வெகு விநோத வேலைப்பாடுகளுடன் கட்டப்பட்டிருக்கிறது. மேற்கலசம் அரங்கஜீபு காலத்தில் இடிந்துவிட்டது. இதைத் தற்காலத்து ஜயபூர் ராஜா புதிப்பித்ததால் அவர்களுடைய பூர்வ சந்ததியின் பெயர் பிரகாசிக்கும். இந்தச் சமாதியினால் இந்தக் கட்டம் ஒரு காலத்தில் மசானமாக உபயோகப்படுத்தப்பட்டிருக்க வேண்டுமென்று தோன்றுகிறது. இப்போது அருகில் அநேக சிறிய சமாதிகளும் சத்திரங்களும் கட்டப்பட்டிருக்கின்றன அவைகளில் இரண்டு கி.பி.1581, 1638 வருஷங்களில் கட்டப்பட்டவை. அலங்காரமான சமாதிகள், மற்ற சில சிறிய சமாதிகளை இடித்து 1875ம் ஸு ரஸ்தா போடப்பட்டிருக்கிறதன்றியில் இங்கிருக்கும் சத்திரங்களில் யாத்திரைக்காரர் இறங்கி வாழச் சிறு அறைகளாகத் தடுத்துக் கட்டப்பட்டிருக்கின்றன. இந்தக் கட்டடங்களுக்கும் சதாபஸாருக்கும் இடையில் சுமார் 6,000 குடிகள் வசிக்கப்பட்ட சஹர் இருக்கின்றது. இது மதுராபுரிக்கும் மற்றும் ஆங்கிலேயர் முதலான அன்னிய ஜாதியார்களிருக்கும் பாகத்துக்கும் சம்பந்தப்படாமல் தனியாக இருக்கிறது. இதில் ஸ்ரீ சேட்டவர்களுடைய குடும்பாதிபதி பர்கிஜி என்பவர் ஞாபகார்த்தமாகக் கட்டிய ஜம்னாபாக் என்னும் இரமணீயமான நந்தவனமும் இணையற்ற அலங்காரமுடைய ஆனந்த மண்டபமும்

கட்டப்பட்டிருக்கின்றது. இந்தக் கட்டடத்தின் அழகை எழுதி முடியாது. இது 1837ம் ஹு பஞ்சகாலத்தில் அநேக லக்ஷம் பொன்னைச் செலவழித்துக் கட்டப்பட்டது. இந்தச் சிங்கார நந்தவனத்துக்கருகில் பின்னுமொரு அழகான ஆனந்தவனமிருக்கிறது. இங்கு ஒரு அழகிய மந்திரமும் அதற்கருகிலிருக்கும் வெள்ளை ஸ்படிகக்கல்லில் இங்கிலீஷில் ஞாபகச் சின்னங்கள் செதுக்கப்பட்டிருக்கின்றன. அதாவது மஹாராஜ டவுலதராவ்சிந்தியா அவர்களுடைய சேனைத் தலைவனாகவிருந்து 1804ம் ஹு ஜுலை மீ 20ம் உ இறந்த (Robert Southerland) இராபர்டு சதர்லாண்டு என்பவருடையவும், 1801ம் ஹு அக்டோபர் மீ 14ம் உ இறந்த 3 வயதுடைய அவர் குமாரருடையவும் ஞாபகச் சின்னமாக இந்தத் தோட்டம் உண்டாக்கப்பட்டதாம். இதை நகர மத்தியிற் பார்த்தால் கி.பி.1661ம் ஹு அபத்து அன்நபிகானால் கட்டப்பட்ட ஜம்மா மஸ்ஜீது தெரிகிறது. இந்த மஸ்ஜீதுக்கு 14,50,000 ரூபாய் சாமான்களைக் கொண்டும் 13,00,000 ரூபாய் செலவிட்டும் கட்டப்பட்டது என்று சொல்லுகிறார்கள். கட்டடம் அவ்வளவாகச் சிறந்த கட்டடமல்லாவிட்டாலும் நான்கு பக்கங்களிலும் இருக்கும் மினாரெட்ஸ் என்னும் கோபுரங்கள் கம்பீரமான காக்ஷியாக இருக்கின்றன. இந்தக் கட்டடமும் அருகிலிருக்கும் இன்னும் சில பெரிய கட்டடங்களும் 1803ம் ஹு செப்டம்பர் மீ 24ம் உ கண்ட பூகம்பத்தினால் சேதப்பட்டாலும் மறுபடியும் புதுப்பித்திருக்கிறார்கள். இந்த மஸ்ஜீது கட்டப்பட்ட இடத்திலும் கேசவர் ஆலயம் என்னும் பெயரால் ஒரு பெரிய இந்து ஆலயம் இருந்து அதை மகம்மதியர்கள் இடித்துவிட்டு கசாப்புக் கடைகள் கட்டிவிட்டதாகவும், பிறகு அந்தக் கசாப்புக் கடைகளை வாங்கி இந்த மஸ்ஜிதைக் கட்டியதாகவும் தெரிய வருகிறது. இப்போது சில கசாப்புக் கடைக்காரர்கள் இருக்கிறார்கள்.

இந்த மஸ்ஜீது மதுராபுரியின் சதுரங்க மத்தியிலிருப்பதால் இங்கிருந்து பிருந்தாவனத்துக்கும், பரதபூருக்கும், டிக்கோட்டை முதலானவைகளுக்குப் போக பல புது ரஸ்தாக்கள் 24 அடிகள் அகலமுள்ளவைகளாய் 1843ம் ஹு மிஸ்டர் டெயிலர் (E.E. Taylor) துரையினால் அநேக வீடுகளை விலைக்கு வாங்கி இடித்துப் போடப்பட்டன. இந்தப் புது ரஸ்தாக்கள் போட்டதில் ஸ்ரீ சேட்டவர்களுக்கு ஒரு லக்ஷம் ரூபாய் பெறும்படியான வீடு கட்டடங்கள் நஷ்டம். இப்படிப் போடப்பட்ட ரஸ்தாக்களை மதுராபுரியின் முனிசிபாலிட்டியார் 1857ம் ஹு பரதபூரிலிருந்து 1,38,663 ரூபாய் விலையுள்ள செங்கருங்கற் பலகைகளைத் தருவித்து ரஸ்தாக்களைப் போட்டு அந்தக் கற்களின்பேரில் பலவித சித்திராலங்கார மொக்குகளும் கோலங்களும் போடப்பட்டு நடக்கப்பட்டவர்களுக்கும், வண்டிச் சவாரி செய்யப்பட்டவர்களுக்கும் சுகத்தை யுண்டாக்கி இருக்கிறார்கள். இப்படி நகரத்தின் பிரதான ரோட்டுகளுக்கெல்லாம்

பலகைக் கற்கள் போட்டுப் பசந்து செய்திருப்பதற்கேற்ப அந்தந்த ரஸ்தாக்களின் பக்கங்களிலிருக்கும் வீடுகளும் கணக்கற்ற கோவில்களும் மண்டபங்களும் பிரம்மாண்டமானவைகளாகவும், செங்கருங்கற்களில் விசித்திர விநோத சிற்பாலங்காரமான வேலைப்பாடுகளோடுகூட ஏழடுக்கு எட்டடுக்கு மெத்தைகளோடு பிரகாசிக்கும் நகரத்தின் அழகை என்னென்று எழுதலாம். இப்படி விநோதமாக இருக்கும் அழகிய கட்டடங்களெல்லாம் ஆங்கிலேய ராஜ்யம் மதுராபுரியில் ஸ்தாபித்த சுமார் 80 வருஷ காலங்களில் கட்டப்பட்டதென்று சொல்லலாம். இப்படி கட்டிய நூதன கட்டடங்களில் துவாரதாசர் கோயில் விசேஷமானது. இது வல்லாபாசாரி கோஷாயிகளுடைய பார்வையில் விடப்பட்டு ஸ்ரீமான் சேட்டவர்கள் தம் பெரியோர்களுடைய பெயர்களை நிலைநிறுத்த ஷ 25,000 ரூபாய் வருமானத்தைக் கொடுக்கும் கிராமங்களை விட்டிருக்கிறார்கள். இது குவாலியூர் ராஜாவின் பொக்கிஷாதிபதி பாரிக்ஜி என்பவர் கட்டியது. சிந்தியா மகாராஜாவின் பொக்கிஷாதிபதி கோகுலபதி சிங்கரால் கட்டிய கட்டடமும் ஆச்சரியமும் அலங்காரமுமானது.

இதற்கெதிரில் பரதப்பூர் முதலான ராஜாக்களால் அநேக சிங்கார மந்திரங்களும், மண்டபங்களும் கட்டப்பட்டிருக்கின்றன. இந்த இராஜபாட்டைக்கும் நகரத்துக்கும் மத்தியில் இராஜா பவந்துசிங் அவர்களால் விநோதமான (கேட்) வாசல் செங்கருங்கற்களில் விசித்திராலங்காரமாகக் கட்டப்பட்டிருக்கிறது. அதற்கருகில் ஸ்ரீசேட்டவர்களுடைய வாசாமந்திரம் 10,00,000 ரூபாய் செலவில் சிற்பாலங்காரச் சித்திரக்கூடம்போலக் கட்டியிருக்கிறார்கள். மேலும் சோட்டாபஸார் வீதியில் 1871ம் ஷ தேவசந்துபஹா என்பவரால் கட்டப்பட்ட நூதன கட்டடமும் ஆனந்தத்தைக் கொடுக்கிறது.

இந்த மதுராபுரியைச் சுற்றிலும் மத்தியிலிருப்பதோடு கூட நகரத்துக்குள் பிரவேசிக்க வேண்டுமானால் பிரதான (கேட்) வாசல் வழியாகத்தான் போக வேண்டும். அந்தக் கேட்டுக்கு ஹோலிகேட்டு என்று பெயர். அந்தக் கேட்டின் அலங்கார வாசற்படியை மதுராபுரியில் பல வருஷங்களாக கலெக்டராகவிருந்த (Mr. Bradferd Hardinge) மிஸ்டர் ஆர்டிங்கி அவர்கள் முயற்சியினால் முனிசிபல் சிற்பசாஸ்திரி யாகுப்கானால் பிளான் தயார் செய்து கட்டப்பட்டது. இந்த (கேட்டும்) வாசலும் இதற்குமேல் கட்டப்பட்ட ஸ்தூபிகளின் அழகும் பார்ப்பவர்களுக்கு மாத்திரம் பிரத்தியக்ஷமாகுமேயொழிய எழுத எம்மாலாகாது. இந்தக் கேட்டு வாசலுக்கு மாத்திரம் செலவான ரூபாய் 13,781.

இந்தக் கற்களில் செய்திருக்கும் சித்திர அலங்காரவேலைகளை பார்ப்பவர்களுக்கு இதிற் சிறந்த சிற்பசாஸ்திரிகள் அநேகர்

இருக்கிறார்களென்று நம்பியே தீர வேண்டும். இதற்குத் திருஷ்டாந்தமாக இந்தக் கேட்டுக்கு அருகில் அநேக சித்திர வேலைக்காரர் பித்தளை முதலான உலோகங்களினால் பலவிதப் பிரதமைகளையும் பாத்திரங்களையும் வெகு விநோதமாகச் செய்து விலைக்கு விற்கிறார்கள்.

இது நிற்க, 1870ம் ஹு ஜனவரி மீ 21ம் உ (Sir William Muir) ஸ்ரீ வில்லியம் மூவரவர்களால் 13,000 ரூபாய் செலவில் ஒரு பாடசாலை கட்டி வைக்கப்பட்டது. இந்தத் தொகையில் 2,000 ரூபாய் குடிகளாலும் 3,000 ரூபாய் முனிசிபாலிட்டியிலிருந்தும் 8,000 ரூபாய் கவர்ண்மெண்டிலிருந்தும் கொடுக்கப்பட்டது. கனகதிலா ஸ்தலத்துக்கருகில் ஒரு தரும வைத்தியசாலை கட்டப்பட்டிருக்கிறது. மதுராபுரிக்கும் ரெயில்வே ஸ்டேஷனுக்கும் மத்தியில் இங்கிலீஷ் இராணுவக் குதிரைகள் தங்குவதற்குக் கண்டோன்மெண்டு பார்கஸ்கள் கட்டப்பட்டிருக்கின்றன. இந்த ராவ் கட்டங்களைத் தாண்டிப்போனால் கலெக்டர் கச்சேரி இருக்கிறது. இது கர்னாடக கட்டடமாகவும், டிப்டிகலெக்டர் முதலான பெரிய உத்தியோகஸ்தர்கள் தவிர மற்றவர்கள் தரையின்மேல் மெத்தை, திண்டு துவாசுகளைப் போட்டு உட்கார்ந்துகொண்டு சிறு முக்காலி மேஜைகளில் எழுதி வருகிறார்கள்.

1856ம் ஹு டிசம்பர் மீ (Bishop Dialtry) பிஷப் டிஸ்டிரி என்பவர் முயற்சியினால் இங்கிலீஷ் (English Church) கிறிஸ்து கோயில் ஒன்று கட்டப்பட்டிருக்கிறது. 1874ம் ஹு ஜனவரி மீ 15ம் உ (St. Francis) செண்டு பிரான்சிஸ் என்பவரால் ரோமன் கத்தோலிக்கோயில் கட்டப்பட்டது. அது சற்றேறக்குறைய இந்து சிற்பசாஸ்திரத்தை அனுசரித்துக் கட்டப்பட்டிருக்கிறது. இந்தக் கத்தோலிக் கட்டடத்திற்கு 18,100 ரூபாய் செலவிடப்பட்டது. இந்தச் செலவுக்கு ஸ்ரீ சேட்டவர்களும் ஹாதர்ாஸ் இராஜா அவர்களும் திரவிய உதவி செய்ததன்றியில் கோயில் பிரதிஷ்டை செய்த தினத்தில் அந்தத் தனவான்களும் வந்திருந்து வேடிக்கைப் பார்த்தார்கள்.

1861ம் ஹு மதுரா டிஸ்டிரிக்ட்டு கோர்ட்டும் கட்டப்பட்டு கம்பீரமாக விருக்கிறது.

இந்த கோர்ட்டுக்குச் சமீபத்தில் கோணல் வடிவான தாசில் கச்சேரி இருக்கிறது. இதற்கு அதிக சமீபத்தில் மதுரா கண்காக்ஷி சாலை கட்டப்பட்டிருக்கிறது. இதற்கு 44,000 ரூபாய் செலவிடப்பட்டு ஆச்சரியப்படத்தக்க சிற்பசாஸ்திர சித்திர வேலைகளால் சிங்காரிக்கப்பட்டிருக்கிறது. இந்த கண்காக்ஷி சாலையில் பலவித விநோதப் பொருள்களை வைத்திருக்கிறதன்றியில், புத்த சமயத்தாருடைய பலவித விக்கிரஹங்களைக் கொண்டு வந்து வைத்திருக்கிறார்கள்.

இந்தக் கட்டடங்களன்றியில் மதுராபுரியிலிருந்து ஆக்ராவுக்குப் போகிற வழியில் 13,731 ரூபாய் செலவிட்டு (Hardinge Arch) ஹார்டிங் வாசற்படியும், சோத்தாபஸார் கடைவீதியில் 1870-71ம் ௵ 40,000 ரூபாய் செலவில் தேவசெந்து என்பவர் பெயரால் கட்டிவைக்கப்பட்ட இரர்தாகிருஷ்ணர் கோவிலும், சத்கரமஹால் என்னும் இடத்தில் 65,000 ரூபா செலவிட்டு விஜயராம்போரா என்பவரால் கட்டி வைக்கப்பட்ட விஜயகோவிந்தர் கோவிலும், கம்சன் சங்கார கடைவீதியில் 1,865 குசலராம போரா என்பவரால் 25,000 ரூபா செலவிட்டுக் கட்டிய பல்தேவர் கோயிலும் பார்க்கத் தகுந்தவைகள்.

அன்றியும் லோஹார் என்னுமிடத்தில் விஷ்ணுலால் கத்திரியவர்களால் 10,000 ரூபாய் செலவிட்டுக் கட்டிய பைரவிநாதர் கோயிலில் சர்வர் சுல்தான் என்னும் ஓர் மகமதிய ஞானியின் பெயரால் ஒரு மண்டபம் கட்டப்பட்டு 1650 ஸ்திரி புருஷர் முதலான ஏழைகளுக்குப் பிரசாதம் கொடுக்கப்பட்டு வருகிறது. இதற்குக் கவர்ன்மெண்டில் 350 ரூபாய் கொடுக்கிறார்கள் இந்தக் கோவிலுக்குப் பாஞ்சாலம், சிந்து முதலான ஊர்களிலிருந்து வருஷா௵ 2,00,000 இந்துக்கள், மகமதியர், சீக்கியர் முதலானவர்கள் வந்து தொழுகிறார்கள். மேலும் விசராந்த கட்டத்தில் 1800ம் ௵ பிராணநாத சாஸ்திரிகளால் 25,000 ரூபாய் செலவில் கட்டிய கட்டாசரம கோவிலும் அசிகுண்ட பஸார் வீதியில் 1815ம் ௵ பார்கஜியால் 20,000 ரூபாய் செலவில் கட்டிய துவாரகாதி சேட்டு கோவிலும்,

பலவிந்து சிங்குவால் புதுப்பிக்கப்பட்ட பரதப்பூர் மஹராஜருடைய மாளிகையும்,

1845ம் ௵ 1,00,000 ரூபாய் செலவில் லக்ஷ்மிசந்து சேட்டவர்கள் கட்டிய கட்டமும்,

1859ம் ௵ சாமீ கட்டத்தில் 20,000 ரூபாய் செலவில் அந்தராமசவுரி சேட்டவர்கள் கட்டிய மதனமோஹனர் கோவிலும்,

1830ம் ௵ பாபு கமுதர்பார்தார் ராஜ் சேட்டவர்கள் கட்டிய கேசவர்த்தனநாதர் கோயிலும்,

1850ம் ௵ சக்கிலால் கனியலால் என்பவர்கள் சாமிகட்டத்தண்டை 25,000 ரூபாய் செலவில் கட்டிய கிஹராஜீ கோயிலும்,

1843ம் ௵ நாகர்சசிதிலா என்னுமிடத்தில் குருசயமால், கியானசயா தாசரால் கட்டிய கோவிந்த தேவர் கோயிலும்,

1866ம் ௵ சாமிகட்டத்தண்டை 30,000 ரூபாய் செலவில் கூல்ராஜ, ஜகநாத்சேட்டுகளாற் கட்டிய கோபிநாதர் கோவிலும்,

1820ம் ௵ ஹார்டிங்கு வாசற்படியண்டை 1820ம் ௵ லக்ஷ்மி சந்து சேட்டவர்களின் வேலைக்காரரான பாலா, அஹீர் என்பவர்களால் 50,000 ரூபாய் செலவில் கட்டிய மந்திரமும்,

1818ம் ௵ கிருபராம்போர என்பவரால் கட்டிய மோஹன்ஜின் கோவிலும்,

அசிகுண்ட மஹாலுக்கருகில் தனராஜபோரா அவர்களால் கட்டப்பட்ட மதனமோஹனர் கோவிலும்,

கம்சசங்கார கடைவீதியில் தேவதாசரால் கட்டிய கோவர்த்தனநாதர் கோவிலும்,

பரதபூருக்குப் போகிற வழியிலிருக்கும் காசிராஜா பட்டினமாலவர்களால் கட்டிய தீர்க்கவிஷ்ணு கோவிலும்,

1570ம் ௵ ராஜாபகவான் தாசுவினால் கட்டப்பட்ட பாஸ்பமண்டபமும்,

1652ப் ௵ அப்டுநபிகானவர்களால் கட்டப்பட்ட மஸ்ஜீதும்,

1669ம் ௵ அரங்கஜீபுனால் கேசவ தேவாலயத்தண்டை கட்டிய மஸ்ஜீதும்,

சிற்பசாஸ்திரத்தைச் சிறப்பிக்கும்படியான கோவில்களும் கட்டடங்களுமாக இருக்கிறபடியால் யாத்திரைக்காரர் முக்கியமாகப் பார்க்கத்தக்கவைகள்.

இவைகளன்றி இந்த மதுரா (இந்து) பட்டணத்திலிருக்கும் ஒவ்வொரு இந்து குடும்பவாசியும் தனது வீட்டின் முன் பாகத்தை ஸ்ரீ கிருஷ்ணர் கோவிலாக அமைத்துப் பிரதிதினமும் எட்டுமுறை பூஜைசெய்து சகலரும் தரிசிக்கும்படி இடங் கொடுப்பதன்றியில், உற்சவ காலங்களில் நடக்கும் விசேஷ பூஜைகளுக்கும், வேடிக்கைகளுக்கும் கணக்கேயில்லையென்று தோற்றும். ஆகவே, இந்த மதுராபுரியில் ஒரு வருஷத்தில் நடக்கும் சில விசேஷ உற்சவகாலங்களையும், உற்சவங்களையும் காட்டுவோம்.

(ஏப்ரல் மீ 1ம் உ முதல் 12ம் உ வரையில்)

சித்திரை மீ 8ம் உ மஹாவித்தியாதேவி கோவிலில் விசேஷ உற்சவமும்,

சித்திரை மீ 9ம் உ இராமதேவர் கோவிலில் ஸ்ரீராமநவமியும்,

(ஏப்ரல், மே மாதங்களில்)

வைகாசி மீ 14ம் உ துவாரகதாசர் கோவிலில் நரசிங்கர் லீலையும்,

ஷை மீ பவுர்ணமி தினம் விஸ்ராந்த கட்டத்திலிருந்த வனவிஹார உற்சவமும்,

ஆனி மீ 10ம் உ ஜேத்தசார பண்டிகையும் கோகர்னேசுவரர் மலைமேல் காற்றாடி விடுதலும்,

ஆனி பவுர்ணமி தினம் மதுராபுரியிலிருக்கும் ஸ்திரி புருஷர் சமேதராக யமுனா ஜலத்தைக் கொண்டு வந்து கிருஷ்ணாபிஷேகஞ் செய்தலும்,

(ஜூன், ஜுலை மாதங்களில்)

அசுரசுத்தி 11ல் மதுரா பிருந்தாவன ஜனங்கள் ஸ்ரீகிருஷ்ணருடைய நான்கு மாத தூக்கத்தைக் காக்கப் பல திவ்விய க்ஷேத்திரங்களையும், தீர்த்த கட்டங்களையும் ஸ்திரி புருஷர் சமேதராக 20 கோசம் சுற்றி வருதலும்,

அசுர பவுர்ணமி தினம் காலசுத்தி ஸ்நானம் செய்து குருமாரை வணங்க மலைகளின்பேரிலும், மாடிகளின்பேரிலுமிருந்து மழை எப்போது வருமென்று காற்று வீசும் திசையாலறியும் உற்சவமும், காற்று வடக்கே வீசினால் சுபிக்ஷகாலமாம்.

(ஜுலை, ஆகஸ்டு மாதங்களில்)

சிரவண மீ 3ம் உ பிரத்தீசுவரர் கோயிலண்டை கரடிகுஸ்தி முதலான விளையாட்டுகளை நடித்தல்.

ஷை மீ 5ம் உ பஞ்சதீர்த்தமேலா என்னும் பெயரால் விஸ்ராத கட்டம் ஞானவாவி, கோகர்ணேசுவரர் முதலான திவ்ய தீர்த்த ஸ்தலங்களை ஐந்து நாட்கள் சுற்றி வந்து வணங்குகிறார்கள்.

ஷை மீ 11ம் உ மதுராபுரியைப் பத்துத் தரம் சுற்றிச் சுற்றிப் பூணூலைத் தரித்துக்கொள்ளல்.

சிரவண பவுர்ணமியன்று புத்திரீசுவரர் கோயிலுக்கடுத்த கிராமங்களில் மல்யுத்தங்கள் செய்யல்.

(ஆகஸ்டு, செப்டெம்பர் மாதங்களில்)

புரட்டாசி மீ 8ம் உ ஸ்ரீகிருஷ்ணருடைய ஜன்மதினம்.

மே மீ 11ம் உ மதுவனம், தலவனம், குமுதவனம், முதலான இடங்களுக்கு யாத்திரையும் 15 தினங்கள் வரையில் மதுராபரியைச் சிங்கார கலியாண மண்டபங்களாகக் சிங்காரித்துப் பலவித உற்சவங்கள் நடனங்கள் வேடிக்கைகள் செய்தல்.

ஷ மீ 14ம் உ அநந்தசவுதி என்னும் பெயரால் காலை முதல் மாலை வரையில் ஸ்திரி புருஷர்கள் யமுனாநதியில் நீந்தி விளையாடி ஆனந்தமடைந்து மாலை நூதர வஸ்திராபரண புஷ்ப சந்தனாதிகளை அணிந்து பாண வேடிக்கை செய்யல்.

(செப்டெம்பர் அக்டோபர் மாதங்களில்)

ஐப்பசி மீ 8ம் உ மதுராபுரியைப் பலதடவை சுற்றி வருவதன்றியில் ஸ்ரீ கிருஷ்ணரைப் போலவும் கோபிகளைப் போலவும் விக்கிரகங்களைச் செய்து வைத்து வணங்கி ஸ்திரி புருஷர்கள் கைகோர்த்து ரசக்கிரீடை நடித்தல்.

ஷ மீ 9ம் உ சுமகநாத லீலா என்னும் பெயரால் ஸ்ரீ மஹாவித்தியர் கோயிலண்டை ஸ்ரீ இராம இராவண நாடகமாடி இராவணனுடைய குமாரன் மேகநாதன் இறந்ததைக் கொண்டாடல்.

ஷ மீ 10ம் உ கும்பகர்ணன் லீலா என்னும் பெயரால் கும்பகர்ணன் சாவைப்பற்றிக் கொண்டாடல்.

ஷ மீ 11ம் உ தசார் உற்சவம் என்னும் பெயரால் மேனா மஸ்ஜீதண்டை சிங்கார கொட்டகை கட்டி அங்கு இராமாயண நடனமாடுதல்.

ஷ மீ சுத்த பவுர்ணமி சாரத் புண்ணியம் என்னும் பெயரால் எல்லாக் கோவில்களில் விசேஷ பூஜைகளும் வேடிக்கைகளும் நடத்தல்.

(அக்டோபர், நவம்பர் மாதங்களில்)

கார்த்திகை மீ தீபாவளி, நகரமெங்கும் தீபகோடிகளில் வெளிச்சமும் புது வருஷமும்.

ஷ மீ 3ம் உ கோவர்த்தன உற்சவம்.

கார்த்திகை மீ சுத்தம் பிருந்தாவனத்துக்குப் போகும் வாசலில் ஸ்ரீ கிருஷ்ணர் கம்சனுடைய வண்ணானை அடித்ததாக டோபிமான லீலையைக் கொண்டாடல்.

ஷ மீ 8ம் உ ஆக்ராவுக்குப் போகிறவழியில் கோசரன் என்னும் பெயரால் கோபாலா தோட்டத்தில் கோக்களைப் போஷித்தல்.

ஷ மீ சுத்தம் 9ம் உ அக்ஷயநவமி என்னும் பெயரால் மதுராபுரியை ஸ்திரீ புருஷர்கள் நடுராத்திரியில் சுற்றிவரல்.

ஷ மீ 10ம் உ கம்ஸபாதகமேலா என்னும் பெயரால் கம்சனைப் போல் ஒரு பெரிய பூதத்தைச் செய்துகொண்டு வந்து ஸ்ரீகிருஷ்ணர், பலராமர் வேஷங்களைச் சிறுபையன்கள் இருவருக்குப் போட்டு யானையின் மேலும் குதிரையின் மேலும் கொண்டு வந்து அந்தப் பூதத்தைச் சின்னாபின்னப்படுத்தல்.

ஷ மீ 11ம் உ ஸ்ரீ கிருஷ்ணருடைய நான்கு மாத தூக்கத்திலிருந்து எழுப்பல்.

(ஜனவரி, பிப்ரவரி மாதங்களில்)

மகசுத்தம் 5ம் உ வசந்தபஞ்சமி என்னும் பெயரால் விடியற்காலத்தில் யமுனையில் ஸ்நானம் செய்து எதிர்ப்படும் கோவில்களுக்குப் போய் ஸ்ரீ கிருஷ்ணருடைய கதைகளைக் கீதங்களின் மூலமாகக் கேட்டல்.

(பிப்ரவரி, மார்ச்சு மாதங்களில்)

பால்குணபவுர்ணமியன்று ஹோலி பண்டிகை. இந்த உற்சவத்தில் ஸ்திரி புருஷர்கள் பலவர்ண சாயத்துணிகளைக் கட்டிக்கொண்டு காமவிகாரப் பாடல்களைப் பாடல்.

(மார்ச்சு மீ 13ம் உ முதல் 30ம் உ வரையில்)

கேசவதேவராலயத்தில் ஸ்திரீ புருஷர்கள் கும்பல் கும்பலாகக் கூடிப்பாடி நடித்தல்.

ஸ்திரீ புருஷர்கள் சந்தனபுஷ்ப தாம்பூலங்களோடும் சங்கீதங்களோடும் வீதிகளில் ஆனந்த பரவசமாகி நடித்துக்கொண்டு வந்து அநேக கோயில்களைத் தரிசித்தல்.

இன்னும் அநேக உற்சவங்களுண்டு.

இந்த மதுராபுரியில் வருஷ மாத வார தின உற்சவங்களும் வேடிக்கைகளும் பலவிதமாகக் கொண்டாடி வருவதன்றியில் பின்னும் பல விசேஷ உற்சவங்களுண்டு.

அவையெவையெனில்: இராஜமண்டலம், வனஜாந்திரையோகி உற்சவங்களாம். அதாவது இந்த மதுராபுரியின் மேற்குப் பாகத்தில் யமுனை ஆற்றங்கரையோரமாகச் சுமார் 42 மைல் நீளமும், 30 மைல் அகலமுமுள்ள இடத்தில் கோசி சாட்டா, மாதா, நோஜில், மதுவனம், முதலான கிராமங்களிலும் கோகுலம், பிருந்தாவனம் முதலான இடங்களுக்கு 84 கோசதூரமுள்ள விடங்களிலும் ஸ்ரீ

கிருஷ்ணரும், பலராமரும் தமது மாடுகளை மேய்த்தும், பலவிதமாக லீலைகளை நடத்திவந்த இடங்களென்றும் கொண்டு ஒவ்வொரு மாதமும் ஒவ்வொரு வருஷமும் பல உற்சவங்களைக் கொண்டாடி வருகின்றனர்.

இவ்விடத்தில் யமுனா நதியானது பிரம்மாண்டமும், இரமணீயமுமானதாக இருப்பதால் அதன் ஜலத்தின் அழகும், மணலின் அழகும், கரையின் அழகும், கரையின் மேலிருக்கும் விருக்ஷங்கள் வனங்கள், பருவதங்கள், தடாகங்கள், முதலானவைகளின் அழகும் ஒப்பற்றவைகளாயிருக்கின்றன. இவைகளைச் சாதாரண ஜனங்கள் வந்து பார்த்தபோதிலும் பேரானந்தமடையும்படி செய்யும்போது, ஜகதீசுவரனே சாக்ஷாத் ஸ்ரீ கிருஷ்ணாவதாரம் எடுத்துவந்து லீலைகளைச் செய்ததாக நம்பியிருக்கும் வைணவமத பக்திமான்கள் இந்த விநோதங்களைக் கண்டு வணங்காதிருப்பார்களோ? இந்த வனஜாத்திரையில் முக்கியமாகத் தரிசிக்க வேண்டியவைகளெவையெனில்,

மதுவனம், சுதலவனம், குமுதவனம், பஹுலவனம், கதம்பவனம், கதிரவனம், பிருந்தாவனம், வில்வவனம், லோஹவனம் என்னும் 12 பெரிய வனங்களையும்; கோகுலம், கோவர்த்தனம், வாரசானம், நந்தகிராமம், சங்கேதம், பரமோத்திரம், அரிங்கவனம், சேஷாவனம், மதுவனம், அன்சகிராமம், கெலவனம், ஸ்ரீகுண்டம், காந்தர்வவனம், பாசலிவனம், விலக்குவனம், பக்காவனம், அதியதிரவனம், காரல்வனம், அசோகவனம், பைசியவனம், கோகுலவனம், ததிகிராமம், கட்டவனம், இராவலவனம், முதலான உபவனங்களும் தரிசிக்கவேண்டிய புண்யஸ்தலங்களென்றும், அந்த ஸ்தல புராணத்தில் சொல்லப்பட்டிருக்கிறது. ஆனால் கி.பி.1553ம் ௵ பிரகாசித்த நாராயண பட்டரென்னும் மஹா வைணவ மதாசாரியார் எழுதிய **விரஜாபக்தவிலாசம்** என்னும் கிரந்தத்தில் பரமான்ச சம்ஹிதையின்படி இந்த மதுராபுரியைச் சுற்றிலும் 133 புண்ணிய வனங்களும் இவைகளில் 91 யமுனையின் வடகரையின் மேலும், 42 யமுனையின் இடது கரையின்மேலும் இருக்கிறதாகவும் அவற்றின் பெயர்களைப் பின் வருகிறமாதிரி எழுதியிருக்கின்றனர்.

1 மஹாவனம், காமியவனம், கோகிலவனம், தலவனம், குமதவனம், பாந்தரி வனம், சதாவனம், கதலிவனம், லோஹவனம், பாத்ரவனம், பஹுலவனம் வில்வவனம், பல்லவவனம் என்ற பெரிய வனங்களும்;

2 பிரம்மவனம் அபளாவனம், விவஹலவனம், கதம்பவனம், சுவர்ணவனம், சுராபிவனம், பிரேமவனம், மயூரவனம், மானங்கதிவனம், சேஷசாயிவனம், தாரதவனம், பரமாநந்தவனம் என்னும் 12 உபவனங்களும்,

3 பிரதிவனம், இரங்காவனம், வார்தநவனம் கோலவனம், காமியவனம், அஞ்சனவனம், காமவனம், கிருஷ்ண சிங்காரவனம், கந்தபிரகாசனவனம், இந்திரவனம் சிகிக்ஷாவனம், சாந்திரவதிவனம், லோஹாவனம் என்னும் 12 பிரதி வனங்களும்,

4 மதுரை, இராதாகுண்டம், நந்திகிராமம், கதஸ்தானம், லலிதாகிராமம் விருஷணுவனபுரம், கோகுலம், பலதேவம், கோவர்த்தனம், ஜவாவனம், பிருந்தாவனம், சங்கீதவனம் என்னும் 12ம் ஆதிவனங்களென்றும், இவைகளன்றியில்,

5 12 தபோவனங்களும், 12 மோக்ஷவனங்களும், 12 காமவனங்களும், 12 அர்த்தவனங்களும், 12 தருமவனங்களும், 13 சித்திவனங்களும், சேவியவனங்களென்றும், இவைகளைத் தரிசித்துச் சுற்றி வருவதினால் சகல பாவங்களைப் போக்கி ஜன்மசாபல்லியம் கொடுக்கும் என்றும் ஷை கிரந்தத்தில் சொல்லப்பட்டிருக்கிறது.

மேற்சொன்ன ஒவ்வொரு சிங்கார வனமும் ஒவ்வொரு தேவதையின் பெயரால் வணங்கப்பட்டு வருகின்றது

அதாவது:- மஹாவனத்தில் பலதேவருக்கும், கம்பவனத்தில் கோபிநாதரையும், நடவீரியருக்குக் கோலிவனத்தையும், தாமோதரருக்குத் தலவனத்தையும், கேசவதேவருக்கு குமதவனத்தையும், ஸ்ரீதரருக்குப் பண்டரிவனத்தையும் பத்மநாபருக்கு பஹுலவனத்தையும், ஜனார்த்தனருக்குப் பலவனத்தையும் ஆதிபுத்திசுவரர்க்குப் பரமா நந்தவனத்தையும் பரமேசுவரருக்குக் கதம்பவனத்தையும், எசோதநந்தனாருக்கு நந்தகிராமத்தையும், கோகிலசந்திரருக்குக் கோகுலத்தையும், முரளிதாரருக்குக் காரளவனத்தையும், லீலாகமலலோசனருக்கு ஹாசியவனத்தையும் லோகேசுவரருக்கு உபகாரவனத்தையும், இலங்காதிலீப குலதுவனிசிநாதருக்கு ஜனோவனத்தையும், ஸ்ரீ லக்ஷணாமூர்த்திக்கு பஹுவனத்தையுமாக ஒவ்வொரு வனத்துக்கு ஒவ்வொரு மூர்த்தியை ஸ்தாபித்துக் கணக்கற்ற ஜனங்கள் கண்டு வணங்கி வருகிறார்கள். எப்படியெனில்,

முதலில் யாத்திரைக்காரர் மதுராபுரியை விட்டு அதற்குத் தென்மேற்குத் திசையில் ஐந்துமைல் தூரத்திலிருக்கும் மஹோலி என்னும் கிராமத்துக்கடுத்த மதுவனத்துக்குப் போய் அங்கு சத்ருக்னன் லாவன இராக்ஷஸனைக் கொன்றவிடத்தில் போய் சுத்தி ஸ்நானம் செய்து வணங்க, அந்த வனத்தைச் சுற்றி வந்து அதற்குத் தெற்கேயிருக்கும் ஈச்சம் பனமரங்களடர்ந்த திலவனத்துக்குப் போக வேண்டும். அங்கு பலராமர் தேனுகாசுரனென்னும் இராக்ஷசனைக் கொன்றபடியால் ஸ்நானம் செய்து வணங்கி அந்த வனத்தைப்

பலதடவைச் சுற்றி அடுத்திருக்கும் குமுதவனத்துக்குப் போக வேண்டும்.

இங்கே பலவிதத் தாமரைகளால் சிறந்த தடாகத்தில் குளித்துச் சுற்றிவந்து பிறகு அடுத்திருக்கும் பஹுலவனத்திற்குப் போக வேண்டும். இந்த பஹுலவனத்தில் ஒரு காலத்தில் ஒரு கொடிய புலி, மேய்ந்து கொண்டிருந்த பசுவைத்தாக்க, அது தன் இளங்கன்றுக்குப் பால் கொடுத்துவருவதாகச் சத்தியம் செய்து போய்த் திரும்பி வந்து பார்க்க புலியைக் காணாமல் பாலகிருஷ்ணர் இருக்கக்கண்டு பசு சரணாகதி அடைந்ததாகச் சொல்லுகிறார்கள். இந்த வனத்திலிருக்கும் கிருஷ்ண குணத்தின் கரையின்மேல் கட்டப்பட்ட கோயிலில் வணங்கிச் சுற்றிவந்து பிறகு, தாசி, ஜர்கி கிராமம், முகாரி முதலான கிராமங்களைத் தாண்டி இராதாகுண்டத்துக்கு வர வேண்டும். இங்கு ஸ்ரீ கிருஷ்ணர் அரிஸ்தா என்னும் இராஜன் விருஷப வேஷமாக வந்தவனைக் கொன்று தீட்டைப் போக்க இரண்டு தீர்த்தங்களையுண்டாக்கியதாகச் சொல்லுகிறபடியால், இந்தத் தடாகங்களில் ஸ்நானம்செய்து வணங்கிப் பல தடவையானவரையில் சுற்றி வந்து கோவர்த்தனத்துக்குப் போக வேண்டும். அங்கு குல்லாலகுண்டம், மதுவனகுண்டம் சந்திரசரோவரம், மானஸசரோவரம் முதலான தடாகங்களில் மூழ்கி ஷை சந்திரசரோவரத்தண்டை பிரம்மாவானவர் ஒரு இராத்திரியை ஆறுமாத காலம் வரையில் நீடிக்கச் செய்து கோபிகைகளோடு நடித்து ஆனந்தப்பட்டதால் அந்த இடத்தை விசேஷமாக வணங்கிச் சுற்றி வரவேண்டும். இந்த சரோவரத்துக்கு இராஜா நபார்சிங்கு, பரதப்பூர் மஹாராஜர் சிங்காரமான படிக்கட்டுகளைக் கட்டி வைத்திருக்கின்றனர். இந்த சரோவரத்துக்கு அருகிலிருக்கும் பேய்தா அதாவது இந்திரன் கோபாலகர்கள் மீது கோபித்துக் கொண்டு இடியும் மழையும் பெய்யும்படி செய்தபோது கோபாலர்கள் வந்து தங்கியவிடத்தைத் தரிசித்துப் பலதடவை சுற்றி வந்து கிராகாஜு என்னும் மலையின்மீது ஏறி அப்புறத்திலிருக்கும் அணியார் என்னும் இடத்துக்கு வரவேண்டும். இதே மாதிரியாகவே சுகந்திசிலா, சிந்துரிசிலா, சுந்தர்சிலா மலைகளையும் பார்த்துச் சுற்றி வணங்கிக் கொண்டு அடுத்திருக்கும் கோவர்த்தனநாதர், கோபாலபூர், முதலான தேவஸ்தானங்களைத் தரிசித்துக் கொண்டு ஸ்ரீ கிருஷ்ணர் இராதாவுக்குத் திருமங்கல்யம் தரித்த சிந்தூளி என்னும் இடத்திற்கு வரவேண்டும்.

இப்படி கிருஷ்ண இராதா குண்டங்களில் ஸ்நானம் செய்து வணங்கித் திருக்கோவில்களைச் சுற்றிவந்து திரும்பினால், கம்பவனம் தோன்றுகிறது. இங்கு பரதப்பூர் தாசீல்தாரர் கச்சேரி தோன்றுகிறது. இதற்கும் மதுராபுரிக்கும் 39 மைல் தூரம். இங்கு லோகலோகா குகையும், அகீசுவரர் குகையும் இருக்கின்றன. இவைகளைப்

பார்த்துக்கொண்டு கனவர் கிராமத்தின் மேல்வந்தால் பலதேவருடைய புராதன கோயிலிருக்கிற அன்ச கிராமத்துக்குக் கொண்டுவந்து விடுகிறது. இங்கிருக்கும் பெரிய மலையின் மேலேறிப்போனால் வாசன்னம் என்னும் இடமிருக்கிறது. இந்த இடத்தில்தான் இராதாதேவி வளர்க்கப்பட்டதாம். அருகில் சக்கசவுளி என்னுமிடம் இருக்கிறது. இந்த இடத்தில் எசோதை தயிர் கடையும் மத்தைக் கழுவியதாகச் சொல்லுகிறார்கள். மேலும் இந்த இடத்தில் இராதாவும் கிருஷ்ணரும் அன்னியோன்னிய சிநேகிதராக ஆடிக் கொண்டிருக்கும்போது இவர்கள் மனைவியும் புருஷனுமாகி விடுவார்களென்று எண்ணியதாகச் சொல்லுகிறார்கள். இவ்விடத்திலும் ஒரு பிரமசரோவர மிருக்கிறது. இந்தவிடத்தில்தான் ஸ்ரீகிருஷ்ணர் ராதையோடு இரகசிய சிநேகம் செய்தவிடமாம். பிறகு சங்கேதவிடத்தைத் தரிசிக்க வேண்டும். இங்கு இராதாவின் பிரியசகி சந்திராவளி பிறந்தவிடமாகக் கொண்டாடி வருகிறார்கள்.

பிறகு நந்தகிராமத்துக்குப் போக வேண்டும். இங்கு நந்தனும் எசோதையும் பல வருஷங்களாக வாழ்ந்துவந்த இடமாகையால் இதையும் வணங்கிச் சுற்றி வரவேண்டும். இங்கே இருக்கும் மலையடிவாரத்தில் பான்சரோவரம் என்னும் தடாகமிருக்கிறது. இவ்விடத்தில் ஸ்ரீகிருஷ்ணர் மாடுகளுக்குத் தண்ணீரைக் காட்டிக் கொண்டு வந்தமையால் இதையும் வணங்கிச் சுற்றி வரவேண்டும். பிறகு அடுத்திருக்கும் கேரளமென்னும் இடத்தைத் தரிசிக்க வேண்டும். இங்கே காமினி என்னும் இராதாவின் சகிக்கு ஸ்ரீகிருஷ்ணர் பிரத்தியக்ஷமாகிச் சுகங்கொடுத்தாராம். இந்த இடத்திற்குச் சமீபத்தில் அஞ்சநீகம் என்னும் இடமிருக்கிறது. இங்கே இராதாவின் நேத்திரத்தில் கண்ட நோயைத் தீர்த்தவிடமென்று வணங்கி வருகிறார்கள். பிறகு அடுத்திருக்கும் கதரிவனமென்னும் அசோகவனத்தைச் சுற்றி வரவேண்டும். இங்கு கிருஷ்ணன், வசந்த காலத்தில் இராதையோடு நடித்ததாக வதந்தி. பிறகு குமாரகவனம் ஜாவகாதி வனங்களைத் தரிசிக்க வேண்டும். இந்த வனங்களில் ஸ்ரீ கிருஷ்ணர் இராதையின் கால், கை நகங்களுக்கு மருதானி வருணம் பூசியதாக வதந்தி. பிறகு அருகிலிருக்கும் கோகிலவனத்தைத் தரிசிக்க வேண்டும். இங்கிருக்கும் சிங்கார வனத்தில் ஸ்ரீகிருஷ்ணர் வேணுநாதத்தை வாசித்தபோதே இந்திரன் ஐராவதயானையின் மேல் வந்து கேட்டு ஆனந்தமடைந்தார். இங்கு ஸ்ரீகிருஷ்ணருடைய பாதம் வைத்திருப்பதால் வணங்கிச் சுற்றி வரவேண்டும். பிறகு யாத்திரைக்காரர் அடுத்திருக்கும் ததி கிராமத்துக்குப் போக வேண்டும்.

இங்கு கிருஷ்ணர் பலராமரைப் பசுக்களோடு அனுப்பிவிட்டுப் பால்காரிகளநேகருக்குத் தெரியாமல் மறைந்திருந்து அவமானப்படுத்தியவிடமென்று ஒரு கோயிலிருக்கிறது. இதை

வணங்கிச் சுற்றிவந்து வடமூலையிலிருக்கும் கடவனத்துக்குப் போக வேண்டும். இந்தவிடத்தில் கிருஷ்ணர் தனது நிஜஸ்வரூபத்தைக் காட்ட ஸ்ரீமந்நாராயண அவதாரம்பூண்டு ஆதி சேஷாவதாரமாகச் செய்ய கோபி ஸ்திரீகள் பயந்து பூஜை செய்தபடியால் இங்கிருக்கும் கோயிலைத் தரிசித்துப் பலதடவை சுற்றி வரவேண்டும். பிறகு யாத்திரைக்காரர் யமுனையாற்றின் கரையோரத்திலிருக்கும் கேளிகவனத்திற்கு வரவேண்டும். இந்தவிடத்தில் கிருஷ்ணர் கோபிகளுடைய சேலைகளை எடுத்து நந்திகிராமத்துக்குப் கொண்டுபோனபடியால் இந்தப் படிக்கட்டுகளிலும் பலதடவை சுற்றிவந்து வணங்க வேண்டும். பிறகு யாத்திரைக்காரர் பக்காவனத்துக்குப் போக வேண்டும். இந்தவிடத்தில்தான் பகாசுரன் வதைக்கப்பட்டதும், கம்சனால் கொல்லப்பட்ட அக்குரூரர் முதலானவர் வந்து சந்தித்ததும், கோபிஸ்திரீகள் முதல்முதல் கிருஷ்ணருக்கு அடிமைப்பட்டதுமான இடமாகையால், இவ்விடத்தில் பல இடங்களில் தீர்த்தமாடி வணங்கிச் சுற்றிவர வேண்டும். பிறகு ஆற்றைக் கடந்து பலிவனம், பண்டிர் வனங்களுக்குப் போகவேண்டும். இவ்விடத்தில் மானசரோவரமிருக்கிறது. இதைப் பார்க்கப்பட்டவர்களுக்குப் பரமாநந்ததைக் கொடாமலிராது. பிறகு பஹுவனத்துக்குப் போக வேண்டும். இங்கு இராதாவின் தாயார் வீடு இருக்கிறது. இதைச் சுற்றிவந்து வணங்க வேண்டும். இந்த வனத்துக்கருகில் புரியகரேர என்னும் கிராமமிருக்கிறது. இது இராதாவின் முக்கிய சகியாகிய மானவதி என்பவளுடைய ஜனனஸ்தானம். இவளைக் கிருஷ்ணர் அவளது சொந்தப் புருஷனைப்போல வேஷம் போட்டு வந்து எடுத்துக்கொண்டு போய்விட்டார். பிறகு யாத்திரைக்காரர் பண்டி கிராமத்துக்குப் போக வேண்டும். இங்கு யசோதையின் தாதிகளாகிய பண்டி, ஆனந்தி, என்பவர்கள் பிறந்ததன்றியில் இதற்குச் சமீபத்தில் பலதேவருடைய பிரபலமான கோயில் கட்டப்பட்டிருக்கிறது. இதைத் தாண்டிவந்தால் சிந்தாஹாம் பிரம்மாண்டம் என்னும் இரண்டு கிராமங்கள் இருக்கின்றன. இங்கு கிருஷ்ணர் மண்ணைத் தின்றதாகக் காட்டாளிகள் போய் எசோதையினிடம் சாடி சொல்லி, எசோதை ஒரு சிறு கோலெடுத்து அடிக்க வர, அப்போது கிருஷ்ணர் வாய் திறந்துகாட்ட, அந்த வாய்க்குள் அண்டபிண்டசராசரங்கள் இருந்தனவாம். இங்கிருக்கும் கோயில்களைச் சுற்றி வணங்கிக்கொண்டு வந்தால் பக்கத்தில் மஹாவனம் கோகுலம் முதலான பின்னும் விசேஷமான புண்ணிய ஸ்தலங்களும் தீர்த்தங்களும் தடாகங்களும் மதனமோஹனர், மாதவராயர், வீரஜேஸ்வரர், கோகுலநாதர், நவநீதப்பிரியர், துவாரகநாதர் முதலான கோயில்களைச் சுற்றித் தரிசித்துக்கொண்டு யாத்திரைக்காரர் கடைசியாக மதுராபுரிக்குத் திரும்பி விஸ்ராந்த கட்டமென்னும் கிருஷ்ணர் இளைப்பாறி வந்துவிடுவது வழக்கம். இப்படி இந்த மதுராபுரியில் சுற்றிவர வேண்டிய

திவ்வியஸ்தல திவ்விய தீர்த்தங்கள் அனந்தமாக இருப்பதன்றியில், விசேஷ உற்சவ பண்டிகைகளும் அநந்தம். அவைகளில் முக்கியமானது ஹோலி பண்டிகை.

இந்த பண்டிகையானது பரசன்னா என்னும் கிராமத்தில் பிப்பிரவரி மீ 22ம் உ இரங்கியாஹோலி என்னும் பெயரால் கொண்டாடப்பட்டது. அந்தக் கிராமத்தை அடுத்த ஒரு மைதானத்தில் பிரம்மாண்டமான கோயில்களும் மண்டபங்களுமிருக்கின்றன. அந்தவிடத்துக்கு அந்த கிராமத்திலும் அடுத்த கிராமத்திலும் இருக்கும் ஸ்திரிபுருஷர்கள் பலவித வர்ணங்களாலும், சரிகைகளாலும் நெய்யப்பட்ட துணிகளையும் ஆபரணங்களையும் தரித்துக்கொண்டு கும்பல்கும்பலாக வந்து எதிரிலிருக்கும் ஒரு சிறு மலையின் மேலேறி பெரிய மூங்கில் தடிகளைக் கொண்டு சாலா சாலா என்றாதி வெட்கக்கேடும், வண்டைத்தனமுமான பாட்டுகளைப் பாடி கீழேயடித்து நடிக்க, அவர்களுடைய புருஷர்கள் எதிரில் நின்று அதே மாதிரியாகவே பாடித் தடிகொண்டு அடித்து நடிக்கிறார்கள். இப்படியடித்து நடிப்பதற்குக் காரணம், இந்தக் கிராமம் ஸ்ரீ ராதாவின் ஜனன ஸ்தானமாகவும், இவ்விடத்திய ஜனங்கள் இராதாவின் சகோதரர்களாகவும், அடுத்திருக்கும் நந்த கிராமத்தின் ஜனங்கள் கிருஷ்ணருடைய சகோதரர்களாகவும் கொண்டு மாமன் மச்சான் சண்டையென்று சொல்லுகிறார்கள். இதே மாதிரியாகவே நந்த கிராமத்திலும் பிரதி ஷு நடக்கிறது.

பிப்பிரவரி மீ 27ம் உ பேலன் என்னும் கிராமத்தில் ஒரு ஹோலி பண்டிகை நடந்தது. அந்த பண்டிகையில் சுமார் 5,000 ஜனங்கள் சாயந்திரம் கூடி பிரஹலாதர் ஹிரணியகசிபனைக் கொல்லுவதற்குக் காரணமாகிவிருந்த நரசிம்ம நாடகத்தை வெகு விநோதமாக நடத்தினார்கள். அதாவது ஒரு பெரிய அக்கினி குண்டமுண்டாக்கி பெரு நெருப்புப் பிரகாசிக்கச்செய்து அதைச்சுற்றி ஆண் மக்களும், பெண் மக்களும் சுற்றிச்சுற்றி வந்து சில சமயங்களில் குதித்துக் கொண்டாடுகிறார்கள். இதே மாதிரியாகவே கோசி முதலான கிராமங்களிலும பலவித புராணக் கதைகளை ஆதாரமாகக்கொண்டு பலவித வேடிக்கைகளைச் செய்வதன்றியில் பிருந்தாவனம் முதலான சிலவிடங்களில் இராஜலீலா நடனம் அதாவது, 17ம் நூற்றாண்டின் கடைசியில் சிறந்த ஒரு கோஷாயினால் எழுதப்பட்ட பக்திமாலா என்னும் பாட்டுகளைப் பாடிக்கொண்டும் சுந்தரமான ஸ்திரிபுருஷர்கள் சிங்காரமான ஆடையாபரணங்களைத் தரித்துக்கொண்டு பெரிய கோயில்களிலும் வனங்களிலும் ஸ்திரி புருஷர்கள் பேதமற்றுக் கைகளைக் கோர்த்துக்கொண்டும் இராதா கிருஷ்ணருக்குப் பிரதிநிதிகளாகக் காமவிகாரமான பாட்டுகளைப் பாடிக்கொண்டு சங்கீத வாத்தியங்களோடு நடிப்பதை என்னென்று

சொல்லலாம். போய்ப் பார்ப்பவருக்கே விளங்கும். இப்படி இந்த மதுராபுரியும் இதைச் சுற்றியிருக்கும் யாத்திரை ஸ்தலங்களையும் உற்சவ வேடிக்கைகளையும் பார்ப்பவருக்கு இந்த மதுராபுரி இந்த இந்து தேசத்தில் சிறந்த பரிசுத்தமான இந்துப் பட்டணமாகத் தோன்றி இங்கேயே குடிபுகுந்து காலத்தைப் போக்கத் தீர்மானிப்பார். பூமியானது யமுனையாற்றின் சமீபத்திலிருப்பதோடுகூட பலவித நீர்ப்பாய்ச்சலினால் சகல பதார்த்தங்களும் செழிப்புடன் வளர்ந்து நயமான விலைக்கு அகப்படுவதன்றியில், மதுராபுரி பட்டணமே பார்வைக்குப் பிரம்மாநந்தத்தைக் கொடுக்கும். எங்கே பார்த்தபோதிலும் ஏழடுக்கு எட்டடுக்கு மேடை மெத்தைகளும், அந்த மெத்தைகளின்மீது பலவிதத்திலும் சிறந்த பெண்களும், பஞ் சவர்ணகிளிகளும், புறாக்களும், சிங்காரமாக வீற்றிருந்து பார்ப்பவர் பார்வைக்குத் தேவருலகம்போலத் தோன்றுவதன்றியில் வீடுகளிலும், வீதிகளிலும் அநேக உத்தமகுல ஸ்திரிகள் ஸ்ரீ கிருஷ்ணனைப் பற்றிப் பலவிதமாக ஆடிப்பாடி ஆனந்தத்துடன் யமுனையாற்றில் குளித்து, கும்பல்கும்பலாகவும் கம்பீரமாகவும், நடந்து வருவதையும், இப்படி நடந்துவரும் மங்கையர், ஸ்ரீ கிருஷ்ணர் பக்தியினால் ஆடிப்பாடி ஆனந்த பரவசமாகி, மெய்மறந்து கீழேவிழ, மற்ற மங்கையர் தாங்கி கிருஷ்ண பஜனை செய்வதையும் காணும் எவர் மனதுக்குத்தான் ஆனந்தத்தை கொடுக்க மாட்டாது. இந்த மதுராபுரியில் ஒவ்வொரு பசுமாடு மனுஷ்பிரமாணத்துக்கு உயரமாக வளர்ந்து செழிப்புடன் கும்மாளம் போடும் பெருமையை யாம் எங்கும் கண்டதில்லை. இங்கு பசுக்கள் பிரம்மாண்டமாக வளர்ந்து எதேஷ்டமாகப் பாலைக் கொடுப்பதால் இரமணீயமான பால்கட்டித் தயிரானது கடைவீதிகளில் அதிக நயமான விலைக்கு விற்கப்பட்டுவருகிறது. ஸ்திரி புருஷ ஜனங்களும் அதிக தென்புடனும் சுந்தர முகத்துடனும் சதா ஸ்ரீ கிருஷ்ணருடைய பக்தியில் ஈடுபட்டவர்களாகித் தங்கள் வீடுமாடிகளில் உட்கார்ந்து கிருஷ்ணா! கிருஷ்ணா! என்று கீதங்கள் பாடிக் காலங்கழிக்கின்றனர்.

இந்த மதுரா (பரகன்னா) கஸ்பாவானது இந்த ஜில்லாவுக்கும் தாலுக்காவுக்கும் பிரதான பட்டணமாயும், *401* சதுர மைல் விஸ்தீரணமுள்ளதாயும் *2,20,307* குடிகள் வசிக்கப்பட்டதாயும், *247* கிராமங்களுக்கு முக்கிய பட்டணமாயும், ஷீ ஒன்றுக்கு *2,14,336* ரூபாய் நிலக்கந்தாய வருமானத்தைக் கொடுப்பதாயும், கலெக்டர் கச்சேரி, ஜட்ஜி, முனிசீபு, தாசில், போலீசு முதலான கச்சேரிகளையுடையதாயும், குடிகளுடைய சுகத்துக்கு வேண்டிய பலவித சாதனங்களை உடையதாயுமிருக்கிறது. இவ்விடம் ஆரிய சமாஜசபை இருப்பதோடுங்கூட மதுரவிருத்தாந்தமென்னும் பத்திரிகையும் பிரசுரம் செய்யப்பட்டு வருகிறது. இந்தப் பட்டணத்தைச் சார்ந்த கோகுலத்தில் ஸ்ரீ கிருஷ்ணர் வளர்ந்தும், அதையடுத்த

பிருந்தாவனத்தில் ஸ்ரீ கிருஷ்ணர் லீலைகளைச் செய்தும், அதற்கடுத்த கோவர்த்தனத்தில் அநேக அற்புதங்களைச் செய்தும் வந்தபடியால், ஸ்ரீ கிருஷ்ணருடைய அவதார ஸ்தானமாகிய மதுராபுரியின் சரித்திரத்தை இம்மட்டோடே விட்டு, இனி ஸ்ரீகிருஷ்ணர் பிறந்த உடனே அவரது திருத்தகப்பனாரால் கொண்டுபோகப்பட்டு எசோதையினால் வளர்க்கப்பட்ட கோகுலம் என்னும் இடத்தையும் அதையடுத்த விசேஷ இடங்களையும் பற்றிச் சொல்வோம்.

மஹாவனம், கோகுலம், பலதேவம்.

ஸ்ரீ கிருஷ்ணர் வளர்ந்த விடமாகிய கோகுலமென்னும் கிராமமானது மதுராபுரிக்குச் சுமார் ஐந்தாறு மைல் தூரத்திலிருக்கும் மஹாவனம் என்னும் ஒரு பெரிய கிராமத்துக்கு அடுத்து ஓடும் யமுனையாற்றங்கரையிலிருக்கும் ஒரு சிறு கிராமம். இந்த மஹாவனமானது ஒரு காலத்தில் பிரம்மாண்ட புலிக்காடாக இருந்ததென்று சரித்திரம் முறையிடுகின்றது. அதாவது கி.பி.1634ம் ஷு சாஜிஹான் சக்கிரவர்த்தி வேடிக்கையாக வேட்டைக்கு வந்தபோது இங்கே ஒரே நாளில் நான்கு வேங்கைப் புலிகளைக் கொன்றதாகத் தெரிய வருகிறது. இம்மட்டேயல்ல, 1234ம் ஷு மகமது குஜினி படையெடுத்து இந்த பிராந்தியங்களுக்கு வந்து கொள்ளையடித்தது முதல் 1526ம் ஷு பேபர் படையெடுத்து வந்த போதுங்கூட இந்தவிடத்தில் பிரம்மாண்ட வனங்களிருந்ததாகச் சரித்திரமூலமாகத் தெரிய வருகிறது. அப்போது இந்தப் பிராந்தியங்களில் அநேக பெரிய கோவில்கள் கட்டப்பட்டிருந்தன. பிறகு மகமதிய அரசர்கள் அடிக்கடி படையெடுத்துவந்து கொள்ளையிட்டுக் கோவில்களை இடித்துவிட்டபடியால் அந்தக் கோவில்கள் இருந்த இடமே தெரியவில்லை. இப்போது மதுராநாதர் கோவில் மாத்திரம் பிரம்மாண்ட உருவுடையதாய் செங்கற்களினால் கட்டப்பட்ட பழைய கோவிலாக இருக்கிறது. இந்தக் கோவிலில் பூஜை செய்யும் பூஜாரிக்குத் தினம் ஒன்றுக்கு இரண்டு ரூபா சம்பளம் இந்திய மஹாராஜா கட்டளையால் கொடுக்கப்பட்டு வருகிறது. இந்த மஹாவனத்தின் பெரும் பாகம் மலைநாடாக இருக்கிறதன்றியில், இராணாகத்தார் இராஜாவால் கட்டப்பட்ட பழைய கோட்டை ஒன்றிருக்கிறது. இதற்குச் சமீபத்தில் சயம்லாலா அவர்களால் கட்டப்பட்ட பழைய கோவிலொன்று இருக்கிறது. இந்தவிடத்தைத்தான் எசோதையானவள் தன் பெண் குழந்தையாகிய துர்க்கையைப் பெற்ற இடமென்று சொல்லுகிறார்கள். இங்கு ஸ்ரீகிருஷ்ணர், கட்டிலில் தூங்குவதைப்போல ஒரு சிறு கட்டில் ஸ்ரீகிருஷ்ண விக்கிரகத்தைப் போட்டு இருபக்கங்களிலும் எசோதையும் நந்தனரும் தாலாட்டும் பாவனையாக இரண்டு கிலிட்டுப் பிரதமைகளைச் செய்து நிற்கவைத்திருக்கின்றனர். இங்கே பிள்ளைகளைப் பெற்ற

பெண்கள், பெற்ற ஆறாம் நாள் வந்து தம் குழந்தையை ஸ்ரீகிருஷ்ணர் பாதத்திற்போட்டு வணங்குகிறார்கள்.

இந்தக் கோயிலுக்குச் சமீபத்தில் அசிகம்பா என்னும் நந்தகோபனுடைய 80 கம்பங்களுள்ள அரண்மனை இருக்கிறது. இதையும் அரங்கஜீபினால் இடித்துக் கிடந்த சாமான்களைக்கொண்டே பக்கம் ஒன்றுக்கு 26 கம்பங்களாக ஐந்து வரிசையாக ஒரு மஸ்ஜீது கட்டப்பட்டிருக்கிறது.

இந்த கம்பங்களில் முதலிலிருக்கும் நான்கு கம்பங்களுக்குச் சத்தியயுகம், திரேதாயுகம், துவாபரயுகம், கலியுக கம்பங்களென்று சொல்லுகிறார்கள். இந்தக் கட்டடங்களின் கீழே வெட்டிப்பார்த்தால் அநேக புத்தமத விக்கிரகங்களகப்படுவதால் இந்த மஹாவனமும் ஒரு காலத்தில் புத்தருடைய சுவாதீனத்திலிருந்திருக்க வேண்டுமென்று தோற்றுகின்றது. இந்த மஹாவனத்தைப் பற்றிப் பிரம்மாண்ட புராணத்தில் பிரபலமாகச் சொல்லப்பட்டு இதைச் சுற்றில் இருபத்தொரு தீர்த்தங்களும், ஸ்தலங்களும் இருக்கிறதாகச் சொல்லப்பட்டிருக்கிறது. இப்போது இங்கே யமுனைக்கரையிலிருக்கும் பிரம்மாண்ட கட்டடத்தில் இராசக்கிரீடை உற்சவம் பிரதி ஞாயிற்றுக்கிழமை தோறும் நடத்தப்பட்டு வருகிறது. இதற்காக மிருத்திகபிஹாரி என்னும் ஒரு பெரிய கோயில் முகுந்தசிங்கு என்பவரால் கட்டப்பட்டிருக்கிறது. இந்த இடத்திற்கும் இராமனரெட்டி என்னும் இடத்திற்கும் இடையில் கேரலவனம் என்று ஒரு அழகிய பூவரசுமரங்களின் தோப்பும் இருக்கிறது. இங்கே கோபி கட்டம் என்னும் சிறிய தடாகமும் இருக்கிறது. இந்த மஹாவனத்தில் இராமலீலா என்னும் உற்சவத்தை விசேஷமாகக் கொண்டாடி வருகிறார்கள். இப்போது இந்த மஹாவனம் ஸ்ரீகிருஷ்ணர் பாலலீலைகளைச் செய்து தமது மாடுகளை மேய்த்துவந்த விடமாகையால், இதை மஹா பரிசுத்தவிடமாக வணங்கி வருகிறார்கள். இதில் 6,182 ஜனங்கள் குடியிருக்கிறார்கள். இவர்களில் மகமதியர்கள் 1,704 பெயர். இவர்களும் சிறிய மஸ்ஜீதுகளையும் கோவில்களையும் கட்டிக்கொண்டு கொண்டாடி வருகிறார்கள்.

கோகுலம்.

இந்தக் கோகுல கிராமம் யமுனையாற்றங்கரையில் தூரத்திலிருந்து பார்ப்பவர் கண்ணுக்குப் பல விநோதங்களோடு தோன்றும் சிறு கிராமம். இப்போது இதில் 4,012 குடிகள்தான் வசித்து வருகிறார்கள். இவர்களில் முக்காலே மூன்றுவீசம் பெயர் யாதவரென்னும் இடையர்கள். இவ்விடத்திலிருந்து தயிர், பால், நெய் முதலானவைகளை மதுராபுரிக்குக் கொண்டு போய் விற்றுவிட்டு வருகின்றனர். இவ்விடத்திய ஸ்திரிகள் சுந்தரவதிகளாக இருக்கிறதோடுகூட

பூர்வகால வழக்கப்படி தங்களுடைய பாவாடை இரவிக்கைகளை அவிழ்த்து யமுனையாற்றங்கரையில் போட்டுவிட்டு நிர்வாணமாக நடந்துபோய்ச் சுமார் முக்கால் மைல் தூரத்திலோடும் யமுனையாற்றில் ஸ்நானம் செய்கிறார்கள். பரபுருஷர்கள் பக்கத்தில் போனாலும் பக்கத்திலிருந்து குளித்தாலும் சுபாவமான லஜ்ஜையென்பதே கிடையாது. இப்படி வெட்கம் கெட்டு நிர்வாணமாகப் போய்க் குளிப்பது தகாத வழக்கமென்று கவர்ன்மண்டார் கண்டித்து வந்தாலும் பழைய பழக்கவாசனை சீக்கிரத்தில் மாறுமென்று தோற்றவில்லை. இந்த சுந்திரவதன ஸ்திரிகள் ஸ்நானபானத்துக்குப் போகும்போது ஸ்ரீ கிருஷ்ணா! ஸ்ரீ கிருஷ்ணா! என்கிற முடிவோடு கூடிய கீதங்களைப் பாடிக் கொண்டே போகிறதன்றியில் மிதமிஞ்சிய பக்தியினால் நின்றவிடத்தில் நிர்வாணமாகவே நின்று கரங்களாலும் கண்களாலும் அபிநயங்களைக் காட்டி ஸ்ரீ கிருஷ்ணனைப் பாடி நடக்கின்றார்கள். அப்படி ஆடும் அரிவையருடைய அழகு பெற்ற அவயங்களைக் காண்போருக்கும் கேவலமான காம இச்சையில் கருத்துப் போகாமல், கர்த்தனுடைய லீலாவிபூதியென்று கண்ணீர் வடித்து பக்தி அதிகரிக்கின்றது. இந்தக் கோகுலத்தின் வீதிகளும் சந்துகளும், வீடுகளும், சுத்த ஆபாசமாக இருக்கின்றன. மழைக் காலத்தில் பாட்டைசாரிகளுக்குப் பலவித கஷ்டங்களுண்டாகும். சுன்னாசேட்டென்பவர் ஒரு பெரிய தெப்பக்குளத்தைக் கட்டியிருக்கிறார். இதில் பல வர்ணமான நீர்க்கோழிகள் எதேஷ்டமாக மேய்ந்து திரிவது பார்ப்பவருக்கு அழகாக இருக்கின்றன.

இவ்விடத்தில் 2,440 ரூபாய் செலவில் ஒரு புது பாடசாலை கட்டப்பட்டிருக்கிறது. 1511ம் ஷ இங்கு கட்டப்பட்ட கோகுலநாதர், மதனமோஹனர், விட்டலநாதர் என்னும் மூன்று பெரிய கோயில்கள் தவிர மற்றக் கோயில்களெல்லாம் சிறியவைகளும், அழகற்றவைகளுமாக இருக்கின்றன. இம்மூன்றில் விட்டலநாதர் கோயில் யமுனை ஆற்றங்கரையில் யசோதா கட்டத்திலிருக்கிற கட்டடம், இதுவும் இடிந்துகொண்டு வருகிறது. யசோதா கட்டமானது யமுனை ஆற்றங்கரையில் ஒரு சிறு கோட்டையைப் போல் கட்டப்பட்ட பெரிய மந்திரம். இவ்விடத்தில்தான் எசோதை பலராமரையும் ஸ்ரீகிருஷ்ணரையும் பால் குடிக்கச் செய்து கட்டிலிற் போட்டு வெளியே போக, ஸ்ரீகிருஷ்ணர் எழுந்து குதித்து பாலைத் திருடிக் குடித்தவிடமாம். இந்த இடத்தில் அர்ச்சகர்கள் யாத்திரைக்காரருக்கு ஸ்ரீ கிருஷ்ணர் நடமாடிய இடத்தின் மிருத்திகையென்ற மண்ணைக் கொடுக்கிறார்கள். இந்தக் கட்டடமும் இடிந்துகொண்டு வருகிறது. இந்தக் கோவில்களன்றியில் 1546ம் ஷ கட்டிய துவாரகநாதர் கோவிலும், 1636ம் ஷ கட்டிய நவநீதநாதர் கோயிலும் சிறந்தவைகள். இந்தத் துவாரகநாதர் கோயிலுக்கு ஷ 4,420 ரூபாய் வருமானமுண்டு. நவநீதப்பிரியர் என்னும் கோவில் கிரிதாஜி என்பவருடைய

சுவாதீனத்திலிருக்கிறது. இதற்கு ௵ 9,382 ரூபாய் வருமானம். கோகுலநாதஜி கோஷாயின் வசத்தில் ஞானசாயாமன கோவில் இருக்கிறது. இதற்கு ௵ 10,650 ரூபாய் வருமானமுண்டு. இவைகளன்றியில் ௵ 4,050 ரூபாய் வருமானமுள்ள ஸ்ரீ சந்திரராமர் கோயிலும், நவநீதலாலர், நாட்டார், மதுரசி, கோபாலநாதர், விரஜேசுவரர் முதலான கோவில்கள் தற்காலத்துக் கோவில்களெனத் தோன்றுகின்றன. 1602ம் ௵ விஜயசிங்கு மகாராஜரால் மஹாதேவருக்காக இரண்டு கோவில்கள் கட்டப்பட்டிருக்கின்றன.

இந்தக் கோகுலத்தில் ஸ்ரீகிருஷ்ணஜயந்தி உற்சவத்தை வெகு கம்பீரமாகக் கொண்டாடி வருகிறார்கள். கார்த்திகை மாதத்தில் (திரிணவர்த்த) உற்சவம் கொண்டாடப்படுகிறது. இந்தக் கோகுலத்திலிருந்து யமுனையாற்றைப் பார்ப்போமானால் அதன் சிங்கார அழகைப் போய்ப் பார்ப்பவர்களுக்கு மாத்திரம் திருப்தியைக் கொடுக்குமேயொழிய எழுதி முடியாது. இந்தக் கோகுலத்தில் வெள்ளி, பித்தளை முதலான லோகங்களினால் பலவிதச் சித்திரப் பதுமைகள் செய்து சுலப விலைக்கு விற்கிறார்கள். இந்தப் பிரதிமைகளை யாத்திரைக்காரர் ஏராளமாக விலைக்கு வாங்குகிறார்கள். இங்கு வரும் யாத்திரைக்காரரில் பெரும்பாலார் குஜராத்தியாரும் பம்பாய்க்காரர்களும்தான். இவர்கள் ஏன் வருஷா௵ கும்பல்கும்பலாக இங்கு வருகிறார்களெனின் இந்தக் கோகுலஸ்தானமானது வல்லபாசாரிகளுடையதாகையால், அந்த மதஸ்தர்களாகிய குஜராத்தியார்களுக்கு இது விசேஷஸ்தலமாகவிருக்கிறது.

வல்லபாசாரி மதம்.

இந்த வல்லபசாரியார் யாரெனில், ஸ்ரீ விஷ்ணுசுவாமி சம்பிரதாயகரமான இலட்சுமணப்பட்டரென்னும் தெலுங்கர்கள் தேசத்துப் பிராமணருடைய குமாரராக கி.பி.1479 ௵ ஜனித்தவர். இவர் சம்பகாரணியம் என்னும் காசிப்பட்டணத்துக்குச் சமீபமான ஒரு வனத்தில் ஜனித்தவர். இவர் தந்தை காசிப் பட்டணத்தில் மதக் கலகத்தினால் சம்சாரத்தை இட்டுக்கொண்டு ஷை வனத்தின் மூலமாக ஓடும்போது கர்ப்பம் தரித்த எட்டாவது மாதத்தில் பிறந்துவிட்டபடியால் இந்தச் சிசுவை ஒரு மரத்தடியில் போட்டுவிட்டுப் போய்ச் சிலநாள் காலங்கழித்து வந்து பார்த்தபொழுது சிசுவுக்கு யாதொரு அபாயமுமில்லாதிருக்க எடுத்துக்கொண்டு வந்து வளர்த்து கோகுலத்துக்கு வந்து நாராயணபட்டரிடம் வேதம் ஓதவிட, அவர் நான்கு மாதங்களில் சகல சாஸ்திரங்களையும் கற்றுத் தெளிந்து வரவே அவர் தகப்பனார் இறந்துபோக, 11ம் வயதிலே மதாசாரியார் வேலை செய்யப் புறப்பட்டார்.

முதலில் தக்ஷண தேசத்தை நாடிவந்து தம் மதத்தைப் போதித்துத் தாமோதரதாஸ் என்பவரை தமது முக்கிய சீடனாகக்கொண்டு தனது தாயார் தேசமாகிய விஜயநகரத்திற்கு வர, அங்கே அநேக சமஸ்தான வித்துவான்களை ஜயித்து அத்தேசத்து இராஜனாகிய கிருஷ்ணதேவரையும் தன் மதத்திற் சேர்த்துச் சீடனாகக்கொண்டு உஜ்ஜயினி, காசி, ஹரித்துவாரம், அலகாபாத்து முதலான இடங்களுக்குப் போய்த் தமது மதத்தைப் பிரசங்கித்து, அநேகரைத் தமது மதத்தில் சேர்த்துக்கொண்டு வந்தார். இவருக்குப் பிரம்மசாரி ஆச்சிரமத்தில் விருப்பமில்லாமையால் காசிப்பட்டணத்தில் கலியாணஞ் செய்துகொண்டு இரண்டு குமாரர்களுக்குத் தந்தையானார். இவர் குமாரர்களில் கி.பி. 1511ம் ஹூ கோபிநாதரும், 1516ம் ஹூ விட்டலநாதரும் பிறந்தார்கள். 1520ம் ஹூ வல்லபாசாரியார் கோவர்த்தனத்தில் ஸ்ரீநாதருடைய கோயிலைக் கட்டி பிருந்தாவனத்துக்கு வர, சாக்ஷாத் ஸ்ரீ கிருஷ்ணரே பிரத்தியக்ஷ தரிசனம் கொடுத்துத் தம்மைப் பாலகிருஷ்ணராகவும் பாலகோபாலராகவும் பாவித்துக் கோவிலைக் கட்டி வணங்க உத்திரவளித்தார். இவர் கட்டிய இந்தக் கோவிலும் இப்போது இவரது சந்ததியார்களால் பரிபாலிக்கப்பட்டு வருகிறது. கடைசியாக காசி க்ஷேத்திரத்தில் போய்க் குடியிருந்து கொண்டு பகவத் கீதைக்குச் சுபோதினி என்னும் வியாக்கியான கிரந்தத்தை எழுதி அங்கேயே 1531ம் ஹூ பரமபதமடைந்தார்

இவருக்குப் பிறகு இவரது இரண்டவாது குமாரராகிய விட்டலநாதர் அந்தப் பட்டத்தை அடைந்து தக்ஷண மேற்குத் தேசங்களுக்குப் போய்ப் போதிக்க 256 விசேஷ சீடர்கள் சேர்ந்தார்கள். இவர்களுடைய சரித்திரம் தூதசங்க்ரகம் என்னும் கிரந்தத்தில் விஸ்தரிக்கப்பட்டிருக்கிறது. இந்த விட்டலநாதர் கடைசியாக கி.பி.1565ம் ஹூ கோகுலத்துக்குக் குடி வந்து தமது எழுபதாவது வயதில் கோவர்த்தனத்துக்குப் போய்ப் பரமபதமடைந்தார். இவருக்கு இரண்டு மனைவிகள். இவர்களுக்குக் கிரிதர், கோவிந்தர், பாலகிருஷ்ணர், கோகுலநாதர், இரகுநாதர், மாதவநாதர் என்கிற ஏழு குமாரர்கள் பிறந்து, நான்காவது குமாரராகிய கோகுலநாதர் பிரபலராகிப் பரிமளித்தார். இவரது கடைசி சந்ததி இப்போது பம்பாயில் கோஷாயிபட்டமுடையவராய் இருக்கிறார்.

இந்த வல்லபாசாரிமத கோஷாயிகள் மற்ற இந்து மதாதிபதிகளைப் போலப் பிரம்மச்சாரி, சந்நியாசி ஆச்சிரமங்களைத் தழுவாமல், இல்லறத்தாராய் உலக சுகங்களை முற்றுமுடிய அனுபவித்தாலொழிய மனது விரக்திதசையை அடையமாட்டாதென்று சொல்லி இராஜபோகங்களை அனுபவித்து வருகிறார்கள். இவர்களைச் சார்ந்த சிலர் கவுரவ கர்வத்தினாலும் காம வெறியினாலும் விகாரமான

காரியங்களைச் செய்யத் தலைப்படவே வைணவ மதத்துக்கே கெடுதி வரச் சம்பவித்ததன்றியில், இத்தியாதிகளைக் கண்ட ஜயபூர் மகராஜர் தனது அரண்மனையிலிருந்த கோகுலசந்திரமன் என்னும் விஷ்ணுவிக்கிரஹத்தை எடுத்துவிடும்படியாயும் தனது சமஸ்தானத்தில் வைணவ மதக்குறிகளை வைத்துக்கொண்டு வருவோர்மீது அசூசைகொண்டு சைவ மதத்தை அனுசரிக்கக் கட்டாயப்படுத்தினார்.

இந்த மதத்தின் கருத்து.

ஒரு சரவண சுக்லபக்ஷமி 11ம் உ நடு இராத்திரி ஸ்ரீ கிருஷ்ணர் இம்மதாசாரியருக்குச் சித்தாந்த ரஹசியத்தை நேராக வந்து போதித்ததாகவும், அந்த இரகசியத்தின் கருத்து:-உடல், பொருள், ஆவியாகிய அனைத்தையும் ஸ்ரீபகவானுக்குச் சமர்ப்பித்துவிட்டு, பிரம்மாசம்பந்தமென்னும் ஜீவனும் பரமனும் ஒன்றாகிறானென்றும், அப்போது தேகத்தாலும் ஆத்மாவினாலும், செய்த சஞ்சித, பிராரத்துவ ஆகாமியாதி கர்மங்களனைத்தும் மற்றும் எல்லாவித பாவங்களும் அற்றுப்போகுமென்றும் ஷை இரகசியத்தில் சொல்லியிருப்பதாகவும் சொல்லுகிறார்கள். இந்தச் சித்தாந்தத்தையே அனைவரும் தழுவி நடக்க வேண்டுமென்று அந்த மதத்தைச் சார்ந்தோர் சிறு குழந்தைகளாக இருக்கும்போதே அவர் கழுத்தில் துளசி மணிமாலையைப் போட்டு ஸ்ரீ கிருஷ்ணசரணம் மாம என்றாதி அஷ்டாக்ஷர மந்திரத்தைப் போதித்து விடுகிறார்கள். இந்த சித்தாந்தத்தினால் ஒரு மனுஷன் தனது உடல், பொருள், ஆவி அவைகளாலுண்டாகும் நன்மை தீமை முதலான சர்வ தர்மங்களை ஸ்ரீ கிருஷ்ணருக்குச் சமர்ப்பித்துக் கேவலம் சேவகர்களாக வேண்டுமென்றும், அப்படிப்பட்ட சேவகர்களில் சிறந்தவர் ஸ்ரீ வல்லபாசாரியென்றும், அவர் ஈசுவரனுக்கும், ஜனங்களுக்கும், மத்தியஸ்தராகவிருந்து ஜன்மசாபல்லியமாக்கச் சக்தியுடையவராக நியமிக்கப்பட்டிருக்கிறார் என்றும், ஆகவே ஆச்சாரியர் ஸ்ரீகிருஷ்ணரிலும் சிறந்தவரென்றும் ஸ்ரீகிருஷ்ணருக்குக் கோபம் உண்டாகும்படி நடந்தாலும் ஆசாரியார் சமாதானப்படுத்தி விடுவாரென்றும், ஆசாரியர் கோபமடைந்தால் அதை நீக்க யாவராலும் முடியாதென்றும் பின்னும் பலவிதமாகச் சொல்லப்பட்டிருக்கிறதன்றியில் இந்த வல்லபாசாரியரும் இவரது சந்ததிகளும் சீடர்களும் சாக்ஷாத் தேவசம்பந்திகளுக்குப் பிரபஞ்சத்தில் பிரதிநிதிகளென்றும், இவருக்குத் திருப்திகரமாக நடந்தால் பரத்தில் ஜீவனும் பரமனும் ஒன்றாகுமென்றும், ஆகவே இந்த மதாசாரியர்களுக்கு எவர் சந்தோஷமுண்டாகும்படி தமது அழகும் புருஷ சமூஹ போகமறியாத குமாரத்திகளையும், தமது புது மனைவிகளையும், தமது சம்பத்தால் உண்டாகும் பலனால் சுகிர்தத்தையும் தத்தம் செய்கிறார்களோ அவர்கள்

சிரேஷ்டர்களென்றும், இந்த கோஷாயிகள் செய்யும் இப்படிப்பட்ட விபசாரங்கள் பாபகிருத்தியங்களாகக் கொள்ளக்கூடாதென்றும், சவராசி விரதாதி நூல்களில் கண்டிருக்கிறதாம். இத்தியாதி இரகசிய கிரந்தங்களை இந்த மதஸ்தர்களுடைய சீடர்களன்றி ஏனையோர் வாசிக்க இடங் கொடுப்பதில்லை. அளிகிரிலிருந்த ஒரு மஹான் கிரிபிரசாத் அச்சுக்கூடத்தில் இந்த மதவிஷயமான இரண்டொரு புத்தகங்களைப் பதிப்பித்திருக்கிறதாகக் கேள்வி. அப்புத்தகங்கள் நமக்கு அகப்படவில்லை. விட்டலநாதருடைய குமாரரின் ஆறாம் சந்ததியாகிய கோஷாய் புருஷோத்தமலாலவர்கள் இப்போது கோகிலத்துக்குச் சொந்தக்காரராய் நவநீதப்பிரியர் கோவிலுக்குக் தலைவராக இருக்கிறார். இவர் மகா உத்தமர். இவருக்கு இராஜாதாகூர் என்ற பட்டமும் ௵ 900 ரூபாய் சாஸ்வித வரும்படியும் இந்திய மகாராஜரால் விடப்பட்ட அநேக மானியங்களையும் அனுபவித்துக் கொண்டிருக்கிறார்

இந்த வல்லபாசாரிகளுடைய கோவில்களில் பிரதி தினமும் எட்டுத் தடவைகள் பூஜைகள் நடந்து வருகின்றன. அவை யெவையெனில்-

(1) காலையில் மங்களசேவை, அதாவது:- இராத்திரி யெல்லாம் தூங்கின சுவாமி படுக்கைவிட்டு எழுந்து சுத்தி ஸ்நானம் செய்தல்

(2) சிங்காரசேவை, அதாவது:- ஏழு அல்லது எட்டு மணிக்குச் சுவாமியைப் பலவித வஸ்திராபரணங்களோடு சிங்காரித்துச் சிங்காதனத்தின் மீது வைத்தல், பிறகு முக்கால் மணி நேரம் கழிந்த பிறகு,

(3) குவாலா என்று சுவாமி பசுக்கன்றுகளை மேய்க்க பர்ஜுவனம் போதல், பிறகு மத்தியானம்,

(4) இராஜபோக சேவையாதியாகிய சகலவித போஜனங்களை வைத்து பூஜை செய்து அந்த உபயம் செய்தவர்களுக்குப் போஜனமிட்டு மரியாதை செய்தல். மத்தியானம் மூன்று மணிக்குச் சாப்பிட்ட மயக்கத்தால் சற்றுப்படுத்து இளைப்பாறும் சேவையாகிய,

(5) உத்தபான் சேவை செய்தல்.

(6) சாயரக்ஷை போக் என்கிற உல்லாச உலாத்தல்.

(7) மாலை சந்தியா சேவை செய்தல்.

(8) இராத்திரி சயனம் என்று தூங்கல். ஆக எட்டுவித பூஜைகளும் சேவைகளும் கோஷாயிகள் செய்து வருகிறார்கள். மேலும் பிரதி வாரங்கள் மாதங்களில் பலவித உற்சவங்கள் விமரிசையாகக்

கொண்டாடப்பட்டு வருகிறதன்றியில் ஆசிரேஷ பவுர்ணமி தினத்தில் விவசாய பலனையறிய ஒருவருஷ உற்சவம் கொண்டாடி வருகின்றனர்.

இந்த வல்லபசாரிய மதஸ்தர்களுக்கு இங்கு மூன்றுவித கிரந்தங்கள் விசேஷமாக இருக்கின்றன. அவைகளில் வல்லபாசாரி சுவாமிகளால் செய்யப்பட்ட சம்ஸ்கிருத கிரந்தங்கள் இரண்டு வகுப்புகளாம். அதாவது பகவத்கீதா டீகாசுபோதினி, வியாச சூத்திர பாஷியம், ஜயமுனி சூத்திர பாஷியம், தத்துவதீப நிபந்தனம் என்னும் நான்கும் முதல் வகுப்பைச் சார்ந்தவைகளென்றும், சித்தாந்த ரஹசியம், சித்தாந்த முக்தாவளி, புஷ்டி, பிரவாஹ மரியாதை, அந்தக்கரண பிரபோதா, நவரத்தனம், விவேக தைரியவசியம், கிருஷ்ணாசரியம், பக்திவர்த்தினி, ஜாலபேதம், சந்நியாச நிர்ணயம், நிரோத லக்ஷணம், சேவபலம், பாலபோகம், சதுர்சுலோகி, பஞ்சசுலோகி, யமுனாஸத்தகம், புருஷோத்தம சஹஸ்ர நாமம் முதலான 17 கிரந்தங்கள் இரண்டாவது வகுப்பென்றும்,

2வது- ஸ்ரீ வல்லபாசாரி சுவாமிகளுடைய பிரதம சீடர்களால் செய்யப்பட்ட சம்ஸ்கிருத கிரந்தங்களில் அக்கினி குமாரர் சர்வோத்தம ஸ்தோத்திரத்தையும், விட்டலநாதர் இரத்தன விமானத்தையும், கோகுலநாதர் பக்திசித்தாந்த விவர்த்தியையும், விட்டலநாதர் வல்லபாஸதகத்தையும், கிருஷ்ண பிரேமாமிர்தத்தையும், கோகுலநாதர் சிக்ஷாபத்திரத்தையும், கோகிலாஷ்டகத்தையும் பிரேமாமிர்தத்தையும், ஹரிதாசரால் ஸ்ரீ வல்லப பாவஸ்தகத்தையும், பின்னும் சிலரால் மதுராஸ்தகத்தையும், சரிணாஸ்தகத்தையும், நாமாவளி ஆசரணையையும், நாமாவளி ரோகாயியையும், சித்தாந்த பவனத்தையும், விரோதலக்ஷணத்தையும், ஸ்ரீநகரராச மண்டலத்தையும், சரணோபதேசத்தையும், இரஜசிந்துவையும், கல்ப தருமநூலையும், மாலா பிரசங்கத்தையும், சித்த பிரபோதத்தையும் பரமசீடர்களுடைய சிரேஷ்ட கிரந்தங்களென்றும்,

3வது- மத்திய காலத்தில் பிரஜ பாஷையில் எழுதப்பட்ட நிஜவிருத்தம், சவுராசி விருத்தம், துரோபவன விருத்தம், துவாதச குன்றாச பவித்திர மண்டலம், புராணமசி, நித்தியசேவ பிரகாசம், கோகுலநாதர் செய்த இராசலவனம், வசனாமிர்தம், பிரஜமவிலாசம், வனஜாத்திரா வல்லபதியானடோலா, நித்தியபதம், ஸ்ரீ கோவர்த்தனநாத்ஜீகா பிரசாத்தியா, கோஷாயன்ஜி பிரசாத்தியா, லீலாபவனம், சுவரூபபாவனம், குருசேவா, சேவபிரகாரியா, மூலபுருஷ தாசமர்மார வைஷ்ணவ பக்ஷி லக்ஷண, சவுராசி சிஷா, உத்சவபாதம், யமுனாஜிபாதம் முதலான கிரந்தங்கள் மூன்றாந்தரமான கிரந்தங்களென்றும் இந்த கோகுலத்திலிருக்கும் அநேக ஸ்திரிபுருஷர்கள் கொண்டாடி வருகிறார்கள்.

பலதேவம்.

இந்த மஹா வனத்திற்கு ஆறுமைலுக்கு அப்புறம் பலதேவம் என்கிற கிராமமிருக்கிறது. இதில் இப்போது 2,835 ஜனங்கள் குடியிருக்கிறார்கள். இந்த வனத்தைப் பலதேவர் அல்லது பலராமர் தமக்கு அதிக முக்கியஸ்தானமாகக் கொண்டிருந்தமையால் ஸ்ரீ கிருஷ்ணரும் அதிகப் பிரியத்துடன் போய் மாடுமேய்த்த இடமாம். இவ்விடத்தில் பலதேவருடைய பெரிய கோயிலொன்று இருக்கிறது. இந்தக் கோயிலுக்குப் பக்கத்தில் 80 கஜ சுற்றளவும் செங்கற் காரையினால் கட்டப்பட்ட க்ஷீரசாகரம் அல்லது பலபத்திரகுண்டம் என்னும் தெப்பக்குளமிருக்கிறது. இந்தக் குளத்தின் பல பக்கங்கள் இடிந்து பாசத்தால் மூடப்பட்டுக் கிடக்கிறது. இந்தவிடத்தில் சில வருஷங்களுக்கு முன் பெரிய பலதேவர் விக்கிரகம் இருக்கிறதாக ஒரு கோஷாயிக்கு அருள்வாக்கால் வெளியாகித் தோண்டிப் பார்க்கும்போது அப்படியே இருந்தது. அது பிரம்மாண்டமான விக்கிரகமானபடியால் அதைக் கோகிலத்துக்குக் கொண்டுவரப் பல வண்டிகள் போயும் முடியவில்லை. அவ்விடத்திலே வைத்து ஒரு பெரிய கோவில் கட்டப்பட்டது. இந்தக் கோவில் அவ்வளவு அழகானதாக இராவிட்டாலும் பதினொரு உறல்களோடு கூடிய பெரிய சதுரங்க கட்டடம். இந்தப் பதினொரு மஹால்களில் முதலாவது கி.பி. 1817ம் ஷு ஆக்ரா ராக்லாலா லட்சுமண லாலா அவர்களாலும் 2வது 1825ம் ஷு ஹதராசு பாஞ்சயராலும், 3வது 1868ம் ஷு நாவல்கரணபாஞ்சயராலும், 4வது 1828ம் ஷு மதுரை பீமசேனர், ஹுலசராயர் வர்த்தகர்களாலும், 5வது 1801ம் ஷு ஆக்ரா கத்திரியராலும், 6வது 1799ம் ஷு ஜயப்பூர் பட்டாசாரியராலும், 7வது ஷயூர் கோபால பிராமணராலும், 8வது 1778ம் ஷு மதுரை சிமான்லர்லவர்களாலும், 9வது 1768ம் ஷு ஆக்ரா தேசத்து சதாரம் கத்திரியிவர்களாலும், 10வது 1808ம் ஷு பரதபூர் சுன்னா ஆலவே அவர்களாலும், 11வது 1801ம் ஷு மஹாவனம் புராணசந்து பசூரியவர்களாலும் கட்டப்பட்டிருக்கின்றன. இந்தக் கோவிலின் கர்ப்பக்கிரஹம் சுமார் நூறு வருஷங்களுக்கு முன்பு டில்லிப்பட்டணம் ராமிதாசு சேட்டவர்களால் கட்டி வைக்கப்பட்டது. இந்தக் கோவிலில் பண்டாக்களென்னும் பூஜாரிகளும் யாத்திரைக்காரரும் தங்கி சமைத்துச் சாப்பிடுகிறார்கள். இந்தக் கோவில் சம்பந்தமாக வருஷத்தில் இரண்டு பெரிய உற்சவங்கள் கொண்டாடப்பட்டு வருகிறது. இந்தத் தேவதையைச் சகலரும் பிரியத்தோடு வணங்கி வருவதால் வருஷத்தில் 30,000 ரூபாய்க்கு கட்டளை யிருக்கிறது. இதில் 300 வீட்டு பண்டாக்கள் (பூஜாரிகள்) பங்கு போட்டுக் கொள்ளுகிறார்கள். ஆக்ராவிலிருக்கும் சுராஜவானர் என்னும் வர்த்தகர் 4,000 ரூபாய் நகைகளைக் கொடுத்திருக்கிறார் இப்படித்

தக்க வருமானமிருந்தும் பண்டாக்களில் சிலர் யாத்திரைக்காரருடைய கழுத்தில் கையைப் போட்டு நகைகளைத் திருடுகிறார்கள். இவர்களை சிக்ஷிப்பாரில்லை. இதக் கோவிலுக்குள் ஒரு போலீசு ஸ்டேஷடன் அகத்தியம் இருக்க வேண்டும்.

இந்த மஹாவனம், கோகுலம், பலதேவம் ஆகிய ஸ்தலங்களைவிட பிருந்தாவனம் பலவிதத்திலும் சிரேஷ்டமானதாகையால் இனி அதன் விபரத்தைப் பற்றி எழுதுகிறோம்.

பிருந்தாவனம்.

ஸ்ரீ மதுராபுரிக்குச் சுமார் ஆறு மைல் தூரத்தில் யமுனா நதியின் வடகரையில் பரியாய தீபம்போலப் பிருந்தாவனம் என்னும் புண்ணிய க்ஷேத்திரம் இருக்கின்றது. இது பல்லாண்டு பல்லாண்டாகப் பிரபஞ் சத்தில் பிரபலமான பரதகண்டத்தில் புகழ் பெற்ற தீர்த்த யாத்திரை திவ்விய ஸ்தலமாகக் கொண்டாடப்பட்டு வருகிறது. இப்போது இது ஒரு அழகிய முனிசிபல் பட்டணம். இந்த ஸ்தலத்தை அடுத்து ஓடும் யமுனையின் அழகை எழுதி முடியாது.

மதுராபுரியிலிருந்து பிருந்தாவனத்துக்குப் போக வசதியான ரஸ்தா இருக்கிறது. சீக்கிரத்தில் ஜயப்பூர் முதலான மகாராஜர்கள் புகைவண்டி ஓடும்படி பிரயத்தினம் செய்து வருகின்றனர். இப்போது பிருந்தாவனத்துக்குப் போகும் இரஸ்தாவானது ஜயசிங்கபுரம், அஹலியகஞ்சு என்னும் இரண்டு கிராமங்களுக்கு இடையிலிருக்கிறது. இந்தக் கிராமங்களுக்குச் சமீபத்தில் ஒரு பிரம்மாண்டமான தெப்பக்குளத்தை டில்லியிலிருக்கும் ஓர் தருமவான் செய்த உபயமென்றும், அடுத்திருக்கும் பெரிய பாலமானது குவாலியூர் மகாராஜருடைய குமாரத்தியின் உபயமென்றும் அவ்விடங்களிலுள்ள சாசனங்களால் தெரிய வருகின்றது. அந்தப் பாலத்தின்மேல் நடந்தும் வாகன வண்டிகளினால் சவாரிபோகும் யாத்திரைக்காரர்களைக் கணக்கிட முடியாது. இப்படி இந்த ஸ்தலத்துக்கு இரவும் பகலும் லக்ஷக்கணக்கான ஜனங்கள் யாத்திரை செய்வதினால் இதை இந்துக்கள் மகா புண்ணியக்ஷேத்திரம் என்று கொண்டாடி வருகிறார்களென்பது பிரத்தியக்ஷம்.

இதற்குப் பிருந்தாவனம் என்று பெயர் வந்ததற்குப் பல காரணங்களைப் பலர் பலவிதமாகச் சொல்லுகிறார்கள்.

1 பிரம்மகைவர்த்த புராணத்திற் சொல்லுவதாவது: பரமபதத்திலிருந்த ஸ்ரீ ராதாதேவியானவள், இந்தப் பிரபஞ்சத்தில் ஜகதீசுவரனே ஸ்ரீ கிருஷ்ணனாகப் பிறப்பதினால் அவனைச் சேர்ந்து சுகமடையக் கேதனனுடைய குமாரியாக இந்தவிடத்தில் ஒரு துளசி பிருந்தாவனத்தில்

பிறந்தபடியால் இந்த வனத்துக்கே வினோதமுண்டாகி இப்பெயர் இடப்பட்டதென்று சொல்லப்பட்டிருக்கின்றது.

2 வேறோர் புராணத்தில், பிருந்தம் என்பது நெரிஞ்சில் முள்ளென்றும், இந்த இடமானது, ஒருகாலத்தில் நெரிஞ்சில் முட்கள் நிறைந்த பயங்கர வனமாகவிருக்க, ஸ்ரீகிருஷ்ணர் அந்த முட்களையெல்லாம் பசும்புட்களாக மாற்றிக் கோக்களைப் பாதுகாத்து வந்தபிறகு பக்குவகாலம் வந்தபோது தமக்கு அத்தியந்த பிரியமான துளசி வனமாக்கி அந்த வனத்திற் பல இடங்களில் நடித்தபடியால் மகா புண்ணிய க்ஷேத்திரமாயிற்றென்றும், ஸ்ரீபத்மபுராணத்தில் மஹாவிஷ்ணுவானர், ஜலந்திரனுடைய மனைவியாகிய பிருந்தா என்பவள்மேல் மோகித்துத் தவித்தபோது அவர் காமத்தைத் தணிப்பிக்கும்படி தேவர்கள் ஸ்ரீ லக்ஷ்மிதேவியை நோக்கி வணங்க, அந்த உலகமாதாவானவள் இங்கே சில விதைகளைக் கொடுத்துப் பயிர் செய்யும்படி உத்திரவு கொடுக்க, தேவர்களும் அப்படியே செய்ய, அந்த விதைகளிலிருந்து துளசி, மாலத்தி, தத்திரி செடிகள் முளைத்து இம்மூன்றும் கூடி ஒரு இணையற்ற அழகோடு கூடிய ஸ்திரீயாக ரூபமெடுக்க ஸ்ரீ விஷ்ணுவானவர் அவளை அத்தியந்த பிரிய நாயகியாகக் கொண்டு இந்த இடத்தில் சுகித்து வாழ்ந்தபடியால் இந்தவிடத்திற்குப் பிருந்தாவனமென்று பெயருண்டாயிற்றென்றும் சொல்லப்பட்டிருக்கிறது.

ஆனால் இப்போது இந்த வனத்தை எங்கு நின்று பார்த்தபோதிலும் திவ்வியமான துளசிச் செடிகள் பெருத்து பெரிய வனங்களாகப் பிரகாசிக்கின்றபடியால் இதற்கு (பிருந்தம் : துளசி என்னும் பதப்பொருளால்) பிருந்தாவனம் என்னும் பெயர் வழங்கிவருவதாகத் தோற்றுகிறது.

இப்படி இந்தவிடத்திற்குப் பிருந்தாவனம் என்னும் பெயருண்டானதற்குப் பல காரணங்களும், கருத்துகளுமிருக்கினும், இது தொன்றுதொட்டு இந்துக்களுக்கு (முக்கியமாக வைணவர்களுக்கு) பிரத்தியக்ஷ வைகுண்டத்துக்குச் சமமாகவும், இந்தவிடத்தைத் தரிசித்து இங்கு மரணமடைவோருக்குக்குப் பரமபதம் பிரத்தியக்ஷத்தில் கிடைக்குமென்று பல நூல்களாலும் ஸ்பஷ்டமாகிறது. இதை கி.பி.1754ம் ஷு (Father Tirffenthaler) டிபந்தலர் என்பவர் யாத்திரை செய்து பார்த்த காலத்தில் இங்கு இருந்த ஒரே வீதியில் மாத்திரம் பிரம்மாண்டமான கோவில்களும், மண்டபங்களும், வீடுகளும் இருந்ததாகவும், கணக்கற்ற ஜனங்கள் இந்த இடத்தில் வந்து மரணமடைய யாத்திரை செய்து கொண்டு வந்ததாகவும் சொல்லியிருக்கிறார். ஆனால் 1820ம் ஷு யாத்திரை செய்துகொண்டு (Victor Jacqumont) விக்ட்டர் ஜாக்குமாண்டு என்பவர், இந்தப் பிருந்தாவனத்தைப் போன்ற அவ்வளவு பரிசுத்தமான

புண்ணிய ஸ்தலம் இந்துக்களுக்கு வேறு கிடையாதென்றும், ஏனைய மதஸ்தர்களாலும் மகமதாதி இதர மதஸ்தர்களாலும், தாக்காத சுத்த இந்தமத தேசமென்றும் இவ்விடத்திலிருந்த சில சிறந்த கோயில்களைப் பற்றியும் யமுனா நதியோரத்தில் கட்டப்பட்ட மாடமாளிகை கூட கோபுர கட்டடங்களைப் பற்றியும் விஸ்தாரமாக எழுதியிருக்கின்றனர்.

இப்போது இந்தப் பிருந்தாவனத்தின் (முனிசிபல்) எல்லைக்குள் ஆயிரத்துக்கு மேற்பட்ட பெரிய கோயில்களும், யமுனாநதியின் கரையோரத்தில் சுமார் ஒன்றரை மைல் தூரமாகிய 32 கட்டடங்களும் இரண்டு விசேஷ தடாகங்களும் இருக்கின்றன. இந்தத் தடாகங்களில் ஒன்று ஸ்ரீசேட்டவர்கள் பெரிய கோயிலுக்குப் பின்பக்கத்தில் பிரம்மகுண்டம் என்னும் பெயரால் பிரகாசிக்கிறது. மற்றொன்று மதுராபுரிக்குப் போகும் வழியோரத்தில் கோவிந்த குண்டம் என்னும் பெயரால் பிரகாசிக்கின்றது.

இந்தத் தடாகம், பெங்காளத்தைச் சார்ந்த இராஜாஷாமின் சவுதாரணிகாளிசுந்தரி தேவியவர்களால் 3,000 ரூபாய் செலவிட்டு ரிப்பேர் செய்யப்பட்டிருக்கிறது.

இந்தத் தடாகத்துக்குச் சமீபத்தில் சுவரிவனம் என்னும் பெயரால் கதம்பம் முதலான மரங்களோடுகூடிய சிங்கார வனம் இருக்கிறது. இங்கே யாத்திரைக்காரர் சற்றுத் தங்கி அருகிலிருக்கும் மதனமோஹனரையாகிலும், தேவனங்பியாரி சுவாமியையாகிலும் தரிசித்துப் போவதுண்டு. இந்த வனத்துக்குப் பக்கத்தில் ஒரு சிங்கார நந்தவனமிருக்கிறது. இந்த நந்தவனத்தில் குரங்குகளும் மயில்களும், கணக்கற்றிருக்கின்றன. இந்த வனம் ஸ்ரீகிருஷ்ணருண்டாக்கி விளையாடியதாகச் சொல்லுகிறார்கள்.

இப்போது இந்தப் பிருந்தாவனத்தில் 21,000 ஜனங்கள் குடியிருக்கிறார்கள். இதில் பாதிப் பெயர் பிராமணர்கள். மற்ற பாதி பைராகிகள், கோஷாயிகள், வைணவ பக்தர்கள் என்று சொல்லலாம். இந்த ஜனங்கள் யாவரும் சர்க்கார் முதலான உத்தியோகங்களைச் செய்து வராமலும் மற்ற தொழில்களைச் செய்யாமலும் கோயில் வருமானங்களிலும் யாத்திரைக்காரர்களுடைய திரவிய சகாயத்திலும், பழைய ராஜாக்கள் தரும மானியங்களிலும் காலங்கழிக்கிறார்கள். இப்போது 50 தரும சத்திரங்கள் சகலவித இந்துக்களுக்கும் பொதுவாக இருக்கின்றன.

இப்படிப்பட்ட இந்த நகரத்தை மகமதியர்கள் பிடித்து இதற்கு முமினாபாத்து என்னும் பெயரை வைக்கப் பிரயத்தினப்பட்டும் முடியவில்லை. இப்போது, சுண்ணாம்பு சுடுதல், எண்ணெய்

காய்ச்சுதல் முதலான சிறு வியாபாரங்களைச் செய்யும் ஐம்பது மகமதியர்கள் நகரத்துக்கு வெளியில் குடியிருக்கிறார்கள். இவர்களுக்கு மஸ்ஜீது முதலான கோவில்களில்லை

இப்போது இந்தப் பிருந்தாவனத்தில் வைணவ மதத்தைப் பற்பலவிதச் சித்தாந்திகளும் தம்தம் சித்தாந்தங்களுக்குத் தக்கபடி கோயில்களைக் கட்டிவைத்தும் நித்திய கர்ம நைமித்திகாதி காரியங்களை தம்தம் சித்தாத்தங்களின்படி நடத்தி வருகிறார்கள். அவர்களில் ஸ்ரீ சம்பிரதாயகர்களான ஸ்ரீராமாநுஜருடைய சித்தாந்ததைச் சார்ந்தவர்களும், நிம்பார்க்க வைணவர்களும், விஷ்ணு சுவாமிகளென்னும் ஸ்ரீவல்லபாசாரி வைணவர்களும், கவுரிய வைணவர்களும், இராதா வல்லபர்களும் முக்கியமானவர்கள். இவர்கள் ஸ்ரீ சம்பிரதாயகர்கள் யாவரெனில் கி.பி.பதினோராம் நூற்றாண்டின் கடைசியில் தக்ஷண இந்து தேசமாகிய நமது தென்னிந்தியாவில் ஸ்ரீபெரும்பூதூரில் அவதரித்த ஸ்ரீ ராமாநுஜாசாரியாரவர்கள், ஸ்ரீபாஷியம் கீதாபாஷியம், வேதாந்தசங்கிரகம், வேதாந்த பிரதீபம், வேதாந்தசாரம் முதலான கிரந்தங்களால் வெளிவிடலான விசிஷ்டாத்வைத சித்தாந்தத்தைத் தழுவியவரும் வைணவர்களாம். இந்த வைணவமத சித்தாந்தமானது ஸ்ரீ ரங்காசாரியரவர்களாற் பிரபலமாக்கப்பட்டது.

ஸ்ரீ கோவர்த்தனம் அரங்காசாரியாருடைய சரித்திரம்.

இவருடைய சரியான சரித்திரத்தை அறியப் பலவிதமாகப் பிரயத்தினப்பட்டும் தகுந்த ஆதாரங்களகப்படவில்லை. ஆயினும், அவரது காலத்தில் அனுபவத்தாற் கண்டறிந்த சில சங்கதிகளைக் கேட்ட சில கனவான்களால் நமக்குத் தெரியவந்த சங்கதியாவது:-

இந்த ஸ்ரீரங்காசாயானவர் ஸ்ரீ காஞ்சீபுரத்துக்கடுத்த ஒரு சிறு கிராமத்தில் ஜனித்து சிறு பிராயமாக இருந்தபோதே பெற்றோர்களை இழந்துவிட்டபடியால் தமயனாருடைய சம்ரக்ஷணையிலிருந்ததாகவும், இந்தச் சம்ரக்ஷணையிலிருந்தபோது ஒரு நாள் யசோதா ஒரு பதார்த்தத்தினிமித்தம் தமக்கும் தமது தமையனார் மனைவிக்கும் விரோதமுண்டாக அந்தம்மாளிடம் இருக்க மனதற்றவராய் ஒண்டி வழியாகப் புறப்பட்டு ஸ்ரீகாசிக்கு வந்துவிட்டதாகவும், அங்கு ஒரு எதீந்திரர் இவரைத் தமது சீடனாகக்கொண்டு சம்ஸ்கிருத பாஷையைப் போதித்து வந்ததாகவும், அப்போது கோவர்த்தனத்திலிருந்து ஒரு எதீந்திரருக்கு ஒரு சீடர் வேண்டியிருந்து முன்சொன்ன காசி க்ஷேத்திர சந்நியாசியவர்களுக்குத் தெரிவிக்க, அவர் இந்த ஸ்ரீரங்காசாரியைச் சிபார்சு செய்து கோவர்த்தனகிரிக்கு அனுப்ப, இவரும் பிரியத்தோடு வந்து கோவர்த்தன எதீந்திரருக்குத் தொண்டு செய்து பல நூல்களைக்

கற்றுக்கொண்டு வரவே அந்த எதீந்திரருக்கு அசாத்தியமான வியாதி சம்பவித்தபடியால், அவர் தமது சந்நியாச மடத்தையும், ஆச்சிரமத்தையும் இந்த ஸ்ரீரங்காசாரியாருக்குக் கொடுத்துவிட்டுப் பரமபதமடைந்தார். அன்று முதல் இந்த ஸ்ரீரங்காசாரியருக்குக் கோவர்த்தனம் (ரங்கஜீ) ஸ்ரீ ரங்காசாரியார் என்று பெயரிடப்பட்டு ஸ்ரீராமானுஜருடைய ஸ்ரீ சம்பிரதாயத்தை வடதேசத்தாருக்குப் போதித்தும், ஜயப்பூர் சைவபண்டிதர், வைணவ மதத்தைத் தூஷித்து எழுதிய எட்டு கேள்விகளுக்கு விடையாக "துர்ஜனகாரி பஞ் சானன்" என்னும் சம்ஸ்கிருத கிரந்தத்தை எழுதினார். இந்தப் புஸ்தகத்தின் கருத்துகள் ஜயப்பூர் மகாராஜருக்குப் போதுமான திருப்தியைக் கொடாமையால் சஜ்ஜன மனோரஞ்சனம் என்னும் கிரந்தத்தைச் சில பண்டிதர்களைக்கொண்டு எழுதி வெளியிட்டார். அதன்மேல் ஸ்ரீரங்காசாரியார் "வியாமோஹ விதாவனம்" என்னும் கிரந்தத்தை எழுதி அதில் வைணவ மதத்தை மேன்மைப்படுத்தி பல ஆதாரங்களைக் காட்டிப் பிரசுரம் செய்தார்.

இப்படிச் சத்காலக்ஷேபம் செய்துவரவே, ஸ்ரீ மதுராபுரியில் மஹா கோடீசுவரரான ஸ்ரீலக்ஷ்மீசந்து சேட்டவர்களுடைய சகோதரர்களும், சமண மதஸ்தர்களுமாக இருந்த ஸ்ரீகோவிந்ததாஸ், ஸ்ரீராதாகிருஷ்ண சேட்டவர்கள் வைணவ மதத்தின் ஸ்ரீஸம்பிரதாயத்தில் பிரியமுடையவர்களாகி இந்த ரங்காச்சாரி சுவாமிகளின் சீடர்களானார்கள். அவர்களுக்கு ஸ்ரீஸம்பிரதாயத்தைத் தக்கபடி போதித்து ஞானவான்களாகப் பிரகாசிக்க, அவர்கள் பிருந்தாவனத்தில் ஸ்ரீஸம்பிரதாயத்தைத் தழுவிய கோயிலைக் கட்டுவிக்கப் பிரியப்பட, இந்த ஸ்ரீரங்காசாரி சுவாமிகள் அந்த சிரேஷ்ட சீடர்களைத் தக்ஷணதேசத்துக்குக் கூட்டிக்கொண்டு வந்து இவ்விடங்களிலிருக்கும் சில சிறந்த கோயில்களைக் காட்ட அவர்கள் ஸ்ரீரங்கக்ஷேத்திரத்தின்படி பிளானையும், வேலைக்காரர்களையும் தயார் செய்துகொண்டு போய் கி.பி.1845ம் ஹூ கடைக்கால் போட்டு கி.பி. 1851ம் வருஷத்துக்குள்ளாக 45 லக்ஷம் ரூபாய்க்கு அதிகமாகச் செலவிட்டுப் பிரம்மாண்டமான கோயில் கட்டி வைத்தார்கள். இந்தக் கோயிலின் பெருமையைப் பிறகு விவரமாகத் தெரிவிப்போம். இப்படி இந்த ஸ்ரீரங்காச்சாரியார் தனவான்களான தமது சீடர்களைக்கொண்டு அநேக கோயில் கோபுரங்களையும் வாவிகூப உத்தியாவனங்களையும், தயார் செய்தாலும், சந்நியாச ஆச்சிரமத்தை அனுசரித்த இவரை கிரஹஸ்தாச்சிரமத்தில் இருக்கவேண்டுமென்று சீடர்கள் விரும்ப, ஸ்ரீரங்காச்சாரியரும் தக்ஷண தேசத்தில் தமது பந்துக்களில் ஒரு பெண்ணை விவாஹம் செய்துகொள்ள, அந்த மனைவியார் வயிற்றில் ஓர் ஆண் குழந்தை பிறந்து, அப் பிள்ளைக்குப் பாட்டனார் பெயராகிய ஸ்ரீநிவாசாசாரியர் என்று நாமம் சாற்றப்பட்டு சம்ஸ்கிருத பாஷையைப் போதிக்கப் பிரயத்தனப்பட, அவருக்குக் கல்வியில் கருத்தில்லாமையால்

கலியாணம் செய்விக்கப்பட்டது. அப்படிச் செய்வித்த கலியாண மனைவி வயிற்றில் ஒரு ஆண் குழந்தை பிறந்தது. ஆனால் கல்வியை விரும்பாத இந்த ஸ்ரீநிவாசாசாரியார் தனது தகப்பனாருடைய யோக்கியதைக்கும், அவரது சீடர்களுடைய யோக்கியதைக்கும் தனது ஜாதி யோக்கியதைக்கும் பயப்படாமல், பட்டப்பகல் படோடோபஞ் செய்து டம்பாகாரமாகத் திரவியத்தையெல்லாம் வாரித் தாசி வேசிகளுக்குத் துலைத்து வந்ததன்றியில், கீழ் ஜாதியான ஸ்திரிகளோடும் சம்பந்தம் செய்யப் பிரவர்த்தித்து பிரயத்தனப்பட்டதால் பிதாவாகிய ஸ்ரீரங்காசாரியானவர் நொந்து இனித் தமது சீடர்களாற் கட்டிவைத்த கோயில் முதலான கட்டடங்களையும், தானிய திரவியங்களையும் தொண்டு முண்டைகளுக்குத் தொலைத்து விடுவானென்று பயந்து கி.பி.1868ம் ௵ இந்தக் கோயிலையும், இதைச் சார்ந்த லக்ஷக்கணக்கான சொத்துகளையும் தமக்குப் பிற்பாடு ஆறு பேரடங்கிய கமிட்டியாரால் பரிபாலனம் செய்விக்க வேண்டுமென்றும், தமது குமாரருக்குச் சாப்பாட்டுச் சிலவுக்குமாத்திரம் கொடுக்க வேண்டுமென்றும் மற்றும் மதவிஷயமான ஆசாரிய கைங்கர்யங்களைச் செய்ய தக்ஷிண தேசத்திலிருந்து நூதனமான ஆசாரிய புருஷரைத் தருவித்து வைத்துக் கொண்டு நடத்த வேண்டுமென்றும் 2,000 ரூபாய் சாபா காகிதத்தில் எழுதிக் கொடுத்துவிட, இது விஷயமாகப் பிதாவுக்கும், புத்திரருக்கும் பல சச்சரவுகள் நடக்க இந்த வியாகூலத்தினாலேயே ஸ்ரீரங்காசாரியர் 1847ம் ௵ மார்ச்சு ௴ 26ம் ௳ பரமபதமடைந்தார்.

இவர் பரமபதமடைந்த பிறகு இவர் குமாரன் ஸ்ரீநிவாசாசாரியார் இந்தக் கோயில் முதலான சொத்துகள் தமக்குச் சேர வேண்டுமென்று வாதாடிக் கொண்டிருந்து சில வருஷங்களுக்குள்ளாக அவரும் பரமபதமடைந்துவிட்டார். இப்போது சுமார் 10 வயதையுடைய இவர் குமாரர் இருக்கிறார். அவரது போஷணைக்கும் படிப்புக்கும் சேட்டவர்கள் ௴ 1க்குச் சுமார் 300 ரூபாய் வரையிற் கொடுத்துக் கவுரவப்படுத்தி வருகிறார். இந்தச் சேட்டவர்கள் கோயிலிலும் சுற்றுப்பக்கங்களிலும் சுமார் 100 ஸ்ரீவைணவ பிராம்மணர்கள் தென்தேசத்திலிருந்து போய் ஸ்ரீராமாநுஜருடைய சம்பிரதாயப்படிக்கு நித்திய நைமித்திகாதி விஷயங்களைத் தென்தேசத்து வைணவர்களின் ஸ்தலங்களில் செய்யும் பத்ததிகளின்படி செய்து ஸ்ரீராமாநுஜருடைய சித்தாந்தத்தைச் சிறப்பித்து வருகிறார்கள். இந்தப் பிருந்தாவனத்தில் ஸ்ரீஸம்பிரதாய வைணவர்களைத்தவிர நிம்பார்க்க வைணவர்களுமிருக்கிறார்கள்.

நிம்பார்க்க வைணவத்தின் சரித்திரம்.

இந்த மதாதிபதியாகிய ஸ்ரீபாஷ்கராசாரியார் ஒரு நாள் ஒரு பைராகியைச் சாப்பாட்டிற்கு அழைக்க அவரும் சம்மதித்துக்கொண்டு போய் சாயரக்ஷை வரையில் வராமையால், பாஷ்கராசாரியாரும் சாயரக்ஷை

வரையிற் சாப்பிடாமல் சங்கடப்படவே, சூரியாஸ்தமாகிவிட்டது. சன்னியாசிகள் சூரியாஸ்தமானாற் சாப்பிடக் கூடாதாகையால் சங்கடத்தோடு சூரியநாராயணரைப் பிரார்த்திக்க, அப்போது சூரியன் நிம்பவிருக்ஷமென்னும் வேப்பமரத்தின்மீது ஒரு பொந்தில் பிரகாசிக்க பாஷ்கராச்சாரியார் தமது உணவை எடுத்துக் கொண்டு வேப்ப மரத்தின்மீது வீசிய சூரிய பிரகாசத்தில் வைத்துக்கொண்டு உண்டார். ஆகவே இந்த மதாதிபதிக்கு நிம்பார்க்கர். நிம்பாதித்தர் என்று பெயருண்டாயிற்று. இந்த மதத்தைச் சார்ந்தவர்கள் மகா சாந்தமும் பக்தியுமுடையவர்கள். இவர்களுக்கு விசேஷமாக மதகிரந்தங்கள் கிடையா. இருந்த சில கிரந்தங்களையும் அரங்கஜீபு கொள்ளையிட்டுக் கொளுத்திவிட்டான். இந்த மதஸ்தர்களில் அநேகர் கோகிலவனம் முதலான இடங்களிலிருக்கும் குகைகளில் சுத்த சாது சன்னியாசிகளாக இருந்து காலத்தைக் கழிக்கின்றனர்.

இந்த மதத்தார் ஜகதீசுவரன் ஒருவனே இருக்கிறதாகவும், அவனை இப்போது பார்த்து ஆனந்தமடைவதைப்போலவே பரலோகத்திலும் பார்த்து ஆனந்தமடையலாமென்றும் இப்படி அடைவதற்குக் கேவலம் பக்தியே முக்கியமானதென்றும், ஸ்ரீராதாகிருஷ்ணருடைய லீலாவிபூதிகளை ஜீவாத்துமா பரமாத்துமா விஷயமாகப் பொருள் கொண்டு பிரம்மாநந்தமடைவேண்டுமேயொழியச் சிற்றின்ப விஷயமாகவும், உலக விவஹார விஷயமாகவும் கொள்ளக்கூடாதென்றும் சொல்லுகிறார்கள். இந்தச் சம்பிராதயத்தை அனுஷ்டிக்கும் கோவர்த்தனதாசு என்பவர் ஜோதிப்பூர் மாகாணத்திலிருக்கிறார். இவருக்கு பகவத்கீதை முழுதும் மனப்பாடமாகத் தெரியும்.

மேலும் இந்த மதத்தைப் போதிக்கும் சித்தாந்த ரத்னாஞ்சரி கிரிவஜாம், இரத்தினமாலா, சேதுகம், ஜாவளி இரத்தினமஞ்சம் முதலான கிரந்தங்களைக் குருட்டுப் பாடமாக ஒப்பிக்கக்கூடியவர். இந்த மதஸ்தர்களும் பிருந்தாவனத்தில் சில கோயில்களுக்கு அதிகாரிகளாகித் தங்கள் சித்தாத்தங்களைப் போதித்து வருகின்றனர்.

இவர்களன்றியில் இந்தப் பிருந்தாவனத்தில் துவைத சித்தாந்திகளென்னும் ஒரு வகுப்பார் இருக்கின்றனர். இவர்கள் கி.பி. 1199 ஷூ தக்ஷணத்தில் உடுப்பியில் பிறந்து தமது ஒன்பதாம் வயதிலேயே சகல சாஸ்திரங்களையும் கற்றுப் பகவத் கீதைக்குத் துவைத சித்தாந்தமாக அதாவது ஜீவாத்துமா வேறு, பரமாத்துமா வேறு என்று வித்தியாசப்படுத்தி பாஷ்யம் செய்து பிரகாசித்த மாத்துவாசாரியர்களுடைய சீடர்கள், இவர்களுக்கு இந்தப் பிருந்தாவனத்தில் பிரபலமான கோயில்களும் கட்டடங்களுமில்லை. இங்குமங்குமாகச் சிலர் இருந்துகொண்டு துளசிவன யாத்திரை செய்துகொண்டிருக்கிறார்கள். அன்றியும்,

இந்தப் பிருந்தாவனத்தில் பங்காளி அல்லுகவுரிய வைணவர்களென்னும் இராதாவல்லபர்களும், சுவாமி அரிதாசர்களுமாக இன்னும் பல வைணவ சம்பிரதாயஸ்தர்களிருக்கிறார்கள். இவர்களில் பங்காளி வைணவர்கள் இந்தப் பிருந்தாவனத்தில் அதிக பிரபலமாய் இருக்கிறார்கள். இவர்கள் சைத்தன்னியருடைய மதத்தை அவலம்பித்து வருகிறார்கள்.

சைதனியர் மதம்.

சைதன்னியரானவர் கி.பி.1485ம் ஞு கிரஹண விடுதலை காலத்தில் வங்கதேசத்தைச் சார்ந்த நதியா மாகாணத்தில் பிறந்தவர். இவர் பாட்டனாராகிய உபேந்திரமிசார் என்பவர் மகா பக்திமானாக சீலெட்டு டிஸ்டிரிக்டில் குடியிருந்தார். இவர் தந்தையாகிய ஜகநாத மிசிரரும் மகா பக்திமானாகி பாகீரதி நதிக்கரையாகிய நந்தாவில் தங்கி தபசு செய்தார். இந்தச் சைத்தன்னியருடைய தாயாராகிய சசிதேவியார் வயிற்றில் விஸ்வரூபரென்னும் சகோதிரரும் பிறந்து சிறுவயதிலேயே வைணவ சந்நியாசியாகிவிட்டார். சைதன்னியர் சம்ஸ்கிருத பாஷையில் பூரண பண்டிதராகிப் பாகவதம், பகவற்கீதை முதலான கிரந்தங்களை முக்கிய பாராயண கிரந்தங்களாகக் கொண்டு சிறந்த வைணவமதாசாரியராகி அப்போது வங்கதேசத்தில் மலிந்திருந்த தாந்தீரிக சாக்தேய மதஸ்தர்களைக் கண்டித்து ஜாதிபேதத்தை நீக்கி, பிரபல வித்துவானாகவும் பிரகாசித்து கயா க்ஷேத்திரத்துக்குப் போய்த் தமது தந்தைக்குப் பிண்டத் திதியைச் செய்தார். அப்போது நித்தியாநந்தர் என்னும் ஒரு பக்தர் ஆசாரியராக வைணவத்தை அவருக்குப் போதிக்க இந்தக் குருவே இவருக்குச் சீடராகிவிட்டார். பிறகு ஸ்ரீவல்லபாசாரியருடைய குமாரத்தியாகிய லக்ஷ்மிதேவியை விவாஹம் செய்துகொண்டார். இந்த மனைவி சீக்கிரம் இறந்துபோக விஷ்ணுபிரியை என்னும் வேறொரு பெண்ணை விவாஹம் செய்யப்பட்டது. அப்படி விவாஹம் செய்துகொண்டாலும் தமது 24வது வயதில் சுத்த சன்னியாசத்தை அனுசரித்து மனைவியையும் மாதாவையும் மற்றுமுள்ள சகல உலக சுகங்களையும் தொலைத்துவிட்டு முதல்முதல் (Guor) கவுரி என்னும் இடத்தில் வைணவ சமரச ஞானத்தைப் போதிக்க அங்கு இரண்டு மகமதியர்கள் இவர் உபதேசத்தில் நம்பிச் சீடரானார்கள். அவர்களுக்குச் சநந்தர், ரூபர் என்று பெயர். பிறகு சாந்திபூர், பூரி முதலான இடங்களைத் தரிசித்து அங்கு சார்வபவுமன் என்னும் சிறந்த பட்டாசாரியைச் சீடனாக்கிக்கொண்டு தக்ஷண தேச யாத்திரை செய்து இராமேசுரத்தைத் தரிசித்தார். பிறகு காசி, மதுரை முதலான திவ்விய ஸ்தலங்களைத் தரிசித்துக்கொண்டு ஜாதிபேதமற்ற சமரச மதாசாரியரானார். ஸ்ரீ மதுரா பிருந்தாவனத்துக்கு வந்து,

பிறகு ஜகந்நாதம் வரையிலுள்ள சகல புண்ணிய ஸ்தலங்களைத் தரிசித்து தமது 30வது வயதில் நலாசெலா என்னும் இடத்தில் ஸ்ரீசச்சிதாநந்தமான விஷ்ணுவை சதா தியானித்து அங்கம் பரவசமாக ஆடிப்பாடி காலங்கழித்து வரும் நாளில் கி.பி.1511ம் ஸ்ரீ தமது 48வது வயதில் கண்களுக்கு அகப்படாமல் மறைந்தார். இவர் எந்த ஜலத்தைக் கண்டபோதிலும் யமுனாநதியாகவும் எந்த வஸ்துவைக் கண்டபோதிலும் ஸ்ரீகிருஷ்ணரைப் போலவும் பாவித்திருந்தபடியால் ஓர் பூரண சந்திரபிரகாசமுள்ள ராத்திரியில் சில்கா ஏரிக்கரையின்மேல் பாடிக்கொண்டு போகையில் அந்த ஏரியின் ஜலம் சந்திர பிரகாசத்தினால் யமுனா நதிபோல் தோன்றவும், அதில் பிரகாசிக்கும் சந்திர பிம்பத்தின் பிரதிபிம்பம் ஸ்ரீகிருஷ்ணரைப்போல் நடிக்கத் தோன்றவும் ஓடிப்போய்க் கட்டித்தாவ அப்படியே விழுந்து பரம்பதமடைந்து மறுநாள் மீன் பிடிப்பவர் வலையிலகப்பட்டு மேலே கொண்டுவர உடனே எழுந்து ஹரிபோலோ! ஹரிபோலோ! என்று சொல்லிக் கொண்டு மறைந்துவிட்டாராம். இவருடைய சீடராகிய ஸ்ரீ கிருஷ்ணதாசர் சைதன்னியர் சரித்திராமிர்தம் என்னும் பெயரால் வங்கபாஷையில் ஒரு சிறந்த கிரந்தம் எழுதியிருக்கிறார். இந்தசைதனனியருடைய சகாயர்களான அத்வைதாநந்தரும், நித்தியாநந்தரும், வங்கதேசத்தில் மஹாபிரபுக்களாகித் தமது மதத்தை ஸ்தாபிக்கப் பிரவர்த்திக்க மற்ற ஆறு கோஷாயிகளும் இந்தப் பிருந்தாவனத்துக்கு வந்து தங்கி தமது சித்தாந்ததைப் போதித்து வந்தார்கள்.

இவர்கள் சதா ஸ்ரீகிருஷ்ண நாமத்தை நடனம் செய்துகொண்டும், நெற்றியில் இரண்டு வெள்ளைக் கோடுகளோடும் கையில் 108 துளசிமணிகள் கோர்த்த ஜபமாலையை வைத்துக்கொண்டும் கேவலம் பக்தியினலேயே பரம்பதமடையலாமென்று சொல்லுகிறார்கள். இவர்களன்றியில் இந்தப் பிருந்தாவனத்தில் ரூபர், சநந்தனன் என்பவர்கள்தான் முக்கிய குருமார்களாகக் கொண்டாடப்பட்டு வருகின்றனர். மேலும் கி.பி.1619ம் ஸ்ரீ உஜ்ஜயினி பட்டணத்திலிருந்து இந்தப் பிருந்தாவனத்துக்கு வந்த யாதவரூபர் என்பவர் மஹாத்துமாவாக இருந்தபடியால் ஆக்பர், சாஜிஹான் முதலான சக்கிரவர்த்திகளும் வந்து அவரை தரிசித்துப் போனதாகச் சரித்திரத்தில் சொல்லப்பட்டிருக்கிறது. முன்சொன்ன ரூபருடைய அண்ணன் குமாராஜீவர் என்பவர் பிருந்தாவனத்தில் கிராதாதா மோதிரர் கோயிலைக் கட்டிவைத்தார். இவரைச் சார்ந்த கோபாலபட்டர் இராதாராமர் கோயிலைக் கட்டி வைத்தார். இவ்விருவரைப் பற்றி பக்திமாலா என்னும் கிரந்தத்தில் புகழ்ந்து சொல்லப்பட்டிருக்கிறது.

இராதாவல்லபர் சரித்திரம்.

சம்வச்சரம் 1559ம் ஸூ சஹரான்பூர் ஜில்லா தேவவனம் என்னும் இடத்தில் வியாசர் என்னும் கவரப் பிராமணர் குழவியில்லாக் குறைவால் தவித்துக் கொண்டிருந்ததோடு கூட டில்லி சக்கிரவர்த்தியிடம் உத்தியோகமமர்ந்து ஆக்ரா வழியாகப் போகும்போது அவருடைய மனைவியாகிய தாராதேவியின் வயிற்றில் கர்ப்பம் தரித்து ஸ்ரீமதுரைக்கடுத்த வனம் என்னும் கிராமத்தில் ஒரு ஆண் குழந்தை பிறந்தது. அதற்கு ஹரி வம்சர் என்று பெயரிட்டு வளர்ந்துவந்து ருக்மணி என்னும் ஒரு பெண்ணைக்கொண்டு விவாஹம் செய்துவைக்க, அந்த ருக்மணி வயிற்றில் இரண்டு ஆண் பிள்ளைகளும் ஒரு பெண் பிள்ளையும் பிறந்து மூத்த குமாரனாகிய மோஹனசந்திரர் மகவில்லாமல் மரணமடைய, இளைய குமாரருடைய சந்ததி கோபிநாதர் என்பவர் இப்போது தேவவனத்திலிருக்கிறார். இந்த ஹரிவம்சர் தனது குமாரத்திக்கு விவாகம் செய்வித்த உடனே சந்நியாசத்தை அனுசரித்து பிருந்தாவனத்தை நாடி வருகையில் ஒரு விருத்தப் பிராமணர் சந்தித்து தனது இரண்டு குமாரத்திகளையும் விவாகம் செய்துகொள்ள வேண்டுமென்றும் அப்படிச் செய்துகொள்ள அருள்வாக்குக் கிடைத்ததென்றும் சொல்லி இராதாவல்லபர் என்னும் ஒரு கிருஷ்ண விக்கிரகத்தைக் கொடுத்து பூஜை செய்யும்படி உத்திரவளிக்க, அவரும் சம்மதித்து அந்தப்படியே இரண்டு பிராமண குமாரத்திகளையும் விவாகம் செய்துகொண்டு ஸ்ரீராதாவல்லபர் கோவிலைப் பிருந்தாவனத்தில் கட்டி ஸ்ரீராதாவே முக்கிய பிராண தேவதையாகக் கொண்டு பல இனிய கீத கிரந்தங்களை இயற்றினார். இவர் ஆதியில் துவைத சித்தாந்தத்திலும் பிறகு நிம்பார்க்க சித்தாந்தத்திலும் பிரியமுடையவராக இருந்து அநந்தரம் ஸ்ரீராதாவல்லபரென்னும் காமசாந்தத்தில் பிரியப்பட்டார். ஆகவே இவர் இராதாசுதாநிதி என்றாதிச் சிங்காரக் கவிகளைப் பாடி ஆனந்த நடனமாடினார். இவர் பாட்டுக்களை பக்திமாலா என்னும் கிரந்தத்திற் பார்க்கலாம். இந்தப் பாட்டுகள் யாவும் சிங்கார அலங்கார நூல்களை அனுசரித்துப் பாடப்பட்டிருக்கினும் காமவிகாரமான கவிகள் என்பதற்குச் சந்தேகமில்லை. இவரது பிரதம சீடர் வியாசஜி என்பவருக்கு அநேக மகிமைகளைக் காட்டினார். இவரது சமாதியும் இப்போது பிருந்தாவனத்திலிருக்கிறது.

இந்த இராதாவல்லபருடைய இரண்டாவது சீடர் துருவதாஸ் என்று பெயர் பெற்றவர். இவர் 1. ஜீவதசை, 2. வேதகானம், 3. மனசிக்ஷா, 4. பிருந்தாவன சத்து, 5. பக்தி நாமாவளி, 6. பிரஹதபிமான புராணம், 7. கியால் உலாசம், 8. சித்தாந்த விசாரம் 9. பிரிதி சோவனி, 10. ஆனந்த சதகம், 11. பஜனசதகம், 12. பஜன சத்து, 13. ஸ்ரீரங்க சதகம், 14. மனோசிங்காரம், 15. ஹிதசிங்காரம்,

16. சபாமண்டலம், 17. இராஜமுக்தாவளி, 18. பஜனகுண்டலம், 19. இராச பிரயாவளி, 20. இராச இரத்னாவளி, 21. பிரேமாவளி, 22. ஸ்திரிபிரிய ஜிகநாமவளி, 23. ரஹசியமஞ்சரி, 24. சுகமஞ் சரி, 25. இரதிமஞ்சரி, 26. நேமஹமஞ்சரி, 27. வனவிஹாரம், 28. இராவிஹாரம், 29. இரங்கவிலாசம், 30. இரங்கவிஹாரம், 31. இரங்கவிநோதம், 32. ஆநந்தரசம், 33. இரஹசியலதம், 34. ஆனந்தலதம், 35. அதுராகலதம், 36. பிரேமலதம், 37. இராசநந்தம் - ஜுகலதியானம், 38. நிருக்தவிலாசம், 39. தனலீலை - மனலீலை, 40. விரஜலீலா என்றாதி கவி கிரந்தங்களை இயற்றியிருக்கின்றனர்

இவைகளன்றியில் தாமோதர தாசரால் வல்லபராசிகபானி குருப்பிரதாபம் என்னும் கிரந்தங்களும், தாமோதர சுவாமியால் ஹரிநாமமஹிமா என்னும் கிரந்தம், ஹிதவல்லபரால் ஸ்ரீரூபலால் ஜிகஸ்தா என்னும் கிரந்தமும், பிருந்தாவனதாசரால் ஹரிநாமபலி, ஸ்ரீலால்ஜிபாதி என்ற கிரந்தமும் விசேஷமான கிரந்தங்களாகக்கொண்டு பிருந்தாவனத்திலும் ஸ்ரீ மதுரையிலும் சகலராலும் படிக்கப்பட்டு வருகின்றன.

சுவாமி ஹரிதாசருடைய சரித்திரம்.

இந்தச் சுவாமி ஹரிதாசருடைய சித்தாந்தத்தைச் சார்ந்த வைணவர்களும் பிருந்தாவனத்தில் அநேகர் இருக்கின்றனர். இங்கே இவர்களுடைய முக்கியமான கோயிலுக்கு பியார்ஜி என்னு சொல்லப்பட்ட பிரம்மாண்ட மந்திரமிருக்கிறது. சமீபகாலத்துக்கு முன் 70,000 ரூபாய் செலவுசெய்து ரிபேர் செய்யப்பட்டிருக்கிறது. இந்த வைணவர்கள் சந்ததியார் 500 பெயர்கள் பெண்சாதி பிள்ளைகளோடு வாழ்ந்து வருகிறார்கள்

ஸ்ரீ மதுராபுரிக்குச் சமீபத்தில் கோல் என்னும் கிராமத்தில் பிரம்திகா என்னும் பெயருடைய சநந்த பிராம்மணர் அந்த கிராமத்தில் கிரிதரன் என்னும் பெயரால் ஸ்ரீ கிருஷ்ணரை வைத்து வணங்கி வரும்போது, பிருந்தாவனத்துக்கடுத்த இராஜமா கிராமத்தில் கங்காதரன் என்னும் பிராமணருடைய குமாரத்தியை விவாகம்செய்ய சம்வச்சரம் 1441ம் ஹூ ஒரு ஆண் குழந்தை பிறந்தது. அதற்கு ஸ்ரீஹரிதாசன் என்று பெயரிடப்பட்டது. அந்தக் குழந்தை சிறுபிராயத்திலேயே விஷ்ணுபக்தியில் ஈடுபட்டதாகிப் பெற்றோர்களுடைய இஷ்டப் பிரகாரம் கிரஹஸ்தாஸ்ரமத்தைத் தழுவாமல் சந்நியாசியாகி, பிருந்தாவனத்துக்கும் யமுனைக்கும் மத்தியிலிருக்கும் மானச சரோவரத்தில் தபசு செய்துகொண்டு காலம்போக்கிப் பிறகு நிதவனத்துக்கு வர அவர் தாய்மாமனாராகிய விட்டலபூபாலர் பிரதம சீடரானர். இந்த ஹரிதாசருடைய மகத்துவம்

நாலாபக்கத்தில் பரவ டில்லியிலிருந்த தயால்தாஸ் என்பவர் தமக்கு ஒரு மஹான் கொடுத்திருந்த தங்கம் செய்யும் கல்லை எங்கேயோ போக்கடித்துவிட்ட விசனத்தினால் இவரிடம் வந்து முறையிட, இவர் அந்த தயாலதாசரைக் கூப்பிட்டு யமுனையிலிருக்கும் மணலில் ஒருபிடி மணலை எடுக்கும்படி செய்ய அவர் அப்படியே எடுத்துப் பார்க்க ஒவ்வொரு மணலும் தாம் முன் போக்கடித்த தங்கம் செய்யும் கற்களாக இருக்கக்கண்டு ஆச்சரியப்பட்டு இவருக்குச் சீடரானார். இந்த ஹரிதாசரிடத்தில் ஒரு சாலக்கிராமம் இருப்பதினால்தான் இப்படித் தங்கமாகிறதென்று எண்ணிய சில திருடர்கள் ஷை சாலக்கிராமத்தை எடுத்துக்கொண்டு போய் அது பிரயோஜனத்தைக் கொடாமையால் ஒரு புதரில் எறிந்துவிட்டார்கள். இது சங்கதியை ஹரிதாசர் ஞானதிருஷ்டியினால் அறிந்து அதை அவ்விடத்திலே இருக்கும்படி செய்து தினம் ஒன்றுக்குக் கோயில் பூஜைகளுக்கும் குரங்குகள் முதலானவைகளுக்கும் ஆகாரம் வாங்க ஒரு பொன்காசு பீறிக் கொண்டு வரும்படி செய்தார் .

ஒருநாள் தனது சீடர் 2,000 ரூபாய் அத்தர் வாங்கிவந்து சுவாமிக்கு அபிஷேகம் செயவிக்க வேண்டுமென்றிருக்க இந்த ஹரிதாசர் அதையெல்லாம் மண்ணில் கொட்டிவிட்டாராம். சீடர் கண்டு வியாகூலப்பட அவரைக் கூட்டிக்கொண்டு போய்த் தமது கோயிலில் நிறுத்த அங்கு அந்தக் கோயில் முழுதும் அத்தர்மயமாக இருக்கக் கண்டு ஆச்சரியப்பட்டார். இப்படி இவர் செய்த மகிமைகள் அநந்தமாகையால் டில்லி சக்கிரவர்த்திகளும் இவரைத் தரிசித்ததாகத் தோன்றுகின்றது.

இவர் சம்வச்சரம் 1537ம் ஷு பரமபதமடைய இவர் பிரதம சீடரும் மாமனுமாகிய விட்டல்பூபாலர் இந்த மஹந்து பட்டத்தை அடைந்தார். பிறகு பிஹரிதாசர் மஹந்து பட்டத்தை யடைந்தார். பிறகு நகநிதாஸ், சரசுதாஸ் நாவல்தாஸ் நரஹரதாஸ், நசித்தால்ல லிதகிஹாரி முதலானவர்கள் வரிசையாக மஹந்த பட்டங்களைப் பெற்றார்கள். இந்த ஹரிதாசருடைய மதம் சைதன்னியருடைய பக்தி வைணவ மதமாக இருக்கினும் அதைவிட தத்துவஞான விசாரணையும் சர்வ தாம்பரித்தியாகஞ் செய்து சுத்த சந்நியாசம் அடையும்படியான மதமாக இருக்கிறது. இவர்களுடைய முக்கிய மத கிரந்தங்களாகிய சாதாரண சித்தாந்தம் இரசிகபதம் என்னும் நூல்களைப் படிப்போருக்கு தேகேந்திரியங்களின் உணர்ச்சியைப் பற்றியும் நாசரஹிதமான நாமங்களை அடைய வேண்டியதுமாகிய ஞானம் சவிஸ்தாரமாகவும் உறுக்கமாகவும் சொல்லப்பட்டிருக்கின்றன. ஆனால் இப்போதிருக்கும் இந்த மதஸ்தர்களில் சிலர் காமவிகாரத்திலும் உலக சிற்றின்பங்களிலும் பிரவேசித்துவிட்டார்கள். இவர்களன்றியில் இந்தப் பிருந்தாவனத்தில் முலிக்தாசிகள் என்னும் பெயரால்

வேறொரு வகுப்பு வைணவர்களிருக்கிறார்கள். இந்த மதாதிபதியாகிய முலிக்தாசி என்பவர் அரங்கஜீபு காலத்திலிருந்தவராம். இவர் மதமும் கிட்டத்தட்ட ஹரிதாசருடைய மதம் போலிருந்தாலும் இவர்கள் ஸ்ரீகிருஷ்ண நாமத்துக்குப் பதிலாக ராமநாமத்தைத் தியானிக்கிறார்கள். இவர்களுக்கு இப்போது இராமஜி என்னும் பெயரால் ஒரு பெரிய கோயில் பிருந்தாவனத்திலிருக்கிறது. இவர்களது முக்கிய கிரந்தம் தசரதனம் என்று சொல்லுகிறார்கள். மேலும் பிராணநாஸ்திகளென்றும் வேறொரு வகுப்பு வைணவர்கள் இந்தப் பிருந்தாவனத்திலிருக்கிறார்கள். இவர்கள் எல்லா மதங்களிலும் சத்தியமிருக்கிறதென்றும், இந்து வேதாந்த சாஸ்திரங்களின் கருத்தே கொரானிலும் பைபலிலும் இருக்கிறதென்றும் சொல்லி எல்லா மதங்களையும் சமரசப்படுத்த பிரயத்தனப்பட்டவர்களாகக் காணப்படுகிறார்கள். இந்த மதாதிபதி நூறு வருடங்களுக்குமுன் க்ஷத்திரிய வமிசத்தில் ஜனித்து பந்தல்குந்து ராஜாவின் சகாயத்தைக் கொண்டு தனது மதத்தைப் பிரபலமாக்கினார். இவர்களுக்குத் தாமிகளென்று பெயர்; அதாவது கடவுளுடைய மக்களென்று பொருள். இவர்கள் விக்கிரகங்களைக் கும்பிடுவதில்லை. இவர்கள் கோவில்களில் மதாசாரியருடைய புத்தகங்களை மாத்திரம் வைத்து வணங்கி வருவதாகத் தோன்றுகின்றது. அந்த புத்தகங்களெவையெனில்: 1. இரசம், 2. பிரகாசம், 3. சத்ருதம், 4. கலசம், 5. சநந்தம், 6. கீர்த்தனம், 7. குலசம், 8. கேலபதம், 9. பிரகர்ம இல்லாயிதுலாம், 10. சாகரசிங்காரம், 11. பாரிசிங்காரம், 12. சித்திபாஷா, 13. மரபத்துசாகர், 14. கியாமத்நாமா என்பவைகளே. இந்தக் கிரந்தங்களின் ஆதாரத்தைக்கொண்டே வியாமசாரம், சூனிசாரம் என்ற சிறந்த நூல்களை ஹதாரஸநாட்டின் தாகூர் தயராமவர்களுடைய வேண்டுகோளின்படி அவரது குரு பகதாவர் என்பவர் இயற்றியிருக்கிறார். இவைகளில் இந்து வேதத்தின் கருத்துகளும் கொரானின் கருத்துகளும் அடங்கியிருக்கின்றன. இந்த மதத்தாரைச் சிலர் நாஸ்திகரென்றும், சிலர் அத்வைதிகளென்றும், சிலர் சார்வாகர்களென்றும், சிலர் உலகாயிதர்களென்றும், சிலர் பரிசுத்த வைணவர்களென்றும், சிலர் சமரசவேதிகளென்றும் சொல்லியிருக்கிறார்கள். பிருந்தாவனத்தில் பிரபலமாகவிருக்கும் பற்பலவிதமான வைணவ மதாசாரியர்களுடைய சரித்திரங்களையும், அவர்களுடைய சித்தாந்தங்களையும் சுருக்கமாகச் சொன்னோம். இனி இந்த மதஸ்தர்களாற் கொண்டாடப்படும் தேவர்களையும் அவர்களுடைய கோயில்களையும் பற்றிச் சொல்வோம்.

பிருந்தாவனத்திலிருக்கும் பிரபலமான கோவில்கள்.

யாத்திரைக்காரர் பிருந்தாவனத்துக்குள் பிரவேசித்தால் முதலில் காணப்படும் கோயில் பிருந்தாதேவி சந்நிதியே. இது ராசமண்டலத்துக்கருகில் அழகாக இருக்கும் சிவகுஞ்சம் என்னும்

சிங்காரத் தோட்டத்தில் கோஷாயிகளாற் கட்டப்பட்டிருக்கிறது. இது பேர்பெற்ற கோயிலானபடியால் கி.பி.1573ம் ஹு ஆக்பர் பாதுஷா அவர்கள் வந்து தரிசித்துப்போனதாகச் சரித்திரத்தில் கண்டிருக்கிறது. இப்படி சக்கிரவர்த்தியே தரிசித்தபடியால் இந்த பிருந்தாவனத்தில் விசேஷமான நான்கு கோயில்களைக் கட்டப் பிரயத்தனப்பட்ட இராஜாக்களுக்கு இவர் உதவிசெய்யத் தூண்டப்பட்டாராம். இந்த நான்கு கோவில்களெவையெனில் கோவிந்ததேவர் சந்நிதி, கோபிநாதர் சந்நிதி, ஜோகில்கஷார் சந்நிதி, மதனமோஹனர் சந்நிதி என்பவைகளே. இந்த நான்கு கோயில்களில் கோவிந்ததேவர் சந்நிதி எவ்விதத்திலும் சிறந்த கட்டடம். இந்தக் கட்டடத்தில் வெளிப்பக்கத்துச் சுவர்கள் கிரேக்கருடைய சிற்பசாஸ்திர இலக்ஷணப்பிராகரம் அடுக்கடுக்காகச் செங்கருங் கற்ளால் கட்டப்பட்டு, நூறு அடிகள் நீளமும் அற்கேற்ற அகலமும், பற்பல அடுக்குகளுடனும், கமான் வளைவுகளுடனும், இந்து சிற்பசாஸ்திர சம்பந்தமாகக் கட்டப்பட்ட பலமான மந்திரம்.

இந்தக் கட்டடத்துக்குள் மூன்று கற்பகிரகங்களிருக்கின்றன. இவைகள் ஒவ்வொன்றும் 40 அடிகள் நீளமும், 20 அடிகள் அகலமுமுள்ள விஸ்தீரணமுள்ளவைகளாகவும், எதிரிலிருக்கும் மண்டபம் பலவிதக் கொத்து வேலைப்பாடுகளுள்ள கற்களாற் கட்டப்பட்டிருக்கிறதன்றியில் கட்டிடத்தின்மேல் ஐந்து அடுக்கு மாடிகளும் கட்டப்பட்டிருக்கின்றன. இந்த மேல்மாடிகளுக்கு ஏறிப் போகவும் இறங்கி வரவும் இரண்டு பக்கங்களிலும் வசதியான படிக்கட்டுகள் கட்டப்பட்டிருக்கின்றன. கிரஹத்தின்மீது கோபுரம் கட்ட உத்தேசித்துத் தகுந்த அஸ்திபாரமும் போடப்பட்டிருந்தும் ஏன் கட்டப்படவில்லையோ தெரியவில்லை. இந்தக் கோவில் மேற்குத் தாழ்வாரத்தின் ஒரு பாகத்தில் சம்ஸ்கிருத பாஷையில் கிலாசாசனம் செதுக்கப்பட்டிருக்கிறது. அதன் கருத்தாவது:-

ஸ்ரீரூபர், சநந்தானர் என்னும் குருமார்களுடைய உத்திரவின் படி கி.பி.1590ம் ஹு ஆக்பர் பாதுஷா சிங்காசனமேறிய 34 ஹு மஹராஜ பிரதிராஜ குடும்பத்தைச் சார்ந்த மகராஜ பகவான்தாசருடைய குமாரர் ஸ்ரீ மகாராஜ மனசிங்க தேவரவர்கள் ஏராளமான பொன்னைச் செலவழித்துக் கலியாணதாசரைத் தலைவராகவும் மாணிக்குசந்திர சோபாரியை உதவி விசாரணைக்கர்த்தராகவும், டில்லி கோவிந்ததாசரைச் சிற்பியாகவும், குரகதாசரைக் கொத்து மேஸ்திரியாகவுங் கொண்டு இந்தக் கோயிலை கட்டிவைத்தார் என்று பொருளாகிறது. இந்த மனசிங்கதேவருடைய ஆதி பிதாவாகிய இராஜாபிரதிசிங்கு அவர்கள் இப்போதிருக்கும் ஜெயப்பூர் ராஜாவின் ஆதிபிதா. அவருக்கு ஏழு குமாரர்கள் இருந்தார்கள். அவர்களில் 12 பெயர் மனசிங்கருடைய சொத்துக்குப் பாத்தியஸ்தரானார்கள்.

இந்த மனசிங்கு மகாராஜருடைய மூன்றாம் பேரனாகிய மனசிங்கு என்பவர் அக்பர் காலத்தில் சிந்துநதியின் கரைக்கடுத்த பட்டணங்கள் காபூல் முதலான இடங்களுக்கும் ஒரிசா முதலான வங்கநாட்டு மாகாணங்களுக்கும் இராஜாவாகி குச்சு பேஹார் மகாராஜாவாகிய லக்ஷ்மிநாராயணருடைய சகோதரியை விவாஹம் செய்துகொண்டார்.

இவரால் கட்டப்பட்ட இந்த அழகிய கோயிலை அரங்கஜீபு பல தடவைகளில் படையெத்துவந்து தாக்கிக் கட்டடங்களிலிருந்த சிற்ப விஞ்ஞான பதுமைகளின் மூக்கு முதலானவைகளை இடித்து அலங்கோலமாக்கினான். இதையறிந்த இந்துக்கள் கோயிலுக்குள்ளிருந்த விக்கிரகங்களையும் மற்றுமுள்ளவைகளையும் எடுத்துக்கொண்டு போய் ஜயபூரில் ஒளித்துவிட்டார்கள். அந்த விக்கிரங்களிருந்த கர்ப்ப கிருஹத்தைக் கெடுத்துவிடவே கி.பி.1854ம் ஹு செங்கற்களால் கார்பாதி கட்டடங்களைக் கட்டி ஜயப்பூரிலிருந்து கிரிதரர் என்னும் விக்கிரகத்தை இங்கே கொண்டு வந்து வைக்கப்பட்டது. இந்த விக்கிரகத்துக்கு இரு பக்கங்களில் சைதன்னியர், சத்தியாநந்தர் என்பவர்களுடைய விக்கிரகங்களை வைத்திருப்பதனால் இது ஒரு காலத்தில் சைதன்னிய வைணவர் கோவிலாக இருக்கவேண்டுமென்று தோற்றுகிறது. இந்தக் கோவிலானது தொன்றுதொட்டு கோஷாயிகள் வசத்தில் விடப்பட்டது. இப்போதிருக்கும் கோஷாயின் பெயர் சியாமசுந்தரர் என்று சொல்லப்படுகிறார். இதை இங்கிலீஷ் கவர்ன்மெண்டார் 1873ம் ஹு 1,32,851 ரூபாய் செலவுசெய்து ரிபேர் செய்திருக்கிறார்கள்.

இந்தக் கோவிலுக்குச் சமீபமாகத் தெற்குப் பாகத்தில் ஒரு அழகிய சத்திரம் கட்டப்பட்டிருக்கின்றது. இது கி.பி.1536ம் ஹு சாஹிஜிகான் சக்கிரவர்த்தி காலத்தில் இரானா அமர்சிங்கருடைய குமாரரும் இராஜாபீம் சிங்கு மனைவி இராணி இரம்பாவதி என்னும் விதந்து ஸ்திரியால் கட்டப்பட்டதாகச் சிலாசாசனமிடப்பட்டிருக்கிறது.

இந்தக் கோவிலின் வருஷாந்திர செலவுக்காக ஆள்வார் ஜயபூர் முதலானவிடங்களில் சில கிராமங்கள் விடப்பட்டிருகின்றன. அந்தக் கிராமங்களால் ஹு 17,500 ரூபாய் வருசூலாகிறது. இதில் சுமார் 13,000 ஆயிரம் ரூபாய் உண்டியால் வருகிறதாகத் தோன்றுகிறது. இந்தக் கட்டடத்தின் அடி அஸ்திபாரம் கிறிஸ்துமதக் கோயில் அஸ்திவாரம்போல் இருந்தாலும் மத்திய இந்தியாவில் இவ்வளவு அழகும் கெட்டியுமான கோயிலே கிடையாதென்று சொல்லலாம்.

இனி இந்தப் பிருந்தாவனத்தில் புராதனமாக இரண்டாவது கோயிலெதுவெனில் மதன மோஹனர் கோயிலே.

மதன மோஹனர் கோவில்.

இது பிருந்தாவனத்தில் காலிங்கனமர்த்தன கட்டத்துக்குச் சமீபத்தில் நகரத்தின் மேல்கோடி முனையில் கட்டப்பட்டிருக்கிறது.

இந்தக் கோயில் கட்டிய காரணம் நந்தகிராமத்தில் ஒரு மாட்டுக் கொட்டத்தில் சந்நதானர் என்னும் பக்திமான் போய்ப் பார்க்கையில் கோவிந்தஜி என்னும் ஓர் விக்கிரகமகப்பட்டு அதை எடுத்துக் கொண்டு வந்து பிருந்தாவனத்தில் இந்தப் பிரம்ம குண்டத்தண்டை வைத்து இதற்கு ஒரு கோயிலைக் கட்ட யோசித்திருக்கையில் இராமதாஸ் என்னும் முல்தான் தேசத்து வர்த்தகன் நூறு படகுகளில் வர்த்தகப் பொருள்களை யமுனையாற்றின் மூலமாக ஆக்ரா பட்டணத்துக்குக் கொண்டுபோகும்போது, படகுகள் மணல்மேடுகளில் தாக்கப்பட்டு நஷ்டமடையும்படி சம்பவிக்கவே படகைவிட்டுக் குதித்துப் பிரம்மகுண்டத்தண்டை போய் அழுகையில் சந்நதர் அழ வேண்டாமென்று சொல்லி இந்தக் கோயிலைக் கட்டி வைக்கும்படி சொல்லி, வர்த்தகன் சம்மதிக்க படகுகள் கிரமமாகப் போய்ச் சேர்ந்து அதிகலாபம் வர, அவர் மகிழ்ந்து இந்தக் கோவிலைக் கட்டிவைத்ததாக இலக்ஷுமி தாசரால் இயற்றப்பட்ட பக்திசிந்து கிரந்தத்ததில் எழுதப்பட்டிருக்கிறது.

இப்போது இந்தக் கோவிலானது 57 அடிகள் நீளமும் 20 அடிகள் அகலமுமுள்ளதாயும் மூன்று பக்கங்களிலும் திறக்கப்பட்டதாயும், ஒவ்வொரு பக்கத்திலும் ஒன்பது அல்லது பத்து அடிகளுள்ள வாசல்களுள்ளதாயும், 22 அடிகள் உயரமுள்ளதாயுமிருக்கிறது. மேல்கோபுரம் இடிந்துபோயிருக்க வேண்டுமென்று தோற்றுகிறது. இப்போதிருக்கும் வாழைப்பூவைப் போன்ற ஸ்தூபிகளும் பாவைக்கு ஒரு விநோதமான கட்டடங்களாக இருக்கின்றன. இந்தக் கோவிலுக்கு ஷ 10,100 ரூபாய் வருமானமுண்டு. இதில் 8,000 ரூபாய் உண்டிகையால் வசூலாகிறது. 2,100 ரூபாய் பூஸ்திதிகளினால் வசூலாகிறது. இந்தக் கோவிலும் அதிகமாகச் சீர் கெட்டுவிட்டபடியால் 1875ம் ஷ மதுரா கலெக்டர் மிஸ்டர் கிரவுசி துரையவர்களால் ரிப்பேர் செய்விக்கப்பட்டதன்றியில், முனிசிபாலிடியாராலும் 200 ரூபாய் செலவிடப்பட்டு ரிபேர் செய்விக்கப்பட்டது. இந்த மதனமோஹனருடைய புராதன விக்கிரகம் மகம்மதியருடைய பயத்தினால் கி.பி.1725 முதல் 1757ம் ஷ கவுரளிக்கு இராஜாவாகவிருந்த இராஜகோபால சிங்கர் தமது மைத்துனராகிய ஜயப்பூர் இராஜாவிடம் பெற்றுத் தம்மிடமே ஒரு புதுக்கோயிலைக் கட்டிப் பூஜை செய்துவந்தார். இதற்காக ஷ ஒன்றுக்கு 27,000 ரூபாய் செலவு செய்து ஏழுதரம் பூஜை செய்வித்து வந்தார். இந்த மதனமோஹனருடைய மகிமையைப் பற்றி ஆங்கு

வசிக்கும் ஜனங்கள் பலவித விநோத சரித்திரங்களைச் சொல்லிக் கொள்ளுகிறார்கள்.

கோபிநாதர் சந்நதி.

இது ரெய்ஸஜி மகாராஜரால் கட்டப்பட்டது. இவர் கச்சவாஹாதாகூர் குருபதத்தைச் சார்ந்தவர். இவர் ஆக்பர் சக்கிரவர்த்தி காலத்தில் அசாதாரணமான சாமர்த்தியங்களைக் காட்டியபடியால், ஆக்பர் சக்கிரவர்த்தி இவருக்குத் தர்பாரி என்று பட்டஞ்சூட்டி, காபூல் முதலானவிடங்களுக்குப் படையெடுத்துப் போக உத்சாகப்படுத்தினார். இந்த மகாவீரனால் கட்டப்பட்ட இந்தக்கோவில் கிட்டத்தட்ட மதனமோஹனர் கோயிலைப் போலவே இருக்கின்றது. இந்தக் கோவிலுக்குள் பிரவேசிக்க மூன்று அழகிய வளைவான கமான் கேட்டு வழிகள் கட்டப்பட்டிருக்கின்றன. மேலும் மூன்று அடுக்கு மாடிகள் கட்டப்பட்டிருந்தாலும், அது அதிக புராதனமாகி அபாய ஸ்திதிக்கு வந்துவிட மதுரா கலெக்டர் மிஸ்டர் கிரவுசி துரையவர்கள் சர்க்கார்ப் பணத்தைச் செலவிட்டுச் செப்பனிட்டதன்றியில், 1821ம் ஞூ நந்தகுமாரகோஸ் என்பவர் மதனமோஹனருடைய புதிய கோவிலைக் கட்டும்போது இந்தக் கோவிலின் கட்டடங்களையும் கட்டிவைத்தார். இப்போது இந்தக் கோவிலுக்கு ஞூ ஒன்றுக்குக் காணிக்கையால் 3,000 ரூபாயும் பூ ஸ்திதிகளால் 1,200 ரூபாயும் வருமானங் கிடைக்கிறது.

ஜோகில்கிஷா கோயில்.

இது நான்கரன் என்னும் சுவுபான தாகூரால் ஜிஹாங்கிர் சக்ரவர்த்தி காலத்தில் கி.பி.1627ம் ஞூ கட்டிவைக்கப்பட்ட பழைய கோவில். இவர் கோபிநாதருடைய தமயனார். இது 25 சதுர அடிகள் விஸ்தீரணமான பல மண்டபங்களும் கர்ப்பகிரஹமுமுள்ள அழகிய கட்டடம், இந்தக் கோவிலுக்குள் பிரவேசிக்கும் வாசல் வளைவுக்குமேல் ஸ்ரீகிருஷ்ணர் கோவர்த்தனகிரியைத் தூக்கிக் கொண்டிருக்கும்படியான பிரதிமை சிங்காரமாகச் செய்து வைக்கப்பட்டிருக்கின்றது. இந்தக் கோயிலில் புறாக்கள் மிதமிஞ்சியிருப்பதால் கண்டவிடமெல்லாம் அசங்கியமாயிருக்கின்றது. உடனே தக்க முயற்சி செய்து சுத்தி செய்யவேண்டும். இந்த நான்கு கோயில்களைப்போலவே அதிக புராதனமான இராதாவல்லபருடைய கோவிலொன்றிருக்கிறது. இது பெரிய கோயில். இதன் முன் தாழ்வாரம் 34 அடிகள் அகலமும், கட்டடத்திற்குள்ளிருக்கும் மத்திய ஹால் 63 அடிகள் அகலமுமுள்ளது. இதற்கு மேல்மாடி கட்டடமும் கட்டப்பட்டிருக்கிறது. இந்தக் கட்டடத்தைத் தூரத்திலிருந்து பார்ப்பவர்களுக்கு மகம்மதியர் மஸ்ஜீதுபோலத் தோன்றும். இதுவும்

ஜீரணதசை அடைந்துவிட்டபடியால் சமீபகாலத்துக்கு முன் 45,000 ரூபாய் செலவிட்டு ரிபேர் செய்யப்பட்டது. இந்த ஐந்து கோயில்களும் பிருந்தாவனத்தில் மகா புராதனமான கோவில்களாக மதிக்கப்பட்டிருக்கின்றன. மத்தியகாலத்தில் கட்டப்பட்ட கோவில்கள் அவ்வளவாகச் சிற்பசாஸ்திர லக்ஷணங்களுக்குப் பொருந்தியவைகளல்ல. மதன மோஹனர் கோவிலுக்குச் சமீபத்திலிருக்கிற ஸ்ரீநகர்பட்டர் கோவில் மத்தியகாலத்தில் பெங்காளிகளால் கட்டப்பட்டு அதினால் நேர்ந்த 13,000 ரூபாய் கடனுக்காக வேண்டி வருமானத்துக்காக ஜாங்கபூர் கிராமங்களை மானியங்களாக விட்டிருக்கிறார்கள்.

இந்த மத்தியகாலக் கோயில்களில் இராதா தாமோதரர் கோயிலும் சிரேஷ்டமென்றே சொல்ல வேண்டும். இந்தக் கோயிலில் மதாதிபதியாகிய ஜீயருடையவும், அவர் மாமனார்களாகிய ரூபர், சநந்தருடையவும் அஸ்தி சாம்பல்களைக் கொண்டுவந்து சமாதி கட்டிப் பூஜைசெய்து வருகிறார்கள். இந்த மதாசாரியார்கள் ஜயப்பூர் மகாராஜாவினால் சைவர்களாகிவிட்டதாகவும், ஆகவே அவர்களுக்கு அந்தப் பூஜை செய்யத்தகாதென்றும் 1875ம் ஞு இராதா தாமோதர மகநந்தர் என்பவர் எழுந்து கலகம் செய்தார். ஆகவே இப்போது இந்தக் கோவிலில் வங்கதேசத்து வைணவர்கள்தான் விசேஷமாக வணங்கி வருகிறார்கள். அப்படி ஆதிகாலத்திலும் மத்தியகாலத்திலும் கட்டியிருக்கும் கட்டடங்களைப் பார்க்கிலும் சென்ற நூறு வருஷங்களுக்கு முன் அநேக நூதன கோயில்கள் கட்டப்பட்டிருக்கின்றன. அவைகளுள் சிரேஷ்டமானவைகள் ஐந்து. அவைகளாவன:-

தற்காலத்துக் கோவில்கள்.

1வது- கி.பி.1840ம் ஞு லாலாபாபு என்னும் கிருஷ்ண் சந்திரசிங்கு என்னும் பங்காளி பிரபுவினால் கிருஷ்ணசந்திரர் கோவில் கட்டிவைக்கப்பட்டது.

இந்தக் கோவிலானது ஒரு பெரிய சிங்கார தோட்டத்தில் கட்டப்பட்டிருக்கிறது. இந்தக்கோவில் 160 அடிகள் நீளமும் முன்பக்கத்தில் மூன்று சிறந்த கமான் வளைவான வாசல்களை உடையதாய் விசித்திர விநோதமான வேலைப்பாடுள்ளதாகவும் இருக்கிறது.

இந்தக் கோயிலைக் கட்டிவைத்தவர்களுடைய தந்தையாகிய பாபுமூர்லி மோஹனசிங்கு என்பவர் வங்கநாட்டில் புகழ்பெற்ற மூர்ஷடாபாத்திலுள்ள காண்டி என்னும் கிராமத்தில் ஒரு பெரியவர் ததா பிரபுவான ஹரிகிருஷ்ண சிங்கருடைய குமாரர். இவருடைய தாயாதிகளாகிய பிஹார்லால் சிங்குக்கு இராதா கோவிந்து, கங்கா

கோவிந்து இராதாசரன் என்னும் மூன்று மக்களிருந்தார்கள். இவர்களில் இராதாசரனுக்குப் பிதுரார்ஜித சொத்துக்கள் யாவும் சேரக் குடும்பத்தை விட்டுப்பிரிந்து முர்ஷுடாபாத்தின் நபாபுக்களாகிய அலிவர்திகான் சுராஜடவுலா என்பவர்களிடம் மேன்மையான உத்தியோகத்திலமர்ந்து இராதாவல்லபர் கோவிலுக்கருகில் ஒரு பெரிய தருமசாலையைக் கட்டிவைத்திருக்கிறார். இவர் இறந்து மக்களில்லாமையால் சொத்துக்கள் யாவும் இவர் சகோதரர் கங்கா கோவிந்தருக்குச் சேர்ந்தன. இவர் 1828ம் ஞூ லார்டு பெண்டிங் பிரபு காலத்தில் பங்காள செட்டில்மெண்டு வேலையைத் திருப்திகரமாகச் செய்து சிறப்புப் பெற்றதன்றியில் இவர் நதியா ஜில்லாவில் யாத்திரைக்காரருக்கு அநேக தருமசாலைகளைக் கட்டி வைத்தும், அநேக சமஸ்கிருத பாடசாலைகளை ஸ்தாபித்தும், தனது தகப்பனாருடைய வருஷாந்திர திதிக்கு லக்ஷம் ரூபாய் செலவிட்டும் வந்தார். இவருடைய குமாரராகிய பிராணகிருஷ்ண சிங்கவர்கள் தந்தையைவிட அதிக தரும செலவுகள் செய்துவந்தார். இவருடைய குமாரர்தான் முன்சொன்ன கிருஷ்ண சந்திரையர் கோயிலைக் கட்டிவைத்தவர். இவர் பர்த்துவான், ஒரிசா முதலான இடங்களிற் பல வேலைகளைச் செய்து வந்து தமது முப்பதாம் வயது வரவே சன்னியாசியாகி இந்தப் பிருந்தாவனத்துக்கடுத்து விராஜாவிற்கு வந்துவிட்டார். இப்போது இந்த பிருந்தாவனத்துக் கோயிலுக்கருகில் ஒரு பெரிய சத்திரத்தைக் கட்டிவைத்து கணக்கற்ற யாத்திரைக்காரரைப் போஷித்து வருகின்றனர். இதற்கு ஞூ ஒன்றுக்கு 22,000 ரூபாய் செலவாகிறது. மேலும் லக்ஷம் ரூபாய் செலவு செய்து அருகிலிருக்கும் இராதா குண்டத்தைப் புதுப்பித்தார். பிறகு தமது நாற்பதாம் வயதாகவே உலகசம்மந்தமான சகலவித அவஸ்தைகளையும் விட்டு, பைராகியாகி விராயா முதலான காடுகளிற் பிச்சையெடுத்து உண்டு 2 ஞூ காலம் போக்கி வரவே, கோவர்த்தனத்துக்குப் போனபோது, ஒரு குதிரையால், உதைக்கப்பட்ட அடியால் பரமபதமடைந்தார். இவர் சந்நியாசியாகத் திரியும்போது மதுராபுரி ஸ்ரீமான் சேட்டு லக்ஷ்மிசந்து அவர்களுடைய தந்தையாகிய மணிராமசேட்டவர்களும் சந்நியாசியாகி இவரோடுகூட பிருந்தாவனங்களைச் சுற்றிவந்தார். இந்தக் கிருஷ்ணசந்திரமர் மதுராபுரி ஜில்லாவிற் பத்து வருஷங்களாகச் சும்மா இருக்கவில்லை. தான் செய்துவந்த தருமகாரியங்கள் சாஸ்விதமாக நடக்கும்படி கோசிபா கன்னாவில், ஜவகிராமம் சட்டா, நந்தகிராமம், பிரசன்னம், சானகிதம், காரணம், காரி, ஹதியா ஜய்த, மோஹலி, நபிபூர், பிரபூர், குலாபூர், சமராகரி, திமிரி முதலான 72 கிராமங்களையும் இன்னும் சில ஜமீன்களையும் வெகுநயமான விலைக்கு வாங்கித் தரும காரியங்களுக்கு விட்டார். இவருடைய குமாரராகிய பாபு ஸ்ரீநாராயணசிங்கா மைனராயிருந்து அவருடைய தாயார் சம்ரக்ஷணையிலிருந்தபோது சில கிராமங்கள் ஏலம்

போடப்பட்டன. இவர் தமது முப்பதாவது வயதில் சந்ததியில்லாமல் இறந்துபோக இவரது மனைவிகள் பிரதாபசந்திரரை ஸ்வீகாரம் செய்து வளர்த்துவந்தார்கள். இவர் பெரியவரானபோது கண்டி கிராமத்தில் ஒரு இங்கிலீஷ் பாடசாலையும் கல்கத்தாவில் ஒரு ஆஸ்பத்திரியும் கட்டிவைத்தார். இவர் பங்காள சட்ட நிரூபணசபையில் ஒரு மெம்பராக நியமிக்கப்பட்டதன்றியில் பஹதூர் என்கிற பட்டத்தையும் C.S.I. என்னும் விருதும் பெற்றார். 1867ம் ஹூ இறந்துபோக கிரிஸ்சந்திரர், புராணசந்திரர், காந்தி சந்திரர், சாரதசந்திரரென்னும் இவர்கள் நான்கு பெயரும் அன்னியோன்னியமாக வாழ்ந்து வர ஈசுவரசந்திர ரென்னும் கிரிஸ்சந்திரரின் சகோதரர் இறந்து, அவர் பாகம் அவர் குமாரர் இந்திரசந்திரருக்கும் மற்றவர்கள் தம்தம் பாகத்தை வைத்துக்கொண்டு வாழ்ந்து வருகிறார்கள். இப்போது பிருந்தாவனத்தில் கட்டிய கோயிலுக்கும் தருமசத்திரங்களுக்கும் ஹூ 76,738 ரூபாய் வசூலாகிறது. ரோட்டு செஸ்ஸால் 49,496 ரூபாயும் எல்லாங்கூடி 2,40,193 ரூபாய் இப்போது அதிக விர்த்தியாகியதினால் ஹூ ஒன்றுக்கு 3,80,892 ரூபாய் வசூலாகித் தருமகாரியங்கள் நடந்துவருகின்றன.

ஸ்ரீ ரங்கநாதர் கோவில்.

பிருந்தாவனத்திலுள்ள தற்காலத்துக் கோவில்களில் இரண்டாவது ஸ்ரீ இரங்கநாதர் க்ஷேத்திரமே. இது ஸ்ரீகோவர்த்தனம் இரங்காசாரியர் அவர்களுடைய கருத்தின்படி, அவரது உத்தம சீடர்களும் ஸ்ரீமதுராபுரியின் மஹான்களுமாகிய ஸ்ரீ சேட்டு லக்ஷ்மிசந்து அவர்களுடைய குமாரர்களுமாகிய ஸ்ரீகோவிந்ததாஸ், ஸ்ரீராதாகிருஷ்ணதாஸ் சேட்டவர்களால் 5,00,000 ரூபாய் செலவிட்டுத் தக்ஷண தேசத்திலுள்ள ஸ்ரீ இரங்கநாதர் க்ஷேத்திரத்தின் (பிளான்) மாதிரி கட்டிய பிரம்மாண்டமும் அழகுமான கோயில். இந்தக் கோயில் வெளிப்பிரகாரம் 773 அடிகள் நீளமும் 440 அடிகள் அகலமும் இந்தப் பிரகாரத்துக்குள்ளாக ஸ்ரீ இரங்கநாதர், ஸ்ரீதிருப்பதி ஸ்ரீனிவாசர், இராஜமன்னாரு கிருஷ்ணர், ஆழ்வாராசாரியர்கள் முதலான அழகிய பல கோயில்களும், அழகிய சந்திர புஷ்கரணி, சூரிய புஷ்கரணி தடாகங்களும், சிங்காரத் தோட்டங்களும் அன்றியும் பூஜாரியும் பாகவதர்களும் யாத்திரைக்காரர்களும் சவுக்கியமாக வாழத் திருமாளிகைகளும் அடங்கியிருக்கின்றன. இந்தக் கோயிலுக்குள் ஸ்தாபிக்கப்பட்டிருக்கும் துவஜஸ்தம்பம் 60 அடிகள் நீளமும் பூமிக்குள் 24 அடிகள் நீளமும் ஆக 84 அடிகள் நீளமுமுள்ளனவாய்த் தங்கமுலாம் பூசப்பட்டுக் கம்பீரமாக இருக்கின்றது. இதற்கு மாத்திரம் செலவான தொகை 10,000 ரூபாய். இந்த துவஜஸ்தம்பத்துக்குக் கிழக்கு மேற்குப் பிரகாரங்களில் தக்ஷண தேசத்துக் கோபுரங்களைப் போன்ற பிரம்மாண்ட கோபுரங்களைக் கட்டியிருக்கின்றனர்.

இந்தக் கட்டடங்களின் சுவர்கள் முதலானவைகள் செங்கருங் கற்களினால் கட்டப்பட்டிருக்கிறதன்றியில் முதற் பிரகாரத்தின் மதில் கோபுரம் அத்தேசத்துச் சிற்பசாஸ்திர சிங்காரத்தின்படி 93 அடிகள் வரையில் உயர்ந்து பல அடுக்குகளுடையதாகிக் கம்பீர காக்ஷியைக் கொடுக்கின்றது.

இந்தப் பிரகாரத்துக்குள்ளெல்லாம் பெரும்பாலும் செங்கருங்கற்களையும், கீழே சிறு பளபளப்பான ஸ்படிகக் கற்களையும் பதித்துத் தகதகவென்று தோற்றுகின்றன. கோயிலுக்குள்ளிருக்கும் விக்கிரகங்களும் தென்தேசத்து விக்கிரங்களைப் பார்க்கிலும் சிறந்த வடிவுடையவைகளாயும், நவரத்தினங்களால் செய்து முடித்த அநேக ஆபரணங்கையும் விலையுயர்ந்த வஸ்திரங்களையுடையவைகளாயும் ஸ்ரீ வைணவர்களைக் கொண்டு ஸ்ரீசம்பிராதயத்தின்படி அபிஷேக பூஜை முதலான சகல காரியங்களும் திருப்திகரமாகச் செய்யப்பட்டு வருகின்றன. இந்தக் கோயிலில் ஆழ்வார் ஆசாரியர்கள் சன்னதிக்கருகில், ஸ்ரீ கோவர்த்தனர் இரங்காசாரியாரவர்களைப் போல ஸ்படிகக்கல்லால் ஒரு விக்கிரகத்தைச் செய்து மற்ற ஆழ்வார் ஆசாரியர் பூஜை செய்து வருகிறார்கள். விக்கிரகமும் லக்ஷணமாக இருக்கிறது. கோயிலின் கிழக்குப் பாகத்தில் கஜானா கச்சேரி இருக்கின்றது. இங்கே ஸ்ரீகோவிந்ததாஸ், ஸ்ரீராதாகிருஷ்ணதாஸ் சேட்டவர்களுடைய பாவனைப் படங்கள் இருக்கின்றன. மற்றோர் பாகத்தில் ஒரு சிறு அறையில் ஸ்ரீ கோவர்த்தனம் இரங்காசாரியர், அவர் குமாரர் ஸ்ரீநிவாஸாசாரியர் முதலானவர்களுடைய படங்களிருக்கின்றன. இந்தக் கட்டடத்துக்குச் சமீபத்தில் ஒரு மாடி வீட்டில் ஸ்ரீநிவாஸாசாரியருடைய மனைவியும், அவர் குமாரர் சுமார் பத்து வயதுடைய சிறு வாலிபரும் குடியிருக்கிறார்கள். இந்த வாலிபருக்கு சம்ஸ்கிருத பாஷையைக் கற்பித்து வருகிறார்கள். இவர் வீட்டுக்குச் சற்றுத் தூரத்திற் சிங்காரமான ரதமும், வாகன மண்டபங்களுமிருக்கின்றன. இந்த ரதத்தை 690 அடிகள் தூரத்திலிருக்கும் சேட்டவர்களுடைய சிங்கார தோட்டம் வரையில் இழுத்து உற்சவம் செய்து வருகிறார்கள். இந்தச் சிங்காரவனம் அதிக விஸ்தீரணமாக இருக்கிறது. ஆங்கு அநேகவித புஷ்பச் செடிகளும் பழந்தரும் மரங்களும் வரிசைவரிசையாக வைத்துப் பயிர் செய்யப்பட்டிருக்கின்றன.

இந்த வனத்துக்கு மத்தியில் செங்கருங்கற்களால் கட்டப்பட்ட பிரம்மாண்ட மண்டபமும், இதற்கு இருபுறங்களிலும் தாமரைத் தடாகங்களும், இவைகளுக்குப் போக வரிசை வரிசையாக ரோட்டுகளும் சாலைகளும் சிங்காரமாக அமைக்கப்பட்டிருக்கின்றன. இந்தச் சேட்டவர்கள் கோயிலில் அன்ன தரித்திரமே கிடையாது. அதாவது பிரதிதினம் காலை 8 மணிக்கெல்லாம் நூற்றுக்கணக்கான பசுக்களின் பாலைக் கொண்டுவந்து கற்கண்டு போட்டு ஸ்படிகக்

கட்டிகளைப்போல் காய்ச்சி வாசனையேற்றிச் சுவாமிகளுக்குப் பூசை செய்து சகலருக்கும் வாரிவாரிக் கொடுக்கிறார்கள். அதை வாங்கி உண்டவர் அந்த இடத்தைவிட்டு வேறு இடங்களுக்குப் போக விரும்புகிறதில்லை. பிறகு 12 மணிக்கு ஸ்வாமிகளுக்கு அபிஷேகமான உடனே புளியோதரை, ததியோதனம், சர்க்கரைப் பொங்கல், ஒப்புட்டு, வடை, சுண்டல் முதலானவைகள் தயார்செய்து ஜாதி பேதத்தையும் அந்தஸ்து பேதத்தையும் பாராட்டாமல் ஆயிரக்கணக்காக வரும் அதிதிகளுக்கு வாரிவாரிக் கொடுக்கிறார்கள். பிறகு மத்தியானம் 3 மணிக்கு வடதேசத்து யாத்திரைக்காரருக்குக் கோதுமை பாவினாற் செய்த பீடா முதலான அப்பங்களும், காய்கறிகளும், தென்தேச யாத்திரைக்காரருக்குத் திவ்வியமான அரிசிச் சாதம், காய்கறி குழம்புச் சாதமும், திருக்கண் அமுது முதலானவைகள் தாராளமாக கொடுக்கிறார்கள். யாத்திரைக்காரர் குடும்பஸ்தர்களாக இருந்தால், அவர்கள் தங்கியிருக்கும்படியான இடங்களுக்குக் கொண்டு போய்க் கொடுத்து உபசரிக்கிறார்கள். பிறகு மாலை 5 மணிக்குக் கற்கண்டு முதலானவைகள் கலந்த சுக்குக் கஷாயத்தை யாவருக்கும் தாராளமாகக் கொடுக்கிறார்கள். மறுபடியும் இராத்திரி இந்தக் கோயிலில் இனிய குரல் படைக்கப்பெற்ற பண்டிதர்கள் பெரிய தம்பூர்களை வைத்துக்கொண்டு ஸ்ரீஹரி கீர்த்தனைகளையும் ஸ்ரீகர்ணாமிர்தசுலோகங்களையும் பாடுவதைக் கேட்கில் எவர் மனதுதான் உருகாது.

இரதோற்சவ காலத்திற் பரதப்பூர் முதலான மகாராஜாக்கள் வந்து வேடிக்கை பார்க்கிறதன்றியில், கருட வாகனம், அநுமந்த வாகனம், புண்ணியகோடி, கல்பவிருக்ஷம் முதலான அநேக வாகனங்கள் பொன்முலாம் பூசப்பட்டவைகளாகையால் ஒவ்வொரு இரத உற்சவத்திற்கு 5,000 ரூபாய் செலவிடப்படுகிறது. கோயிலுக்கு ௵ ஒன்றுக்கு 57,000 ரூபாய் செலவு செய்யப்பட்டு வருகிறது. இதில் 30,000 ரூபாய் தளிகைச் சாப்பாட்டிற்குச் செலவாகிறது. இந்தப் பண்டிலிருந்துதான் பிரதிதினம் 500 ஸ்ரீவைணவர்களுக்குத் தளிகையும் அநேக பைராகிகளுக்குக் கோதுமை மாவும் கொடுத்து வருகிறார்கள்.

இந்தக் கோயிலுக்கு மதுரை, பிருந்தாவனம் ஆக்ரா முதலானவிடங்களில் 1,17,000 ரூபாய் வரும்படியைக் கொடுக்கத்தக்க 33 கிராமங்களை விலைக்கு வாங்கியிருக்கிறார்கள். இந்தத் தொகையில் கவர்ன்மெண்டுக்கு 64,000 ரூபாய் போய்விடுகிறது. காணிக்கையால் வரவு 2,000 ரூபாய். வருஷாந்திர வட்டி வாடகையால் 11,800 ரூபாய் வருகிறது. 1868ம் ௵ ஸ்ரீரங்காசாரி சுவாமிகள் இந்தக் கோயிற் சொத்தைத் தமது குமாரருடைய பயத்தினால் 2000 ரூபாய் சாபாகாகிதப் பத்திரத்தினால் ஆறு தருமகர்த்தர்களை

நியமித்து சாசனம் செய்துகொடுத்துவிட்டார். இவர்களில் ஸ்ரீ சேட்டு நாராயணதாஸ் என்பவரை முக்கியஸ்தராக நியமித்து 20,00,000 இருபது லக்ஷம் ரூபாய் விலையுள்ள கோவிற் சொத்துக்கள் இவரிடம் ஒப்புவிக்கப்பட்டன. இப்போது தருமவான்களாகிய சேட்டவர்களுடைய முயற்சிகளினால் நாளுக்குநாள் கோவிற் சொத்துக்கள் விருத்தியாகிச் சிறப்புப் பெற்றிருக்கிறது. இந்தக் கோவிலைக் கட்டினபிறகு அனேக தனவான்கள் சிங்காரமான புதுக் கோயில்களைக் கட்ட ஆரம்பித்தார்கள். இப்படிக் கட்டியவைகளில் இராதாராமர் கோவில் சிரேஷ்டமானது. இது லட்சுமணபுரியின் பிரபுவான சாது குந்தனலாலா அவர்களால் கட்டப்பட்ட ஆச்சரியமான கட்டடம். இந்தக் கட்டடத்தின் முன்பாகங்களும் பின்பாகத்தின் பெரும் பாகமும் வெள்ளை ஸ்படிகக்கற்களால் விசித்திரமான வேலைப்பாடுகளுடன் தேவேந்திர விமானம்போல் பிரகாசிக்கின்றன. இந்தக் கட்டடத்தின் ஸ்தம்பங்கள் பிரம்மாண்ட நீளமும் ஒற்றை ஸ்படிகக்கற்களால் விசித்திர வளைவுடனும் நடப்பட்டு அதன்மேல் அலங்காரமான மாடி மண்டபம் கட்டப்பட்டிருக்கிறது. இந்த மண்டபங்களின்மேல் சாக்ஷாத் தேவலோக ரம்பைகளைப் போன்ற ஸ்திரி பதுமைகள் சரியான ஸ்திரி உயரமுள்ளவைகளாய் ஸ்படிகக்கற்களாற் செய்து நிறுத்தப்பட்டிருக்கின்றன. இந்த ஸ்படிக ஸ்திரி பதுமைகள் நிர்வாணமாகவும், வலது கைகளைச் சிரசுக்குமேல் நீட்டி ஸ்ரீ கிருஷ்ணரைக் கூப்பிட்டழைக்கும் பாவனையாகவும் இருப்பதைத் தூரத்திலிருந்து பார்ப்பவர்களுக்கு பிரத்தியக்ஷமாக (பிரவிடை) ஸ்திரிகளைப் போலவே தோன்றுகின்றன. இந்தப் பிரதிமைகளைச் செய்த சிற்பசாஸ்திரியின் பெருமை பலவிதத்திலும் கொண்டாடக்கூடியதே.

இந்தக் கோயிலுக்கு எதிரில் ஸ்படிகக் கற்களால் அமைந்த சிறந்த சிறிய தடாகங்களும், சிங்காரத் தோட்டங்களும் இருக்கின்றன. கோயிலுக்குள் பத்தாயிரம் 10,000 ரூபாய் விலையுள்ள நூற்றுக்கணக்கான கிளைவிளக்குகளுடைய பொன்முலாம் குலோப் விருக்ஷங்களும், விலையுயர்ந்த நகைகளும், ஸ்படிகங்களாற் செய்துவைக்கப்பட்ட விக்கிரகங்களும் இருக்கின்றன. இந்தக் கோயிலானது பூர்வத்தில் ஸ்ரீ கிருஷ்ணர் கோபிகளோடு கூடி இராசக்கிரீடை செய்த கோயிலுக்கு வெகு சமீபத்திலிருப்பதாலும், அந்த இடம் இப்போது புராதனமானதாகித் தகுந்த ரிப்பேரில்லாமல் கேவலம் ஜனங்கள் வந்து அந்த இராஜக்கிரீடை மேடையின்மீதில் ஏறி இடிக்காதபடி சுற்றிலும் கிராதிபோட்டிருப்பதாலும், அந்த இராசக்கிரீடை இடத்தைப் பார்க்க வருகிற யாத்திரைக்காரர் எல்லாரும் இந்த ராதாராமர் கோவிலுக்கு வந்து பார்த்து சந்தோஷப்படுகிறார்கள். இந்த அழகிய சிங்கார ஸ்படிக கோயிலுக்கு 10,00,000 ரூபாயிக்கு அதிகமாகவே செலவிடப்பட்டிருக்கிறதன்றியில், இன்னும் கட்டடத்தின் பின்பக்கத்தில்

வேலை நடந்துவருகின்றது. இந்தக் கோவிலைக் கட்டிவைத்த சாது குந்தனலால் அவர்கள் அயோத்தியா மாகாணத்தைச் சார்ந்த லட்சுமணபுரியில் ஒரு தனவான். இவர் சில வருஷங்களுக்குமுன் பிருந்தாவனத்துக்கு யாத்திரையாக வந்தபோது சேட்டவர்களுடையவும் மற்றவர்களுடையவும் கோவில்களைக் கண்டவுடனே தாமும் ஒரு அழகிய கோவிலைக் கட்ட விரும்பி அங்கேயே சந்நியாசியாகித் தமது மக்களுக்குக் கடிதம் எழுத, அவர் மக்களும் தகப்பனாருடைய கருத்துக்கு விரோதப்படாமல் தங்கள் ஜீவனத்துக்கு வேண்டிய சில சொத்துக்களை வைத்துக்கொண்டு மற்ற சொத்துக்களை எல்லாம் கொண்டுவந்து இந்தக் கோவிலைக் கட்டிவைத்தார்கள். சாது குந்தனலாலாவர்கள் இன்னும் கேவலம் ஒரு சன்னியாசியைப் போலிருந்து கட்டடவேலையை நடத்திவருகிறார்.

இராதா கோபாலர் கோவில்.

இந்த ராமர் கோவிலின் கட்டடத்தைப் பார்த்த சரஹஜஷ்ன்பூர் சுஜான்சியாகிய லால்விரஜாகிஷார் என்பவர் கடைவீதியில் கி.பி.1873ம் ஞூ இராதா கோபாலருடைய கோவிலைக் கட்டியிருக்கிறார். இது பல அடுக்குகளுடன் கட்டப்பட்ட அழகிய நேர் கட்டடம். இந்தக் கட்டடங்களிலிருக்கும் ஒவ்வொரு கம்பங்களிலும் ஒவ்வொரு சகியை (ஸ்திரியை) சித்திராலங்காரமாகக் கடைந்து செய்து வைக்கப்பட்டிருக்கின்றன.

இராதா இந்திரகிஷர் கோவில்.

கயா க்ஷேத்திரத்தின் திக்கிரி கிராமத்தைச் சார்ந்த ஹிதகாமர் என்னும் பிராமண ஜமீன்தாரருடைய மனைவியாகிய இராணி இந்திரஜித் குனவார் அம்மையவர்களால் ஆறு வருஷ காலங்களாகக் கட்டி 1871ம் ஞூ முடிக்கப்பட்டது. இது 70 அடிகள் விஸ்தீரணமும் மூன்று விசேஷ வாசல்களும் பல அழகிய மண்டபங்களுமுடைய கட்டடம். கோவிலின் கோபுரத்தின் மேலிருக்கும் கலசம் செம்பினால் செய்து 5,000 ரூபாய் செலவிட்டுப் பொன்முலாம் பூசப்பட்டிருக்கிறது. இந்தக் கோவிலின் ஸ்தம்பங்கள் பரதப்பூரிலிருந்து கொண்டுவந்து ஒவ்வொரு கம்பத்துக்குள்ளும் நன்னான்கு சிறு கம்பங்களுடையனவாகி வினோத வேலைப்பாடுகளுடன் செய்து வைக்கப்பட்டிருக்கின்றன. இதற்குச் செலவான தொகை 3,00,000 ரூபாய்.

இராதா கோபாலர் கோவில்.

குவாலியூர் மகாராஜர் தமது குருவாகிய ஸ்ரீ பிரம்மச்சாரி மிதரதாசவர்களுடைய கருத்தின்படி கட்டிய இராதா கோபாலருடைய

கோயிலும் சிரேஷ்டமான கோவில். இந்தக் கட்டடத்தின் உட்பாகம் இத்தாலியர் தேசத்துக் கோவில்களைப் போல பிரம்மாண்ட ஹால்களும் கமான் வளைவுகளும் சுத்த காற்றும் வெளிச்சமும் உள்ள அழகிய பெரிய கோவில். இந்தக் கட்டடத்தின் மத்தியஹால் 58 அடிகள் நீளமும் 21 அடிகள் அகலமும் சுத்தியுமாக இருக்கின்றன. இந்தக் கோயில் 1860ம் ஸு கிரஹப்பிரவேசம் செய்யப்பட்டது. இதற்குச் செலவான தொகை 3,00,000 ரூபாய். இந்தக் கட்டடத்தின் முன்பாகம் பார்வைக்கு அழகாக இராவிட்டாலும் உட்பாகம் இலக்ஷணமாக இருக்கிறது. இந்தக் கோவிலில் பிரதிதினம் இராத்திரியில் இராதாகிருஷ்ணர் நடனம் கம்பீரமாக நடந்து வருகிறது.

இவைகளன்றியில் இந்தப் பிருந்தாவனத்தில் புராதனமும் நூதனமுமான அநேக கோவில்களிருக்கின்றன. இந்தக் கோவில்களன்றியில் பிருந்தாவனத்திலிருக்கும் ஒவ்வொரு வீட்டிலும் ஒவ்வொரு நந்தவனத்திலும், ஒவ்வொரு தடாகத்தினிடத்திலும் யமுனைக் கரையோரமாகக் கம்பீரமாகக் கட்டப்பட்டிருக்கும் மண்டபங்களிலும் கட்டடங்களிலும் கணக்கற்ற கோவில்கள் இருக்கின்றன. இவைகளை எண்ணிக் கணக்கிட எம்மாலும் முடியாது. மற்றெவராலும் முடியாது. பிருந்தாவனத்தில் யார் வீடாக இருந்தபோதிலும் வீட்டின் முன் கட்டடத்தில் அழகிய மண்டபம் கட்டி அதில் கோபாலகிருஷ்ணன், இராதாகிருஷ்ணன், மோஹன கிருஷ்ணன், மதன மோஹனன், இராதாநேசன், பிருந்தாவனலோலன் என்றாதி பெயர்களால் பல விக்கிரங்களை வைத்துப் பகலும் இரவும் பாடியாடி ஆனந்தமடைவதே முக்கிய வேலையாகவிருக்கிறார்கள். இந்தப் பிருந்தாவனவாசிகளுக்கு ஸ்ரீ கிருஷ்ணரைவிட தேவனும் பாகவதத்தைவிட புத்தகமும் சிறந்தது உலகிலுண்டென்று தெரியாமல் சதா கிருஷ்ண பூஜையிலேயே காலத்தைப் போக்கி வருகிறார்கள். இப்படிப் பெரும் பாகவதர்கள் நிறைந்துள்ள இந்தவிடத்தில் லௌகீக விஷயமாகக் கட்டப்பட்ட கட்டடங்களதிகமில்லை.

கி.பி.1721 - 28 வருஷங்களில் பிரபலரான ஜயப்பூர் சமஸ்தானத்தை ஸ்தாபித்த சுவாமி ஜயசிங்கவர்கள் அடிக்கடி இந்த பிருந்தாவனத்துக்கு வந்து காலம் போக்கி வந்தமையால் அவர் தங்குவதற்கு கெரா என்னும் பிரம்மாண்ட கட்டடத்தை யமுனாநதி தீரத்தில் கம்பீரமான கட்டடமாகக் கட்டியிருக்கிறார். இது பெரிய மதில்களுள்ளதாயும், உட்பாகத்தில் ஐந்து பெரிய ஹால்களுள்ளதாயும் செங்கருங்கற்களால் ஏராளமான பொன்னைச் செலவழித்துக் கட்டப்பட்டிருக்கிறது. இதில் யாத்திரைக்காரர் பிரவேசித்துக் கண்டவிடத்தில் அடுப்புவைத்துச் சமைத்துப் புகைபடர்ந்து கருத்துச் சித்திரவேலைகள் மறைந்து போகும்படி செய்துவிட்டார்கள்.

பிருந்தாவனத்தை அடுத்த யமுனைக் கரையோரத்தில் சுமார் ஒன்றரை மைல் தூரம் வரையில் பல இராஜர்களாலும் பக்தர்களாலும் கட்டி வைத்திருக்கும் கோபுரங்கள், மண்டபங்கள், படிக்கட்டுகள் பார்க்கப்பார்க்க பரமாநந்தத்தைக் கொடுக்கின்றன, இந்தக் கட்டடங்களும், யாத்திரைக்காரர் வந்து கண்டவிடங்களிற் சமைப்பதினால் உண்டாகும் புகையினால் கறுத்துக் கெட்டு வருகிறதன்றியில் கட்டடக் கற்களையும் பிடுங்கி அடுப்பு வைத்து அவகோலமாக்கி விடுகின்றார்கள். இந்த யமுனா நதியோரத்திலிருக்கும் கட்டடங்களில் அதிக உயர்ந்தது காளிங்கன கட்டம். இந்தக் கட்டம் அதிக ஆழமுள்ளதாயும் அநேக கதம்பவிருக்ஷங்களால் சூழப்பட்டதாயும் பிரம்மாண்டமான நாகப்பாம்பு விக்கிரகம் கருங்கல்லினால் செய்துவைக்கப்பட்டதாயும் இருக்கிறது. இந்தக் கட்டத்துக்கருகிலிருக்கும் பெரிய மைதானத்தில் ஆயிரக்கணக்காக அரச விருக்ஷங்களை வைத்துப் பயிர் செய்திருப்பதினால் ஆற்றங்கரைக்கும் மைதானத்துக்கும் தக்கபடி பயங்கரக்காற்று எப்போதும் வீசுவதனால் காற்றின் கஷ்டம் சகிக்கக்கூடவில்லை. உடனே தலை நோய் வந்துவிடுகிறது. இதற்குக் காளிங்கன் என்னும் பாம்பு பூர்வத்தில் கக்கிய விஷக்காற்றென்று சொல்லுகிறார்கள். இந்த மடுவில் இப்போது ஜலமில்லை. இந்தக் கட்டத்தைவிட வரிசையில் தாழ்ந்திருப்பது கேசி கட்டம். இது ஸ்ரீகிருஷ்ணர் கேசியைக் கொன்றவிடம். இங்கே கதம்ப விருக்ஷங்களும், அசோக விருக்ஷங்களும் கம்பீரமாக இருக்கின்றன. இங்கே ஸ்திரிகள் பூர்வ வழக்கத்தின்படி தங்கள் உடைகளைக் கழற்றி கரையின் மீதில் போட்டுவிட்டு நிர்வாணமாகப் போய் முழுகுகிறார்கள். இந்தக் கட்டத்துக்கருகிற் பரதப்பூர் இராஜர்களாகிய இரஞ்சித சிங்கு, இராண்டியர் சிங்கு என்பவர்கள் மனைவிமார்களாகிய மாதுஸ்திரீ லக்ஷ்மிதேவி, கிஷாரிதேவிமார்கள் ஏராளமான பொருளைச் செலவழித்து இரண்டு மாளிகைகளைக் கட்டி வைத்திருக்கின்றனர். இந்தக் கட்டடங்களின் கடைந்தெடுத்த சித்திர வேலைப்பாடுகளும் ஐந்து கமான் கேட்டுகளும் கம்பீரமானவைகளாக இருக்கின்றன.

யமுனையின் கடைசிப்பாகத்திற் பரதப்பூர் ஆதி இராஜா சுராஜமால் தந்தை தாகூர் வதனசிங்கு கட்டிவைத்த சாமியர் கோவிலுக்கருகில் கட்டப்பட்டிருக்கும் ஒசாகட்டமும் கம்பீரமானது. கடைசியாக சுராஜமால் இராஜருடைய மனைவியாகிய கங்காமோஹினி தேவி அவர்களாற் கட்டப்பட்ட குஞ்சம் என்னும் மண்டபக் கட்டடம் எல்லாவற்றிலும் சிறந்த வேலைப்பாடுள்ளது. இந்த இராஜருடைய குமாரர் இரத்தினசிங்கு என்பவர் மதனமோஹனர் கோவிலுக்கருகில் தமது சமாதிக்கென்று கட்டியும் கூடாமல் விட்ட சமாதி கட்டடமும் சிற்பலங்காரமானது. இந்தக் கட்டடம் இப்போது கெட்டுப்போய்க் கிடக்கிறது. இந்த யமுனையாற்றின்

ஜலக்கிரீடா் கட்டத்தண்டை கோபிகள் குளிக்கும்போது ஸ்ரீகிருஷ்ணா் அவா்கள் ஆடைகளையெடுத்து மரத்தில் கட்டிக் கூத்தாடிய கட்டம் முதலான மரங்கள் புராதனமானவைகளாகவும் அந்தக் கட்டம் இரமணீயமாகவும் இருக்கிறது. இப்போது அந்த மரங்களில் சிலபல துணிகளை அவ்விடத்துப் பண்டாக்கள் கட்டி வைத்து யாத்திரைக்காரரிடம் காசைப் பிடுங்குகிறார்கள்.

இந்தப் பிருந்தாவனத்தில் முனிசிபல் சபை ஸ்தாபித்தபிறகு பட்டணம் கூடியவரையில் சுத்தியாக வைக்கப்பட்டிருக்கிறது. முனிசிபல் ஆபீசுக்கும் வெள்ளைக்காரா் வந்தால் தங்குவதற்கும் உபயோகமாகும்படி சித்திரவேலை தீர்ந்த கல்ஸ்தம்பங்களால் கட்டப்பட்ட கட்டடம் ஒன்றிருக்கிறது. 1868ம்ஸூ ஆங்கிலோ தேசபாதுஷா பாடசாலை கட்டப்பட்டது. இந்தக் கட்டடத்துக்கு சுவாமி ரங்காச்சாரியவர்கள் 500 ரூபாய் நன்கொடையாகக் கொடுத்தார். இந்தப் பிருந்தாவனத்திலிருக்கும் முக்காலே மூன்றுவீசம் வாலிபா்கள் பண்டாக்களென்னும் பெயரால் யாத்திரைக்காரருக்குக் கோவில்களையும் கட்டடங்களையும் காட்டிக் காசு சம்பாதிப்பதில் கருத்தைச் செலுத்துவதால் கல்வி விஷயத்தில் கருத்தைச் செலுத்துவது அபூர்வம். மேலும் 1868ம் ஸூ 1,943 ரூபாய் செலவுசெய்து ஒரு ஆஸ்பத்திரி கட்டியிருக்கிறார்கள். இந்த ஆஸ்பத்திரியில்கூட யாரும் வந்து மருந்து வாங்குவது அபூர்வம். ஏனெனில் இந்த பரதகண்டத்தில் சிறந்த இந்த பிருந்தாவனம் பிரத்தியக்ஷம் பரம்பத ஸ்தானமென்றும், இங்கு வந்து சாகவேண்டுமென்று பல்லாயிரம் மைல்கள் தூரங்களிலிருக்கும் பக்திமான்களும் முக்கியமாக பங்காளிகளும் இங்கு வந்து குடியிருந்துகொண்டு தபசு செய்து எப்போது மரணம் வருமோவென்று எதிர்பார்க்கும் சாதுக்களுக்கு வியாதிகளே சம்பவிப்பதில்லை. தப்பித்தவறி சம்பவித்தாலும் மரணத்தை மனமுவந்து விரும்பியிருப்பதினால் மருந்து முதலானவைகளைச் சட்டை பண்ணுகிறதில்லை. ஆகவே இந்த ஆஸ்பத்திரி திரசருக்கு அதிக வேலையில்லை. இப்போது இந்தப் பிருந்தாவன முனிசிபல் எல்லைக்குள் 21,467 ஜனங்களிருக்கிறார்கள். இவா்களில் 794 மகம்மதியா்கள், மற்றவா்களில் பெரும்பான்மையானவா்கள் பிராமணா்கள். இவா்களில் அநேகா் காஷ்மீரம், டில்லி முதலான இடங்களில் வாலிபகாலத்தில் விதந்துகளான ஸ்திரீகள் இங்கே ஓடி வந்து சன்னியாசிகளாகக் காலம் கழிக்கிறார்கள். சிலா் விபசாரிகளென்று கேள்வி. 1871 - 72ம் ஸூ முனிசிபல் வரவு ரூ.17,454 இதில் 16,666 ரூபாய் பட்டு முதலான சங்கங்களாலும், 13,248 ரூபாய் காய்கறி கடைகளாலும் வரியாக வசூல் செய்யப்பட்டு வருகிறபடியால் இதில் யாதொரு விசேஷ வா்த்தக வியாபாரமின்றி குடிகள் யாவரும் கோவில்களின் ஆதாரவினாற் காலங்கழிப்பதாகத் தோன்றுகிறது.

கி.பி.1786ம் ஸ்ரீ டவுல்தராவ் சிந்தியா காலத்தில் இங்கே ஒரு தங்கச்சாலை ஸ்தாபிக்கப்பட்டது. அந்தச் சாலையில் அச்சடிக்கும் பிருந்தாவன ரூபாய் நமது இங்கிலீஷ் ரூபாய்க்கு 4 அணா குறைந்தது. 12 அணாவிற்கு விற்கப்படுகிறது. இந்த நாணயத்தைக் கலியாணம் முதலான சுபகாலங்களில் உபயோகப்படுத்துகின்றனர். இந்த இராஜ்ஜியம் யாதவர் சுவாதீனமானபோது இந்த நாணயச் சாலையைப் பரதப்பூருக்குக் கொண்டுபோய்விட்டதாகக் கேள்வி.

இனி இந்தப் பிருந்தாவனத்தில் வருஷத்தின் பலமாதங்களிலும் வாரம் திதிகளிலும் நடக்கும் உற்சவங்களைப் பற்றி எழுதுவோம்.

(1) சித்திரை சத்தம் 3 (ஏப்ரல் மீ 1 முதல் 15)

கங்காவர் உற்சவம். இதற்கு சௌபாக்கியவதி சயனமென்று பெயர். அதாவது விவாஹம் செய்துகொண்டு ஸ்திரீகள் விதந்துகளாகாமலிருக்க வேண்டுமென்று கணபதியையும், கவுரி தேவியையும், அருந்ததியையும் 15 தினங்கள் வரையில் ஸ்திரீகள் கும்பிட்டுக் கொண்டாடுகிறார்கள்.

(2) சித்திரை சுத்தம் 9

ஸ்ரீராமநவமி, ஸ்ரீராமர் பிறந்தநாளைப் பத்து தினங்கள் வரைப் பிரபலமாகக் கொண்டாடி வருகிறார்கள்.

சித்திரை சுத்த மீ 11ம் வ புலடாலா என்னும் உற்சவம் கொண்டாடுகிறார்கள்.

(3) வைசாகம் (ஏப்ரல் அண்டு மே மீ)

வைசாகம் சுத்தம் 3ம் வ: அசியதிக் என்னும் பெயரால் விவசாயக்காரரெல்லாம் பழைய வருஷத்து வரவு செலவு கணக்குகளைச் சரிபார்த்து, பிஹாரிநாத சுவாமியைத் தரிசித்து வணங்கி அந்த விக்கிரகத்துக்குச் சந்தனக் குழம்பைத் தடவி வெள்ளரிக்காய், கோதுமைமாவிற் சர்க்கரை நெய் போட்டுப் பிசைந்து சாப்பிட்டுக் கொண்டாடுகிறார்கள்.

வைசாக சுத்தம் 9ம் வ: ஜானகிநவமி என்னும் பெயரால் ஸ்திரீகள் யாவரும் கும்பல் கும்பலாகக் கூடி அக்ரூர கட்டத்தண்டை சீதாதேவியின் ஜனனத்தைக் கொண்டாடுகிறார்கள்.

வைகாசி 10ம் வ: ஹிட்ஜிகி உதஸ்சவ என்றும் கோஷாய் ஹரிவம்சருடைய வருஷோற்சவத்தைக் கொண்டாடுகிறார்கள்.

வைகாசி 14ம் வ நரசிங்காவதாரர் என்று பிரஹலாதருடைய சரித்திர நடகாலக்ஷேப உற்சவத்தைக் கொண்டாடுகிறார்கள்.

ஜேஷ்ட 5 (மே & ஜுன்)

ஜேஷ்டபாதிரம் 2ம் வ: பனவிஹாரிகா பராகிரமா என்னும் பெயரால் ஸ்திரி புருஷர்கள் சிங்கார ஆடையாபரணங்களைப் பூண்டு அபிநயத்துடன் ஆனந்த கீதங்களோடு பிருந்தாவனத்தில் ஐந்தாறு மைல்கள் தூரம் வரையில் சுற்றிச்சுற்றி வந்து கொண்டாடுகிறார்கள்.

ஜேஷ்ட 5ம் வ: ஷ உற்சவத்தையே இராத்திரி காலத்தில் கொண்டாடி வருகிறார்கள்.

10ம் வ இராசமண்டலம் என்னும் பெயரால் ஸ்திரீ புருஷர் அபேதமாகக் கைகளைக் கோர்த்துக்கொண்டு கீதவாக்கியங்களோடு நடித்து ஆனந்தமடைந்து வருகிறார்கள். இந்த ஆனந்த நடனத்தில் சில புருஷர்கள் மீசை தாடிகளை எடுத்துவிட்டு மஞ்சள் பூசிக் குங்குமம் வைத்து மற்றும் இராதாவைப் போல ஸ்திரீவேஷம் பூண்டு ஸ்திரீகளையாகிலும் புருஷர்களையாகிலும் கை கோர்த்துக்கொண்டு நடிக்கிறார்கள்.

11ம் வ ஜலஜாதிரா என்னும் பெயரால் ஸ்திரி புருஷர்கள் யமுனா நதியோரம் ஸ்ரீகிருஷ்ணரைப் பாடிக்கொண்டு நடந்துபோய் வருகிறார்கள். இந்தப் பவுர்ணமி காலத்தில் சேட்டவர்கள் கோவிலுக்குப் பின்பாகத்திலிருக்கும் தடாகத்தில் முதலைக்கும் யானைக்கும் சண்டை விட்டுப்பார்த்து விஷ்ணு பூஜை செய்கிறார்கள்.

(ஆசிரேஷம் (ஜுன் & ஜுலை)

ஆதிரேஷ சுத்தம் 2ம் வ இரதஜாத்திரா என்னும் உற்சவத்தில் சுவாமிகளுக்கு மாம்பழம், சீதா, இலந்தைப் பழங்களை வைத்துப் பூஜைசெய்து கொண்டாடுகிறார்கள்.

ஷ மீ பவுர்ணமி தினம் ஷயோடியோகமிலா என்னும் பெயரால் மதனமோஹனர் கோவிலில் பாவனபரிசு உற்சவம் கொண்டாடுகிறார்கள்.

சிராவணம் (ஜுலை & ஆகஸ்டு)

சிராவண பதிரம் 5ம் வ இராதாராமன் ஜிகடியோடியோ என்னும் கோபாலபத்ரருடைய மரணத்துக்காக அழுது துக்கம் கொண்டாடுகிறார்கள்.

ஷ மீ 8ம் வ கோகுல நந்தன குடியோடு போய் கோஷாய் கோகுலநந்தனர் மரணத்துக்காகத் துக்கம் கொண்டாடுகிறார்கள்.

சிராவண சுத்தம் 3ம் வ இண்டோல், ஜுலு என்னும் ஒருவித செடலைக் குத்திக்கொண்டு தொங்கியாடுகிறார்கள்.

ஷ மீ 9ம் வ பிரம்மகுண்டத்தண்டை ஸ்திரீ புருஷர் சமய சந்தோஷ சந்தை கூடுகிறார்கள்.

ஷ மீ 11ம் வ பவித்திர தாரணம் என்னும் பூணூல் போட்டுக் கொள்ளல்.

பவுர்ணமி தினம் கியானகுதாரியிடத்தில் சமய சந்துஷ்டி சரசநடன சந்தை கூடி யாடுகிறார்கள்.

புரட்டாசி (ஆகஸ்டு & செப்டம்பர்)

8ம் வ ஸ்ரீகிருஷ்ணருடைய ஜன்மோற்சவம். இந்த உற்சவத்தைப் பலவித விநோதங்களுடன் கொண்டாடுகிறார்கள். பார்ப்பவர்களுக்கே திருப்பதியாகுமேயொழிய எழுதி முடியாது

9ம் வ உரியடித்தல். இந்த உற்சவம் ஸ்ரீரங்காஜியவர்கள் கோவிலில் உயரமான ஒரு வழுக்கு மரத்தை நாட்டி அதின் உச்சியில் 5 சேர் மிட்டாயும், 5 ரூபாயும் ஒரு உண்டிகைச் சொம்பிற் கட்டிவைத்து அடிக்கடி தண்ணீர் வாரியடிக்க பொருட்செய்யாமல் ஏறிஎடுத்தல். இது மத்தியானத்தில் நடக்க, மாலை சிங்கர் பட்டத்தில் நந்தோற்சவம் நடக்கிறது. இந்த உற்சவத்தில் ஸ்திரீ புருஷர்கள் சங்கீத வாத்தியங்களோடு நடுராத்திரியில் நடிக்கிறார்கள்.

சுத்தம் 8ம் வ இராதாஷ்டமி என்னும் இராதா பிறந்த நாளையில் ஸ்திரீகள் பலவிதமாகப் பாடி நடித்துக் கொண்டாடல். இந்தத் தினத்தில் நிதிவனத்தில் முனிதாங்கு தபதி என்னும் பெயரால் மவுனஞ்சாதித்த ஷ சுவாமிகளைக் கொண்டாடுகிறார்கள்.

11ம் வ ஜால்ஜோல்னிமோலா என்னும் கிருஷ்ணர் நான்கு மாதத்துக்கொரு தடவை திரும்பியமட்டுக்கும் உற்சவத்தை ஸ்திரீகள் கொண்டாடுகிறார்கள்.

ஐப்பசி (செப்டம்பர் & அக்டோபர்)

11ம் வ சஞ்சீவி என்னும் பெயரால் 5 தினங்களுக்கு பிரம்மகுண்டத்தில் உற்சவம் கொண்டாடுகிறார்கள்.

14ம் வ நாகலீலா என்னும் பெயரால் காளிமர்த்தன கட்டத்தண்டை ஸ்திரீ புருஷர்கள் கூடிப் படகுகளில் ஏறிக் கொண்டாடுகிறார்கள்.

மார்கழி (நவம்பர் & டிசம்பர்)

பாத்திஸதம் 1ம் வ பாதலாகாமேலா என்னும் பெயரால் இராஜ மண்டபத்திலும், சென்னா கட்டத்திலும் கலியாண மகோற்சவங் கொண்டாடல்

ஷ மீ 5ம் உ இராமலீல உற்சவத்தைக் கொண்டாடுகிறார்கள். பவுர்ணமியன்று ஷவுல்ஜிகாமேஸா என்று பலராமருடைய உற்சவத்தைக் கொண்டாடல்

5ம் உ பிஹாரி, பஹாதமிலாபவர்களுடைய ஜன்மோற்சவம்.

தை மீ (டிசம்பர் & ஜனவரி)

தைமீ 5ம் உ முதல் 11ம் உ வரையில் தனுர்மாத உற்சவம் என்னும் பெயரால் சேட்ட்வர்கள் கோயிலில் வைகுண்ட வாசலில் ஸ்ரீகிருஷ்ணர் உற்சவம். இராதாவல்லபர் கோவிலில் கிச்சிடி முதலானவைகளைக் கொடுத்து உபசரித்துப் பொங்கல் உற்சவத்தைக் கொண்டாடி நடிக்கிறார்கள்.

மாசி மீ (ஜனவரி & பிப்ரவரி)

மாசி மீ 5ம் உ வசந்த உற்சவம் கொண்டாடல். 11ம் உ மானச சரோவரத்தில் ஆனந்த நடனமாடி வருதல்

பங்குனி (பிப்ரவரி & மார்ச்சு)

பங்குனி 11ம் உ புல்டோலா உற்சவமும் பவுர்ணமியன்று ஹோலி பண்டிகையும் விநோதமாகக் கொண்டாடுகிறார்கள்.

பாத்ரபதம் 1 - டவுரண்டி என்னும் மெஜண்டா பொடி கலந்த சாயத்தையும் மஞ்சள் பொடியையும் ஸ்திரீ புருஷர்கள் தெளித்துக்கொண்டு நடித்தல்

5ம் உ காலிதஹன உற்சவத்தைக் கொண்டாடல். சேட்டவர்களுடைய கோவிலில் உற்சவாதி பிரம்மோற்சவங் கொண்டாடி வருகிறார்கள். இவர்களன்றியில் சில்லறை உற்சவங்களை யமுனாநதி கட்டத்தில் பிரதிதினம் செய்வதற்குக் கணக்கேயில்லை. அப்படிப்பட்ட உற்சவ கட்டங்களில் 32 சிரேஷ்டமானவை முப்பத்திரண்டு கட்டங்கள். அவை எவையெனில்,

1. மதனகர கட்டம் – இது பண்டிதர் மோடிலாலவர்கள் கட்டி வைத்தது.

2. இராமகோல் கட்டம் – இது பிஹர்ஜி கோஷாய் கட்டி வைத்தது.

3. காளிதான கட்டம் – இது ஹோல்காராவ் கட்டியது.

4. கோபால கட்டம் – இத மதனபாலராஜர் கட்டியது.

5. நபவாலா கட்டம் – இது ராஜா ஹிரசிங்கர் கட்டியது.

6. பிரசகண்டன கட்டம் - இது மதனமோஹனர் கோஷாய் கட்டியது.

7. சுராஜ கட்டம்.

8. கொரிய கட்டம் - இது கோல்கோஷாய் கட்டியது.

9. ஜோகுல கட்டம் - இது ஹரிதாஸ் கோவிந்ததாசர் கட்டியது.

10. துசர கட்டம்.

11. நியாயகட்டம் - இது கோஷாய் பஜனலால் கட்டியது.

12. ஸ்ரீரிஜி கட்டம் - இது ஜயப்பூர் ராஜா கட்டியது.

13. பிஹார் கட்டம் - இது தக்ஷண் சுப்பராம் கட்டியது.

14. துர்வாச கட்டம் - இது இராஜாரண்டர்சிங்கு கட்டியது.

15. நகரிதாஸ் கட்டம் -

16. பீமா கட்டம் - இது கோடாராஜர் கட்டியது.

17. அந்தகார கட்டம் - இது ஜயப்பூர் மஹாராஜா கட்டியது.

18. தி ஹரிவார் கட்டம் - இது திரிவிரிஹாராஜர் கட்டியது.

19. இமலா கட்டம் -

20. பர்த்வான் கட்டம் - இது பர்த்வான் ராஜா கட்டியது.

21. பர்வார் கட்டம் -

22. இரணவத் கட்டம் - இது உதயபுர இராஜா கட்டியது.

23. சிங்கார கட்டம் - இது சிவிகர்பட்டு கோஷாய் கட்டியது.

24. கங்காமோஹன கட்டம் - இது பரதப்பூர் ராணி கட்டியது.

25. கோவிந்த கட்டம் - இது ஜயப்பூர் மணிராஜ் கட்டியது.

26. ஹிமத்பஹதர் கட்டம் - இது ஹிமத்பஹதர் கோஷாய் கட்டியது.

27. சிரகட்டம் - இது முரஹரி ஹோல்கார் கட்டியது.

28. ஹனுமான் கட்டம் - இது ஜயப்பூர் ஜேசிங்கு கட்டியது.

29. பானரா கட்டம் - இது ஜயப்பூர் ஜேசிங்கு கட்டியது.

30. கிசாராணி கட்டம் – இது பரதப்பூர் கிஷாராணி கட்டியது.

31. பாண்டவர் கட்டம் – இது லக்னோ ஜகநாத சவுத்ரி கட்டியது.

32. கேசி கட்டம் – இது பரதப்பூர் வாணிலக்ஷ்மீ தேகி கட்டம்.

இன்னும் அநேக சில்லறைக் கட்டங்களுமுண்டு. இப்படி ஸ்ரீ முழுதும் வணங்கி உற்சவம் கொண்டாடுவதற்குப் பிருந்தாவனத்தில் பல கட்டங்கள் மாத்திரமல்ல, பல புண்ணிய ஸ்தலங்களும் இருக்கின்றன. அவை எவையெனில்,

(1) ஞானகுதாரி, (2) ரோபீசா மஹதேவர், (3) வான்சி கட்டம், (4) கோபிநாதர் தோட்டம், (5) கோபிநாதர் கடை, (6) பிரம்மகுண்டம், (7) இராதாநிவாசம், (8) நிதிவனம், (9) பாதரிபுரம், (10) நகர் கோபிநாதர், (11) கோர கோபிநாதர், (12) நகரகோபாலர், (13) சிரகட்டம், (14) மந்திதர்வாஸ், (15) கேராகோவிந்தஜி, (16) நகர கோவிந்தஜி, (17) நாவிதகாஸ்ரமம், (18) ராமஜி துவாரம், (19) காந்திவாரகடை, (20) சேவகுஞ்சம், (21) குஞ்சகாலி, (22) ரைரெக்கெரா, (23) சிங்கார தோட்டம், (24) இராஜமண்டலம், (25) கிஷராபுரம், (26) டோபிவாரி காலி, (27) ரங்கிலாலகிகாலி, (28) சுகனமதகாலி, (29) புராண சாஹா, (30) லாரியவாராகாலி, (31) கபுதாகிகாலி, (32) கோவர்த்தன் தர்வாகா, (33) அஹிர்பரா, (34) தூசத்து அல்லது சந்தத், (35) மஹாலாபார்வாராவனம், (36) கேராமதனமோஹனர், (37) பிஹாரிபுரம், (38) புரோஹிதவாம், (39) மனிபாரம், (40) கவுதம்பாரா, (41) அதகம்பம், (42) கோவிந்தா தோட்டம், (43) லோயிபஜாகம்பினி கட்டம், (44) ரெதியாகடை, (45) வனகண்டிமகாதேவர், (46) சிப்பிகிகல்லி, (47) ரிவாரிகல்லி, (48) பண்டிலிகாபாக், (49) மதுராதர்வாஜா, (50) கெராசாலி ஜெயிசிங்கு, (51) திகாசாபியர், (52) மவுன்தாஸ் கித்ததி, (53) கவுரிவனம், (54) கோவிந்த குண்டம், (55) இராதாநந்தவனம் இன்னும் அநேக சிங்காரதுளசி நந்தவனங்களும் கட்டடங்களும் உற்சவங்களுக்குத் தயாராயிருக்கின்றன.

இவைகளைத் தக்கபடி பாதுகாக்க முயற்சி இல்லாமையால் குரங்குகளும் மயில்களும் அபரிமிதமாகிக் கெடுத்து வருகின்றன. யமுனையாற்றின் கரைமேலிருக்கும் விஸ்தாரமான மைதானங்களில் புருஷரைப் பார்க்கிலும் உயர்ந்த பசுமாடுகள் ஏராளமாக மேய்ந்துகொண்டும், மேய்ப்போன் இடைக்கிடை பூர்வகாலத்து வாடிக்கைப்படி புல்லாங்குழலை இனிய ராகங்களால் ஓதிச் சிதறிப் போகும் பசுக்களை யழைப்பதும் அந்த யமுனையாற்றின் கரைகளில் அசோகம், புன்னை, மா, கமுகு முதலான விருக்ஷங்கள் நிறைவாகப் பூத்துப் பிஞ்சும் காயும் கனிகளும் தொங்க அவைகளுக்கருகில்

கருத்த வண்டுகள் ரீங்காரம் பாடிக்கொண்டு தேனயருந்தவும் பற்பலவிதமான பக்ஷிகள் அந்த மரங்களில் வந்துதங்கி இனிய இராகங்கள் பாடியாடவும் யமுனையின் கரையின்மீது பிரபாகரனுடைய பிரகாசத்தினால் பொன், வெள்ளி, புஷ்பம் போன்ற மணல்கள் பலவித வர்ணங்களாகத் தோன்றவும், கம்பீரமாகிய யமுனா நதியானது இளநீல வர்ணத்துடனும் பாலைப் போன்ற உருசியுடனும் துலங்கவும், அதிரூபலாவண்யமுள்ள சுந்தரவதிகளான ஸ்திரீகள் தேவலோக காந்தவர்வஸ்திரிகளைப் போற குதித்து நீந்தி ஆனந்திக்கவும், அருகிலிருக்கும் அழகிய பண்டாக்கள் செந்தூரம் முதலான பொட்டுகளை இட்டு யமுனைக்கு புஷ்பசமர்ப்பணம் செய்யவும், கரைகளில் கதம்ப விருக்ஷங்களால் மூடப்பட்ட கட்டங்களில் யாத்திரைக்காரர்களும், எதிகளும், தபோநிதிகளும் ஸ்நானபானம் செய்து ஈசுவர தியானம் செய்யவும், அவர்களை உத்சாகப்படுத்த தென்றற்காற்று சுவாசனையோடு வீசவும், திரும்பிப் பார்த்தால் அருகில் பிரம்மாண்டமான ஆவிகூட கோபுர மந்திரங்கள் கலசங்களால் கம்பீரமாகத் தோன்றவும், எங்கு பார்த்தபோதிலும் கோபிஸ்திரிகளும், கோஷாயிகளும் கிருஷ்ணா! கிருஷ்ணா! என்று பாராயணஞ் செய்யவும், அடிக்கடி சாமவேதமும், சங்குநாதமும், கேட்கவும் இன்னும் பலவித ஆச்சரியங்களைக் கண்டுகேட்டால், இந்தப் பிருந்தாவனத்தை யார்தான் புகழமாட்டார்கள். இது சிற்றின்பத்தில் காலம் போக்கும் சிலருக்கு இது தேவலோக பாக்கியங்களை அனுபவிக்கத் தகுந்த இடமாயிருப்பதன்றியில், பரலோகநாதனாகிய பரமேசுவரனுடைய பேரின்பத்தை விரும்பும் பரமஹம்சாளான பக்திமான்களுக்கும் இது பலவிதத்திலும் சிறந்த க்ஷேத்திரமாகையால் தென்தேசத்து இந்துக்கள் முக்கியமாக வைணவர்கள் இதைத் தரிசிக்க வேண்டும். இதன் பெருமையைப்பற்றி.

ஸ்ரீ கோதையார் திருவாய்மலர்ந்தருளிய விருந்தாவனத்தே பட்டிமேய்ந்தோர் என்னும் பரந்தாமற்கண்ட

கலி விருத்தங்களாவன:

அபரூபராகம் – ரூபக தாளம்.

பட்டிமேய்ந்தோர் காரேறு பலதேவற்கோர் கீழ்க்கன்றாய்
இட்டீறிட்டு விளையாடி யிங்கே போதக்கண்டீரே
இட்டமான பசுக்களை யினிதுமறித்து நீருட்டி
விட்டுக்கொண்டு விளையாட விருந்தாவனத்தே கண்டோமே (1)

அனுங்கவென்னைப் பிரிவுசெய் தாயர்பாடி கவர்ந்துண்ணும்
குணுங்குநாறிக் குட்டேற்றைக் கோவர்த்தனைக் கண்டீரே
கணங்களோடு மின்மேகம் கலந்தாப்போல், வனமாலை
மினுங்கநின்று விளையாட விருந்தாவத்தே கண்டோமே *(2)*

மாலாய்ப்பிறந்த நம்பியை மாலேசெய்யும் மணாளனை
ஏலாப்பொய்க ளுரைப்பானை யிங்கேபோதக் கண்டீரே
மேலால்பரந்த வெயில்காப்பான் விந்தை சிறுவன் சிறகென்
மேலாப்பின் கீழ்வருவானை விருந்தாவனத்தே கண்டதோமே *(3)*

கார்த்தண் கமலக்கண்ணென்னு நெடுங்கயிறுபடுத்தி என்னை
ஈர்த்துக்கொண்டு விளையாடு மீசன்றன்னைக் கண்டீரே
போர்த்தமுத்தின் குப்பாயப் புகர்மால் யானைக்கன்றேபோல்
வேர்த்துநின்று விளையாட விருந்தாவநத்தே கண்டோம *(4)*

மாதவனென் மணியினை வலையிற்பிழைத்த பன்றிபோல்
ஏதுமொன்றுங் கொளத்தாரா வீசன்றன்னைக் கண்டீரே
பீதகவாடை யுடைதாழப் பெருங்கார்மேகக் கன்றேபோல்
வீதியார வருவானை விருந்தாவனத்தே கண்டோமே *(5)*

தருமமறியாக் குறுப்பனைத் தன்கைச் சார்ங்க மதுவேபோல்
புருவவட்டமழகிய பொருத்தமிலியைக் கண்டீரே
உருவுகரிதாய் முகஞ்செய்தா யுதயப்பருப்பதத்தின் மேல்
விரியுங்கதிரேபோல்வானை விருந்தாவநத்தே கண்டோமே. *(6)*

பொருத்தமுடைய நம்பியைப் புறம்போலுள்ளுங் கரியானைக்
கருத்தைப் பிழைத்துநின்ற அக்கருமாமுகிலைக் கண்டீரே
அருத்தித் தாராகணங்களால் ஆரப்பெருகுவானம்போல்
விருத்தம் பெரிதாய் வருவானை விருந்தாவநத்தே கண்டோமே. *(7)*

வெளியசங்கொன் றுடையானைப் பீதகவாடை யுடையானை
அளிநன்குடைய திருமாலை யாழியானைக் கண்டீரே
மளிவண்டெங்குங்கலந்தாப்போல் கமழ்பூங்குழல்கள் தடந்தோள்மேல்
மிளிரநின்று விளையாட விருந்தாவநத்தே கண்டோமே *(8)*

நாட்டைப்படையென் றயன்முதலாத் தந்தகளிர்மா மலருத்தி
வீட்டைப்பண்ணி விளையாடும் விமலன்றன்னைக் கண்டீரே
காட்டைநாடித் தேதுநனுங் களிறும்புள்ளுமுடன்மடிய
வேட்டையாடி வருவானை விருந்தாவத்தே கண்டோமே (9)

பெருந்தாள்களிற்றுக்கருள் செய்த பரமன்றன்னைப் பாரின்மேல்
விருந்தாவத்தே கண்டமை விட்டுசித்தன் கோதைசொல்
மருந்தாமென்று தம்மனத்தே வைத்துக்கொண்டு வாழ்வார்கள்
பெருந்தாளுடைய பிரானடிக்கீழ்பிரியாதென்று மிருப்பாரே (10)

இப்போது இந்த பிருந்தாவனத்துக்கும் மதுரைக்கும் புகைவண்டி ரோடு போடப்பட்டிருப்பதால் பிரயாணிகள் சுகமாக போய்வரலாம். ரயில் சார்ஜ் சுமார் நான்கணா.

இனி ஸ்ரீ கிருஷ்ணருடைய லீலாவிபூதியாகிய சாமார்த்தியத்தைக் காட்டிய கோவர்த்தனத்தைப் பற்றி எழுதுவோம்.

கோவர்த்தனம்.

இந்தக் கோவர்த்தனம் ஸ்ரீமதுராபுரியைச் சார்ந்த புண்ணிய பருவதங்களாகிய நந்தகமனம், விரசனை முதலான மலைச்சார்புகளைச் சார்ந்த ஸ்தலம். இதற்கு மதுராபுரியிலிருந்து புறப்பட்டால் சுமார் மூன்று மைல் தூரத்தில் சாதுகா என்னும் கிராமமிருக்கிறது. இந்தக் கிராமத்துக்கு அருகில் சநந்தன குண்டம் என்னும் தடாகமிருக்கிறது. இந்தத் தடாகக் கஸ்ரயில் சந்தனராஜன் தன் பிள்ளையில்லாக் குறைவால் பல நூற்றாண்டுகளாகத் தங்கித் தவஞ்செய்யும்போது, ஸ்ரீ கங்கையானவள் கூடி பீஷ்மர் பிறந்தாராம். ஆகையால் பிரதி ஞாயிற்றுக்கிழமைதோறும் பிள்ளை வரத்துக்காகப் பல ஸ்திரிகள் வந்து வணங்கிப்போகிறதன்றியில், சமய சந்தையும் கூடி நடிக்கிறார்கள். இந்தத் தடாகம் பிரம்மாண்டமானது. அம்பர் கோட்டையின் மகாராஜா ஜேசிங்கவர்கள் இதை ரிப்பேர் செய்தாலும் இப்போது சீர்கெட்டிருக்கிறது. இந்தத் தடாகத்துக்கு மத்தியில் சிறு பருவதமும் அந்தப் பருவதத்துக்குப் போக ஒரு சிறு பாளமும் கட்டப்பட்டிருக்கிறது. இந்தப்பாலத்தின் வழியாகப் போய் ஐம்பது படிகளை ஏறிப்போனால் மேலே சிறுகோயில் இருக்கிறது. இந்த மலைக்கோயிலிற் பிள்ளை வரத்துக்குப் போகும் ஸ்திரிகள் சுவஸ்திசத்தியம் என்னும் பதத்தைப் பூமியில் எழுதி அதைச் சுற்றிவந்து வணங்குகிறார்கள். இந்தக் கோயிலைத் தாண்டிக்கொண்டு பற்பல விநோத காக்ஷிகளுள்ள ரோட்டில் பத்து மைல் தூரம் போனால், கோவர்த்தனம் என்னும்

கிராமமிருக்கிறது. கோவர்த்தனம் என்றால் கோ – பசுக்களை வர்த்தனம் – போஷித்தல் அதாவது பசுக்களைப் பாதுகாக்கும் இடமென்று பொருளாகிறது.

இது மதுராபுரித் தாலுக்காவைச் சார்ந்த ஒரு பெரிய கிராமம். இது தென்கிழக்காக நான்கைந்து மைல் நீளமுடன் மதுராபுரி பூமி மட்டத்துக்கு 100 அடிகள் உயரமான மேட்டு நிலம். இதில் இப்போது 4,944 ஜனங்கள் குடியிருக்கிறார்கள். இது ஒரு காலத்தில் ஒரே பெரிய மலையாகவிருந்து தேவேந்திரன் விரஜகுலத்தார் மீது கோபித்து ஏழுநாள் இரவும்பகலும் இடி மின்னலோடு கூடப்பெய்த மழையால் வருந்தாமற் பாதுகாக்க ஸ்ரீகிருஷ்ணர் தமது சுண்டுவிரலால் தூக்கிக் குடையாக ஏழுநாட்கள் வைத்திருந்ததாகப் பாகவதத்தில் சொல்லப்பட்டிருக்கிறது. இப்போது அந்தப் பருவதமுழுவதும் நசுங்கி சிறுகற்களும் துண்டுகளுமாக மாறி ஒரு சாதாரண கற்கள் மேடாகவிருப்பதால் ஆவலோடு கோவர்த்தனத்தைப் பார்க்க வரும் யாத்திரைக்காரருடைய மனம் பொக்கென்று போகும்படியாகி விடுகின்றது. இதற்குக் காரணம், இந்தக் கலியுகத்தில் யமுனாநதியின் ஜலம் எப்படிக் குறைந்து சிற்றாறாக மாறி வருகிறதோ அதே மாதிரியாகவே இந்தக் கோவர்த்தனமும் நாளுக்குநாள் தாழ்ந்து குறைந்து தரைமட்டமாகித் தரைபோலாகி வருகிறதென்று சொல்லுகிறார்கள். இதை நம்பவும் ஏது இருக்கிறது. எப்படி ஆறங்கு – அகண்டம் என்னும் நான்கைந்து மைல் தூரம்வரையில் அகன்று ஓடிய யமுனைநதியானது இப்போது இங்கு முக்கால் மைல் அகலமுள்ளதாகிவிட்டதோ அப்படியே இந்தக் கோவர்த்தன பருவதமும் ஒரு காலத்தில் பெரிய பருவதமாக இருந்து இப்போது இந்த ஸ்திதியாகிவிட்டது என்று சொல்லத் தடையில்லை. இப்போதுகூட இந்தக் கற்கள் மேட்டிலிருக்கும் சிறு கற்களை ஜனங்கள் எடுத்து வேறு காரியங்களுக்கு உபயோகப்படுத்தாமல் மகாபரிசுத்தமானவைகளாகப் பாதுகாத்து வருகிறார்கள். இந்த மலைநாடு ஜாந்பூர், அளியார் என்ற கிராமங்கள் வரையில் தெற்குப் பாகத்தில் தொடர்ந்து மலை வரிசையாக இருக்கின்றது. இந்த மலையடிவாரத்தில் கோகுலம் வல்லபாசாரி சுவாமிகளால் கி.பி.1520ம் ஷு கட்டிய ஸ்ரீநாதசுவாமியின் புராதனக் கோயிலிருக்கின்றது. அரங்கஜீபு சக்கிரவர்த்தி இந்தக் கோயிலைக் கொள்ளையிட வந்தபோது இதிலிருந்த ஸ்ரீநாதர் விக்கிரகம் உதயபுரியைச் சார்ந்த நத்தட்வாரா கிராமத்திற்குக் கொண்டுபோய் மறைத்து வைக்கப்பட்டது. இப்போது அந்த இடத்தில் வேறு கோயில் கட்டப்பட்டு அந்த விக்கிரகம் அங்கேயே வைத்துப் பூஜை செய்யப்பட்டு வருகிறது. ஆகவே, கிரிராஜராகிய ஸ்ரீநாதருடைய கோயில் கெட்டு இடிந்து அதன் வெளிப்பிரகார அஸ்திவார வரிசை மாத்திரம் தெரிகிறது. இந்தக் கோவர்த்தனத்திலிருந்து சுற்றியிருக்கும் மதுரை, பரதப்பூர், டிக்கோட்டை, கந்தகமனம்,

பிரசன்னா முதலானவைகளைப் பார்த்தால் கம்பீர காக்ஷியாக இருக்கிறது.

இந்த மலையடிவாரத்தில் ஜாதிபுரா கிராமத்தில் அநேக புராதன கோயில்களிருக்கின்றன. அவைகளில் முக்கியமானது கோகுலநாதர் சன்னிதியே. இதன் தலைவர் ஒரு கோஷாய். இதில் வருஷாவருஷம் தீபாவளி முதலான இரண்டொரு விசேஷ உற்சவங்களை விநோதமாகக் கொண்டாடி வருகிறார்கள். இதில் முதல் உற்சவம் கிரிராஜன் பூஜையென்று பருவதத்தைப் பூசை செய்து உற்சவம் செய்தாலும், இரண்டாவது அண்ணருடம் என்னும் பெயரால் ஸ்ரீ கிருஷ்ணர் பூஜை உற்சவஞ் செய்து வருகிறார்கள்.

இந்த ஸ்ரீநாதரின் விக்கிரகத்தை உதயப்பூருக்குக் கொண்டு போய்விட்டபடியால் தீபாவளி முதலான உற்சவ காலங்களில் கோகுலத்திலிருக்கும் கோகுலநாதர் விக்கிரகத்தைக் கொண்டுபோய் வைத்துப் பூஜை செய்துவந்ததில், அந்த கோஷாயிகளுக்குள் பிரமாத சண்டை சச்சரவுகள் வருஷாவருஷம் நடந்துகொண்டே வருகின்றன. இப்போது இங்கே இருக்கும் கோஷாய் பூர்வதாமோதர கோஷாயின் சந்ததி. அதாவது, தாமோதர கோஷாயிக்குப் பிறகு லக்ஷ்மணஜி கோவிந்தராய் கோஷாய்கள் பட்டத்தையடைந்தார்கள். இவர்களுக்குப் பிறகு கனியாலால், கிரிதாஜி கோஷாய்கள் பட்டமடைய இப்போது இவர்கள் சீடர் புருஷோத்தம கோஷாய் பட்டத்தைப் பெற்றிருக்கிறார்.

ஜாதிபுரா கிராமத்துக்கு எதிரில் அனியார் கிராமமிருக்கிறது. அனியார் என்றால் கோவர்த்தனத்தில் கடைசிபாகமென்று பெயர். இந்தவிடத்திலும் ஸ்ரீநாதர் கோயிலிருக்கிறது. இந்தக் கோயிலுக்குப் பக்கத்திலிருக்கும் பச்சிநீ கிராமந்தான் கோவர்த்தனத்துக்குக் கடைசி எல்லை.

இந்தக் கிராமம் வரையில் யாத்திரைக்காரர் கார்த்திகை மாதத்தில் தண்டாவதிபரிகர்மா என்னும் உற்சவம் கொண்டாடுகிறார்கள். அதாவது பூர்வ ஜனமத்தில் செய்த பாவத்தைப் போக்க இந்தக் கோவர்த்தனத்தைச் சுற்றிச் சுமார் 12 மைல்கள் தூரம் வரையில் ஒருவாரம் அல்லது பக்ஷத்துக்குள்ளாகத் தினம் 108 தடவை கீழே விழுந்து கோடு கிழித்தபிறகு அந்தக் கோட்டிலிருந்து மறுகோடு வரையிலும் பிறகு இப்படியே இடைவிடாமல் தண்டால் செய்து வருகிறார்கள். இந்தக் கஷ்ட பிரார்த்தனையைப் பணக்காரர்கள் செய்துமுடிக்கச் சக்தியற்று அங்கிருக்கும் பிராமணருக்கு 50 அல்லது 100 ரூபாய் கொடுத்து தங்களுக்குப் பிரதிநிதிகளாகச் சொல்லித் தமது பாவத்தைப் போக்கிக்கொள்ள முயன்று வருகிறார்கள். இந்த விதமான பிரார்த்தனை செய்வோர் கிட்டத்தட்ட 1,000 ரூபாய் வரையில் செலவு செய்து வருகிறார்கள்.

இவ்வித உற்சவங்களுக்கும், பிரார்த்தனைகளுக்கும், சிறு மலைகளுக்கும், மத்தியஸ்தானமாகிய கோவர்த்தனம் மானச கங்கையென்னும் பல கோணமுள்ள பெரிய தடாகத்துக்குப் பக்கத்திலிருக்கிறது.

இந்த மானசகங்கையானது ஸ்ரீ கிருஷ்ணர் மனதில் நினைத்த உடனே உண்டானபடியால் இந்தப் பெயர் வழங்கி வருகிறதாம். இந்தத் தடாகத்துக்கு ஒரு பக்கத்தில் சிறுமலைகளினத் தாக்கு எல்லைகளும் மற்றப் பக்கங்களில் பலமான பல படிக்கட்டுகள் கட்டி ஏறி இறங்கும்படியாகவிருக்கிறது. இந்தப் படிக்கட்டுகள் ஜயப்பூர் மனிசிங்கு மகாராஜா அவர்களால் கட்டப்பட்டிருக்கிறதன்றியில் அவரே கரையின்மீது அரிதேவர் கோயிலென்னும் பிரம்மாண்ட கட்டடத்தைக் கட்டிவைத்திருக்கிறார். இந்தத் தடாகத்துக்கு ஊற்று ஜலமும் வாய்க்கால் ஜலமும் இல்லாமல் கேவலம் மழைக்காலத்தில் மாத்திரம் மழைநீர் தங்குகின்றது. பிரதி௵ மழைக்காலமான உடனே தீபாவளிப் பண்டிகை ஆகிறபடியால் அந்த ராத்திரி ஆயிரம் பத்தாயிரம் விளக்குகள் அந்தப் படிக்கட்டுகளிலும் மண்டபங் கட்டடங்களிலும் வைக்க அவைகளின் உதவியால் இந்த ஜலத்தில் விநோதமாக ஆயிரக்கணக்கான ஜனங்கள் ஸ்நானம் செய்கிறார்கள். பிறகு ஆறு மாதங்களுக்கு ஜலமில்லாமல் வறண்டு கிடக்கின்றது. இதனால் புண்ணிய காலங்களில் ஜலமில்லாமல் குடிகள் தவிப்பதைக்கண்டு 1871ம் ௵ 50 அடிகள் சதுரத்துக்குக் குட்டைகளை இந்தத் தடாகத்தில் வெட்ட அதில் கண்ட சேற்று ஜலத்தை ஆயிரக்கணக்கான பக்திமான்கள் தலையில் தடவிக்கொண்டு போகிறார்கள். இப்படி இந்த தடாகத்தில் ஜலமில்லாதிருக்க அபிபுல்லா உதா என்னும் மகமதியர் சாபமிட்டாராம். அதாவது இந்த மகமதியர் இந்த மலையின்மேல் ஒரு கோயிலண்டை மாம்சபக்ஷணம் செய்து வந்ததைப் பார்த்து இந்துக்கள், அவர் அவ்விடம் விட்டுப்போக முயற்சிசெய்ய அவர் சபித்துவிட்டுப் போய்விட்டதாகச் சொல்லுகிறார்கள்.

இந்தத் தடாகத்துக்கு அருகிலிருக்கிற கம்பீரமான அரிதேவர் கோயில் அக்பர் சக்கிரவர்த்தி காலத்தில் அம்பர் பகவானஜி தாசரால் கட்டப்பட்டதாம். இது 68 அடிகள் நீளமும் இருபது அடிகள் அகலமும், உள்ளே இருபது அடிகள் விஸ்தீரணமுமுள்ள கோவில். இதற்கு நாலு பக்கத்தில் வாசல்களும், 30 அடிகள் உயரமுள்ள முதல் வாசலின் இருபுறத்திலும் யானைகள், சிங்கங்கள் முதலானவைகள் கற்களிற் குடைந்து எடுத்து வைக்கப்பட்டிருக்கின்றன. கட்டடத்தில் இரண்டு வளைவு மாடி கட்டடங்கள் கட்டப்பட்டிருக்கின்றதனால் அவை கம்பீரமான காக்ஷியைத் தருகின்றன. கட்டடம் முழுதும் பரதப்பூர் செங்கருங்கற்களால் கட்டப்பட்டிருப்பதால் பலமான

கட்டடமாக இருக்கிறது. இந்தக் கோவிலுக்கு பாகோஷா, லோடிபுரி யென்ற கிராமங்கள் விட்டிருப்பதால் ஷை 2,300 ரூபாய் வசூலாவதோடுகூட பரதப்பூர் ராஜர் பிரதிதினம் பூசைக்கு ஒரு ரூபாய் கொடுத்து வருகிறார். அப்படிக்கிருந்தும் இந்தக் கோயிலின் கோஷாய் இந்த வருமானத்தைத் தக்கபடி செலவு செய்யாமல் சொந்தச் செலவுசெய்து வந்தபடியால் கட்டடம் சீர்கெட்டுப் போக 1872ம் ஷை கவர்ன்மெண்டாரால் 3,000 ரூபாய் செலவில் ரிப்பேர் செய்யப்பட்டது.

மானசகங்கைக்கு எதிரில் பரதப்பூர் ராஜாக்களான இராண்டியர்சிங்கு, பலதேவசிங்கவர்களால் கட்டப்பட்ட பிரம்மாண்டமும் அழகுமான சத்திரங்களிருக்கின்றன. கி.பி.1825 – 26 வருஷங்களில் ஷ இராஜாக்கள் இறந்துபோக அவர்கள் சந்ததிகளால் இந்தச் சத்திரங்களுக்கு பலவித கோபுரகலசங்களும் சித்திராலங்கார வேலைகளும் செய்யப்பட்டன. இந்தக் கட்டடத்தின் சுவர் கதவுகளில் ஸ்ரீகிருஷ்ணருடைய லீலைகளும் இங்கிலீஷ்காரரது உருவமும் எழுதப்பட்டிருக்கின்றன. இந்தக் கோவர்த்தனத்துக்குச் சுமார் ஒரு மைல் தூரத்திலிருக்கும் இராதா குண்டத்தின் கரையில் கி.பி.1764ம் ஷை டில்லி பட்டணத்திலிருந்த சராஜ்மகால் ராஜாவின் ஞாபகச் சின்னமாக ஸ்ரீஜவகரிசிங்கு மகாராஜரவர்கள் கட்டிய பிரம்மாண்ட கட்டடமிருக்கிறது. இந்தக் கட்டடங்களுக்குள் ஷ ராசருடைய ஒரு சமாதி வெகுநேர்த்தியாகக் கட்டப்பட்டிருக்கின்றது. இந்தச் சமாதியானது 57 சதுர அடிகள் உள்ளதாயும் உட்பாகம் கம்பீரமான காக்ஷியுடையதாயும் முடிவான வேலைப்பாடுள்ளதாயும் இருக்கிறது.

இந்த இராஜ சமாதிக்கு இருபக்கங்களிலும் அவரது மனைவிகளாகிய அம்ஜியா, கிஷாரி மகாராணிகளுடைய சமாதிகள் கட்டப்பட்டிருக்கின்றன. அந்தச் சமாதிகளிருக்கும் மேடையானது 460 அடிகள் நீளமுள்ளதாயும், அதன்மேல் பெரிய கொட்டகை போன்ற கூரைக் கட்டடம் கட்டப்பட்டிருக்கின்றது. அம்ஜியா மகாராணியின் சமாதிக்கருகில் அவரது உண்மையான தோழியின் சிறிய சமாதியொன்று கட்டப்பட்டிருக்கிறது. இந்தக் கட்டடங்களுக்குப் பின்பக்கத்தில் பிரம்மாண்டமும் பிரம்மாநந்தத்தைத் தரும்படியானதுமான சிங்கார நந்தவனம் அசோகாதி விருக்ஷங்களாலும், மல்லிகை முல்லை ஜாதி முதலான செடிகளோடும் கம்பீரகாக்ஷியைக் கொடுக்கிறது.

முற்கூறிய கட்டடங்களுக்கு எதிரில் செயற்கையாலமைக்கப்பட்ட குஷ்மசரோவரம் என்னும் பலவித படிகளாலும் தாமரை முதலானவைகளாலும் விசித்திர விநோத வேலைகளாலும் பிரதிமைகளாலும் அலங்கரிக்கப்பட்ட தடாகம் இருக்கின்றது. இது 460 சதுரடிகள் விஸ்தீரணமுள்ளதாயும், தென் தேசத்துத்

தெப்பக்குளங்களைப்போல் நான்கு பக்கங்களிலும் இறங்கி ஏற நான்கு வரிசைப் படிக்கட்டுகளின் அடுக்குகளாலும் சிறந்திருக்கிறது. கரையிலிருந்து தண்ணீர் இருக்கும் இடத்திற்கு மத்தியில் 60 படிக்கட்டு வரிசைகளிருக்கின்றன. தடாகத்தின் வடக்குப் பாகத்தில் ஜுவாசிங்கவர்கள் ஒரு பெரிய தருமசத்திரம் கட்டமுயன்று கட்டட வேலை ஆரம்பிக்க மகம்மதியர்கள் படையெடுத்து வந்த பயத்தினால் கட்டாமல் விட்டுவிட்டார். இந்தப் பாகத்திலிருக்கும் ஷ குஷ்மசரோவரம் ஓரத்தின் கட்டத்தை கோஷாய் ஹிமத்பஹதூர் பிடிங்கிக்கொண்டு போய் பிருந்தாவனத்தில் ஒரு கட்டம் கட்டிவிட்டார். அன்றுமுதல் இது ரிப்பேர் செய்யப்படாமல் கிடக்கிறது. இந்தக் கோஷாயைத் தக்கபடி கண்டிக்காமல்விட்டதனால் அவிபக்தர் என்பவனைத் தூக்கிலிட்டு சிந்தியா மஹாராஜாவின் மேல் சண்டைக்குப் போகும் படி செய்து கி.பி. 1802ல் அலபக்தர் இறந்துபோக 1805ம் ஷு வெல்லஸ்லி பிரபுவால் சமாதானம் செய்யப்பட்டது.

இனி இந்தக் கோவர்த்தனத்தில் விசேஷமான கோயிலெதுவெனில் சந்திர சரோவர மஹாதேவர் கோயிலே. இங்கே ரோரோசனம், பாபமோசசனம், ரிணமோசசனம் என்னும் பெயர்களால் நான்கு சிறு தடாகங்களிருக்கின்றன. இவைகளில் மழைக்காலங்களிலன்றி மற்றக் காலங்களில் ஜலம் கிடைப்பது அபூர்வம். இங்கிருக்கும் கோயிலும் சாதாரணமான சிறிய கோயில். இந்த மலைத்தாக்கிலிருந்து மதுரை வழியாக டிக்கோட்டையை நாடிச் சென்றால் தனகாட்டு இருக்கிறது. இங்கே ஸ்ரீகிருஷ்ணர் தங்கியிருந்து இந்த வழியாக வரும் கோபிகளிடத்தில் பாலைச் சுங்கமாக வாங்கினாராம். இப்போது இந்த இடத்தில் ஒரு பிராமணர் இருந்துகொண்டு யாத்திரைக்காரர்களிடத்தில் பைசா தம்பிடிகளை வாங்கிக் கொண்டு விடுகிறார். இந்த மலைத்தாக்குச் சிகரத்தில் தனராயர் கோயில் தெரிகிறது. இங்கே இருக்கும் ஒரு குகையில் ஒரு பெரியவர் சென்ற ஐம்பது வருஷங்களாக பத்மாசனம் போட்டு உட்கார்ந்து கொண்டு தபசு செய்கிறார். அவர் யாரிடமும் பேசுகிறதில்லை. அவருக்கருகிலிருக்கும் ஒரு தபசி மாத்திரம் யாத்திரைக்காரரிடம் பேசுகிறார்.

இந்தக் கோவர்த்தனத்தை 1805ம் ஷு சிந்தியா மகாராஜரிடம் பெற்ற உடனே பரதப்பூர் இராஜாவாகிய கவுரி லக்ஷ்மண சிங்கு அவர்களுக்கு இதை இனாமாக இங்கிலீஷ் கவர்ன்மெண்டார் கொடுத்தார்கள். ஆனால் 1826ம் ஷு அவர் இறந்துபோக, இங்கிலீஷ் கவர்ன்மெண்டார் மறுபடியும் வாங்கி ஆக்ரா மாகாணத்துடன் சேர்த்துக்கொண்டார்கள். இந்தக் கோவர்த்தனத்தில் பரதப்பூர் மகாராஜர்களுடைய அநேக கட்டடங்களிருப்பதால் இந்த ஸ்தலத்தை

இந்தப் பரதப்பூர் இராஜாக்களுக்கே கொடுத்துவிட்டால் அவர்கள் அடிக்கடி ரிபேர் செய்து காப்பாற்றிவைக்க அனுகூலப்படுமென்றும் அதற்குப் பதிலாய் அந்த வரும்படியைக் கொடுக்கும்படியான வேறு விடத்தைக் கொடுப்பதாக இங்கிலீஷ் கவர்ன்மெண்டாரைக் கேட்டதற்கு நாளதுவரையில் கொடாதது தருமமல்ல.

மேலும் கோவர்த்தனமானது ஆதியில் ஸ்ரீராமர் அயோத்தியாவுக்கு அரசரான காலத்தில் இங்கு மது இராக்ஷனும், லாவணனும், செய்துவந்த கொடுமைகளை நீக்கித் தமது தம்பியைவிட்டு துஷ்டர்களைக் கண்டித்து மதுராபுரியையும், கோவர்த்தனத்தில் கிரிவர கோட்டையையும் கட்டிவைத்து இது பரிசுத்தமான ஸ்தலங்களென்று ஹரிவம்ச புராணம் 94வது அத்தியாத்தில் விஸ்தீரணமாகச் சொல்லப்பட்டும் அப்படிப்பட்ட விடத்தில் அநேக விசேஷ தரும கட்டடங்களைக் கட்டிக் கும்பிட்டுவரும் இடத்தைக் கொடுத்தால் அதற்குத் தக்க வரும்படியைக் கொடுக்கும் இடத்தைக் கொடுக்கச் சம்மதிக்கும் பரதப்பூர் ராஜாவின் வேண்டுகோளின்படி ஆங்கிலேய கவர்ன்மெண்டார் இசைந்து நடந்தால் இங்கிலீஷ் கவர்ன்மெண்டாருக்கு இன்னும் நல்ல பெருமை உண்டாகாமற் போகுமோ?

இனி ஸ்ரீ கிருஷ்ணருடைய முக்கிய பிராண நாயகியாகிய இராதாவின் ஜனன ஸ்தானத்தைப் பற்றி சற்று எழுதுவோம்.

பிரசன்னா.

ஸ்ரீ இராதாவின் ஜனனஸ்தானமாகிய பிரசன்னா என்னும் கிராமமானது பரதப்பூர் எல்லையின் சட்டாபர்கன்னாவுக்குப் போகிற மலைச்சார்பில் 200 அடிகள் உயரமுள்ளதும் தென்மேற்குப் பாகமாகக் கால் மைல் நீளமுள்ளதுமான கிராமம். இந்தவிடத்தில் இப்போது 2,773 ஜனங்கள் குடியிருக்கிறார்கள். இங்கிருக்கும், புராதன மதிலின்கண் வட்டாரத்துக்குள் ஸ்ரீ ராதாதேவியின் அநேக கோயில்கள் இருக்கின்றன. இதில் முக்கியமான இராதாவின் கோயில் ஒரு பெரிய பாறையின்மேல் கட்டப்பட்டிருப்பதால் இங்கே போய்ப் பார்த்தால் சுற்றுப்பக்கங்களின் காக்ஷி கம்பீரமாக இருக்கிறது. இந்தக் கோயிலிலிருந்து மேல் படிக்கட்டுகளின் மீதேறிப் போனால் இராதாவினுடைய பாட்டனாராகிய மஹிபனர் கோயிலிருக்கிறது. இந்தப் பக்கத்திலிருந்து கீழே இறங்கினால் இரண்டு புராதன கோவில்களிருக்கின்றன. இவைகளில் ஒன்று இராதாவின் சகிமார்களுடைய கோவில். இந்தச் சகிகளில் லலிதா, லிசேஷா, சம்பகலதா, இரங்கதேவி, சித்திரலேகா, துவிகா, சுதேவி, சந்திராவளி, முதலானவர்களை முக்கியமானவர்களாக வைத்துப்

பூசை செய்கிறார்கள். மற்றொரு பக்கத்துக் கோவிலில் பிரகாபனர் என்னும் இராதாவினுடைய பெரிய பிதாவின் விக்கிரகமும், இராதா விக்கிரகமும், ஸ்ரீ தாமர் விக்கிரகமும் வைத்துப் பூஜை செய்கிறார்கள். இந்த இடமானது பிரம்மாண்டமான புராதன கட்டடங்களாலும், மாளிகை மந்திரங்களாலும், உத்தியாவனங்களாலும், சிங்கார கட்டடங்களாலும் சிறப்புற்றிருப்பினும், இடிந்து கிடப்பதால் இது ஒருகாலத்தில் விசேஷமானதாக இருந்திருக்க வேண்டும். இது ரூபராம காலத்திலும் இந்தியா ஒல்கார் இராஜாக்களுடைய பார்வையிலிருந்த காலத்திலும் அதிக மேன்மையாக வைக்கப்பட்டிருந்தது. இவர்களில் ரூபராமர், லாலிஜி என்னும் இராதாவின் முக்கிய கோவிலையும், ஒரு பெரிய கடைவீதியையும், 64 சுவர்களுள்ள சிங்கார நந்தவனத்தையும் தமக்கு ஒரு சிங்கார மாளிகையையும் கட்டினார். அருகிலிருக்கும் கற்களால் சுற்றிக் கட்டப்பட்ட பெரிய தடாகத்துக் கெதிரில் ரூபராமருடைய ஞாபகச் சின்னமாக அநேக கோபுரங்களையும், கமான் வளைவுகளையுமுடைய பெரிய கட்டடம் ஒன்று கட்டப்பட்டிருக்கிறது. இந்தத் தடாகத்துக்கு பிர்காபன் தடாகமென்னும் இராதாவின் தகப்பனார் பெயர். அருகில் இராதாவின் தாயாராகிய கிரதா தடாகமிருக்கிறது. பெரிய தடாகத்தின் கரையில் மூன்றடுக்கு மெத்தையுள்ள ஜால் ஹோல் என்னும் சிங்கார சுகமாளிகை கட்டப்பட்டிருக்கிறது. இந்த மாளிகையிலிருந்து ஸ்திரீகள் நிர்வாணமாகப் போய் நீராட உயரமான சுவர்கள் பந்தோபஸ்தாகக் கட்டப்பட்டிருக்கின்றன. அன்றியும், இந்த ரூபராமர் அடுத்த கிராமத்திலிருக்கும் ஜனங்களுக்கு உபயோகமாக ரூபசாகரம் என்னும் தடாகமும், காஜிம்பூருக்குப் போகிறவழியில் பீமாகிசரோவரம் என்னும் தடாகமும் உண்டாக்கினார். இந்த சரோவரத்துக்கு எதிரில் கிரேக்கருடைய பாவனையான ஞாபகக் கட்டடம் கட்டியிருக்கிறார். இந்த ரூபராமரன்றியில் வேறு இரண்டு பெரிய குடும்பஸ்தர்களும் இங்கே அநேக தருமங்களைச் செய்திருக்கின்றனர்.

அவர்களில் ஒருவரான மோஹனராமர் என்பவர் கேவல ஸ்திதியிலிருந்து லக்ஷ்மணபுரிக்கு வர்த்தக விஷயமாகப் போய் அவ்விடத்திய நபாபின் சிநேகிதத்தைப் பெற்று அநேக திரவியங்களைச் சம்பாதித்துக்கொண்டு வந்து இந்த இடத்தில் பிரம்மாண்டமான மாளிகையையும், சிங்காரமான இரண்டு தடாகங்களையும் கட்டிவைத்திருக்கிறார். இவர் கட்டிய பெரிய தடாகமாகிய பிரியகுண்டம் கம்பீரமானது. அதையடுத்த மலையடிவாரத்தில் கம்பீரமான மாளிகைக்கு லாவனியம் என்றுபெயர். இப்போது இந்த சந்ததியைச் சார்ந்த ஸ்ரீ ராமநாராயணர் இந்தப் பாகத்துக்குத் தாசில்தாரா யிருக்கின்றனர். இந்தவிடமானது பிரம்மாவினுடைய வாசஸ்தானமென்றும், ஆகவே பிரம்மசந்நதி என்னும் பெயர் கெட்டுப்

பிரசன்னம் என்று மாறிவிட்டதாகவும் சொல்லிக் கொள்ளுகிறார்கள். இந்த மலைக்கிராமத்தினால் கவர்ன்மெண்டாருக்கு ரூ 3,169 ரூபாய் வசூலாகிறது. இந்த பிரசன்னம் என்னும் மலையின் நான்கு உயர்ந்த மனிமந்திரம், தனகரம், மரகுட்டி, லார்லிஜி என்பவைகள் பிரம்மாவின் நான்கு முகங்களென்று கொண்டாடுவதன்றியில், அடுத்த மலையாகிய சங்கரிகார மல்லையின் மேல் புரட்டாசி மீ 13ம் உ ஒரு விசேஷ உற்சவம் பத்தாயிரத்துக்கு மேற்பட்ட ஸ்திரீ புருஷர்களால் கொண்டாடப்பட்டு வருகின்றது. இந்த உற்சவம் ஸ்ரீ கிருஷ்ணருக்கும், இராதாவுக்கும் மரியாதை செய்கிறதென்ற பூரிவீலா என்கிறார்கள். இங்கே இரண்டு கோயில்களிருக்கிறதன்றியில், இதை உற்சவத்துக்கென்று கட்டப்பட்ட கொட்டகைக்கு ஸ்ரீ கிருஷ்ணராதா விக்கிரகங்களைக் கொண்டுவந்து வைத்து ஒவ்வொரு புருஷனும் ஸ்திரீயும் ஜதை ஜதையாக நின்று ஆடி இதற்கென்று தயார்செய்து கொண்டுபோன பண்டுபலாதிகளைக் தெவிட்ட உண்டு பல குன்றுகளின்மீது ஏறி விளையாடி காமசாந்தி செய்துகொண்டு சுகப்படுகிறார்கள். இங்கே விபசார தோஷமில்லைபோலும். அடுத்த மனமந்திரம், மொரகுட்டிமலை சிகரங்களுக்கிடையில் காவார்வன மிருக்கிறது. இங்கே ஒரு திவ்வியமான தடாகமிருக்கிறது. முன் சொன்ன பூரிலீலா உற்சவகாலத்தில் பிரபுக்கள் சுமார் 150 அடிகள் கீழே இந்த தடாகக் கரையிலிருக்கும் மயில் மாளிகை மேடையின்மீது வந்து உட்கார்ந்து மிட்டாய் சாப்பிடுகிறார்கள். இந்த பிரசன்னாவுக்கு நேரெதிராகச் சுமார் ஐந்து மைல் தூரத்தில் மலை நாடாகவுள்ள நந்தகமனம் என்னும் ஸ்ரீ கிருஷ்ணரை வளர்த்த நந்தகோபருடைய கிராமமிருக்கிறது.

நந்தகமனம்.

இதுவும் ரமணீயமான காக்ஷியையுடைய மலைநாடு. இதில் 3,253 ஜனங்கள் குடியிருக்கிறார்கள். இவ்விடத்தில் நந்தவாஜி கோயில் புராதனமானதாகி அழகற்ற கட்டடமாக இருக்கிறது. இஃது சின்சின்வார் யாதவர் சந்ததியாகிய ரூபசிங்கரால் கட்டப்பட்டது. இந்தக் கோயிலின் முதற்பாகத்தில் பிரம்மாண்டமான ஹாலும், இரு பக்கங்களில் ரோசேய்சிஜேமஹால் என்னும் சமையற் கட்டடமும் பள்ளியறையும் கட்டப்பட்டிருக்கின்றன. இந்தக் கோயிலைச் சுற்றிப் பெரிய மதில்கள் கட்டப்பட்டிருக்கிறதன்றியில், இரண்டு பக்கங்களிலும் கலசஸ்தூபிகளும் கட்டப்பட்டிருக்கின்றன. இந்த ஸ்தூபிகளின் மீதேறிப் பார்த்தால் பரதப்பூர் ஸமஸ்தானத்தின் எல்லையும் மதுபுரியின் கட்டடங்களும் தெரிகின்றன. இந்தக் கிராமம் மலைத்தாக்காகவும் சிறியதாகவும் இருந்தாலும் சில பெரிய கட்டடங்களுமுடையதாக இருக்கின்றன. இந்தக் கட்டங்களில் விசேஷமானது ரூபராமராற் கட்டியதே. இங்கிருக்கும் மானசதேவி

கோயில் ஒன்று தவிர, நரசிங்கர், கோபிநாதர், நிருத்திய கோபாலர், கிரிதா, நந்தாநந்தர், எசோதநந்தனர், இராதாமோஹனர் முதலானவை சிறிய கோயில்கள். இந்தக் கோயில்களுக்கு ஏறிப்போக கி.பி.1818ம் ௵ கல்கத்தா பிரபு கவுரிபிரசாதர் பரதப்பூர் செங்கற்களால் 114 விசாலமான படிகளைக் கட்டியிருக்கிறார். அடிவாரத்தில் யாத்திரைக்காரர்களும், கடைக்காரர்களும் தங்கும்படி சுராஜமால் ராஜாவும் கிஷர்ராணியவர்களும் பிரம்மாண்டமான கட்டடங்களைக் கட்டியிருக்கின்றனர். இந்தக் கட்டடங்களுக்குப் பின்பக்கத்தில் பரதப்பூர் ராஜா சிங்கார தோட்டம் செய்திருக்கிறார். இதற்குக் கொஞ்சம் தூரத்தில் ஸ்ரீ கிருஷ்ணர் மாடுகளுக்குத் தண்ணீரைக் காட்டிய பான்சரோவரம் என்னும் தடாகமிருக்கிறது. இதை கி.பி.1747ம் ௵ பர்தவான் ராணியவர்கள் ரிப்பேர் செய்வித்தார்கள். இது 810 அடிகள் நீளமும், 378 அடிகள் அலகமும் 6 ஏகரா விஸ்தீரணமுள்ளதாகவும் இருக்கின்றது.

இந்தத் தடாகம் சிரேஷ்ட தடாகங்களாகிய பரசோவி சந்திர சரோவரம், காஜிபூர், பிரேமசரோவரம், அவுரா மானச சரோவரம் என்றவைகளில் ஒன்று. இந்த நந்தகமனத்தில் மாத்திரம் பூர்வத்தில் 56 புண்ணிய தீர்த்தங்களிருந்து இப்போது அவை மறைந்துவிட்டனவாம். இந்த நந்தகமனத்தை கி.பி. 1811ம் ௵ லால்பாபு அவர்கள் ஜமீன்தாரர்களிடம் வாங்கினார். இப்போதிருக்கும் பூஜாரிகள் பரமாநந்தர் இராமகிருஷ்ணர்கள் சந்ததியாரால் அலம்ஷா காலத்தில் பெற்றதாகச் சாசனம் வைத்திருக்கிறார்கள். இப்படிப்பட்ட இடங்களிலிருக்கும் சிறந்த கோயில்களைத் தற்காலத்து இந்து ராஜாக்கள் தக்கபடி ரிப்பேர் செய்து பெரியோர்களுடைய பெருமையைப் பிரதிஷ்டைப்படுத்தாமல் நூதனமும் கேவலம் சிற்றின்பத்திற் கேதுவான கட்டடங்களில் காலத்தைக் கழிக்கிறார்கள்.

இந்த நந்தகமனத்தைச் சுற்றிலும் ஸ்ரீகிருஷ்ணரும் ராதாவும் சுற்றித்திரிந்த அநேக புண்ணிய ஸ்தலங்களும் தீர்த்த தடாகங்களும் பலவிருக்கின்றன. அவைகளைப் பாதுகாப்போரில்லாமற் பாழ்த்துப் போகின்றன. ஆகவே, யாத்திரைக்காரர் அந்த இடங்களைக் கண்டுபிடித்துப் போய்த் தரிசிப்பது கஷ்ட சாத்தியமாகையால் ஸ்ரீ கிருஷ்ணருடைய பிறப்பு வளர்ப்பு விளையாட்டு விபூதிகளையுடைய இந்தப் புண்ணிய க்ஷேத்திரத்தின் சரித்திரத்தை இம்மட்டில் முடித்திருக்கிறோம். திரேக சக்தியும் திரவிய சக்தியும் உடைய சுதேசிகள் இவைகளை நேரில் போய்ப் பார்த்து ஆனந்தம் அடைவார்களாக.

இவ்வித சங்கதிகளைக் கேட்டு ஆனந்தமடைந்து 1887ம் ௵ ஜனவரி ௴ 19ம் ௳ பத்து மணிக்குக் கோகுலத்துக்குப் போனோம். அன்று கொஞ்சம் மழை பொழிந்து கொண்டிருந்தமையால் கோச்சு

வண்டிகள் வாடகைக்கு அகப்படாமல் ஒரு ரூபாய் சத்தத்தின்மேல் இரண்டு எக்கா வண்டிகளை வாடகைக்குக்கொண்டு ஏறிப்போனோம். வழியில் இடைக்கிடை மழை பெய்ததினால் துணிமணிகள் நனைந்தன. 12 மணிக்குக் கோகுலத்துக்குப் போனோம். இந்த வழி முக்கால் பாகம் வண்டிகள் போக்குவரத்துச் செய்ய அநுகூலமாக இருக்கிறது. கொஞ்சப் பாகம் வண்டிகள் போகத்தக்க பாதை கெட்டுப் போயிருப்பதால் நடந்து போகவேண்டும். இங்கு யமுனைக் கால்வாய்க்கு ஒரு படகு பாலம் கட்டப்பட்டிருக்கிறது. பாலத்தின் மீது நடந்துபோவோர் நபர் ஒன்றுக்குக் காலணா சுங்கம் கொடுக்க வேண்டும். இங்கு யமுனையானது அதிக விஸ்தீரணமுள்ளதாயும் அழகுள்ளதாயுமிருக்கிறது. அக்கரையில் எசோதையின் வீடு ஒரு கோட்டைபோல் தோன்றுகிறது. அருகில் போய்ப் பார்த்தால் இடிந்த கட்டடமாகவும், விகாரமாகவுமிருக்கிறது. இங்கே பிச்சைக்காரர்கள் உபத்திரவம் அதிகம். மழையினால் ரோட்டுகள் யாவும் கெட்டு நடப்பதற்குக் கஷ்டமாய்விட்டன. இங்கிருக்கும் கோயில்களைப் பார்த்துக்கொண்டு திரும்ப மதுராபுரிக்கு மாலை மழையில் நனைந்துகொண்டே வந்து இருப்பிடம் சேர்ந்தோம்.

ஜனவரி மீ 20ம் உ காலை படுக்கையை விட்டெழுந்து பசியினால் பழைய சாதத்தை உண்டு எக்கா ஒன்றுக்கு 14 அணா வீதம் சத்தம் பேசி, பிருந்தாவனத்துக்குப் புறப்பட்டு அன்று மாலை 5 மணிக்குப் பிருந்தாவனத்திற் சேர்ந்து ஸ்ரீ சேட்ஜீ அவர்களுடைய பெரியகோவில் காரியஸ்தர் மஹாஸ்ரீ அப்பாசாரியாரவர்களைப் பார்க்க அவர் வந்து அந்தக் கோவிலுக்குள்ளாகவே பெரிய மெத்தை வீட்டை நமக்குத் தயார் செய்து கொடுத்தார். உடனே கடைவீதிக்குப் போய் வேண்டிய சாமக் கிரிகைகளைக் கொண்டு வந்து சமைத்துச் சாப்பிட்டு மாடி ஹாலில் படுத்ததில் அன்று காற்றோடு கூடப் பெய்த பனியினால் பட்டபாட்டைச் சொல்லி முடியாது. எம்மிடமிருந்த உயர்ந்த விலையுள்ள கம்பளிகளைனைத்தும் போட்டு மூடியும் நெருப்பைக் கனப்பாக்கி அருகில் வைத்தும் குளிர் தீரவில்லை. இந்தக் குளிரினால் தந்த நோயும், தலை நோயும் கண்டு தூக்கமும் வரவில்லை. ஆகவே அன்றிரவெல்லாம் அவஸ்தைப்பட்டோம்.

ஜனவரி மீ 21ம் உ காலை எழுந்து யமுனைக் கரைக்குப் போக அங்கு கேசரி கட்டத்தண்டை ஸ்திரீ புருஷர்கள் ஆயிரக்கணக்காக ஸ்நானம் செய்ய, எமக்கிருந்த வியாதியையும் பாராமல் ஸ்நானம் செய்து தங்குமிடம் போய்ச் சில பூரிகளைச் சாப்பிட்டு ஸ்ரீரங்காசாரியவர்களுடைய கோவில் வைபவங்களைக் கண்டு அதிசயத்துப் பிறகு வீட்டிற்கு வர அங்கு நமக்கு மரியாதையாக அனுப்பிய பால்கோவாவைப் புசித்தோம். உடனே கோவிலில் தயார்செய்த காய்கறி பதார்த்தங்களோடு தளிகை முதலானவைகளை

எமது ஜாகைக்கு அனுப்ப, அவைகளையும் கொஞ்சம் சாப்பிட்டு பிருந்தாவனக் கடைவீதிக்குப் போய் நாலரை ரூபாயில் ஒரு நல்ல வெள்ளைக் கம்பளியை வாங்கிக் கொண்டு வரும் வழியில் குந்தனலாலவர்களுடைய ஸ்படிகக் கோவிலையும் ஸ்ரீ கிருஷ்ணர் ஜலக்கிரீடை, இரசக்கிரீடை செய்த இடங்களையும் பார்த்துக்கொண்டு பிறகு பங்காளி கோவில் பிரம்மச்சாரி சுவாமி மடக்கோவில்களைத் தரிசித்துக்கொண்டு யமுனா நதிக்கரையிலிருக்கும் கட்டடங்களின்மீது வெகுதூரம் நடந்து வீட்டுக்கு வர ஒன்பது மணியாயிற்று. அன்று வெள்ளிக்கிழமை ஆனபடியால் பிரம்ம பிரார்த்தனை செய்து பிறகு சாப்பிட்டுச் சுகமாகத் தூங்கினேம். பல்வலி அதிகரித்துவிட்டது.

ஜனவரி மீ 22ம் உ காலையிலெழுந்து சந்திரபுஷ்கரணியில் ஸ்நானம் செய்து ஸ்ரீ ரங்காசாரியார் கோவிலிருக்கும் அவருடைய படங்களையும், ஸ்ரீ சேட்டவர்கள் படங்களையும் நந்தவனங்களையும் பார்வையிட்டு வரும்போது வீட்டில் கோவில் பொங்கல் தயாராக வந்திருந்தது. உடனே சாப்பிட்டு ஸ்ரீகிருஷ்ணர் இரசகிரீடை செய்த பழைய பிருந்தாவனமாகிய ஜோலாகின்டோலா என்னும் தோட்டத்துக்குப் போனேம். அங்கு துளசி, மல்லிகை, கதம்பம் முதலான செடிகள் செம்மையாகப் பயிர் செய்விக்கப்பட்டிருக்கின்றன. இடையில் சிங்காரமான சிறிய காரை கிணறு இருக்கின்றது. இதில் ஸ்ரீ கிருஷ்ணர் ராதாவோடு சுற்றி வந்து ஆடியதாக ஐதீகம். இப்போது இங்குக் குரங்குகளும், மயில்களும், ஆயிரக்கணக்காக வந்து புகுந்து தோட்டத்தைக் கெடுத்து வருகின்றன. பிறகு காளிங்கன் மடுவைப் போய்ப் பார்த்துக்கொண்டு ஸ்ரீ ரங்காசாரியரவர்களுடைய சிங்கார தோட்டத்துக்குப் போகவே அங்கிருக்கும் பலவித புஷ்பாதி செடிகளையும், தீர்த்தங்களையும் பார்த்து ஆனந்தமடைந்து அருகிலிருக்கும் இராஜகுண்டல மேடையில் உட்கார்ந்து அடியில் வருகிறபடி பிரம்ம பிரார்த்தனை செய்தோம்.

பிருந்தாவனத்தில் செய்த பிரார்த்தனை.

(உவமை அலங்காரம்).

ஓ பிரியமான சகோதரர்களே! இந்தப் போக பூமியாகிய பிருந்தாவனத்தைப் பார்க்க என்ன புண்ணியஞ் செய்த வர்களானோம்! இந்தப் பிருந்தாவனத்தில் ஓடும் யமுனை நதியின் பரப்பும், பிரகாசமும், அழகும், அமைப்பும் என்னவென்று சொல்லுவோம்! இந்தப் பிருந்தாவனத்திலிருக்கும் புஷ்பாதி செடிகள் குப்பெனப் பூத்து நேத்திரோற்சவம் அடையச் செய்வதன்றியில், அவற்றின் தேனை உண்ணும் வண்டுகள் ரீம், ரீம் என்று இனிய கீதங்களைப் பாடிச் செவிக்கானந்த மூட்டுகின்றன. பார்க்கும் பிரதி வீடும் பெருமையுள்ள

கோவிலாக இருப்பதன்றியில், பிரம்மாண்டமான பெரிய கோவில்கள் அனேகம் தமது உயரமும், உத்கிருஷ்டமுமான கோபுரங்களினாலும், மாட மாளிகையாதிகளாலும் மகிழ்ச்சியைத் தருகின்றன. அம்மாட மாளிகை கூட கோபுரங்களிலும், மரப்பொந்துகளிலும் மாடப்புறாக்கள் மதிக்கும் பல வருணக்கிளிகள், மயில்கள், மந்திகளாதிகள் புகுந்து நடமாடுகின்றன. கோவில்களின் கண்டாமணியோசை ஓய்வற்று அடித்து யாவரையும் அழைக்கின்றது. மாந்தருடைய மனதை மருட்டி வருந்தச் செய்யும் மாரனுடைய வில்லடியை மல்லரைப் போல் நின்று தடுக்க வல்லவரென்னும் தார்போற்றும் கொங்கைகளையுடைய கோகுலத்தின் ஸ்திரீகள் கீதங்கள் பாடி நடிக்கின்றனர். உலக நடனங்களை வெறுத்தும், அலகிலா விளையாட்டுடையானையே இரவும் பகலும் தியானிப்பதே உத்தமமெனக் கண்டுந்தெரிந்த எதிகள், சந்யாசிகள் சதா சர்வேசுவரனை ஸ்மரணை செய்துகொண்டிருக்கின்றனர். ஆ! என்ன விசேஷமான இடம்! ஆ! என்ன பக்திக்கு உகந்த உற்சவ ஸ்தலம்! இப்படிப்பட்ட ஸ்தலத்திலன்றோ அன்று ஸ்ரீ கிருஷ்ணர் கோபிகா ஸ்திரீகளுடன் இராஜகிரீடை செய்ததாகச் சொன்னதை நம்பி இன்றும் அநேக புருஷ பக்தர்கள் ஸ்திரீகளைப் போல் வேடந்தரித்து ஸ்ரீகிருஷ்ணருடன் சேர வந்திருக்கின்றனர். இது உலகார்த்தம். ஆம்! இது சாதாரண ஜனங்களின் கருத்து. சகல புவனசராசரங்களைப் படைத்து ஆதரித்து வரும் ஜகதீசுவரன் கேவலமான கோகுல ஸ்திரீகளுடன் காமக் கூத்தாடினாரென்று சாதாரண ஜனங்களும், கிறிஸ்தவராதி ஏனைய மதஸ்தர்களும் சொல்லி நிந்திப்பது உண்மையறியாத உலகார்த்தமே! உண்மையும், தத்துவார்த்தமும், விசாரிப்பவர்களுக்கு அதன் கருத்து விசதமாகும். அதாவது, பரமாத்துமாவாகிய புருஷன், ஜீவாத்மாக்களாகிய ஸ்திரீ கூட்டங்களுடன் கூடி இரமித்து ஆநந்த நடனமாடுவதே அதன் உண்மையான கருத்து. சாக்ஷாத் ஜகதீசுவரனைத் தந்தையாகவும், தாயாகவும் தமயனாகவும் சினேகிதனாகவும் இராஜனகாவும், இரக்ஷகனாகவும், கடைசியாகத் புருஷனாகவும் இன்னும் பலவிதமாகப் பாவித்து அந்தப் பரமாத்துமாவை அடைவதற்குப் பலவித சாதனங்களைப் பூர்வம் ஆரியர் ஸ்தாபித்தார்கள். இவ்வித வழக்கம் இந்த ஹிந்து தேசத்தாருக்கு மாத்திரமல்ல. கிரேக்கதேசத்தில் ஜகதீசுவரனைச் சிற்ப விஞ்ஞான சாஸ்திரோத்தமாக வழங்குவது வழக்கம். ரோமக தேசத்தில் ஈசுவரனைப் புஜபல காத்திர பலாஸ்டிகனாக வணங்குவது பிரத்தியக்ஷம். இப்படி ஈசுவரனை வணங்குவதில் அந்தந்தத் தேசத்து ஜனங்களுடைய மனோவிலாசத்தின்படி நடந்து வருவதாக உலக சரித்திரம் முறையிடுகின்றது. ஆகவே, இந்தப் பிரபஞ்ச சுகத்திலெல்லாம் சிறந்த சுகம் ஸ்திரீயின் சுகமென்று கண்ட இத்தேசத்து ஒரு சார்பார், ஜீவாத்துமாக்களாகிய தம்மை நாயகிகளாகவும், பரமாத்துமாவை புருஷனாகவும் பாவித்துக் கூடிக்

குலாவி ஆனந்தமடைய இது ஓர் வழியாக வைத்துக் கொண்டனர். இப்படி வைத்துக் கொண்டதில் பாதகமில்லை. சாதகமுண்டு. ஆ! சகோதரர்களே! இது அனுபவசாலிகளுக்கு மாத்திரம் விளங்கும். அனுபவ மற்றவருக்கு அர்த்தமாகா. அர்த்தம் தெரியாமையால் அடிமை பிரம்மோபாசி அல்லவென்றும், அஞ்ஞானியென்றும், பைத்தியக்காரனென்றும் அண்டத்தார் சொல்லிப் பரிகசிப்பார்கள். அந்தோ! அண்டத்தாருக்கு எம் பாஷை விளங்கவில்லை. எம் கருத்து அர்த்தமாகவில்லை. ஆகவே அவர்கள் எம்மைப் பக்தி பயித்தியம் பிடித்தவரென்று பேசுவார்கள். அப்படிப் பேசுவதினால் பாதகமில்லை. பக்த சிரேஷ்டர்களாகிய பிரம்மோபாசிகளே! இதோ இந்தப் பிருந்தானவத்தின் கமல சரோவரம் என்னும் ஆவிகூப தாமரைத் தடாக உத்தியானவனத்தில் சாக்ஷாத் பரமாத்துமா வேணு= (பக்தர்களை அழைக்கும் தேவ கட்டளை) நாதத்துடன் நடிக்கின்றனர். அவரைச் சுற்றிலும் வியாசர், பராசரர், நாரதர், கின்னரர், கிம்புருஷர், ஆஹா, ஊஹூ, நாகசரணியர், தத்திலர் முதலானவர்களும் சைதன்னியர், அப்பர், சுந்தரர், மாணிக்கவாசகர், திருப்பாணாழ்வார், சங்கரர், இராமானுஜர், ஆனந்ததீர்த்தாசாரியர், வலபாசாரியர், இராமாநந்தர், இராமதாசர், துக்காராம், துளசிதாஸ், நந்தர், கபீர்தாஸ், குருகோவிந்தர், தாயுமானவர், கேசவர் முதலான இத்தேசத்து மஹாத்மாக்கள் வேணு, மிருதங்கம், முரளி, வீணை, தம்பூர் முதலான வாத்தியங்களைக்கொண்டு வாசித்து ஆனந்த நடனமாடி வருகிறார்கள். பாருங்கள்! ஆம், இதோ பாருங்கள்! அந்த மங்கள வடிவுள்ள பரமாத்துமாவைச் சுற்றிலும் அரிஸ்டாட்டல், சோகிரடஸ், பிலேடோ, சிசிரோ, பிதாகரசு, கானிபியூசஸ், ஜோராஷ்டர், ஏசுநாதர், மோசே, சாலோமான் முதலான ஏனைய தேசத்து மஹாத்துமாக்களும் தம் தம் வாத்தியங்களைக்கொண்டு வாசித்து அங்கம் பரவசமாகி, இரு கண்களிலும் நீர் பெருக, இரைந்து மனதுருகக் குதித்துக்குதித்துக் கொண்டாடி நடித்து எம்பெருமானைச் சுற்றியாடி வருகின்றனர். பாருங்கள் இவ்விடம் வைகுண்டம் கொள்ளையாகிவிட்டது. பரமண்டலம் பலருக்கும் பொதுவாகிவிட்டது. கைலாசம் கடல் ஞாலத்தாரின் கைக்குள் அகப்பட்டுவிட்டது. ஆகவே, ஓ உலகத்தாரே! வாருங்கள்! உலக காமிய வஸ்துக்களின்பேரில் இனி எத்தனை காலந்தான் பிரியம் வைத்துக் காலத்தை வீண்காலமாக்குவீர்கள்! இந்தப் பிருந்தாவன நடனத்தைப் பார்த்து ஆனந்தித்து உலக உஷ்ணத்தைப் போக்கிக்கொண்டு சாந்தியை அடைந்து விடாய் தீர்த்துக் கொள்ளுங்கள். இந்தப் பேரின்ப நடனவிடம் ஒரு தேசத்தாருக்காவது, ஒரு மதஸ்தாருக்காவது சொந்தமென்று சந்தேகிக்க வேண்டாம். இந்தப் பிருந்தாவனம் எல்லாத் தேசத்தாருக்கும், எல்லா ஜாதியாருக்கும் எல்லா மதஸ்தாருக்கும் பொதுவான இடம். இப்போது இங்கு நடனமாடும்

எம்பெருமான் எல்லாருக்கும் பொதுவான ஏகமேவாத்துவிதீயன். எல்லா மதாதிபதிகளும், எல்லா மதாசாரியர்களும், எல்லாத் தத்துவ ஞானிகளும், எல்லா பக்திமான்களும், இங்கு ஆத்ம சொரூபிகளாகப் பரமாத்துமாவைச் சுற்றி நடித்து பிரும்மானந்தம் அடைகின்றனர். ஆகவே ஜகத்தாரே! வாருங்கள்! நாமும் பலவித வாத்தியக் கருவிகளுடன் இன்னிசைகளைப் பாடி எம்பெருமானைச் சுற்றி ஆனந்த நடனமாடி, அங்கம் பரவசமாகி, சுகாநந்த போகத்தை அடைந்து நித்திய சூரியர்களைப் போலப் பிரகாசிப்போம். தத்சத்,

பிறகு தங்குமிடம் போய்ச் சாமான்களைத் தயார் செய்துகொண்டு இரட்டைக் குதிரைகளைக் கட்டிய இரண்டு கோச்சு வண்டிகளுக்கு வண்டி ஒன்றுக்கு இரண்டு ரூபாய் வீதமாகச் சத்தம் பேசி, ஏறி மாலை ஏழு மணிக்கு மதுராபுரிக்குத் திரும்பி வந்துவிட்டோம். மீண்டும் தந்த நோய் அதிகரித்து வருத்தியபடியால், உண்ணாமல் உறங்கினேம். ஜனவரி மீ 23ம் உ காலை எழுந்து மதுரா மெடிகல் ஹால் என்னும் வைத்தியசாலைக்குப் போய் அங்கிருக்கும் வங்காளி வைத்தியருக்குத் தக்க நோயின் உபத்திரவத்தைச் சொல்லிக்காட்ட அவர் அன்புடன் பொட்டிலுப்பு திராவகத்தை எடுத்து நோகும் பல்லின் சதைமேல் வைக்க, நாலைந்து துளி நீர் மாத்திரம் வடிந்ததே ஒழிய நோய் தீரவில்லை. பிறகு வீட்டில் வந்து சாப்பிட நமது மதுராபுரி சிநேகிதராகிய ஸ்ரீ பண்டிதராதலால் சர்மா அவர்களும் ஸ்ரீ கங்காலால் சர்மா அவர்களும் நாம் தங்கியிருந்த இடத்துக்கு வந்து அன்று மாலை மதுரா கவர்ன்மெண்டு ஐஸ்கூல் ஹாலில் மதவிஷயமாக எம்மைப் பிரசங்கம் செய்ய வேண்டினார்கள். எமக்குத் தந்த நோய் இருந்தும், இஷ்டர்கள் கோரிக்கையை நிறைவேற்றக் கருதி அந்த இடத்திற்குப் போனோம். அந்த ஐஸ்கூல் ஹாலில் அந்த மதுராபுரியிலிருக்கும் அநேக படிப்பாளிகளும், வடமதுரையின் ஜமீன்தாரரும் ஆரிய சமாஜத்தின் உதவி சபாநாயகருமாகிய ஸ்ரீ திருபுவனநாத முனிஷியவர்கள், பண்டிதர் இராதாலால் அவர்கள், பண்டிதர் ஜகன்னாதவர்மா, நாகூர் கிருஷ்ணலாலவர்கள், பாபு இரகுநாத பிரசாத்வர்கள் இன்னும் அனேக பெரிய மனுஷர்களும் வந்திருந்தார்கள். பண்டிதர் திரிபுவனநாத முனிஷியவர்கள் சபாநாயகராக வீற்றிருந்து, கவர்ன்மெண்டு டிரான்சிலேட்டரும் அநேக கிரந்தங்களின் கர்த்தருமாகிய பாபு காசிநாத கத்திரியவர்களை அழைத்து, ஆரியர் மதம் வடதேசங்களில் எப்படி இருக்கிறதென்பதைப் பற்றி உபந்நியாசிக்க வேண்டுமென்று சொல்ல, அவரும் ஹிந்திபாஷையில் உபந்நியாசித்தார். பிறகு இத்தேசத்தின் பூர்வமதத்தையும், இப்போதிய மதத்தையும் பற்றி உபந்நியாசிக்கும்படி எம்மை அழைக்க, அவர்களிஷ்டப்படி பிரசங்கம் செய்தேம்.

அந்த உபந்நியாசத்தின் கருத்தாவது.

ஆரியர் தேசமாகிய இத்தேசத்தில் ஆதியிலிருந்த மகரிஷிகள் (தமது பாலிய தசைக்குத் தக்கபடி) ஒரு காலத்தில் வானாதி பஞ்சபூதங்களைப் பிரம்மமாகப் பாவித்து வணங்கி வந்து, பிறகு காணப்படும் பூதங்களும் சூரிய சந்திரன் முதலானவைகளும அபரிபூரணமும் பரதந்திரமுமானவைகளெனத் தெரிந்து, இவைகளுக்கு மேலானதும், பரிபூரணமும், சுதந்திரமுமான ஒரு தனிப்பொருள் இருக்கிறதாகக் கண்டு உபநிஷத்துகளில் பாடிவரவே, கவுதமர், கநாதர், கபிலர், பதஞ்சலியர், ஜயமுனி, வியாசர், (பதிராயனர்) முதலான தத்துவஞானிகள் எழுந்து வைதீக விஷயங்களைப் பற்றிப் பல தத்துவ கிரந்தங்களை உண்டாக்கவே, சாதாரண ஜனங்கள் மதிமயங்கிப் பல சமயங்களைத் தழுவிவர, பவுத்தர் ஜனித்து தமது மதத்தை இத்தேசத்தில் பரவிவரச் செய்ய, சங்கரர் ஜனித்து அத்வைத சித்தாந்தத்தையும், இராமாநுஜர் தோன்றி விசிஷ்டாத்வைதத்தையும், மாத்துவாசாரியர் ஜனித்து துவைத சித்தாந்தத்தையும், துவைத விசிஷ்டாத்வைத சித்தாந்தங்களெங்கும் பரவி, இவைகளின் தத்துவார்த்தங்களைச் சாதாரண ஜனங்கள் அறிந்துகொள்ள சத்தியற்றிருந்தபடியால், வல்லபாசாரியர், சைத்தன்னியர், கபீர், துக்காராம், துளசிதாசர், இராமாநந்தர் முதலானவர்கள் வடதேசத்தில் வைணவ ஆழ்வார்களும், தென்தேசத்தில் சைவநாயன்மார்களும், பக்தி மார்க்கத்தை ஸ்தாபித்து விருத்தியாக்கி வர அதில் வீணான விக்கிரகாராதனை முதலான சடங்குகள் அதிகரித்து வரும்போது அந்நிய நாட்டாரும் இத்தேசத்தைக் கைக்கொண்டு அவர்களில் முக்கியஸ்தர்களான மகம்மதியர்களும், கிறிஸ்து மதஸ்தர்களும் தம்தம் மதங்களை இத்தேசத்தாருக்குப் போதிக்க ஆரம்பிக்க, இரு மதஸ்தர்களுக்கும் சண்டை சச்சரவுகளுண்டாக, குருகோவிந்தர், இந்து மத்துக்கும் மற்ற மகமதாதி மதங்களுக்கும் சமரச வாஞ்சையுண்டாக்க சீக் மதத்தை ஸ்தாபித்தாலும் அந்த மதஸ்தர்களில் அனேகர் இராஜகீய காரியங்களில் பிரவேசிக்கவே, அது பிரபலமாகாமலிருந்து வரவே, இராமமோஹனர் தோன்றி சமரச மதமாகிய பிரம்மசமாஜத்தை ஸ்தாபிக்க, அதன் கருத்தையே ஆரியரனைவரும் அனுஷ்டிக்க தயாநந்த சரஸ்வதி ஆரிய சமாஜத்தை ஸ்தாபித்தபடியால், இன்று இந்த மந்திரத்தில் ஆரிய சமாஜதாரும் பிரம்மசமாஜத்தாரும் ஒருமிக்கக்கூடி நமது தேசத்தின் ஆதி மதம் காலதேச வர்த்தமானங்களுக்குத் தக்கபடி பலபடிகளாக மாறினாலும், இப்போது சமரச மதமாக வந்து நம்மை சந்தோஷப்படுத்தி வைப்பதற்காக அந்த ஜகத்பிதாவை எல்லோரும் எழுந்து வணங்க வேண்டுமென்று சொல்லி முடித்தோம்.

பிறகு இராத்திரி ஒன்பது மணிக்குமேல் பனியால் நனைந்துகொண்டு தங்குமிடம் வரவே தந்தநோய் அதிகரித்து உபந்நியாசத்தினால் பலஹீனப்பட்டு இரவெல்லாம் தவித்தோம்.

ஜனவரி மீ 24ம் உ பல் நோயினால் வெளியில் போகச் சக்தியற்றுத் தவித்துப் புளியும் உப்புங் கலந்து தந்தங்களின் மீது வைக்க அன்று மாலை நோய் தீர்ந்து தூக்கம் வந்தது. ஜனவரி மீ 25ம் உ காலை எழுந்த உடனே அதிக பலஹீனத்தினால் வெளியிற் போகச் சக்தியற்றிருக்க, நமது இஷ்டர் பண்டிதர் ராதேலாலவர்களும் சிநேகிதர்களும் வந்து நம்மைப் பார்த்தது உற்சாகப்படுத்தி வாசித்துப் பொழுதுபோக்கச் சில பத்திரிகைகளையும் கொடுத்து குமாயூன் தேயிலையைப் பானம் செய்யும்படி அனுப்பினார்கள். இந்தத் தேயிலை நல்லதாகவிருந்தும், பலவீனத்தினால் இருமல் கண்டு இராத்திரி முழுதும் வருந்தினேம்.

ஜனவரி மீ 26ம் உ காலை எழுந்து ஸ்நானஞ்செய்து சாப்பிட்டு வண்டி 1க்கு ரூபா 2–4–0 வீதமாக இரண்டு கோச்சு வண்டிகளைத் தயார் செய்துகொண்டு கோவர்த்தனத்துக்கு 2 மணிக்கு போய்ச்சேர்ந்து, அங்கு ஸ்ரீகிருஷ்ணர் குடையாகத் தூக்கிய கோவர்த்தன பருவதத்தில் அவர் விரல் குறியிருக்கும் சுமார் நான்கைந்து அடி உயரமுள்ள குன்றண்டை போய் அதற்குப் பால் வார்த்து அபிஷேகம் செய்து மிட்டாய்களை வைத்து பூஜை செய்வதையும் அருகிலிருக்கும் மானசகங்கா, பரதப்பூர் ராஜாக்களுடைய கட்டடங்களையும் தடாகத் தோட்டங்களையும் பார்த்துக் கொண்டு திரும்பினோம். சுமார் மாலை ஆறு மணிக்கு வீடு வந்து சேர்ந்து கடைவீதிகளைச் சுற்றிப் பார்த்துவந்து உண்டு உறங்கினேம்.

ஜனவரி மீ 27ம் உ காலை எழுந்து ஸ்நானஞ்செய்து சாப்பிட்டு டில்லிக்குப் போகச் சாமான்களைக் கட்ட நம்மிடமிருந்த சென்னை நோட்டுகளைக் கடைவீதியில் யாவரும் வாங்காமல் தடை செய்தமையால் சுமார் இரண்டு மைல் தூரத்திலிருக்கும் கலெக்டர் கச்சேரிக்குப் போய் அவ்விடத்திய ட்ரஷரி டிப்டி கலெக்டரிடம் போராடி அவர் சிலவற்றிற்கு வடமேற்கு மாகாணங்களின் நோட்டுகளையும், சிலவற்றிற்கு ரொக்கமும் கொடுக்க வாங்கிக்கொண்டு வரும் வழியில் டில்லிக்கு நபர் 1க்கு ரூபா 1–9–0 வீதம் கொடுத்துப் புகைவண்டி டிக்கட்டுகளை வாங்கிக் கொண்டு வந்து தங்குமிடத்தில் நாமிருந்த காலம் வரையில் நமக்கு வேண்டிய உதவிகளைச் செய்துவந்த வேலைக்காரர்களுக்கும், சத்திரத்தின் காரியஸ்தர் ஸ்ரீ ஜனர்த்தன பிரமசாரி சுவாமிகளுக்கும், இனாமாகச் சுமார் 10 ரூபாய் வரையில் கொடுத்துவிட்டு இரவு 10 மணி வண்டியில் ஏறினோம். அப்போது பண்டிதர் ராதேலால்சர்மா முதலானவர்கள் வந்து நமக்கு டில்லிக்குச்

சிபார்சு கடிதம் கொடுத்து வந்தனத்துடன் வழிவிட்டார்கள். இவர்கள் நமக்குச் செய்த உதவி மறக்கத்தக்கதன்று. பிறகு இராத்திரி முழுதும் புகைவண்டியில் பனியினாலும் ஜனநெருக்கத்தினாலும் வருந்திய கஷ்டம் கொஞ்சமல்ல. இந்தப் புகைவண்டியானது கிழக்கிந்திய புகைவண்டியோடு கூடும் ஹத்ராஸ் ஜங்ஷன் ஸ்டேஷனைப் போலக் கெட்ட ஸ்டேஷனை யாம் எங்கும் கண்டதில்லை. இந்த ஸ்டேஷனுக்குச் சுமார் அரை மையில் தூரத்தில் மதுரைப் புகைவண்டி நின்றுவிடுகிறபடியால், இரவு 12 மணிக்குமேல் பயங்கரமான பனியில் பிரயாணிகள் தமது மூட்டைகளையும் குழந்தைகளையும் எடுத்துக்கொண்டு இவ்வளவு தூரம் நடந்து வந்து வேறு வண்டியில் ஏறுவது மெத்த கஷ்டமாகவிருக்கிறது. மேலும் அந்த ஸ்டேஷன் தாழ்வாரத்துக்கு யாதொரு கூரையும் போட்டுமூடாமல் மொட்டையாக விட்டிருப்பதில் பிரயாணிகள் படுங்கஷ்டம் கொஞ்சமல்ல. இந்த மதுராபூரியில் நூல் நூற்கும் இரண்டு மில்லுகளும், மாவு செய்யும் தொழிற்சாலைகளும், இருப்பதால் வர்த்தகம் ஏராளமாக நடந்துவருகின்றது. இந்த மதுராபுரி பெரிய இந்திய பெனின்சுலா, பம்பாய், பரோடா மத்திய இந்திய புகைவண்டி ரோட்டுகள் கூடும் இடம். பெரிய இந்திய ரெயில்வே வழியாக பம்பாயிக்கு 868 மைல்கள் தூரத்திலும், டில்லிக்கு 89 மைல்கள் தூரத்திலும் இருக்கிறது. இவைகட்கு மூன்றாம் வகுப்பு வண்டி சார்ஜ் முறையே ரூபா 10-11-0, 1-6-9. சாதாரண வண்டிக்கு ரூபா 9-1-0, 1-4-0 கொடுக்க வேண்டும். இப்படிப்பட்ட கஷ்டங்களையெல்லாம் சகித்துக்கொண்டு காலை ஆறு மணிக்கு டில்லி ஸ்டேஷனுக்கு வந்தோம்.

டில்லி.

புராதனமும் பாழ்த்தும்போய்க் கிடந்த இந்தப் பட்டணத்தை கி.மு. 50 ஞு டில்லி என்னும் இராஜாவினால் புதுப்பிக்கப்பட்டு இராஜநகரமாக ஸ்தாபிக்கப்பட்டபடியால் டில்லி என்னும் பெயருண்டாகியதாம். இந்த டில்லி ரெயில்வே ஸ்டேஷன் பிரம்மாண்டமானது. ஆனால் அலகாபாத்து, கான்பூர் முதலான ஸ்டேஷன்களைப்போல அவ்வளவு அழகானவைகளாக இராவிட்டாலும், கல்கத்தா ஹவுரா ஸ்டேஷனைப்போல வெள்ளைக்காரையாற் கட்டப்பட்ட பழைய காலத்துக் கட்டடங்களைப்போல இருக்கிறது. வண்டி விட்டிறங்கி இரண்டு இரட்டைக் குதிரைகள் கட்டிய கோச்சு வண்டிகளை வாடகைக்குக்கொண்டு நகரத்துக்குட் பிரவேசிக்கவே, இரண்டு சேவகர்கள் வந்து எமது வண்டிகளைத் தடுத்து எங்கள் மூட்டைகளைச் சோதனை செய்தார்கள். நாம் காசியிலிருந்து வாங்கிய மிக வேலை பாடுள்ள பித்தளைச் சந்தனக்கிண்ணம் அடக்கம் செய்திருந்த பெட்டியை எடுத்துக்கொண்டு போய் அடுத்திருந்த சுங்கச்சாவடிக்காரனிடம்

கொடுக்க அந்த உத்தியோகஸ்தன் நிறுத்துப்பார்த்து "இரண்டணா சுங்கம் கொடுக்க வேண்டும், இல்லாவிட்டால் நீங்கள் டில்லியை விட்டுத் திரும்பிப் போகிறவரையில் இந்தக் கிண்ணம் இந்தச் சுங்கசாவடியிலேயே இருக்க வேண்டும்" என்று சொல்ல, இந்த இரண்டணாவுக்குப் பார்த்தால் வரும்போது வருந்த வேண்டுமென்ற எண்ணத்தினால் இரண்டு அணா கொடுத்து சாமான்களை வாங்கிக் கொண்டோம். இப்படி சுங்கம் வாங்குவதற்குக் காரணம் தெரியவில்லை. ஒருவேளை நாம் கொண்டுபோன கிண்ணம் புதுச்சாமான் ஆனபடியினால் விற்பதற்குக் கொண்டுபோவதாகப் பாவித்து வர்த்தகப் பொருள் சுங்கமாக வாங்கினார்களென்று தோன்றுகின்றது. மற்றப்படி எம்மிடமிருந்த பழைய சாமான்களுக்கு எவ்வித வரியும் வாங்கவில்லை. பிறகு டில்லிப் பட்டணத்தின் மத்தியிலிருக்கும் மஹாதேவர் சத்திரத்தில் இறங்கப் போனோம். இது பிரம்மாண்டமும், அழகுமுடைய தோட்டத்தில் கட்டப்பட்ட கோயிலும் சத்திரமுமாக இருந்தாலும், இவ்விடத்தில் பெண்டுகள் கும்பல் கும்பலாகக்கூடி சுவாமியைக் கும்பிட வந்துகொண்டும் போய்க் கொண்டும் இருந்தபடியால், இந்த லஜ்ஜைக்குப் பயந்து டில்லி நகர மத்தியில் சவுகி என்னும் கடைவீதியில் பிரம்மாண்டமான ஒரு உத்தியாவனத்தில் சென்னிலால் முவிக்தர்வாசர் கத்தியர் என்னும் ஸ்ரீமான் அவர்களால் தற்கால நாகரிகத்தை அனுசரித்துத் தண்டவாள ஸ்தம்பங்களை நாட்டி அதன்மேல் மகா விசாலமும் விமரிசையுமாகக் கட்டப்பட்டு வழிப்போக்கருடைய உதவிக்காக விடப்பட்ட பெரிய மாடி மெத்தை சத்திரத்துக்குப் போனோம். அந்த சத்திரக்காரன் உடனே எமது சம்சாரத்துக்குத் தக்கபடி சமையலுக்கு ஒரு பெரிய வீடும், பெண்டுகள் படுக்க உடுக்க விசாலமான விடுதியும், புருஷர்கள் படுக்க உடுக்க பெரிதான வீடுகளும் தயார் செய்து கொடுத்தான். இந்தக் கட்டடத்தில் ஆயிரக்கணக்கான புறாக்கள் வந்து தங்கித் தரையை முற்றும் அசங்கியப்படுத்தியிருந்தாலும் நாம் வடதேச யாத்திரை செய்த காலத்தில் இவ்வளவு விசாலமும் வசதியுமான கட்டடம் எங்கும் காணப்படவில்லை. இந்தக் கட்டடத்தில் சாமான்களைக் கொண்டுவந்து வைத்துவிட்டு ஸ்நானம் செய்து சமையலுக்கு வேண்டிய பதார்த்தங்களுக்காக வெளியிலிருக்கும் கடைவீதிக்கு வர பிரம்மாண்ட விசாலமான இந்தக் கடைவீதியில் எங்கு பார்த்தபோதிலும் அரிசி, கடலை, துவரை, பச்சைப்பயிர், உளுந்து, கோதுமை முதலான தானிய வகைகளும் கத்தரி, உருளைக்கிழங்கு, முட்டகோஸ், காபேஜ் முதலான காய்கறிகள் பெரிய மலைகளைப்போலக் குவித்து வைத்துக்கொண்டு வியாபாரம் செய்துவருவதையும் பார்த்துப் பிரமித்து வேண்டிய வஸ்துக்களைக் கொண்டுவந்து சமைத்துச் சாப்பிட்டு நித்திரை இல்லாததினால்

அசந்தியாகிச் சற்றுப் படுத்து ஆயாசம் தீர்த்துக்கொண்டு இந்த டில்லிபட்டணத்தின் பிரபாவத்தை விசாரிக்கப் புகுந்தேம்.

டில்லியின் பூர்வசரித்திரம்.

டில்லி பட்டணம்தான் பரதகண்டத்தில் பூர்வம் பிரபலமாகவிருந்த இந்திரப்பிரஸ்தம். இது கி.பி. முன் 4988 வருஷங்களுக்கு முன்பு பஞ்சபாண்டவர்கள் அஸ்தினாபுரத்தினின்று ஸ்ரீ கிருஷ்ணரைத் துணையாகக் கொண்டு காண்டவபிரஸ்தமென்னும் இங்கிருந்த பிரம்மாண்ட வனம் வர, அந்த வனத்திலே அந்தப் பாண்டவர்கள் வசிக்கவேண்டி ஸ்ரீ கிருஷ்ணர் தேவதச்சனாகிய விசுவகர்மாவை அழைத்து இந்திரன் பெயரால் ஒரு சிறந்த நகரத்தைக் கட்ட வேண்டுமென்று கட்டளையிட அந்த விசுவகர்மாவும் இங்கிருந்த வனத்தை அழித்துச் சிறந்த நகரத்தையுண்டாக்க, ஸ்ரீ கிருஷ்ணர் மகிழ்ந்து இதற்கு **இந்திரப்பிரஸ்தம்** என்று பெயரிட்டு இதற்கு உதிஷ்டானை ராஜனாக்கி வாழும்படி செய்தவிடம். இந்த இந்திரப்பிரஸ்தத்துக்குக் கிழக்கு எல்லையாக மீரத்துப் பட்டணத்துக்குச் சுமார் 20 மைல் தூரத்தில் ஹஸ்தினாபுரம் இருக்கின்றது. இதற்கு ஆதியில் ஸ்ரீ சுவயம்பு மனுவால் ஸ்தாபிக்கப்பட்டு பாஞ்சால தேசத்துக்குப் பிரதான பட்டணமாக்கி பல நூற்றாண்டுகளாண்டு வந்தபிறகு, இவரது ஐந்தாவது சந்ததியாகிய பரத மகாராஜன் பிரபலமாக ஆண்டு வருங்காலத்தில் இந்த இந்து தேசத்துக்கே சிரேஷ்ட பட்டணமாகி இந்த இந்தியாவுக்கே பரதகண்டமென்னும் பெயரிடப்பட்டதாகவும், பிறகு இவருடைய சந்ததிகளில் சிரேஷ்டமான ஹஸ்திமகாராஜன் காலத்தில் ஹஸ்தினாபுரமென்று பெயரிடப்பட்டு, பிறகு பல நூற்றாண்டுகள் கழிய இவரது சந்ததிகளாகிய பாண்டவ குருகுலத்தார் தோன்றிப் பின்னும் சிறப்புப்பெற்றதாகச் சரித்திரத்தில் சொல்லப்பட்டிருக்கிறது. இப்போது இது கங்கைக்கரையில் கட்டப்பட்ட சிறிய பட்டணம். சுற்றிலும் பயங்கரமான காடுகளால் மூடப்பட்டு யானைகளால் நிறைந்திருப்பதால் இந்தப் பெயரிடப்பட்டதோவென்று சந்தேகிக்க வேண்டியிருக்கிறது. இப்போது இந்து தேவாலயங்களிருக்கின்றன. இந்த ஹஸ்தினாபுரத்தையும் இதையடுத்த இந்திரப்பிரஸ்தத்தின் பூர்வகாலத்துப் பெருமையையும் பற்றி பாரதம், பாகவதம் முதலான கிரந்தங்களில் பிரபலமாகச் சொல்லியிருப்பதால் இவ்விடத்தில் விரித்துரைக்காது விடுகிறோம்.

இந்த யுதிஷ்டராதி பாண்டவர் குருமக்களுக்குப் பிறகு கி.மு.2867 வருஷங்களுக்கு முன்பு அநங்கபால் என்பவன் படையெடுத்துவந்து வசப்படுத்தப் பிறகு செப்கதீறாயர் வசமாகிப் பிறகு இந்த இந்திரப்பிரஸ்தத்தில் ஆண்ட இந்து ராஜாக்களுடைய சரியான சரித்திர மகப்படவில்லை. ஆயினும் சிந்து நதிக்கு வடக்கேயுள்ள

மாகாணங்களைக் கேதராஜன் என்னும் இந்து ராஜன் சுமார் 43 வருஷங்கள் ஆண்டுவந்து சந்ததியில்லாமல் இறந்துபோக அவனுடைய தனவர்த்தனாகிய ஜெயசந்திரன் அரசனாகி 60 வருஷங்களாண்டு பிறகு இறந்துபோக, அவன் குமாரன் பட்டத்தை அடைந்தான். இவன் காலத்தில் ஜெயசந்திரனுடைய தம்பியாகிய டெலு என்பவன் பட்டாபிஷேகம் பெற்றுப் பிரபல வீரனாகவும் பிரபல தருமவானாகவும் இருந்து இந்திரப்பிரஸ்தமாகிய இந்தப் பட்டணத்தைச் சிங்கார நகரமாகக் கட்டிக் குடிகளுக்குப் பல உபகாரங்களைச்செய்து டெலு மகாராஜன் என்று பிரபலமாகப் பல வருஷங்கள் ஆண்டு வந்தமையால் இந்தப் பட்டணத்துக்கு டில்லி என்று பெயராகியது. இந்த இராஜன் காலத்தில் இவன் பந்துவாகிய பூர் மகாராஜன் ஜயித்துப் பட்டத்தைப்பெற பாரசீகத்திலிருந்து டெஸாஸ் முதலான அன்னிய தேசத்தார்கள் படையெடுத்துவந்து இந்த டில்லிப் பட்டணத்தைப் பிடித்து ஆண்ட மகமதியர்கள் வசமாகியது.

டில்லியின் மத்தியகால ஸ்திதி.

இந்த டில்லி பட்டணத்தில் முதல்முதல் படையெடுத்து வந்த மகம்மதிய அரசன் பெயர் மகமது குஜினி. இவன் கி.பி.1008ம் ஷு இந்த பட்டணத்தை வசமாக்கினான். கி.பி.1191ம் ஷு கோரி வமிசத்தைச் சார்ந்த ஸாஹபுடின் என்பவன் படையெடுத்து வரும்போது ஆஜ்மூர் தேசத்துக்கதிபதியும், டில்லிக்குச் சொந்தக்காரனுமான பிருதிமன்னன் என்னும் இராஜபுத்திர வீரன் 30,000 குதிரைகளோடும் 3,000 யானைகளோடும் பலமான பதாதிகளோடும் வந்து மும்முரமாகச் சண்டை செய்து கடைசியில் தோல்வியடைந்து போக, சாஹபுடீனுடைய உதவி தளகர்த்தனாகிய குத்பதீன் என்பவன் டில்லி பட்டணத்தில், கோரியின் அடிமை ராஜர் அரண்மனை ஆக்கினான். இப்படியிருக்க கி.பி.1288ம் ஷு ஆப்கன் தேசத்தைச் சார்ந்த கில்ஜி வம்சத்தார் படையெடுத்துவந்து இந்த டில்லியைப் பிடித்து, தமது வமிசத்தானாகிய ஜலாலுடீன் என்பவனுக்குப் பட்டங்கட்டிப் பட்டணத்தை கி.பி.1321ம் ஷு வரையில் கில்ஜி வம்சத்தார் வசமாக்க, டோக்லாக் வம்சத்தார் படையெடுத்துவந்து அந்தப் பழைய அரசனைக் கொன்று கெயிசி உட்டீன் தோக்லாக்குக்குப் பட்டம் கட்டினார்கள். பிறகு தாமர்லேன் என்னும் தார்த்தாரி தேசத்தரசன் படையெடுத்துவந்து கி.பி.1398ம் ஷு டில்லி பட்டணத்துக்கு நெருப்பை வைத்து 1,00,000 இந்துக்களைக் கைதிகளாக்கிக் கொன்று பிரேதங்களைப் பக்ஷிகளுக்கும் மிருகங்களுக்கும் போட்டுப் பட்டணத்தைப் பாழாக்கிவிட்டுப் போக, சுமார் ஐம்பது வருஷகாலமாக நகரத்தில் நாதனற்று நாசமாகிக் கிடக்க, லோடி வம்சத்தைச் சார்ந்த பிஹிலால் என்பவன் கி.பி. 1450ம் ஷு பட்டணத்தைப் பிடித்து அரசாக்ஷி செய்து தன் பேரனான

இபராமிடம் இராஜ்ஜியத்தை விட கி.பி.1526ம் ஆ பேர்பெற்ற பேபர் படையெடுத்து வந்து பானிப்பட்டில் பெரிய சண்டை செய்து டில்லியில் மோகல் ராஜ்ஜியத்தை ஸ்தாபித்தான். கி.பி.1540ம் ஆ பேபர் மகனான உமாயூன் பட்டத்தைப் பெற, சியர்கான் என்னும் பட்டாணி வந்து, உமாயூனைத் துரத்திவிட உமாயூன் 1554ம் ஆ பார்சிகளுடைய உதவியால் வந்து சண்டை செய்து டில்லியை வசமாக்கினான். பிறகு ஆக்பர் டில்லியில் சிங்காசனம் ஏறி டில்லியின் குடிகளுக்குச் சுகவாழ்வையுண்டாக்க மோகல் ராஜ்ஜியம் இந்த இந்து தேசம் எங்கும் பரவி பிரபலப்பட்டது. இவர் காலத்தில் 9,07,43,881 ரூபாய் கந்தாய வசூலாயின. இந்த உத்தம ஆக்பர் காலத்தில் 4,40,000 பதாதிகளும், 2,00,000 குதிரை வீரர்களும் இருந்து இராஜ்ஜியத்தைப் பாதுகாத்து வந்ததாகச் சரித்திரம் தெரிவிக்கின்றது. பிறகு டில்லி ஜிஹாங்கிர், சாஜிஹான், அரங்கஜீப் முதலானவர்களுடைய வசமாகியது. இவர்களில் சாஜிஹான் காலத்தில் தனது கெட்டிக்காரனான அலிமர்த்தனகான் என்பவனுடைய யோசனையினால் கி.பி.1631ம் ஆ இந்த டில்லி பட்டணத்தின் பழைய கட்டடங்களை இடித்துப் புதுக் கட்டடங்களைக் கட்டிவைத்து ரோட்டுகளைச் சீராக்கி நகரத்தை ஏழு மைல்கள் வரையில் பிரபலமாக்கி யமுனை நதி எல்லையோடு மூன்று பக்கங்களிலும் பிரம்மாண்டமான சுவரைவைத்து பந்தோபஸ்து செய்ததன்றியில் சுற்றுப்பக்கங்களில் சில்லறைக் கோட்டைகளைக் கட்டிவைத்து ஒவ்வொரு கோட்டையில் ஒன்பது பீரங்கிகள் வைக்கப்பட்டன. மேலும் குடிகளுடைய ஜலசவுக்கியத்தைக் கருதி சாஜிஹானால் கங்கையிலிருந்து 70 மைல்கள் தூரம் நீர் பாய்ச்ச வெட்டியிருந்த கால்வாயிலிருந்து 25 அடிகள் அகலமும் 25 அடிகள் ஆழமுமுள்ள ஜலதாரையொன்று மூன்று மைல் தூர்ரம் வரையில் டில்லியில் பிரவேசிக்கச் செய்து, கோட்டைக் கொத்தளங்களுக்கும் குடிகளுக்கும் சதா நல்ல ஜலம் கிடைக்கும்படி வெட்டியும் டில்லியைப் பெருமைப்படுத்த அநேக புதுக்கோவில்களையும் கட்டடங்களையும் கட்டிவைத்தபடியால், இந்த டில்லி பட்டணத்திற்கு சாஜிஹான் பட்டணம் என்னும் புதுப் பெயரிடப்பட்டது.

இந்த சாஜிஹானுக்குப் பிறகு டில்லியில் சிங்காசனம் ஏறினவர்களில் அரங்கஜீப் தவிர மற்றவர்கள் நெடுநாள் ஆளவில்லை. இந்த அரங்கஜீபும் கி.பி.1807ம் ஆ இறந்துபோக அவனது சந்ததியார்கள் ஐந்து பெயர் சிங்காசனம் ஏறினபோதிலும், அவர்களும் சீக்கிரத்தில் இறந்துபோனார்கள். இந்தக் காலங்களில் இராஜபுத்திரர், சீக்கியர், மஹாராஷ்டியர்கள் இடைக்கிடை சண்டைகள் செய்துவந்தபோதிலும் கி.பி.1737 ஆ பாஜிராவ் என்னும் மஹாராஷ்டிர வீரன் டில்லி பட்டணத்தின்மேல் படையெடுத்துப் போய்த் தாக்கி மகம்மதியர்களுடைய பலத்தைக் கண்டிக்க, பார்சீக தேசத்திலிருந்து

ஆப்கானிஸ்தானத்தின் பெரும்பாகத்தை கைக்கொண்ட நாதர்ஷா என்பவன் 1739ம் ஷு பிப்ரவரி மீ 13ம் உ டில்லிக் கோட்டையைப் பிடித்துப் படுபாடுபடுத்திக் குடிகளுடைய சொத்துகளையும் பிராணனையும் கொள்ளைகொண்டும் அகப்பட்டவரையில் வாரிக்கொண்டும் வந்த வழியாகப்போக, மோகல் ராஜாங்கம் தத்தளிக்க, கி.பி.1749ம் ஷு டொரானியர்கள் சுவாதீனராகி டில்லியைக் கட்டிக் கொண்டார்கள். இப்படியாகவே மஹாராஷ்டிரர் 1758ம் ஷு சதாசிவராவைத் தலைவனாகக்கொண்டு 70,000 குதிரை பட்டாளங்களோடும், 30,000 சேனைகளோடும் டில்லியிலிருந்த இகமதுஷாடொரானி என்பவனோடு சண்டைசெய்து வரத் தோற்கடிக்கப்பட்டதினால் பாதுஷா ஷாஹாலம் என்னும் மோகலர் சந்ததியான் வங்காளத்திலிருந்தபடியால் அவனது குமாரனாகிய சாஜிஹான் என்னும் 13 வயது வாலிபன் டில்லி சக்ரவர்த்தி சிங்காசனத்திலேற்றப்பட்டான். அப்படி ஏற்றப்பட்டதும் பாதுஷா என்ற பட்டம் ஷாஹாலமே வகித்துக்கொண்டு 1760ம் ஷு பாட்னாவில் ஈஸ்டு இந்திய கம்பெனியாராகிய இங்கிலீஷ்காரரைத் தாக்க, தோற்கடிக்கப்பட்டு ஷு 1க்கு ரூபாய் 26,00,000 பெற்றுக்கொள்வதாகவும் பேஹார், வங்காளம், ஒரிசா மாகாணங்களை அவர்கள் விட்டுவிடுவதாகச் சமாதானம் செய்துகொண்டாலும், 1771ம் ஷுதான் ஆங்கிலேயருக்கு விட்ட நாடுகளை மஹாராஷ்டிரருக்கு விட்டுவிட நினைத்து இந்த டில்லிக்கு வர அங்கே மாதிரஜிசிங்கு டில்லியை வசமாக்கிக் கொண்டிருந்தான். இதனால் ஷாஹலம் நொந்து அங்கிலேயர் தமக்குக் கொடுக்கத் தீர்மானித்திருந்த தொகையைக்கூட வாங்காமல் தரித்திரத்தால் கஷ்டப்பட்டான். இப்படிப்பட்ட காலத்தில் குலாம் சிகந்தர் என்பவன் சிந்தியாவை அதிக தொந்திரவும் சதிமோசமும் செய்ய சிந்தியாவும் அவனைப் பிடித்துக் கொன்றுவிட்டான். பிறகு மஹாராஷ்டிரர்கள் (Perron) பிரன் என்னும் பிரான்சு வீரனுடைய உதவியைக்கொண்டு மோகல் வமிசத்தாரையும், ஆங்கிலேயரையும் எதிர்க்க கி.பி.1803ம் ஷு ஜெனரல் லேக் என்பவர் பலமான சேனையோடு படையெடுத்து வந்து டில்லி பட்டணத்தைப் பிடித்து ஈஸ்டு இந்தியா கம்பெனியார் வசமாக்கி மோகல் சந்ததியாருக்கு பென்ஷன் கொடுத்துக் காப்பதாகச் சமாதானப்படுத்தினார்கள். அப்படிக்கிருந்தும் ஜஸ்வந்தராவ் ஹோல்கார் 70,000 பீரங்கிகளோடும் இங்கிலீஷ்காரர்மேல் எதிர்த்து வந்தும், கர்னல் பான் என்னும் இங்கிலீஷ் வீரனால் தோற்கடிக்கப்பட்டு ஓட்டம் பிடித்தான். 1806ம் ஷு ஷாஹாலம் சக்கரவர்த்தி தனது 86ம் வயதில் இறந்து போக இவனது குமாரனாகிய அக்பர் என்பவனுக்குப் பெயருக்கு மாத்திரம் பட்டங்கட்டப்பட்டு அந்த மோஹலனும் தனது 80வது வயதாகிய 1837ம் ஷு இறந்துபோக, இவனது குமாரன் மகமது பகதூர் பாதுஷாவுக்குப் பட்டங்கட்டப்பட்டது.

இவருக்கு ஷ 12 லக்ஷம் ரூபாய் செலவுக்குக் கொடுத்து வந்ததில் போதாமையால் மனவருத்தமடைய பின்னும் மூன்று லக்ஷம் சேர்த்துக் கொடுத்து, டில்லிபட்டணத்தை முழுதும் இங்கிலீஷ்காரருடைய ஆதிக்கத்திலேயே வைத்துக்கொண்டார்கள். இப்படி இந்த டில்லி பட்டணம் மோகலருடைய அதிகாரத்தில் மஹோன்னதமான பதவியைப்பெற்று இந்த இந்து தேசமுழுதும் அதற்குக் கீழ்ப்பட்டு நிற்கச்செய்து பிறகு அந்தப் பெரிய மோகல ராஜ்ஜியமே பலவிதத்தில் பங்கப்பட்டு மறைந்துவிடவே டில்லியின் மேன்மை குறைந்துவிட்டது. இப்படி மகம்மது ராஜாக்களுடைய காலத்தில் குடிகள் சிலகாலம் சுகப்பட்டாலும், பெருங்காலம் பலவிதமாக வருந்திவந்தார்கள். கடைசியாக அங்கிலேயர் வசமாகக் குடிகளுக்கு சுகவாழ்வு உண்டாகியது.

டில்லிபட்டணத்தின் தற்கால ஸ்திதி.

இப்போது இந்த டில்லிபட்டணமானது பஞ்சாபு மாகாணத்தில் சிறந்த டில்லி ஜில்லாவுக்குப் பிரதான பட்டணம். இந்த ஜில்லா 7,890 சதுர மைல்களுள்ளதாயும், வடக்கே பானிப்பட்டும், கிழக்கே யமுனையும், தெற்கே புல்லபகர்க்கும், மேற்கே ரோட்டக்கும் எல்லைகளால் சூழப்பட்டு சுமார் 50,00,0000 ஜனவாசமுள்ளதாயிருக்கிறது. ஜில்லாவின் கிழக்கு வடக்கு வடமேற்குப் பாகங்களுக்கு யமுனை நதியின் ஜலம் பாய்ச்சப்பட்டு பலவித பயிர்கள் செழிப்பாக வளர்ந்தாலும் தெற்குப் பாகம் காடுகளால் நிறைந்த பாகங்களாகவிருக்கின்றன. இந்தக் கல் குன்றுகளால் வெயிற்காலத்தில் உஷ்ணமதிகம். ஆகவே கோதுமை, துவரை, கடலை முதலானவைகள் மாத்திரம் ஏராளமாக விளைகின்றன. 1848ம் ஷ கவர்ன்மெண்டாருக்கு 3,49,670 ரூபாய் கந்தாயமாக இருந்தாலும் 1870ம் ஷ முதல் அதிகமாகியது. இந்த ஜில்லாவுக்கும், இந்த தாலுகாவுக்கும் பிரதான பட்டணமாகிய இந்த டில்லி நகரமானது யமுனை நதியின் வடகரைக்குச் சுமார் ஒருமைல் தூரத்தில் கம்பீரமான காக்ஷியையுடையதாயும் சுமார் ஏழு மைல் சுற்றளவுக்குள் அநேக மாடமாளிகைகளும், கூட கோபுரங்களும், மஸ்ஜீதுகளும் நிறைந்திருப்பதோடு கூட காஷ்மீரம், லாஹோர், காபூல், பதிரானோ, ஆஜ்மீரம், தாகோமான், டில்லி, நெகம்பாத், லால்கைலா என்ற பதினோரு கேட்டு வாசல்களுடையதாகவும் இருக்கின்றது இந்தக் கேட்டுகள் கட்டிய காரணம் என்னவென்று விசாரித்ததில் மோகலர் அதிகாரம் மேன்மையான ஸ்திதியிலிருந்தபோது அந்தச் சக்கிரவர்த்திகள், தமக்குப் பிரியமான ஜாதியார்களைத் தருவித்து அவர்கள் இந்த டில்லிப் பட்டணத்தில் தமக்குச் சமீபத்தில் வாழும்படி தனித்தனியான பிரகாரம் அல்லது பேட்டைகளைக் கட்டிக்கொடுத்து அந்தப் பேட்டைகளில் குடியிருக்கும் ஜாதியார்களின் பெயர் வழங்கும்படி இவ்வித கேட்டு வாசல்கள் கட்டி வைக்கப்பட்டதாகத்

தெரிய வருகிறது. இப்போது இந்தக் கேட்டுகளில் சில இடிந்து விழுந்துகொண்டிருக்கின்றன. காஷ்மீர கேட்டுக்குள்ளிருக்கும் வீதிகள் சிறியவை. அரண்மனை கேட்டிலிருந்து டில்லி கேட்டு வரைக்கும் போகும் ரோட்டாகிய சாண்டி சவுக்கு (Chandi Chowk) என்பது ஆச்சரியமான வீதி. இது 50 கஜங்கள் அகலமுள்ளதாயும், சுமார் முக்கால் மைல் நீளமுள்ளதாயும் வீதியில் இரு பக்கங்களிலும் ஏழடுக்கு எட்டடுக்கு மெத்தை வீடுகளும் வரிசை வரிசையாக இருக்கும் கடைகளில் சகல பதார்த்தங்களும் நயமான விலைக்கு விற்கப்படுவதோடுங்கூட வீதியின் இடையில் குதிரை வண்டிகளும், மாட்டு வண்டிகளும், மனுஷர்களும் போகவர வசதியாகும்படி தனித்தனியாக வகுத்து, இவ்வகுப்புகளைக் காட்ட அசோக விருக்ஷங்களால் பயிர் செய்விக்கப்பட்டுப் பார்வைக்குக் கம்பீரமாக இருக்கிறது. இந்தச் சண்டி சவுக்குக்கருகில் பிரம்மாண்டமான இராஜ அரண்மனை ஒரு பட்டாணியால் கட்டி வைக்கப்பட்டிருக்கிறது. இது ஒரு மைல் சுற்றளவுள்ளதாயும் 40 அடிகள் உயரமுள்ளதாயும் செங்கருங்கற்களாற் கட்டப்பட்டு அநேக கலசங்களை உடையதாகவுமிருக்கிறது. இதற்கு மூன்று பக்கங்களிலும் அரணான சுவர்களிருப்பதன்றியில் ஒரு பக்கத்தில் யமுனையாற்றின் கிளை நதியானது எல்லையாக அமைந்திருக்கிறது. இந்தக் கோட்டையில் இரண்டு விசாலமான கேட்டுகள் கட்டப்பட்டு கோட்டைக்குள் (Dewan Khas) திவான்காஸ் என்னும் அந்தரங்க மந்திராலோசனை சபா மண்டபம் வெள்ளை ஸ்படிக கற்களாலும், குரான் வாக்கியங்களோடு கூடிய பூங்கொடி சித்திராலங்கார வேலைகளாலும் கட்டப்பட்டிருக்கின்றது. இந்தச் சிங்கார மண்டபத்தின் ஒருபக்கம் பகிரங்க மைதானமாகவிட்டு, ஒருபக்கம் சிங்காரப் பூந்தோட்டமும், இந்தத் தோட்டத்தில் ஸ்படிக நீரூற்றும் சாதனங்களாலும் சிறந்து விளங்குகின்றன. இந்த அரண்மனையைத் தக்கபடி உபயோகப்படுத்தாமல் விட்டு விட்டபடியால் பக்ஷிகளின் மலங்களாலும் குப்பைகளாலும் நிறைந்து அசங்கியமாகவிருக்கின்றது. இந்தச் சிங்காரகட்டத்தின் இருபக்கங்களிலிருக்கும் சிறந்த கோபுர கலசங்களையும் கட்டடத்தில் செய்திருக்கிற கமான் வளைவு வேலைகளையும் ஸ்தம்பங்களின் சிங்கார வேலைகளையும் கட்டடத்தின் மேல்பாகத்தில் பொன், வெள்ளிமுலாம் பூசப்பட்டிருப்பதையும் பார்க்கப்பார்க்க ஆனந்தம் உண்டாகிறது. இந்தக் கட்டடத்துக்குள்ளிருக்கும் ஸ்படிக ஸ்நானபடிகளும் நீரூற்றும் ஸ்தூபிகளும் சிறந்த வேலைக்காரரால் செய்யப்பட்டவைகள். இந்த சிங்கார மண்டபத்துக்கருகில் (Mote Musjed) மோட்டி மஸ்ஜித் என்னும் முத்து மஸ்ஜித் கோயிலும் ஸ்படிகக் கற்களால் கட்டிய கட்டடம். இந்தக் கோவிலையும் தக்கபடி உபயோகப்படுத்தாததினால் சீர்கெட்ட ஸ்திதியிலிருக்கிறது. இந்தக் கோயிலுக்கருகில் (Dewanium) திவானியம் என்னும் மந்திராலோசனை சபா மண்டபமும் ஸ்படிகக்

கற்களால் கட்டப்பட்ட அழகிய கட்டடம். இந்தக் கட்டடத்தில்தான் (Peacock Turone) பீகாக் தூரோன் என்னும் 60,00,00,000 ரூபாய் செலவில் செய்த மயில் சிங்காசனமிருந்தது. இதை நாதர்ஷா 1739 பிடித்து இதிலிருந்த ஆபரணங்களையெல்லாம் எடுத்துக் கொண்டுபோய்விட்டாலும், கட்டடத்தின் கம்பீர காக்ஷிக்குக் குறைவில்லை.

இந்த அரண்மனைக்குச் சமீபத்தில் (Rochun n Dowlah) ரோஷன் உட்டவுலா என்னும் கோவிலிருக்கிறது. இந்தக் கோவிலில் நாதர்ஷா உட்கார்ந்துகொண்டு தன் சேனைகள் டில்லி ஜனங்களைக் கொன்று கொள்ளையிட்டதைப் பார்த்துக் கொண்டிருந்தான். இந்தக் கட்டடத்தை ஷாஜிஹானால் கோட்டையாகவும் அரண்மனையாகவும் உபயோகப்படும்படி கட்டிவைத்ததாகத் தெரியவருகிறது.

இதற்குச் சமீபத்தில் ஜம்மா மஸ்ஜீது (Jumma Musjid) என்னும் பெரிய கோயில் தோன்றுகிறது. இது பூமி மட்டத்துக்கு முப்பது அடிகள் உயரமுள்ள மண்மேட்டில் 450 அடிகள் சுற்றளவுள்ள செங்கருங் கற்களால் கட்டப்பட்ட கம்பீரமான கட்டடம். இந்தக் கட்டடத்துக்குப் போகவேண்டுமானால் அநேக படிக்கட்டுகளில் ஏறிப் போக வேண்டும். அப்படி ஏறிப் போனால் மகம்மதியர்களுக்காக ஸ்படிகக் கற்களாற் கட்டப்பட்ட செயற்கைத் தடாகம் இருக்கிறது இந்தத் தடாகத்துக்கு வேண்டிய ஜலத்தைப் பக்கத்திலிருக்கும் ஒரேகல்லில் குடைந்து கிணறாகச் செய்திருக்கும் கேணியிலிருந்து சூத்திரக் கருவியால் கொண்டுவந்து விடப்பட்டிருக்கிறது. இந்தத் தடாகத்தைத் தாண்டி சில படிக்கட்டுகள் ஏறிப்போனால் பிரதான கோவில் 261 அடிகள் நீளமுள்ளதாகவும், சுற்றிலும் கம்பீரமான கமான் மேடை வரிசைகளுள்ளதாகவும், முன்பாகமெல்லாம் 900 வெள்ளை ஸ்படிகக் கற்களால் மூடப்பட்டு மேல்காரனீஸ் மேடைகளில் 4 அடி நீளமும் இரண்டரையடி அகலமுமாக வகுக்கப்பட்டும், அந்தப் பாகங்களில் குரானிலிருந்து அநேக பிராத்தனைகள், மேற்கோள்கள் ஸ்படிகக் கற்களால் குடைந்து செதுக்கி அரபி பாஷையில் சிங்காரிக்கப்பட்டுமிருக்கிறது. இந்த மஸ்ஜீதின் இருபக்கங்களிலும் 140 அடிகள் உயரமுள்ள வெள்ளை ஸ்படிகக் கோபுர கலசங்கள் கட்டப்பட்டிருக்கின்றன. இந்தக் கட்டடத்தினுட்பாகத்தில் 130 அடிகள் ஏறி மேல்மாடிக்குப் போய் டில்லிப் பட்டணத்தைப் பார்த்தால் இந்தப் பட்டணத்தின் மாடமாளிகை, கூட கோபுரங்களின் காக்ஷி கம்பீரமாகத் தோன்றுகின்றது. இந்த மஸ்ஜீதை சாஜிஹான் சக்கிரவரத்தி 10,00,000 ரூபாய் செலவிட்டு ஆறு வருடங்களில் கட்டி முடித்தானாம்.

இந்த மஸ்ஜீதுக்குச் சற்று தூரத்தில் கலாமஸ்ஜீது (Kala Musjid) என்னும் கறுப்பு மஸ்ஜீது கோவிலிருக்கிறது. இந்தக் கட்டடமுழுதும் அரபிதேசத்தார் சிற்பசாஸ்திரப்படியாகவும், கர்னாடக வழக்கமாகவும் கட்டப்பட்டு கறுப்புச்சாயம் பூசப்பட்டிருக்கிறது. இதை ஆப்கானிய அரசர்கள் கட்டிவைத்ததாகக் கேள்வி.

இதைப் பார்த்துக்கொண்டு காஷ்மீர கேட்டுக்கருகில் வருவோமானால் அங்கே 1,00,000 ரூபாய் செலவில் கர்னல் ஸ்கின்னர் முயற்சியினால் ஒரு கிறிஸ்துவின் கோவில் கட்டப்பட்டிருக்கிறது. மற்றபடி இந்த டில்லிப்பட்டணத்தில் இந்து மதஸ்தர்களுடைய கோவில்களும் கட்டடங்களும் விசேஷமாக இல்லை. மகம்மதிய ராஜாக்களுடைய காலத்தில் இந்த டில்லி பட்டணத்தைச் சுற்றி சுமார் 30 மைல்கள் தூரம் வரையில் பல அற்புதமான கட்டடங்கள் கட்டப்பட்டன. அவைகளிற் பெரும் பாகம் போதுமான பார்வையும் பாதுகாப்புமின்றிப் பாழ்த்துப் போயின. இப்போது டில்லி பட்டணத்துக்கு வடமேற்குப் பாகத்தில் சுமார் ஒன்து மைல்களுக்குள் குதப்மினார் வரையில் அநேக கோரிகள், பூந்தோட்டங்கள், சிங்கார மண்டபங்கள் முதலானவைகளெல்லாம் தினத்துக்கு தினம் சீர்கெட்டுப் பாழ்த்துப் போகின்றன. டில்லி பட்டணத்துக்குத் தெற்கே நூறு கெஜ தூரத்தில் (Kotela) கோடிலா என்னும் பிரம்மாண்ட புராதன கோட்டை இருக்கிறது. இது பிரோஜஷா சக்கிரவர்த்தியால் கட்டி வைக்கப்பட்டது. இது இன்றும் பலமான கட்டடமாக இருப்பதன்றியில் கோட்டையின் மத்தியில் (Lath) லாத்து அல்லது பிரோஜஷாவின் ஜயஸ்தம்பம் நாட்டப்பட்டிருக்கிறது. இப்போது இது 37 அடிகளுள்ளதாயும் 10 அடி 4 அங்குல சுற்றளவுள்ளதாயும் யமுனையாற்றங்கரையில் ராஜப்பூருக்குச் சமீபத்தில் சிவாலிக் மலையில் வெட்டியெடுக்கப்பட்டதாயுமுள்ள செங்கற்கம்பம். இது 2200 வருடங்களுக்குமுன் அசோக மகாராஜனால் கட்டப்பட்டதாக அதிலிருக்கும் பலே பாஷையின் சாசனத்தினால் தெரியவருகிறது. இந்தக் கல் ஸ்தம்பத்துக்குத் தெற்கே சுமார் ஒன்றரை மைல் தூரத்தில் உமாயூன் சமாதி இருக்கிறது. இது 200 அடிகள் சுற்றளவுள்ள செங்கருங் கற்களால் கட்டப்பட்ட மேடையின்மேல் சுற்றிலும் பற்பலவிதமான மண்டபங்களுடையனவாகி மத்தியில் ஸ்படிக சமாதிக் கட்டடத்தில் உமாயூனின் பிரேதம் அடக்கம் செய்யப்பட்டிருக்கிறது. இந்தச் சமாதியைச் சுற்றிலும் அவரின் பந்துக்களுடைய சமாதிகள் கட்டப்பட்டிருக்கின்றன. இந்தச் சமாதிக்கு மேற்கே சுமார் நூறு கெஜ தூரத்தில் நைஜாம் உட்டின் என்னும் ஒரு மகம்மதிய ஞானியின் சமாதி வெள்ளை ஸ்படிகக் கற்களால் சிங்காரமாகக் கட்டப்பட்டிருக்கிறது. இதைச் சுற்றிலும் மோகலர் சந்ததியார்களுடைய சமாதிகளும் கட்டப்பட்டிருக்கின்றன. அவைகளில் சாஜிஹான் சக்ரவர்த்தியின் குமாரத்தியாகிய ஜாஹனா என்பவளுடைய சமாதியும், உமாயூனுடைய

சமாதிக்கு இரண்டு மைல் தூரத்திலுள்ள சாப்டர்ஜங்கு (Safdar Jung) என்னும் மந்திரியின் கோவிலும், சிங்காரத் தோட்டங்களும் ஸ்படிகக் கற்கள் வேலைகளால் பிரகாசிக்கின்றன. டில்லி பட்டணத்துக்கு மேற்கே கொஞ்சதூரத்தில் ஜேய்சிங்கு மகாராஜாவால் கட்டி வைக்கப்பட்ட நக்ஷத்திர மேடையொன்றிருக்கிறது.

டில்லிபட்டணத்துக்குத் தெற்கே பதினொரு மைல் தூரத்தில் குதப்மினார் (Kutab Minar) என்னும் இந்தப் பூலோகத்திலெல்லாம் உயர்ந்த கோபுர ஸ்தம்பமிருக்கிறது. இது, அடி பாகத்தில் சுமார் 120 ஜனங்கள் சுற்றி நிற்கும்படியான விஸ்தீரணமுள்ளதாயும் பலவித உருளையும் திரளையுமுள்ள ஐந்து அடுக்குகளுள்ளதாயும், மேல் சிகரம் 30 சதுர அடிகள் அகலமுள்ளதாயும் இருக்கிற ஆச்சரியமான கட்டடம். இது எதன்பொருட்டுக் கட்டப்பட்டதோ தெரியவில்லை. இது கி.பி.1193ம் ஷு இந்துக்களால் கட்டப்பட்டதாக ஒரு சரித்திரம் முறையிடுகின்றது. வேறொரு சரித்திரத்தில் சம்ஷுடின் ஆல்டமஷ் ஆளுகை செய்யும்போது (அதாவது கி.பி.1210ம் ஷு முதல் 1231ம் வருஷத்தில்) குத்பதீன் என்னும் ஞானியின் ஞாபகச் சின்னமாகக் கட்டப்பட்டதென்று சொல்லப்பட்டிருக்கிறது. ஆனால் கி.பி.1206ம் ஷு கோரி வமிசத்தாருக்குப் பிறகு வந்த குதப் என்பவன் காலத்தில் கட்டப்பட்டதாகத் தோன்றுகிறது. இந்தக் கட்டடத்திற்குச் சமீபத்தில் ஷாஹாலம் சக்கிரவர்த்தியின் சமாதியும் கட்டப்பட்டிருக்கிறது. இதற்குச் சற்று தூரத்தில் 60 அடிகள் உயரமுள்ள இரும்பு ஜயஸ்தம்பம் ஒன்று இந்துக்களால் அலாவுதீன் கேட்டண்டை கட்டப்பட்டிருக்கிறது.

இம்மட்டேயல்ல. டில்லிபட்டணத்துக்கு 4 மைல் தூரத்தில் டோக்லாக் பட்டணமும் அங்கு டோக்லாக்கின் கோரியுமிருக்கின்றது. இவ்வித கட்டடங்களாலும், சுற்றிலும் இடிந்து கிடக்கிற அநேக கட்டடங்களின் இடிபாடுகளாலும், இந்த டில்லிபட்டணம் ஒருகாலத்தில் சுமார் 30 சதுரமைல் விஸ்தீரணமுள்ளதாயும் இந்தப் பூலோகத்தில் ஒரு பிரபலமான நகரமாயும் இருந்திருக்க வேண்டுமென்று உறுதியாகச் சொல்லலாம். இந்த டில்லிபட்டணத்தின் சவுகவீதியானது 74 அடிகள் விஸ்தீரணமானதாக இருக்கிறதன்றியில் இங்கிலீஷ்காரர்களுக்கு முக்கியமான ஸ்தானமாயுமிருக்கின்றது. இங்கு கோட்டாவளி என்ற சர்க்கார் கட்டடம் இருக்கிறது. இங்கேதான் இங்கிலீஷ்காரரை எதிர்த்துச் சண்டை செய்ய வந்த பகைவரை மடியச்செய்ததன்றியில் 1876ம் ஷு லார்டு லிட்டன் பிரபு மகாராணியவர்களுக்கு சக்கிரவர்த்தினிப் பட்டம் கட்டி தர்பார் கூடியது. இம்மட்டோ, இந்த டில்லிபட்டணத்தில் இன்னும் அநேக புராதன கட்டடங்களும் கோயில்களும் இருக்கின்றன.

இங்கிலீஷ் கவர்ன்மெண்டு ஸ்தாபிப்பதற்குமுன் இந்த டில்லிபட்டணத்தை ஏழுதரம் இடிக்கப்பட்டும், தீயினால் சாம்பலாக்கப்பட்டும் ஏழுதரம் கட்டப்பட்டதனால் குடிகளடைந்திருக்க வேண்டிய கஷ்ட நிஷ்டூரங்களை எழுதாமல் விடுவதே போதும். இந்த இங்கிலீஷ் ராஜாங்கம் ஸ்தாபிக்கப்பட்ட பிறகு குடிகளுக்குச் சுதந்தர சுகவாழ்வு உண்டானதன்றியில் சில புது கட்டடங்களும் கட்டப்பட்டிருக்கின்றன. அவை யெவையெனில், டில்லிப் பட்டணத்தைப் பிடித்த (General Nicholson) ஜனரல் நிக்கோல்சன் சமாதியடங்கிய ஆங்கிலேயர் மசானம், ஜண்டா மண்டபம், 1857ம் ஷு கலகத்தைக் காட்டும் ஞாபக கட்டடம், கிறிஸ்து கோயிலில், (Northbrook Rooms) நார்த்தபர்க்கு தங்கும்சாலை (United Service) ஐக்கிய மந்திரம் முதலான கட்டடங்களும், டிஸ்டிரிக்ட்டு கோர்ட்டு கச்சேரி முதலானவைகளுமே. டில்லிபட்டணம் இப்போது முனிசிபல் பட்டணமாகையால் இந்த முனிசிபல் எல்லைக்குள் 2,25,000 ஜனங்கள் வசிக்கிறார்கள் இவர்களில் பாதிபெயர் இந்துக்களும் மற்றப் பாதிபெயர் மகம்மதியர்களுமாக இருக்கிறார்கள். கிறிஸ்தவர்களும் மற்றவர்களும் கொஞ்சம் பெயர்தானிருக்கிறார்கள். இந்தப் பட்டணமானது அநேக பெரிய ரோட்டுகளினாலும், மாடமாளிகை கூட கோபுரங்களாலும், அழகான மாடி மெத்தைகளாலும், அழகான ஸ்திரீபுருஷர்களாலும், அழகிய தோட்டங்கள் உத்தியாவனங்களாலும், சிங்காரமாகப் பிரகாசித்தாலும் இரண்டு அசங்கியங்கள் அபரிமிதமாக இருக்கின்றன. அவையாவன:-

இந்த டில்லிபட்டணத்தில் அநேக பெரிய வீதிகளிலிருக்கும் மாடிகளின்மீது சிந்து, காஷ்மீரம், பங்காளம், மஹாராஷ்டிர முதலான தேசத்தின் கெட்டுப்போன விபசார ஸ்திரீகள் தேவலோக இரம்பைகளைப் போன்ற அழகுடனும், சிங்கார ஆடையாபரணங்களால் அலங்கரித்துக்கொண்டும், நாற்காலிகளின்மீதும் சோபாக்களின்மீதும் கால்மேல் காலைப்போட்டு உட்கார்ந்துகொண்டும், சாய்ந்துகொண்டும், உக்காக்களைக் குடித்துக்கொண்டும் சாரந்தாக்களை வாசித்துக்கொண்டும் பாட்டைசாரிகளைப் பார்த்துச் சிரித்து ஜாடைகாட்டி அழைப்பதோடுகூட அநேக துஷ்டப்பயல்கள் வந்து பேரம் பேசுகிறார்கள்.

மற்றொன்றாவது:- இந்தப் பட்டணம் முனிசிபல் நகரமாகவிருந்தும் ஆடுகளுடையவும், மாடுகளுடையவும், மாமிசத்தை அறுத்துப் பகிரங்கமாக வைத்துப் பாட்டைசாரிகள் பார்வைக்கு அசங்கியத்தை உண்டாக்குகிறார்கள் இப்படி இரண்டொரு அசங்கியங்களிருக்கினும் பொன், வெள்ளி, மணிகளால் ஆச்சரியமான ஆபரணங்களையும்

ஆயுதாதி கருவிகளையும் புதிதுபுதிதாகவும், புத்திநுட்பமாகவும் செய்து சுலபமான விலைக்குக் கொண்டுவந்து விற்கிறார்கள்.

இவைகளால் இந்த டில்லிபட்டணத்தில் பற்பலவித கைத்தொழிலாளர்கள் ஆதியில் வந்து குடியிருந்து இப்போது போதுமான போஷணையற்றுத் தவித்து வருகிறதாகத் தோற்றுகின்றது. சாப்பாட்டிற்கு வேண்டிய சகலவித போஜன பதார்த்தங்கள் நயமான விலைக்கு அகப்படுகின்றன. இவ்விடத்திலும் இரண்டு குதிரைகள் கட்டிய கோச்சு வண்டிகள் தாராளமாகவிருப்பதால் தினம் ஒன்றுக்கு 4 ரூபாய் சத்தத்தில் முதல்தரமான வண்டியை வாடகைக்குக்கொண்டு விநோதங்களைப் பார்த்து வருவதற்கு அநுகூலமாக விருக்கின்றன.

ஆகவே ஜனவரி மீ 29ம் உயாகிய சனிக்கிழமை காலை தந்தசுத்தி செய்துகொண்டு, தேநீரருந்தி டில்லிப் பட்டணத்தின் பிரதான வீதிகளில் நடந்துபோய்ப் பார்த்துக்கொண்டு வந்து சாப்பிட்டு இரண்டு குதிரை வண்டிகளை வாடகைக்குக் கொண்டு சண்டி சவுக், ஜம்மா மஸ்ஜீது, டிவான்காஸ், முத்து மஸ்ஜீது முதலான விநோதங்களைப் பார்த்துக்கொண்டு சாயாரக்ஷை விக்டோரிய தோட்டத்துக்குவந்து, அங்கிருக்கும் புலிகள், யானைகள், பற்பலவிதமான குரங்குகள், பலவிதமான பக்ஷிகள், உத்தியாவனங்கள் முதலியவற்றைப் பார்வையிட்டோம். இந்தத் தோட்டத்துக்குள் ஷாஜிஹான் காலத்தில் கருங்கல்லாற் செய்யப்பட்ட யானை உருவம் ஒன்றிருக்கிறது. இது பார்வைக்குப் பிரத்தியக்ஷமான யானையைப்போலவே தோன்றுகிறது. தோட்டத்துக்கு வெளியில் விக்டோரியாஹால் என்னும் சிங்கார மண்டபம் ஒன்று புதிதாகக் கட்டப்பட்டிருக்கிறது. இதைத்தான் நகர மண்டபமாக உபயோகப்படுத்தி வருகிறார்கள். தோட்டம் பிரம்மாண்டமானதாக இருப்பதோடுங்கூட அழகிய பல பூஞ் செடிகளும், தடாகங்களுமிருப்பதால் பார்ப்பதற்கு இரமணீயமாக இருக்கின்றன. ஆகையால் ஈசுவர பிரார்த்தனைக்கும் தியானத்துக்கும் இது தக்கவிடமாக இருந்தமையால் பரமேசுவரன்மீது பக்தி அதிகரிக்கவே பக்கத்திலிருந்த பூங்காவனத்துக்குட் புகுந்து பிரார்த்தனை செய்தோம்.

அந்தப் பிரார்த்தனை இது:- ஓ கிருபாநிதியே! சுயம்பு மனுமுதல் பரதாதி மஹாபுருஷர்களும், பஞ்சபாண்டவராதி தருமராஜாக்களும் பிரியத்தோடு வதிந்துவந்த பாஞ்சால தேசத்தின் திலகமான (அஸ்தினாபுரம்) டில்லியாகிய இந்தப் பட்டணத்தைத் தரிசிக்கப் பாக்கியனானேம். எமது தேகஸ்திதியை அறிந்து இப்படிப்பட்ட ஸ்தலத்தையும் தரிசிக்க எம்மால் முடியுமோவென்று பல வருஷங்கள்

ஏக்கமுற்று, ஏதேது எம்மால் முடியாதென்றிருந்தோம். அந்த ஏக்கத்தை இன்று விட்டோம். பெருமைபெற்ற இந்த டில்லி பட்டணம் மகாதருமராஜருடைய பாதங்கள் பட்டவிடமல்லவா? அப்படிப்பட்ட இந்த இடத்தை எமது பாதமும்பட அந்தத் தருமநந்தனருடைய பட்ட அணுக்களான மண்ணாவது எம்மீது விழுந்து அதனால் அவருடைய தருமகுணத்தில் கிஞ்சித்தாவது எமக்குண்டாக வேண்டுமென்று வேண்டுகிறேம். அடியேமுக்கு அந்த ஆசை தீரும்படி தருமகுணத்தைத் தந்தருள்வாயாக. ஓம் தத் சத்.

பிறகு அந்த சிங்காரத் தோட்டத்தைவிட்டு சில இந்து தேவஸ்தானங்களுக்குப் போனேம். அங்கே பூஜைகள் பிரபலமாக நடத்திவருவதோடுங்கூட பாகவதம், பாரதம் முதலியவற்றைப் பூரணமாகப் படித்தறிந்த பண்டிதர்களில் அநேகர் காவியுடை தரித்துக்கொண்டு ஒவ்வொரு மண்டபத்தின் மத்தியில் அலங்காரமான சிங்காசனங்களைப் போன்ற பீடங்களைப் பரப்பியதன்மேல் உட்கார்ந்து பாகவதாதி புராணங்களைப் படித்துப் பிரசங்கம் செய்ய நூற்றுக்கணக்கான இந்து ஸ்திரீகள் வந்து கீழே சுற்றிலும் உட்கார்ந்து கேட்டு சந்தோஷப்படுகிறார்கள். இந்த வழக்கம் தென்தேசத்தின் தேவாலயங்களில் சிலவற்றிலிருக்கினும், அதிகமாக அநுசரித்தால் அதிகபிரயோஜனமுண்டு. இத்தியாதிகளை எல்லாம் பார்த்து ஆனந்தமடைந்து தங்குமிடம் வந்து சாப்பிட்டு இந்த டில்லி பட்டணத்துக்குச் சமீபத்திலிருந்த அரித்துவாரம், ரிஷிகேசம், தபோவனம், பதரிகாச்சிரமம், முதலான திவ்விய ஸ்தலங்களைப் பார்க்க விருப்பங்கொண்டோம். இவைகளில் ஹரித்துவாரமானது மாயா துவாரம், கங்கா துவாரம் என்ற பெயர்களால் சிறந்து பரமபதத்துக்கு ஏறும் ஏணியாகிச் சப்தபுரிகளில் ஒன்றாகக் கொள்ளப்பட்டிருக்கிறது. இவ்விடத்தில்தான் கங்கா நதியானது இமய மலையிலிருந்து பூமியில் விழப்பட்ட இடம். இங்கு சுக பிரம்மரிஷியானவர் எழுந்தருளியிருப்பது நீலதாரை என்ற தலமும், பரீக்ஷித்து மகாராஜர் தபசுசெய்த ஸ்நான கட்டமும், தக்ஷ பிரஜாபதி யாகம் செய்த இடமும், மஹா விஷ்ணுவானவர் சயனித்திருக்கிற இடமும் இருக்கிறதாகப் புராணத்தில் சொல்லப்பட்டிருக்கிறது.

PUNJAB PROVINCE. பஞ்சாபு மாகாணம்.

இந்த டில்லிபட்டணம் பஞ்சாபு மாகாணத்தைச் சார்ந்த ஒரு பெரியபட்டணம். ஆகவே, அந்த பஞ்சாபின் பெருமையைப்பற்றி சங்கிரகமாகத் தெரிவிக்கிறோம்.

இந்து தேசத்தின் வடமேற்கோ ஜீலம், சீனாப், ராலி, சட்லிக், சிந்து என்னும் சிறந்த பஞ்சநதிகள் பாயும் இடத்திற்கு பஞ்சாபு என்று பெயர்.

LAHORE. லாகூர்.

பஞ்சாபுக்கு லாகூர் என்பது பிரதானப் பட்டணம். இது ஆதியில் ஸ்ரீராமருடைய புதல்வனான லவன் என்பவனால் கட்டியாண்டதாகப் புராணமிருக்கிறது. பிறகு கவுன இராஜபுத்திரர்கள் வசமாகி ஆண்டுவரவே, மகம்மது குஜினி படையெடுத்துவந்து பிடித்து மகம்மதிய ராஜ்ஜியத்தை ஸ்தாபித்தான். பிறகு மோகல் ராஜ்யம், ஸ்தாபிதமாகி அக்பர், ஜிஹாங்கீர், சாஜிஹான், அவுரங்கசீபு முதலானவர்களுக்கு முக்கிய ஸ்தானமாக இருந்தது. பிறகு மோகலர் அதிகாரம் மங்கலமடையவே கி.பி.1797ம் ஷு சீக்கியர் பிரபலமாக அவர்களில் இரஞ்சிதசிங்கு அரசாண்டு வந்தான். பிறகு கி.பி.1846ம் ஷு பிரிட்டிஷ் கவுன்சில் நியமிக்கப்பட்டு கி.பி. 1849ம் ஷு டுலிப்சிங்கு காலத்தில் இங்கிலீஷ்காரர் வசமாகிவிட்டது. இது 640 ஏகர் விஸ்தீரணமும் 75 அடிகள் உயரமுமுள்ள செங்கல் சுவர்களாற் சூழப்பட்டு, 15 கேட்டுகளும் உயர்ந்தவீடுகளும் குறுகிய ரோட்டுகளுமுள்ள பட்டணம். இவ்விடத்தில் ஜனங்கள் பெரும்பாலும் மகம்மதியருடைய நடைஉடைகளை அனுசரித்தவர்களாக இருக்கிறார்கள்.

இங்கே பார்க்கத்தக்கவைகளில் முக்கியமானவை:- ஜெனரல் போஸ்டாபீசு, பஞ்சாப் சீப் கோர்ட்டு, கவர்ன்மெண்டு மாளிகை, செண்டுஜேம்ஸ் கோயில், அநேக கலாசாலைகள், லாரென்ஸ் ஹால், தோட்டங்கள், விக்டோரியா விக்கிரகங்களன்றியில் கி.பி.1761ம் ஷு அகமது சாஹிபினாற் செய்யப்பட்ட சம்சாமா என்னும் பெரிய பீரங்கி, அனர்கலி சமாதி ஆகிய இவைகளேயாம். இது லெப்டினெண்டு கவர்ணர் தங்கும் ஸ்தானம். கி.பி.1891ம் ஷு 177,000 குடிகளிருந்தார்கள். இந்த லாகூரில் மார்ச்சு, பிப்ரவரி மாதங்களில் கூடும் சந்தைகளில் 90,000-50,000 ஜனங்கள் கூடுகிறார்கள். லாகூருக்குச் சில மைல்கள் தூரத்தில் மைன்மீர் என்னும் மிலிடெரி ஸ்தானமிருக்கிறது. இந்த லாகூர் டில்லிக்கு 349 மைல்கள் தூரத்திலும், கல்கத்தாவுக்கு 1,213 மைல்கள் தூரத்திலும் பம்பாயிக்கு 1,306 மைல்கள் தூரத்திலும் சென்னைக்கு 1,866 மைல்கள் தூரத்திலும் இருக்கிறது. அவைகளால் மூன்றாம் வகுப்புக்கு முறையே ரூ 3-8-0, 11-15-0, 13-9-0, 26-10-3 சார்ஜ் கொடுக்க வேண்டும்.

AMIRTASAR. அமிர்தசாரம்.

இந்த லாகூருக்கு இரண்டாம்தரமான பட்டணம் அமிர்தசாரமென்று சொல்லலாம். இது ரவி, பியாசு என்னும் இரண்டு நதிகளுக்கு மத்தியில்

கட்டப்பட்டிருக்கிறது. சீக் மத குருமார்களில் நான்காம் குருவாகிய **இராமதாசு** என்பவர் ஆக்பர் பாதுஷாவிடம் ஒரு காலி இடத்தைப் பெற்று கி.பி.1586ம் ஹூ அங்கு ஒரு தடாகத்தை யுண்டாக்கினார். அதற்கு **அமிர்தசரம்** என்னும் பெயரிட்டு ஒரு சிறந்த நகரத்தையும் கோவிலையும் கட்டினார். கி.பி.1762ம் ஹூ அகமத்ஷா என்பவன் படையெடுத்து வந்து கோவிலை இடித்துக் கொள்ளையாடிக் கெடுக்க, கி.பி.1802ம் ஹூ இரஞ்சித சிங்கு அரசனானபோது அக்கோவிலைத் தக்கபடி ரிப்பேர் செய்து செம்புத் தகடுகளின்மேல் பொன்முலாம் பூசிய கூரையைப்போட்டு அலங்கரிக்கவே, அன்றுமுதல் அக்கோவிலுக்கு தங்கமயக் கோயில் என்னும் பெயராகியது. இக் கோயிலின் அடித்தளம் தாஜ்மஹாலைப் போல் வெள்ளை ஸ்படிக கற்களால் பரப்பப்பட்டு, அவைகளின்மேல் வெள்ளி, தங்கம், நவரத்னங்களால் அலங்கரிக்கப்பட்டிருக்கின்றது. கோயிலின் கர்ப்பகிரஹத்தில் குருவானவர் உட்கார்ந்து சீக்கியர் மதகிரந்தங்களை வாத்தியக் கருவிகளோடு வாசித்துப் பாட, பல்லாயிரம் ஆண் பெண்கள் வந்து கேட்டு ஆனந்தமடைகிறார்கள். இப்போது இது 1,547 சதுர மைல்களுள்ளதாயும் 1819ம் ஹூ 14,000 குடிகளுள்ளதாயும், காஷ்மீர் சால்வைகள் ஜோராக்கள் செய்துவிற்கும் இடமாகவும் இருக்கிறது. ஐப்பிசி, வைகாசி மாதங்களில் நடக்கும் உற்சவங்களுக்கு ஆயிரக்கணக்கான ஜனங்கள் வந்து கூடுகிறார்கள். இதற்கு மூன்று மைல்கள் தூரத்தில் கேவிந்தகிராமம் என்னும் கோட்டை யொன்று இருக்கிறது. இவ்விடத்தில் அநேக தருமசாலைகள் இருக்கினும், முக்கியமானது லாலா சுந்தரராமருடையது சிரேஷ்டமானது. இங்கே பார்தன்கோட்டை ரெயில்வண்டிகள் தங்கும் ஸ்டேஷன் இருக்கிறது. லாகூரிலிருந்து இதற்கு மூன்றாம் வகுப்புக்கு 6 அணா சார்ஜ். இந்த அமிர்தசரம் சென்னைக்கு 1,847 மைல்கள் தூரத்திலிருக்கிறது. மூன்றாம் வகுப்புக்கு சார்ஜ் ரூபா 26-9-3 ஆகிறது.

PANIPAT. பானிப்பட்டு.

இது டில்லிக்கு வடக்கே 60 மைல்கள் தூரத்திலிருக்கின்றது. இது ஆதியில் தருமர் துரியோதனனிடம் சமாதானத்துக்காகக் கேட்ட இடமாம். இதையே குருக்ஷேத்திரம் என்று சொல்லுகிறார்கள். இது யமுனையின் பழைய கரையோரமாக இருக்கிறது 1891ம் ஹூ 8,106 இந்துக்களும், 18,680 மகம்மதியரும் 761 ஜயினர்களும் இருந்தார்கள். நல்ல வர்த்தக வளமுள்ளது. இது டில்லி அம்பாலா குல்கா ரெயிலில் 53 மைல்கள் தூரத்திலிருக்கிறது. 11 அணா சார்ஜ்.

THANESWAR. தானேஸ்வர்.

இந்தப் பானிப்பட்டுக்கு 25 மைல்கள் தூரத்தில் தானேஸ்வர் பட்டணம் இருக்கிறது. சரஸ்வதி நதி கரையோரமாக இருக்கும் இதையும்

குருக்ஷேத்திரத்தைச் சார்ந்ததென்றும், இங்கு ஸ்நானம் செய்பவர் சகல தீர்த்தங்களிலும் ஸ்நானம் செய்த பலனை அடையலாமென்றும் கிரஹனாதி காலங்களில ஏராளமான ஜனங்கள் வந்து ஸ்நானம் செய்துபோகிறார்கள்.

SIMLA. சிம்ஹலம்.

இது பஞ்சாபு மாகாணத்தைச் சார்ந்த மேற்கு ஹிமாசலத்தில் 7,084 அடிகள் முதல் 8,000 அடிகள் வரையில் உயர்ந்த மலைநாடு. கி.பி.1819ம் ௵ லெப்டினெண்டு ராஸ் என்பவர் முதல்முதல் இங்கு ஒரு வீடு கட்ட, 1827ம் ௵ கவர்ணர் ஜனரலாக இருந்த ஆமர்ஹாஸ்டு பிரபு இதை சுகவாச ஸ்தானமாகக் கொள்ள, அன்றுமுதல் சிரேஷ்ட தேசாதிபதியுள்பட இந்தியா கவர்ன்மெண்டாருக்கு வெய்யிற் கால வாசஸ்தானமாகிவிட்டது. ஐரோப்பியர் மலையோரத்தில் பிறைவடிவான மேட்டின்மேல் 5 மைல்கள் தூரம் வரையில் வீடுகளைக் கட்டிக்கொண்டு வாழ்ந்து வருகிறார்கள். அவ்விடத்தின் சுற்றுப்பக்கத்தின் காக்ஷி அற்புதமாக இருக்கிறது.

வெயிற்காலத்தில் இதன் குடித்தொகை 20,000. இதற்கு டில்லி அம்பாலகால்கா ரெயில்வண்டி போகிறது. கால்காவுக்கு 57 மைல்கள் தூரம்வரையில் நல்ல ரோட்டு டாங்காக்கள் போக்கு வரவு இருக்கின்றன. இந்த டாங்காக்கள் சிம்ஹலத்திற்கும் கால்காவுக்கும் மத்தியஸ்தானமாகிய **சோலன்** என்னும் இடத்தில் தங்கி இளைப்பாறிப்போதல் வழக்கம். கல்கத்தாவிலிருந்து சிம்ஹலம் 1,135 மைல்கள் தூரமும், மூன்றாம் வகுப்புக்கு ரூபா 14-1-0 சார்ஜ்ஜுமாகிறது. இந்த சிம்ஹலத்தின் வழியாக ஹிமாசலத்தைக் கடந்த கைலாச பருவதத்தையும், மானசசரோவரத்தையும், திபேத்தையும் பார்க்கலாம்.

UMBALLA. அம்பாலா.

இந்த சிம்மலத்திற்கு 98 மைல்கள் தூரத்தில் அம்பாலா என்னும் ஜில்லா நகரம் இருக்கிறது. இது 14ம் நூற்றாண்டில் **அம்பா** மகாராஜா என்னும் இரசபுத்திர வீரனால் கட்டப்பட்டது. இது பழைய பட்டணமென்றும், நகருக்கு 5 மைல்கள் தூரத்தில் புதுப்பட்டணமென்னும் கண்டோன்மெண்ட்டு இருக்கின்றது. இது அழகுள்ள பெரிய ரோட்டுகளோடும், தோட்டங்களோடும் பிரகாசிக்கின்றது. பழைய பட்டணம் குருகிய ரோட்டுகளுடையதாக இருக்கினும் தானியம், துணிகள், பட்டு, கம்பிளி, இரும்பு, மர முதலான வியாபாரம் பிரபலமாக நடக்கிறது. ஆகஸ்டு, செப்டம்பர் மாதங்களில் நடக்கும் புவனதுவா சி தினம் ஐம்பதினாயிரம் ஜனங்கள் கூடுகிறார்கள். அன்று தாகூர் பவனி உற்சவங்கள் நடக்கின்றன.

இது லாகூருக்கு 182 மைல்கள் தூரத்திலும் டில்லிக்கு 163 மைல்கள் தூரத்திலும் இருக்கிறது. இவைகளில் மூன்றாம் வகுப்பு வண்டிக்கு ரூபா 2-2-3 ரூபா 1-5-3மாக சார்ஜ் தரவேண்டும்.

KANGRA. காங்கிரா ஜில்லா.

இது பஞ்சாபு மாகாணத்தின் வடகிழக்கில் ஹிமாசலம் திபேத்து எல்லை வரையிலிருக்கும் புராதன பட்டணம். இது ஆதியில் ஜாலந்தர் இராஜபுத்திரர்களுடைய ஆக்ஷிக்குட்பட்டிருந்தது. இங்கே ஒரு மலைக்கோட்டை இருக்கிறது. அக்கோட்டைக்கருகில் நாகர்கோட்டைக் கோவிலும், தேவிகோவில்களும் இருக்கின்றன. அக்கோவில்களை மகம்மது குஜினி கி.பி.1000 ஞு படை எடுத்துவந்து தாக்கிக் கொள்ளையிட்டு தேவி விக்கிரகத்தையும். ஆடையாபரணங்களையும் எடுத்துக்கொண்டு போனான். பிறகு 35 வருஷங்கள் கழிந்த மேல் அவ்விடத்திய இந்துக்கள் டில்லி ராஜனுடைய உதவியினால் மகம்மதியரைத் துரத்தியடித்துப் பழைய விக்கிரகத்தைப்போலவே ஒரு புது விக்கிரகத்தைச் செய்துவைத்தார்கள். கி.பி.1360ம் ஞு மகம்மது டோக்லாக் வந்து கொள்ளையிட்டு, அந்த விக்கிரகத்தை மெக்காவுக்கு அனுப்பினான். கி.பி.1556ம் ஞு ஆக்பர் படை எடுத்துப்போய் கங்கிரா கோட்டையைப் பிடிக்க, பிறகு ஆங்கிலேயர் வசமாக, கி.பி.1905ம் ஞு உண்டான பயங்கர பூகம்பத்தினால் பிராணச்சேதம் அதிகமாகி இப்போது நல்ல ஸ்திதியில் இருக்கிறது. அந்த பூகம்பத்தினால் அங்கிருந்த புராதனமான விஜயேசுவரி தேவியின் கோவில் இடிந்து விழுந்துவிட்டது. இது மஹாபாரதப் போர் காலத்திலுண்டானதாம். இதை மகமது குஜினி கொள்ளையடித்துப் பாழாக்கினாலும், பூகம்பத்திலுண்டான சேதம் அதிகம். அக்கோயிலைத் தக்கபடி கட்ட நான்கு லக்ஷம் ரூபாய் மதிப்பிடப்பட்டு ஒரு லக்ஷம் ரூபாய் வசூலாகி அதில் 33,000 ரூபாய் செலவிடப்பட்டிருக்கிறது. இன்னும் அதிக தொகை வேண்டியபடியால் பஞ்சாபு கவர்ண்மெண்டார் காங்கார் கோட்டையை இடித்து அதிற் கிடைக்கும் சாமான்களை ஷை கோயிலுக்கு உபயோகித்துக்கொள்ள கி.பி.1911ம் ஞு உத்திரவு கொடுத்திருக்கிறார்கள்.

இது அமிர்தசரோவரம், பதன்கோட்டை ரெயிலுக்கு 60 மைல்கள் தூரத்திலிருக்கிறது. மூன்றாம் வகுப்புக்கு அணா 0-12-6 சார்ஜ் ஆகிறது.

RAVALPINDI AND ATTACK. அட்டாக்கு இராவல்பிண்டி.

லாகூருக்கு 174 மைல்கள் தூரத்தில் இராவல்பிண்டி என்னும் மிலிடெரி ஸ்டேஷன் இருக்கிறது. இது ஆதியில் காக்கார்

ஜாதியரால் ஆளப்பட்டு, பதினான்காம் நூற்றாண்டில் மோகலர் வசமாகியது. இப்போது 7,000 வீடுகளும் அவைகளில் 73,795 குடிகளும் இருக்கிறார்கள். இவர்களில் மகம்மதியர் அதிகம். இங்கே முரட்டுத் துணிகள், சோப்புகள், செருப்புகள், சீப்புகள், பொடி முதலான பொருள்கள் ஏராளமாக வியாபாரமாகின்றன. பி-ஜெமாசியவர்கள் ஞாபகச்சின்னமாகக் கட்டியிருக்கும் கமான் வளைவு சர்தார் சுஜான் சிங்கவர்களால் 2 லக்ஷம் ரூபாயில் கட்டிய மார்க்கெட்டும் பார்க்கத்தக்கவை. இதற்கு 58 மைல்கள் தூரத்தில் அட்டாக்கு இராவல்பிண்டிக்கு 58 மைல்கள் தூரத்திலிருக்கிறது. இந்த அட்டாக்குக் கோட்டையானது சிந்துநதிக்கு எதிர்நோக்கி கபூல்நதி சேருமிடத்தில் ஒரு மலை உச்சியில் ஆக்பர் பாதுஷாவால் கட்டப்பட்டிருக்கிறது. இதில் இப்போது 2,000 குடிகள் வதிந்து வருகிறார்கள். இதை மகம்மதியர் **அட்டாக் பனாரஸ் கட்டாக் பனாரஸ்** என்று சொல்லுகிறார்கள். இந்த அட்டாக்குக்கு 4 மைல்கள் தூரத்தில் பெஷ்வா என்னும் புஷ்பபுரி இருக்கின்றது.

PESHWAR. பெஷ்வார் - புஷ்பபுரி.

இந்த புஷ்பபுரி அட்டாக்குக்கு 46 மைல்கள் தூரத்தில் மேற்கே கைபர்பாசு வரையிலும், கிழக்கே இந்துநதி வரைக்கும் நீண்டு கபூல் நதிக்கரைக்கருகிலிருக்கிறது. இது பூர்வத்தில் காந்தர்வ ராஜ்யத்திற்குப் பிரதான பட்டணமாக இருந்து பிறகு ஆப்கானியர், பட்டாணிகள் வசமாகி கி.பி.1818ம் ௵ சீக்கியர் தங்கள் வசமாக்கிக்கொண்டாலும் கி.பி.1848ம் ௵ ஆங்கிலேயர் வசமாகியது. இந்தப் பட்டணம் சுற்றிலும் 15 அடிகள் உயரமுள்ள செங்கற் சுவர்களால் சூழப்பெற்றும், 16 கேட்டுகளையுமுடையதாக இருக்கிறது. இப்போது இதில் 84,000 ஜனங்கள் வதிந்து வருகிறார்கள். அவர்களில் பெரும்பான்மையோர் மகம்மதியர். இவ்விடம் சூரத்து, காபூல், சிந்து முதலான நதிகளின் ஜலப்பாய்ச்சலும் கிணறுகளின் ஜலமும் அதிகமாகையால், நீரகம் பொருந்திய தேசமாக இருக்கிறது. இங்கே கோர்கத்திரி என்னும் புத்தமதக் கோவிலும் இந்துமதக் கோவிலும் இருக்கின்றன. சமீபகாலத்துக்குமுன் ஒரு கோவில் குகையில் பவுத்தருடைய அஸ்தி சாம்பல் கண்டெடுக்கப்பட்டு அது பர்மாவுக்குக் கொடுக்கப்பட்டது. ஜண்டா, காகாசாஹிபு, பீர்பாபா, சகீசரோவரம் முதலான உற்சவங்கள் ஜனவரி மாதத்தில் நடக்கும்போது ஆயிரக்கணக்கான ஜனங்கள் வந்து சேருகிறார்கள். இங்கிருந்து மத்திய இந்தியா, ஆப்கானிஸ்தானங்களுக்குக் கோதுமை, நெய், தேயிலை, துணிகள் ஏற்றுமதியாகின்றன. காபூல் பொக்காரா தேசங்களிலிருந்து வெள்ளித் தங்கச் சரிகைகள், கழுதைகள், தோல்கள், பழங்கள் முதலானவை இறக்குமதி செய்யப்படுகின்றன.

நகரத்தின் முக்கியமான வீதி 50 கஜ அகலமுள்ளதாகவும், அநேக மஸ்ஜீதுகள் சிங்காரத் தோட்டங்களால் சூழப்பட்டதாகவுமிருக்கிறது. நகரத்துக்கு 9 மைல்கள் தூரத்தில் கண்டோன்மெண்டும், அதில் கமிஷனர், டிப்டி கமிஷனர், மாஜிஸ்திரேட்டு கோர்ட்டு கச்சேரி கட்டடங்கள் கட்டப்பட்டிருக்கின்றன. இந்த பெஷ்வாரிலிருந்து கைபர்பாஸ் வழியாக காபூல், ஆப்கான் ஸ்தானங்களுக்குப் போகும் வழியாக தண்டு தளமும் இருக்கின்றன. இங்கே வாழும் எல்லை மாகாணத்துக் குடிகள் அடிக்கடி திருட்டு முதலான குற்றங்களைச் செய்து குடிகளை வருத்துவதனால் ஆங்கில கவர்ண்மெண்டார் அவர்களைக் கண்டித்து வருகிறார்கள். இது லாகூருக்கு 288 மைல்கள் தூரத்திலிருக்கிறது. மூன்றாம் வகுப்பு வண்டிக்கு ரூபா 3-6-0 சார்ஜ் ஆகிறது.

CASHMERE. காஷ்மீர தேசம்.

காஷ்மீரம் என்பது பஞ்சாபு மாகாணத்தின் வடகிழக்கே இருக்கும் ஓர் பெரிய சுதேச ஸமஸ்தானம். இது ஜம்பு, லாடகடு நாடுகள் சேர்ந்து பதினைந்து லக்ஷம் குடிகளையுடைய சிறந்த நாடு. இதற்கு 11,500 அடிகள் உயரமுள்ள பீயர் பஞ்சால் என்னும் மலைவரிசையைத் தாண்டிப் போகவேண்டும். அந்த உன்னதமான சிகரத்தில் பீயருடைய கோரி இருக்கிறது. அதன் மினாரிஸ் கோபுரங்கள் 130 மைல்கள் தூரம் தெரிகின்றன. இந்த காஷ்மீரம் இமயமலைக்குத் தெற்கே 5,200 அடிகள் உயரமுடையதும், 100 மைல்கள் தூரமும், 25 மைல்கள் விஸ்தீரணமும் வெயிற்காலத்தில் மோகலாய் அரசர்கள் தங்கும் ஆரோக்கிய ஸ்தானம். இதன் பிரதான பட்டணமாகிய ஸ்ரீநகரம் என்பது ஜீலம் நதியோரத்திலிருக்கிறது. பெரும்பான்மையான வீடுகள் மரப்பலகைகளால் மூன்றடுக்கு முதல் ஏழடுக்குக் கட்டடங்களாகக் கட்டப்பட்டிருக்கின்றன.

இந்த ஸ்ரீநகருக்கருகில் நகரக்குளம் இருக்கிறது. அதில் தெப்பத் தோட்டங்களுண்டாக்கி ஏராளமான வெள்ளரி கர்பூற காய்க்கனிகளைப் பயிரிட்டு வருகிறார்கள். தாகீத் சுலேமான் என்பது அசோக மஹாராசனுடைய குமாரன். கி.பி.200ம் ஷு கட்டிய கல் கட்டடம் ஓர் மலை உச்சியிலிருக்கிறது. இங்கே மகம்மது நபியின் பாத்தியஸ்தருடைய ஷாஹமாதான் என்னும் மஸ்ஜீதும் இருக்கிறது. இவ்விடத்தில் உயர்ந்த வேலைப்பாடுள்ள சால்வைகளும், ஓர்விதமான காயிதங்களும் செய்து விற்கிறார்கள். இது சிறந்த நிலவளமுள்ள நாடானபடியால், பதினான்காம் நூற்றாண்டில் மகம்மதியர் படையெடுத்து வந்தார்கள். கி.பி.1752ம் ஷு அகம்மதுஷா படையெடுத்து வந்து பிடித்தான். 1819ம் ஷு வரையில் ஆப்கானியர் வசத்திலிருந்தது. பிறகு சீக்கியர் வசமாகி குலாபுசிங்குவின் ஆக்ஷியில் இருந்தபிறகு ஆங்கிலேயர்

வசமாகியது. அதையடுத்த ஹிமாசலத்தின் காக்ஷி அற்புதமானது. வர்ணித்தல் அசாத்தியம்.

இந்த காஷ்மீரத்தில் பார்க்கத்தக்க அதிசயங்கள் பலவிருக்கினும் அவற்றில் சிறந்தவை (Mishat) மிஸ்ஹேட், (Shalamar) ஷாலமார் என்னும் சிங்கார உத்யான வனங்களும் கட்டடங்களுமேயாம். நிஷாபாக் அல்லது ஆனந்தவனம் ஷாலமாருக்கு 2 மைல் தூரத்திலிருக்கிறது. அது ஜிஹாங்கீர் சக்கரவர்த்தியின் மனைவி நூர்ஜிஹானின் சகோதரன் அஸப்ஜா என்பவரால் நியமிக்கப்பட்டது. இது 595 கஜம் நீளமும் 360 கஜ அகலமும் முற்பக்கம் 13 அடிகள் உயரமுமுள்ள கற்சுவர்களால் சூழப்பெற்றது. இதில் பத்து அடுக்குகளுள்ள அழகிய கட்டடமும் இருக்கிறது. அந்தத் தோட்டத்தைச் சுற்றிலும் வரிசைவரிசையாக அநேக சரோவரங்களும் அவைகட்குச் சதா நீர் பாய 13 அடி அகலமும் 8 அங்குலம் ஆழமுமுள்ள வாய்க்கால்களும் அவற்றின் இரு பக்கங்களிலும் 12 அடிகள் அகலமுள்ள அழகிய பாதைகளும் நியமிக்கப்பட்டிருக்கின்றன. அந்த அழகிய தோட்டத்தின் மேற்பக்கத்திலும் கீழ்ப்பக்கத்திலும் அழகிய கொட்டகைகள் கட்டப்பட்டிருக்கின்றன. தோட்டத்தைச் சுற்றிலும் பலவித கந்த மூலங்களால் மூடப்பட்ட உன்னத பருவத சிகரங்கள் கம்பீர காக்ஷியுடையவைகளாய் இருக்கின்றன.

சலாமார் தோட்டமென்றால் சுகவனமாம். இது ஒரு மைல் நீளமும் 12 அடி அகலமுமுள்ள கால்வாயினால் சம்பந்தப்பட்டிருக்கிறது. வாய்க்காலின் இருபுறங்களில் பருத்துப் பரந்துவிரிந்து வளர்ந்தோங்கிய விருக்ஷங்களால் சூழப்பெற்ற பாதைகளும் அது ஒரு குளத்தில் விழுமிடத்தில் ஒரு புராதன கேட்டும் (Gate) கட்டப்பட்டிருக்கின்றது. இத்தோட்டம் 590 கஜ நீளமும் மேல் முடிவு 26 கஜ அகலமும் கீழ் முடிவு 207 கஜ அகலமும் இருக்கின்றன. இத்தோட்டத்திலும் 14 அடிகளுக்கொன்றாகப் பல சரோவரங்களும் அதற்குத் தண்ணீர் பாய 14 கஜ அகலமுள்ள வாய்க்கால்களும் இருக்கின்றன. இங்கிருக்கும் 4 அடுக்கு உயரமுள்ள அழகிய கட்டடம் பார்க்கத்தக்கது. மேல் மாடியில் அந்தப்புர ஸ்திரீகள் ஆடிப்பாடி ஆனந்தமடையத்தக்கவிதமாக அமைக்கப்பட்டிருக்கிறது. இங்குதான் ஜிஹாங்கீர் நூர்ஜிஹானோடு கோபங் கொண்டாராம். இக்காஷ்மீரத்தை ஆண்ட குலாப்சிங் ஆங்கிலேயருக்கு அன்பரானார். அவர் குமாரர் ரணவீரசிங்கும், அவர் குமாரர் இப்போதிருக்கும் பிரதாப்சிங்கும், அவர் குமாரரும் ஆங்கில கவர்ன்மெண்டாரிடம் அன்பு வைத்திருக்கிறார்கள். இந்த காஷ்மீரத்தை அடுத்த லாடக்கி வழியாகக் கைலாசம், மானசசரோவரம், திபெத்து முதலான இடங்களுக்குப் போக வழியிருக்கின்றது.

காஷ்மீரத்திற்குப் போய்வரச் சித்தமாக இருக்கும் வழிகளும், பயணச்செலவுகளின் விபரமும்.

இந்த காஷ்மீரத்திற்குப் போய்வர பல வசதியான வழிகளிருக்கின்றன. ஜீலம் பள்ளத்தாக்கிலிருந்து போய்வரும் வழியானது அற்புதமான இயற்கைக் காக்ஷிகளை உடையது. ஆனால் ஏப்பிரல், ஆகஸ்டு மாதங்களில் மிஞ்சிப் பெய்யும் மழையினால் வழிகள் கெட்டும் சிறு குன்றுகள் இடம்பெயர்ந்தும் விழுவதனால் சில சமயங்களில் அபாயங்கள் உண்டாகலாம். இவ்விடமிருந்து கூடாரங்களை எடுத்துக்கொண்டு போகும் கூலிக்காரர்களுக்குத் தினம் ஒன்றுக்கு 4 அணா கூலி கொடுத்தால்போதும். டாங்கா வண்டியில் ஏறிப்போவோர் ஆள் ஒன்றுக்கு மைல் ஒன்றுக்கு 0-3-6 கொடுக்க வேண்டும். ஸ்பெஷல் டாங்காவில் 3 பேர் ஏறிப்போனால் மைல் ஒன்றுக்கு 10 அணா வீதம் கொடுக்க வேண்டும். அவசரமாகப் போகவேண்டியவர்கள் ஸ்ரீநகருக்கு ராவல்பிண்டியிலிருந்து மோடார் வண்டியில் ஒரே நாளில் போய்ச் சேரலாம். நிம்மதியாகப் போக விரும்புகிறவர்கள் இரண்டு அல்லது மூன்று நாளில் டாங்கா வண்டியிலேயே போய்ச் சேரலாம். அப்படிப் போவோர்களுக்கு வழியில் தங்குவதற்கு வசதியான முசாபுரி பங்களாக்களும் அவைகளில் உணவு முதலியவைகளும் இருக்கின்றன. சுமார் 196 மைல்கள் தூரமுள்ள ஸ்ரீநகரத்திற்கு போகப்பட்டவர்கள் 15 தங்குமிடங்களை நியமித்துக் கொண்டிருக்கிறார்கள். டாலெளசியிலிருந்து ஸ்ரீநகரம் 209 மைல் தூரத்திலிருக்கிறது. அவ்வழியில் 15 தங்குமிடங்கள் இருக்கின்றன. பென்ஹால்பேஸ் வழியானது 163 மைல்கள் தூரத்திலிருக்கின்றது. அவ்வழியில் 11 தங்குமிடங்களிருக்கின்றன. குஜராத்தியிலிருந்து பூன்ச் வழியாக ஒருவழி போகிறது. 173 மைல் தூரமும் 14 தங்குமிடங்களு மிருக்கின்றன.

டில்லி பட்டணத்தைவிட்டு மற்றொரு பாதை வடமேற்கு மாகாண ரயில்வேயைச் சார்ந்த சிஹாலா ஸ்டேஷன் வழியாகப் போகிறது. 178 மைல் தூரமும் 14 தங்குமிடங்களும் உடையதாய் இருக்கின்றது. இவைகளிலெல்லாம் ராவல் பிண்டியிலிருந்து போகும் வழியானது அதிக வசதியுள்ளதும் சுகந்தருவதுமாய் இருக்கிறது. அதாவது 64 மைல் தூரத்திலுள்ள கொஹிலாவுக்குப்போய், அங்கிருந்து 69 மைல்கள் தூரத்திலுள்ள பூரிக்குப்போய், அங்கிருந்து 63 மைல்கள் தூரத்திலுள்ள ஸ்ரீநகருக்குப் போய்ச் சேரலாம். இவ்வழியாய்ப் போகிறவர்கள் 3 தங்குமிடங்களில் தங்கினால் போதுமானதாம். ஆகவே ராவல்பிண்டிக்கு அருகிலுள்ள ஜனங்கள் 10 நாள் ரஜாவில் 52 ரூபாய் செலவில் காஷ்மீர தேசத்திற்குப் போய்வருகிறார்கள். பராமுலாவிலிருந்து போய்வர டிக்கெட் ஒன்றுக்கு 63 ரூபாய்

கொடுக்கவேண்டும். டாங்கா வண்டி ஒன்றுக்கு 3 ஜனங்கள் ஏறக் கூடியதாயிருப்பதோடு $2\frac{1}{2}$ மணங்கு சாமான்களை ஏற்றிக்கொண்டு போகலாம். பராமுலாவுக்கு டாங்காவில் ஆள் ஒன்றுக்கு 35 ரூபாயும், அங்கிருந்து ஸ்ரீநகருக்கு 42 ரூபாயும், கொடுக்கவேண்டும். ஸ்பெஷல் டாங்காவானல் 106, 124 ரூபாய் முறையே சத்தம் (Charge) கட்டவேண்டும். மாட்டு வண்டியில் சாமான்களைக் கொண்டுபோனால் மணங்கு 1க்கு $3\frac{3}{4}$, $4\frac{1}{4}$ ரூபாய் முறையே கொடுக்க வேண்டும். டாங்கா மூலமாகக் கொண்டுபோகும் சாமான்களுக்கு போய் 1க்கு 5 சேர் கொண்டுபோகலாம். அவசரமில்லாமல் சாவகாசமாய்ப் போகப்பட்டவர்கள் ஐந்து நாள் பிரயாணத்தில் ஆள் 1க்கு 40 ரூபாய் செலவில் பராமுலாவுக்குப் போய் அங்கிருந்து 45 ரூபாய் செலவில் ஸ்ரீநகருக்குப் போகலாம். எக்கா வண்டி மூலமாகப் பராமுலாவுக்கு 25 ரூபாய் செலவிலும் ஸ்ரீநகருக்கு 28 ரூபாய் செலவிலும் போகலாம். ராவல்பிண்டிக்குக் கல்கத்தா மெயில் வண்டியானது ராத்திரி 8 மணிக்கு மேலாக வருகிறது. பம்பாய் மெயிலானது மொரே ஸ்டேஷனுக்கு மாலைப்பொழுதில் வந்துசேருவதால் அதுவே யாத்திரைக்காரருக்கு ஏற்றதாயிருக்கிறது.

டில்லிபட்டணத்திற்கு இப்போது வந்த நல்ல காலம், அல்லது புது டில்லிமாநகரம்.

ஆதியில் ஆரிய அரசர்காலத்தில், அதிக பிரபலமாக இருந்து மத்தியில் மகமதியர் முதலான மன்னர்களால் மகிமைபெற்று இடையில் சீர்கெட்ட பஞ்சாபு லாகோர் மாகாணத்துக்குள் ஒரு ஜில்லாவாகி இருந்த இந்தப் பட்டணத்தை 1911ம் ௵ டிசம்பர் ௴ 12ம் ௳ ஸ்ரீ ஐந்தாம் ஜார்ஜ் பிரபு அவர்கள் இந்திய சக்கிரவர்த்தி மகுடாபிஷேக மகோற்சவத்தைக் கொண்டாடியதுமுதல் இந்த இந்தியா தேசத்திற்குச் சிறந்த தலைநகரமாக்கப்பட்டது. அப்போது அந்த டில்லிக்குப்போய் அதன் ஆதிகால சரித்திரத்தையும், மத்தியகால சரித்திரத்தையும், தற்கால மகுடாபிஷேக உற்சவ விநோதத்தையும் கண்டு சென்னை சுதேசமித்திரனுக்கு எழுதிவிட்ட நிருபங்களின் கருத்துக்களை இதனடியிற் பதிப்பிக்கின்றனம்.

டில்லிபட்டணத்துச் சரித்திரம்.

(சுதேசமித்திரன் 1911ம் ௵ நவம்பர் ௴ 20ம் ௳)

வருகிற டிசம்பர் ௴ 12ம் ௳ சக்கரவர்த்தி பட்டாபிஷேகம் செய்துகொள்ளப்போகும் டில்லிபட்டணமானது, மகாபாரதத்தில் கதாநாயகர்களாய் விளங்கும் பாண்டவர்களால் இந்திரப்பிரஸ்தம் என்கிற பெயருடன் ஸ்தாபிக்கப்பட்டது. அஸ்தினாபுரத்து அரசனான

திருதராஷ்டிரன் பாண்டவர்களை அழைத்துத் தெற்கே 50 மைல் தூரமுள்ளதும் யமுனை நதிக்கரையிலுள்ளதுமான காண்டவனத்தில் போய் அங்கு ராஜ்யம் ஸ்தாபித்துச் சுகமாய் வீற்றிருங்களென்று சொல்ல, பாண்டவர்கள் கிருஷ்ணனுடன் ஆலோசனை செய்து அப்படியே காண்டவவனம் சென்றார்கள். அங்கு கிருஷ்ணன் இந்திரனைத் தியானிக்க, இந்திரன் விஸ்வகர்மாவாகிய தேவதச்சனை அழைத்து, “நீ காண்டவ வனத்துக்குப் போய் அங்கு இந்திரப்பிரஸ்தம் என்கிற பேருடன் ஒரு பட்டணத்தை நிர்மாணித்துக் கொடு” என்று கட்டளையிட்டார். இவன் நிர்மாணித்த பட்டணம் வெகு அலங்காரமாயும் சிறப்பாயும் தேவலோகத்து அமராவதிபோலவும் நாகலோகத்து போகவதிபோலவும் விளங்கிற்று. இப்பட்டணத்தின் சிறப்பைப் பற்றி மகாபாரதத்தில் விஸ்தாரமாக எழுதப்பட்டிருக்கின்றது. இங்கே யுதிஷ்டிர சக்கரவர்த்தி ராஜஸூயயாகம் முதலியவை செய்து தர்மநெறி தவறாமல் ஜனங்களைப் பரிபாலித்து வந்தார். இப்படியிருக்கும்போது, பாண்டவர்களுக்கும் கௌரவர்களுக்கும் யுத்தம் நடந்து பாண்டவர்கள் வெற்றி பெற்று அஸ்தினாபுரத்தில் பிரவேசித்து அங்கு ராஜ்யபாரம் செய்து வந்தார்கள். இந்திரப் பிரஸ்தத்தில் பாண்டவர்களுக்குப் பிறகு யாதவர்களின் அரசனான அனிருத்தாவின் குமாரன் வஜ்ஜிரன் அங்கே ஆக்ஷி புரிந்தானென்று மகாபாரதத்தில் சொல்லப்படுகிறது. பாண்டவர் காலத்தில் இந்திரப்பிரஸ்தம் வெகு சிறப்புற்றிருந்ததென்று தெரிகிறது. ஆயினும், பாரத யுத்தத்துக்குப் பிறகு இந்திர பிரஸ்தம் என்னாயிற்றோவென்று சரித்திரம் சொல்லவில்லை. அதுமுதல் பதினோராம் நூற்றாண்டு வரையில் அதைப்பற்றி நமக்கொன்றும் தெரியவில்லை.

இந்த நூற்றாண்டில் அனங்கபால் என்ற ராஜபுத்திர ஜாதியைச் சேர்ந்த ஒருவர் இந்திரப்பிரஸ்தம் இருந்த இடத்தில ஒரு கோட்டை கட்டி ஒரு பட்டணத்தையும் ஸ்தாபித்தார். இவர் வடமதுரையிலிருந்து இப்போது டில்லியில் பேர்போன இரும்புத்தூணைக் கொண்டுவந்து ஸ்தாபித்தார். இந்த இரும்புத் தூணைச் சுற்றி பல ஹிந்து தேவாலயங்களிலிருந்து அவைகளுக்கு இது ஓர் அலங்காரமாயிருந்தது. பின்னால் வந்த மகமதிய அரசர்கள் இந்த ஹிந்து தேவாலயங்களை இடித்து அவைகளின் சாமான்களை மசூதிகள் கட்ட உபோயப்படுத்தினார்கள். இந்த இரும்புத்தூணில் சந்திரகுப்தன், விக்கிரமாதித்தன் இவர்களுடைய பிரதாபங்கள் வெட்டெழுத்தில் வரையப்பட்டிருக்கின்றன. அனங்கபால் அரசன் ஆக்ஷிபுரிந்த தேசமானது வடக்கே ஹன்ஸியும் கிழக்கே கங்காநதியும் தெற்கா ஆக்ரா அல்லது யமுனைநதியும் மேற்கே ஆஜ்மீரும் எல்லைகளாகக்கொண்ட சிறிய ராஜ்யம். இவருடைய வமிசத்தார் ஏறக்குறைய நூறு ஷூ டெல்லியில் ஆண்டார்கள். பிறகு டில்லி ஆஜ்மீர் தேசத்துச் சிற்றரசனான விசால்தேவனால் டில்லி ஜயிக்கப்பட்டது.

இவருடைய பேரன் பிரிதிவிராஜ் அல்லது ராய்பிதோரா வட இந்தியாவில் இப்போதும் ஜனங்கள் கொண்டாடும் பேர்பெற்ற அரசன். இவர் டில்லிக்கும் ஆஜ்மீருக்கும் அரசனாயிருந்து இவர் டெல்லியில் கட்டின பட்டணத்தின் மதில்கள் இடிந்து கிடப்பதை இப்போதும் பார்க்கலாம். இவர் கனோஜ் அரசன் மகளை 1175ல் பலாத்காரமாகக் கொண்டுவந்து விவாகம் செய்துகொண்டார். ஏழு வருஷத்துக்குப் பிற்பாடு கனோஜ் அரசனாகிய சண்டெல்ல ராஜாவைத் தோற்கடித்தார். ஆனால் இவருடைய கீர்த்தி அப்போது இந்தியாவின்மீது படையெடுத்துவந்த மகமதியர்களை எதிர்த்ததால் உண்டாகியிருக்கிறது. இவர் காலத்தில் பஞ்சாப் தேசத்தை மகமதியர் கட்டியாண்டு வந்தார்கள். அவர்களுக்கு அரசனாயிருந்த மகமத்கோரி ஒரு பெரிய சைனியத்தை விதண்டா (Bitunda) என்ற இடத்தில் ஸ்தாபித்திருக்க, பிரிதிவிராஜ் சுற்றுப்பக்கத்து ஹிந்து ராஜாக்களை ஒன்றுசேர்த்து அவர்களுடன் சென்று மகமத் கோரியையும் அவன் துருப்புக்களையும் முறியடித்தான். ஆனால் மகமத்கோரி அது முதல் டில்லியில் கண்வைத்து அதை ஜயிக்க வேண்டுமென்ற எண்ணத்தால் வருந்திக் கொண்டிருந்தார். இரண்டு வருஷத்துக்குப் பிறகு மறுபடியும் ஒரு பெரிய சைனியத்தைத் திரட்டிக்கொண்டு டில்மீது சென்று பிரிதிவிராஜாவைச் சண்டைக்கிழுக்க, அவரும் முன்போல பெரிய சைனியத்தைச் சேர்த்துக்கொண்டு வெகு மூர்க்கமாய்ச் சண்டை செய்தாலும், பிரிதிவிராஜ் சண்டையில் அகப்பட்டு மகமத் கோரியினால் தலை துண்டிக்கப்பட்டார். மகமத்கோரி கனோஜ் ராஜ்யத்தையும் ஜயித்துப் பட்டணத்திலுள்ள ஜனங்கள் சிலரைக் கொலை செய்து சிலரை அடிமைகளாகக் கொண்டுபோனார். மகமத் கோரியின் அடிமையாகிய குத்புத்தீன் டில்லியைப் பற்றிக்கொண்டு அதில் மகமதிய ராஜ்யத்தை ஸ்தாபித்தார்.

இவ்வாறு 1206ம் வருஷத்தில் ஸ்தாபிக்க, அது முதல் 19ம் நூற்றாண்டில் மொகலாயச் சக்கரவர்த்தியின் கடைசி வமிசத்தான் அப்பட்டணத்தின் ஆக்ஷியை இழந்தகாலம் வரையில் டில்லிப் பட்டணம் மகம்மதியரால் ஆளப்பட்டு வந்தது. குத்புதீன் வமிசத்தினரும் அவர்களுக்குப் பிறகு வேறுபல மகமதிய வமிசத்தினரும் டில்லியில் ஆண்டுவர, மொகலாய வமிசத்தைச் சேர்ந்த பேபர் 1526ம் வருஷத்தில் லோடி வமிசத்தினரிடமிருந்து டில்லியைக் கைப்பற்றி மொகலாய ராஜ வமிசத்தை ஸ்தாபித்தார். குத்புதீன் முதல் இப்ராஹீம் லோடி வரையில் மகமதிய ஆக்ஷி டெல்லியில் ஸ்தாபிதம் பெற்றிருந்த 320 வருஷகாலத்தில் டில்லிப்பட்டணம் நானாவிதக் காக்ஷிகளைக் கண்டது. சில அரசர்கள் மதாவேசத்தால் மூர்க்கங்கொண்டு ஜனங்களை இம்சித்தார்கள். சில அரசர்கள் மூடர்களாய்த் தேசத்தின் ஆக்ஷியில் குழப்பம் உண்டாக்கினார்கள். வேறுசிலர் ஜனங்களிடத்தில் அபிமானம்வைத்து அவர்களுடைய

க்ஷேமத்துக்காகப் பாடுபட்டு வந்தனர். இவர்களில் ரிஸியாபீகம் என்ற ஒரு அரசி பேரைச் சொல்லவேண்டும் இவள் ஜாதியில் ஸ்திரீயாய்ப் பிறந்ததைத் தவிர ராஜஸ்தானத்துக்குரிய பல ஆண்மைக் குணங்களைப் பெற்றிருந்தனள். இவள் படுதாவின் பின் மறைந்திருந்தவளல்ல. ஆண்போல் உடையுடுத்து யானைமேல் சவாரி போய்த் தம்மைப்பார்க்க வந்தவர்களுடன் பகிரங்கமாய் பேசினவள். ஒரு அபிஸீனியா தேசத்து அடிமையிடத்து இவள் அதிக பிரியம் வைத்திருந்தபடியால் இவள்பேரில் சிலர் கலகம்செய்து சிறைப்படுத்த, இவள் சிறையிலிருந்து தப்பித்துக்கொண்டு டில்லியின்மீது இரண்டுமுறை சண்டை செய்தாள். கடைசியில் சண்டையில் பட்டு சத்துருக்களால் கொல்லப்பட்டாள்.

டில்லிபட்டணத்துச் சரித்திரம்.

(சுதேசமித்திரன்: 1911 ஜு நவம்பர் மீ 27ம் உ)

தாமர்லேன் சந்ததியானாகிய பேபர் டில்லிமீது படையெடுத்து லோடி வமிசத்தரசனைத் தோற்கடித்து 1526ம் வருஷத்தில் சிம்மாசனம் ஏறினார். அவர் 5 ஜு ஆண்டபிறகு, மாண்டுபோக, அவன் மகன் ஹுமாயூன் பட்டத்துக்கு வந்தார். இவர் இந்திரப்பிரஸ்தம் இருந்த ஸ்தலமாகிய புராணகில்லா அல்லது பழைய கோட்டையைப் புதுப்பித்தார். இவரை ஷெர்ஷா என்ற அப்கானியன் 1540ம் வருஷத்தில் ஜயித்து காபூலுக்குத் துரத்திவிட்டான். ஷெர்ஷா டில்லிபட்டணத்தைச் சுற்றி மதில்கள் எழுப்பி அரண் செய்தார். அவர் பிள்ளை ஸலிம்கர் என்ற கோட்டையைக் கட்ட, அது இன்னும் அந்தப் பேருடன் விளங்குகிறது. டில்லியில் புகும் வழியில் இவர் கட்டின லால் தர்வாஜா அல்லது சிகப்பு வாசற்படி ரோட்டுக்குப் பக்கத்தில் ஜயிலுக்கு எதிராக இன்னுமிருக்கின்றது. ஹுமாயூன் திரும்பி டில்லியைப் பிடித்துக்கொண்டு சில தினங்களுக்கெல்லாம் இறந்துபோனார். அவருக்குப் பிறகு மகா கீர்த்தியுள்ளவராயும் மொகலாய சக்கரவர்த்திகள் எல்லாரையும்விட நல்லவராயும் குடிகளிடத்தில் அபிமானத்திலும் ராஜதந்திரத்திலும் உலகத்தில் உயர்வில்லாதவருமான அக்பர் சக்கரவர்த்தி 1556ம் வருஷத்தில் பட்டத்துக்கு வந்தார். ஆனால் இவர் ஆண்ட 50 வருஷகாலமும் ஆக்ரா பட்டணத்தில் வசித்து அங்கேயே இறந்துபோனார். இவர் காலத்தில் அரண்மனை வித்துவானாயிருந்த அபுல் பேஸல் டில்லியைப் பற்றி எழுதியிருப்பதில் டில்லி பழைய காலத்துப் பேர்போன பட்டணங்களில் ஒன்றென்று சொல்லுகிறார். யுதிஷ்டிரன் முதல் ஷெர்ஷா வரையில் அந்தந்த ராஜாக்கள் கட்டின பட்டணங்களைச் சொல்லி, இவைகளெல்லாம் மனுஷருடைய வாழ்க்கை அற்பமென்று காட்டினபோதிலும், ஷெர்க்கான் கட்டின பட்டணம் இப்போது

அழிந்துபோயிற்றென்றும், ஆனாலும் மகமதிய அரசர்களும் புண்ணியவான்களும் புதைக்கப்பட்டிருக்கும் சமாதிகளைச் சுற்றி ஜனங்கள் கூட்டமாய் வசிக்கிறார்களென்றும் சொல்லுகிறார். அவருக்குப் பிறகு பட்டத்துக்கு வந்த ஜிஹாங்கீயரும் ஆக்ராவில் வசித்தார். அவர் காலத்தில் ஓர் ஆங்கிலேயன் ஆக்ராவுக்கு வந்து அங்கிருந்து லாகூருக்குப் போகும் வழியில் டில்லியில் தங்கினான். டில்லியிலும் டில்லியைச் சுற்றியும் 20 பட்டாணி அரசர்களின் சமாதிகள் நல்ல நிலைமையில் நேர்த்தியா யிருக்கின்றனவென்றும், இந்தியச் சக்கரவர்த்திகள் அனைவரும் டில்லியில் முடி சூட்டிக் கொண்டாலொழிய அவர்கள் சிம்மாசனத்தை அக்கிரமமாய்ப் பற்றிக் கொண்டவர்கள் எனப்படுவார்களென்றும் சொல்லுகிறார். ஜிஹாங்கீர் மகன் ஷாஜிஹான் ஆக்ராவில் வசிக்காமல் பழைய அரசர்களைப் போல் டில்லியில் வசித்தார். இப்போதிருக்கும் டில்லிப்பட்டணத்தை இவரே நிர்மாணித்து அதற்கு ஷாஜிஹானாபாத் என்று பேர்வைத்தார். இவர் தன் அரண்மனையைக் கட்டினதன்றி ஜம்மாமஸ்ஜித் என்ற பேர் போன மசூதியையும் கட்டினார். கட்டடங்களுக்குச் சாமான்கள் அழிந்துபோன பிரோஸபாத்திலிருந்தும் ஷெர்கான் கட்டின புதுப்பட்டணத்தினின்றும் கொண்டுவரப்பட்டன.

ஷாஜிஹான் காலமுதல் டில்லிபட்டணம் மொகலாயச் சக்கரவர்த்திகளின் தலைநகராயிருந்தது. ஷாஜிஹான் கடைசி மகன் அவுரங்கஜீப் 1658ம் வருஷத்தில் பட்டத்துக்கு வந்து 1707ம் ஷு வரையில் ஆக்ஷிபுரிந்து மாண்டார். இவர் காலத்தில் டில்லி மகோன்னத நிலைமையில் இருந்தது. இங்கேதான் இவரை பர்னியர், டாவர்னியர் என்ற இரண்டு ஆங்கிலேயர்களும் பார்த்தார்கள். மொகலாய அரசை அழிப்பதற்கு முக்கிய காரணமாயிருந்த மகாராஷ்டிர அரசன் ஸிவாஜியும் டில்லிக்குக் கொண்டுவரப்பட்டார். இவர் காலத்தில் ஷாஜிஹானாபாத்தில் சக்கரவர்த்தியும், அவரைச் சேர்ந்தவர்களும் வசிக்க, பழைய டில்லிபட்டணத்தில் சாமானிய ஜனங்களும் உயர்குலத்தோரும் வசித்தார்கள். இவர் டில்லியைவிட்டு ஆமத்நகரிலிருந்து 1683ம் வருஷத்தில் ஒரு பெரிய படையுடன் தக்ஷணத்துக்குப் போய் அங்கே தனக்கு அடங்காதிருந்த சில மகமதிய அரசர்களையடக்கினாலும் மகாராஷ்டிரத் தலைவனான ஸிவாஜியை அடக்க முடியாமல் இவர் வார்த்திக பருவம் ஏமாற்றத்திலும் மனவருத்தத்திலும் செல்ல மறுபடியும் ஆமத்நகர் வந்து இறந்துபோனார். அவுரங்கஜீபுக்குப் பிறகு பகதூர்ஷா பட்டத்துக்கு வந்து 1712ம் ஷு இறந்துபோனார். அவருக்குப் பிறகு அடுத்த ஏழு வருஷத்தில் நாலு சக்கரவர்த்திகள் சிம்மாசனத்தை விட்டு நீக்கப்பட்டுக் கொல்லப்பட்டார்கள். கடைசியில் டில்லிக்குச் சக்கரவர்த்தியென்று உண்மையில் அதிகாரம் செலுத்தின மகமத்ஷா 30 ஷு ஆண்டு 1748ம் வருஷத்தில் இறந்துபோனார். இவர் காலத்தில்

மொகலாய ஏகாதிபத்தியம் பல பாகங்களாகச் சிதைவுற்றுப் பல கவர்னர்களும் விஜயர்களும் சுவாதீன மன்னர்களானார்கள். மகாராஷ்டிரர்கள் சில பாகங்களைப் பிடுங்கிக்கொண்டார்கள். பெர்ஷியா தேசத்தரசன் நாதர்ஷா 1739ம் வருஷத்தில் டில்லி மீது படையெடுத்து, அவனுக்கு முன்னால் தாத்தர் அரசன் தாமர்லேன் செய்ததுபோல, பட்டணத்தைக் கொள்ளையிட்டுக் குடிகளையும் கொன்றார். இவர் 58 நாள் ஜனங்களைப் பணக்காரென்றும் ஏழைகளென்றும் பாராமல் கொள்ளையடித்து 90 லக்ஷம் மதிப்புள்ள சொத்துக்களைக் கொண்டுபோனார். கடைசி சக்கரவர்த்தியாக மகமத்ஷா வீற்றிருந்த மயிலாசனத்தை இந்தக் கொடியரசன் அப்போது கொண்டுபோனார். அவர் மகன் ஆமெத்ஷா பட்டத்துக்குவர, அவனை 1751ம் வருஷத்தில் சிம்மாசனத்திலிருந்து இறக்கி அலாங்கீருக்குப் பட்டம் சூட்டினார்கள். 1756ல் ஆமெத்ஷா துரானி என்ற அப்கான் அரசன் டில்லிமீது படையெடுத்துவந்து குடிகளைக் கொன்றான். மூன்று வருஷத்துக்கெல்லாம் சக்கரவர்த்தியே கொல்லப்பட்டுப் போனார். மகாராஷ்டிரர்கள் டில்லிபட்டணத்தை கைப்பற்றிக் கொண்டார்கள். ஷாஅலம் சக்கரவர்த்தியை அவர்கள் தங்கள் சம்ரக்ஷணையில் வைத்துக்கொண்டும் அப்கான் அரசன் ஆமெத்ஷா துரானி மறுபடியும் படையெத்துப் பானிப்பட் என்ற ஊரில் 1761ல் மகாராஷ்டிரத்தைத் தோற்கடித்தார். 1770ம் வருஷ சந்தர்ப்பத்தில் பவானி மஹால் நாவப்பும், குலாம்காதர் என்னும் பாபியும் சில கொள்ளைக்காரர்களுடன் டில்லி அரண்மனையில் சென்று பெண்டுகளைக் கெடுத்து குரூரப்படுத்த சிந்தியா மகாராஜா இவர்களைப் பிடித்துக் கொன்றுவிட்டார். 1771ம் வருஷத்தில் மகாராஷ்டிரர் டில்லியை வசப்படுத்திக்கொண்டு ஷாஅலமைச் சிம்மாசனத்தில் ஏற்றினார்கள். இந்த ஷாஅலமே பெங்கால், பேகார், ஒரிஸ்ஸா என்ற மூன்று மாகாணங்களில் வரி வசூல் செய்து பெற்றுக்கொள்ள ஆங்கிலேயருக்கு அனுமதி கொடுத்தார்.

டில்லி மயிலாசனம்.

ஷாஜஹான் என்னும் மொகலாய அரசர் கி.பி.1627ம் வருஷமுதல் 1658ம் ஷ வரையில் டெல்லி சக்கரவர்த்தியாக இருந்தார். அவருடைய ஆக்ஷியில் ராஜ்யம் சமாதானத்தையும் விசேஷ செல்வத்தையும் பெற்றிருந்தது. அக்காலத்தில்தான் அநேக கட்டடங்கள் டில்லியில் கட்டப்பட்டன. ஆக்ராவில் இன்றளவும் அதிசயம் விளைவிக்கும் மநோஹரமான பெரிய கட்டடங்களைக் கட்டினதற்கும் அவரே காரணம். டெல்லியில் அவர் கட்டியிருக்கிற அரண்மனையைப் போல் அருமை பெருமை வாய்ந்தது உலகத்தில் வேறெங்கும் இல்லை. அந்த அரண்மனையில் சலவைக் கல்லாலேயே ஒரு மண்டபம் கட்டியிருக்கிறார். அதில் செய்திருக்கிற சித்திர அலங்காரம் மிகவும்

அற்புதமானது. இந்த மண்டபத்தில்தான் ரத்னங்கள் இழைத்து உயிருள்ளவைபோல் செய்த இரண்டு மயில்கள் தாங்கியிருக்கும் ஸிம்ஹாஸனம் ஒன்றை அமைத்திருந்தார். இத மண்டபமே அவர் தம்மைக் காண வருகின்ற அரசர் முதலானவர்களைக் கண்டுபேசுகின்ற இடம். அதன் கூரையில் பாரசீக பாஷையில் "பூமியின் மீது ஒரு சுவர்க்கம் உண்டு என்றால் அது இதுவே, அது இதுவே, அது இதுவே" என்று எழுதுவித்திருந்தார். ஜம்மா மசூதி (Jamma Musjid) *என்ற பள்ளிவாசல் அவர் கட்டுவித்ததே. உலக சரித்திரத்தில் ஷாஜஹானுக்கு உள்ள பெருமையெல்லாம் தாஜ்மஹாலை* (Taj Mahal) *கட்டினதால் உண்டான பெருமையே.*

மும்தாஜ்மஹால் என்னும் அவருடைய பிரிய மனைவியின் பெயரே தாஜ்மஹால் என்று சுருக்கமாக வழங்கலாயிற்று. அவள் எட்டாவது பிள்ளையைப் பெறும்போது இறந்துபோனாள். இறப்பதற்குமுன்னே கணவனைப் பார்த்து வேறு விவாகம் செய்துகொள்ள வேண்டாம் என்றும், தன்னுடைய பெயர் எப்பொழுதும் நிலைபெற்றிருக்கும்படி தன்னை அடக்கம் செய்கிற இடத்தில் ஒரு கோரி கட்டி வைக்கவேண்டும் என்றும் அவள் கேட்டுக்கொண்டாள். அந்தப் பிரகாரமே அவரும் அவ்விருப்பங்கள் இரண்டையும் நிறைவேற்றினார். அப்படியே அவளை அடக்கம் செய்த இடத்தில் ஓர் கோரி கட்டினார். உலகத்தில் வேறெந்த ராணிக்கும் இவ்விதமான கோரி கட்டினதே இல்லை. அதை நேரில் நிலா வெளிச்சத்தில் பார்த்தே அதன் அருமை பெருமையை மதித்தறிய வேண்டும். பிரசித்தமான இக்கோரி யமுனாநதி தீரத்தில் சிலகாலம் ராஜதானியாக இருந்த ஆக்ரா நகரத்தில் கட்டியிருக்கிறது. சுற்றிலும் செழிப்பான நந்தவனங்களும் சோலைகளும் வைத்து, பதினெட்டடி உயரம் சலவைக்கல்லால் தளம் போட்டு அதன்மேல் அந்தக் கட்டடம் சலவைக்கல்லால் கட்டியிருக்கிறது. அக்கட்டடத்திலிருக்கும் ஸ்தூபிகளைப் போன்ற ஸ்தூபிகள் இந்தியாவில் வேறுஇல்லை. அதில் ஒரு சமாதி கட்டியிருக்கிறது. அந்த சமாதியில்தான் இந்த மகமதிய ராணியையும் அவள் புருஷனையும் புதைத்து வைத்திருக்கிறார்கள். தாஜ்மஹால் கட்டி இருநூற்றறுபது வருஷங்கள் ஆகியும் அக்கட்டடம் இன்றைக்குத்தான் புதிதாகக் கட்டி முடிந்ததைப் போலிருக்கிறது. இதை வெளிதேயத்து யாத்திரைக்காரர் இன்றைக்கும் பார்த்து மலைக்கிறார்கள் என்றால் இதன் பெருமையை என்னென்று சொல்வது. அதைக் கட்ட முப்பது வருஷகாலம் சென்றது. முப்பது லக்ஷம் ரூபாய் பிடித்தது.

டில்லியில் உள்ள ஜம்மா மசூதியும் ஆக்கிராவிலுள்ள மோதி மசூதி என்னும் முத்துப்பள்ளிவாசலும் இவர் கட்டினவைகளே.

உலகத்திலுள்ள ஏழு அற்புதங்களில் இந்தியாவில் உண்டானது மூன்று. அவற்றில் குதுப்மினார் (குதிபுத்தின் ஸ்தூபி) இது குத்புதின் என்பவரால் கட்டடப்பட்டது. அதன் உயரம் 238 அடி. அது சந்தனக்கல்லாலும் சலவைக்கல்லாலும் கட்டியிருக்கிறது. அந்த ஸ்தூபி ஐந்து நிலைகளாக வகுத்திருக்கிறது. 375 படிகள் உள்ள வளைவான படிக்கட்டு கட்டியிருக்கிறது. மற்ற இரண்டும் ஷாஜஹான் அவர்களால் கட்டுவித்த தாஜ்மஹால், மயிலாசனம் என்பவைகளே.

இதுவரையில் கட்டட சம்பந்தமானதைக் குறித்துப் பிரஸ்தாபித்தோம். இனி ஷாஜஹான் அவர்களால் நிர்மாணிக்கப்பட்ட மயிலாசனத்தைப் பற்றிக் (Peacock Throne) கூறுவோம். இதுவும் உலகத்திலுள்ள அற்புதங்களிலொன்று. ஏழு ஆச்சரியங்களில் மூன்று நம்மிந்தியாவிலுண்டானதால் அதைப் பற்றி நாம் கர்வப்படாமலிருக்க முடியாது. அதில் மகம்மதுஷா என்னும் சக்ரவர்த்திதான் கடைசியாக மயிலாசனம் ஏறினவர் என்று சரித்திரக்காரர்கள் வரைந்திருக்கிறார்கள். கி.பி.1739ம் வருஷத்தில் நாதர்ஷா என்னும் பாரசீக அரசன் படை எடுத்தபோது மயிலாசனத்தை அவன் எடுத்துக் கொண்டுபோனான் என்று மெஸ்ஸர்ஸ் சிங்க்லர் (Sinclar), மார்ஸ்டன் முதலிய சரித்திரக்காரர்கள் எழுதியிருக்கிறார்கள். பிறகு அது இருக்கும் இடத்தைக் குறிப்பிடாமல் விட்டுவிட்டார்கள். ஆனால் நாம் கேள்விப்பட்டமட்டில் டில்லியிலிருந்து அதை நாதர்ஷா எடுத்துக்கொண்டு போனபோது வழியில் சீக்கியர் பிடுங்கிக்கொண்டதாகவும், பஞ்சாபை ஆங்கிலேயர் 1849ம் வருஷத்தில் சேர்த்துக்கொண்டபோது அதை இங்கிலாந்துக்கு எடுத்துக் கொண்டுபோய் பிரிட்டிஷ் மியூஸிய (காக்ஷிசாலை) த்தில் வைத்திருப்பதாகவும் கேள்விப்படுகிறோம்.

1788ம் வருஷத்தில் ஒரு மகாராஷ்டிரப் படை சக்கரவர்த்தியின் அரண்மனையைக் கட்டிக்கொண்டு பிறகு 18 வருஷகாலம் வடஇந்தியாவில் அவர்கள் மேன்மை பெற்றிருந்தார்கள்.

1803ம் வருஷத்தில் லார்ட் லேக் என்ற ஆங்கிலேய ஜெனரல் டில்லிப் பட்டணத்தில் மாகாரஷ்டிரரை சண்டையில் தோற்கடித்துப் பட்டணத்தில் பிரவேசித்து சக்கரவர்த்தி ஷாஅலம் என்பவனைச் சிம்மாசனமேற்றினார். அதுமுதல் ஆங்கிலேயர் மகமதியச் சக்கரவர்த்தியின் பேரால் டில்லிப் பட்டணத்தை ஆண்டு வந்தார்கள். ஷாஅலம் சக்கரவர்த்தி 1806ம் வருஷதிலும் இரண்டாவது அக்பர் 1837ம் வருஷத்திலும் அதாவது விக்டோரியா மகாராணி பட்டம்பெற்ற வருஷத்தில் இறந்துபோனார்கள். பிறகு பகதூர்ஷா என்பவர் ஆண்ட காலத்தில் 1857ம் வருஷத்தில் சிப்பாய்க் கலகம் நேரிட்டது. இந்தக் கலகத்தின் பலனாக சக்கரவர்த்தி பகதூர்ஷா சிம்மாசனத்தைவிட்டு

நீக்கப்பட்டு ரங்கூனில் சிறையாக அடைத்து வைக்கப்பட்டு அங்கேயே 1862ம் வருஷத்தில் இறந்துபோனார். அக்கலகத்துக்குப் பிறகு பிரிட்டிஷ் ஆக்ஷியின்கீழ் டில்லிப்பட்டணம் யாதொரு கலகமும் இல்லாமல் அமைதியாய் இருந்து வருகிறது. காலஞ் சென்ற எட்வர்ட் சக்கரவர்த்தி இளவரசராயிருந்தபோது 1876ம் வருஷத்தில் இந்தப் பட்டணத்துக்கு வந்தார். 1877-ம் ௵ ஜனவரி மாசம் முதல் ௳ காலஞ்சென்ற விக்டோரியா மகாராணி இந்திய சக்கரவர்த்தினியாகப் பட்டம் பெற்றதை அப்போது கவர்னர் ஜெனரலாயிருந்த லார்ட் லிட்டன் டில்லியில் ஒரு தர்பார் கூட்டி விளம்பரப்படுத்தினார். பிறகு 1903ம் ௵ ஜனவரி மாசத்தில் லார்ட் கர்ஸன் இந்தியா கவர்னர் ஜெனரலாயிருந்தபோது அங்கே ஒரு தர்பார் மறுபடியும் கூட்டப்பட்டு எட்வர்ட் சக்கரவர்த்தி பட்டம் பெற்றது விளம்பரப்படுத்தப்பட்டது. அநந்தரம் 1911ம் ௵ டிசம்பர் ௴ 12ம் ௳ லார்டு ஹார்டிஞ்சு கவர்னர்ஜெனரல் காலத்தில் மாக்ஷிமைதங்கிய 5வது ஜார்ஜ் சக்கிரவர்த்தியவர்கள் தமது பத்தினியார் சமேதராகச் சீமையைவிட்டு இந்த டில்லி பட்டணத்துக்கு நேராக வந்து மகுடாபிஷேக மஹோற்சவத்தை நேரில் பார்த்து சுதேசமித்திரனுக்கு எழுதிய நிரூபத்தின் சங்கிரகத்தை இதனடியிற் காணலாம்.

டில்லி தர்பார்

காம்புகளின் சிறப்பும் அலங்காரமும்.

மகுடாபிஷேக தர்பார் காம்புகள் சம்பந்தமான சகல வேலைகளும் சாவகாசமாக நடைபெற்றாலும் வெகு சிறப்பாயும் கண்ணைக் கவரும்படியாயும் இருக்கின்றன. புதிதாய் ஏற்படுத்திய பசுமையான தோட்டத்தில் ஒழுங்காயும் வரிசையாயும் அமைக்கப்பட்ட வெண்ணிறமான கூடாரங்களின் அழகும், ராஜத்துவாரம், ராஜகுமாரசாலை, வரிசையாக அமைக்கப்பட்ட கூடாரங்களுக்குச் செல்லும் பின்னல் வலை போன்ற கம்பீரமான பல தெருக்கள், இவைகளின் விசித்திர தோற்றமும், இராக்காலங்களில் காம்புகளிலும் தெருக்களிலும் ஏற்றிவைக்கும் பிரகாசமான தீபங்களின் அழகும், வர்ணிக்க முடியாததாயிருக்கின்றன. முதலில் பத்திராதிபர்களுக்கும், இம்பீரியல் கேடட் ஆபீஸர்களுக்கும், தந்தி டிபார்ட்மெண்டாருக்கும், சிவில் செக்ரிடேரிகளுக்கும், தனித்தனியாக காம்புகள் ஏற்பட்டிருக்கின்றன. அதற்கப்புறம் கூடார நகரத்தின் மத்தியில் மகாராணியின் திவ்யாலங்காரமான அறைகள் அமைக்கப்பட்டிருக்கின்றன. அதனருகில் ராஜ சக்கிரவர்த்தியவர்களின் வரவேற்றுக் கூடாரம் ஏற்பட்டிருக்கிறது. அதில் 3,000 ஜனங்கள் வரையிலும் தங்கும்படியாக அவ்வளவு

விசாலமாய் இருக்கின்றது. அக்கூடாரங்களைச் சுற்றிலும் பரவியிருக்கும் காம்பில்தான் சக்கரவர்த்தியவர்கள் இருந்துவருவார். ராஜப்பிரதிநிதிக்கும் ஆலோசனைச் சபை மெம்பர்களுக்கும் உயர்ந்த பதவியையுடைய ராஜாங்க உத்தியோகஸ்தர்களுக்கும் காம்புகள் பக்கத்தில் ஏற்பட்டிருக்கின்றன. ஆனால் இவர்கள் தங்கி வரும் காம்புகளுக்கும் ராஜ சக்கரவர்த்தியவர்கள் தங்கும் காம்புக்கும் வித்தியாசமுண்டு. இதற்கு இடது கைப்புறத்தில் பரவியிருக்கும் காம்புகளில் பல மாகாணக் கவர்ன்மெண்டார் இருந்தார்கள். பர்மா, பம்பாய், மதராஸ், அஸ்ஸாம், பங்காளம் முதலிய மாகாணங்களைச் சேர்ந்த கவர்னர்கள் தங்கும் காம்புகளுக்குச் சிற்சில அடையாளங்கள் குறிப்பிடப்பட்டிருக்கின்றன. சேனைத் தலைவர்களுக்குச் சாதாரணமாய் யுத்த வீரர்களுக்கு ஏற்பட்ட கூடாரங்கள் தயார் செய்யப்பட்டிருக்கின்றன. இவைகளுக்குச் சமீபத்திலேயே, இந்த மைதானத்தைச் சேர்ந்த இந்த பாகத்திலேயே பாரன் ஆபீஸர்களுக்கும், தெற்கு வடக்குப் பாகங்களிலுள்ள சேனைகளுக்கும் கமாண்டர்இன் சீப்புக்கும் காம்புகள் ஏற்பட்டிருக்கின்றன. ஜலம் நன்றாய் பாயப்பெற்ற பசும்புற்றரைதான் போலோ விளையாட்டு பூமியாக உபயோகப்பட்டு வந்தது. இந்தக் காம்புகளுக்கு நெடுந்தூரத்தில் தேச மன்னர்களின் காம்புகள் ஏற்பட்டிருக்கின்றன. தேவதச்சனால் இயற்றப்பட்டிருக்கின்றனவோ என்று பார்ப்போர் அதிசயிக்கும்படியாய் இந்தியாவின் சிற்ப வேலைத்திறமை, சித்திர வேலைத்திறமை முதலியவைகளைக் காட்டிக்கொண்டு ஹிந்து அரசர்களின் காம்புகள் விளங்குகின்றன. இந்தக் காம்புகளில் பலவித விருக்ஷங்கள் பசும்புற்றரை, ஜலவசதி, சிங்காரத் தோப்புகள் ஏற்பட்டிருக்கின்றன. இதற்கப்புறம் 50,000 துருப்புகள் அல்லது சேனைகள் வந்து தங்குவதற்கு அலங்காரமான மைதானம் ஏற்பட்டிருக்கின்றது. ராஜ சக்கரவர்த்தியின் காம்பிலிருந்து தேச மன்னர்கள் இறங்கும் காம்புகளுக்கு மத்தியில் தர்பார் நடக்கும் விசித்திர மண்டபம் ஏற்பட்டிருக்கின்றது. தேச மன்னர்கள் இறங்கும் காம்புகளுக்கும் சேனைகள் இறங்கும் மைதானத்திற்கும் மத்தியில் பல விசித்திரமான புஷ்பச் செடிகளும், விருக்ஷங்களும் கொடி பந்தல்களும் வளைவுப் பந்தல்களும் ஏற்பட்டிருக்கின்றன. லார்டு கர்ஸனால் ஏற்கெனவே கட்டப்பட்ட குதிரைக் குளம்பு போன்ற அலங்கார கட்டடம் ஒன்றைத் தற்காலம் விஸ்தரித்து அலங்கரித்திருக்கின்றனர். அதில் இப்பொழுது பல்லாயிரம் பேர் தங்கியிருக்கலாம். இதன் கூரையின் மீது தங்கரேக்குகள் அடித்திருப்பதால், வெயில் காயும் பொழுது பளபளவென ஜொலிக்கும். இதில்தான் இந்து தேசத்து மன்னர்கள் தங்கி தர்பாரின்போது வேடிக்கை பார்த்து வந்தார்கள். இதற்கெதிரில் அமைந்திருக்கும் விசித்திர கட்டடம் அநேக தூரம் பரவியிருக்கிறது. இதில் 10,000 எண் கொண்ட வடபாகம் தென்பாகம் சேனைகள் அடங்கலாக 60,000 ஜனங்கள் நின்று தர்பார்

சமயத்தில் வேடிக்கை பார்த்தார்கள். ராஜ தம்பதிகள் தர்பாரில் வீற்றிருப்பதையும் ராஜ சக்கரவர்த்தியவர்கள் அச்சமயம் அட்ரெஸ் வாசிப்பதையும் சகலரும் கண்டு களிக்கும்படியாய் அவ்வளவு புத்தியையும் யுக்தியையும் உபயோகித்து அமைத்திருக்கிறார்கள். இந்த மண்டபத்திற்கு வலதுபுறமாய் நதிவரையிலும் எட்டியிருக்கும் மூன்று மைல் விஸ்தீரணத்திலும் மற்றொரு பக்கமாய் மொகலாய பகுதி வரையிலும் எட்டியிருக்கும் ஏழு மைல் விஸ்தீரணத்திலும், ஏகமாய் சமுத்திரம்போல் துருப்புகள் வரிசைக்கிரமமாய் அணிவகுக்கப்பட்டிருக்கின்றன. மூன்று ரயில் பாதைகளும் பல கிளைப்பாதைகளும் சேனை காம்புகளுக்கும் மைதானத்திற்கும் தர்பார் மேடைக்கும் இடையே போடப்பட்டிருக்கின்றன. தர்பாரின்போதும், பட்டணப் பிரவேசத்தின்போதும், சக்கரவர்த்தி தங்குவதற்கென்று ஏற்பட்ட ஸ்டேஷனில் கொஞ்சம்நேரம் தாமதிக்கும்போதும், பவனி வரும்போதும், ஜம்மா மசீது வழியாகவும் கோட்டையின் வழியாகச் செல்லும்போதும் துருப்புகள் காவலாக நின்றன. கோட்டைக்கு உட்புறத்தில் நடந்தேறும் தோட்டக் கச்சேரி விசேஷமாக இருந்தது. அன்று இரவு கோட்டைக்கு வெளியே வாண வேடிக்கைகள் நடந்தேறின. ராஜ சக்கரவர்த்தியின் காம்பில், ராஜாங்கவிருந்து நடந்தேறியது.

ஜலவசதியும், சுகாதாரமும் கவனிக்கப்பட்டு வரும் காம்புகள், தோட்டங்கள், கட்டடங்கள், சாலைகள், பாதைகள், மின்சார விளக்குகள், தந்தி தபால் ரெயில் பாதை முதலியவைகளும் ஏற்பட்டுவிட்டன. இவ்வளவு ஏற்பாடுகளும் மிக்க மேதாவிகளாகிய கமிட்டியால் செய்யப்பட்டிருக்கின்றன. மோட்டார் முதலிய வண்டிகளும் தயாரிக்கப்பட்டிருக்கின்றன. இவ்வளவு சிறந்த ஏற்பாடுகள் இதுவரையிலும் எப்பொழுதும் செய்யப்பட்டு வரவில்லையென்று இந்தியா கர்வப்படுவதற்கு நியாயமுண்டு. ராஜதம்பதிகளே இங்கு விஜயம் செய்யப் போகிறபடியால் இவ்வளவு சிறந்த சம்பிரமம் எங்கும் காண்பது அரிது.

டில்லி தர்பார் காம்பு.

(6ம் உ முதல் 9ம் உ முடிய விஷயங்கள்.)

கால நிலை.

மாலை 5 மணி முதல் மறுநாட் காலை 9 மணி வரையிலும் குளிர் மிகுதி. பனி அதிகம். பகலில் வெயில் நன்றாகக் காய்கிறது. ஆகாயம் சுத்தமாயிருக்கிறது.

சுகாதாரம்.

சுகாதார விதிகள் எள்ளளவேனும் குறைவின்றி அனுசரிக்கப்பட்டு வருகின்றன. தெருக்களிலும் கூடாரங்களிலும் உள்ள குப்பை முதலியவைகளை அடிக்கடி வெளிப்படுத்துவதற்கும் மலஜலங்களை உடனுக்குடனே அப்புறப்படுத்துவதற்கும் தெருக்களில் ஜலத்தைத் தெளிப்பதற்கும் வேண்டிய கூலியாட்களை நியமித்துக் கண்டிப்பாய் வேலை வாங்கி வருகின்றனர். ராஜ தம்பதிகள் விஜயம் செய்யும் பட்டணத்தில் சுகாதாரத்தைப்பற்றிக் கேட்கவும் வேண்டுமா? காயலா முதலியவைகள் ஒன்றும் கிடையா. சகலரும் முகமலர்ச்சியுடன் சுகமாயும் சுறுசுறுப்பாயும் இருக்கின்றனர்.

கூடாரங்கள்.

சர்க்கார் விருந்தினர்களாக வந்திருக்கும் அனைவருக்கும் தனித்தனியே கூடாரங்கள் ஏற்பட்டிருக்கின்றன. ஒவ்வொரு கூடாரத்தின் முன்புறத்தில் கண்ணுக்குக் குளிர்ச்சியாயிருக்கும்படி பச்சைப் பயிர்களும் புஷ்பச் செடிகளும் வைத்து வளர்க்கப்பட்டு வருகின்றன. ஒவ்வொரு கூடாரத்திலும் படுக்கை அறை, சாமான்கள் வைக்கும் அறை, ஸ்நான அறை, மலஜலோபாதைக்கு ஒதுங்க இடம், இரண்டு மேஜைகள், முகக் கண்ணாடி பீரோ, பீங்கான்கள், தொட்டிகள், படுக்கக்கட்டில், உட்கார நாற்காலிகள், குளிர்காய நெருப்புக் கணப்புகள், வேலையாட்கள், எழுதுவதற்கு வேண்டிய சாமான்கள், ஸ்நானபானங்களுக்குக் குழாய் ஜலம் (உஷ்ண ஜலம், பச்சை ஜலம்) முகம் கழுவ சோப்பு, துவாலைகள், மின்சார விளக்குகள், டெலிபோன்கள், தபாற்பெட்டிகள் முதலிய சகல சௌகரியங்களும் ஏற்பட்டிருக்கின்றன.

சாப்பாடு சௌகரியம்.

விருந்தாளி ஒவ்வொருவருக்கும் கூடவந்த இருவருக்கும் காப்பிக்கும் பருகுவதற்கும் வேண்டிய அளவு பால், சர்க்கரை, அரிசி, பருப்பு, புளி, இலை, வெற்றிலைப்பாக்கு, சோடா, லெமனெட் பாட்டல்கள், விதம்விதமான பழவர்க்கங்கள் காய்கறிகள், நெய், பால், தயிர் முதலியவைகளும் சப்ளைசெய்து வருவதும் தவிர, வெளியே போய்வருவதற்கு மோட்டார் வண்டிகள், குதிரை வண்டிகள், வாகனங்கள் முதலிய சகல சௌகரியங்களும் சரிவர நடந்தேறி வரும்படியாய்க் கவனிக்கப்பட்டு வருகின்றன.

டில்லி காம்பு கூடாரங்களில் ஜனங்கள்.

நாளைய தினம் இங்கு விஜயம் செய்யப்போகும் ராஜதம்பதிகளின் வரவை எதிர்நோக்கிக் கூடாரங்கள் அனைத்திலும் காலியில்லாமல் ஜனங்கள் வந்து கூடிவிட்டனர். காம்புகளின் உட்புறத்திலும் வெளிப்புறத்திலுமுள்ள பாதைகள் முழுவதிலும் பலவித வண்டிகள் வந்து ஏராளமாய்க் கூடிவிட்டன. தர்பார் காலத்தில் நடந்தேற வேண்டிய சகல சுபகாரியங்களை இன்று காலையில் ஒருமுறை அதேமாதிரி நடத்திக் காட்டவேண்டிய துருப்புகள் அனைத்தும் வரவழைக்கப்பட்டன. 12ம் வ நடக்கப்போகிறமாதிரி சரிவர நடந்துவருகிறதா என்று ஒருவாறு தாம் கண்டு திருப்தி அடைவதற்காக வைஸிராய் தாமே நின்று பார்வையிட்டனர்

அவ்வாறே சகல காரியமும் திருப்திகரம் என்று வைஸிராய் கண்டுகளித்தனர். இந்த சம்பிரமத்தைப் பார்க்க அனேக சுதேச மன்னர்கள் விஜயம் செய்தனர். 12ம் வயில் தேச மன்னர்கள் தாங்கள் ராஜ சக்கரவர்த்திக்குச் செய்து காட்டவேண்டிய மரியாதைகளை வைஸிராய் முன்னிலையில் செய்து காட்டினர். இன்று போபால் பீகம் தம்முடைய வழக்க முகவாடையுடன் விஜயம்செய்து தாமும் மரியாதை செய்துகாட்டினது மிக நேர்த்தியாக இருந்தது. தேசமன்னர்கள், லெப்டினண்டு கவர்னர்கள், வைஸிராய், கவர்னர்களின் நிர்வாகச் சபையைச் சேர்ந்த மெம்பர்கள் இவர்கள் அனைவரும் ஒருமுறைக்கு இரு முறையாய் மரியாதை செய்துகாட்டவேண்டியதை முன்னரே செய்துபார்த்து முடிப்பதற்கு நெடுநேரஞ் சென்றது. என்றாலும், வெகுதிருப்திகரமாக இருந்தன.

தேர் மாஜெஸ்டீஸ் டில்லி காம்பிற்கு விஜயம்.

(டிசம்பர் மீ 7ம் வ)

ஹிந்துக்கள் மகமதியர்களின் பூர்வீக தலைமை நகரமாகிய டில்லி, ஜென்மாந்திரத்தில் செய்த பூஜாபலத்தினால் இன்று ராஜதம்பதிகளைத் தன்பால் விஜயம்செய்யும் பாக்கியம் பெற்றது. ராஜ தம்பதிகளை வரவேற்பதற்குச் செய்யவேண்டிய சகல காரியங்களும், துருப்புகளை வரிசையாக ஒழுங்குசெய்து நிறுத்துவதற்கு வேண்டிய ஏற்பாடுகள் இரா முழுதும் செய்யப்பட்டன. சூரியோதயமானவுடனே துருப்புகள் நிறுத்தப்பட்ட அழகும், ஜனங்கள் இருபுறமும் நின்ற அழகும், மோட்டார் வண்டிகளும், மற்ற வாகனங்களும் வரிசையாகப் பல மைல்கள் வரையில் நின்ற அழகும், முன் அணியில் ராஜ தம்பதிகளை வரவேற்க நிற்கும் பிரமுகர்களின் அழகும் வர்ணிக்க முடியாது.

சாம்ள நிறமுள்ள ஜலத்தையுடைய யமுனாநதியை நோக்கி நிற்கும் ஸெலிம்கார் பாஸ்டியனில் (Selim garh Bastion) நின்ற துருப்புகள் இந்தியாவில் 70வருஷ காலமாகச் சண்டைபோட்டு பிரிட்டிஷ் ஆக்ஷிக்குக் கீர்த்தியைச் சம்பாதித்துக்கொடுத்தன. அவ்விதத் துருப்பில் சீக்கியரும், கூக்கர்களும், பட்டாணியர்களும், ஹிந்துக்களும், முஸல்மான்களும், கிறிஸ்துவர்களும் உட்பட 800 யுத்த வீரர்கள் தங்கள் தங்கள் உடைகளுடன் தயாராக அணிவகுத்துநின்றனர். மேஜர் ஜெனரல் ஹண்டரால் நடத்தப்பட்ட சிறு எண் கொண்ட ஐரோப்பியத் துருப்புகளும் அணிவகுத்து நின்றன.

ரயில் பிளாட்பாரத்தில் கவர்னர் ஜெனரல் லேடி ஹார்டிஞ்ஜ் இவர்களைத் தலைமையாகக்கொண்டு சிவில் மிலிட்டெரி உத்தியோகஸ்தர்கள் பலர் ராஜ தம்பதிகளின் வரவை எதிர்பார்த்து நின்றனர். ராஜ தம்பதிகளின் வண்டிக்கு முன்னால் 2வது பட்டாலியன் ராயல் துருப்புகள் அவர்களுக்கு மரியாதைசெய்யத் தயாராக நின்றிருந்தன.

பெரிய இன்ஜின் மாட்டிய ராயல் ஸ்பெஷல் ஜாக்கிரதையாக நடத்தப்பட்டு கிங்ஸ் ஸ்டேஷனில் வந்து சேர்ந்தது.

ராஜ சக்கரவர்த்தி பீல்ட் மார்ஷல் உடையுடனும், இந்திய ஸ்டார் அடையாளமிட்ட உடையுடனும் முதலில் வண்டியை விட்டுக் கீழ் இறங்கினார். அதன்பின் மிருதுவான வெள்ளைச்சாடின் உடுப்புகளில் அநேக அடையாளங்கள் அமைக்கப்பெற்ற விசித்திர அலங்கார உடுப்புகளுடன் ராஜசக்கிரவர்த்தினி வண்டியைவிட்டுக் கீழே இறங்கினார்

லார்டு ஹார்டிஞ்ஜின் குமாரத்தியான ஹானரபில் டயமண்டு, ராஜ சக்ரவர்த்தினிக்கு புஷ்பச் செண்டைக் கொடுத்தனர்.

தேர் எக்ஸலென்ஸிகளான லார்டு ஹார்டிஞ்ஜும் அவர் மனைவியாரும் முன்சென்று ராஜதம்பதிகளை வரவேற்றார்கள். பிறகு சகல வாத்தியங்களும் முழங்கின. மரியாதைக் குண்டுகள் போடப்பட்டன. நாஷனல் ஆந்தம் வாசிக்கப்பட்டது. பிறகு கவர்னர் ஜெனரல் அவர்கள் ராஜ தம்பதிகளுக்கு, பிளாட்பாரத்தில் நின்றிருந்த கவர்னர்கள், லெப்டினண்டு கவர்னர்கள், பெங்காளம் சீப் ஜஸ்டிஸ், கவர்னர், கவர்னர் ஜெனரல்களின் நிர்வாகச் சபைகளைச் சேர்ந்த மெம்பர்கள் முதலியவர்களை அறிமுகம் செய்வித்தனர். பிறகு வலதுபுறம் இடதுபுறம் இடைப்புறம் இன்னின்னார்கள் ராஜதம்பதிகளைப் பின்தொடர்ந்து வரவேண்டும் என்று ஏற்பட்ட பிரகாரமே, அவரவர்கள் பின் தொடர, ராஜதம்பதிகள் ஸெலிம்கார் பாஸ்டியன் வழியாகக் கோட்டைக்குள் புகுந்து தேசமன்னர்கள்

ராஜதம்பதிகளின் வரவை எதிர்நோக்கி, தங்கியிருந்த உபசார மண்டபத்திற்குச் சென்றனர். கோட்டைக்குள் வரவே கொடிகள் உயர்த்தப்பட்டன. உபசார மண்டபத்தண்டை வரவே, இந்திய மன்னர்களைச் சேர்ந்த காலாட்படைகளால் வந்தனம் செய்யப்பட்டு உபசார மண்டபத்தை அடைந்தனர். வந்ததும் ஸ்தல பொலிடிகல் ஆபீசர்களின் உதவியைப்பெற்ற சகலவித சுபகாரியங்களை நடத்தி வைக்கும் மாஸ்டரால் ராஜதம்பதிகளுக்குத் தேசமன்னர்களை அறிமுகம் செய்விக்கப்பட்டது. வழி நெடுகவும், துருப்புகளால் அணிவகுக்கப்பட்ட பாதை வழியாக ராஜதம்பதிகள், டில்லிக் கோட்டைத் துவாரம், காஸ்சாலை, ஜம்மா மஸ்ஜித்து, எஸ்பிளேனேட் சாலை, பாட்டிப்பூர் காந்தி சௌக்கு, கடைத்தெருவு, க்வின்ஸ் சாலை, டப்பரிங்கு பாலம், சௌபுர்ஜாசாலை, இவைகளின் வழியாகச் சென்று, ராஜதம்பதிகளின் காம்புக்கு ஊர்வலமாகச் சென்றனர்.

தேசமன்னர்களின் அரண்மனைகளும் காம்புகளும்.

பொதுவாக எல்லா காம்புகளிலும் மின்சார விளக்குகள் ஏற்றப்பட்டிருந்தபோதிலும் தேச மன்னர்களின் காம்புகளில் ஏற்றும் மின்சார விளக்குகள் கண்ணைக் கவரத்தக்கவைகளாக இருக்கின்றன. உதாரணமாக, பாடியாலா மகாராஜாவின் காம்பில் மின்சார விளக்குகளினாலேயே பாடியாலா மகாராஜா என்ற எழுத்துக்கள் அமைக்கப்பட்டிருக்கின்றன. வேறுசில காம்புகளில் மின்சார விளக்குகளால் "கடவுள் ராஜ தம்பதிகளை ஆசிர்வதிப்பாராக" முதலிய பல ஆங்கில வசனங்கள் அமைக்கப்பட்டிருக்கின்றன. காச்மீர காம்பின் முன்புறத்தில் கார்வெட் உட்டு கேட் (Carwed Wood Gate) விசித்திர அலங்காரத்துடன் செய்த வேலைப்பாட்டைப் பார்த்துப் பிரபுக்களும் பிரமிக்கும்படியாய் இருக்கின்றது. இரவில் மின்சார விளக்கை ஏற்றுவித்த அலங்காரத்தைப் பார்த்து அப்படியே கால் மணி நேரம் ஆனந்த சாகரத்தில் மூழ்கியிருந்தோம். தவிர ராஜதம்பதிகளின் ஊர்கோலத்தன்று எல்லைப்புறத்திலுள்ள ஆப்கன் தலைவர்கள், பரோடா மகாராஜா முதலிய பம்பாய் ராஜதானி மன்னர்கள் பலர் போபால் பீகம் இவர்கள் தங்கள் தங்களுக்கு ஏற்பட்ட புராதன ஜாதீயச் சின்னங்கள் அமைக்கப்பட்ட உடுப்புகளுடன் விளங்கிய அழகை வர்ணிக்க யாவராலும் முடியாது என்று சொல்லுவேன்.

ராஜதம்பதிகள், தேச மன்னர்கள் இவர்களின் சந்திப்பால் படிப்பினை.

டில்லி மாநகரில் இவ்வளவு தேசமன்னர்கள் ராஜதம்பதிகளின் முடிசூட்டு வைபவத்தைக் கொண்டாடுவதின்பொருட்டு ஒன்று

கூடினதில் ஜனங்களும் மன்னர்களும் அடியில்கண்ட மூன்று முக்கிய விஷயங்களை மனதில் கொண்டவர்களாயினர். அவை யாவன:

(1) ராஜசக்கரவர்த்தி சுமார் 8,000 மைல் தூரத்திலுள்ள தமது ஜெனன பூமியைவிட்டு, இந்தியாவிற்கு விஜயம் செய்ததைக்கண்டு தேச மன்னர்கள் இனித் தாங்களும் தங்கள் ராஜ்ஜியத்திலுள்ள சகல பாகங்களையும் சுற்றிப் பார்த்துத் தங்கள் குடிகளின் க்ஷேமத்தைக் கவனித்துவர வேண்டும் என்பதை அறிந்தார்கள்

(2) தங்கள் ராஜாக்களே பயபக்தியுடன் ராஜ சக்கரவர்த்தியவர்களுக்கு வணங்கி மரியாதை செய்துவருவதைப் பார்த்திருந்த குடிகள் தங்கள்தங்கள் ராஜாவிடத்தில் முன்னதிலும் பதின்மடங்கு அதிக பக்தி ராஜவிசுவாசம் வைக்கவேண்டும் என்றும், தங்கள் ராஜாக்களைவிட உயர்ந்த படியில் இருக்கும் ராஜ சக்கரவர்த்தியினிடம் வைத்திருக்கும் ராஜ விசுவாசத்தை அதிகரிக்கவேண்டும் என்றும், தோட்டி முதல் ராஜசக்கரவர்த்தி வரையிலும் தாரதம்மியம் ஏற்பட்டிருக்கிறதென்றும், சக்கரவர்த்திக்கும் மேலான வஸ்து ஒன்று இருக்கிறதென்றும் அறிந்தார்கள்.

3 தேச மன்னர்களும் பிரஜைகளும் அவரவர்களுக்கு ஏற்பட்ட அந்தஸ்தைப்பற்றியிருந்த காலம் குறைவுபட்டு அடக்கமும், சாந்தமும், பரஸ்பர விசுவாசமும், பரோபகாரச் சிந்தையும் உள்ளவர்களாக இருக்க வேண்டும் என்றும் அறிந்தார்கள்.

மகுடாபிஷேகச் செய்திகள்.

பிரிடிஷ் இந்தியாவின் விஞ்ஞாபனப் பத்திரம்

ராஜதம்பதிகள் டில்லி மாநகருக்குள் பிரவேசம் செய்தபோது அவர்களுக்கு வரவேற்புப் பந்தலில் இந்தியா சட்டசபை வைஸ் பிரெஸிடெண்ட் ஆனரெபில் மிஸ்டர் ஜெங்கின்ஸ் பிரிட்டிஷ் இந்தியாவின் விஞ்ஞாபனப் பத்திரத்தை வாசித்துக்கொடுத்தாரென்று நேற்றுச் சொன்னோம். அச்சமயம் அவர் வரவேற்புப் பந்தலின் நடுவே சிவப்பு மகமல் போட்டு மூடப்பட்டிருந்த உயர் மேடையில் பொலிடிகல் உடுப்புடன் (Political Uniform) நின்றது அவருக்கு ஒருவித கம்பீரத் தோற்றத்தைக் கொடுத்தது. அவருக்குப் பின்னே இந்தியா சட்டசபை (ராஜப்பிரதிநிதிச் சட்டசபை) மெம்பர்கள் நின்று கொண்டிருந்தார்கள். அவருடைய வலது பக்கத்திலும் இடது பக்கத்திலும் மாகாணத் தலைவர்கள் அவரவர்களுடைய சட்டசபை மெம்பர்களுடனும் பெரிய நியாயாதிபதிகள் முதலாயுள்ள மற்ற மாகாண உத்தியோகஸ்தர்களோடும் நின்றுகொண்டிருந்தார்கள். ராஜபவனி அந்த சிங்காரப் பந்தலுக்குள் நுழைந்து ராஜதம்பதிகளிருவரும் ஆனரபில் மிஸ்டர் ஜெங்கின்ஸ்

நிற்கும் இடத்துக்கு நேராக வந்துநின்றுகொண்டதும், அவ்வதிகாரி பிரிட்டிஷ் இந்தியாவின் விஞ்ஞாபனப் பத்திரிகையைத் தம்மால் எவ்வளவு தெளிவாயும் தாட்டியாயும், வாசிக்கமுடியுமோ அவ்வளவு தெளிவாயும் தாட்டியாயும் வாசித்துவிட்டு அதனைச் சக்கரவர்த்திக்கு சமர்ப்பித்தார். அவர் அதனையேற்றுக் கொண்டு சுருக்கமாய்ப் பதில் சொன்னார். அப்பதில் வெகு சமீபத்திலிருந்தவர்களுக்குக்கூடக் கேட்டிருக்குமோ, கேட்டிராதோ என்று சந்தேகிக்கும்படியாய்த் தாழ்ந்த தொனியில் சொல்லப்பட்டிருக்குமென்று யாரும் நினைக்கக்கூடாது. சக்கரவர்த்தி பெருமான் சொல்லிய ஒவ்வொரு வார்த்தையும் கேட்போர் காதில் **கணீர்** என்று படும்படி வரவேற்புப் பந்தலில் கூடியிருந்த ஜனங்கள் மட்டுமேயன்றிப் பக்கத்திலிருந்த ஜம்மா மசூதியின் உயர்ந்த படிக்கட்டுகளிலிருந்த ஜனங்கள்கூடக் காது குளிரக்கேட்டு ஆனந்தித்தார்கள். சக்கரவர்த்தியின் கருணைப் பெருக்கெடுத்த பேச்சைக் கேட்டு ஜனங்கள் சந்தோஷமேலீட்டால் புளங்காங்கிதம் ஆனார்களென்று நாம் சொல்வோமானால் அது மிகுதிச் சொல்லாகமாட்டாது.

விஞ்ஞாபனப் பத்திரம் வைத்துக் கொடுக்கப்பட்ட தட்டு.

பிரிட்டிஷ் இந்திய மகாஜனங்களின் விஞ்ஞாபனப் பத்திரிகையை ஆனரபில் மிஸ்டர் ஜெங்கின்ஸ் ஒரு நேர்த்தியான தட்டில்வைத்து சமர்ப்பித்தார். அத்தட்டு கோழிமுட்டை வடிவாய் வெள்ளியால் செய்யப்பட்டிருந்ததுமன்றி அதன்மேல் வைத்த விரல் சறுகிப் போம்படியாய் அவ்வளவு வழுவழுப்பாக மெழுகிடப்பட்டுமிருந்தது. அதனில் அடியிற் கண்டபடி எழுத்துக்களும் வெட்டப்பட்டிருந்தன.

"பிரிட்டிஷ் இந்திய மகாஜனங்களின்பேரால் 1911ம் ஹு டிசம்பர் மீ 7ம் உ மாக்ஷிமை பொருந்திய சக்கிரவர்த்தி தம்பதிகள் டில்லி மாநகரின்கண் பிரவேசித்தசமயம் கவர்னர் ஜெனரல் சட்டசபை மெம்பர்களால் ஒரு விஞ்ஞாபனப் பத்திரிகையோடு வழங்கப்பட்டது."

தேச மன்னர்களுக்குப் பேட்டி.

நகரப் பிரவேசத்தன்று பிற்பகல் மாக்ஷிமை பொருந்திய ஜார்ஜ் சக்கரவர்த்தி தேசமன்னர்களுக்குப் பேட்டி கொடுத்தார். அம்மன்னர்கள் ராயல் காம்பின் முகப்பில் வந்து சேர்ந்ததும் அத்தாணி மண்டபத்துக்கு (Audience Chamber) அழைத்துக்கொண்டு போகப்பட்டார்கள். அவர்களைச் சக்கிரவர்த்திப் பெருமான் ஒருவர்பின் ஒருவராய் வரவேற்றார்.

அடியில் நாம் குறித்திருக்கும் கிரமத்தில் தேசமன்னர்களுக்குச் சக்கிரவர்த்தி பேட்டி கொடுத்தார்.

ஹைதராபாத் நிஜாம்.
பரோடா மகாராஜா
மைசூர் மகாராஜா
உதயுரம் மகாராஜா
ஜெயப்பூர் மகாராஜா
ஜோட்பூர் மகாராஜா
பூண்டி மகாராஜா
பிக்கானீர் மகாராஜா
கோட்டா மகாராஜா
கிஷன்கார் மகாராஜா
பரத்பூர் மகாராஜா
ஜஸ்ஸல்மீர் மகாராஜா
ஆல்வார் மகாராஜா
டோல்பூர் மகாராஜா (ரானா)
ஸரோனி மகாராஜா
தங்கர்ப்பூர் மகாராஜா
கோலாப்பூர் மகாராஜா
இடார் மகாராஜா
கட்ச் ராவ்
கெய்ர்ப்பூர் மீர்

உதயபுரம் மகாராஜா.

உதயபுரம் மகாராஜா ரூலிங்க் சீப் இன் வெயிடிங்க் (Ruling Chief in Waiting) என்னும் முறையில் (ஹோதாவில்) சக்கரவர்த்தியின் சிப்பந்திகளில் ஒரு மெம்பராய் நியமிக்கப்பட்டிருக்கிறார்.

சக்கரவர்த்திக்கு ஆனரெரி எய்டிகாங்குகள்.

கர்னல் நவாப் ஸர் ஹாபிஸ் மகம்மது அப்துல்லாகானும், கர்னல் நவாப் ஸர் மகம்மது ஆஸ்லாம்கானும் ஜார்ஜ் சக்கிரவர்த்திக்கு கௌரவ எய்டிகாங்குகளாய் நியமிக்கப்பட்டிருக்கிறார்கள்.

எட்வர்ட் சக்கரவர்த்தியின் எல்லா இந்திய ஞாபகப் பட்டயம்.

நேற்றுக்காலமே தம்மைக் காணவந்த தேசமன்னர்களுக்குச் சக்கரவர்த்தி பேட்டி கொடுத்துக் கொண்டிருந்தார். ராஜப் பிரதிநிதியோ முதல்நாள் சக்ரவர்த்திப் பெருமானை வந்து பேட்டி கண்டுபோன தேசமன்னர்கள் இறங்கியிருக்கும் இடங்களுக்குச் சென்று அவர்களை மறுபேட்டி கண்டு கொண்டிருந்தார்.

நேற்று ஜார்ஜ் சக்கரவர்த்தித் தம்மைப் பார்க்கவந்த தேச மன்னர்களுக்குப் பேட்டி கொடுத்ததுந் தவிர, வேறொரு முக்கிய காரியமும் செய்தார். டில்லி கோட்டைக்கும் ஜம்மா மசூதிக்கும் இடையேயுள்ள மைதானத்தில் பார்ப்போர் கண்ணைக் கவரும்படியாக

வெகுநேர்த்தியாய் அமைக்கப்பட்டிருக்கும் சிங்காரத் தோட்டத்தில் எட்வர்ட் சக்கரவர்த்திக்கு எல்லா இந்திய ஞாபகச்சின்னமாக எழுதப்படப்போகிற வெண்கலச் சிலைக்கு அஸ்திவாரமாக ஒரு பட்டயக் கல்லை அதைப் பதிப்பதற்குக் குறித்துவைக்கப்பட்டிருந்த இடத்தில் பதித்துத் திறந்துவைத்தார். அந்த வெண்கலப் பதுமை இன்னும் செய்து முடிக்கப்பட்டு வந்து சேரவில்லை. அந்தச் சிங்காரத் தோட்டத்துக்குள்ளே பலதேச மன்னர்களும், மாகாணத் தலைவர்களும், உயர்பதவி உத்தியோகஸ்தர்களும், அந்த ஞாபகச்சின்ன நிதிக்குப் பொருளுதவி செய்தவர்களும் வந்து கூடியிருந்தார்கள். அதற்கு வெளியிலோ பொதுஜனங்கள் கூடியிருந்தார்கள். சக்கரவர்த்திப் பெருமான் காலஞ் சென்றுவிட்ட எட்வர்ட் சக்க்ரவர்த்தியின் ஞாபகச்சின்ன வெண்கலப் பதுமையின் அஸ்திவாரப் பட்டயக் கல்லை அச்சிங்காரத் தோட்டத்தின் மத்தியில் பதித்துத் திறந்துவைக்கவரும் வைபவத்தைப் பார்க்க ஜனங்கள் வீடுகளின் கூரைகளின்மேல்கூட ஏறி நின்றுகொண்டிருக்கிறார்கள்.

சக்கரவர்த்திப் பெருமான் அந்தச் சிங்காரத் தோட்டத்துக்கு எழுந்தருள்வதற்குச் சற்று முன்னமேயே கவர்னர் ஜெனரலும் லேடி ஹார்டிஞ்சும் அங்கே வந்து காத்துக் கொண்டிருந்தார்கள். அப்பால் சக்கரவர்த்தி தம்பதிகள் ஊர்கோலமாய் அத்தோட்டத்துக்கு வந்துசேர லார்ட் ஹார்டிஞ்ச் அவர்களிருவரையும் வரவேற்று இந்தியா கவர்ன்மெண்ட் ரெவினியூ மெம்பர் ஆனரெபில் மிஸ்டர் **கார்லயலை** (Hon'ble Mr. Carlyle) தலைமையாய்க் கொண்டு நின்ற ஞாபகச்சின்னக் கமிட்டி மெம்பர்களை அத்தம்பதிகளுக்கு அறிமுகம் செய்துவைத்தார். பின்பு தம்பதிகளிருவரும் அவர்கள் உட்கார்ந்துகொள்வதற்கு அமைக்கப்பட்டிருந்த உயர்மேடைக்கு அழைத்துக்கொண்டு போகப்பட்டார்கள். அங்கே அவர்கள் தங்களுக்கிடப்பட்டிருந்த ஆசனங்களில் அமர்ந்ததும் எக்காளக்காரர்கள் தங்கள் கொம்புகளையெடுத்து ஊத லார்ட் ஹார்டிஞ்ச் சிறிது முன்னுக்குத் தள்ளிவந்து ஓர் அட்ரெஸ் வாசித்து, சக்கரவர்த்திப் பெருமானை அந்த ஞாபகச் சின்னப் பட்டயத்தை பூமியிற் பதித்துத் திறந்துவைக்கும்படியாய்க் கேட்டுக் கொண்டார். லார்ட் ஹார்டிஞ்ச் பேசி முடித்ததும் ஜார்ஜ் சக்கரவர்த்தி அவருக்குப் பதில் சொல்லிவிட்டு, அந்தப் பட்டயக்கல் அண்டை சென்று அதனைத் தம் கையால் பதித்துத் திறந்துவைத்தார். அப்போது அச்சிங்காரத் தோட்டத்தில் வந்து கூடியிருந்தவர்களெல்லோரும் எழுந்துநிற்க, பாண்டுவாத்தியக்காரர்கள் ராஜகீதம் வாசித்தார்கள். 101 குண்டுகள் போடப்பட்டன. ஞாபகச் சின்னக் கமிட்டியைச் சேர்ந்த சீனியர் மெம்பர் அந்த ஞாபகச் சின்னத்தின் சிற்றுருவம்

(Miniature Memoria) ஒன்றைக் கவர்னர் ஜெனரலிடம் சேர்ப்பிக்க, அவர் அதனைச் சக்கரவர்த்திப் பெருமானுக்கு சமர்ப்பித்தார்.

அதனோடு அந்த ஞாபகச் சின்னம் சம்பந்தமான நடவடிக்கைகள் முடிந்து போய்விட, சக்கரவர்த்தி தம்பதிகள் ஊர்கோலமாகவே ராஜமரியாதைக் குண்டுகள் போடப்பட தங்கள் காம்புக்குத் திரும்பினார்கள்.

சக்கரவர்த்திப் பெருமான் பதித்துத் திறந்துவைத்த ஞாபகச் சின்ன பட்டயக்கல் வடக்கு முகமாய் நிற்கின்றது. இனி இதன்மேல் கொண்டுவந்து வைக்கப்படும் எட்வர்ட் சக்கரவர்த்தியின் வெண்கலப் பதுமையும் வடக்கு முகமாகவே வைக்கப்படும்.

டில்லியில் ராஜதம்பதிகள்.

காரொனேஷன் சுபகாரியங்கள்.

(1) ராஜகுடும்பத்தைச் சேர்ந்தவர்களும் மினிஸ்டர்-இன்-அட்டென்டென்சும் 12-12-11 காலை 10.45 மணிக்கு ராஜ சக்கரவர்த்தியின் காம்பைவிட்டுப் புறப்பட்டு கிங்க்ஸ்வே வழியாகத் தர்பார் மண்டபம் வந்துசேர்ந்தனர். பிறகு அவரவர்கள் தங்கள் தங்களுக்கு ஏற்பட்ட ஆசனத்தில் அமர்ந்தனர்.

(2) தேர் எக்ஸலென்ஸிகளான கவர்னர் ஜெனரலும் அவர் மனைவியாரும் ராஜ சக்கரவர்த்தியின் காம்பை விட்டு காலை 11.10 மணிக்குத் துருப்புகளுடன் தர்பார் மண்டபம் வந்து சேர்ந்ததும், கவர்னர் ஜெனரலின் பரிவாரங்கள் அவர்களை வரவேற்றார்கள். தேர் எக்ஸலென்ஸிகள் வந்தவுடனே அங்குள்ளவர்கள் அனைவரும் எழுந்து நின்றனர். அவர்கள் உட்கார்ந்தவுடன் மற்றவர்கள் உட்கார்ந்தனர்.

(3) இன்று காலை 11.30 மணிக்கு ராஜதம்பதிகள் தங்கள் காம்பைவிட்டுச் சகல ராஜ சின்னங்கள், விருதுகள், துருப்புகளுடனும் புறப்பட்டுக் குறிப்பிட்ட சாலை வழியாக வந்தனர். வழிநெடுகவும் இருபுறத்தில் துருப்புகள் அணிவகுத்து நின்றன.

(4) தர்பார் மண்டபம் வந்து சேர்ந்ததும் 101 மரியாதை குண்டுகள் போடப்பட்டன. பாண்டுகள் முழங்கின. கீர்த்தனங்கள் பாடப்பட்டன. கவர்னர் ஜெனரல் ராஜ தம்பதிகளை வரவேற்று அவர்களைச் சிம்மாசனத்தில் வீற்றிருக்கும்படி செய்தனர். ராஜ தம்பதிகள் வந்ததும் அனைவரும் எழுந்து நின்றனர். அவர்கள் சிம்மாசனம் ஏறி உட்கார அனைவரும் தங்கள் ஆசனங்களில் அமர்ந்தனர்.

தர்பார் ஆரம்பம்.

(5) தர்பார் ஆரம்பகாலத்தில் சகல மங்கள வாத்தியங்களும் கோஷித்தன. சுபகாரியங்களை நடத்த ஏற்பட்டிருக்கும் மாஸ்டருக்கு தர்பார் காரியங்களை நடத்தும்படி ராஜசக்கரவர்த்தி கட்டளையிட்டார். பின் ஒருமுறை சகல மங்கள வாத்தியங்களும் கோஷித்தன.

(6) பிறகு கவர்னர் ஜெனரலும், பெரிய பெரிய உத்தியோகஸ்தர்களும் தேச மன்னர்களும் வரிசைக் கிரமமாய் ராஜதம்பதிகளுக்கு மரியாதை செய்தனர். இவ்வித சுபகாரியங்கள் முடிவுபெற்றவுடனே ராஜ தம்பதிகள் கைகோர்த்துக் கொண்டு தர்பார் மண்டபத்தைவிட்டு ராயல் மண்டபத்திற்கு ஊர்கோலம் புறப்பட்டனர். அப்பொழுது அவர்களுடைய விலையுயர்ந்த உடைகளைப் பணியாட்களாய் (Poges ராஜாக்கள்) பிடித்துச் சென்றனர். அச்சமயம் ராஜதம்பதிகளுக்குத் தங்கக்குடைகள் பிடிக்கப்பட்டன. சிம்மாசனம் விட்டுப் புறப்பட்டு ராயல் மண்டபம் வந்துசேர்ந்து அங்கு ஆசனங்களில் வீற்றிருக்கும் வரையிலும் அனைவரும் நின்றுகொண்டிருந்தனர். செல்லும்பொழுது ராஜதம்பதிகளுடன் கவர்னர் ஜெனரலும் ராஜ குடும்பத்தைச் சேர்ந்தவர்களும் தங்கள் தங்களுக்கு ஏற்பட்ட இடத்தில் நின்று பிறகு பின்தொடர்ந்தார்கள். அனைவரும் வீற்றிருந்த பிறகு

(7) பிராக்ளமேஷன் வாசிக்கப்பட்டது.

(8) ராஜ சக்கரவர்த்தியின் உத்தரவுப்படி கவர்னர் ஜெனரல் பகிரங்கப்படுத்தினர்.

(9) தர்பார் மண்டபத்திற்குத் திரும்பினர்.

(10) பின்னர் தேர் மேஜெஸ்டிகள் காம்புக்குச் சென்றனர்.

இந்தியன் பிரெஸ்காம்பில் சௌகரியங்கள்

மற்ற காம்புகளில் உள்ளோர் பல விஷயங்களில் தங்களுக்குக் குறைவும் அசௌகரியங்களும் ஏற்பட்டிருக்கின்றன என்று முறையிட்டு வருகிறார்கள்.

இந்தியன் பிரெஸ் காம்பில் உள்ளவர்களுக்குச் சகல சௌகரியங்களும் இருந்து வருகின்றன. முறையிடுவதற்கு வழியில்லாமல் செவ்வையாக மானேஜ்மெண்டு செய்து வருபவர்களின் காரியங்கள் மெச்சத்தக்கவை.

டில்லியின் பாக்கியம்.

ஸ்ரீ கிருஷ்ணபகவான் அர்ச்சுனனுக்கு குருக்ஷேத்திர பூமியில் உபதேசஞ் செய்யும்பொழுது, விருக்ஷங்களில் அஸ்வஸ்த விருக்ஷம்

சிறந்ததென்றும், யானைகளில் ஐராவதம் என்றும், இவ்விதமாகச் சிரேஷ்டமான பதார்த்தங்கள் அனைத்தும் தன் ரூபமேயென்றும் சொல்லி வந்திருக்கிறதை ஜனங்கள் அறிவார்கள். இன்று விளங்கும் சுபகாரியங்கள் டில்லியின் காக்ஷியைக் காணும் எவரும், வருஷங்களில் சிறந்தது 1911ம் ஷு என்றும், மாதங்களில் சிறந்தது டிசம்பர் மீ என்றும், வுகளில் சிறந்தது 12ம்வு என்றும், ராஜ சக்கரவர்த்திகளுள் சிறந்தவரும் தெய்வத்தன்மையுள்ளவரும் ஐந்தாவது ஜார்ஜ் சக்ரவர்த்தியென்றும், பட்டணங்களில் சிறந்தது டில்லிநகர் என்றும் சொல்லாமல் இருக்க மாட்டார்கள். ஆ.. ஆ.. என்ன காக்ஷி, என்ன நேத்திரானந்தம், என்ன ஜனக்கூட்டங்கள், என்ன வைபவம், என்ன சிறப்பு, என்ன ஐஸ்வரியம், எத்தனை மோட்டார் வண்டிகள், எத்தனை விசித்திரமான வண்டிகள், எவ்வளவு வித்தியாசமான ஜனங்கள்! ராஜசக்கரவர்த்தி சக்கவர்த்தினியவர்கள் இன்று தர்பாருக்குச் செல்லும் வழிகளில் அணிவகுக்கப்பட்டு நின்ற துருப்புகளின் அழகென்ன; ராஜதம்பதிகளின் சிறந்த உடுப்புகளின் அழகென்ன. ஆ! ஆ! என்னால் சொல்லவும் எழுதவும் முடியாது. எவராலும் இன்று காக்ஷியைப் பூர்த்தியாக எழுத முடியாது. கண்ணால் பார்த்து ஆனந்தம் அடைவதே சரி. அன்று சம்பிரமத்தைப் பார்த்துக் களிக்கத் தேவர்கள் அனைவரும் தங்கள்தங்கள் வாகனமேறி டில்லிக்கு வந்திருக்கின்றனரோ என்று சொல்லும்படியாய் இருக்கிறது. இந்தச் சம்பிரமத்தின் பிரபாவம். தேவலோகத்திற்கு எட்டியிருந்தாலும் இருக்கும். ஆ டில்லியே! உனக்குச் சுபம் உண்டாகுக! ராஜதம்பதிகளே! உங்களுக்குச் சுபம். தேச மன்னர்களே! உங்களுக்குச் சுபம். கவர்னர் ஜெனரல், கவர்னர்கள், லெப்டினெட்டு கவர்னர்கள், அவர்கள் பரிவாரங்கள் இம்பீரியல் லஜிஸ்லேட்டிவ் கவுன்சில் மெம்பர்கள் முதலிய சகலருக்கும் சுபம் உண்டாகுக! நேத்திரானந்தம் நேத்திரானந்தம், இன்று இவ்விதம் எழுதவேண்டும் என்று தோன்றாமலே எழுதியிருக்கிறேன். சுபம். சுபம். சுபம்.

டில்லி தர்பார்.

12-12-11 ல் தர்பார் மண்டபத்தில் அமைக்கப்பட்ட சிம்மாசனங்களிலே ராஜ சக்கரவர்த்தியும் சக்கரவர்த்தினியும் வீற்றிருக்கையில் முதல்முதல் கவர்னர் ஜெனரல் அவர்கள் திவ்விய அலங்காரத்துடன் வந்து, ராஜ சக்கரவர்த்திக்கு முன்னின்று வந்தனஞ் செய்து சென்றனர். அதன்பிறகு தேச மன்னர்கள் தங்கள்தங்கள் பூர்வீக சம்பிரதாயத்தை அனுசரித்துத் திவ்வியாபரண உடைகளுடன் வந்து அவரவர்களின் வழக்கப்படி வந்தனஞ் செய்து சென்றனர். ஹைதராபாத்து நிஜாம், காஸ்மீரதேசத்து மகாராஜா, பரோடா மகாராஜா, மைசூர் மகாராஜா, ஜெயப்பூர், ஜோத்பூர், குவாலியர், போபால் பீகம் முதலிய சகல

மன்னர்களும், கவர்னர்களும், லெப்டினண்டு கவர்னர்கள், இம்பீரியல் லெஜிஸ்லேடிவ் கவுன்சல் மெம்பர்கள், கவர்னர்களின் ஆலோசனைச் சபையைச் சேர்ந்த மெம்பர்கள் முதலியவர்கள் ராஜாதிராஜனை வணங்கிய காக்ஷி மிக நேர்த்தியாக இருந்தது.

இதன் கற்பனை:- கடவுள் சகலவல்லமையுள்ளவர், சகலமும் அறிந்தவர், எங்கும் உள்ளவர், அவரின்றி ஓர் அணுவும் அசையாது என்பதும், அவருக்குக் கீழ் வரிசையாகப் படிப்படியாய்க் கீழ் அந்தஸ்துள்ளவரும், அவர் அம்சம் பொருந்தியவரும், பலர் தாரதம்மியமாய் அமைக்கப்பட்டுளர் என்பதையும், ராஜசக்கரவர்த்தி முதல் தோட்டிவரையிலும் படிப்படியாய் அந்தஸ்து குறைந்துகொண்டு வருவதையும், குறைந்த அந்தஸ்துள்ளவர்கள்மேல் அந்தஸ்துள்ளவர்களுக்கு மரியாதை செய்து வரவேண்டியது கடமையென்பதும் வெளியாகிறது. இதுதான் துவைத மதத்தில் கூறிய தாரதம்மியக் கிரமம்.

13-12-11ல் தோட்டக் கச்சேரி:- இன்று நடந்தேறிய தோட்டக் கச்சேரிக்கு ராஜ சக்கரவர்த்தியவர்கள் உள்பட சகல மன்னர்களும் ஆஜராயிருந்தனர். இன்று, நேற்று மாதிரியாகத் தாரதம்மிய பேதத்தைப் பாராட்டாது, அத்வைதத்திற் கூறியபடி சர்வமும் ஒன்றே என்பதைக் காட்டிக்கொண்டு ராஜ சக்கரவர்த்திமுதல் கீழ்ப்படியிலுள்ள அனைவரும் ஒருவரோடொருவர் சமமாக உட்கார்ந்து, உல்லாசமாகப் பேசி, உண்டு களித்தனர். இன்று காக்ஷி மிகச் சிறந்தது. இன்று இரவு டில்லிப்பட்டணம் முழுவதும் தீபம் ஏற்றப்பட்டது. இன்று இப்பட்டணம் கண் எட்டின வரையிலும் எங்கு பார்த்தாலும் தீபத்தின் பிரகாசமாக ஜொலித்துக் கொண்டிருக்கிறது. இன்று நடந்த விசேஷம் அத்வைதக் கொள்கையிற் கூறியதை அனுசரித்ததாகும். ஆகையால், துவைதம், அத்வைதம் இவ்விரண்டு மதக் கொள்கைகளையும் டில்லி தர்பார் விளக்கிற்று.

இந்தியன் பிரஸ் காம்பில் பரோடா மகாராஜா:- இந்தியன் பிரெஸ் காம்புக்கு அடுத்துள்ள ஓர் சிறந்த மண்டபத்தில் பரோடா மகாராஜா அவர்கள் விஜயஞ் செய்து இந்தியன் பிரெஸ் காம்புகளில் வந்திருக்கும் பத்திராதிபர்கள் அனைவரையும் வரவழைத்து, வேடிக்கையாகப் பேசிக்கொண்டு சிறிதுநேரம் இருந்தபிறகு பரோடா மகாராஜா அவர்கள் தம் அரண்மனைக்குச் செல்ல, அவரவர்கள் தம் இருப்பிடம் சென்றனர். இவ்விதச் செய்கையைப் பற்றிப் பத்திராதிபர்கள் அனைவரும் மகாராஜா அவர்களைப் புகழ்ந்து பேசினர்.

சக்கரவர்த்தியின் மகுடாபிஷேகம் பாத்ஷாஹி மேலா.

சக்கரவர்த்தியின் மகுடாபிஷேக காலத்தில் டில்லியில் நடக்கும் வேடிக்கைகளில் பாத்ஷாஹி மேலா என்று சில வேடிக்கைகள் யமுனை நதிக்கரையில் டில்லிக் கோட்டை மதில்களின்கீழ் நடக்கும். இங்கேதான் யுதிஷ்டிர சக்கரவர்த்தி அஸ்வமேதயாகம் செய்து அவர்க்கு மகுடாபிஷேகம் நடந்தது. மொகலாய சக்கரவர்த்திகளும், அவர்களுடைய விளையாட்டுகளை நடத்தின இடமும் இதுதான். இந்த வேடிக்கைகள் டிசம்பர் மீ 10ம் உ முதல் 18ம் உ வரையில் விசேஷமாய் நடக்கும். இந்த வேடிக்கைகள் நடக்கும் போது, தேர் இம்பீரியல் மாஜெஸ்டிஸ் சக்கரவர்த்தி சக்கரவர்தினி இருவரும் மொகலாய சக்கரவர்த்திகள் ஜனங்கள் பார்க்கும்படி மேலேயுள்ள ஜன்னலில் வந்து காட்டிக்கொள்வதுபோல் காட்டிக்கொள்ளச் சம்மதித்ததினால், ஜனங்கள் இவர்களைப் பார்த்துச் செல்லும்படி ஏற்பாடு செய்யப்பட்டது. ஹிந்துக்கள், மகம்மதியர், சீக்கியர், ஆரிய சமாஜத்தார், ஜயினர் ஆகிய பற்பல மதத்தினர் 13ந்உ அவரவர்கள் மதப்படி ஆராதனைகள் செய்துவிட்டு மேலா நடக்குமிடத்து வந்து சக்கரவர்த்தி சக்கரவர்த்தினியைத் தரிசித்தார்கள். குஸ்திகள், சர்க்கஸ் ஆட்டங்கள், வாண வேடிக்கைகள் பாண்டு வாத்தியங்கள், ஆட்டுச் சட்டைகள், கத்தியாட்டங்கள் முதலிய வேடிக்கைகள் நடந்தன. வேடிக்கை செய்கிற கூட்டத்தார் பலர் இந்தச் சமயத்தில் வந்து பல வேடிக்கைகள் நடத்துவதாக ஒப்புக் கொண்டனர். சிண்டியா மகாராஜா ஒரு கோட்டையைத் தாக்குவதுபோலக் காட்டும் வேடிக்கைகளும் நடந்தன.

மகுடாபிஷேகத் திருத்தங்கள்.

இந்தியாவுக்கு ராஜ ஸ்தலம் இனி டில்லி.
வங்காளப் பிரிவினை ரத்து செய்யப்பட்டது.

சக்கரவர்த்தியவர்கள் நேற்று முன்தினம் தர்பார் முடிவில் சில முக்கியமான நிர்வாகத் திருத்தங்களுக்குத் தாம் அனுமதி கொடுத்திருப்பதாக விளம்பரப்படுத்தினார்கள். இந்தத் திருத்தங்கள் பின்வருமாறு சக்கரவர்த்தியினால் வெளியிடப்பட்டன:

“தர்பார் முடிவில் நமது ஜனங்களுக்கு நாம் வெளியிட விரும்புவதாவது:- ஆலோசனைச் சபையிலுள்ள நமது கவர்னர் ஜெனரலோடு ஆலோசனைசெய்து நம்மந்திரிகள் நமக்குச் சொன்னபடி இந்தியா கவர்ன்மெண்டின் ராஜஸ்தலம் கல்கத்தாவிலிருந்து பழைய ராஜஸ்தலமாகிய டில்லிக்கு மாற்றுவதாக நிச்சயம்

பண்ணிவிட்டோம். அதேகாலத்தில் இந்த மாறுதலின் பயனாக வங்காளமானது ஒரு பிரசிடென்ஸி ஆக்கப்பட்டு அதற்கு ஒரு கவர்னர் நியமிக்கப்படுவார். பேஹார், ஒரிஸ்ஸா, சோடா நாக்பூர் இந்த மூன்று மாகாணங்களையும் சேர்த்து ஒரு லெப்டினென்ட் கவர்னரும் நிர்வாக சபையும் நியமிக்கப்படுவார்கள். ஆஸாம் மாகாணம் ஒரு சீப் கமிஷனருக்குள் இருக்கும். இப்படிப் புதிதாய் சிருஷ்டிக்கப்பட்ட மாகாணங்களின் எல்லைகளும் நிர்வாகமும் ஆலோசனை சபையிலுள்ள நமது இந்தியா செக்ரிடெரியின் சம்மதத்தின்பேரில் ஆலோசனைச் சபையிலுள்ள நமது கவர்னர் ஜெனரல் அவசியமானபடி அமைப்பார். இந்தத் திருத்தங்களால் இந்தியா இப்போதைவிட நன்றாய் நிர்வகிககப்பட்டு நமது அன்புள்ள பிரஜைகளின் அதிகமான வளப்பத்துக்கும் சந்தோஷத்துக்கும் அவைகள் ஹேதுவாகுமென்று நாம் மனப்பூர்வமாய் விரும்புகிறோம்."

இப்படி மகா முக்கியமான ராஜாங்க நிர்வாகத் திருத்தங்களைச் சக்கரவர்த்தி வெளிப்படுத்தினது, கேட்டிருந்த லக்ஷக்கணக்கான ஜனங்களுக்கு ஆரம்பத்தில் பிரேமையை உண்டுபண்ணிற்றென்று நாம் சொல்லவேண்டியதில்லை. சென்ற 150 வருஷங்களாகப் பிரிட்டிஷ் இந்தியாவுக்கு ராஜஸ்தலமாக விளங்கின கல்கத்தா இனி அந்தப் பதவியை இழந்து டில்லி மாநகரம் ராஜஸ்தலமாகி, கவர்னர் ஜெனரல் அவருடைய நிர்வாக சபை, சட்டசபை, இவைகள் அதை இருப்பிடமாகக் கொள்ளும். வெங்காளத்திலுள்ள கல்கத்தாவிலிருந்து இந்தியாக் கவர்ன்மெண்ட் டில்லியில் வசிக்கும்போது வெங்காளத்தின் பிராதான்னியம் சற்றுக் குறையுமானதால் அதைச் சென்னை, பம்பாய் இரண்டையும்போல ஒரு பிரசிடென்ஸியாக்கி, அதற்கு இப்போதுள்ள லெப்டினன்ட் கவர்னர் ஆளுவோராயில்லாமல் இங்கிலாந்திலிருந்து அனுப்பப்படும் கவர்னர் ஒருவர் ஆளுவோராயிருப்பார். இந்தப் புது பிரசிடென்ஸியில் வெங்காளி பாஷை பேசும் ஜனங்கள் வசிக்கும் கல்கத்தா, பரத்வான், டாக்கா, ராஜ்ஷாய், சிட்டகாங் ஆகிய மாகாணங்கள் அடங்கியிருக்கும். புதிதாய் ஏற்படுத்தப்படும் லெப்டினன்ட் கவர்னர் ஆளுகையில் பேகார், ஒரிஸ்ஸா, சோடாநாக்பூர் இந்த மூன்று மாகாணங்களும் இருக்கும். இந்த லெப்டினன்ட் கவர்னருக்குச் சென்னையிலும் பம்பாயிலும் இருப்பதுபோல ஒரு நிர்வாக சபையும் இருக்கும். இதற்கு முதலாவது லெப்டினன்ட் கவர்னராக இப்போது கீழ்வங்காளத்திலிருக்கும் ஸர் C.பெய்லி நியமிக்கப்படுவார். வெங்காளத்துக்குப் புதுக்கவர்னர் இங்கிலாந்தில் சக்கரவர்த்தியால் நியமிக்கப்பட்டு அவர் ஒரு லார்டாயிருப்பார் அல்லது நியமனமானதும் லார்டாக்கப்படுவார். ஆஸாம் மாகாணம் வெங்காளப்பிரிவினைக்கு முன்னாலிருந்ததுபோல ஒரு சீப் கமிஷனர் வசத்தில் வைக்கப்படும். இவ்வாறு திருத்தங்கள் செய்யப்பட்டது ஒருவரும் எதிர்பாராதது. சக்கரவர்த்தியவர்கள் ஒரு பெரும் சமயத்தில்

ஒரு பெருங்காரியத்தைச் செய்து அதை முக்கியமாக்கிவிட்டார். இந்தத் திருத்தங்கள் விளம்பரப்படுத்தப்பட்டதும் டில்லியில் கூடியிருந்த சகல ஜனங்களும் தர்பாரின் சிறப்பின் ஞாபகம் போய் இவைகளைப் பற்றியே பேசிக்கொண்டிருந்தார்கள். அப்போதுண்டான மனக்கிளர்ச்சியும் பிரேமையும் சந்தோஷமும் சொல்லமுடியாதென்று டில்லியில் இருந்தவர்கள் சொல்லுகிறார்கள்.

இந்த மகா முக்கியமான திருத்தங்களை லார்ட் ஹார்டிஞ்ஜ் பிரேரித்து லார்ட் க்ரூவுக்கு நவம்பர் மாசம் முதல் உ எழுத அன்றே லார்ட் க்ரூ அவைகளுக்குச் சம்மதித்துப் பதில் எழுதினார். டில்லி மாநகரம் யுதிஷ்டிரசக்கவர்த்தி முதல் வெகுநூற்றாண்டுகளாய் ஹிந்து ராஜாக்களின் முக்கிய ஸ்தலமாகவும் பிறகு மகமதிய அரசர்கள் அநேக நூற்றாண்டுகளாக ஆக்ஷிபுரிந்த ஸ்தலமாகவும் இருந்தது. பிறகு மொகலாயச் சக்கரவர்த்திகள் மகா வல்லமையுள்ளவர்களாய் அளவற்ற செல்வமும் கீர்த்தியும் படைத்து பல ஆடம்பரங்களுடன் ஆண்ட ராஜ ஸ்தலமாயும் இருந்த பிரிட்டிஷ் ராஜாங்கம் ஸ்தாபிக்கப்பட்ட பிறகு இரண்டு தடவைகளில் ராஜ விளம்பரம் செய்யவேண்டி நேரிட்டு அதற்குப் பொருத்தமான ஸ்தலம் டில்லியைத் தவிர வேறில்லையென்று நிச்சயிக்கப்பட்டது. இப்போது ஜார்ஜ் சக்கரவர்த்தி சக்கரவர்த்தினி இவர்களின் மகுடாபிஷேகத்துக்கு உரித்தான ஸ்தலம் அதுவேயென்று தெரிந்தெடுக்கப்பட்டது. இத்தியாதி காரணங்களால் இந்தியாவுக்கு ராஜஸ்தலம் கல்கத்தா அல்லவானால் டில்லியைத்தவிர வேறு ஸ்தலமில்லை. இப்போது இந்தியாக் கவர்ன்மெண்டும் வங்காளக் கவர்ன்மெண்டும் ஒரே இடத்திலிருப்பதால் பல நிர்வாக அசௌகரியங்கள் உண்டாகின்றனவென்று லார்ட் ஹார்டிஞ்ஜும் லார்ட் க்ரூவும் அபிப்பிராயப்படுகிறார்கள். இந்தியாக் கவர்ன்மெண்ட் டில்லிக்கு ஸ்திரமாய்ப் போய்விடுமானால் வெங்காளத்தின் அந்தஸ்து இப்போதைவிட உயரும். சுமார் 150 வருஷகாலத்துக்குமேல் பிரிட்டிஷ் இந்தியாவின் சரித்திரத்தில் பல மேதாவிகளான பிரிட்டிஷ் ராஜதந்திரிகள் ராஜ்யம் நடத்தி, இப்போதும் வியாபாரம், தொழில் முதலியவைகள் விசேஷமாய் நடந்து, செல்வவான்கள் பலர் வசிக்குமிடமாயிருப்பதால் கல்கத்தா இனி பேரிலும் முக்கியத்திலும் குறைந்துபோமென்று நினைக்க நியாயமில்லை.

இந்தத் திருத்தங்களால் லார்ட் கர்ஸன் செய்த வெங்காளப் பிரிவினை முற்றிலும் மாறிவிட்டது. வெங்காளி ஜனங்கள் சென்ற ஏழு வருஷங்களுக்கு அதிகமாய் வெகுசிரமப்பட்டு முயற்சிசெய்து கோரினது இப்போது கைகூடிற்று. இவர்களுக்குள் இந்த சம்பவம் அடங்காத ஆனந்தத்தை உண்டுபண்ணி இருக்கிறதென்று நாம் நம்பலாம். பேகார், ஒரிஸ்ஸா, சோடாநாக்பூர் இந்த மூன்று மாகாணங்களுக்கும் வெங்காளி ஜனங்கள் போலிராமல் பேசும் பாஷையிலும் ஜன உற்பத்தியிலும்

விவசாயம் முதலிய தொழில்களிலும் பேதப்பட்டிருப்பதால், அவர்களுக்குத் தனியான கவர்ன்மெண்ட் வேண்டுமென்று அவர்கள் கேட்டுக்கொண்டிருந்ததுபோல இப்போது செய்தாகிவிட்டது. கீழ் வெங்காள மகமதியர் சிறிது மனவருத்தப்படலாம். தங்களுக்குத் தனியான கவர்ன்மெண்ட்டு கிடைத்ததென்றும் இனி முன்னுக்கு வரலாமென்றும் சந்தோஷப்பட்டுக் கொண்டிருந்தார்கள். இந்த சந்தோஷத்துக்கு இனி குறைந்த ஹேது உண்டாகவில்லையானாலும் அவர்கள் மதத்தினர் அநேக நூற்றாண்டுகளாக ராஜ்யபாரம் செய்த டில்லிக்கு இப்போது நேரிட்ட புது மகாத்மியத்தை ஈடாகக் கொள்வார்கள்.

இப்படி சக்கரவர்த்தி தமது கவர்னர் ஜெனரலும் மந்திரிகளும் ஆலோசனை சொன்னபடி விளம்பரப்படுத்தின திருத்தங்கள் இந்தியாவில் எப்படியோ அப்படி இங்கிலாந்திலும் பிரமையை உண்டுபண்ணின. பார்லிமெண்ட்டு இரண்டு சபைகளிலும் இதைப்பற்றிப் பிரஸ்தாபங்கள் நேரிட்டன. லார்ட்ஸ் சபையில் லார்ட் லான்ஸ்டௌனும் லார்ட் கர்ஸனும் பேசினார்கள். மகா முக்கியமும் அபிப்பிராய பேதமுள்ளனவுமான இந்தத் திருத்தங்களில் மகாராஜாவை சம்பந்தப்படுத்தினது ஆட்சேபத்துக் கிடமானது. ஆயினும் இப்போது மகாராஜா இந்தியாவிலிருப்பதனாலும் அவர் இந்தியாவுக்குப் போயிருக்கும் சமயம் எல்லோரும் சந்தோஷங் கொள்ளக்கூடிய சமயமாயிருப்பதனாலும் மகாராஜாவின் வாக்கைக் கௌரவப்படுத்துவது அவசியமானதினாலும் இப்போது அவைகளைப் பற்றி விவகரிக்காமல் பின்னால் ஒரு சமயத்தில் நிர்பந்தங்களில்லாமல் விவகரிக்க வேண்டியது அவசியமென்றார்கள். காமன்ஸ் சபையில் மிஸ்டர் ஆஸ்க்வித் இந்தத் திருத்தங்கள் முக்கியமானவை யென்றும் இவைகளைப் பற்றி விபரங்கள் இங்கிலாந்துக்கெட்டின பிறகு பேசுதல் பொருந்துமென்றும் சொல்ல, மிஸ்டர் பானர்லாவும் அப்படியே அபிப்பிராயப்பட்டு, மகாராஜா இப்போது இந்தியாவிலிருப்பதால் பின்னால் ஒருசமயம் விவகரிப்பதே நலமென்று இருவரும் சொன்னார்கள். பத்திரிகைகள் அனைத்தும் இந்தத் திருத்தங்கள் நல்ல பலன்களை விளக்குமென்றே எழுதுகின்றன.

ஒரு ராஜவிருந்து தேர்மாஜெஸ்டீஸ் வரவேற்றது.

செவ்வாயன்று சாயந்திரம் தேர்மாஜெஸ்டீஸ் ஒரு ராஜவிருந்து நடத்தினார்கள். அதில் கவர்னர் ஜனரலும் லேடி ஹார்டிஞ்ஜும் அன்று கௌரவங்கள் பெற்றவர்களில் பலரும் மொத்தம் 2,000 பேர் வரையில் வந்திருந்தார்கள். அப்போது லார் ஹார்டிஞ்ஜ் சக்கரவர்த்தி தம்பதிகளின் சுகத்தைக் கோரிப் பேசினதில்:- "டில்லி நகரத்தில் அனாதிகாலந்தொட்டு பல படையெடுப்புகள் நேரிட்டுச்

சிலர் நாசம் செய்துவிட்டுப் போக, சிலர் ராஜ்யம் ஸ்தாபித்தார்கள். அநேக பெருங்காரியங்கள் நடந்திருக்கின்றன. ஆனாலும் இப்போது சக்கரவர்த்தியும் சக்கரவர்த்தினியும் தங்களிடத்தில் அளவற்ற அன்பும் நிஷ்டையும் வைத்திருக்கும் பிரஜைகளிடத்தில் பக்ஷம்பாராட்டி அவர்கள் மத்தியில் மகுடாபிஷேகம் செய்துகொள்ள வந்ததைப்போலப் பெருங் கொண்டாட்டம் எப்போதும் நேரிட்டதில்லை. சக்கரவர்த்தி விளம்பரப்படுத்தின திருத்தங்களை இந்தியாக் கவர்ன்மெண்ட்டு பக்தியுடன் ஏற்கின்றது. இவைகள் சக்கரவர்த்தியின் திருவாக்கிலிருந்து வந்தபடியினால் அவைகளின் முழுப்பலன்களையும் ஜனங்கள் உணர்வதுபோல வேறு எவர்கள் சொல்லியிருந்தாலும் உணரமாட்டார்கள். இந்திய ஏகாதிபத்தியத்தின் நல்ல ஆக்ஷிக்கும் வளப்பத்துக்கும் இந்தத் திருத்தங்கள் அவசியமென்று இந்தியாக் கவர்ன்மெண்ட்டு நம்புகின்றது” இப்படிப் பேசி லார்ட் ஹார்டிஞ்ஜ் சக்கரவர்த்திக்குச் சுகம் வேண்டுமென்று பிரேரித்தார்.

மகுடாபிஷேகச் செய்திகள்.

சக்கரவர்த்தி வங்காளத்தாருக்குச் செய்த சாசுவத நன்மை.

மகுடாபிஷேக மகோற்சவதினமாகிய இன்று காலமே சக்கரவர்த்தி பெருமான் தர்பாருக்கு வருவதற்குமுன்னே ராஜப் பிரதிநிதியையும் இந்தியா மந்திரியையும் சபைகூட்டி மந்திராலோசனை செய்தாரென்று தெரியவந்ததானாலும் தர்பார் நடந்து முடியும்வரை இன்ன விஷயத்தைக் குறித்து அவர் மந்திராலோசனை செய்திருக்கக்கூடுமென்று திட்டமாய் ஊகிக்க முடியவில்லை. அதுபற்றி அவர் தர்பார் நடந்து முடிந்ததும் திருவாய்மலர்ந்தருளிச் செய்திட்ட அறிக்கை தர்பார் மண்டபத்தில் கூடியிருந்த பல்லாயிரக்கணக்கான ஜனங்கள் மனதில் ஒருவித கிளர்ச்சியை உண்டாக்கிற்று. அக்கிளர்ச்சி இப்படிப்பட்டதாகுமென்று சொல்வதற்கில்லை.

சக்கரவர்த்திப் பெருமான் வங்காளவாசிகளிடம் முதிர்ந்து பழுத்த அருள் மேலிட்டு, லார்ட் கர்ஸன் செய்து வைத்துவிட்டுப்போன வங்காளப் பிரிவினையை நாம் ரத்து செய்திருக்கிறோமென்றும், இந்தியா கவர்ன்மெண்டின் தலைமை ஸ்தானத்தை கல்கத்தாவை விட்டு டில்லிக்கு மாற்றியிருக்கிறோமென்றும், வங்காள மாகாணம் ஒரு கவர்னரின் ஆக்ஷிக்கு உட்படுத்தப்படுமென்றும், அஸ்ஸாம் நாடு பண்டுபோல ஒரு சீப் கமிஷனரால் நிருவகிக்கப்படுமென்றும், பீகாரும் சோடா நாகப்பூரும் ஒரிஸ்ஸாவும் ஆலோசனை சபையோடுகூடிய ஒரு லெப்டினண்ட் கவர்னரின்கீழ் வைக்கப்படுமென்றும் இந்திய ஆக்ஷி முறையில் இப்போது நாம் செய்திருக்கும் திருத்தங்கள்

இவ்விந்திய நாடு இதுவரை ஆக்ஷிபுரியப்பட்டு வந்ததைவிட நன்றாய் ஆக்ஷி புரியப்படுவதற்கும், இந்தியர்கள் முன்னைவிட விசேஷ சுபிக்ஷத்தையும் சந்துஷ்டியையும் அடைவதற்கும் ஏதுவாயிருக்க வேண்டுமென்பதே நமது மனப்பூர்வமான விருப்பமென்றும், திடீரெனத் திருவாய்மலர்ந்தருளியதைத் தங்கள் செவி நிறையக் கேட்கப் பெற்ற ஜனங்களின் மனநிலை அச்சமயம் இன்னவிதமாயிருந்ததென்று எடுத்துச்சொல்ல யாருக்குத்தான் சாத்தியமாகும்?

சக்கரவர்த்திப் பெருமான் வங்காளப் பிரிவினையானது லார்ட் கர்ஸன் காலத்தில் செய்யப்பட்ட பெருத்த ராஜ்யப் பிசகாகுமென்று உணர்ந்து அதனைத் தமது மகுடாபிஷேக மகோற்சவம் இந்தியாவிற் கொண்டாடப்பட்ட சமயத்தில் ரத்து செய்துவிட்டார். சக்கவர்த்திப் பெருமானின் இப்பெருந்தகைமைச் செயலை வங்காளத்தார் கற்பகோடி காலத்துக்கு மறக்கமாட்டார்கள். 5வது ஜார்ஜ் சக்கரவர்த்தியை வங்காளத்தார் கோவிலில் வைத்துக் கும்பிடவேண்டிய தெய்வமாகவே மதிப்பார்கள். சக்கரவர்த்தி தம்பதிகள் இன்னும் சில தினங்களில் கல்கத்தாவுக்கு விஜயம் செய்யும்போது வங்காளிகள் அவர்களிருவரையும் தங்கள் தோளில் தூக்கிச் சுமப்பதற்குக்கூடப் பின்வாங்க மாட்டார்கள். இது நிற்க.

தர்பார் மண்டபத்தில் கிளர்ச்சி.

தர்பார் மண்டபத்தில் ஜார்ஜ் சக்கரவர்த்தி இந்திய ஆக்ஷி முறையில் இம்மாதிரி திருத்தங்கள் செய்யப்படுமென்று திருவாய் மலர்ந்தருளியபோது அம்மண்டபத்தில் கூடியிருந்த ஜனங்களுக்குள் நிகழ்ந்த கிளர்ச்சியை இங்கு ஒருவாறு குறிப்பிடுகிறோம். இனி டில்லிதான் இந்தியா கவர்ன்மெண்டின் தலைமை ஸ்தானம் ஆகுமென்று கேள்விப்பட்ட மாத்திரத்தில் பஞ்சாப் மாகாணத்தைச் சேர்ந்த தேச மன்னர்களும் ராஜபுதனத்தைச் சேர்ந்த தேச மன்னர்களும் அடக்கமுடியாத சந்தோஷத்தை அடைந்தார்கள். மகம்மதியர்களோ, பண்டைக்காலத்தில் மொகலாயச் சக்கரவர்த்தியின் ஆக்ஷி ஸ்தலமாயிருந்த டில்லி இந்தியா கவர்ன்மெண்டின் தலைமை ஸ்தானமாக்கப்பட்டு போயிற்றென்று இறுமாந்தே போனார்கள். அவர்கள் சென்ற சில வருஷங்களுக்குள்ளாக இந்தியாவில் பிரிட்டிஷ் சக்கரவர்த்தியின் முடிசூட்டுக்கு ஏற்றவிடமாக இரண்டுமுறை டில்லியை இந்தியா கவர்ன்மெண்டார் பொறுக்கியெடுக்க வேண்டியதாயிருந்ததே, டில்லியை இந்தியா கவர்ன்மெண்டின் தலைமை ஸ்தானமாக்கிவிட வேண்டியதன் அவசியத்தை எடுத்துக்காட்டியதற்கு மேலாகும் என்கிறார்கள். இவ்வூரிலுள்ள பீகார்வாசிகளும் தங்களுக்கு ஓர் லெப்டினண்ட் கவர்னர் கொடுக்கப்பட்டிருக்கிறாரென்றும், அவர் பாட்னா (பாடலிபுரம்) விலிருந்து ஆக்ஷி செலுத்துவாரென்றும்

கருதி சக்கரவர்த்திப் பெருமான் வெளியிட்ட நற்செய்தியை விருப்பாய் ஏற்று மிகுதியும் பாராட்டுகின்றார்கள். இந்தியப் பத்திராசிரியர்களின் கூடாரத்தில் உள்ள இந்தியப் பத்திரிகைகளின் பிரதிநிதிகள் சக்கரவர்த்தி வெளியிட்ட நற்செய்தியைப் பற்றிப் பலவிதமாய்ப் பேசிக் கொள்ளுகிறார்கள். ஆனால் இந்தியா கவர்ன்மெண்டின் தலைமை ஸ்தானம் கல்கட்டாவை விட்டு டில்லிக்கு மாற்றப்பட்டிருப்பதனால் மொத்தத்தில் அனுகூலமுண்டென்றும், வங்காள மாகாணத் தலைவர் இப்போதைப்போல இனி மழுக்கடைந்து போகாமல் பிரகாசத்தையடைந்து சுவேச்சாதிகாரம் செலுத்தக்கூடிய ஸ்திதியிலிருப்பாரென்றும் பேசிக் கொள்ளுகிறார்கள்.

சக்கரவர்த்தி டில்லி, சென்னை டெபுடேஷன்களுக்குச் சொன்ன பதில்கள்.

டில்லி முனிசிபாலிடியும் சென்னை முனிசிபாலிடியும் டெபுடேஷன்கள் மூலமாய் சக்கரவர்த்திக்கு விஞ்ஞாபனம் செய்து கொள்ள, சக்கரவர்த்தி மனம் உவந்து பதில் சொன்னதை இன்று பெயர்த்து எழுதுகிறோம். இரண்டு விஞ்ஞாபனப் பத்திரங்களிலும் சக்கரவர்த்தினியிடத்தில் பூரணமான பக்தியைத் தெரிவித்து நாம் மகுடாபிஷேகம் செய்துகொண்டதை இந்தியர்களுக்கு நேரில் அறிவிக்கும்படியாக இந்தச் சமயம் இங்கு வந்தது இந்தியரிடத்தில் அவர் வைத்திருக்கும் அருளையும் அன்பையும் காட்டுகிறதென்று சொல்லித் தம்மைப் பார்க்கும்படி இருந்த இரண்டு டெபுடேஷன்களுக்கும் அனுமதிகொடுத்தது அழியாத ஆழ்ந்த நன்றிக்குக் காரணமாகும் என்று சொன்னார்கள். சென்னை அட்ரஸுக்குச் சக்கரவர்த்தி கூறிய பதில் நேற்று 'மெயில்' பத்திரிகையில் வந்திருக்கின்றது. ஆகையால் இரண்டு பதில்களையும் இன்று நாம் எழுதக்கூடும். டில்லி அட்ரசுக்குச் சொன்ன பதிலாவது:-

"உங்களுடைய விக்ஞாபனப் பத்திரத்தில் கண்ட வரவேற்புக்கும் நற்சிந்தனைக்கும் நானும் சக்கரவர்த்தினியும் நன்றியுள்ளவர்களாயிருக்கிறோம். சில மாசங்களுக்கு முன்னால் இந்தியாவில் தோன்றும்போலிருந்த எப்போதுமில்லாத வறக்ஷியால் நாங்கள் இத்தேசத்துக்கு வரும் சமயம் சந்தோஷமற்றுப் போமென்று பயப்பட்டோம். ஜனங்களுடைய க்ஷேமமானது பருவ மழையினாலும் பூமியின் நல்ல விளைச்சலாலும் பாதிக்கப்படுகிறபடியால் நம் பிரஜைகளின் பெரும்பான்மையோருக்கு இந்த வறக்ஷி துக்ககரமான ஆபத்தாய் முடியுமென்று பயந்தோம். இப்போது இந்த வறக்ஷியானது விஸ்தீரணத்தில் குறைந்து போயிற்றென்றும், போக்குவரத்து வசதிகளும் பாசனவேலைகளும் அதிகப்பட்டிருப்பதால் பூர்வம் பஞ்சத்தால் ஜனங்கள் வருந்தி மாண்டதுபோல இப்போது வருந்தி

மாளமாட்டார்களென்றும் சந்தோஷப்படுகிறோம். மற்ற வழிகளிலும் இந்தியாவின் விவசாய நிலைமை திருந்தியிருக்கின்றது. விவசாயிகளின் அனுஷ்டானங்கள் பழைய வழக்கத்தைப் பற்றினவாயிருந்தாலும் பொறுமையும் உழைப்பும் சாமர்த்தியமும் உள்ளவர்கள். சமீபத்தில் சாஸ்திரத்தின் சாதகங்களால் விவசாயம் நன்மை பெற்றிருக்கின்றது. பூமி வளப்பத்தை அதிகப்படுத்துவதிலும் கால்நடைகளின் வியாதிகளுக்கு சிகிச்சை செய்வதிலும் பூமியைப் பயிரிடுவோருக்குப் பயங்கரமான விரோதியாயிருக்கும் பூச்சிகளைக் கொல்லுவதிலும் சாஸ்திரப் பிரயோகத்தினால் பெரும் பலன்கள் பெறக்கூடுமென்று சில தினங்களாக நிரூபணமாயிருக்கின்றது. ஜனங்களுக்குள் ஐக்கிய முறையை உண்டுபண்ணி முழுமையும் உபயோகப்படுத்தக்கூடுமானால் இத்தேசத்து விவசாய உரிமைகள் இனி பெருமையும் மகிமையும் பெறுமென்று நினைக்கிறேன்.

“எங்கள் வரவை நோக்கி உங்கள் நகரத்தை அலங்காரங்களால் தயார்செய்ய நீங்கள் செய்த முயற்சிகள் பயன்பட்டதை நாங்கள் உணர்கிறோம். சென்ற இருபது வருஷ காலமாகச் சுகாதார நிலைமையைச் சீர்ப்படுத்துவதில் நீங்கள் அசிரத்தையாயிருக்கவில்லை. உங்களுடைய வடிகால்களைச் செப்பனிட்டு நல்ல பயனைப் பெற்றிருக்கிறீர்கள். சுத்த ஜலத்தைப் பெற்று காலரா முதலிய தொற்று வியாதிகள் தோன்றாமற் செய்ததால் அதற்கான செலவுகள் நல்ல செலவுகளாகவே ஆயின. டில்லியில் கடும் சதுப்புமாயிருந்த பூமியை விசாலமான தோட்டமாக்கி மேலாவைச் சுத்தப்படுத்தினபடியால் விஷஜுரம் எப்போதும் காணுவதுபோல் இந்த ஷு காணவில்லையென்று அறிகிறேன். என்னுடைய இந்தியப் பிரஜைகளுக்கு நல்ல சரீர சுகமும் பத்திரமும் உண்டாகும்படி இங்குச் செய்தமாதிரி எங்கும் செய்யப்படுமென்று நான் மனப்பூர்வமாய் நம்புகிறேன். இந்தப் பயங்கரமான வியாதிகளான பிளேக், விஷஜுரம், காலரா இவைகள் வராமலிருக்கும் உபாயம் ஜனங்களாலும் அவர்களுடைய தலைவர்களாலுமே செய்யப்படவேண்டும். அதிகாரிகள் செய்யும் சாஸ்திரபூர்வமான முயற்சிகளோடு இவர்கள் மனமொப்பி ஒத்துழைக்க வேண்டும். இந்தக் கொடும் வியாதிகளின் காரணங்கள் ஸ்தல நிலைமைகளைக் கற்பதாலும் ஆராய்ச்சியினாலும் வெகுவாய் அறியப்பட்டிருக்கின்றன. ஆனாலும் இன்னும் செய்யவேண்டியதுண்டு. எல்லாவற்றிற்கும் மேலாக, சாமானிய ஜனங்களுக்கு அறிவையூட்டி அவர்களுடைய சாவதானத்துக்கும் க்ஷேமத்துக்கும் தகுந்த முன்ஜாக்கிரதைகளை அறிந்து அனுசரிக்க ஆரோக்கிய சாஸ்திரத்திலும் வீட்டுச் சுகாதாரத்திலும் மூலாதாரங்களை அவர்களுக்குக் கற்பிக்க வேண்டும்.

“உங்களுடைய பழைய கீர்த்திபெற்ற நகரத்துக்கு மறுபடியும் வரப்போவதைப்பற்றிச் சந்தோஷப்பட்டுக் கொண்டிருந்தோம். இத்தேசத்தின் சரித்திரத்தில் ஞாபகமிருக்கக்கூடிய சம்பவங்களுக்கு அது ஸ்தலமாயிருந்தது. இவைகளிற் சில என்னுடைய வமிசத்தோடும் சிம்மாசனத்தோடும் நெருங்கிச் சம்பந்தப்பட்டவைகள். இனி எங்களுக்குள்ள சம்பந்தம் இன்னும் நெருங்கியதாகும். உங்கள் நகரத்தின் பூர்வசரித்திரத்தால் அதற்கு விநோதமான கவர்ச்சி உண்டாயிருக்கின்றது. பூர்வகாலத்து ராஜவமிசங்களின் சின்னங்கள் எங்கு பார்த்தாலும் கண்ணில் விழுகின்றன. சிறப்பான மாளிகைகளும் ஆலயங்களும் காலத்தாலுண்டாகும் நாசத்துக்குத் தப்பியிருக்கின்றன. இவைகளெல்லாம் பூர்வகாலத்துப் பெருமைக்கு நிதர்சனங்கள். இந்தியாக் கவர்ன்மெண்டுக்கு ஒரு மத்தியஸ்தலமான ராஜநகரத்தை நிச்சயம் செய்ததில் இந்த பழைய நிலைமைகளும் லக்ஷணங்களும் நான் சமீபத்தில் வெளியிட்ட தீர்மானத்துக்கு முக்கிய காரணங்கள். இன்றுமுதல் இந்திய ஏகாதிபத்தியத்துக்கு டில்லி ராஜஸ்தலமாயிருக்கும். இந்த அழகான நகரம் பஞ்சாப் மாகாணத்தில் சேர்க்கப்பட்ட 50 வருஷ காலத்தில் அதைப் பிரபலப்படுத்திச் செய்த முயற்சிகளை நான் ஒப்புக்கொள்கிறேன். அதனுடைய பூர்வீக சரித்திரச் சின்னங்களைக் காப்பாற்றி டில்லி இந்திய ஏகாதிபத்தியத்துக்கு ராஜஸ்தலமாகி அதனுடைய பூர்வீக கௌரவமான நிலைமைக்கு இப்போது அதை உயர்த்த உங்கள் கவர்ன்மெண்ட் கவலைப்பட்டிருக்கின்றதையும் அறிவேன். இந்த மாறுதலால் ராஜாங்க நிர்வாகத்தில் பல புதுமைகள் செய்யும்படி நேரிடும். ஆயினும் டில்லி மாகாணக் கவர்ன்மெண்டின் முக்கிய ஸ்தலமாகவிருந்து அதனுடைய பழைய பெருமையையும் ஜனங்களின் க்ஷேமத்தையும் பற்றி ஜாக்கிரதை பெற்றதுபோல இம்பீரியல் ராஜஸ்தலமாக அதே ஜாக்கிரதையைப் பெறுமென்பதில் சந்தேகமில்லை. டில்லி இப்போது எந்த ஏகாதிபத்தியத்துக்கு ராஜஸ்தலமாயிற்றோ அதில் அமைதியும் முற்போக்கும் நீதியும் வளப்பமும் நிலைநின்று அது, உங்கள் நகரத்தின் பூர்வீகப் பேருடன் இன்னும் அதிகப் பெருமையும் மகிமையும் தங்கிய சரித்திரத்தையும் உண்டாக்குமென்று நான் பிரார்த்திக்கிறேன்.”

சென்னை அட்ரஸுக்குப் பின்வருமாறு சக்ரவர்த்தி பதில் அருளினார்:- “சென்னை ராஜதானியின் ஜனங்கள்பேரால் நீங்கள் செய்திருக்கும் பக்தியும் அடக்கமுமுள்ள விக்ஞாபனப் பத்திரத்துக்கு நானும் சக்கிரவர்த்தினியும் சந்தோஷப்படுகின்றோம். நமது இந்திய சமஸ்தானங்களில் பழைய ராஜதானியாகிய சென்னையில் வசிக்கும் ஜனங்களுடைய பக்தியால் எங்கள் மனம் நெகிழ்கின்றது. இதில் வசிக்கும் நான்கு கோடி ஜனங்கள் எங்களிடத்தில் நேரான பிடிப்பிருப்பதைக் காட்ட ஒன்று சேர்ந்ததற்காக நன்றிகொள்ளுகிறோம். தென்னிந்தியாவில் பல ஜாதிமத ஜன வேற்றுமைகளைக் காட்டிக் கையெழுத்திட்டிருப்பது நீங்கள் எங்களை வரவேற்றதற்கு விலைபெற்ற

அத்தாக்ஷியாகச் சேமிக்கப்படும். இந்தியாவுக்கு இப்போது வந்த சமயத்தைப்பற்றி நீங்கள் சொல்லியிருக்கும் வார்த்தைகளையும் 1906ம் வருஷத்தில் சென்னையில் நாங்கள் இருந்ததை நீங்கள் பக்ஷமாய் நினைத்திருப்பதையும் நாங்கள் பூராவாய் அறிகிறோம். எங்களுக்கு அப்போது நீங்கள் செய்த உபசாரத்தை நாங்கள் மறக்கவில்லை. உங்களுடைய பேர்பெற்ற நகரத்தை நாங்கள் திரும்பிப்பார்க்க வேண்டுமென்று நீங்கள் கேட்டுக்கொண்டதற்கு இணங்குமாறு எங்களுக்கு அவகாசமில்லாததைப் பற்றி நாங்கள் விசனப்படுகிறோம். இந்திய ஏகாதிபத்தியத்தில் எனக்குப் பிரியமான பாட்டியாரும் பிதாவும் காட்டின ஒற்றுமையுணர்ச்சியையும் கரிசனத்தையும் பற்றி நீங்கள் சொல்லுவதைக் கேட்க எனக்கு ஆழ்ந்த திருப்தி உண்டாகின்றது. அவர்களுடைய உணர்ச்சிபோல என்னுடையதும் இருக்கிறதென்று உங்களுக்குச் சொல்லவேண்டியதில்லை. என் இந்தியப் பிரஜைகளின் க்ஷேமமும் வளப்பமும் என்னுடைய மனப்பூர்வமான கவலைக்கு விஷயங்களாயிருக்குமென்று நான் சொல்ல வேண்டியதில்லை."

மகுடாபிஷேகச் செய்திகள்.

சென்னை விஞ்ஞாபனப் பத்திரம்.

இந்த வாரம் புதன்கிழமையன்று மிஸ்டர் A.E.லாஸனைத் தலைவராய்க் கொண்டுசென்று சென்னை மாகாணத்தாரது விஞ்ஞாபனப் பத்திரத்தை ஸமர்ப்பித்த சென்னை டெபுடேஷனுக்கு சக்கவர்த்தி ஒரு பதில் சொன்னார். அந்தப் பதிலில் அவர், நீங்கள் எங்களுடைய தற்போதைய இந்தியா விஜய சந்தர்ப்பத்தைச் சுட்டிப் பேசியிருக்கும் மாதிரியையும், நாங்களிருவரும் 1906ம் வருஷத்தில் சென்னைக்கு விஜயஞ்செய்து அங்குச் சில தினங்கள் தாமதித்ததை இன்னும் மறக்காமல் ஞாபகத்தில் நீங்கள் வைத்துக்கொண்டிருப்பதாய்ச் சொல்லியிருப்பதையும் நானும் சக்கரவர்த்தினியும் மிகுதியும் பாராட்டுகிறோமென்று சொன்னதுமன்றி, அப்போது நீங்கள் எங்களிருவரையும் மனப்பூர்வமாய் நல்வரவு கூறி ஏற்றதை நாங்கள் மறந்து விடவில்லையென்றும், இப்போது உங்கள் விருப்பம் பூர்த்தியாகும்படி பிரசித்திபெற்ற உங்கள் நகரத்துக்கு வந்துவிட்டுப்போகச் சாவகாசமில்லாமலிருப்பதில் எங்களுக்கு வருத்தந்தான் என்றும் தெரிவித்தார்.

சக்கரவர்த்தினி இந்திய ராஜஸ்திரீகளுக்குக் கொடுத்த பேட்டி.

புதன்கிழமையன்று ஜார்ஜ் சக்கரவர்த்தி வாலண்டியர் படையைச் சேர்ந்த உத்தியோகஸ்தர்களுக்கும் ராணுவத்தைச் சேர்ந்த இந்திய

உத்தியோகஸ்தர்களுக்கும் சென்னை டில்லி டெபுடேஷன்களுக்கும் பேட்டி கொடுத்துக் கொண்டிருந்தபோது மேரி சக்கரவர்த்தினி பெருமாட்டி டில்லி ஸர்க்கிட் ஹவுஸில் (Circuit House) தேச மன்னர்களின் குடும்பங்களைச் சேர்ந்த 120 ராஜஸ்திரீகளுக்குப் பேட்டி கொடுத்துக் கொண்டிருந்தார். அப்போது லேடி ஹார்டிஞ்சும், டெவன்ஷையர் டச்சஸ்ஸும், லேடி மாக்மோகனும் சக்கரவர்த்தினி பெருமாட்டியோடு கூடவே இருந்தார்கள். அந்த 120 ராஜஸ்திரீகளில் விஜயநகரம் ராணி ஒருவர். அச்சீமாட்டி தமது குழந்தைகள் இரண்டையும் தமது கூடவே அழைத்துக் கொண்டு போயிருந்தார்கள். சக்கரவர்த்தினி பெருமாட்டி அக்குழந்தைகளிரண்டையும் தம்முடைய சிம்மாசனத்தின் கீழேயே உட்கார்ந்துகொள்ளச் சொன்னார்கள். சிறிதுநேரம் பரஸ்பரம் குசலப்பிரஸ்னம் செய்துகொள்வதில் கழிந்தது. அப்பால் விஜயநகரம் ராணி சக்கரவர்த்தினியைப் பார்த்து:-

“சக்கரவர்த்தினி பெருமாட்டியின் இப்போதைய விஜயத்தை இந்திய மாதர்கள் வெகு மங்களகரமான நற்சகுன நிகழ்ச்சியாய்க் கருதுகிறார்கள். அவர்கள் சக்கரவர்த்தினி பெருமாட்டி இந்நாட்டுக்கு இரண்டாந்தடவை விஜயம்செய்யக் கிருபை கூர்ந்ததற்கு அப்பெருமாட்டிக்குப் போதுமானபடி நன்றி செலுத்த முடியாதவர்களாயிருக்கிறார்கள். சக்கரவர்த்தினி பெருமாட்டி இவ்விஜயத்தால் இந்தியா முழுமையையும் கௌரவப்படுத்தியிருப்பதோடு, இன்றைக்கும் அப்பெருமாட்டியின் முதல் விஜயத்தை மிகுதியும், பேணி ஞாபகத்தில் வைத்துக்கொண்டிருக்கிற இந்திய மாதர் கூட்டத்தைக் கௌரவப்படுத்தியிருக்கிறார்கள். நேற்று சக்கரவர்த்திப் பெருமானும் சக்கரவர்த்தினி பெருமாட்டியும் நடத்திய தர்பாரை வேறெதுவும் இந்திய ஜனங்கள் மனதில் நன்றாகப் பதியும்படி அவ்வளவு ராஜ கம்பீரத்தோடு கூடியதாயிருக்கவில்லை. தங்களுக்கு ஒரு அரசனும் அரசியும் இருக்கிறார்களென்று இந்திய ஜனங்களுக்கு இப்போது நன்றாய்த் தெரியவருகிறது. டில்லி தர்பார் தலைமுறைக்கணக்காய் ஜனங்கள் ஞாபகத்திலிருக்கும் அது இந்திய ஜனங்கள் பிரிட்டிஷ் அரசரிடம் வைத்திருக்கும் மதிப்பால் ஏற்படக்கூடிய ராஜ விசுவாசத்தைக் கயிறு கட்டி இழுத்து நெருங்கி வரும்படி செய்யும். போன ௵ இந்த மாதவாக்கில் நான் லேடி ஹார்டிஞ்சினிடம் சக்கரவர்த்தினியின் பணிமாதர்களில் ஒருத்தியாய் இன்னும் சில இந்திய மாதர்களுடன் சேவிக்க வேண்டுமென்ற விருப்பம் எனக்கிருப்பதாய் அப்பெருமாட்டிக்குத் தெரியப்படுத்தும்படியாய்க் கேட்டுக் கொண்டேன். ஆனால் என் பிரேரணை ஒப்புக் கொள்ளப்படவில்லை. இந்திய மாதர்கள் தங்களுக்குச் சக்கரவர்த்தினியிடமிருக்கும் பக்தி விசுவாசத்தைத் தெரியப்படுத்திக்கொள்ள ஏதேனும் ஒருசமயம் கிடைத்தால், அம்மாதிரி சமயம் கிடைத்ததைப் பற்றி அவர்கள் கர்வங் கொள்வார்களென்று இச்சமயம் நான் உறுதிகூறத் துணிகிறேன்” என்று வெகு சாதுரியமாயும்

சமயோசிதமாயும் பேசினார். அப்படி விஜயநகரம் ராணி பேசியதைக் கேட்டுக்கொண்டிருந்த சக்கரவர்த்தினி பெருமாட்டி அந்த ராணியைப் பார்த்து, டில்லி தர்பாரால் நன்மைகள் விளையுமென உங்கள் வாய்ப்படக் கேட்க எனக்குச் சந்தோஷமாயிருக்கிறதென்று சொல்லி அந்த ராணிக்கு நன்றி செலுத்திவிட்டு அச்சீமாட்டியின் மூத்த பிள்ளையைப்பற்றி விசாரித்தார்கள். அப்போது விஜயநகரம் ராணி தமது மூத்தபையன் ஆஜ்மீர் மேயோ காலேஜில் வாசித்துக்கொண்டிருப்பதாயும் சக்கரவர்த்தினி பெருமாட்டி அந்த காலேஜுக்குப் போகும்போது அவன் அப்பெருமாட்டியை வந்து சேவாஞ்சலி செய்து கண்டுகொள்வானென்றும் தெரிவித்தார்கள். விஜயநகரம் ராணி சக்கரவர்த்தினி பெருமாட்டியை அச்சமயம் ரூபா 2,000 காணிக்கை வைத்துக் கண்டார்கள். அதனை அப்பெருமாட்டி ஏற்றுக்கொண்ட பாவனையாய்க் கையால் தொட்டுத் திருப்பினார்கள். அதன்மேல் அந்த ராணி "சக்கரவர்த்தினி பெருமாட்டியை நேரிற் கொண்டு சம்பாஷிக்கும்படியாய் இன்று நான் அடைந்துள்ள மகோன்னத பதவியையும் பெருமையையும் குறிக்கும் ஞாபகார்த்தமாய் இத்தொகையைத் தருமத்துக்குக் கொடுத்துவிட பிரியப்படுகிறேன்" என்று சொன்னார்கள்.

படைக்காக்ஷி.

இந்த வாரம் வியாழக்கிழமை காலமே படைக்காக்ஷி நடந்தது. சக்கரவர்த்தி தம்பதிகள், படைகள் அணிவகுத்து நிற்பதும் ராணுவகோலமாய் அணிவகுத்து நின்ற இடம்விட்டுப் பெயர்ந்து செல்லுவதுமாகிய அற்புதக் காக்ஷிகளைப் பார்க்கச் சரியாய் 10 மணிக்கு பரேட் கிரௌண்டுக்கு வந்தார்கள். அவர்கள் வந்து சேர்ந்ததும் மரியாதைக்குண்டுகள் போடப்பட்டன. சக்கரவர்த்தி முதலில் படைகளைப் பார்வையிட்டுவிட்டு ராயல் பிளாக் பறக்கவிடப்பட்டிருந்த இடத்தில் வந்து உட்கார, அணி வகித்துநின்ற படைகள் இடம்விட்டுப் பெயர்ந்து ராயல் பிளாக் நாட்டப்பட்டிருந்த இடத்திலிருந்து 200 கஜதூரம் வரையில் மார்ச்சு செய்துகொண்டு வந்தன. இந்தியச் சேனாதிபதி அப்போது சக்கரவர்த்தி தம்பதிகளுக்கு ஜே கூறும்படி துருப்புக்களுக்குச் சொல்ல 50,000 ராணுவ வீரர்கள் தங்கள் தலைக்கவசங்களை எடுத்துவிட்டு ஏககாலத்தில் சக்கரவர்த்தி தம்பதிகளுக்கு ஜே என்று ஜேயொலி செய்து கோஷித்தார்கள். அக்காக்ஷியை எதிரிலிருந்து பார்த்தவர்கள் எளிதில் மறக்கமாட்டார்கள். அது நடந்துமுடிந்ததும் தேசமன்னர்கள் தங்கள் துருப்புகளைச் சக்கரவர்த்தி பெருமான் முன்னே நடத்திச் சென்றார்கள். அக்காக்ஷியும் வெகு நன்றாய்த்தானிருந்தது. 8 வயதுள்ள பாவல்பூர் நவாப் தமது ஒட்டகப்படையை நடத்திக்கொண்டு ஒரு ஒட்டகையின்மேல் சென்றதையும், வயதிற் சிறிய ஜோட்பூர் மகாராஜா தாம் ஏறிச்சென்ற

குதிரை நான்கு கால் பாய்ச்சலில் போகத் தமது படைகளை நடத்திக்கொண்டு சென்றதையும் பார்த்திருந்த ஜனங்கள் கைக்கொட்டி சந்தோஷித்தார்கள்.

பட்டச்சூட்டு.

வியாழக்கிழமை இரவு ஜார்ஜ் சக்கரவர்த்தி தர்பார் சமயத்தில் கௌரவப்பட்டங்கள் அளிக்கப்பட்டவர்களில் அனேகர்களுக்குத் தர்பார் கூடாரத்தில் வந்திருந்து பட்டச்சூட்டு நடத்தினார். அக்காக்ஷியும் வெகு நேர்த்தியாகத்தானிருந்தது. பட்டஞ் சூட்டப்பட்டவர்கள் ஒவ்வொருவரும் சக்கரவர்த்தி பெருமானின் கையை முத்தமிட்டுச் சென்றது, இந்தியாவில் நடத்தப்படும் பட்டச்சூட்டுக்களில் கையை முத்தமிடுதல் கிடையாதாதலால், வேடிக்கையாகவே இருந்தது.

ஒரு கூடாரத்தில் நெருப்பு.

தர்பார் கூடாரத்தில் பட்டச்சூட்டு நடந்து கொண்டிருக்கும்போது ஏதோவொரு கூடாரத்தில் தீப்பிடித்து விட்டதற்கு அறிகுறியாய்ச் சிட்டிகள் அடிக்கப்பட சிலர் பயந்துபோய்த் தங்களிடங்களை விட்டு எழுந்தார்கள். ஆனால் அந்த நெருப்பு ராயல் பாவிலியனுக்கு அப்பால் தள்ளியிருக்கும் கூடாரத்தில் பிடித்ததாய்த் தெரியவந்ததும் எல்லாருக்கும் தைரியம் உண்டாயிற்று. தீப்பிடித்த கூடாரம் இந்தியா மந்திரியின் பிரைவேட் செக்ரிடெரியாகிய மிஸ்டர் லூகாஸின் கூடாரம். அந்தக் கூடாரத்திலிருந்த அபிஷல் தஸ்தாவேஜுகள் ஒன்றும் எரிந்துபோய்விடவில்லை. மிஸ்டர் லூகாசின் சொந்த சாமான்கள் சேதமாய்ப் போய்விட்டன. நெருப்பவிக்கும் துருப்புகள் உடனே வந்து அந்தக் கூடாரத்தை துண்டித்துவிட்டு நெருப்பை அவித்தார்கள். மிஸ்டர் லூகாஸுக்குப் புதிதாய் ஒரு கூடாரம் அடிக்கப்பட்டது.

டில்லி புதியநகருக்கு அஸ்திவாரம்.

நேற்றுக்காலமே ஏற்கெனவே ஏற்பாடு செய்யப்பட்டிருந்தபடி சக்கரவர்த்தி தம்பதிகள் டில்லி புதிய நகருக்கு இப்போது இந்தியா கவர்ன்மெண்ட் கூடாரம் அடிக்கப்பட்டிருக்கும் இடத்தில் அஸ்திவாரக் கற்கள் நாட்டினார்கள். அப்போது மாகாண கவர்ன்மெண்ட்டுகளின் தலைவர்களும், தேச மன்னர்களும் ஆஜராயிருந்தார்கள். கூட்டியக்காரர்கள் கொம்பு வாத்தியக்காரர்களோடு ஆஜராயிருந்தார்கள். சக்கரவர்த்தி தம்பதிகள் வந்து சேர்ந்ததும் கவர்னர் ஜெனரலும் இந்தியா கவர்ன்மெண்ட் மெம்பர்களும் அவரை வரவேற்றார்கள். 101 மரியாதைக் குண்டுகள் போடப்பட்டன. சக்கரவர்த்தி தம்பதிகள் அஸ்திவாரம் நாட்டப் போகிறார்களென்றதற்கு

அறிகுறியாய்க் கொம்பு வாத்தியக்காரர்கள் தங்கள் கொம்புகளை எடுத்து ஊதினார்கள். உடனே ராஜ பிரதிநிதி எழுந்து நின்று சிறிது பேசிவிட்டு, சிந்தியா மகாராஜா சக்கரவர்த்தி தம்பதிகளின் விஜய ஞாபகமாகவும், இந்திய கவர்ன்மெண்டின் ராஜ ஸ்தானம் டில்லிக்கு மாற்றப்பட்டதன் ஞாபகமாகவும் புதிய டில்லியில் நாட்டப்படுவதற்கு சக்கரவர்த்தியின் உருவச்சிலையொன்றை செய்து தர இசைந்திருக்கிறாரென்று தெரிவித்தார். அவர் பேசி முடித்ததும் சக்கரவர்த்தி பெருமான் சுருக்கமாய்ப் பேசிவிட்டுத் தாம் ஒருகல்லை நாட்டினார். சக்கரவர்த்தினி பெருமாட்டியும் தமது கையால் ஒரு கல்லை நாட்டினார். அவர்கள் தங்கள் கைப்பட இரண்டு அஸ்திவாரக் கற்களை நாட்டிவிட்டுத் தங்கள் இடத்துக்குத் திரும்பினதும் கட்டியக்காரர்கள் சக்கரவர்த்தியின் அனுமதியைப்பெற்று அஸ்திவாரம் நன்றாய்ப் போடப்பட்டு முடிந்ததென்று முதலில் ஆங்கிலத்திலும் அப்புறம் உருதுவிலும் பகிரங்கமாய் வெளியிட்டார்கள். கொம்பு வாத்தியம் வாசிக்கப்பட்டது. பஞ்சாப் லெப்டினெண்ட் கவர்னர் சக்கரவர்த்தி தம்பதிகளுக்கு ஜே என்று ஜேயொலி செய்யச் சொல்ல அங்குக் கூடியிருந்தவர்கள் எல்லோரும் அப்படியே ஜேயொலி செய்தார்கள்.

மகுடாபிஷேகச் செய்திகள்.

இரண்டு டெபுடேஷன்கள்.

மகுடபிஷேக மகோற்சவத் தினத்துக்கு அடுத்த தினமாகிய இந்த வாரம் புதன்கிழமை ஜார்ஜ் சக்கரவர்த்திக்கு ஓய்வுநாளாய் இருந்திருக்க வேண்டுமென்று யாரும் நினைக்கக்கூடும். ஆனால் அன்றைய தினம்கூட அவருக்குத் தாமே கவனித்துச் செய்யவேண்டியதாயிருந்த வேலைகள் சில இருந்தன. அன்றைய தினம் காலையில் டில்லி முனிசிபாலிடியாரின் டெபுடேஷனும் சென்னை மாகாணத்தாரின் டெபுடேஷனும் தம்மைக் கண்டுவிட்டுப்போக சக்கரவர்த்தி பெருமான் அந்த இரண்டு டெபுடேஷன்களுக்கும் பேட்டி கொடுத்து டில்லியார் சமர்ப்பித்த வந்தனோபசாரப் பத்திரத்துக்குப் பதில் கூறினார். டில்லி முனிசிபாலிடி யாரின் டெபுடேஷனுக்குத் தலைவராய் அந்த முனிசிபாலிடி பிரெஸிடெண்ட் சென்றிருந்தார். சென்னை மாகாணத்தாரது டெபுடேஷனின் தலைமை சென்னை ஷெரிப்பும், சென்னை மெயில் பத்திரிகையின் ஆசிரியருமாகிய மிஸ்டர் A.E.லாஸனால் வகிக்கப்பட்டது. சென்னை மாகாணத்தாரின் டெபுடேஷனுக்கு ஜார்ஜ் சக்கரவர்த்தியை நேரில் பார்த்துத் தங்கள் மாகாணத்தின் வந்தனோபசார விஞ்ஞாபனப் பத்திரத்தைச் சமர்பிக்கச் சந்தர்ப்பமும் சௌகரியமும் ஏற்பட்டிருக்கவேமாட்டாது. டில்லி மகுடாபிஷேக மகோற்சவத்துக்குச் சமீபகாலம்வரைச் சென்னைக்

கவர்னராயிருந்த ஸர் ஆர்தர் லாலி போயிருந்தபடியால் சென்னை மாகாணத்து டெபுடேஷனுக்கு ஜார்ஜ் சக்கரவர்த்தியை நேரில் பார்த்துத் தங்கள் விஞ்ஞாபனப் பத்திரத்தை அவருக்கு சமர்ப்பிக்கும்படியான சௌகரியமும் சந்தர்ப்பமும் வாய்த்தது. ஸர் ஆர்தர் லாலி, ஜார்ஜ் சக்கரவர்த்தியின் திவ்யசன்னிதானத்தின் முன்தோன்றி அவர்களுடைய வந்தனோபசார விஞ்ஞாபனப் பத்திரத்தை ஸமர்ப்பிக்க, சென்னை மாகாணத்தாரின் டெபுடேஷனுக்கு உத்தரவு கொடுக்கவேண்டுமென்று இந்தியா மந்திரியிடம் ஒரு வார்த்தை தாங்கிச் சொல்ல, அப்படியே அனுமதி கொடுக்கப்பட்டது. இரண்டு டெபுடேஷன்களின் விஞ் ஞாபனப் பத்திரங்களுக்கும் ஜார்ஜ் சக்கரவர்த்தி உற்சாகமூட்டும் பதில்களே சொல்ல டெபுடேஷன் மெம்பர்கள் மனவெழுச்சியோடும் முக மலர்ச்சியோடும் திரும்பினார்கள்.

புது டில்லிக்கு சக்கரவர்த்தி அஸ்திவாரம் போட்டது.

இந்த மீ 15ந் உ காலையில் சக்கரவர்த்தி இந்தியாவுக்கு இப்போது தலைநகராய்விட்ட டில்லியில் புதுப்பட்டணம் ஒன்று நிர்மாணிக்கும் நோக்கத்தோடு தர்பார் நடந்த இடத்தில் அஸ்திவாரக்கல் நட்டார். சக்கரவர்த்தி பேசினதையும் கீழே வைக்கிறோம். லார்ட் ஹார்டிஞ்ஜ் பேசினது:

“காரொனேஷன் தர்பாரின்போது இந்தியாவுக்கு டில்லி இனி தலைநகராகுமென்று விளம்பரப்படுத்தினதற்கு இப்போது யுவர் இம்பீரியல் மாஜெஸ்டி இந்தத் தலைநகரத்தில் புதிதாய் நிர்மாணிக்கப்படப்போகும் புதுப்பட்டணத்துக்கு அஸ்திவாரக் கல் நட இசைந்தது முத்திரை வைத்ததுபோலாகின்றது. அந்தச்சமயம் ஒப்புயர்வற்ற சிறப்புடன் நிறைவேறினதைவிட அதனால் கிளப்பப்பட்ட ராஜபக்தியினால் எப்போதும் அது ஞாபகத்திலிருக்கும். டில்லியைச் சுற்றிப் பல தலைநகர்கள் அப்போதப்போதுண்டாகி அவைகள் ஆதிகாலத்துச் சரித்திரத்தில் மறைந்திருக்கின்றன. ஆயினும் இவைகளில் எதுவும், யுவர் இம்பீரியல் மாஜெஸ்டி இப்போது செய்யப்போகிற சடங்குகளை விடப் பிரகாசமான சடங்குகளுடன் உண்டானதில்லை. எதுவும் பிற்காலத்து வளப்பமும் மகிமையும் நிலைக்கும்படியான சந்தர்ப்பங்களுடன் உண்டானதில்லை என்பது நிச்சயம்

“கல்கத்தாவிலிருந்து தலைநகரத்தை டில்லிக்கு மாற்றுவது பூரணமான கவலைபெற்ற யோசனையின்றிச் செய்யப்படவில்லை. இதுபோன்ற யோசனைகள் 1868ம் வருஷ முதல் கடந்துபோன பல தடவைகளில் செய்யப்பட்டிருக்கின்றன. விவாதத்துக்குரிய

அம்சங்கள் பலவற்றைப் பற்றிச் சரியான அபிப்பிராயங்கள் செய்ய ஏற்கெனவே சாதனங்கள் ஏற்பட்டிருக்கின்றன. எந்தப் பெரிய மாறுதலும், அது எவ்வளவு நலந்தரத்தக்கதாயிருந்தபோதிலும் சில உரிமைகளுக்கு நஷ்டமில்லாமலாவது, ஸ்தல உணர்ச்சிகளுக்கு விரோதமில்லாமலாவது செய்யப்படுதல் கஷ்டம். ஆனாலும் என் ஆலோசனைச் சபையிலுள்ள மெம்பர்கள்பேராலும் என் பேராலும் யுவர் இம்பீரியல் மாஜெஸ்டியினுடைய பிரதிநிதியாக நான் பேசக்கூடுமாயின், எந்த மாறுதலும் இதைப்போல் பலருக்கு நன்மை செய்வதாய் இருந்ததில்லை. சிலருக்கு நேரிடுமென்று நினைக்கக்கூடிய தீங்குகள் சில காலத்துக்கு மட்டும் நேரிட்டு பின்னால் கிடைக்கக்கூடிய நன்மைகளில் மறைந்துவிடும். யுவர் இம்பீரியல் மாஜெஸ்டியின் மந்திரிகளுடைய ஆலோசனையின் பேரில் கான்ஸ்டிடூஷன் (ராஜாங்கமுறை) படி செய்த தீர்மானம் அதனால் அவசியமாயுண்டாகக் கூடிய மாறுதல்களோடு இந்திய ஏகாதிபத்தியத்தின் கவர்ன்மெண்ட் முறைகளில் விசாலமான முற்போக்குள்ள திருத்தமாய் முடியும். போட்டியையும் விரோதத்தையும் இல்லாமற் செய்து, பொதுவாய் அமரிக்கையும் திருப்தியும் குடிகொண்ட சகாப்தத்தை உண்டுபண்ணும் என்று சொல்ல விரும்புகிறேன்.

"இந்தத் தீர்மானம் செய்த விதத்தைத்தவிர, அபிப்பிராய பேதமாவது விவாதமாவது இல்லாமலும் யுவர் இம்பீரியல் மாஜெஸ்டியின் பக்தியுள்ள பிரஜைகளிற் பல வகுப்பாரும் உற்சாகத்துடனும் விசுவாசத்துடனும் ஆதரிக்கக்கூடியபடியும் வேறுவிதமாய்ச் செய்தல் சாத்தியமல்ல. இந்தக் கல்லுகள் நடப்படும் ஸ்தலத்தைச் சுற்றி நாம் நிர்மாணிக்கக் கருதியிருக்கும் மகா பட்டணமானது அதன் உற்பத்தியான சம்பத்துக்கு உற்றதாயிருக்குமென்று நாங்கள் நம்புகிறோம். இந்த பழைய நாகரிகத்துக்கும் ஏகாதிபத்தியத்துக்கும் ஸ்தானமாயுள்ள இடத்தில் யுவர் இம்பீரியல் மாஜெஸ்டி நடும் கல்லுகளே யுவர் இம்பீரியல் மாஜெஸ்டியின் அருளுள்ள பிரசன்னத்திற்கும், யுவர் இம்பீரியல் மாஜெஸ்டியினுடைய பிரஜைகளுக்கு விளம்பரஞ் செய்து பிரசுரிக்கப்பட்ட மகா முக்கியமான தீர்மானத்திற்கும் அடையாளமா யிருக்கும்"

சக்கரவர்த்தியின் பேச்சாவது:- "சக்கரவர்த்தினிக்கும் எனக்கும் டில்லியைவிட்டுப் போவதற்கு முன்னால் நாம் நிற்கும் இடத்தில் நிர்மாணமாகப் போகிற பட்டணத்துக்கு அஸ்திவாரக்கல் நடக்கூடியதாயிருப்பது பெரும் திருப்தியாயிருக்கின்றது. மூன்று தினங்களுக்கு முன்னால் என்னுடைய காரொனேஷன் தர்பார் சிறப்பாயும் எங்கள் மனதில் உறுத்தும்படியாயும் இருந்த சமயத்தில் நான் செய்த முக்கியமான பிரசித்தமானது பூர்த்திபெற இது முதலெடுப்பாகும். இப்போது செய்யப்படப்போகும் பெரும்

மாறுதல்களால் எதிர்பார்க்கக்கூடிய நலந்தரத்தக்கனவாய் நெடுந்தூரம் செல்லத்தக்க பலன்கள் பூர்த்திபெறுமென்றும் இந்தியாவுக்குத் திருத்தம்பெற்ற நிர்வாகத்தையும் ஜனங்களுக்கு அதிகமான சுகத்தையும் வளப்பத்தையும் கொடுக்குமென்றும் நான் மனப்பூர்வமாய்க் கோருகிறேன். இங்கு கட்டப்படும் பட்டணத்தின் பிளானும் டிஸைனும் தக்கபடி யோசனையுடனும் ஜாக்கிரதையாயும் செய்யப்படுமென்றும், அந்தப் புது சிருஷ்டியானது இந்த அழகான நகரத்துக்குப் பொருந்தியதா யிருக்குமென்றும் கோருகிறேன். இன்று இவ்வளவு மங்களரமாய் ஆரம்பிக்கும் வேலைக்கு ஈஸ்வரகடாக்ஷம் பூரணமாயிருக்க வேண்டுகிறேன்."

மகுடாபிஷேகச் செய்திகள்.

டிசம்பர் 18ம் ௳

போலிஸ் படைக்காக்ஷி.

வெள்ளிக்கிழமை சக்கரவர்த்தி பெருமான் டில்லி புதிய நகருக்கு அஸ்திவாரம் போட்டுவிட்டு போலீஸ் படைகளைப் பார்வையிட்டார். அவர் சரியாய்க் காலமே 11 மணிக்கு ராயல் காம்பைவிட்டுப் புறப்பட்டு போலோ கிரௌண்டில் அடிக்கப்பட்டிருந்த ராயல் பவிலியனுக்கு பிரிட்டிஷ் சயினியத்தைச் சேர்ந்த பீல்ட்மார்ஷல் (Field Marshal) உடையுடன் குதிரைமேல் சவாரியாய்ச் சென்றார். அவரோடுகூட கவர்னர் ஜெனரலும் போனார். சக்கரவர்த்தினி பெருமாட்டி வண்டியில் சென்றார். அவர்களெல்லோரையும் தர்பார் கமிட்டி பிரெஸிடெண்ட் ஸர் ஜான்ஹிவெட்டும், பஞ்சாப் லெப்டினெண்ட் கவர்னர் ஸர் லூயிடேனும், இந்தியா கவர்ன்மெண்ட் ஹோம் செக்ரிடெரி ஸர் ஆர்ச்டேல் எர்லும் வரவேற்றார்கள். சக்கரவர்த்தி பெருமான் போலோ கிரௌண்டை ஒரு சுற்றுச் சுற்றி வந்தார். அங்கு 2,700 போலீஸ் படைகள் அணிவகுத்து நின்றன. இடது பக்கக் கோடியில் போலீஸ் பதக்கங்கள் பெறவிருந்த போலீஸ் பரேடுக்கு (Parade) பஞ்சாப் போலீஸ் இன்ஸ்பெக்டர் ஜெனரல் கமாண்டராயிருந்தார். படைகளைச் சக்கரவர்த்தி பார்வையிட்டபிறகு ஒவ்வொரு போலீஸ் இன்ஸ்பெக்டர் ஜெனரலும் தம்கீழ் உத்தியோகஸ்தர்களைச் சக்கரவர்த்திமுன் அவர்களுடைய பதக்கங்களைப் பெற ஆஜர்படுத்தினார். ஸர் ஆர்ச்டேல் எர்லும், இன்ஸ்பெக்டர் ஜெனரல்களும், பதக்கங்களைப் பெற்ற ஒவ்வொரு போலீஸ் உத்தியோகஸ்தரும் செய்த புகழ்ச்சிக்குரிய வேலைகளை எடுத்துச் சொன்னார்கள். அப்பால் போலீஸ் படைகள் சக்கரவர்த்திக்கு ஜேயென்று ஜேயொலி செய்து ஆரவாரிக்க, சக்கரவர்த்தி பரேட் கிரௌண்டைவிட்டு நீங்கினார்.

பிரெஸ் காம்புகள்.

அன்று சாயங்காலம் ஜார்ஜ் சக்கரவர்த்தி ஐரோப்பிய பிரெஸ்காம்புக்கு ஒரு ஏடிகாங்கையும் இந்திய பிரெஸ்காம்புக்கு ஒரு ஏடிகாங்கையும் அனுப்பி மகுடாபிஷேக மகோற்சவ சமயத்தில் பிரஸ் பிரதிநிதிகள் விசேஷ ஊக்கங்காட்டிச் சலியாது அம்மகோற்சவ நடவடிக்கை விசேஷங்களைப்பற்றிப் பல இடங்களுக்குச் செய்தியனுப்பியதற்காக அப்பிரதிநிதிகளுக்கு நன்றி செலுத்திவிட்டு வரும்படி ஆஜ்ஞாபிக்க, அவர்கள் அப்படியே செய்துவிட்டு வந்தார்கள். இந்திய பிரெஸ் காம்பில் அந்த காம்புவாசிகள் பிரதிநிதியாய்ப் பேசிய திவான்பகதூர் கருணாகரமேனன் சக்கரவர்த்தி தம்பதிகளுக்குத் தங்களுடைய ராஜ விசுவாச வாழ்த்துக்களைத் தெரிவிக்கும்படி ஏடிகாங்கைக் கேட்டுக் கொண்டார்.

நேபாளத்துக்குப் புறப்பாடு.

சனிக்கிழமை காலையில் சக்கரவர்த்தி பெருமான் நேபாள நாட்டுக்கும் சக்கரவர்த்தினி பெருமாட்டி ஆக்ராவுக்கும் புறப்பட்டுப் போனார்கள். ராஜப்பிரதிநிதி முதலான உயர்பதவி உத்தியோகஸ்தர்கள் கூடவே வந்திருந்து வழியனுப்பினார்கள். அவர்கள் புறப்பட்டுப் போகும்போது வழி நீள பல்லாயிரக்கணக்கான ஜனங்கள் மொய்த்து நின்று ஜேயொலி செய்து ஆரவாரித்தார்கள். சக்கரவர்த்தி பெருமானும் சக்கரவர்த்தினி பெருமாட்டியும் ஸெலிம்கார் ஸ்டேஷனைவிட்டுப் புறப்பட்டுப் போகும்போது பஞ்சாப் லெப்டினண்ட் கவர்னர் ஸர் லூயிடேன் ஜேயொலி செய்யும்படி குறிப்பிட வழியனுப்ப வந்திருந்தவர்கள் எல்லோரும் ஜேயொலி செய்து வழியனுப்பினார்கள். சக்கரவர்த்தி தம்பதிகள் வண்டியில் ஏறிக்கொள்வதற்குமுன் தங்களை வழியனுப்ப வந்திருந்தவர்களில் முக்கியஸ்தர்களாயுள்ளவர்கள் எல்லாரோடும் கைகுலுக்கிவிட்டு விடைபெற்றுக்கொண்டார்கள். அப்புறம் சிறிதுநேரம் கழித்து ராஜப்பிரதிநிதி பாரக்பூருக்கு ஒரு ஸ்பெஷலில் புறப்பட்டுச் சென்றார்.

இந்தியா மந்திரி.

இந்தியா மந்திரி தமது பிரைவேட் செக்ரிடேரியின் கூடாரம் தீப்பிடித்ததில் தமக்கு இந்நாட்டின் பல பாகங்களிலிருந்தும் வந்திருந்த நல்வரவுத் தந்திகளும் கடிதங்களும் எரிந்துபோய்விட்டபடியால் தமக்கு அவைகளை அனுப்பினவர்கள் ஒவ்வொருவருக்கும் தனித்தனியே பதில் எழுத முடியாமல் போய்விட்டதென்றும், தமக்குத் தந்திகளும் கடிதங்களும் அனுப்பினவர்களுக்குத் தாம் மனப்பூர்வமாய் நன்றி செலுத்துவதாகவும், அதனை எல்லோரும் அங்கீகாரம்

செய்துகொள்ளவேண்டுமென்றும் சமாசாரப் பத்திரிகைகளுக்கு ஒரு குறிப்பு அனுப்பியிருக்கிறார்.

நமது சக்கரவர்த்தி அவர்களின் மகுடாபிஷேக வாழ்த்து.
அஷ்டாவதானம்

பூவை. கலியாணசுந்தர முதலியார் அவர்களியற்றிய

வாழ்த்தகவற்பா.

ஓங்குக செங்கோல் ஓங்குக செங்கோல்
பாங்குறு முலகில் பல்லாண் டோங்குக
பரதகண்டத்துப் பாங்குறு டில்லியில்
நவமணி மகுடம் நன்கு தரித்துச்
சக்கர வர்த்தியாய்த் தன்னே ரின்றித்
திக்கு முழுதுநின் செங்கோ லோங்குக
கணக்கில் லாத கப்பற் படைநிறை
அலைகடல் மீதும் ஆடுக நின்கொடி
அருந்ததிக் கொத்த அன்னையா யார்க்கும்
பொருந்திய மேரிப் புண்ணிய வதியின்
மனதுக் குவந்து மருவி வாழும்
தனதனை நிகர்ந்த ஜார்ஜ்பூ பால!
வாழிநின் செங்கோல் வாழிநின் செங்கோல்
ஆழியைக் கடந்தும் ஆளுக ஆளுக
இந்திய தேயத் திருக்கு மாந்தரை
மைந்தரைப் போலவே மனத்தி லுன்னுக
பூமகள் போன்று பொறுமை யுற்றுக்
கலைமக ளென்னக் கல்வி நிறைந்து
திருமகள் நிகாரச் செல்வம் வாய்ந்தவெம்
தாய்விக் டோரியாள் தன்னுளம் களித்த
வாய்மை கொண்டு மன்னிய பௌத்திர!
இன்பமார் எட்வர்ட் ஏந்த லோனும்
அன்புரு வான அலெக்ஜாண் ட்ரியாவும்
விரதப் பலனாய் விளங்கி ஞானச்

சாதர் அமைந்த சற்குண புத்திர !
வாழ்கநீ டூழி வாகநீ டூழி
சூழ்கநின் கீர்த்தி தொல்லுல கனைத்தும்
குற்றஞ் செய்யினும் குணமாக் கொண்டு
பெற்றார் புதல்வரைப் பேணுதல் போல
நினது குடைக்கீழ் நிலவுங் குடிகளை
அணைத்துக் காத்தல் ஐயநின் கடனே
துணைக்குனை யன்றிச் சொல்லுவ தேது
சாதி வேற்றுமை சமய வேற்றுமை
ஏதும் நோக்கா திருந்த நாளும்
நீதி யொன்றே நிலைத்து நிற்கத்
தீதில் அரசு செலுத்தி வாழும்
பரம்பரை தன்னில் பழகிய வேந்தே !
வரம்பிலாத் தேயம் வகித்தகோ மானே !
ஆங்கி லர்க்குள் அருமை மணியே !
தீங்கில் குணத்தோய் ! தெய்வ கற்பகமே !
ஈகைமுகம் காட்டும் நற்குண நிதியே !
பகைவர் அஞ்சும் பண்புறு சீயமே !
மைந்தரும் வாழ்க்கைத் துணைவியு மாக
சிந்தை மகிழ்வாய்ச் சிறந்துவா ழியவே.

தெற்கு விருதாங்கன் கிராமத்திலுள்ள வித்தியாசாலைத் தலைமை உபாத்தியாயரால் இயற்றப்பட்டது.

ஆசிரியப்பா.

***பூ**மகள் வாழப் புகழ்மக ளோங்க*
நாமகள் துதிக்க நல்விந்தை குதிக்கச்
சிங்கப் பதாகை யெங்கும் பறக்க
ஆன்றமை செங்கோல் வான்றலத் தும்புக
வானம் வழங்க மாநிலஞ் செழிக்கக்
காவன் மன்னர் கனிந்துவாழ்த் தெடுப்பங்
பூவின் மாந்தர் புதுக்களி கூர
வீரர்க ளார்ப்பும் வெள்வளை முரல்வும்
பேரிகைச் சத்தமும் பெருங்களிற் றோதையும்

கடவுள் வாழ்த்தைக் காட்குபாண் டிரட்டும்
வெடியதிர் சும்மையும் மின்வா ணமும்விராய்த்
திக்கெல்லாம் பரவியப் பக்கமும் செல்ல
மாகதர் வாழ்த்த வந்தியர் போற்றப்
பூகதர் யாரும் புரிந்துகொண் டாட
இன்ன வைபவத்துடன் நன்ன ரமர்ந்தாங்
காங்கில வருடத் தாயிரந் தொடர்ந்த
வெண்பா னூற்றோ டுறுபன் னொன்றில்
டிசம்பர் மதியிற் றெய்தி யீராறில்
மங்கள வாரநன் மங்கள மாகக்
கொண்டனர் தர்பார்க் கோலம் அதனைக்
கண்டவர் பண்டைநாட் காருத்தன் கொலுவின்
மாக்ஷி தன்னினுங் காக்ஷிநன் றீண்டெனப்
போற்றிக் களிப்ப வீற்றிருந் தருளுநம்
மன்னவர் கோமான் வயங்கிழை யாய
மேரித் திருவொடும் விளங்குபல் சேயொடும்
சுற்றுமுந் துணையுமா வுற்றஇப் புவியொடும்
ஊழி யூழி வாழிய நிலத்தென
ஆழியா னடிக்கட் டாழ்குவம் யாமே.

மகுடாபிஷேகத்துக்குப் பின்.

மகுடாபிஷேக மகோற்சவம் டில்லியில் முடிந்து போய்விட அவ்வூரைவிட்டு ஜார்ஜ் சக்கரவர்த்தி நேபாளத்துக்கும், மேரி சக்கரவர்த்தினி ஆக்ராவுக்கும் சனிக்கிழமையானது புறப்பட்டுப் போனதாக நேற்றுச் சொன்னோமாதலால் மகுடாபிஷேகச் செய்திகளென்ற தலைப்பின்கீழ் இனி நாம் எழுதுவதற்கில்லை. இன்று மகுடாபிஷேகத்துக்குப் பின் என்ற தலைப்பின்கீழ்ச் சில குறிப்புகளெழுதுகிறோம். அவை பின்வருமாறு:-

சக்கரவர்த்தித் தம்பதிகள் டில்லியைவிட்டுப் புறப்பட்டுப் போவதற்குமுன் சனிக்கிழமை காலையில் ஹிந்துக்கள், மகமதியர்கள், சீக்கியர்கள் இவர்களின் தலைவர்களை பஞ்சாப் லெப்டினண்ட் கவர்னர் சக்கரவர்த்தி தம்பதிகளுக்கு அறிமுகம் செய்துவைத்தார். முதலாவது ஹிந்துக்களின் தலைவராகிய தர்பங்கா மகாராஜாவை

அறிமுகம் செய்துவைத்தார். அப்புறம் மகமதியர்கள் ,சீக்கியர்கள் இவர்களின் தலைவர்களை அறிமுகம் செய்துவைத்தார். அத்தலைவர்கள் சக்கரவர்த்தி தம்பதிகளுக்குத் தங்கள் சாகித்யஞ் செய்திருந்த ஆசீர்வசன ஸ்தோத்ரங்களை ஸமர்ப்பிக்க, அவைகளை அத்தம்பதிகள் மிகுந்த சந்தோஷத்துடன் பெற்றுக்கொண்டார்கள்.

சனிக்கிழமை சாயங்கால முதல் டில்லியைவிட்டு மகுடாபிஷேக மகோற்சவத்தைப் பார்க்கச்சென்ற ஜனங்கள் புறப்பட்ட வண்ணமாயிருக்கிறார்கள். டில்லி ரெயில்வே ஸ்டேஷன்களில் வெளியூர்களுக்குப் புறப்பட்டுச் செல்லும் ஜனங்களின் கூட்டம் அதிகம். அன்று (சனிக்கிழமை) இரவு தர்பாருக்கு வந்திருந்த அநேக தேச மன்னர்களும் விருந்தாளிகளில் பலரும் தங்கள் ஊர்களுக்குப் புறப்பட்டுச் சென்றார்கள். ஆஜ்மீர் மேயோ காலேஜில் வாசிக்கும் தேச மன்னர்களின் சிறுவர்கள்கூட அன்றிரவே ஒரு ஸ்பெஷலில் ஆஜ்மீருக்குப் புறப்பட்டுச் சென்றார்கள்.

ஸர்ஜான் ஹிவெட் அன்றிரவே டில்லியைவிட்டுப் புறப்பட்டுச் சென்றார். இந்தியா கவர்ன்மெண்ட் மெம்பர்கள் ஞாயிற்றுக்கிழமை காலமே டில்லியைவிட்டுப் புறப்பட்டுச் சென்றார்கள். வங்காள லெப்டினண்ட் கவர்னர் டில்லியைவிட்டு ஞாயிற்றுக்கிழமை சாயங்காலம் 2.37 மணிக்குப் புறப்பட்டார். பம்பாய்க் கவர்னர் சனிக்கிழமை சாயங்காலம் 4.55க்கு டில்லியைவிட்டுப் பிரயாணமானார். பர்மா லெப்டினண்ட் கவர்னர் ஞாயிற்றுக்கிழமை காலமே 11 மணிக்குக் கல்கத்தாவுக்குப் பிரயாணமானார். கீழ்வங்காள லெப்டினண்ட் கவர்னர் நேற்று முற்பகல் 10.30 மணிக்கு டில்லியைவிட்டு கல்கத்தாவுக்குப் புறப்பட்டிருக்க வேண்டும். பஞ்சாப் லெப்டினண்ட் கவர்னர் நேற்று இரவு டில்லியைவிட்டு இன்று காலமே லூாடியானா போய்ச் சேர்ந்திருக்கவேண்டும். சென்னைக் கவர்னர் டில்லியை விட்டு எப்போது புறப்பட்டாரென்று தெரியவில்லை. ஆனால் அவர் நாளை வியாழக்கிழமை காலமே சென்னைவந்து சேரக்கூடுமென்று எதிர்பார்க்கப்படுகிறது.

சக்கரவர்த்தினிப் பெருமாட்டி சனிக்கிழமை பிற்பகல் 1.30க்கு ஆக்ராவுக்குப் புறப்பட்டுச் சென்றதாய்ச் சொன்னோம். அங்கே அப்பெருமாட்டியை ஆக்ரா டிவிஷன் கமிஷனர் தமது சிங்கார மாளிகைக்கு அழைத்துக்கொண்டு போனார்கள். அன்று சாயங்காலம் அப்பெருமாட்டி தாஜ்மஹாலை பார்வையிட்டார்கள். பிறகு அக்கம்பக்கங்களிலுள்ள சிறு பெறு மன்னர்களுடைய சமஸ்தானங்களைத் தரிசித்து மகிழ்ந்தனர்.

டில்லி நகரம்

டில்லி:- கி.மு.50வது வருஷத்தில் டில்லு என்ற ராஜாவால் இந்நகரம் ஸ்தாபிக்கப்பட்டபடியால் இதற்கு டில்லி என்ற நாமம் வழங்கி வருகிறது. கிபி 1640ல் ஷாஜிஹானால் டில்லிப் பட்டணம் மறுபடியும் புதுப்பிக்கப்பட்டது. இதில் திவானிகானாவும் ஹுமாயூனின் மசூதும், கோட்டைக்கு எதிரிலுள்ள ஜம்மா மஸ்ஜீதும், உலகத்திலுள்ள ஸ்தம்பங்களுள் மிக உயர்ந்ததென்று சொல்லப்படும் 238 அடி உயரம் உள்ள குடப்மினாரும் குட்ஸியா தோட்டங்களும், மோரி கேட்டும் பார்க்கக்கூடிய விசேஷங்களாகும். க்வீன் விக்டோரியா அரசாக்ஷிக்கு முந்தி இந்த டில்லி நகரைச் சுல்தான் ரீஜியா என்ற பெண் அரசி ஆண்டு வந்தாள். டில்லிப் பட்டணம் வியாபாரத்தில் சிறந்தது. 1908ம் வருஷத்தில் மின்சார வண்டிகள் ஏற்பட்டன. 1901ம் வருஷத்திய கணக்குப்படி டில்லியின் ஜனத்தொகை 1,14,417 ஹிந்துக்களும், 88,460 மகம்மதியர்களும், 5,698 கிறிஸ்தவர்களும் மற்றவர்களும் என்று சொல்லப்படுகிறது.

டில்லியில் யமுனா நதிப்பாலம்:- டில்லிக்குப் பக்கத்தில் யமுனா நதிக்குக் கட்டப்பட்ட பாலத்தின் நீளம் 2,640 அடி. 211 1/2 அடியுள்ள 12 வளைவுகள் இருக்கின்றன. இப்பாலத்தின்மேல் ரயில் ரோட்டும் கீழ்ப்பாகத்தில் வண்டிப்பாதையும் அமைக்கப்பட்டிருக்கின்றன. இப்பாலம் கட்டிமுடிப்பதற்குச் செலவான தொகை 16,60,355 ரூபாய் என்று கணக்கிட்டிருக்கிறார்கள். இந்தப் பாலம் 1867ம் வரு ஜனவரி மீ முதல் உயில் கட்டப்பட்டது.

புதிய டில்லிமாநகரம்.

இப்போது கல்கத்தாவிலிருக்கும் ராஜப்பிரதிநிதி யவர்களுடைய வாசஸ்தானம் ஆபீஸ் முதலான கட்டடங்கள் சுமார் 12 லக்ஷம் ரூபாய் விலையுள்ளவைகளாக மதிப்பிடப்பட்டிருக்கின்றன. இனி டில்லிப் பட்டணம் ராஜப் பிரதிநிதியின் தலைநகரமாக்குவதற்கு ஆறு அல்லது ஏழு கோடி ரூபாய் செலவாகுமென்று மதிப்பிட்டிருக்கிறார்கள். ஏற்கெனவே டில்லிப் பட்டணத்திற்குச் சமீபத்தில் ஓடும் யமுனா நதிக்கரை ஓரம் சுமார் 150 சதுரமைல்களுள்ள இடத்தைச் சேகரித்து அங்கு ராஜப்பிரதிநிதியவர்களின் வாசஸ்தானமும் அவர்களுடைய சிப்பந்திகளுக்கு வாசஸ்தானங்களும் ஆபீஸ் முதலான கட்டடங்களும் சுகாதார சாஸ்திரோக்தமாகவும் சிற்பாலங்கார சாஸ்திரோக்தமாகவும் கட்டுவிக்கச் சீமையிலிருந்து சில இன்ஜீனீயர்களையும் சிற்ப சாஸ்திரிகளையும் டில்லிக்கு அனுப்ப உத்தரவு செய்திருப்பதால் இனி அவர்கள் கூடிய சீக்கிரம் வந்து டில்லியை ஓர் அற்புத புதுப்பட்டணமாக நிர்மாணிக்கப்போகின்றனர். அப்போது

டில்லிபட்டணம் இப்பூலோகத்திலுள்ள பிரபல பட்டணங்களில் ஓர் சிறந்த பட்டணமாகப் பிரகாசிக்கும்.

இப்போது சிரேஷ்ட தேசாதிபதியவர்களுடைய வாசஸ்தானத்திற்காகவும் மற்ற சிப்பந்திகளுடைய வாசஸ்தானமாகவும் ஆபீஸ்களுக்கும் தக்க கட்டடங்களைப் பழைய பட்டணத்தில் தயார்செய்துகொண்டிருந்தாலும் புதுப்பட்டணத்தைக் கட்ட மிஸ்டர் ஸ்வின்டன், மிஸ்டர் பிரௌன், முதலான சிற்பசாஸ்திரிகளும் இன்ஜினீயர்களும் சுகாதார டாக்டர்களும் அநேகர் சீமையிலிருந்து வந்து புதுநகர நிரூபண இடத்தையும் நிலவளம் நீர்வளம் முதலான சாதனங்களையும் பார்த்து பிளான்கள் தயார்செய்து வருகிறார்கள். தயார் செய்துவந்ததில் இப்போதிருக்கும் டில்லி மாநகருக்குத் தென்மேற்கும் யமுனாநதிக்கரைக்கு மத்தியிலுள்ள மேட்டாந்தரையில் ஸ்ரீகவர்னர் ஜெனரலவர்களுடையவும் செக்ரிடெரிகளுடையவும் சேனா வீரர்களுடையவும் மற்றப் பெரிய உத்தியோகஸ்தர்களுடையவும் வாசஸ்தலங்களையும், பிறகு வடக்கே வரவர கச்சேரி ஆபீஸ்களையும் கட்டி இக்கட்டடங்களுக்கும் பழைய டில்லி நகரத்திற்கும் இடையில் ஓர் அலங்கார உத்யான வனத்தையும் ஸ்தாபிக்கத் தீர்மானித்திருக்கிறார்கள். இப்படிக் கட்டப்படும் கட்டடங்கள் இண்டரை மைல் நீளமும் 4 மைல் அகலமுமுள்ள இடத்தில் அமைக்கப்படும். இடையில் அநேக புகைவண்டிகளும், மோட்டார் வண்டிகளும் குதிரை வண்டிகளும் போக்குவரவு செய்ய அகலமும், விசாலமுமான வீதிகளையும் எலெக்ட்ரிக் ஸ்காந்த விளக்குகளையும் தண்ணீர்க் குழாய்களையும் ஸ்தாபிக்கலாகும். இப்போது இப்படிப் புதுக் கட்டடங்களைக் கட்டுமிடமே பூர்வம் இந்திரப்பிரஸ்தமிருந்த இடமென்று சொல்லுகிறார்கள். அப்படிப்பட்ட இடத்தில் இப்போது கட்டும் ஜார்ஜ் மாநகரம் ஜெகத்தில் ஓர் பிரபல பட்டணமாகிப் பல்லாயிரம் பிரஜைகளுக்குப் பல சுகவாழ்வுகளைப் பிரசாதிக்குமென்பது திண்ணம் திண்ணம்.

இப்படி ஒருகாலத்தில் அதிகப் பிரபலமாக இருந்து சுமார் 54 வருஷங்களாகப் பஞ்சாபு மாகாணத்தின் ஒரு ஜில்லாவாக மாற்றப்பட்ட இந்த டில்லி மாநகருக்கு நல்லகாலம் இப்போது உண்டாகி இது இப்பிரபஞ்சத்தில் ஓர் பிரபல பட்டணமாகப் பிரகாசிக்கச் சம்பவதித்தது எப்படியெனில்,

ஸ்ரீ ஜார்ஜ் சக்கரவர்த்தி அவர்களுடைய நியமனப்படி டில்லிப் பட்டணத்தைக் கைக்கொண்டு செங்கோல் செலுத்த 1912ம் ௵ டிசம்பர் ௴ 23ம் ௳ கனம் சிரேஷ்ட தேசாதிபதியவர்களாகிய ஹார்டிஞ் பிரபு தம் பரிவாரத்துடன் 50 யானைகள்மீது பவனியாக சண்டி சவுக்கு வீதியில் வருகையில் யாரோ ஒரு கொடும்பாவி ஒரு வெடிகுண்டைவீச

அது வெடித்து பூச்சக்கிரக்குடையைப் பிடித்துக்கொண்டுபோன ஒரு ஜமேதாரைக் கொன்றதன்றியில் சிரேஷ்ட தேசாதிபதி லார்ட் ஹார்டிஞ் அவர்களுக்கும் இரண்டு மூன்று இடங்களில் காயம் உண்டாக்கியதைக் கேட்டு மிகவும் விசனிக்கிறோம். இப்போது தினேதினே சுகம் பெற்று வருவதைக் கேட்டுச் சந்தோஷிக்கிறோம். மகா தருமப்பிரபுவும் ஜனோபகாரியுமாகிய ஸ்ரீ ஹார்டிஞ் பிரபுவுக்கு அநியாயம்செய்த கொடிய பாதகர்கள் பிடிக்கப்பட்டுத் தக்கபடி சிக்ஷிக்கப்படுவார்களென்பது திண்ணம்.

இப்படி ஊர்கோலத்தில் வம்புகள் விளைந்தாலும் மற்ற உத்தியோகஸ்தர்கள் அதைக் கிரமமாக நடத்திக் கொண்டுபோய்த் தங்குமிடம்சேர்ந்து பஞ்சாப் கவர்ன்மெண்டாரிடம் சுமார் 54 வருஷங்களாக இருந்த டில்லிப் பட்டணத்தை இந்தியா கவர்ன்மெண்டார் அன்றுமுதல் தங்கள் வசமாக்கிக்கொண்டார்கள். தெய்வானுகூலத்தினால் தேகசுகத்தைப் பெற்ற ஸ்ரீ ஹார்டிஞ் பிரபு அவர்கள் 1913ம் ஷ ஜனவரி மீ 27ம் உ டில்லி மாநகரில் முதல்முதல் கூடிய சிரேஷ்ட சட்ட நிரூபணசபைக்கு வந்திருந்து உபந்நியாசம் செய்து ஜனசமூகத்தாரை சந்தோஷமடையச் செய்தனர். டில்லி பட்டணமே உனக்கு மங்களம் உண்டாவதாக.

இந்த டில்லியானது பம்பாய், பரோடா, மத்திய இந்தியா, கிழக்கு இந்தியா, வடமேற்கு இந்தியா, அயோத்தியா ரோஹில்கண்டு, பெரிய இந்திய ரெயில்வண்டி ரோட்டுகள் சேரும் இடம். இது கல்கத்தாவுக்கு 903 மைல்கள் தூரத்திலும் பம்பாயிக்கு 957 மைல்கள் தூரத்திலும், ஆக்ராவுக்கு 122 மைல்கள் தூரத்திலும் இருக்கிறது. இவைகட்கு முறையே மூன்றாம் வகுப்புக்கு 8-1-6, 9-15-0, 8-1-0, 1-15-0 சார்ஜ் ஆகிறது. சென்னைக்கு 1,569 மைல்கள் தூரத்திற்கு மூன்றாம் வகுப்பிற்கு ருபா 23-2-8 சார்ஜ் ஆகிறது. மேலும் இந்த டில்லியிலிருந்து ஆல்மோரா வழியாக ஒரு ராத்திரி பிரயாணத்தில் ஹரித்வாரத்திற்குப் போகலாம்.

டிக்கெட்டுகள் வாங்கிக்கொண்டு டில்லியைவிட்டுப் புறப்பட்டுப் பனியில் அவஸ்தைப்பட்டு ஜனவரி மீ 30ம் உ சனிக்கிழமை காலை 10 மணிக்கு வந்து (Bindiko) பாண்டிகு ஸ்டேஷனில் இறங்கினோம். இந்த ஸ்டேஷன் பெரிதாக இருந்தாலும் பிரயாணிகள் வண்டி விட்டிறங்கும் இடம் அநுகூலமானதல்ல. மேலும் அங்கு விசேஷமான போஜன பதார்த்தங்களகப்படாமையாலும் சமையல்செய்யப் போதுமான காலமில்லாமையாலும், தந்தசுத்தி செய்துகொண்டு தண்ணீர் குடித்துத் திருப்தியடைந்தோம். பிறகு மத்தியானம் இரண்டு மணிக்கு ஆள் ஒன்றுக்கு 12 அணா 6பை வீதம் ஜயப்பூருக்கு டிக்கெட்டுகளை வாங்கிக்கொண்டு வண்டியேறினோம். வண்டி

சிற்றிருப்புப் பாதை வண்டியாகையால் கும்பலதிகம். இந்த வண்டியில் பிரயாணம்செய்த ஒரு ஐரோப்பிய துரைமகன் எம்மிடத்தில் அதிக பிரியமுடன் பேசி எமது குளிரைத் தீர்த்துக்கொள்ளும்படி ஒரு புகைச்சுருட்டைக் கொடுத்தார். பிறகு ஐந்தரை மணிக்கு ஜயப்பூர் ஸ்டேஷனிலிறங்கினோம். இந்த ஸ்டேஷன் சிறியதாக விருக்கினும் சிங்காரமானதாக இருக்கிறது. உடனே இரண்டு கோச்சு வண்டிகளுக்கு வண்டி ஒன்றுக்கு ஒரு ரூபாய்வீதம் வாடகைபேசி ஏறி நகரத்துக்குள் போக வழியில் சுங்கச் சாவடிக்காரன் தடுத்து எமது சாமான்களைப் பரிசோதித்து 8 அணா சுங்கம் வாங்கிக் கொண்டான். பிறகு சுமார் இரண்டு மைல் தூரத்திலிருக்கும் ஜயப்பூரில் (Nath Mull Jahar Makkan) ஸ்ரீநாத்முல் ஜஹார் மக்கான் என்னும் பிரம்மாண்ட சிங்காரவன சத்திரத்தில் 8 மணிக்கு இறங்கி, சாமக்கிரியைகளைத் தயார்செய்து சமைத்துச் சாப்பிட்டு உறங்கினோம்.

ஜயப்பூரின் பூர்வசரித்திரம்.

இந்த ஜயப்பூரானது இராஜபுட்டாணா மார்க்கத்தைச் சார்ந்தது. இந்த மாகாணம் ஆக்ராவுக்கு மேற்கும், பஞ்சாபுக்குத் தெற்கும் 18 சுதேச குருநிலமன்னர்களுடையதாயும் ஏறக்குறைய சென்னை இராஜதானியின் அளவுள்ளதாயும் சுமார் 1,20,00,000 ஜனங்களுடையதாயும், ஆரவள்ளி மலையினால் இரண்டு பாகங்களாப் பிரிக்கப்பட்டதாயும் குவாலியூர், பரதப்பூர், ஆள்வார், ஆஞ்மீர், மைர்வாரா, உதயப்பூர், ஜயப்பூர் என்றாதி சிறந்த நாடுகளை உடையதாயும் இருக்கிறது. இந்நாடுகளில் குவாலியூர், பரதப்பூர், ஆள்வார் நாடுகளைப்பற்றி ஆக்ரா பட்டணத்தின் வைபவத்திற்கு அடியிற் சொல்லியிருக்கிறோம். இப்போது இராஜபுட்டாணா மாகாணத்திற் சிறந்து பிரகாசிக்கும் ஜயப்பூரின் பெருமையைச் சொல்லிவிட்டு, பிறகு மற்ற ஆஜ்மீர் முதலான இராஜபுத்திரர்களுடைய நாடுகளை விவரிப்போம். இந்த இராஜபுட்டாணா மாகாணம் ஒருகாலத்தில் மஹா சுத்தவீரர்களான இராஜபுத்திரரென்னும் இந்து அரசர்களாற் கம்பீரமாக ஆண்டு வந்து பிரபஞ்சம் எங்கும் புகழப் பெற்றது. நிற்க.

சூரிய வமிசத்து இராஜாதி ராஜராகிய ஸ்ரீராமருடைய இரண்டாவது குமாரராகிய குசல மகாராஜருடைய சந்ததிகளில் சிறந்த அம்பரீஷமகாராஜன் பல வருஷங்களாண்டு வந்த காலத்தில் க்ஷத்திரியராகிய இந்த ராஜபுத்திரர்கள் ஒருவரோடொருவர் பிரமாத சண்டைகள் செய்துவந்து கடைசியாக கி.மு.967ம் ஸ்ரீ அந்தக் குசலருடைய சந்ததியாகிய (Dhola Rai) டோலா இராய காலத்தில் டுண்டார் என்னும் அம்பர் கோட்டையைப் பலப்படுத்தித் தமக்கு எதிரிகளாகவிருந்த மினாஸ், பில்குகுர்களை வென்று ஜயசீலராக விருந்தார். இவர் சந்ததிகளும் ஒருவரோடொருவர் சண்டை

செய்துகொண்டு வரவே கி.பி.1200ம் ஷு டில்லி அரசனாகிய அலாவுதீன் பட்டாணி பெருஞ்சேனையோடு வந்து சண்டை செய்து ஜெயித்துவர இந்த இராஜபுத்திர அரசன் பேபருடைய சகாயத்தால் மறுபடியும் அம்பர் கோட்டையைத் தம் வசப்படுத்திக் கொண்டு 1532ம் ஷு உமாயூன் சக்கரவர்த்தி காலத்தில் 50,000 ஜனங்களுக்குத் தலைவனாக மங்காத புகழைப்பெற்றுப் பிரகாசித்தான். இந்த க்ஷத்திரிய ராஜனுடைய சந்ததியான ஆக்பரின் குமாரனாகிய சிலீம் அல்லது ஜிஹாங்கீருக்குத் தனது குமாரத்தியை விவாகம் செய்துவைத்தான். இவனுடைய குமாரத்திக்குப் பிறந்த குஷ்ரூ என்பவன் தன் பாட்டனாகிய ஆக்பருடைய சக்கிரவர்த்தியின் சிங்காசனத்தில் ஏறப் பிரயத்தனப்படவே இராஜ புத்திரர்களுக்கும் மகம்மதியர்களுக்கும் பிரமாத சச்சரவுகள் உண்டாகி, குஷ்ரூ என்பவன் ஜெயிலில் போடப்பட்டு பாஜிஹானால் கொல்லப்பட்டான். அவனது தாயார் பாஷாணத்தை உண்டு இறந்தாள். இதனால் இராஜ புத்திரர்கள் மறுபடியும் கலகங்கள் செய்து இவர்களில் மகா வீரதீரனாகிய ஒருவன் மறுபடியும் அம்பர் கோட்டையைப் பிடித்து ஆண்டு வந்தான். அவன் செய்யும் சண்டைகளிலெல்லாம் ஜெயசீலனாகிச் சிறந்து விளங்கியபடியால், அவனுக்கு ஜெயசிங்கு மகாராஜன் என்கிற பெயருண்டாயிற்று. அரங்கஜீபு சக்கரவர்த்தியானவன் தன் சகோதரனாகிய டேரா என்பவனால் கஷ்டப்படும்போது அந்த ஜெயசிங்கு ராஜனுடைய உதவியால் டேராவை ஜெயித்தபடியால் இந்த ஜயசிங்குக்கு 7,000 போர் வீரரைக் கொடுத்துப் பிரதிஷ்டை பண்ணினான். இந்த ஜயசிங்கு மகாராஜன் இறந்தபோது, அவனது குமாரனாகிய இரண்டாவது ஜயசிங்கு மகாராஜன் பட்டத்தைப்பெற்றுப் பிரபலமாகவிருக்கவே, அரங்கஜீபின் குமாரர்களான அஜீம், மோஜீம் என்னும் சகோதரர்கள் சிங்காசனத்துக்குச் சண்டை செய்யவே பட்டத்துக்குப் பாத்தியஸ்தனான அஜீமுக்கு உதவி செய்துவந்தும், அஜீம் இறந்துவிட்டபடியால், மோஜீம் என்பவன் ஜயசிங்கு ராஜனையும் அவனைச்சார்ந்த இராஜபுத்திர வீரர்களையும் கஷ்டப்படுத்தியதால் அவர்கள் ஒருமிக்கத் திரண்டு சண்டைசெய்து பிரோகஷியரைச் சிங்காசனத்திலேற்ற உதவிசெய்து சாமர்த்தியத்தைக் காட்டிவந்தாலும் இந்த பிரோகஷியரும் கொல்லப்பட்டமையால் ஜயசிங்கு மகாராசன் அம்பர் கோட்டைக்குவந்து பூர்வ சுதந்திரங்களை அனுபவித்துக் கொண்டு வந்தான். அவன் டுலராய் சந்ததியில் 30வது சந்ததி. டில்லி மகமது சக்கரவர்த்தியினால் **ஸவாய்** என்னும் விருதையும் பெற்று 1699ம் ஷு பட்டத்துக்கு வந்தான். அந்த ஜயசிங்கு மகாராஜன் சிறந்த ககோள சாஸ்திர நிபுணனாகையால் அப்பிரோகஷியருக்குப் பதிலாகச் சிங்காசனமேறிய மகமதுஷா என்பவன் ஜயசிங்குராஜனைத் தக்கபடி மரியாதைசெய்து தனது ராஜாங்கத்தில் வழங்கும் ஜோதிட சாஸ்திரங்களைச் சீர்திருத்தித்தர வேண்டுமென்று கேட்டுக்கொள்ள

காசி, மதுரை, டில்லி, உஜ்ஜயினி முதலான இடங்களில் பிரம்மாண்ட உயரமான ஜோதிட சாஸ்திர மண்டபங்களைக் கட்டுவித்து அநேக பஞ்சாங்கங்களைத் திருத்திச் சக்கரவர்த்தியின் பெயரால் (Zig Mohamed Sahib) ஜிக் மகமது சாகிப் என்னும் ககோள கணித கிரந்தம் தயார்செய்து இதைச் சரிபார்த்துத் திருத்துவதற்குத் தனது அம்பர்கோட்டையின் மலையடிவாரத்தில் 1728ம் ஷு ஒரு நக்ஷத்திர மண்டபங்கட்டி, அதைச்சுற்றிலும் சிற்பசாஸ்திரமும் வெட்கப்படும்படியான சிங்கார பட்டணத்தை உண்டாக்கி, அதற்கு ஜயப்பூர் என்கிற தனது பெயருமிட்டான். இந்தப் பட்டணம் செல்வத்திலும், சுகத்திலும் சிறந்து விளங்கியதனால் வடக்கே டில்லி முதலான இடங்களில் ஜயசீலர்களாகவிருந்த மகாராஷ்டிரர்களும், அவர்களதிபனாகிய சிந்தியாவும் ஜயப்பூரை நாடிவந்து சண்டைசெய்து தனக்குக் கீழ்ப்பட்டுக் கப்பம் கட்டும்படி பாதிப் பாகத்தைக் கேட்கவே, பக்கத்திலிருந்த மால்வார் நாட்டுக்காரர் வந்து அவனைத் தோற்கடித்து கி.பி.1790ம் ஷு இந்தப் பாகத்தை வசப்படுத்திக்கொண்டு வாடகைக்கு விட்டுக் கப்பங் கேட்டார்கள். இந்தக் காலத்தில் துக்கோஜி ஹோல்காரரும் பல மகாராஷ்டிரர்களோடு படையெடுத்துவந்து மற்றப் பாதிப் பாகத்தைப் பிடித்துத் தமக்குக் கப்பங் கட்டும்படி கேட்டுக் கடைசியாக அமீர்கானுக்கு விட்டுவிட்டார்கள். இந்தக் காலத்தில் ஜய்பூரின்மேல் பலரும் படையெடுத்துப் பங்கப்படுத்த ஜெயசிங்கு ராசனுக்கு டில்லியிருந்த மகமதியர்களுடைய சகாயமில்லாமல் போகவே 1803ம் ஷு ஆங்கிலேயருடைய உதவியை நாடினான்.

ஜயப்பூரின் மத்தியகால ஸ்திதி.

இந்த உதவிக்கு லார்டுலேக் (Lord Lake) சஹகாரியாக இருந்தும், சர் ஜார்ஜு பார்லோ என்னும் கவர்னர் ஜனரல் சம்மதிக்காமையால் மகாராஷ்டிரர்கள் மறுபடியும் வந்து தாக்க, அந்தக் காலத்தில் ராசனாகவிருந்த ஜகத்சிங்கு மகாராசன் 1818ம் ஷு மறுபடியும் அங்கிலேயரை உதவியாக நாடினான். அங்கிலேயர் ஒத்துக்கொண்டாலும் இராஜ்ஜியத்தில் கலகங்கள் நிற்கவில்லை. இந்தச் சமாதானமான ஒரு வருஷத்துக்குள் ராசனும் இறந்துபோக, அவர் மனைவி கர்ப்பத்திலிருந்த புத்திரன் 1819ம் ஷு முதல் 1830ம் ஷு வரையில் 2வது இராம்சிங்கு பிறந்த பிறகு பேருக்கு மாத்திரம் பட்டங் கட்டப்பட்டு மஹாராணியே இராஜ காரியங்களைப் பார்த்துக்கொண்டு வந்து, 1831ம் ஷு இராஜமகிஷியும் இறந்துபோக இராஜ்ஜியத்தில் பிரம்மாண்டமான கலகங்களுண்டாகிக் குடிகள் பலவிதமாக வருந்தவே, அங்கே ஒரு பட்டாளமிருக்க வேண்டுமென்று ஸ்தாபிக்கப்பட்டாலும், சுற்றுப்பக்கத்துத் தாகூர்கள் சதிமோசங்களைச்செய்தும் கவர்னர் ஜனரலுடைய ஏஜண்டுகளாகிய மேஜர் அவ்விஸ், பிளாக் என்பவர்களைக் கொல்லப் பிரயத்தினப்பட்டு, மிஸ்டர் பிளேக்கைக்

கொன்றுவிட்டதன்றியில் மந்திரியே வாலிபனான இராஜனை பாஷாணமிட்டுக் கொல்லும்படி செய்துவிட்டான். இந்த இராஜனுக்கு ஒரு சிறு ஆண்குழந்தையிருந்தும் பட்டத்தை வகிக்க யாருமில்லாமல் போய்விட்டார்கள். ஆகவே, அங்கிலேயர் இராஜகுமாரனைத் தங்கள் போஷணையில் வைத்துக்கொண்டு அங்கிலேயப் பத்ததிப்பிரகாரம் கச்சேரி, கோர்ட்டு, தரும வைத்தியசாலைகள் முதலானவைகளை ஸ்தாபித்துக் கலகங்களை அடக்கிக் கந்தாயத் தொகையைத் தக்கபடி வசூல்செய்து பழைய மந்திரி ராஜனுக்குக் காட்டாமல் புதைத்து வைத்திருந்த 7,32,414 ரூபாயைக் கண்டுபிடித்து, இராஜகடன்களைத் தீர்த்து 1845-46ம் வருஷத்தில் 5,14,012 ரூபாய் வரையில் அதிக வரும்படியைக் காட்டி வாலிபராஜன் தனது 18ம் வயதாகிய உடனே 1851ம் ஃ சிங்காசனத்திலேற்றி இராஜ்ஜியத்தை சுவாதீனப்படுத்திச் சுகபரிபாலனம் செய்து வரும்படி செய்தார்கள். இப்போதிருக்கும் இராஜராஜேந்திர ஸ்ரீமஹாராஜாதி இராஜா வே. ஸர். மாதோ சிங்கு பஹதூர் G.C.S.I., G.C.I.E., கக்கவகின் குமாரர் இறந்த இராமசிங்கு ராஜா சுவீகாரம் செய்து 1880ம் ஃ செப்டம்பர் மீ 24ம் உ மைனர் ராஜாவாகி 1882ம் ஃ செப்டம்பர் மீ பட்டமேறினார். இவர் பிருந்தாவனத்தில் நேர்த்தியான கோயிலையும் ஜயப்பூரில் மேயோ (Mayo) ஆஸ்பத்திரியையும் ஸ்படிகக்கற்களால் கடியாரக் கூண்டோடு கட்டுவித்ததன்றியில் தமது தாலுக்காக்களில் 26 சிறு ஆஸ்பத்திரிகளையும் கட்டியிருக்கிறார். ஜயப்பூர் மஹாராஜா காலேஜ், அலஹாபாது சர்வகலாசாலை அல்லது சிற்பசாஸ்திரசாலையில் பற்பல கைத்தொழில்களும் தருமமாகக் கற்பிக்கிறார். பெரிய தரும புஸ்தக சாலையையும் ஸ்தாபித்திருக்கிறதன்றியில் நகருக்கு வெளியில் 70 ஏகராவில் உத்தியாவனத்தை 4,00,000 ரூபாய் செலவிட்டு அதை ஃ 1க்கு 30,000 ரூபாய் செலவில் காப்பாற்றியிருக்கிறார். பிரின்ஸ் ஆப் வேல்ஸ், இங்கே வந்த காலத்தைக் குறிக்க (Alburt Hall) ஆல்பர்ட்டு ஹாலை 5,00,000 ரூபாயில் ஸ்படிகக் கற்களால் கட்டிவைத்தார். தமது அரண்மனையில் ஓர் அறையில் 15 வருஷகாலமாகச் சித்திரங்கள் எழுதி வைத்துவருகிறார். அரண்மனையில் 300 குதிரைகளும் 50 யானைகளும் சிறுத்தைகளும் புலிகளும் இருக்கின்றன. இவருக்கு வேட்டையில் பிரியம் அதிகம். முக்கியமான வீதிகள் இரண்டு மைல் நீளமும் 11 அடிகள் அகலமுமுள்ளதாக இருக்கின்றன. இந்த ராஜா டிராப் சிட்ரல் (Tirab Chetrol) சண்டைக்கு 922 பதாதிகளையும் 1,105 குதிரைகளையும் 491 வண்டிகளையும் ஆங்கிலேயருக்கு உதவியாக அனுப்பினார். இந்தியாவில் நேர்ந்த பஞ்சத்துக்கு 2,00,000 பவுன்கள் கொடுத்தார். சென்ற 30 ஃ நாட்டில் தண்ணீர் வசதிக்கு 50 லக்ஷம் ரூபாய் செலவிட்டார். ஸ்ரீ எட்வர்ட் பட்டங் கட்டிக்கொண்டபோது சீமைக்கு 30 லக்ஷம் ரூபாய் செலவில் போனார். அங்கு ஆஸ்பத்திரிக்கு 70,000 ரூபாய் கொடுத்தார்.

ஜயப்பூரின் தற்கால ஸ்திதி.

இந்த ஜயப்பூர் ஸமஸ்தானமானது கீழ்மேலாக 150 மைல் நீளமும், தென்வடலாக 140 மைல் அகலமும், 14,465 சதுர மைல்கள் விஸ்தீரணமுமுள்ள இராஜபுத்திரர்களுடைய மாகாணங்களில் முக்கியமானதாயிருக்கிறது. இதின் வடமேற்குப் பாகங்கள் பற்பல விநோத பருவதங்களால் பிரகாசித்தாலும், தென்கிழக்குப் பாகங்கள் மணற்பாங்கான வனமாக இருக்கின்றன. பெய்யும் மழையை மணல் உறிஞ்சிக்கொள்வதினால் சில பாகங்களில் விசேஷமாகப் பயிர் பச்சைகள் செய்யப்படாமல், கால்நடைகள் மேயும் மைதானமாக இருக்கின்றன. அப்படிக்கிருந்தும் கிணறுகளை வெட்டினால் வெகுசமீபத்தில் ஜலம் விழுவதால், பலவித தானியங்கள் பருத்தி, புகையிலை முதலானவைகள் எதேஷ்டமாக விளைகின்றன.

இந்தப் பொருள்களால் 1801-2 ௵ 83,000 ரூபாய் கந்தாய வசூலானாலும், ஜாகீர் தரும கட்டளைகளால் 45,83,950 ரூபாய் வசூலாவதகாக் கேள்வி. 1818ம் ௵ ஈஸ்டு இந்தியா கம்பெனிக்கு உட்பட்டபோது செய்த தீர்மானத்தினால் இந்த சமஸ்தானத்தில் வருஷா ௵ விருத்தியில் 40 லக்ஷம் ரூபாய் வசூலாகலாமென்றும், அதில் லக்ஷம் ரூபாய் கப்பம் கட்டவேண்டுமென்று தீர்மானித்தாலும் 1842ம் ௵ 46 லக்ஷம் வரையில் பாக்கி நின்றுவிட்டபடியால், இனி ௵ 4 லக்ஷம் ரூபாய் கப்பம் வாங்கிக்கொள்வதாகத் தீர்மானிக்கப்பட்டதாம். இவ்விடத்தில் குடியிருப்போர் முக்கியமாக இராஜபுத்திரர்களாக இருக்கினும், மினாஸ் என்பவர்களும், யாதவர்களும், அபுமலையிலிருந்து சில நூற்றாண்டுகளுக்குமுன் குடிபுகுந்த கஸ்சலா சாதியார்களும் அதிகமாக இருக்கிறார்கள். மேலும் பனியாஸ், தாகூர்கள், குஜுராஸ் என்னும் தாழ்ந்த வகுப்பான ஜனங்களும் இருப்பதால் இந்த சமஸ்தானத்தில் சுமார் 25,34,357 ஜனங்கள் வரையில் குடியிருப்பதாகத் தோன்றுகிறது. இந்த சமஸ்தானத்தைப் பாதுகாக்க 2,096 குதிரை வீரர்களும், 18,337 பதாதிகளும், 692 பீரங்கி வீரர்களும், 126 போலீசும், 22,000 வீரர்களும் ஸ்தாபிக்கப்பட்டிருக்கிறதன்றியில், சமஸ்தானம் சொந்தத்திற்கு 5,690 சேனைகளும் இருக்கின்றன. எல்லாச் சேனைகளும் கூடி 32,248 பேர்.

ஜெயப்பூர் என்னும் நகரமானது தெற்குப்பாகம் தவிர மற்ற மூன்று பக்கங்களிலும் காடுப்பாறைகளாலும் பெரிய கல்மலைகளாலும் சூழப்பட்டுச் சுமார் இரண்டு மைல் நீளமும், சுமார் ஒரு மைல் அகலமும், சுற்றிலும் பிரம்மாண்டமான மதில் சுவர்களால் சூழப்பட்டும், அந்தச் சுவர்களின்மேல் பீரங்கிகள் வைத்துச் சுடும்படியான பத்தேரிகள் கட்டப்பட்டும் ஏழு விசாலமான வாசல்களையுடையதாயும் கட்டப்பட்டிருக்கிறது. கோட்டையைப்

போன்ற இந்தப் பட்டணத்துக்குள் கிழக்கே இருந்து மேற்குப் பக்கமாக இரண்டு மைல்கள் தூரம் நீளமும் 40 கஜ அகலமுமுள்ள அழகான ரோட்டுகளும் இந்த ரோட்டுகளிலிருந்த அநேக ரோட்டுகள் சதுரம் தீர்த்தபடி போடப்பட்டு, ஒவ்வொரு ரோட்டும் போய்ச்சேரும் மூலைகளில் சிங்கார நந்தவனமும் ஜல ஊற்றுப் பீடங்களும் ஸ்தாபிக்கப்பட்டிருக்கிறதன்றியில், ரோட்டுகளின்மீது நயமான கற்களைப் பரப்பி, குதிரை வண்டிகள் போக்குவரத்துச் செய்துவருவதற்குத் தனியாகவும், கட்டை வண்டிகள் போக்குவரத்துத் தனியாகவும், ஜனங்கள் நடப்பதற்குத் தனியாகவும் வகுத்து, ஜோதியான மின்சாரத் தீபஸ்தம்பங்கள் கிட்டக்கிட்ட நடப்பட்டும், தண்ணீர்க் குழாய்களால் நல்ல ஜலம் கொண்டு வரப்பட்டும், வீதிகளின் இருபக்கங்களிலும் ஒரேமாதிரியான ஏழடுக்கு மெத்தை வீடுகள் கட்டப்பட்டும், பார்ப்பவர்களுக்கு ஆச்சரியத்தையும் ஆனந்தத்தையும் கொடுக்கத்தக்கதாக இருக்கிறது. இது சிற்பசாஸ்திர யுத்தமாகவும், சிங்கார அலங்கார சாஸ்திர சம்மந்தமாகவும் கட்டப்பட்ட பட்டணம். இதன் இராஜவீதியானது கிழக்கு மேற்காக இரண்டு மைல்கள் நீளமும், 141 அடிகள் நீளமும் 111 அடிகள் அகலமுமாகிச் சதுரம் தீர்த்த வீதிகளாக இருக்கின்றன. மற்ற வீதிகள் 55 அடிகள் அகலமும் ஒன்று ஒன்றரை மைல்கள் நீளமுள்ளவைகளாகவும் போடப்பட்டுச் சதுரங்கப்பட்டணமாகப் பிரகாசிக்கின்றன. இவ்வித அழகான பட்டணம் இந்த இந்தியாவில் மற்றெங்குமில்லையென்று அநேக ஆங்கிலேயர்கள் சரித்திரத்திலும் எழுதி ஸ்தாபித்திருக்கிறார்கள். இந்த நகரத்திலிருக்கும் சிறு சந்துக்கள்கூட சீராகவும், வரிசையாகவும், நேராகவும் கோலமிடுவதைப் போலிருப்பதன்றியில். இந்த சிங்காரத் கோல பட்டணத்தின் மத்தியில் சுமார் அரைமைல் விஸ்தீரணத்தில் சிங்காரத் தோட்டம் செய்யப்பட்டு, அதில் கம்பீரமும் ஆச்சரியமும் கொடுக்கத்தக்க இராஜ அரண்மனை கட்டப்பட்டிருக்கிறது. இந்த அரண்மனை, கணக்குக்கு மூன்று அடுக்குக் கட்டடமாகவிருக்கினும், உன்னத கோபுர கலசங்களிலிருந்து எண்ணினால் பன்னிரண்டு அடுக்கென்று ஸ்பஷ்டமாகும். இந்த அரண்னைக் கோபுரக் கட்டடத்தை என்னவென்று சொல்லக்கூடும். கட்டடத்தின் உறுதியையும், அழகையும் போய்ப் பார்ப்பவருக்குத்தான் தெரியும். இங்கே பிரம்மாண்டமான நக்ஷத்திர மண்டபம் கட்டி வைக்கப்பட்டிருக்கிறது. இதைப் பார்க்கப் போகிறவர்கள் அங்கிருக்கும் காவல்காரனுக்குக் கால் ரூபாய் கொடுக்கவேண்டும். அப்படிக் கொடுத்தாலும் கட்டடத்தின்மேல் மாடியிலிருக்கும் ககோள கணிதக் கருவிகளைப் பார்ப்பதினால், இந்தச் சிங்கார மண்டபத்தையும் நகரத்தையும் கட்டிய சிவேய் ஜயசிங்கு மகாராஜருடைய பிரதாபத்தைப் பார்க்கலாம். இந்த அரண்மனைக்குள் விநோதமான பன்னிரண்டு அரண்மனைக் கட்டடங்களிருக்கின்றன. அவைகளில் “சுகிலாசம்“ என்னும்

கட்டடம் விசுவகர்மாவே வந்து சித்திராலங்காரமாகக் கட்டி வைத்தாரோ என்று சொல்லும்படியாக இருக்கிறது. திவான்காஸ் என்னும் இராஜ சபாமண்டபம் நீளப் போக்கானதாகச் சுத்த வெள்ளை ஸ்படிகக் கற்களைக்கொண்டு விசித்திரமான சித்திர வேலைகளால் கட்டப்பட்டிருக்கின்றது. இந்தக் கட்டடத்தைத் தாண்டிக் கொஞ்சதூரம் போனால் இந்த இந்து தேசத்தில் இணையற்ற சிங்கார நந்தவனமும், அந்த வனத்தில் நாம் கண்டும் கேட்டுமறியாத அநேக கந்தமூலங்களை வரிசை வரிசையாகவும் விநோதவிநோதமாகவும் பயிர் செய்யப்பட்டு இடைக்கிடை வெள்ளை ஸ்படிக கலசஸ்தூபிகளின் எப்போதும் ஜலம் புஷ்பமாறி பெய்துகொண்டும் இருக்கிறதைப் பார்த்துக்கொண்டு நேராகப்போனால் ஜலக்கிரீடைத் தடாகங்களும், சரித்திரப் பிரகாசத்தைப் போல் பிரகாசிக்கும் குளோப் முதலானவைகள் வைக்கப்பட்டிருக்கிறதையும், அதற்குச் சமீபத்தில் ஆங்கிலேய விருந்தாளிகள் வந்தால் அவர்களுக்குப் போஜனமிட்டு மரியாதை செய்யும் கம்பீரமான பெரிய கட்டடம் பலவிதமான கண்ணாடி ஜன்னல்களோடு கட்டப்பட்டிருக்கிறதையும் காணலாம். அந்த ஜன்னலைத் திறந்து பார்த்தால் பிரம்மாண்டமான ஏரிதடாகமும், அதற்கு மூன்று பக்கத்தில் கம்பீரமான கல்மலைகளும் சூழப்பட்டிருக்கிறது. இங்கிருந்து இராஜ அரண்மனையின் கட்டடச் சிறப்பையும், கலசங்களின் அழகையும், நந்தவனத்தின் அழகையும், அந்த நந்தவனங்களுக்கிடையிலிருக்கும் ஜலதாமரைத் தடாகங்களையும், வீதியையும், அந்த வீதியின் கடைசியில் அதாவது அரண்மனைக்கு நேர் எதிரில் சிங்காரமான மதன கோபாலர் என்னும் விஷ்ணு சந்நிதியையும், அதற்குப் பக்கத்திலிருக்கும் ஆங்கிலேயர் விருந்து மண்டபத்தையும், அதற்குப் பக்கத்திலிருக்கும் பிரம்மாண்டமான ஏரியையும், அதற்கு எல்லைகளாக இருக்கும் பருவதங்களையும் பார்த்தால் இத்தியாதி விநோத காக்ஷிகள் இப்படி இருக்கிறதென்று எழுத எம்மாலாகவில்லை. போய்ப் பார்ப்பவருக்கே பிரத்தியக்ஷமாகும். இந்த அரண்மனையின் ஒரு பக்கத்தில் அடுத்த மலைகளிலிருந்து கிண்டி எடுக்கப்பட்ட ஒருவித செவந்த கற்களைச் சாணையில் வைத்துச் சீமை ரவைகளைப்போலச் செய்து மோதிரங்கள் முதலான பலவித ஆபரணங்களை பொன் வெள்ளியினால் சிறந்த ஆங்கிலேயருடைய மேல்விசாரணையில் செய்து விற்கிறார்கள். இந்தக் கட்டடத்தைப் பார்த்துக்கொண்டு வடக்கு வாசலில் வந்தால் அங்கேயிருக்கும் பிரம்மாண்டமான கட்டட கச்சேரிகளில் ஜில்லா கோர்ட்டு, முனிசீப் கோர்ட்டு, தாலுகா கச்சேரி, போலீசு முதலான கச்சேரிகளிருக்கின்றன. இந்தக் கட்டடங்களைத் தாண்டிக் கொண்டுபோனால் (Maha Rajah's Theatrical Hall) இராஜ நடனசாலையொன்று சிங்காரமாகவும், பெரிதாகவும் கட்டப்பட்டிருக்கிறது. இதைப் பார்த்துக்கொண்டு வெளியில்

வந்தால் எதிரில் (Jeyapur College) ஜெயப்பூர் காலேஜ் என்னும் இராஜாவின் சர்வகலாசாலைக் கட்டடம் கம்பீரமாகவிருக்கிறது. அதைப் பார்த்துக்கொண்டு சற்றுதூரம் போனால் (Jayapur Arts School) இராசகீயக் கைதொழிற்சாலை ஒன்று கம்பீரமாகக கட்டப்பட்டு அங்கு விசித்திர, விநோதமான கத்தி, கேடயம், துப்பாக்கி முதலான ஆயுதங்களையும், சித்திரப்படங்களையும், பிரதிமைகளையும் செய்து பழகிக் கொடுக்கிறார்கள். அதைப் பார்த்துக்கொண்டு பக்கத்துச் சந்தில் போனால் நாணயச்சாலையிருக்கிறது. இங்கு செய்யும் ரூபாயானது சுத்த வெள்ளியாகவும், இங்கிலீஷ் ரூபாயைப் பார்க்கிலும் ஒரு அணா அதிக விலையுள்ளதாகவும், அழகாகவும், கெட்டியாகவுமிருக்கிறது. இந்த ரோட்டிலிருந்து நேராக மதில் ரோட்டு வரையில் போனால் அங்கு பிரம்மாண்டமான புலிகள், சிறுத்தைகள், சிங்கங்கள் முதலான மிருகங்களை வளர்க்கிறார்கள். கடைவீதிகளிலோ விசித்திர விநோதமும் நயமுமான பேர்போன ஜெயப்பூர் ஜோடுகளும், பலவித பித்தளைச் சாமான்களும், உக்காக்களும், விசித்திர விநோதமான பலவர்ணத் துணிமணிகளும் குவியல்குவியலாகக் கொட்டி வைத்துக்கொண்டு விற்பதன்றியில், புளி ஒன்றுதவிர பற்ற போஜன பதார்த்தங்கள் ஏராளமாக விற்பனைசெய்து வருகிறார்கள் இவ்விடத்திய ஸ்திரீகளுடைய சுந்தரங்களையும், அலங்காரமான அணிமணிகளையும் பார்ப்போர் தேவகன்னிகள் என்று சொல்லுவார்கள். புருஷர்கள் கிழவனானாலும் குமரனானாலும் சரி, மீசையையும் தாடியையும் வளர்த்து முறுக்கிவிட்டு சுத்த வீரர்களைப்போல் கர்ஜித்து கத்தியும், கட்கமும் கையுமாக வெளியில் வருகிறதைப் பார்த்தால் விநோதமாக இருக்கும். இத்யாதிகளைக் கேட்டும்கண்ட யாம் இந்த ஜயப்பூரில் தற்காலத்தில் இராஜராக இருக்கிறவரைப் பார்க்க ஆவல்கொண்டதற்கு ஆண்டவர் சகாயம் செய்தருளினார். அதாவது,

இந்த மகாராஜர் வருஷத்தில் தசரா பண்டிகை, பானுசப்தமி என்னும் இரண்டு தினங்களில் மாத்திரம் வெளியில் வந்து குடிகளுக்குப் பேட்டி கொடுப்பது வழக்கமானபடியால் நாம் ஜயப்பூருக்குப் போன மறுநாளே அப்படிப்பட்ட பேட்டி கிடைக்கும் என்று சங்கதி கேட்டு ஜனவரி மீ 30ம் டயாகிய திங்கட் கிழமை அதிகாலையிலெழுந்து தந்தசுத்தி செய்து திருமண் காப்புத் தரித்துக்கொண்டு இரண்டு வண்டிகளைத் தயார்செய்து இராஜா வருகிற இராஜவீதிக்குப் போனோம். நாங்கள் போவதற்குமுந்தியே என்றும் கண்டிராத அப்ஸரஸ்திரீகளைப் போன்ற அந்த சமஸ்தானத்தின் சுமங்கலியஸ்திரீகளும் புருஷர்களும் விசித்திர விநோதமான வர்ண உடுப்புகளைத் தரித்துக்கொண்டு அந்த விசாலமான வீதியிலுள்ள மாடமாளிகை கூட கோபுரங்களிலும், ரோட்டிலும் ஈக்கள் வந்து மொய்த்துக்கொள்வதைப் போல வந்து நிறைந்துவிட, உடனே

பீரங்கிவெடிகளும், அதிர்வெடிகளும் அநந்தமாகக் கர்ச்சித்தன. அந்த வீதி முழுதும் நயமான கற்கள்போட்டு மூடப்பட்டிருந்தமையால் சுத்த ஜலத்தால் கழுவிக் கோலமிடப்பட்டிருந்தது. நாங்கள் ஜயப்பூருக்குப் புதியவரானபடியால் போதுமான சிபார்சு பெற்றுப் பெரிய மாடியின்மேல் போவதற்குக் காலமும், அனுபோகமும் இல்லாமலிருந்தும், ஒரு சிறிய மெத்தையின்மீது ஏறி உட்கார்ந்திருந்தோம். சுமார் காலை ஏழு மணிக்கெல்லாம் இராஜா சூரிய தரிசனத்துக்கு வெளியில் புறப்படும் குறிப்பறிவிக்க பீரங்கிவெடிகளும், பலவித கீனகாப்புகளாலும், ஆபரணங்களாலும் சிங்காரிக்கப்பட்ட யானைகள், நூற்றுக்கணக்காக ஜயகோஷங்களுடன் வர அவைகளுக்குப் பிறகு நூற்றுக்கணக்கான ஆபரணங்களால் சிங்காரிக்கப்பட்ட குதிரைகளும் அணியணியாக வரவும், அவைகளுக்குப் பிறகு அங்குக் கீனகாப்பு ஆபரணங்களையுடைய யானைகளின்மீதும் ஒட்டகங்களின்மீதும் நகார், நகபத்து தாரை, எக்காளம், பேரி, மிருதங்கம், பெரிய மேளம், சின்ன மேளம், சங்கு நாத அணியணியாகவும் வந்து சகல வாத்தியங்கள் முழங்கவும், அவர்களுக்குப் பிறகு பதாதாதிகளும் குதிரை வீரர்களும், ஒட்டைவாகன வீரர்களும், யானை வாகன வீரர்களும், கத்தி துப்பாக்கி, கேடயம், சூலம். சக்கரம் ,தண்டம் முதலான அவர்கள் ஆயுதங்களுடனும், வாகனங்களுடனும், அணியணியாக வரவும் பிறகு இராஜசேவகர்கள், உத்தியோகஸ்தர்கள், கவிகள், வித்துவான்கள், நாட்டிய ஸ்திரீகள், ஹாஸ்யம் செய்வோர், எச்சரிக்கை செய்வோர், முதலானவர்கள் அடுக்கடுக்காகவும் அணியணியாகவும் வரவும், அவர்களுக்குப் பிறகு வேத கோஷ்டிகள் சாஸ்திரபுராண இதிகாச பண்டிதர்கள் முதலானவர்கள் அணியணியாகவும், இவர்களுக்கு இராஜ பட்ட குதிரைகள், யானைகள், இராஜ இரதம், இராஜ பல்லக்குகள் அடுக்கடுக்காகவும், அவர்களுக்குப் பிறகு மந்திரி பிரதானி முதலானவர்களும் அவர்கள் பந்துக்களும், அவர்களுக்குப் பிறகு எச்சரிக்கைப் போடுவார் இராஜ உயிர்காப்போரும், இவர்களுக்குப் பிறகு மகாராஜா சாக்ஷாத் ஸ்ரீராமரைப் போல் கிரீடம் முதலான ஆபரணங்களை அணிந்து கொண்டு மேக வாரணத்தைப் போன்ற குதிரைமேலேறி வரவும், அக்குதிரையானது பலவித இரத்னாபரண கலிகிதுராய்களுடன் குலுங்கி நடித்து நடக்கவும் இருபக்கங்களிலும் பொன்ரத்ன மயமான சூரிய பிறை, சந்திரபிறை பூச்சக்கரக்குடை பிடிக்கவும் இந்த ராஜரை நோக்கி விஜயீபவ விஜயீபவ என்று கோஷமிட்டுக் கும்பிடும் குடிகளைப் பார்த்துப் பதில் கும்பிடு போட்டும், மாடி மேடைகளிலிருந்து உத்தமகுல ஸ்திரீகள் விஜயீபவ என்று சொல்லிப் புஷ்பங்களைத்தூவி மங்கலம் ஆலாத்தி எடுப்பவரை அங்கீகரிப்பதாகத் தலைகுனிந்து பார்த்துக்கொண்டு போக, பின் பக்கத்தில் அவரது நெருங்கிய பந்துக்களும் சிநேகிதர்களும் குதிரைகள்மீது வரவும், பிறகு முன்போலவே பதாதிகள், புரவிகள், புரவி

வீரர்கள், ஒட்டகங்கள், ஒட்டக வீரர்கள் யானைகள், யானை வீரர்கள் அணியணியாக வரவும் இப்படி இரண்டுமைல் தூரம் வரையில் நிறைந்துவந்து மகாராஜர் ஸ்ரீ சூரியர் கோயிலுக்குப் போய் வணங்கி அந்தச் சூரிய விக்கிரகத்தைக் கோஷா ஸ்திரீகள் வணங்கும்படியாக ஒரு சிங்காரசப்பிரத்தில் ஏற்றிக்கொண்டு மறுபடியும் அதே வழியில் ஆயிரம் பதினாயிரம் ஜனங்களுக்குப் பேட்டி கொடுத்துக்கொண்டு சுமார் பத்து மணிக்குத் தமது அரண்மனையைச் சேர்ந்தார். இந்து ராஜர்களுடைய பவனியைப் பற்றிப் பூர்வசரித்திரங்களில் படித்ததுண்டு. இப்படிப் பிரத்தியக்ஷத்தில் இன்று பார்க்கப் பாக்கியம் பெற்றோம். பிறகு இராஜ அரண்மனைக்குள்ளிருக்கும் கட்டடக் காக்ஷிகளைக் காண ஆவலடைந்து அந்த இராஜாங்கத்தில் பிரதான உத்தியோகஸ்தராகிய பங்காள பாபவர்கள் வீட்டுக்குப் போனோம். அந்தப் பாபு உயர்ந்த உத்தியோகஸ்தராயும், புதிய மனுஷராயும் இருந்தும் எம்மீது அதிக பக்ஷத்தைக் காட்டி ராஜ அரண்மனையிலிருக்கும் கட்டடங்களைக் காணவும், மறுநாள் அம்பர் கோட்டையைக் காணவும் ஒரு யானையையும் இரண்டு ஜவான்களையும் ஒரு மாவுத்காரனையும் எமது வசத்தில்விட்டு, எமக்கு வேண்டிய உதவிகளனைத்தும் இராஜ தூதிகார தோரணையில் செய்யச் சித்தமாக இருப்பதாக உற்சாகப்படுத்தினார். ஆகவே அந்த ஆள்களைத் துணையாகக்கொண்டு அரண்மனைக்குள் போய்ப் பார்க்கவேண்டிய சகல வைபவங்களையும் சலிக்கும்படியாகப் பார்த்துச் சந்தோஷப்பட்டு, சாயாரக்ஷை தங்குமிடம் வந்து சாப்பிட்டுச் சற்று ஆயாசம் தீரப்படுத்தோம். நாம் இறங்கியிருந்த கட்டடத்தின் பக்கத்துக் கட்டடத்தில் கேசரி, கவுரி என்ற இரண்டு தாசிகளும், சுண்டாரி என்னும் சாரந்தா வித்துவானும் இராஜபேட்டிக்காக வந்திறங்கியிருந்தபடியால், அவர்களுடைய சங்கீத வித்தையைத் தென்தேசத்தாராகிய எமக்குத் தெரிவிக்கப் பலவிதமாகக் கெஞ்சி நாங்கள் படுத்திருக்கும் இடத்திற்கே வந்து பிடித்துக்கொண்டார்கள். நாங்கள் யாத்திரைக்காரரானபடியால் யாத்திரை செய்யும்போது இப்படிப்பட்ட காரியம் செய்யச் சரிப்படாதென்று பலவித நியாயங்கள் சொல்லியும் கேட்கவில்லை. கடைசியாகச் சாரந்த வாத்தியத்துடன் சுத்தமான இந்துஸ்தானி டப்பா முதலானவைகளைத் தேட்டையாகவும் சுகமாகவும் பாடினார்கள். இந்தப் பாட்டுக் கம்பெனியில் கேசரி என்பவள் சுமார் 16 வயதுடைய வாலிபப் பெண். இவள் முகம் சந்திர பிம்பம் போலும், கண்டம் குயிலைப் போலும், தபோநிதிகளுடைய புத்தியையும் பிரமிக்கச் செய்யும்படியான அழகும் அமைப்பும் அபிநயமுமுள்ளவள். இவளது உபாத்தியாயர் பார்வைக்கு மகமதியனைப் போலிருந்தும் சாதியில் ஹிந்து. இவரது சாரந்தாவில் கமுகமும், ரவைகளும் கம்பீரமாகி இப்படிப்பட்ட வாத்தியமும் தெளிவான இந்துஸ்தானி பாட்டுகளும் தென்தேசத்தில்

கேட்டதில்லை. இவர்களுக்குத் தென்தேசத்தார் மாதிரியாகச் சுரங்கள் பாடத் தெரிந்தாலும் அவ்வளவாகச் சுகப்படவில்லை. ஆயினும் இந்துஸ்தானி ராகங்களைச் சாரந்தா வாத்தியத்தோடும் அபிநயத்தோடும் பாடுவதைப் பார்க்கவும் கேட்கவும் ஆனந்தத்தைக் கொடுக்கிறது. பிறகு இராத்திரி 12 மணிக்கு மேலாகிவிட்டபடியால் மரியாதைக்கு ஐந்து ரூபாய் கொடுத்து அவர்களை அனுப்பிவிட்டு உண்ணாமல் உறங்கினோம்.

ஜயப்பூர் அம்பர் கோட்டை.

பிப்ரவரி மீ 1ம் உ காலையில் எழுந்து தந்தசுத்தி செய்து கொண்டு ஒரு ரூபாய் வாடகையில் ஒரு கோச்சு வண்டியை அமர்த்திக்கொண்டு சுமார் இரண்டு மைல் தூரத்திலிருக்கும் அம்பர் மலைக்கோட்டைக்குப் போகும் அடிவாரத்துக்கு ஏழு மணிக்கெல்லாம் போய்ச் சேர்ந்தோம். அங்கு நமக்காக ஸ்ரீ மகாராஜருடைய பெரிய யானையொன்று அம்பாரி கட்டி இரண்டு ஆள்களுடன் வந்து காத்துக்கொண்டிருந்தது. உடனே வண்டியை விட்டிறங்கி யானையின் மேலேறினோம். அந்த யானையானது பெரிய உருவமாயிருந்தபோதிலும், செங்குத்தான மலையின்மேல் தாராளமாக ஏறிப்போகின்றது. இந்த அம்பர் கோட்டையானது அடிவாரத்திலிருந்து ஏழு மைல்கள் தூரத்தில் இருக்கிறது. இந்தக் கோட்டையானது அநேக மலைகளுக்கு மத்தியமலையில் கட்டப்பட்டிருப்பதால், முதலிலிருக்கும் மலைகள் சுமார் இரண்டு மைல்கள் தூரம் வரையில் செங்குத்தாகவும் பயங்கரமான பள்ளங்களாலும், மலைகளாலும் சூழப்பட்டிருப்பதால் எப்படிப்பட்ட யானையும் அதிக கஷ்டத்துடன் ஏறிப்போக வேண்டியிருக்கிறது. அடிவாரத்திலிருந்து இரண்டு மைல்கள்வரையில் குதிரைகள் போவதும் கஷ்டம். மனிதர்கள் நடப்பதும் கஷ்டம். ஆகவே நமக்கு வழிகாட்டிகளாகவும் துணைவர்களாகவும் வந்த மகாராஜருடைய சேவகர்கள் வாலிபராகவிருந்தும் மிகவும் கஷ்டப்பட்டார்கள். அம்பர் கோட்டை கட்டப்பட்டிருக்கும் மலையானது கிட்டத்தட்ட ஒரு சுவற்றைப்போலிருக்கிறபடியால் யானை ஏறுவதுங் கஷ்டம். யானையையோட்டும் மாவுத்தனும் பயப்படுகிறான். யானைமேல் யாம் உட்கார்ந்திருந்த அம்பாரியும் அசைந்தசைந்து ஆட்டங் கொடுத்துவிட்டது. அங்கே யானை மீதிருந்து அடியில் பயங்கரமான பள்ளத்தாக்கைப் பார்த்தால் எப்படிப்பட்டவருடைய நெஞ்சமும் நடுங்காமல் இராது. அப்படிப்பட்ட கஷ்டங்களும் அபாயமும் பலவிருக்கினும் ஜகதீசுவரனுடைய கிருபையால் சுமார் 10 மணிக்குக் கோட்டைக்குப் போனோம்.

இந்த அம்பர் கோட்டையானது அநேக செங்குத்தான மலைகளால் சூழ்பட்ட மத்திய மலையின் வளைவில் கட்டப்பட்ட பிரம்மாண்ட

கோட்டை. இந்தக் கோட்டைக்கு எதிரில் விசாலமும் விநோதமுமான பெரிய தடாகமும், அந்தத் தடாகத்தின் கரைமேல் பிரம்மாண்டமான கோவில்களும் மாடமாளிகைகளும் கட்டப்பட்டிருக்கின்றன. அவைகளைச் சுற்றி அநேக சிறிய வீடுகள் அதிக புராதனக் கட்டடங்களாகிவிட்டன. இந்தத் தடாகத்துக்கு மேற்குப் பக்கத்திலிருக்கும் மலைச்சாா்பில் அம்பா் கோட்டையின் முக்கிய கட்டடம் கட்டப்பட்டிருக்கின்றது. இந்தக் கோட்டை வாசலுக்குள் நுழைந்து வெகுதூரம் போனால் எதிரில் எல்லையாக இருக்கும் ஒரு பெரிய மலையின்மேல் (Zenana) அம்பா் மகாராஜருடைய மனைவிகளாகிய இராஜ மஹிஷிகளிருக்கும் இராணி வாசஸ்தான கோட்டை கட்டப்பட்டிருக்கின்றது. இந்தக் கோட்டைக்கு நான்கு பக்கங்களிலும் உயா்ந்த பத்தேரி கோபுரங்கள் கட்டப்பட்டிருக்கின்றன. இந்தக் கட்டடத்தில் நுழைந்துபோனால் இதற்கு எல்லையாக இருக்கும் மற்றொரு பெரிய மலையின்மேல் ஆச்சரியமான ஆகாயக் கோட்டையைப் பிரம்மாண்டமான கருங்கற்களால் கட்டி அதற்கு நாலாபக்கங்களில் பீரங்கிகளை யேற்றிச் சுடும்படியான பத்தேரிகளும் கோபுர ஜன்னல்களும் மத்தியில் சிங்காரமான கோபுர கலசமும் கட்டப்பட்டிருக்கிறது. இந்தக் கோட்டைக்குள் கேவலம் யுத்தத்துக்கு வேண்டிய பீரங்கி, துப்பாக்கி, கத்தி முதலான சாமான்களை வைக்கக் கட்டடங்கள் கட்டப்பட்டிருக்கின்றன. இந்த கோட்டையில் இருந்து சுற்றுப் பக்கங்களின் காக்ஷியையும் கீழேயிருக்கும் கிடுகிடு பள்ளங்களையும் பாா்க்கும்போது அந்தக் காக்ஷியின் ஆச்சரியத்தையும், பள்ளங்களின் பயங்கரத்தையும் இப்படிப்பட்ட மலையின்மேல் இவ்வளவு பலமான கற்களைப்போட்டு, இந்த மலைக்கோட்டைகளை கட்டியிருக்கும் சாமா்த்தியத்தையும் இந்தச் சிறு புத்தகத்தில் எழுத எம்மாலாகாது. இவ்வளவு சிறந்த காக்ஷியை யாம் இந்த இந்து தேசத்தில் எங்கும் கண்டதில்லை. இப்படிப்பட்ட கோட்டைக்குள் ஒரு துா்கா (காளிகா) தேவியின் பெரிய சந்நிதி கட்டப்பட்டு இதில் பயங்கரமான ரூபத்தையுடைய ஒரு விக்கிரகத்தை வைத்துச் சில பிராமணா்கள் வாசற்படிகளில் உட்காா்ந்துகொண்டு சக்திபரமான வேதசுருதிகளைப் பாடிக் கொண்டிருக்கின்றனா். அவா்களுக்கு அதிக சமீபத்தில் அப்போதுதான் வெட்டப்பட்ட ஆடு தலை வேறாகவும் முண்டம் வேறாகவும் கிடக்கின்றது. இந்தக் கோவிலுக்குள் போகலாமென்று என் காலிலிருந்த பூட்ஸைக் கழற்ற யோசிக்கையில், எமக்கு வழிகாட்டியாக வந்தவா்கள் கழற்றவேண்டாமென்றும், தாராளமாக உள்ளே போய்ப் பாா்க்கலாமென்றும் சொன்னாா்கள். ஏனெனில் அப்போது நான் போட்டிருந்த பூட்சும் சல்லடமும் கோட்டும் தொப்பியும் ஒரு சட்டைக்காரனைப் போலிருந்தமையால், எமது உடுப்பே இந்த ஜயப்பூரில் மரியாதையையும் கவுரதையையும் சம்பாதிக்கக் காரணமாயின. இதற்குத் திருஷ்டாந்தமாக, அன்று

எம்மோடுகூட வந்திருந்த எமது டாக்டர் சுதேசியைப் போல ஜல்லடம், சொக்காய், உருமாலையைத் தரித்துக்கொண்டும், காலில் சுதேச சடாய் போட்டுக்கொண்டும் வந்திருந்ததில், அவரை அலக்ஷியமாக எண்ணி அவர் காலிலிருந்த சடாவைக் கழற்றிக் கோட்டைக்கு வெளியிலேயே வைத்துவிட்டு வரும்படி சொல்லிவிட்டார்கள். ஆஹா! எமது பூட்சுக்கும் தொப்பிக்கும் இங்கு வந்த மகிமையே மகிமை! பிறகு இந்தக் கோவிலைப் பார்த்துக்கொண்டு அருகிலிருந்த (Dewan Kusha) என்னும் இராச சபாமண்டபத்தைப் பார்த்தோம். இதுவும் ஜயப்பூரிலிருந்ததைப் போலவே வெள்ளை ஸ்படிகக் கற்களால் கட்டப்பட்ட சிங்கார மண்டபம். இங்கிருக்கும் ஜன்னல்களின் வழியாகக் கீழே இருக்கும் காக்ஷியைப் பார்த்தால் சொல்லிமுடியாத சுகத்தைக் கொடுக்கிறது. இதற்குப் பக்கத்தில் (Masulas Vilas) மாசுலாஸ் விலாஸ் என்னும் அன்னிய ஜாதியார் வந்தால் தங்குவதற்குக் கட்டப்பட்ட பிரம்மாண்ட கட்டடமிருக்கிறது. இந்தக் கட்டடத்தைத் தாண்டிப் போனால் துலாராமர் தோட்டம் என்னும் சிங்கார நந்தவனமானது பற்பலவிதமான புஷ்பச் செடிகளால் சிறந்து விளங்குகின்றது.

இந்தத் தோட்டத்துக்கு எதிரில் (Mohana Vadi) மோஹன வாடி என்னும் சிங்கார வசந்தமண்டபம் கட்டப்பட்டிருக்கிறது. இதற்குப் பக்கத்தில் (Jamandira Mandir) ஜாமந்திர மந்திரம் என்னும் பெயரால் கண்ணாடி மண்டபமிருக்கிறது. இந்தக் கட்டடத்தின் கீழும் மேலும் சுவர்களிலும் கண்ணாடிப் பில்லைகளைப் பதிப்பித்து, யாராவது போய் உட்கார்ந்தால் அவரைப்போல் பத்தாயிரம் பிரதி பிம்பங்களால் பிரகாசித்து, பிரம்மாநந்தத்தைக் கொடுக்கிறது. இதற்குப் பக்கத்தில் (Zenana Mandir) இராணிவாச மந்திரம் முழுதும் வெள்ளை ஸ்படிகக் கற்களால் கட்டப்பட்டு இராஜருடன் இராஜ மகிஷிகள் விளையாடுவதற்கு அடி அறை பக்க அறைகளும், பொய் அறைகளும், ஆச்சரியமாகக் கட்டப்பட்டிருக்கின்றன. இதற்குப் பக்கத்தில் (Jas Manpir) என்னும் இஷ்ட தேவதா கிரஹம் இருக்கின்றது. இதற்குச் சமீபத்தில் (Sivasar Mandir) சிவேசுவர மந்திரம் என்னும் சிவஸ்தலமிருக்கிறது. இதற்குப் பக்கத்தில் (Suka Mandir) சுக மந்திரம் என்னும் இராசர் படுக்கை வீடும் உல்லாசமாகக் காலங்கழிக்கும் கட்டடமும் கண்ணாடிச் சுவர்களால் பிரகாசிக்கிறது. இத்தியாதி கட்டடங்களை எவ்வளவு பொருள் செலவிட்டு, எத்தனை வருடகாலம் கட்டினார்களோ தெரியவில்லை. இந்தக் கட்டடத்திற்குள் வர எமனுக்கும் கஷ்டமென்றே சொல்லலாம். இவ்விடத்திலிருக்கும் காளிகா தேவியாகிய அம்மனுக்கு முற்காலத்தில் பிரதி தினமும் ஒரு நரபலி கொடுத்துக்கொண்டு வந்ததாகக் கேள்வி.

இந்த அம்மன் ராஜனுக்குப் பிரத்தியக்ஷமாகிப் பேசியதால், இந்த இடத்திற்கு அம்பர் என்ற பெயர் மருவிவந்ததுபோலிருக்கிறது. இத்தியாதி வைபவங்களைப் பார்த்துக்கொண்டு அங்கிருந்த காவல்காரர்களுக்கு இரண்டு மூன்று ரூபாய் சில்லரை இனாம் கொடுத்து இறங்கிவந்ததும் யானையைப் பின்னாலே கொண்டு வரும்படி சொல்லி அம்பர் தடாகத்துக்குப் போனேம். அந்தத் தடாகத்தின் தெற்குப்பாகத்தில் அசோகம் புன்னை, மந்தாரம், பாதரி, பன்னீர், சம்பகம் முதலான விருக்ஷங்களால் நிறைந்த சோலையில் போய் உட்கார்ந்து தடாகத்தில் பால்போலிருக்கும் தண்ணீரைக் குடித்து ஓர் பெரிய அசோக விருக்ஷத்தினடியில் சற்றுப் படுத்து இளைப்பாறிச் சுற்றுப் பக்கங்களிலிருக்கும் மலைகளின் காக்ஷிகளையும், கோட்டைகளின் கம்பீரத்தையும், சிங்காரவனத்தின் சிறப்பையும், அந்த வனத்தில் மான்கள், மயில்கள், மாடப்புறாக்கள், மைனாக்கள், கோகிலங்கள் முதலியன யாதொரு பயமின்றி எதேஷ்டமாகத் தின்று தேக்கரிந்து உல்லாசமாகப் பாடியாடுகிறதையும், தடாகத்தில் ஜலபக்ஷிகள் ஒன்றுக்கொன்று குதித்து விளையாடி நிர்ப்பயமாய்ப் பாடி ஆனந்திக்கிரதையும் பார்க்கப் பார்க்க, பரமேசுவரனை ஏகாந்தமாக இருந்து தியானிக்க இதைவிட சிறந்த இடம் வேறில்லைபோல் தோன்றியது ஆம், இந்த இடத்தில் பழியும், பாவமும், கோபமும், தாபமும், துக்கமும், காமமும் வருவதற்கும், உலக ஆசாபாசங்கள் புகுவதற்கும் இடமில்லை. ஆ! என்ன ஏகாந்தமான பரிசுத்த ஸ்தலம். ஆகவே எழுந்து உட்கார்ந்து அடியில் கண்டபடி பிரார்த்தனை செய்தோம்.

(ஜெயப்பூர்) அம்பரில் செய்த பிரார்த்தனை.

ஓ! அப்பனே! எப்பக்கங்களிலும் மலைகள் சூழ, மத்தியில் ஒப்பற்ற தடாகமும், நந்தவனங்களும் நிறைந்த இந்த அம்பர் என்னும் ஸ்தலம் எவ்வளவு சிறப்பாகவிருக்கின்றது! இந்தச் சிறந்தவிடத்தைப் பார்க்க எவ்வளவோ கஷ்டப்பட்டு யானையின்மீது வந்தோம். வருந்தி வந்த வருத்தம் ஒருபக்கமிருக்க இந்தத் தடாகத்தையும், நந்தவனங்களையும் சுற்றுப் பக்கங்களிலிருக்கும் அற்புதக் கட்டடங்களையும், பருவதக் காக்ஷிகளையும் பக்ஷிகளின் நடனங்களையும் பார்க்குந்தோறும் எமது கண்ணுங்கருத்தும் நின்னை நாடி வருகின்றன. இப்படிப்பட்ட அற்புத படைப்புகளுக்கு முன் யாம் என்ன யோக்கியதை உடையேம்! எமது ஜனமும் எமது ஜாதியும், எதிற் கொப்பிடக்கூடும். அற்பமாகிய யாம் நினது குன்றா வளம் பொருந்திய மகத்துவத்தைப்பற்றி எப்படி வர்ணிப்போம். இந்தக் காக்ஷியைக் கருதி வர்ணிக்க பாஷையில்லை. ஆகவே, நீ வாசாமகோசரன் என்று சொல்லி நினது அபாரசக்தியைக் கொண்டாடி ஆநந்திக்க அருள்புரிவாய். ஓம் தத் சத்.

(ஜெயப்பூர்) இராம நிவாஸ்.

பிறகு பொழுதாகிவிட்டபடியால், யானைமீதேறிக் கீழே இறங்கிவந்தோம். உடனே அடிவாரத்திலிருந்த கோச்சு வண்டியிலேறித் தங்குமிடம் வந்து நமக்குத் துணையாக வந்த சேவகர்களுக்கும், மாவுத்துக்காரனுக்கும் ஆள் ஒன்றுக்கு இரண்டு ரூபாய் இனாம் கொடுத்தனுப்பிவிட்டு, சாப்பிட்டு மகாராஜருடைய சிங்காரத் தோட்டமாகிய இராமநிவாஸ் என்னும் தோட்டத்துக்குப் போனோம். இது சுமார் 70 ஏகரா விஸ்தீரணமுள்ளதாயிருக்கிறது. இந்த இந்தியாவுக்குள் சிறந்த தோட்டம் இதைவிட வேறெங்கு மில்லையென்றே சொல்லலாம். இதைத் தற்காலத்து இராஜன் 4,00,000 ரூபாய் செலவு செய்து (Dr.De Febeck) டி.பிபக் என்பவருடைய மேல் பார்வையால் பூலோகத்திலிருக்கும் பலவித செடிகளையும் பக்ஷியாதி, மிருகங்களையும், தக்கவிடங்களில் வைத்துப் பாக்கப்பார்க்க பசியும் எடுக்காதவிதமாக அமைக்கப்பட்டிருக்கிறது. இவ்வளவு அழகான தோட்டத்தின் அமைப்பை இந்த இந்து தேசத்திலேயே யாம் எங்கும் கண்டதில்லை. எங்கும் இல்லையென்றே ஏனைய யாத்திரைக்காரரும் சொல்லியிருக்கிறார்கள். இந்தச் சிங்காரத் தோட்டத்தில் இராமநிவாசம் என்னும் பெயரால் வெள்ளை ஸ்படிகக்கற்களினால் பிரம்மாண்ட உருவமும், பல விசித்திர விநோதமான வேலைப்பாடுகளோடும் கூடிய ஒரு சிங்கார மண்டபம் கட்டப்பட்டிருக்கிறது. இதன் உட்பாகம் நமது சக்கரவர்த்தினியவர்களுடைய பிரதம குமாரரும் இளவரசருமாகிய பிரின்ஸ் ஆப் வேல்ஸ் (H.R.H Prince of Wales) அவர்கள் இந்த ஜயப்பூரை 1876ம் ௵ தரிசித்த ஞாபகச் சின்னத்திற்காக (Albert Hall and Musium) ஆல்பிரட் மண்டபமும், விநோத சாலையும், 1876ம் ௵ அவரால் கடைக்கால் போடப்பட்டு 1887ம் ௵ பிப்ரவரி ௴ 21ம் ௳ (Col. Bradford) கர்னல் பிராட் போர்டவர்கள் முன்னிலையில் கிரஹப்பிரவேச உற்சவம் செய்யப்பட்டது. இந்தக் கட்டடத்திற்கு 1887ம் ௵ ஜனவரி ௴ 31ம் ௳ வரையில் செலவான தொகை 4,28,084 ரூபாய். பிரதி தினம் 80 கல்குடையும் சிற்பிகள் வேலை செய்து வருகிறார்கள். ஆக்ராவிலிருக்கும் டாஜ்மஹாலை இந்த உலகத்தின் ஏழு அதிசயங்களில் ஒன்றாகக் கொண்டாடினாலும் இதையும் உலகத்தில் வியக்கத்தக்க விநோத ஸ்படிக சித்திர சிங்காரக் கட்டடமென்று சொல்லத் தடையில்லை. கட்டடத்தின் வெளிப்பாகத்து ஸ்தம்பங்கள், சுவர்கள் யாவும் வெள்ளை ஸ்படிகக்கற்களாகவும் விசுவகர்மாவே வியக்கும்படி விசித்திர வேலைப்பாடுகளோடும் செய்திருக்கிறதன்றியில் உட்பாகத்தின் சுவர்களில் இராமாயணம், பாரதம், பாகவதம் முதலான சரித்திரங்கள் சித்திரபாவனையாகச் சிறந்த வேலைக்காரரைக் கொண்டு எழுதப்பட்டிருக்கின்றன. இந்த விநோத சாலைக்குள் 3,00,000 ரூபாய் விலையுள்ள 2,400 வித

காக்ஷிப் பொருள்கள் வைக்கப்பட்டிருக்கின்றன. இந்தக் காக்ஷிப் பொருள்களில் அக்பர் சக்கரவர்த்தியால் சித்திரப்படங்களோடு எழுதி ஆதி ஜெயப்பூர் ராஜருக்கு வெகுமதியாகக் கொடுத்த மகாபாரத புஸ்தகமும் வைக்கப்பட்டிருக்கிறது. இதற்கு விலையே கிடையாது

இத்தியாதி வைபவங்களைப் பார்த்து ஆனந்தப்பட்டுக் கொண்டு தங்குமிடத்திற்கு வரும்வழியில் புலிகள், யானைகள் அடைக்கப்பட்ட இடங்களையும், விசேஷ கடைவீதிகளையும் பார்த்துக்கொண்டு வந்தோம். இந்த ஜயப்பூரில இருக்கும் ஸ்திரீ புருஷர்கள் உல்லாச குணமுடையவர்களாதலால் எவர்களைப் பார்த்தபோதிலும், சரிகைத் துணிகளையும், சரிகை ஜோடுகளையும் பலவர்ணத் துணிகளையும் தரித்துக் கொண்டு, தேவலோகத்தாரைப் போலிருக்கின்றனர். பெரும்பான்மையான ஸ்திரீகளின் முகாரவிந்தங்கள் திவ்விய சுந்தரமாக விருக்கினும் இடுப்பில் சீலைகளைக் கட்டாமல் புருஷர்களைப் போல நிஜார்களைப் போட்டுக்கொண்டும், ஜோடுகளைப் போட்டுக்கொண்டும் நடப்பதைத் தூரத்திலிருந்து பார்த்தால் புருஷ வீரர்களைப் போலவே இருக்கின்றனர் .

இந்த ஜயப்பூரில் போஜன பதார்த்தங்கள் ஏராளமாக விற்றாலும் நல்ல அரிசி அகப்படுவது கஷ்டசாத்தியம். எல்லா வகுப்பாரும் கோதுமை, கடலை மா பதார்த்தங்களைச் சாப்பிட்டு வருவதினால் ஜயப்பூர் கடைகளில் அரிசியை ஒரு சிறு பையில் கட்டி மருந்து வஸ்துக்களைப்போல அபூர்வமாக வைத்துக் கொண்டிருக்கிறார்கள். அந்த அரிசியும் புழுத்துக் கெட்டுப்போயிருப்பதோடுங்கூட தெராசில் போட்டுப் பொன் வெள்ளியைப்போல நிறுத்து விற்கிறார்கள். மேலும் புளி மருந்துக்கும் அகப்படுகிறதில்லை. ஒரு பெரிய கடையில் பத்துப் பதினைந்து வருஷங்கள் சென்ற மாங்காய்த் தோல் மாத்திரம் கொஞ்சம் விலைக்கு அகப்பட்டது. அதைக்கொண்டு சமைத்து அன்று சாயந்திரம் 6 மணிக்குச் சாப்பிட்டு அலைச்சலினால் படுத்து உறங்கினேம்.

பிப்ரவரி மீ 2ம் உ காலை எழுந்து ஸ்நானம் செய்து ஸ்ரீமகாராஜருடைய அரண்மனைக்குள்ளிருக்கும் இராதாகிருஷ்ணர் கோவிந்தாஜி கோயில்களைத் தரிசிக்கப் போனோம். போய்ச்சேரச் சற்றுத் தாமதமாகிவிட்டபடியால், பகல் ஒரு மணி வரையில் காத்திருந்து பூஜை செய்யும்போது பார்த்தோம். இந்த விக்கிரகம் சுமார் நான்கைந்து முழு நீளமுள்ளதாய் மதுராபுரியிலிருக்கும் மதனமோஹனர் திருக்கோலமாகவிருக்கிறது. இந்த விக்கிரகத்துக்கு பூஜை செய்யும்போது அரண்மனைக்குள் ஸ்ரீராஜரும், இராஜமஹிஷிகளும் தரிசித்துச் சாப்பிடுவது வழக்கமாம். பிறகு ஸ்ரீமகாராஜரவர்களுடைய பேட்டியைப் பார்த்து பேச ஆவல் கொண்டு வெகுநேரம் இருந்தும்,

சில அசந்தர்ப்பங்களால் சரிப்படாமையால், சாயரக்ஷை தங்குமிடம் வந்து சுமார் 5 1/2 மணிக்குச் சாப்பிட்டு அழகிய சிங்கார வனத்தையும், அநேக புறாக்களும், மயில்களும், மான்களும், சதா நடித்து ஆனந்தத் கூத்தாடும் ஜயப்பூரின் வேடிக்கைகளையும் பார்த்துக்கொண்டு நகரைவிட்டு ரெயில்வே ஸ்டேஷனுக்கு வந்து ஆள் ஒன்றுக்கு ரூபா 3-15-0 கொடுத்து உஜ்ஜயினி பட்டணத்துக்கு டிக்கெட்டுகளை வாங்கிக் கொண்டு இராத்திரி 10 மணிக்கு வண்டியேறி இரவெல்லாம் பனியாலும் வண்டியில் இடமின்மையால் தூக்கமில்லாமையாலும் வருந்தி, காலை ஆறு மணிக்கு ஆஜ்மீரம் என்னும் பெரிய ஸ்டேஷனில் இறங்கி, ஸ்டேஷனுக்குச் சமீபத்தில் இரானாஜி லட்சுமணதாஸ் அவர்களுடைய பெரிய சத்திரத்தில் போய்த் தங்கினோம். இந்த ஜெயப்பூரானது இராஜபுட்டானா மால்வா ரெயில் ரோட்டு பரதப்பூர் ஸ்டேட்டு ரெயில் ஸ்டேஷன் கூடும் இடமாகவும் பம்பாயிக்கு 699 மைல்கள் தூரத்திலும், டில்லிக்கு 191 மைல்கள் தூரத்திலும் இருக்கிறது. இவைகட்கு மூன்றாம் வண்டிக்கு முறையே ரூ 6-15-0 ரூ 2-0-0 சார்ஜ் கொடுக்க வேண்டும்.

AJMIR. அஜ்மீர தேசத்தின் பூர்வ சரித்திரம்.

ஸ்ரீராமருடைய குமாரரில் ஒருவராகிய குசலருடைய சந்ததியாரில் ஒருவர் இந்த அஜ்மீர் டிஸ்டிரிக்ட்டைச் சூழ்ந்திருக்கும் பிரம்மாண்ட மலைகளில் ஒன்றாகிய (Ajeepal Hills) அஜிப்பால் மலைமேல் தங்கிப் பல நூற்றாண்டுகள்வரையில் செங்கோல் செலுத்திவந்தார். அவருடைய கடைசி சந்ததியாகிய அஜாமிலர் என்பவர் சிங்காசனமேறின பிறகு உண்மையான க்ஷத்திரிய ஜாதியார்களைப் பரிபாலித்து அவர்களுடைய சுகத்தைக் கருதி நாலாபக்கமும் சூழ்ந்து நின்ற பலமான பர்வதங்களுக்கு மத்தியில் கோட்டையையும் அதைச்சுற்றி ஒரு சிறந்த நகரத்தையும் கட்டினார். அன்று முதல் இதற்கு அஜாமிர் பட்டணம் என்று பெயர்பெற்றுப் பிறகு ஆஜ்மீரம் என்று பெயராகிவிட்டதாம். மேற்சொன்ன அஜாமிலருடைய சரித்திரத்தையும், அவர் சந்ததியார்களுடைய சரித்திரத்தையும் விவரமாகத் தெரிவிக்கும் நூல்களகப்படவில்லை. ஆயினும், இந்த சந்ததியைச் சார்ந்த விசோலதேவராஜர் அல்லது அஜராஜர் கி.பி.145 ஷு இந்தப் பட்டணத்தைப் பெரியதாக்கி, சுற்றிலும் ஏழெட்டு பிரம்மாண்ட கற்சுவர்களையும் அவைகளுக்கு ஏழெட்டு கேட்டு வாசல்களையும் கட்டிவைத்ததன்றியில் பட்டணத்தைச் சுற்றிப் பலமான பாதுகாப்பாக அமைந்திருக்கும் பர்வதங்களிலும் பிரம்மாண்டமான கோட்டைகளைக் கட்டி வைத்தார். மேலும் அஜீபால் மலைகளிலிருந்து விழும் ஜலத்தை செயற்கை நதிகளாகவும் செயற்கைத் தடாக ஏரிகளாகவும் செய்வித்துக் குடிகளுடைய க்ஷேமத்தை விருத்தியாக்கினார். அன்றியும் நகரத்துக்குக் கிழக்கே

சுமார் அரை மைல் தூரத்தில் பெசில் தாலோ என்னும் பெயரால் பின்னும் ஒரு ஏரியைக் கோழிமுட்டை ரூபமாகவும் கருங்கற்களால் பந்தோபஸ்தாகவும் இரண்டரை மைல் விஸ்தீரணமுள்ளதாகவும் கட்டிவைத்தார். நகரத்துக்கு வடகிழக்கே தாராகுர் என்னும் மலைத் தொடர்ச்சி இருக்கின்றது. நகரத்துக்கு மேற்கே ஆறு மைல்கள் தூரத்தில் அன்னசரோவரம் என்னும் பெயரால் சிறந்த செயற்கை ஏரி இருக்கிறது.

இந்தச் சரோவரத்துக்கு 600 கஜ நீளமும், 100 கஜ அகலமுள்ள செயற்கைக்கரை இருக்கிறது. மழைக்காலத்தில் இந்தச் சரோவரம் ஆறு மைல் விஸ்தீரணம் வரையில் ஜலத்தால் நிறைந்து பார்வைக்குப் பூர்வ பம்பா தீர்த்தமோ அல்லது மானசசரோவரமோ என்று சொல்லும்படியாகப் பிரகாசிக்கும். இந்தச் சரோவரம் அன்னதேவ மகாராஜர் காலத்தில் கட்டப்பட்டது. இந்த ஏரிக்கரையில் 16ம் நூற்றாண்டில் ஜிஹாங்கீர் சக்கரவர்த்தியால் கட்டப்பட்ட டவுல்தாபாக் என்னும் ஸ்படிகமாளிகை ரமணீயமாக இருக்கிறது. இதில் சீப் கமிஷனர் வதிந்து வருகிறார். இந்தக் கட்டடத்தை நேரில் பார்ப்பவருக்கே வியப்பாகும். நகரத்தின் மதில்களுக்கு வெளியிலும் தாராகுர் மலைக்குச் சமீபத்திலும் ஜெயினர் கோயிலொன்றிருக்கிறது. ஆகவே இவ்விடத்திய இராஜாக்களில் சிலர் ஜயின மதஸ்தர்களாக இருந்திருக்க வேண்டும். இவ்வளவு ஏரிகளோடும், பருவதங்களோடும், கோட்டைகளோடும், சிறந்த காக்ஷியாக விளங்குவதோடுங்கூட அஜிபால் மலையிலிருந்து லூணி என்னும் சிங்காரமான உப்புநீர் ஆறு ஓடுகின்றது. லூனி என்பதற்கு உப்பென்று பெயர். இப்படிப்பட்ட பட்டணத்தைப் பரதகண்டத்தில் புருதிவிராவ் மகாராஜருடைய ஆளுகைக்குவந்த காலமாகிய கி.பி.1190ம் ஹு கோரி வம்சத்தைச் சார்ந்த மகம்மது சுல்தான் படையெடுத்துவந்து சண்டை செய்ய, இந்தப் பலமான மலைக்கோட்டையையும் பலசாலிகளான ராஜபுத்திரர்களையும் வெல்லமுடியாமல், மறுபடியும், தந்திரகோலமாகத் தனிசூயர் என்னும் இடத்தின் வழியாகப் பலமான சேனையோடு கடும்போர் செய்ய, இந்துக்கள் தோற்கடிக்கப்பட்டு இராஜனைச் சிறையில் வைத்துக் கொன்று அநேக இந்துக்களையெல்லாம் வேட்டையாடி, கடைசியாகப் பலமான கப்பத்தை வாங்கிக்கொண்டு இராஜனுடைய சந்ததியானுக்குப் பட்டங்கட்டிப் போனான். அன்று முதல் இந்துக்களுக்கும் மகம்மதியர்களுக்கும் தீராப் பகையுண்டாகி, இருதிறத்தாரும் பயங்கரமான சண்டைகள் செய்துவர, அக்பருடைய தர்ம இராஜாங்க காலத்தில் இந்த கோட்டையானது யாதொரு சண்டை சச்சரவுகளின்றி அவர் வசமாகி, இதை ஒரு விசேஷ காப்பு ஸ்தலமாக்கி மீவார், பார்வார், உதயபூர் முதலான ஸ்தலங்களைச் சேர்த்துப் பிரபல ராஜாங்கமாக்கினார். அந்தக் காலத்தில் இந்த அஜ்மீர் நகரத்துக்கு வெளியில் அக்பர் அரண்மனையொன்று

கட்டப்பட்டு இப்போது யுத்த விஷயத்துக்கு வேண்டிய வெடிமருந்து, துப்பாக்கி முதலானவைகளை வைக்கும் கிடங்காக உபயோகப்படுத்தி வருகிறார்கள். மேலும் நகரத்தின் மதில் சுவர்களுக்கு வெளியில் ஷாஜிஹான் அரண்மனையொன்று கட்டப்பட்டிருப்பதால், இந்த அஜ்மீரானது அக்பர் சந்ததிகளிடத்திலும், சில வருஷங்களிருந்தது. ஆனால் டில்லிச் சக்கரவர்த்தியின் சிங்காசம் அகமத்ஷா துராணி என்பவன் வசமாகவே, இந்த அஜ்மீரத்தை தக்கபடி பாதுகாக்காமல்விட கி.பி.1809ம் ஹு தவுல்தராவ் சிந்தியாவானவன் பலமான மகாராஷ்டிர படையெடுத்து வந்து பிடித்துத் தனது சகோதரன் பாபுராவு சந்தியாவின் ஆளுகையில்விட, இது ஜயப்பூர், ஜோதிப்பூர் முதலான இடங்களைக் கொள்ளையடிக்க முக்கிய பட்டணமாகிவிட்டது. 1817ம் ஹு மகாராஷ்டிரர்களோடு பெரிய சண்டை நடக்கும்போது இந்த அஜ்மீர் மாகாணம் ஈஸ்டு இந்தியா கம்பெனியாருக்கு விடப்பட்டது.

ஆஜ்மீரத்தின் தற்கால ஸ்திதி.

இப்போது இந்த ஆஜ்மீரானது மாகாணங்களில் சிறந்த ஒரு பெரிய டிஸ்டிரிக்ட்டு. இதற்குக் கிழக்கே இராஜபுத்திரர் மாகாணங்களாகிய ஜயப்பூர், கிஷ்ணகர், முதலான மாகாணங்களும், மேற்கும் வடமேற்கும் மயிர்வாரா ஜோத்பூரும், இருக்கிறதன்றியில் தென்மேற்கு முதல் வடமேற்கு வரையில் 80 மைல் நீளமும் 50 மைல் அகலமும் 2029 சதுரமைல் விஸ்தீரணமுமுள்ள மாகாணம். தென்கிழக்குப்பாகம் பூமி மணற்பாங்கும் தாழ்ந்த நிலப்பாங்குமாக இருக்கிறது. வடக்கிலும் வடமேற்கு மாகாணங்களிலும் ஆரவல்லி மலைத் தொடர்ச்சிகளால் சூழப்பட்டுக் காக்ஷிக்குக் கம்பீரமாக இருக்கிறது. மேலும் சமுத்திரத்திற்குமேல் 3,000 அடிகள் உயர்ந்திருக்கிறதன்றியில் பர்வத பாகங்கள் பூமி மட்டத்துக்கு 1,000 அடிகள் உயர்ந்திருக்கிறது. இந்த மலைத்தொடர்ச்சிகளிற் சிறந்த தாராகுர் மலையில் ஏராளமாக இரும்பு சன்னமும் ஈயம், தாம்பிரம், ஸ்காந்தம் முதலான லோகங்களும் அதிகமாக இருக்கின்றன. ஆகவே, இந்த மலையில் ஜனித்து நகரத்தில் பாய்ந்தோடும் கோரி என்னும் நதியில் ஜலமானது கார்பானிக்சோடா கலந்திருப்பதால் மழைக்காலத்திலன்றி மற்றக் காலத்திற் குடிக்க உதவாது. அன்ன சாகரத்திலிருந்து ஓடும் லூனி என்னும் ஆறானது குச்சுக்கடலில் விழுகின்றது. பெசிலதோலா சரோவரத்திலிருந்து சாகர் முக்தி என்னும் சிற்றாறு ஓடுகின்றது.

புஷ்கரம் என்னும் மூன்றாவது சரோவரத்திலிருந்து சரஸ்வதி என்னும் மற்றோர் சிறு ஆறு ஓடுகிறது. இது ஆஜ்மீருக்குத் தென்மேற்கே ஏழு மைல்கள் தூரத்திலிருக்கிறது. இந்தப் புஷ்கர சரோவரமும் மஹா புண்ணியதீர்த்தமென்று சொல்லப்படுகின்றது. இங்குப் பிரம்மாவானவர் பெரும் தவசு செய்து சித்தி பெற்றமையால்

அவருக்கு ஒரு கோவிலுங் கட்டப்பட்டிருக்கிறது. இப்போது நவம்பர் மீ நடக்கும் உற்சவகாலத்தில் ஏராளமான குதிரைகள் வியாபாரம் நடக்கிறது. இது நகரத்திலிருந்து நான்கு மைல் தூரத்திலிருக்கிறது. இதில் 25,000 ஜனங்கள் வரையில் குடியிருக்கிறார்கள். ஜனங்களின் முக்காலே மூன்றரைப் பாகம் இராஜபுத்திரர்களே. இவர்களுடைய நடையுடை பாவனைகள் ஜயப்பூரைப் போலவே இருக்கின்றன. இதில் ஜயப்பூரைப் போல சிங்காரமான கட்டடங்கள் இல்லாவிட்டாலும் சில மஸ்ஜீதுகளும் கோயில்களும் மண்டபங்களும் அழகானவைகள். இந்தக் கட்டடங்களிற் சிறந்தது (Adai Deneke Jopree) அடேய் டின்கிஜோபிரி என்ற கட்டடம் இராஜபுத்திரர்களுடைய குமாரர்கள் வசிப்பதற்கு மேஜர் மாண்டு (Major Mant) என்பவர் காலத்தில் கட்டப்பட்டது. (Mayo College) மேயோ காலேஜ் என்னும் கலாசாலை இருக்கிறது. காஜாசாஹின் கோரி ஒன்றிருக்கிறது. இதில் இந்துக்களும் மகம்மதியரும் வணங்கி வருகிறார்கள்.

இந்தப் பட்டணத்தின் இரண்டொரு வீதிகள் தவிர, மற்ற வீதிகளும் கடைகளும் வரிசையாகக் கட்டப்பட்டிருக்கின்றன. இத்தியாதிகளைக் கண்டும் கேட்டும் ஆனந்தித்தும் இன்னும் சுற்றிப்பார்க்க ஆவல்கொண்டு பிப்ரவரி மீ 23ம் உ ஒரு எக்கா வண்டியை 8 அணாவுக்கு வாடகைக்குக் கொண்டு தனியாக ஏறி நேராக அன்னசரோவரத்துக்குப் போய்ப்பார்க்க பிரமாநந்தத்தைக் கொடுத்தது, சரோவரத்தின் கரைகளில் அவ்விடத்திய இராஜபுத்திர ஸ்திரீகள் குந்திக்கொண்டு ஸ்நானபானங்களைச் செய்து சுவாமியை வணங்குவதைப் பார்த்தால், அவர்களுடைய பாலைப்போல் வெளுத்த தேகங்கள் தேவேந்திரனுடைய தடாகத்தில் அன்னப்பக்ஷிகள் வந்து குந்திக் கூத்தாடுவதைப்போலத் தோன்றின. அப்போது காலை ஏழு மணியானபடியால், பாலசூரியன் தனது திவ்யமான கலைகளோடு ஜனித்து இந்த சரோவரத்தைச் சுற்றிலுமிருக்கும் பருவதங்களின் சந்துகளில் பீறிக்கொண்டுவந்து பிரகாசிப்பது அந்த சூரியனும் இந்த சரோவரத்தில் ஸ்நானம்செய்ய வந்ததைப்போல் இருந்து ஜலத்தில் பிரதிபிம்பித்து, அந்த பிரதி பிம்பத்தின் பிரகாசமானது இந்த ஜலத்தையே பாலைப்போல பிரகாசிப்பித்தும், பக்கங்களிலிருந்த ஸ்திரி புருஷ பக்ஷி கந்த மூல பர்வதாதிகளில் தாக்கி, பார்க்கப்பார்க்க பரவசமடையச் செய்தபடியால் உடனே வண்டியை விட்டிறங்கி சரோவரத்தில் ஸ்நானம் செய்து அருகிலிருந்த அரசமரத்தடியில் உட்கார்ந்து பிரம்மப் பிரார்த்தனை செய்தேம்.

அன்ன சரோவரத்திற் செய்த பிரார்த்தனை.

அருள்வேந்தே! அருணோதயமான இந்தக் காலையில் இந்த அன்னசாகரத்தில் நின்னைத் தியானிக்கிறோம். நின்னைத்

தியானிப்பதற்குப் பல சிறந்த இடங்களிருக்கினும், நதிதீரங்களும் சரோவரங்களும் சிறந்த இடங்களாக இருக்கின்றன. ஏனெனில், நீர் சகல ஜீவகோடிகளுக்கும் பிராணாதார மென்பது பட்டப்பகலாகத் தெரிந்த விஷயம். நீரின் முக்காலே மூன்று பாகம் பிராணி கோடிகள் அதில் வசிக்கவும் குடிக்கவும் அதில் வசிக்கும் ஜந்துக்களைப் பக்ஷிக்க அநேக பக்ஷி முதலான மிருகங்களும் வந்து சேருகின்றன. அதுபோலவே பரமாத்துமாவாகிய நினது இருப்பிடம் சகல ஜீவகோடிகள் வந்து கூடித் தமது விடாய் தீர்த்துக் கொள்ளும்படியாக இருப்பதால் பூர்வகவிகள் நின்னை ஜலமயமாகவும் விஷ்ணுரூபமாகவும் வர்ணித்தார்கள். எப்படி ஜலமில்லாவிட்டால் யாதொரு பிராணியும் ஜீவிக்காதோ, அப்படியே நீ இல்லாவிட்டால் இந்த மண்ணுலகமேது? இந்த விண்ணுலகமேது? எல்லாம் நின்னையே பற்றிக்கொண்டு பிரகாசிக்கின்றன. நீ எல்லா ஜீவிகளுக்கும் அன்னமயமாக இருக்கின்றாய். ஆகையால் அடியேமுடைய ஆசை தீரும்படி நினது அன்னமயத்தின் தத்துவார்த்தத்தை அறிவித்து ஆசீர்வதித்தருள்வாய். ஓம் தத் சத்.

மெயர்வாரா.

இந்த ஆஜ்மீருக்குத் தென்மேற்கே மெயர்வாரா என்னும் மலை நாடு இருக்கின்றது. இந்நாட்டின் ஜனங்கள் ஆதியில் கொள்ளைக்காரராக இருந்து, இங்கிலீஷ்காரர் வசமானபிறகு கெப்டன் ஹால் (Captain Hall) என்பவர் காலத்தில் அடக்கப்பட்டார்கள். அவருக்குப் பதிலாக வந்த காப்டன் டிக்ஷன் (Captain Dixon) கி.பி.*1835*ம் வருஷத்தில் அக்குடிகளை விவசாயத்திற் புகும்படி செய்து வர்த்தக வியாபாரஞ் செய்யச் செய்தார்.

உதயப்பூர் அல்லது மெய்வார்.

உதயப்பூரானது மெய்வார் நாட்டிற்குப் பிரதான பட்டணமாயும், கடல் மட்டத்திற்குமேல் *2064* அடிகள் உயர்ந்து ஆரவள்ளி மலைகளாற் சூழப்பட்ட சிறந்த காந்தியையுடையதாயும், *46,690* குடிகள் வசிக்கப்பட்டதாயும், இராஜபுட்டாவீன் காஷ்மீரம் அல்லது சூரியன் உதயமாகும் புரி என்றும் சொல்லப்பட்டதாயும், அற்புதக் காக்ஷியுடையதாயும் இருக்கிறது. இதை ஆளும் இராஜபுத்திர அரசர் ஸ்ரீராமர் பிறந்த சூரியவமிசத்தைச் சார்ந்த சுத்தராஜபுத்திரரென்றும், மகம்மதியருக்குப் பெண்களைக்கொடாத இரணவீர இராஜாவென்றும் சொல்லுகிறார்கள். இப்படிப்பட்ட நாட்டின்மேல் கி.பி. *1294*ம் ஷு கில்ஜி வமிசத்தைச் சார்ந்த அலாவுடீன் பீமீராஜனுடைய மனைவி பத்மினி என்பவருடைய அழகைக் கேட்டு அவரைக் காணவிரும்பி படையெடுத்துப் போகையில் அரசன் தமது மனைவி முதலான

பெண்டுகளை அக்கினிக்கு இரையாக்கி யுத்தத்தில் சுத்த வீரனாக இருந்து மடிந்தான். இப்போது இவ்விடம் ஸ்ரீஜகந்நாதர் கோயிலும், இராஜ அரண்மனைத் தோட்டங்களும் பார்க்கத்தக்கவைகளாக இருக்கின்றன. இது ஜி.ஐ.பி காண்டவா ரெயில் ருட்லாம் சித்தூர் ரெயில் ஸ்டேஷனுக்கு டிபாரிவழியாக ஒன்பது மைல்கள் தூரத்திலிருக்கிறது.

பிறகு சரியான உடைகளைத் தரித்துக்கொண்டு நகரத்துக்குட் பிரவேசிக்க, இந்த நகரத்தில் சில வீதிகளில் கோஷா ஸ்திரிகள் நடமாடுவதினால் புருஷர்கள் போகக் கூடாதென்று வண்டிக்காரன் சொன்னான். ஆயினும், நாம் பூட்சும் ஜல்லடமும் தொப்பியும் போட்டுக் கொண்டு சட்டைக்காரனைப் போலிருந்தமையாலும், உடுப்புப் போட்டுக்கொண்டிருப்பவர்களைக் கண்டால் வடதேசத்தில் பயமும் மரியாதையும் அதிகமான படியாலும் இந்த நகரத்தில் இங்கிலீஷ் ரெசிடெண்டு என்னும் ஸ்தானாதிபதி இருப்பதாலும், யாதொரு பயமற்று வண்டியை விட்டிறங்கி கால்நடையாகவே அநேக வீதிகளில் நடந்து திரிந்து சந்தோஷப்பட்டுச் சலித்து, எமது பெங்களூர் பிரம்மோபாசியும், எமது ஆப்த சிநேகிதரும், அவ்விடத்திய இஞ்சினீராபீசில் பிரதான உத்தியோகஸ்தருமாகிய ஸ்ரீமான் அண்ணாசாமி முதலியாரவர்கள் இந்த நகரத்தில் குடியிருப்பதால் அவரைக் காணப்போனதில் அவர் சர்க்கூட்டாக வெளியிற் போயிருந்தபடியால், ரெயில்வே ஸ்டேஷனுக்குத் திரும்பி, முன் இறங்கியிருந்த கிருஷ்ணாஜி கோவிந்தாஜி சத்திரத்திற்கே வந்து சமையற் செய்து சாப்பிட்டு ரெயில்வே ஸ்டேஷனுக்கு வந்தேம். அங்கு நமது சென்னை சிநேகிதராகிய ஸ்ரீமான் இரங்கய்ய நாயுடு அவர்கள் தமது சம்சாரத்துடன் வண்டியேற வந்திருந்தார். மேலும், ஜில்லா தரும்புரியிலிருந்து சிறு வயதில் பிசகிப்போன ஸ்ரீராமகிருஷ்ணய்யர் என்னும் எமது பாலிய சிநேகிதர் இந்த ஆஜ்மீர் ஸ்டேஷனில் மின்தபால் உத்தியோகஸ்தராக இருப்பதால், அவர் எமது அடையாளத்தைக் கண்டுபிடித்துப் பேசி ஸ்டேஷனுக்குள் கூட்டிக்கொண்டு போனார். இந்த ஆஜ்மீர் ஸ்டேஷனானது இராஜபுடானா புகைவண்டித் தொடருக்குப் பிரதான கூட்டு ஸ்டேஷனானபடியால், ஸ்டேஷன் கட்டடம் பிரம்மாண்டமும், அழகுமான கட்டடமுமாக இருந்தும், ஆயிரக்கணக்கான ஸ்திரி புருஷர்கள் சதா போக்குவரத்தாக இருப்பதினால் போதுமான தங்குமிடமில்லை. பெண்டு பிள்ளைகள் காலை வெய்யிலில் நின்று கஷ்டப்பட்டுக் கொண்டிருந்து 9 மணிக்கு வண்டியேறி, அன்று இரவு ஒரு மணி வரையில் போதுமான இடமில்லாமையால் தூக்கமற்றுப் பனியால் பலவிதமாக வருந்தி, காலையில் ருட்லாம் என்னும் ஸ்டேஷனில் பிப்ரவரி மீ 4ம் உ இறங்கி, பக்கத்தில் இருக்கும் உஜ்ஜயினி ஸ்டேட் கிளைப்பாதையிற் கொஞ்சந்தூரம் நடநு போய்

உஜ்ஜயினி ஸ்டேஷனைச் சேர்ந்தோம். இந்த ஸ்டேஷன் பெரிதாக இருக்கினும் நல்ல வண்டிகள் கிடைக்காதபடியால், இரண்டு கட்டை வண்டிகளை வைத்துச் சாமான்களைப் போட்டுக்கொண்டு நகருக்குள் நடந்துபோய்ச் சுமார் 4 மணிக்கு சூபிராநதிக் கரையில் புராதனமான கட்டடத்தில் இறங்கினோம். இரண்டு நாளாக நல்ல போஜனமும், தூக்கமுமில்லாமையால், மயக்கம் அதிகரித்து உடனே தேநீரைத் தயார்செய்து குடித்து ஆயாசத்தை தீர்த்துக் கொண்டோம். பிறகு கையிலிருந்த அரிசி முதலான பதார்த்தங்களைக்கொண்டு இரவு 9 மணிக்குச் சமைத்துச் சாப்பிட்டு மோசக்காரரான பண்டாக்களுடைய வார்த்தையை நம்பி இறங்கிய பயங்கரமான பழைய கட்டடத்தில் குளிரினாலும் குப்பைகளினாலும் வருந்திப் படுத்துறங்கினோம்.

UJJAIN. உஜ்ஜயினி பட்டணத்தின் பூர்வசரித்திரம்.

இந்த உஜ்ஜயினி பட்டணமானது இந்துக்களுக்கு முத்தி தரும் ஏழிலொன்றாகிய அவந்திகா என்னும் புண்ணிய ஸ்தலத்துக்குப் பதினாலு மைல் தூரத்திலிருக்கிற புராதனமான பட்டணம். எசோதையின் வயிற்றில் ஜனித்த துர்க்கையாகிய குழந்தையைக் கம்சன் ஆகாயத்தின் மீது வீசி கத்தியால், வெட்ட அந்தச் சிசுவானது பீறிட்டெழுந்து கம்சனை வெட்கச்செய்து ககனமார்க்கமாக வந்து இந்தவிடத்திற் குதித்து ஜயகோஷமிட்டபடியால் இதற்கு உஜ்ஜயினி என்று பெயருண்டாகியதாம்.

இந்த உஜ்ஜயினி நகரவாசியாகிய சாந்தீப மகரிஷியினிடத்தில் ஸ்ரீகிருஷ்ணரும், பலராமரும் வேதாத்தியயனம் செய்தார்கள். மேலும், இந்த உஜ்ஜியினியைச் சார்ந்த அவந்திகாபுரியின் மலைச்சார்பில் தாபசிபல்லை என்னும் கிராமத்தில் **சுதாமர்** (குசேலர்) என்பவர் பிறந்து மேற்சொன்ன ஸ்ரீகிருஷ்ண பலராமருடன் ஷ சாந்தீபரிடம் வேதங்களை வாசித்து மத்தியகாலத்தில் குசேலர்- குருகிய சீலையை உடையவரென்கிற ஏழையாகி ஸ்ரீகிருஷ்ணரால் சம்பன்னரானார்.

இந்த ஸ்தலத்தின் பூர்வசங்கதிகள் அதிகமாக இருப்பதால் பாரதம், பாகவதம், இராமாயணம், முதலான கிரந்தங்களைப் பார்வையிட்டால் போதுமான சரித்திரம் தெரியவரும். ஆகையால், அந்தச் சங்கதிகளை இங்கு விரிக்காது தற்கால சரித்திரத்தில்கண்ட சங்கதியை மாத்திரம் சற்று எழுதுகிறோம். கி.பி.325 வருஷங்களுக்குமுன் அதாவது 2,213 வருஷங்களுக்கு முன் இந்த உஜ்ஜயினி பட்டணமானது குறைவற்ற செல்வமும் சிறப்பும் பெற்றுப் பிரகாசிக்கும்போது, சந்திர குப்த மகாராஜனுடைய பேரனும், பாடலிபுரத்தின் இராஜனாகிய பிந்துசாரனுடைய குமாரனுமாகிய தனமகோசன் என்னும் அசோகன் தனது தந்தைக்கு அதிக வருத்தங்கள் செய்து வந்தபோது, பூர்வகாலத்து

வழக்கப்படி காட்டிற் சஞ்சரித்துக் காலம் கழிக்கும்படி ஓட்டிவிட, அந்த அசோகன் இந்த உஜ்ஜயினி பட்டணத்துக்கு வந்து பிடித்து இராஜனாகி அரசாண்டு வந்ததாக இலங்கைத் தீவில் பவுத்தர் கோயிலில் அகப்பட்ட மஹாவம்சம் என்னும் ரிகார்டினால் வெளியாகியது. அந்தக் காலத்தில் இந்த உஜ்ஜயினி பட்டணமும், இதைச் சார்ந்த அக்கம்பக்கத்து நாடுகளெல்லாம் புத்த சமயத்தை அனுசரிப்பதாகிவிட்டன. ஆகவே கி.மு.157ம் ௵ தாமாகிதரென்னும் பவுத்தமத சிரேஷ்ட குருவானவர் தக்கினி க்ஷேத்திரமென்னும் இந்த உஜ்ஜயினி பட்டணத்திலிருந்து 40,000 புத்த சீடர்களைக் கூட்டிக்கொண்டு இலங்கையில் அநுராதபுரத்தில் பெரிய புத்தமதக் கோயிலைக் கட்டக் கடைக்கால் போட்டதாகத் தெரியவருகிறது. பிறகு இந்த உஜ்ஜயினி பட்டணத்திலிருந்த பவுத்தமத இராஜர்களும், பவுத்தர்களும் என்ன ஸ்திதியை அடைந்தார்களோ தெரியவில்லை. கி.மு.57 ௵ அதாவது 1945 வருஷங்களுக்குமுன்பு **விக்கிரமார்க்க** மஹாராஜன் சிங்காதனமேறி, கல்வியிலும் செல்வத்திலும் சிறந்து, இந்த இந்து தேசத்திற் சிறந்த 56 இராஜாக்களையும் ஜயித்துக் கப்பம் வாங்கிக் கம்பீரமாக வாழ்ந்து வரவே, காளிதாசன், தண்டி, பவபூதி, வாருகி முதலான மஹா வித்துவ சிகாமணிகள் இந்த இராசாங்கத்தில் பிரபல கீர்த்திபெற்று சாகுந்தலம், உத்தரராமசரித்திரம் முதலான சிறந்த கிரந்தங்களை இயற்றினார்கள். இந்த விக்கிரமார்க்க மகாராஜன் இந்த உஜ்ஜயினி பட்டணத்தையே புதிப்பித்துப் பெரிய கோட்டையையும், அநேக கோபுர கட்டடங்களையும் கட்டிப் பலவிதத்திலும் கீர்த்திபெற்று, நாடாறுமீ காடாறுமாதங்களாக நின்று அரசு செய்யும்போது இந்த இராஜன் அயோத்தி, மதுரை, மாயாபுரி முதலான இடங்களில் அநேக திவ்ய க்ஷேத்திரங்களையும் ஸ்தலங்களையும் கட்டி கீர்த்திபெற்று வந்தபடியால், இந்துக்கள் இவனை ஓர் அவதார புருஷனாகக் கொண்டு, இவன் பட்டாபிஷேகம் பெற்ற நாள் முதல் விக்கிரம சஹாப்தம் என்னும் பெயரால் வருஷக்கணக்கை இன்றளவும் எண்ணிக் கணக்கிட்டு கவுரவப்படுத்தி வருகிறார்கள். இப்படிப்பட்ட இராஜனை சாலிவாஹனன் கொன்றதாகச் சிலர் சொன்னாலும் சரித்திரத்தில் விவரமில்லை.

இந்த விக்கிரமார்க்கனுடைய குமாரன் சந்திரசேனன் சிறு குழந்தையாக இருந்தபடியால், போஜராஜன் பட்டத்தைப் பெற்று விக்கிரமார்க்கன் காலத்திலிருந்த காளிதாசன், தண்டி, பவபூதி முதலானவர்களைப் போஷித்து வந்ததன்றியில் அவர்களால் போஜசம்பு முதலான கிரந்தங்கள் எழுதப்பட்டன. பிறகு விக்கிரமார்க்கனுடைய குமாரனாகிய சந்திரசேனன் இந்தப் பரதகண்டத்துக்கே பிரதான அரசனாகிப் பிரகாசித்தான். இவனுக்குப் பிறகு இந்தப் பட்டத்தை அடைந்தவர்களுடைய சங்கதி தெரியவில்லை. பதினோராம் நூற்றாண்டில் மகமது குஜினி இந்தியாவின்மீது படையெடுத்து

வந்தபோது இந்த உஜ்ஜயினி பட்டணமானது மால்வா நாட்டில் பிரதான பட்டணமாகவிருந்தது. கி.பி.1317ம் ௵ இதுவும் மகமதியர்கள் வசமாகி, 1318ம் ௵ டுவிலார்கோரி என்பவன் கைக்கொண்டான். 1561ம் ௵ ஆக்பர் சக்கிரவர்த்தி வசமாகிவிட்டது. பிறகு மத்தியகாலத்தில் மகாராஷ்டிரர் வசமாக 1810ம் ௵ டவுல்தராவ் குவாலியூரைப் பிடித்தபோது, இந்திய மகாராஜாவுக்குப் பிரதானப்பட்டணமாக இருந்தது. இந்த உஜ்ஜயினி பட்டணமானது நக்ஷத்திராதி ககோளசாஸ்திர ஞானத்திற்கு வசதியான மத்திய இடமாகையால் ஜயசிங்கு மகாராஜனாகிய மகமதுஷா சக்கிரவர்த்தியின் மந்திரி இந்த இடத்திலும் ஒரு பிரம்மாண்டமான நக்ஷத்திர மண்டபம் கட்டியிருக்கிறான். நகரத்தின் வெளிகளில் புத்த மதஸ்தர்களுடைய அநேக கோயில், விக்கிரக கட்டடங்கள் இடிந்து கிடக்கின்றன.

உஜ்ஜயினி பட்டணத்தின் தற்கால ஸ்திதி.

இப்போது இந்த உஜ்ஜயினி பட்டணமானது சூபிரா நதிக் கரையில் கட்டப்பட்டு, குவாலியர் மகாராஜருடைய மாகாணத்துக்கடுத்த சிந்தியாராஜ குடும்பத்தைச் சார்ந்த சிறந்த நகரம். இது ஆறு மைல் சுற்றளவுள்ளதாய், நகரத்தைச்சுற்றிலும் பிரம்மாண்ட மதிற்சுவராற் சூழப்பட்டு முட்டை வடிவாக இருக்கின்றது. இந்த மதிற்சுவர்களின் மேலே அநேக கொத்தளங்கள், கோபுரங்கள் கட்டப்பட்டிருக்கின்றன. பெரும்பான்மையான வீடுகள் இரண்டு மூன்று அடுக்குகளுடையனவாகவும், மண்ணினாலும் செங்கல் சுண்ணாம்பினாலும் மரங்களினாலும் கட்டப்பட்டவைகளாக இருக்கினும் பிரதான கடைவீதியானது பலவித ஜனங்களால் நிறைந்திருக்கின்றது. வீதிகளிலெல்லாம் கருங் குண்டங்கல்லுகளைப் புதைத்திருப்பதினால் நகரத்துக்குள் குதிரை வண்டிகள் போக்குவரத்து செய்வது கஷ்டம். கடைவீதி கட்டடங்களின் மேல் மாடிகளிலிருக்கும் வீட்டுக்குச் சொந்தக்காரரும் கீழ்க்கட்டடங்களில் ஏராளமான கடைகள் வைத்துக் கொண்டிருக்கின்றனர். நகரத்தில் நான்கு பெரிய மஸ்ஜீதுகளிருக்கிறதன்றியில், விஷ்ணு, சிவ தேவஸ்தானங்கள் பல சிங்காரமாகக் கட்டப்பட்டிருக்கின்றன. நகரத்திற்கு நதியின் ஜலமன்றியில் சமீபத்திலிருக்கும் இரண்டு ஏரிகளின் ஜலமும் அனுகூலப்படுவதினால் அநேக சிங்கார நந்தவனங்கள் சிறந்து விளங்குகின்றன. மேலும் ஜயசிங்கு மகாராஜருடைய சிங்கார அரண்மனை யொன்று கட்டப்பட்டிருக்கிறது. இந்தக் கட்டடத்துக்கருகில் ஒரு புராதனமான கோட்டை இருக்கிறது. இது விக்கிரமார்க்கன் கட்டி வைத்ததாகச் சொல்லி வெகுஜாக்கிரத்தையாக பாதுகாத்து வருகிறார்கள். இங்கு அநேக தோட்டங்களிருக்கினும் டவுல்தராவ்பாக்கும், அஹப்பாக்கு என்னும் தோட்டங்களும் பார்க்கத்தக்கவைகள். இந்தத் தோட்டங்களில் மகம்மதியர் காலத்தில் முக்கியமாய் பேபர் காலத்தில் செய்யப்பட்ட

தோட்டங்கள்தான் சிறந்தவைகள். இங்குத் திராக்ஷைத் தோட்டங்களும் சில இருக்கின்றன. நகரத்துக்குச் சுமார் ஒரு மைல் தூரத்தில் மால்வா பட்டணமிருக்கிறது. இங்குக் காளி ஓங்காளி கோயில் பிரம்மாண்ட உருவுடனிருக்கிறது. இந்த இடத்திலிருந்துதான் வாந்தி, பேதி வியாதி ஜனித்ததாகச் சொல்லுகிறார்கள். ஒருகாலத்தில் இந்தப் பட்டணத்தில் தேவி கோபத்தினால் மண்மாரி பெய்து பட்டணமே பாழ்த்துப் போய்விட்டதாகச் சொல்லிக்கொள்ளுகிறார்கள். நகரத்துக்கு வடக்கே ஐந்து மைல் தூரத்தில் சூபிரா நதியானது இரண்டு கிளைகளாகப் பிரிந்து ஓடுவதினால் இடையிலிருக்கும் மணற்குன்றத்தில் ஒரு பெரிய அரண்மனை பாதி கட்டியும் கட்டாமலும் போட்டுக்கிடக்கின்றது. இந்தக் கட்டடத்துக்குக் கொண்டுவந்த சாமான்கள் பூர்வத்தில் ஓங்காளியம்மன் கோயில் கட்டடத்தைச் சார்ந்ததினால் அதைப் பிடுங்கி அதனற்றான் வாந்தி பேதி ஜனித்ததென்றும் மண்மாறி பெய்ததென்றும் சிலர் சொல்லிக்கொள்ளுகிறார்கள். இப்போது இந்த உஜ்ஜயினி பட்டணத்தில் வூ சுமார் 2,00,000 ரூபாய் வருமானமாகிச் சிந்திய மகாராஜாவுக்குச் சேருகின்றது. இப்போது இந்த நகரத்தைத் தக்கபடி சுத்திசெய்யப் போதுமான பந்தோபஸ்தற்று அசங்கியமாக இருக்கிறது. சீக்கிரத்தில் குவாலியூர் மகாராஜாவே இந்த இடத்திற்குக் குடிபுகுவதாகப் பிரஸ்தாபம். அப்போது நகரமும் க்ஷேமமடையக்கூடும். இல்லாவிட்டால், அவந்திகவிலாசபுரி யென்று பெயர்பெற்ற இந்தப் பூர்வ ஸ்தலத்தை இந்து ராஜாக்களுடைய காலத்திலேயே இப்படி அசட்டையாகவிட்டால் யாத்திரைக்காரர் விசனப்பட்டுத் தூஷிக்கவிடமாகும். இதுவிஷயத்தில் தற்காலத்து குவாலியூர் மகாராஜா கவனிப்பார்களென்று நம்புகிறோம். பிப்ரவரி மீ 6ம் வ காலையில் எழுந்து சூபிரா நதியில் ஸ்நானம்செய்து அந்த அழகிய நதியைப் பார்த்து ஆனந்தமடைந்து பிரம்ம பிரார்த்தனை செய்தோம்.

உஜ்ஜயினி பட்டணத்திற் செய்த பிரார்த்தனை.

ஓ! அன்பர்களே! அவந்திகமென்னும் இந்த உஜ்ஜயினி பட்டணம் மோக்ஷசாதகங்களான சப்தபுரிகளொன்று. மேலும் விக்கிரமார்க்கன், போஜன் முதலான மகாராஜாக்களும், காளிதாசன், பவபூதி தண்டி முதலான சமஸ்கிருத கவிகளும், பண்டிதர்களும் சிறந்து வாழ்ந்தவிடம். இந்த இடத்தில்தான் ஆரியர் பரப்பிரம்மத்தைப் பராசக்தியாகவும், பெண்பாலாகவும் வர்ணித்து வழங்கிவந்தார்கள். ஆகையால் இப்படிப்பட்ட திவ்வியஸ்தலத்தில் பிரார்த்தனை செய்வோம். இந்தச் சூபிரா நதிதீரத்திலுட்காருங்கள். ஓ பராசக்தியே! உன்னை வணங்குகின்றோம். பரப்பிரமமாகிய உன்னை உலகத்தார் பெண்பாலாகவும் பத்திரகாளியாகவும் பராசக்தியாகவும் வர்ணித்து வணங்கிவந்தார்கள். நாங்களுன்னைப் பெண்ணென்றும் ஆணென்றும்

அலியென்றும் பாவித்துப் போர்புரியாமல் கேவலம் சர்வசக்தியே என்று வணங்கி எமது அஞ்ஞானமாகிய இராக்ஷதனைக் கொன்று ஞானவான்களாக்கி நின்னை அறிந்து ஆனந்தப்படச் செய்வாய்! மிதசக்தியையுடைய நாங்கள் நின்னையன்றி யாது காரியம் செய்யவல்லோம்! நினது அருள்சக்தியைப் பிரசாதிப்பாய். ஓம் தத் சத்.

பிறகு பக்கத்திலிருந்த பிராமணர்கள் நாம் கொடுத்த தக்ஷணையை வாங்கமாட்டோமென்று வாதாடியபடியால், அவர்களிஷ்டப்படிக்குக் கொடுத்து நகரத்தின் மத்தியிலிருக்கும் இராதாகிருஷ்ணர் கோயிலையும் இன்னும் பல கோயில்களையும் பார்த்துக்கொண்டு தங்குமிடம் வந்து சாப்பிட்டோம். இவ்விடத்தில் ஸ்திரீ புருஷர்கள் மகா சுந்தரமுக முடையவர்களாக இருந்தும், கொடுத்ததை வாங்கிக்கொள்ளாமல் வம்பாட்டாங்கள் செய்து வருத்துவதனாலும் பண்டாக்கள் மோசடியாகப் பேசி நல்ல வீட்டிற்கொண்டுபோய் இறக்காமல், பயங்கரமான பாழ்வீட்டில் விட்டபடியாலும் இனி நகரத்தில் தங்க இஷ்டமில்லாமற் சாமான்களைக் கட்டிக்கொண்டு புகைவண்டிக்கு வந்தோம். வந்து சேருவதற்குமுன் புகைவண்டி போய்விட்டபடியால் அன்று இராத்திரி பனிரெண்டு மணிவரையில் அங்கேயே பண்டாக்களிடத்தில் மனஸ்தாபஞ் செய்துகொண்டு அவர்களிஷ்டப்படி பணங்கொடுத்து இந்தூருக்கு ஆள் ஒன்றுக்கு ஏழணா வீதம் டிக்கெட்டு வாங்கி வண்டியேறி ஜாமம் மூன்று மணிக்கு இந்தூர் ஸ்டேஷனில் இறங்கி, மகாராஜருடைய சத்திரத்திற்குப் போனோம். அன்று இராத்திரி பனியினால் வருந்திப் பதைத்ததுபோல் இந்தப் பரதகண்டத்திலெங்கும் எப்போதும் பட்டதில்லை. அப்போது தெர்மாமிடர் 54 டிக்கிரியிலிருந்தது.

பிப்ரவரி மீ 6ம் உ காலை எழுந்து குளிரின் உபத்திரவம் சகிக்கக்கூடாமல் உடனே தேநீர் தயார்செய்து குடித்தோம். உடனே உடுத்திக்கொண்டு நமது நவமணிகளில் கணமணியும் சிறந்த தேசாபிமானியுமாகிய ஸ்ரீ திவான்பஹதூர் இரகுநாதராயரவர்கள் இந்தச் சமஸ்தானத்தில் பிரதமமந்திரியாக இருப்பதால் அவரைத் தரிசிப்பதற்காக ஒரு ரூபாய் சத்தத்தில் குதிரை கட்டிய பெட்டி வண்டியில் ஏறிப்போனோம். அந்த வண்டிக்காரன் திவான் பஹதூர் ரகுநாதரயருக்குப் பதிலாக, நகர மத்தியிலிருந்த சமஸ்தானத்தின் ஒரு பெரிய உத்தியோகஸ்தர் வீட்டிற்கொண்டு போய்விட்டான். அந்த எஜமானரும் அந்த வீட்டின் ஓர் தாழ்வாரத்தில் ஒரு கனப்புச் சட்டி வைத்துக் குளிர் காய்ந்து கொண்டிருந்தார். அவரிடம் எமது தரிசனச் சீட்டைக் கொடுத்தனுப்ப, அவருக்கு இங்கிலீஷ் பாஷை தெரியாமையால், சீட்டை வாங்கி வைத்துக்கொண்டு எம்மை உள்ளே வரும்படி சொல்ல, நாமும் போய் நமஸ்காரம்

செய்து அருகிலுட்கார்ந்தோம். அவர் திவான் பஹதூரவர்களுக்குத் தெரிவிப்பாரோ என்றிருந்தோம். ஆனால் அவருக்கு இங்கிலீஷ் பாஷை தெரியாமையாலும் எமக்கு மஹாராஷ்டிர பாஷை தெரியாமையாலும் இருவர் கருத்தும் அறிய இரண்டொரு மணிகாலம் ஒருவர் முகத்தை ஒருவர் பார்த்து மயங்கிக் கொண்டிருக்கும்போது, இங்கிலீஷ் பாஷை தெரிந்த ஒரு பெரியவர் வந்து அவரிடத்தில் எமது அபிப்பிராயத்தைச் சொல்ல, அவர் விசனப்பட்டு திவான் பஹதூரவர்கள் லால்பாக் என்னும் தோட்டத்தில் குடியிருப்பதாகச் சொல்ல, உடனே புறப்பட்டு வந்து வண்டியேறி அந்நகரத்தைக் கடந்து லால்பாக் தோட்டத்திற்குப் போனோம். அங்குப் பல பாரா சிப்பாய்களால் காக்கப்பட்ட சிங்காரகட்டடம் தோன்றியது. கட்டடத்தின் வெளியில் அநேக ஜட்ஜி முதலானவர்கள் திவான் பஹதூரவர்களுடைய பேட்டிக்காக காத்துக் கொண்டிருக்குமிடத்தில் யாமும் போனோம். உடனே மாளிகையிலிருந்த மஹாஸ்ரீ கிருஷ்ணராயவர்கள் ஓடிவந்து எம்மைக் கட்டித்தாவி மேல்மாடிக்கு அழைத்துப்போனார். உடனே வெளியில் போயிருந்த திவான் பஹதூரவர்கள் வந்து எம்மைக் கண்டு ஆனந்தித்து கைகுலுக்கி யாம் வடதேசத்தில் செய்த யாத்திரையின் விசேஷத்தையும் ஸ்தலமஹத்துவங்களையும் புருஷர்களுடைய பெருமையாதிகளையும் பற்றி வெகுநேரம் பேசி, அவர் எம்மை நோக்கித் தங்களுக்கு யாதாவது வேண்டுமோ என்று கேட்க, அதற்குப் பதிலாகத் தங்கள் பேட்டியே போதுமென்று சொல்லி, வெகுநேரம் பேசினோம். இந்த இந்தூர் சமஸ்தானத்தில் இன்னும் இரண்டொரு நாளிருந்து வேடிக்கை விநோதங்களைப் பார்க்கும்படி சொல்ல, பார்க்க வேண்டியவைகளையெல்லாம் பார்த்தாய்விட்டன. தென்தேசத்தை விட்டுத் திங்களிரண்டு மூன்றாகிவிட்டபடியால் இனித் தாமதிக்கச் சரிப்படாதென்று சொல்லி விடைபெற்றுக் கொண்டு தங்குமிடம் வந்து அவ்விடத்திய ஈக்களுடைய உபத்திரவத்தைச் சகித்துக்கொண்டு சாப்பிட்டுச் சற்று இளைப்பாறினோம்.

இந்தூர் சமஸ்தானத்தின் பூர்வ ஸ்திதி.

இந்த இந்தூரானது பற்பல துண்டுகளும், தூரமுமான சிறு நாடுகளுடைய சமஸ்தானம். இந்த சமஸ்தானம் 8,318 சதுரமைல்களுள்ளது. இந்தச் சமஸ்தானத்தின் வடபாகம் சாம்பல் நீர் பாய்ச்சப்படுகிறது. தென்பாகம் நர்மதை நதியினால் பாய்ச்சப்பட்டுக் கோதுமை, தானியங்கள், கசகசா, அபினி, கரும்பு, பருத்தி, புகையிலை, மொச்சை முதலான கொட்டைகள் இவை அபரிமிதமாக விளைகின்றன. சமஸ்தான வடபாகமும் கீழ்மேற்குப் பாகமும் விந்திய பருவத சார்புகளாகவும் தென்பாகம் சாத்பூரா மலைச்சார்பாகவுமிருப்பதால் பூமிகளுக்கு முதல் தரமான எருவு முதலான வசதிகளுண்டு.

விந்தியமலை.

இந்த மலையானது இந்தியாவின் வடபாகத்திற்கும் தென்னிந்தியாவிற்கும் மத்தியில் எல்லையாக முக்கோண வடிவாயிருக்கிறது. இது நர்மதா நதிக்கு வட எல்லையாகவும், மேற்குக் கிழக்குத் தொடர்ச்சி கணவாய்களைச் சேர்க்கும் மலையாகவுமிருக்கிறது. இது குஜராத்திற்கு மேற்கும் கள்கைக்குக் கிழக்குமாகப் படர்ந்து இருக்கின்றது.

ஆரவல்லிமலை.

இது மேற்கிந்தியாவில் சேம்பினீருக்கு வடகிழக்காக இருக்கும் மலைத் தொடர்ச்சிகளாம். அது மேற்கில் விந்தியமலையோடு சேர்கின்றது. இதன் அடிச்சார்பில் உதயப்பூர், மார்வாரி முதலான பட்டணங்கள் இருக்கின்றன. அதன் உன்னத சிகரத்திற்கு அபூபென்று பெயர். அது சமுத்திர மட்டத்திற்கு 5,000 அடிகள் உயரமுள்ளது.

நர்மதா.

இந்த விந்தியமலையின் 3,400 அடிக்கு மேலிருக்கும் அமர கண்டிகை என்னுமிடத்திலிருந்து உற்பத்தியாகி, ஜப்பல்பூர் ஓசங்கப்பேட்டை வழியாகப் பாய்ந்து, சாத்பூறா மலைத்தொடர்ச்சிகளில் பயங்கரமான காடுகளில் புகுந்து, அநேக சிறிய உபநதிகளோடு சேர்ந்து, 801 மைல் தூரம் ஓடி காம்பேக் குடாக் கடலில் விழுகின்றது. இந்நதியின் மத்தியகரை தீரமான மாந்தாத்தா என்பது ஒரு விசேஷ சிவஸ்தலம்,

தபதி.

இந்த மலையானது சாகூர் நர்மதா கரையோரங்களில் இருக்கும் மோலடா என்னும் இடத்தில் உற்பத்தியாகி சாத்பூறா அடிவாரமாகப் புரேனபூர் வழியாக ஓடிப் பிறகு பரோடா குவாயிர், சூரத் நாடுகளின் வழியாக சுமார் 441 மைல் தூரம் ஓடி காம்பேக் குடாக் கடலில் பாய்கின்றது. இந்த நதியோரத்தில் அநேக சிவஸ்தலங்கள் இருப்பதன்றியில் புகைவண்டி விஷயமாக அநேக பாலங்கள் கட்டப்பட்டிருக்கின்றன.

இவ்விடம் விந்திய பருவதத்தின் உன்னத சிகரங்கள் 1,500 முதல் 2,000 அடிகள் வரையிலும், சாத்பூராமலையின் உன்னத சிகரங்கள் 2,500 அடிகள் வரையிலும் உயர்ந்திருக்கின்றன. இந்தச் சமஸ்தானம் மகாராஷ்டிரருடைய அதிகாரத்திலிருந்தாலும் இதில் கொஞ்சம் மகம்மதியரும், காண்டுகள், பீல்கள் என்ற ஒரு வகை வனவேட ஜனங்களும் ஏராளமாக இருக்கிறார்கள். இவர்கள்

தான் இந்தப் பிராந்தியத்தின் ஆதி குடிகள். இப்போது 81,51,640 ஜனங்கள் குடியிருக்கிறார்கள் 1886-87ம் ஷு 74,18,200 ரூபாய் வருமானமுள்ளது. இந்தூர், மண்டலசர், இராமபூரா, பாம்பூரா என்பவை பிரதான பட்டணங்கள்.

இந்தச் சமஸ்தானத்தின் முதல் இராஜாவாகிய பிலஹரி ராவ் ஹோல்கார் என்பவர் தக்ஷணதேசமஹால் என்னும் கிராமத்தில் 1693ம் ஷு பிறந்து ஒரு குடியானவனாயிருந்து, ஆடு மேய்ப்போனாகிப் பிறகு சிப்பாய் ஆகி, நிஜாம் உல்முல் உடன் எதிர்த்துச் சண்டை செய்ததினால் பெஷ்வாயினால் 500 குதிரைகளுக்குத் தலைவனாக நியமிக்கப்பட்டான். 1728ம் ஷு வடமதுரைக்கு வடக்கே 12 டிஸ்டிரிக்ட்டுகளை ஜாகிராகப் பெற்று 1831ம் ஷு பின்னும் 7 டிஸ்ட்ரிக்ட்டுகளைப் பெற்று, மாலவா நாட்டிற்குப் பிரதானியானான். 1737ம் ஷு ஹிந்தூர் கொடுக்கப்பட்டு, இந்த ஸ்தானத்தில் தான் சாகும் 1767ம் ஷு வரையில் பேர்போன மஹாராஷ்டிர வீரனாகப் பிரகாசித்தான். இவனுக்குக் குண்டுராவ் என்ற ஒரு குமாரன் பிறந்து அவன் காலத்திலேயே இறந்துபோக, இவன் குமாரனாகிய மாலிராவ் பட்டத்தை அடைந்தான். இவனும் மதியீனனாக இருந்து சில மாதங்களில் இறந்துபோக, இராஜ்ஜியம் அவன் தாயார் அஹலியாபாய் வசமாகியது. இந்தம்மாள் துக்கோஜி ஹோல்காருக்கு அதிகாரம் கொடுத்து நடத்திவர, 1797ம் ஷு இறந்துபோன துக்கோஜியின் குமாரர்களாகிய காசிராவ் முலஹரி ராவ் என்பவர்கள் பட்டத்திற்காக ஒருவரோடு ஒருவர் சண்டை செய்துகொள்ள, துக்கோஜியின் அபிமான மனைவி பிள்ளைகளாகிய இடோஜி ஜஸ்வந்தரவர்களும் எழுந்து பட்டத்துக்குச் சண்டைபோட்டார்கள். இவர்களில் பெஸ்வாவானவன் யானையின் காலில் மிதிக்கவிட ஜஸ்வந்தராவ் முலஹரிராவைக் கொன்று நாக்பூர் ராஜாவினிடம்போய் அடைக்கலம் பெற்றான். பிறகு 30,000 வீரர்களோடுவர இந்தியாவினால் தாக்கப்பட்டு ஐரோப்பிய வீரர்களைக் கொண்டு கவாத்து செய்வித்து, 1802ம் ஷு புனாவில் சிந்தியா, பெஷ்வா மன்னர்களோடு பிரமாத யுத்தஞ்செய்து, ஜயசீலனாகிக் கொள்ளையடிக்க, லார்டு லேக் அதைக் கண்டிக்கப் போய்த் தோல்வியடைந்ததினால் மகாதீரனாகி மதுராபுரியைப் பிடித்து டில்லிப் பட்டணத்தை தாக்கிப் புகழப் பெற்றான். அப்போது இவனிடம் 92,000 வீரர்களிருந்தார்கள். இவர்களில் 60,000 பேர் குதிரை வீரர்கள் 7,000 பேர் பீரங்கிக்காரர்கள், 19,000 பதாதிகள், 190 ஆர்டினென்ஸ்களிருந்தார்கள். இப்படிப் பிரதாபசாலியாகி 1806ம் ஷு நியாயமான காசிராவ், குண்டுராவ் என்பவர்களைக் கொன்று, பிறகு 1811ம் ஷு சித்தப்பிரமையினால் இறந்து போக, ஜஸ்வந்தராவின் அபிமானஸ்திரீ துளசிபாய் பட்டத்தைப்பெற்று ஆண்டு வரவே, மலஹரிராவ் ஹோல்கா என்பவனைச் சுவீகாரம் பெற்றுக்கொள்ள 1817ம் ஷு உட்கலகங்கள் சம்பவித்துத் துளசிபாயைக் கொன்றுவிட

இந்த உட்கலகங்களை அடக்க 1818ம் ஷு ஆங்கிலேயருடன் சமாதானம் செய்ய உதவி பெறப்பட்டது. இந்த மலஹரிராவும் 1833ம் ஷு இறந்துபோக, இவன் தாய் மாஜிபாய் இராஜ்ஜியத்தைப் பாதுகாத்துக் கொண்டு, பாபு ஹோல்கார் என்னும் தூரபந்துவின் பிள்ளையைக் சுவீகாரம் செய்துகொண்டார். இந்தக் காலத்தில் இறந்துபோன ராஜாவின் மனைவிகளில் ஒருத்திக்குக் கர்ப்பந்தரித்து ஆண் குழந்தை பிறந்தாலும், அதை மறைத்துவிட்டு தத்துபுத்திரனாகிய மார்த்தாண்டராவ் ஹோல்கருக்கு பிரிட்டிஷ் கவர்ன்மெண்டார் சிங்காசனம் கொடுத்தார்கள். இந்தக் காலத்தில் இறந்துபோன ராஜாவின் சமீப பந்துவாகிய ஹரிராவ் ஹோல்கார் என்பவன் எழுந்து, தான் பட்டத்துக்கு உரியவனென்று கலகஞ் செய்து குழப்பமாக்கினான். இதை இங்கிலீஷ் கவர்ன்மெண்டார் அடக்கிவிட்டார்கள். மாத்தாண்ட ஹோல்கார் ராஜ்ஜியத்தை கிரமமாகச் செய்யவில்லை, தனது அந்தியகாலத்தில் குமதி ஹோல்கார் என்னும் வாலிபனைத் தத்து வாங்கிக் கொண்டான். இந்தத் தத்துபுத்திரனும் சீக்கிரம் இறந்துபோக, இந்தூர் சமஸ்தானத்துக்குப் பாத்தியஸ்தர் ஒருவரும் இல்லாமற்போய்விட, இங்கிலீஷ் கவர்ன்மெண்டார் தருமார்த்தமாக முல்காஜி என்பவனுக்குப் பட்டங்கட்டி, ஜசவந்தராவினுடைய மனைவியாகிய மாயிசாகிபியா அம்மாளுடைய போஷணையில் விடப்பட்டுத் தக்க கவுன்சிலர் சபையினால் இராஜ்ஜியம் பரிபாலனம் செய்யப்பட்டு வந்தது. இதற்குள்ளாக முல்கர்ஜீக்குப் போதுமான படிப்புச் சொல்லிக்கொடுத்து 1852ம் ஷு பிப்ரவரி மீ சரியான வயது வந்தபோது, இராஜ பட்டாபிஷேகம் செய்து வைக்கப்பட்டது. இவருடைய சந்ததியார்கள்தான் இப்போது இராஜ்ஜிய பரிபாலனம் செய்து வருகிறார்கள்.

இந்தூரின் தற்கால ஸ்திதி. மத்திய மாகாணம்.

இந்த இந்தூரானது மத்திய இந்தியாவிலிருக்கும் 71 போஷணை நாடுகளில் ஒன்று. இதுவும் இதைப் போன்று நாடுகளும் இப்போது இந்தூரிலிருக்கும் கவர்னர் ஜனரலவர்களுடைய ஏஜண்டின் பார்வையில் விடப்பட்டிருக்கின்றன. அவைகளில் கிழக்கிலிருக்கும் ரீவா பண்டல்கண்டும், வடக்கே இருக்கும் குவாலியூரும் தெற்கே இருக்கும் பூபாலும் இந்தூரும் முக்கியமானவைகள். இம்மத்திய நாடுகள் ஏறக்குறைய 89,000 சதுர மைல்கள் விஸ்தீரணமுள்ளனவாகவும் ஒரு கோடி ஜனங்களையுடையனவாகவும் இருக்கின்றன. ரீவா என்பது 10,000 சதுர மைல்களும் 1,50,514 குடிகளும் 13,81,000 ரூபாய் வருமானமுமுள்ளது. இது ரோஹில்குண்டு ஏஜண்டுக்கு முக்கிய பட்டணம். இந்தப் பட்டணம் கி.பி.1618ம் ஷு விக்கிரமாதித்தனால் ஸ்தாபிக்கப்பட்டு 22,000 குடிகளுள்ளது. இதன் ராஜா வெங்கடேசராமன் பஹதூர் அவர்கள்.

பண்டல்குந்து என்பது யமுனைக்கும் மத்தியமாகாணங்களுக்கும் இடையிலுள்ள பல துண்டு பாளையப்பட்டுகள். இது 10,227 சதுர மைல்கள் சுற்றளவும் 14,16,580 குடிகளுமுள்ளது. இவற்றில் அஜிகார், பிஷாவர், சார்காரி, சத்திரபூர், டாட்டியா, ஓரிசா, பாறா முதலானவை சிறந்தவைகளாம். குவாலியூர் சமஸ்தானத்தைப் பற்றி முன்னமே ஆக்ரா வைபவத்திற்குக்கீழ் சொல்லியிருக்கிறோம்,

பூபால சமஸ்தானம்:- இது சமுத்திர மட்டத்துக்குமேல் 17,000 உயரத்தில் பெட்டவந்தியின் ஜலத்தால் செய்கைகளாக ஏறில் பிரகாசிக்கும் ஓர் அழகிய ஏரியின் கரையின்மேற் கட்டப்பட்டிருக்கிறது. இது 9000 சதுர மைல்கள் விஸ்தீரணமும் 47 லக்ஷம் குடிகள் வசித்து வருகிறதுமான பட்டணம். இது ஆதியில் இராஜபோஜரால் கட்டப்பட்டதாயினும் இப்போது சுல்டானா இராஜா ஸேனாபீகம் அம்மா அவர்களுடைய ஆக்ஷியில் இருக்கிறது. நகரத்தின் மத்தியில் ஜம்மா மஸ்ஜீது என்னும் அழகிய கோவில் உயர்ந்த படிகளால் கட்டப்பட்டிருக்கிறது. அதைச் சுற்றிலும் அநேக ஆபரணக் கடைகளிருக்கின்றன. நகரத்திற்குச் சற்றுத் தூரத்திலிருக்கும் மலையின்மேல் பிஹாடாபர்க் என்னும் ரோட்டு கம்பீரமாகக் கட்டப்பட்டிருக்கிறது. இது பம்பாயிக்கு 521 மைல்கள் தூரத்தில் ரூபா 5-10-0 ரெயில் சார்ஜ்ஜில் இருக்கிறது. இந்நாடுகளிற் சிறந்தது இந்தூர்.

NAGPUR. நாகப்பூர்.

இந்த மத்திய மாகாணத்தில் நாகப்பூர் என்னும் மற்றுமோர் விசேஷபட்டணம் இருக்கிறது. இது 84,000 சதுர மைல்கள் விஸ்தீரணமும் பத்து லக்ஷம் குடிகளுமுள்ளது. இது ஜுடிஷியல் கமிஷனர், சீப் கமிஷனர்களுக்குப் பிரதான பட்டணம். இவ்விடத்திய ரோட்டுகளும் குளங்களும் கிணறுகளும் கம்பீரமாக இருக்கின்றன. சீதாபாத்தி என்னும் மலையின்மேல் ஓர் கோட்டை இருக்கிறது. இது சிவில் பட்டணம், இந்த மலையின்மேல் கி.பி.1877ம் ஸு இராஜா அம்பாசாஹிப் பவுன்சிலே என்பவர் ஸ்தானாதிபதியைத் தாக்க, உடனே ராஜன் சிறைப்படுத்தப்பட்டான். இந்தக் கோட்டை கி.பி.1818ம் ஸு கட்டப்பட்டது. இப்போது இந்த நகரத்தில் கண்காக்ஷி சாலை, புத்தக சாலை நான்கு உத்தியானவனங்கள், மகாராஜர் தோட்டம், துளசிபாக், பால்டிகாரடி, டெல்லன்கரி, ஹிச்லாப், மாரிஸ் கலாசாலைகள் இரண்டு நூல் நூற்கும் மில்லுகள், எம்பிரஸ் ஸ்வதேசி சாலைகள், நாட்டிலுண்டாகும் தானியங்கள், விதைகள், தேக்குமரம், ஆரஞ்சிப்பழங்கள் இவை ஏராளமாக ஏற்றுமதியாகின்றன. இவ்விடத்திய ஆரஞ்சிப் பழங்கள் மிக்க உருசிகரமானவைகள். இந்த நாகப்பூர் ஜி.ஐ.பி. பெங்கால் நாகப்பூர்

ரெயில்கள் சந்திக்கும் இடம். இந்த கல்கத்தாவுக்கு 701 மைல்கள் தூரத்திலும் பம்பாயிக்கு 520 மைல்கள் தூரத்திலும் இருக்கிறது. ரூபா 7-8-0, 5-7-10 சார்ஜ் ஆகிறது.

இப்போது இந்தூரானது குட்கிநதி கரையின்மேல் கட்டப்பட்ட 1,000 சதுர கஜமுள்ள சிறிய பட்டணம். கடைகளும் கட்டடங்களும் பார்வைக்கு அழகானவைகள் அல்ல. ஆனால் அநேக பணக்காரர்கள் குடியிருந்து அடுத்த நாட்டுக்கருகிலிருக்கும் மன்னர்களுக்குக் கடன் கொடுக்கிறார்கள். இராஜருடைய அரண்மனையும் சாதாரண கட்டடம். பழைய ராஜா பருத்தி இயந்திரம் முதலானவைகளை வைத்துக் கோமிட்டியைப் போல் தொகையைச் சேர்த்து வைத்து வந்தார். இவருடைய குமாரர் வாலிபராக இருந்து, சீமை முதலான தேசங்களைப் போய்ப் பார்த்துவந்தாலும் ஜோசியம் முதலானவைகளை நம்பி இராஜ்ஜிய காரியங்களைச் சரியாகப் பார்த்து வராமையால், இவரது சிறந்த மந்திரியாக இருந்த ஸ்ரீதிவான்பஹதூர் இரகுநாதராயரவர்களும் விசனத்தோடு திரும்பிவந்து விட்டார்கள். இப்போதிருக்கும் பட்டணம் 1767ம் ஷு அஹலியாபாயவர்களால் கட்டப்பட்டதேயொழிய இவர் காலத்தில் விருத்தியாக்கப்படவில்லை. இந்தப் பட்டணத்தில் கிட்டத்தட்ட 15,000 ஜனங்களிருக்கிறார்கள். இவ்விடத்தில் குளிர் அதிகம். ஈக்களுடைய உபத்திரவம் சொல்லிமுடியாது. இராஜருடைய சத்திரம் அவ்வளவு சிறப்புடையதன்று. இவ்விடத்தில் பிரிட்டிஷ் ஸ்தானாதிபதி இருக்கும் கட்டடமும், இராஜ அரண்மனையும் லால்பாக் தோட்டமும் அதிலுள்ள கட்டடமும், பிராணிகளும், நாணாயசாலையும் பருத்தி இயந்திர கட்டடங்களும், மேற்கே மான்களோடு சிறுத்தைகள் வேட்டையாட விட்டிருக்கும் இடமும் பார்க்கத்தக்கவைகள். இந்த ஸ்தானாதிபதியின் அதிகாரத்துக்குள் இராஜகுமாரர் கலாசாலை இருக்கிறது. இப்படிக்கிருந்தும் குளிரின் உபத்திரவத்தை சகிக்கப்பயந்து உடனே புறப்பட்டு மன்மார் ஸ்டேஷனுக்கு ஆள் ஒன்றுக்கு ரூபாய் 3 அணா 15 கொடுத்து புகைவண்டி ஏறினோம். இந்த இடத்துக்குச் சற்றுநேரம் பொறுத்துவந்து கஷ்டத்தோடு ஏறியதால், அழகிய பிரம்புத்தடியைப் போக்கடித்துவிட்டோம். இந்தப் புகைவண்டியானது சுமார் நான்கு மணிக்கு 13 மைல் தூரத்திலிருக்கும் மாஹு என்கிற இடத்துக்கு வந்தது.

MHOW. மாஹு.

இது பம்பாய் இராஜதானியின் இராணுவங்கள் தங்கும் உன்னதமான சிறந்த இடம். இது சிமிரோல் காட்டுக்கு மூன்று மைல் உயர்ந்திருப்பதால், பிண்டி மலைமேட்டை ஏறிப்போவது கஷ்டம். ஆகையால் பிரயாணிகளை இறக்கி வண்டிகளைக்

குறைத்துக்கொண்டு போகிறார்கள். வண்டியிலிருந்து பார்த்தபோதிலும் மாஹூ மேட்டின்மேல் கட்டப்பட்ட இராணுவ சேனைகளுடைய கட்டடங்கள் கம்பீரமாகத் தோற்றுகின்றன. வண்டி போகப்போக சுற்றுப்பக்கங்களிலிருக்கும் மலைகளின் காக்ஷி கடிதத்தில் எழுதி முடியாது. இவ்விடத்தில் நான்கு பெரிய மலைகளை உடைத்துப் பாலமாக்கி இருட்டில் வண்டிகள் போகும்போது ஆச்சரியத்தைக் கொடுக்கிறது. இவ்வளவு அற்புதமான காக்ஷியைக் காண்பது அபூர்வம். பிறகு இரவு 12 மணிக்குக் காண்டுவா ஸ்டேஷனைச் சேர்ந்தோம்.

KHANDWA. காண்டுவா.

இது மத்திய மாகாணத்தில் நிமார் ஜில்லாவைச் சார்ந்த பிரதான பட்டணம். இவ்விடத்தில் நாங்கள் ஏறி வந்த சிற்றிருப்புப் பாதை வண்டியும் ஜி.ஐ.பி. பெரிய புகைவண்டியும் சந்தித்தது. இது பூர்வத்தில் ஜயினர்களுடைய கோயில்களால் நிறைந்த சிறந்த பட்டணம். நகரத்திற்குள் அநேக சிவாலயங்கள் இருக்கிறதன்றியில், நான்கு பக்கங்களிலும் நான்கு தடாகங்களிருக்கின்றன. கோவில் கட்டடங்கள் விசித்திர வேலைகளால் செய்யப்பட்டிருக்கின்றன. இவ்விடத்தில் பெரிய ஸ்டேஷனும் சத்திரமும் இருக்கிறதன்றியில் இராணுவவீரர்கள் தங்க அநேக கட்டடங்களிருக்கின்றன. இந்த மாகாணம் 1,554 சதுர மைல்களுள்ளது. 314 இதில் கிராமங்களும், 20,613 வீடுகளும் இருக்கிறதன்றியில் 1,09,622 ஜனங்களும் குடியிருக்கிறார்கள். நகரத்திற்கும் ஸ்டேஷனுக்கும் 2 மைல் தூரமிருந்தபடியால் நகரத்துக்குள் போகாமல் ஸ்டேஷனிலிருந்து பனியால் வருந்தினேம். பிறகு ஜி.ஐ.பி. வண்டியேறி மறுநாள் பிப்ரவரி மீ 7ம் உ பகல் 12 மணிக்கு மன்மாடுக்குப் போனோம்.

MANMAD. மன்மாட்.

இது டாண்டு கிளை வண்டியும் வடகிழக்குத் தென்கிழக்கு ஜி.ஐ.பி. வண்டிகளும் வந்து தங்குமிடம். இங்கு இராணுவங்கள் தங்குமிடமாகையால் அநேக கட்டடங்கள் இருக்கின்றன. சுமார் 4 மைல்கள் தூரத்தில் 800 அடி உயரத்தின்மேல் சுனகிடன்கே கோட்டை இருக்கிறது. மலைமேலேறிப் போனால் இந்து சன்னியாசிகள் குகைகளில் மகமதியர் கோட்டையும், இராமகுலனி என்னும் 80, 70 அடி உயரமுள்ள சிங்கார மலைகளுமிருக்கின்றன. ரெயில்வே ஸ்டேஷனுக்குச் சமீபத்திலிருக்கும் சத்திரத்தில் தங்கித் தேநீர் சாப்பிட்டுப் பிறகு சமைத்து சாப்பிட்டு இளைப்பாறினேம். இவ்விடத்திலும் அதிக குளிர். மாலை 4 மணிக்கு ஊரைச் சுற்றிப்பார்த்தோம்.

பிப்ரவரி மீ 8ம் உ காலை எழுந்து ஸ்நானபானம் செய்து சாப்பிட்டு ஸ்டேஷனுக்குப் போய் நாம் முன் போக்கடித்த தூரதிருஷ்டிக் கண்ணாடிக்காக ஸ்டேஷன் மாஸ்டரை விசாரிக்க, துப்பு அகப்படாமையால் விசனத்துடன் நாசிக்கு என்னும் பஞ் சவடிக்குப் பத்து மணிக்கு ஆள் ஒன்றுக்கு 10 அணா டிக்கட்டுகளை வாங்கிக் கொண்டு வண்டியேறினேம்.

NASIK. நாசிக் பஞ்சவடி.

இந்த இடத்திற்கு அன்று மத்தியானம் இரண்டரை மணிக்கு வந்து சேர்ந்து ஸ்டேஷனுக்கருகிலிருக்கும் தபாலாபீசில் எமக்காக சேலத்திலிருந்து வந்திருந்த கடிதங்களை வாங்கிக்கொண்டு குதிரை கட்டிய வண்டிகளை வண்டி ஒன்றுக்கு ஒரு ரூபாய் வீதம் வாடகை பேசி ஏறினோம். இவ்விடத்தில் குதிரைகளுக்கு நுகத்தடியை மாடுகளுக்கு வைத்துக் கட்டுவதைப்போல கட்டிச் சவாரி விடுகிறார்கள். இப்போது ஸ்டேஷனுக்கும் நகருக்கும் டிராம்வே வண்டியை நியமித்திருக்கிறார்கள். இந்த ரெயில்வே ஸ்டேஷனில் பிராமண புரோகிதர்கள் ஏராளமாக இருக்கிறார்கள். ஸ்டேஷனிலிருந்து ஊருக்குப் போகும் பாட்டையானது இருபக்கங்களிலும் ஆலமரங்கள் வைத்துப் பயிர் செய்யப்பட்டுப் பார்க்கப்பார்க்க அழகாகவிருக்கிறது. ஊருக்குச் சமீபித்த உடனே முனிசிபல் சுங்கக்காரர் ஆள் ஒன்றுக்கு 4 அணா வரியாகச் சுகாதார வரி என்னும் அநியாய வரி வாங்கிக் கொண்டு விட்டார்கள். பிறகு கோதாவரி நதியின் அணையின் மீதே போய்ச் சுமார் 5 மணிக்குக் கோதாவரி நதிக்கரையில் அழகாகக் கட்டப்பட்டிருந்த ஜிவாசிவனமலே கோபாலதர்மசாலா என்னும் வசதியான கட்டடத்திலிறங்கிச் சற்று இளைப்பாற்றிக்கொண்டு நகர மத்தியிலிருக்கும் அழகிய ரஸ்தாவில் வெகுதூரம் நடந்துபோய் பெரிய போஸ்டாபீசில் நமக்காகக் கோயமுத்தூரிலிருந்து வந்த சமாசார பத்திரிகைகளை வாங்கிக்கொண்டு வந்து சாப்பிட்டு இரவெல்லாம் தூக்கமற்றிருந்தேம்.

நாசிக் பட்டணத்தின் பூர்வசரித்திரம்.

இது ஒரு காலத்தில் இராவணனுக்கு வடக்கு எல்லையாக இருந்தது. அப்போது அன்னியர் தனது ராஜ்ஜியத்துக்குள் பிரவேசியாதபடி கரதூஷணர்களைக் காவலாக வைத்திருக்கச்சே சீதாலட்சுமண சமேதராக ஸ்ரீராமர் வனவாசம் செய்ய வந்தபோது, தவம் செய்வதற்கு இது தகுதியானயிடமென்றெண்ணிச் சிலகாலம் இங்கு தங்கியபோது, சூர்ப்பனகை வந்து ஸ்ரீராமன்மேல் மோகங்கொள்ள, இலட்சுமணரால் மூக்கறுப்பட்டு மூளியாக்கப்பட்டபடியால், அன்று முதல் இதற்கு **நாசிக்கு** என்று பெயருண்டாயிற்று. மேலும்

ஸ்ரீராமர் கரதூஷணர்களோடு சண்டை செய்தபோது சீதாதேவியை ஐந்து பெரிய விழுதுகளுள்ள ஆலமரத்தின் கீழிருந்த குகையில் இருக்கச்சொல்லி, இலட்சுமணரைக் காவல் வைத்தமையால், இதற்குப் **பஞ்சவடி** என்று பெயருண்டாயிற்று. மேலும் சங்கரர் பிரமஹத்தியால் பீடிக்கப்பட்ட காலை அவரது இடபம் அவரைப் பிரிந்து இந்த நாசிகைக்கு வந்திருந்தபோது, இந்த விருஷபத்தை உழுவதற்குப் பிடிக்க வந்த பிராமணர்களையெல்லாம் அது கொன்றதினால் அந்த பிரம்மஹத்தி நிவர்த்தியாகும்பொருட்டு இராம தீர்த்தத்தில் நீராடி பஞ்சவடியில் மஹாவிஷ்ணுவை 1000 சண்பக மலரால் பூசிக்க, ஒரு நாள் ஒரு புஷ்பங் குறையத் தனது நாசியையறுத்துப் பூசித்ததாக ஸ்ரீவடகூர் கோபால் மகாபாகவதர் சொல்லுகிறார். இது எந்தப் புராணத்திலிருக்கிறதோ தெரியவில்லை.

நாசிகைக்கு எட்டு மைல் தூரத்திலிருக்கும் கங்காப்பூரில் கோதாவரி நதி மலையின் மீதிருந்து விழுவது விநோத தோற்றமாக இருக்கின்றது. அங்கு ஒன்பது கோயில்களிருக்கின்றன. இரண்டு மூன்றுமணி காலத்துக்குள் போய்ப் பார்த்து வரலாம். நாசிகைக்கு ஈசானிய மூலையில் சுமார் 8 மைல்கள் தூரத்திலிருக்கும் வீனா குகைகளில் புத்த மதஸ்தர்களுடைய சிற்ப வேலைகளடங்கிய பிரதிமைகள் இருக்கின்றன. இங்குப் போவதற்கு நல்ல மார்க்கங்கள் கிடையா. நாசிகைக்கு 20 மைல் தூரத்தில் கோதாவரி உற்பத்தி ஸ்தானமாகிய திரியம்பகம் இருக்கிறது. இதற்கும் நல்ல வழிகளில்லை. வடமேற்கு தேசத்தாருக்கு நாசிகைப் பட்டணமானது காசி க்ஷேத்திரமாகவும், கோதாவரியைக் கங்கையாகவும் கொண்டாடி இதற்கு விருத்த கங்கை என்றும் சொல்லுகிறார்கள். இது நகர மத்தியில் ஓடுவதால் ஜனங்கள் இடைக்கிடை பல தொட்டிகளாகவும் படிக்கட்டுகளாகவும் கட்டி அவைகளுக்கு இராம தீர்த்தம், இலட்சுமண தீர்த்தம், சீதா கட்டமென்று பல பெயர்களிட்டு முழுகி வருகிறார்கள்.

கோதாவரி நதி.

இந்த கோதாவரி நதியானது தக்கணத்தைச் சார்ந்த ஆமத்நகர் ஜில்லாவுக்கருகில் மேற்கு மலைத் தொடர்ச்சியின் கிழக்குப் பாகத்தில் நாகப்பட்டணத்தின் சமீபத்தில் உற்பத்தியாகிறது. அந்த இடமானது அரபிக்கடலுக்கு 50 மைல் தூரத்திலிருக்கிறது. இந்த கோதாவரியானது தென்கிழக்குப் பாகமாய் 100 மைல் ஓடி நைஸாம் சமஸ்தானத்தின் மேற்கெல்லையிலிருக்கும் பொலிடாம்பாவைச் சார்ந்து பிறகு அதேவழியாக 90 மைல் ஓடி ஆமத்நகருக்கும் நிஜாம் நாட்டிற்கும் எல்லையாகிப் பிறகு 10 மைல் தூரத்தில் மாங்கீ என்னும்படியான இடத்தில் பெய்றா என்னும் உபநதியோடு சேர்ந்து, அங்கிருந்து சுமார்

160 மைல் வரையில் கிழக்கே ஓடி தாத்னா என்னும் உபநதியோடு சேர்ந்து, அங்கிருந்து தென்கிழக்குப் பாகமாக 85 மைல் தூரம் ஓடி பிறகு மஞ்சாறா என்னும் உபநதியோடு சேர்ந்து அங்கிருந்து 170 மைல் கிழக்கே வீல்சாகரம் வரையில் ஓடி மனியூர் என்னும் உபநதியோடு சேர்ந்து, 20 மைல் ஓடி அங்கு வாணிகங்காவோடு சேர்ந்தும், அங்கிருந்து 170 மைல் காட்டூர் வரையில் போய் பொலோவரம் வழியாய் 23 மைல் ஓடிப் பிச்சாக்காலங்கா என்னுமிடத்தில் நதியானது இரண்டாகப் பிரிந்து, அவற்றில் ஒன்று அங்கிருந்து 35 மைல் ஓடி வங்காளக்குடாக் கடலில் பாய்கிறது. மற்றொன்று 55 மைல் ஓடி நாசப்பூருக்கருகில் கடலில் பாய்கின்றது. இந்தக் கோதாவரியின் முழுநீளம் 898 மைல்களாம். இந்தச் சங்கமஸ்தானத்தினருகில் விவசாய விருத்தியைக் கருதியும் வர்த்தக விருத்தியைக் கருதியும் 1846ம் ஹூ டிசம்பர் மீ ஒரு பெரிய அணையைக் கட்ட கோர்ட் ஆப் டைரெக்டர்கள் 47,500 பவுன் செலவிட்டு வேலை ஆரம்பித்தார்கள். அத்தொகை போதாமையால் மறுபடியும் 1848ம் ஹூ 13,900 பவுன் செலவிட்டு 4,200 கஜநீளமுள்ள ஓர் பேரணையைக் கட்டி அங்கே தங்கும் ஜலத்தைப் பல வாய்க்கால்கள் வழியாக விவசாயத்துக்குக் கொண்டுபோவதோடு மரம் முதலான சரக்குகளைப் படகுகளின் மூலமாகக் கொண்டுபோய் வர்த்தக விருத்தியையும் உண்டாக்கி வருகிறது. இந்த அற்புத கட்டட முயற்சியானது ஸ்ரீ ஆர்த்தார் காட்டன் துரையவர்களால் முடிவு பெற்றமையால் அவரை ஓர் அவதார புருஷனாகக் குடிகள் கொண்டாடிவருவதோடு கவர்ன்மெண்டுக்கும் நல்ல லாபம் கிடைத்து வருகிறது.

பஞ்சவடியானது சிறிய ஊர். இங்கு ஆலமரத்துக் கடியிலிருக்கும் குகையைப்போன்ற சுரங்கத்தில் போய் சீதா லட்சுமணர் விக்கிரகத்தைப் பார்க்க விரும்புவோர் நபர் ஒன்றுக்கு காலணா வீதம் காணிக்கை கொடுத்துப் போக வேண்டும். இந்தக் குகை ஊருக்குச் சற்றுத் தூரத்திலிருக்கிறது. நகருக்கும் நதிக்கும் சமீபத்தில் அழகிய கருங்கல் முன்மண்டபத்துடன் இராமர் கோயிலிருக்கின்றது. இது புனா சீமந்தரால் கட்டப்பட்டு, நித்தியபூஜை செய்து வருகிறார்கள். ஊருக்கு நாலைந்து மைல் தூரத்தில் தபோவனம் இருக்கிறது. இங்கு இரண்டு சிறிய மண்டபங்களும், ஸ்படிகக் கற்களால் செய்த ஸ்ரீராமர் முதலான விக்கிரகங்களும் இருக்கின்றன. சில சந்நியாசிகள் ஜபம் செய்துகொண்டிருக்கிறார்கள். இங்குதான் ஸ்ரீராமர் தங்கியிருந்தாராம். இந்த இடத்திற்குப் போய் வருவதற்குச் சரியான ரோட்டுகளில்லாமல் சில காடு கரடுகளில் விழுந்து போகவேண்டும். இராத்திரி காலத்தில் திருடர் பயம் அதிகம். பகல் காலத்தில் போதல் உத்தமம்.

நாசிக் பட்டணத்தின் தற்கால ஸ்திதி.

இப்போது நாசிக் பட்டணம், பம்பாய் இராஜதானியைச் சார்ந்த அஹமத்நகர் ஜில்லாவைச் சார்ந்தது. இது பேஷ்வா காலத்தில் மஹோன்னதமான ஸ்திதியிலிருந்தது. இதைப் புண்ணியக்ஷேத்திரமென்று கருதி இவ்விடத்திலிருந்த அநேக சர்க்கார் கச்சேரிகள் வேறு இடங்களுக்கு மாற்றப்பட்டன. இது 1840ம் ஹூ பிரிடிஷ் சப்கலெக்டர் டிவிஷனாகச் செய்யப்பட்டு, இப்போது கலெக்டர் எட்குவார்ட்டராகச் செய்யப்பட்டது. இதைச் சுற்றிலும் ஐந்து மைல் தூரத்திலிருக்கும் தேவராஜலீனா என்னும் மலைக்காடுகளில் புத்தமதஸ்தர்களுடைய விக்கிரகங்களும், கோயில்களும், குகைகளும் இருக்கின்றன.

1881ம் ஹூ காணிஸ்வாரி கணக்கின்படி 44,000 ஜனங்கள் வரையில் குடியிருக்கிறார்கள். இவர்களில் 10,000 பெயர் பிராமணர். இந்த அழகிய சிறிய பட்டணத்தில் இவ்வளவு ஜனங்களிருப்பதற்குக் காரணம் இந்த புண்யதீர்த்த ஸ்தலமாகவிருப்பதினாலேயே. இவ்விடத்தில் கோதாவரி நதியானது நடு நகரத்தில் கம்பீரத்தோடு ஓடுவதினால் அதில் எண்ணிறந்த ஜனங்கள் வந்து ஸ்நானம்செய்து அருகிலிருக்கும் கடைகளில் வேண்டிய வஸ்துக்களை வாங்கிக் கொண்டு கோயில்களுக்குப் போய்க் கும்பிடுங் காக்ஷி கம்பீரமானது. இவ்விடத்தில் பெரிய கடைவீதிகள், பெரிய வர்த்தக சாலைகள், வாசகச் சாலைகள் (General Library) முதலானவைகளிருக்கின்றதனாலும், சுற்றுப்பக்கங்களில் மலைகள் சூழப்பட்டிருந்தாலும், சீதோஷ்ணம் சமமாக விருப்பதாலும் இதை இந்த இங்கிலீஷ் கவர்ன்மெண்டுக்குப் பிரதான பட்டணமாக்கலாமென்று ஒரு யாத்திரைக்காரரும் சொல்லியிருக்கிறார். இங்குச் செழிப்பான காய்கறிகளும் சிறந்த திராக்ஷைப் பழங்களும் விளைவதுடன் செம்பு, பித்தளை வியாபாரம் அதிகமாக நடக்கிறது. இந்தப் பட்டணத்தில் பிப்ரவரி மீ 6ம் உ தைலம் தேய்த்து ஸ்நானம்செய்து ஸ்ரீராமர் முதலான கோயில்களைப் பார்வையிட்டுத் தபாலாபீசுக்குப் போய்ச் சேலத்திலிருந்து நமக்கு வந்திருந்த 100 ரூபாய் மணியார்டரைப் பெற்றுக்கொண்டு வந்து கலாநிதிக்குச் சங்கதி எழுதினோம்.

பிப்ரவரி மீ 10ம் உ கோதாவரியில் ஸ்நானம் செய்து ஸ்ரீரங்கய்ய நாயுடு முதலானவர்களைச் சந்தித்துச் சாப்பிட்டு இலட்சுமணர் சீதையைப் பறிகொடுத்த தபோவனத்துக்குப் போனோம். இது கிட்டத்தட்ட 2 மைல் தூரமிருக்கும்.

பிப்ரவரி மீ 11ம் உ காலை ஸ்நானம் செய்து சாப்பிட்டு (Genera Library) என்னும் வாசகச் சாலைக்குப் போனோம். அங்கு ஆயிரக்கணக்காக ஆங்கிலேய புத்தகங்களும் பத்திரிகைகளும்

இருக்கக்கண்டு சந்தோஷப்பட்டுப் படித்தோம். பிறகு அந்த நகரவாசியும் எமது இஷ்டருமாகிய நாராயணவாமன காரிகா என்பவர் எம்மை அந்த நகரத்திலிருக்கும் அநேக பெரிய மனுஷர்களுக்குப் பரிக்ஷயம் செய்துவைத்தார். அவர்களில் அந்த நகரத்து சப்ஜட்ஜ் ஸ்ரீமான் பி.ஏ.பி.எல் லால்சங்கர் உமாசங்கர் என்பவர் எம்மை ஒரு உபந்நியாசம் செய்யும்படி கேட்டுக்கொண்டார். தேக அசவுக்கியத்தால் செய்யவில்லை. பிறகு கடைவீதிகளைச் சுற்றிப் பார்த்துக்கொண்டு தங்குமிடம் வந்தோம்.

நாசிக் பஞ்சவடியில் செய்த பிரார்த்தனை.

ஏ, நாதா! கோதாவரி தீர்த்தமாகிய இந்தத் தபோவனத்தில் நின்னைத் தியானிக்கப் பாக்கியசாலியானோம். இந்த வனமன்றோ அன்று அயோத்திக்கு அரசராகிய உத்தமபுருஷராம் ஏகபத்தினி விரதத்தைக் கொண்டவருமாகிய ஸ்ரீராமர் தபசு செய்தவிடம். இந்த விடத்திலன்றோ சூர்ப்பனகை ஸ்ரீராமர்மீது காமங்கொண்டு வர, அவர் அதற்கு இடங்கொடாமல் கண்டித்துப் பரிசுத்ததகை ஸ்தாபித்தவிடம். இப்படிப்பட்ட இடத்தில் நின்னைப் பத்தி பூர்வகமாகப் பிரார்த்திக்கின்றனம். ஸ்ரீராமருக்கிருந்த பரிசுத்த எண்ணத்தை எமக்குக் கொடுத்துப் பாதுகாப்பாய் சுவாமி ஓம் தத் சத்.

இந்த நாசிக்கு பட்டணம் பம்பாயிக்கு ஜி.ஐ.பி. ரெயிலில் 117 மைல்கள் தூரத்திலிருக்கிறது. மூன்றாம் வகுப்புக்கு ரூ 1-13-0 ரூ 1-4-0 கொடுக்க வேண்டும்.

பிப்ரவரி மீ 12ம் உ காலை ஸ்நானபானம் செய்து புளியோதரையைச் சாப்பிட்டு ஸ்டேஷனுக்குப் போய் ஆள் ஒன்றுக்கு ரூ 1-13-0 கொடுத்துப் பம்பாயிக்கு டிக்கெட்டுகள் வாங்கிக்கொண்டு வண்டியேற, இராத்திரி 9 மணிக்கு பூரிபண்டருக்குப் போய்த் தங்குமிடமில்லாமல் தவித்து மூல்ஜீ ஜாட்டாவர்களுடைய புஹதிசுவார் தருமசாலா மாடியிலிறங்கிப் பழைய புளியோதரையைச் சாப்பிட்டுச் சுகமாகத் தூங்கி எழுந்தோம்.

BOMBAY. பம்பாய்.

பிப்ரவரி மீ 13ம் உ காலை உடுத்திக்கொண்டு நாம் இறங்கியிருந்த தருமசத்திரக்காரர் வீட்டுக்குப்போய் அதற்குத் தற்கால எஜமானராகிய ஸ்ரீதுவார்கதாஸ் நாராயணரைக் கண்டு பேச, அவர் எமக்கு ஷ சத்திரத்தின் மீது இரண்டு அழகிய அறைகளையும், பித்தளைச் சாமான்களையும் கொடுத்தார். உடனே திரும்பி வந்து சமையலுக்கு வேண்டிய ஏற்பாடுகள் செய்துவிட்டு சவரம் செய்துகொண்டு

சாப்பிட்டுக் கோயமுத்தூருக்கு கடிதங்களை எழுதிவிட்டு பிறகு சமுத்திரக் கட்டடத்துக்குப் போய் காபோர்டு மார்க்கெட்டு முதலானவைகளைப் பார்த்துக்கொண்டு தங்குமிடம் வந்து சாப்பிட்டுப் படுத்தோம்.

பிப்ரவரி மீ 14ம் உ காலையெழுந்து தேநீர் குடித்து இந்து பிரகாஸ் அச்சுக்கூடத்துக்குப் போய் 50 தரிசன கார்டுகளை பதிப்பித்துக் கொண்டு வந்து சாப்பிட்டு டேவிட் சாசூன்பட்டு இயந்திர கம்பெனிக்குப் போய்பார்த்து 18 ரூபாயில் ஒரு வெள்ளைப் பட்டுப் புடவையை வாங்கிக்கொண்டு, வருகிற வழியில் பூனா படங்களையும் வாங்கிக்கொண்டு வந்து பழைய சாதத்தையுண்டு படுத்துத் தூங்கினோம்.

பிப்ரவரி மீ 15ம் உ காலையெழுந்து டிராம்கார் வண்டியிலேறி கர்காம காயித இயந்திரசாலைக்குப் போய்ப் பார்த்துக்கொண்டு வந்து சாப்பிட்டுப் பம்பாய்ப் பட்டணத்தைச் சுற்றிப் பார்த்துத் தங்குமிடம் வந்து சாதத்தை உண்டு படுத்துத் தூங்கினேம். இந்தப் பம்பாய்ப் பட்டணத்தை 1886ம் ஆு காங்கிரஸ் சபை கூடிய காலத்தில் நாம் வந்துபார்த்து ஆனந்தித்தமையால் அப்போது எழுதிய சங்கதியை இதனடியில் மறுபடியும் பதிப்பித்திருக்கிறோம்.

1885ம் ஆு டிசம்பர் மீ 27, 28, 29, 30 உகளில் இந்தப் பம்பாய் பட்டணத்தில் கூடும் முதல் காங்கிரஸ் சபைக்கு எம்மைக் கோயமுத்தூர் பிரதிநிதியாகக் குடிகள் தேர்ந்தெடுத்து நியமித்தபடியால் 1885ம் ஆு டிசம்பர் மீ 24ம் உ மாலை சென்னையிலிருந்து ஷ காங்கிரஸ் சபைக்குப் புறப்பட, மகாராஜராஜஸ்ரீகளாகிய இரங்கய்ய நாயடவர்கள், ஹானரெபில் சுப்பிரமணியம் ஐயரவர்கள், திவான் பகதூர் இரகுநாதராயவர்கள், ராய்பகதூர் அனந்தாசார்லு முதலான இருபத்தொருவருடன் நாமும் சென்னையிலிருந்து ரெய்ச்சூர் வரைக்கும் 5 ரூபாய் சில்வானங்கொடுத்து மூன்றாம் வகுப்பு வண்டியேறியதில், போதுமான சவுக்கியம் இல்லாமையால் ரெய்ச்சூரிலிருந்து ரூபா 26-14-0 கொடுத்து இரண்டாவது வகுப்பு வண்டியேறிப் போனோம். இடையில் மகாராஜராஜஸ்ரீகளாகிய திவான் பஹதர் இரகுநாதராய ரவர்களுடையவும், ராய்பஹதூர் சபாபதி முதலியாரவர்களுடையவும் சகாயத்தினால் நல்ல போஜனமும் தின்பண்டங்களும் கிடைக்கப் பெற்றோம். டிசம்பர் மீ 26ம் உ ஞாயிற்றுக்கிழமை பகல் சுமார் 12 மணிக்குப் பம்பாயைச் சேர, அங்கு ஆனரபில் காசிநாத் திரும்பக்திலாங்கு, ஆனரபில் ஹியூம் முதலானவர்கள் எங்களை மரியாதையுடன் அழைத்துக்கொண்டுபோய் கோகுல்தாஸ் தாஜிபால் என்பவருடைய சிங்கார மாளிகையில்

விட்டுப் போஜன முதலானவைகளைக் கொடுத்து மரியாதை செய்தார்கள்.

அந்த திருமாளிகை ஸ்ரீமாந் சேட்கோகுல்தாஸ் தாஜிபால் என்னும் தருமப் பிரபுவின் சொந்தமானது. அந்தப் பிரபுவானவர் கோடீசுவரராக இருந்தபடியால், தம் பந்து மித்திரர்களுக்குக் கொடுக்க வேண்டிய சொத்துக்களைக் கொடுத்து மீதியான திரவியத்தில் ஏழைப் போஜன கல்விச்சாலைக்கு 1,60,000 ரூபாய், விதந்து போஷணைக்கு 50,000 ரூபாய், பேதைப்பெண்கள் விவாகத்துக்கு 25,000 ரூபாய், அனாதைப் பிணங்களை அடக்கஞ்செய்ய 5,000 ரூபாய், அனாதைப் பிணங்கள் கருமாந்திர பண்டுக்காக 50,000 ரூபாய், பேதைப் பிள்ளைகளுக்கு உதவிப் பண்டு 25,000 ரூபாய், செமினெரி பள்ளிக் கூடத்துக்கு 20,000 ரூபாய், அங்கிலோ வர்னாகுலர் ஸ்கூலுக்கு 20,000 ரூபாய், சமஸ்கிருத காலேஜுக்கு 80,000 ரூபாய், பெண் கல்விச்சாலைக்கு 40,000 ரூபாய், வாலிபப் பெண்கள் பண்டுக்கு 4,000 ரூபாய், குஞ்சுமாதேவி சமஸ்கிருத கூலி 30,000 ரூபாய், குஞ்சுமாதேவி இங்கிலீஷ் கல்விக்கு 50,000 ரூபாய், ஜாகோ கல்வி பண்டுக்கு 10,000 ரூபாய், கோதார ஸ்கூல் பண்டுக்கு 10,000 ரூபாய், நாவிய ஸ்கூல் பண்டுக்கு 10,000 ரூபாய், தரும வைத்தியம் வக்கீல் பண்டுக்கு 50,000 ரூபாய், ஜமனாபாய் தரும பண்டுக்கு 20,000 ரூபாய், மீனாக்ஷிபாய் பண்டுக்கு 20,000 ரூபாய், லக்ஷ்மி நாராயண தருமத்திற்கு 20,000 ரூபாய், மாது ஸ்ரீகங்காபாய் தருமத்திற்கு 24,000 ரூபாய், தரும கட்டடங்களுக்கு 3,00,000 ரூபாய், பின்னும் பலவித தருமங்களுக்கும் சேர்ந்து 17,59,188 ,-8-10 செலவிட்டிருக்கிறார். இந்தத் தருமபண்டில் சேர்ந்ததுதான் நாங்கள் தங்கிய மாளிகை. இந்த மாளிகையின் பெருமையை என்னவென்று சொல்லுவோம். இந்த மாளிகையின் மத்திய ஹால் நீண்டு அகன்று ஆயிரக்கணக்காக ஜனங்கள் தங்கும்படியான விசாலமுள்ள சபாமண்டபம். இந்த ஹாலுக்கு வலது பாகத்திலும் இடது பாகத்திலும் நூற்றுக்கணக்கான ஜனங்கள் தங்கும்படியான ஹால்களிருக்கின்றன. இந்த ஹாலுக்குமேல் மூன்றடுக்கு மெத்தையும் ஹால்களுமிருக்கின்றன. ஹாலுக்கு எதிரில் மானசம் பம்பா தீர்த்தங்களைப் போன்ற ஓர் தடாகமிருக்கின்றது. இந்த மாளிகை சற்று உன்னதமான மலைமேட்டின் பேரில் கட்டப்பட்டிருப்பதனால் மாளிகையைச் சுற்றிலும் தேவேந்திர வனத்தைப் போன்ற பற்பல புஷ்பச் செடிகளும், மா, வாழை, தென்னை, பலா, பொமனிமாஸ், கொய்யா, கிச்சிலி, முதலான பழந்தரும் விருக்ஷங்கள் கொப்புங்கிளைகளாலும் அடர்ந்து படர்ந்து அவற்றின் கனிகள் பெருத்துப் பழுத்துப் பிடுங்குபவரற்றுத் தொங்கியாடிக் கொண்டிருக்கின்றன. இடைக்கிடை திவ்யமான ஆவிகூபங்கள் அழகாகப் பிரகாசிக்கின்றன. அதற்கப்புறம் விஸ்தாரமான காலி ஜாகாவும், கக்கூஸ் முதலானவைகளும்

சுத்தமாக வைக்கப்பட்டிருக்கின்றன. தண்ணீர்க் குழாய்கள் எப்போதும் ஜோவென்று கூவிக் கொண்டு திவ்யமான ஜலத்தைக் கொட்டிக்கொண்டே இருக்கின்றன. மாளிகையின் மத்திய ஹாலின் சுவர்கள் ஸ்படிகக் கற்களால் கட்டியதைப் போலிருந்ததன்றியில் அநேக ஆயிரம் பெயர் ஏககாலத்தில் தங்கும்படியாக ஒரே விதமான நூற்றுக்கணக்கான நாற்காலிகளையும் பிரம்மாண்டமான மேஜைகளையும் பல வர்ணப்பட்டு சோபாக்களையும் போட்டிருந்தனர். அடியில் பளிங்குக்கல் தரையின்பேரில் போட்டிருந்த பலவர்ண இரத்தினக் கம்பளங்கள் மஹம்மல்லிலும் உயர்ந்ததென்று சொல்ல வேண்டும்.

இந்த இரத்தினக் கம்பளங்களுக்கே அநேக ஆயிரம் ரூபாய் விலையிருக்கலாம். ஹால்களின்மேல் பலவித வர்ணங்களும், பலவித கிளைகளுமுள்ள குலோப் லஷ்டர்களைக் கட்டி இராக்காலங்களில் அவைகளில் விளக்குகளை வைக்கவே அந்த மாளிகையே ஜகஜ்ஜோதியாக விளங்கித் தேவலோகம் போலிருந்தது. நாங்கள் யாவரும் தேவலோகத்தில் சொர்க்காதி பதவிகளை அனுபவிப்பவர்களாகவே மதித்துவிட்டோம். மேலும் அந்தத் தேவர் சபைக்குப் பிரதிநிதிகளாகப்போன எம்மவர் ஒவ்வொருவருக்கும் சயனிப்பதற்கு மெத்தை, ஜாலரை, அஸ்மானகிரி, துப்பட்டியுள்பட சுத்தியும் சுகமுமான கட்டிலும், அருகிலொரு மேசையும், அதன்பேரில் பலவித கடிதங்களும், கவர்களும், பேனாக்களும், பென்சல்களும், பலவித இங்கிப் புட்டிகளும், முகம் பார்க்குங் கண்ணாடிகளும், படிப்பதற்கு புது நியூஸ் பேப்பர்களும், வைக்கப்பட்டிருந்ததன்றியில், நான்கு நாற்காலிகளும், ஒரு டீபாயும், அந்த டீபாயின்பேரில் முகந் துடைக்கச் சுத்தமான துவாலையும், கால் கைகள் துடைக்க முரட்டுத் துவாலையும், பால், காபி முதலானவைகளைச் சாப்பிடக் கோப்பைகளும், லோட்டாக்களும், கிராம்பு முதலானவைகள் கூடிய ஏலம், தாம்பூலம் முதலானவைகளும் வைக்கப்பட்டிருந்தன. இம்மட்டோ? சூத்திர கடாயில் சுடுஜலம் எப்போதும் தயாராகக் காய்ந்துக் கொண்டேயிருந்தது. குளிர்ந்த ஜலம் வேண்டியவர்களுக்குக் குளிர்ந்த ஜலமும், அழுக்கை நீக்க உயர்ந்த சோப்புக் கட்டிகளும், ஸ்நானம் செய்துவைக்க வேலைக்காரர்களும் இடுப்பைக் கட்டிக் கொண்டு தயாராக இருந்தார்கள். இப்படி ஸ்நானம் செய்பவர்கள் இஷ்டப்பிரகாரமெல்லாம் ஜலமாட நடைபாவியும் கட்டியிருக்கிறார்கள். இவ்விதமாக ஸ்நானம் செய்துவிட்டுச் சாப்பாட்டிற்குப் போனால், அந்தச் சமையல் கட்டடத்தின் விஸ்தீரணத்தையும் சொகுசையும் வசதியையும் சொல்லவும் வேண்டுமோ? போனவர்களுக்கெல்லாம் பிரம்மாண்டமான வாழை இலைகளைப் போட்டுப் பலவித லட்டுகள், பேணிகள், தூடுபேடா, பாலோட், நெய்யோட், பிருஞ்சுகள், பலவித கனிவர்க்கங்களுடன் கூடை கூடையாக வட்டிப்பதன்றியில்,

திவ்வியமான அரிசிச் சாதத்தையும் மோர், சாம்பார், பலவித சட்னிகள், காய்கறிகள், கட்டித் தயிர், பால், பாய்சம் முதலானவைகளைக் கணக்கு வழக்கின்றி வட்டித்துக் கொண்டேயிருந்தார்கள். எங்களுக்கு குஜராத்தி, மராட்டி, இந்துஸ்தானி முதலான அத்தேசத்து பாஷைகள் அடியோடு தெரியாதென்று கண்டு, அத்தேயத்து அந்த பாஷைகள் தெரிந்த பி.ஏ. முதலான பரிக்ஷைகளைக் கொடுத்த கல்விமான்களை எங்களுக்குத் துபாசிகளாக நியமித்திருந்தார்கள். இந்த பி.ஏ. பட்டம் பெற்றவர்கள் எங்களுக் கருகில் இடுப்பைக் கட்டிக்கொண்டு நின்று எங்களுக்கு எது வேண்டுமென்று சொல்லுகிறோமோ அதைச் சொல்லி வாய்மூடு முன் உடனுக்குடனே சொல்லியும், செய்வித்தும் கொடுத்துக் கொண்டு யாதொரு குறைவுக்கும் வழியில்லாமல் கவனமாகக் காரியத்தை நடப்பித்துவந்தார்கள். சாப்பிட்டானவுடனே சுருட்டுப் பிடிப்போருக்குச் சுருட்டும், உக்கா பிடிப்போருக்கு உக்காவும், தாம்பூலம் போடப்பட்டவர்களுக்குத் தாம்பூலமும் சுத்தஞ்செய்து கொண்டுவந்தார்கள். இதன்றியில் க்ஷவரம் செய்து கொள்பவர்களுக்குத் தயாராக மாசு நிப்போர்களும், வெளியில் போகவேண்டுமானால் குதிரைகள் கட்டிய சாரட்டுகளும், கோச்சுகளும் தயார்செய்யப்பட்டிருந்தன. விருந்தாளிகளாகிய எங்களுக்கு இவ்வித மரியாதைகள் செய்வித்தவர்கள் யாவரெனில் இந்த மஹாநாட்டுக்குப் பம்பாய்ப் பிரதிநிதிகளாக நின்ற கனவான்களே. அவர்கள் யாவரெனில்,

சட்ட நிருபண சபையின் மெம்பராகிய கனம் பொருந்திய தாதாபாய் நவரோஜீ, சட்ட நிருபண சபையின் மெம்பரும் எம்.ஏ..பி. எல் பட்டதாரியும், பகவத் கீதையை இங்கிலீஷ் கவிகளில் மொழிபெயர்த்தவரும் கனம் பொருந்திய காசிநாத் டிம்பத் திலாங்கு பாம்பே முனிசிபல் பிரசிடெண்டும், பாரிஷ்டருமாகிய மெஸர்ஸ் பெரோஜசாமெர்வாஞ்சி மீட்டா, பம்பாய் பிரசிடென்சி சபையின் காரியதரிசி டின்ஷாஜி வாட்ஸா, ஐகோர்ட்டு சாலிசிட்டா டின்ஷாஜி பெஸ்டோன்ஜி காங்கா, ஐகோர்ட்டு வக்கீலாகிய காநக்ஷாம், நீலகநாத் நாட்கரானி, ஐகோர்ட்டு சொலிஸிடர் மூல்லிபவானி, தாஸ ஆபர்பாயா, மகாவர்த்தகர்களாகிய திரிபுவனதாஸ் மங்கல் தாஸ், நாதுபாய், ஜிஹாங்கீர், பிவாச்சா, இராஜனிதுலாம்சா, சொலிசிடரும் ஷெரீபுமாகிய ஸயானிசா, பாரிஸ்டர் பால்மூங்கீல் வக்கீல், பாரிஸ்டர் ஏ.கே.சூதனா, ஸ்பெக்டேடர் பத்திரிகாசிரியர் பி.எம்.மலபாரி, ஐகோர்ட்டு வக்கீல் காமிஸ்ராம சந்திரகிரலோஸ்கார், சொலிசிடர் அப்துல்லா மெஹராலி தாராமசி, பெரிய வர்த்தராகிய ஜவுரிலால், உமயசிங்கர்யாஜி பின்னும் அநேக பெரிய உத்தியோகஸ்தர்களும் வர்த்தகர்களும் இந்தக் கனவான்களுக்குப் பக்கத் துணையாக நின்று இந்தச் சபையை ஸ்தாபிக்கத் தூண்டியவர் மஹரிஷியாக இருக்கும் மிஸ்டர் ஹியூம் என்பவர். இவர் அநேக வருஷங்களாக இந்தியா

கவர்ன்டுமெண்டு செக்ரிடெரியாகவிருந்து இப்போது உபகார சம்பளத்துடன் நமது தேசத்தில் தங்கி நம்மவருக்குதவி செய்யக் கங்கணங் கட்டிக்கொண்டு இரவும் பகலும் நமது தேசத்தாருக்கு உதவி செய்வதே கருத்தாகக்கொண்டு வேண்டிய சாதனங்களைத் தேடிவருகிறார். இவருக்கு வயது 60க்கு மேலானபோதிலும் வாலிபனைப்போல் சுறுசுறுப்புடன் வேலை செய்வதன்றியில் நமது தேசத்தாரின் பேரில் அவருக்கிருக்கும் அன்பு அளவிடப்படாது. இந்த மஹாத்மாவுக்கு அனுகூலமாக ஐகோர்ட்டு ஜட்ஜ் சர் வில்லியம் வெட்டர்பான் துரையவர்களும், மகாவித்வசிரோன்மணியும், எல்பின்ஸ்டோன் காலேஜ் பிரதம பண்டிதருமாகிய பிரபஸர் வொர்ஸ்வர்த்து என்பவரும் முன் சொன்ன மஹரிஷியைப் போலவே நமது தேசத்து ஜனங்களிடத்தில் அத்தியந்த கருணையுடையவராகி, நமக்காகப் பாடுபடும் பெருந்தன்மையை யென்னென்று சொல்லுவோம். சத்தியம், சாந்தம், தருமம், தயை முதலான குணங்களெல்லாம் திரண்டு உண்மையான உருவெடுத்த இந்தத் துரைமார்களுக்கு நிகரான வேறு துரைமார்களை எமது ஜன்மத்தில் கண்டதில்லை. இப்படிப்பட்டவர்களுக்கு இடையில் பிரகாசிக்கும் கனம் பொருந்திய தாதாபாய் நவரோஜி என்பவர் ஒரு மஹரிஷியென்றே சொல்லலாம். இவருக்கும் வயது 60க்கும் மேலுண்டு. இவர் இங்கிலீஷ் பாஷையைப் பேசும் சாமர்த்தியத்தைச் சொல்லி முடியாது. இவர் இத்தேசத்து ஏழைக்குடிகளுடைய கஷ்டத்தை நீக்கவேண்டுமென்று கனவிலும் நனவிலும் கருத்தாகக் கொண்ட மஹாதாதா. இதற்கென்று ஆறு தடவை சீமைக்குப் போய் அவ்விடத்தில் துரைமார்களிடம் சண்டை போட்டும் அநேக திரவியத்தைச் செலவு செய்தும் வந்ததன்றியில் ஏழைக் குடிகளுக்காகக் கண்ணீர் விட்டழப்பட்ட பரமபுருஷர். இவருக்குத் தாதாபாய் என்று பெயர் இயற்கையாக அமைந்தது ஈசன் கருத்தாக இருக்கலாம். மிஸ்டர் பெரோஜஷா மெர்வாஞ்சிமீடா என்பவர் அதிக வருமானத்தையுடைய பாரிஸ்டராயிருப்பதன்றியில் அந்த பம்பாய் பட்டண முனுசிபாலிட்டியின் சபாநாயகராக இருந்தபோதிலும் டம்பம் பெருமையென்பது கொஞ்சமுமற்றவர். இவர் பேசுவதில் மகா சமர்த்தர். இவரது சப்தம் இடியிடிப்பதைப் போலிருக்கிறது. இவர் பேசும்போது எங்கும் நிசப்தமாக இருக்கிறது. கனம்பொருந்திய காசிநாத் டிம்பக் டிலாங்கு என்பவர் சுந்தர புருஷர். வாலிபராயினும் வித்தியாசாமர்த்தியமும் உன்னத பதவியும் உடையவர். பிரபல பிரசங்கர். இவர் நாவாடினால் நாடெல்லாம் ஆடும். இவரது கொஞ்சு மொழிகளைக் கேட்கக் கேட்க குயில்களும் கிளிகளும் வெட்கும். எப்போதும் சுறுசுறு பரபரவென்று ஓடி நாடி வேலையைச் செய்துகொண்டேயிருக்கிறார். இவர் சீக்கிரத்தில் இந்த இந்து தேசத்துக்கே ஓர் சிரோ பூஷணமாகப் பிரகாசிப்பாரென்று சொல்லலாம். இவர்களன்றியில் கனம் பொருந்திய ரான்டெமலபாரி

டாக்டர் ஆத்மாராம், பாண்டுரங்கு, சமஸ்கிருத பண்டிதர் இராமகிருஷ்ணர் பண்டார்கர் முதலானவர்களுடைய பெருமையை என்னென்று சொல்வோம். இப்படிப்பட்ட கனவான்கள்தான் எங்களுக்கு முன்சொன்ன மரியாதைகள் செய்வித்தனர். இவ்வித மரியாதைகள் எங்களுக்கு மாத்திரமல்ல. எங்களைப் போலவே இந்த இந்தியா தேசத்தின் பல இடங்களிலிருந்து வந்த பல ஜாதி, பல மத பிரதிநிதிகளுக்கும் இவ்விதமாகவே மரியாதை செய்வித்தார்கள். இனி எங்களைவிட வேறு இடங்களிலிருந்து அங்கு வந்த பிரதிநிதிகள் யாவரெனில்:-

குராச்சியிலிருந்து வந்த பிரதிநிதிகள்:- மஹாஸ்ரீ டயராம் ஜதுமால் வக்கீல், மஹாஸ்ரீ உட்ராம்மூல் சண்டவீக்கீல்.

வீரமகம் என்னும் பட்டணத்திலிருந்து வந்த பிரதிநிதி: மிஸ்டர் ஹரிலாம் மயராம், வக்கீலும் முனிசிபல் கமிஷனரும்.

சூரத்திலிருந்து வந்த பிரதிநிதிகள்:- வக்கீலும் முனிசிபல் கமிஷனரும், பிரஜஹித் வர்த்தக சபையின் கமிட்டி மெம்பருமாகிய மிஸ்டர் எச்.எச். தர்வா பி.ஏ.பி.எல். பிரஜஹித் வர்த்தக சபையின் காரியதரிசியாகிய தமஸதர் மஞ்சர்ஷா பல்லஞ்சி கெய்கோபாட் அவர்கள், வக்கீலும் முனிசிபல் கமிஷனருமாகிய மிஸ்டர் கோகுல்தாஸ் பைதாஸ் அவர்கள், மிஸ்டர் மஞ்சசங்கர், ஜிவன்ராம், பி.ஏ.பி.எல்., அவர்கள், மிஸ்டர் ஹோசாஞ்சி பூஜர்ஜி பி.ஏ.பி.எல்., பிளீடரும் வர்த்தகரும் பிரிஜஹிர்தக சபையின் அக்கிராசனாதிபதியுமாகிய மிஸ்டர் நாரன்தாஸ் புருஷோத்தமதாஸ் அவர்கள்.

பூனாவிலிருந்து வந்த பிரதிநிதிகள்:- பூனா சர்வஜனிக் சபையின் அக்கிராசனாதிபதியாகிய ராய்பஹதூர் கிருஷ்ணாஜி லெஷ்மன்நுலகர், டிஸ்திரிக்ட் கோர்ட்டு பிளீடர் கங்காராம் பேரமாஸ்கி அவர்கள், நியான் பிரகாச பத்திரிகையின் மஹாராஷ்டிர பாகத்துப் பத்திரிகாசிரியராகிய மிஸ்டர் மாரசந்திர மோரிஷ்வார்சேன், பூனா சர்வஜனிக் சபையின் கவுரவ காரிய தரிசியும் மும்மாதத்துக்கு ஒருமுறை பிரசுரஞ் செய்யப்படும் பூனா சர்வஜனிக் சபையாரின் பத்திரிகையின் ஆசிரியருமான மிஸ்டர் சீதாராம் ஹரி சிப்ளாங்கர் அவர்கள், பூனா சர்வசனிக் சபையின் காரியதரிசியாகிய மிஸ்டர் சிவராம் ஹேரிசேத டாக்டர் பாண்டுராம் கோபால், ஜி.ஜி.எம்.சி. பெர்குஷன் காலேஜ் ப்ரின்சிபெலும் புதிய இங்கிலீஷ் ஸ்கூல் சூபரின்டெண்டுமாகிய மிஸ்டர் வாமன் சிவராம் அப்தி எம்.ஏ. டிஸ்திரிக்ட்டு கோர்ட்டு ப்ளீடராகிய மிஸ்டர் இராமசந்திர கிஷாலிமாகி, பொருஷன் காலேஜ் ப்ரொபெஸர் மிஸ்டர் கோபால் கானிஷ் அசர்கர்.

கல்கத்தாவிலிருந்து வந்த பிரதிநிதிகள்:- ஐகோர்ட்டு பாரிஸ்டர் மிஸ்டர் டப்ளியூ சி. பானர்ஜி, ஐகோர்ட்டு வக்கீல் மிஸ்டர் G.P.மூகர்ஜி, இந்தியன் மிரர் பத்திரிகையின் ஆசிரியரான மிஸ்டர் நரேந்திரநாத் சேன்.

ஆக்கிராவிலிருந்து வந்த பிரதிநிதிகள்:- பிளீடரும் முனிசிபல் கமிஷனரும் நாசி என்னும் பத்திரிகையின் ஆசாரியருமாகிய மிஸ்டர் பாபு ஜெமேன்தாஸ், மிஸ்டர் பாபு ப்ராடயரல், சௌதரி பிளீடர்.

காசியிலிருந்து வந்த பிரதிநிதி:- பென்ஷன் பெற்றுக்கொண்டு வேலையை விட்டு நீங்கிய ஸப் ஜட்ஜியாகிய மிஸ்டர் ராம்காஸி சௌத்ரி.

லக்னோவிலிருந்து வந்த பிரதிநிதிகள்:- ஹிந்துஸ்தானி பத்திரிகையின் சொந்தக்காரரான மிஸ்டர் முன்ஷி கங்கா பிரசாத் வர்மா, லார்ட் கானிங் காலேஜ் உபாத்தியாயராகவிருக்கும் மிஸ்டர் ப்ரனாத் பண்டித்.

லாகோரிலிருந்து வந்த பிரதிநிதிகள்:- பாபு முந்திலிதார். பிளீடர் பாபு சத்தியானந்த ஹக்னி ஒத்திரி பிராமோ மிஷனரி.

அலகாபாத்திலிருந்து வந்த பிரதிநிதி:- மிஸ்டர் கோசால்.

ஆமதாபாதிலிருந்து வந்த பிரதிநிதிகள்:- வக்கீலும் முனிசிபல் கமிஷனருமாகிய மிஸ்டர் கிஷாலால் மோடிலால், மிஸ்டர் மனோக்ஜிபி, மோடி, வக்கீல். இன்னும் பல நாடுகளிலிருந்தும் பலர் வந்திருக்கிறார்கள்.

டிசம்பர் மீ 28ம் உ பகல் 12 மணிக்கு காங்கிரஸ் சபை கூட்டப்பட்டு வங்காளத்திலிருந்து வந்த உமிஸ் சந்திர பானர்ஜி சபாநாயகராக நியமிகப்பட்டுப் பின்வருகிற தீர்மானங்கள் செய்யப்பட்டன. அவை,

(1) இந்தியாவின் இராஜ்ஜிய காரியங்களை விசாரிக்கச் சீர்மையில் இராயல் கமிஷனை நியமிக்க வேண்டுமென்று கனம் சுப்பிரமணிய ஐயர் பிரேரேபிக்க கனம் பெரோஜஷா மேட்டா ஆமோதிக்கச் சகலராலும் அங்கீகரித்துக் கொள்ளப்பட்டது.

(2) சீமையிலிருக்கும் இந்தியா விசாரணைச் சங்கத்தை எடுத்துவிட வேண்டுமென்று ஸ்ரீ சிபலாங்கர் பிரேரேபிக்க, ஸ்ரீஅநந்தாசார்லு அவர்களால் ஆமோதிக்கச் சகலராலும் அங்கீகரித்துக் கொள்ளப்பட்டது.

(3) இந்தியா சட்ட நிரூபண சபையில், குடிகளால் தெரிந்தெடுக்கப்பட்ட பிரதிநிதிகளை வைத்துக்கொண்டு சட்ட திட்டங்களைச் செய்ய வேண்டுமென்றும் சர்க்கார் வரவுசெலவு

கணக்குகளை அவர்கள் சம்மதியின்படி செய்யவேண்டுமென்றும் கனம் காசிநாத்திரம் கதிலாலவர்களால் பிரேரேபிக்கப்பட்டு, கனம் சுப்பிரமணியம் ஐயர், தாதாபாய் நவரோஜி அவர்களால் ஆமோதிக்கப்பட்டுச் சகலராலும் அங்கீகரித்துக்கொள்ளப்பட்டது.

(4) கவினெண்டாண்டு சிவில் சர்விஸ்பரிக்ஷை இந்து தேசத்திலேயும் நடத்தவேண்டுமென்றும், ஷை பரிக்ஷைக்குப் போகும் வயதை 23 செய்ய வேண்டுமென்றும் கனம் தாதாபாய் நவரோஜீ அவர்களால் ஆமோதிக்கப்பட்டுச் சகலராலும் அங்கீகரித்துக் கொள்ளப்பட்டது.

மேலும் லைசென்சு டாக்ஸ் வரியை இன்கம்டாக்சு வரியாகப் போட வேண்டுமென்றும், சுதேசிகளை வாலண்டியர் கோரில் சேர்த்துக்கொள்ளச் சுதந்திரம் தரவேண்டுமென்றும், பர்மா தேசத்தை இத்தேசத்து வரவு செலவோடு சேர்க்கக்கூடாதென்றும் தீர்மானித்து, அனைவராலும் அங்கீகரித்துக் கொள்ளப்பட்டது.

1885ம் ஹூ டிசம்பர் மீ 29ம் உ மத்தியானம் ஒரு மணிக்கு பம்பாயிக்குத் தென்கிழக்குப் பாகமாகச் சுமார் ஆறு மைல் தூரத்தில் சமுத்திர மத்தியிலிருக்கும் கேவசாப் எலிபண்டா யானை குகை தீபத்தின் விநோதவேடிக்கையைப் பார்க்கும்பொருட்டு எங்களை ஒரு புகைக்கப்பலில் ஏற்றிக்கொண்டு போனார்கள். எங்களுடைய கப்பலில் பம்பாய் ஐகோர்ட்டு ஜட்ஜியாகிய ஸ்ரீ வெட்டர்பர்ன், ஸ்ரீ ஹியூம், முதலான துரைமார்களும், ஸ்ரீ இரகுநாதராயவர்கள் முதலான கனவான்களும் வந்திருந்தார்கள். அப்படி வந்த நூற்றுக்கணக்கான பிரதிநிதி கனவான்களுடன் கப்பல் யாத்திரை செய்யும்போது கண்ட காக்ஷியை என்னவென்று சொல்லலாம். கப்பலை விட்டிறங்கித் தீவைச் சேர்ந்தவுடனே நாங்கள் இளைப்பாறக் காப்பி, தேநீர், பழம், மிட்டாய் வகைகள் தயாராக வைத்திருந்து கொடுக்கப்பட்டன. உண்ட உடனே ஷை தீவிலிருக்கும் காக்ஷிகளைக்காண நான்கணா டிக்கெட்டுகளை எமக்குக் கொடுக்க அவைகளைப் பெற்றுக் கொண்டுபோய்ப் பார்த்தோம். அந்தக் குகையாகிய குன்று 130 அடி ஆழமும் 130 அடி அகலமும் 20 அடி உயரமுள்ளதாகக் குடைந்து வெட்டப்பட்டு, அதில் பிரம்மா, விஷ்ணு, ருத்திரர் முதலான கோயில்களும் விக்கிரகங்களும் ஸ்தம்பங்களும் கொத்தி சித்திராலங்காரமாக வைக்கப்பட்டிருக்கின்றன. இதே மாதிரியாகவே சுற்றுப் பக்கங்களிலிருக்கும் குன்றுகளிலும் இப்படியே செய்துவைக்கப்பட்டிருக்கின்றன. இந்தச் சித்திராலங்காரங்களையும் சுற்றுப் பக்கங்களிலிருக்கும் விநோத காக்ஷிகளையும் கண்களால் பார்த்தவர்களுக்கன்றி எழுதி அறிவித்தல் அசாத்தியம். பிரஹ்மத்தியானம் செய்யப்பட்டவர்களுக்கு இது சிறந்த இடம். ஆகவே, அடியிற்கண்ட பிரம்ம பிரார்த்தனை செய்தோம்.

பம்பாயிக்கடுத்த கேவஸாப் எலிபண்டா என்னும் தீவில் செய்த பிரார்த்தனை.

ஓ! புருஷோத்தமா! இந்தப் பம்பாய் பட்டணத்தின் பிரம்மாண்டமும் பிரகாசமும், பசந்துமான கட்டடங்களையும், பிரஜைகளுடைய சுந்தர முகாரவிந்தங்களையும், சுறுசுறுப்பான தொழில் முயற்சிகளையும் கண்டு வியந்தேம். இந்தப் பட்டணத்தில் ஸ்ரீலக்ஷ்மி பிரசன்னமாகப் பிரகாசித்துப் பிரஜைகளைப் பிரபலப்படச் செய்திருக்கின்றாய். இதற்குக் காரணம் இந்தப் பிராந்தியங்களிலிருக்கும் பிரஜைகள் நினது பக்தர்களாயிருப்பதோடுங்கூட நினது பிரதிக்கினைகளில் பிரதான பிரதிக்கினையாகிய தேகத்தொழில் முயற்சி என்பதை நன்கறிந்து நாடிவருவதால் அவர்கள் நினது லக்ஷ்மி விலாசத்துக்குப் பாத்திரமாகிப் பிரகாசிக்கின்றனர். இதையறியாத உலகத்தார் சிலர் நின்னைச் சதா வணங்கிப் பூஜைசெய்யும் காரியந்தான் தேவ கடமையாகக்கொண்டு தேகமுயற்சி தொழில் முயற்சிகளைத் தொலைத்துவிட்டுத் தவிக்கிறார்கள். நின்னைச் சதா வணங்கும் உத்தமத் தொழிலைப் போலவே, தேகமுயற்சியும் தொழில்முயற்சியும் நினது கட்டளையின் உத்தம தொழிலாகவிருக்கிறது. இந்த உண்மையை அறிந்த பம்பாய் முதலான தேசத்தார்கள் நினக்கு இருவகையிலும் சிறந்த பக்தர்களாகிய நினது லக்ஷ்மி விலாசத்துக்குப் பாத்திரரானார்கள். இவ்வித யோக்கியதைக்கு யாமும் எமது தேசத்தாரும் தக்கவர்களாகும்படி இந்தக் கடல் சூழ்ந்த சிங்காரத் தீவில் நின்னை ஹிருதயபூர்வமாகப் பிரார்த்திக்கின்றேம். நினது லக்ஷ்மி விலாசத்துக்கு எம்மைப் பாத்திரராக்குவாய். ஓம் தத் சத்.

பம்பாயின் விநோதங்கள்.

பம்பாய் என்னும் பதத்திற்குப் பொருள் (Fair Heaven) அழகிய தேவலோகம் என்று சிலர் கொண்டாலும், இது இந்த உலகத்தில் மிக்க வசதியான கரைதுறைப்பட்டணமென்று பொருள்பட வழங்கி வருகிறார்கள். இது மூன்று சிறிய தீவுகளாகவிருந்து பின்பு செயற்கை யுத்திகளால் பரியாய தீவாகி வடகிழக்கு முதல் தென்மேற்கு வரையில் எட்டுச் சதுரமைல் உள்ள பட்டணம். இது பூர்வத்தில் பலவிதத்திலும் சிறந்து விளங்கி பிறகு அக்கினி முதலானவைகளால் சீர்கெட்டு, கி.பி.1661ம் ௵ போர்த்துக்கேசருக்குச் சுவாதீனமாகி அவர்கள்மூலமாக ஆங்கிலேயதேசத்து இராஜனாகிய இரண்டாவது சார்லெஸ் என்பவருக்குக் கி.பி.1668ம் ௵ கொடுக்கப்பட்டது. அவர் ஈஸ்ட்டு இந்தியா கம்பெனியாருக்குக் கொடுக்க அவர்கள் மூலமாக மஹாசக்கரவர்த்தினி விக்டோரியா இராஜ்ஜியத்திற்குச் சேர்ந்து அன்றுமுதல்தான் இந்தப் பம்பாய் பட்டணமானது நாகரிகத்திலும்

செல்வத்திலும் சிறந்து விளங்குகின்றது. ஆனால் இந்து தேசத்திலேயே மற்ற அநேக விசேஷமான பட்டணங்களிருக்க இதற்கு மாத்திரம் இவ்வளவு. சிறப்பு வருவானேனெனில், இதன் கரைக்கடுத்த கடல் 6 அல்லது 7 பாகம் ஆழமுள்ளதாக ஏற்றுமதி இறக்குமதி முதலானவைகளுக்கு மிகவும் வசதியாக இருப்பதனால் பற்பல தேசத்தாருடைய கப்பல்கள் இரவும்பகலும் கும்பல்கும்பலாக வந்து தங்கி ஏராளமான வர்த்தகம் செய்விக்க இடமுண்டானதினாலேதான் இவ்வளவு சிறந்து விளங்குகிறதென்று சொல்லலாம். இப்படிப் பல தீவுகளாலாகிய பம்பாயின் வடதென்பாகத்தின் குறுகிய போக்கும், மேற்குப் பாகத்திலிருக்கும் மலபார், ஓர்லி மலை மேடுகளும், கிழக்கே இருக்கும் சின்சுபூகில் பாகமும், மற்ற பாகமெல்லாம் கருங்கல் களிமண் கலந்த தட்டைப் பூமியாக இருப்பதால் மழைக்காலங்களில் சமுத்திர ஜலம் நகரத்துக்குள் பிரவேசிப்பதுண்டு. மேலும் பட்டணத்தின் பெரும்பாகம் சமுத்திரக் கரைகளால் சூழப்பட்டு, எப்போதும, குளிர்ச்சியான நல்ல காற்று வீசுவதனால் ஜனங்களுக்குப் போதுமான சுகத்தைக் கொடுத்து வருகின்றது. வியாதியும் அதிகமில்லை. சாவும் கொஞ்சம் ஆனது பற்றியே அனேக ஐரோப்பியர்களும், பார்சிகளும் மற்ற பற்பலவிதமான ஜாதியார்களும் ஏராளமாக வந்து வர்த்தகம் முதலானவைகளைச் செய்து கொண்டிருக்கின்றனர். 1891ம் ஷு 8,21,764 குடிகள் இருந்தார்கள். இவர்களில் 5,00,000 இந்துக்களும், 1,54,000 மகம்மதியர்களும் 45,000 கிறிஸ்தவர்களும், 47,000 பார்சிகளுமாக இருந்தார்கள். இப் பட்டணத்திற்குப் பார்சிகள் ஆயிரம் வருஷங்களுக்குமுன் வந்து குடியேறினார்கள். அவர்கள் வந்தது முதற்கொண்டுதான் வர்த்தகமும் விருத்தியாகியது. வர்த்தகம் அதிகமாக விருத்தியானதினாலேதான் இந்தப் பட்டணத்து ஜனங்கள் குபேர சம்பத்துள்ளவர்களாகி ஏழு அடுக்கு, எட்டு அடுக்கு, பத்தடுக்கு, பனிரெண்டடுக்கு மெத்தை வீடுகளையும் மேடை மாளிகைகளையும் கூட கோபுரங்களையும் கட்டிக்கொண்டிருக்கிறார்கள். எங்கே பார்த்தபோதிலும், பிரம்மாண்டமும் சித்திராலங்காரமுமான கட்டடங்களும், அந்தந்தக் கட்டட அடுக்கு மாளிகை ஜன்னல்களில் பொம்மைகளைப்போல் பெண்கள் சிங்காரித்துக்கொண்டு வரும் பாட்டைசாரிகளைப் பார்த்துக் கொண்டிருக்கும் வேடிக்கை வினோதங்களை என்னவென்று சொல்லலாம். இத்தேசத்திய சாதாரண ஜனங்களுக்குப் பம்பாய் பட்டணம் தேவலோகம் போலவும், கம்ப நாட்டாழ்வார் புகழ்ந்த கோசலதேசமாகவும், அதிவீரராம பாண்டியர் புகழ்ந்த அயோத்தியாபுரி என்றும் புகழேந்திப் புலவர் புகழும் பாண்டி நாடென்றும் பிள்ளைப் பெருமான் புகழும் பெரும் பட்டணங்களில் ஒன்றென்றும் சொல்லுவார்கள். சற்று சீர்திருத்தமுள்ளவர்கள் இந்த பம்பாய்ப் பட்டணத்திலுள்ள பெரிய கட்டடங்களைப் பார்த்தால் பிரமிப்புக் கொள்வார்கள்.

சீர்திருத்தத்தில் சிறந்தவர்கள் இந்தப் பட்டணத்துச் சிங்காரத்தின் பெருமையைக் கண்டு ஆனந்தப்படுவார்கள். இந்த பம்பாயில் சிறந்து விளங்கும் விசேஷ கட்டடங்கள் எவையெனில்:

பம்பாய் விநோதகாக்ஷி சாலை, கிரந்தங்கள் சாலை, நகர மண்டபம், அதையடுத்த நாணயச்சாலை, சென்ட்தகமஸ் கிருஸ்து கோயில், கவர்ண்மெண்டு படகு தங்குமிடம், ஒத்த வாடை, மாரமத்து சாலை, மின்சார தபாலாபீசு, செக்ரிடெரி ஆபீசு, ஐகோர்ட்டு, தபாலாபீசு, எல்பிஸ்டன் தோட்டம், கிராபோர்டு மார்க்கெட், சாசூன் இயந்திர சாலை, ஹரிதாஸ் ஜிஜிபாய் பஞ்சு இயந்திர சாலை, கிராண்டு வைத்தியசாலை, ஜமஸ்டிஜி சிசிபாய் ஆஸ்பத்திரி, விக்டோரியா தோட்டம், கொலாபா மெமோரியல் கோயில், டேவிட் சாசூன் கைத்தொழில்சாலை, டார்டோ கர்காம் பாரெல் முதலான இடங்களிலிருக்கும் பஞ்சுநூல் இயந்திர சாலைகள், பிரேம்சி கேசவாசிசாலை தோபிதாஸ், பானசரபூல், பிராணிகளின் ஆஸ்பத்திரி, இராணியவர்களுடைய பிரதிமை, நார்துபாகு தோட்டம், ஆகியவைகளாம். பெரிய இந்திய புகைவண்டி ஆபீசு கட்டடம்: இது ஆச்சரியமான கட்டடம். இதன் முழு நீளம் 1,500 அடிகள் இதைக் கட்டுவதற்குப் பத்து வருஷங்கள் சென்றதோடு 27 லக்ஷம் ரூபாய் செலவாயினவாம். இதன் கலசங்கள் 16 அடிகள் 6 அங்குலம் உயரமுள்ளன. இந்தக் கலசங்களினடியில் விவசாயம் சாஸ்திரசம்பந்தமான சித்திராலங்காரப் பிரதிமைகள் செய்துவைக்கப்பட்டிருக்கின்றன. வாசல்களின் இருபக்கங்களில் ஒரு வேங்கைப் புலியும், ஒரு சிங்க உருவமும் கம்பீரமாகச் செய்து வைக்கப்பட்டிருக்கின்றன. இந்தக் கட்டடத்துக்குள் ஸ்படிகக்கற்களால் பதிப்பிக்கப்பட்டிருக்கின்றன. இந்தக் கட்டடத்தின் வேலையை மேல்விசாரணை செய்த மிஸ்டர் ஸ்டீவின்ஸன் துரைக்கும் கம்பெனியார் 5000 ரூபாய் இனாம் கொடுத்தார்கள். சித்ர வேலைகள் மிஸ்டர் எமிர்சன் துரையவர்கள் விசாரணையில் ஐரோப்பிய சிற்பிகளைக் கொண்டு திருப்திகரமாகச் செய்யப்பட்டிருக்கின்றன.

இவைகளன்றியில் இன்னும் அநேக ஹோட்டல்களும் பாங்கிகளும், கிளப்புகளும் பிரம்மாண்டமும் வியக்கத்தக்க விநோதகரமானவைகளாகவும் இருக்கின்றன. மேலும் கிராண்டு ரோட்டிலிருக்கும் பயிகல்லா என்னும் புகைவண்டி தங்கும் ஸ்டேஷன் பிரம்மாண்டமான கட்டடம். பெரிய இந்தியா ரெயில்வே புகைவண்டி தங்குவதற்குப் பம்பாய் கோட்டைக்கு வடக்கேயிருக்கும் பூரிபண்டர் ஸ்டேஷனும் பிரம்மாண்டமானது. இவ்விடத்தில் பரோடா, மத்திய இந்திய முதலான இடங்களுக்குப் போகும் புகைவண்டிகள் தங்கும். பிரதி தினமும் சுமார் 60 புகைவண்டிகள் போகவும் வரவுமிருந்தால் அந்தப் பட்டணத்தின் பெருமையைச்

சொல்லவும் வேண்டுமோ! கிராபோர்டு மார்க்கெட்டின் பெருமையைப் பிரத்தியக்ஷமாகப் போய்க் கண்டாலொழிய எழுதித் தெரிவிப்பதனால் முடியாது. ஷ மார்க்கெட்டானது யாதொரு தம்பங்களற்று இருப்புக் கூரைகளால் மேயப்பட்டு அடியில் ஸ்படிகக் கற்களால் தளம் போடப்பட்டிருக்கிறது. இந்த மார்க்கட்டைப் பார்த்தால் அதுவே விநோதமான புது உலகம் போலிருக்கிறது. ஒரு பாகத்தில் பற்பலவிதமான பழங்கள் அடுக்கடுக்காகவும், அணியணியாகவும் சிங்காரித்து வைக்கப்பட்டிருக்கின்றன. அத்தேசத்தின் கத்திரிக்காய் நமது தேசத்துச் சுரைக்காய் அவ்வளவு பெருத்திருக்கில் மற்றக் காய்கறி கீரைவகைகளின் பெருமையைச் சொல்லவும் வேண்டுமோ! ஒரு பக்கத்தில் பற்பலவிதமான புஷ்பங்கள் செண்டு செண்டுகளாகவும் கொத்துக்கொத்துக்களாகவும் கட்டி தேவேந்திர வனத்தைப்போல் சிங்காரித்து ஒரு பைசாவுக்கு விற்கிறார்கள். ஒருபாகத்தில் பற்பலவிதமான உயிருள்ள பக்ஷிகள், மிருகங்கள், முதலானவைகளைச் சிங்காரமாக வைத்து விற்கிறார்கள். ஒருபக்கத்தில் மாமிச பக்ஷணங்களையும், மீன் முதலானவைகளையும் ஏராளமாக விற்கிறார்கள். ஒரு பக்கத்தில் பிராமணர் முதலானவர்கள் காப்பி, தேயிலை நீர் முதலானவைகளைச் சுடச்சுடத் தயார்செய்து காலணா, அரையணாவுக்கு விற்கிறார்கள். இந்த மார்க்கெட்டில் இராக்காலங்களில் காஸ்லயிட்டு மின்சார விளக்குகளை வைப்பதினால் அந்த மார்க்கட்டே ஓர் விண்ணுலகம் போலிருக்கிறது. மேலும் இந்தப் பம்பாயில் ஏராளமான அரபிக் குதிரைகள், ஆஸ்திரேலியாக் குதிரைகளைக் கொண்டுவந்து 200 ரூபாய் முதல் 2000 ரூபாய் வரையில் ஒரு குதிரையின் விலையாக விற்கிறார்கள். மற்றபடி துணிவகைகளின் ஏராளத்தைச் சொல்ல வேண்டியதில்லை. எங்கே பார்த்தாலும் கடைகளும் கைத்தொழிற்சாலைகளும் ஏராளமாகவிருப்பதால் பம்பாய் பட்டணத்தைப் பூலோகக் கடை என்று சொல்லலாம். இந்தப் பட்டணத்தில் துரைமார்களும் பிரபுக்களும் மலபார் ஹிலசா என்னும் உன்னதமேட்டின் மேல் குடியிருக்கிறார்கள். அது சற்றேறக்குறைய 5 மைல் சுற்றளவும் 500 அடி உயரமுமுள்ளது. அது அதிக மேட்டுப் பாங்கானதாகையால் அவ்விடத்தில் குடியிருப்பவர்கள் இரட்டைக் குதிரை வண்டிகளை வைத்திருக்கவேண்டும். மேலும் அது சுகானுகூலமான இடமாயிருப்பதால் மாதமொன்றுக்கு 200 ரூபாய் முதல் 1500 ரூபாய் வரையில் வீட்டு வாடகை கொடுக்க வேண்டும்.

இவ்விடத்திலும் மற்றபடி சுற்றுப் பக்கங்களிலும் இருக்கும் ஜனங்கள் மாலை ஐந்து மணிக்கெல்லாம் சிங்காரித்துக்கொண்டு விமானங்களைப் போன்ற வண்டிகளிலேறிக் கடற்கரைக் காற்றுக் காக்ஷிக்கு வந்து சுகப்படுகிறார்கள். அதற்குச் சமீபத்தில் ஆயிரம் முதல் ஐம்பதினாயிரம் ரூபா வரையில் செலவிட்டு நாடகச் சாலைகளைக் கட்டி பிரதி

தினமும் பல நாடகங்களையாடி ஆனந்தத்தை மூட்டுகின்றனர். எம்மைச் சில நண்பர்கள் விக்டோரியா தியேட்டர் நாடகத்துக்குக் கூட்டிக்கொண்டு போனார்கள். அந்த நாடகச்சாலை நான்கு அடுக்கு சுற்று வளைவான கட்டடம். அது நாடகசாலைக்கென்று கட்டி, பத்து முதல் பதினாறு வயதிற்குட்பட்ட பெண்பிள்ளைகளுக்குப் பலவித விநோதமான கீதங்களைக் கற்றுக்கொடுத்து விலையுயர்ந்த ஆடையாபரணங்களாற் சிங்காரித்து நடிப்பிக்கிறார்கள். நடனசாலை முழுதும் மின்சார விளக்குளால் சிங்காரித்து நவநவமான விநோத திரைகளைக் கொண்டு இந்திரசபா நடனத்தை வெகு சிறப்பாக நடத்தி ஆனந்தமூட்டினார்கள். இப்படிப்பட்ட பட்டணத்திலிருக்கும் சுதேச கனவான்களுடைய பெருமையை முன்னமே விவரமாகச் சொல்லிவிட்டோம். அந்தப் பட்டணத்தில் ஒண்டி எருது வண்டிகளாவது ஜட்கா வண்டிகளாவது மருந்துக்கும் கிடையா. எங்கே பார்த்தபோதிலும் அதிக சுலப வாடகைக்கு இரட்டைக் குதிரை கோச்சுகளும் விக்டோரியா என்னும் பீட்டன்களும் தயாராகவிருக்கின்றதன்றியில், டிராம்வே கார் என்னும் குதிரைகள் இழுக்கும் சிற்றிருப்புப்பாதை வண்டிகள் சிங்கார ரதங்களைப்போல் அணி அணியாக போய்க்கொண்டேயிருக்கின்றன. அதன் வாடகையோ 2, 3 அணாதான். பம்பாயிக்குச் சமீபத்திலிருக்கும் துளசிச்சோவரம் என்னுமிடமிருந்து குழாய் ஜலத்தைக் கொண்டு வந்து வீடுகள்தோறும், வீதிகள்தோறும் நிரப்பியிருப்பதால் ஜலசவுக்கியம் ஜனங்களைச் சிறப்பிக்கின்றது. கேவலமான சுடுகாட்டுகளைக்கூட எவ்வளவோ சீர்த்திருத்தமாக செய்திருக்கிறார்கள். ஒருநாள் பார்சிகளுடைய “டவர் ஆப் சைலென்ஸ்” என்னும் மசானத்தைப் போய்ப் பார்க்கும்படி பாரிஷ்டர் பெரோஜஷா மேட்டா என்பவர் சிபார்சு கடிதத்தைக் கொடுத்தனுப்பினார். அதைப் போய்ப் பார்த்தோம். அது ஒரு மலையின்பேரில் சுண்ணாம்பு உருளைக் களஞ்சியங்களைப்போல் ஐந்து சமாதிகள் கட்டப்பட்டிருக்கின்றன. அவைகள் 8 அடி உயரமும் 20 அடி அகலமுமுள்ளன. அவற்றின்மேல் பெருத்த உருவமுடைய கழுகுகள் தயாராகக் குந்திக்கொண்டே இருக்கின்றன. அந்தக் கட்டத்துக்குள் மூன்று அடுக்குகள். முதலடுக்கில் புருஷப் பிரேதங்களையும் இரண்டாவதில் ஸ்திரீ பிரேதங்களையும் மூன்றாவதில் வாலிப பிரேதங்களையும் கொண்டுபோய் வைக்கிறார்கள். ஐந்து நிமிஷங்களுக்குள் கழுகுகள் யாவும் வந்து புசித்து எலும்புகளை மாத்திரம்விட்டு விடுகின்றன. பிறகு எலும்புகளை எடுத்து விடுகிறார்கள். இந்த மசானத்தின் காக்ஷி கம்பீரமானது.

இப்படியே இந்தப் பம்பாயில் இருக்கும் சகல விஷயங்களும் சிறந்து விளங்குவதற்குக் காரணம் அத்தேசத்தில் அபரிமிதமாய்த் திரவியமும் சுதந்தர வாழ்க்கையும் காரணமாக இருக்கின்றன. இப்படிச் சுதேசிகள் சுதந்திரப் பிரபுக்களாக இருப்பதால் அவ்விடத்திய ஆங்கிலேயரும்

சுதேசிகளை அதிக மரியாதையாக நடத்திவருகிறார்கள். அதற்குத் திருஷ்டாந்தமாக 1885ம் ௵ டிசம்பர் ௴ 8ம் உ பம்பாய் எல்பின்ஸ்டன் காலேஜ் பண்டிதராகிய வித்வான் ஒர்ட்ஸ் ஒர்த் அவர்கள் எங்களை அன்னியோன்னிய விருந்துக் கூட்டத்திற்கு வரும்படியழைத்தபடியே அன்று மாலை அவர் வீட்டுக்குப் போனோம். எங்களோடு கூட பம்பாய் ஐகோர்ட்டு ஜட்ஜிகளாகிய ஸ்ரீ வெட்டர்பர்ன், ஸ்ரீஸ்காட், ஸ்ரீஹியூம், இலங்கைக் கவர்னராகிய ஸ்ரீவில்லியம் கிரிக்கோரி முதலான துரைகளும் ஆனரபில் தாதாபாய் நவரோஜீ, ஆனரபில் காசிநாய் டிம்பக் திலால், ஆனரபில் சுப்பிரமணியம் ஐயர், டாக்டர் ஆத்மராம், பாண்டுரங் பாரிஷ்டர், உமிஸ் சந்திரபானர்ஜீ, இராய்பஹதூர் கே மூலர், சீதாநாத் சிப்லான்கா, நரேந்திரநாத் சேனர், ஜி. சுப்பிரமணிய ஐயர், வீரராகவசாரியார், ஸ்ரீ ஆர் வே சபாபதி முதலியார் இன்னும் சிலருமாகப் போனோம். அவர்கள் எங்களிடம் யாதொரு பேதத்தைப் பாராட்டாமல் தங்களுக்குச் சமானமானவர்களாகவே பாவித்து மரியாதைசெய்து அழைத்து இளைப்பாறப் பலவித பழங்களைக் கொடுத்து உபசரித்தார். இம்மட்டோ! அநேக பார்சி பெண்டுகளும் பம்பாய்ப் பெண்டுகளும் வந்து பகிரங்கமாக ஆங்கிலேய பாஷையைச் சிங்காரத்துடன் பேசிக் கொண்டிருந்தார்கள். நாங்கள் யாவரும் போய் ராஜதீய விஷயமான அநேக காரியங்களைப் பேசி இராத்திரி 12 மணிக்குத் திரும்பினோம். இத்தியாதிகளால் பம்பாய்த் துரைமார்கள் சுதேசிகளைத் தகுந்த மரியாதையுடன் கவுரவிக்கிறார்களென்பது பிரத்தியக்ஷம். இப்படிச் சுதேசிகள் கௌரவமடைவதற்கு அத்தேசத்தாருடைய செல்வமும் சுவாதீனமுமே காரணம். அந்தச் செல்வமும் சுவாதீனமும் விருத்தியாகக் கைத்தொழில் வர்த்தகம், விடாமுயற்சி, உழைப்பு, உண்மை இவையே காரணம் என்று தோற்றுகிறபடியால் சென்னை இராஜதானியாராகிய சுதேசிகள் அந்த மகோன்னத தசையையடைய இடைவிடாமல் முயல வேண்டும். இந்த பம்பாய் டில்லிக்கு 957 மைல்கள் தூரத்திலும் லட்சுமணபுரிக்கு 885 மைல்கள் தூரத்திலும் ஜப்பல்பூர் வழியாக ஹவுராவுக்கு 1349 மைல்கள் தூரத்திலும் லாகோருக்கு 1306 மைல்கள் தூரத்திலும் இவைகளால் முறையே ரூபா 10-3, 13-3, 13-9, 11-10, 13-12, 16-6, 16-5 சார்ஜ் ஆகிறது.

SIND. சிந்து நாடு.

இவ்வளவு அழகான பம்பாயைப் பார்த்தவர்கள் இந்த இராஜதானியைச் சார்ந்த சிற்சில நாடுகளைப் பார்ப்பதும் கடனாம். அவைகளில் சிறந்தது சிந்து நாடு. இங்கு இந்து அல்லது சிந்து நதி பாய்வதால் இது சிரேஷ்டமான தேசமாகியது. பஞ்சாப் மாகாணத்தின் வழியாக இங்கு வரும் சிந்து நதியானது கைலாச மலைக்கருகில் 16,000 அடி உயரத்தில் உற்பத்தியாகி 1,800 மைல்களோடு அரபிக்கடலில்

விழுவதால் இதுவே இந்தியாவுக்குப் பெரிய நதியாம். இது சில இடங்களில் 2,000 கஜ அகலமும், 4 முதல் 24 அடிகள் ஆழமுமுள்ள அழகிய நதியாம். இதன் கரையில் இருக்கும் சிந்து நாடு 54,000 சதுர மைல்களும், இரண்டரை கோடி ஜனவாசமுள்ளது. இது ஆதியில் இந்து மன்னர்களிடமிருந்து முதல்முதல் கி.பி.712ம் ஹு மகம்மதியரால் பிடிக்கப்பட்டு கி.பி.1843ம் ஹு ஆங்கிலேயர் வசமாயிற்று. இந்நாட்டில் முக்கியமானவைகள்: ரோரி, ருக், சக்கூர், ஐதிராபாத்து, கராச்சி, உமர்காட்டு, குச்சு, கத்தியவார், கின்னார், முதலனாவைகளாம். இவைகளில் **ஐதிராபாத்து**, கராச்சியிலிருந்து கோட்டிரிக்குப் போய்ப் பிறகு சிறு கப்பலேறிப் போக வேண்டும். இங்கு கோட்டையின் மேல் 65 படிகளுள்ள மீரட் கோபுரமிருக்கிறது. **கத்தியவார்** என்பது ஒரு சுதேச மன்னருடைய ஆளுகையில் இருக்கிறது. இதையே சவுராஷ்டிரா தேசமென்று சொல்லுகிறார்கள்.

இந்த கத்தியவார் 188 சிறு நாடுகளாக வகுக்கப்பட்டு அவைகளில் 96 நாடுகள் ஆங்கிலேயருக்குக் கப்பம் கட்டி வருகின்றன. 70 பரோடா ராஜாவுக்குக் கப்பம் கட்டுகின்றன. இவ்விடம் இராஜகுமாரர் கலாசாலை இருக்கிறது. பவுனகிரி சிறந்தது. முதல்முதல் புகைவண்டி போட்டதாம், கச்சு அல்லது குச்சுதேசம் அதிக வர்த்தகமுள்ளது.

சோமநாதபுரம்.

இது கத்தியவாருக்குத் தெற்கே பழைய நாகர் நாட்டைச் சார்ந்தது. சமுத்திரத்திற்கும் நகரத்துக்கும் மத்தியில் ஒரு விசேஷ சிவஸ்தலமிருக்கிறது. இதைத்தான் கி.பி.1026ம் ஹு மகம்மது குஜினி என்பவன் தாக்கிக் கோயிலின் பெரும்பாகத்தை இடித்து உள்ளிருந்த விக்கிரகத்தை எடுத்துக்கொண்டு போனான். அவன் இடித்த இடிபாடுகளை இன்னும் காணலாம்.

துவாரகை.

இது கத்தியவாருக்கு மேற்கு மூலையிலிருக்கிறது. இதை ஸ்ரீகிருஷ்ணர் கட்டி மதுராபுரியிலிருந்து யாதவரைக் குடியேற்றித் தாமே ராஜனாக இருந்து ஆண்டு, கடைசி காலத்தில் அவர் பரமபதமடைய, அந்தத் துவாரகையும் சமுத்திரத்தில் மூழ்கிவிட்டதாம். இந்துக்களுடைய சப்த மோக்ஷஸ்தானங்களில் இதுவும் ஒன்று. இப்போது இங்கிருக்கும் கோவில் 60 கருங்கல் ஸ்தம்பங்களோடும் 170 அடிகள் உயரமுள்ள கோபுரத்தோடும் 100 அடிகள் உயரத்தில் ஐந்தடுக்குள்ள கட்டடமாக இருக்கிறது. பிரதி ஹு 1,00,000 ஜனங்கள் வந்து தரிசிக்கிறார்கள். இந்தத் துவாரகாபுரிக்கு ஜரினா நகருக்கு 4 மைல்கள் தூரமுள்ள பெடிபந்தருக்குக் கப்பல் மூலமாகப் போதல் நலம். ஜுனோகார்

பாவா நகருக்கு 203 மைல்கள் தூரத்தில் ரூபா 3-0-0 ரெயில் சார்ஜ்ஜு கொடுக்க வேண்டும்.

GUJARAT. குஜராத்து நாடு.

குஜராத்து நாடு பம்பாய் ராஜதானியின் வடக்கே தப்தி, நர்மதா, மாஹி முதலான நதிகளால் நீர்வளமுள்ள செழிப்பான நாடு. இது 10,000 சதுர மைல்கள் விஸ்தீரணமும், ஒரு கோடி குடிகளுமுடையது. இதைச் சார்ந்த சூரத்து நகரம் பம்பாயிக்கு 167 மைல்கள் தூரத்தில் பருத்தி முதலான வர்த்தகத்திற் சிறந்தது. பரோசு: இது சூரத்துக்கு 37 மைல்கள் தூரத்திலிருக்கிறது. இது துணி வர்த்தகத்திற் சிறந்தது.

பரோடா.

இது பரோசுக்கு 43 மைல்கள் தூரத்திலுள்ள கைக்வார் மஹாராஜரின் சமஸ்தான பட்டணம். இதில் கி.பி.1720ம் ஹு சுதேச ராஜ்ஜியம் ஸ்தாபிக்கப்பட்டது. நானாசாயபு கலகத்தில் கண்டுராவ் இங்கிலீஷ் கவர்ன்மெண்டுக்கு உதவி செய்ததால் சிறப்புப் பெற்றார். இந்தச் சமஸ்தானம் 570 சதுரமைல்களுள்ளதும், 1891ம் ஹு கணக்கின்படி 2,41,22,000 குடிகளுள்ளதும், 140 லக்ஷம் ரூபாய் வருமானமுள்ளதுமாம். இந்தச் சமஸ்தானத்தின் மஹாராஜா மஹா புத்தசாலியானபடியால் உலகமெல்லாம் சுற்றிப்பார்த்துத் தனது சமஸ்தானத்தைப் பலவிதத்திலும் சிறப்பித்துக் குடிகளுடைய க்ஷேமத்தை விருத்தியாக்குகின்றார்.

அஹமத் நகர்.

இது பரோடாவுக்கு 62 மைல்கள் தூரத்திலிருக்கின்றது. சப்ரமதிக்களாயிருக்கும் இது கி.பி.1314ம் ஹு அகமது ஷாவினால் ஸ்தாபிக்கப்பட்டு கி.பி.1573ம் ஹு ஆக்பர்ஷாவால் பிடிக்கப்பட்டது. பிறகு கி.பி.1757ம் ஹு மஹாராஷ்டிரரால் பிடிக்கப்பட்டு, கி.பி.1818ம் ஹு ஆங்கிலேயர் வசமான வர்த்தக வளமுள்ள பட்டணம். இது சிறப்பில் பம்பாயிக்கு மூன்றாவது பட்டணமென்று சொல்லலாம்.

பிப்ரவரி மீ 16ம் உ காலை ஸ்நானம் செய்துகொண்டு சாப்பிட்டு பூரிபண்டர் ரெயில் ஸ்டேஷனுக்கு வந்து நபர் ஒன்றுக்கு ரூபா 3-1-0 சார்ஜ் கொடுத்து பார்சி ரோட்டுக்கு டிக்கெட்டுகளை வாங்கிக்கொண்டு 8 மணிக்குப் புகைவண்டி ஏறினோம். அந்த வண்டி அன்று மாலை 6 மணிக்கு பூனா ஸ்டேஷனுக்கு வந்தது. அன்று மகாராணியின் ஜுபிலி உற்சவகாலமானபடியால் அந்த ஸ்டேஷனிலும் அடுத்திருக்கும் டேவிட் சகசூன் தர்மவைத்திய

சாலையாதி கட்டடங்களிலும் ஆயிரங்கணக்காக விளக்குகள் வைத்துக் கொண்டாடினார்கள்.

POONA. பூனாவின் பூர்வ ஸ்திதி.

இது மேற்கு இந்தியாவில் புராதனமான இந்து பட்டணம். இதன் ஆதி சரித்திரம் அவ்வளவாகத் தெரியவில்லை. கி.பி.1604ம் ௵ அகமத் நகர் சுல்தானால் மகாராஷ்டிர வீரனாகிய சிவாஜி மகாராஜனுடைய பாட்டன் மல்லாஜி என்பவனுக்கு ஜாகீராக விடப்பட்டது 1637ம் ௵ சிவாஜியின் தந்தையாகிய சாஹாஜி என்பவனுக்குக் காயம் செய்யப்பட்டது. 1663ம் ௵ அரங்கஜீபினால் சிவாஜி பிடிக்கப்பட்டும், இந்தப் பட்டணத்தை சயிஸ்தாகான் என்னும் டில்லி பாதுஷாவின் பிரதிநிதியால் இந்தப் பட்டணமும் பிடுங்கிக்கொள்ளப்பட்டது. பிறகு 1667ம் ௵ அரங்கஜிபு பூனா பட்டணத்தை சிவாஜிக்குக் கொடுத்தாலும் அவன் புத்திரனாகிய சம்பாஜி காலத்தில் பாதுஷாவின் ஏஜண்டாகிய காஜிஹானால் மறுபடியும் பிடித்துக் கொள்ளப்பட்டது. பேஷ்வா என்பவன் மஹாராஷ்டிரரில் மேன்மையோடு பிரகாசித்தபோது சத்தாரா பட்டணத்திலிருந்த ராஜ்ஜிய பீடம் பூனாவில் ஸ்தாபிக்கப்பட்டது 1763ம் ௵ ஐதிராபாத்து நிஜாமலி என்பவன் படையெடுத்துவந்து பட்டணத்திற்கு நெருப்பு வைத்துப் பொசுக்கினான். பிறகு பெஷாவாக்களுடைய பட்டத்துக்காகப் பிரதிநிதிகளாலும் சிந்தியா ஹோல்கார் மகாராஜாக்களாலும் பூனா பட்டணம் பட்ட கஷ்டம் கொஞ்சமல்ல. 1802ம் ௵ பாசினில் நடந்த சமாதானத்தினால் பிரித்தானிய உதவி சேனை இங்கு வைக்கப்பட்டது. பாஜிராவின் காரியத்தை முடித்தபிறகு இது இங்கிலீஷ் சிவில் பட்டணமாக்கப்பட்டு தக்காணில் இது ஒரு பிரதான சேனா பட்டாளம் தங்குமிடமாக்கப்பட்டது. இந்தப் பூனா பட்டணத்தின் பூர்வசரித்திரம் முழுதும் எழுதாவிட்டாலும் இதில் வசித்துவந்த மாலோலி, சாஹோஜி, சிவாஜி, சம்பாஜி, பாலாஜி பிஸ்வந்து, பாஜிராவ், மாதுராவ், நாராயணராவ், இரகோபா மெராபா, நானாபவசி, மாதவராவ், நாராயண, டிரம்பக் ஜிடங்கிலா, கங்காதர சாஸ்திரி முதலான மஹாராஷ்டிர வீரர்களுடையவும் பிரதிநிதிகளுடையவும் சரித்திரங்களை விவரமாக எழுதினால் இது ஒரு பெரிய புராணமாக முடியுமென்று விட்டுவிட்டோம்.

பூனாவின் தற்கால ஸ்திதி.

இது இப்போது பம்பாய் இராஜதானியைச் சேர்ந்த ஒரு பெரிய ஜில்லாவாகியும், வடக்கே அகமத்நகர் ஜில்லாவரையிலும் கிழக்கே அகமத் நகர் சோளப்பூர் ஜில்லாவரையிலும் தெற்கும் தென்மேற்கும் சத்தாரா ஜில்லாவரையிலும் மேற்கே டானா ஜில்லாவரையிலும்

பரவி 5,278 சதுர மைல் விஸ்தீரணமுள்ளது. நாட்டின் கிழக்கு எல்லையில் மேற்குமலை வரிசைத் தொடர்ச்சிகளிருந்தாலும் சுற்றிலும் சிலபல குன்றுகளால் சூழப்பட்டும், மூலமுட்டா, கூர், இயல், நீர் முதலான சிறு நதிகளால் பாயப்பட்டும் நடுநிலைமையான சீத உஷ்ணமும் பூசாரமுமான நாடு. சில்லறைத் தானியங்கள் சாதாரணமாக விளைந்தாலும் உருளைக்கிழங்கு எதேஷ்டமாக விளைந்து பம்பாயிக்குப் போய்ச் செலவாகின்றது. பருத்தி விளைவு சிரேஷ்டமானதல்ல. இந்நாட்டில் குடியிருப்போரில் பெரும்பாலார் மஹாராஷ்டிரர். கொங்கொனி நாட்டிலிருந்து குஜராத்தியர் முதலானவர்களும் கொஞ்சம் பாகத்தில் மகமதியரும் வந்து வசிக்கிறார்கள். இந்தப் பாகத்தில் மகமதியர் உபத்திரவம் அதிகமாகத் தாக்காமையால் பெரும்பான்மையான ஜனங்கள் இந்து மதாசாரப்படி இத்தேசத்தின் வடபாகங்களில் சுத்தியாகவும், சுதந்திரமாகவும் இருக்கிறார்கள். மூட்டா நதியின் சமீபத்தில் கட்டப்பட்ட இந்தப் பட்டணம் அழகான பட்டணம். 1841முதல் 1846 வருஷங்களுக்குள் அநேக புது வீடுகளும் கடைகளும், கட்டடங்களும் கட்டப்பட்டன. நகரில் தானிய வர்த்தகம் செய்ய நக்ஜூரி நலிலா கல்பாலம் கட்டப்பட்டிருக்கிறதன்றியில் இடிந்துபோன மகாராஷ்டிர பாலம் 47,000 ரூபாய் செலவிட்டுக் கட்டப்பட்டிருக்கிறது. பூர்வம் பெஷ்வாவினாற் கட்டப்பட்ட பழைய அரண்மனை மரஸ்தம்பங்களால் கட்டப்பட்டிருக்கிறது. இதில் இப்போது ஆஸ்பத்திரி, ஜெயில், பயித்தியக்காரர் ஆசுபத்திரி இருக்கின்றன. நகரத்துக்கு மேற்கே ஒரு மைல் தூரத்தில் கண்டோன்மெண்டிருக்கிறது. இது வெகுநேர்த்தியான அமைப்பு. கிறிஸ்து கோயில் அவ்வளவாகச் சிறந்த கட்டடமல்ல. இங்கு மகாராஷ்டிர இராஜாக்கள் இருந்தபோது 15,000 ஜனங்கள் இருந்தார்கள். இப்போது சுதேசிகளாக மாத்திரம் 1,00,000 பேர் இருக்கலாமென்று தோன்றுகிறது. 1845ம் ஹூ ஜல சவுக்கியத்தை விருத்தியாக்க ஸ்ரீஜமிஸ் டி.ஜி.ஜீஜிபாய் என்பவர் 1,75,000 ரூபாயும் 1817ம் ஹூ கவர்ன்மெண்டார் 37,755 ரூபாயும் உதவி செய்திருக்கிறார்கள். 1846ம் ஹூ இங்கிலீஷ் பாடசாலை ஸ்தாபிக்கப்பட்டது. 1821ம் ஹூ ஸமஸ்கிருத காலேஜ் ஸ்தாபிக்கப்பட்டது. 1851ம் ஹூ பழைய பெண் பாடசாலை ஸ்தாபிக்கப்பட்டது. பிறகு டெக்கான் காலேஜும் சிவில் இன்சினீரிங்கு காலேஜும் ஸ்தாபிக்கப்பட்டன. தானிய வர்க்கத்தோடுகூட புனா வேஷ்டிகளும், புடவைகளும், பொம்மைகளும், பாதரக்ஷைகளும், பித்தளைப் பாத்திரங்கள் முதலான சாமான்களும் ஏராளமாக வர்த்தகம் செய்யப்பட்டு வந்து இப்போது சீமைச் சாமான்களின் வரவினால் சுதேச வர்த்தகம் குன்றி வருகிறது. பக்கத்திலிருக்கும் பார்வதி பர்வதத்தின் அடிவாரத்தில் ஹிராபாக் என்னும் சிங்காரத் தோட்டமும் பெஷ்வாவின் அரண்மனையும் இருக்கின்றன. இப்போது அதைச்

சிங்காரத் தோட்டத் தரிசனத்துக்கு உபயோகப்படுத்தி வருகிறார்கள். பண்டு என்னும் இடத்திலிருக்கும் சர்க்கார் தோட்டமும், கணேஷ் குண்டத்துக்கருகிலிருக்கும் கவர்ன்மெண்டு அரண்மனையும், கவுன்சில் ஹாலும், அதிலுள்ள படங்களும், எர்வாடா செயில் வரவு செலவு கட்டடம் முதலானவைகளும், சாசூன் ஆசுபத்திரி, தபாலாபீசு, பல கலாசாலைகள், கிரிகி மிலிடெரி டிபார்டுமெண்டு கவர்ன்மெண்டு கட்டடம் முதலானவைகளும் பார்க்கத்தகுந்தவை. கணேஷ் வசுதேவ ஜோஷியர்கள் முயற்சியால் ஸ்தாபிக்கப்பட்ட சங்கீத சபையும், பிரார்த்தனை சமாஜமும் பார்க்கத்தகுந்த சபைகள். மஹாராட்டி என்றாதி ஆங்கிலேய மராட்டிய பத்திரிகைகளும் இருக்கின்றன. பூனா ஜனங்கள் பார்வைக்குப் பலசாலிகளாயும், புத்திமான்களாயும் தோற்றுகிறார்கள். ரெயில்வே ஸ்டேஷனுக்கருகில் அழகிய தருமசாலை இருக்கிறது

இந்தச் சாலையில் சாப்பிட்டு வண்டி ஏறி ஜாமம் 2 மணிக்கு பார்சி ரோட்டிலிறங்கி மூன்று மாட்டு வண்டிகளுக்கு ரூ.3-8-0 கொடுத்து பண்டரிபுரத்துக்குப் புறப்பட்டோம். வழியில் கட்டை வண்டிகளாலும் பனியினாலும் பட்ட கஷ்டங்கள் கொஞ்சமல்ல. பூனா ஸ்டேஷன் பம்பாயிக்கு 119 மைல்கள் தூரத்திலிருக்கிறது. மூன்றாம் வகுப்புக்கு சார்ஜ்ஜு ரூபா 1-4-0.

AHAMEDNAGAR. அஹமத்நகர்.

பம்பாயிக்கு 130 மைல்கள் தூரத்தில் சினா நதிக்கரையில் கட்டப்பட்டிருக்கும் அஹமத் நகரமும் ஓர் சிறந்த பட்டணம். இது கி.பி.1494ம் ஞு அகமது நைஸாம் சாஹிபினால் உண்டாக்கப்பட்டது. இந்நகரைச் சுற்றி கி.பி.1562ம் ஞு மண்சுவர் சாஜிஹானால் கட்டப்பட்டாலும் கி.பி.1759ம் ஞு பெஷ்வா என்பவனால் தாக்கப்பட்டு, கி.பி.1803ம் ஞு ஆங்கிலேயர் வசமாகிவிட்டது. இப்போது இதில் 40,000 குடிகள் வதிந்து வருகிறார்கள். இது மிலிடெரி சிவில் பட்டணமாகி இதற்கு 14 மைல்கள் தூரத்திலிருக்கும் ஹாபிவாலி என்னும் இடம் உஷ்ணகால வாசஸ்தானமாகிவிட்டது. கண்டோன்மெண்டு மூன்று மைல்கள் தூரத்தில் இருக்கின்றது. ரெயில் ஸ்டேஷனுக்கு 5 மைல்கள் தூரமிருக்கிறது. நகார் நபாபுகளால் கட்டப்பட்ட கோட்டை அலங்காரமானதாக இருக்கிறது. அதற்கு ஆறு மைல்கள் தூரத்திலிருக்கும் சலபத்கானுடைய கோரி கம்பீரமாக இருக்கிறது. இப்போது இந்த அகமத்நகர் டிஸ்டிரிக்ட்டு கலெக்டரும் ஜட்ஜியும் தங்கும் ஸ்தானமாக இருப்பதோடு, இதில் ரெவினியு கச்சேரிகளும், பாடசாலைகளும் கோவில்களும் இருக்கின்றன. இது ஜி.ஐ.பி. ரெயில்மார்க்கமாகப் பம்பாயிக்கு 257 மைல்கள் தூரத்திலும், டோண்டு மன்மாடுக்கு 218 மைல்கள் தூரத்திலும்

இருக்கிறது. இவைகளுக்கு முறையே ரூ 2-10-0, 2-5-0 மூன்றாம் வகுப்பு சார்ஜ்ஜு கொடுக்க வேண்டும்.

பிப்ரவரி மீ 17ம் உ மத்தியானம் 14 மைல் தூரத்தில் சேட் கோபால சத்திரமென்னும் இடைவெளியில் காணப்பட்ட ஒரு பழைய கட்டடத்திலிறங்கி சமைத்துச் சாப்பிட்டு வண்டி ஏறினோம். கடைகளில் போதுமான அரிசி, பருப்பு, காய்கறி, தயிர் கிடையா. போகப்போக வழியில் குடிக்கவும் ஜலம் கிடைக்கவில்லை. தங்குவதற்கு மரநிழலும் அகப்படவில்லை அத்துவானக் காடாகவிருந்தபடியால், சுமார் 31 மைல்கள் தூரம் கஷ்டத்துடன் கடந்து மாலை வெளிச்சமில்லாமல் தவித்து பீமா நதியைக் கடந்து, இராத்திரி 11 மணிக்குப் பண்டரிபுரத்தைச் சேர்ந்து நரஹரிராவ் வீட்டுக்குப் போய்க் கொஞ்சமாக இருந்த உணவை உண்டு இருமலோடு வருந்தித் தூங்கி எழுந்தோம்.

பண்டரிபுரத்தின் பூர்வ சரித்திரம்.

இது பம்பாய் இராஜதானியைச் சேர்ந்த சத்தாராவின் வடகிழக்குப் பாகத்திற் சோளப்பூர் ஜில்லாவைச் சார்ந்தது. இது கிருஷ்ணா நதியின் கிளை நதியாகிய பீமா நதியின் கரையின்மேற் கட்டப்பட்ட புண்டலீகர் ஸ்தானம். இங்கு 1851ம் ஹூ கைகோவா மந்திரியாகிய கங்காதர சாஸ்திரி வந்து குடியிருந்துகொண்டும் ஸ்ரீகிருஷ்ண பூஜை செய்துகொண்டும் வந்து, டிரம்பக்ஜி டாங்கிலா என்பவனை இரண்டு மூன்று கொலை பாதகரை விட்டுச் சதி மோசமாக வெட்டிக்கொல்லச் செய்தான். அப்போது இந்த நகரத்தில் 20,000 ஜனங்கள் வசித்து வந்தார்கள். இங்கு ஜூலை, நவம்பர் மாதங்களில் பெரிய சந்தைகள் கூடுகின்றன.

இந்த ஸ்தலம் தொன்றுதொட்டு ஸ்ரீ கிருஷ்ணருடைய க்ஷேத்திரம். இந்த இந்து தேசத்திலிருக்கும் கிருஷ்ண விக்கிரகம் கருத்த வருணமாயிருத்தல் சஹஜம். கிருஷ்ண வருணம் என்றால்- கறுப்பு வர்ணம். இந்தப் பண்டரிபுரத்திலிருக்கும் ஸ்ரீகிருஷ்ணர் மாத்திரம் வெள்ளை வருணமாக இருப்பதனாலும் வெள்ளை வருணத்திற்கு சமஸ்கிருத பாஷையில் “பாண்டு வர்ணம்“ என்று சொல்வதனாலும், ஆகவே வெள்ளை வருணமுடைய ஸ்ரீகிருஷ்ணரிருக்கும் இந்த இடத்திற்குப் பண்டரிபுரம் என்று பெயர் வைத்திருப்பதாகத் தோன்றுகிறது. மேலும் மானவ ஜாதியாருடைய அஞ்ஞானமென்னும் உலக இருளை நீக்க, சுத்த சைதன்னியராக ஸ்ரீகிருஷ்ணர் இங்கு எழுந்தருளியபடியால், இந்த இடத்தைத் தரிசிப்போருடைய அஞ் ஞான இருளை நீக்க ஸ்ரீகிருஷ்ணர் வெள்ளை வருணத்தோடு வந்து தரிசனை கொடுப்பதால் பண்டரிபுரமென்று பெயர் பெற்றதாகச்

சிலர் அபிப்பிராயப்படுகிறார்கள். அன்றியும், புண்டரீகன் என்னும் ஒரு பக்தன் தனது பிதாமாதாக்களைக் காவடியில் கட்டித் தூக்கிக்கொண்டு வந்து ஆற்றங்கரையில் இறக்கிப் பூசை செய்யுங்காலத்தில் ஸ்ரீகிருஷ்ணர் ஓடிவந்து தரிசனை கொடுக்க அவர் ஜலத்தில் நிற்பதைப் பார்க்கச் சகியாமல் ஒரு செங்கல் எடுத்துப்போட்டு அதன்மேல் நிற்கும்படி கேட்டுக்கொண்டவண்ணம் செய்ததாகவும், ஆகவே சமஸ்தானத்தில் செங்கல்லுக்கு இஷ்டிகையென்றும், அது மஹாராஷ்டிர பாஷையில் வீட் என்றும் மருவியதாகவும் அந்த வீட்மீது நின்ற அதாவது செங்கல்லின்மீது ஏறி நின்ற ஸ்ரீகிருஷ்ணருக்கு விடோபா- செங்கல்லின்மேல் ஏறிநின்ற பஜயா என்று பெயர் வழங்கிற்றென்றும், புண்டரீகன் பிரத்தியக்ஷத்தில் கண்டு பிரதிஷ்டை பெற்றமையால் இந்த இடத்திற்கு ஆதியில் புண்டரீகபுரமென்று வழங்கிவந்து பிறகு பண்டரிபுரமென்று பெயர்பெற்றதாகவும் சிலர் சொல்லுகிறார்கள். மேலும் ஞானமற்ற மூடர்களாகிய ஜனங்களுக்குக்கூட பக்தியையுண்டாக்கிப் பாதுகாக்கும்தன்மையால் விடல்- அதாவது வி-ஞானம், ட-இல்லாதவர்களுக்குக்கூட, ல-ஞானபக்தியைக் கொடுப்பதாக, இங்கு ஸ்ரீ கிருஷ்ணர் எழுந்தருளியபடியால் இவருக்கு விட்டலநாதரென்றும் சொல்லுகிறார்கள்.

பண்டரிபுரத்தின் மஹத்துவம்.

இந்த பண்டரிபுரத்தின் மஹத்துவத்தைப் பற்றி வித்யா விஹாரணியில் சொல்லியிருப்பதை இதனடியில் சங்கிரகித்து எழுதுகின்றோம். சில நூற்றாண்டுகளுக்கு முன் மகாராஷ்டிரத்தில் புண்டரீகனென்று ஒருவன் இருந்தான். அவன் பெற்றோர்கள் மிக்க வயது முதிர்ந்தவர்கள். அவர்கள் தங்கள் மகனாகிய புண்டரீகனை மிக்கசெல்வமாக வளர்த்து வந்தாராயினும், புண்டரீகன் அவர்களை ஒரு பொருட்டாக எண்ணவில்லை. என்றாலும் இதைப்பற்றிக் கொஞ்சமும் அவர்கள் சலிப்படையாமல் தருணத்தில் புண்டரீகனுக்கு விவாஹமும் செய்து வைத்தார்கள். புண்டரீகனைப் போலவே அவன் மனைவியும் தன் மாமனார் முதலானவர்களை மதியாமலிருந்தாள். சாதாரணமாக இது உலக வழக்கந்தானே! ஒரு வீட்டில் முதியோர்களும் இளையவர்களுமிருந்தால் இளையவர்கள் முதியோர்களைப் பார்த்துச் சிரிப்பதும் வேறு சேஷ்டை செய்வதும் எப்பொழுதும் காணும் லக்ஷணம்.

இப்படியிருக்க, இவர்கள் தங்கள் முதியோர்களை நாளுக்குநாள் அதிகமாகத் தொந்தரை செய்துகொண்டு வந்தார்கள். எப்பொழுதும் புண்டரீகன் தன் பெற்றோர்களைத் திட்டுவதும், கழுத்தைப் பிடித்துத் தள்ளுவதுமாகவிருந்தான். இவைகள் பெற்றோர்க்குச் செய்யும் பூஜையென்று நினைத்துக்கொண்டிருந்தான்போலும். அவன் தாய்

தந்தையர்களோ இதையெல்லாம் பொறுக்கமுடியாமலிருந்தும் ஏதோ ஒருவாறாகப் பொறுத்துக் கொண்டிருந்தார்கள். என்ன செய்வார்கள் பாபம்! ஒரு இடத்திலிருந்து மற்றோர் இடத்திற்குப் போவதே பலஹீனர்களுக்கு மிகக்கஷ்டம். அதிலும் தங்கள் மகனும் மருமகளும் சேர்ந்து திட்டுவதும் தள்ளுவதும் அவர்கள் பலத்தை அதிகமாய்க் குறைத்துவிட்டது.

இந்த ஸ்திதியில் இவர்கள் இருக்க, ஒருநாள் புண்டரீகன் இவர்களிடம் வந்து, இவர்கள்மேல் அசாத்திய கோபங்கொண்டு, இவர்களைக் கண்டபடி திட்டிக் கடைசியாய்க் கழுத்தைப் பிடித்துத் தள்ளி "எங்கேயாவது போய்ப் பிழைத்துக்கொள்ளுங்கள்" என்று கூறினான். பலஹீனர்களான அந்தவிருத்தர்கள் நாங்கள் இவனிடத்திலிருந்து இவ்விதம் கஷ்டப்படுகிறதைவிட, வெளியே எங்கேயாவது யாத்திரை போய்ப் பிழைக்கலாமென்றெண்ணி ஒரே மனதோடு இருவரும் வீட்டைவிட்டுப் புறப்பட்டு வெளியே மிகக்களிப்புடன் பெருமூச்சு விட்டுக்கொண்டு செல்லலானார்கள். வழியில் ஏதாவது சத்திரத்தைக் கண்டால் இரண்டு நாள் அங்கே தங்குவதும், பிறகு வேறோர் சத்திரத்தைக் காணும்வரையில் பிராயணம் செய்துகொண்டே போவதுமாயிருந்தார்கள். இவர்கள் கதி இங்ஙனமாக, புண்டரீகனும் அவன் பெண்ஜாதியும் பெரியவர்களை வெளியே துரத்திவிட்டு வீட்டில் சந்தோஷமாயும் சுகமாயும் காலம் கழிக்கலானார்கள். ஒருநாள் அவன் பெண்ஜாதி "கிழங்கள் இரண்டும் யாத்திரை மார்க்கமாகப் போயின. நாம் ஏன் போகக் கூடாது?" என்று கேட்க, புண்டரீகன், "அப்படியே செய்யலாம். ஆயினும் அவர்கள் நடந்து சென்றார்கள்? நாம் குதிரைமேற் செல்லலாம்" என்று சொல்லி, இரண்டு குதிரைகளைக் கொண்டு வந்து வாசற்படியண்டை நிறுத்தினான். உடனே பெண்ஜாதியும் வழிப் பிரயாணத்திற்கு வேண்டிய சாமான்களைச் சேகரித்து அவைகளைக் குதிரையின் மேற்போட்டு இருவரும் ஏறிக்கொண்டு சென்றார்கள். சிலநாள் பிரயாணம் செய்து பிறகு இவர்கள் ஓரூரை யடைந்தார்கள். அவ்வூரின் ஓர் வீதியின் வழியாய்ப் போய்க் கொண்டிருக்கும்போது ஒரு சத்திரத்தின் திண்ணையின்மீது தன் பெற்றோர்கள் மிகவும் களைத்து உட்கார்ந்திருப்பதைப் புண்டரீகன் பார்த்தான். பார்த்துத் தன் பெண்ஜாதியைக் கூவி, "இவர்கள் இவ்விடம் தங்கியிருக்கிறார்கள். ஆகையால் நாம் மற்றோர் சத்திரத்தில் தங்குவோம்" என்று சொல்லித் தன் பெற்றோரைப் பார்க்காமலே மற்றோர் சத்திரஞ் சென்று அவ்விடத்தில் தங்கினான். பிறகு சமையலுக்கு வேண்டிய சாமானகளைத் தான் வாங்கிக் கொண்டு வருவதாய்ச் சொல்லிப் புறப்பட்டு வெளியே போனான். அப்படியே போகும் வழியில் அவனுக்கு எதிராக ஓர் நந்தவனம் மிக்க மனோகரமாயிருந்தது. அதைப் பார்க்கவேண்டுமென்று ஆவலுடன் அவன் உள்ளே

நுழைந்தான். அப்பொழுது புண்டரீகனுக்கு ஒரு காக்ஷி தென்பட்டது. அது என்ன காக்ஷி. ஐந்தாறு தேவஸ்திரீகள் தேவலோகத்திலிருந்து பூலோகத்திற்கு வந்து அவ்வதிகாலை நேரத்தில் நந்தவனத்திற்குப் போய்க் கொண்டிருப்பது அவன் கண்ணுக்கு மின்னலைப் போலத் தோன்றி மறைந்துவிட்டது. அப்பொழுது புண்டரீகன் "நீங்கள் யாரம்மா? தேவஸ்திரீகளைப் போலிருக்கிறீர்கள், இருந்தாற்போலிருந்து என் கண்ணுக்குத் தோன்றி மறைந்துவிட்டீர்கள்" என்று கேட்டான்

அப்பொழுது அந்த தேவஸ்திரீகள், "புண்டரீகனே! இந்த நந்தவனத்தில் ஒரு மஹாத்துமா இருக்கிறார். அவர் சதாகாலமும் தன் பெற்றோரைப் பூஜித்துக்கொண்டிருப்பார். அவருக்கு நாங்கள் பணிவிடை செய்யப் போகிறோம். பணிவிடை செய்து எங்கள் பாபத்தைத் தீர்த்துக் கொள்ளலாமென்று நாங்கள் பிரதி தினம் இவ்விடத்திற்கு அதிகாலையில் வருவது வழக்கம். நாங்கள் தேவலோகத்து ஸ்திரீகள்தான். நாங்கள் ஒருவர் கண்களுக்கும் புலப்படமாட்டோம். ஏதோ நீ பூர்வஜன்மத்தில் செய்த புண்ணிய பலத்தினால் உன் கண்ணுக்குப் புலப்பட்டோம். இச் ஜன்மத்தில் உன்னைவிட நீசன் கிடையாது. நீ உன் பெற்றோர்களைத் துரத்திவிட்டவனையன்றோ? பெற்றோர் வார்த்தையைத் தடுக்காமல் அவரைப் பூஜை செய்வதால் பரமசிவனும் அடிமையாக வருவானன்றோ. நாங்கள் இப்பொழுது அவ்விடத்திற்குச் செல்லுகிறோம்? பெற்றோரை உபசாரம்செய்து அவரைப் பூஜித்துக் கொண்டிருக்கிற மஹானுக்குப் பணிவிடை செய்யப் போகிறோம். இதெல்லாம் உணராமல் நீ உன் பெற்றோரைத் திட்டி அவர்களை வீட்டினின்றும் துரத்திவிட்டாய். எப்பொழுது நீ இப்படியெல்லாம் செய்தாயோ அப்பொழுது உன்னைப் பார்க்கவும் கூடாது. உன்னைப் பார்த்தால் அப்பாவம் எங்களைச் சூழ்ந்து கொள்ளும். அதனால்தான் நாங்கள் உன் கண்ணுக்குப் புலப்படாமல் மறைந்து விட்டோம்" என்று சொல்லி நந்தவனத்திலிருக்கும் குடிசைப் புறமாய்ப் போய்விட்டார்கள்

இதைக் கேட்டதும் புண்டரீகன் மனம் சற்று ஊசலாடத் தொடங்கியது. அவன் அவர்கள் சொன்னதை விடாமல் நினைத்துக்கொண்டிருந்தான். கோபம் ஒருபக்கம், வெட்கம் ஒருபக்கம் அவனைச் சூழ்ந்துகொண்டது. ஆகவே அவன் தலையைக் குனிந்துகொண்டு இந் நந்தவனத்தில் இன்னும் என்ன விசேஷங்கள் இருக்கின்றனவென்று பார்ப்பதற்காக உள்ளே சென்றான். அவ்விடத்தில் ஒரு குடிசையில் ஒரு மஹாத்துமா தன் பெற்றோர்களுக்கு பணிவிடை செய்துகொண்டும், அவரைச் சூழ்ந்து அநேக தேவர்களும் தேவஸ்திரீகளும் இன்னும் அநேகரும் அம்மஹாத்துமாவுக்குப் பணிவிடை செய்துகொண்டுமிருப்பதைப் பார்த்து அவன் மனம் பூரித்துவிட்டது. உடனே புண்டரீகன் "பெற்றோரை பேணுதலினால்

உண்டாகும் பயன் இவ்வளவென்று தெரியாமற் போயிற்றே" என்று அழுதான். தன் மனைவியின் பேச்சைக்கேட்டுப் புத்தியில்லாமல் தந்தையை அடித்தேனே என்று தன்முகத்தில் அறைந்து கொள்வான். பெற்றோர்களிடத்திற்குப் போகலாமென்றால் அவர்கள்முன் சென்றால் என்ன சொல்லுவார்களோ என்று பயப்படுவான். என்ன புத்தியில்லாத காரியம் செய்தேன் என்று தலைகுனிந்து வெட்கப்படுவான், இப்படி யோசித்துக்கொண்டே அக்காக்ஷியைப் பின்னும்பின்னும் பார்த்து நின்றான். இது நிற்க. அம்மஹான் இவன் வந்திருக்கிறதை ஊகித்தறிந்து "இவன் மஹாதுஷ்டன், இவனைப் பார்க்கவுமாகாது, இவனுடன் பேசவுமாகாது, இவன் தந்தை தாய்களைப் பூஜை செய்யாமல் அவர்களை வீட்டைவிட்டுத் துரத்தியிருக்கிறான். ஆகையால் இவனை இந்த நந்தவனத்திலிருந்து வெளியே போகச் சொல்லுங்கள்" என்று சொன்னார்.

இதைக் கேட்டதும் தடியாலடிபட்ட சர்ப்பம்போல் புண்டரீகன் ரோஷங்கொண்டு அவ்விடத்தைவிட்டு அதிக வேகமாய்த் தன் பெற்றோர்கள் இறங்கியிருக்கும் சத்திரத்திற்குப்போய் அவர்களை நமஸ்கரித்து "என்னைப் பெற்ற பெரியோர்களே! நான் இத்தனை நாள் தங்களுக்குச் செய்துவந்த கொடுமையைப் பொருத்தருள வேண்டும். நான் புத்தியில்லாமல் செய்த காரியத்தை மன்னித்து என்னை ஆசீர்வதிக்க வேண்டும். எனக்கு இத்தனை நாள் புத்தி மயங்கியிருந்தது. இத்தனை நாள் பெற்றோரைப் பேணுதலினாலுண்டாகும் பலன் தெரியாமற் போய்விட்டது. இப்பொழுது அதைவிட மேலான தருமம் ஒன்றுமில்லையென்று அறிந்து கொண்டேன்" என்று சொல்லித் தன் பெற்றோர் காலில் விழுந்து மன்னிப்புக் கேட்டுக்கொண்டு நின்றான். பெற்றோர்களும் அவனை மன்னித்து ஆசிர்வதித்தார்கள். அவன் குணங்கள் மாறியதைப்பற்றி அவர்கள் மிக்க சந்தோஷத்தையும் அடைந்தார்கள். அன்றுமுதல் அவன் தினம்தோறும் தன் பெற்றோர்களை யமுனையாற்றில் ஸ்நானஞ் செய்வித்து எப்பொழுதும் மற்ற நேரங்களிற் பணிவிடை செய்துகொண்டிருப்பான்.

ஒருநாள் ஸ்ரீ கிருஷ்ண பகவான் இவனுடைய பக்தியைப் பரிசோதிக்கவேண்டி இவன் தன் பெற்றோர்களுக்குப் பணிவிடை செய்துகொண்டிருக்கும்போது வந்தார். புண்டரீகன் ஸ்ரீ கிருஷ்ணனைப் பார்த்தும் தன் மனதில் பெற்றோரையே தனக்கு முதல் தெய்வமாக எண்ணி அவரைக் கொஞ்சநேரம் உட்கார்ந்திருக்கும்படி ஜாடைகாட்டித் தன்னருகிலிருக்கும் ஒரு செங்கல்லை யெடுத்து ஸ்ரீ கிருஷ்ணனிருக்குமிடத்திற் போட்டு, அதன்மேல் அவரை உட்காரும்படி சொல்லித் தன் பெற்றோருக்குப் பணிவிடை செய்துகொண்டிருந்தான். ஸ்ரீ கிருஷ்ணன் இவனுடைய பக்தியை மெச்சி இவனுக்குக் காக்ஷி தந்தருளினார். இத்துடன் கதை முடிகிறது.

பண்டரிபுரமென்னும் க்ஷேத்திரத்தில் ஸ்ரீ கிருஷ்ணபகவான் புண்டரீகன் எறிந்த செங்கல்லின்மேல் நின்றுகொண்டிருப்பதைக் காணலாம். அவர் சிறிய உருவத்தோடும் சிரித்த முகத்தோடும் தன் இரண்டு கைகளையும் தொடையின்மேல் வைத்துக்கொண்டு நிற்கிறார். இக்கோவிலுக்கருகில் புண்டரீகன் தன் பெற்றோருக்குப் பணிவிடை செய்துகொண்டிருப்பதையும் காணலாம்.

இப்படி இந்தப் பட்டணத்துக்குப் பண்டரிபுரம் என்பதற்குப் பலர் பலவிதமாக அபிப்பிராயப்பட்டாலும் இவ்விடத்தில் பீமாநதிக் கரையின் மீதிருக்கும் பண்டரிநாதர் க்ஷேத்திரம் 350 அடிகள் நீளமும் 170 அடிகள் அகலமுமுள்ளதாகவும், உள்ளிருக்கும் ஸ்ரீபாண்டுரங்க விட்டலர் விக்கிரகம் சுமார் 12 வயது குழந்தையைப்போலும் வெள்ளை வர்ண விக்கிரமாகவுமிருக்கிறது. இதைப் பூசை செய்யப் பல பண்டாக்களென்னும் பூசாரிகளிருந்தாலும் யாவரும் யாதொரு ஜாதிபேதம், மதபேதமில்லாமலுள்ளே போய்த் தொட்டுக்கட்டித் தாவிக் கும்பிடலாம். இதற்கு அரையணா செலவு. மேலும் பக்தர்கள் தங்கள்தங்கள் வீடுகளில் சமைக்கும் பதார்த்தங்களைக் கொண்டுவந்து காட்டி விட்டல! விட்டல! பாண்டுரங்க விட்டல! என்று பாடிக்கொண்டும், கரதாளம் போட்டுக்கொண்டும், ஆடியானந்திக்கிறார்கள். அக்கம்பக்கங்களில் அம்மன் கோயிலும் சில்லறை விக்கிரகங்களும் வைக்கப்பட்டிருக்கின்றன. மேற்குப் பாகத்திலிலிருக்கும் பெரிய தாழ்வாரத்தில் சதா ஹரி பஜனை செய்து கொண்டிருக்கின்றனர். முதல் பிரகாரத்தின் படியில் பிராணதேவர் முதலான தேவர்களுடைய சிரசுகளைப் பித்தளையால் செய்து வைத்துக்கொண்டு காலணா காணிக்கை வாங்குகிறார்கள். இது மேற்குத் தேசத்தில் மகாபக்தி ஸ்தலமானபடியால் ஜயதேவர், துளசி தாசர், இராமதாசர், நாமதேவர், பிராண தேவர், நிவர்த்தி தேவர், ஞானதேவர், சோபானு தேவர், முக்தாபாய், நரகநாதர், கூர்மதாச், ராக்கா தேவர் கோராகும்பர், பரிசாபாகவதர், சகமித்திரர் சோகாபரமானந்தர், சக்குபாய், தாமாஜி பக்தர், நரஹரிபக்தர், சனிபாய், மச்சேந்திரநாதர், சாரங்கதேவர், சோகாமேளர், பதுமநாபர், பீபாஜிராஜர், நரசிம்மமேதா, ஏகநாத சுவாமி, துக்காராம் சுவாமிகள் முதலான மகாத்துமாக்கள் வந்து தரிசித்து மேன்மை யடைந்ததன்றியில் அநேக பக்திமான்கள் இங்கு முக்தியும் சமாதியும் அடைந்திருக்கிறார்கள். இந்த ஊர் கருங்கற்களால் கட்டப்பட்ட அநேக வீடுகளையும், மண்டபங்களையும் உடையதாய்ப் புராதனப் பட்டணமாக இருக்கிறது. சகல பதார்த்தங்களும் விலைக்குக் கிடைக்கின்றன. சுரைக்காய்க் குடுக்கைகளால் தம்பூர், சித்தாரி முதலானவைகளைச் செய்து சரசமான விலைக்கு விற்கிறார்கள். தம்பூர் செய்து விற்று ஜீவனம் செய்யும் ஜனங்களே ஒரு வீதிக்காரர். இவ்விடத்திய சுரைக்காய்கள் அதிக பருமனுடையதாக இருக்கின்றன.

இது ஓர் பக்தஸ்தலமென்று தாராளமாகச் சொல்லலாம். ஆயினும் இதையடுத்த நாடுகளில் வித்வாவிஹாம் இல்லாமையால் அநேக பாலிய விதவைகள் அக்கிரம புணர்ச்சியினால் கர்ப்பவதிகளாகி, இந்தப் பரிசுத்த ஸ்தலத்திற்கு யாத்திரைபோவதாக வந்து பிள்ளைகளைப் பெற்று எறிந்துவிடுவது வழக்கமாம். இப்படிப் பரிதாபமான பாலிய விதந்துகளையும், அவர்கள் பெற்ற பிள்ளைகளையும் பாதுகாக்கப் பம்பாய்ப் பிரார்த்தனை சமாஜத்தார் பொருளுதவி செய்து வருகிறார்கள்.

இந்தப் பண்டரிபுரம் பம்பாயிலிருந்து பார்ஸி ரோட்டு வழியாக 264 மைல்கள் தூரத்தில் மூன்றாம் வகுப்புக்கு ரூபா 2-14-0 சார்ஜ்ஜில் இருக்கிறது.

பண்டரிபுரத்தின் பீமா நதிக்கரையில் செய்த பிரார்த்தனை.

ஓ! பரமதயாளுவே! உலகத்தார் இலக்கிய இலக்கண தத்துவசாஸ்திரங்களை அறிந்தவர்கள் மாத்திரம் நின்னை அறிந்து ஆனந்தமடையக் கூடுமென்று சொல்லுகிறார்கள். இது கேவலம் உலக நியாயம். இலக்கண இலக்கிய தத்துவசாஸ்திரங்களை அறிந்து தலைகளை அடித்துக்கொள்வதைப் பார்க்கிலும், நின்னையே நம்பி நினது பக்தியில் மூழ்கிப் பேரானந்தம் பெற்றவர்கள் பலர். அப்படிப்பட்ட பக்தசிகாமணிகளாகிய துக்காராம், நாமதேவர், பிராணதேவர், துளசிதாஸர் முதலானவர்கள் ஒரு காலத்தில் இந்த பீமாநதிக்கரையில் நின்னிடத்தில் பூரண பக்திபராளாய் நின்று குன்றாவளம் பொருந்திய பரிபூரண பக்திரசமென்னும் பெருவெள்ளத்தில் மூழ்கி, ஆசைதீர உண்டு, அங்கம் பரவசமாகி, ஆனந்தக் கூத்தாடி ஏனையோரும் அவ்வித சுகாநந்தத்தை அடையும்படி அழைத்தார்களன்றோ! அவர்களது அன்பான அழைப்பை அசட்டைசெய்து அலைந்து இன்று வந்தேம். அடியேம்மீது அருள்மழை பெய்து, அகங்காரத்தைக் கழுவி, நினது பக்திரசமென்னும் இனிய பானகமுண்டு ஆனந்தமடையச் செய்வாய் சுவாமி. ஓம் தத் சத்.

பிப்ரவரி மீ 18ம் உ காலையெழுந்து தேநீர் சாப்பிட்டுக் கண்ணில் விழுந்த மண்ணால் உபத்திரவப்பட்டு, அரையணாவுக்கு ஒரு சிறுகரண்டி விள்க்கெண்ணையை வாங்கிப் பாலில் கலந்து போடப்பட்டது. பிறகு பீமாநதியில் ஸ்நானம் செய்து பண்டிரிநாதரைப் பார்த்தும், நகரத்தைச் சுற்றிப் பார்த்தும், ஒரு தம்பூரையும், ஏகதாரையும்

வாங்கிக் கொண்டு வந்தோம். இராத்திரி மூட்டுப் பூச்சிகளாலும் எறும்புகளாலும் வருந்தித் தூங்காமல் தவித்தோம்.

பிப்ரவரி மீ 20ம் உ காலை எழுந்து நாங்கள் தங்கியிருந்த வீட்டுக்கார நரஹரிக்கு இரண்டு ரூபாய் கொடுத்துவிட்டு, பண்டரிபுரத்துக்கு 25 மைல் தூரத்திலிருக்கும் (Mohad) மோஹட் ரெயில்வே ஸ்டேஷனுக்குப் புறப்பட்டோம். ரோட்டில் தங்க மரநிழலும் கிடையாத மைதானம். இடைக்கிடை சில சிறு கிராமங்களிலிருந்தும் அங்குள்ளவர்கள் யாவரும் நிலக்கடலையை வாங்கிப் போசனமாகச் சாப்பிடுகிறார்கள். குடிப்பதற்கு நல்ல ஜலமும் கிடைப்பதருமை. இவ்வித கஷ்டங்களைச் சகித்துக்கொண்டு இராத்திரி 11 மணிக்கு ஸ்டேஷனுக்குப் போயும் புகைவண்டி தப்பிவிட்டபடியால் அன்றிரவெல்லாம் சாப்பாடில்லாமல் பனியால் வருந்தினோம்.

பிப்ரவரி மீ 21ம் உ காலை எழுந்து அருகிலிருந்த பாழுஞ் சத்திரத்திற் போய்த் தேநீர் பருகிப் பின்னர் சமைத்துச் சாப்பிட்டு, சாயந்திரம் ஐந்து மணிக்கு ஆள் ஒன்றுக்கு ரூபா 1-10-0 கொடுத்து டிக்கெட்டுகளைப் பெற்றுக்கொண்டு சுமார் 12 மணிக்குச் சோளப்பூருக்கு வந்தோம்.

SHOLAPUR. சோளப்பூர்.

இந்தப் பண்டரிபுரத்துக்கு டிஸ்டிரிக்ட்டு பட்டணமாகிய சோளப்பூர் ஓர் வர்த்தக வளமுள்ள பட்டணம். இங்கு ஜனவரி மாதத்தில் சித்தீசுவரர் குளக்கரையில் நடக்கும் மகாசங்கிராந்தி உற்சவம் ஒரு மாதகாலம் வரையில் நடப்பதால், அப்போது பலவகைத் தானியங்கள், துணிகள், பித்தளை, செம்பு, கண்ணாடி சாமான்கள் ஏராளமாக விற்பனையாகின்றன. இங்கு சுமார் 400 வருடங்களுக்குமுன் பீஜாப்பூர் இராஜர்களால் கட்டப்பட்ட கோட்டை ஸ்டேஷனுக்கு அருகிலிருக்கிறது. இங்கே நூல் நூற்று செய்யும் இயந்திரசாலைகள் அநேகம் இருக்கின்றன. நகரத்துக்கு மூன்று மைல் தூரத்திலிருக்கும் எக்ருக்கு அல்லது ஹிப்ராஜி குளமானது ஏழு மைல்கள் சுற்றளவுள்ளது. நல்ல ரோட்டுகளும் தருமசாலைகளும் இருக்கின்றன. இந்தச் சோளப்பூர் ஜீ.ஐ.பி. ரெயில் மார்க்கமாகப் பம்பாயிக்கு 283 மைல்கள் தூரத்திலிருக்கின்றது. அதற்கு ரூபா 4-7-0 சாதாரண வண்டியில் ரூபா 2-15-0 சார்ஜ் கொடுக்க வேண்டும்.

HYDERABAD. ஐதிராபாக்கம்.

மத்திய மாகாணங்குக்கு வடகிழக்குப் பாகத்தில் கிருஷ்ணா நதியின் ஒரு கிளையாகிய முசி நதியின் கரையிலிருக்கும் ஐதிராபாக்கம் மகம்மதியருடைய ஒரு விசேஷ சமஸ்தானம். அந்த முசி நதி 400 முதல் 500 அடிகள் அகலமானபடியால், அதைக் கடக்க மூன்று

பாலங்கள் கட்டப்பட்டிருக்கின்றன. கடல் மட்டத்துக்கு 1,700 அடிகள் உயரத்திலிருக்கும் ஐதிராபாக்கம் சுகவாசமானது. இது கி.பி.1589ம் ஷு குதப்சாமகம்மது கட்லி என்பவர் கோல்குண்டாவில் ஜலசவுக்கிய மில்லாமையால் இதைக் கட்டினார். நகரம் 6 மைல்கள் சுற்றளவுள்ளதாயும், அதைச் சுற்றிலும் கருங்கல் சுவர்களுள்ளதாயும், சட்டர்காட்டு, டில்லி அப்தரில், சம்பா, சார்மஹால், புராணபூல், தாதனி, அலியாபாத் சாக்பூர், காஜிபாண்டு, மியர்ஜும்லா, யாகத்பூர், தாந்துபூர் முதலான கேட்டுகளை உடையதாயும் நல்ல ரோட்டுகளும், நல்ல பெரிய கட்டடங்களும், கடைகளும், உத்தியான வனங்களும், ஜல ஊற்றுக் குழாய்களும், சவுக்குகளும், சகலவிதமான ஜாதியார்களும் குடியிருப்பதாயும் இருக்கிறது. நாலாபக்கங்களிலிருக்கும் சிறு மலைகளுடையவும் குன்றுகளுடையவும் காக்ஷிகள் கம்பீரமானவை. பிரிட்டிஷ் தானபதியின் கட்டடம் நகரத்துக்கு ஒன்றரை மைல் தூரத்தில் சத்திரகாட்டில் கட்டப்பட்டிருக்கிறது. நகரத்துக்கு ஐந்து அல்லது ஆறு மைல்கள் தூரத்தில் சிகிந்திராபாக்கம் பட்டணம் அழகாக இருக்கிறது.

SECUNDERABAD. சிகந்திராபாக்கம்.

இது ஐதிராபாக்கத்துக்குக் கண்டோன்மெண்ட்டு ஸ்டேஷன். இங்கு 75,000 குடிகள் இருக்கிறார்கள். இத நைஜாம் சிகந்தர்ஜாப் கட்டியது. இதற்குத் தெற்கே 13 மைல்கள் சுற்றளவுள்ள ஹரிசேன் சாகரம் என்னும் செயற்கைக் குளம் ஒன்று இருக்கிறது. இங்கு 7 முதல் 8 ஆயிரம் சிப்பாய்கள் கவாத்து செய்யும்படியான இடமிருக்கிறது. அதற்கு வடக்குப் பாகத்தில் பொதுக் கட்டடங்கள் இருக்கின்றன. அவைகளில் நாடக சாலைகளும், புத்தக சாலைகளும் சிரேஷ்டமானவை. அதற்குச் சமீபத்தில் அநேக சமாதிகள் இருக்கின்றன இப்போது இங்கே பார்க்கத்தக்கவை: கோர்ட்டுகள், செண்ட்டு ஜான் கோயில், அனாதர்சாலை விக்டோரியா தியேட்டர், புத்தகசாலை, வாசகசாலை, வாலண்டியர் பட்டாளம் கிளப்பு, மெசோனிக்கு லாட்ஜரி, முசாபுரி பங்களாக்கள் இவைகளேயாம். இந்த சிகந்திராபாக்கமும் ஐதிராபாக்கம் பம்பாயிக்கு 491 மைல்கள் தூரத்திலும் சென்னைக்கு 532 மைல்கள் தூரத்திலும் இருக்கின்றன. இவைகட்கு முறையே இரண்டாவது வகுப்பு ரெயில் சார்ஜ் ரூபா 86-45-12 ஆகிறது

இப்போது ஐதிராபாக்கத்திலும் சிகந்திராபாக்கத்திலும் அடிக்கடி வெள்ளச் சேதங்களுண்டாகாமல் தடுப்பதற்காகவும் மேற்கண்ட இரண்டு பட்டணங்களிலும் போதிய ஜலவசதி உண்டுபண்ணுவதற்காகவும் "முஸிளி" என்கிற பெரிய ஆற்றின் குறுக்கே ஒரு அணைக்கட்டு கட்டுவதற்காக 1913 மார்ச்சு மீ 22ம் உ நிஜாம் அரசர் தமது

கையால் அஸ்திவாரக்கல் நாட்டினார். இந்த அணையைக் கட்ட 40 லக்ஷம் ரூபாய் பிடிக்கும். இது கட்டி முடிய 4 ஷூ ஆகுமாம்.

பிப்ரவரி மீ 22ம் உ காலை 6 மணிக்குக் கிருஷ்ணா ஸ்டேஷனிலிறங்கி, நதியில் ஸ்நானம்செய்து, எமது பழைய சிநேகிதர்களைக் கண்டு பேசிப் பழைய சாதத்தைப் புசித்தேம்.

கிருஷ்ணா நதி.

கிருஷ்ணா நதியானது தக்ஷணத்தைச் சார்ந்த மஹா பிலீஷ்வரம் மலையாகிய மேற்குமலைத் தொடர்ச்சியில் 4500 அடி உயரத்திலிருந்து உற்பத்தியாகிக் கடைசியில் வங்காளக் குடாக்கடலில் விழுகின்றது. இதன் முழுநீளம் 800 மைல்களாம். இது முதலில் தென்கிழக்குத் திசையில் 150 மைல் தூரத்தில் சதானா என்னும் பட்டணத்தின் வழியாகப் பாய்ந்து இந்தத் தென் மஹாராஷ்ட்ரா தேசத்திலிருந்து பிரித்துக்கொண்டு வருணா என்னும் உபநதியோடு சேர்ந்தும், பெல்காம் வழியாகப்பாய்ந்தும், பிறகு காட்பூறா என்னும் உபநதியைப் பெற்றும் சோலாப்பூரையும் பெல்காமையும் தெரிவித்துக் கொண்டும் சிற்சில உபநதிகளைப்பெற்று நைஸாம் சமஸ்தானத்திற்கு அருகில் ஓடியும் பிறகு துங்கபுத்ரா சென்ட்டபிலிடிண்டி, பேஜவாட, ஹல்லி, மூசி, பாவாமுளியார் முதலான உபநதிகளைப் பெற்றும், பிறகு நைஸாம் சமஸ்தானத்திற்கும் கர்நூல் குண்டூருக்கும் எல்லையாகியும் போபர்லண்டகாவுக்கருகில் இரண்டு பிரிவாகப் பிரிந்து ஒன்று 25 மைல் தூரம் ஓடியும், மற்றொன்று 30 மைல் தூரம் ஓடியும் வங்காளக் கடலில் பாய்கின்றது. வருஷத்தில் இதில் இரண்டு பெரிய வெள்ளங்கள் உண்டாகின்றன. இது கப்பல் யாத்திரைக்கு வசதியானதன்று. இதன் ஜலத்தால் மசூலிப்பட்டணம், குண்டூர் ஜில்லாக்களில் அதிக வேளாண்மை செய்து வரப்படுகின்றது. இதைத் தெலுங்கு நாட்டார் பரிசுத்தமான கங்கை நதியைப் போல் பாவித்து ஸ்நான, சந்தியா கர்மங்களைச் செய்து கொண்டாடி வருகிறார்கள். உண்மையில் இதன் ஜலம் துல்லியமாகவும் மனோகரமாகவும் இருக்கிறது.

இந்த நதியானது தொன்றுதொட்டுப் பாரத, பாகவத இதிகாச புராணங்களில் மகாபுண்ணிய தீர்த்தஸ்தலமென்று சொல்லப்பட்டிருப்பதனால் இந்தக் கிருஷ்ணையுடன் அதன் கிளை நதியாகிய பீமா நதியும் வந்து கூடும் இடமாகிய கூடுதலை விதானத்தில் இந்தப் பரதகண்டத்தின் பல பாகங்களிலிருக்கும் அநேக தீர்த்த யாத்திரைக்காரர்கள் வந்துகொண்டிருக்கிறார்கள். அவர்களுக்கு ஸ்நானம் முதலானவைகளைச் செய்வித்து, சங்கல்பங்களைச் செய்விக்க அநேக ஏழைப் பிராமணர்கள்

அந்தத் தீர்த்தில் குடியிருப்பதன்றியில், பரம பாகவதர்களான சில பிராமண பாகவதர்கள் தாளம் முதலான கருவிகளைக்கொண்டு சதா ஹரி பஜனை செய்துகொண்டேயிருக்கிறார்கள். தீர்த்த வாசிகள் ஏழைகளாகவிருந்தால் அவர்களே தமது இஷ்டப்படி ஸ்நானம்செய்து அந்தத் தீர்த்தத்திற்குச் சமீபத்தில் ஒரு தருமவானால் கட்டியிருக்கப்பட்ட ஸ்ரீகிருஷ்ணர் கோயிலிற்போய் வணங்கிவிட்டுப் போகிறார்கள். ஆனால் கொஞ்சம் சம்பத்துள்ள தீர்த்த யாத்திரைக்காரர்கள் வந்தால், அவ்விடத்திலிருக்கும் மாசு நீப்போர் சர்வாங்க க்ஷவரம் செய்விக்கச் சில புரோகிதர்கள் வந்து மந்திர சுலோகங்களைச் சொல்லி ஸ்நான சங்கல்பங்களைச் செய்விக்கிறார்கள். அதற்கு யாதாவது சொற்ப தொகையைக் கொடுத்தால் திருப்திகரமாகப் பெற்றுக்கொள்கிறார்கள்.

இந்த நதியானது காவேரி நதியைப் பார்க்கிலும் இரண்டொரு மடங்கு பெரிது. இந்த நதியையும் அதையடுத்த அக்கம்பக்கத்துக் காக்ஷியையும் பார்க்கப் பார்க்க ஆனந்தத்தைக் கொடுக்கிறது. இதன்மேல் கட்டியிருக்கும் புகைவண்டிப்பாலம் ஆச்சரியகரமான அமைப்பு. இந்த நதியை நம்மவர் யாவரும் தரிசிக்க வேண்டும். இந்த நதிதீரத்தில் நாம் செய்த பிரார்த்தனை இது.

கிருஷ்ணா நதி தீரத்தில் செய்த பிரார்த்தனை.

கம்பீரம் பொருந்திய ஓ, கிருஷ்ணா நதியே! இன்று நின்னைக் காண்பதற்கு வந்தேம். உன்னைக் காணவேண்டுமென்று எத்தனையோ வருஷங்களாக ஆவலோடு காத்துக்கொண்டிருந்தேம். இன்றுதான் உன்னை எமது ஆசைதீரக் கண்டு பாக்கியவானானேம். நீ பலவிதத்திலும் புகழத்தக்க பிரமாண்டமாகிய ஜீவநதி. உனது பெயரைச் சொல்லி எத்தனையோ கோடி ஜீவ ஜெந்துக்கள் நினது ஜலபானத்தால் ஜீவிக்கின்றன. எத்தனையோ கோடி கந்த மூலாதிகள் நினது ஜலத்தால் களைப்புத் தீரக் குடித்துத் தழைத்துத் தாண்டவமாடுகின்றன. நினது அற்புதக் காக்ஷியை என்னென்று சொல்லுவேம்! நீ இந்தப் பிரபஞ்சத்தில் ஜனித்துப் பல்லாயிரம் நூற்றாண்டுகளாகியும் இன்னமும் விருத்தாப்பிய தசையை அடையாமல் வாலிப தசையிலேயே இருக்கின்றாய். நினது பெருமையைப் பார்ப்பதற்குப் பல்லாயிரம் ஜனங்கள் வந்துகொண்டேயிருக்கிறார்கள். ஆம், பல்லாயிரம் ஜனங்கள் வந்து நின்னை ஓர் தெய்வமாக வணங்கித் தம் பிதா மாதாக்களுக்கு நின்னைப் போன்ற நித்திய ஜீவனைக் கொடுக்கவேண்டுகிறார்கள். இப்படி நீ பெருமையடைவதற்குக் காரணம் யாதென்று தீரத்

தெளியப்பார்ப்பதற்கு அந்தக் காரணம், கரதலாமலகம் போலக் காணப்பட்டது. அதாவது, நீ சதா ஜோ! ஜோ! என்று பாடிக்கொண்டு இருப்பதேயல்லவா? இந்த ஜோ! ஜோ! என்னும் சப்தம் ஜகத்தாருக்குக் கேவலம் ஜலசப்தமாக இருக்கிறதாகத் தோன்றுகிறது. ஆனால் தத்துவார்த்தமாகக் காண்போருக்கு உண்மை வெளியாகின்றது. அதாவது ஜோ! ஜோ! என்னும் சப்தத்தில் ஜய கோவிந்தம்! ஜய கோவிந்தம்! ஜய சச்சிதானந்தம்! என்னும் பொருளே பூரணமாகப் பிரகாசிக்கின்றது. இப்படிப் பரம்பதநாதனை நீ சதா ஸ்துதி செய்து சகலருக்கும் போதிப்பதனால்தான் இவ்வளவு மேன்மையும் இவ்வளவு மகிமையும் பெற்றாய்! ஆம், நீ ஜீவநதியாக ஜவலிக்கின்றாய். ஆகவே நின்னைச் சிலர் தெய்வமாகக் கொண்டாடுகிறார்கள். யாம் உன்னை ஓர் தெய்வமாகக் கொண்டாடாவிட்டாலும் உன்னைப் பரமபாகவதனாகவும், சிறந்த ஆசாரியனாகவும் கொண்டாடி எமது தேகசுத்தியையும் மனோசுத்தியையுஞ் செய்விக்கவேண்டுமென்று மன்றாடுகிறோம். அதாவது நினது பரிசுத்தமான ஜலத்தினால் எமது தேகத்திலிருக்கும் அழுக்குகள் நீங்கிச் சுத்தி செய்விக்க வேண்டுவதன்றியில், ஜயகோவிந்தம் ஜய சச்சிதானந்த ஹரி என்று சதா பாடிப் போதிக்கும் பரமார்த்திக கானத்தினால் எமது மனதை மருட்டும் பொய், கொலை, காமக்குரோத லோபாதிகளை நீக்க வேண்டுகிறேம். இப்படி எமது தேக அழுக்குகளையும், மனோ விகாரங்களையும் நீக்கி நின்னோடு கூடி நமது பரம்பிதாவாகிய சர்வலோக சரண்யனைத் துதிக்கத் துணைபுரிவாய்! ஜோ! ஜோ! என்று நீ பாடும் பாட்டுகளைக் கேட்டு நீனதருகிலிருக்கும் விருக்ஷங்களின் இளந்துளிர்களும் இலைகளும், காற்றில் நடித்து நினது இசைக்கொக்க ஈசனைப்பாடுகின்றன. இந்த மனோகரமான விருக்ஷங்களில் வந்திருக்கும் பற்பலவிதமான பக்ஷிகளும் நினது பாட்டுகளுக்கொக்க களிப்புடன் கீதங்களைப் பாடுகின்றன. நின்னைத் தரிசிக்கும் புஷ்பங்களிலிருக்கும் மதுவை வண்டுகள் உண்டு மயங்கிப் பாடுகின்றன. நீயோ எமது பார்வைக்கு ஓர் பெரிய சமுத்திரம்போலப் பிரகாசிக்கின்றாய். பிரபாகரன் பூரண தேஜசுடன் நின்மீது பிரகாசித்து மரியாதை செய்கிறான். நினது இடையில் ஓர் சிறு குழந்தையைப் போலுட்கார்ந்து கொண்டிருக்கின்றனம். எம்மைச் சுற்றிலும் பரம பாகவதர்களான பிராமண சாதுக்கள் கரதள கஞ்சதாளங்களுடன் ஹரிபஜனை செய்து ஆனந்தமூட்டுகிறார்கள். இனி யாம் காலம் கழிப்பது காரிய நஷ்டம். ஆகையால், இதோ நின்னிடம் யாம் முழுகுகின்றேம். ஹே கிருஷ்ணா! ஹரி ஹே, கங்கா ஹரி! ஹே யமுனா! ஹரி ஓ! சுந்தர தீர்த்தமே! நினது சுத்தமும் ஜிலுஜிலுப்பும் என்னென்று சொல்லுவேம். எமது தேக அசுத்தங்கள் நீங்கிற்று. உன்னிடத்தில் மூழ்கி உலக ஆசாபாசங்களை விட்டொழித்து உள்ளம் சுத்தியாகி உள்ளமறிய உத்தனைத் தரிசிக்கின்றேம். ஆம், உத்தமன்

இதோ எதிர் நிற்கிறான். யாம் உன்னிலும் நீ எம்மிலும் கலந்து நம்மிருவருக்கும் கர்த்தனாகிய புருஷோத்தமனை ஒருமனப்பட்டுத் துதிக்கும் கர்த்தனாகிய புருஷோத்தமனை ஒருமனப்பட்டுத் துதிக்கும் இந்தத் தினமே சுகதினம். இப்படிப்பட்ட தினம் என்று வருமோ என்று பல வருஷங்கள் எதிர்பார்த்திருந்ததற்கு இன்று பாக்கியனானேம். ஹா என்ன சுகம்! ஹா என்ன ஆனந்தம். ஆம், இதைவிட வேறு சுகம் வேண்டாம். இதுவே பிருந்தாவன சுகம். இதுவே பரலோக சுகம். ஹே, ஜீவநதியாகிய திவ்விய நதியே! இன்று உனது இடையில் பரிசுத்தமாகிய பரம்பிதாவை தரிசித்து ஆனந்திக்க வந்த எமக்கு இன்னமும் ஓர் ஆசை ஜனிக்கிறது. அதாவது எம்மை அருமையாகப் பெற்றெடுத்து வளர்த்து இப்போது நின்னிடத்தில் வந்து ஆனந்திக்கும்படி செய்த எமது பிரத்தியக்ஷ தேவர்களாகிய எமது தாய்தந்தைகள் பரலோகத்திற்கு எழுந்தருளிப் பலவருஷங்களான படியால் அந்தப் பிதுர் தேவதைகளுடைய நினைப்பு இப்போது வந்திருக்கிறது. ஆகவே அந்த உத்தம பிதுர் தேவதைகளுக்கு எமது நன்றியறிந்த வந்தன சிரத்தையை ஜீவநதியாகிய நினக்கெதிரில் காட்டுகின்றனம். நீ பரிசுத்தமான ஜீவநதியாகையால் அவர்களும் ஜீவிக்கும்படி நினது கீதகோவிந்தமாகிய ஸ்தோத்திரங்களால் சர்வ ஸ்வாமியை நோக்கி சிபார்சுசெய்து சுகாநந்தமுய்யச் செய்வாய்! அவர்கள் சர்வஸ்வாமியினிடம் சுகாநந்தமடைந்தால் அவர்கள் சந்ததியாகிய எமது குடும்பம் விருத்தியாகும். எமது குடும்பம் விருத்தியானால் எமது சந்ததி யார் உனது பேருபகாரத்தை மறக்காமல் நினது மகிமையை உலகமெல்லாம் அறிவித்து நின்னை யனைவரும் விரும்பி வர நின்னால் தேகசுத்தியும் மனோ சுத்தியும்பெற்றுப் பரிசுத்தவர்களாகிப் பரமபிதாவை வணங்கி, அவரது பரமராஜ்ஜியத்தைப் பிரபஞ்சம் யாவும் ஸ்தாபித்துச் சுகாநந்தமுறச் செய்யலாம். ஓம் தத் சத்.

இந்த கிருஷ்ணா நதிக்கு 16 மைல் தூரத்தில் ரெய்ச்சூர் இருக்கிறது. இங்கு வந்திறங்கிச் சமைத்துச் சாப்பிட்டுச் சேலத்திலிருந்து வந்த மணியார்டரைப் பெற்றோம். இந்த ரெய்ச்சூரின் விவரத்தை முன்னமே சொல்லியிருக்கிறோம். இதைத் தாண்டிவந்தால் துங்கபத்திரா நதி இருக்கிறது.

இங்கும் ரெயில்வே ஸ்டேஷனிருக்கிறது. இந்த ஸ்டேஷனுக்கும், ஸ்நானபானம் செய்யும் கட்டத்துக்கும் அரைமைல் தூரமிருக்கிறது. அங்கு சிறு பார்பனச்சேரியும் தருமசாலையும் இருக்கின்றன. இந்த நதியில் ஸ்நானத்திற்கு மாத்திரம் இறங்கலாமே யொழிய போஜன முதலானவைகளுக்கு அரிசி முதலானவைகளைக் கூடக் கொண்டு போகவேண்டும். வழி முழுதும் கருங்கல் குத்து ஜல்லிகளானபடியால்

கஷ்டத்துடன் நடந்து போகவேண்டும். வண்டியும் வாகனமும் கிடையா. இந்த நதியை விக்கிரமாதித்தன் முதலானவர்கள் வந்து மகிமைப்படுத்தியதாகத் தெரியவருகிறது.

TUNGABUDRA. துங்கபத்திரை.

இந்தத் துங்கபத்திரா நதிகளானவை மைசூர் மலைநாடுகளில் உற்பத்தியாகி இரண்டும் கூடித் தென்பாகமாக 42 மைல்கள் ஓடி, பிறகு வடகிழக்காக 15 மைல்கள் ஓடி, பிறகு 45 மைல்கள் சேர்ந்து, பிறகு வடகிழக்காக 220 மைல்கள் ஓடி, கிருஷ்ணா நதியில் சேருகின்றன. இதன் முழு நீளம் 325 மைல்களாகினும் அதில் சிறந்த பத்றாநதி 95 மைல்கள் அதிகமாய்ப் பாய்ந்தோடுவதனால் இதன் முழு நீளம் 420 மைல்கள் உள்ளதாம். இதன் கரையோரங்களில் முதல்தரமான தேக்கு முதலான மரங்கள் விளைந்தாலும் நதியின் பெரும்பாகம் பாறைக் கற்களாலும் செங்குத்தான கற்களாலும் நிறைந்திருப்பதால் இந்நதியின் மூலமாகக் கிருஷ்ணா நதிவரைக்கும் மரங்களைக் கொண்டுபோக வசதியில்லை. ஆயினும் இந்தத் துங்கபத்திரை நதிக்கரையில்தான் இராமாயணத்தில் சொல்லப்பட்ட கிஷ்கிந்தாபுரி, ஹம்பி, மாலவதம், ஏமகூடம், பசுவசிரங்கம், மதங்கபருவதம் முதலான ஸ்தலங்கள் இருக்கின்றன. இதற்கருகில் இருக்கும் ஆனைகுந்தி என்னும் ஸ்தலத்துக்கருகில் கி.பி.1274ம் ஹு ஆந்திர குலதிலகராகிய இராமதேவராயலு பூபராயலு என்பவர்கள் விஜயநகரம் என்னும் ஒரு சிறந்த பட்டணத்தைக்கட்டி ஆண்டுவருகையில் மகம்மதியரால் தோற்கப்பட்டுப் பாழ்த்துப்போக, பிறகு வித்தியாரண்ய சுவாமிகள் காலத்தில் புதுப்பிக்க, அதற்கு வித்தியா நகரமென்று பெயரிடப்பட்டு, அங்கு ஹரிஹரிராயிலு, புக்கராயிலு, மல்லிகார்ஜ்ஜுனராயிலு, விருபாக்ஷிராயிலு, தேவராயிலு முதலான சங்க ஜாதியைச் சார்ந்த யாதவர்கள் ஆண்டு வர, மறுபடியும் ஆந்தர பலிஜ ஜாதியைச்சார்ந்த வீரநரசிம்ம தேவராயிலு (கி.பி. 1497ம் ஹு), கிருஷ்ண தேவராயிலு (கி.பி.1509ம் ஹு), அச்சுத தேவராயிலு (கி.பி.1530ம் ஹு), இராமராயிலு (கி.பி.1542ம் ஹு), வெங்கடபதி ராயிலு (கி.பி.1542ம் ஹு) முதலானவர்கள் பிரபலமாக ஆண்டுவர, அவர்களுடைய சந்ததிகளே மதுரையில் விஸ்வநாத நாயுடு, திருமலைய நாயுடு முதலானவர்களும், தஞ்சையில் அச்சுதப்ப நாயுடு, விஜயராகவலு நாயுடு முதலானவர்களும் தென்தேசத்தில் நாயுடுகாரு சமஸ்தானத்தை ஸ்தாபித்தார்கள். இந்தத் துங்கபத்ரா நதி தீரத்திலிருக்கும் திரிலிங்கம் என்னுமிடத்தில் ஆதி ஆந்திரர் குடியேறியபடியால் அவர்களுக்குத் திரிலிங்கர் அல்லது தெலுங்கர் என்ற பெயர் உண்டாகியது. திரிலிங்கம் என்றால் 1 ஸ்ரீசைலபருவதம், 2 காளேசுவர், 3 பீமேசுவரம் என்னும் மூன்று

இடங்களாகும். இவ்விடங்களில் சிவபெருமான் மல்லிகார்ச்சுனன் காலநாதன், பீமேசுவரன் என்ற முப்பெயர்களோடும் பிரகாசிக்கும் மூன்று சிவஸ்தலங்கள் இருக்கின்றன. திரிலிங்கம் என்னும்படியான வார்த்தையே தெலுங்கு என்னும் பதமாக மருவியதாம். இதை விவரமாக அறிய விரும்புவோர் எமது தக்ஷிண இந்திய சரித்திரத் தைப் பார்க்கலாம். அல்லது தக்ஷிண திவ்விய தேசயாத்திரை க்ரந்தத்தில் காணலாம். மேற்சொன்ன வித்தியாரண்ய சுவாமிகள் ஹரிஹரி புக்கனுக்கு மந்திரியாயிருந்ததோடு ஆதி ஸ்ரீசங்கராசாரிய சுவாமிகளின் ஓர் மடாதிபதியாகவும் இருந்தார்.

சிருங்கேரி.

இது மைசூர் சமஸ்தானத்தைச் சார்ந்த கோடூர் ஜில்லாவில் துங்க, பத்ரா என்னும் இரண்டு நதிகள் சேருமிடத்தில் இருக்கும் ஓர் அழகிய புராதன ஆச்சிரமம்.

இந்த சிருங்கேரி மடத்துக்கு மடாதிபதிகளாய் வந்தவர்களின் ஜாப்தா.

(1) ஸ்ரீ சங்கராசாரியர்: கி.மு. 36 முதல் 12ம் ஸு வரையிலும்.

(2) சுரேஸ்வராசாரியர்: கி.மு. 28 முதல் கி.பி. 773ம் ஸு வரையிலும்.

(3) நித்யபோத ஞானாசாரியர்: கி.பி. 758 முதல் 848ம் ஸு வரையிலும்

(4) ஞானாஞானாசாரியர்: கி.பி. 846 முதல் 910ம் ஸு வரையிலும்.

(5) ஞானோத்தம சிவாசாரியர்: கி.பி. 905ம் ஸு முதல் 953ம் ஸு வரையிலும்.

(6) ஞானகிரியாசாரியர்: கி.பி. 949 முதல் 1038ம் ஸு வரையிலும்.

(7) சிம்ஹகிரியாசாரியர்: கி.பி. 1036 முதல் 1098ம் ஸு. வரையிலும்

(8) ஈஸ்வரதீர்த்தர்: கி.பி. 1097 முதல் 1146ம் ஸு வரையிலும்.

(9) நரசிம்மதீர்த்தர்: கி.பி. 1145ம் ஸு முதல் 1228ம் ஸு வரையிலும்.

(10) வித்தியாசங்கரதீர்த்தர்: கி.பி.1228 முதல் 1333ம் ஸு வரையிலும். இவர் காலத்தில்தான் வித்யாரண்ய சுவாமிகள் மடாதிபதியாக நியமிக்கப்பட்டார்.

(11) பாரதி கிருஷ்ணதீர்த்தர்: கி.பி.1328ம் ஹூ முதல் 1380ம் ஹூ வரையிலும்.

(12) ஸ்ரீ வித்யாரண்ணியர்: கி.பி.1331ம் ஹூ முதல் 1386ம் ஹூ வரையிலும்.

(13) சந்திரசேகரபாரதி: கி.பி.1368ம் ஹூ முதல் 1389ம் ஹூ வரையிலும்.

(14) நரசிம்மபாரதி: கி.பி.1387ம் ஹூ முதல் 1408ம் ஹூ வரையிலும்.

(15) புருஷோத்தமபாரதி: கி.பி.1406ம் ஹூ முதல் 1448ம் ஹூ வரையிலும்.

(16) சங்கரானந்தர்: கி.பி.1428ம் ஹூ முதல் 1454ம் ஹூ வரையிலும்.

(17) சந்திரசேகரபாரதி: கி.பி. 1449ம் ஹூ முதல் 1464ம் ஹூ வரையிலும்.

(18) இரண்டாவது நரசிம்மபாரதி: கி.பி.1464ம் ஹூ முதல் 1479ம் ஹூ வரையிலும்.

(19) இரண்டாவது புருஷோத்தமபாரதி: கி.பி.1472ம் ஹூ முதல் 1517ம் ஹூ வரையிலும்.

(20) இராமசந்த்ரபாரதி: கி.பி.1508ம் ஹூ முதல் 1560ம் ஹூ வரையிலும்.

(21) மூன்றாவது நரசிம்மபாரதி: கி.பி.1557ம் ஹூ முதல் 1573ம் ஹூ வரையிலும்.

(22) நிருசிம்மபாரதி: கி.பி.1563ம் ஹூ முதல் 1576ம் ஹூ வரையிலும்.

(23) இம்முடி நரசிம்மபாரதி: கி.பி.1576ம் ஹூ முதல் 1599ம் ஹூ வரையிலும்.

(24) இரண்டாவது இம்முடி நரசிம்மபாரதி: கி.பி.1576ம் ஹூ முதல் 1599ம் ஹூ வரையிலும்.

(25) அபிநய நரசிம்மபாரதி: கி.பி.1599ம் ஹூ முதல் 1622ம் ஹூ வரையிலும்.

(26) அபிநய சச்சிதாநந்தபாரதி: கி.பி.1622ம் ஹூ முதல் 1663ம் ஹூ வரையிலும்.

(27) இரண்டாவது நரசிம்மபாரதி: கி.பி.1663ம் ஹூ முதல் 1705ம் ஹூ வரையிலும்.

(28) சச்சிதாநந்தபாரதி: கி.பி.1705ம் ஹூ முதல் 1741ம் ஹூ வரையிலும்.

(29) இரண்டாவது அபிநய சச்சிதாநந்தபாரதி: கி.பி.1741ம் ஹூ முதல் 1767ம் ஹூ வரையிலும்.

(30) இரண்டாவது அபிநய நரசிம்மபாரதி: கி.பி.1767ம் ஹூ முதல் 1770ம் ஹூ வரையிலும்.

(31) மூன்றாவது அபிநய சச்சிதாநந்தபாரதி: கி.பி.1814ம் ஷூ முதல் 1817ம் ஷூ வரையிலும்.

(32) நான்காவது நரசிம்மபாரதி: கி.பி.1817ம் ஷூ முதல் 1879ம் ஷூ வரையிலும்.

இப்போதைய மடாதிபதியின் முழுப்பெயர் ஸ்ரீசச்சிதானந்த சிவாபிநவ நரசிம்மபாரதி சுவாமிகள். சமீபகாலத்தில் ஸ்ரீ காலடி க்ஷேத்திரத்தில் ஸ்ரீ ஆதி சங்கராசாரியர் ஜனித்த இடமென்று கொண்டு அவர் பெயரால் ஒரு கோயிலையும் ஸ்ரீ சாரதாம்பாள் கோயிலையும் கட்டுவித்து பிரதிஷ்டை செய்வித்தனர். இவர் 1912ம் ஷூ மார்ச்சு மீ 20ம் உ காலை 11 மணிக்குப் பரம்பதமடைந்துவிட்டார். அப்போது இவருக்கு வயது 51. இவருக்குப் பிற்பாடு தக்க சீடரை தமது ஸ்தானத்துக்கு நியமிக்காமல் இருந்தது மிக்க குறைவு. இந்த சிருங்கேரி மடத்துக்குச் சமீபத்தில் சில திவ்ய ஸ்தலங்கள் இருக்கின்றன. அவற்றின் விபரம் நமது தென்தேச யாத்திரை சரித்திரப் புத்தகத்தில் காணலாம்.

புதிதாய்த் தெரிந்தெடுக்கப்பட்ட சிருங்கேரி குரு.

ஏப்ரல் மீ 4ம் உயில் மைசூர்க் கவர்ன்மெண்டார் கெஜட் எக்ஸ்ட்ராடினெரியில் அடியிற்கண்ட விளம்பரத்தைப் பிரசுரஞ் செய்திருக்கிறார்கள். சிருங்கேரி மடம் பீடத்தில் விளங்கிவந்த ஸ்ரீ சச்சிதானந்த சிவாபிறவ நரசிம்ஹபாரதி ஸ்வாமிகள் தமக்குப் பின் பட்டத்திற்கு இன்னவர் வர வேண்டும் என்று நியமனம் செய்யாமலே சித்தியடைந்துவிட்டதைக் கேட்டு மைசூர் மகாராஜா அவர்கள் மிகவும் துக்கப்பட்டார். இவரிடம் விளங்கிவந்த தவம் முதலிய நற்குணங்களைக் கண்டு சீடகோடிகள் மாத்திரம் அன்று, இவரைத் தரிசித்த அனைவரும் துக்கப்படுகிறார்கள். இவர் மரணத்தால் ஹிந்து உலகத்திற்கும் மதத்திற்கும் பெருத்த நஷ்டம் ஏற்பட்டது என்று மைசூர் மகாராஜா உணர்ந்திருக்கிறார்.

2. கோபி சாஸ்திரியின் குமாரரான நரசிம்ம சாஸ்திரிகளைத் தமக்குப் பின் நியமிக்கவேண்டும் என்ற எண்ணம் காலஞ்சென்ற ஸ்வாமிகளின் மனதில் நெடுநாள் இருந்து வந்தது என்பதை மகாராஜா அறிவார். பெங்களூரிலுள்ள சிருங்கேரி மடப்பாடசாலையில் நரசிம்ஹ ஸ்வாமிகள் மீமாம்சம் வேதாந்த முதலிய சாஸ்திரங்களை அப்பியசித்து வந்தார். இவர் ஆசார சீலர். பிரம்மச்சரியத்தை ஆதரிப்பவர். இவரை, காலஞ் சென்ற ஸ்வாமிகள் சிருங்கேரிக்கு வரும்படி லிகித மூலமாய்க் கட்டளையிட்டிருந்தார். இரண்டு நாட்களுக்கு முந்தியே இவர் சிருங்கேரி போய்ச்சேர்ந்திருந்தால் காலஞ்சென்ற ஸ்வாமிகளிடமிருந்தே நேராக உபதேசம் பெற்றிருப்பார்.

இக்காரணங்களை மைசூர் மகாராஜா அறிந்தவராகையால், காலஞ் சென்ற ஸ்வாமிகளின் மனோபீஷ்டத்தை நிறைவேற்றுவதின் நிமித்தம் சிருங்கேரி மடம் பீடத்தில் நரசிம்ம சாஸ்திரிகளை நியமனம்செய்து, அவருடைய பட்டச்சூட்டு மகோற்சவத்தை வெகு விமரிசையாகக் கொண்டாட வேண்டும் என்று சந்தோஷத்துடன் ஆக்ஞாபித்தார்.

சிருங்கேரி ஜகத்குரு பீடத்திற்கு ஒரு புதிய யதி.

சென்ற 1912ம் ஷு ஏப்ரல் மீ 7ம் உ முழுவதும் சிருங்கேரிக்கு ஒரு சுதினமாக விளங்கிற்று. விடிந்தது முதல் ஊரிலுள்ள ஜனங்கள் யாவரும் மடத்து வாசலில் கூடிப் புதிதாக ஆச்சிரமம் வாங்கிக்கொள்ள இருக்கும் பிரம்மஸ்ரீ நரசிம்ம சாஸ்திரியாரின் ஆச்சிரம ஸ்வீகாரத்தைக் காண ஆவல் கொண்டவர்களாய் அவருடைய கல்வி ஞான வைராக்கியங்களைப் புகழ்வதும் மகிழ்வதுமாக இருந்தார்கள். சமாதியடைந்த பூர்வ குருவினால் பிரம்மஸ்ரீ நரசிம்ம சாஸ்திரியார் சிருங்கேரி பீடத்திற்குக் குறிப்பிடப்பட்டவராதலால் அவர் அன்று காலையே ஆறு மணிக்குள் நித்திய கர்மானுஷ்டங்களை முடித்துக்கொண்டு பிரம்மஸ்ரீ ஸ்ரீகண்ட சாஸ்திரியாரோடு பூர்வகுரு பரலோகம் சென்ற அறையில் நுழைந்தார். பிரம்மஸ்ரீ ஸ்ரீகண்ட சாஸ்திரியாரோ சிருங்கேரி மடத்திற்கு ஸ்ரீகாரியம் பார்ப்பவர். அவருக்குப் பூர்வகுருவால் மந்திரோபதேசம் முதலியன நடந்திருந்தன. சந்நியாசம் பெற்றுக்கொள்ளவிருக்கிற பிரம்மஸ்ரீ நரசிம்ம சாஸ்திரிகளை அவ்வறையில் அவர் அழைத்துக்கொண்டு சென்றதும், பூர்வகுரு தேகவியோகமான இடத்தில் அவரது பாதுகையைக் காட்டி, அவற்றின் முன்னிலையில் ஸந்நியாஸத்திற்குரிய சகல மந்திரங்களையும் மடத்தின் பிராசீன வழக்கப்படி உபதேசித்தார். இது ஆகி முடிவதற்கு 3 மணி நேரம் பிடித்து 10 மணி சுமாருக்கு முடிந்தது. அப்பொழுது மைசூர் மகாராஜாவினால் அனுப்பப்பட்ட சமஸ்தானத்துப் பிரதம கவுன்சிலர் மிஸ்டர் H.V.நஞ்சுண்டையா, பிரம்மஸ்ரீ நரசிம்ம சாஸ்திரிகளைக் கண்டு சிலநேரம் பேசிவிட்டுச் சில புத்திகளைச் சொன்னார். அதன்பிறகு புது குரு சந்திரமௌளீசுவர ஸ்வாமி கோவிலுக்கும் பூர்வகுரு ஸமாதிபெற்ற ஸ்தலத்திற்கும் அழைத்துச் செல்லப்பெற்றார். ஆங்கு அவர் நமஸ்கரித்துவிட்டு, பிரம்மசர்யத்திலிருந்து ஸந்நியாஸம் பூணுவதற்குச் செய்யவேண்டிய கர்மாக்களைச் செய்யத்தொடங்கினார். பல்லாயிரம் பிராமணர்கள் மத்தியில் பிரம்மஸ்ரீ நரசிம்ம சாஸ்திரியார் ஆத்ம தர்ப்பணம், நவசிரார்த்தம் விராஜ ஹோமம், முதலிய வைதீகக் கிரியைகளைச் செய்து, லோகத்தை த்யஜித்ததான மகா சந்நியாசத்தை மேற்கொள்ளத் தயாரானார். இவை ஆனபிறகு சகல பிராமணர்களுக்கும் மைசூர் கவர்ன்மெண்டு பிரதிநிதிகளான மெஸ்ஸர்ஸ் H.V.நஞ்சுண்டய்யர், பி.ராமஸ்வாமி ஐயர், ஸ்ரீசௌதீசுவர ஐயர், ஏ.சுப்பிரமணி ஐயர் முதலியவர்களுக்கும் சிருங்கேரி மடத்துத்

தென்னிந்தியாவிலுள்ள பல சிஷ்யர்களும் பின் தொடர்ந்துவர, துங்கா நதிக்கரைக்குச் சென்று இந்த மகா சங்கத்தின் மத்தியில் உரத்த குரலோடு கையை உயரத் தூக்கிக்கொண்டு, "விட்டேன் உலகம், வேண்டேன் பொருள், மனை வாழ்க்கை" என்று மும்முறை கதறிவிட்டு, அவற்றைத் தொலைத்ததற்கு அடையாளமாக நதியிலிறங்கித் தலைமுழுக ஆரம்பித்தார். ஸ்நானமானபிறகு மார்பு மட்டும் ஜலத்தில் நின்றுகொண்டு சந்யாச மந்திரத்தை மறுபடி ஜபித்துக் கடைசியில் ஆத்மார்த்தமாக ஸ்வானுபவத்தோடு ப்ரோஷ மந்திரத்தை மும்முறை உச்சரித்தார். 19 வயதுள்ள கட்டைக் கடுங்காளைப் பருவமுள்ள ஒரு யுவர் லோகத்தையே வெறுத்து சந்யாசம் பூணத்துணிந்து, ப்ரோஷ மந்திரத்தைச் சொல்லுவதைக் கேட்டால் யார் மனந்தான் இளகாது! பிள்ளையைப் பெற்றோர் மனம் எப்படி யிருக்கும்! அங்கு ஜலத்தில் நின்றபடியே தன் தலையில் மிச்சமாயிருந்த இரண்டொரு மயிரையும் பிடுங்கி அவற்றைத் தனது எஜ்ஞோபவீதத்தோடு ஆற்றில் வீசியெறிந்தார். உடனே தமது வெள்ளையுடையை அவிழ்த்தெறிந்துவிட்டு காஷாயம் தரித்துக்கொண்டார். ஸந்யாஸ தண்டத்தைக் கைகூப்பி நமஸ்கரித்து, விருப்பமுடன் கையில் தாங்கிக்கொண்டு ஜனங்களெல்லாரும் அண்டமதிரப் பெருமுழக்கஞ் செய்யக் கரையேறினார். அங்கிருந்து, பூர்வகுரு சமாதியடைந்த ஸ்தலத்திற்கு அவரை அழைத்துச்சென்றதும் அங்கே அப்பூர்வ குருவால் சொல்லப்பட்ட மகாவாக்கியம் அவருக்கு உபதேசிக்கப்பட்டது. இது ஆனதும் புதுக்குரு மகா ஸமாதிக்குப் பூஜை செய்தார். அதன்பிறகு பர்யங்க ஆசௌசத்தையும், அதன்பிறகு யோகபாடாவையும் செய்தார். பூர்வகுரு இவருக்குச் சந்திரசேகர பாரதி ஸ்வாமிகள் என்று நாமகரணம் செய்ய வேண்டுமென விரும்பியிருந்ததால், அதன்படியே இவர் அந்நாமத்தைக் கொண்டார். அது மடத்து நிர்வாகர்களாலும், கட்டியக்காரர்களாலும் சபையோரனைவருக்கும் பகிரங்கமாகச் சொல்லப்பட்டது.

இவ்வாறு வைதீகக் காரியங்கள் ஒரு முடிவுக்கு வர ஜனங்களெல்லாரும் ப்ரசாதத்திற்குக் காத்துக் கொண்டிருக்கையில் சந்திரசேகரபாரதி சுவாமிகள் தம்மால் அப்பொழுதே கவனம் செய்யப்பட்ட 10, 12 சுலோகங்களைத் தம் குருவின் ஸ்தோத்திரமாகச் சொல்லி அவற்றின் பொருளை விளக்கிக் கன்னடத்தில் பேசினார். திடீரென்று இப்படி அவர் சொல்லக் கேட்ட ஜனங்களனைவரும் அவரது கவன சக்தியையும், குரு பக்தியையும் கண்டு வியந்து அவரிடத்தில் வெகுமதிப்புடனும், பக்தியுடனும், தத்தம் இல்லம் சென்றனர். அதன்பிறகு சந்திரசேகர பாரதி சுவாமிகள் வித்யாஸங்கார் கோவிலுக்கும் ஸ்ரீசாரதாம்பாள் கோவிலுக்கும், பூர்வ குருவுக்கு முந்திய குருவின் சமாதி ஸ்தலத்திற்கும் சென்று நமஸ்கரித்து விட்டுத் திரும்பினார். பிறகு மாத்தியாந்நிக ஸ்நானம் செய்துவிட்டுச்

சந்திரமௌலீசுவர சுவாமிக்கு பூஜை நடத்தினார். அதுவும் ஆனபிறகு மாலை 5 மணி சுமாருக்குப் பிரதம பிக்ஷைக்குச் சென்றார். அதன்பிறகு 2,000 பிராமணர்கள் போஜனம் செய்விக்கப்பட்டார்கள். அஃதோடு அன்றைய மகோத்சவம் முடிந்தது.

7ம் உ இரவு முழுமையும் 8ம் உ காலை 8 மணி வரையிலும் நூதனமாக ஸந்யாஸம் பெற்ற குருவை சிருங்கேரிப் பீடத்தில் எழுந்தருளச் செய்வதற்கான ஏற்பாடுகள் நடந்தன. புதுக் குரு மடத்து வரிசைகளுடன் 8ம் உ காலை 10 மணிக்கு மடத்தைச் சேர்ந்த எல்லாக் கோவில்களுக்கும் எழுந்தருளினார். கடைசியில் ஸ்ரீ சாராதாம்பாள் சந்நதிக்குச் சென்றதும் அம்மனுக்கு வலபுறத்தில் ஒரு ஹோமம் நடக்க, அவர் ஒரு வெள்ளிப் பீடத்தில் அவ்வோமாக்கினி முன் வீற்றிருந்தார். இங்கே சுவர்ணதானம் முதலிய ஷோடசதானமும் நடந்தன. அதன்பிறகு அவர் சகல விருதுகளுடனும் சாரதாதேவிக்கு எதிரிலுள்ள ரஜிதமயமான ஆசனத்திற்கருகில் அழைத்துச் செல்லப்பெற்றார். அவ்வாசனத்தில் ஸ்வாமிகள் ஏறுமுன்னே அதற்கு பூஜை நேத்தியங்கள் நடந்தன. அதன்பிறகு பிராமணர்கள் ஆசிகூறி ஆரவாரிக்க சுவாமி V.P.மாதவராவால் ஆசனத்தில் இருத்தப் பெற்றார். அவர் ஏறியிருந்ததும் மைசூர் சமஸ்தானத்து உத்தியோகஸ்தர்களும், தென்னிந்தியாவிலுள்ள சிருங்கேரி மட சிஷ்யகோடிகளும் ஒருபுறம் வீற்றிருக்க, மற்றொருபுறம் புரோஹிதர்களும், மற்ற பிராமணர்களும் வீற்றிருந்தார்கள். சரியாக 12 மணியானதும் சம்ப்ரோக்ஷணைத் தீர்த்தம் சுவாமி சிரசில் தெளிக்கப்பட்டது. அதை அடுத்து சுவர்ணாபிஷேகமும் வஜாபிஹோமமும் செய்யப்பட்டன. அவை அங்குக் கூடியிருந்த பிராமணர் அனைவருக்கும் பகிர்ந்தளிக்கப்பட்டன. உடனே மடத்துப் பூர்வாசாரப்படி ராஜகம்பீரம் பொருந்திய மடாதிபதி அலங்காரம் அவருக்குச் செய்யப்பட்டது. இவ்வலங்காரத்தைக் கண்ட சமஸ்த ஜனங்களும் அவருடைய கம்பீரியத்தையும் தேஜஸ்சையும் கண்டு ஆனந்தித்து ஆரவாரம் செய்தார்கள். அப்பொழுதும் பலவகையான தானங்கள் வழங்கப்பட்டன. ஸாரதாம்பாளுக்கும் பூஜை நடந்தது. குருவின் ஆக்ஞையின்மேல் மிஸ்டர் V.P மாதவராவ் பிரம்மஸ்ரீ ஸ்ரீகண்ட சாஸ்திரிகளை மடத்து ஸ்ரீகாரிய அதிகாரியாக சுவாமிகள் நியமித்திருக்கிறார்கள் என்று தெரிவித்தார். அடுத்தாற்போல் மடத்து சகல முத்திரைகளும் சுவாமிகளிடத்தில் சமர்ப்பிக்கப்பட்டன. இது நடந்ததும் சுவாமிகளுக்குக் காணிக்கைகளும் நஜ்ஜார்களும் பலபல சிற்றரசர்களாலும் இராஜகுமாரர்களாலும் ஜமீன்தாரர்களாலும் இந்தியாவின் ஆஸேது ஹிமாலயப்பரியந்தமுள்ள சமஸ்த சிஷ்யர்களாலும் சமர்ப்பிக்கப்பட்டன. இவற்றிற்கெல்லாம் தலைவராக இருந்தவர் மைசூர் மகாராஜாவே. நகர ஜனங்கள் உடனே பாதபூஜை செய்தார்கள். அவர்களுக்கும் பிறருக்கும் தீர்த்தப் பிரசாதம் அருளிவிட்டு சுவாமிகள் கோவிலுக்கு வெளியே சென்று பிராமணர்

அல்லாதவர்களுக்கும் சிருங்கேரி ஜாகீர்தார்களும் சமர்ப்பித்த காணிக்கைகளை ஏற்றார். அதன்பிறகு சகல விருதுகளுடனும் சுவாமிகள் தமது வாசஸ்தலமான சச்சிதானந்த விலாசத்திற் கெழுந்தருளினர். இவ்வாறு சிருங்கேரி மடத்து 34வது பட்டாபிஷேக மகோத்சவம் நடந்து முடிந்தது. 5,000 பிராமணர்களுக்கு ஷட்ரஸ போஜனமும் தக்ஷிணைகளும் அளிக்கப்பட்டன.

இரவு 7 மணியானதும் சுவாமிகள் தமது தங்கப் பல்லக்கிலேறி, சகல மடத்துக்கு விருதுகளுடனும் நகர்வலம் வந்தார். சுவாமிகள் சச்சிதானந்த விலாசத்திற்குத் திரும்பும்போது இரவு நடுசாமமிருக்கும்.

இந்தத் துங்கபத்திரியைத் தாண்டிவந்தால் அடோனி, சூத்தி, குண்டக்கல், கடப்பை முதலான இடங்களிருக்கின்றன. குண்டக்கல் ஜங்ஷனிலிறங்கி பல்லாரிக்குப் போகலாம். அங்கிருந்து தென்மராடா வண்டியேறி ஓபட்டு ஸ்டேஷனுக்குப் போய் அவ்விடத்திற்கு எட்டு மைல் தூரத்திலிருக்கும் அம்பிக்குப் போகலாம். இந்த அம்பியைத்தான் கிஷ்கிந்தாபுரி என்று சொல்லுகிறார்கள். இங்குதான் ஸ்ரீராமர், அனுமார், சுக்கிரிவன் முதலானவர்களைக் கண்டு சீதையைத் தேடப் பிரவர்த்தித்ததாக இதிகாசங்களில் சொல்லப்பட்டிருக்கிறது. இப்போதும் இவ்விடத்தில் பலவித குரங்குகளிருக்கின்றன. இந்த கிஷ்கிந்தை துங்கபத்திரா நதிக்கரையின்மேல் பலவித சோலைகளால் சூழப்பட்டு பார்வைக்கு இரமணீயமாக விருக்கின்றது. சுற்றுப்பக்கங்களில் ரிஷியமுகம் முதலான சிறு காடுகளிருக்கிறதோடுகூட, சீதாராமர் நரசிம்மன் முதலான சந்நிதிகளுமிருக்கின்றன. மாசிமாதத்தில் உற்சவங்களும் நடக்கின்றன. இந்தக் கிட்கிந்தைக்குச் சமீபத்தில் பம்பா தீர்த்தமிருக்கிறது, சவுரி ஆசிரமுமிருக்கின்றது. இவற்றின் மகிமைகளை இராமாயணத்தில் பார்க்கக் காணலாம். இத்தியாதிகளைப் பார்த்துக்கொண்டு திரும்பிச் சென்னை ரெயில் வண்டியேறி சில ஸ்டேஷன்கள் வந்தால் ரேணுகுண்டா என்னும் திருப்பதிக்குப் போகும் ஸ்டேஷனிருக்கிறது. இந்த ஸ்டேஷனிலிறங்கி நான்கு மைல் தூரம் போனால் கீழ் திருப்பதி அல்லது கோவிந்தராஜர் பட்டணம் இருக்கிறது. இந்தத் திருப்பதி மலை வடவேங்கடம், சேஷாசலம் முதலான பல பெயர்களால் புகழப்பட்டது. இந்த ஸ்தலத்தில் மகிமையைப்பற்றி இந்தப் புத்தகத்தின் இரண்டாவது வாலியத்திற் காணலாம். அல்லது எம்மால் பதிப்பிக்கப்பட்டிருக்கும் திருப்பதி மகத்துவத்தைப் பார்த்தால் விவரமாகும். இந்தத் திருப்பதி ஸ்டேஷனை விட்டு வந்தால் நாராயணவரம், திருத்தணி முதலான ஸ்தலங்களிருக்கின்றன. அவைகளின் விவரங்களை இரண்டாவது வாலியத்தில் காணலாம்.

பிப்ரவரி மீ 23ம் உ காலை சமைத்துச் சாப்பிட்டு 12 மணிக்கு ரெய்ச்சூரிலிருந்து கோயமுத்தூருக்கு 7 1/2 டிக்கட்டுகளுக்கு 45 ரூபாய் கொடுத்து பெற்று நல்ல கம்பார்டுமெண்டிலேறி மாலை நான்கு மணிக்குக் கெத்தலுசெரு ஸ்டேஷனில் எமது சகோதரன் திருமலைச் சாமியைக் கண்டு பேசி, இராத்திரி 12 மணிக்கு ரேணுகுண்டா ஸ்டேஷனில் சிறிய தாயார் தம்பி வெங்கண்ண நாய்க்கரைக் கண்டு பேசிக்கொண்டு காலை 5 மணிக்கு அரக்கோணத்தில் இறங்கினேம் .

பிப்ரவரி மீ 24ம் உ காலை மஹாஸ்ரீ குப்புசாமி முதலியார் வீட்டிலிறங்கிச் சமைத்துச் சாப்பிட்டுச் சிநேகிதர்களைக் கண்டுபேசிப் பொழுது போக்கி, இரவு 8 மணிக்குச் சென்னை மெயில் புகைவண்டியேறி, 9 மணிக்கு ஆற்காட்டில் எமது தமையனார் முதலானவர்களைக் கண்டு பேசி குலாவி சுகமாய்த் தூங்கி மறுநாள் பிப்ரவரி மீ 25ம் உ காலை 10 மணிக்குக் கோயமுத்தூரில் வந்திறங்கிப் பந்துமித்திரர்களுடன் சேர்ந்து சுகமடைந்தோம்.

முடிவுரை.

இவ்விதமாக நாம் வடதேசயாத்திரை செய்துவந்ததற்கு கோயமுத்தூர் மஹாஜனங்கள் மனமுவந்து மரியாதைசெய்த சங்கதியை 1887ம் ஷு மார்ச்சு மீ முதல் உ கலாநிதி பத்திரிகையிலிருந்து இங்குப் பதிப்பிக்கிறோம்.

“சே.ப.நரசிம்மலுநாயுடு அவர்கள் கல்கத்தாவிலிருந்து திரும்பி வரும்போது நாயுடுகாரை ஜனங்கள் மங்கள மேள வாத்தியங்களுடன் மரியாதை செய்து அழைத்துவர பலவித பிரயத்தினங்கள் செய்தார்கள். அப்படி மேள வாத்தியங்களுடன் வர அவருக்கு இஷ்டமில்லாமையாலும் 1887ம் ஷு மார்ச்சு மீ 12ம் உ நமது நகர் முதல் வகுப்பு வக்கீலும் பகவத்கீதார்த்தீபிகை, ஆரியமத சித்தாந்தம், பஞ்சதசோபநிஷத்து முதலிய கிரந்தங்களின் கருத்தருமாகிய மஹாஸ்ரீ வி.குப்புசாமி ஐயரவர்களால் பிரசித்தப்படுத்திய அறிக்கையின்படி மஹாஸ்ரீ சே.ப.நரசிம்மலுநாயுடு அவர்களுடைய பிரசங்கத்தைக் கேட்கவும், அவர் வடஇந்தியாவுக்குச் சென்றிருந்து நமது தேசத்திற்குச் செய்திருக்கிற நன்மைக்காகவும், அவருக்கு வந்தனம் செய்யவும் சுமார் ஆயிரம் பேர்கள் கோயமுத்தூர் காலேஜ் ஹாலில் கூடினார்கள். அப்படிக் கூடினவர்களுள் மஹாஸ்ரீகளாகிய முனிசிபாலிடியின் சபாநாயகரும் டிஸ்டிரிக்ட்டு ரிஜிஸ்திராருமாகிய ராய்பகதூர் ஏ.பெரியசாமி முதலியாரவர்கள், பி.ஏ., எஃசிகியூடிவ் இஞ்சினியராகிய சுப்பராய ஆசாரியார்,

பி.சி.இ. அவர்கள், பப்ளிக் பிராசிகியூடரும் ராவ் சாகிபுமாகிய என்.அண்ணாசாமி ராயரவர்கள், ஹுசூர் சிரஸ்தேதாராகிய நாட் ஸ்ரீநிவாச ராயரவர்கள், ஹெட்குவார்ட்டர் இன்ஸ்பெக்டராகிய டி.எம். நாராயணசாமி நாயுடுகார், ஐகோர்ட்டு வக்கீல் எஸ்.கஸ்தூரிரங்கையங்கார் B.A.B.L அவர்கள், ஐகோர்ட்டு வக்கீல் ராமசந்திரராயர் அவர்கள், ராவ்சாகிபும் சூபெரின்டெண்டிங்கு இஞ் சினீர் ஆபீசு மானேஜருமாகிய பி.அருணாசல முதலியாரவர்கள், எ.பொன்னரங்க முதலியாரவர்கள், கிருஷ்ணசாமி முதலியாரவர்கள், ,ராவ்சாகிப் புஜங்கராவு B.A., அவர்கள், சமஸ்கிருத பண்டிதர் கே.சுப்பராயரவர்கள், ராமய்யரவர்கள், கோயமுத்தூர் காலேஜ் J.வெங்கட்ராம நாயுடுகார், ராகவாசாரியார் B.A அவர்கள், நேடிவ் ஐஸ்கூல் விஜயேந்திரராவ் அவர்கள், கிருஷ்ணராவ் அவர்கள், டாக்டர் நாராயணசாமி பிள்ளையவர்கள், லண்டன் மிஷனைச் சார்ந்த கனம் டேவிட் பாதிரியாரவர்கள், எஃசிகியூடிவ் இஞ்சீனிராபீசு கான்சாகிபு அப்துல் ரஜாக் சாகிபவர்கள், பார்த்தசாரதி முதலியாரவர்கள், ரத்தின முதலியாரவர்கள், நாகோஜிராவ் அவர்கள், இராமசுப்பய்யர் B.A., அவர்கள், வெங்கடராம ஐயர் B.A., அவர்கள், இராயப்பப் பிள்ளையவர்கள், நஞ்சப்ப செட்டியாரவர்கள், ஜனோபகார நிதியின் காரியதரிசியாகிய சதாசிவ முதலியாரவர்கள், ஆப்காரி கன்ட்ராக்ட்டர் சோ.விஜயரங்க முதலியாரவர்கள், ராவ் சாகிப் ராமசாமி செட்டியாரவர்கள், ந.இரங்கே கவுண்டரவர்கள், குப்புசாமி செட்டியாரவர்கள், இன்னும் பலரும் வந்திருந்தார்கள். காலேஜ் ஹால் வாழை, கமுகு முதலியவைகளால் நேர்த்தியாய் அலங்கரிக்கப் பெற்றிருந்தது. மஹாஸ்ரீ குப்புசாமி ஐயரவர்கள் சபாநாயகராக வீற்றிருக்க, மஹாஸ்ரீ சேலம் பகடால நரசிம்மலு நாயடவர்கள் எழுந்திருந்து, இந்தியா நாஷனல் காங்கிரஸ் என்னும் மஹா சபையின் உத்தேசத்தையும் அதன் உபயோகத்தையும் தீர்மானங்களையும் அதற்காகக் கல்கத்தாவுக்குப் பிரயாணம் செய்யும்போது வழியில் நாகூர், பர்த்வான், பாட்னா, கயா, காசி, அலகாபாத், அயோத்தி, பைஷாபாத்து, லட்சுமணபுரி, கான்பூர், ஆக்ரா, வடமதுரை, பிருந்தாவனம், கோவர்த்தனம், டில்லி, ஜயப்பூர், ஆஜ்மீர், உஜ்ஜயினி, ஹிந்தூர், பஞ்சவடி, பம்பாய், பூனா, பண்டரிபூர் முதலான இடங்களில் தாம் கண்ட சில அதிசயங்களைப்பற்றியும் கைதொழிலாலுண்டாகும் நலத்தைப்பற்றியும் நேர்த்தியாக இரண்டு மணி நேரம் உபந்நியாசித்தார். பிறகு முனிசிபல் சபாநாயகராகிய ஏ.பெரியசாமி முதலியாரவர்கள் உபந்நியாசகரவர்களுக்கும் சபாநாயகரவர்களுக்கும் பன்னீர் தெளித்துப் புஷ்பமாலைகளைச் சூட்டித் தாம்பூலம், சந்தன புஷ்பம் முதலியன கொடுக்கப்பட்ட தன்றியில் வந்திருந்தவர்களெல்லாம் உபந்நியாசகரின் மீது புஷ்பங்களைத் தூவி ஆசிர்வதித்தார்கள். உடனே சபாநாயகர்

எழுந்து சபையாரை நோக்கி, இத்தினம் நமது நகரத்தின் சிறந்த தேசாபிமானியாகிய ஸ்ரீமான் சே.ப.நரசிம்மலு நாயுடுகாரு இந்த டிஸ்டிரிக்ட்டின் பிரதிநிதியாக வங்காள மாகாணத்தைச் சார்ந்த கல்கத்தாவுக்குச் சென்றும், அங்கு தேசோபகாரார்த்தமாகக் கூடிய இந்தியன் நாஷனல் காங்கிரஸ் மகாசபையைச் சார்ந்தும், அங்கு நமது தேசத்தாரனைவருடைய க்ஷேமத்தைக் கருதி பரத கண்டத்தின் பல பக்கங்களிலிருந்து பிரதிநிதிகளாக வந்த பல பெரிய மனுஷர்களால் பேசித் தீர்மானித்த விஷயங்களைப் பற்றியும், அவர் போய்வந்த வழிகளிலிருக்கும் கல்கத்தா, கயா, காசி, அயோத்தி, அலஹாபாத், கான்பூர், ஆக்ரா, மதுராபுரி, பிருந்தாவனம், கோவர்த்தனம், டில்லி, ஜெயப்பூர், ஆஜ்மீர், உஜ்ஜயினி, இந்தூர், பஞ்சவடி, பம்பாய், பூனா, பண்டரிபுரம் முதலான ஸ்தலங்களின் மஹத்துவங்களைப் பற்றியும், அவ்வவ்விடங்களுக்கு யாத்திரைக்காரர் போகவேண்டிய வழி வண்டி, சத்தம், போஜன வசதிகளைப் பற்றியும் அவ்விடங்களின் விவசாய கைத்தொழில் வர்த்தக லாபங்களைப் பற்றியும் அவற்றால் அந்நாடுகள் செல்வத்தால் செழித்துச் சிறப்புற்றிருப்பதைப் பற்றியும் அப்படிப்பட்ட செல்வமும் சிறப்பும் கோயமுத்தூரிலும் இதையடுத்த தென்னாடுகளிலும் விருத்தியாக்க வேண்டுமானால் அநேக நூல் நூற்கும் யந்திரங்களையும் சர்க்கரை செய்யும் யந்திரங்களையும் ஸ்தாபித்து, காகிதம் முதலானவைகளைச் செய்யும் யந்திரங்களையும் ஸ்தாபித்து தேச க்ஷேமத்தை விருத்தியாக்க வேண்டுமென்றும், அதிக உருக்கமாகச் சுமார் இரண்டு மணிகாலமாக உபந்நியாசம் செய்ததை நாம் யாவரும் கேட்டு ஆனந்தமடைந்தோம். நமது நண்பராகிய ஸ்ரீ சே.ப.நரசிம்மலு நாயடவர்கள் பல வருஷங்களாக நமது தேசத்து க்ஷேமத்தைக் கருதி இரவும்பகலும் உழைத்து வருவதோடு, பல இடங்களுக்குப் போய்ப் பிரபலமாகப் பல பிரசங்கங்களைச் செய்தும், அநேக புஸ்தகங்களையும் கலாநிதி என்னும் பத்திரிகையையும் பதிப்பித்து வருவது நம் எல்லோருக்கும் தெரிந்த விஷயம். இதுவரையில் இப்படி நமது கோயமுத்தூரிலிருந்து வடநாடுகள் பலவற்றிற்கு துணிந்து போய்ப் பார்த்து, தாம் ஆனந்தம் அடைந்ததைப்போலவே மற்றவர்களும் அந்நாடுகளுக்குப் பயமில்லாமல் போயப் பார்த்து ஆனந்தமடைய இவரே முதல்முதல் நம்மவர்களுக்கு வழிகாட்டியாக இருக்கிறார் என்று உறுதியாகச் சொல்லிக் காட்டுவேன். இனி அநேகர் இவரைப் பார்த்து இவரைப் போலவே வடநாடுகளுக்குப் போய் வந்து தேச க்ஷேமத்தை விருத்தியாக்கக்கூடுமென்று எண்ணுகிறேன். தேசாபிமானமெல்லாம் திரண்டு ஓர் அவதாரமாக ஜனித்த ஸ்ரீமான் செ.ப.நரசிம்மலு நாயுடவர்களுக்கு நாம் என்ன பிரதி உபகாரம் செய்யப்போகிறோம். அவர் கருத்தின்படி நாமும் தேச க்ஷேமத்துக்கு உதவியாக உழைத்தலே பிரதி உபகாரமாகும். இப்படிப்பட்ட பெரியபெரிய தேசாபிமானமுள்ள செ.ப.நரசிம்மலு

நாயடவர்களுக்கு ஜகதீஸ்வரன், நீடித்த சுகவாழ்வைப் பிரசாதிக்கும் படிப் பிரார்த்திக்கக் கடமைப்பட்டிருக்கின்றோம்“ என்று சொல்ல, சபையாரனைவரும் எழுந்து நின்று “அப்படியே ஆகுக” எனக் கரகோஷம் செய்தபின்னர் அச்சபை கலைந்தது.

இது விஷயமாகக் கூடிய மற்ற சபைகள்.

மேலே சொன்ன சபை முடிந்த 8ம் நாள் கோயமுத்தூர் சுதேச திரவிய சேகரநிதி ஹாலில் மஹாஸ்ரீ வி.எல்.திருவேங்கடசாமி முதலியாரவர்கள் சபாநாயகராக வீற்றிருக்க, விவசாயம், வர்த்தகம், உத்தியோகத்திற் சிறந்த பெரிய மனுஷர்கள் வந்து கூடியிருக்க, ஸ்ரீமான் செ.ப.நரசிம்மலு நாயுடு அவர்கள் மற்றுமோர் பெரிய உபந்நியாசத்தைச் செய்தார். அந்த உபந்நியாசத்தில் வடநாடுகளில் நூல் நூர்த்துத் துணிகள் செய்யும் இயந்திராதி ஸ்தாபனங்களினால் உண்டாகும் செல்வச் செருக்கையும் சுதந்திர சுகவாழ்வையும் பற்றிச் விஸ்தாரமாக 2 மணி நேரம் உபந்நியாசம் செய்தும், கால மழை மோசம் செய்வதினால் குடியானவர்கள் தவித்துத் தத்தளிக்கும் இக்கோயமுத்தூரிலும் அப்படிப்பட்ட நூல் நூற்கும் இயந்திரங்களை ஸ்தாபித்தால் இந்த ஜில்லாவில் பருத்தியைப் பயிர்செய்யும் பேதைக் குடிகளின் பருத்திக்கு நல்ல விலையும், உற்சாகமும் உண்டாவதோடு நூல் நூற்கும் இயந்திரங்களை ஸ்தாபிக்கும் கம்பெனியாருக்கு வேலையும் கிடைக்குமென்று வற்புறுத்திச் சொல்ல, அங்கிருந்த பெரிய மனுஷர்களில் சிலர் எழுந்து அப்படிப்பட்ட நூல் நூற்கும் கம்பெனியை இக்கோயமுத்தூரில் ஸ்தாபிக்க வேண்டுமென்று பிரேரேபனை செய்து சபாநாயகருக்கும் உபந்நியாசகருக்கும் வந்தனம் சொல்லப்பெற்றுச் சபை கலைந்தது. அன்று அவ்விடம் செய்த சதாசிவ முதலியாரவர்கள் அடுத்த வாரம் மஹாஸ்ரீ சவுகார் சதாசிவ முதலியாரவர்கள் மாடி ஹாலில் ஓர் சபை கூடி, இந்தக் கோயமுத்தூரில் ஓர் நூல் நூற்கும் இயந்திர கம்பெனியைச் சுமார் 6,00,000 (ஆறு லக்ஷம்) ரூபாய் செலவில் ஸ்தாபிக்க வேண்டுமென்றும், அக்கம்பெனிக்கு ஸ்ரீமான்களாகிய சே.ப.நரசிம்மலு நாயுடுகாரும் வி.யல். திருவேங்கடசாமி முதலியாரவர்களும் செக்ரிடெரிகளாகவிருந்து பங்குக் கையொப்பத்தைச் சேகரிக்கவேண்டுமென்றும் தீர்மானித்ததன்றியில் அன்று அங்கு வந்திருந்த சில கனவான்கள் சுமார் 70,000 பங்குகளுக்குக் கையொப்பமிட்டார்கள். இப்படி ஸ்ரீமான் சே.ப. நரசிம்மலு நாயுடுகாரு உபன்னியாசங்களைச் செய்து வருவதை வந்து கேட்ட ஈரோடு, திருப்பூர், பல்லடம், தாராபுரம், உடுமலைப்பேட்டை, பொள்ளாச்சி முதலிய இடங்களின் வாசிகள் நாயுடவர்களைத் தத்தம் இடங்களுக்கு வந்து வடதேச யாத்திரையைப் பற்றி உபந்நியாசிக்க வேண்டுமென்று வருந்தி கேட்டுக்கொண்டமையால் ஸ்ரீமான் நாயுடவர்களும் முதலில் ஈரோடுக்குப் போய் அங்குக் கோட்டைப் பருத்திக்

கிடங்கு ஹாலில் மஹாஸ்ரீ கோ.கிருஷ்ணையரவர்கள் சபாநாயகராக வீற்றிருக்க, மஹாஸ்ரீகளாகிய திருவலம்பிள்ளையவர்கள், சந்திரசேகரம் பிள்ளையவர்கள், அல்லாவுதீன் சாயபு அவர்கள், தாசப்பய்யர் அவர்கள் குப்புசாமி அய்யங்கார் அவர்கள், சின்னசாமி நாயுடு முதலான அநேக கனதனவான்கள் கூடிய சபையில் நாயுடவர்கள் பிரபலமாக உபந்நியாசம் செய்ததன்றியில், மறுநாள் மார்கெட் மைதானத்தில் மஹாஸ்ரீ தாசப்ப அய்யரவர்கள் சபாநாயகராக வீற்றிருக்க நாயுடவர்கள் பெரிய உபந்நியாசம் செய்தனர். பிறகு தாராபுரம் மஹாஸ்ரீ ராமசாமி நாயுடுகாரு சத்திரத்தில் மஹாஸ்ரீ தாசில்தார் பிளகிரி அய்யங்காரவர்கள் சபாநாயகராக வீற்றிருக்க சேர்மென் மஹாஸ்ரீ அளகிரிசாமி நாயுடுகாரு, டி ரிஜிஸ்ட்ரார் சப் ரிஜிஸ்ட்ரார் மஹாஸ்ரீ சுப்பராவ் அவர்கள், தாசில்தார் மஹாஸ்ரீ ஷண்முகம் பிள்ளையவர்கள் முதலான உத்தியோகஸ்தர்களும் அநேக வர்த்தகர்களும் வந்திருந்த சபையில் மஹாஸ்ரீ சே.ப.நரசிம்மலுநாயுடுகாரு ஓர் பிரபல பிரசங்கம் செய்துவிட்டு, பல்லடத்துக்கு வந்து சந்தைப்பேட்டையில் தாசில்தார் மஹாஸ்ரீ சீதாராம அய்யரவர்கள் சபாநாயகராக வீற்றிருக்க அநேக கனதனவான்கள் வந்திருக்க, நாயுடவர்கள் ஓர் உபந்நியாசத்தைச் செய்துவிட்டு திருப்பூரில் மஹாஸ்ரீ அங்கப்ப செட்டியாரவர்கள் சத்திரத்தில் மிஸ்டர் ஸ்டேன்ஸ் துரையவர்கள் சபாநாயகராக வீற்றிருக்க, நாயுடவர்கள் ஓர் உபந்நியாசம் செய்தனர். பிறகு இதே மாதிரியாகப் பொள்ளாச்சி, உடுமலைப்பேட்டை முதலான இடங்களில் உபந்நியாசங்கள் செய்து கோயமுத்தூருக்குத் திரும்பி வந்து இயந்திரசாலை ஸ்தாபிக்க உழைக்கலானார். உழைத்தாலுமென்ன? இயந்திரக் கருவி கைத்தொழிலின் உபயோகம் படித்தறிந்த அநேக புத்திமான்களுக்கே தெரியாத விஷயமாயிருக்க, படிப்பு வாசனையற்ற பட்டிக்காட்டு ஜனங்கள் நம்பிப் பங்குக்காரராகச் சேராமையால் நாயுடவர்கள் இது விஷயமாகச் சென்னைக்குப் போய் அங்கு மஹாஸ்ரீ இராஜா மாதவராவ் அவர்களையும் மஹாஸ்ரீ திவான்பகதூர் இரகுநாதராயவர்களையும் மஹாஸ்ரீ ஸர் பாஷியம்மய்யங்காரவர்களையும் இராஜா சவலை இராமசாமி முதலியாரவர்களையும் கண்டு பேசி செங்காங்கடை கோவிந்தராவு நாடகசாலையிலும் ஓர் உபன்னியாசம் செய்துவிட்டும், கடைசியாக ஆர்பெத்நெட் கம்பெனிக்குப்போய் அப்போது அதன் முக்கியஸ்தராயிருந்த கனம் மாக்பைடீன் அவர்களிடம் கண்டு பேச அவர் இந்தக் கம்பெனிக்கு 50,000 ரூபாய் பங்கு எடுத்துக் கொண்டதோடு தாமே சீமைக்குப் போய் நல்ல இயந்திர சாமான்களை வாங்கி அனுப்புவதாகவும் அந்த அர்பெத்நெட் கம்பெனியாரே ஏஜெண்டாகயிருந்து பண உதவி செய்வதாகவும் சொல்லி உற்சாகப்படுத்த, நாயுடவர்கள் கோயமுத்தூர் வந்து ஷை கம்பெனி மிஸ்டர் ஆர்பெத்நெடை இந்த கம்பெனிக்கு பிரசிடென்ட்டு ஆகவும், மிஸ்டர் ஸ்டேன்ஸை செக்ரிடெரியாகவும்,

நாயுடவர்களையும் வேறு சிலரையும் டைரெக்ட்டர்களாகவும் நியமித்துச் சட்ட திட்டங்களை ஸ்தாபித்ததோடு, நாயுடவர்களுடைய உள்ளூர் தோட்டத்தில் பாதிபாகத்தை இக்கம்பெனியாருக்குச் சுலப விலைக்குக் கொடுத்து, கலெக்டர் மிஸ்டர் ஸ்டார்க் துரையவர்களைக்கொண்டு கடைக்கால் போட்டுக் கட்டடம் கட்ட ஆரம்பிக்கவே, டைரெக்டர்களில் இரண்டொருவருடைய நடவடிக்கைகள் திருப்தியாக இல்லாமையால் நாயுடவர்கள் தமது டைரெக்டர் வேலையிலிருந்து விலகிக்கொள்ள விருப்பம்கொண்டாலும் தாம் கஷ்டப்பட்டு ஸ்தாபித்த இந்த நல்ல கம்பெனியின் காரியம் கெட்டுப்போகுமோ என்ற கவலையினால் சத்தியசாந்தராகிக் கட்டட வேலை முடிந்து இயந்திரங்கள் பூட்டப்பட்டு நூல் நூற்கும் வேலை ஆரம்பித்த பிறகு தாம் கைக்கொண்ட காரியம் நிறைவு பெற்றதெனக் கண்டு கழித்துவிட்டு தமது டைரெக்ட்டர் வேலையிலிருந்து விலகிக் கொண்டார். இதற்காக நாயுடவர்கள் செலவிட்ட பொருளும் செய்த பிரசங்கங்களும் பதிப்பித்த பத்திரிகைகளும் கொஞ்சநஞ் சமல்ல. இப்படிக்கெல்லாம் கஷ்டப்பட்டு உழைத்த நாயுடவர்களுக்கு யாதொரு பிரதிபலன் அக்கம்பெனியார் செய்தார்களில்லை. ஆயினும் அந்தக் கம்பெனியின் வரும்படி அதிகமாகி அதில் சுமார் 1200 வேலைக்காரர்கள் உழைத்து வருவதையும் கண்டு அக்கம்பெனியார் வேறோர் உதவி யந்திரசாலையையும் ஸ்தாபிக்க, அதிலும் நல்ல லாபமும், அநேக ஜனங்களுக்கு வேலையும் கிடைத்துவருவதைப் பற்றிச் சில நாட்டுக்கோட்டை செட்டியாரவர்கள் காளெஸ்வாமில்லை ஸ்தாபித்து நல்ல லாபத்தையும், அநேக ஜனங்களுக்கு வேலை கிடைத்து வருவதன்றியில் மத்தியில் ஸ்தாபித்த மால்மில் என்னும் துணிநெய்யும் கம்பெனியிலும் அநேக ஜனங்கள் உழைக்க, மேற்சொன்ன நான்கு யந்திர சாலைகளில் பங்குக்காரர்களுக்கு நல்ல லாபமும் பருத்திப் பயிரிடுவோருக்கு வருமான உற்சாகமும் அநேக ஆயிரம் வேலைக்காரர்களுக்கு உத்தியோகமும் கிடைத்து வாழ்ந்து வருவதைக் காண்பதே நாயுடு அவர்கள் தம்முடைய உழைப்புக்குப் பிரதிபலனாக எண்ணி ஆனந்தம் கொண்டார். இம்மட்டோ. இயந்திர கருவிகளின் உபயோகத்தைப்பற்றி நாயுடு அவர்கள் மேட்டுப்பாளையம், வட்டமலைபாளையம், செங்காளிபாளையம், பாப்பநாய்க்கம்பாளையம், ஆவாரம்பாளையம், பீளைமேடு முதலான இடங்களுக்குப் போய் உபன்னியாசங்கள் செய்ததில் ஜனங்கள் உற்சாகமடைந்து பங்குகள் சேர்த்து பீளைமேடு முதலிய இடங்களில் ஜின்னிங் மில்லுகளையும், பருத்திகளையும் கொட்டையையும் பிரிக்கும் யந்திரங்களையும் ஸ்தாபிக்க நல்ல லாபமும் அநேக ஏழைகளுக்கு வேலையும் கிடைத்துச் சுகப்படுகிறார்கள். அன்றியும் போத்தனூரில் ஸ்தாபித்திருக்கும் சர்க்கரை கம்பெனிக்கு நாயுடவர்களே ஓர் முக்கியஸ்தராகவும் முதல் டைரெக்ட்டராகவும் இருந்து உழைத்தவர்.

இப்போது நாயுடு அவர்கள் கருத்தை அறிந்தே குனியமுத்தூரில் நெல்குத்தும் யந்திரசாலையும், வேறு இடங்களில் தண்ணீர் இறக்கும் இயந்திரங்களையும், ஓடு செய்யும் இயந்திரங்களையும், எண்ணெய்வடிக்கும் யந்திரங்களையும் ஸ்தாபித்துக்கொண்டு சுகப்படுகிறார்கள். இப்படி இயந்திர கருவிகளை ஸ்தாபிப்பதற்கு முதற்காரணராகிய நாயுடு அவர்கள் இத்தனை ஜனங்கள் அவைகளால் சுகப்பட்டு வாழ்வதைக் கண்டும் கேட்டும் தமது உழைப்பிற்குப் பிரதிபலனாகக்கொண்டு ஆனந்தம் அடைகிறார். ஆகவே திவ்விய தேசயாத்திரை செய்வதினால் அவ்வவ்விடங்களிலுள்ள வைதீக, லௌகீக விஷயங்களைத் தெரிந்து ஆனந்தமடைவதோடுகூடத் "திரைகடலோடியும் திரவியம்தேடு" என்னும் மூதுரையின்படி, திரவியப் பெருக்கையும் பெற்று இந்நாட்டார் சுதந்தர சுகவாசிகளாக வாழலாமென்பது திண்ணம், திண்ணமேயாம். இத்துடன் சே.ப.நரசிம்மலு நாயுடு அவர்கள் இந்தியாவின் வடக்கு, கிழக்கு, மேற்கு முதலான இடங்களில் செய்த திவ்விய தேசயாத்திரை சரித்திரத்தின் முதற்பாகம் முற்றிற்று. இனி நாயுடு அவர்கள் தெந்தேசத்தில் செய்த திவ்விய தேசயாத்திரையை இதன் இரண்டாம் புத்தகத்தில் காணலாம். இந்தியா என்னும் திவ்விய தேசமாகிய தாயே உனக்கு மங்களம் உண்டாவதாக.

சே.ப.நரசிம்மலு நாயுடு வாழ்க்கைக் குறிப்புகள்

பிறந்த தேதி	:	12041854
பிறந்த ஊர்	:	ஈரோடு
பெற்றோர் பெயர்	:	அரங்கசாமி நாயுடு - லட்சுமி அம்மாள்
தாய் மொழி	:	தெலுங்கு
இயற் பெயர்	:	பாலகிருஷ்ணன்
பிறந்த சாதி	:	பலிஜா நாயுடு
அறிந்த மொழிகள்	:	தெலுங்கு, தமிழ், ஆங்கிலம்
திருமண வாழ்க்கை	:	1868 ஆம் ஆண்டு வைகாசி மாதம் 12
மனைவியின் பெயர்	:	எதிராஜம்மாள்
த/பெ	:	கோபால நாயுடு, சேலம்
மகன் பிறப்பு	:	11.12.1879
மகன்களின் பெயர்	:	அரங்கநாதன், சீனிவாசன்
மகன் இறப்பு	:	அரங்கநாதன் 15.03.1897
இரண்டாவது திருமணம்	:	
மனைவியின் பெயர்	:	மீனாட்சி அம்மாள்
த/பெ	:	பங்காருசாமி நாயுடு, சேலம்
முதல் பணி	:	பள்ளி ஆசிரியர், (1872), குமாரசாமி பட்டி, சேலம்
முதல் நூல்	:	சேலம் மாவட்ட பூமி சாஸ்திரம்(1873)
இதழியல் பணி	:	தினவர்த்தமானி(1868) இதழில் முதன்முதலாக எழுதினார்
இதழாசிரியராகத் தொடங்கிய இதழ்கள்	:	சேலம் தேசாபிமானி (1877), கோயமுத்தூர் அபிமானி(1879), கோயமுத்தூர் கலாநிதி(1881)

அரசியல் ஈடுபாடு	:	செயலாளர், கோயம்புத்தூர் மாவட்ட காங்கிரஸ்(1885)
முதல் காங்கிரஸ் மாநாட்டில் பங்கேற்பு	:	1885ஆம் ஆண்டு மும்பையில் நடைபெற்ற முதல் காங்கிரஸ் மாநாட்டில் பங்கேற்ற தமிழகத்தின் பிரதிநிதிகள் 21 பேரில் சே.ப. நரசிம்மலு நாயுடுவும் ஒருவர்.
இரண்டாவது காங்கிரஸ் மாநாடு	:	கல்கத்தா(1886) காங்கிரஸ் மாநாட்டில் பங்கேற்பு
மூன்றாவது காங்கிரஸ் மாநாடு	:	சென்னை(1887) காங்கிரஸ் மாநாட்டில் பங்கேற்பு 1901இல் மதுரை மாகாணக் காங்கிரஸ் மாநாட்டில் பங்கேற்பு
அரசியல் பாடல்கள் புனைவு	:	காங்கிரஸ் கீதம்(1887) தேசாபிமானக் கும்மி (1893)
பயண இலக்கியத்தின் முன்னோடி	:	ஆரியர் திவ்ய தேச யாத்திரை (முதல் பதிப்பு 1889), இரண்டாம் பதிப்பு(1913) தக்ஷண இந்தியா சரித்திரம்(1919)
சமுதாயப் பணிகள்	:	சுப்பராயலு நாயுடு தர்மம்(1880) அறக்கட்டளை நிறுவுதல். சமஸ்கிருதம், தெலுங்கு மொழி பயிறுவிக்கும் நோக்கம்
அரசாங்கத்தில் பதவி	:	கௌரவ நீதியரசர்(1887) பிரம்ம சமாஜம் தோறுவித்தல்(15101881) சிறுவாணி நீர் திட்ட முன்வரைவு பணி(1889) விக்டோரியா நகர மண்டபம் கட்டுதல்(1892)
இறந்த நாள்	:	21.01.1922

குறிப்புகளுக்காக

குறிப்புகளுக்காக

குறிப்புகளுக்காக